இந்தியத் தத்துவ இயலில் நிலைத்திருப்பனவும் அழிந்தனவும்

தேவிபிரசாத் சட்டோபாத்யாயா

தமிழில்

கரிச்சான் குஞ்சு

நியூ செஞ்சுரி புக் ஹவுஸ் (பி) லிட்.,

41-பி, சிட்கோ இண்டஸ்டிரியல் எஸ்டேட்,

அம்பத்தூர், சென்னை - 600 050.

☎: 044 - 26251968, 26258410, 48601884

Language: Tamil
Indiya Thaththuva Iyalil Nilaithiruppanavum Azhinthanavum

Author: **Devi Prasad Chattopadhyaya**
Translator: **Karichan Kunju**
N.C.B.H. First Edition: January, 2023
Copyright: Publisher
No. of pages: 736
Publisher:
New Century Book House Pvt. Ltd.,
41-B, SIDCO Industrial Estate,
Ambattur, Chennai - 600 050.
Tamilnadu State, India.
Email: info@ncbh.in
Online: www.ncbhpublisher.in

ISBN: 978 - 81- 2344 - 394 - 2
Code No. A4748
₹ **1100/-**

Branches

Ambattur (H.O.) 044 - 26359906 **Spenzer Plaza (Chennai)** 044-28490027
Trichy 0431-2700885 **Pudukkottai** 04322- 227773 **Thanjavur** 04362-231371
Tirunelveli 0462-4210990, 2323990 **Madurai** 0452 - 2344106, 4374106
Dindigul 0451-2432172 **Coimbatore** 0422-2380554 **Erode** 0424-2256667
Salem 0427-2450817 **Hosur** 04344-245726 **Krishnagiri** 04343-234387
Ooty 0423 - 2441743 **Vellore** 0416-2234495 **Villupuram** 04146-227800
Pondicherry 0413-2280101 **Nagercoil** 04652 - 234990

இந்தியத் தத்துவ இயலில் நிலைத்திருப்பனவும் அழிந்தனவும்
ஆசிரியர்: தேவி பிரசாத் சட்டோபாத்யாயா
தமிழில்: கரிச்சான் குஞ்சு
என்.சி.பி.எச். முதல் பதிப்பு: ஜனவரி, 2023

அச்சிட்டோர்: பாவை பிரிண்டர்ஸ் (பி) லிட்.,
16 (142), ஜானி ஜான் கான் சாலை, இராயப்பேட்டை, சென்னை - 14
☎: 044-28482441

All rights reserved. No part of this book may be reprinted or reproduced or utilised in any form or by any electronic, mechanical, or other means, now known or hereafter invented, including photocopying and recording, or in any information storage or retrieval system, without permission in writing from the publishers.

முன்னுரை

(ஆங்கில பதிப்பில் இடம் பெற்றது)

இந்நூல் மதச் சார்பின்மை, பகுத்தறிவு, அறிவியல் நோக்கு என்கிற அடிப்படையில் இந்தியத் தத்துவ இயலின் பாரம்பரியத்தை ஆராய்கின்ற நூலாகும். இந்தியத் தத்துவ இயல் மரபிற்கு எதிரான கருத்துக்கள், அணுகுமுறைகள் பழமையின் பாரமாகக் கருதப்படுகிறது. இருப்பினும் பண்டைய மற்றும் மத்திய கால இந்தியாவில் நடைபெற்றது போலவே பிற்போக்கு சக்திகளும், மீட்புவாத சக்திகளும் இன்றைய இந்திய முன்னேற்றத்தைத் தடுத்திட முயற்சிக்கின்றன.

நாம் கடந்து கொண்டிருக்கும் இந்தக் காலகட்டத்தில் இந்திய தத்துவ பரம்பரையைப் பற்றிய ஒரு மதிப்பீடு என்பது ஒரு ஆவலுள்ள புதை பொருள் ஆராய்ச்சிக்கும் மேலானதே.

ஆதிக்கவாதிகளின் ஆதரவோடோ அல்லது ஆதரவு இல்லாமலேயோ, எப்போதும் தேசபக்தியை நினைவுறுத்திக் கொண்டு பழைய முறையிலான கருத்துக்களையும் தன்மைகளையும் மிக அதிகமாக உபயோகிக்கும் சக்திகள் நடத்தும் இப்போதைய அரசியல் விளையாட்டில் நாம் வலிமையற்றவர்களாக இருக்கிறோம். இவைதான் இந்திய அறிவாற்றலின் அடிப்படை என மக்களை நம்பவைக்கும் முயற்சிகள் நடக்கின்றன.

இந்த மாயையை நாம் எதிர்த்தே ஆக வேண்டும். உண்மையின் பக்கம் மக்களை திருப்புவதே அதை எதிர்க்கும் வழியாகும். இங்கு சிறப்பாகவும் அழுத்தந் திருத்தமாகவும் கூறப்படுவது யாதெனில் உண்மையை நீண்ட காலமாகத் தேடி அலைந்த நமது முன்னோர்கள் நம்மை வெறும் ஏமாற்றங்களாலும், தவறான வழிகாட்டுதலாலும் தவிக்கவிடவில்லை.

நமது தத்துவவாதிகளில் ஒரு பகுதியினர் மாயை, உருவ வழிபாடு, ஜாதி ஒழிப்பை கொச்சைப்படுத்துதல் போன்றவற்றை ஆதரித் திருக்கிறார்கள். அதே சமயம், இதே தத்துவவாதிகளை தமக்கிருக்கும் வரலாற்று பூர்வமான தவிர்க்க முடியாத மிகக் குறைவான ஆதரவோடு எதிர்த்தவர்களும் உள்ளனர். அவர்களுடைய கருத்துக்களை முற்றிலுமாக புறக்கணிப்பதோ இன்றைய காலகட்டத்தில் மிக மோசமான தவறாகும்.

நாம் இன்று எதை எதிர்த்து போராடுகின்றோமோ இந்தப் போராட்டத்தை அவர்கள் அன்று நடத்தும்போது, நமது தத்துவவாதிகளில் ஒரு பிரிவினர் நமக்கு விலைமதிக்க முடியாத அறிவுரைகளை விட்டுச் சென்றுள்ளார்கள். அவற்றை நாம் இன்று தேசியப் பெருமையாக ஏற்றுக்கொள்ளத் தயங்க வேண்டியதில்லை.

இந்தியத் தத்துவ பாரம்பரியத்தைப் புரிந்துகொள்வதற்கு பொதுமைப்படுத்துவதிலிருந்து விலகிச் செல்லுதல் வேண்டும். ஒரு, - தத்துவக் கண்ணோட்டத்தில் எவை நிலைத்திருப்பவை எவை மறைந்தவை என்பதனை வேறுபடுத்த வேண்டிய அவசியம் உள்ளது. நமது தத்துவ பாரம்பரியத்தின் பரந்த தன்மை பல்முனை கூறுகளும் கொண்டது. நமது தத்துவ பாரம்பரியத்தில் - தத்துவத்திற்கு அப்பாற்பட்ட தலையீடுகளும் ஏற்பட்டுள்ளன. இவற்றைக் கணித்து ஆய்ந்திடுவது அவ்வளவு சுலபமானதும் வசதியானதும் அல்ல.

மத்திய கால இந்தியாவில் சட்டமியற்றுபவர்கள் கூறும் கருத்துக்கள் வேதங்களால் ஆசிர்வதிக்கப்பட்டதாக மிக நீண்ட காலமாகப் பிரச்சாரம் செய்யப்பட்டது. அவர்களுடைய சமூக நடவடிக்கைகளைப் பற்றிய விமர்சன ரீதியான கணிப்பு: இதனால் ஆபத்தைச் சந்திக்க வேண்டி வந்தது. மக்கள் தங்களின் மிகப் பிரபலமான கருத்துக்களுக்கு எதிரான கருத்துக்களை காணும்பொழுது சஞ்சலம் அடைய வாய்ப்புண்டு. ஆனால், இந்த ஆபத்தை சந்திக்க மறுத்தவர்கள் சமூகக் கடமையில் இருந்து தப்பி ஓடவே பார்க்கின்றனர்.

எனது வரைபாடுகளுக்குள் விவாதத்திற்கு ஒரு நல்ல விஷயத்தை தந்திருப்பதாக நான் நம்புகிறேன். சுவையான விவாதம் உருவெடுக்குமானால் நான் பட்ட கஷ்டத்திற்கு அப்போதுதான் சரியான வெகுமதி கிடைத்ததாகும்.

இந்தப் புத்தக வேலை சம்பந்தமாகக் கூறும்போது சிலருடைய முழு ஒத்துழைப்பு இல்லாமல் நான் சரியான முறையில் இப்புத்தகத்தைக் கொணர முடிந்திருக்காது. மிகச் சிறந்த மனிதர்களாயினும், நான் அவர்களோடு சரியான முறையில் பழகாததில் உள்ள என்னுடைய குறைபாட்டைப் பற்றி மிகுந்த தயக்கத்தோடு நான் கூறியே ஆக வேண்டும். எனது குறைவான (வார்த்தை) ஆங்கில அறிவோடு என்னால் முழுவதும் கூறமுடியாவிட்டாலும் பேராசிரியர் வால்டர் - ரூபெனுக்கு எனது தனிப்பட்ட நன்றிகள், நான் அவருடன் பல ஆண்டுகள் பழகியபோதிலும் இந்தப் புத்தகத்தில் காணும் குறைகள் என்னைப் பற்றி சரியாகக் கூறும் இந்தியத் தத்துவவாத விஞ்ஞான

பூர்வமான வழிமுறைகளைக் கண்டறிவதில் என்னுடன் ஒத்துழைத்த எனது வெளிநாட்டு நண்பர்கள் ரஷ்ய விஞ்ஞானக் கழகத்தின் தத்துவத் துறையைச் சேர்ந்த டாக்டர் N.P. அன்கீவ், பப்பலோவில் உள்ள நியூயார்க் மாநில பல்கலைக்கழகப் பேராசிரியர் டாலே ரீப் இருவருக்கும் நான் மிகவும் கடமைப்பட்டிருக்கிறேன். நாங்கள் மூவரும் நல்ல தருணத்திற்காகக் காத்திருந்து ஒட்டுமொத்தமாக எங்களுடைய விஷயங்களைச் சேர்த்து, பழங்கால இந்தியாவின் விஞ்ஞான தத்துவ வழிமுறைகளைப் பற்றி ஒரு பரந்த அளவிலான ஆராய்ச்சியை நடத்தினோம். இது போன்ற வாய்ப்பு வருங்காலத்திலும் ஏற்படும் என்று நான் நம்புகிறேன்.

நமது தத்துவார்த்த போராட்டத்திற்கு இது போன்ற புத்தகம் மிக அவசியத் தேவை என்று கூறி என்னை வற்புறுத்தி, திட்டமிட்டு, தொடர்ந்து இப்புத்தகம் வெளிவர உதவியாயிருந்த நண்பர் மொகித் சென்னுக்கு நான் மிகவும் கடமைப்பட்டிருக்கிறேன். என்னுடைய பார்வைக்கு எட்டாத சம்ஸ்கிருத புத்தகங்களை, விஸ்வபாரதி பல்கலைக்கழகத்தைச் சேர்ந்த எனது இளம் நண்பர் டாக்டர் மிருணாள் காந்தி கங்கோபாத்யாயா எனக்குத் தந்து மிகவும் உதவினார். ஆங்கில எழுத்தாற்றலில் எனக்குள்ள குறைபாடு காரணமாக, எனது கையெழுத்துப் பிரதியைப் பார்த்து, சரிசெய்து, சரியான முறையில் வெளிவர உதவியவர் எனது மற்றொரு நண்பர் M. B. ராவ். இந்தப் புத்தகம் படிக்கும் அளவிற்கு இருக்கிறது என்றால் அதற்குக் காரணம் M. B. ராவ்தான். பொருள் வரிசை தயாரித்த சர்வானி கங்கோபாத் யாயாவும் அச்சகத்தில் கையெழுத்துப் பிரதியைச் சரிபார்த்த சுபத்ராயும் எனக்கு மிகவும் நெருங்கியவர்கள். ஆதலால் அவர்களுக்கு நன்றி சொல்வது சடங்காகிவிடும்.

நீண்ட சம்ஸ்கிருத, பாலி பகுதிகளுக்கு திபாத்-வேதாந்த பாஷ்யாவையும், செர்பாட்ஸ்கியையும், புத்த மத பகுதிகளுக்கு ரை டேவிட்ஸையும், உபநிஷத்திற்கு R. ஹியூமையும், நியாய வைசேஷிகாவுக்கு M. கங்கோபாத்யாயாவையும் முழுதும் நம்பவேண்டியதாயிற்று.

இந்தத் திட்டத்தையும், இந்தப் புத்தகத்தையும் முடிக்க பொருள் உதவி நல்கிய இந்திய வரலாற்று ஆராய்ச்சி நிறுவனத்திற்கு எனது நன்றிகள்.

கல்கத்தா, தேவி பிரசாத்
மார்ச் 31, 1976 சட்டோபாத்யாயா

பொருளடக்கம்

முதல் பகுதி
ஆய்வு முறை
இயல் - ஒன்று

இந்தியத் தத்துவ இயலின் முரண்பாடுகள்   15

1. இந்தியத் தத்துவம் பற்றிய மூலாதாரப் பொருள்   15
2. மரபு வழிப்பட்ட ஆய்வு முறை   18
3. பயன்பாட்டு ஆய்வு முறை   22
4. கோட்பாடு, எதிர்க் கோட்பாடு ஆகிய இரண்டின் வரலாற்று கட்டாயங்கள்   24
5. அடிப்படை முரண்பாடு   25
6. கருத்துமுதல்வாதமும் அதன் எதிர்க்கோட்பாடும்   26
7. குழு வாதப் பிரச்சனைகள்   32
8. பிற விவாதங்கள்   34
9. தொகுப்புரை   35

இரண்டாம் பகுதி
கருத்துமுதல்வாதம்
இயல் - இரண்டு

இந்திய கருத்துமுதல்வாதம்: விவரங்கள்   39

1. உபநிடதங்கள்   39
2. மகாயானம்   41
3. மாத்யமிக தத்துவம் அல்லது சூன்யவாதம்   43
4. யோகாசார தத்துவம் அல்லது விக்ஞானவாதம்   47
5. விக்ஞானவாதத்தின் அடிப்படை   53
6. சூன்யவாதம், விக்ஞானவாதத்தின் அடுத்த வளர்ச்சிக் கட்டம்   54
7. அத்வைத வேதாந்தம்   59
8. தொகுப்புரை   65

இயல் - மூன்று

கருத்துமுதல்வாதிகளின் வாதங்கள் — 68

1. தொடக்கநிலைக் குறிப்புகள் — 68
2. இயற்கையைத் (பௌதீக உலகை) தவிர்த்தல் — 69
3. பகுத்தறிவையும் அநுபவத்தையும் ஏற்க மறுத்தல் — 72
4. கருத்துமுதல்வாதமும் தர்க்கமும் ஒரு விளக்கம் — 79
5. கனவு, மாயை என்பவை தரும் சாட்சியம் — 102
6. அறிவுக்கும் அறியப்படும் பொருளுக்கும் ஒத்த தன்மை — 108
7. கருத்துமுதல்வாதமும் மாயாவாதமும் — 110
8. காரண காரியத் தொடர்பைப் புறக்கணித்தல் — 120
9. இரவலாகப் பெறும் நிஜம் நிஜமில்லை — 126
10. அக்ஞானமே (அறியாமையே) உலக மாயையைப் படைப்பது — 128
11. கொள்கை மற்றும் செயல்வழி வெளிப்படும் உண்மைகள் — 135

இயல் - நான்கு

இந்திய கருத்துமுதல்வாதத்தின் மூலாதாரங்கள் — 144

1. சில முன் குறிப்புகள் — 144
2. உபநிஷத்து அல்லது வேதாந்தம் — 144
3. பிரக்ஞையின் (உள்ளுணர்வின்) விடுதலை — 153
4. 'இரகசியமான ஞானம்' என்ற கோட்பாடு — 158
5. தத்துவ சிந்தனையும், பிரபுத்துவத் தன்மைகளும் — 161
6. கருத்துமுதல்வாதத்துக்கு தேவைப்படும் பொருளாதார வசதிகள் — 163
7. பழம் வேத காலத்தின் பொருள்முதல்வாதம் — 176
8. ஞானமும் செயலும் இணைந்திருந்த ஆரம்பநிலை — 180
9. தர்க்கப்போக்கில் சுரண்டல் மீண்டும் நிலைபெறல் — 193
10. இரண்டாவது ஆலோசனைக் கூட்டமும் அதற்குப் பிறகும் — 211
11. சங்கரர் — 218

இந்தியத் தத்துவ இயலில் நிலைத்திருப்பனவும் அழிந்தனவும் 9

இயல் - ஐந்து

இந்தியக் கருத்துமுதல்வாதத்தின் சமூகச் செல்பாடு

1. சில குறிப்புகள் 223
2. தர்ம நூலாசிரியர்களும் தத்துவ அறிஞர்களும் 223
3. மூட நம்பிக்கைகளின் சமூகச் செயல்பாடு 231
4. சட்டம் இயற்றியவர்களின் நிலை 233
5. தர்ம சாத்திரக்காரர்களின் சுதந்திர சிந்தனைக்கு எதிரான நிலை: 239
6. நாத்திகம் மற்றும் ஆத்திகம் என்னும் கோட்பாடுகள் 241
7. கற்பனைக் கதையின் தயவில் பகுத்தறிவு 242
8. சுதந்திர சிந்தனை ஒரு குற்றம் (பாபம்) 245
9. பெரிய அளவில் பிரச்சாரம் செய்யும் யுக்தி 246
10. தத்துவத்தின் நிலை 248
11. தர்ம சாத்திரம் செய்தவர்களும் கருத்துமுதல் தத்துவவாதிகளும் 249
12. சங்கரருடைய வர்க்க அவமதிப்பு 250
13. சூத்திரனும் வேதனையும் 254
14. அத்வைத வேதாந்தம்: நம்பிக்கையை நியாயப்படுத்தல் 255
15. மகாயான பௌத்த மதம் நம்பிக்கையை நியாயப்படுத்தும் போக்கு 261
16. கருத்துமுதல்வாதத்தின் வர்க்கப்பார்வை பற்றி லெனின் 266
17. பொருள்முதல்வாதம் எழுப்பிய மறுப்பு 268

மூன்றாம் பகுதி

கருத்துமுதல்வாதத்தினுடைய எதிர்க் கோட்பாடு

இயல் - ஆறு

கருத்துமுதல்வாதத்தினுடைய எதிர்க் கோட்பாடு விவரக் குறிப்புகள்

1. சில குறிப்புகள்: 277
2. கருத்துமுதற் கோட்பாட்டிற்கு எதிரான சில குறிப்பிடத்தக்க அறிஞர்கள் 278
3. தெளிவும் திட்டமும் அற்ற எண்ணற்ற மறுதலிப்புகள் 281
4. மதிப்பிடுவதற்கான கோட்பாடு 284

10 இந்தியத் தத்துவ இயலில் நிலைத்திருப்பனவும் அழிந்தனவும்

5. குமரிலரும் பூர்வ மீமாம்சமும் 287
6. முற்றுமுழுதான எதிர்நிலைக் கோட்பாடுகள் 296
7. இந்தியத் தத்துவச்சூழல் பற்றி கௌடில்யர் 303
8. சாங்க்யமும் மதச் சார்பின்மையும் 314
9. நியாய வைசேஷங்களும், அது வேத நம்பிக்கைக்கு விரோதமானதென்ற குற்றச்சாட்டிற்கும், அத்தகைய விசாரணைக்கும் ஆளாகாமல் தவிர்த்துக்கொள்வதற்கு வைசேஷிகர் கையாண்ட யுக்தி முறையும் 320
10. இந்திய விஞ்ஞானத்திற்கெதிராக வேதப் பழைமை கொடுத்த அழுத்தமான தொல்லை 321
11. அணுக்கொள்கையும், தர்க்கமும் பௌத்த தோற்றத்தில் காட்டிய பக்தி விசுவாசம் 327
12. விஞ்ஞானமும் மூட நம்பிக்கையும் கலந்த கலவை: 335
13. தான் சார்ந்த தத்துவப் பிரிவுக்கேற்றபடி பேசும் வறட்டுச் சூத்திரவாதத்தின் முரண்பட்ட போக்கு 345
14. பகுத்தறிவு மற்றும் விஞ்ஞானத்திற்குத் திரும்புதல் 347
15. பௌதீகப் பொருள்களின் இயல்பு பற்றிய கொள்கைகள் 349
16. எதார்த்தவாதமா? அல்லது பொருள்முதல்வாதமா? 350
17. பொருள்முதல்வாதம்-பழையதும் புதிதும் 357

இயல் - ஏழு

கருத்துமுதல்வாதத்தை மறுத்தலும் அது தவறானது என்று நிரூபித்தலும்

1. தொடக்கக் குறிப்புகள் 368
2. அநுபவத்தையும் பகுத்தறிவையும் விவாதம்செய்து நிறுவுதல் 369
3. கனவும் மாயத் தோற்றமும் என்ற சான்று 379
4. ரகசிய முறையான சமாதி எனப்படும் ஒன்று (தன்னைக் கடந்த தான் என்பதையே மறந்த நிலை-யோகம்) 386
5. மாயத்தோற்றமும் நிஜமான தன்மையும் 393
6. பொய்த் தோற்றம் அறவே மாயமானதுதானா? 403
7. மாயம் பற்றிய இந்தியக் கருத்துகள் 407
8. நடைமுறைப் பழக்கம்தான் உண்மைக்கான பரிசோதனையும் பிரமாணமும் ஆகும். 418

இந்தியத் தத்துவ இயலில் நிலைத்திருப்பனவும் அழிந்தனவும் 11

9. கொள்கையும் நடைமுறைப் பழக்கமும் 424
10. இரண்டு வகை உண்மைகள் என்ற கோட்பாடு 435
11. அறிவும் பொருளும் அது பற்றிய அறிதலும் ஒன்றுதானா? 441
12. பௌதீகமான இயற்கையும் பொருளும் உண்டு என்ற கருத்தை நிறுவுதல் 454
13. பௌதீக இயற்கையும் இயக்கமும் 468

இயல் - எட்டு

பௌதீக இயற்கையும் உள்ளுணர்வும்

1. சில தொடக்கக் குறிப்புகள் 474
2. உள்ளுணர்வு பற்றி நியாய வைசேஷிகர்கள் 475
3. உணர்வு பற்றி ஸாங்க்யர் கருத்து 483
4. உள் உணர்வு பற்றி லோகாயதர்கள் கருத்து 493
5. லோகாயதக் கருத்தின் கொள்கையும் அதன் தத்துவ பொருட் சிறப்பும். 501
6. இந்தியத் தத்துவம் லோகாயதத்தை எதிர்த்துரைத்தது உண்டா? 506
7. நினைவு - ஞாபகம் என்பதன் சான்று 529
8. ஜடப்பொருளும் பிரக்ஞையும் (உணர்வு) பற்றிய ஒரு பண்டைய கருத்து 544
9. ஜட பௌதீகமும் உணர்வும் பற்றி நவீன காலத்துப் பொருள்முதல்வாதம்: 561

நான்காம் பகுதி

தொடர்புள்ள பிரச்சனைகள்

இயல் - ஒன்பது

மாறுபடுதலும் நிலையாய் இருத்தலும் தர்க்கவாதம்

1. தொடக்கக் குறிப்புகள் 573
2. இந்தியத் தத்துவத்தில் தர்க்கரீதியான பார்வை ஸாங்க்யமும் பௌத்தமும் 575
3. பௌத்தத்தில் உள்ள தர்க்கரீதியான பார்வை 581
4. அசலான பௌத்தம்-காரண காரியத் தொடர்பும் மாறுதலும் 582
5. புத்தரும் ஹெராக்லிடஸூம் (Heraclitus) 587

6. தான், ஒவ்வொரு மனிதனும் அவன், நீ, நான் என்று கொள்ளும் சுட்டுக்கு உரிய நிலை (மூவிடம்)-தனி என்ற நிலை - மறு பிறப்பு: 591
7. சமுதாய இயல்: தனிச் சொத்தும் அரசும் 600
8. மஹாயான பௌத்தம்: கருத்து முதற் கோட்பாட்டின் ஒரு பதுங்குமிடம் 616
9. யாவுமே க்ஷணிகம் என்ற கொள்கை 629

இயல் - பத்து
விடுதலை என்ற பிரச்சனை [முக்தி மோக்ஷம் என்பன]

1. சில தொடக்கக் குறிப்புகள் 657
2. இந்தியத் தத்துவத்தில் விடுதலை 657
3. விடுதலையும் இந்தியக் கருத்துமுதல்வாதமும் 658
4. கருத்துமுதல்வாதத்தின் எதிரிகளும், மோக்ஷமும் 666
5. மோக்ஷம் - நியாய வைசேஷிகர் கருத்து 668
6. மோக்ஷம் - ஸாங்க்ய மதக் கருத்து 680
7. மீமாம்சையும் மோக்ஷமும் 689
8. மோக்ஷமும் லோகாயதர்களும் 698
9. இருத்தல் (உயிர் வாழ்தல்) என்பதும் உண்மையும் 701
10. வாத்ஸ்யாயனர் 705
11. பிரசஸ்த பாதர் 709
12. தொகுப்புரை 716

முதல் பகுதி
ஆய்வு முறை

இயல்-ஒன்று
இந்தியத் தத்துவ இயலின் முரண்பாடுகள்

1. இந்தியத் தத்துவம் பற்றிய மூலாதாரப் பொருள்

சுமார் இரண்டாயிரத்து ஐநூறு ஆண்டுகளாக இந்தியாவில் தத்துவ விவாதங்கள் தொடர்ந்து நடைபெற்று வருகின்றன. இதன் விளைவாக ஏராளமான தத்துவ மூலாதாரங்கள் குவிந்து கிடக்கின்றன. இந்தியத் தத்துவ இயல் பற்றிய ஆராய்ச்சியின்போது இதை கவனத்தில் கொள்ள வேண்டும்.

இத்தகைய ஆய்வுகளின் தெளிவான தொடக்கங்களை உபநிடத்துக்களில்தான் தேட வேண்டும்; உபநிடத்துக்களின் காலம் கி.மு. 7வது நூற்றாண்டு என்பர். ஆனால், முக்கியமான உபநிடத்துக்களில் சிலவேனும், அதற்கு முன்பே இருந்த தத்துவ மூலாதாரங்களின் தொகுப்பாகவே உள்ளன. ஆகவே, இந்த உபநிடத்துக்களில் குறிப்பிடப்படும் கருத்துக்களை நிறுவிய சிந்தனையாளர்கள், கி.மு.7வது நூற்றாண்டுக்கு முற்பட்ட காலத்தைச் சேர்ந்தவர்களாகவே இருக்க வேண்டும். மேலும், பல நூற்றாண்டுகள் - எத்தனை நூற்றாண்டுகளோ நமக்குத் தெரியாது- நடந்த செயல்பாடுகளின் விளைவே உபநிடத்துக்கள். எனவே, உபநிடத்துக்களின் தத்துவமாக உருப்பெற்ற கருத்துக்கள் தமக்கேயுரிய வரலாற்றுக்கு முற்பட்ட - புராதன கால - சிந்தனைகளை உள்ளடக்கி இருந்தன. இந்தியத் தத்துவ இயல் பற்றிப் புரிந்துகொள்ள வேண்டுமானால், மேலே சொன்ன விஷயத்தை கவனத்தில் கொள்ளாமல் இருக்கமுடியாது.

இவ்வாறு மிகப் பழங்காலத்திலேயே தொடங்கிய இந்தியத் தத்துவ விவாதங்கள் வழிவழியாக அவ்வப்போது சில இடையீடுகள் நேர்ந்தன என்றாலும் "நவ்ய நியாய" தத்துவம் பற்றிய நூல்கள் தோன்றிய காலம் வரை தொடர்ந்து நடந்து வருகின்றன. நவ்ய நியாயம் என்பது மயிர் பிளக்கும் விவாதங்களை உள்ளடக்கிய அறிவுத் தோற்றவியல் (Epistemology) அடிப்படையில் எழுந்த தர்க்க சாத்திர நூலாகும். அதனைப் பொதுவாக, 'இந்தியத் - தத்துவ நுட்பம்' என்று

சொல்லுகிறார்கள். இப்படிச் சொல்வது அவ்வளவு சரியில்லைதான். இந்தச் சாத்திரத்தின் சிறந்த ஞானிகள் வரிசையில் இறுதியாக இடம் பெற்றவர்கள் காதரரும் அவருடைய நூல்களின் உரையாசிரியர்களும் ஆவர். இவர்கள் கி.பி. பதினேழாம் நூற்றாண்டு மற்றும் பதினெட்டாம் நூற்றாண்டின் முற்பகுதியைச் சேர்ந்தவர்கள்.

இந்த இடத்தில் ஒன்றைச் சொல்லுவது பொருத்தமும் தொடர்பும் உள்ளதாக இருக்கும். அதாவது, 'தற்கால இந்தியத் தத்துவ இயலாளர்கள் மேற்கத்திய சிந்தனையின் செல்வாக்கிற்கு ஆட்பட்டிருந்தாலும் தங்கள் சொந்த கருத்துக்களை நியாயப்படுத்த இந்தியத் தத்துவ இயலின் பழைமையில் தஞ்சம் புகுகிறார்கள். இவர்களை முழுமையாகப் புரிந்து கொள்ள, பழங்கால, இடைக்கால இந்தியத் தத்துவ இயல் பற்றி அறிந்து கொள்வது ஒரு தேவையாகும். அது பற்றிய பழைய மரபு இந்தியாவில் அறவே இன்று மறைந்துவிடவில்லை. ஆனால், அதற்காக நாம், தற்காலத்து இந்தியத் தத்துவத்தை நமது இந்த ஆராய்ச்சியில் சேர்த்து, விஷயத்தை சிக்கலுக்கு ஆளாக்கிவிடக் கூடாது. இந்தியத் தத்துவத்தின் மரபு வழிப்பட்ட வகையிலேயே அதை முக்கியமாக ஆராய்வதில் முனைவோம். உபநிடத்துக்களுக்கும் நவ்ய நியாய சாத்திரத்திற்கும் இடைப்பட்டதொரு காலத்தில் தத்துவம் பற்றிய ஆயிரக்கணக்கான நூல்கள் எழுதப்பட்டன. அவற்றின் முழுப் பட்டியலும் தருவது இயலாது என்பது ஒரு புறம் இருக்க, அவை எத்தனை என்றுகூட எண்ணிப் பார்க்க இயலவில்லை. அந்த எண்ணிக்கை திகைப்பூட்டுகிறது என்பதே உண்மை.

எடுத்துக்காட்டாக, இந்தியாவில் கி.பி. பதினோராம் நூற்றாண்டிற்குப் பிறகு புத்த மதம் வீழ்ச்சியடைந்தபின் பிற்கால இந்திய பௌத்தர்களின் பெரும்பான்மையான நூல்கள் அவற்றின் இந்திய மூல வடிவத்தில் கிடைக்காமல் மறைந்து போயின. ஆனால், இவை அழிந்து விடவில்லை. சீன, மங்கோலிய, திபெத்திய மொழிகளில் இவற்றின் மொழிபெயர்ப்புக்கள் இன்னும் இருக்கின்றன. இவற்றுள் 'கஞ்சூர்' 'தஞ்சூர்' எனப்படும் பெருமை வாய்ந்த திபெத்திய மொழிபெயர்ப் புக்களின் தொகுப்புக்களில், நாலாயிரத்து ஐநூறு நூல்கள் கிடைக்கின்றன. அவை அளவிலும் பொருட்சிறப்பிலும் பல வகைப்பட்டவை.

இடைக்காலத்து திபெத்திய மடாலயங்களைத் தவிர பிற இடங்களில் திபெத்திய ஆராய்ச்சியின் பயன்கள், அதன் முடிவுகள் பரவாமல் இருப்பதால் தற்காலத்து அறிஞர்கள் பலரும் இந்த நூல்களைப் படித்து அறிந்திலர். நமக்கு அவற்றின் தலைப்புகள்தான் தெரிகின்றன; உள்ளடக்கம்பற்றி அரைகுறையாகத் தெரிகிறதே தவிர முழுமையாகத்

தெரியவில்லை. ஆயினும், இந்த நூல்கள் தத்துவம் பற்றிய வகையில் பெரிதும் பொருட்சிறப்பு உடையன. பிற்கால இந்திய பௌத்த மதவாதிகளால் எழுதப்பட்ட தருக்கம், மனித அறிவுத் தோற்றவியல் பற்றிய நூல்கள் சிலவற்றை ஸ்டெர்பாட்ஸ்கி (Sicherbatsky), வித்யாபூஷணர் மற்றும் சிலர் ஆராய்த்துள்ளனர். வேறு பல நூல்களும் புதிய காலத்திற்கு ஏற்ற வகையில் - தற்காலத்து அறிவு வளர்ச்சிக்கேற்ற தேர்ச்சியுடன் - ஆராயப்படுவது எப்போதென்று தெரியவில்லை. பொதுவாக, மேற்குறித்த நூல்களின் அடிப்படையில் 'பௌத்த தர்க்கம்' என்று தவறாக வழங்கும் கருத்துக்கள் நம்மிடத்தில் மிகுந்த ஆளுமை பெற்றுள்ளன. அந்த நூல்களில் காணும் கருத்து மிக விரிவான பிரச்சனைகளை உள்ளடக்கியவை. அந்தப் பிரச்சனைகள் இன்றைய உலக தத்துவ விவாதங்களில் மிகவும் கடுமையாக அலசப்படும் விஷயங்களையும் கொண்டுள்ளன. அத்துடன் இத்தகைய விஷயங்களை மிகவும் திறமையுடனும் திரித்து விரித்துக் கூறும் வகையிலும் ஆராய்கின்றன.

ஆயினும், இந்தப் பிற்காலத்துப் பௌத்தர்கள், தர்க்கத்திலும் அறிவுத் தோற்றவியல் பற்றிய ஆய்விலும் மட்டுமே அக்கறை கொண்டவர்களாக இருக்கவில்லை; மற்றும் அவர்கள் மட்டுமே நாட்டில் இருந்த தத்துவவாதிகள் என்றும் சொல்வதற்கில்லை. தத்துவத்தின் பிற அம்சங்களைப் பற்றி மிக அதிகமான நூல்களை எழுதியுள்ளனர். அதே போல இந்தப் பிற்காலத்துப் பௌத்தர்களை எதிர்த்து - பல கோணங்களிலும் இவர்களுடன் மாறுபட்டு - நூல் எழுதிய மற்ற தத்துவவாதிகளும் பலர் உண்டு. இந்தத் தத்துவவாதிகள், காலத்தால் முற்பட்ட பௌத்தர்கள் எடுத்திருந்த முடிவுகளையும் மறுத்து எழுதினர். இதனால் விளைந்த பயன் என்னவென்றால், இந்தியத் தத்துவ நூல்கள் அனைத்தையும் சேர்த்துப் பார்த்தால், அவற்றின் எண்ணிக்கை கட்டுக்கதை அளவுக்கு விஞ்சிவிடுகிறது. இத்தகைய நூல்கள் அனைத்துமே பொருட் சிறப்புடையவை - முக்கியமானவை - என்றும் கருத வேண்டியதில்லை. இவற்றுள் பல சிறுபிள்ளைத்தனமானவை; மேலும் பலவோ, கிளிப்பிள்ளைத்தனமாக கூறப்பட்ட விஷயங்களையே திரும்பச் சொல்வன; ஆனால் இப்படி இவற்றுள் பலவற்றைத் தள்ளி ஒதுக்கினாலும், பொருட் சிறப்புடைய - கவனத்திற்குரிய நூல்களின் எண்ணிக்கை மிக அதிகமாகவே இருக்கும்.

ஆக மொத்தத்தில் எப்படிப் பார்த்தாலும், அளவும் பரப்பும் பற்றிக் கணக்கிட்டாலே, மரபு வழிப்பட்ட இந்தியத் தத்துவ கலாச்சாரத்தில் இருக்கும் தத்துவம் பற்றிய மூலாதாரங்கள் ஏராளமாகக் குவிந்து உள்ளன.

இவற்றுக்கு எவையெவை பொருட்சிறப்பும் தரமும் சேர்க்கின்றன என்பதைப் பார்ப்போம்.

2. மரபு வழிப்பட்ட ஆய்வு முறை

இப்படிப்பட்டதொரு தத்துவ மரபு நம்முன் இருக்கையில் நமது முதற்கேள்வி, இதை எப்படி எந்த முறையில் ஆய்வு செய்வது என்பதாகும். இதை முழுமையாகத் தெரிந்துகொள்ளும் வகையில் ஓர் அறிவு சார்ந்த வரிசைக் கிரமத்தை ஏற்படுத்திக்கொள்வது எவ்வாறு? வழக்கமாகவே யாரும் கவனிக்காமல் விட்டுவிட்ட போதிலும், இதற்குரிய மிகவும் உபயோகமுள்ள குறிப்பு, மரபு வழிப்பட்ட இந்தியத் தத்துவத்திலேயே இருக்கிறது. இதை அறிய, நாம் நம்முடைய சிந்தனையாளர்கள், இதற்கு மிகவும் வேண்டியன எனக் கருதிக் கூறியுள்ள தத்துவ ஆய்வு முறையின் தாத்பரியக் குறிப்புக்களைத் தெரிந்துகொள்ள வேண்டும்.

இந்த ஆய்வு முறைதான் என்ன? அதன் தாத்பரியக் குறிப்புகள் எவை? இந்தியத் தத்துவத்தின்படி, சரியானது எனக் கருதப்பட்ட ஆய்வு முறையின் முக்கியமான அம்சம் இதுதான். அதாவது கருத்துக்களை எதிரெதிராக மோதவிட்டு - ஒரு கோட்பாட்டை அதற்கெதிரான கோட்பாட்டுடன் (Thesis, Antithesis) எடுத்துக்கூறி, வாதிட்டு, குறிப்பிட்ட தத்துவ நிலைப்பாட்டை நிறுவுதல்; சுருங்கச் சொன்னால், முரண்பாடு களின் மூலமாக நிறுவிக்காட்டுதல். அத்தகைய ஆய்வு முறை எப்படி வளர்ச்சி அடைகிறது என்பதை முக்கியமாகக் கவனிக்க வேண்டும். ஏனென்றால், பண்டைய இந்தியாவில் செயற்பட்ட விஞ்ஞானிகள் இந்த ஆய்வு முறைக்குச் செய்த பங்களிப்பு சிறப்பானதாகும்.

இந்த ஆய்வு முறைக்கான ஆதாரங்களைப் பண்டைக் காலத்தில் நிலவிய தத்துவார்த்த வாதப் பிரதிவாதங்களில் தேடிப் பிடிக்கலாம். இதற்கான சான்றுகளை, உபநிடத்துக்களின் காலத்திலேயே காண முடிகிறது. இத்தகைய வாதப் பிரதிவாதத்தைக் குறிப்பதற்காக "வாகோ வாக்யம்" என்ற சொல் உபநிடத்திலேயே இருப்பது சுவையான ஒன்றாகும். இதன் பொருள், கிட்டத்தட்ட பண்டைய கிரேக்கர் வழங்கிய 'டைலெக்டிக்' (Dialectic). அதாவது, வினாவும் விடையுமாக வாதம் செய்வது என்பதாகும். உபநிடத்துக்களின் காலத்திலேயே, ஒரு சில தத்துவவாதிகளிடம் இந்த 'வாகோ வாக்ய'த்தை எள்ளி ஒதுக்கும் போக்கு வளர்வதையும் காண்கிறோம். இதெல்லாம் வெறும் பெயர்-வெறும் சொல்லளவில் இருப்பனவே (தத்துவமில்லை) - என்பது அவர்கள் கருத்து.[1] இந்தத் தத்துவவாதிகள் தங்கள் இரகசிய ஞானத்தைத் தமக்குள் பாதுகாத்துக்கொள்வதிலேயே மிக்க ஆர்வம் காட்டினர்

என்பதைப் பின்னால் காண்போம்; அந்த இரகசிய ஞானமும் எளிதில் உபதேசம் செய்து தெளிவிக்க இயலாத ஒன்று. ஆனாலும் அத்தகைய மனப்போக்கு, வாதம் செய்யும் அறிவை முடக்கிப் போட்டுவிடவில்லை. அதேபோல இந்தியத் தருக்கவாதம் வளர்வதையும் அது தடுத்து விடவில்லை. இதற்கு நாம் பண்டைக் காலத்து மருத்துவர்களுக்கு முக்கியமாய் நன்றிக்கடன் படுகிறோம்; ஏனெனில் அவர்கள்தாம் இந்திய விஞ்ஞானம் - விஞ்ஞான ஆய்வு முறை இரண்டிற்கும் உண்மையில் முன்னோடிகள். மிகப்பழைய காலத்தில் எழுதப்பட்டு இப்பொழுதும் கிடைக்கும் மருத்துவ நூல், 'சரக-சம்மிதை' என்னும் தொகுப்பு நூல். அது தொகுக்கப்பட்ட காலம், கி. பி. *100*-க்கு முன்னது. முதன் முதலாக அந்த நூலில்தான் வினா விடைகளால் ஒரு கருத்தை நிறுவும் முறையை முன்னோர் அறிந்திருந்ததாகத் தெளிவாக அறிய முடிகிறது. ஒரு கொள்கைக்கு வேண்டிய எல்லா அம்சங்களையும் சேர்த்து வளப்படுத்துவதற்குத் துணைசெய்யும் வகையில், கருத்துக்கள் ஒன்றுடன் ஒன்று மோதி, அதனால் வரும் முடிவைக் கொள்வதே முக்கியம் என்பதை அந்த நூல் காட்டுகிறது. இந்தியத் தத்துவ வரலாற்று ஆசிரியருள் எஸ்.என். தாஸ் குப்தா ஒருவர்தான் இதைத் தெளிவுபடுத்தியவர்.[2]

சரக சம்மிதைக்கு முந்திய காலத்து இலக்கியங்களிலுங்கூட வாதப் பிரதிவாதங்களும், சர்ச்சைகளும், தருக்கவாதங்களும் இருப்பதைக் கேள்விப்பட்டு அறிகிறோம். ஆனால் இந்தக் கலையை அறிவது, பொருள் ஈட்டி வாழ்வதற்கு, அனுபவரீதியான அவசியம் என்ற அளவில் இதை மருத்துவர்கள் கொண்டது போல வேறு எங்கும் கருதப்படவில்லை. ஆகவேதான் முந்தைய நூல்களில் இந்தக் கலையின் வளர்ச்சி பற்றி ஒன்றும் காணப்படுவதற்கில்லை; ஆகவே, வினா விடை வகைகளும் அதற்கு வேண்டிய பிறவும், மரபுவழி வந்த மருத்துவக் கொள்கைகளில், மிகப்பழைய காலத்திலிருந்தே வளர்ச்சியடைந்தன என்று வைத்துக்கொள்வதும் நியாயமே ஆகும். எனவேதான் அத்தகைய வினா விடைகள் 'சரக சம்மிதை'யில் தொகுக்கப்பட்டுள்ளன.

சரக சம்மிதையில் நாம் காணும் விஷயத்தை - அதாவது அறிவு வளர்வதற்கு, வாதத்திற்குச் சிறப்பு தரும் வகையில், எந்த விஷயத்தையும் முறைப்படி சர்ச்சை செய்வதே மிக முக்கியம் என்பதை - "பொருள் ஈட்டி வாழ்வதற்கு" என்ற தொடர் சற்றே குறைத்து மதிப்பிடுவது போல் தோன்றினாலும் விவாதம் செய்வது பற்றி மிகவும் போற்றும் வகையில் கூறிவிட்டது அந்நூல். விவாதம் என்பது இரண்டு வகை என்பர். ஒன்று அழிக்கும் தன்மையுடையது; மற்றொன்று ஆக்கும்

திறன் கொண்டது. பின்னதுதான் தற்போதைக்கு நாம் ஆர்வம் கொள்ள வேண்டியது. அதுதான் அறிவிற்கான அக்கறையையும், பெற்ற அறிவு நன்கு தெளிவுற்று விளங்கவும் துணையாவது. அது மற்றவருக்கும் எடுத்துக் கூறும் உத்தி நுட்பத்தை வளர்க்கிறது. மேலும், விவாதந்தான் ஏற்கனவே அமைந்துள்ள அறிவுச் சேகரத்தில் உள்ள ஐயப்பாடுகளை அகற்றி, திடமான நம்பிக்கையை வலுப்படுத்துகிறது; மேலும் அதுதான், தாம் அறிந்ததைப் பிறர்க்குத் தந்து உதவாத குறுகிய மனப்பான்மையையும் உடைக்கிறது.[3]

வாதம் செய்யும் கலையைத் தீவிரமாகக் கையாளும்போது, இது, சான்றுகள், காரண காரியத் தொடர்புடன் விவாதித்தல், தவறான குதர்க்கமான - வழிகளில் சிந்தித்தல் என்பன பற்றிய வினாக்களைத் தொடுக்கிறது. பண்டைய மருத்துவ நூல் மேலே சொன்ன வினாக்களை எழுப்பி விடை தருவதன் வாயிலாக இந்தியத் தருக்க சாத்திரம் அல்லது அதன் ஆரம்ப நிலையின் மூலக் கருவை அமைக்கிறது. ஆனால், சரியாகக் குறிப்பிட வேண்டும் என்றால், கி. பி. இரண்டாம் நூற்றாண்டில் எழுதப்பட்ட சிர்காவின் நியாய சூத்திரம் என்பதே முதல் இந்திய தர்க்க சாத்திர நூலாகும். அதை எழுதியவர் கோதமர் (அல்லது கௌதமர்) என்று கூறுவர். அந்த நூலுக்கு முதல் முதலில் விரிவான வகையில் உரை செய்தவர் வாத்ஸ்யாயனர் என்பவர். அவர் வாழ்ந்த காலம் கி. பி. ஐந்தாவது நூற்றாண்டு என்று கொள்ளலாம். நியாய சூத்திரத்தில் ஒழுங்குபடுத்தி தொகுக்கப்பட்டுள்ள பலதரப்பட்ட தருக்க முறைகளின் தொடக்க ஊற்றாக இருப்பது அநேகமாக சரக சம்மிதையின் - ஆரம்ப தருக்க முறைதான் என்று எஸ்.என்.தாஸ் குப்தா அவர்கள் கூறுகிறார்.[4]

அவர் அப்படித் துணிந்ததற்கு அடிப்படையாய் உள்ளவை எத்தனை உறுதியானவை என்பதைப் பின்னால் காண்போம். தற்போதைக்கு ஒரு விஷயத்தை நாம் தனிச் சிறப்புடன் குறிப்பிடவேண்டி உள்ளது. வாதப் பிரதிவாத முறையிலிருந்து - இன்னும் விதந்து கூறுவதானால், கருத்துக்கள் எதிரும் புதிருமாய் மோதிக்கொள்வதிலிருந்துதான், தத்துவ ஆராய்ச்சிக்கான ஆய்வு முறை தோன்றி வளர்கிறது எனத் தெளிவாக எடுத்துக் கூறியவர்கள் கோதமர், வாத்ஸ்யாயனர் ஆவர். இந்த இருவருக்கும் நாம் நன்றிக்கடன் படுகிறோம்.

இந்த ஆய்வு முறையைப் புரிந்துகொள்ள அவர்கள் வழங்கிய குறியீட்டுச் சொற்களை நாம் பின்பற்ற வேண்டும்.[5]

குறிப்பிட்டதொரு தத்துவ நிலைப்பாடு பற்றிய ‘இறுதி முடிவை’ அடிப்படையாகக் கொள்ளுமுன், அதை ‘அலசி ஆராய்ந்து சோதனை’

இந்தியத் தத்துவ இயலில் நிலைத்திருப்பனவும் அழிந்தனவும் 21

செய்தல் வேண்டும் என்ற முதல் அம்சத்தை நாம் - கவனத்தில் கொள்ள வேண்டும். முன்னது, நிர்ணயம் (முடிவு) என்றும், பின்னது பரீக்ஷை (பரிசோதனை) என்றும் கூறப்படும். பரீக்ஷை இல்லாமல் நிர்ணயம் செய்ய இயலாது; இதற்கு என்ன பொருள்? ஒரு தத்துவம் பற்றிய முடிவை அடைய, அதை அலசி ஆராய்வது என்பது இன்றியமையாத முதல் தேவை.

இதுபற்றி மற்றொன்றையும் கவனிக்க வேண்டும். இந்தப் பரீக்ஷைக்கும் மிக மிக இன்றியமையாதது ஒன்று உண்டு. அதுதான் சந்தேகம் - ஐயப்பாடு ஆகும். இதை விமர்சம்-ஸம்சயம் என்பர். ஆக ஐயம் இல்லாவிட்டால் பரிசோதனை இல்லை; பரிசோதனை இல்லாவிட்டால், உரிய முறையில் அமைந்த தத்துவமே கிடையாது.

அப்படியானால், ஐயம் என்பதுதான் யாது? கோதமரும் வாத்ஸ்யாயனரும் இதற்கு மிகவும் அற்புதமாக விடை தருகிறார்கள்; தத்துவ முறையில் சொன்னால்[6], ஐயம் என்பது வெவ்வேறான இரண்டு தத்துவ நிலைப்பாடுகள், ஒன்றை மற்றது எதிர்த்தும் அபாயத்திற்கு ஆளாக்கியும் நிற்கும் அறிவின் இக்கட்டான நிலையே ஆகும். இந்திய மரபு வழியில் இவை, 'பக்ஷம்' (சுபக்கம்), 'விபக்ஷம்' (பரபக்கம் எதிர்பக்கம் - மறுப்பு) என்று வழங்குவர். இவை ஆங்கிலத்தில் 'Thesis', 'Antithesis' என்று வழங்கப்படுகிறது.

ஐயம் இல்லாமல் தத்துவ விசாரம் இல்லை; ஒரு கோட்பாடும் அதற்கு எதிரான கோட்பாடும் இல்லை என்றால் ஐயம் என்பதும் கிடையாது. "நுணுகி விமர்சித்துப் பரீக்ஷை செய்வதென்பது, ஒரு கோட்பாடும் அதற்கெதிரானதும் மோதும் வகையில் விவாதம் செய்து, ஐயத்திற்குக் காரணமான விஷயத்தை நீக்கி இறுதியான முடிவைத் துணிவதே" வாத்ஸ்யாயனர்[7] சுருக்கமாகக் கூறுவதை இங்கு நினைவு படுத்திக்கொள்ளலாம்.

பண்டைய தத்துவம் பற்றி முன்னோர் கூறியிருப்பவற்றுள் இது மிகவும் குறிப்பிடத்தக்கது. ஏனெனில், ஐயம்தான் தத்துவ ஆய்வுக்குத் தொடக்கம் அமைக்கிறது; இது மட்டுமின்றி, இந்த விளக்கம், ஐயத்திற்கே முன் நிபந்தனைகளை விதந்து கூறுகிறது என்பதனாலும் சிறப்பான ஒன்றாக அமைகிறது. ஒன்றை மற்றொன்று மறுத்து ஒழிப்பதில் நோக்கம் கொண்ட இரு நிலைப்பாடுகளின் கருத்துக்கள் எதிரெதிராக மோதாவிட்டால் உருப்படியான தத்துவம் ஒன்றும் கிடைக்காது என்ற தெளிவை அடைய முடிகிறது.

ஆகவே, தத்துவ விவாதம் செய்வதற்கான மிக முக்கியமான முதல் நிபந்தனை முரண்பட்டு மாறுபடுவதே என்பது தெளிவாகிறது.

இதனை கோதமரும், வாத்ஸ்யாயனரும் கூறும் முறை மிகவும் வியப்பளிக்கும் வகையில் எளிமையும் தெளிவும் பெற்று விளங்குகிறது. "முற்றிலுமே அறியப்படாத ஒரு விஷயத்திற்கோ அல்லது முற்றிலும் அறியப்பட்ட ஒன்றுக்கோ விளக்கம் தேடித் தத்துவ விவாதம் செய்வது பொருத்தமற்றது; ஆயின் அது பொருத்தம் உள்ளதாக ஆவது எப்போது என்பதைப் பற்றி, எங்கு என்று பார்த்தால், எங்கு எதைப் பற்றி சந்தேகம் இருக்குமோ அப்போதுதான் தத்துவ விவாதம் பொருந்தும்"[8] என்று வாத்ஸ்யாயனர் கூறுகிறார். ஏனென்றால், (முற்றிலும் அறியப்படாத ஒன்றுக்கும் முற்றிலும் அறியப்பட்ட ஒன்றுக்கும் இடையில் உள்ள பகுதிதான் சந்தேகம் ஏற்படும் இடம்.) சந்தேகம் பல திறப்பட்டு ஏற்படும். ஆனால் தத்துவவாதியின் நோக்கில், ஒரு வகையான சந்தேகமே தனிச்சிறப்புடையதாகிறது; அது யாதெனில் ஒரே விஷயத்தைப் பற்றிய தீர்மானமான முடிவுகள் முரண்பட்டு மாறுபடுவதால் வரும் சந்தேகமே அது ஒரு கோட்பாட்டை வேறொரு எதிர்க் கோட்பாடு எதிர்ப்பதே இது. இந்த இரண்டுமே ஒன்றையொன்று இல்லை என்று கூறும்போதுதான் நுணுகிப் பரீக்ஷை செய்ய வேண்டி வருகிறது; அதுதான் தத்துவ விவாதத்தின் தொடக்கம் ஆகும்.

இவ்வாறான ஆய்வு முறையுடன் ஒன்றை நிறுவ முற்படுகையில், இந்தியத் தத்துவவாதி, தான் சர்ச்சை செய்ய விரும்பும் பிரச்சனை அத்தகைய ஆய்வுக்கு உரிய நியாயமான ஒன்றுதான் என்பதை நிருபிக்க வேண்டியது முதல் கடமையாகிறது; தான் ஆராயும் பிரச்சனை பற்றிய உண்மையான ஐயம் இருக்கிறது என்பதை நிரூபிப்பதே அது; அதாவது அது பற்றி இரண்டு எதிர் எதிர் நிலைப்பாடுகள் உள்ளன என்று காட்ட வேண்டும். இவையே முன் கூறிய பக்ஷமும் விபக்ஷமும் ஆகும்.*

ஆகவே, இந்திய நோக்கில் பார்த்தால், ஆத்மா பற்றிய தத்துவ விவாதம், ஆத்மாவின் உண்மையை - அது உண்டு என்பதை வற்புறுத்துவதும் அது இல்லை என்று எதிர் மறுப்பதுவுமாகிய இரண்டு அடிப்படைகள் இருப்பதைக் காணமுடிகிறது. கடவுள் உண்டு, இல்லை. உலகம் உண்டு, இல்லை என்பன போன்ற விவாதங்களும் இவ்வகையில் அடங்கும்.

3. பயன்பாட்டு ஆய்வு முறை

இந்தியத் தத்துவவாதிகள் அனைவருமே இதுபோன்ற ஆய்வு. முறையில் அக்கறை உடையவர்களே என்று கொள்வது ஒரு வகையில்

* தமிழ் சித்தாந்த நூல்களில் சுபக்கம், பரபக்கம் என்று பேசப்படுவதைக் காணலாம். (மொழிபெயர்ப்பாளர்)

மிகையாகவே இருக்கும். விமர்சித்து அலசி ஆய்வதற்கும், பகுத்தறிவு முறையால் அலசி ஆய்வதற்குமான அறிவின் ஆற்றலையே எதிர்ப்பவர்களும் உண்டு. அத்தகையவர்கள், தாமாகவே அசைக்க முடியாத நம்பிக்கைக்கு உரியவை என்று வைத்துக் கொண்டுள்ள வேதம் போன்றவற்றைப் பின்பற்றிச் செல்வதையே இவ்வகை சோதனை முறைக்கு (பரீக்ஷ) பதிலாகப் பெரிதும் விழைவார்கள். இந்த மனப் போக்கின் பிரதிநிதிகளாக மிகவும் முக்கியமாய் விளங்குகின்றவர்களே தீவிரமான கருத்து முதல்வாதிகள் ஆவர். அவர்களுடைய இத்தகைய பகுத்தறிவுக்கு எதிரான போக்கு, இந்தியச் சட்டங்கள் கண்ட தர்ம சாத்திரம் எழுதியவர்களான மனு முதலியவர்களிடமிருந்து மிகப் பெரிய பலத்தைப் பெறுகிறது.[9] அவர்கள் கருத்துப்படி, காரண காரிய வாதம் பேசும் பகுத்தறிவுவாதத்திற்குத் தன்னளவில் எந்தவித உப யோகமும் இல்லையாம்; அதன் ஒரே உபயோகம், வேதங்கள் ஏற் கனவே வெளிப்படுத்திய பொருளை விளக்கவும் விரிவுபடுத்திக் கூறவும் பயன்படுவதுதானாம். இதில் வேடிக்கை என்னவென்றால், அவர்கள் சொல்லும் கோட்பாடுகளை வேறு எதிர் கோட்பாடுகள் ஆட்டம் காணச் செய்யும்போது அவர்களே, கோதமரும், வாத்ஸ்யா யனரும் சொன்ன அடிப்படை வாதமுறையைக் கையாளத் தவறுவ தில்லை. அதாவது, விமர்சித்துப் பரீக்ஷ செய்து முடிவெடுக்கும் முறையை எதிர்ப்பவர்கள்கூட, தமது தத்துவ நூல்களில் அதைக் கையாள வேண்டிய அவசியம் நேர்கிறது. இது அநேகமாக இந்தியத் தத்துவவாதிகள் அனைவருடைய நூல்களிலும் வெளிப்படையாகவே தெரியக் கிடக்கிறது.

பொதுவாகவே, ஒவ்வொரு இந்தியத் தத்துவவாதியும் முதலில் தனது கொள்கைக்கு எதிரான ஒன்றை சந்தித்து எதிர்த்துத்தான் தன் கொள்கையைக் கூறி முடிக்கிறான். எதிர்த்து நிற்கும் கொள்கைக்கு 'பூர்வபக்ஷம்' என்பது பெயர். அதாவது, எதிரியின் கோட்பாடு. மிக விரிவான முறையில் எதிர் கோட்பாட்டை மறுத்துவிட்ட பிறகுதான் தனது கொள்கையை நிறுவி நிலை நாட்டுவதே வழக்கம். இவ்விதம் நிறுவப்படுவதே, *'சித்தாந்தம்' என்பது. கோட்பாட்டை மறுக்கும் கூற்றுக்களை - பூர்வபக்ஷங்களை - மறுத்து அகற்றி வென்றால்தான், தான் கூறும் முடிவு ஒப்புக்கொள்ளப்படும் என்பதை ஒவ்வொரு தத்துவவாதியும் அறிவான்.

அதனால்தான் ஒரு வேகமும் ஆழமும் கொண்ட தத்துவ நூலில் முதலிலேயே சித்தாந்தம் கூறுவதற்கு முன்பாகவே, பூர்வபக்ஷங்களுக்கு

★ சித்த - வாதத்தால் சமைந்த, அந்தம் - முடிவு (மொ - ர்.)

எதிர்க்கோட்பாடுகளுக்கு ஆதரவான பலவகை வாதங்களும் கூறப்படுகின்றன. இயன்ற வரை எதிர்க்கோட்பாடுகள் அசைக்க முடியாதவைகளாகத் தோன்றும்படியே எழுப்பப்படுகின்றன. இதற்குப் பிறகுதான் அந்த தத்துவவாதி, தனது முடிவுகளுக்கேற்றவாறு அவற்றை கடுமையாக மறுக்கும் செயலில் இறங்குகிறான். இந்த முறையைக் கடைப்பிடிப்பதன் நோக்கம், எதிர்த்தரப்பு வாதங்களுக்கு இயன்றவரை மதிப்புக் கொடுத்துக் கடைசியில் அவற்றை எதிர் மறுத்துத் தகர்ப்பதால், தன் கொள்கை முற்று முழுதாக ஒப்புக் கொள்ளப்படும் என்பதேயாகும். இது அத்தகைய ஆற்றல் உடையது என்பதை அவர்கள் ஓர் உலக வழக்கை உவமை காட்டி விளக்குவர். அதற்கு *"ஸ்தூண நிகனன நியாயம்" என்பது பெயர். ஓடக்காரன் ஆற்றின் கரையில் ஓடத்தைக் கயிற்றுடன் இணைத்துக் கட்டிவைக்கும் முனையைக் குழியில் புதைத்த பின்பும், அதை ஆட்டி அசைத்துப் பலமுறை உறுதி செய்வது வழக்கம். அதுபோல எதிர்வாதங்களைப் பன்முறை மறுத்து மறுத்துத் தன் முடிவை வற்புறுத்துவான் தத்துவவாதி.

இதையே வாத்ஸ்யாயனர் "ஒரு தத்துவ முடிவு, பலவகையிலும் அதை அலசிப் பரீக்ஷை செய்த பிறகுதான் உறுதிப்படும்"[10] என்கிறார். ஒரு கோட்பாட்டுக்கும் அதன் எதிர்க்கோட்பாட்டிற்கும் இடையே உள்ள முரண்பாடுகளால் ஏற்பட்ட சந்தேகத்தை அகற்றி வெல்வதே பரீக்ஷை என்பது. இந்த முறையில் ஒருவன் செயற்படும்போது அவனுடைய கோட்பாடு அதிக மதிப்புப் பெறுகிறது.

4. கோட்பாடு, எதிர்க்கோட்பாடு ஆகிய இரண்டின் வரலாற்று கட்டாயங்கள்

இந்த இடத்தில் இப்பொருள் பற்றிய முக்கியமான ஒன்றை மனத்தில் கொள்ள வேண்டும், தன் முடிவை முன் வைக்கும் வகையில் எதிரி கூறுவதை மிக விரிவாக மறுப்பது அவசியமாகக் கருதப்படும் நிலையில், அவன் எதிர்ப்பது ஏதோ கற்பனையில் உள்ள எதிரியை என்பதில்லை. உண்மையாகவே வாழ்ந்த ஒரு தத்துவவாதியையோ அல்லது அத்தகைய பலரையோ எதிர்த்துரைத்தல் என்பதே அந்த நிலை, எதிரிகள் இந்தக் கொள்கையை வற்புறுத்திக் காத்து வந்தது ஒரு வரலாற்று உண்மை. அதாவது, பூர்வபட்சம் எல்லாமே சித்தாந்தம் போலவே வரலாற்றில் நிலைத்து நின்றவையே.

ஒரு தத்துவவாதி எதிர்க்கோட்பாட்டு அடிப்படையில் உண்மையான ஓர் எதிரியின் தத்துவ நிலைப்பாட்டை எடுத்து விளக்கும்போது அதில்

* ஸ்தூண - கட்டுமுறை, நிகனனம் - புதைத்தல் (மொ - ர்.)

இந்தியத் தத்துவ இயலில் நிலைத்திருப்பனவும் அழிந்தனவும் 25

உள்ள சக்தி வாய்ந்த கருத்துக்களை வெளிப்படையாகவே எடுத்துக் கூறுவதில் மிக்க கவனம் செலுத்துவதும் உண்டு; எதிரி கூறுவதற்குச் சாதகமாகவே அவனும் சில புதிய உத்தி அடிப்படையில் வாதங்களைச் சேர்த்துக்கொள்வதுகூட உண்டு. இதெல்லாம், பூர்வபட்சத்தை இறுதியாகக் கண்டனம் செய்து முடிவெடுப்பதற்கும், அவ்விதம் கூறுவதை பிறர் நன்கு ஒப்புக்கொள்வதற்காகவுமே ஆகும். ஆனால், இதெல்லாம் பூர்வபட்சங்களின் உண்மையான அடிப்படைக்கு எதிராகச் செயற்படமாட்டா.

குறிப்பாக இந்தியத் தத்துவ ஆய்வு நன்கு முதிர்ந்து வந்த கால கட்டத்தில் தத்துவவாதிகள் இந்தச் செயல் முறையை மிகச் சிறப் பாகப் பின்பற்ற வேண்டிய அவசியம் ஏற்படுகிறது. அப்படிச் செய்யாவிட்டால், அவர்கள் நிலையே கேள்விக்குரியதாகிவிடும். எதிரிகள் தங்கள் கொள்கையே சரியானதும் மிக உயர்ந்ததுமாகும் என நிலைநாட்டும் முயற்சியில் தீவிரமாகவே இருந்தார்கள். தமக் கெதிரான சித்தாந்தியின் முடிவுகள் எதிரியின் பூர்வபட்சங்கள்; எனவே, அவற்றை முறியடித்தால்தான் எதிரிகளை வெல்ல முடியும். ஆகவே, ஒரு இந்தியத் தத்துவவாதியின் சூழ்நிலை ஏற்கனவே போர்க்களமாகவே ஆன ஒன்று ஆகும். ஆகவே, கருத்துப் போர் நடந்துகொண்டே இருப்பதை யாரும் பாராமுகமாய் ஒதுக்க இயலாது - கவனிக்காமல் இருக்க இயலாது.

5. அடிப்படை முரண்பாடு

இந்தியத் தத்துவவாதிகளின் ஆய்வு முறை பற்றிய இந்த அடிப் படையில், அவர்கள் நமக்கு விட்டுச் சென்றுள்ள ஏராளமான தத்துவ மூலாதாரங்களைத் திரும்பிப் பார்ப்போமேயானால், அவை அனைத்துமே நமக்கு அவ்வளவு திகைப்பும் மலைப்பும் ஊட்டுவனவாகத் தோன்றாது. இந்த ஆய்வு முறையானது அதன் கொள்கையிலும், கையாளும் முறையிலும் இந்தியத் தத்துவ நிலைப்பாட்டைப் புரிந்து கொள்வதற்கான ஒரு செயல் முறையைக் காட்டுகிறது. அது மிகவும் தெளிவான முறையாகும். அதை தத்துவவாதிகள் அனைவருமே புரிந்து கொண்டுள்ளமையால் தத்துவ ஆய்வு, தனக்கான சாரத்தை இத்தகைய கோட்பாட்டு மோதல்களிலிருந்துதான் பெற்று வளம்பெறுகிறது. ஆகவே, தத்துவ ஆய்வுகளைப் பற்றி முக்கியமாக நாம் கவனத்தில் கொள்ள வேண்டியது யாதெனில், அவற்றில் உள்ள மூலாதாரமான முரண்பாடுகளே.

ஆகவே, நாம் தொடங்க வேண்டிய இடம் மிகச் சாதாரணமான ஒரு வினாவே. இந்தியாவின் குறிப்பிடத்தக்க தத்துவவாதிகள்

அனைவருமே நேரிடையாகவோ அல்லது வேறுவிதத் தொடர்பாலோ நுணுகி விமர்சிக்கும் பிரச்சனை ஏதாவது உண்டா? அல்லது அனைவருமே (எதிரிகள் உட்பட) ஒரே பக்கம் சேர்ந்துகொள்ளும் ஏதேனும் ஒரு வாதத்திற்குரிய விஷயம் உண்டா? அல்லது அவர்களை இரண்டு எதிரெதிர்க் கட்சிகளாக-அடிப்படையில் ஒருவருடன் மற்றவர் மாறுபடும் கட்சிகளாகப் பிரிக்கும் முரண்பாடுள்ள இரண்டு முடிவுகள் எவையேனும் உண்டா? அப்படி இருந்தால் நமது தத்துவத்தில் இருக்கும் அடிப்படையான முரண்பாடு என்னவென்று அறிய நமக்கு வாய்ப்பு கிடைக்கும் என்பதே அது.

இந்தியத் தத்துவ நூல்களை விரிவாக நோட்டம் விட்டுப் பார்த்தால் அவற்றுள் விவாதிக்கப்படும் சிறப்பான தத்துவப் பிரச்சனைகளுக்குள், ஒன்று மிகத் தெளிவாக இருப்பது தெரிகிறது. அது யாதெனில், பொருள்களாலான இந்த பௌதீக உலகத்தின் உண்மையான நிலை பற்றிய பிரச்சனையே ஆகும். இதன் காரணமாகத் தத்துவவாதிகள் இதை நல்ல முறையில் புரிந்துகொள்ளச் செய்யும் முயற்சிகளின் பொருத்தமும் புரியும். இந்தியத் தத்துவவாதிகளில் குறிப்பான அனைவருமே இது பற்றிய விவாதத்தில் நேரிடையாகவே சம்பந்தப்படுகிறார்கள். மேலும், ஒரே துறையைச் சார்ந்தும் - சற்றே மாறுபட்ட வகைகளில் வளர்ந்து பெருகிய பெரும்பாலான தத்துவ நிலைப்பாடுகளும் இத்தகைய மரபால் விளைந்தனவே.

பொருள்களாலான இந்த பௌதீக உலகம் உண்மையா? என்பதும், அதன் தன்மையும் அமைப்பும் பற்றிய விவாதமும்தான் இந்தியத் தத்துவவாதிகளை எதிரெதிரான இரண்டு அணிகளாகப் பிரிக்கும் பிரச்சனைகள். அவர்களுக்குள் உள்ளுக்குள்ளாக கருத்து முரண்பாடுகள் பல இருக்கலாம்: குறிப்பாக இதில்தான் இந்தியத் தத்துவத்தில் உள்ள அடிப்படையான முரண்பாட்டைத் தேடிக் காண வேண்டும். இதுதான் நாம் இந்தியத் தத்துவ விவாதம் என்னும் பரம்பரை பரம்பரையாய் வரும் விஷயத்தைத் திட்டவட்டமாகப் புரிந்துகொள்வதற்கான ஆரம்ப இடமும் ஆகும்.

6. கருத்துமுதல்வாதமும் அதன் எதிர்க்கோட்பாடும்

நமது தத்துவவாதிகளில் ஒரு பிரிவினர் இறுதியான உண்மை என்பது தூய ஆன்மா என்று நிரூபிக்க விழைகின்றனர். அந்தத் தூய ஆன்மா, நமக்குள்ளே இருக்கும் 'அந்தராத்மா' என்றும், 'வெறும் பிரக்ஞையே (உணர்வு)' என்றும், 'இன்னது இத்தகையது என விவரித்துக் கூற இயலாத, எத்தகைய சார்பும் அற்ற, பிரித்துக் காண இயலாத முழுமை' என்றும், 'வெறும் பிரக்ஞையின் (உணர்வின்) திரட்சி'

இந்தியத் தத்துவ இயலில் நிலைத்திருப்பனவும் அழிந்தனவும் 27

என்றும் இப்படிப் பலவாறாகக் கூறுவர். இப்படிக் கூறுபவர்களை நாம் இந்தியக் கருத்துமுதல்வாதிகள் என்று இனி குறிப்பிடுவோம். அவர்களுக்குள், அவர்கள் பயன்படுத்தும் குறியீட்டு சொற்களிலும் பிறவகையிலும் வேறுபாடு இருப்பதும் உண்மையே. ஆனால் அந்த வேறுபாடுகள் அவ்வளவு முக்கியம் இல்லை. அவர்களை இணைத்து ஒன்றுசேர்க்கும் அடிப்படைகளே நமக்கு முக்கியமானவை.

தங்கள் நிலையைக் காத்துக்கொள்ளும் வகையில், அவர்கள் மறுத்து புறக்கணிக்க வேண்டிய அவசியத்திற்கு உள்ளாகும் பூர்வ பட்சம்-எதிர்கோட்பாடு-எது? பொருள்களாலான பௌதீக உலகம்-இயற்கை-இருக்கிறது என்பதே அந்த பூர்வபட்சம் ஆகும். தத்துவ முறையில் இந்த உலகத்தை இல்லையென மறுப்பதும் புறக்கணிப்பதும் கருத்துமுதல்வாதிகளின் நோக்கப்படி அவசியம்தானா? என்பது ஒரு தனிப் பிரச்சனை. அதுபற்றி 'இப்போதைக்கு நாம் விவாதிக்கவில்லை. மாறாக ஒரு எளிய, சிறிய உண்மையைத்தான் கவனிக்க முயல்கிறோம்; தாங்கள் கூறும் தூய ஆன்மாவே பிற அனைத்தையும்விட தனியான உண்மை என்பதை உறுதிபடுத்துவதற்காக, அவர்கள் பௌதீக உலகத்தின் உண்மைத் தன்மையை மறுப்பது அவசியம் என்று நினைக்கிறார்கள்.

இந்த உலகம் இல்லையென்று மறுக்கும்போது - ஒரு தர்மசங்கடமான-இக்கட்டான-நிலை எதிர்ப்படுகிறது. அனுபவமும் பகுத்தறிவும்தான் பொதுவாக அறிவுக்கான ஆதாரம் எனக் கருதப்படுகிறது. அவை இரண்டுமே இந்தப் பௌதீக உலகம் தனக்கேயுரியதொரு கணிசமான - ஸ்தூலமான உண்மைத் தன்மை உடையது என்று இடைவிடாமல் நம்மை நம்ப வைத்துக் கொண்டிருக்கின்றன; உலகப் பொருள்களை நாம் நேருக்கு நேராகவே அனுபவிக்கிறோம்; காண்கிறோம்; தொட்டு உணர்கிறோம்; மோந்து பார்க்கிறோம்; மற்ற புலன்களாலும் அறிந்து அனுபவிக்கிறோம். இதே போலப் பகுத்தறிவால் - அதாவது காரணகாரிய அறிவால் - நேரடியாக அனுபவிக்க இயலாவிடினும், பல்வேறு பொருள்களும் இருப்பதை ஊகம் செய்து அறிகிறோம்; அவை உண்மை என்றும் நம்புகிறோம். இத்தகைய மெய்ச்சான்றுகள் இருக்கும் நிலையில், கருத்துமுதல்வாதி, பௌதீக உலகம் இல்லையென்று மறுக்க முடியுமா?

பிற்காலத்தில், மிகவும் செயற்கைத் தன்மையுடைய-திரிபுடன் பேசிய சில கருத்துமுதல்வாதிகள் இதற்கொரு விடை காண்கின்றனர்; அதாவது: இவை அனைத்தும் அனுபவத்திற்கு வரும் பொருள்களின் நிஜமான இயல்பைத் தவறாகப் புரிந்துகொள்வதே. பௌதீகமான பொருள்களை நாம் அறிந்து அனுபவிப்பது என்பதே கிடையாது. அறிவைத்தான் நாம் அனுபவிக்கிறோம். அதாவது பொருள்களைப்

பற்றிய கருத்தைத்தான் நாம் உணர்கிறோம். இந்த விடையை 'விக்ஞானம' (Vijnama)* என அழைப்பர். ஆனால் இதுவே சரியானதும் அனைவரும் கூறும் எடுத்துக்காட்டானதுமான விடை அன்று. கருத்துமுதல்வாதிகள் இந்தப் பிரச்சனைக்கு ஒட்டு மொத்தமாக ஒரு மிகச் சுலபமான தீர்வைக் கூறிவிடுவார்கள்; அனுபவமும் பகுத்தறிவும் தரும் தீர்ப்பை, நாம் சாதாரணமாக நினைத்துக்கொண்டிருப்பது போல அவ்வளவு எளிதில் நம்பிவிட முடியாது என்று ஒதுக்கி விடுவார்கள் பச்சையான-பக்குவம் ஆகாத அன்றாட நடைமுறை வாழ்க்கைக்காக வேண்டுமானால் அவற்றை நம்பலாமே தவிர, ஆழ்ந்த தத்துவம் பற்றியவரை அவை நம்புதற்குரியன அல்ல; இறுதி முடிவான சத்தியத்தின் நோக்கில் பொதுவாக நாம் அறிவுக்கான மூலாதாரம் எனக் கருதும் எதுவுமே சரியானவை அல்ல, செல்லுபடி ஆவனவும் அல்ல; நாம் முடிவான சத்தியத்தை அறிந்துகொள்ளத் துணை வருவதற்கு மாறாக, நம் அனுபவமும் பகுத்தறிவும் நம்மை ஒரு பொய்யான காட்சியால் ஏமாற்றி வஞ்சிக்கின்றன என்பதே உண்மை; இந்த அனுபவமும் பகுத்தறிவும் நம்மை, ஆன்மா மட்டுமே உள்ள இடத்தில் வெறும் பௌதீகப் பொருளையே காணச் செய்கின்றன. இதுவே இந்தியத் தத்துவ ஆய்வு முழுவதிலும், கருத்து முதல் வாதத்தின் பிரதானமான கருப்பொருள் ஆவதை நாம் பின்னால் காண்போம். பௌதீக உலகை இகழ்ந்து ஒதுக்கும் போக்குடன் இயல்பாகப் பொருள்களை அறிந்து உணரும் வழிகளை இகழ்ந்து ஒதுக்குவதும் சேர்ந்துகொள்கிறது.

கருத்துமுதல்வாதிகள் அனுபவத்தையும், பகுத்தறிவையும் ஒதுக்கித் தள்ளிவிட்டு முடிவான சத்தியத்தை அறியும் சாதனமாக ஒரு மாயமான - விளங்காத தன்னைக் கடந்த ஒரு பரவச நிலையைக் கூறுகிறார்கள் (சமாதி போன்ற நிலை). அது நீண்ட காலம் செய்யும் தியான யோகத்தால் கைகூடும் என்கிறார்கள். தியான யோகத்தின் முக்கியமான பயன் யாதெனில், புறப்பொருள்கள் அனைத்திலிருந்தும் மனத்தை விடுவிக்கும் போக்கை வளர்த்துக்கொள்வதுதான் என்கிறார்கள். மேலும் அவர்கள் சாமானிய மக்களுக்குச் சொல்வது சாத்திரங்களே தியான யோகத்தை விளக்கும் வழிகாட்டிகள் என்று நம்புங்கள்; ஏனெனில், இந்தச் சாத்திரங்கள், தானே உருவான (மனிதர் யாரும் சொல்லாத) சத்தியத்தைத் தம்பால் கொண்டுள்ளன.

* இதை விஞ்ஞானம் என்று எழுதிவிடலாம்; ஆனால் 'அறிவியல்' என்ற பொதுப்படைச் சொல் ஆகிவிடும்; ஆகவே இனியும் 'விக்ஞானம' என்றே இந்தத் தத்துவக் குறியீட்டை எழுதுவேன் (மொழிபெயர்ப்பாளர்).

இவர்கள் மற்றொரு விஷயம் பற்றியும் மிகவும் தீவிரமாய் இருக்கிறார்கள். இந்தப் பௌதீக உலகத்திற்குத் தனக்கே உரிய நிஜத் தன்மை ஏதும் இல்லையென்றாலும், எப்படியோ ஒரு விதத்தில் உலகம் இருப்பதாகவே தோன்றுகிறது என்பதும் உண்மை. எனவே, இந்தத் தோற்றத்தைப் பற்றி எப்படி விவரிப்பது? இதற்கு வழக்கமாக அவர்கள் கூறும் விடை இதுதான்: நம்மிடத்தில் மிக ஆழமாக ஊடுருவி நிற்கும் ஒரு குறைதான் - மாசுதான் - (அக்ஞானம்) இதற்குக் காரணம். 'இந்த அக்ஞானமாகிய குறையினால், நாம் முடிவான சத்தியத்தை அறியத் தவறுகிறோம் என்பதோடு, அந்த சத்தியத்திற்குப் பதிலாக நாமே படைத்துக்கொள்ளும் கற்பனையாக 'எதையோ காண்கிறோம் (நம் அறிவுக்கு உணர்த்திக்கொள்கிறோம்). இந்தக் குறை நமது தவறான-வக்கிரமான கற்பனை என்றும், தமது அடிப்படையான அறியாமை (மூல அக்ஞானம்) என்றும் பெயரிடப்படுகிறது. இந்தக் குறையை அகற்றுவதே மிக உயர்ந்த ஆதர்சம் - மனிதகுல இலட்சியம் - என்று கருதப்படுகிறது. இந்த அக்ஞானத்தை அறவே களைவதால் நமக்கு, மோட்சம் எனப்படும் வீடுபேறு - விடுதலை - பௌத்தர்கள் கூறும் நிர்வாணம் - கிடைக்கிறது. அதாவது, பௌதீக உலகம் காட்டும் மாயக் காட்சியால் மயங்கி, அதே நினைவில் உழலும் நிலையிலிருந்து விடுபடும் நிலை கிடைக்கிறது.

கருத்துமுதல்வாதிகளின் முக்கியமான அம்சங்கள் இவையே.

ஆனால் தத்துவவாதிகளின் மற்றொரு சாரார், உண்மையில் அவர்களே பெரும்பாலோர், இந்த ஸ்தூலமான உலகத்தை இல்லையென்று கூறும் போக்கினை மிக வன்மையாகக் கண்டித்து எதிர்க்கிறார்கள். அவர்கள் கூறுவதைக் காண்போம். இந்த உலகம் நமது அக்ஞானத்தால் உண்டாகியது என்று நம்மிடம் இல்லாத குறையொன்றைச் சுமத்திக் கூறுவது தவறு - உண்மைக்குப் புறம்பானது என்பது மட்டுமில்லை; அடிப்படையில் உலகம் இருப்பது உண்மை என்கிறார்கள் அவர்கள், பொதுவாகப் பார்க்கும்போது இந்தப் பிரிவைச் சார்ந்த தத்துவ வாதிகள், இந்தியக் கருத்துமுதல் வாதத்திற்கு எதிரான கோட்பாட்டைக் கொண்டவர்கள், இந்த எதிர்கோட்பாட்டின் கடினமான மையத்தை-முக்கியமான அம்சத்தை - அதன் எல்லையிலிருந்து முற்றிலும் மாறுபட்ட தனிச் சிறப்புடைய வகையில் அறுதியிட்டு அறியவும், இந்தியத் தத்துவ நிலைப்பாட்டை அறிவதற்கு இந்தத் தனிச் சிறப்பு எத்தனை தூரம் நல்ல முடிவுகளைத் தரும் என்பதை அறியவும், இந்த எதிர்க்கோட்பாட்டை எவ்வளவு தூரம் பரிசீலித்துப் பார்ப்பது அவசியம் என்பதை நாம் கவனிக்க வேண்டும். தற்போதைக்கு நாம் இது பற்றிய ஆய்வுக்குத் தொடக்கத்தில் வேண்டிய சில குறிப்புகளை நினைவுபடுத்திக்கொள்ளலாம்.

பௌதீக உலகம் உண்மையில் இருக்கிறது என்ற கொள்கையைக் காத்து நிறுவ இந்த எதிர்த்தரப்பினர், கருத்துமுதல்வாதத்தின் பல்வேறு கூறுகளைத் தங்களின் பூர்வபட்சங்களாக எடுத்துக்கொண்டு, ஆய்வு செய்து, நிராகரித்து ஒதுக்க வேண்டிய அவசியத்திற்கு உட்படுகிறார்கள். இந்தியத் தத்துவ நூல்களில், கருத்து முதல்வாதத்தை மறுத்துக் கூறும் மிக விரிவான விவாதங்கள் பல இருப்பதற்கு இதுவே காரணமாகிறது. இவற்றுள் பல, கருத்துமுதல்வாதிகள் உறுதியாகச் சார்ந்து நிற்கும் தர்க்கவாதங்களின் உத்தி முறைகளில் உள்ள தவறுகளைக் காட்டுவனவாகவே இருக்கின்றன. ஆனால் பல பகுதிகள் தீர்மானமான விஷயங்களைப் பெற்றிருப்பதுடன் அவற்றை வலியுறுத்துவனவாகவும் உள்ளன. நடைமுறையில் உள்ள அனுபவத்தையும் பகுத்தறிவையும் கருத்து முதல்வாதிகள் அவற்றை நிராகரிப்பதற்கு எதிராக, கருத்து-முதல்வாத எதிரிகள் அறிவுக்கு மூலமான இவற்றை ஏற்றுப் போற்றிக் காக்க வேண்டியது அவசியமாகிறது. ஆனால், இவர்கள் எல்லாருமே இதை ஒரே நோக்குடன் செய்வதில்லை. மேலும், உலகம் உண்மை என்று ஒப்புக்கொள்வதால் மட்டுமே யாரும் தத்துவவாதி ஆகி விடுவதில்லை. தத்துவவாதிகள் என்ற முறையில் கருத்து முதல் வாதத்தை எதிர்ப்பவர்கள், பௌதீக உலகத்தின் இயல்புகள் பற்றியும், அதன் அமைப்புப் பற்றியும் தீர்மானமான கருத்துக்களை நிலை நிறுத்த வேண்டும். அதனால் கருத்துமுதல்வாதத்தை எதிர்க்கும் கோட்பாட்டைக் கொண்டவர்கள், பௌதீக உலகின் தன்மையைப் பற்றிய மிகவும் திருப்திகரமான கோட்பாடுகளை ஆக்கி வளர்த்து நிறுவும் அவசியத்தை உணர்கிறார்கள். இத்தகைய கொள்கைகளில் மிக மிக முக்கியமானது, அணு (பரமாணு) பற்றிய கோட்பாடாகும். இந்தியத் தத்துவ மரபிற்குரிய இந்தக் கோட்பாட்டின் மிகத் தீர்மானமான இதன் தனிச் சிறப்பை எவ்வளவு உயர்த்திச் சொன்னாலும் மிகையாகாது. ஆனால் இவை அனைத்தும், கருத்துமுதல்வாதிகளை-குறிப்பாக, பின்னாளில் வந்த இந்தியக் கருத்துமுதல்வாதத்தின் பிரதிநிதிகளை - தம் முன்னோரிடமிருந்து பெற்ற கருத்துக்களே போதுமென்ற மன அமைதியுடன் சும்மா இருக்கவிடவில்லை. தங்களால் முடிந்த வரையில் இன்னும் அதிகமான கருத்துக்களைச் சேர்த்துத் தம் கொள்கையை வலுப்படுத்திப் பலவகையிலும் வளர்க்க வேண்டி இருந்தது. இதை இரண்டு வழிகளில் செய்தனர். முதலாவதாக, தம் எதிரிகள் புதிதாகவும், மேலும் மேலும் புதிதாகவும் கருத்து முதல்வாதத்தை முறியடிக்கும் வழிகளைக் கண்டபோது அவற்றை மறுத்தனர். இரண்டாவதாக, நேரிடையாகக் கருத்துமுதல்வாதப் பார்வையைப் பாதுகாக்கும் புதிய சாத்தியக்கூறுகளைக் கண்டுபிடித்தனர்;

பழைய பரிசீலனைகளைவிட மேலும் சீர்திருத்திய கருத்துக்களைச் சேர்த்துக்கொள்வதன் மூலம் இரண்டாவது வழியில் முயன்றனர். பின்னாளில் வந்த கருத்துமுதல்வாதிகளின் - இந்தப் பேரார்வம், தத்துவ விவாதத்தில் புதிய நிலைப்பாடுகளை வளர்த்துக் கொள்ள வழி வகுத்தது. அந்த நிலைப்பாடுகள் கருத்துமுதல் பார்வைக்குத் துணை செய்தன.

இதே போலவே எதிரிகளும் இயங்கினர் என்பதும் பெருமளவில், உண்மைதான்; அவர்களும் தொடர்த்து, கருத்துமுதல்வாதிகளின் எதிர்ப்பைச் சந்திக்கப் பலமான வழிகளைத் தேடிச் சென்றனர். பௌதீக உலகம் உண்மை என்றும், தமது அறிவுக்கான மூலங்கள், நம்பத் தக்கவையே என்றும் வலியுறுத்தி நிலைநாட்ட முயன்றனர்: இவ்வாறாகக் கருத்துமுதல்வாதத்திற்கும், அதன் எதிர்க்கோட்பாட்டுக்கு மிடையே அடிப்படையான சர்ச்சை பல நூற்றாண்டுகளாக நடந்து கொண்டே இருப்பதைக் காண்கிறோம். இந்தியத் தத்துவ வரலாற்றில், பிற்காலத்தில் வந்த அனைவரும் எல்லாவிஷயத்திலும் முழுமையாக ஒன்றுபட்டதில்லை என்பதும் குறிப்பிடத்தக்கதே.

இந்த விவாதத்தை இந்தியத் தத்துவத்தில் உள்ள அடிப்படை முரண்பாடாகப் பின்நோக்கிக் காண்பதற்கான அடிப்படையான காரணங்கள் உள்ளன. இந்தியத் தத்துவ வரலாறு முழுவதிலும் எந்தத் தத்துவவாதியும் கவனம் செலுத்தாமல் மெத்தனமாய் இருந்துவிட முடியாத ஒரே விவாதம் இதுதான். முக்கியமான தத்துவம் எதுவுமே, கருத்துமுதல்வாதத்திற்கோ அல்லது அதன் எதிர்க்கோட்பாட்டிற்கோ உட்படாமல் இருந்ததில்லை; எந்த ஒரு இந்திய தத்துவவாதிக்கும் கருத்துமுதல்வாதம், சித்தாந்தமாகவோ அல்லது பூர்வபட்சமாகவோ- அதாவது, கோட்பாடாகவோ எதிர்க்கோட்பாடாகவோ - இருக்கும். மேலும், தத்துவரீதியில் விவாதம் செய்யப்படும் பிரச்சனைகள் - குறிப்பாக இன்றுவரை சிறப்பாகக் கருதப்படும் பிரச்சனைகள் - கடைசியில் இந்த விவாதத்தில் முளைத்து நிற்பவையே. அந்தப் பிரச்சனைகள் யாவுமே, அறிவுக்குப் புலனாகும் இயற்கையும் அதில் உள்ள பொருள்களும், சத்தியமான திட்டமிட்ட சான்று - அதாவது எவ்வளவு தூரம் அது, உண்மை என்ற அளவீடு- பிரமாணம், கனவின் தன்மை, புலன்களின் மாயத் தோற்றம், காரண காரியத் தொடர்பின் அர்த்தம்; முழுமைக்கும் அதன் உறுப்புகளுக்கும் இடையே உள்ள தொடர்பு என்பன போன்ற பல விஷயங்களையும் பற்றியவையாய் இருக்கின்றன. இயற்கை என்ற பௌதீக உலகம் பற்றிய அடிப்படைக் கேள்வியான - அது மெய்யா, பொய்யா என்பதையும் இத்துடன் -

சேர்த்துக்கொள்ள வேண்டும். இதுதான் கருத்துமுதல்வாதத்தை எதிர்ப்பவர்களின் மனத்தில் ஆழமாக ஊன்றியிருக்கும் தீவிரமான யோசனை; அந்த யோசனைதான், அவர்களில் ஒரு பிரிவினர் மிகவும் முற்போக்கான முறையில், அணுக்கள் பற்றிய கொள்கையை வளர்க்கக் காரணம் ஆயிற்று. நீண்ட நெடுங்காலமாக உள்ள கருத்துமுதல்வாதப் பகைமைக்கும் தாக்குதலுக்கும் எதிராகத் தொடர்ந்து நிகழும் தற்காப்பு முயற்சியிலிருந்து இந்தக் கொள்கை செழித்து வளர்ந்தது.

7. குழு வாதப் பிரச்சனைகள்

மேலே சொன்ன விஷயங்களால், இந்தியத் தத்துவ ஆய்வில்; பௌதீக உலகம் உண்டா? இல்லையா என்பது பற்றிய சர்ச்சை ஒன்றுதான் நேரிடையாகவோ, மறைமுகமாகவோ நடந்தது என்று மட்டும் கொள்வதற்கில்லை. நமது தத்துவ நூல்களில், கருத்து முதல்வாதத்திற்கும், அதன் எதிர்க்கோட்பாட்டிற்கும் சிறிதே தொடர்புடைய அல்லது தொடர்பே இல்லாத பல்வகை பிரச்சனைகளும் ஆராயப்படுவதைக் காண்கிறோம். ஆனால், அந்தப் பிரச்சனை களுக்கும் கண்கூடான பொருட் சிறப்பு உண்டு; அது அவ்வளவாக முக்கியத்துவம் அற்றவை எனினும் பயனுடையனவே.

உதாரணமாக; மரபு வழியான தத்துவவாதிகள் மிகுந்த ஆர்வத்துடன் விவாதம் செய்யும் சில அம்சங்கள், தத்துவத்திற்குப் புறம்பான பயன் உள்ளனவாய் அமைகின்றன. பார்ப்பதற்கு அவை முக்கியமென்று தோன்றினாலும், குறுகிய மத அடிப்படை நோக்கம் தவிர வேறு அதிகப் பயன் உள்ளவையாக அவற்றைக் கொள்வது மிகவும் சிரமமாகவே இருக்கிறது. இவற்றுள் மிக முக்கியமானவைகூட முற்றிலும் குழு வாதப் போக்குடையவையே. ஆயினும் எப்படியோ அவை இந்த இரு கட்சிக்காரர்களின் நூல்களிலும் இடம் பெறுகின்றன. பொதுவாகவே ஒரு தத்துவவாதி, தான் கொண்ட கொள்கைப் பிரிவிற்குரிய பெயரால் அழைக்கப்படுவதையே விரும்புகிறான். அவன், ஒரு வேதாந்தி, ஒரு பௌத்தன், ஒரு ஜைனன், ஒரு மீமாம்சகன், ஒரு நையாயிகன் (நியாயம் என்னும் தர்க்க சாத்திரம் பேசுபவன்) ஒரு சாங்கியன் என இது போன்ற ஏதேனும் ஒரு பிரிவினராக இருப்பான். இதையும் தவிர, ஒரு குறிப்பிட்ட பிரிவைப் பின்பற்றுகிறவன் என்ற வகையில், மற்ற பிரிவைச் சேர்ந்தவர்களின் கொள்கை முதலியவற்றில் எதையுமே ஒரு சிறிதையும்கூட அவன் வெளிப்படையாக ஏற்றுக் கொள்வதில்லை: ஆகவே, தனது பிரிவு பற்றிய தனித்தன்மையை தக்க வைத்துக்கொள்கிறான்.

அப்படியிருந்தும், நிஜமான தத்துவ நோக்கில் இத்தகைய தனித் தனிப் பிரிவினரும் தத்தம் கொள்கையான விஷயங்களுக்குப் பெயர்

அளவில் முக்கியத்துவம் கொடுப்பதைத் தவிர வற்புறுத்துவதில்லை, மிகவும் கடினமான தத்துவ பிரச்சனைகள் விவாதிக்கப்படும்போது தமது நிலையிலிருந்து எளிதில் வெளியேறி, தம்மையொத்தவர் களுடன் இணைந்து, ஒன்றிணைந்த தத்துவ முனைகளை ஏற்படுத்திக் கொள்கிறார்கள். அப்படித்தான் அத்வைத வேதாந்தி பிற பிரிவைச் சார்ந்துவிடுகிறான். சாதாரணமாக, அத்வைதிக்கும் மஹாயானிகள் எனப்படும் பிற்காலத்திய பௌத்தருக்கும் எந்தத் தொடர்பும் கிடையாது. அவர்கள் உரையாடுவதும்கூட இல்லை. மஹாயானிகள், பௌத்தர்களுக்குள்ளேயே ஆழமான தனிப் பிரிவினர் எனத் தம்மைக் காட்டிக்கொள்பவர்கள். அப்படி இருந்தும் தீவிரமாக வாதிட்டுத் தமது கருத்துமுதல்வாதத்தைக் காத்து நிலைநிறுத்தும் விஷயத்தில், அத்வைத வேதாந்திகள், மஹாயான பௌத்தர்களிடமிருந்து மிக்க ஆர்வத்துடன் கருத்துக்களைக் கடன் வாங்குகின்றனர். அதே போல் பௌத்தர்களும், உபநிஷத்துக்களின் அடிப்படைச் சிந்தனைகளை விரித்துரைக்கிறார்கள். பொதுவாக உபநிஷத்துக்கள் தம் எதிரியின் வேத நூல் என்பதே பௌத்தர்களின் கொள்கை.[11] இவ்வாறு வேதாந்திகளுக்கும் பௌத்தர்களுக்குமிடையே ஒரு தத்துவரீதியான சகோதரத்துவத் தொடர்பு நேர்கிறது; அவர்களுடைய தனித் தனிப் பிரிவான-எதிரும் புதிருமான வேறுபாட்டைப் பார்த்துவிட்டு நாம் ஏமாந்துவிட்டால், இந்தத் தொடர்பு நமக்குத் தெரியாமற் போய்விடும்.

கருத்துமுதல்வாதத்திற்கு எதிரிகளான ஜைனர், மீமாம்சகர், நியாய வைசேஷிகர் முதலிய தனிப் பிரிவின் பெயர்களாலேயே அழைக்கப்படுவதில் ஆர்வம் காட்டுபவர்கள் விஷயத்திலும் மேலே சொன்ன வகைத் தொடர்பு இருக்கிறது என்பதும் எப்போதும் உண்மை. அவர்கள் கருத்துமுதல்வாதத்தை எதிர்க்கும் செயலில் மிகவும் நெருங்கி ஒத்துழைப்பார்கள். இப்பிரிவினரில் ஒருவர் எழுதிய நூலிலிருந்து சில பகுதிகளை அப்படியே முழுதுமாக எடுத்து வேறு ஒருவருடைய நூலில் இணைத்துச் செருகிவிடுதல் மிகச் சுலபம்; இப்படிச் செய்தால் அவர்களுடைய தத்துவ விளக்கம் ஒரு சிறிதும் சிதைவதும் இல்லை. இதனால் ஜைனரும், மீமாம்சகரும், நியாய வைசேஷிகரும் கருத்துமுதல்வாதத்திற்கான எதிர் கோட்பாடுகளை விவாதிக்கும்போது ஒரே வகையான முடிவுக்கு வருவார்கள் என்றும் கூறவியலாது. ஆனால், அவர்கள் தனித்தனிப் பிரிவைச் சேர்ந்தவர்கள் என்றாலும், அதற்குரிய கொள்கை வேறுபாடுகளைக் கொண்டவர்கள் என்றாலும் அவர்களுக்குள் பொதுவாகப் பல அம்சங்கள் உண்டு என்பதே இங்கு நாம் கவனத்தில் கொள்ளவேண்டிய செய்தி.

8. பிற விவாதங்கள்

தனித்தனிப் பிரிவினரின் பல விவாதங்களைத் தவிர திட்டவட்டமான கொள்கைகளைப் பற்றியனவும் அவற்றின் பொருட்சிறப்புப் பற்றியனவுமான பல விவாதங்களும் உண்டு. இவற்றில் பெரும் பாலானவை இந்த இரண்டு கட்சிக்காரர்களின் பொதுவான திட்டமிடப்பட்ட வரம்புக்குள் அடங்குபவையே. அது பற்றிய இரண்டே எடுத்துக்காட்டுகளைப் பார்ப்போம்.

தென்னிந்தியப் பௌத்தர்களான, புத்த பாலிதர், பவ்யர் என்ற தத்துவவாதிகள் இருவருக்கும் இடையே மிக விரிவாக நடந்த விவாதம் பற்றி நூல்களில் படிக்கின்றோம். தூய ஆன்மாதான் உண்மையானது என்றும், மாறிக்கொண்டே இருப்பதும் பலவகைப் பட்டதுமான உலகம் முற்றிலும் போலியான தோற்றமே என்றும் நிரூபிப்பதில் அவ்விருவருமே மிகவும் முனைந்து செயற்படுகிறார்கள். ஆனால் இதை நிரூபிக்கும் உத்தி வகையில் தான் இவ்விருவரும் கூர்மையுடன் உறுதியாக மாறுபடுகிறார்கள். பழைய கிரேக்கரான ஜினோவைப் (Zeno) போலவே, புத்த பாலிதர், உலகம் உண்மை என்று அதன்மீது ஓர் இயல்பைச் சுமத்துகிற எந்த ஒரு போக்கிலுமுள்ள, நம்பிக்கையற்ற உள்ளார்ந்த பொருத்தமின்மையைச் சுட்டிக் காட்டுவதையே சான்று என்று கொள்கிறார். ஆனால் இதே முடிவை நிறுவ முயலும் பவ்யரோ, இதே உத்திக்கு திட்டவட்டமான தர்க்க ரீதியான கருத்துக்களை அல்லது-சுதந்திரமான-வேறு எதையும் சாராத நிரூபணங்களைச் சேர்த்துக்கொண்டால்தான் நல்லது என்கிறார். இந்த முறையை, புத்த பாலிதரைப் பின்பற்றுவோர் மிக வன்மையுடன் எதிர்க்கிறார்கள். ஏனென்றால் இப்படி ஒப்புக்கொண்டுவிட்டால், தர்க்கம் நம்புதற்குரிய சான்றாகிவிடக்கூடிய அபாயம் இருக்கிறது; கருத்துமுதல்வாதிகள் என்ற வகையில் அவர்கள் இதைத் தவிர்க்க வேண்டியிருக்கிறது. புத்த பாலிதரைப் பின்பற்றுபவரான சந்திரகீர்த்தி என்பவர் பவ்யருக்கெதிராகப் புயல் போன்ற வாக்குவாதத்தை எழுப்புகிறார். அந்த வேகத்தில், பவ்யர் தங்களின் முக்கியமான தத்துவ எதிரி என்று தோன்றும் அளவுக்குச் சென்றுவிடுகிறார்.

கருத்துமுதல்வாதத்தை எதிர்ப்பவர்களுக்குள் இருக்கும் உட்பூசல் போன்ற விவாதத்திற்கு எடுத்துக்காட்டாக ஒன்றைப் பார்ப்போம். அது முற்போக்கான அணுவாதிகளுக்குள் இருக்கும் ஒன்று: மிகவும் விந்தையானது. ஒரு மண்ணாலான குடத்தினை சூளையில் வைத்துச் சுடுவதால் ஏற்படும் அதன் மாறுதல் பற்றியது: சுடாத மண்குடம் சற்றே கருநிறம் உடையதாகக் காண்கிறது; சூளையில் வைத்துச் சுட்டபின், குடம் முழுதுமே சிவப்பாக மாறிவிடுகிறது. அணுவாதியின் நோக்கில்

இந்த உண்மையை எப்படி விளக்குவது? குடத்தில் உள்ள மண்ணின் அணுக்கள் ஒவ்வொன்றின் மீதும் செயற்படும் நெருப்பே என்கிறது ஒரு கட்சி. மண்குடம் ஒட்டு மொத்தமாகவே இந்தப் புதிய குணமான சிவப்பு நிறத்தைப் பெறுகிறது; இந்த மாறுதல் ஏற்படும் வேளையில் அதன் அமைப்பைச் சார்ந்த ஒற்றுமை-(அதாவது அணுக்கூட்டச் சேர்க்கையாலானது) அப்படியே இருக்கிறது என்பது மற்றொரு கட்சி. இதில் உள்ள அந்த விஷயத்தின் வரலாற்றுத் தொடர்பில் ஓரளவு விஞ்ஞான ஆர்வம் தவிர வேறு என்ன? அதுவும் இது கருத்துமுதல்வாதத்தை எதிர்க்கும் தத்துவவாதிகளுக்குள் - உட்பிரிவான நையாயிகர்க்கும், வைசேஷிகர்க்கும் இடையே உள்ளது.

இது தவிர, மிகவும் அதிகமான சிறப்புடைய விவாதங்களும் இருக்கின்றன; அதில் ஈடுபடுபவர்கள் ஒரு சில தத்துவவாதிகளே; அவை, தர்க்கத்தால் ஊகித்தறியும் செயல்முறைகளின் தன்மை பற்றியனவும், அத்தகைய தர்க்கவாதத்தில் தவறான ஊகங்களின் அறுதியான எண்ணிக்கை எவ்வளவு என்பது பற்றியனவும், அவற்றின் விளக்கமும், இலக்கணமும் பற்றியனவும் ஆகும். இந்த விஷயங்களில் மிக முக்கியமாக ஈடுபடுகிறவர்கள், அவை பற்றிய விஸ்தாரமான விவரங்களை ஆராய்கிறார்கள். ஆனால் எல்லா இந்தியத் தத்துவ வாதிகளும் இது போன்ற விஷயங்களில் ஒரே மாதிரி ஆர்வம் கொள்வதுமில்லை; அந்த விஷயங்கள் அதனாலேயே அதிகமாய் கவனத்தை ஈர்ப்பதுமில்லை.

இந்தச் சர்ச்சைகளும், விவாதங்களும் இருக்கவே செய்கின்றன: ஆனாலும் நம் நாட்டில் பண்டைக் காலத்திலும், இடைக் காலத்திலும், நடந்து வந்திருக்கும் அடிப்படையான தத்துவச்சண்டையை இவற்றுள் ஒன்றாவது இனம் கண்டு சுட்டிக் காட்டுவதாக இல்லை; ஆகவே இந்த விவாதங்களுக்கப்பால் வேறு ஒரு விவாதமும் இருப்பதை நாம் கவனத்தில் கொள்ள வேண்டும்; அது பற்றி எந்த ஒரு பெரிய தத்துவ வாதியும் சிரத்தை கொள்ளாமல் இல்லை; அதன் பிடிப்பில்தான் வேறு பல தத்துவ விவாதங்களும் இயங்குகின்றன. அவை பலவும் நமது தற்காலத்திலும், மிகப்பெரிய தனிச் சிறப்புடையனவாகவே உள்ளன அதுதான் கருத்துமுதல்வாதத்திற்கும். அதன் எதிர்கோட்பாடு களுக்கும் இடையே உள்ள விவாதம்.

9. தொகுப்புரை

இவ்வாறாக, நாம் இந்தியத் தத்துவ விசாரத்திற்கான மூலப் பொருளை அறிமுகப்படுத்தும் தொடக்க வாயிலுக்கு வந்து சேர்ந் திருக்கிறோம். அந்த மூலப் பொருள் ஆரம்பத்தில் திகைப்பும்,

மலைப்பும் ஊட்டுவனவே என்பதும் உண்மைதான். இந்தியத் தத்துவவாதிகளே அறிந்து இருப்பது போல, ஒரு கோட்பாடும் அதற்கு எதிர்கோட்பாடும் மோதி முரண்படாமல் ஒரு தத்துவமும் இல்லை. ஆகவே, வரலாற்று வகையில் பார்க்கும்போது, இந்தியத் தத்துவ இயலில் அடிப்படை முரண்பாடாக அமைவது, கருத்துமுதல்வாதத்திற்கும் அதன் எதிர்க்கோட்பாட்டிற்கும் இடையே உள்ள முரண்பாடுதான். இந்த முரண்பாட்டைப் பின்பற்றி நாம் விரும்பும் வரிசைக்கிரமத்தில் நமது விவாதத்தை அறிமுகப்படுத்தலாம்.

அடிக்குறிப்புகள்

1. *சாந்தோக்யோ பரிஷத் - 7.1.1.4*

உண்மையில் சொல்வதானால், விஞ்ஞானம் என்றோ அல்லது விஞ்ஞானத்தின் ஆதி நிலை என்றோ, அந்தக் காலநிலைக்கேற்பப் பெயரிடக்கூடிய அனைத்தையுமே உபநிஷத்தைச் சேர்ந்த கருத்துமுதல் வாதிகள் இகழ்ந்து கண்டித்துவிடுகின்றனர்; அவர்கள் உண்மையை அணுகும் முறை மாயாதத்திரமும் மறைவான பூடகமும் உள்ளதாகவே இருப்பதை நாம் பின்னால் காண்போம்.

2. *தாஸகுப்தா* II *401 - 2*

3. *சரக சம்மிதை* III *8.15, 28* FF, CF *1.25.17*

மேலும் தாஸகுப்தா II *387*F *மற்றும் வித்யா பூஷணர் 28*F

4. *தாஸகுப்தா* II 273

5. *வாத்ஸ்யாயனர் - நியாய சூத்திரம் பற்றி 1 1-1, 1-41, மற்றும்* II

6. *வாத்ஸ்யாயனருடைய முன்னுரை அறிமுகம்* II *1.1.*

கோதமரும், வாத்ஸ்யாயனரும் ஐந்து வகையான சந்தேகங்களைப் பற்றிக் கூறுகின்றனர். அவற்றுள் மூன்றாவது, 'வித்ரதி - பத்தி ஜன்ய ஸம்சயம்' என்பது. முரண்படும் வகையில் ஒன்றை அழுத்திக் கூறுவதால் வருவது என்பது அதன் பொருள். இதுதான் தத்துவ விசாரத்திற்கு வேண்டிய முதல் நிபந்தனை, ஆதாரமான நிலை (சட்டோபாத்யாயா, கங்கோபாத்யாயா).

7. *வாத்ஸ்யாயனர்-நியாய சூத்திரம் பற்றி* II *11.* CF *நியாய சூத்திரம் 1.4.1*

8. *முன்னதன்* I *1.1*

9. *இந்த நூலின் 5வது அத்தியாயம்*

10. *வாத்ஸ்யாயனர் - நியாய சூத்திரம் பற்றி* III *2.25*

11. *இரண்டாம் அத்தியாயம்.*

இரண்டாம் பகுதி
கருத்துமுதல்வாதம்

இயல்-இரண்டு

இந்தியக் கருத்துமுதல்வாதம்: விவரங்கள்

1. உபநிடதங்கள்

இந்தியத் தத்துவ இயலில் கருத்துமுதல்வாதம், அதன் எதிர் கோட்பாடு என்ற இரண்டில், முன்னதன் போக்கை அறிதல் ஒட்டு மொத்தத்தில் எளிதானது; அது பற்றிய ஆராய்ச்சியை உபநிடத்துக்கள் தொடங்கி நாம் பார்க்க முடியும். ஏனென்றால், தத்துவ ரீதியான கருத்துமுதல்வாதம், உபநிடதம் போன்றவற்றில் தீவிரமான ஊகங்களின் அடிப்படையில் சூசனையாய் அமைந்திருக்கிறது.

உபநிடத்துக்களில் அஜாதசத்ரு போன்ற அரசர்கள், யாக்ஞவாக்யர் போன்ற பிராமணர்கள் மற்றும் பிரஜாபதி, இந்திரன் ஆகியோரைச் சார்ந்தே கருத்துமுதல்வாதக் கருத்துக்கள் காணப்பட்டுள்ளன. நாம் இதன் சமூக அடிப்படையைப் பின்னர் காணலாம். இங்கு அதன் முக்கியமான அம்சங்களைக் காண முயல்வோம். உபநிடத்துக்களில், முழு முதலான சத்தியத்திற்கு வழங்கும் பெயர் பொதுவாகப் 'பிரம்மம்' எனலாம். இதனை உலக வழக்கில், இது அல்லது அது என்று திட்ட வட்டமாகக் குறிப்பிடுவதற்கு முடியாதபடி அவற்றைக் கடந்த ஒன்று என்பர். ஆகவே, வழக்கமாக இதை, அநிர்வசனீயம் (விவரித்துக்கூற இயலாதது) என்றும் கூறுவர்; ஆயினும் அதை எப்படியோ ஒரு வகையாக, 'தான்' அல்லது 'தன் உணர்வுகள்' என்பதாகச் சுட்டியும் காட்டுவர். இது உபநிடதத்தில் 'ஆத்மா' எனக் கூறுவர். ஆகவே, உபநிடத்தின் கருத்துமுதல்வாதத்தைச் சுருக்கமாகக் கூறுவதானால், பிரம்மத்தை ஆத்மாவுக்குச் சமம் ஆக்குதல் (இரண்டும் ஒன்றே என்பது) என்பர். உபநிடத்தைச் சார்ந்தவர்கள், ஆத்மாவை சிலபோது சுத்தமான உணர்வுத் திரட்சியே- அதாவது வெறும் பிரக்ஞைக் குவியலே என்று கொள்வர்; இதை, 'விக்ஞானகனம்' என்பர். வேறு இடத்தில், 'வெறும் பிரக்ஞை' மட்டுமே 'சித்' (உணர்வு) என்பர். அது மாசற்ற ஆனந்தமும், வெறும் இருத்தலுமே' ஆகும் ('ஸத்' இயல்புடையது என்பர்).

இப்படியாகத் தூய ஆன்மாவே பிரம்மசத்தியம் என்ற நிலைக்கு உயர்த்திக் கூறுவதால் பௌதீக உலகத்தின் உண்மையான இயல்பை

அறவே மறுதலிக்கும் போக்கில் முடிகிறது; உயிரும், அறிவும், புலன் பொறிகளும், உலகமும் பற்றிய விஞ்ஞான அடிப்படையற்ற 'பண்டை இயற்கைச் சாத்திரங்களில்' (Metaphysical*) தன்னை இழந்து இந்த உலகம் நாமே படைத்துக்கொண்ட கனவுப் பிம்பம் என்று கருதி விடுகிறார்கள். இந்த பௌதீக உலகம் - அதாவது இயற்கை என்பதைப் பண்டை ஆரம்ப காலக் கருத்துமுதல்வாதிகள், அதற்கு நிஜமான-கணிசமான-ஸ்தூலமான உண்மை நிலை கிடையாது என்றே உறுதியாய்க் கூறிவிட்டார்கள். ஆகவே, இயற்கை பற்றிய திட்டவட்டமான அறிவு எந்த வடிவத்தில் பார்த்தாலும் - அதாவது பண்டைக் காலத்து அறிவு-வளர்ச்சியில் விஞ்ஞானம் என்று சொல்லக்கூடிய எந்த அறிவும், அவர்களுக்கு அறிவாகவே தோன்றுவதில்லை; அவற்றிற்கு உள்ள மதிப்பெல்லாம் அவை வெறும் பெயர்கள், சொல்லளவில் உள்ளனவே என்று கருதினார்கள்.

உபநிடத்துக்களில் கூறப்படும் வகையில், மாயமான-மிகவும் பூடகமான ஓர் அனுபவம் என்ற மாதிரியில்தான் கருத்து முதல்வாதியின் பார்வை கூறப்படுகிறதே தவிர, பிற்காலத்தில் அது விளக்கப்பட்டது போலத் தத்துவ சிந்தனைகளைப் பின்பற்றி உருக்கொடுத்துக் கூறப்படவில்லை. அந்தக் காலத்துச் சில சிந்தனையாளர்கள், எப்படியோ அதை ரகசியமான ஞானம் என்று நினைத்துக்கொண்டதோடு, தமக்கு அது இருப்பதாகவும் எண்ணினர்; ஆயினும் அதை ஏன் ஞானமென்று கொள்கிறோம் என்பதை நிரூபித்துக் காட்ட வேண்டிய அவசியத்தைக்கூட அவர்கள் உணர்ந்திருக்கவில்லை. அவ்வப்போது இந்தக் கருத்தை, வாதம் புரிந்தும் எடுத்துக்காட்டுகள் மூலமும் நியாயப்படுத்திக்கொள்ளும் முயற்சிகள் நடத்தி வந்தனர் என்பதை அறிய முடிகிறது. ஆனால் இந்த வாதங்கள் மிகவும் ஆரம்ப நிலையில் - வளர்ச்சி இன்றி இருந்தன. எடுத்துக்காட்டுகள், ஏற்றுக் கொள்ள இயலா நிலைமையிலும், குறைவுற்றும், சீரற்றும் இருந்தன. சுருக்கமாகக் கூறினால், உபநிடத்துக்களில் சூசனையாய்ப் புலப்பட்ட கருத்துமுதல்வாதம், தவிர்க்க முடியாத வகையில் வளர்ச்சி அடையாத ஆரம்ப நிலையில்தான் இருந்தது.

---

* இங்கே குறிக்கப்பட்ட Metaphysical என்ற தொடரை ஒருவாறு விரித்துரைத்துள்ளேன்; அது அரிஸ்டாடல் முதல் மேலைத் தத்துவ சிந்தனையிலும் நம் நாட்டில் மிகப் பழைய காலத்திலிருந்தே ஐம்பூதம், அதன் விளைவான பௌதீக உலகம், புலன் பொறிகள், உயிர், அதன் வாழ்க்கை, உடல், அதன் அமைப்பும், இயக்கமும் போன்ற பல விஷயங்களை, விஞ்ஞான அடிப்படை என்ற அவசியம் இல்லாமலேயே தொகுத்துக் கொண்ட நூல்களிலும் இருக்கும் விஷயம். இனி பின்னால் 'Metaphysical' என்ற சொல் வரும்போது அதை, "பண்டை இயற்கைச் சாத்திரம்" என்றே குறிக்கலாம் - மொ-ர்.

2. மகாயானம்

உபநிடத்தின் நோக்கம் வெற்றி பெற்றுவிட்டது என்று கூறுவதற்கில்லை. உபநிடத்துக்களுக்குப் பின் அறுநூறு ஆண்டுகளுக்கு அவை பற்றிய விளக்கங்களைக் காணவில்லை; கி.பி. முதல் நூற்றாண்டில் அது மீண்டும் புதுப்பிக்கப்படுகிறது; இதில் ஒரு வேடிக்கை என்னவென்றால், கொள்கையளவில், புத்தரைப் பின்பற்றுகிறவர்கள் என்று சொல்லிக்கொள்ளும் ஒரு சிந்தனையாளர் கூட்டம்தான் இதைச் செய்கிறது; ஹீனயானம் - அதாவது தாழ்ந்த வழி என்று பழிக்கப்பட்ட பழைய மரபுவழி பௌத்தர்கள் போல் இன்றி, அவர்களிலிருந்து மாறுபட்டு, தம்மை இந்தப் புதிய கருத்து முதல்வாதிகள் மகாயானம் அதாவது உயர்ந்த பெருமைமிக்க வழியில் செல்வோர் என்று தம்மை சொல்லிக்கொண்டனர். இந்தப் பெயர்களும் அவர்களே இட்டுக் கட்டி வைத்துக்கொண்டதுதான். அதே போலத் தங்கள் கருத்து முதற் கொள்கைக்கு ஆதாரச் சான்றாக அவர்கள் காட்டிய நூல்களும் அவர்களாகவே ஏற்படுத்திக் கொண்டவையே.

புத்த மதம் அப்படியொரு சந்தேகத்திற்குரிய புதிய திருப்பத்தை ஏன் அடைந்தது என்பதற்கு விடையளிப்பது கடினம். பின்னால் நாம் அதை மீண்டும் ஆராய்வோம். நமது இப்போதைய நோக்கிற்கேற்ப, இவர்கள் காட்டும் புதிய நூல்களைப் பற்றி சற்றே காண்போம்; ஏற்கனவேயே உபநிடத்துக்களில் சூசனையாய்த் தெரியும் கருத்து முதல்வாதத்தையே அடிப்படையாகக் கொண்டு நிலை நாட்டும்போது, ஒளிவு - மறைவில்லாத பௌத்தர்களான இந்த - மகாயானிகள் உண்மையில் உபநிடத்துக்குத் தாங்கள் கடன்பட்டவர்கள் என்பதை மறைக்க வேண்டிய நிர்ப்பந்தத்திற்கு ஆளாகிறார்கள்; ஏனெனில், அவர்கள் சார்ந்துள்ள மதத் தொடர்புப்படி, உபநிடத்துக்கள் வேறு மதத்தைச் சார்ந்திருக்கும் மதக் குற்றவாளிகளின் நூல்கள் என்று கொள்ளப்பட்டிருக்கிறது. அந்த மத மாறுபாடு உடையவர்களைப் பௌத்தர்கள் 'தீர்த்திகர்' என்று குறிப்பிடுவர்.

இந்த நிலை மகாயானிகளை ஒரு தனிப்பட்ட இக்கட்டான தொல்லைக்கு ஆளாக்குகிறது. சாதாரணமான உலக அனுபவத்தையும், பகுத்தறிவையும் இகழ்ந்து ஒதுக்குவதால், இந்தியக் கருத்துமுதல் வாதிகளுக்கு, அது நூல்களால் ஒப்புக்கொள்ளப்பட்ட கருத்தே என்பதை வலியுறுத்த, அவர்களுக்கு இருக்கும் அந்தரங்கமான ஓர் அவசியம், அந்தக் கருத்தை வேதம் போன்ற நூல்களில் தேடிப்பிடிக்க வேண்டிய அவசியம் நேரிடுகிறது. ஆனால், மகாயானிகளுக்கு அத்தகைய பழைய நூல்கள் இல்லை என்பதோடு, அவை பொதுவாகப் பண்டை

இயற்கைச் சாத்திரத்தில் ஆர்வமும், நம்பிக்கையும் கொள்ளும் போக்கை ஆதரிக்காதவையாகவும், குறிப்பாக, உபநிடத்துக்களில் இருக்கும் கருத்துமுதற்கொள்கை பற்றிய வெறும் ஊகங்களை வெளிப்படையாகவே மறுப்பனவாகவுமே இருக்கின்றன. இதனால் மகாயானிகள் கட்டுக் கதையாகவே, பழைய நூல்கள் என்ற பெயரில் பல்வேறு நூற்குவியலை ஜோடித்துக்கொள்ளும் நிர்ப்பந்தத்திற்கு உட்படுகிறார்கள். அப்படி நூல்களைப் படைத்துக்கொள்வது தங்கள் காரியத்திற்குப் பொருத்தமாய் இருப்பதையும் உணர்ந்தனர்; இத்தகைய பொய்யான நூல்களின் சான்றுகளை கவர்ச்சிகரமான பேச்சுக்களால் சாமர்த்தியமாகப் பரவ விடுவதின் மூலம் நிலைநாட்ட முடியும் என்றும் நம்பினார்கள். மகாயான சூத்திரங்கள் என்று பொதுவாக வழங்கும் இந்தப் பொய்யான போலி நூல்களில், உபநிடத்துக்களில் உள்ள கருத்து முதற் கொள்கையின் ஆதாரமான அம்சங்களை, அப்படியே திணித்து வைத்திருக்கிறார்கள்; ஆகவே, அவர்கள் தம் பிரிவினரின் அனுமதியோடு அவற்றை அப்படியே ஒப்பிக்க முடிந்தது. ஆனால் அதே நேரத்தில் மகாயானிகள், கருத்துமுதற்கொள்கைக்கு உதவும் வகையில் அவர்கள் கூறும் விளக்கங்கள் ஆச்சரியம் விளைவிப் பனவாக உள்ளள. உபநிடத்துக் காலத்திற்கு வேண்டுமானால் கருத்து முதல் பார்வையைக் கபடம் இல்லா வகையில் வெளிப்படும் ஆரம்ப காலத்து வடிவத்தில் எடுத்துக் கூறியது சரியாக இருக்கலாம். அந்தக் காலத்தில் நம் தத்துவ சிந்தனை வளர்ச்சி அடையா நிலையில்தான் இருந்தது; பிற்காலத்திலோ நிலைமை மாறியது. இந்த நிலையில், அந்தப் பார்வையையே நிலைநாட்டுவதற்காக இன்னும் அதிகமான ஆடம்பரம் மிக்க வடிவத்தைப் பெற வேண்டியிருந்தது; மகாயானிகள் முதலில் அத்தகைய ஆடம்பரமும் திரிபும் பெற்ற வடிவத்தை வளர்க்கும் பணியை முதலில் மேற்கொண்டார்கள். அவர்களுக்குள் மிக நல்ல திறமை பெற்ற பல தத்துவவாதிகள் உண்டு. அவர்கள், கருத்துமுதல் தத்துவப் பார்வைக்கு அநுகூலமாகச் சூதும், தந்திரமும் கொண்ட பல கருத்துக்களை உருவாக்க முனைந்தனர்; மேலும், அவர்கள் மிகவும் அறிவு ரீதியாக வளர்ச்சிபெற்ற தத்துவவாதிகள், இந்தப் பார்வையை உறுதியாக நிலைநாட்டுவதற்குத் தங்களுக்குள் மாறுபட்டாலும், இதுபற்றிய ஒத்த முடிவுடைய தத்துவவாதிகளின் நிலைப்பாடுகளையும் ஒருங்கிணைத்துக்கொள்ள வேண்டும் என்பதையும் உணர்ந்தனர். அத்தகைய ஒத்த முடிவுடைய சில நிலைப் பாடுகள் உபநிடத்தைச் சார்ந்தவர்களால் காட்டப்பட்டவையே ஆகும். இவற்றையே மகாயானி பௌத்தர்கள் ஓரளவு தத்துவவாதத் திறமையோடு அணுகி இவற்றிற்குச் சாதகமாக வாதம் செய்வதுடன்

பிற்காலத்து அறிஞர்களின் கருத்துக்கேற்ப கருத்துமுதல்வாதத்தை நிலைநாட்டினார்கள். இவ்வாறாக மகாயானிகளிடம் வரும்போது கருத்துமுதல்வாதம் ஆரம்பத்தில் இருந்த மூலமான தொடக்க நிலையிலிருந்து வளர்ச்சி பெற்றிருந்தது. மகாயானிகள் அதற்கு ஒரு கடினமான எதிர்க்க முடியாத வடிவத்தைக் கொடுத்தனர். கூடவே அதில் சேர்த்த அவர்களின் பௌத்தமதச் சார்புகள் மற்றும் அவர்கள் படைத்த பலவிதமான மூட நம்பிக்கைகளும் அதில் சேர்ந்தன. இவையெல்லாம் உலகத்தை இல்லை என்று மறுக்கும் அதீதமான ஆர்வத்திற்கு பாதுகாப்பாக அமையும் என்ற நோக்கில் அவர்கள் ஆக்கியவை ஆகும்.

மகாயான பௌத்த தத்துவவாதிகளில் முக்கியமானவர்கள் சிலரைப் பற்றி சுருக்கமாகக் காணலாம்.

3. மாத்யமிக தத்துவம் அல்லது சூன்யவாதம்

மகாயான பௌத்தத்தின் வரலாற்றில் மிகவும் குறிப்பிடத்தக்கவர் நாகார்ஜுனர். அவர் கி.பி. முதல் நூற்றாண்டிலும் இரண்டாம் நூற்றாண்டிலும் வாழ்ந்தவர். தென்னிந்தியாவில் ஒரு பிராமண குடும்பத்தில் பிறந்தவர். அவர், தனது இளமைப் பருவத்திலேயே மிக ஆழ்ந்தும், அகன்றும், பிராமணர்க்கு உரிய வேத சாத்திரங்களைக் கற்று முடித்தார் என்று கூறப்படுகிறது. ஆனால் அவர் பௌத்த மதத்தால் ஈர்க்கப்பட்டு பிராமண மதத்திலிருந்து வெளியேறினார். இதற்கு உண்மையான காரணம் இன்னதென்று நமக்குத் தெரியவில்லை. அவருடைய வரலாற்றைக் கூறுகிறவர்கள் அதைப்பற்றி நம்ப முடியாத கதை கட்டுகிறார்கள். அவர் புத்த மதத்தைத் தழுவியபின், அந்தக் காலத்தில் கிடைத்த பௌத்த நூல்களை எல்லாம் மிக ஆழ்ந்து கற்றார். ஆயினும், அவற்றில் அவருக்கு முழுத்திருப்தியும் ஏற்படவில்லை. முழுமையாக பௌத்தத்தைத் தெரிந்துகொள்ளும் நோக்குடன் தேசம் முழுதும் சுற்றித் திரியும்போது, புராணம் கூறும் பாதாளலோகத்து ஜீவராசிகளான நாகர்களிடம் (பாம்புகள்) மிக முக்கியமான, 'மகாயான சூத்திரா' 'பிரக்ஞாபாரமிதா' என்னும் நூல்களை இவர் கண்டுபிடித்ததாகக் கூறுவர். அவை அவருடைய தத்துவ தாகத்தைத் தனித்து நிறைவு செய்வதாகவும் கூறப்படுவதுண்டு. இந்தக் கதையை நம்புவதற்கில்லை. மேலும், அக்காலத்திலிருந்த பழைய ஆசாரமுடைய பௌத்தர்கள் வெளிப்படையாகவே இவை நாகார்ஜுனரே எழுதியவை என்று அறிவித்தார்கள்.[1] இந்தக் குறிப்பை நாம் எளிதில் தள்ளிவிட முடியவில்லை. எனினும் நாகார்ஜுனர் நிறைய எழுதியவர் என்பதை மறுப்பதற்கில்லை. திபேத்தில் உள்ள இந்திய பௌத்த நூல்களின்

பெரிய தொகுப்பில் உள்ள 150 நூல்கள் நாகார்ஜுனருடையவை என்று கூறப்படினும், அவற்றுள் பல, மிகுந்த ஆதாரத் தன்மையுள்ளன என்று கொள்வதற்காகப் பெயரளவில் நாகார்ஜுனருடையவை என்று குறிக்கப்படுவன.

வழக்கமாக அவருடைய பெயரை, அவருடைய நெருங்கிய சீடரும் ஞான புத்தருமான ஆர்யதேவர் என்பவருடன் சேர்த்தே குறிப்பார்கள். இலங்கையின் அரச வம்சத்தில் பிறந்த ஆர்யதேவர், புத்த மதத்தை ஏற்றபின், புனித யாத்திரையாக இந்தியாவுக்கு வந்து, இங்கே நாகார்ஜுனருடைய முன்னணிச் சீடராக உருவானார். அவர் தன் குருவைப்போல் அதிகமாக எழுதவில்லையென்றாலும், சிறந்த நூலாசிரியரே; நானூறு செய்யுள்கள் கொண்ட அவருடைய நூல் ஒன்று, நாகார்ஜுனருடைய தத்துவத்தை விளக்குவதுடன், அக்காலத்தில் பழக்கத்தில் இருந்த கருத்துக்கள் பலவற்றையும் பழைய பௌத்தர் களுடைய கருத்துக்களையும் மறுக்கிறது.

நாகார்ஜுனரே தமது தத்துவத்தை 'மாத்யமிக சாத்திரம்' என்று குறிப்பிடுகிறார். அதைப் பின்பற்றுகிறவர்கள் 'மாத்யமிகர்' எனப்படுவர். பழைய பௌத்தர்கள் சொல்லும் 'மாத்யமா பிரதிபத்' (இடைப்பட்ட) வழி என்ற சொல்லிலிருந்து கொள்ளப்பட்ட பெயர் இதுவாகும். மிகத் தீவிரமான இன்பம் தேடும் வாழ்விலோ அல்லது அறவே இன்பங்களைத் துறந்த வாழ்விலோ கருத்தூன்றாமல், இரண்டுக்கும் இடைப்பட்ட நன்னெறிமுறையில் வாழ்தல் என்பதே இதன் பொருள். ஆனால் நாகார்ஜுனர் இதில் பண்டை இயற்கைச் சாத்திரமும் மாயமான பூடகமும் கலந்து ஒரு முற்றிலும் புதிய அர்த்தத்தைப் புகுத்துகிறார். திட்டமான கொள்கை முறையில் ஓர் இயல்புக்கு உட்படும் வகையில், பரம சத்தியத்தை அறவே இல்லை யென்று தீவிரமாக மறுப்பதற்கும், அது இல்லை என்று தீவிரமாக நிலைநாட்டிக் கூறுவதற்கும் இடைப்பட்டு நிற்பதே மத்யமப்பிரதிபத் என்று அவர் கூறுகிறார்: சுலபமாகச் சொல்வதானால், பரம சத்தியம் விவரித்துக் கூற இயலாத ஒன்று. அதாவது, 'அநிர் வசனீயமானது'. ஆகவே, ஒரு விதமான இரகசியமான, மாயமான உணர்வுக்கு அகப் படுத்திக்கொள்ளக்கூடியது என்பதே: இதையேதான் உபநிஷத்தைச் சார்ந்த கருத்துமுதல்வாதிகள் தமக்கே உரிய வகையில் கூறுகிறார்கள். உபநிஷத்துத் தத்துவவாதியான யாக்ஞவாக்யர் கூறுகிறார்: "பரம சத்தியத்தை இது இவ்வகையானது, அது அவ்வகையானது என்று விவரித்துக் கூற முற்படுவது அஞ்ஞானத்தின்-அறியாமையின் ஆழத்தில் மூழ்குவதைப் போன்றது" என்றும், மேலும், அதைக் குறிக்கும் வகையில்

இந்தியத் தத்துவ இயலில் நிலைத்திருப்பனவும் அழிந்தனவும் 45

நியாயமான ஒரு வழி, "அது இவ்வகையானதன்று, அது அவ்வகையானது அன்று என எதிர்மறைக் கூற்றால் குறிப்பதுதான்" என்று கூறுகிறார். அது வடமொழியில் நேதி. 'நேதி' என்பது, யாக்ஞவாகியர் உறுதியாகக் கூறுவது. "அது கைப்பற்ற முடியாதது: ஆகவே, கைப்பற்றப்படுவதில்லை; அது அழிக்க முடியாதது; ஆகவே அழிக்கப்படுவதில்லை; அது எதனோடும் இணைவது இல்லை; ஆகவே, தன்னுடன் எதையும் இணைத்துக்கொள்வதில்லை; அது கட்டுக்கடங்காதது; ஆகவே அசையாதது. அது புண்படாதது" என்றெல்லாம் கூறுவர். அடிப்படையில் இதே கருத்தைத்தான் அடிக்கடி மேற்கோளாகக் காட்டப்படும் நாகார்ஜுனருடைய ஒரு செய்யுள் வெளிப்படுத்துகிறது. அதன் பொருள் பின்வருமாறு: "அது அழிக்கப்படுவதில்லை; அது உண்டாக்கப் படுவதில்லை: அதை எதிலும் கரைத்து மறைக்கவும் இயலாது. அது சாசுவதமானதும் இல்லை! ஒன்றும் இல்லை; படிவம் இல்லை; உள்ளுக்குள்ளாக இயங்கும் ஒன்றும் அன்று; வெளிப்புறமாக இயங்குவதும் அன்று." நமது உலக வழக்குச் சொற்கள் எதனாலும் பரமசத்தியத்தைக் குறிப்பிட முடியாது என்பதே இதன் பொருள். இங்கு அடிப்படைக் கருத்து என்னவெனில், பரம சத்தியத்தை விவரிக்க முடியாது என்பதேயாகும். எதிர்மறை வகையில் சொல்வதென்றால் சொல்ல முடியும் என்று கூறுவது உபநிஷத்துக் கருத்துமுதல்வாதிகளின் தூண்டுதலால் உருப்பெற்றதுதான். இருந்தாலும் நாகார்ஜுனர் பற்றிய வரையில் இதில் புது விஷயம் என்னவெனில், இதை அவர் விளக்கிக் காட்டும் முறைதான் புதிது. அவர் தரும் விளக்கத்தைப் பார்ப்போம். உலகத்துப் பொருள்களைக் குறிப்பிட்டுச் சொல்ல நான்கு விதமான வழிகளே உண்டு. அவை, (1) அது உண்டு- அதாவது ஒரு பொருள் இருக்கிறது. (2) அது இல்லை - அதாவது ஒரு பொருள் உள்ளதாக இல்லை. (3) ஒரு பொருள் இருக்கவும் இருக்கிறது - இல்லவும் இல்லை என்று பொருள்படும் வகையில் கூறுவது. (4) அது இருக்கவும் இல்லை, இல்லாமலும் இல்லை என்பது. அதாவது ஒரு பொருள் உள்ளதாகவும் இல்லை; இல்லாததாகவும் இல்லை என்று பொருள்படும். இவ்வகையில் வாதம் செய்யும் நாகார்ஜுனர் இந்த நான்கையும் ஒன்றொன்றாக எடுத்துக்கொண்டு, வியப்புமிக்க தர்க்க வாதத்தால், இவை ஒவ்வொன்றும் உள்ளார்ந்த ஒரு முரண்பாடு கொண்டதாகவே இருப்பதை மிக்க சாதுரியமாக விளக்குகிறார். இதை அவர் எப்படி நிரூபிக்கிறார் என்பதை பின்னால் பார்ப்போம், இவருடைய இந்த விளக்கத்தை ஒருவாறு நம்புவதாகவே வைத்துக் கொள்வோம், அப்படிப் பார்த்தால் பரம சத்தியத்தைக் குறிப்பிட இந்த நான்கு விதமான சாத்தியக் கூறுகளும் பயனற்றுப்போகும்; ஏனெனில்

பரம சத்தியம் தன் இயல்புக்கேற்ப முரண்பாடு எதுவுமே இல்லாதது; ஆகவே, இந்த நான்கும் குறிக்கும் பொருள்கள் வெறும் தோற்றம் மட்டுமே; சத்தியமோ, தோற்றங்களுக்கு அப்பாற்பட்டது. அது மாயமான இரகசியமான உணர்வுக்கு மட்டுமே அகப்படும்.

நாகார்ஜுனருடைய தத்துவத்திற்குச் சூன்யவாதம் எனப் பெயரும் உண்டு; அது 'வெறுமை' (பாழ்) 'ஒன்றும் இல்லாதது' என்று பொருள் படும். அதை, எத்தகைய பரம சத்தியத்தையும் இல்லையெனக் கூறும் கலப்பு இல்லாத பாழ்கொள்கை என்று பெரும்பாலும் கொள்வர். ஆனால் இது தவறான அபிப்ராயம்; வெறுமை - சூன்யம் என்ற கருது கோள் என்பதும் அதிலிருந்து பிறந்த பண்புப் பெயரான சூன்யத்தை- பாழ்மை என்பதும் நாகார்ஜுனருடைய தத்துவத்தில் முடிவானதொரு இடத்தைப் பெறுகிறது. இதை மிக எளிதில் தவறாகவே புரிந்து கொள்ளும் வாய்ப்பும் உண்டு என்பதை அவரே குறிப்பிடுகிறார். அது ஒரு மிகக் கடின கருதுகோள் என்றும் கூறுகிறார். உண்மையாகவே இந்தச் சூன்யவாதம், தன் தத்துவத்தின் மறுபெயரான 'மாத்யமிக சாத்திரம் (இடைப்பட்ட நெறி பற்றியது)' என்பது எதைச் சொல்கிறதோ அதைத்தான் எடுத்துரைக்கின்றது; பரிபூரணம் என்ற பரம சத்தியம், போலித்தனமான உலகத்தின் காட்சிக்கு முற்றிலும் அப்பாலில் இருப்பது; அதாவது வெறும் தோற்றமான உலகத்திற்கு அப்பாற் பட்டது. ஆகவே, அந்தத் தோற்றத்தைப் பற்றியதான உலக வழக்குச் சொற்களால் சத்தியத்தை விரித்துரைக்க இயலாது: மண்ணுலகம் சாராத அதீதமானதொரு இரகசிய உணர்வு மூலமே அதைப் புரிந்து கொள்வது இயலும் என்பதே அதன் விளக்கம். இந்தச் சூன்யம் என்ற கருதுகோள், நாகார்ஜுனர் இதை உபயோகிக்கும் முக்கியமான பொருளில், இரண்டு வெவ்வேறு நிலைப்பாட்டிலிருந்து கிளைக்கிறது; அவை, தோற்றம், உண்மை என்பன. தோற்றம் என்று பார்க்கும்போது, பௌதீக உலகில் உள்ள எதுவுமே வெறும் சூன்யம் - ஒன்றுமே இல்லாத பாழ் என்று பொருள்படும். இயற்கை என்பதோ ஒரு பொருளும் இல்லாத போலிக் கற்பனை. இதோடு பரம சத்தியத்தையும் சூன்யதர - வெறுமை என்றே கூறுகிறார். நுட்பமாகப் பார்க்கும்போது, சத்தியம் என்பது வளர்ந்து முன்னேறும் என்றோ, வெளிப்பட்டு உருவாவது என்றோ, பலவாயிருப்பது என்றோ, பலதிறப்பட்டது என்றோ கூறும் இயல்புள்ள யாவையுமே இல்லாதது என்றோ விரிவான விளக்கத்தை அறிய முடிகிறது. இது, 'பிரபஞ்சசூன்யதா' எனப்படும் விரிந்து உள்ளது போல் தோன்றும் உலகமும் வெறும் பாழே என்பது இதன் பொருள்; மேலே சொன்ன வளர்ச்சி, வெளிப்படுதல், பன்மை, பலதிறப்படுதல் என்பன வெறும் தோற்றத்தையே விவரிப்பன. இத்தகைய இயல்புகள் எதுவுமே இல்லாத பரம சத்தியமும்,

'சூன்யதை' என்றே கொள்ளப்படும். அதை உலக வழக்கு மொழியால் முற்று முழுதாகக் குறிப்பிடல் முடியவே முடியாது. உலக வழக்கில் நாம் சிந்திக்கும் எந்த வகையிலும் அகப்படாமல் அதுக்கப்பால் உள்ளதாகிறது. வழக்கமான பொருளில் அதைப் பற்றித் திட்டவட்டமான முறையில் எவ்விதமான கொள்கையும் வகுத்துக்கொள்ளவும் முடியாது; இதை இக்காலத்து அறிஞர் ஒருவர் மிகவும் பொருத்தமாகப் பின் வருமாறு கூறுகிறார். "இந்த வாதத்தின்படி பரம சத்தியத்தைப் பற்றிய கொள்கையே கிடையாது என்ற கருத்தையும் பரம சத்தியமே கிடையாது என்ற கருத்தையும் குழப்புவதே இது; தனக்கு முன் உபநிடதத்தில் இதைச் சொன்ன யாக்ஞவாக்கியரைப் போலவே நாகார்ஜுனரும் முதற் கருத்தை அதாவது சத்தியத்தைப் பற்றிக் கொள்கை ஒன்றும் வைத்துக்கொள்ள முடியாது என்பதை ஏற்றுக்கொள்கிறார்; அதை அப்படியொரு கொள்கையே இல்லை என்ற இரண்டாவது கருத்துடன் சேர்த்துக் குழம்பிவிடக் கூடாது; நாகார்ஜுனர் பரம சத்தியம் என்ற பரிபூரணம் உண்டு என்று நம்புகிறார். அவர் வற்புறுத்த விரும்புவது யாதெனில், மனிதர்களின் எந்த வகைச் சிந்தனைக்கும் அது உட்படாதது என்பதுதான். சிந்தனைக்கு எட்டாததே ஆயினும், அதை இரகசியமான உணர்வு ரீதியில் இரகசியப் பிரக்ஞையால் உணர்ந்து பற்றவும் இயலும் என்று கொள்ளப்படுகிறது. அதற்குப் "பிரக்ஞா பாரமிதா" என்று பெயர்; யாவற்றையும் கடந்து அப்பாற்படும் மிக மிக உயர்ந்த ஞானம் என்பது அதன் பொருள்; இதன் ஞானத்தை அடைவதே, பொய்யான பௌதீக உலகத்திலிருந்து விடுதலை பெறுவது. அது நிர்வாணம் - அதாவது உலக பந்தங்களில் இருந்து விடுபடுதல் எனப் பொருள்படும். நாகார்ஜுனர் கூறும் தத்துவமான 'சூன்யதை' என்பதன் மறு பெயரே நிர்வாணம்.

4. யோகாசார தத்துவம் அல்லது விக்ஞானவாதம்

மேலே கூறிய மாத்யமிக தத்துவம் உடனடியாக மக்களிடத்தில் செல்வாக்குப் பெற்றுவிடவில்லை. நாகார்ஜுனருக்கும் ஆரிய தேவருக்கும் பிறகு சில நூற்றாண்டுகள் அது பற்றிய பேச்சே இல்லை; இந்தியக் கருத்து முதல்வாத வளர்ச்சியில் மகாயான பௌத்தர்களின் மற்றொரு பிரிவான, 'யோகாசாரர்கள்' என்பவர்களால் அடுத்த முயற்சி நடக்கிறது: அவர்களுடைய கருத்து, விக்ஞான வாதம் - உணர்வுதான் யாவும் என்பது; விக்ஞப்தி மாத்ரதாவாதம் உணர்ந்து அறிதல் மட்டுமே உண்டு என்பது. நிராலம்பன வாதம் - பற்றுக்கோடாக எதுவுமே இல்லை என்பது போன்ற பல வகையில் குறிப்பிடப்படுகிறது.

யோகாசாரம் என்ற சொல்லின் பொருள் யோகம் பயிலுதல் என்பது; அப்படிப் பயில்கிறவர்கள் யோகசாரர்கள். இப்படிப் பொருள்

கொள்வது; அந்த வகையான மகாயானிகளுடைய தனியான சிறப்புடைய கொள்கை பற்றிய விளக்கம் ஒன்றும் கிடைக்கவில்லை. ஏனெனில் இந்தியத் தத்துவவாதிகளில் பலரும் யோகத்தில் நம்பிக்கை உடையவர்களே. அந்த நம்பிக்கை மிகப் பண்டைக் காலத்திலேயே இருந்து வந்த ஒன்றுதான்: யோகாசாரர்கள் இந்தப் பெயரை ஏற்றுக் கொண்டதற்குக் காரணம், அவர்கள் யோகத்தைத் தனிப்பட்டதொரு வகையில் வற்புறுத்துகிறார்கள் என்பதே; யோகம் என்பது தியான சமாதியும் தன்னைக் கடந்து அப்பாற்படும் நிலையும் ஆகும்; புறத்தே உள்ள பொருள் அனைத்தில் இருந்தும் உணர்வைத் திரும்பப் பயின்று, தூய உள்ளுணர்வைப் பெறும் ஒரு நுண்ணிய வழி இது. தத்துவஞானம் பெறுவதற்கும் இது சிறப்பானதொரு வழி ஆகும். யோகத்தை நம்பும் மற்ற தத்துவவாதிக்கும் புராதனமானதும் அதிசயமான சக்தி வாய்ந்ததுமான யோகாப்பியாசத்தால் வரும் அதிமானுடமான ஆற்றல்களைத்தான் வியப்புடன் கொண்டாடுகிறார்கள். ஆனால் உலக பந்தங்கள் எனும் சங்கிலிப் பிணிப்பிலிருந்து உணர்வை வெளியே இழுத்துத்தான் ஆக வேண்டும் என்ற கருத்தில் இதை ஏற்கவில்லை; யோகாசாரர்கள் யோகத்தைப் பற்றி மிக விரிவாகப் பல நூல்கள் எழுதியுள்ளனர்; அவற்றின் கருத்தெல்லாம் தியானத்தையும் தன்னைக் கடத்தலையும் பற்றியுமே உள்ளன. ஒருவன் படிப்படியாக இவற்றைப் பயின்று உலகத்தை உள்ளதொரு பொருள்' எனக் கொள்ளும் பந்த பாசங்களிலிருந்து விடுபட்டு முன்னேற முடியும் என்று அவை விவரிக்கின்றன. அதாவது, பௌதிக உலகமெனும் பொய்யின் மாயையில் சிக்கித் துயருறுவதினின்றும் விடுபடுகிறான் யோகி. அவர்களுடைய உண்மையான தத்துவ நோக்கத்தை விக்ஞானவாதம் என்ற அதன் பெயரால் இதைவிட நன்றாக அறிய முடிகிறது. அதுவே விக்ஞப்திமாத்ரதா வாதம் என்றும் வழங்குவதை முன்னர் கண்டோம். விக்ஞானம் - விக்ஞப்தி என்ற சொற்களுக்கு மனம் - அல்லது பிரக்ஞை (உணர்வு) என்பது பொருள்; ஆனால் மரபு வகையில் வழக்கமாக நாம் கொள்ளும், நமக்குள் இருக்கும் ஒரு ஆன்மப் பொருள் என்று இதை அவர்கள் கொள்வது இல்லை. பௌத்தர்கள் இதற்குக் கொள்ளும் பொருள், மனம் என்பது பிரக்ஞையின் ஓர் ஓடை போன்றது. தெளிவாகச் சொன்னால், ஓடி மறையும் எண்ணங்களின் (உணர்வுகளின்) ஓட்டம்; 'ஸந்தானம்' என்று இதைக் குறிப்பிடுவர். அதன் பொருள் பெருக்கு ஆகும் (நீர் பெருக்கு). இவர்களின் கருத்து, இந்தப் பொருளில்தான் மனம் உளதாகிறது என்பர். (அதன் பெயரே உள்ளம் தானே) வெறும் எண்ணங்கள் மட்டுமே உள்ளவை. ஆகவே, அந்தக் கொள்கை முக்கியமாக வலியுறுத்துவது, பௌதீகப் பொருள்

மயமானதும், மனத்திற்குப் புறம்பாகத் தனியே இருப்பதுமான உலகம் என்று எதுவுமே இல்லை என்பதுதான். இதுவே அவர்களின் இயல்பான வற்புறுத்தல் ஆகும். நாம் வீடுகள், மலைகள், ஆறுகள், பிற பொருள்கள் யாவும் இருப்பதாகவே நம்புகிறோம். இவற்றைப் பற்றிய எண்ணங்களும், உணர்வுகளும் நமக்கு உண்டு; ஆனால் இவர்களைப் பொறுத்தவரை, எண்ணங்கள் மட்டுமே இருப்பன ஆகுமே தவிர மனத்திற்கு வெளியே, இந்த எண்ணங்களுக்குத் தொடர்புகொள்ளும் நிஜமான பொருள் யாதுமே இல்லை. எல்லாமே வெறும் மனத்தளவில் இருப்பனவே.[2]

எண்ணங்களும் உணர்வுகளும் தமக்கே உரிய உரிமையுடன் தமக்குத் தாமே-பொதுவாக நாம் நினைப்பது போல் உலகப் பொருள் களின் ஆதாரம் - பிடிப்பு இல்லாமலேயே இருப்பனவே; இப்படித் தான் இதை இந்திய முறையில் சொல்ல முடியும். இதைத்தான் - 'நிராலம்பனவாதம்' என்கின்றனர். இதன் பொருள், எண்ணங்களுக்கும், உணர்வுகளுக்கும் பொருள்களின் பற்றுக்கோடு ஏதும் கிடையாது. எண்ணங்களுக்குத் தொடர்புடைய உலகப் பொருள் யாதுமே இல்லை; நீலம் (நிறம்) என்று ஒரு எண்ணம் இருக்கிறது. ஆனால் இதற்குத் தொடர்புடையதாக ஏதேனும் ஒரு பொருள் உலகத்தில் உண்டா? இல்லையே; ஆகவே, நீலம் என்பது வெறும் எண்ணம் மட்டுமே! இந்தத் தத்துவமே மனத்திற்கு வெளியே பொருள் யாதும் இல்லை என்று மறுப்பதையே வற்புறுத்துவதுதான், "பாஹ்ய-அர்த்த-நிரோதவாதம்" - வெளியே இருக்கும் எப்பொருளும் இல்லையென்று மறுக்கும் கொள்கை என்றும் பெயர் பெறுகிறது. இந்த விக்ஞானவாதம் என்பது, ஓரளவிற்குப் பெரும்பகுதி, பிஷப் பெர்க்லி (Bishop Berkeley), என்பவரின் தத்துவத்தோடு, ஒத்த இந்தியத் தத்துவமாகிறது; விக்ஞான வாதத்தின் மிகத் தேர்ந்த அறிஞர் கூறும் ஒரு மிக முக்கியமான வாதம், பெர்க்லி தனது கருத்துமுதல்வாதத்தை நிலைநாட்ட விரும்பிக் கூறுவதை முற்றிலும் ஒத்திருக்கிறது. அது, "லஹ உபாலம்ப - நியமம்" என்று குறிப்பிடப்படுகிறது. இது கூறும் விஷயம் என்னவென்றால், யாரும் தனது சொந்தக் கருத்துக்களின்-உணர்வுகளின் வட்டத்திலிருந்து வெளியே குதித்துவிட முடியாது; பொருளை நேரிடையாகச் சென்றடைந்து விடவும் முடியாது; ஆதலால், ஒருவன் அறியும் எதுவும் நிச்சயமாக மாறுதலே இன்றி அவனுடைய எண்ணங்கள் தவிர, மனத்திற்கு வெளியே இருப்பன அல்ல; இதை பெர்க்லி ஏற்றுக்கொள்கிறார். ஆனால், இதுவே விக்ஞானவாதிகளும், பெர்க்லியும், கருத்து வேறுபாடு தோன்றும் இடம் ஆகும். விக்ஞானவாதிகள் இதைத் தம் தர்க்கவாதங்களால் ஏற்படும் முடிவுகளால் நிறுவுகின்றனர். எண்ணங்கள் மட்டுமே நிஜம் என்றால் இந்த பௌதீக உலகத்தை முற்றிலும் நிஜமானது இல்லை

என்றே கொள்ள வேண்டும். வெறும் கட்டுக்கதை, கற்பனை என்றுதான் கொள்ளவேண்டும். இப்படிக் கூறுவது வீணான மனோ ராஜ்யமே ஆகும் என்கிறார் பெர்க்லி. ஆனால், அவர் தன் தத்துவத்தின் விளைவாக இப்படியொரு அநுபவத்திற்கு ஒவ்வாத நிலை தோன்றுவதைத் தவிர்க்க விரும்புகிறார். ஆனால், விக்ஞானவாதிகள் அதைப் பற்றிக் கவலையே படுவதில்லை. அதற்குப் பதிலாக அவர்கள் தமது தத்துவத்தால் வரும் அத்தகைய தாத்பர்யத்தைத் தாங்களாகவே இழுத்து விட்டுக்கொண்டு மிக்க சிரத்தையுடன், எண்ணங்கள் மட்டுமே நிஜமாக இருப்பதால், சாதாரணமாக நாம் அறியும் உலகம் முற்றிலும் நிஜமானதன்று - மாயைத் தோற்றமே என்று வாதிக்கிறார்கள்.

இதில் இந்தியக் கருத்துமுதல்வாதிகளுக்கேயுரிய அலாதியான சிறப்பு இயல்புகளை நாம் காண்கிறோம். பௌதீக உலகம் உண்மையில்லை என்று வாதாடுகின்றன; ஆனால், மக்கள் அதை உணர்ந்து அநுபவிப்பதும் உண்மை; இந்த அநுபவ உண்மையை எப்படி விளக்குவது. அவர்களுக்கு இது மிகவும் சுலபமாகவே இருக்கிறது. கயிற்றில் பாம்பைக் காண்பது போலவும், கானல் நீரைக் காண்பது போலவும், பளபளக்கும் சிப்பியில் வெள்ளியைக் காண்பது போலவும் என்று அவர்கள் எடுத்துக்காட்டுகளை அடுக்கி, இவை யாவுமே வெளிப்படையான அசல் பிரமையாகவும் புலன்களால் விளைந்த மாயையாகவும் இருப்பதைச் சொல்லி விளக்கிவிடுகிறார்கள். பூத பௌதீகப் பொருள்களை நாம் உணர்ந்து அநுபவித்து புரிந்துகொள்ள அவர்கள் கூறும் மற்றொரு வழி கனவு; கனவில் நமக்கு நேரும் அநுபவங்களும் (காணும் வேளையில்) இவையெல்லாம், மனத்திற்கு வெளியே பௌதீக உலகத்தில் இருப்பனவென்றே கற்பனை செய்து கொள்கிறோம். ஆகவே, நேரே காணும் பொருளாகவோ, பௌதீகப் பொருளாகவோ ஒன்றை உணர்ந்து அநுபவிப்பது மாத்திரமே உண்மையாக இருக்கும் ஒன்றுதான் அது என்பதை நிரூபித்து விடுவதில்லை.

இந்த வாதங்கள் பற்றிப் பின்னால் விரிவாகக் காண்போம்: தற் போதைக்கு அவர்கள் அடிப்படையாகக் கூறும் கருத்து, ஏற்கெனவே உபநிடத்துக்களில் உள்ளதுதான் என்பதை முக்கியமாக நாம் கவனிக்கவேண்டும். உதாரணமாக யாக்ஞவாக்கியர். (பிழிஹதாரண்ய உபநிடத்தில்) உலகம் நிஜம் இல்லை என்பதை கனவில் கண்டுணரும் பொருள்கள், தன்னால் தன் ஆத்மாவினால் உண்டாக்கிக் காட்டப் பட்டவையே என்று கூறி நிரூபிக்க முயல்கிறார். அவர் கூறுகிறார்: "ஒருவன் தூங்கப்போகும்போது தன்னுடன் உள்ள பொருள்கள்

இந்தியத் தத்துவ இயலில் நிலைத்திருப்பனவும் அழிந்தனவும் 51

யாவற்றையும் கொண்டு செல்கிறான், பிறகு தன்னை அதனின்றும் தனியே ஒதுக்கிப் பிரித்துச் சென்று புதிதாக ஓர் உலகத்தை நிர்மாணம் செய்கிறான்; அதைத்தான் தன் தேராகவும் ஒளியாகவும் கனவில் காண்கிறான், அந்த உலகில் நிஜமாக எந்தத் தேரும் இல்லை. தேரோடும் வீதிகளும் இல்லை; ஆயினும் தன் சொந்த உலகாகவே தேர்களையும் அது ஓடும் வீதிகளையும் இருப்பனபோலத் தனக்குக் காட்டிக் கொள்கிறான். அங்கே உண்மையில், ஆனந்தங்களும் சுகங்களும் இன்ப உணர்வுகளும் இல்லை; ஆனால் அவனே அவற்றை உணர்ந்து கொள்கிறான். தாமரைக் குளங்கள், நீரோடைகள் எதுவுமே இல்லை; ஆனால், தன்னிலிருந்தே அவன் படைத்துக்கொள்கிறான்; ஏனெனில், அவன் ஒரு படைப்புக் கடவுள், பிற்காலத்து விஞ்ஞானவாதிகளின் வாதங்களோடு இதை ஒப்பிட்டுப் பார்த்தால், விஷயத்தை ஒரு பண்படாத திருத்தமில்லாத வகையில் சொல்லுவதுதான். ஆனால் அவை கருத்துமுதல்வாதத்திற்கு ஓர் அசைக்க முடியாத தர்க்க ரீதியான அடிப்படை ஆகும். பொதுவாகப் பொருள்களை நமக்கு நாமே படைத்துக்கொண்டு அனுபவிக்கவும் செய்யும் ஆற்றலுக்குக் கனவு ஒரு சான்று - பிரமாணம் ஆகுமென்றால், நமக்கு அவ்வாற்றல் நனவிலும் உண்டு என ஒப்புக்கொள்ள வேண்டும்; ஆகவே நாம் நனவில் அதைத்தான் செய்கிறோம் என்று வைத்துக்கொள்ளத் தடை இருக்க நியாயமில்லை. இது விக்ஞான வாதிகளின் வாதம் ஆகும். இதை உபநிடத்திலிருந்தே கூறுவதாக அவன் கௌரவமாகத் தெரிவித்துக்கொள்ளாமல் இருப்பதற்குக் காரணம், தான் ஒரு தனிப் பிரிவைச் சார்ந்தவன் என்ற எண்ணம்தான். உபநிடத்து இவனுக்குப் பகையான நீர்த்திகர்களின் நூல். அதை, தான் ஒரு பௌத்தன் என்ற முறையில் இவன் சான்றாக ஏற்றுக்கொள்ள முடியாது அல்லவா? இதுபோலவே சுவையான மற்றொன்று சூன்யவாதி என்ற பௌத்தர்களின் மற்றொரு கொள்கையுடைய - தத்துவவாதிகளுக்கும் தனக்கும்கூட வேறுபாடு உண்டு என்பதைக் காட்ட விரும்பும் - விக்ஞானவாதி கூறும் விஷயமே அது. இவர்கள் கருத்துப்படி மனம் என்பது, வேறுபடுத்திக் காட்டும் மற்றொன்று - எதுவுமில்லாத - கலப்பற்ற பிரக்ஞை என்பதுதான் உண்மையில் இருப்பது; "இது, அத்வய லக்ஷணம் - விக்ஞப்தி மாத்ரம்" என்பர்; - 'இரண்டாவது இல்லை' என்ற இயல்புடைய உணர்வு மட்டுமே என்பது இதன் பொருள். யோகாப்பியாசத்தால் வரும் தியான நிஷ்டையால், அந்த உணர்வைப் பெறுவதற்குத் தடையாக உள்ளனவற்றை அகற்றுவதால், தானே புலப்படுத்திக்கொள்ளும் அந்தப் பரிபூரணமான விக்ஞானத்தை அறிவோம் என்பர். விக்ஞானத்தையும் சேர்த்து இல்லை என்றே

கொள்பவர்கள். விக்ஞானவாதிகள் தமக்கும் சூன்யவாதிக்கும் உள்ள வேறுபாட்டை மிகவும் அதிகப்படுத்திக் காட்டுவதற்காக, அவர்கள் கொண்டுள்ள எதிர்மறைத் தன்மையை-எதுவும் இல்லையெனக் கூறுவதை- அவன் கூறும் எல்லையையும் தாண்டி மிகைப்படுத்தி உரைக்கிறார்கள்.[3] சூன்யவாதி, தன் வாதத்திறமையால், பௌதீக உலகம் உண்டு என்பதற்கான எண்ணத்தின் அடிச் சுவட்டையே அழிக்க முற்படுகிறான் என்பதில் ஐயமில்லைதான். இதை அவன் செய்வது, யாவற்றுக்கும் அப்பாற்பட்ட பரிபூரணத்தை மட்டுமே உண்மையென்று சாதிக்கத்தான். அந்தப் பரிபூரணத்தை இரகசியமாக உணர்வுக்கு அகப்படுத்த முடியும் என்பது சூன்யவாதியின் முடிவான கருத்து. இந்தக் கருத்தே விக்ஞானவாதிக்கும் இருப்பது கண்கூடு. ஆனால் அவன், பரிபூரணத்தை மனமே என்று திட்டவட்டமாகக் கொள்கிறான். சூன்யவாதியோ, பரிபூரணத்திற்கு அத்தகைய திட்டவட்டமான இயல்பு உண்டு என்பதை மறுக்கிறான். மேலும், அதன் சாரமான உள்ளார்ந்த ஆன்ம இயல்பை நிர்வாண திசையில் - விடுதலை பெற்றபிறகு உணர்ந்தும்கொள்ளலாம் என்றும் கூறுகிறான். இதனால் அவர்கள் இருவருக்கும் இடையே கருத்து வேற்றுமையே இல்லை என்றும் முடிவு கட்டிவிடக் கூடாது. விக்ஞானவாதிகள் சில சமயங்களில் கூறுவது போல் அந்தக் கருத்து வேற்றுமை அத்தனை அடிப்படையானதாக இல்லை. இந்தியக் கருத்து முதல்வாதத்தின் அடிப்படைகளின் பொதுவான கட்டமைப்பிற்குள்ளேயே, அழுத்தி வற்புறுத்தும் விஷயம் பற்றிய சிறு வேறுபாடுதான் அது; கருத்து முதல்வாதத்திற்கு எதிரான கோட்பாடுகளைப் பற்றிய வரையில் இந்த இருவருடைய தனித்தன்மை பொருட்படுத்தக்கூடியதொன்றில்லை, இதை முன்பே, குமரில பட்டர் என்பவர் (ஒரு மீமாம்சர்) எடுத்துக் கூறியுள்ளார். இவர் கருத்துமுதல்வாதத்தின் மிகப் பிரபலமான எதிரி அவர் தன் மறுப்பை - பின்கண்டவாறு அறிமுகப்படுத்துகிறார். யோகாசாரர்கள், எண்ணங்களுக்கும் உணர்வுகளுக்கும் புறவுலகத்தில் தொடர்புடைய உண்மைகள் (பொருள்கள்) யாதுமே இல்லை என்று கொள்கிறார்கள், மாத்யமிகர்களோ எண்ணங்களும் உணர்வுகளுமே இல்லை என்கிறார்கள். இந்த இரண்டு கொள்கைகளுக்கும் புறத்தே எப்பொருளும் இல்லை என்று மறுப்பது பொதுவானது.[4] இதைக் கூறும் அவருடைய செய்யுட் பகுதி, 'தத்ரபாஹய' - அர்த்த சூன்யத்வம் துல்யம் தாவத் த்வயோரபி' என்பது. இந்த உலகமும் பொருட்களும் உண்மை, நிஜமாய் இருப்பனவே என்று தமது முன்னோரைப் போலவே' நிரூபித்து, பொதுவான கருத்துடைய இந்த இரண்டு கொள்கை களையும் மறுக்கிறார்.

5. விக்ஞானவாதத்தின் அடிப்படை

இதன் அடிப்படையை - முதல் தொடக்கத்தைச் சரியாக தெளிவாகக் காட்டுவது நமக்கு இந்நாளில் மிகவும் சிரமமான காரியம். மகாயானிகள் பொய்யாய்ப் போலியாய்த் தயாரித்த நூல்களில் ஒன்றான, "லங்காவதார சூத்திரம்" இந்தக் கொள்கையைத் தனிச் - சிறப்புடன் ஆதரித்துப் போற்றுவது தெரிகிறது. வேடிக்கை என்ன வென்றால், இந்த நூலில் தத்துவ ரீதியாக மிக முக்கியமாய் இருக்கும் நூற்பகுதிகள் தெளிவாகவே (சொல்லிலும் பொருளிலும்) உபநிடத்துக்களை நினைவுபடுத்துகின்றன. திபேத்திய வரலாற்று அறிஞரான தாரா நாதன் என்பவர் மூலம் மகாயானிகளைப் பற்றிய செய்திகள் நமக்குத் தெரியவந்தன.[5] ஆகவே, நாம் அவருக்கு மிகவும் கடமைப்பட்டிருக்கிறோம். அவர் மறைந்து போன ஒரு இந்திய நூலின் ஆதாரத்துடன், மூன்று யோகாசாரவாதிகளைக் குறிப்பிடுகிறார்: (1) நந்தர் (2) பரமஸேனர் (3) ஸம்யக ஸத்யர் என்பவர்கள். அம்மூவரும் நாகார்ஜுனருக்குச் சமகாலத்தவர் எனப்படுகின்றனர்; திபேத்திய மொழிபெயர்ப்பாகக்கூட அவர்களுடைய நூல் ஒன்றும் கிடைக்க வில்லை. ஆயினும் அன்னார் கொண்டிருந்த தத்துவப் பார்வை, சூன்ய வாதம் போலவே மிகப் பழமையானது என்று கொள்ள இடமுண்டு.

அப்படியே வைத்துக்கொண்டாலும் இந்த வகையான கருத்து முதல்வாதம் அதை நிலைநாட்டும் பெரிய தத்துவவாதிகளைப் பெறச் சில நூற்றாண்டுகள் காத்திருக்க வேண்டியதாயிற்று; குப்தர்களின் பொற்காலம் எனப்படும் கி. பி. ஐந்தாம் நூற்றாண்டில்தான் மிகவும் தீவிரமான சிந்தனையாளர் இருவர் தோன்றிக் கருத்துமுதல்வாதத்திற்கு முக்கியமான ஒரு வடிவத்தைக் கொடுத்தனர். அவர்கள் அஸங்கர், வசுபந்து ஆவர். இவர்கள் ஒரு தாய் வயிற்றில் வேறுவேறு தந்தைகளுக்குப் பிறந்தவர்கள். அஸங்கர் தனக்கு, மைத்ரேய நாதர் என்பவருடைய நேரான தூண்டுதல் - உபதேசம் கிடைத்தது என்கிறார். மைத்ரேய நாதர் என்பவர் கிட்டத்தட்ட உண்மைக்கும் புராணம் போன்ற கட்டுக் கதைக்கும் இடையில் வருபவர். ஆனால் அவருடையவை என்ற பெயரில் சில நூல்கள் திபேத்திய மொழிபெயர்ப்பில் இருக்கின்றன.

அஸங்கர், வசுபந்து இருவரும் இன்று 'கண்டஹர்' எனப்படும் பழைய காந்தார தேசத்தில், 'புருஷபுரத்தை'ச் (பெஷாவர்) சேர்ந் தவர்கள். ஆனால், அஸங்கர் நூல் இயற்றி வாழ்ந்த இடம் அயோத்தியா ஆகும். அவர் பன்னிரண்டு ஆண்டுகள் நாலந்தாவின் புத்தமடத்தில் வசித்தார் என்றும், பீகாரில் உள்ள இராஜகிருஹத்தில் காலமானார் என்றும் தாராநாதர் கூறுகிறார். மற்றவரான வசுபந்து வாழ்ந்த இடம் காச்மீரம். அங்கு இருந்தவரைக்கும் அவர், பழைய ஆசாரமான

பௌத்தக் கொள்கையைப் பின்பற்றினார். உண்மையில் இன்று கிடைக்கும் வைபாஷிகப் பிரிவின் ஆதார நூல் அவர் எழுதியதுதான்; பிற்காலத்தில் வசுபந்து அவர்களுடைய செல்வாக்கினால் விக்ஞான வாதியாக மாறினார்; அஸங்கரே அவரை அயோத்திக்கு அழைத்து வந்தார். தாராநாதர் கூறும் வரலாற்றின்படி வசுபந்து ஒரு கணிசமான காலம் வரை நாலந்தா மடத்தின் தலைவராக இருந்து பிறகு நேபாலுக்குச் சென்று, தத்துவத் தெளிவு ஏற்பட்டு மாயை அகன்று காலமானார் என்று தெரிகிறது.[6]

6. சூன்யவாதம், விக்ஞானவாதத்தின் அடுத்த வளர்ச்சிக் கட்டம்

அஸங்கருக்கும் வசுபந்துவிற்கும் பிறகு, இந்தியக் கருத்துமுதல் வாதம் மிக நெருங்கியும் அதேநேரத்தில் தனித்தனியேயும் இரண்டு வழிகளில் வளர்ச்சி கண்டன. அவை சூன்யவாதம், விக்ஞானவாதம் என்பவையே.

நாகார்ஜுனருக்கும் ஆர்யதேவருக்கும் பிறகு, தென்னிந்தியாவில் கி. பி. ஆறாவது நூற்றாண்டில் இருந்த, புத்தபாலித பவ்யர் அல்லது பவவிவேகர் என்ற ஆற்றல் மிக்க இருவரால் இத்தத்துவங்கள் பேசப்பட்டன. இவர்கள் இருவரும் இத்தத்துவங்களை ஆய்வு செய்யும் வழி முறையில்தான் மிகவும் நுட்பமானவகையில் மாறுபடுவார்கள் என்பதை முன்னரே கண்டோம். பௌதிக உலகம் நிஜமானது அன்று என்பதை நிரூபித்துக் காட்ட புத்த பாலிதர், நாகார்ஜுனர் செய்யும் எதிர்மறையான தர்க்க வாதத்தையே சார்ந்து நிற்க விரும்புகிறார். இந்த முறைக்கு இந்தியத் தத்துவ மரபில் வழங்கும் பெயர், 'பிரஸங்கம்' என்பது; உலகம் நிஜமானது என்று கூறும் போக்கு எதிலுமே சமாதானம் சொல்ல இயலாது, உள்ளார்ந்த முரண்பாடு உடையதே என்பதை நிரூபிக்கத் தேவையான யுக்தி இது; இத்துடன் தர்க்கரீதியான கருத்துக்களையும் சேர்த்துக்கொள்வது அவசியம் என்கிறார் பவவிவேகர். இந்த தர்க்கவாதக் கருத்துக்களுக்கே உரிய சாரமான ஆற்றல் தனிப்பட்டது. இந்த ஆற்றலும் உலகம் அறவே பொய் என்று காட்டத் துணை செய்யும் என்பது அவர் கருத்து. புத்தபாலிதர் இதை ஏற்பதில்லை. ஏனென்றால் நாகார்ஜுனர் கூறும் தீவிரமான கருத்து முதல்வாதத்தில் தர்க்க ரீதிக்குச் சிறிதுகூட இடமில்லை. இவை பற்றி பின்னால் காண்போம்.

இந்த இருவருக்கும் பிறகு, சிறிது காலத்திற்குப் பின் மற்றொரு தென்னிந்தியத் தத்துவவாதியான சந்திரகீர்த்தி (கி. மு. 6-7நூ) என்பவர் வருகிறார். அவர் பவ்யர் கூறிய விளக்கத்தை அறவே வாயடைக்கச் செய்துவிட்டதாகக் கூறி, புத்தபாலிதர் கூறியதைப் பின்பற்றிச்

சூன்யவாதத்தை நிலைநாட்டினார். இந்த வகையில் சந்திரகீர்த்தி தர்க்கத்திற்கு அத்தகைய ஆற்றலும் பயனும் இல்லை; அது செல்லுபடியாகாத வாதம் என்று அதை எதிர்த்துப் பெரிய காரசாரமான விவாதங்களாக நிறைய எழுதினார். பிற்காலத்துப் பௌத்தர்களில் ஒரு பிரிவினர் ஆக்கி, வளர்த்த புதிய தர்க்கங்களையும் சேர்த்து மறுத்தார். அவை பற்றியும் விவாதிக்க வாய்ப்புண்டு. சூன்யவாதத்தை ஆதரிக்கும் வகையில் அவர் விக்ஞான வாதத்தையும் மறுப்பதில் நாட்டம் கொண்டு வாதிக்கும்போது, அவை இரண்டுக்கும் ஏதோ அடிப்படையில் வேற்றுமை இருப்பது போலவும் காட்ட முயல்கிறார்.

அடுத்து, கி.பி. ஏழாம் நூற்றாண்டில் சாந்திதேவர் என்பவர் சந்திரகீர்த்தியின் சிந்தனை முறையை ஏற்றுப் பரப்ப முன்வருகிறார்; அவர் ஸௌராஷ்டிரத்தை ஆண்ட அரச வம்சத்தைச் சேர்ந்தவர். சாந்திதேவர், சூன்யவாதத்தைக் கலப்பின்றி எடுத்துரைத்த கடைசிப் பேரறிஞர் என மகாயானிகள் கருதுகின்றனர். சாந்தி தேவருக்கு இருந்ததாகக் கூறப்படும் வியக்கத்தக்க அதிமானுடச் சக்திகள் பற்றி மகாயானர்கள் கூறிய பொய்யான செய்திகளுக்கு எல்லையே இல்லை; அவரிடம் அரிய கவித்வச் சிறப்பு இருந்தது என்பதில் ஐயமே இல்லை; அவர் உள்ளத்தைக் கவரும் கவிதைகளால், இந்த உலகம் அறவே வெறும் சூன்யம் என்பதை எடுத்துரைக்கிறார். அறிவியல் நோக்கில் பார்த்தால் அவர் உரைக்கும் கருத்துக்கள் எவ்வளவு அபத்தமானது அசிங்கமானது என்பதை உணரலாம். ஆனால் அவற்றை மறைத்து விடும் அளவுக்கு அவருடைய கவிதை அழகுடன் மிளிர்கிறது.

விக்ஞான வாதத்தின் கட்சியில் வசுபந்துவை அடுத்து, அவருடைய சிறந்த சீடர்கள் தொடர்கிறார்கள். அவர்களுள், ஸ்திரமதியும் திங்நாகரும் முன்னணியில் இருப்போர் ஆவர் (திக்நாகர்-திங்நாகர். இது வடமொழிப் புணர்ச்சி-ஆகவே, இனி இவர் பெயரை 'திங்நாகர்' என்று குறிப்பிடலாம்). அவர்களில் ஸ்திரமதி மூத்தவர். அவருடைய செயல்களும் வாழ்க்கையும், வலபி என்னும் சூரத் பகுதியிலும், நாலாந்தாவிலும் நிகழ்ந்தன. அவருக்கும் பண்டை இயற்கை சாத்திரத்தில் தான் ஆர்வம் அதிகம். அவர் விக்ஞான வாதம் பற்றிய சாத்திர நூல்களுக்கு எழுதிய உரைகள் மிகவும் தனிச் சிறப்புடையவை. திங்நாகர் தென்னிந்தியாவில் ஒரு பிராம்மணக் குடும்பத்தில் பிறந்தவர். ஆனால் அவர் தன் எழுத்துக்கும் வாழ்க்கைக்கும் ஒரிசாவை ஏன் தேர்ந்தெடுத்தார் என்பது தெரியவில்லை. அவர் பண்டை இயற்கைச் சாத்திரங்களின்படி விக்ஞான வாதத்தை நிலைநாட்டிக் காப்பதில் மிக்க ஆர்வம் கொண்டிருந்தார்; என்றாலும், அறிவுத் தோற்றவியலிலும் (Epistemology) தர்க்கத்திலும் பேரார்வம் கொண்டவராக இருந்தார்.

அவர் கருத்துக்களுக்கும் எண்ணங்களுக்கும் நேர்த்தொடர்புடைய உலகத்துப் பொருள்களைப் பற்றிய விமர்சனமும் பரிஷையும் என்று பொருள்படும், 'ஆலம்பன பரிஷை' என்ற புகழ்பெற்ற நூலை எழுதுகிறார். இந்த நூலில் உலகத்துப் பொருள்கள் உண்டு எனக் கொள்வது, தத்துவரீதியில் இருக்க முடியாது: நிலைநாட்டவும் முடியாது என்று நிரூபிக்க முயல்கிறார். இந்த நூலின் முக்கியமான விஷயம் அணுக்கொள்கையை மறுப்பதுதான், இதுபற்றி அவருடைய குருவான வசுபந்துவும் ஏற்கனவே எழுதியுள்ளார். அணுக்கொள்கை இயற்கையும் பௌதீகப் பொருளும் பற்றிய மிகவும் உயர்ந்த ஆணித்தரமான கொள்கை என்பதால், அதை மறுப்பதே இவரது நூலின் நோக்கமாகும். இதை மறுப்பது, பௌதீக உலகமும்; இயற்கையும் உண்டு என்ற கருதுகோளையே மறுதலிப்பது ஆகும். இவ்வாறாக அதை அறவே மறுதலித்துவிட்டால், கருத்துக்கள் மட்டுமே நிஜம் என்ற தன் கொள்கைக்குள்ள தமது பிடிப்பையும் ஆதாரத்தையும் பாதுகாத்துக்கொள்ள முடியும் என்று வசுபந்துவைப் போலவே திங்நாகரும் கருதினார். முக்கியமாக அவர் இந்த முறையைக் கையாண்டு எண்ணங்களுக்கும் புறத்தே எத்தகைய பிடிப்பும் தொடர்புமுடைய பொருள்கள் ஏதும் இல்லாமலேயே தனக்குத்தானே அமைதல் என்ற கருத்துமுதல்வாதத்தைக் காத்து நிறுவுகிறார். இக்காலத்து அறிஞர்கள், 'பௌத்த தர்க்கம்' என்று குறிப்பிடும் முறையின் அடிப்படையை திங்நாகரே உருவாக்கினார். அதனாலேயே இந்தியத் தத்துவத்தின் வரலாற்றில் மிகவும் புகழ் பெற்றவராகிறார். ஆனால், சீர்திருத்தம் பெற்றுத் திகழ்ந்த அவருடைய தர்க்கத்தை இவ்வாறு புத்தமதத்துடன் தொடர்புபடுத்திக் கூறுவது கேள்விக்குரியதேயாகும். ஏனெனில், அவர் ஒரு பௌத்தர் என்ற ஒரேயொரு அம்சத்தைத் தவிர, அவருடைய தர்க்கத்தில் விசேஷமாகப் பௌத்தம் என்று கூறத் தகுந்தது எதுவுமே இல்லை; கோதமரும், வாத்ஸ்யாயனரும் ஏற்படுத்திய மிகப் பழைய இந்தியத் தர்க்க வாதத்தைச் சீர்திருத்தி வடிவம் தரும் தர்க்கத்தை உருவாக்கினார் என்பதே இதன் பொருளாகும்.

திங்நாகருடைய தர்க்கம், அவருக்கு உரையெழுதிய தர்மகீர்த்தியால் நல்ல விளக்கம் பெறுகிறது. அவரும் தென்னிந்தியாவைச் சேர்ந்தவர்தான். அவர் திங்நாகருடைய சீடருக்கு நேர் சீடர். பண்டை இயற்கைச் சாத்திர முடிவுகளில் தர்மகீர்த்தியும் விக்ஞான வாதத்தைப் பின்பற்றுகிறவர்தான். தனக்கு முன்னிருந்த வசுபந்துவையும் திங்நாகரையும் போலவே இவரும் அணுக்கொள்கையை மறுக்கிறார். இவரும் இதைச் செய்வதால் இயற்கை உலகு உண்டு என்பதை மறுத்துவிடலாம் எனக் கருதுகிறார். ஆனால், அவர் இந்தியக் கருத்து

இந்தியத் தத்துவ இயலில் நிலைத்திருப்பனவும் அழிந்தனவும் 57

முதல்வாதத்துக்குச் செய்த பங்களிப்பு இது அல்ல. அவர்தான் முதன் முதலில் 'பெர்க்லியின் முக்கியமான' வாதத்துடன் ஒத்த 'ஸஹோபாலம்ப நியாயம்' என்ற கருத்தைப் புகுத்தியவர். இது கருத்துமுதல்வாதத்தை உறுதிப்படுத்துவதற்கு உதவி புரிந்தது.

இதெல்லாவற்றையும்விட அவர் இந்தியத் தர்க்கவியலுக்கு அளித்த பங்களிப்பின் மூலம் இன்றும் முக்கியமானவராகக் கருதப்படுகிறார். மேலும் இதனாலேயே இவரை இக்காலத்து அறிஞர் சிலர், நம் நாட்டின் மிகச் சிறந்த தத்துவவாதி என்றும் கொள்கின்றனர். இவரைத் தொடர்ந்த இவருடைய நூல்களுக்கு உரைக்கு மேல் உரையாக விரித்துக் கூறும் புகழ் படைத்த பல தர்க்கர்களின் பெயர்கள் மிக அதிகமாகவே உண்டு. இவர்கள் தர்க்கம் முதலியவற்றில், சாதாரணமான விஷயங்களில் வேறுபட்டாலும் விக்ஞான வாதத்தின் பண்டை இயற்கைச் சாத்திரங்களில் தமக்குள்ள அடிப்படையான ஒற்றுமையைக் காத்துக்கொள்கின்றனர். ஆகவே, இந்தியத் தர்க்க முறைக்கு அவர்கள் அளித்த முக்கியமான பங்கைக் குறைத்து விடாமலேயே மற்றொன்றையும் பார்க்க வேண்டும்; இவர்கள் எல்லாருமே, தமது கருத்துமுதல்வாதத்தில் கொண்ட ஆழ்ந்த பற்றுக்கும் தர்க்கத்தில் காட்டிய உண்மையான ஆர்வத்திற்குமிடையே உள்ள ஆழமான முரண்பாட்டை நீக்கிச் சரிசெய்யும் வகையில் வெற்றி பெற்றனரா என்பதுதான் அது. நாகார் ஜுனர், புத்தபாலிதர், சந்திரகீர்த்தி ஆகிய மூவருமே அந்த முரண்பாட்டை வலியுறுத்திக் காட்டியுள்ளனர்.

சூன்யவாதிகளும் விக்ஞானவாதிகளும் தங்களுக்குள் இருக்கும் பரஸ்பர வேறுபாடுகளைப் பெரிதுபடுத்திக் காட்டுவதற்கு முற்படு கிறார்கள் என்றாலும் தத்துவரீதியில் அவை அப்படியொன்றும் அடிப்படையில் வேறுபடுபவை அல்ல. இந்த இருசாராருக்குமே பொதுவான நோக்கம், பௌதீக உலகத்தின் நிஜத்தன்மையை, நாமே உண்டாக்கிக்கொள்ளும் நம்முடைய அக்ஞானக் குற்றத்தால் தோன்றும் மாயையே அது என்று விளக்கமளிப்பதாகும். யாவற்றுக்கும் அப்பாற்பட்ட ஆன்மாவே நிஜமானது; அதை இரகசியமான உணர்வால் பெறுவதே வீடுபேறு - நிர்வாணம் என்பதை இந்த இரு சாராரின் பொதுவான முடிவாகக் கூறிவிடலாம்.

மேலும் இவர்கள் இருசாராருமே, உண்மை குறித்துப் பேசும்போது, அதற்கு இரு தனி நிலை உண்டு என்பதை ஒப்புக்கொள்கின்றனர். இந்த இரு நிலைகளின் ஆதாரத்தில்தான் கருத்துமுதல்வாதம் தப்பிப் பிழைத்து வெற்றி பெற விழைகிறது. அந்த இரண்டு நிலைகள் பின் வருமாறு: (1) நம்முடைய அநுபவபூர்வமான நடைமுறையில் உண்மை என்று கொள்ளப்படுவது. (2) மிக உயர்ந்த தத்துவஞான முறையில்

இறுதி முடிவான உண்மை என்பது. இப்படி அறிவை இரு வேறுபட்ட கூறாகப் பிரித்துக்கொண்டதால் அவர் கூறும் மிகப் பிரசித்தமான இரண்டு அறிவுகள் உண்டென்ற கொள்கை பிரபலமாயிற்று. முன்னதை "ஸ்வ்ருதி ஸத்யம்" என்றும் பின்னதைப் 'பரமார்த்த ஸத்யம்' என்றும் குறிப்பிட்டனர். முன்னது சாதாரணமான வெறும் அநுபவத்தில் அறியும் உண்மையென்றும், பின்னது பண்டை இயற்கைச் சாத்திரம் கூறும் அறிவு என்றும் பொருள்படும். அவர்கள் முன்னதை இல்லை என்று கூறும் கவலையும் அக்கறையும் தமக்குக் கிடையாதென்றும், தத்துவவாதிகள் என்ற முறையில், அன்றாட வாழ்க்கை அநுபவத்தில், அளவிற்கு உட்பட்ட நிலையில் நாம் உண்மை என்று நினைக்கும் எதுவும் இறுதி முடிவான தத்துவப் பரிசோதனையின்போது உறுதியாக நிற்க முடியாது என்பதைச் சுட்டிக் காட்ட வேண்டிய பொறுப்பும் கடமையும் தமக்கு உண்டு என்றும் வாதிடுகின்றனர்; ஆகவே, ஸம்விருதிஸத்யத்தை தத்துவ ரீதியான ஸத்தியத்துடன் சேர்த்துக் குழம்பிவிடக் கூடாது என்றும் கூறுகின்றனர்.

இப்படி அவ்விரு பிரிவினருக்குமே அடிப்படையில் ஒற்றுமை இருப்பதால் - இருவரும் கருத்துமுதல்வாதிகளே என்பதால், இவர்களுக்கு இடையே நடக்கும் சர்ச்சைகள் யாவும் வேடிக்கையான போலிச் சண்டை போடுவது போலவே ஆகிவிடுகிறது. இந்த இரு பிரிவையும் சேர்ந்த பயில்வான்கள் போன்ற அறிஞர்கள் இப்படித் தம் ஆற்றலை வீண் செலவு செய்து ஓய்ந்துபோன பிறகு, இருவருக்கும் உள்ள ஒற்றுமையைக் கண்ணியத்துடன் ஒப்புக்கொண்டு, வேறு பாடுகளைப் பின்னே தள்ளிவிட வேண்டிய நிலை ஏற்படுகிறது. கி.பி. எட்டாம் நூற்றாண்டில் இருந்த சாந்தரக்ஷிதர் என்பவராலும் அவருடைய நூல்களுக்கு உரை எழுதிய சீடருமான கமலசிவா என்பவராலும் இது நிறைவேற்றப்படுகிறது. அவர்கள் இருவரும், 'மாத்யமிகா' 'யோகசாரர்' என்ற பிரிவினரின் இரு கொள்கையின் கூட்டுத் தொகுப்பான தத்துவத்தை ஏற்படுத்தினர். இந்த கூட்டுத் தத்துவத்தை அடைந்த பிறகு மகாயானிகள் உபநிடதத்தைப் பின்பற்றுபவர்களுடன் சண்டை போட எதுவுமே இல்லை என்ற நிலைக்கு சாந்தரக்ஷிதரும் வந்துவிடுகிறார். ஏனெனில், அவர்களும் ஆன்மா, பிரக்ஞை எனும் உண்மையைத் தவிர நிஜமானது எதுவும் தனியே இல்லை என்று கூறுபவர்களே ஆகும். அவர்கள் கூறுவதில் உள்ள ஒரே குற்றம் யாதெனில், இந்தப் பிரக்ஞை. சாசுவதமானது அழியாதது என்று கூறுவதுதான். ஆனால் இது மிகவும் சாதாரண விஷயம் ஆகும். அவர்களைப் பற்றிக் குறிப்பிடும்போதும் சாந்தரக்ஷிதர் கூறுவது: "மண்ணும், தீயும், நீரும் போன்றவை சாசுவதமான பிரக்ஞையால் தன்மாயை கொண்டு தோற்றுவிக்கப்பட்டவை; இதுதான் அந்தராத்மாவாகச் சமைகிறது என்று சாதிக்கிறார்கள், பிரக்ஞை

என்பது ஒன்றே, அது சாசுவதமானது என்று கூறுவதும் அவர்களின் குற்றம் ஆகும். "தேஷாம் அல்ப அபராத"[7] என்ற குற்றத்தை கமல சிவா விளக்கிக் கூறுகிறார்; ஏனென்றால் இந்த உண்மை அவர்களுடைய நோக்கில் மிகவும் தனிச்சிறப்புடையது ஆகும். அதாவது, தான் மட்டுமே நிஜமாய் இருப்பது இந்தப் பிரக்ஞைதான் என்று அவர்கள் தொடர்ந்து வலியுறுத்துவது ஆகும்.

சாந்தரக்ஷிதர் என்பவர் வங்காளத்தைச் சேர்ந்தவர் எனக் கருதப்படுகிறார். இப்படியொரு ஒப்புமையான கருத்தோட்டத்தை ஏற்படுத்திய பிறகு அவர் திபெத்துக்குச் செல்கிறார். இவருக்குமுன் கமல சிவாவும் அங்கு சென்றார். இவ்விருவரும் வழிகாட்டிகளாகச் செயற்பட்டனர். அதன் விளைவாக அங்கே அது அரசாங்கத்தின் மதமாகவும் குறிக்கோளாகவும் உருப்பெற்றது. இன்றும்கூட அது அப்படியே தொடர்கிறது. அது குறித்து இங்கு விவாதிக்க அவசியம் இல்லை.

7. அத்வைத வேதாந்தம்

சூன்ய வாதத்திற்கும், விக்ஞான வாதத்திற்கும் அடிப்படையில் வேறுபாடற்ற ஒற்றுமை உண்டு என்றும், அதன் விளைவாக உப நிஷத்துக்களில் உள்ள கருத்துமுதல்வாதத்திற்கும், இந்த இணைப்பின் சாரமான முடிவுக்கும் உள்ள வேறுபாடு மிகவும் சிறியது - சிறப் பொன்றும் இல்லாதது என்றும் உறுதியாகச் சொன்னதுடன், மகா யானிகளுக்கிடையிலும் கருத்துமுதல்வாதம் தன் கடைசி கட்டத்திற்கு வந்துவிடுகிறது. இதற்குப் பிறகு அவர்களுடைய தத்துவத் தேடலில் இருந்த ஆர்வம் கண்கூடாகவே குறைந்துவிடுகிறது; படிப்படியாக அவர்கள் அற்புத சக்திகளையும், வீடுபேற்றையும் அடையச் சுலபமான குறுக்கு வழிகளைத் தேடித் திரியத் தொடங்கினர். சில மிகப் பழைய மந்திர ஜபங்களாலும், சடங்குகளாலும் அவற்றைப் பெற்றுவிட முடியும் என்று நினைத்தனர். இந்த முறைகளைத் தாந்திரிகம் (தந்திரத் தொடர்புடையது) என்று அழைக்கலாம். மேலும் அவர்கள் எல்லாவிதமான தெய்வங்களையும், பேய் பிசாசுகளையும், துஷ்ட தேவதைகளையும் வழிபடும் வகையில் பல்வேறு சடங்கு முறைகளிலும் ஈடுபடலாயினர்: மாயாஜால முறையில் அவற்றை தம் விருப்பத்திற்கு ஏற்ப ஆட்டிப்படைக்க பூஜைகள் பயன்படும் என்றும் கூறினர். தம்மை ஆதரிப்போர்க்கு எல்லா நலன்களையும் தருவதன் பொருட்டு தமது புத்த மதக் கோட்பாட்டுக்குப் புறம்பான, நாட்டில் பரவியிருந்த தெய்வம் போன்ற நம்பிக்கைகளைக் கண்டபடி ஏற்றுக் கொண்டனர்.

இந்தப் போக்கு சில நூற்றாண்டுகளுக்குத் தொடர்ந்ததன், விளை வால் பௌத்த தத்துவம் மற்றும் அதன் குறிக்கோள் குறித்த மதிப்பு

இழந்து, அது தனித்திருக்க வேண்டிய அவசியமும் இல்லாமற் போய்விட்டது. கி. பி. பதினொன்று, பன்னிரண்டு நூற்றாண்டுகளில் பௌத்தர்களுக்கு நேர்ந்த உள்ளார்ந்த சீர்கேடும் அழிவும் மிகவும் அதிகமாகும். பௌத்த மதத்தின் முக்கியக் கோட்பாடுகள் மறைந்து அதற்குப் புறம்பான பல சில்லரை விஷயங்கள் முக்கியமாயின; இந்திய மண்ணில் பௌத்த மதம் அறவே இல்லாமற் போவதற்கு இது வழிகண்டது.

இந்தியக் கருத்துமுதல்வாதம் இத்துடன் முற்றுப்பெற்றது என்று இதனால் கொள்ள முடியவில்லை. சூன்யவாதமும் விக்ஞான வாதமும், தத்துவரீதியாக இணைந்த பிறகு, ஆதிமூலமான உப நிஷத்துக் கருத்துமுதல்வாதம் மீண்டும் தலையெடுக்கும் நிலை வந்தது. அதற்கு மஹாயானிகள் உருவாக்கியிருந்த தத்துவங்கள் பெரிதும் உதவின. கி. பி. எட்டாம் நூற்றாண்டில் வடிவம் பெறத் தொடங்கிய இது, 'அத்வைத வேதாந்தம்' என்ற முழு வடிவத்தைப் பெற்றது. அதுதான் உபநிஷத்துக்களின் தத்துவமாகும் (வேத-அந்தம் என்பதன் பொருள் வேதங்களின் முடிவு என்பதாகும். அதுதான் உபநிஷத்). பிரிவு பற்றிய மேற்கூறிய ஏற்றத்தாழ்வுகளும் மாறுதல்களும் ஒரு புறம் இருக்க, அத்வைத வரலாற்றின் அடுத்த கட்டம், மகாயானிகளின் கருத்துக்கள் சேர்ந்ததால் வளம் பெற்று, மேலும் மேலும் உபநிஷத்துக் களின் கொள்கைகளை முன்னேற்றுவதாகவே அமைந்தது.

அத்வைதம் என்றால், இரண்டான தன்மை இல்லாதது-இரண்டா வதாக பிரம்மத்தைவிட வேறு எதுவும் இல்லை என்பது பொருள், இதை 'ஸ்டெர்பாட்ஸ்கி' மிகவும் பொருத்தமாக இப்படிக் கூறுகிறார்.[8] "அடுத்து வந்த காலத்தில் பௌத்த சிந்தனைகளான விக்ஞான வாதமும் சூன்யவாதமும் விரிவாகக் கையாண்ட வழியில் புதிய பல விவாதங்களால் புதிய முறையில் சேர்ந்த கருத்துக்களை எடுத்துக் கொண்டு தன்னை வளப்படுத்திக்கொண்டு பழைய வேதாந்தம் பேசப்படுவதைக் காண்கிறோம்."

அத்வைத வேதாந்தத்தைச் சரியாகப் புரிந்துகொள்வதற்கு, முதலில் அதன் இரட்டைத் தொடர்பை, (மகாயானத்திலும் ஒட்டிக் கொண்டு நிற்கும் அதன் இரண்டுபட்ட தன்மையை) அறிந்துகொள்வது அவசியமாகிறது.

உபநிஷத்தைப் பழைய முறையில் திரிக்காமல் பின்பற்றும் ஒரு பிரிவினரால் தனிச் சிறப்புடன் சுட்டிக் காட்டப்படும் ஒரு போக்கு ஏற்கனவே உண்டு. அத்வைத வேதாந்தம் மாறு வேடம் பூண்ட, பௌத்தமே என்பதுதான் அது. - இப்படிச் சொல்வதன் முக்கியமான நோக்கம், அதற்கெதிரான பல தனித்தனிக் கொள்கையுடைய சிறு

பிரிவினர்களுடைய உள்ளுணர்வுகளை எடுத்துக் கூறி, அதற்கு எதிராக' இயங்கவைத்து, அத்வைத வேதாந்தத்தை வெல்வதுதான். உண்மையில், உபநிஷத்தைப் பின்பற்றும் வேதாந்தி மறைமுகமான பௌத்தனாயிருந்தால், உபநிஷத்தில் தனக்குள்ள நம்பிக்கையெனும் வேடம் பூண்ட அந்நிய மதத்தினனே அவன் என்று ஆகும். அது நிச்சயமாகத் தவறான விமர்சனமாகும். அவன் மகாயான பௌத்தத்திலிருந்து சில கருத்துக்களைக் கடன் வாங்குகிறான் என்றாலும், அத்வைத வேதாந்தம் உபநிஷத்துக்களில் ஆழமாகப் பதிந்திருப்பதும் உண்மையே; அத்வைதத்தை நிறுவியவர்களுள் மிகப் பெரிய ஆசார்யரான சங்கரர், உபநிஷத்துக்களில் இருந்தே தன் முடிவை உறுதிப்படுத்த ஏராளமாய் மேற்கோள்களை எடுத்தாளுகிறார். அது மட்டுமின்றி, முக்கியமான உபநிஷத்துக்கள் பலவற்றுக்கும் விரிவுரை எழுதுகிறார். அவற்றில் இருக்கும் மூலமான பல பகுதிகளை, அத்வைதத்திற்கே ஆதாரமாகவும் காட்டுகிறார். ஆனால், அத்வைதம் மட்டுமே உபநிஷத்துக்களில் இருப்பதாகக் கூறுவது சற்றே மிகையானதுதான். அதற்காக அவர் மறைமுகமாக பௌத்தரர்களுக்கும் உபநிஷத்துக்களுக்கும் சம்பந்தமில்லை; அதனை அவர்கள் கையாண்டதும் தவறே என்று கூறுவதும் மிகையான ஒன்றுதான்.

ஆயினும் அத்வைதம் மாறுவேடம் கொண்ட பௌத்தமே என்று கூறுவதிலும் உண்மையான அர்த்தம் உண்டு. அத்வைதத்தை உறுதியாகப் பாதுகாக்க உதவும் சாதனங்கள் யாவும் உபநிஷத்தில்தான் உள்ளன; ஆயினும், அது உபநிஷத்துக்கள் கூறும் கருத்துமுதல் வாதத்தை மட்டுமே கொண்டவை இல்லை; இந்தியக் கருத்து முதல்வாதம் அவற்றுள் ஆரம்ப நிலையிலும் மிகச் சிறிய இளம் பருவத்திலும்தான் இருக்கிறது; வரலாற்று ரீதியில் அதற்குப் பல வகைத் தத்துவக் கருத்துக்களையும் சேர்த்து, அதை ஒரு சக்தி வாய்ந்த தத்துவமாகக் கட்டி எழுப்பியவர்கள் மகாயான பௌத்தர்களே. அவர்களிடமிருந்து அத்வைத வேதாத்திகள் இவற்றையெல்லாம் ஏற்றுக்கொண்டு இந்தியக் கருத்துமுதல்வாதத்தை மேலும் வளர்த்தனர். அப்படிச் செய்யும்போது அவர்கள் குறியீட்டுச் சொற்கள் மாற்றிப் போட்டுக்கொண்டனர். வற்புறுத்திக் கூறும் பொருள்களிலும் மாற்றம் செய்துகொண்டனர். இப்படிப் பார்க்கும்போது, மகாயானிகளின் தத்துவமே புதிய வடிவத்தில் அத்வைதமாக வந்தது என்று கூறுவதில் நிறையவே பொருள் உண்டு.

இவ்வாறு அத்வைத வேதாந்திகளுக்கு இரட்டைச் சார்பு எற்படுகிறது; அவர்கள் மகாயான பௌத்தத்திலும் ஒட்டிக்கொண்டு உபநிஷத்தின் தத்துவத்திலும், ஒட்டிக்கொண்டு நிற்கிறார்கள். இது எப்படிச் சாத்தியமாகும் எனில், கருத்துமுதல்வாதம் என்ற அடிப்படையில்

இரண்டுமே ஒப்புடையதாகவே இருந்தது. மகாயானி பௌத்தர்களுடைய கருத்துகளுக்கு, உபநிஷத்துக்களின் அடிப்படையான கருத்துமுதல்வாதமும் ஏற்புடையதாகவே இருக்கிறது. ஆகவே, இந்த இரட்டைச் சார்பு சாத்தியமானதே. சூன்யவாதமும், விக்ஞானவாதமும், உபநிஷத்துக்களில் ஏற்கனவே சூசகமாகப் புலப்பட்ட கருத்துமுதல்வாத அடிப்படைகளைத்தான் விரிவுப்படுத்திக் கூறுகின்றது. இப்பிரிவுகளைச் சேர்ந்தவர்கள் ஒரு தனிப் பிரிவினரானமையால் மேற்கூறிய தன்மையை அவர்கள் வெளிப்படையாக ஒப்புக்கொள்ள இயலா நிலை ஏற்பட்டது. இதே போலத்தான் சங்கரரும் அவரைப் பின்பற்றுவோரும் தாங்கள் சேர்ந்துள்ள பிரிவின் நிர்பந்தம் காரணமாக மகாயானிகளுக்கு அவர்கள் கடன்பட்டிருப்பதை வெளியே காட்ட முடியவில்லை.

இவ்வகையான பிரிவுகள் எப்போதுமே இதுபோல் கடுமையாக இருந்ததில்லை என்பது ஒரு சுவையான செய்தியாகும். சாந்தாக்ஷிதர் தொடர்பாக முன்னால் இதைக் கண்டோம். அவர் மகாயான பௌத்தத்திற்கும், உபநிஷத்து தத்துவத்திற்கும் இருக்கும் வேறுபாடு அப்படியொன்றும் பெரிதன்று என்றும், உண்மையில் அவ்விரண்டையும் இணைத்து ஒன்றாக்கும் விஷயங்களே முக்கியமானவை என்றும் விளக்கிக் காட்டியுள்ளார். இதே போலத்தான் கௌடபாதரும் கூறியதாக அறிகிறோம். அவர்தான் உண்மையில் முதல் முதலாக அத்வைத வேதாந்தத்தை எடுத்துக் கூறியவர். அவரும் கி.பி. எட்டாம் நூற்றாண்டில் வாழ்ந்தவரேயாதலால் சாந்தாக்ஷிதருக்குச் சமகாலத்தவர். மகாயான தத்துவத்தில் கடைசிப் பிரதிநிதியான மிக்க பெருமையுடைய சாந்தாக்ஷிதர் உபநிஷத்துக் கருத்துமுதல்வாதத்திற்குத் தம் தத்துவம் மிக நெருங்கியது என்று நினைக்கிறார்; அதேபோல், அத்வைதத்தை முதலில் எடுத்துக்காட்டிய பெருமைமிக்க பிரதிநிதியான கௌடபாதரும் தமது தத்துவத்திற்கும், மகாயான பௌத்தத்திற்கும் உள்ள பிணைப்பை உணர்கிறார் என்று எஸ்.என்.தாஸ்குப்தா கௌடபாதரைப் பற்றிய தமது ஆய்வில் கூறுகிறார்.[9]

இப்படிக் கடன் வாங்கப்பட்ட கருத்துக்கள், நாகார்ஜுனருடைய 'காரிகை' நூலில் காணும் 'மாத்யமிகத்தையும்' 'லங்காவதாரா' என்ற நூலில் சேர்ந்த விக்ஞானவாதத்தையும் ஒத்து இருப்பதைக் - காணலாம்; இதை நிரூபிப்பது அவசியமில்லை . கௌடபாதர் சூன்யவாதத்தையும் விக்ஞான வாதத்தையும் அடிப்படையாகக் கொண்டு, அவை உபநிஷத் கூறும் பரமஸத்தியத்தை நன்கு பொருத்தமாய் விளக்குவதாகவே காட்டியுள்ளார். அவர் ஒரு இந்துவா அல்லது பௌத்தரா என்பது முக்கியமில்லை. மாறாக அவர் புத்தருடைய உபதேசங்களையும், புத்தரையும் நன்கு மதித்து மரியாதை காட்டினார் என்பது தெரிகிறது. கௌடபாதர் அளவில் சிறிய உபநிஷத்து ஒன்றுக்கு மட்டுமே உரை கண்டார்.

இந்தியத் தத்துவ இயலில் நிலைத்திருப்பனவும் அழிந்தனவும் 63

(மாண்டுக்ய உபநிஷத்துக்கு அவர் செய்த காரிகை செய்யுள் வடிவான உரை). அதற்குக் காரணம், அளவில் பெரிய உபநிஷத்துக்களில் உள்ளவற்றில் இது பற்றிய பகுதிகள் ஆங்காங்கு குறைவாகவே இருப்பதால், தன் கருத்தைக் குறுக்கியும். எல்லைக்குட்பட்டும் கூறாது, விரிவாய்க் கூறுவதற்கு, அளவில் சிறிய ஒரே உபநிஷத்து பயன்படும் என்று கருதியதுதான். மிகச் சரியானவை என்று கருதிய உண்மையை ஆழமாக வற்புறுத்தவே அவர் விரும்பினார். இன்னது இத்தகையது என்று இலக்கணம் கூற இயலாததும் விரிவாகக் கூற இயலாததுமான விக்ஞானம் என்றும் சூன்யத்தன்மை என்றும் பௌத்தர்கள் ஆய்ந்துரைத்த பௌத்தர்களின் அந்த மகத்தான சத்தியம், உபநிஷத்து கூறும் யாவற்றிலும் மேலான ஆத்மா என்பதும் ஒத்து இருப்பதைக் கௌடபாதர் மிகவும் தற்செயலாக போகிற போக்கில்தான் குறிப்பிட்டார். அந்த வகையில், பௌத்தர்களின் வழியில் உபநிஷத்துக்களை ஆராய அடிப்படையை அமைத்தார். கௌடபாதர் உரைத்த உண்மையை உபநிஷத்துக்கள் எவ்வளவு தூரத்திற்கு விரிவாக உறுதிப்படுத்துகின்றன என்பதை நிரூபிக்க வேண்டிய பொறுப்பு அவருடைய சீடரான பெருமை வாய்ந்த சங்கரருடையதாக ஆகிறது.

இதற்கு அடுத்த கட்டமாக, இந்தியக் கருத்துமுதல்வாதத்தின் வரலாற்றில், அத்வைதமே மிகப் பிரதானமான தத்துவமாகிறது. இதற்கு மிக முக்கியமான காரணம், சாந்தாக்ஷிதருக்குப் பிறகு மகாயான பௌத்தர்களிடம் தத்துவ விசாரத்தில் இருக்க வேண்டிய ஆர்வம் குறைந்துவிட்டதுதான். அத்வைதத்தின் பெருமை அனைத்தும் சங்கரரைச் சார்ந்து நிற்கிறது. அவர் கௌடபாதருடைய நேர் சீடரோ அல்லது சீடருக்குச் சீடரோ ஆகிறார். கேரளத்தில் ஒரு சிறிய கிராமத்தில் பிறந்த அவர், இந்தியாவில் நெடுந்தூரப் பிரயாணங்களை மேற்கொண்டு நான்கு சந்நியாசி மடங்களை ஏற்படுத்தினார். அந்த மடங்களின் தலைவர்களும் சங்கராச்சாரியர் என்ற பொதுவான பட்டத்தைப் பெறுகிறார்கள். இப்படி மடங்களை உருவாக்குவதும் புத்தரைப் பின்பற்றிய செயலாகும். புத்தர் இப்படி மடங்களை நிறுவியதின் மூலம் அவர் கொள்கைகளைப் பரப்புவதற்கு அந்த மடங்களில் தங்கிய பிட்சுக்களுக்கு பெரும் வாய்ப்பு ஏற்பட்டது. 'இத்தகைய பௌத்த மடாலயங்கள் மிக்க புகழ் வாய்ந்தவை. சங்கரர், அக்காலச் சூழலில் இப்படி மடங்களை நிறுவியது அவருடைய தனிச்சிறப்பான ஆற்றலையும் நிறுவனங்களை அமைத்து இயக்கும் திறமையையும் காட்டுகிறது; அத்துடன், அவற்றை நன்கு நடத்துவதற்கான பொருளாதார வசதிகளைத் திரட்டும் பண்பையும் இது உறுதிப்படுத்துகிறது. சங்கரர் எழுதிய நூல்களும் ஏராளமானவை. தெளிவும் ஓட்டமும் கொண்ட அவருடைய சம்ஸ்கிருத உரைநடை

மிகவும் சிறப்புமிக்கது. இத்தனைக்கும் அவர் அதிக நாள் உயிருடன் இல்லை. கி.பி. 788இல் பிறந்த சங்கரர் தனது 32வது வயதில் மறைந்தார். இந்தியாவின் பண்பாட்டு வரலாறு குறித்து அவருக்கிருந்த அபூர்வமான அரிய ஆற்றலை மட்டும் வைத்துப் பார்த்தாலும், இந்த இளம் தத்துவவாதியின் சாதனையும் ஆளுமையும், வசீகரமும் கம்பீரமும் வாய்ந்த ஒன்றே எனலாம்.

அவரைப் பற்றிப் பேசும்போது, அவருடைய நிஜமான தத்துவ ஆய்வுத் திறமை விவாதத்திற்கு உரியதாகவே ஆகிறது. உபநிடத்துக்களை அவர் மிகவும் விளக்கமான முறையில் மறுபடியும் விரித்துரைக்கிறார் என்றாலும், அதில் புதிதாக மதிக்கத்தக்க சிறப்புடைய ஏதுமே இல்லை. அப்படி அவர் புதிதாகக் கூறுவன யாவுமே மகாயானிகளிடமிருந்து இரவலாகக் கொண்டவைதான். இதை மறைக்கவே அவர் பௌத்தர்களிடம் மிகுந்த வெறுப்பைக் காட்டுகிறார். தான் மிகவும் விரும்பி மிக்க ஆர்வத்தோடு உபதேசிக்கும் கருத்துக்களையே கூறும் பௌத்தர்களை, அதே கொள்கைகளையே அவர்களும் கூறுவதாக அவர்கள் மீது பழியும் சுமத்துகிறார். அவர் பௌத்தர்களுடன் தத்துவம் பற்றி விவாதம் செய்வதில் பயன் இல்லை என்று வெறுப்புடன் கூறுகிறார். ஏனெனில் அவர்கள் சூன்யவாதிகளாம்; ஆதாரபூர்வமான அறிவுக்கு மூலமாக எதையுமே நம்புவதில்லையாம்; தர்க்கத்தையும் உரிய வகையில் மதிப்பதில்லையாம்; அப்படிப்பட்டவர்களுடன் தத்துவ விவாதம் எப்படி நடத்துவது என்று கேட்கிறார்; உண்மையில் சங்கரருடைய அடிப்படை அம்சமே அறிவு மூலங்களையும் தர்க்க யுக்திகளையும் பொதுவாக மறுப்பதுதான். சங்கரர் தமது பெருமை படைத்த மாபெரும் நூலை (பிரம்ம சூத்திர பாஷ்யம்) ஆரம்பிக்கும்போதே, "பிரமாணம் அறிவின் மூலங்களான சான்றுகள்-அளவைகள் எனப்படுபவை யாவுமே தான் கூறும் வேதாந்த தத்துவ ஞானத்தின் நோக்கில் பயனற்றவையே ஆகும்" என்ற உறுதிமொழியுடன் ஆரம்பிக்கிறார். மேலும் வெறுப்புடனும், கோபத்துடனும், விக்ஞானவாதிகள் தம்முடைய தாய்மார்களையே மலடிகள் என்று கூறி, அதை வாதத்தால் நிரூபிக்கவும் முயலுபவர்கள் வெட்கம் கெட்டவர்கள், உணவுகளைத் தின்றே உயிருடன் இருக்கும் இவர்கள், உணவு என்று ஏதுமில்லை என்று மறுப்பவர்கள் என்றெல்லாம் சாடுகிறார். ஆனால், சங்கரர் கூறும் தத்துவப்படியும் இதே முடிவுதானே ஏற்படுகிறது; அவர் கூறும் வகையில் பார்த்தாலும் தத்துவவாதிகள் உண்ணும் உணவும்-உலகத்தில் உள்ள மற்ற பொருள்களைப் போலவே, அழியும் இயல்பு கொண்ட - அழிந்தே ஆகவேண்டிய மாயை பொய்யாகக் காட்டிய தோற்றம்தானே!

விக்ஞானவாதி கூறும் நிஜத்தன்மை தவிர வேறு எதுவும் அதற்கு இல்லையே 'துர்கனேவ்' என்ற ருஷ்ய ஆசிரியரின் நாவலில் 'ஷார்லாடன்' கூறும் ஓர் அறிவுரை நினைவுக்கு வருகிறது. "உன்னிடம் உள்ள தீய குணங்களையும், செயல்களையும் வெளிப்படையாகக் கண்டனம் செய்-தூற்று" என்பதே அது. சங்கரர், தர்க்கத்தையோ அது தரும் நிஜத்தையோ, உலகப் பொருள்களையோ யதார்த்தமான அன்றாட வாழ்க்கை பற்றிய வரையறைகளையே செய்கிறார். அவர் தன்னைக் கடந்து அப்பால் - செல்லும் தத்துவ நோக்கில் அவை இல்லை என்றுதான் மறுக்கிறார் என்பது சங்கரரைப் போற்றிக் காக்கும் இக்காலத்து அறிஞர் இதற்கு வழக்கமாகக் கூறும் சமாதானம் ஆகும். ஆனால், உண்மையை இவ்வாறு தனித்தனியே பிரித்து இரண்டாகப் பிரித்துக்கொள்வது, மகாயானிகள் கண்டுபிடித்ததே. இதனைச் சங்கரர் கடனாக வாங்கி அவற்றின் பெயரை மாற்றியமைத்துக் கொண்டார்.

சங்கரருக்குச் சில நூற்றாண்டுகளுக்குப் பிறகு மகாயானிகளிடம் அத்வைதிகளுக்கிருந்த பகைமை படிப்படியாகக் குறைந்துபோய் மறைந்தும்விட்டது என்பதையும் சொல்ல வேண்டும். உதாரணமாக, கி.பி. 12ஆம் நூற்றாண்டில் வாழ்ந்த ஸ்ரீஹர்ஷர் என்பவர், அத்வைதத்தை மேலும் சிறப்பாக நிலைநாட்ட முயன்று, நாகார்ஜுனரின் எதிர் மறையான தர்க்க வாதங்களை மீண்டும் எடுத்துரைத்தும் உறுதிப் படுத்தியும் எழுதினார். அவர் தமது அத்வைதக் கருத்துக்களுக்கும் நாகார்ஜுனருடைய மாத்யமிகக் கருத்துக்களுக்கும் உள்ள வித்தியாசம் மிக மிகச் சிறியது. அவ்வளவாகப் பொருட்சிறப்புடையதுமன்று என்று ஒப்புக்கொள்கிறார்.[10]

குறிப்பாக, ஒவ்வொருவருக்கும் இயல்பாய் தமக்குள்ளேயே இருக்கும் மாயை அல்லது அவித்யை எனக் கூறப்படும் குற்றத்தின் அமைப்பும், அது செயற்படும் முறை போன்ற இயல்பை மேலும் விரிவாகக் காட்டுவதே அவரது நோக்கமாயிற்று. மாயைதான் பௌதீக உலகத்தைப் பொய்யாகக் காட்டி மக்களை ஏமாற்றுகிறது. அந்த உலகம் நடைமுறை வாழ்க்கையில் பார்க்கும் நிஜத் தன்மை உடையதே தவிர, உண்மையில் இல்லை என்பதே அது. இப்படி செய்யும்போதே அத்வைதிகளுக்குள்ளேயே சில உட்பிரிவுகளை ஏற்படுத்திக்கொண்டு விடுகின்றனர். அந்தப் பிரிவுகளைப் பற்றி அவர்களே நிறையப் பேசியுள்ளனர்.

8. தொகுப்புரை

முடிவாக, இதன் போக்கும் வளர்ச்சியும் பற்றித் தொகுத்துப் பார்க்க இயலும்; அது முதன் முதலாக உபநிஷத்துக்களில் குறிக்கப்பட்ட ஒரு

சாராரின் ஊகங்களில் சூசனையாகத் தெரிந்தது; அடுத்து அதைச் சூன்யவாதிகளும் விக்ஞான வாதிகளும் எடுத்துரைத்தனர்; அவர்கள் தங்களை மகாயான பௌத்தத்தைப் பின்பற்றுபவர்கள் எனக் கூறிக் கொண்டனர். கடைசியில் அதை அத்வைத வேதாந்திகள் அழுத்தமாகப் பேசிச் சாதித்தார்கள். அத்வைதிகளுக்கு மாயாவாதிகள் என்ற பெயரும் உண்டு. அவர்கள் உபநிஷத்தை மிகவும் உறுதியாகத் தாங்கள் பின்பற்றுவதாகக் காட்டிக்கொண்டனர். ஆனால் உண்மையில் அவர்கள், மகாயானம் கூறிய கருத்துக்கள் ஒன்றுகூட விட்டுப் போகாமல் தமது உபநிஷத்துக்களில் சேர்த்து அதை வளப்படுத்தினார்கள்.

இவர்கள் இருவருமே தமது தனிப்பிரிவைச் சார்ந்து நிற்பதால், கருத்துமுதல்வாதத்தின் போக்கும் வளர்ச்சியும் புரியாமல் குழப்பமாய் இருக்கிறது. இந்தப் போக்கு மரபான தத்துவவாதிகளிடம் இருப்பதால், இதை நாம் பிரக்ஞையுடன் விமர்சிக்கத் துணையாகப் பின்வரும் பட்டியல் உதவும்.

உபநிடத்துக்கள்

யாக்ஞவாக்கியர், ஜனக்குமாரர், பிரஜாபதி, இந்திரநாதர்

↓

மகாயானம்

↓

↓	↓
மாத்தியமகரர்	யோககாரர்
(சூன்யவாதம்)	(விக்ஞானவாதம்)
நாகார்ஜுனர்	மைத்ரேய நாதர்
ஆரியதேவர்	அஸங்கர்
புத்தபாலிதர்	வசுபந்து
சந்திரகீர்த்தி	திங்நாகர்
சாந்திதேவர்	தர்மகீர்த்தி

↓

சாந்தரக்ஷிதர்

கமலசீலர்

↓

அத்வைதம்

கௌடபாதர்

சங்கரர்

ஸ்ரீஹர்ஷர்

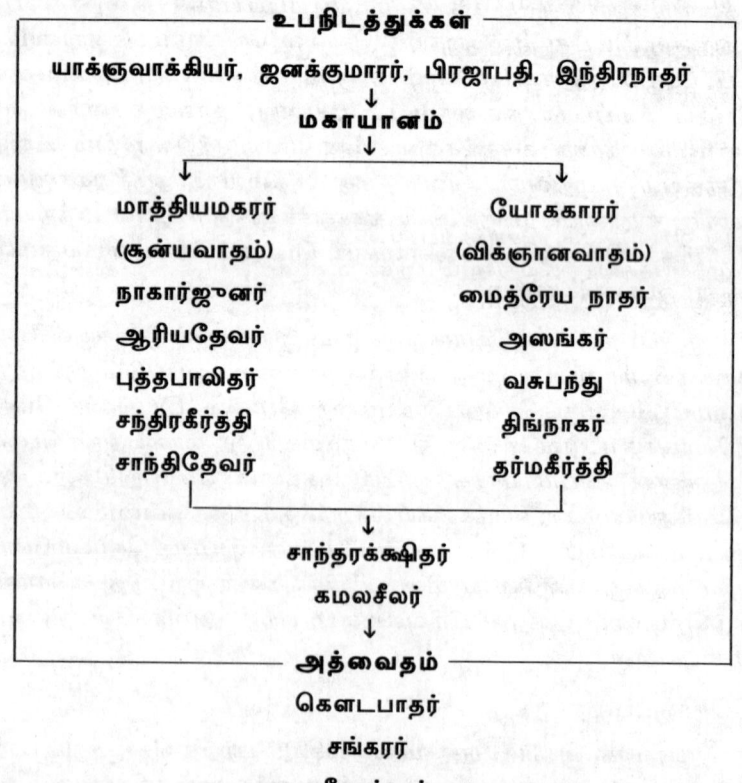

அடிக்குறிப்புகள்

1. *சட்டோபாத்யாயா* (ed) THBI *108*

2. வாலி பௌஷன் ERE viII. *330 W: மஹாவஸ்து 1-120.* தியானம் செய்வதற்கு ஈடாகக் கருதி யோகம் செய்வதையே யோகக்கார என்று விளங்கப்படுகிறது. அபிதர்மா என்பது கொடுமையைத் தியானம் செய்து வழிபடுபவரைக் குறிக்கிறது. (அசௌதபாவணா, உம்: பிணத்தின் மீது தியானம் செய்வது) ஆசங்காவின் 'யோகக்காரபூமி', யோசுக்காரவை பற்றிய விரிவான நூலாகும். யோகாவின் நிலையான தத்துவ பாதிப்புகளைப் பற்றி செர்பாட்ஸ்கி நூலைப் பார்க்க. மயித்ரேயாவின் MV *14-5* & குறிப்பு *27-8* Cf *சட்டோபாத்யாயா* (ed) THB*1 167* ff ஆசங்காவின் யோகா தியானம் பற்றிய மகாயானப் புராணக் கதைகள்.

3. செர்பாட்ஸ்கி (tr) MV 41n

4. குமரிலபட்டர் SV *நிரலம்பனவாத 14-6*

5. *சட்டோபாத்யாய* (ed) THBI *106*

6. மேற்குறிப்பிட்ட நூல், *155*

7. *சந்தரக்ஷித* T S *330-1*

8. செர்பாட்ஸ்கி CBN *102*

9. தாஸ்குப்தா i. *429*

10. ஸ்ரீ ஹர்ஷா KKK *(சௌக்காம்பா) 19* & *29* "மத்யமிகர்கள் கூறும் இதன் முக்கியத்துவத்தை யாராலும் மறுக்க முடியாது." CF செர்பட்ஸ்கி BL i.22. & *முகர்ஜி* NNMRP i69 ff.

இயல்-மூன்று

கருத்துமுதல்வாதிகளின் வாதங்கள்

1. தொடக்கநிலைக் குறிப்புகள்

இந்தியக் கருத்துமுதல்வாதத்தின் போக்கைப் பற்றிய சுருக்கமானதொரு ஆய்வுக்குப் பிறகு, அதன் பெரும்பாலான தத்துவவாதிகள் தங்கள் வாதத்தினை எவ்வகையில் நிலைநாட்ட முயல்கின்றனர் என்பதைக் காண முயல்வோம். அதற்காக அவர்கள் கூறும் விவாதங்கள் அனைத்தையுமே தொகுத்துக் கூறவேண்டிய அவசியமில்லை. ஆனால், அவர்கள் கூறும் ஒரே மாதிரியான கருத்துக்கள் குறித்த மதிப்பீட்டைத் தெரிந்துகொள்வது பொருத்தமாய் அமையும். அதாவது, குறிப்பிட்ட சில பெயர் மாறுபாட்டைத் தவிர திரும்பத் திரும்ப வலியுறுத்தும் ஒரு சில கருத்துக்கள் அடிப்படையில்தான் அவர்கள் தத்துவமே இயங்குகிறது. இதற்கு நூல்கள் மிக ஏராளமாய் உள்ளன. விவாதங்களும் ஏராளம். எனவே, இங்கு நமது நோக்கமே அவர்கள் கூறும் ஒரே மாதிரியான விவாதங்களை, அவற்றின் பொதுவானதும் நுணுக்கமானதுமான வடிவத்தில் காண்பதுதான். மற்ற விரிவான செய்திகளை ஒதுக்குவதில் தவறு இல்லை.

முதன்மையாகக் கூறவேண்டியது இதுதான்: இவை எதிர்மறையாக இருப்பனவேயன்றி, உடன்பட்டு நிறுவும் தன்மை உடையன அல்ல. இவ்விதம் இருப்பதற்கு முக்கிய காரணம், உலகம் நிஜமில்லை என்று எதிர்மறையில் சாதிப்பதே. இந்தக் கருத்தில் கருத்துமுதல்வாதிகள் அனைவரும் ஒரே மாதிரியாகவே உள்ளனர். இதை குமரிலர், "பாஹ்ய-அர்த்த-சூன்யத்வம்" என்பார். வெளியில் எப்பொருளும் இல்லை; அதாவது அறிவுக்குத் தொடர்பான இயற்கைப் பொருள் யாதுமில்லை என்பதே இதன் பொருள்.

இதுவே இந்தியக் கருத்துமுதல்வாதம் சுழல்வதற்கான அச்சு. ஆன்மா என்ற பிரக்ஞையின் திரட்சி ஒன்றுதான் சத்தியம் (நிஜமாக இருப்பது) என்று உபநிடத்துகளிலேயே சொல்லப்பட்டுவிட்டதாக ஆரம்ப காலத்து தத்துவவாதிகள் உறுதியாகச் சொன்னார்கள். இதை நிரூபிக்கும் கடமை பிற்காலத்து கருத்து முதல்வாதிகளுக்கு சுமையாகவே அமைகிறது. அவர்கள் இதை நிறைவேற்றும்போது, சில வெளிப்படையான குறியீட்டுச் சொற்களில் காணும் வித்தியாசங்கள் தவிர வேறு வித்தியாசங்கள் இல்லை; பௌதீக உலகில் உள்ள

யாவுமே சூன்யம் (பாழ் - ஒன்றுமில்லா வெறுமை) என்பதுதான் சூன்யவாதியின் கூற்று ஆகும். பொருள்கள் யாவுமே மாசற்றதும் வக்கிரமானதுமான கற்பனையால் விளைந்த தோற்றம் என்பது விக்ஞானவாதியின் கூற்று ஆகும். அந்தத் தோற்றத்திற்குக் காரணமாக அவர்கள் கூறுவது இரண்டு: ஒன்று, கல்பம் (இயல்பான எண்ணம்). மற்றொன்று, விகல்பம் (மாறுபட்ட எண்ணம்). அவித்ய மாயை என்ற நமது அக்ஞானத்தால் (அறியாமையால்) உண்டாக்கப்படுவதே உலகமும் பொருள்களும் என்று அத்வைதிகள் கூறுவர்; இவ்வாறு குறியீட்டுப் பெயரில் உள்ள வித்தியாசத்தைத் தவிர முக்கியமான அம்சத்தில் வித்தியாசமே இல்லை; இந்தப் பௌதீக உலகம் நிஜமானது. அன்று என்பதே அவர்களுடைய அடிப்படையான கொள்கையாகும்.

இதை எடுத்துக்காட்ட அவர்கள் கையாளும் முக்கியமான வழிகள் பின்வருவன:

உலகம் இல்லை என்று நிரூபிக்க குமரிலர் இரண்டு வழிகளைக் கடைப்பிடிக்கிறார்.[1] ஒன்று, அறியும் பொருள்கள்; அவற்றின் இயல்பை விமர்சனம் செய்து பரிசோதித்தல் ("பரிக்ஷணாத்"). மற்றொன்று, பொருள்களை அறிதற்கு மூலாதாரமான (புலனும் பொறியும் போன்ற) பிரமாணங்களைக் கொண்டு கூறுதல் (பிரமாணம் ஆசிரிதா). இக்காலத்தில், ஆண்டாலஜி (Ontology), எப்ஸ்டோமாலஜி (Epistomology) என ஆங்கிலத்தில் வழங்குவர்.

2. இயற்கையைத் (பௌதீக உலகை) தவிர்த்தல்

இயற்கை (பௌதீக உலகம்) என்ற கருதுகோள் நிலைநாட்ட முடியாத ஒன்று என நிரூபித்துக்காட்டவே இக்கருத்து, முதன்மையும் முக்கியத்துவமும் பெறுகிறது. இதன் நோக்கமும் பயனும் மிகவும் எளிதில் புரியும். இயற்கை என்பதே கிடையாது என்று ஆணித்தரமாக நிரூபித்துவிட்டால், பௌதீகப் பிரபஞ்சம் முழுவதையுமே உண்மை என்று கொள்ளும் தத்துவரீதியான நியாயமே இருக்காதல்லவா? பின் இதை எப்படிச் செய்கிறார்கள்? இயற்கையின் தன்மை பற்றி அவர்களுக்குத் தெரிய வந்த கொள்கைகளை எல்லாம் மறுக்கிறார்கள்; இப்படி மறுத்து ஒதுக்குவதுதான் அவர்களுக்குள்ள ஒரே வழி.

நமது தத்துவ இயலில், இயற்கையின் தன்மைபற்றி மூன்று மிக முக்கியமான கொள்கைகள் உள்ளன:

(1) பூதவாதம். அதாவது மண், நீர், தீ, காற்று என்ற நான்கு பூதங்களும் நிஜமானவை என்ற கொள்கை; இக்கொள்கையை லோகாயதவாதிகள் குறிப்பாகப் பின்பற்றுவர்.

(2) பிரதானம் அல்லது பிரகிருதி எனும் கொள்கை. பிரகிருதி (பிரதானம்) என்பதற்கு ஆதிமூலமானது இயற்கை; அதிலிருந்துதான் முழுப்பிரபஞ்சமும் - பூதங்கள் எனப்படும் மண் முதலியன உட்பட தோன்றிப் பரிணாமம் அடைகின்றன என்று பொருள். இது சாங்கிய வாதிகள் பின்பற்றும் கொள்கை.

(3) பரமாணுக்கள் (Atoms) பற்றிய கொள்கை. இந்தியத் தத்துவவாதிகளில் - பலரும் இதை ஏற்கிறார்கள். அவர்களில் மிகவும் குறிப்பிடத்தக்கவர்கள், நியாயவைசேஷிகர் ஆவர்.

இந்த மூன்று கொள்கைகளையும் கருத்துமுதல்வாதத்தின் எதிரிகள் ஏற்பர் என்பது நாம் எதிர்பார்க்கக்கூடியதே. எனவே, கருத்து முதல்வாதத்தின் எதிர்க்கோட்பாடு பற்றிய நமது விவாதத்தின்போது இது சம்பந்தமான விளக்கங்களுக்குச் செல்ல வேண்டிய அவசியம் இருக்கிறது. தற்போது, கருத்துமுதல்வாதிகளைப் பற்றிப் பார்ப்போம்.

இயற்கை (பௌதீக உலகு) பற்றிய கருதுகோளை மறுக்கும் ஆர்வத்தில், மேற்கூறிய மூன்று கொள்கைகளையும் கருத்துமுதல் வாதிகள் மறுத்து ஒதுக்க வேண்டிய தேவை ஏற்படுகிறது.

இதனால் அவர்களுடைய நூல்களில், வற்புறுத்தும் விஷயத்தில் சற்றே மாறுதல் நேர்கிறது. நான்கு பூதங்கள் என்பது இயற்கையைப் பற்றிய மிகப் பழைய தத்துவம். எனவே, இது குறிப்பாக முந்தைய கருத்துமுதல்வாதிகளால் மறுதளிக்க முயற்சிக்கப்பட்டது. ஆனால், இந்த இயற்கையைப் பற்றிய பழைய தத்துவம் ஒப்புநோக்கில் முழுமை பெறாதது; எனவே, இந்தியத் தத்துவ ஆய்வு வளர்ச்சியுற்ற காலகட்டத்தில் இதை யாரும் தூக்கிப்பிடித்து நிலைநிறுத்தியதாகத் தெரியவில்லை. இதனால், பூதங்களை மறுக்கும் வாதத்தை மறுத்தொதுக்கும் கருத்துமுதல்வாதிகளின் ஆர்வம் பின்னுக்குத் தள்ளப்பட்டது. ஆனால் பிரதானம் என்ற பிரகிருதியையும் பரமாணுக் கொள்கையையும் மறுக்கும் போக்கு குறையவே இல்லை. அதிலும் பரமாணுக் கொள்கையை மறுப்பதில் பெரிதும் அக்கறை கொண்டனர்.

இவற்றுள் பிரதானம் என்ற சாங்கியக் கொள்கைதான் சங்கரரை மிகவும் தொல்லைப்படுத்தியது. அதை மறுக்க அவர் சுற்றிவளைத்து மூக்கைத் தொட்டார்; அத்துடன் இந்தக் கொள்கைதான் தன் கருத்துக்கு மிகவும் பெரிய எதிரி என்று கருதும் அளவுக்குப் போய்விடுகிறார். இந்தியத் தத்துவவாதிகள் அனைவருமே, மக்களிடையே நன்கு அறியப்பட்ட சிலவற்றை உதாரணம் காட்டித் தங்கள் வாதத்தைத் தொடர்ந்து நடத்தும் வழக்கம் உண்டு. சங்கரரும் அதே மாதிரி ஒன்றைக்

கூறுகிறார். அது மிகவும் சிலேடை நயம் கூடிய கூற்றாகவும் அமைகிறது. மல்யுத்தப் போட்டியில் பலரை வெல்கிறான் ஒரு மல்லன். அவனை ஒருவன் தோற்கடிக்கிறான். இப்படி கடைசியில் வெற்றி பெற்றவனே சிறந்த மல்லன் எனப்படுவான். அதுபோலவே, இந்தப் பிரதான மல்லனை வென்றுவிட்டால் பிரதானம் என்னும் சாங்கியத்தை மறுத்து வெற்றி பெற்றுவிட்டால் மற்ற எதிர்க் கொள்கை களையும் வென்றதை ஒக்கும். ஆகவே, பிரதானத்தை மறுப்பதால் மற்றவற்றையும் எதிர்த்துப் புறம் கண்டுவிட்டேன் என்கிறார் சங்கரர், இதை வடமொழியில், 'பிரதான மல்ல நிபர்ஹனம்' என்று அழைப்பர் (நிபஹனம் - வென்று புறங்காணல்).

சங்கரர் இச்சாங்கியத்தை முக்கியமாக மறுத்த காரணம் பின்வரு மாறு: தன்னைப் போலவே பழமையான வைதீக மதத்தைச் சேர்ந்த கொள்கையைக் கொண்ட பலரும் இந்தப் பிரதானத்தை ஒப்புக் கொண்டது இவருக்குப் பெரும் சிக்கலாய் இருக்கிறது. ஆகவே, அவர் தன் தாக்குதலை முக்கியமாக 'பிரதான'க் கொள்கை மீது செலுத்தியது தத்துவ முறையில் நியாயந்தான் என்பது வேறு விஷயம். மகாயானி களில் முன்னணியில் இருந்தவர்கள் வேறுவிதமாக நினைத்தனர். பரமாணுக் கொள்கையே மிக வலுவுள்ள எதிரி எனக் கொண்டனர். அவர்கள் அப்படிக் கொண்டதை நியாயப்படுத்தும் காரணம் வெளிப்படையானது. இந்தியத் தத்துவங்களுக்குள் அதுதான் மிகவும் முன்னேற்றமும் வளர்ச்சியும் பெற்றிருந்த கொள்கை; அதைத்தான் மிகப் பெரிய தத்துவவாதிகள் பலர் நிலைநாட்டியும் இருந்தனர். ஆகவே; மகாயானிகள் அதை வன்மையுடன் மறுக்கத் தொடங்கினர்; மிகப் பழைய காலமான, நாகார் ஜுனர் காலத்திலிருந்தே இந்த மறுப்பு தொடர்கிறது; நாகார்ஜுனர் இந்தக் கொள்கையை மறுத்து அகற்றும் அவசியத்தை உணர்ந்திருந்தார்.[3] வலுவாக அதற்கான மறுப்பை எழுதினார். ஆனால், இது தற்செயலாகவே அந்தக் காலத்தில் நேர்ந்த ஒன்றுதான். இதற்குப் பின் சில நூற்றாண்டுகளில் மகாயானிகளிடம் ஒரு மாறுதல் ஏற்பட்டது. இதற்குக் காரணம், தர்க்கரீதியானதுதான். ஏனெனில் இந்தக் காலகட்டத்தில் பரமாணுக் கொள்கை மிகவும் சிறப் பாக வளர்ச்சி பெற்றிருந்தது. வசுபந்துவின் கருத்து அடிப்படையில் பரமாணுக் கொள்கையை மறுத்து ஒழிப்பது கருத்துமுதல்வாதிகளின் முக்கியமான நூற்பொருள் ஆகிறது. வசுபந்துவின் சீடரான திங்நாகர் அதற்கெனவே தனியே ஒன்று எழுதினார். தர்மகீர்த்தியும், சாந்தரக்ஷிதரும் பரமாணுக் கொள்கையைப் பற்றி மிக விரிவான சர்ச்சை செய்திருக் கிறார்கள். அந்தச் சர்ச்சைகளில், வசுபந்துவும் திங்நாகரும் கூறியவற்றை மேலும் வளப்படுத்தி நிலை நிறுத்துகின்றனர். இவற்றின் விளைவாக, இந்தியத் தத்துவ ஆய்வு வளர்ச்சி பெற்ற காலகட்டத்தில் கருத்து

முதல்வாதத்திற்கும் அதற்கு எதிரான கோட்பாடுகளுக்கும் இடையே உள்ள அடிப்படையான சர்ச்சை, பரமாணு பற்றிய வாக்குவாதத்தின் வடிவத்தையே பெற்றுவிடுகிறது. இதனால்தான் குமரிலபட்டரின் நூலுக்கு உரை எழுதியவர், கருத்துமுதல்வாதிகள் பரமாணுவக் கொள்கைக்கு எதிரானவர்கள் என்று (முன்னர் கூறிய அர்த்தஸ்ய பரிக்ஷிணாத் என்ற பகுதியில்) சுருக்கமாகக் கூறிவிடுகிறார்.

இப்படியாக இவர்கள் அதை எதிர்த்ததன் மூலம் இவர்கள் அடைய விரும்பிய நிலையை அடைந்தனரா என்பது வேறு கேள்வி: இவர்கள் சேர்ந்து எதிர்த்துத் தாக்கி எழுதிய விவாதங்கள் பரமாணுவாதி களைச் சும்மா இருக்க விடவில்லை. இதனால் இவர்கள் மிக நேர்த்தியும் வளர்ச்சியும் கொண்ட வகையில் தம் கொள்கையை ரொம்பவும் தகுதியுடையதாக்கிச் சீர்படுத்திக்கொள்ள வேண்டிய அவசியம் நேரிட்டது.

இந்தியப் பரமாணுவாதிகளில் மிகச் சிறப்பு வாய்ந்த தத்துவவாதிகள் பலர் சேர்ந்திருந்ததையும் இங்கு கவனத்தில் கொள்ள வேண்டும், பரமாணுவாதிகளுக்குக் கருத்துமுதல்வாதிகள் தமது கடுமையான சர்ச்சையில் எதிர்மறை வடிவாகக் கொடுத்த தூண்டுதல், கருத்துமுதல்வாதிகள் விரும்பிய நிலைக்கு மாறான விளைவையே தந்தது. பரமாணுவாதத்தை தத்துவ ஆய்விலிருந்து அகற்றுவதற்கு மாறாக அதற்கு மிக அதிகமான அளவில் அக்கொள்கைக்கு வேண்டிய ஆற்றலையும் வேகத்தையும் சேர்த்தது; நம் தேசத்தின் பண்பாட்டுச் செல்வத்தில் பரமாணுக் கொள்கை, திட்டவட்டமான கண்கூடான விஞ்ஞானக் கருத்துக்களின் செல்வமாகவும் ஆகிவிடுகிறது.

இவ்வாறாகப் பரமாணு பற்றிய சர்ச்சை, இந்தியத் தத்துவ மரபுக் குரிய தனிச்சிறப்பாகவும் ஆகிறது; அதைப்பற்றி விரிவான ஆய்வும் விவாதமும் மிகவும் அவசியம். ஆனால், கருத்துமுதல்வாதத்திற்கு எதிரான தமது கோட்பாடுகளை விவாதித்த பிறகு அதைச் செய்வது சிறப்பு: பரமாணுக் கொள்கையும் அவற்றுள் ஒன்றுதான். ஆகவே பின்னால் அதைக் காண்போம்.

3. பகுத்தறிவையும் அநுபவத்தையும் ஏற்க மறுத்தல்

பௌதிக உலகத்தை, அது நிஜமில்லை என வலுவான காரணத்தோடு ஒதுக்கித் தள்ளுவதற்கு, கருத்துமுதல்வாதிகள் கையாளும் மிக முக்கியமான யுக்தி என்னவெனில், கண்கூடான அநுபவத்தையும் பகுத்தறிவையும் இகழ்ந்து தள்ளுவதுதான்.

சங்கரர் தமது மாபெரும் நூலின் தொடக்கத்தில் கூறும் கொள்கை களைச் சொல்லி இதை அறிமுகப்படுத்துவது சிறப்பானது. அதன்

இந்தியத் தத்துவ இயலில் நிலைத்திருப்பனவும் அழிந்தனவும் 73

மிக முக்கியமான அம்சம் அநுபவத்தையும் பகுத்தறிவையும் அறவே வெறுத்து ஒதுக்குதலாகும். இந்தியத் தத்துவ ஆய்வில் 'பிரமாணங்கள்' எனப்படும் 'பிரத்யக்ஷம்' (புலன்களில் அறிதல்), - ஊகித்து அறிதல் (அநுமானம்) போன்ற சரியான, நேரான அறிவுக்கு ஆதாரம் எனக் கருதும் - யாவற்றையுமே மறுப்பது; பிரமாணங்கள் எத்தனை என்பது பற்றிய கருத்து வேறுபாடு உண்டென்றாலும், இவற்றுள் முக்கியமானது பிரத்யக்ஷம் என்ற புலனறிவு (நேரான அநுபவம்) என்பதைப் பொதுவாக எல்லாருமே ஒப்புக்கொள்வர். "பிரத்யக்ஷம் பிரமாணங்களில் மூத்தது (பிரமாணஜ்யேஷ்டம்)" என்று அடிக்கடி கூறுவர். இந்த வகையில் அடுத்ததாகக் கூறப்படும் பிரமாணம், அநுமானம் ஆகும். நேரடி அர்த்தம் பின்னறிவு ஆகும். அதாவது, முன்னர் பிரத்யக்ஷமாக அறிந்த ஒன்றைச் சார்ந்தேதான் அநுமானம் ஏற்படும்.* சாரீரகம் என்ற பிரம்ம சூத்திரத்தின் விரிவுரையில் (பாஷ்யத்தில்) சங்கரர் பின்வரும் உறுதிமொழியுடன் தொடங்குகிறார். பிரத்யக்ஷம் அநுமானம் போன்ற பிரமாணங்கள் நமக்கு உண்மையான அறிவையே தருகின்றன என்பதை அறவே ஒதுக்கித் தள்ளுதல் வேண்டும். ஏனென்றால், பொதுவாகவே அனைவரையும் ஆட்டிவைக்கும் அக்ஞானத்தின் வசப்பட்டு இருக்கும் வரையில்தான் நாம் இவற்றை அறிவுக்குச் சாதனமாகப் பயன்படுத்த முடியும்; அது ஏன் அவ்விதம் உளதெனில் அக்ஞானத்தின் அடிப்படை இயல்பும் செயலும் அத்தகையவை; உதாரணமாகக் கயிற்றைப் பாம்பென்ற பிரமை ஏற்படுவதுபோல், ஒரு பொருளை அதல்லாத வேறொரு பொருளாகக் காட்டும் மாயையின் ஆற்றல் இது; ஒரு பொருளை அதுவாகக் காணாமல், வேறொன்றாகக் கற்பனை செய்து கொள்வதே இது. நாம் அறிவுக்கு அடிப்படை எனத் தவறாகக் கொள்ளும் அனைத்திற்குமே இந்த அக்ஞானம்தான் முதல் நிலை; உண்மையான அறிவைத் தருவதற்கு மாறாக, இவை எல்லாமே நம்மை அக்ஞானத்திற்கு ஆட்படுத்திவிடுகின்றன.

அப்படியானால் இந்தப் பிரமாணங்கள் எல்லாமே இப்படியொரு பிரமையை - மயக்கத்தை, ஒன்றை மற்றொன்றாகக் காண்பதை ஏன் ஏற்படுத்த வேண்டும். சங்கரருடைய கருத்து அடிப்படையில் அதற்கு விடை காண்பது மிகவும் சுலபம்; அவர் கொள்கைப்படி ஆத்மா என்பது வெறும் பிரக்ஞை; அதுதான் அது ஒன்றேதான் நிஜம்; மற்ற எல்லாமே, அவற்றிற்கு ஏற்றி உரைக்கப்படும் தன்மை இயல்பு, குணம் என்பவை யாவுமே அக்ஞானத்தின் அடையாளமே.

* நெருப்பு புகைவதை நேரில் பார்க்கிறோம்; நெருப்பின்றிப் புகையில்லை என்பது அறிவு, மலை மேலிருந்து புகை எழுந்தால், மலையில் நெருப்பு பற்றி எரிகிறது என்று அநுமானிக்கிறோம். (மொ-ர்.)

அறிவுக்கான அடிப்படைகள் மீது ஏற்றிக் கூறப்படும் இயல்புகள் இல்லை என்றால் பிரத்யட்சமோ அநுமானமோ போன்றவை செயற்படவே முடியாது. நாம் ஒரு பொருளைப் புலனால் அறியும் போது நமது ஆத்மாவுக்கு உடல் இருக்கிறது, அவ்வுடலுக்குப் புலன்களும் இருக்கின்றன என்று நம்பியே தீரவேண்டியிருக்கிறது. இவை யாவும் பௌதீக உலகத்தில் உள்ளவை; ஆக இவ்வாறு புலனால் அறிவது என்று வரும்போது, முற்றிலும் அருவமான ஒன்றின் மீது உருவமான பௌதீகத்தன்மையை ஏற்றித்தான் ஆகவேண்டு மென்பது முதல் நிலை ஆகிறது. அதாவது, ஆத்மாவின் மேல், அதற்கு ஒவ்வாத, அதன் உண்மை இயல்புக்கு அந்நியமான பொருள்களையும் குணங்களையும் தவறாகச் சுமத்துகிறோம்; ஆகவே, பிரத்யட்சம் போன்ற அறிவின் ஆதாரமான பிரமாணங்கள் எனப்படும் யாவுமே அறியாமை என்னும் அக்ஞானத்தின் வசப்பட்டுத்தான் செயற்படுகின்றன என்று சங்கரர் வாதாடுகிறார். இங்கே சங்கரர் மிகத் தெளிவாகக் கூறும் சில வரிகளைச் சுட்டிக் காட்டலாம்.[3]

"நேரான அறிவைத் தரும் சாதனமான பிரத்யக்ஷம், அநுமானம் போன்ற பிரமாணங்கள், அஞ்ஞானத்தைச் சார்ந்த அதற்கு அதீதமான பொருள்களை ஊற்றாகக் கொண்டிருக்கமுடியும் என்றால், அதற்கு நாம் உரைக்கும் பதில் இதுதான்: அறிபவன் என்றொருவன் இல்லாவிட்டால் இவை செயற்பட முடியாது. அப்படி ஒருவன் உண்டு என்பதும் ஒரு தவறான கருத்தே; அதன் (அத்தவறான கருத்தின்) பிடிப்பில்தான் அறிபவன் என்று ஒருவனைக் கொள்கிறோம். அது ஏன் தவறானது என்றால், உடம்பும், புலன்களும் நம் ஆத்மாதான், ஆத்மாவினு டையனவேதான் என்ற தவறான எண்ணத்தால் விளைவது அது; புலன்களையும் பிரத்யக்ஷ அறிவையும் உபயோகிக்காவிட்டால், இந்தச் சாதனங்கள் செயற்பட இயலாது; உடம்பு என்ற ஆதாரம் இல்லாமல் புலன்கள் செயல்பட முடியாது: தான்- தன் ஆத்மா என்று தவறாகக் கொள்ளப்பட்ட உடம்பு இல்லாமல் யாரும் செயற்படவும் முடியாது. ஆனால், 'தான்' என்ற ஆத்மாவோ இது போன்ற தொடர்பு எதுவுமே இல்லாதது; அது அறியும் கர்த்தா ஆகிறது; இப்படி அறியும் கர்த்தா இல்லாவிட்டால் புலன்களும் பிற பிரமாணங்களும் செயற்பட இயலாது போகும்; ஆகவே பிரத்யக்ஷம் போன்ற பிராமணங்கள் எல் லாமே தமக்குப் பொருளாக, நமது அக்ஞானத்தைச் சார்ந்த, அதற்கு ஆட்பட்ட ஒன்றையே கொள்கின்றன.

இந்த வாதப் போக்கு முழுதுமே, ஆத்மா என்பது அதன் நிஜமான பொருளில் பௌதீக உலகத்துடன் எத்தகைய தொடர்புடையது என்ற

ஒரே ஓர் எண்ணத்தையே - தாமாக வைத்துக்கொண்ட ஓர் எண்ணத்தையே - அடிப்படையாகக் கொண்டு சுற்றிச் சுற்றி விவாதிப்பதைத் தெரிந்துகொள்வது மிகவும் சுலபமாகிறது; தமக்குத் தாமே ஏற்று அதையே உறுதி எனக் கொள்ளும் இந்த எண்ணத்தை ஏற்றுக் கொண்டுவிட்டால், அறிவுக்குச் சாதனமான யாவற்றையுமே, அவை ஏமாற்றும் பொய்ச் சாதனங்கள் என்று தள்ளிவிடலாம்; விஞ்ஞான முறையில்-கண்கூடான அறிவு நோக்கில்-இது மிக அபாயகரமான போக்கு; ஏனெனில், இந்தப் பிரத்யக்ஷம், அநுமானம் முதலிய பிரமாணங்கள் அநுபவமும் பகுத்தறிவும்தான். அறிவுபூர்வமான விஞ்ஞானம் இயற்கையைப் புரிந்துகொண்டு அதை தமதாக்கி ஆள்வதற்குத் துணை செய்வது. ஆனால் கருத்து முதல்வாதிக்கு இதைப்பற்றி அக்கறை ஏதும் இல்லை. அவனுக்கு இயற்கையே ஒரு மாயை-ஆகவே இயற்கையைப் பற்றிய அறிவைத் தரும் எதுவுமே இகழ்ந்து தள்ளத் தக்கதே ஆகிறது.

இந்தியக் கருத்துமுதல்வாதி, இந்த இயந்திரவியல் ரீதியான பார்வைக்கு மிகவும் கட்டுப்பட்டிருப்பதால், அவன் விஞ்ஞானத்திற்கு வெளிப்படையான பகைவனாயிருக்க வேண்டுமென்ற நிர்ப்பந்தத்திற்கு உள்ளாகிறான். ஆகவே, விஞ்ஞானபூர்வமான அறிவைத் தரும் சாதனங்கள் அனைத்துக்கும் அவன் பகைவன் ஆகிவிடுகிறான், பகுத்தறிவுக்குப் பொருந்தாமையும், இரகசியவாதமும், தெளிவும் விளக்கமும் இல்லாத ஏதோ ஒன்றைக் கூறுவதும்தான் அவனுக்குப் புகலிடமாகிறது.

அறிவுக்கான சாதனங்கள் என்று எதுவும் இல்லை. அவை பொய் என்று அறிவித்துக்கொண்டு, சங்கரர் தன் தத்துவ நூலை தொடங்கக் காரணம் என்ன? இதைப் புரிந்துகொள்ளுதல் அப்படியொன்றும் கடினமானதில்லை. இது அவர் பற்றியவரை ஓர் அறிவிப்பு மட்டுமில்லை; தவறாக ஏற்று உறுதி செய்தும் கொண்டுவிட்ட அவருடைய ஓர் எண்ணம் ஆகும். தூய உணர்வான பிரக்ஞை ஒன்றுதான் நிஜத்தன்மை கொண்டது. இதன் பலத்தில்தான் அவர் வாதாடுகிறார். அந்தக் கலப்பற்ற பிரக்ஞையின் மீது (ஆத்மாவின் மேல்) பௌதீகப் பொருள்களான உடம்பு, புலன்கள் போன்றவற்றைப் பொய்யாகச் சுமத்துவதால்தான் இந்தப் பிரமாணங்கள், செயற்பட முடியும்; ஆகவே, இந்தப் பிரமாணங்கள் நம்மை ஏமாற்றுபவை என்பது அவர் வாதம்.

கருத்துமுதல்வாதமும், அறிவின் மூலங்களை ஒப்புக்கொள்வதும் ஒன்றோடு ஒன்று ஒத்துப் போகாதவை. சங்கரர் அறிவிப்பும் இதையே காட்டுகிறது. ஆனால் இது மாத்திரமே அவர்களின் முழு நோக்கையும் நிறைவேற்றப் போதுமானதில்லை; அவர்களில் இன்னும் அதிகமான

தத்துவ அறிவுக் கூர்மை உள்ளவர்கள், இவ்வகையான தாமே மேற்கொண்ட கருத்து முதல்வாத எண்ணத்தால் மட்டுமே கண்கூடான அநுபவத்தையும், பகுத்தறிவையும் மறுத்தல் பயனற்றது என்பதை உணர்ந்தனர். இதை மேலும் இயல்பான உண்மை வகையில் எடுத்துக் காட்டி மறுக்க வேண்டும் என்று நினைத்தனர். அநுபவமும் அறிதலும் பயனற்றவை என நிரூபிக்க விழைந்தனர். புலனும் பிறவும் நம்புதற்குரியவை இல்லை என்று சங்கரர் தம் எண்ணத்திற்கு ஏற்ப வாயால் சொல்லிவிடுகிறார். அது வேறு: அவை அத்தகையனவே என்று நிரூபித்து நிறுவுவது வேறு; அது மிகவும் கடினமானதும்கூட.

இந்தக் கடினமான செயலை குறிப்பாக நாகார்ஜுனர், புத்தபாலிதர், சந்திரகீர்த்தி, ஸ்ரீஹர்ஷர் போன்றோர் மேற்கொள்கின்றனர். ஒரு மாதிரிக்காக இங்கே நாம், பிரமாணங்களுக்கு எதிராக நாகார்ஜுனர் தொடுக்கும் வாதப் போரைக் காண்போம்.[4]

பிரத்யக்ஷம், அநுமானம் முதலிய பிரமாணங்களே யாவருமறிந்த வகையில் பொருள்களை அறிவதற்கான மூலாதாரங்கள். தாம் அறியும் பொருள்களைப் பிரமாணங்களே நிரூபித்துக் காட்டுகின்றன எனக் கொள்ளும்போது, இவை எப்படி நம்பக் கூடியவையாகும் என்ற வினா எழுவது கண்கூடு. அவையே நம்ப முடியாதவை ஆகும்போது அவை காட்டி அறிவித்த பொருள்கள் நிஜமானவை, இருப்பவை என்று எப்படி நிரூபிக்க முடியும்? அதாவது பொருள்களை நாம் எந்த வடிவத்தில் காண்கிறோமோ அநுமானம் செய்துகொள்கிறோமோ அவையே உறுதியாய் நம்புவதற்கு உரியவை என்று எப்படி ஏற்கலாம்? இதனால் ஏற்படும் வினா இதுதான்; இந்தப் பிரமாணங்களை நம்பலாமா? நம்பலாம் என்று இதை உறுதி செய்யாவிட்டால், அவை காட்டி அறிவிக்கும் பொருள்களும் உண்மையில் உள்ளன என்ற அடிப்படையே தகர்ந்துவிடும். இதையும் தவிர இன்னுமொரு விஷயத்தையும் பார்த்தல் அவசியமாகிறது; காணும் பொருள்களையோ, அநுமானத்தால் அறியும் பொருள்களையோ அவை உள்ளவை எனக் கொள்வதற்கு, வேறொரு காரணியையோ, அறிவையோ சான்றாகக் காட்டித்தான், அது இருப்பது போலவே இதுவும் இருக்கிறது-ஆகவே, உண்மை என்று கூற வேண்டி வரும். பிரத்யக்ஷம் என்ற புலன் அறிவை எடுத்துக்கொண்டு இதை ஆராய்வோம். இந்தப் பிரத்யக்ஷம் நிஜமானதுதான் என்று கூறினால் அதை நிரூபிக்க வேறொரு காட்சிப் பொருளைச் சான்று காட்ட வேண்டும். அல்லது அநுமானம் போன்ற மற்ற பிரமாணங்களையாவது காட்ட வேண்டும். சரி, அந்த வேறொன்று நிஜமாகவே செல்லுபடி ஆகக்கூடியதுதானா? இதற்கு விடை கூற

இந்தியத் தத்துவ இயலில் நிலைத்திருப்பனவும் அழிந்தனவும்

மூன்றாவதாக ஒன்றைச் சான்றாகக் காட்ட நேரும். 'X' உண்டு என்று காட்ட Y. Yயைச் செல்லுபடி ஆக்க Z. Z எப்படிச் செல்லுபடியாகும்? பிறகு நான்காவதாக ஒன்று. அப்புறம் அதை நிரூபிக்க இன்னுமொன்று... இப்படியே போனால் முடிவே இருக்காது(ஒன்றுமே இல்லை; அதாவது, தம் உணர்வு தவிர வேறு எதுவுமே இல்லை என்ற முடிவில் செய்யும் வாதம் இது; ஆகவே, எந்தப் பிரமாணத்தால் எதை உண்டு எனக் கொண்டாலும் பிரமாணமும் பொய் - பொருளும் பொய் என்று முடியும் வாதம் இது). ஆகவே, பிரமாணங்கள் உண்மையானவை என்று நிரூபிக்கவே முடியாது; அந்த நிலையில் அவை காட்டி அறிவித்த பொருள் உண்மையென்று நிரூபித்துவிட்டதாகக் கொள்ள முடியாது.

பிரமாணங்கள் என்பவை, தாம் காட்டும் பொருள்களின் நிஜத் தன்மையைக் காட்ட எந்த வகையிலும் முழுத்தகுதியும் பெறவில்லை; ஆகவே, அவை எதையுமே உண்டென்று நிரூபிக்கவில்லை என்ற இந்த வாதம் நாகார்ஜுனருடைய பல வாதங்களில் ஒன்றுதான்.' சந்திரகீர்த்தி, இந்த வாதத்தை எடுத்துக்காட்டி, இந்த வாதத்திற்குச் சரியான சமாதானம் கூறப்பட்டாலன்றி, பிரமாணங்களைப் பற்றிப் பேச வழியே இல்லை என்கிறார். இந்த வினாவிற்கு விடை கூறுவது அறவே இயலாது என்று சந்திரகீர்த்திக்கு அசைக்க முடியாத நம்பிக்கை. 'பிரமாண வித்வம்ஸனம்' (பிரமாணங்களை ஒழித்துக் கட்டுதல்) என்று இந்த வாதத்திற்குப் பெயர் சூட்டும் நாகார்ஜுனரே, தனது கருத்து முதல்வாதத்திற்கு அடிப்படையான விஷயமே இதுதான் என்கிறார்; அதனால் அவர் திரும்பத் திரும்ப இதே வாதத்தை வற்புறுத்துவதுடன் வேறு வழியிலும் இதை நிரூபிக்க முயல்கிறார்; இந்த அடிப்படைக் கருத்தை முக்கியமாகக் கொண்ட ஒரு நூல் எழுதுமளவிற்குச் சென்றுவிட்டார்.[5] இவ்வாறு நாகார்ஜுனர், பட்டறிவும் காரண காரிய வாதமும் தூய- நிஜமான அறிவைத் தருவன என்ற போலிப் பகட்டான முடிவுகளை அறவே மறுத்துவிடுவதுதான்; இந்தியக் கருத்து முதல்வாதிகளுக்கு மிகவும் முக்கியமான விஷயம் என்று தெளிவாகக் கூறுகிறார். மற்றவர்களும், தமக்கேற்ற வழியில் அதன் முக்கியத்து வத்தைக் காண்கின்றனர். உபநிஷத்துக்களின் காலத்திலிருந்து, அத்வைத வேதாந்தத்தின் கடைசிப் பிரதிநிதியான மிக்க புகழ் படைத்த ஸ்ரீஹர்ஷர் வரை வந்த கருத்துமுதல்வாதிகள் அனைவருமே அநேகமாக இந்தக் கருத்தையே பின்பற்றி நிற்கின்றார்கள். இந்த விஷயத்தில், குறிப்பிடத்தக்க ஒரே ஒரு விதிவிலக்கு பிற்காலத்து விக்ஞானவாதிகள் சிலரே; அவர்கள் கருத்துமுதல்வாதத்தை ஏற்றுக் கொண்டவர்களே ஆயினும், கூடவே பிரமாணங்களைப் பற்றியும்

சிரத்தை கொள்கின்றனர்; இதை நிறுவ அவர்கள் பட்ட சிரமத்தைப் பற்றிக் காண்போம்.

அனுபவம், காரண காரியத் தொடர்பு ஆகியவற்றின் மதிப்பையும் பயனையும் அறவே இல்லையென்று தள்ளிவிட்டால், தத்துவ வாதிக்கு மிச்சம் இருப்பது என்ன? இதற்கு ஒரே விடைதான் உண்டு. அதுதான் தெளிவான பொருளைத் தராதவற்றைத் தத்துவம் எனக் கூறுதல். இதற்கு நமது கருத்துமுதல்வாதிகள் வெட்கப்படவில்லை. இந்த விளக்கம் இன்மையையே தமது தத்துவத்திற்கு அடிப்படையாக்க விரும்புகின்றனர். இதைப் பெருமைப்படுத்த வேண்டி, மிக உன்ன தமாகத் தோன்றும் சில அடைமொழிகளைக் கையாளுகின்றனர். உதாரணமாக, 'பிரக்ஞா பாரமிதா' அதாவது, அனைத்திற்கும் அப்பாற்பட்ட (சொல்லையும், சிந்தையையும் கடந்த) மிக உயர்ந்த ஞானம் என்றும், 'அபரோக்ஷ அநுபூதி' அதாவது இறுதியான பரம சத்தியத்தின் இயல்பை கண்கூடாக நேரிடையாகத் துய்த்தல் என்றும் கூறுவர். அத்தகைய உயர்ந்த ஞானத்தை மனிதர்கள் (சில நாள் வாழ்ந்து இறக்கும் மனித குலம்) தங்களிடம் உள்ள ஆற்றலாலும், அறிவாலும் அடைய முடியாது என்றால், அதற்காகச் சிறிதும் கவலைப்பட வேண்டியதில்லை; ஏனெனில் அத்தகைய உயர்ந்த ஞானத்தின் கருவூலங்களாகச் சாத்திரங்கள் இருக்கின்றன. ஆனால், அந்த ஞானத்தை சாதாரணமான அநுபவத்தாலும் காரண அறிவாலும் அடைய முடியாது என்றும் கூறுவர். ஆகவே, சாத்திரங்களைக் கூறும் பழைய நூல்கள் மீது நம்பிக்கை வைக்க வேண்டுமென்று இந்தியக் கருத்துமுதல்வாதிகள் அனைவருமே கோருகின்றனர். சூன்யவாதிகள் கூட, விக்ஞானவாதி களுக்கும், மாயாவாதிகளுக்கும் எந்த விதத்திலும் குறையாமல், இவ்வாறே செய்கின்றனர். இவ்வாறு, தத்துவத்தை ஒரு 'நம்பிக்கை விளக்கமாக' செய்தவர்கள் யாரேனும் எங்கேனும் உண்டென்றால் அது இந்தியத் தத்துவவாதிகள்தான். இந்தியக் கருத்துமுதல்வாதம் சமுதாயத்தில் செயல்பட்ட விதத்தை அறிவதற்கான தடயம் உள்ளதா என்று நாம் கண்டறிதல் வேண்டும்.

இந்தியாவின் தத்துவவாதிகள் மேற்கொண்ட போக்கு இது ஒன்று தான் எனில் நம் நாட்டில் தத்துவ சிந்தனையின் வளர்ச்சி முடிந்து விட்டது என்றே ஆகிவிடும்; நல்ல வேளையாக அது அப்படி இல்லை; இந்தியத் தத்துவச் செயற்பாடும் வளர்ச்சியும் நடைமுறையில் செயற்பட்டு வந்த, கருத்து முரண்பாடுகளிலிருந்தும் மோதல்களிலிருந்தும் தான் வளம் பெற்று வளர்ந்தன என்று முன்பே கூறியுள்ளோம். கருத்துமுதல்வாதிகள் 'எதனையும் விளங்கக் கூற இயலாது' என்றும்

நம்பிக்கை தான் முக்கியம் என்றும் கூறிக்கொண்டிருந்தனர். இதற்கு மாறுபட்ட கருத்துடைய தத்துவவாதிகளும், இவற்றிற்கு மாறுபட்ட கருத்துக்களையே கூறிக்கொண்டிருக்க வேண்டியதாயிற்று.

இந்தியத் தத்துவ சிந்தனை வரலாற்றில், கருத்து முதல்வாதத் திற்கும், அதற்கு எதிரான கொள்கைக்கும் இருந்த அடிப்படையான சர்ச்சையும் சண்டையும்தான், அநுபவம், பகுத்தறிவு இரண்டையும் இகழ்ந்து நீக்கும் கொள்கைக்கும் அவற்றை ஏற்று ஒப்புக்கொள்ளும் கொள்கைக்கும் இடையே நடந்த சர்ச்சையும் சண்டையுமாக இருந்தது. சுருக்கமாகச் சொன்னால், மூட நம்பிக்கைக்கும் விஞ்ஞானத்திற்கும் நடந்த மோதலே எனலாம். இது ஏன் இவ்வாறு அமைந்தது என்பதை இப்போது நாம் தெரிந்துகொள்ள முடிகிறது.

ஆகவே, சங்கரரைப் போன்ற ஒரு கருத்து முதல்வாதி தமது மகத் தான பிரம்ம சூத்திர பாஷ்யத்தைத் தொடங்கும்போதே, மிக உறுதியாக பிரமாணங்களை அறவே மறுத்து எழுத முற்பட்டது ஒரு தற்செயலான நிகழ்வன்று[6]. அதேபோல, கருத்துமுதல்வாதத்தை எதிர்ப்பவர்களில் மிகவும் புகழ்வாய்ந்த நூலாசிரியரான வாத்ஸ்யாயனர் தமது மிகச் சிறந்த நூலைத் தொடங்கும்போதே பிரமாணங்களை உண்மையென்று அழுத்தம் திருத்தமாகக் கூறி வாதிட்டதும் தற்செயலான நிகழ்வன்று. இந்த இரண்டு தத்துவ அறிக்கைகளிலும், பகுத்தறிவின்மைக்கும் பகுத்தறிவுக்கும் இடையே உள்ள முரண்பாடுகள் மிகத் தெளிவாகவும், கூர்மையாகவும் வெளிப்படுகின்றன. இந்த இரண்டுக்கும் பின்னணியாக அமைந்திருப்பது, கருத்துமுதல்வாதத்திற்கும் அதற்கு எதிரான கொள்கைக்கும் உள்ள முரண்பாடுகளும் வேறுபட்ட தன்மைகளுமே ஆகும்.

4. கருத்துமுதல்வாதமும் தர்க்கமும் ஒரு விளக்கம்

நமது கருத்துமுதல்வாதம் பிரமாணங்களை அறவே மறுத்து ஒதுக்குவதன் மூலம் தனக்கு ஆதரவை நாடுகின்றது என்று பொதுப்படையாகக் கூறினாலும், பின்னால் வந்த விக்ஞானவாதிகளின் ஒரு பிரிவு, வெளிப்படையாகவே நம் முன்னோர்களின் இந்த மனோபா வத்தை அலட்சியப்படுத்தி, ஒரு வகையில் பிரமாணங்களைப் பற்றிய பிரச்சனைகளில் மிக்க ஆர்வம் காட்டுகின்றனர். அவர்கள் இது பற்றிய தீவிரமான நூல்களையும் எழுதினர். இவர்களில் மிகவும் குறிப்பிடத் தக்கவர்கள் திங்நாகரும் தர்மகீர்த்தியும் அவர்களைப் பின்பற்றுபவர் களும் ஆவர். இவர்களால் பிரமாணங்களைப் பெரிதும் புறக்கணிக்க இயலவில்லை; தவிர, இவற்றிற்கு மிக முக்கியத்துவம் தந்தும் எழுது கின்றனர்; தர்மகீர்த்தி, தன்னுடைய சிறிய நூல்களைத் தொடங்கும்

போதே பின்வருமாறு அழுத்தத்துடன் கூறுகிறார்[7]. "வெற்றிகரமான மனிதச் செயல்கள் அனைத்துமே சரியான அறிவை முன் வைத்தே அமைகின்றன. சரியான அறிவு இரண்டு வகையில் ஏற்படும். ஒன்று, பிரத்யக்ஷம் அதாவது நேரடியான அநுபவம். மற்றொன்று அநுமானம் அதாவது யூகித்து அறிதல்" ஆகவே இவர்கள், விக்ஞானவாதிகளை விடவும் மேலே செல்ல விரும்புகிறார்கள்; ஆனால் அதே சமயம் அநுபவ உண்மையையும் பகுத்தறிவையும் மறுக்கும் அவ்விக்ஞானவாதி களுடைய கருத்துக்களையும் விடமுடியாமல் தாங்களும் கருத்து முதல்வாதிகளாகவே இருந்துவிடுகின்றனர்.

அப்படியென்றால், இந்தியக் கருத்துமுதல்வாதத்தைத் தாங்கும் தூண்களில் முக்கியமானது 'விளங்காமல் எதையோ சொல்வதுதான்' என்ற பொதுப்படையான கருத்தைச் சற்றே மாற்றியமைத்தல் வேண்டுமோ எனில் அப்படிச் செய்யவேண்டிய அவசியம் இல்லை; ஏனென்றால், இவர்கள் கருத்துமுதல்வாதத்திற்குத் தம்மை ஆட்படுத்திக் கொண்டது, இவர்கள் தாக்கமெனும் யுக்திவாதத்தில் கொள்ளும் ஆர்வத்திற்கும் ஈடுபாட்டிற்கும் முற்றிலும் பொருந்தி வருவதில்லை என்று நாம் பின்னர் விளக்கமாகக் கூறப்போகிறோம்.

இதைத் தொடங்குவதற்கு முன் மறுக்க முடியாத சில உண்மை களைக் கவனத்தில் கொள்வது அவசியம்.

முதலாவதாக, திங்நாகரும், தர்மகீர்த்தியும் விக்ஞானவாதத்தின் பொதுவான இயந்திரவியல் - நிலைக்கு மட்டுமே நிஜமானவை (புறத்தே காணும் பொருள்கள் அல்ல) என்ற கருத்துக்கு - முழுதும் ஆட்பட்டோர் என்பதில் ஐயமில்லை. உண்மையில், இந்தக் கருத்தை நிலை நாட்டும் மிக அதிகமான, செயற்கையான பல வாதங்களை அவர்கள் உண்டாக்கி வளர்த்துமுள்ளனர். இரண்டாவதாக, இவர்கள்தாம் பிரமாணங்களின் உண்மை நிலையை ஏற்றுக்கொண்டு, அவற்றைப் பற்றிய விஷயங்களைச் சர்ச்சை செய்யும் முற்போக்கான தத்துவவாதிகளும் ஆகிறார்கள் என்பதிலும் ஐயமில்லை. மேலும், இவர்கள்தாம் இந்தியத் தர்க்க யுக்தி வாதத்திலும், மனித அறிவின் தோற்றம் அதன் எல்லை பற்றிய ஆய்விலும், புதிய களத்தையும், ஆற்றலையும் புகுத்தியவர்கள் என்றும், இந்த இரண்டிலும் பெரும் விளைவைத் தரும் சீர்திருத்தங்களையும் உண்டாக்கினர் என்றும் கூறுவது மிகவும் சரியானதே.

இந்த உண்மைகள் இரண்டையும் ஒப்புக்கொண்ட பிறகும், ஒரு முக்கியமான கேள்வி எழவே செய்யும். அவர்கள் பிரமாணங்களில்

கொண்ட புதிய ஆர்வம், அவர்கள் கருத்துமுதல்வாதத்திற்கு முற்றிலும் ஆட்பட்டவர்கள் என்பதனுடன் எப்படி உறுதியாகப் பொருந்தும்? அவர்கள் உண்மையான கருத்துமுதல்வாதிகளே என்றாலும், தர்க்க யுக்திவாதிகள் என்பதா? முக்கியமான இந்தக் கேள்வியை எளிதில் ஒதுக்கிவிடவும் முடியாது. அதன் சுருக்கமான சாராம்சத்தை விவாதிப்பதற்கு, அவர்களுடைய நூல்களில் உள்ள சில தத்துவ நுட்பங்கள் பற்றிய விவரங்களைக் கூற சற்றே வேறு சர்ச்சையில் செல்ல வேண்டியிருக்கிறது.

முதலாவதாக திங்நாகரையும் தர்மகீர்த்தியையும் விளக்க முற்படுபவர்கள், மேலே கூறிய கேள்விக்கு விடை கூறுவதில் தொல்லைப்படுகின்றனர். அவர்களில் யாருமே திங்நாகரும், தர்மகீர்த்தியும் கருத்துமுதல்வாதத்திற்குத் தனிப்பட்டதொரு வகையில் ஆட்பட்டுத்தான் பிரமாணங்களைப் பற்றி எழுதுகிறார்கள் என்று நேரிடையாக ஒப்புக்கொள்வதில்லை.

திங்நாகருடைய கொள்கையை விளக்கியவர்களில் மிகவும் முக்கியமானவர் ஜினேந்திரபுத்தி என்பவர்; திங்நாகருடைய பிரமாணசமுக்கயம் என்ற நூலுக்கு ஜினேந்திரபுத்தியுடைய விரிவான உரை - நூல் இல்லாவிட்டால், தற்காலத்து ஆய்வாளர்களுக்கு அந்த நூல் எளிதில் விளங்கி இருக்காது; இந்த உரையாளர் காலம் கி.பி. எட்டாவது நூற்றாண்டு என்பர். தர்மகீர்த்தியின் நூலுக்கு உரை எழுதியவர்கள் விநீததேவர் என்பவரும் தர்மோத்தரர்[8] என்பவரும் - ஆவர். இந்த உரைகளில் விநீத தேவரின் உரை மிகவும் முக்கியம் ஆகும். ஏனெனில் அது எளிமைமிக்கது. சொல்லுக்குச் சொல் பொருள் கூறி விளக்குவது: இந்த உரை தர்மகீர்த்தி சொல்வதை மிக வெளிப்படையாகக் காட்டிப் பொருள் கூறுவதில் மிருந்த அக்கறை காட்டுகிறது. விநீத தேவரின் காலம் கி.பி.ஏழாம் நூற்றாண்டு. மற்றவரான தர்மோத்தரர் கிட்டத்தட்ட அடுத்த நூற்றாண்டில் வாழ்ந்தவர், அவருடைய உரை மெத்தப் படித்தவர்களுக்கே புரியும் நடையில் அமைந்திருக்கிறது. அந்த உரைக்கே வேறு ஒரு உரையின் உதவியை நாடவேண்டி இருக்கிறது. அதன் பெயர் “நியாயபிந்து திகாதிப்பனி” அதை எழுதியவர் யாரென்பது தெரியவில்லை. அது தொடர்பாக கருத்து முரண்பாடுகள் நிலவுகின்றன. அவர் தர்மகீர்த்தியின் இறுதிக் காலத்தில் வாழ்ந்த ஒருவராய் இருக்கலாம். அந்த உரையை ‘திப்பனி’ என்று சுருக்கமாகக் குறிப்பிடுவர். இந்த உரைகாரர்களையே நாம் ஆதாரமாகக் கொள்ள வேண்டியதாகிறது. உரை எழுதிய நூலை ஆக்கியவர்கள் பிரமாணங்களைப் பற்றிக் கூறும் முடிவுகளும் செய்யும்

சர்ச்சைகளும் அவர்கள் கருத்துமுதல்வாதத்திற்கு ஆட்பட்டும் உட்பட்டும் உள்ளவர்களே என்று நாம் உறுதியாக வற்புறுத்த முடியாத நிலையிலே எழுதியுள்ளனர் என்பது ஒரு சாதாரண விஷயமில்லை. ஆகவே, நாம் அக்கறையுடன் குறித்துக்கொள்ள வேண்டிய ஒன்றாகும் இது.

திங்நாகரை விளக்கிக் கூறும் ஜினேந்திரபுத்தி பின்வருமாறு எழுதுகிறார்:[9] "திங்நாகர், புறத்தே உள்ள ஒரு பொருளை அதன் நிஜமான வகையில் அறிதல் என்பது சாத்தியமே இல்லை என்பதை ஒப்புக்கொண்ட போதிலும் (விக்ஞானவாதியின் கருத்துப்படி புறத்தே பொருளேதும் கிடையாது) அவர், (பொருளை அறிதல் என்ற செயல் நிகழும் முறையில்) விளைவு ஏற்படும் அம்சத்தில் (தோற்றம் நேரும் கட்டத்தில்) உள்ள பிரச்சனையைப் பற்றிய தன் கருத்தைத் தெளிவாக முறைப்படுத்த முனைகிறார். அவருடைய இந்த முயற்சி, புறத்தே பொருள் உண்டு எனக்கூறும் எதிர்த்தரப்பிற்கும், ஏதுமே கிடையாது எனக்கூறும் கருத்துமுதல்வாதிகளுக்கும் திருப்தி தருவதாய் இருக்கவேண்டும் என்றும் காட்ட விரும்புகிறார்." எதிர்த்தரப்பாருக்கும் திருப்தி ஏற்பட வேண்டும் என்று ஏன் திங்நாகர் கவலைப்பட வேண்டும். அவர்கள்தான் புறத்தே பொருளே இல்லை என்று கூறுகிறார்களே, இது முற்றிலும் தவறு என்பதை நன்கு அறிந்து ஒப்புக் கொள்ளும் திங்நாகர் ஏன் இப்படி ஒரு சப்பைக்கட்டு கட்டுகிறார்? ஜினேந்திரபுத்தி இதை ஏன் இப்படி எடுத்துக் கூறவேண்டும்? உண்மையில் திங்நாகர் கூறும் சில கருத்துக்களைக் கருத்து முதல்வாதிகளின் கொள்கைப்படி ஏற்றுக்கொள்ள முடியவில்லை, இந்தக் கூற்றுக்களின் பின்னே பொருள்முதல்வாதிகளுடன் திங்நாகர் செய்துகொள்ள முற்படும் சில சமரசங்கள் ஒளிந்துகொண்டிருக்கின்றன என்பதே ஜினேந்திரியர் கருத்து.

தர்மகீர்த்தியின் நூலுக்கு உரை செய்த விநீத தேவருக்கு இதே நிலைமை நேர்கிறது. தர்மகீர்த்தி தன் வாதங்களுக்கு அடிப்படையாகக் கொள்ளும் பண்டை இயற்கைச் சாத்திர நிலையைப் பற்றி விநீத தேவர் தெளிவுபடுத்த முற்படும்போது, அந்த வாதங்கள் எந்த வகையிலும் சமரசம் செய்துகொள்ள இயலாத கருத்துமுதல்வாதிகளின் கருத்துக்களுக்கு ஒத்துவருவதில்லை என்று தெரிகிறது என்கிறார். மேலும், தர்மகீர்த்தியின் இந்த நிலைப்பாடு அவர் 'ஸௌத்ராந்திகர்' என்ற பொருள்முதல்வாதிகளின் கொள்கையையும், 'யோகசாரர்' என்ற கருத்துமுதல்வாதிகளின் கொள்கையையும் விளக்கிக்கூறும் விருப்ப முடையவர்கள் என்று காட்டுகிறது என்கிறார். இது மிகவும்

விசித்திரமான நிலை; 'ஸௌத்ராந்திகர்' என்பது ஆரம்பகாலத்துப் பௌத்த தத்துவவாதிகளின் பெயர்; அவர்கள் புறப்பொருள்களையும் பௌதீக உலகின் நிஜத்தன்மையையும் ஒப்புக்கொள்ளும் கோட்பாட்டை உறுதியாகப் பின் பற்றி நின்றவர்கள். பின்னால் வந்த பௌத்தர்களான 'யோக சாரர்' என்பவர்களும் - 'விக்ஞானவாதிகள்' என்பவர்களும் முன்னவர்களின் கொள்கைகளை முற்றிலும் மறுப்பதில் உறுதியானவர்கள், மற்றொருவரான தர்மோத்தரர் இந்தக் கேள்விபற்றி விளக்கமே தரவில்லை. ஆனால், அவர் நூலுக்கு உரை செய்த திப்பனியின் ஆசிரியர், வியப்பளிக்கும் செய்தி ஒன்றைப் பறைசாற்றுவது போல் அறிவிக்கிறார். அவர் கூறுகிறார்: 'தர்மகீர்த்தி மற்ற விஷயங்களில் புகழ் பெற்ற வகையில் விக்ஞானவாதிகளைப் பின்பற்றுபவர்தான்; ஆனால், அவர் இந்தத் தர்க்கயுக்தி நூலை (நியாயபிந்து) எழுதும்போது உண்மையிலேயே கருத்துமுதல்வாதி என்ற வகையில் எழுதாமல், இந்த விஷயத்தில், ஸௌத்ராந்திகர்களுடைய நிலைப்பாட்டை ஏற்றுக்கொண்டு எழுதுகிறார்.' (புற உலகும் பொருள்களும் நிஜமானவையே என்ற நிலைப்பாடே அது).

இனி நாம் இந்தக் கூற்றுக்களை இன்னும் சில விரிவான விவரங்களுடன் காண்போம்; உரை செய்தவர்களில் யாருமே, திங்நாகரும் தர்மகீர்த்தியும் கலப்பில்லாததும் தெளிவானதுமான கருத்துமுதல் வாதத்தின் நிலைப்பாட்டிற்கு ஏற்ப பிரமாணங்களைப் பற்றி விளக்கி எழுதுவதாகக் கூறவில்லை என்பது நன்கு தெரிகிறது. ஆகவே, இந்த உரைகாரர்கள் தாம் உரையெழுதிய நூல்களின் ஆசிரியர்கள், பிரமாணங்களைப் பற்றி கூறும் கருத்துக்கள், தூய கட்டுப்பாடான கருத்துமுதல்வாதியின் கொள்கைகளுடன் பொருந்தி ஒத்து வருகின்றன என்று கூற இயலவில்லை என்பதை அறிய முடிகிறது.

சரியான அறிவு இன்னதென்று சர்ச்சை செய்யும்போது இந்தத் தர்க்கவியலாளர்கள், தாராளமாக மனம் திறந்தும், உண்மையான நிலையை விளக்கும் ஒரு அலாதியான வகையிலும் சரியான அறிவுக்குப் புலனாகும் புறப்பொருள்களைப் பற்றியும் பேச வேண்டிய கட்டாயத்தை உணர்கிறார்கள். ஆயின் விக்ஞானவாதத்தின் நிலைப்பாட்டின்படி, விக்ஞானம் என்ற அறிவு மட்டுமே, எண்ணம் மட்டுமே நிஜம்; ஆகவே, புறத்தே உள்ள பொருள்களைப் பற்றிப் பேசுவது அனுமதிக்கப் பட்டதாக ஆகாது; இதற்கு எடுத்துக்காட்டாக தர்மோத்தரருடைய[10] கருத்துக்களைச் சுட்டிக் காட்டலாம். அதில் அவர் தர்மகீர்த்தியின் தர்க்கவாதத்தில் உள்ள முக்கியமான நோக்கத்தையும், அவர் வாதம் செய்யும் விஷயங்களையும் விளக்கிக் கூறவிரும்புகிறார்.

தர்மகீர்த்தி, நியாயபிந்து என்ற நூலை எழுத வேண்டிய அவசியம் என்னவென்று கூறி அதை நியாயப்படுத்தும் வகையில் தர்மோத்தரர் அந்த நூலில் காணும் விஷயங்களின் முக்கியத் தன்மையைச் சுட்டிக் காட்டுகிறார். அதற்கான காரணத்தையும் கூறுகிறார்: பயன் தரும் மனிதச் செயல்கள் அனைத்திற்கும் முற்பட்ட சரியான அறிவு தேவை; ஆகவே, சரியான அறிவு பற்றி நுட்பமாக ஆராய்தல் அவசியம்; அதற்காகவே நியாயபிந்து எழுதப்படுகிறது என்கிறார்;

"சரியான அறிவு என்பது அனுபவத்தில் முரண்பட்டதாய் இருத்தல் கூடாது. பொது வாழ்வில் ஒருவன் உண்மையே கூறியுள்ளான் என்பதை நாம் எப்படி அறிகிறோம்? அவன் கூறியதை நாம் உணரும் போதுதானே? அது போலவே அறிவு காட்டும் ஒன்றை நாம் உணரும் போதுதான் அந்த அறிவு சரியானதென்று கொள்கிறோம். பொருளை நாம் உணர்தல் என்பதற்கு அர்த்தம் என்ன வென்றால், நமது கவனத்தை நேராக அந்தப் பொருள் மீது திருப்புவது என்பது தவிர வேறில்லை. உண்மையோ, அறிவோ, எண்ணமோ பொருள்களை உருவாக்குவ தில்லை; அதை நமக்குத் தருவதும் இல்லை; ஆனால், நம் கவனத்தைப் பொருள்களின்பால் நேரிடையாகத் திருப்புவதன் மூலம், உடனடியாக அதன் தொடர்ச்சியாகவே நாம் பொருள்களை அறிந்து உணர்கிறோம். மேலும், ஒருவனது கவனத்தை நேரிடையாகப் பொருள்களின்பால் திருப்புதல் என்பது என்ன? சாத்தியமான வகையில் குறிப்பிட்ட நோக்கத்துடன் செய்யும் செயலுக்கான குறிக்கோளாக அதைச் சுட்டுவது தவிர வேறில்லை. ஒருவனை வலுக்கட்டாயத்துடன் - அவனது விருப்பத்திற்கெதிராக செயலாற்றத் தூண்டும் ஆற்றல் அறிவுக்கு உண்டு என்றும் நினைத்துவிடக் கூடாது; இதனாலேயே அறிதல் என்னும் செயலின் முடிவான விளைவு, தனிச் சிறப்பான (அதாவது பல அறிவுகளில் ஒன்றாகவும் - அவற்றினின்று தான் தனித்து வேறானதாகவும் அமையும்) ஓர் அறிவு என்றும் அறியமுடிகிறது. ஒரு பொருளை அறியும்போது, உடனடியாக அந்த அறியும் செயலைத் தொடர்ந்தே அவனது கவனம் அந்தப் பொருளின் பால் செல்கிறது; பொருளும் அறிந்து உணரப்படுகிறது. அடுத்து, அறிதல் என்பதன் வெவ்வேறு வகைகளைப் பார்க்கும்போது, ஒரு பொருளை நேரடியான அனுபவத்தால் இன்னதென்று புரிந்துகொண்டு பற்றும்போது அந்தப் பொருள் -அதாவது அந்த விஷயம், புலனறிவால் (கண், காது போன்ற ஐம்புலன் அறிவால்) சாத்தியமான ஒரு நோக்கத்தோடு செயலாற்றக்கூடியதாக மாற்றம் அடைகிறது. ஆகவே, புலன்களின் அறிவால் ஒரு பொருள் கட்டப்பட்டது என்கிறோம். அந்த வகையில் அது புலன்களால் நேரிடையாகக் காட்டப்பட்ட அறிவு என்கிறோம். அதாவது இதுவரை விளக்கப்பட்டது. 'பிரத்யட்சம்'

இந்தியத் தத்துவ இயலில் நிலைத்திருப்பனவும் அழிந்தனவும்

என்ற கண்கூடான - ஐம்புலன்கள் காட்டும் அறிவு என்னும் பிரமாணம் ஊகம் - அநுமானம் என்று கூறப்படும். நேரடியாக அமையாத அறிவு இதனின்றும் வேறானது. அது பொருளின் குறியை - அடையாளத்தைத் தான் காட்டும். அப்படிக் காட்டி - கண்கூடாக இல்லையெனினும் அது இருப்பது உண்மை என்பதை நமக்கு உணர்த்தி - அதையும் சாத்தியமாகும் வகையில் ஒரு நோக்கத்துடன் நம்மைச் செயற்பட வைக்கிறது. ஆகவே, பிரத்யட்சம் என்ற புலனறிவு, நம் கண் முன்னே தெரியும் - நிச்சயமாக உள்ள ஒரு பொருளைக் காட்டுகிறது. இதே போல அநுமானமும் தன்னுடன் தொடர்புடைய ஒன்றின் மூலம் நிச்சயமாகவே இருக்கும் ஒரு பொருளைக் காட்டுகிறது. இந்த இரண்டு வகையான பிரமாணங்களும், நிச்சயமாய் உள்ள பொருள்களைக் காட்டுகின்றன. ஆகவே அவை இரண்டுமே சரியான அறிவுதான். இவற்றிற்கு மாறுபடுவது சரியான அறிவு அன்று; அறிவு சரியானதாக ஆவது ஒரு பொருளை நமக்குக் காட்டும்போதும் அதை நாம் அடைந்து உணரும்போதும்தான்; நாம் பொருளை அடைந்து உணர்தல் என்பது, அறிவு காட்டிய பொருள் நம்மால் அடைந்து உணரத்தக்கதாக இருந்தால்தான் சாத்தியமாகும். இவை இரண்டுக்கும் மாறாக வேறு எந்த வகையில் காட்டப்படும் பொருள் எதுவுமே அறவே நிஜமில்லாததாக ஆகும். பாலைவனத்தில் தோன்றும் கானல் நீர்போல, அது நிஜமாக இல்லை. அதை நாம் அடைந்து உணர இயலாது. மேலும் அது நிஜமா? இல்லையா? என்று உறுதியாகக் கூறமுடியாத பிரச்சனைக்கு உரிய பொருளும் இத்தகையதே உலகில் நிஜமில்லாததும் நிஜமானதும் ஆன எப்பொருளுமே இல்லை. ஆகவே, அத்தகைய பிரச்சனைக்குரிய பொருளை எக்காலும் அடைதல் இயலாது. உணரும் ஆற்றலுடைய உயிர்கள், தாம் விரும்பும் பயன்களைப் பெறவே முயல்வன; அவை பயனுள்ள செயற்பாடுகளுக்கு உரிய தகுதியுள்ள பொருள்களைக் காட்டும் அறிவையே விரும்புகின்றன. அதாவது நன்கு ஆராய்ந்து அறியும் செயலுக்கு நன்கு புரியும் அறிவையே அவை விரும்பும், ஆதலால், நிஜத்தன்மையைக் காட்டும் அறிவே சரியான அறிவு. அந்த நிஜத்தன்மைதான், நோக்கமும் பயனும் உள்ள செயற்பாட்டைத் தர இயலும். அத்தகைய சரியான அறிவால் காட்டப்பட்ட பொருளைத் தான் அநுபவபூர்வமாக அடைந்து உணரவும் முடியும். அதாவது தெளிவாகவும், தனியே பிரித்தும் அறியும் பொருள் அது; மேலே கூறியபடி அடைந்து உணர்தல் என்று கூறும்போது அப்பொருளை உறுதியாக - உள்ளது உள்ளவாறு அறிதல் என்பதே அதன் அர்த்தமாகும்.

மனிதச் செயலுக்கு ஒரு குறிக்கோள் உண்டு; குறிக்கோளுக்கு உட்படுவதே பொருள், விரும்பும் பயன். தவிர்க்கப்பட வேண்டிய பொருள்களும் உண்டு. ஏற்று அடைய வேண்டியவையும் உண்டு:

இந்த இரண்டு வகையைத் தவிர வேறுவகை இல்லை. பயனுள்ள வெற்றி - நிறைவேற்றம் என்பது பொருள்களை அறிந்து தவிர்ப்பதும் விரும்பியவற்றைப் பெறுதலுமேயாகும். காரணங்களைக் கொண்டு (உபகரணங்கள், காரியம் செய்பவன் முதலியன). ஒரு செயல் வெற்றிகரமாகும்போது, அதை உற்பத்தி என்று கூறுகிறோம் அறிவால் ஒரு செயல் நிறைவேறும்போது அதை நடைமுறை - ஒழுகும் வகை- என்கிறோம். (இது அநுஷ்டானம் என்று வடமொழியில் வழங்கப்படும்). இந்த ஒழுகும் வகை (அநுஷ்டானம்) என்பதில் தவிர்க்க வேண்டியவற்றைத் தவிர்ப்பதும், ஏற்று அடைய வேண்டியவற்றை அடைவதும் அடங்கும். அத்தகைய செயற்பாடுகளைக் கொண்ட ஒழுகுமுறையே வெற்றிகரமான பயன்தரும் செயல் எனப்படுவது.

தர்மோத்தரர், தர்மகீர்த்தியின் நூலுக்கு உரை கண்டவர்களுக்குள் ஆற்றல் மிக்கவர் ஆதலால் அவர் கூறும் இதை தர்மகீர்த்தி கூறும் தர்க்கவாதத்தின் கொள்கைப் பிரகடனம் என்றே கொள்ளலாம் என் பதால்தான் இந்த நீண்ட உரைப்பகுதியை இங்கே மேற்கோளாகக் காட்டினோம். ஆயினும் இது முற்றிலும் விசித்திரமாகவே படுவதும் உண்மைதான்; அதாவது இந்தக் கருத்துக்கள் எல்லாம் தர்மகீர்த்தியின் கட்சிக்கு அந்நியமானவை; இப்படி இது விசித்திரமாகப் படுவதற்குக் காரணம் இந்தக் கருத்துக்களோ அல்லது இவற்றின் உள்ளார்ந்த பொருத்தமான முன்பின் தொடர்ச்சியோ அன்று; கருத்துக்கள் (எண்ணங்கள்) மட்டுமே நிஜமானவை (பொருள்கள் இல்லை) என்பதை ஒப்புக்கொண்டு, இந்தக் கருத்துக்களுக்குத் தொடர்புடைய அல்லது இந்தக் கருத்துக்களுக்குப் பிடிமானம் ஆகும் பொருள்களை உண்டென்று கொள்வது அறிவுடைமையாகாது என்று நிரூபிக்க மிகவும் பிரயாசைப்படும் ஒரு தத்துவவாதி, அறிவின் மூலம் (தோற்றம்) எல்லை பற்றிய ஆய்வில் அடிப்படையாகக் கொள்ளும் அவனுடைய எண்ணங்களை வெளியிடுகிறது என்று ஏற்றுக்கொள்ளப்படுபவை இந்தக் கருத்துக்கள் என்பதால்தான் இவை விசித்திரமாகப் படுகின்றன. முற்றிலும் மாறுபட்ட வகையில், பொருள் என்பதைப் பலரும் பொதுவாகக் குறிப்பிடும் கருத்திலேயே தாராளமாக - எந்தவிதக் கட்டுப்பாடுமின்றி வழங்குவதும், இன்னும் குறிப்பாகச் சரியான அறிவே பயனுள்ள மனிதச் செயலுக்கு உரியனவும் உதவுவனவும் ஆகும் என்று கொள்வதும், கருத்துமுதல்வாதத்தின் எதிரியான வாத்ஸ்யாயனரின் கொள்கைப் பிரகடனத்தையே நமக்கு நினைவூட்டு கிறது. அதாவது தர்மகீர்த்தி கூறும் முக்கியமான வாதங்களை விளக்கி தர்மோத்தரர் கூறும் விஷயங்களில் பலவும், விக்ஞான வாதத்தை எதிர்த்து மறுக்கும் வாத்ஸ்யாயனருடைய அடிப்படைப் போக்குடன் மிகத் தெளிவாகவும் சுலபமாகவும் பொருந்தி வருகின்றன. இவை தர்மகீர்த்தியின் விக்ஞானவாதத்திற்குப் பொருந்துவதில்லை.

இந்த விஷயத்தில் பிரதானமான கேள்வி இதுதான். பொருள் என்றும் சரியான அறிவு என்றும் தர்மகீர்த்தி கூறும்போது அவற்றின் அர்த்தம் என்ன? பண்டை இயந்திரவியல் பார்வையில் அவர், கருத்துக்களை எண்ணங்களை மட்டுமே நிஜம் என்று ஏற்றுக்கொள்கிறார் (பொருள்களை அல்ல). அப்படியானால், பொருள் என்று அவர் கூறுவது வெறும் கருத்துக்களைத்தானா? ஆனால் அவர் காட்டும் தர்க்க யுக்திகளின்படி அவ்வாறு கொள்ள முடியவில்லை. இதற்கு வேறு காரணங்கள் இருப்பது ஒரு புறம் இருக்க, முக்கியமாக கருத்துக்கள் என்பவை (வெறும் உணர்வுகள்) மட்டுமே பயனுள்ள மனிதச் செயல்களுக்கு உரிய காரணமாக முடியாது. தர்மகீர்த்தியின் தர்க்கவாதத்தில் அவர் கூறுவது பொருந்த வேண்டுமானால் பொருள் என்று அவர் கூறுவது வழக்கமாக உள்ள அர்த்தத்தில் புறத்தே உள்ள பொருள் என்றுதான் கொள்ளவேண்டும். ஆனால், ஒரு விக்ஞானவாதி என்ற வகையில் அவர் இதை மறுத்தும் ஆக வேண்டியிருக்கிறது. ஆகவே, உறுதியாக ஒரு விக்ஞானவாதிக்கு இல்லாத, முற்றிலும் தனிப்பட்டதொரு விஷயத்தை தர்மகீர்த்தி தனது தர்க்கத்தில் கூறுகிறார் என்பதில் சந்தேகம் இல்லை. அவர் கூறும் ஒரு வரி, “அர்த்த கிரியா ஸாமர்த்தியலக்ஷணத்வாத் வஸ்துந” (அர்த்த - பயன்; கிரியா-செயல், ஸாமர்த்திய - ஆற்றல், லக்ஷணத்வாத் இயல்புடைய தன்மையின், வஸ்து, பொருளுக்கு) இதன் பொருள் பயனுள்ளதும், - அநுபவபூர்வமானதுமான செயலை உண்டாக்கும். ஆற்றல் உள்ளதுதான் ஒரு நிஜமான பொருள் (வஸ்து-பௌதிக பொருள்) ஆகும்.[11] அவர் இப்படிப் பொருளுக்கு இலக்கணம் கூறுவதற்கு என்ன அர்த்தம்? வஸ்து - பொருள் என்று கூறும்போது குறிப்பாக எதைச் சுட்டுகிறார்? அவரோ விக்ஞானவாதி; அறிவு அல்லது எண்ணம் ஒன்றுதாள் நிஜமானது என்று வாதிட வேண்டியவர். அவர் கூறுவதுதான் என்ன? இந்த வினாவுக்கு அவர். மிகவும் சிறப்புடைய விடை தருகிறார். “விக்ஞானம் எனப்படும் அறிவு ஒன்று மட்டுமே சாசுவதமான நிஜத்தன்மையுடையது; அது எப்படிப் பொருளாகத் தோற்றமளிக்க முடியும். இல்லை முடியாது; எனக்கே அது தெரியவில்லைதான், மாயாஜாலத்தால் கட்டுண்டவர்கள், வெறும் மண்கட்டி போன்ற பொருள்களை ஜாலக்காரன் பொன்னாகப் பூவாக இதுபோல் வெவ்வேறு பொருளாக்கிக்காட்டுவதைக் காண்கிறார்களோ, அதே போலத்தான் விக்ஞானமும், அறிவும் உணர்வும், தமது சொந்தமான வடிவத்திலிருந்து (நிலையிலிருந்து) மாறுபட்டுப் பொருள்களாகத் தோற்றமளிக்கின்றன.[12] கருத்து முதல்வாதத்தைப் பிழைக்கவைக்க - இது ஒரு நல்ல உபாயம்தான், ஐயம் இல்லை; - திங்நாகர்கூட இப்படித்தான் அதைக் கட்டிக் காக்கிறார்.

ஆனால் தர்க்கவாதத்திற்கு இது அழிவைத் தேடுகிறது. இதற்கு என்ன அர்த்தம்? தர்க்கத்திற்குப் புறப்பொருளை ஏற்று வாதம் செய்யும் இவர்கள், பிடிவாதமுள்ள கருத்துமுதல்வாதிகள் என்ற முறையில் விக்ஞானத்னதத் தவிர வேறு எதையுமே; ஒப்புக்கொண்டு பேச முடியாது. இந்த நிலையில் அவர்களும் ஏதோ ஒரு மாயாஜாலத்திற்குக் கட்டுண்டவர்கள் போல, பொருள் ஒன்றுமே இல்லாத நிலையில் மாயமாய்த் தோன்றும் பொருள்களால் ஏமாந்து போனவர்கள் போலத் தான் பேசுகிறார்கள். ஆகவே, அவர்கள் பிரமாணங்களைப் பற்றிச் சர்ச்சை செய்வதும் மாயை - பொய்த் தோற்றம் என்ற கட்டுக்குள் நின்று செய்வதாகவே ஆகிவிடுகிறது. இது சூன்யவாதி, மாயாவாதி, ஆரம்பகால விக்ஞானவாதி ஆகிய அனைவருக்கும் பொருந்தும். திங்நாகரும், தர்மகீர்த்தியும் கொள்ளும் நிலைப்பாடும் இதுதான் என்றாகும்போது. அவர்கள், பொருள்கள் பற்றிய சரியான அறிவு பற்றி சர்ச்சை செய்வதில் ஆர்வமும் அக்கறையும் காட்டுவதால் என்ன பயன்? அதற்கு என்னதான் அர்த்தம் இருக்க முடியும். தர்க்கவாதத்தையும், கருத்து முதல்வாதத்தையும் ஒத்துப்போகச் செய்துவிடுவது ஒருகாலும் இயலாதது. ஆகவே, தர்மகீர்த்திக்கு ஒரு சுலபமான வழி தெரிகிறது. இவையிரண்டையும் ஒத்துப்போகச் செய்யும் விஷயத்தில் சிரத்தை யில்லை போலப் பாசாங்கு காட்டி, தர்க்கத்தைச் செய்து முடிப்பதே அந்த வழி. எனவே, "யானையைப் போல் கண்களை மூடிக்கொண்டு, உண்மையான நிலைகளைக் கவனிக்காமல், சாதாரண மக்களைப் போலவே, பொருள்களின் இயல்பைக் காண்போம்"[13] என்று அவர் அறிவித்துவிடுகிறார். இப்படிக் கூறுவது, ஆபத்தான கட்டத்தை ஏற்றுக்கொள்வதாகுமே தவிர அதற்குப் பரிகாரம் தேடுவதாக இல்லை என்பது எளிதில் தெரியும்.

ஒன்றை நேரடியாக உணர்ந்து அநுபவிப்பதைப் புரிந்து கொள்ளும்போது - அதாவது பிரத்யக்ஷத்தைப் பிரமாணமாகக் கொள்ளும்போது - இந்தக் கஷ்டம் மிகக் கூர்மையாகவே உறுத்துகிறது. உண்மையாகவே கருத்துமுதல்வாதத்தை மறுப்பவர்களுக்கு இந்தச் சிக்கல் கிடையாது; புலனும் அதன் பொருளும் சேரும்போது பிறப்பதே அறிவு என்று அவர்கள் அறிவை அறுதியிட்டுக் கூறுகின்றனர். ஆனால், திங்நாகர் இதை ஒப்புக்கொள்ள முடியாது; ஏனென்றால் இப்படி ஒப்புக்கொண்டுவிட்டால் புறத்தே பொருள் உண்டு என்று ஏற்றுக்கொள்ள வேண்டிய நிர்ப்பந்தம் வந்துவிடும். ஆகவே, அவர் வேறொரு வகையில் இதை விளக்க முற்பட்டு பிரத்யக்ஷத்திற்கு-புலனறிவுக்கு இலக்கணம் ஒன்று கூறுகிறார். அது முற்றிலும் எதிர்மறையாகவே இருக்கிறது. கற்பனை அல்லது மனத்தால் அமைத்துக்கொள்ளும் ஒன்றே அறிவு-உணர்வு என்கிறார். இதற்கு

என்ன அர்த்தம்? புலனறிவு என்னும் பிரத்யக்ஷம் வெறும் அறிவு-வேறு எதுவும் கலக்காத உணர்வு மட்டுமே-போன்றது என்கிறார். அபூர்வமான-விந்தை தரும் நேரிடை அநுபவம் என்பது-கண்கூடாக உணர்வது என்கிறார்; அதை இன்னும் சுலபமாகத் தெளிவுபடுத்துவதானால், பெயர், இனம், வகை முதலிய எதுவும் இல்லாதது அது; அதை வாய் வார்த்தையால் பிறருக்கு எடுத்துக் கூறவும் இயலாது என்கிறார்; ஒரு நிறம் சிறு அளவில் இருப்பதாக உணரும் ஒரு வெறும் அறிவு என்பது நிறமுடைய ஒரு பொருள் என்று புரிந்துகொள்ளும் செயல் இல்லை என்பது மட்டுமின்றி, அதை ஒரு நிறமாகக்கூட விளக்குவதில்லை அவர்; மாறாக, அந்த அறிவு பிரத்யக்ஷத்திற்கு நெருக்கமான ஏதோ ஒன்று என்றுதான் புரிந்துகொள்ளவேண்டும் என்றும் கூறுகிறார். இது போன்ற பிரத்யக்ஷப் பிரமாணத்தை வேறு தத்துவவாதிகள், நிர்விகல்பகம் அதாவது அறுதியிட்டு உணர்தல் இல்லாதது என்று குறிக்கிறார்கள். இதில் மற்றொரு வகை ஸவிகல்பகம். அதாவது அறுதியிட்டு உணர்வது. இது பெயர், இனம், வகை முதலியவற்றால் இன்னதென்று கூறும் பிரத்யக்ஷம்: உதாரணமாக, ஒரு பழுப்பு நிறப் பசு, ஒரு பச்சை மரம் என்பது போல திங்நாகர் முக்கியமாக வற்புறுத்திக் கூறும் பிரத்யக்ஷத்தின் இலக்கணம் இந்த ஸவிகல்பகத்தை -அதாவது அறுதியிட்டு உணரும் அறிவைப் பிரத்யக்ஷத்தின் ஒரு வகையாகக் கொள்ளாமையே; அப்படி அறுதியிட்டு உணர்வது பெரும்பாலும் மனத்தால் அமைத்துக்கொள்ளும் கற்பனையே. ஆதலின், அது பிரத்யக்ஷம் என்பது அவர் கருத்தாகிறது.

இந்த இடத்தில் நாம், இந்த ஸவிகல்பகப் பிரத்யக்ஷத்தை, அதுவே உண்மையான - நம்புதற்குரியது என்பதை ஒப்புக்கொள்வதே விரும்பத்தக்கது என்றோ அல்லது அப்படியில்லை என்றோ சர்ச்சை செய்யும் நோக்கத்தில், நமது முக்கியமான பிரச்சனையை விட்டு விலகி வேறு சர்ச்சை தொடங்க வேண்டிய அவசியம் இல்லை, உடனடியாக நாம் காணவேண்டியது வேறு ஒன்று. இவ்வாறு திங்நாகர் பிரத்யக்ஷத்திற்குப் புதிய மாறுதலுடன் ஓர் இலக்கணம் கூறிய போதிலும், அது பற்றிய மிகவும் முக்கியமான பிரச்சனைக்கு சமாதானம் கூறாமலே மேலே சென்றுவிடுகிறார். பிரமையாலும் (ஒன்றை வேறொன்றாகக் காணும் அறிவின் மயக்கம்) புலன்கள் காட்டும் மாயத்தாலும் தோன்றும் சில உணர்வுகள் உண்டு; அவை புலனும் மனமும் நோயுற்றனபோல் திரிந்த நிலைமையால் தோன்றுவன; அவையும் நேரிடையாகவும், மனத்தால் அமைத்துக்கொள்ளும் கற்பனை அற்றவையே ஆயினும், சரியான புலன் உணர்வை -பிரத்யக்ஷத்தைப் புரிந்துகொள்ளும் நிலை இல்லாதவை என்று விளக்கப்படத்தக்கவை ஆகும். ஒரு கயிற்றுத் துண்டில் தவறாகப் பாம்பைக் காண்பது மனத்தால் அமைத்துக்கொண்டதன்

விளைவேயாகும். எங்கோ, எப்போதோ பார்க்க ஓர் அறிவு பாம் பென்று அறிவிக்கப்படுகிறது. ஆனால், பிரமையால் தோன்றுவன அத்தகையவை அல்ல. "புலன்கள் காட்டும் மாயத் தோற்றங்களும் அப்படிப்பட்டவை அல்ல. பிரமைகளிலும், கனவுகளிலும் தோன்றும் காட்சிகள், நேரிடையாக நிகழும் பிரத்யக்ஷமான புலனறிவுக்குரிய எல்லா இயல்புகளுடனும் கூடிய, தெளிவான உயிர்ப்புள்ளனவாகவே இருக்கின்றன. மனக்கோளால் சமையும் எண்ணங்களுக்குரிய ஒரு மாதிரியான விளங்காத் தன்மையும், பொது நிலையும் பிரமைகளுக்கும் கனவுகளுக்கும் இல்லை. அவற்றை ஒன்றை வேறொன்றாகக் காட்டும் புத்தியின் தவறான அறிவிப்பாகக் கொள்ளவும் முடியாது; அதேபோலப் புலன்கள் ஒன்றை இரண்டாகக் காட்டுவதும் கண் பார்வையில் உள்ள கோளாறு காரணமாகவே ஏற்படுவதுதான்:[14] இதில் ஏதோ தாமாக அமைத்துக்கொள்வது என்பதே கிடையாது.

புலனறிவாகிய பிரத்யக்ஷம் என்பது, மனம் அமைத்துக்கொள்வது ஒன்றுமே இல்லாமல் நேர்வது என்ற இலக்கணம் மேலே சொன்ன பிரமைகளையும் புலன்காட்டும் மாயத் தோற்றங்களையும் தானாகவே விலக்கிவிடுகிறதில்லை. இவற்றை விளக்காமல் (இவற்றை வைத்துக் கொண்டே) திங்நாகர் கூறும் மேலே கண்ட இலக்கணத்தில், ஒரு அபாயம் உண்டு. அது யாதெனில், நோயுற்றும் திரிந்தும் உள்ள கண்ணும், மனமும் காட்டும் பிரமைகளும் மாயத் தோற்றங்களும் கூடச் சரியான பிரத்யக்ஷப் பிரமாணங்களே என்று கொள்ள வேண்டி வருவதே; பிரமையும் மாயமும் இல்லாத பிரத்யக்ஷத்திற்கு எப்படி இலக்கணம் கூறுவது? அதை எப்படி அறுதியிட்டுக் கூறுவது.

அந்த இலக்கணத்தில், அப்ராந்து அதாவது பிரமையற்று - மாய மல்லாத என்ற இயல்பையும் சேர்த்துக்கொள்ள வேண்டும்; திங்நாகரே இந்த இயல்பைத் தன் பிரத்யக்ஷ இலக்கணத்தில் சேர்த்துக் கொள்ளவில்லை; ஏனென்றால், இதை ஒப்புக்கொள்வது அவருடைய கொள்கையான விக்ஞானவாதத்தையே அழித்துவிடும் காரியமாகிவிடும். இதை அவரே உணர்ந்தும் இருக்கிறார்; கருத்து முதல்வாதத்தை எதிர்ப்பவர்களில் முன்னணியில் இருக்கும் வாசஸ்பதி மிச்ரர் என்பவர் இதைப் பொருத்தமாக எடுத்துக் கூறுகிறார்: "பிரமையற்ற-மாயமல்லாத என்ற இயல்பைத் திங்நாகர் தன் பிரத்யக்ஷ இயல்புகளுடன் சேர்க்காமல் ஏன் விலக்கினார் எனில், இந்த இயல்பை ஏற்றுக்கொள்வது அவருடைய விக்ஞானவாதம் முழுவதுக்குமே தற்கொலை போன்றதாகிவிடும் என்பதால்தான்"[15] என்பது சிசிரர் கூற்று: இதற்கு 'ஸ்டெஹர்பாட்ஸ்கி (Staher batsky) ஒரு விளக்கம் தருகிறார். அந்த இயல்புகளைச் சேர்த்து

விட்டால், அது யோகாசாரர்களுடைய கருத்துக்களை ஒதுக்கிவிடுவன வாகிவிடும். "வெறும் அநுபவத்தை மட்டுமே அடிப்படையாகக் கொள்ளும் அறிதல் என்பது வெறும் - ஒன்றுக்கும் உதவாத மாயத் தோற்றம் என்பது யோகாசாரர் கொள்கை. கருத்துக்கள் மட்டுமே நிஜமானவை ஆகும்போது சாதாரணமான வாழ்க்கையின் அறிவுகள் அனைத்துமே - அவை புறத்துப் பொருள்களைப் பற்றியவை தாமே- வெறும் தோற்றங்களே"[16] இந்த நிலையில் ஓர் உண்மையான விக்ஞானவாதி: 'அப்ராந்த' பிரமையில்லாத - மாயமல்லாத என்ற இயல்பைச் சரியான பிரத்யக்ஷத்துக்குரியனவாகச் சேர்த்துக் கூறுவது எப்படி சாத்தியமாகும். விக்ஞானவாதிகளின் வாதங்களில் மிகவும் முக்கியமானது எதுவென்றால், அறிவு என்பது எல்லாமே, குறிப்பாக, பிரத்யக்ஷம், புலன் தரும் அறிவுகள், தெளிவாகவே புரியும் மாயத் தோற்றங்கள், பிரமையால் தோன்றுவன, கனவுகள் என்பன போலத்தான் விளக்கப்படல் வேண்டும். சுருக்கமாகச் சொன்னால், சரியான பிரத்யக்ஷம் என்பது பிரமையானதோ மாயமானதோ எனக் கூறுவது, விக்ஞான வாதத்தைக் கைவிடுவதாகவே முடியும்; திங்நாகர் அதைச் செய்ய விரும்பவில்லை. இது தர்மகீர்த்திக்குத் தெரிந்த மிகச் சுலபமான பிரச்சினைதான், இதை அவர் கவனிக்காமல் விட்டது, அவருக்குப் பிரத்யக்ஷத்தைப் பற்றிய தீவிரமான ஆர்வம் அடிப்படையாகவே இல்லை என்பதைக் காட்டாது: பிரத்யக்ஷமும் பிரமையும் பயமும் தான் என்று குழம்புவதற்கு இடமளிக்காமல், புலனறிவு சரியான அறிவு என்று ஒருவர் சர்ச்சை செய்தல் இயலுமா? அதனால் தான் தர்மகீர்த்தி திங்நாகருடைய இலக்கணத்தை மாற்றியமைத்து மாயம் இல்லாத என்பது போன்றவற்றையும் சேர்த்துக் கூறுகிறார். பிரமாணங்களைப் பற்றிய தீவிரமான சிந்தனைப்படி பார்க்கும்போது, இப்படிச் சேர்த்துக் கூறுவது நியாயமே என்பது தெளிவு; ஆனால் ஒரு விக்ஞானவாதி என்ற முறையில் இது நியாயமாகுமா என்பதே கேள்வி. தர்மகீர்த்தியின் நூலுக்கு விளக்கம் தருபவர்களுக்கு இது ஒரு மிகக் கடினமான பிரச்சனைதான்; அவர்களில் யாருமே நூலாசிரியர் ஓர் உறுதியான கருத்து முதல்வாதியாகவே இதைக் கூறுகிறார் என்று காட்ட முற்பட வில்லை. விநீத தேவர் இந்த விஷயத்தை விளக்குவதற்கு முற்பட்டு ஒரு மாதிரியாக ஏதேதோ சொல்லி தர்மகீர்த்தியின் கருத்து முதல்வாதத்தைப் பிழைக்க வைத்துவிடலாம் என்று நம்புகிறார். ஆனால் தர்மோத்தரர் இப்படிச் சப்பைக் கட்டுகள் கட்டுவதை விட்டுவிட்டு, இதற்கு மிகவும் வெளிப்படையாகவே கருத்துமுதல் வாதத்திற்கு எதிரான-அநேகமாய் எதிர்த் தரப்புக்கு ஆதரவாகவே விளக்கம் தருகிறார். இது எப்படி நியாயமாகும்? தர்மோத்தரருடைய

உரைக்கு 'திப்பனி' என்ற குறிப்புரை எழுதியவரோ மிகவும் வெட்ட வெளிச்சமாய் இதை ஒப்புக்கொள்கிறார். அவர் "தர்மகீர்த்தி பிரத்யக்ஷத்தை இலக்கணம் கூறி அறுதியிடும் விஷயத்தில் தனது கருத்துமுதல்வாதத்தைக் கைவிட்டு பொருள்முதல்வாதிகளின் கட்சியையே எடுத்துரைக்கிறார்" என்று கூறுகிறார்.

தர்மகீர்த்தியின் கருத்துக்களை விளக்கிக் கூறுபவர்களிடையே உள்ள இந்த முரண்பட்ட விவாதம் நமக்கு மிகவும் விசேஷமான முக்கியத்துவம் உடையது. அதைச் சுருக்கமாகக் காண்போம். விநீததேவர் கூறுவது:[17] "அப்ராந்த என்ற சொல்லின் பொருள் மாயமில்லாத-(பிரமை கொள்ளாத) என்பது. அதாவது, ஒரு பொருளை அடைந்து உணரும் விஷயத்தில் துணை செய்யும் அறிவு எத்தகைய பொருத்தமின்மையும் இல்லாது (அவிஸம்வாதக) ஆயினும் இப்படிச் சொல்வதை, அறிவுக்குப் பற்றுக்கோடான-அதற்கு நேர்த்தொடர்புள்ள-ஒரு பொருள் பற்றிய அறிதல் எனும் செயலுக்கு உரியதை ஏற்றுக் கொள்ளக் கூடாது. பொருளை அறிதல் என்னும்போது, அறிவுக்குப் பற்றுக்கோடான ஒன்று உண்டு என்பது உறுதி; மரம் என்று உணரும் அறிவுக்கும் மரம் என்று கருதும் பொருளுக்கும் உள்ள தொடர்ச்சி இதுதான். இதுவே ஆலம்பளம்-உபாலம்பம் எனக் குறிப்பிடப்படுவது. இவ்வாறு அறிதலுக்கும் பற்றுக்கோடான பொருளுக்கும், மாயம் இல்லாத என்பதைச் சேர்த்து இலக்கணம் கூறினால், யோகாசாரர்களின் கொள்கையை மறுத்தது ஆகும்; அறிதல் அனைத்தும் அவர்கள் கருத்துப்படி அதற்குத் தொடர்புடைய பொருளையே என்பதும் இல்லாத ஒன்றே. தர்மகீர்த்தியின் நூல் யோகாசாரர் ஸௌத்ராந்திகர் என்ற இருவருடைய கொள்கைகளையும் விளக்கிக் கூறவே எடுத்த ஒன்று; ஆகவே, அவர் 'அப்ராந்த' என்ற சொல்லை, "எத்தகைய பொருத்தமின்மையும் இல்லாத வகையில்' என்ற பொருளில் வழங்கி அதை அறிதலுக்குச் சேர்த்துக்கொண்டது. அவ்விருவருக்கும் உடன் பாடானதாகும்."

மேலே காட்டிய விநீததேவரின் கூற்றைப் புரிந்துகொள்ள முயல்வோம். இனி அதுபற்றி ஒரு அம்சத்தை கவனத்தில் கொள்ள வேண்டும்; அதாவது அவர், பிரத்யக்ஷம் பற்றிய 'மாயமில்லாத' என்ற சொல்லை இரண்டு விதமாகப் பொருள்படுத்தலாம் என்று காட்டுகிறார். இந்த இருவகை விளக்கமும் ஸௌத்ராந்திகர் கருத்து முதல்வாதத்திற்கு எதிராகக் கூறும் கொள்கைக்கு முற்றிலும் பொருந்தும்; இதுமட்டுமின்றி அவர் மற்றொன்றும் கூற முற்பட்டு தாம் கூறிய விளக்கத்தில் இரண்டாவது, யோகாசாரர்களின்

கொள்கைக்கும் பொருந்தும்; ஆகவே, இரண்டு வகையில் தான் செய்த விளக்கமே சரியானது என்கிறார். இதற்கு என்ன பொருள்? தர்மகீர்த்தியின் இலக்கணத்தில், கருத்துமுதல்வாதத்திற்கு எதிரான சாய்வு இருப்பது என்னவோ உண்மை; எனவே, உரை செய்பவர்கள்தான் அதைக் கருத்து முதல்வாதத்திற்கும் பொருந்தும் வகையில் மாற்றிக்காட்ட வேண்டும் என்கிறாரா? விநீததேவருடைய வாதம் பின்வருமாறு அமைகிறது: மாயமில்லா என்பதற்கு, உண்மைக்குப் பொருத்தமின்மை ஏதும் இல்லாதது- அதாவது நன்கு பொருந்துவது - என்று பொருள் கொள்ளவேண்டும். மேலும், இந்தப் பொருத்தத்தில் மிகவும் நுட்பமான இரண்டு வித்தியாசங்களைக் காண வேண்டும். ஒன்று, ஒரு பொருளை அடைந்து உணர்தலோடு பொருந்துவது. மற்றொன்று, அறிதலுக்குரிய - அதாவது கருதப்படுகிற விஷயத்திற்குரிய - அதற்குத் தொடர்புடைய பொருளோடு பொருந்துவது. இவற்றுள் முதலாவதே கருத்துமுதல்வாதத்திற்கு ஏற்பது; ஆனால் எதிர்த்தரப்பிற்கு இந்த இரண்டுமே ஏற்கும். இவ்வளவு வாதங்களும் விடைகூறாத இரண்டு கேள்விகளை விட்டுள்ளன. ஒன்று: பொருள்களே கிடையாது எல்லாம் வெறும் கருத்துக்களே, எண்ணங்களே என்று ஒரே பல்லவி பாடும் யோகாசாரர்கள், அறிவு என்பது பொருளை நேரிடையாக அடைந்து உணர்தல் என்று எவ்வாறு பேச முடியும்? இரண்டு, புறத்தே பொருள் ஒன்றும் இல்லையென்றால், அறிவு பொருளைச் சென்றடைய வைக்கும் என்பது எவ்வாறு? விநீததேவர் இந்தக் கேள்விகளையே எழுப்பவில்லை; அப்படியிருக்க விடை எப்படிக் கூற இயலும்? அவர் நோக்கமெல்லாம் தர்மகீர்த்தி கூறும் பிரத்யக்ஷத்தின் இலக்கணத்தை எப்படியாவது கருத்துமுதல்வாதத்துடன் ஒத்துப்போகச் செய்ய வேண்டும் என்பதே. தன் விளக்க முறையால் இதை செய்து விடலாமென்று அவர் எதிர்பார்க்கிறார்.

ஆனால் தர்மோத்தரர், விநீததேவர் செய்யும் வாதங்களையெல்லாம் ஒதுக்கித்தள்ளிவிடவே விரும்புகிறார்; அவருக்கு தர்மகீர்த்தி, பிரத்யக்ஷப் பிரமாணத்தை எப்படிப் புரிந்துகொண்டிருக்கிறார் என்பதை விளக்கிக் கூறுவதில்தான் அதிக ஆர்வம் இருக்கிறது. தர்மகீர்த்தியின் பிரத்யக்ஷ இலக்கணம் கருத்துமுதல்வாதத்திற்கு ஏற்றதா இல்லையா என்பது பற்றி அவ்வளவாக அவருக்கு ஆர்வம் இருக்கவில்லை. புலனறிவு சம்பந்தப்பட்டவரையில், மாயமில்லாத என்பதற்கு- எத்தகைய பொருத்தமின்மையும் இல்லாத (நன்கு பொருந்தும்) வகையில் உண்மையுடன் இணைதல் என்பது விநீததேவர் தொடக்கத்திலிருந்தே தமக்குத் தாமே வைத்துக்கொண்டதோர் முடிவான எண்ணம். இது முற்றிலும் சிறுபிள்ளைத்தனமான எண்ணம் என்கிறார் தர்மோத்தரர். இதை ஸத்தாரி முகர்ஜி என்பவர் பின்வருமாறு விளக்குகிறார்:[18]

"உண்மையானதும், போலியல்லாத அசலானதுமான அறிவைப் பற்றி ஆராய்ந்து கூறும் சந்தர்ப்பத்திலிருந்தும், பிரத்யக்ஷம் (புலனறிவு) என்பது அதன் வகைகளில் ஒன்று எனக் கூறுவதிலிருந்தும், இந்தப் புலனறிவு உண்மைக்குப் பொருந்தாததாக இருக்கக்கூடாது. ஏனெனில் அசலான அறிவு என்பது இந்தப் பொருத்தத்தை சுட்டுமே தவிர வேறு எதையும் சுட்டாது என்று அறிகிறோம்." ஆகவே, விநீததேவர் சொல்வது, வெறும் கூறியது கூறலே ஆகும். "எந்த விதத்திலும், மாயமில்லாத என்பதை, பொருந்துவதை என்ற பொருளில் இங்கு கொள்ளவே கூடாது; நேரிடையான பிரத்யக்ஷம் என்பது பொருத்தமான அறிவின் ஒரு வகையே தவிர வேறில்லை; அதன் சந்தர்ப்பம் ஒன்றே உண்மையுடன் அது பொருந்தப் போதுமானது; அதையே திரும்பத் திரும்ப சொல்வது பயனற்றது; பிரத்யக்ஷ இலக்கணம் கூறும் அந்த வாக்கியத்தின் பொருள், நேரிடையான பிரத்யக்ஷம் என்பது, மனத்தால் அமைத்துக்கொள்வதின்றி உண்மைக்கு நன்கு பொருந்திவரும் வகையில் ஏற்படும் அறிவின் ஒரு வகை" என்கிறார் தர்மோத்தரர்.[19] அப்படியானால் மற்றொன்றான 'பிரமை இல்லாத' என்று விளக்கம் தருவது யாது? இதற்கு தர்மோத்தரர் கூறும் விடை. "அறிய வரும் நிஜமான பொருளுடன் ஒவ்வாமை ஏதுமின்றி ஏற்படுவது. அதாவது வாழ்வின் அநுபவபூர்வமான நோக்கத்திற்குப் பயன்படும் வகையில் அமையும் பொருள். இந்த அறிவுக்கு வடமொழித்தொடர், "அர்த்த-க்ரியா-ஷமே வஸ்துரூபே அவிபர்யஸ்தம்" என்பதாகும்.[20] அத்தகைய அறிவு, மாயமில்லாததாக இருப்பது என்பது (1) அறியவரும் நிஜமான பொருளுக்கு முரண்பட்டதாக இல்லாமல் இருப்பது மற்றும், (2) அந்த நிஜமான பொருள் வாழ்வின் அநுபவபூர்வமான நோக்கத்திற்குப் பயன்படுவதாய் இருப்பது என்பதுதான். இப்படிக் கூறுவது நிச்சயமாக விக்ஞானவாதத்திற்கு எதிரானதேயாகும். எப்படியெனில், (1) அறிவின் கலப்பற்ற நிஜத்தன்மையைத் தவிர வேறு எத்தகைய பொருளும் புறத்தே கிடையாது (2) ஒவ்வொருவனும் ஒருவகை மாயைக்கு (பிரமை போன்றவற்றிற்கு உட்பட்டும் ஆட்பட்டும் செயற்படுவதனால், அவன் வாழ்வில் அநுபவபூர்வமாகச் செய்யும் செயல்களும், பிறவும் அவனைப் பற்றியவரையில்தான் (அவனுக்கு மட்டுமே) தொடர்புடையவை என்பவையே அவர்களுடைய கொள்கை. இவ்வாறு கூறும் தர்மோத்தரருடைய எண்ணமும் போக்கும் மிகவும் தெளிவாகவே உள்ளது; அவர் ஆர்வமெல்லாம் தர்மகீர்த்திக்கு பிரத்யக்ஷம் பற்றிய உட்கருத்து இன்னதென்று கூறுவதே தவிர, அவருடைய உட்கருத்தைத் திருத்தித் திருப்பி எப்படியாவது அதை விக்ஞானவாதத்துடன் பொருத்திவிட வேண்டும் என்பதன்று;" மீண்டும் தர்மோத்தரர் கூறுவனவற்றை எடுத்துக்காட்டுவோம்.

"பிரத்யக்ஷமான புலனறிவின் சாராம்சம் என்ன என்பது உங்களுக்கும் எனக்கும் நன்றாகவே தெரியும். பொருள்களும் எதிரே நேரிடையாக இருக்கின்றன என்று நாம் உணர்வதே அது; இது அறிவில் ஒருவகை நேரிடையான அறிவு என்றும் பிரத்யக்ஷம் (புலனறிவு) என்றும் கூறும் சொற்றொடர், எல்லாருக்குமே தெரிந்த ஒன்றுதான்; நமது கண் முதலிய புலன்களுக்கு அகப்படும் வகையில் நாம் அறியும் நேரிடையான அறிதலுக்குரிய பலவற்றுக்கும் நாம் அத்தொடரைத்தான் உபயோகிக் கிறோம். அந்தப் பொருள்கள் யாவும் நமது புலன்களுடன் தொடர்பு கொண்டவையே ஆகும். பிரமையல்லாத என்ற தொடரின் பொருள் யாதெனில் பொருளோடு மாறுபடாமல், வேறொன்றாய் இராமல் இருக்கும் அறிவு என்பதே; ஆனால், மாயமல்லாத என்ற இரண்டாவது இலக்கணத்தையும் சேர்க்காவிட்டால், ஒரு தவறான எண்ணம் தோன்றிவிடுவதைத் தடுக்க இயலாமல் போய்விடும். உதாரணமாக, படகில் பிரயாணம் செய்யும் ஒருவனுக்குக் கரையில் உள்ள மரங்களும் இடம் பெயர்வது போல் தோன்றும் காட்சியும், - இது போன்ற வேறு சில மாயமான தோற்றங்களும்கூடச் சரியான புலனறிவே என்று சாதிப்பவர்கள் சிலர் உண்டு; உண்மையாகவே, அப்படி ஏற்பட்ட புலனறிவால் ஒருவன் மரத்தை அறிகிறான்; ஆகவே, அநுபவம் அவனுடைய புலனறிவை உண்மை என்றுதான் காட்டுகிறது. இதைத் தவிர்ப்பதற்காக இரண்டாவது இலக்கணத்தையும் சேர்த்துக்கொள்ள வேண்டும்; அது ஒரு மாயமான பொய்த்தோற்றம்; அது சரியான பிரத்யக்ஷம் இல்லை; ஆகவே, மரம் நகர்வதாகத் தோன்றுவது தவறானது, பொய்யானது; சரி அது பொய்யெனில் அவன் மரத்தை அறிவது எப்படி? அவன் நகரும் மரத்தைப் புலனறிவாகக் காண்பது எப்படி?- அவன் மரத்தைக் காண்பதும் (உணர்வதும்) இல்லை; அதாவது, நகரும் மரங்களை அவன் நிஜமாகவே காண்கிறான் என்பது இல்லை; இடைவெளியில் தன் இடத்தை மாற்றிக்கொண்டே நகர்வது போல் தோன்றும் மரத்தின் தோற்றம், ஒரே இடத்தில் நிலையாக உள்ள மரத்தைக் கண்டதன் பிம்பமே தவிர வேறில்லை. ஆகவே, நகரும் மரத்தைப் போல் அவனுக்குத் தோற்றமளித்த பொருள் அவன் புலனறிந்த ஒன்று அன்று. வேறு விதமாகவும் இதைச் சொல்லலாம்; அவன் நிஜமாகவே அறிந்து உணர்ந்த மரம், நகர்வது போலத் தோன்றிய மரம் எனும் பொருள் அன்று; அதாவது அவன் இந்தத் தவறான தோற்றத்திற்கு மூலமாய் எந்தப் பொருளையும் அறிவதில்லை; நிஜமாகவே ஒரு மரத்தை அடைந்து உணரும்போது அந்தப் புலனறிவு முற்றிலும் வேறான ஒரு அறிதல் என்ற செயலின் மூலமாகவே ஏற்படும்; ஆகவே; மாயமல்லாத என்ற இயல்பும் சேர்த்துக்கொள்ளப்படுவது ஏனெனில்,

மாயத்தோற்றமும், பயனுள்ள செயலையே விளைவிக்கும் என்ற கருத்தை அறவே ஒதுக்கத்தான்"[21]

இப்படி இந்த விவாதத்தின் போக்கு அனைத்திலுமே கருத்து முதல்வாதத்திற்கெதிரான வேகம் தெரிகிறதே தவிர ஆதரவான நிலையைக் காணோம். இதையும்விட இன்னுமொரு முக்கியமான விஷயமும் இதில் இருக்கிறது. தர்மோத்தரர் இந்த விவாதத்தில் விக்ஞானவாதிகளுக்கு மிகப் பிடித்த சில வாதங்களுக்கும் விடை தந்துவிடுகிறார். நடைமுறை வாழ்க்கையில் ஏற்படும் அறிவெல்லாமே, மாயமும் பிரமையும் போலத்தான் கொள்ளத்தக்கவை; ஏனென்றால் அவற்றை சாதாரணமான கண்கூடான அநுபவத்திலிருந்து வேறுபடுத்திக் காட்டும் திட்டவட்டமான அளவை பிரமாணம் ஏதும்' உறுதியாக இல்லை என்பது விக்ஞானவாதிகள் கூற்று; அதை மறுப்பவர்களோ, அத்தகைய அளவை-பிரமாணம் நிச்சயம் இருக்கிறது. அநுபவ வாழ்வில் நன்கு நம்புதற்குரிய அறிவு பயனுள்ள செயலுக்கு அடிப்படையாகிறது. அதுதான் அதற்கான சான்று என்று வாதிப்பார்கள், இதற்கு விடையாக விக்ஞானவாதிகள் கூறுவது என்னவென்றால், அநுபவ வாழ்வில் பயனுள்ள செயலுக்கு அடிப்படையாவது மட்டுமே உண்மைக்குச் சான்றாகும் நல்ல பிரமாணமாக ஏற்றுக் கொள்ள முடியாது; ஏனென்றால், வெளிப்படையாகவே பிரமையென்று தெரியும் அநுபவங்கள் கூடப் பயனுள்ள செயல்களுக்கு அடிப்படை ஆவதும் உண்டு என்பது; இதுபற்றிய விரிவான மாறுபட்ட சர்ச்சைகளைப் பின்னால் காண்போம். 'இப்போதைக்கு மேலே காட்டிய விவாதத்தின் முக்கியமான விஷயம் அங்கே கருத்துமுதல்வாதிகள் தம் எதிரிகளை மறுக்கக் கூறும் வாதத்தை தர்மோத்தரர் உண்மையில் மறுக்கிறார் என்பதே. மாயமான பிரமையான தோற்றங்களும் பொருள்களை அடைந்து உணர்வதற்கு துணை புரியும் என்று கற்பனை செய்து பேசுதல் மிகவும் மேலெழுந்தவாரியான ஒரு கருத்தைக் கூறுவதே யாகும்; தகர்ந்து செல்லும் மரங்களைக் காணும் பொய்த் தோற்றம்' யாருக்கும் நிஜமான மரத்தைக் காட்டுவதாகாது; ஆனால் மரம் என்று ஒரு பொருளை ஒருவன் அறிந்துகொள்வது, மரத்தை நேரில் கண்டதான ஓர் அறிவால் தானே தவிர பிரமையால் அன்று; அவன் மரத்தை நேரில் கண்டு அறிந்ததே நம்புதற்கு உரியது; அது மாயமில்லை.

இவ்வளவிற்கும் தர்மோத்தரர் எடுத்துக்கூறி நிறுவுவது தர்மகீர்த்தியின் கொள்கை நிலை என்றால், தர்மகீர்த்தியோ ஒரு விக்ஞான வாதி என்பதை ஒப்புக்கொள்வது எப்படி?

தர்மோத்தரரின் உரைக்குக் குறிப்புரை எழுதியவரோ இதற்கு மிக எளிதிலும் தெளிவாகவும் விடை கூறியிருக்கிறார். அவர் கூறுவது:

"தர்மகீர்த்தி மிகவும் பிரசித்தமான விக்ஞானவாதிதான், ஆனால் அவர் பிரத்யக்ஷப் பிரமாணத்தைப் பற்றி சர்ச்சை செய்வது விக்ஞானவாதிகளின் நோக்கிலிருந்து செய்யவில்லை; இதற்கு மாறாக ஒரு ஸௌத்திராந்திகரைப் போலவே, புறத்தே பொருள்கள் உண்டு- அவை நிஜமானவையே- வெளியில் பௌதீக உலகும் உண்டு என்ற நிலையை ஒப்புக்கொண்டு, பிரத்யக்ஷத்திற்கு இலக்கணம் செய்தார். இதை விளக்கும் வடமொழித் தொடர்-'திப்பனீ என்றும் குறிப்புரையில் உள்ளது. அது "பாஹ்யநயேன, ஸௌத்ராந்திக மதாநுஸாரேன, ஆசார்யேண லக்ஷணம் கிருதம்"[22] என்பதாகும்.

இதனால் தெரிவதென்ன? தர்க்கயுக்திக்கும் கருத்துமுதல்வாதத் திற்கும் ஒத்துவராது-ஒன்றுடன் மற்றொன்று மாறுபடுவதே. இது வெளிப்படையாகத் தெரிகிறது அல்லவா? நாகார்ஜுனர், சந்தரகீர்த்தி, சங்கரர், ஸ்ரீ ஹர்ஷர் போன்ற மற்ற கருத்துமுதல்வாதிகளுக்கு இந்த விஷயம் அவர்களுடைய தத்துவப் பொது அறிவுக்கு உரிய ஓர் அம்சமாகவே இருக்கிறது. அதே போல திங்நாகர் தர்மகீர்த்தி இவர்களுக்கு முன்பிருந்த ஆரம்பகாலத்து யோகாசாரர்களுக்கும் இதுதான் நிலை. அவர்கள் சாதாரண வாழ்வில் நாம் அறிவது அனைத்துமே பிரமை மாயம் என்ற கருத்துடையவர்கள், திங்நாகரும் தர்மகீர்த்தியும் இந்தப் போக்கிலிருந்து மாறுபட்டுச் செல்லும் போக்கை விரும்புகின்றனர். இந்த மாறுபட்ட போக்கின் விளைவே ஆபத்து: புலனறிவு எனும் பிரத்யக்ஷத்திற்கு இலக்கணம் கூறவந்து அதில் மாயமற்ற-பிரமையல்லாத என்ற இயல்புகளைச் சேர்க்கும்போது அந்த ஆபத்து மிகவும் கஷ்டமாகிறது. ஆனால், தர்மகீர்த்தி இதை மிக்க தைரியத்துடன் செய்ய விரும்புகிறார். அதை அவர் எப்படிச் செய்யமுடியும்? உரை எழுதும் தர்மோத்தரருக்கு நூலாசிரியரான தர்மகீர்த்தியின் உட்கருத்து தெரியும் என்றே கொள்வோம் - அதை மறுக்கவும் முடியாது. தன் கருத்து முதல்வாதத்தைப் பணயம் வைக்காமல் தர்மகீர்த்தி இதைச் செய்வது இயலாது. இதற்கு 'ஸம்விருதி ஸத்யம்' அல்லது 'வியாவஹாரிக' என்று பெயர்.

திங்நாகருக்கு இது நன்றாகத் தெரியும்; தான் ஒரு விக்ஞானவாதி என்ற முறையில், வாழ்வில் அறிவது அனைத்துமே வெறும் பிரமை தான் என்று உறுதியாக நம்பும் விக்ஞானவாதத்தை மறுப்பது இம்மாதிரிப் புலனறிவு என்ற பிரத்யக்ஷம் மாயமோ, பிரமையோ அல் வாத ஒன்று என்று கூறுவது மிகவும் அபாயகரமானது; ஆகவே அவர் இதுபற்றி ஒன்றுமே கூறாமல் இருப்பதே தனக்குப் பாதுகாப்பு என்று கருதிவிடுகிறார். ஆனால் இப்படி ஒன்றும் சொல்லாமல் விடுவது,

நிஜமான அறிவு பற்றியும் பிரத்யக்ஷம் பற்றியும் கொள்ளும் தீவிரமான நோக்கமாகாது என்று தர்மகீர்த்தி நினைத்தால், இதைச் சொல்லாமல் விட்டுவிடுவது இயலாதுதான். ஒரு விக்ஞானவாதி-தன் கொள்கையை விடாத வகையில் பிரமாணங்களைப் பற்றி உண்மையில் தீவிரமான ஆர்வம் காட்டவும் இயலாது; ஆகவே, அவர் சர்ச்சை செய்வது-ஒரு பிரமாணம் பற்றியே என்ற முறையில், பிரமையும் மாயமுமான ஒன்றின் பொதுவான அமைப்புக்குள் இருக்கும் ஒன்று பற்றியே ஆகும்.

சரி, அப்படியானால் பிரமாணங்கள் பற்றிய சர்ச்சையில் ஏன் இறங்குகிறீர்கள் என்று கேட்டால், மாறாத கருத்துமுதல்வாதியாக இருக்கும் ஒருவன் கூறும் விடை, அவற்றிற்கு இறுதி முடிவான நம்புதற்குரிய தகுதி ஒன்றும் இல்லையெனினும், அவற்றிற்குத் தற்காலிகமான - ஒருவகையான அப்போதைக்கப்போது ஏற்படும் ஒரு தகுதி உண்டு; அது பக்குவமில்லாத அன்றாட வாழ்விற்குரிய தகுதிதான், எத்தகுதியும் இல்லை என்பது முதலில் சொன்னது; தற்காலிகமான தகுதியென்பது பின்னே சொன்னது; இவையிரண்டையும் குழப்பிவிடக் கூடாது. முதலாவது, முற்ற முடிவான உண்மை நிலை. இதற்குப் பரமார்த்த ஸத்யம் என்று பெயர். இரண்டாவது, அநுபவபூர்வமான வாழ்க்கைக்குரியது; உண்மை அல்லாதது.

இப்படி இரண்டு ஸத்யங்களை ஒப்புக்கொள்வதால் என்ன பயன்? எப்படி இருந்தாலும் திங்நாகருக்கு இது மிகவும் ஆழமாய் அமைந்த கொள்கை; இவற்றின் பலத்தில்தான் அவர் பிரமாணங்களைப் பற்றிய ஆய்வில் தைரியமாக இறங்குகிறார். இந்த ஜினேந்திராபுத்தி என்பவர் கூறும் விளக்கத்திலிருந்து அறியலாம்.

திங்நாகருடைய நூலுக்கு உரை எழுதுகையில் ஜினேந்திராபுத்திக்கு நிஜமாகவே பின்வரும் பிரச்சனை எழுகிறது. விக்ஞானவாதிகளின் கொள்கைப்படி அறிவும், எண்ணமும்தான் உண்மை; ஆனால் பிரமாணங்களைப் பற்றிய ஆய்வின் அடிப்படையில், பொருளை அறிபவன், அறியப்படும் பொருள், அறிவு-இவை வெவ்வேறு என்ற தனியான வேறுபாடு முதலிடம் பெறுகின்றதே; அப்படியிருக்க, திங்நாகர் பிரமாணங்களை எப்படி ஆராயமுடியும்? இதற்கு ஜினேந்திராபுத்தி[23] தரும் விடை வருமாறு:

பரமார்த்த நோக்கில், அதாவது முழுமுற்றான உண்மையளவில், புறப்பொருள், அதை உணரும் தான் (நான்) என்பது, அறிதற்கான புலன் முதலிய காரணங்கள் (கருவிகள்) என்பவற்றின் பரஸ்பரத் தொடர்பு இல்லவே இல்லை; ஆனால் பொது வாழ்வில், இப்படியெல்லாம் பிரித்துக் கூறுதலில் முரண்பாடு ஏதும் கிடையாது. அந்த மூன்று

வகைக் கூற்றும் ஒரேயொரு பொருளை-ஒரேயொரு உண்மையைச் சுட்டுவனவே தானே? உதாரணமாக, வெளிச்சம் தன் சுடரால் பிரகாசிக்கிறது என்று சொல்கிறோம்; சுருக்கமாக அது என்ன? வெளிச்சம் இருக்கிறது என்பதுதானே!

அறிதல் என்ற செயலையும் அதன் விளைவையும் பற்றிய பகுதி களை ஆராயாமலேயே ஒன்றுசேர்த்துவிடலாம் என்று ஆகிறது; ஆனால் திங்நாகர் அறிதலின் விளைவே தன்னில் தோன்றும் உணர்வு என்று ஏன் சொல்கிறார்? இப்படி அவர் சொன்னது முழு முற்றான உண்மையின் - பரமார்த்த சத்யத்தின்-நோக்கிலிருந்துதான் விளைவு என்பது தன்னில் உணர்வுடைமை என்பதே; ஏனெனில், அதைவிட அதற்கப்பாலும் வேறு ஒன்றுமே கிடையாது; பொதுவாக அதுதான் நம் அறிவு எனப்படுவது. அறிவும் அதுவும் ஒன்றே! வெவ்வேறல்ல: ஒரு பொருளை அறிதலின் விளைவாகக் கூறுவதில் முரண்பாடில்லை; ஏனெனில் உபசார வழக்கால் - ஒன்றின் தொடர்பு உடையதை அதாகவே கொள்ளும் வகையில், அறிதலின் நிகழ்முறையின் தொடர்ச்சிபடியும், விளைவின்படியும் அதை நாம் வேறுபடுத்திக் கூறமுடிகிறது; அந்த வகையில் ஒரு பொருளை அறிந்ததானது அதன் விளைவாகக் கொள்ளப்படுகிறது. ஆகவே, வெறும் உணர்வு என்பதற்கு அப்பால் அதைவிட வேறாக நிஜமாக இருப்பது யாதொன்றும் இல்லை (ஸம்வேதனா மாதிர ஏவ). ஆகவே, உணர்வின் இந்த வாங்கிப் பற்றிக்கொள்ளும் (கிரகிக்கும் - புலன் பொறிகளால் கொள்ளும்) இயல்பே அறிதல் (பிரமாணா) என்ற செயலால் கட்டப்படுகிறது; அது கிரகித்த இயல்பே அறியப்பட்ட பொருள் (பிரமேயா).

இதில் மறுத்துக் கூறப்பட்டது இதுதான்: புற உலகமே இல்லை யென்று மறுக்கும் ஒரு தத்துவவாதி, கிரகிப்பதும் கிரகிக்கப்படுவது மான இயல்பும், அம்சமும், அறிவில் உண்டு என்று எப்படிக் கொள்ள முடியும்? அந்த அறிவில் அறிதல் என்பதன் ஆதாரமும் பயனும் இல்லையே; இந்த சந்தேகத்தை நீக்கவே, "அந்த வகையில் அது உள்ளது - அதாவது நமது என்பது அங்ஙனம் வேறுபட்ட அம்சங்களில் இருப்பதாகத் தோன்றுகிறது" என்று திங்நாகர் கூறுகிறார்.

இந்தப் பகுதியின் பொதுவான அர்த்தம் பின்வருவதாகும். முழு முற்றான பரம - ஸத்யமாக இருப்பது என்ற பார்வையில் இதில் வேறுபாடுகள் ஒன்றுமே கிடையாது; ஆனால் அனைத்தையும் மீறித் தூண்டும் மாயையால்-தடைபோல் மறைக்கப்பட்டுள்ளோம் நாம் அனைவரும். ஆகவே, நாம் எதையும் திரித்து மாற்றிக் காட்டும் பொய்க் காட்சிக்கு வசப்பட்டுத்தான் செயற்பட முடிகிறது. நாம் அறியும் அனைத்துமே தனிப்பட்ட வகையில், ஒரு மாதிரியான கட்டுமான

அமைப்புடன், காண்பவன் (அறிபவன்) என்றும் காணப்படும் பொருள் என்றும் அமையும் வித்தியாசத்தால் வேறுபடுத்திக் காட்டப்பட்ட அந்த அவித்யையின் திரிந்த தோற்றமே; ஆதலால் அறிதல், அறியப்படும் புறப்பொருள் என்று வேறுபடுத்துதல் 'ஏ' காணும் அநுபவமான பார்வையில் செய்யப்படுகிறதே தவிர, 'பி' முழுமுற்றான உண்மையின் பார்வையில் இது நிகழவில்லை. ('ஏ' யதாத்ருஷ்டம் எனவும் அதாவது காட்சியநுபவத்தால் நிகழ்வது: 'பி' யதார்த்தம் - உண்மையில் அது எப்படிப்பட்டதோ அப்படி நிகழ்வது). ஆனால் தன்னளவில் வேறுபடுத்தப்பட்டதாக இன்றியே வேறுபடுத்தியது போலத் தோன்றுவது எப்படி? இது மாயையால். பிரமையால் நிகழ்வது; உதாரணமாக, வெறும் மண்ணாங்கட்டியால்-ஜாலக்காரன் யானையும், குதிரையும் தோன்றச் செய்வதை நிஜமாகவே காண்பது போல் உணர்கிறோம்; அதற்குக் காரணம் நமது காணும் புலன் ஏதோ மாயத்தால் பழுதுபட்டிருப்பதே; கண்கட்டி வித்தை என்கிறோமே, இதனால்தான்; மேலும் தொலைதூரத்தில் உள்ள பாலைவனத்தில் நீரோட்டம் போலக்காணும் கானல் நீரை காண்பது போலத்தான் உணர்கிறோம். இதுவும் நம்மை மீறித் தாண்டும் ஒரு மாயையால் தெரிவதுதான்; இதே மாதிரித்தான் நமது உணர்வுடைமையும்; அத்தகைய மாயை நம்மைக் குருடாக்கி வைத்திருக்கிறது: தமது உணர்வு நிஜமாகவே தனக்கு இல்லாத வடிவத்தில் தோன்றுகிறது; பலவாகத் தெரிவதெல்லாம் வெறும் மாயையே, உலகத்தில் வாழும் நமக்கு அந்தப் பரம ஸத்யம், காண்பவன் என்றும் காணப்படும் பொருள் என்றும் இரு வேறு வடிவில் திரிவுபடாத பரமார்த்த ஞானம் அடைய முடியாத ஒன்று; ஏனெனில் நம்மை மீறியுள்ள மாயையின் ஆவேசத்தால் நாம் கண்ணை இழந்துள்ளோம் என்றுதான் கொள்ள வேண்டும்.

ஆகவே, திங்நாகர் நிஜமாகவே ஒன்றை ஒப்புக்கொள்கிறார்; அதாவது, தர்க்க யுக்தி பற்றி அவர் கூற வேண்டியுள்ள அனைத்தும் பொதுவாக மாயை - பிரமை - பொய் என்ற கட்டுக்குள் அடங்கியவையே என்பதுதான். இது இப்படி இருக்கும்போது, தர்க்க யுக்தியையே மாற்றுகிறேன் என்றும், பெரிய தடபுடல் காட்ட வேண்டும் என்றும் கேட்கிறார் சந்திரகீர்த்தி என்பவர்; நையாயிகர்கள்; பௌதீக உலகத்தையும் அன்றாட வாழ்க்கையையும் மிகத் தீவிரமாகவே உண்மையென்று கொள்பவர்கள். அவர்கள் காட்டும் தர்க்க யுக்தியை - அப்படியே விட்டுவிட வேண்டியதுதானே? அன்றாட வாழ்வுக்கு இந்த தர்க்க யுக்திகள் போதாது என்றால், வாழ்க்கை நிஜமென்று நம்பும் நையாயிகர்களே அதைச் செய்யட்டுமே? உலக வாழ்க்கை என்பதே மாயையில் உழலும் பொய் என்று கூறும் ஒரு

கருத்துமுதல்வாதி இந்தத் தர்க்கத்தை மாற்றுவதில் தன் நேரத்தைப் பாழாக்குவது ஏன்? தன் ஆற்றலை வீண் ஆக்குவானேன்? மேலும் நியாய சாத்திரம் கூறும் தர்க்கயுக்தி இந்தப் புதிய தர்க்கம் கூறுபவர்களின் யுக்திகயைவிட மனித குலத்தின் மனக்கோள்களுக்கு பொருள்களைப் பற்றிய கருத்துக்களுக்கு மிகவும் நெருக்கம் உள்ளனவாக இருக்கின்றன. ஆக, இந்தக் கருத்து, கருத்துமுதல்வாதிகளுக்கும்கூட அவர்களின் அன்றாட வாழ்விற்குத் தேவைப்படுகிறது; எனவே, ஏற்கனவே உள்ள தர்க்க சாத்திரத்தையே அவர்கள் சார்ந்து நிற்பதுதான் நல்லது. சூன்யவாதிகள் இதையே செய்கிறார்கள் என்பதும் காண்கிறோம். திங்நாகரும் அவரைப் பின்பற்றுகிறவர்களும், அடிப்படையில் தர்க்கத்தைப் பற்றிய தீவிரமான அக்கறை இல்லாமலேயே அதை மாற்றியமைக்க முற்படுகிறார்கள். இது அறவே பயனற்றது; இப்படிக் கூறுகிறார் சந்திரகீர்த்தி.[24]

இவ்வளவுக்குப் பிறகும் பௌத்த மதத்தைச் சேர்ந்த, அறிவு பற்றிய தத்துவங்களைப் பேசுபவர்களின் ஒரு கருத்தை நினைவுகூர வேண்டியது அவசியமாகிறது. அவர்கள் கூறுவது வருமாறு: "அன்றாட வாழ்வில் நேர்வது பற்றிய விஞ்ஞான முறை விளக்கம் தான் நாங்கள் தருவது; அதாவது வாழ்வில் அறிவுக்கு ஆதாரமாய் இருப்பனவும், அவற்றிற்குத் தொடர்பான பொருள்களும் பற்றியதே; இதைக் கூறும்போது நாங்கள், நமக்கு அப்பால் உள்ள நிஜமான உண்மை பற்றியது அன்று." சரி, - அப்படியானால் அவ்வாறு விளக்குவதன் சாராம்சம்தான் என்ன? உங்கள் விளக்கத்தால் முழு முற்றான உண்மை பரமார்த்த ஸத்யம் கிடைக்க வழி உண்டா? என்று மாத்யமிகர் (சூன்யவாதிகள்) கேட்கிறார்கள். இதற்கு இந்தப் புதிய தர்க்கவாதிகள், "அது கிடைக்க வழி இல்லைதான்; ஆனால், தர்க்கத்தைக் கெடுத்துக் குட்டிச்சுவர் ஆக்கிவிட்ட நையாயிகர்கள் தர்க்கயுக்தி முறை பற்றித் தவறான இலக்கணம் அமைத்துவிட்டனர்; நாங்கள் தவறில்லாத இலக்கணம் தருகிறோம்" என்று பதில் கூறுகின்றனர். இதற்கு மித்தியமிகர் இவ்வாறு பதில் அளிக்கிறார். "இதுவும் உங்களது இலக்குக்கு அப்பாற்பட்டது. ஏனெனில், நிஜத்தைப் பற்றிப் பேசும் நையாயிகர் என்ற தர்க்கவாதிகள் கூறுவது தவறான தர்க்கம் மற்றும் அவர்கள் கூறும் இலக்கணமும் தவறு என்றால், அவர்கள் கற்பிக்கும் அறிவு பற்றிய விளக்கத்திற்கும் மனித குலம் முழுதும் அறிவு பற்றிக் கருதியுள்ள சாராம்சத்திற்கும் இடையே பெரிய இடைவெளி இருக்கிறது என்று ஆகிறது. அப்படியானால் நீங்கள் செய்யும் திருத்தமும், மாற்றமும் பயனுள்ளவையாகும். ஆனால் அப்படியொன்றும் இல்லை. ஆகவே, நீங்கள் செய்வது சிறிதும் பயனில்லாத வேலை."

மேலே கூறியவற்றைத் தொகுத்துக் கூறும்போது; உறுதியான கருத்துமுதல்வாதத்தின் பார்வையில், மாயை-பிரமை-பொய் என்ற எல்லைக்கு உட்பட்டுத்தான் தர்க்கத்திற்குப் பொருளும் பயனும் உண்டு, திங்நாகர் இதை ஏற்கிறார். ஆயினும் தர்க்கத்தின்பால் தீவிரமான அக்கறை காட்டவும் முனைகிறார். ஆகவே, அவருடைய தர்மசங்கடமான நிலையை இன்னும் முழுமையாக அறிய முயல்வோம்.

5. கனவு, மாயை என்பவை தரும் சாட்சியம்

தர்மகீர்த்தியையும் அவருக்கு முன் இருந்த விக்ஞானவாதி களையும் ஒப்பிட்டு வேறுபாடும் காட்டிப் பார்க்கும்போது, அந்த விக்ஞானவாதிகள், மாயையல்லாத அநுபவம் பற்றிப் பேசுவதில் அக்கறை ஏதும் காட்டவில்லை என்பது மட்டுமின்றி, அநுபவத்தின் உள்ளார்ந்த இயல்பாகவே உள்ள மாயமான (பிரமையும் பொய்யுமான) தன்மை ஒன்றுதான் தங்கள் தத்துவம் பற்றிய உறுதியான நிலைப் பாடும், சான்றுமாகும் என்று வாதிடுகிறார்கள். இந்த வாதத்தைப் பின்வருமாறு தெளிவாகக் கூறலாம். அதாவது, அநுபவங்கள் (உணர்வனவும், அறியப்படுவனவும்) எல்லாமே, உலகத்தார் நன்கு அறிந்துள்ள, மாயமும் பிரமையும் விளைவிக்கும் அநுபவங்களைப் போலவும், கனவின் அநுபவங்களைப் போலவும், வெறும் பொய்த் தோற்றங்களை உணரும் அநுபவங்களைப் போலவுமே புரிந்துகொள்ள வேண்டியவை. தத்துவ முறையில், கருத்துமுதல்வாதத்திற்கான சான்றுகளை ஆராயும்போது குமரில பட்டர், அறிவு, அதன் தோற்றம், விளைவு என்பன பற்றி அவர்கள் கூறும் இரண்டு வாதங்களில் ஒன்று, அநுபவங்கள் அனைத்துமே மாயமானவை என்று கூறுகிறார். இதை அடிப்படையாக அநுமானித்துக் கூறும் ஒன்று என்று கொள்கிறார். இந்தியத் தத்துவ மரபுப்படி ஓர் அநுமானத்தை விளக்கும் முறையைக் கொண்டு பின்வருமாறு தொகுத்துக் காட்டுகிறார்.[25] "எதிரே தூண் இருக்கிறது என்ற அநுபவம் பொய்; ஏனெனில், அது ஒரு அநுபவம். அநுபவம் என்ற எதுவுமே பொய் (மாயம்) என்று தெரிகிறது; இது, கனவு பிரமை போன்றவற்றால் ஏற்படும் அநுபவங்களைப் போன்றது."

இந்த அநுமானத்தில் உள்ள சிக்கலை இதன் உட்கருத்தை, முதலில் தெளிவுபடுத்திக்கொள்ள முயல்வோம். இங்கே தூண் முதலியவற்றைக் காணும் அநுபவம் என்றதன் அர்த்தம் யாதெனில், பொதுவாக விழிப்பு நிலையில் சாதாரணமாக ஏற்படும் அநுபவங்கள் என்பதுதான்; தூண் என்றது அநுபவத்திற்கு வரும் பிற பொருள் களையும் குறிக்கும். ஆனால் அத்தகைய அநுபவங்கள் யாவும் பொய், மாயம் என்பதின் அர்த்தம் யாது? அது அநுபவத்தின் யதார்த்த

உண்மையையே, வினாவுக்குரியதாக்குவதில்லை என்பது கண்கூடு, தூணைப் பார்க்கும் அனுபவம்-உணர்வு இருக்கவே செய்கிறது. தூணாகப் பார்த்து உணர்கிறான்; அறிகிறான்; இன்னும் தெளிவாகச் சொன்னால் தூண் என்ற எண்ணம் அவனிடம் உண்டாகிறது. இதில் பொய்யாவது எதுவெனில், அவ்வுணர்வு நிஜமாகவே உள்ள ஒன்றை- அதாவது மனத்திற்கு வெளியே உள்ள பௌதீக உலகில் உள்ளதாகும் ஏதோ ஒன்றைக் குறிக்கின்றது என்பதுதான் பொய் பிரமை; அனுபவம் நிஜமாகவே உள்ள தூணைப் பற்றி அறிவிப்பதாக இருக்க விரும்புகிறது; இந்த அறிவிப்புக்கு ஆதாரம் இல்லை. இந்தக் கருத்தில் தான் அனுபவம் பிரமையாகிறது. ஏனெனில், தூண் என்ற பொருள் எதுவுமே இல்லை. ஒரு தூணை உணர்தல் என்பது தவறாகக் காட்டும் அல்லது தவறான ஒரு தூணைப் பற்றிய அறிவையே தருகிறது., ஆகவே, இது பிரமை - மாயத்தோற்றம். இந்த வகையில் சாதாரண' மான அனுபவங்கள் எல்லாமே பொய்; ஏனென்றால் பௌதீகமாக உலகப் பொருள்கள் யாதுமே கிடையவே கிடையாது என்றதன் ஆய்வுப் பிரச்சனையை வலியுறுத்தும் கருத்துமுதல்வாதி, அனுபவம் என்று ஏற்படுவது எதுவுமே பொய் என்று நேர்கிறது என்கிறான்.

இந்தியத் தர்க்க யுக்தி மரபுப்படி பொதுவான ஒரு கருத்து அநு மானத்தால் முன் வைக்கப்படும்போது, நேரில் கண்ட ஒரு உண்மை யைக் கொண்டு உடனடியாக அதை நிரூபித்து நிறுவுதல் வேண்டும். உதாரணமாக, புகை காணும் இடம் எல்லாமே தீ இருக்கும் இடமே என்று சும்மாவே சாதிக்க முடியாது: அடுத்து, சமையலறையில் இருப்பது போலவே என்று நிரூபிக்க வேண்டும். இதுபோலவே' அனுபவம் எல்லாமே பொய்மாயம் என்பதை, இல்லாத ஒன்றைக் காட்டும் வேறு ஒன்றைக் காட்டியே நிரூபிக்க வேண்டும்; அதுதான் நியாயம்; ஆகவே கருத்துமுதல்வாதி, கனவு, கானல் நீர் என்ற உதாரணங்களைக் காட்டித் தன் கொள்கையை நிறுவுகிறான். கனவில் அநுபவிக்கும் எதுவும் கனவு காண்பவன் முன் இல்லை; கனவுப் பொருள்கள் நிஜமாகவே இருக்கும் எந்தப் பொருளையும் காட்டுவதில்லை. ஆனால் அநுபவத்தைத் தருகின்றன; ஆகவே, அவை மாயமானவை, கனவுக்குச் சொன்னதே மற்ற மாயம் - பொய்த் தோற்றம் போன்ற (மாயாஜாலம்-கானல் நீர், நோயுள்ள கண் பொருள்களை இரண்டிரண்டாகக் காட்டுவன போல்வன) அனைத்திற்கும் பொருந்தும். இவற்றை எடுத்துக் கூறி உதாரணமாகவும் தந்து மேலே கூறிய - அநுபவம் பற்றிய அநுமானம் விளக்கப்படுகிறது. கருத்துமுதல் வாதியின் நோக்கில், இதே போலத்தான் (விழிப்பின்) அநுபவங்களும் பொய் எனப்படுகின்றன. அநுபவம் என்ற ஒரு உண்மை நிகழ்வு

மட்டுமே உண்டு; அதன் தொடர்புடைய வகையில் வெளியுலகில் பௌதீகப் பொருள் எதுவுமே இல்லை என்பது அவன் முடிவு.

வசுபந்து என்பவர் மிகவும் பூடகமான முறையில், எளிதில் புலனாகாத நடையில் எழுதும் இயல்பு உடையவர்; அவர் கருத்துக்களைத் தவிர வேறு எதுவுமே கிடையாது என்பதை விளக்குவதற்கென்றே இருபது செய்யுள்கள் கொண்ட புகழ் வாய்ந்த ஒரு நூலை எழுதியிருக்கிறார். அதன் பெயர், 'விக்ஞப்தி மாத்ரதா வித்தி' என்பது. அதில் தொடக்கத்திலேயே இவ்வாறு கூறுகிறார்.[26] "திமிரம் என்ற கண் நோயுள்ளதால் பார்வை திரிந்துபோன ஒருவன் வெற்றிடத்தில் மயிர் முடிகளைக் காண்பது போலவும், ஒன்றாயிருக்கும் சந்திர பிம்பத்தை இரண்டாகக் காண்பது போலவும் தான் நாம் பொருள்களைக் காணும் செயல்; எல்லாமே வெறும் கருத்துக்களே; அவை காட்டும் பொருள்கள் எதுவுமே நிஜம் அல்ல."

திமிரம் என்பது பார்வையில் கோளாறு ஏற்படுத்தும் நோய்; அந்நோய் உள்ளவன் வேறு யாரும் காணாத வகையில், பொய்யாக எதையெதையோ காண்பது போல் உணர்வது இயல்புதான்; வெற்றிடத்தில் திட்டுத் திட்டாய் மயிர் முடிகளைப் பார்ப்பது போல் உணர்வான். அவன் கண்களுக்கு இரண்டு சந்திர பிம்பங்கள் வானில் இருப்பது போல் தோன்றும். அவை உண்மையில் இல்லாதவையல்லவோ? ஆனால், அவன் கண்டு உணர்வதாகவே கூறுகிறான்; அது போலவே பொருள்களே இல்லாமல் கருத்துக்கள் தோன்றுவதும் கொள்ளப்பட வேண்டும். எல்லா அநுபவங்களும் இதே போன்றவைதாம். வெறும் கருத்துக்களேயன்றி அவற்றிற்கு உரியனவும் தொடர்புள்ளனவுமாக எப்பொருளும் இல்லை.

எடுத்த எடுப்பில் பார்க்கும்போது, சில கருத்துக்களுக்கு உரிய (தொடர்புள்ள) பொருள்கள் இல்லை என்பதால், எல்லா கருத்துக்களுமே அது போலதான் என்ற இந்த வாதம் பழுதுள்ள-சரியல்லாத ஒரு பொதுவாக்கிவிட்ட கருத்தாகத் தோன்றும்.

வசுபந்துவின் இந்த வாதத்தை மிக எளிதாக ஒதுக்கிவிடவும் முடியாது. அவர் தத்துவ சிந்தனையில் ஒரு குழந்தையல்லர், இந்தியக் கருத்துமுதல்வாதத்தை எதிர்த்துப் பேசும் மிகப் பெரியவர்களும்கூட இதை நியாய விரோதமான ஒரு பொதுப்படையாக்கும் வாதம் என்றும் கூறுவதில்லை; அப்படிக் கூறி அதை மறுத்துரைப்பதுமில்லை. ஆனால், சிலர் இது ஓரளவுக்காகவாவது நியாயம் இல்லாத பொதுப் படைக் கூற்றுத்தான் என்று காரணத்துடன் எடுத்துக்காட்டுவதையும் பின்னர் காண்போம். ஆனால், அவர்களும்கூட இதில் பல தத்துவ

முடிவுகள் தொடர்பு பெறுகின்றன என்றும் உணர்கிறார்கள். ஆகவே, அதற்கு விடை காணும் முன் அத்தகைய தத்துவ விஷயங்களைத் தெளிவாகப் புரிந்துகொள்ளல் வேண்டும்.

இந்த வாதத்தின் முக்கியமான அம்சம் என்ன?

புறத்தே பொருள் ஏதுமில்லை. அவை பற்றிய கருத்துக்களே (எண்ணங்களே) உண்டு என நிரூபிப்பதில் உள்ள மிகக் கடினமான விஷயம் என்னவென்றால் புறத்தேயுள்ள பௌதீகப் பொருள்களை உணரும் அநுபவம் எந்த விதத்தில் எதிர்த்துக்கூற இயலா வகையில் நிகழ்கிறது என்ற பொதுவான நம்பிக்கை; ஆறுகளையும் மலை களையும், மரங்களையும் வீடுகளையும் நாம் நிஜமாகவே புலன்களால் கண்டறிகிறோம். புலன் தரும் இந்த அறிவுகள் நன்கு புரியும் மனத்தில் உறைக்கும் வெட்ட வெளிச்சமானவை. அவற்றை எளிதில் ஒதுக்கித் தள்ளிவிட முடியாது; இப்படி அவை மிகத் தெளிவாய்த் தெரியும் போது, புலனால் அறியப்பட்ட பொருள்கள் இல்லவே இல்லை. (நிஜமாக உள்ளவை அல்ல) என்று எவ்வாறு வாதிட முடியும்? கண்ணால் பார்க்கத்தக்க நிலையில் மலையே இல்லையென்றால் நாம் மலையை எப்படிப் பார்க்கிறோம்?

இதற்கு விடை கூற கருத்துமுதல்வாதிக்கு ஒரே வழிதான் உண்டு; இப்படி எதையோ பார்ப்பதான அநுபவம் ஒரு பௌதீகப் பொருளைக் காட்டுகிறது என்று போலியாகக் கூறுவோரை வாயடைக்கச் செய்துவிடுவது அது; இதைச் செய்வது எப்படி? இதற்கு அவர்கள் இரண்டு முறைகளைக் கையாள்கின்றனர்.

இதில் முதல் முறை பற்றி அடுத்த பிரிவில் இன்னும் முழுமையாக விவாதிக்கப்போகிறோம்; இங்கே சுருக்கமாகப் பார்க்கலாம். அவர்கள் கையாளும் முதல் முறை, அநுபவம் என்னும் உண்மையை, நிகழ்வை அதன் மூலம் உலகில் உள்ள பௌதீகமான எந்தப் பொருளும் கிடையாது என்று நேரான சான்றுகள் காட்டி நிரூபிப்பது; இந்த அநுபவம் என்பது ஏதோ ஒரு வகையில் மனத்தில் தோன்றும் ஒன்றுதான் - வெறும் உணர்வும், கருத்துமே தவிர வேறில்லை; ஏனென்றால் யாருமே அத்தகைய உணர்வுகள் மற்றும் கருத்துக்களின் வட்டத்திலிருந்து வெளியே குதிக்கவோ அல்லது நேரிடையாக பௌதீகப் பொருளை அடைந்து உணர்வதோ இயலாது; இந்த வாதம், பிரத்யக்ஷம் - நேரிடையாகப் பொருள்களைக் கண்டுணர்ந்து அநுபவித்து அறிவது என்ற புலனறிவின் பொது ஆற்றலை (பிரத்யக்ஷ சக்தி) ஆய்ந்து கூறும் ஒன்றாகும் என்று குமரில பட்டர் கூறுகிறார்;[27] அதைத் திரும்பிப் பார்ப்போம்.

ஆனால், வசுபந்து இந்த வாதத்தைப் பற்றிக் கூறவில்லை; அவர் குறிப்பது வேறு; அது பழைய முறை என்றும் கொள்ளலாம். அநுபவம் என்பது பௌதீகப் பொருளைக் கண்டு உணர்வதாகத்தான் இருக்க வேண்டும் என்ற பொய்க் கற்பனையை ஊதி எறியும் ஒரு முறை; இதை உலகறிந்த மாயம் மற்றும் ஏமாற்றும் தோற்றங்கள் என்பவற்றைச் சொல்லி நிரூபிக்கிறார் அவர்.

பொதுவாக உள்ள நம்பிக்கை என்னவென்றால், நிஜமாகவே மரம் இருப்பதால் நாம் மரத்தைக் காணமுடிகிறது. இந்த வகையில் பௌதீகப் பொருள் காரணம் எனவும், அதை நாம் கண்டுணர்தல் அதன் காரியம் (விளைவு), என்றும் ஆகிறது; ஆனால், அந்தக் காரணத்திற்கும் விளைவான காரியத்திற்கும் அத்தகைய தொடர்பு உண்டா? தொடர்பு இருக்குமானால் பொருள் ஏதும் இல்லாதபோது, நமக்கு அந்தப் பொருள் பற்றிய உணர்வு ஏற்படாது: காரணமில்லாமல் காரியம் - விளைவு இருப்பது சாத்தியமில்லை: மரம் இல்லாதபோதும் நம்மால் மரம் என்ற உணர்வைப் பெற முடிகிறது. ஆகவே, அநுபவம் உண்டாகப் பௌதீகப் பொருள் இருப்பது அவசியம் என்பதை ஏற்க முடியாது. அப்படி மரம் இல்லாதபோதே நமக்கு மரம் தெரிகிறதா? கனவில் மரங்களைக் கண்டு உணர்கிறோமே!

ஆகவே, கருத்துமுதல்வாதி நிரூபிக்க விரும்புவதைக் கனவு நிரூபித்துவிடுகிறதே! அதாவது ஒரு பொருளை உணர்தல் என்பது மட்டுமே, அந்த அநுபவத்திற்குரிய பௌதீகப் பொருள் நிஜமாகவே இருக்கிறது. என்பதற்கான உறுதிச் சான்று ஆகாதே!

இவ்வாறு தொடர்புடைய பொருள்கள் இல்லாமலேயே அவற்றை உணர்தல் கனவில் மட்டுமில்லை; விழிப்பு நிலையிலே ஏற்படும் மாயத் தோற்றங்களிலும் பிரமைகளிலும் ஏற்படும் அநுபவங்கள் இதையே காட்டுகின்றன. முன் சொன்ன இரட்டைச் சந்திரன், நகரும் மரம் முதலியவை இல்லாதபோதிலும் காண்பது போலவே உள்ளன.

ஐரோப்பியத் தத்துவ வரலாற்றிலும்கூட, பிஷப் பெர்க்லி, இது போன்ற வாதங்களுக்கு முக்கியத்துவமளித்து தமது கருத்துமுதல் வாதத்தை நிரூபிக்கிறார் என்பது ஒரு சுவையான விஷயம், “கனவிலும் தீவிரமான மன ஆவேசங்களிலும், வெறி பிடித்த நிலையிலும் நேரும் உணர்வுகள் - அநுபவங்கள் அவற்றால் நம்மைப் பாதிக்க முடியும் என்பதை ஐயமின்றி நிரூபிக்கின்றன. ஆனால் அப்படி எதுவுமே வெளியில், அதாவது நமது மனத்திலே நிகழ்வது தவிர புற உலகில் இல்லை. ஆகவே, நமது எண்ணங்களையும் கருத்துக்களையும்

உண்டாக்கப் புறத்தில் பௌதீகமான பொருள்கள் இருக்கத்தான் வேண்டும் என்பது அவசியமில்லை என்பது தெரிகிறது என்கிறார் பெர்க்லி.[28] மற்றோர் இடத்தில், "நாம் நிஜமாக வெளியில் உள்ளவற்றையும் நமக்கு வெகு தொலைவில் உள்ளவற்றையும் பார்க்கிறோமே. அவை நம் மனத்தில் இருப்பவையும் அல்லவே என்றும் பல மைல் தொலைவில் காணப்படுபவை எல்லாம் நம் மனத்திற்கு மிக மிக அருகில் - நமது எண்ணங்களைப் போலவே நெருக்கமாய் உள்ளன என்றும் சொல்லுவது பெரிய அபத்தம் என்றும் இதை மறுக்கலாம். இதற்கு விடையாக நான் கூற விரும்புவதைச் சற்றே கவனியுங்கள். கனவில் நாம் மிக்க தொலைவில் உள்ளவற்றைப் பிரத்யக்ஷமாகப் பார்க்கிறோம்; அப்படிப் பார்த்தாலும் அவையும் நம் மனத்தில் உள்ளவை என்றே கொள்கிறோம்"[29] என்று பெர்க்லி கூறுகிறார்.

வசுபந்துவின் சீடரான ஸ்திரமதி என்பவர், புறத்தே பொருள் ஏதுமில்லை என்று மறுக்கும் வகையில் கூறுவது போலவே மேலே சொன்னவை இருக்கின்றன; பொருளை உணர்தல் என்பது பொருள் புறத்தே நிஜமாகவே உண்டு என்று நிரூபித்துவிட முடியாது; ஏனெனில் கனவிலும் பிரமையிலும் மாயையிலும் நாம் வெளியில் அவற்றின் தொடர்புடைய பொருள்கள் இல்லாமலேயே பலவற்றைப் பிரத்யக்ஷ மாகவே உணர்கிறோம் என்ற உண்மையை மறுக்கவே முடியாது[30] மற்றோர் இடத்தில் இதை இன்னும் விவரமாக எடுத்துரைக்கிறார்.[31]

உள்ளுணர்வுக்கு அதாவது பிரக்ஞைக்கும் புறம்பாக, உணரத்தக்க எந்தப் பொருளையும் நாம் பிரத்யக்ஷமாகக் கண்டு உணர்வதில்லை தான். இதற்கு நிரூபணம் கனவுப் பிரமைகளும் நமது உள்ளுணர்வுதான் (பிரக்ஞைதான்), கனவில், புறத்தே உணரத்தக்க பொருளாய் தோன்றுகிறது! ஏ என்பது பி என்பதற்குக் காரணம் என்று கொண்டால், பி என்பது ஏ என்பது இல்லாத நிலையில் தோன்றவே முடியாது. நமது கருத்துக் களுக்கான காரணம் புறத்தே உள்ள பொருள் என்றால், கனவில் அப்பொருள் காணப்படுவது சாத்தியமில்லை; ஆதலால், பொருள்களைப் பற்றிய கருத்துக்களை - எண்ணங்களைத் தன்னில் கொண்ட நம் பிரக்ஞை என்பது, புறத்தே பொருள் ஏதுமின்றியே எழுகிறது என்பதை நாம் அறிந்தே தீர வேண்டும். இப்படி அடித்துப்பேசும் கருத்து முதல்வாதத்தை எதிர்ப்பவர்கள், பார்ப்பதற்கு மிக எளிதென்று தோன்றும் இந்தப் பிரச்சனையைச் சமாளிக்க எத்தனை விரிவான தத்துவப் பிரச்சனைகளை ஆராய வேண்டியதாயிருக்கிறது என்று நாம் கவனிக்க வேண்டும்.

6. அறிவுக்கும் அறியப்படும் பொருளுக்குமான ஒத்த தன்மை (ஸஹ-உபலம்ப நியமம்)*

தர்மகீர்த்தி மாயமோ-பிரமையோ - இல்லாத அநுபவம் பற்றிய கருத்தை மிக்க தீவிரத்துடன் நிலைநாட்ட முயன்று, கருத்துமுதல் வாதத்திற்கு ஒரு பெரிய ஆபத்தான கட்டத்தை உண்டாக்குகிறார் என்பது அவருடைய நூலுக்கு உரை எழுதியவர்களின் அபிப்ராயம். மேலும், தர்மகீர்த்தி கருத்துமுதல்வாதத்திற்கு அநுகூலமான வகையில், அறிவின் தோற்றம் எல்லை பற்றிய ஒரு மிக்க வலிவுள்ள கருத்துப் போக்கையும் சேர்க்கிறார் என்பதும் கவனிக்க வேண்டியதாகிறது. ஸஹ-உபலம்ப நியமம் என்ற அது தத்துவ மரபைச் சார்ந்த ஒரு முக்கியமான குறியீட்டுச் சொல், நாம் முன்னரே குறிப்பிட்டபடி, பெர்க்லீ கருத்துமுதல்வாதத்தை நிரூபிக்க முயலும் அதே வாதம்தான் இது. ஐரோப்பியத் தத்துவ சிந்தனையில் அது இன்றுவரை விளைவித்து வரும் பேரழிவு அனைவருக்கும் தெரியும். ஆகவே, தர்மகீர்த்தியின் இந்த வாதத்தை விமர்சனம் செய்வது, இந்தியத் தத்துவ நிலைப்பாட்டை மட்டுமே புரிந்துகொள்வதைவிட இன்னும் விரிவானதொரு ஆர்வத்தைத் தருகிறது.

முதிர்ச்சியுள்ள பெரிய தத்துவவாதிகள் வழக்கமாகத் தம் கருத்துக்களை வெளியிடக் கையாளும் நடை மிகவும் பூடகமாகவே - இருக்கும். ஆதலால் தர்மகீர்த்தி இந்த வாதத்தை அமைத்துக் கூறும் முறை, இந்தியத் தத்துவத்தின் நுட்பங்களையும் கூறும் தனிப்பட்ட வகைகளையும், பயின்று அறியாதவர்களுக்குப் புரிவது சிரமம் என்பதால் நாம் விரிவாகச் சிலவற்றை ஆய்ந்து அறியவேண்டியிருக் கிறது. அறிவுபூர்வமாக அறிவியலுக்கும், அன்றாட வாழ்வுக்கும் அது விளைவிக்கும் அழிவு மிகப்பெரிது. ஆனால், அந்த வாதம் மிகவும் எளிமையான ஒன்றுதான்; நாம் இந்த வாதத்தின் முக்கியமான அம்சங்களை முதலில் மிக்க எளிதான வடிவில் விவாதம் செய்து விட்டுப் பிறகு, தர்மகீர்த்தி இதை எங்ஙனம் கூறுகிறார் என்று காண்போம்.

ஒரு தத்துவவாதி, எது நிஜமாகவே அறியப்படுகிறதோ, அதன் உண்மையைத்தான் ஒப்புக்கொள்வதற்கு உரியவன்; அதாவது அது இருப்பதற்குத் திட்டவட்டமான சான்று இருக்க வேண்டும். இதற்கு மாறான மற்றொன்று, ஒன்று இருப்பதற்கான சான்று இல்லாவிட்டாலும், அது நிஜம் என்று கொள்ளும் அபத்தமான முடிவு மிகவும் குறைந்த அளவில் இந்தக் கோட்பாட்டை ஏற்றுக்கொண்டு, பௌதீகமான பொருள்கள் உண்டு என்ற சாதாரணமான நம்பிக்கையை ஆராய்வோம்.

* இது முன்னர் விளக்கப்பட்டுள்ள தொடர்.

இந்தியத் தத்துவ இயலில் நிலைத்திருப்பனவும் அழிந்தனவும் 109

உதாரணமாக, ஆரஞ்சுப் பழம் பௌதீக உலகில் இருக்கிறது; இதில் முதலாவது காண வேண்டியதென்ன? சாதாரணமாக ஆரஞ்சுப் பழம் என்பது இருக்கிறது என்பது பற்றித் திண்ணமாக நாம் அறிவது என்ன? இதற்கு வழக்கமான விடைகள்: நாம் அதைப் பார்க்கிறோம்; சுவைத்து அறிகிறோம்; தொட்டுப் பார்க்கிறோம் முதலியனவே. ஆனால், உணர்ச்சி என்பது வெறும் உள்ளத்தளவில் உணரும் ஒன்றுதானே! இன்பம், துன்பம், அச்சம் என்பனவற்றிற்குத்தானே உணர்ச்சி என்கிறோம்; அவை அநுபவங்கள்தானே? இந்த உணர்ச்சிகளுக்கும் கருத்துக்களுக்கும் நேர்த் தொடர்பு உடைய பௌதீகப் பொருள்கள் இருக்கின்றன என்பதுதானே, சாதாரணமாக எல்லாரும் கொள்வது? ஆனால், அப்படிக் கொள்ள ஆதாரம் ஏதுமில்லை; ஏன் எனில், யாரும் பௌதீகப் பொருளை நேரிடையாக அறிந்துவிடுதல் என்பது இல்லவே இல்லை. பொருள்களை அறிய எவ்வளவுதான் சிரமப்பட்டு முயன்றாலும் உண்மையில் நாம் தடுமாறி விழும் இடம் உணர்வும் கருத்துமே. ஆகவே, நாம் இந்தக் கருத்தையும், உணர்வையும் தவிர வேறானதாகப் பொருள்களை அறிவதே இல்லை என்பதுதான் நியமம் (விதி). அறியப்படுவன எல்லாமே கருத்துக்களே. இதுதான் தர்மகீர்த்தி கூறும் 'ஸஹ-உலம்ப-நியமம்' என்பது. அதாவது நாம் கண்டுணர்வதும், கண்டுணரும் பொருள்களும் ஒன்றே; வேறல்ல என்பது அவருடைய வாதம்.

தர்மகீர்த்தி அதை பூடகமாகக் கூறுகிறார். "நீல நிறமான ஒரு பொருளும் அதை நாம் அறிவதும் ஒன்றேதான்; அவை பிரித்துப் பார்க்க முடியாதவை என்பது மாறாத விதி: நிறம், சுவை, வடிவம் போன்ற பொருள்களின் பண்புகளையும், அந்தப் பண்புடைய பொருள்களையும் பிரித்துக் காணுதல் என்பதில்லை. அவை இரண்டும் வெவ்வேறு அல்ல.[32] கருத்துமுதல்வாதிகளின் இந்த நிலைப்பாட்டை விளக்கும் வகையில், குமரிலர், இந்த வாதம் பிரத்யக்ஷ சக்தியை (புலன் தரும் அறிவாற்றலை) நேரிடையாகப் பரிசோதனை செய்து கூறியது என்கிறார். புலனறிவை உள்ளது உள்ளவாறு அலசிப் பார்த்தால் அது ஒரு அநுபவத்தின் பகுதியை மட்டுமே வெளிப்படுத்துகிறது என்பது தெரிகிறது. அதனால் தெரிவது என்ன? நிஜமாகக் கண்டுணரப்படும் எதுவும் அது தரும் அநுபவமும் (உணர்வும்) ஒன்றே. இந்த வகையில் பெர்க்லீ கூறுவதுடன் தர்மகீர்த்தி சொல்வது வேறில்லை. தர்மகீர்த்தி மாறுபடும் விஷயம் பின்வருவதுதான்; உரைப்படும் பொருளும் உணர்வும் ஒன்றேதான் என்பதால் உணர்வதான கருத்துக்களே உண்மையில் இருப்பவை என்பது நிரூபிக்கப்படும்போது, மனத்திற்குப் புறம்பாகப் பௌதீக உலகில் இருப்பதாக நாமெல்லாமே பொதுவாக நம்பும் பொருள்களை எப்படிக் கணிப்பது, விக்ஞானவாதிகள் இதற்கு

ஒரேயொரு விடையைத்தான் கூறுவர். அவையெல்லாமே வெறும் மாயத் தோற்றங்களே -முன் சொன்ன இரட்டைச் சந்திரன் முதலியவை போல- என்பதே அந்த விடை. ஆனால் மக்கள் அனைவருமே சாதாரணமாகப் பிரத்யக்ஷத்தில் காணும் பொருள்கள் யாவும் உண்மையென்று நம்புகிறார்களே என்றால் அவர்களை மாயை ஆட்டி வைக்கிறது என்பார்கள். இதனால்தான் சூன்யவாதிகளையும் மாயாவாதிகளையும் போலவே, விக்ஞானவாதிகளும் புறவுலகம் உண்டு என்ற பொய்யான சேதியைத் தரும் மாய உலகைப் படைக்கும் மாயையின் செயல் முறைகளை விரித்துக் கூறுவதில் மிகவும் கவலையுடன் ஈடுபடுகிறார்கள். ஆனால், விக்ஞானவாதிகள் இதற்குப் பயன்படுத்தும் குறியீட்டுச் சொற்களும், மாயாவாதிகளும் சூன்யவாதி களும் கையாளும் சொற்களும் ஒன்றாகவே இருக்க வேண்டும் என்பது கட்டாயமில்லை. இதனால் விஷயத்தில் மாறுதல் ஏதும் ஏற்படுவ தில்லை. நமது கருத்துமுதல்வாதம் அதன் பல வடிவங்களிலும் மாயை என்ற கொள்கைக்கு ஆட்பட்டே இருக்கிறது. மாயை என்பது ஒருவகையான படைப்புக் கடவுள் - பிரம்மதேவன்; அதுதான் ஒரு பொய்யான உலகத்தை உருக்கொடுத்து நிறுத்துகிறது என்பது அவர்களுடைய முடிவு போலும்! நாம் இந்தக் கொள்கை பற்றிப் பின்னால் விரிவாகக் காண்போம்.

7. கருத்துமுதல்வாதமும் மாயாவாதமும்

இந்த இடத்தில் நாம் சற்றே நம் விஷயத்திற்கு அப்பால் சென்று, நம் நாட்டுக் கருத்துமுதல்வாதத்திற்கும், நவீன காலத்து ஐரோப்பியத் தத்துவத்திற்கும் இடையே உள்ள வெளிப்படையான ஒரு வித்தியாசத்தைக் கவனிக்க வேண்டும். நம்மவர்கள் இந்த உலகம் மாயை என்பார்கள்; ஐரோப்பியத் தத்துவவாதிகள் அப்படிக் கொள்வதில்லை. அப்படியானால் கருத்துமுதல்வாதம் எந்த அளவுக்கு மாயாவாதத்திற்குக் கட்டுப்பட்டது?

இந்தச் சர்ச்சையை பெர்க்லியிலிருந்து தொடங்கலாம். அவரும் விக்ஞானவாதிகளைப் போலவே கருத்துக்களே நிஜம்; தவிர பொருள்கள் இல்லை என்று நிரூபிக்கும் வகையில் வாதம் செய்கிறார் என்றாலும், உலகம் மாயை என்று ஒப்புக்கொள்ளத் தயங்குகிறார். "நிஜமாகவும், ஸ்தூலமாகவும் இயற்கையில் காணும் யாவற்றையுமே உலகத்திலிருந்து அகற்றி விரட்டிவிட்டு, அதற்குப் பதிலாக மனத்தின் கற்பனையாகத் திட்டமிட்ட வகையில் கருத்துக்கள் தோன்றி இடமும் பெறுகின்றன என்பது மறுக்கப்படலாம்; வீடுகள், மலைகள், ஆறுகள், மரங்கள், கற்கள் என்றும், ஏன் நமது உடல் என்றும் நாம் கொள்ளும்

இவை பற்றி என்னதான் நினைத்துக்கொள்வது? இவை எல்லாம் வெறும் அபூத கற்பனைதாமா? மாயமான தோற்றங்கள் தாமா என்ற கேள்விகள் எழுகின்றன.³³

பெர்க்லி, இந்த வாதம் விளைவிக்கக்கூடிய அத்தகைய நிலையைத் தவிர்க்கவே விரும்புகிறார்; அதே சமயம், இந்த விளைவை ஒரு தெய்வீக அற்புதத்தால்தான் தவிர்க்க முடியும் என்று நினைக்கிறார். அதாவது, இதில் நேரடியாகக் கடவுள் ஈடுபட்டுப் புகுவதால் இந்த விளைவு ஏற்படாமல் போகிறது. வேறு வகையில் அது சாத்தியமில்லை; பௌதீகமான உலகப் பொருள் என்று நாம் கூறும் அனைத்தும் வெறும் எண்ணங்களே தவிர வேறில்லை என்றாலும், இவை நமது எண்ணங்கள் மட்டுமே என்பதில்லை; நம்மில் புதைந்துள்ள கடவுளின் எண்ணங்கள், நம்முடைய சொந்தமான எண்ணங்கள், நம் கற்பனையால் மட்டுமே விளைவன ஆதலின், அவை முழுதுமே கட்டுக்கதை போலப் பொய்யாகிவிடலாம்; ஆனால் கடவுளின் எண்ணங்களே நம் மனத்தில் வலுவுடன் திணிக்கப்படுகின்றனவாதலின் இவை உலகில் உள்ள பௌதீகப் பொருள்களின் ஸ்தூலத் தன்மையும் நிஜத்தன்மையும் பெற்றுள்ளன என்றும் பெர்க்லி கூறுகிறார். இதைக் கூறும் அவருடைய சொற்கள் பின்வருபவை: இயற்கையைப் படைத்த கடவுளால் "நமது புலன்களின் மீது வலுவாய்த் திணிக்கப்பட்ட கருத்துக்களே நிஜமான பொருள்கள் எனப்படுகின்றன"³⁴ இவை கடவுளின் எண்ணங்கள் என்பதால் இவை நிஜமாகவே உள்ளவையாகவும் புலன்களால் அறியத் தக்க புறப் பொருள்களாகவும் இருக்கின்றன; இவற்றை மாயமான வற்றுடனும் பிரமைகளுடனும் சேர்த்துக் காணுதல் கூடாது; ஆகவே, இந்த உண்மையைப் பற்றி சிறிதும் சிரமப்படத் தேவையில்லை. நமது எண்ணங்கள் மட்டுமே அடையமுடியாதவற்றைக் கடவுளின் எண்ணங்கள் அடைய முடியும். சோறு என்று எண்ணுவது மட்டும் வயிற்றை நிரப்பிவிடுவதில்லை; விறகு என்று கருதியதால் மட்டுமே அது எரிந்துவிடாது; ஆனால் இவை கடவுளின் சித்தமாக - அவர் எண்ணமாக ஆகும்போது சோறாகவும், விறகாகவும் ஆகின்றன; இப்படிச் சொல்வதில் பெர்க்லியே தனது கருத்துமுதல்வாதத்தில் மறுத்து ஒதுக்கும் இயல்புகள் அத்தனையும் இருக்கவே செய்கின்றன. பௌதீகமானது என்று வார்த்தை மட்டுமே அல்லது தத்துவவாதிகள் கூறும் சொல்லாக பெர்க்லி காட்டும் ஜடப்பொருள் என்ற ஒரு வார்த்தை மட்டுமே தவிர்க்கப்பட வேண்டியதாகிறது.

இவ்வாறு பெர்க்லி தன் தத்துவத்தின் விளைவைத் தவிர்த்துவிடப் பார்க்கிறார்; நம் நாட்டுத் தத்துவவாதிகளுக்கு அந்தக் கவலையே

கிடையாது. இயற்கையுலகு நிஜமாய் இருப்பது என்ற உண்மையை முன்வாசல் வழியாக விரட்டும் பெர்க்லி, அதையே கொல்லைப்புற வழியாக மறைத்துக்கொண்டு வந்து சேர்த்துவிடுகிறார். இதைக் கடவுள் பற்றிய தத்துவமென்ற பெயரில் செய்கிறார். இதற்கு முக்கியமான காரணம், அவர் கருத்துமுதல் என்ற தத்துவத்திற்கும் கண்கூடான திட்டவட்டமான விஞ்ஞானத்திற்கும், வெளிப்படையான பகைமை ஏதும் இல்லை என்று காட்டும் சிரத்தையுடன் இதைச் செய்கிறார். அவர் வாழும் காலம் அத்தகையது; இந்தக் காலத்தில், விஞ்ஞானம் உட்புகுந்து ஆய்ந்து கூறும் இயற்கையின் சட்டங்களையும் இயற்கையென்ற பௌதீக உண்மையையும் அவை அறவே கட்டுக்கதை-பொய் என்று வலுவாய் அறிவிப்பது மிகப் பெரிய சாகசம் ஆகும். ஆகவே இவற்றை அவர், இந்த உலகத்தை ஆளும் ஆற்றலின் நல்ல 'தன்மைமிக்க ஆற்றலையும் பேரறிவையும் காட்டி விளக்குவன' எனவும் கூறிவிடுகிறார். அந்தப் பேராற்றலின் ஆணையே இயற்கையின் விதியும் சட்டமும் ஆகிறது என்கிறார்.[35] கடவுள் எல்லாம் வல்லவர் ஆதலின் பெர்க்லி வேறு வழியில் அடைய முடியாததைத் தன் உதவியால் அடையச் செய்கிறார். அதாவது, கருத்து முதல்வாதத் திற்கும், பௌதீக உலகை இயல்பாக ஒப்புக்கொள்ளும் விஞ்ஞானத் திற்கும் இயல்பாக உள்ள முரண்பாட்டை மூடி மறைத்துவிட கடவுள் உதவுகிறார்.

இதெல்லாம், தன்னை மையமாகக் கொண்ட கருத்துமுதல்வாதத் திலிருந்து புறப்பொருள் பற்றிய கருத்துமுதல்வாதத்திற்கு மாறிச் செல்லும் போக்கையே காட்டும் என்பார்கள். அதாவது, யாவுமே ஒருவனுடைய சொந்த எண்ணங்களே என்ற நிலையிலிருந்து பல தனி நபர் எண்ணங்களுமாகும் என்ற நிலைக்கு மாறும். இப்படிக் கூறும் போது இவை யாவுமே அந்த நேரத்திற்காக சும்மா செய்துகொள்வது என்பதைக் காண இயலவில்லை. கடவுளின் கருத்துக்களே - வேறு எதுவும் இன்றி அவை மட்டுமே- பௌதீகமான பொருள்களுக்குரிய தன்மைகளைப் பெற்றுவிடுகின்றன என்று வைத்துக்கொள்ள வேண்டும் என்றால் அதற்கு மிகவும் - அசாதாரணமான கற்பனை தேவைப்படும். ஆனால் இந்த வாதத்தில், ஜடமான பௌதீகப் பொருள் என்ற வார்த்தையை விட்டுவிட வேண்டும். இது பற்றி லெனின் விரிவாக எடுத்துரைக்கிறார்.[36]

ஆனால், தன்னுடைய தத்துவத்தின் போக்கைப் பற்றி மிகவும் எதார்த்தமாகவே கபடம் இல்லாமலேயே கூறுகிறார் என்பதோடு, கருத்துமுதல்வாதத்தின் அந்த அம்மணத்தை மூடி மறைக்கவும் மிகவும்

இந்தியத் தத்துவ இயலில் நிலைத்திருப்பனவும் அழிந்தனவும்

பிரயாசைப்படுகிறார். அதில் அபத்தங்கள் ஏதும் இல்லையென்றும், பகுத்தறிவுக்கு அது ஏற்றுக்கொள்ளத் தக்கதுதான் என்றும் எடுத்துக் கூற முயல்கிறார். இயற்கை, அப்படியே இருக்கிறது. நிஜங்களுக்கும் மனக் கற்பனைகளுக்கும் இடையே உள்ள வித்தியாசமும் அப்படியே இருக்கின்றன. அவர் நிஜமான பொருள்கள் உண்டு என்பதை மறுக்கவில்லை; மக்கள் கொண்டுள்ள அபிப்ராயங்களுக்கு எதிராக அவர் ஏதும் கூறவில்லை: தத்துவவாதிகள் அறிவைப் பற்றிக்கூறும் கோட்பாட்டை மட்டுமே மறுக்கிறார். வெளியுலகு உண்டு என்று ஏற்று, மனிதர்களின் மனத்தில் - அதுதான் பிரதிபலிக்கிறது என்று காரணம் காட்டியுரைக்கும் அந்தக் கோட்பாடுதான் நிஜமானது என்று தீவிரத்துடனும், முடிந்த முடிவாகவும் கொள்ளப்பட்டு அனைத்திற்கும் அடிப்படையாகவும் ஆகிறது. இதையே பெர்க்லி மறுக்கிறார். பெர்க்லி - இயற்கை விஞ்ஞானத்தை மறுப்பதில்லை; ஆனால் அந்த விஞ்ஞானமோ தானறியாமலேயே அறிவை நிலைநாட்டும் பௌதீகக் கோட்பாட்டை உறுதியாகக் கடைப்பிடிப்பது என்பதாகும். பெர்க்லி நினைப்பது இதுதான். "புற உலகத்தையும், இயற்கையையும் உணர்வுகளின் கூட்டுக் கலவை என மதிப்போம்; உணர்வுகள் நம் மனத்தில் ஒரு தெய்வத்தால் "எழுப்பப்படுகின்றன. இதை ஏற்றுவிடுங்கள்; இந்த உணர்வுகளின் நிலைக்களத்தை மனத்திற்கு வெளியேயும், மனிதர் களுக்குப் புறத்தேயும் தேடாதீர்கள். தன்னுடைய கருத்துமுதல் வாதத்தின் கட்டமைப்பிற்குள்ளேயே அமையும் வகையில்தான் அறிவு என்ற கோட்பாட்டையும் இயற்கை, விஞ்ஞானம் அனைத்தையும், அதன் உபயோகங்களையும், அவை தரும் அநுமான முடிவுகளையும் ஏற்று ஒத்துக்கொள்வதாக அமைகின்றன," என்பது அவருடைய விளக்கம்.

பௌதீகமாக உலகம் நிஜம் என்பதைக் கருத்துமுதல்வாதத்தின் கட்டமைப்பிற்குள் ஏற்கும் போக்கு ஹெகலின் தத்துவத்தில் இன்னும் பகட்டான நேர்த்தியுடன் வெளிப்படுகிறது. அதில் தனிச் சிறப்பு என்னவெனில், நாம் கருத்துமுதல்வாதமும், மாயாவாதமும் பற்றிய பிரச்சனைகளைப் புரிந்துகொள்ள ஹெகலின் தத்துவத்தை அறிதல் அவசியமாகிறது என்பதே.

கருத்துமுதல்வாதி என்ற வகையில் ஆத்மா (உயிரும், உணர்வும்) என்பதுதான் முழுமுற்றான நிஜம் என்கிறார் ஹெகல். அந்த ஆத்மாவை அவர், எண்ணம், காரணம், கருத்துப் பரிபூரணம் முதலிய பல வகைகளில் குறிப்பிடுகிறார். மேலும், அதைப் பலரும் நன்கு அறிந்த சொல்லான கடவுள் என்றும் குறிக்கிறார். எண்ணம், கருத்து எல்லாம்

ஒரு தனி நபரினுடையது என்பதற்குப் பதிலாக ஏதோ ஒரு புறத்தேயுள்ள உலக சக்தியினுடையது என்றும், அதுதான் தனது சொந்தமான நிறைவேற்றங்களை முடித்துக்கொள்கிறது என்றும் கூறுகிறார்.

எண்ணமோ, ஆத்மாவோ அது ஒன்றுதான் நிஜம் என்றால், உலகத்தில் உள்ள பொருள்கள் எல்லாம் வெறும் மாயைதான் என்று ஆகிவிடாது. இவை யாவும் நிஜம்தான். ஆயினும் அது சாதாரணமாக நினைத்துக்கொள்வது போல் இல்லை; அதை ஒரு எல்லைக்கு உட்படுத்த வேண்டும்; எண்ணம் அல்லது ஆத்மாவின் வெளியீடாகவோ, உருவெளிப்பாடாகவோ கொள்வதுதான் எல்லை. இந்த வெளிப்பாடு மூலமாகத்தான் எண்ணம் முன்னே சென்று - நகர்ந்து இயங்கித் தன் நிறைவேற்றத்தைப் பெறுகிறது. எண்ணம் தன்னைத் தானே இல்லையாக்கிக்கொண்டு - தன்னை எதிர் எதிர் மறுத்துக்கொண்டு, பௌதீக உலகத்தின் வடிவத்தை ஏற்கவேண்டியிருக்கிறது; இது எதற்காக? அதன் மிக உயர்ந்த நிலையான தன்னைத்தான் முழுமை செய்துகொள்ளும் நிலையைப் பெறுவதற்காக அப்படி முழுமை பெற அது மறுபடியும் பௌதீக உலகத்தையும் அது இல்லையென எதிர் மறுத்துவிடுகிறது. இப்படிச் செய்வதால் எண்ணம், தன் உணர்வுடன்கூடிய எண்ணம் என்ற வடிவில் தன் பழைய நிலைக்கே திரும்பி வருகிறது.

ஆரம்பத்தில் ஆத்மாவோ, எண்ணமோ வெறும் கலப்பற்ற எண்ண மாகத்தான் இருக்கிறது; அதாவது, எண்ணம் பௌதீக உலகம் தோன்றாத நிலையில் இருக்கும் அதன் தன்மை. இன்னும் தெளிவாகக் கூறினால், உலகத்தைப் படைப்பதற்கு முன் இருந்த கடவுளின் நிலை. ஹெகலின் சொல் வழக்கில், எண்ணம் அல்லது பரிபூரணம்தான் தானாகவே இருந்தது என்று வருகிறது. அந்த நிலையில் அது தனது பெரும்பாலான பகுதிகளின் மூர்க்கத்தனமான போராட்டத்தைத் தவிர வேறு எதையும் பார்க்க நேர்வதில்லை; ஆகவே, இதில் வெறுப்புற்று விட்டது போல எண்ணம் நிஜத்தன்மை பெறும் பேராவலைப் பெறுகிறது. தன்னைத் தனக்கு எதிரான நிஜப்பொருள்களாக மாற்றிக் கொண்டுதான் அந்த ஆவலைத் திருப்தி பெறச்செய்ய முடியும்; ஆகவே, பொருள்களாக மாற்றம் கொண்டது. இதை ஹெகல் "எண்ணம் (அல்லது பரிபூரணம்) தனக்கு வெளியே" என்று குறிக்கிறார். இந்த நிலை பரிபூரணத்திற்கு முற்றிலும் அந்நியமான ஒன்றாக தன்னையே வேறாக்கிக் கொண்டதுதான். இதை எளிய வகையில் இப்படிச் சொல்லலாம். கடவுள் தன்னிலிருந்தே இயற்கையைப் படைக் கின்றான்; அது அவனுக்கு எதிர் மறுப்பதாகவும் இருக்கிறது; ஒரு

கோட்பாடாக உள்ள கடவுள் இயற்கை ஆகிறார் - அதாவது அந்தக் கோட்பாட்டுக்கு நேர் எதிர்மறை ஆகிறார்; ஆனால் இந்த எதிர் - மறுப்புக்குப் பொருள் அறவே அழிந்துவிடுதல் என்பதில்லை! ஆத்மா தன்னை வேறுபடுத்திக்கொள்வதால் தன் நிஜத் தன்மையை இழந்துவிடுவதில்லை - அது எப்போதும் நிஜமாகவே இருக்கிறது; அந்நியப்பட்ட இயற்கையின் மூலம் அது வளமுற்றுவிடுகிறது: ஏனென்றால் இந்த அந்நியப்படுதல் தானே செய்துகொண்டது: மேலும் எண்ணம் இயற்கை வடிவில் இப்படித் தன்னையே எதிர் மறுத்துக்கொள்வது இறுதியானதுமன்று; அதுவும் எதிர் மறுப்பதையே எதிர்பார்த்துக்கொண்டிருக்கிறது. 'இப்படி ஒரு எதிர் மறுப்பு மற்றொரு எதிர் மறுப்புக்கு ஆளாவது எப்படி? ஆத்மா அல்லது எண்ணம் தன்னையே அந்நியப்படுத்திக்கொண்ட நிலையிலிருந்து மீண்டும் தன்னையே வந்தடைந்துவிடுகிறது. ஆனால் இப்படித் திரும்பி வரும்போது 'உயர்ந்ததோர்' நிலையில் வருகிறது; அதாவது, தன்னுணர்வு உள்ள எண்ணமாக வருகிறது. அந்நியப்படுதலும், மிக உயர்ந்த கூட்டுச் சேர்ந்த நிலையை அடைதலும் முடிவாக விளக்கப்படுகின்றன.

மூலமான சொந்த நிலையில் பௌதீகத் தன்மையற்ற, தூய எண்ணம் தன்னைத் தானே ஏன் பௌதீக உலக வடிவில் வெளிப் பொருளாகச் செய்துகொள்வானேன்? இதற்கு விடையாக ஹெகல் கூறுவது பின் வருவது: சித்தமான பௌதீகக் கலப்பு இல்லாத எண்ணம் என்ற வகையில் பரிபூரணம் நிஜமாக இன்னும் ஆகவில்லை; அப்படியாவதற்கு அது முதலில், தனக்கு மாறான எதிரான ஒன்றின் அநுபவத்தைப் பெற வேண்டியிருக்கிறது. ஒருவன் தன் நாட்டை விட்டு வெளியே துரத்தப்பட்டால்தான், தன் சொந்த நாடும் வீடும் இன்னதென்று அவனுக்கு விளங்கும். இதே போலத்தான், பரிபூரணம் அதற்கு அறவே அயலும் பகையுமான ஒன்றாக மாறினால்தான் திரும்பித் தன் நிலைக்கு வரும்போது, அளவே இல்லாத வளத்தைப் பெற்ற வடிவில், தான் தேடிக் குவித்த புதையல்களுடன் வருகிறது. அவற்றை அது பெற்றது தன்னைத் தானே - வெளியில் துரத்திக் கொண்டபோதுதான்.

இவ்வாறு மிகச் சுருக்கமான செய்திகளுடன் சொன்னால், எண்ணம் அல்லது பரிபூரணத்தின் வாழ்க்கை வரலாற்றுக் கதை மிகவும் அசாதாரணமான வகையில் விந்தையாகவே தோன்றும்; இவை யாவுமே ஒரு அதிமானுடமாகவோ, புராணக் கற்பனையாகவோ படுகின்றன. ஹெகலுடைய தத்துவ அமைப்பின் ஆதாரமான விஷயங்களை நிறைய சொல்லாமல், வெறும் செய்திச் சுருக்கமாக

அந்த தத்துவத்தைப் புரிந்துகொள்ளும்போது, அதை கருத்துக்கள் பற்றிய கற்பனாவாதத்தின் வக்கரிப்பு என்று மிகப் பொருத்தமாக வருணிக்கிறார்கள். ஆயினும் இந்தக் கற்பனையின் பொதுவான கட்டமைப்பிற்குள் உலகில் உள்ள பல்வேறு தத்துவங்களுக்கும் செய்த பங்களிப்பு மிகவும் மகத்தானது. ஜடமான பௌதீக உலகம் மற்றும் மனித சிந்தனை எனும் இரண்டினுடைய இயக்கம் பற்றிய பொது விதிகளின் அறிவியலே அது. அதைத்தான் அவருடைய தர்க்கவாதம் என்கிறார்கள். அதற்கு அவர் உண்மையான அடிப்படையாகக் கொள்வது தம் காலம் வரை உள்ள விஞ்ஞானத்தின் எல்லாக் கிளைகளும் வரலாறும் தந்த கலைக் களஞ்சியம் போன்ற ஆதார மூலங்களே. உண்மையாகச் சொல்வதானால், அவர் தனது கருத்துமுதல்வாதத்திற்கு உள்ளடக்கமாக இந்த விஞ்ஞான வரலாற்று ஆதார வளம் அனைத்தையுமே ஏற்றுக் கொண்டு இடமளிக்கவும் வேண்டியிருந்த அவசியம்தான், பௌதீக உலகத்தை அறவே மாயமென்று ஒதுக்கித் தள்ளிவிட முடியாமல் அவரைத் தடுக்கின்றது. ஏதோ ஒரு வகையில் இயற்கை நிஜமான தாகவே கொள்ளப்படுகிறது; மனிதர்கள் உட்பட இயற்கை தரும் அறிவு வளம் அனைத்தும் அவருடைய தத்துவத்தில் இருப்பதுதான் அதற்குள்ள தனிச் சிறப்பான அம்சம். ஆனால், அவர் ஒரு கருத்து முதல்வாதி; ஆகையினால்தான், இயற்கை தனக்குள்ள உரிமைக்கேற்ப நிஜமானதுதான் என்று நேர்முகமாகவே ஒப்புக்கொள்ள முடியவில்லை. ஆகவே, சுற்றிவளைக்கும் வழியை மேற்கொண்டு பரிபூரணம் தன்னிலும் பிறிதாய் வேறுபட்டுத்தோன்றும் கொள்கையைக் கூறி இயற்கையின் நிஜத் தன்மையை நியாயப்படுத்த வேண்டியிருக்கிறது.

அப்படியென்றால், ஹெகலின் தத்துவம் சுத்தமான மிகத்தெளிவான கருத்துமுதல்வாதத்தையே காட்டுகிறது என்று நாம் கருதுவது நியாயம் தானா? அது உட்கருத்தாக வேறு ஏதும் இல்லாத கருத்துமுதல்வாதம் தானா? இதற்கு ஏங்கெல்ஸ் கூறும் விடை இது[37]; "டேகார்ட் (Descartes) முதல் ஹெகல் வரை ஹாப்பெஸ் (Hobbes) முதல் பூயர்பாக் (Feuer Bach) வரை உள்ள இந்த நீண்டகாலப் பரப்பில் வாழ்ந்த தத்துவவாதி களை எந்த வகையிலும் கலப்பில்லாத யுக்தியும் பகுத்தறிவும் தூண்டி இயக்கிவிடவில்லை; அப்படி அவர்கள் நினைத்துக்கொண்டார்கள்; அவ்வளவுதான். அதாவது பகுத்தறிவும், காரண காரிய யுக்தி மட்டுமே தான் வேகத்தால் அவர்களைத் தூண்டி இயங்க வைக்கவில்லை. மாறாக, ஆற்றல் வாய்ந்ததும், மேலும் மேலும் பொங்கி வளர்ந்த விஞ்ஞான முன்னேற்றமும் தொழில் வளர்ச்சியும்தான் அவர்களை மிகவும் முன்னேறத் தூண்டின. பொருள்முதல்வாதிகளிடத்தில் இது அடிப்படையிலேயே நன்கு தெரியும். ஆனால் கருத்துமுதல்வாதங்களும் தம்மிடத்தே பொருள்முதல்வாத விஷயங்களை மேலும் மேலும்

சேர்த்துக்கொண்டு, எல்லாம் கடவுளே-மனம்-உலகம்-பிரபஞ்சம் யாவுமே கடவுளின் அம்சங்களே என்று சொல்லிக்கொண்டு மனத்திற்கும், பௌதீக உலகத்திற்கும் இடையே உள்ள முரண்பட்ட தன்மையைச் சரிசெய்து ஒத்துப்போக வைக்கும் செயலில் ஈடுபட்டன. ஆக முடிவில், ஹெகலின் தத்துவம், பொருள் முதல்வாதத்தைக் கருத்துமுதல்வாதமாக்கித் தலைகீழாக மாற்றியே கூறுகிறது என்பது அந்தத் தத்துவத்தின் செயல்முறையும் ஆகும்."

இவ்வாறாக, விஞ்ஞானம், தொழில் ஆகியவை ஏற்படுத்திய பலமான அழுத்தம் காரணமாக, கருத்து முதல்வாதம் அதற்கு எதிரான தத்துவத்தின் பக்கமே சாய்கிறது; ஹெகல் கருத்துமுதல்வாதப் பார்வையின் கட்டமைப்பிற்குள் பொருள்முதல்வாதத்தை மறைவாகக் கொண்டு வந்து விடுகிறார். அந்த வகையில், அவருடைய தத்துவம் கலப்பில்லாததும், தெளிவானதுமான கருத்துமுதல்வாதமாக நீடிக்காமல், உண்மையாகவே ஒரு வகையில் தலைகீழான பொருள்முதல்வாதமாகவே ஆகிவிடுகிறது.

இந்த நிலையில், ஹெகல், தனக்கு முன்பிருந்த பிளேட்டோ (Plat) போன்றவர்களிடமிருந்து மாறுபடுவதை நாம் காணலாம். இந்த உலகம் ஒரு முட்டாள்தனமான வெறும் அருவம் (உருவமில்லாத கற்பனை) என்று முழங்கி அறிவித்தார். ஹெகல் அப்படி ஒரு கட்டுப்பாடில்லாத அளவுக்குச் சென்றுவிட முடியாது; அவர் வாழ்வது விஞ்ஞானமும் தொழில்நுட்ப அறிவும் வளர்ச்சியடைந்த ஒரு காலகட்டம்; அவர் பௌதீக உலகம் நிஜமென்று ஒப்புக்கொள்ள வேண்டிய அவசியமும், இதைத் தனது கருத்துமுதல்வாதத்தோடு ஒத்துப்போகவைக்கும் அவசியமும் இருந்தது; இப்படி அவர் பழைய கோட்பாட்டிலிருந்து மாறிச் சென்றது, ஒரு புதிய வகையான கருத்துமுதல்வாதத்தின் வளர்ச்சிதானா அவருடைய தத்துவத்தை சரியானது - தவறில்லாதது என்று கூற முடியுமா? அவர் கொண்ட தத்துவம், எந்தவித மாற்றத்துக்கும் அவரைக் கொண்டு செல்லவில்லை; அவர் அப்படி மாறிச் சென்று புதிய மாற்றங்களைச் செய்துகொள்ள வைத்தது அவர் பொருள் முதல்வாதத்தின்பால் தொடர்புகொண்டதுதான். ஆனால், அவருடைய அந்தத் தொடர்பும் நேரானவை இன்றி வக்கிரமானவை என்பதும் தான் உண்மை. அவருடைய தத்துவத்தின் இந்த அம்சத்தில், கருத்து முதல்வாத தத்துவத்திற்குரிய தனி இயல்பான சிறப்புக்களை நாம் தேடக்கூடாது.

இனி, நாம் இந்தியக் கருத்துமுதல்வாதிகள் பக்கம் திரும்பி வருவோம். பொதுவாக அவர்கள் அனைவருக்குமே, உலகில் வேகமாக வளர்த்து வந்த விஞ்ஞான வளர்ச்சியும் தொழில் வளர்ச்சியும் ஏற்படுத்திய

அழுத்தமும் அவசியமும், தாக்குதலும் கிடையாது. எனவே, அவர்களுக்குத் தம் தத்துவத்தில் உலகாயதமான விஷயங்களை நிரப்பிக் கூறவேண்டிய அக்கறையோ, அவசியமோ நேரவில்லை. ஆகவே அவர்கள் அந்தத் தத்துவம் விளைவிக்கக்கூடிய திருத்தம் பெறாத விளைவுகளையும் சேர்த்தே கூறிவிடுகிறார்கள். பெர்க்லி மாதிரி அவர்கள் அந்த விளைவுகளின் அம்மணக் கோலத்தைக் கடவுள் பற்றிய விஷயங்களை ஆடையாகத் தந்து மூடி மறைக்கவில்லை. அல்லது ஹெகல் மாதிரி உலகாயதமான விஷயங்களையும், செய்முறைகளையும் அவர்கள் திணித்துவிடவில்லை. கருத்துமுதல்வாதம் என்பது அவர்களுக்கு, மறைவே இன்றி வெளிப்படையாகவும் முழு அர்த்தத்துடனும் இந்த உலகம் இல்லை என்று எதிர் மறுக்கும் பார்வைதான்.

இதற்கு விதிவிலக்கானவர்கள் பிறகாலத்து விக்ஞானவாதிகளான திங்நாகர், தர்மகீர்த்தி, இவர்களைப் பின்பற்றும் சில விக்ஞான வாதிகளே. தர்க்கயுக்தி பற்றிப் புதியதொரு ஆர்வம் இவர்களிடம் உண்டு. இதுவரை நாம் சர்ச்சை செய்தவற்றைக் கொண்டு பார்த்தால், இவர்களிடம் காணும் குறிப்பிடத்தக்க முரண்பாடு (அவர்கள் கொள்கைக்கும் அவர்கள் செய்யும் தர்க்க யுக்தி வாதங்களுக்கும் உள்ள - முரண்பாடு) தோன்றக் காரணம் என்னவாக இருக்கலாம் என்று ஒருவாறு ஊகம் செய்து அறியலாம். இப்போது கிடைக்கும் வரலாற்று ஆராய்ச்சி விவரங்களுக்கேற்ப ஒரு மாதிரி நிச்சயமில்லாத வகையில் தான் அதுவும் சாத்தியமாகிறது.

விக்ஞானவாதிகளுடைய முரண்பாடு ஹெகலின் தத்துவத்தில் காண்பது போல் அத்தனை ஆழமாக இல்லை; ஆயினும் முரண்பாடு இருக்கிறது. இதை நாம் முன்பே காட்டியுள்ளோம். அவர்களது கொள்கையோ அறவே உலகமென்பது இல்லை என்பது. அவர்கள் தர்க்கம் செய்வதோ, அவர்கள் மிகவும் தீவிரமாகச் சரியான - நம்பத் தக்க அறிவைப் பற்றி ஆராய்வதில் ஆர்வம் கொள்வது பற்றி ஆகும். மற்ற இந்திய கருத்துமுதல்வாதிகளுக்கு இப்படியொரு முரண்பாடு இல்லவே இல்லை; பௌதீக உலகம் ஏதோ ஒரு மாயத் தோற்றமென்று கொண்டு அப்படி எதுவுமே கிடையாதென்று முற்றிலும் மறுப்பதிலும், அநுபவம் பகுத்தறிவு என்பனவும் அறவே இல்லையென்று ஒதுக்கித் தள்ளுவதிலும் தம்மைக் கட்டுப்படுத்திக்கொண்டார்கள். திங்நாகரும், தர்மகீர்த்தியும் இந்தப் பொதுவான போக்கிலிருந்து விலகி வேறு வழியில் செல்லும் நோக்கம் கொள்கின்றனர். அநுபவத்தையும் பகுத்தறிவையும், அவர்கள் தீவிரமாக ஆராய எடுத்துக்கொள்கிறார்கள். தர்மகீர்த்தி, ஒரு பொருளைப் பற்றிய சரியான அநுபவம் அப்ராந்தம்

அதாவது பிரமையன்று என்ற அளவுக்குச் செல்கிறார் (மாயை இல்லை என்பது கருத்து). இதன் விளைவு பெரிய ஆபத்தாய்விடுகிறது. அவர் நூலுக்கு உரை எழுதியவர்களே, அவர் கருத்துமுதல்வாதி என்பதையே இதற்காகப் பணயம் வைத்து இழக்கிறார் என்று நினைக்கிறார்கள்.

இவர்களை இப்படியொரு அபாயகரமான வழியில் செலுத்துவது யாது? இப்போதைக்குக் கிடைக்கும் நம் நாட்டு விஞ்ஞானமும் தொழில்நுட்பமும் பற்றிய வரலாற்று ஆய்விலிருந்து இந்தக் கேள்விக்கு முழு விடையும் கிடைக்காமல் இருக்கலாம். ஆயினும், இதன் மேற்பரப்பில் தெரிவதை ஒதுக்கிவிடவும் முடியாது. அவர்கள், இந்திய விஞ்ஞானமும் தொழில்நுட்ப அறிவும் மிகுந்த பயன் விளைவித்த ஒரு கால கட்டத்தில் வாழ்ந்திருக்கிறார்கள். ஆகவே, அவை இவர்களை இந்த வழியில் முன்னேறத் தூண்டியிருக்கலாம் என்பதும் ஏற்றுக்கொள்ளத்தக்க விஷயம்தான்; இது அவர்களைத் தர்க்கயுக்தி வாதங்களில் ஆழ்ந்து சிந்திக்க வைத்ததைத் தவிர வேறு விளைவைத் தந்திராது; ஆனால், இதுவே மிகவும் அசாதாரணமானதுதான். இது கருத்துமுதல்வாதத்தில் ஒரு பெரிய ஆபத்தான நிலையை உண்டாக்குகிறது. பழைய மரபைச் சார்ந்த இந்தியத் தத்துவங்களை விளக்கி உரைத்த நவீன காலத்தவர்களில் அநேகமாக, ஸ்டெர்பாட்ஸ்கி, ஒருவர்தான் இந்த அம்சத்தை சுட்டிக் காட்டியவர்.

இந்தப் புது பௌத்தர்களுக்குப் பிரமாணங்களைப் பற்றிய புதிய ஆர்வமும் அக்கறையும் தோன்றியதற்கான பொதுவான வரலாற்றுப் பின்னணியை ஸ்டெர்பாட்ஸ்கி பின்வருமாறு கூறுகிறார்: இந்தியாவின் பெரும் பகுதி இதே நாட்டவர்களான குப்த வம்சத்து அரசர்களின் செழுமை பெற்று விளங்கிய ஆட்சியின் கீழ் இருந்த இந்திய நாகரீகத்தின் பொற்காலத்துடன் சம காலத்தில் ஏற்பட்ட வளர்ச்சி அது. (பௌத்தர்கள் பிரமாணங்களை ஆராய்ந்தது). அந்தக் காலத்தில் கலைகளும் விஞ்ஞானமும் வளமுற்றுப் பெருகின. இந்த மறுமாற்றத்தில் பௌத்தர்கள் முக்கியமான பங்கேற்றனர். இந்தப் புதிய காலகட்டத்தின் வேகமான எழுச்சிக்கேற்ப, இதற்கு முன்பிருந்த தர்க்கவாதத்தை யெல்லாம் மறுத்து ஒதுக்கிய போக்கு கைவிடப்பட்டது. தர்க்க யுக்தி வாதப் பிரச்சனைகளில் பௌத்தர்களும் ஆழ்ந்த ஆர்வம் கொள்ளத் தொடங்கினர். அந்தக் காலத்துச் சிறப்பான அம்சங்களில் இதுவே முதலாவதான முக்கிய விஷயம்; தர்க்கத்தில் ஆழ்ந்த ஆர்வம் கொண்டது. இந்தக் காலகட்டத்தில் இறுதியில் மிகவும் அதிகமாகி அதற்கு முன்பிருந்த பௌத்த மதத்தின் கொள்கை கோட்பாடுகள் பலவற்றையும் மீதூர்ந்து நிலைத்துவிட்டது.[38]

பொதுவாகக் குப்தர்கள் ஆண்ட பொற்காலம் எனப்படுவதைப் பற்றி மிகவும் அதீதமான கற்பனை செய்துகொள்ளாமல் இருப்போமானால், திங்நாகரும் தர்மகீர்த்தியும் அவர்களைப் பின்பற்றுகிறவர்களும் வாழ்ந்த காலம் அப்படிப்பட்டதுதான்; இந்திய விஞ்ஞானம் மற்றும் தொழில்நுட்பம் பற்றிய வரலாற்றில் புதிய பேறுகளைக் கண்ட காலமே அது. இந்த விவரத்தை, "இந்திய விஞ்ஞானத்தின் சுருக்கமான வரலாறு" எனும் நூலில் காணலாம்.[30] விஞ்ஞானமும் தொழில்நுட்ப அறிவும் தத்துவ சிந்தனைக்குச் செய்த உதவியை உலகம் மாயை என்ற மனப் பிரமை இல்லாதவர்கள் புரிந்து கொள்ள முடியும்; அதாவது கருத்துமுதல்வாதத்தை ஏற்காதவர்களுக்கும் இது விளங்கும். மாயையென்பவர்களும்கூட இவற்றை உணர்வது சாத்தியம்தான்; விஞ்ஞானத்திற்கும் தொழில்நுட்ப அறிவுக்கும் ஆதாரமான அநுபவத்தையும் பகுத்தறிவையும் அவர்களும் அறவே மறுத்துவிட முடியாது.

8. காரண காரியத் தொடர்பைப் புறக்கணித்தல்

இந்த அத்தியாயத்தின் முக்கியமான விஷயத்திற்கு வருவோம். அது யாதெனில், இந்தியக் கருத்துமுதல்வாதிகள் தம் கட்சியை நிரூபிக்கப் பயன்படுத்தும் முக்கியமான தத்துவ சிந்தனைகள் பற்றியதே அது.

இதுவரை நாம் விவாதம் செய்த அவர்களுடைய வாதங்கள் மூன்று. *(1)* சாதாரணமாய் அனைவருக்கும் தெரிந்த அறிவுக்கான ஆதாரங்களை மறுத்தல் (2) கனவையும் மாயத் தோற்றத்தையும் சான்றாகத் தருதல் *(3)* நேரிடையான அநுபவம் என்பது வெறும் கருத்தின் அநுபவமே என்ற மாறாத விதி என்பவை அவை. இவை அறிவின் தோற்றம், இயல்பு, எல்லை என்பன பற்றியவை; அறிவு பற்றிய அவர்களுடைய கோட்பாட்டை அடிப்படையாகக் கொண்டது இது.

இப்படியான அறிவு பற்றிய சிந்தனைகளையும் தவிர, அவர்கள் உலகத்தில் இருப்பதாக நாம் கொள்ளும் ஒவ்வொன்றையும் அலசி ஆராய்ந்து, இந்த உலகம் நிஜமில்லை என்பதையும் நிரூபிக்க முனைகின்றனர். காரண காரியத் தொடர்பையும் ஒதுக்கித் தள்ளுவதும் அவர்களுடைய வாதங்களில் ஒன்று. இதன் தொடக்கம், எது உள்ளதாக இல்லையோ அது நிஜமல்லாதது; மலடி மகன் என்பது போல இந்தியத் தத்துவத்தில் இல்லாத ஒரு பொருளைக் கூற இது உதாரணம் ஆகிறது. ஒரு பொருள் நிஜமானது என்று கருத வேண்டுமானால், குறைந்தபட்சம் அதற்குள்ள உறுதியான நிபந்தனை அது உளதாக வேண்டும். மலடி மகன் என்றுமே உளது ஆகாது; ஆகவே, உளது ஆதல் என்று கொள்வதே விதிக்குப் புறம்பானது.

இந்தியத் தத்துவ இயலில் நிலைத்திருப்பனவும் அழிந்தனவும்

இதன் சரியான முடிவு (அவர்கள் கூறுவது) மலடி மகன் போல் எல்லாமே இட்டுக்கட்டின பொய்யே ஆகும்.

இதுபோல் தாமாக ஏற்றுக்கொண்ட ஒரு எண்ணத்துடன் நாகார்ஜுனரும் அவரைத் தொடர்ந்து கௌடபாதரும் சங்கரரும், 'உளதாக ஆதல்' என்ற கோட்பாட்டை ஒப்புக்கொள்ளாமல் எல்லாவற்றையும் நிஜமில்லை என்று நிரூபிக்க விரும்புகின்றனர். இந்த வாதத்தைப் படைத்த தலைமை தத்துவவாதியான நாகார்ஜுனர், தமது தத்துவத்தை நிறுவ மேற்கொண்ட முயற்சிகள் பின்வருமாறு அமைகின்றன.

நாகார்ஜுனர் ஒரு பொருள் உள்ளது என்பதை அறிய நான்கே வழிகள் உண்டு என்கிறார். ஆனால் இந்த நான்குமே தர்க்க யுக்தியால் அலசும்போது அடிபட்டுப் போய்விடும் என்றும் காட்டுகிறார். அந்த நான்கும் பின்வருபவை:

1. ஒரு பொருள் தன்னிலிருந்தே உளதாக ஆகிறது (உண்டாகிறது).

2. அது முற்றிலும் வேறான பொருளிலிருந்துதான் உளதாக ஆகிறது.

3. அது தன்னிலிருந்தும் தன்னினும் வேறான பொருளிலிருந்தும் (இருவழியிலும்) உளதாகிறது.

4. அது தன்னிலிருந்தும் உளதாவதில்லை; வேறு பொருளிலிருந்தும் உளதாவதில்லை. அதாவது, அது எதிர்பாராத வகையில் (எப்படியோ) உளதாகிறது.

இந்த சாத்தியக் கூறுகளில் எதையும் பற்றி நிற்பதை அனுமதிக்க இயலாது; ஏனென்றால் இவற்றை ஆய்ந்து அலசினால், ஒவ்வொன்றுமே வெறும் அபத்தமாகிவிடும்; ஆனால், ஐந்தாவதாக வேறு வழி இல்லை. எந்த வழியிலும் ஒரு பொருள் உளதாதலை நினைத்துப் பார்க்க முடியாது. ஆகவே, அப்படி ஒன்றை மனத்தால் கொள்வதையே ஒதுக்கிவிட வேண்டும் என்பது அவருடைய வாதப்போக்கு.

இவற்றுள் முதலாவது நிலைக்காது. ஆகவே, செல்லுபடியாகாது. ஏன்? அதற்கு அர்த்தமே இல்லை; ஒரு பொருள் தன்னிலிருந்தே உண்டாகிறது (இருப்பதாக ஆகிறது-உளதாகிறது) என்று சாதிப்பதில் அர்த்தமே இல்லை. ஏனெனில், அந்தப் பொருள்தான் உளதாவதற்கு முன்பே அது இருந்திருக்கிறது என்று கொள்ளவேண்டிய அவசியம் நேரிடுகிறது; நாகார்ஜுனர் கூறுகிறார்: "ஒரு பொருள் நிஜமாகவே இருக்கும் என்றால், அதுவே மீண்டும் தோன்றுகிறது என்று கூறுவது வெறும் அறியாமையே. மண்-காரணம்; குடம்-காரியம்; காரணம் என்பது காரியத்திற்கு முன்பு நிச்சயமாகவே உண்டு என்பது நியமம்; ஆகவே மண்ணில் குடம் ஏற்கனவே உண்டு என்பது, மண்தான்

குடமாகிறது என்ற கருத்தில், தர்க்கவாதிகள் ஒப்புக்கொள்ளும் மற்றொரு நியமம். மண்ணில் ஏற்கனவே குடம் என்பதை ஏற்றால், மண்ணிலிருந்து மறுபடியும் குடம் உற்பத்தி செய்யப்படுகிறது என்று சாதிப்பதில் என்ன அர்த்தம் இருக்க முடியும்? இதை தத்துவ முறை வாதமாக இந்திய மரபில் கூறினால், ஒரு பருப்பொருள் மீண்டும் உண்டாக்கப்பட வேண்டிய அவசியமே இல்லை; அதுதான் இருக்கிறதே! உதாரணமாக ஒரு குடம் இருக்கிறது; அதை மீண்டும் உண்டாக்க வேண்டிய அவசியம் என்ன? ஏற்கனவே உளதாக இருக்கும் ஒன்றை மீண்டும் உண்டாக்க வேண்டியதே இல்லையே!" "ஒரு பொருள் தன்னிலிருந்தே உளதாகிறது (உண்டாகிறது) என்று கொள்வது மேலும் ஒரு அபத்தத்தை விளைவிக்கிறது. அதாவது அதற்கு முடிவே இல்லை என்றாகிவிடும். ஏனென்றால், முடிவே இல்லையென்று ஆனால், பொருள் தன்னைத்தானே நிரந்தரமாக உண்டாக்கிக்கொண்டே இருக்க வேண்டும்; மண்ணில் ஏற்கனவே குடம் உண்டு என்றால், குடம் உடைந்துபோனாலும், மண்ணாகவே மாறியபோதிலும் குடம் தொடர்ந்து இருப்பதாகவே இருக்க வேண்டும்; ஏன் எனில், மண்ணில் அது இருப்பதாக முன்னரே ஏற்றுக்கொண்டிருக்கிறோம். குடம் உடைந்து மீண்டும் மண் ஆகும்போது, குடம் அழிந்துவிடுவதாக எப்படி நினைக்க முடியும்? ஆகவே, ஒரு பொருள் உளதாகிறது என்று கருதிக்கொள்வதான முதலாவது சாத்தியக் கூறே வீணாகிவிடுகிறது" என்று புத்தபாலிதர் இதை விளக்குகிறார்.

இதேபோல இரண்டாவதும் செல்லுபடி ஆகாமல் போகிறது; எப்படி? ஒரு பொருள் முற்றிலும் வேறான ஒன்றிலிருந்து உளது ஆகிறது என்று சாதிப்பது, இன்னொன்றையும் சேர்த்துச் சாதித்து வருகிறது. அதாவது எந்தப் பொருளும் வேறு எந்தப் பொருளிலிருந்தும் உண்டாகலாம் என்பதே அது; ஒரு பொருள் அதன் காரணங்களைப் பற்றியனவா அவற்றிலிருந்து வேறுதானா என்பது உறுதியானால், வெளிச்சத்தில் இருந்து கடும் இருளை உண்டாக்கலாம். அந்த முறையில் நிச்சயமாகவே ஒன்றிலிருந்து ஒவ்வொரு பொருளாகும் அனைத்தையுமே உண்டாக்கலாம் என்று ஆகும்.

ஆதலால் காரணங்களில் உள்ள வேறான தன்மையும் காரணம், அல்ல. அவற்றில் உள்ள வேறான தன்மையும் ஒன்றே என்று வாதிடுகிறார் நாகார்ஜுனர். எண்ணெய் வித்துக்களிலிருந்து எண்ணெய் உண்டாக்கப்படுகிறது என்பதுதானே சாதாரணமாக நாம் கொள்வது? அந்த விதைகள் எண்ணெயிலிருந்து முற்றிலும் வேறானதே என்று கருதுவோமானால் - மணலிலிருந்தும், எண்ணெய் எடுக்கலாம் என்று ஆகும். மணலும் எண்ணெயும் முற்றிலும் வேறானவைதானே?

இந்தியத் தத்துவ இயலில் நிலைத்திருப்பனவும் அழிந்தனவும் 123

எண்ணெய் வேறு; விதை வேறு, அதே போல மணலும் வேறு; வேறான தன்மை என்பது இரண்டுக்குமே இருக்கிறது. அப்படியானால் விதையிலிருந்துதான் எண்ணெய் உண்டாக்கப்படுகிறது. மணலிலிருந்தில்லை. எதிலிருந்தும் வேறான எதுவும் உண்டாகும் என்றால், மணலிலிருந்தும் எண்ணெய் வரலாமே. எண்ணெயும் விதையும் வேறு என்றால், மணலும் வேறுதானே. இப்படி நாகார்ஜுனர் முதல் இரண்டும் பற்றி சுருக்கமாகவே விளக்கி அவற்றை ஒதுக்கிவிடுகிறார். ஒரு பொருள் தன்னிலிருந்தும் உண்டாகலாம் - வேறானதிலிருந்தும் உண்டாகலாம் என்பது முதல் இரண்டையும் கூட்டாகச் சொல்வதுதான்; ஆகவே, முன் இரண்டிலும் நேரும் அபத்தத்தில் இதுவும் முடியும். நான்காவது என்ன? பொருள் தன்னிலிருந்தும் உண்டாவது இல்லை; வேறானதிலிருந்தும் உண்டாவதில்லை என்பது. இது, உண்டாதல் என்பதை - விளக்க முற்பட்டு முடியாமலாகி, அந்த முயற்சியையே கைவிடுவதுதான் என்கிறார் அவர். பொருள் உளது ஆகும் என்பதற்குப் பிறர் ஏற்கக்கூடிய விளக்கம் தர முடியவில்லை என்றுதான் இதற்கு அர்த்தம்.

அந்த வகையில் உலகில் உள்ள எந்தப் பொருளும் உளது ஆவதாகக் கருதவே முடியாது. இப்படிச் சொல்வதன் அர்த்தம், காரண காரியத் தொடர்பையே ஒதுக்கித் தள்ளுவதே; உலகில் எதுவுமே ஒரு காரணத்திலிருந்து உளதாவது இல்லை; எதுவுமே உண்டாக்கப் படுவதும் இல்லை; ஆகவே, யாவுமே நிஜமில்லை; இதை நாகார்ஜுனர் பின்வருமாறு தொகுத்துக் காட்டுகிறார்.[40]

காரண காரியத் தொடர்பு எதுவுமே இல்லாத இந்தப் பிரபஞ்சத்தில், நாம் எதையுமே பிரத்யட்சமாக அறிய முடியாது; அப்படி எதையோ அறிகிறோம் என்று கூறுவது ஆகாயத்தில் முளைத்து வளர்ந்த தாமரையின் நிறமும் மணமும் போன்றதே (இதுவும் மலடி மகன் போன்ற உதாரணம்தான்; வெற்றிடமான ஆகாயத்தில் தாமரையா உண்டு? அதற்கு நிறமும் மணமும் வேறா இருக்கும்).

நாகார்ஜுனர் காரண காரியத் தொடர்பை மறுப்பதைப் புரிந்து கொள்ள, இந்த இடத்தில் ஒன்றை நினைவுகூர்வது பொருத்தமாகும். கருத்துமுதல்வாதத்தை மிகவும் கண்டிப்பாக எதிர்ப்பவர்கள், காரண காரியத் தொடர்பு பற்றி இரண்டு விதமான கருத்தைக் கூறுவார்கள். (1) ஸத்-கார்ய-வாதம் (2) அஸத் கார்ய வாதம்; இதை ஆரம்ப வாதம் என்றும் கூறுவதுண்டு.

ஸத் கார்யவாதிகள் ஸாங்க்யர்கள்; அவர்கள், காரியம் என்பது (விளைவு பயன்) காரணத்தில்-உள்ளடக்கமாக மறைந்த நிலையிலாவது

என்பதுதான். இதைக் கொண்டு வாங்கிய தத்துவவாதிகள், உலகிற்கு பௌதீகமான ஒன்று உண்டு என்று நிறுவ விரும்புகின்றனர்: காரியம் முற்றிலும் புதிய ஒன்றாக இல்லையென்றால் காரணத்தின் இயல்பை காரியத்தின் இயல்பைக் கொண்டு ஊகித்து அறிய முடியும்; இந்த உலகம் அடிப்படையில் பௌதீகமானதே என்பதால் இதற்கு முதற் காரணமும் பௌதீகமான ஒன்றே என்று ஊகித்தறிய முடிகிறது; இதை அவர்கள் பிரகிருதி (இயற்கை) அல்லது ஆதியான பொருள் என்று பெயரிடுகின்றனர்.

அஸத் கார்யவாதம் என்பது காரியம் (விளைவு, பயன்). காரணத்தை விட வேறானதுதான், காரியம் என்பது ஒரு புதிய ஆரம்பம்; (விளைவின் தொடக்கம்) என்று கொள்வது. இந்தக் கருத்தைக் கொண்டவர்களில் மிகவும் முக்கியமானவர்களே இந்திய அணுவாதிகள் என்று வழங்கும் நியாய வைசேஷிக தத்துவவாதிகள், உலகில் ஒவ்வொரு பொருளும், அணுக்களின் பல்வேறு வகையான சேர்க்கையால்தான் - அணுக்கள் கூடுவதாலேயே உண்டாக்கப்படுகின்றன;

எனவே, பொருள்கள் அணுக்களின் வடிவம் என்றுதான் கொள்ள வேண்டும்; ஆக, அணுக்களே முடிவான காரணம். மண்குடம், மண் தட்டு, மண் கிண்ணம் என்பன யாவுமே, மண்ணின் அதே அணுக் களால் மட்டுமே உண்டாக்கப்படுவன; ஆனால் மண் அணுக்களில் குடமும் கிண்ணமும் போன்ற எதுவுமே ஏற்கனவே இருந்தன அல்ல; காரணமான மண் அணுக்களில் இவை இல்லை; அணுக்களே இருந்தன. அவையே காரணம்; அணுக்களோ பௌதீகமானவை; ஆகவே, - இந்தக் காரண காரியத் தொடர்பு பற்றிய இந்தக் கருத்தும் பிரபஞ்சத்திற்கு முதற்காரணமான பௌதீகப் பொருளுடன் சேர்க்க வேண்டிய ஒன்றுதான். ஆதாரமே இல்லாமல் இப்படி அணு என்ற கருத்தை வைத்துக்கொள்வதும் ஸாங்க்யர்கள். இதே வகையில் தாமாக வைத்துக்கொண்ட ஆதிப் பொருள் - பிரகிருதி என்பதும், கருத்துமுதல்வாதிகளுக்குப் பிடிக்காத விஷயம். ஆகவே, இவை இரண்டையும் அவர்கள் மறுக்கும் அவசியம் நேர்கிறது.

இதை எப்படி சுலபமாகச் செய்வது? நியாய வைசேஷிகர்களின் வாதத்தை ஸாங்க்யர்களுக்கு எதிராகக் காட்டி, ஸாங்க்யர்களின் வாதத்தை முன்னவர்களுக்கு எதிராகக் காட்டுவதே அது. சங்கரர் இதைத்தான் செய்து தன் மறுப்பைக் கூறுகிறார்: நாகார்ஜுனரும் இதையே மிகவும் நுட்பமாகவும் சாதுரியமாகவும் செய்கிறார்.

ஆனால் மேலே கூறிய ஸாங்க்யர்களும் நியாய வைசேஷிகர்களும் சொல்லும் வகையில், ஒரு பொருள் உளதாக ஆகும் வழிகள் இரண்டிலும்

இந்தியத் தத்துவ இயலில் நிலைத்திருப்பனவும் அழிந்தனவும்

உண்மையில் முக்கியமான அடிப்படை விஷயங்கள் இருப்பதை யாருமே கவனிக்கவில்லை; ஒன்றுக்கு எதிராக மற்றொன்றைக் காட்டும்போது. அந்த அடிப்படை விஷயங்கள், ஒன்றுக்கொன்று எதிரானவையாகிவிடுகின்றன என்பதும் உண்மைதான். இந்த இருவர் கருத்தும் இப்படித்தான் ஆகிவிடுகின்றன; ஆனால், இந்த இரண்டு நிலைப்பாடுகளையும் இணைத்தும் பார்க்க முடியும். அப்படிப் பார்ப்பது, காரண காரியத் தொடர்பின் இயல்பைப் புரிந்து கொள்வதற்குப் போதுமான ஆதாரம் ஆகும். "ஒரு பொருள் உளது ஆதல் என்பது எதிர் எதிரான இரண்டு ஒன்றாதலைக் குறிக்கிறது; அவை, இருத்தல், இல்லாதிருத்தல் என்பவை; காரியம் (பயன்-விளைவு) காரணத்தில் ஏற்கனவே உண்டு. அதேபோல் அது அதில் இல்லவும் இல்லை. அதுதான் உள்ளடக்கமாக மறைந்துள்ளதை உள்ளதாக ஆக்குதல் - அதுவே தான் புதிய ஆரம்பம். இப்படியும் ஒரு சாத்தியக் கூறு உண்டு என்பதை நாகார்ஜுனர், ஒரு சாத்திரவாதக் கேலிக் கூத்து என்று தள்ளிவிடுகிறார்; இது மிகவும் விந்தையான ஒன்று. மூன்றாவது வழியை, முதல் இரண்டையும் அப்படியே யந்திரம் போல் அடுத்தடுத்துப் போடுவதே என்றும், அதில் முன் இரண்டின் அபத்தங்களும் உண்டு எனவும் அவர் கூறுகிறார். காரியம் காரணத்தில் உண்டு என்பதை ஒப்புக்கொள்; அல்லது அப்படி இல்லை என்பதை ஒப்புக்கொள். அந்த இரண்டு சாத்தியக் கூறுகளுமே ஒன்றால் மற்றொன்றை ஏற்பது இயலாது. ஆதலால், மாறுபடுவதோ உளதாவதோ வெறும் மாயமே.

இப்படிக் கூறுவது உபநிஷத்தைப் பின்பற்றும் கருத்துமுதல்வாதி களின் வேகத்திற்கும், ஆவேசத்திற்கும் உண்மையாகலாம்; ஆனால், நாகார்ஜுனர் வெளித் தோற்றத்தளவில் யாருடைய மதத்தைக் கூறுவதாகச் செயல்படுகிறாரோ அந்த மதத்தை நிறுவியவருக்கு உண்மையானதாக ஆகாது. புத்தர் கருதுவது வேறு விதம்; அவர் தன்னைப் பின்பற்றுபவர்களுக்குக் கூறும் உபதேசம் இவ்வாறு அமைகிறது. "தளர்ச்சி இல்லாத கண்டிப்புடன் அமையும் வகைகளில் உலகத்தை, அது வெறும் உளதான ஒன்று என்றோ, அது உளது ஆனதில்லை என்றோ கருதாமல், அது நிலைத்து நில்லாமலும் இடைவிடாமலும் ஓடிக்கொண்டே இருக்கும் ஒன்று என்று கருதுங்கள். உலகம் முடிவே இல்லாத முறையில் உளதாவதும் உளது அல்லாமல் கழிந்துவிடுவதாகவும் இருப்பது." இதுதான் அவருடைய தர்க்கத்தால் அறிந்த முடிவான கருத்து. அது புத்தருடைய ஞான திருஷ்டியால் கண்ட இந்தப் பிரபஞ்சத்தின் காரண நிலையோடு பிணைந்த ஒரு கருத்து என்பதைப் பின்னால் காண்போம். நாகார்ஜுனர் அதை மறுத்துப் பேசவே விரும்புகிறார். ஆனால், அவரும் பழைய கருத்து

நிலைப்பாடு பற்றி ஏதாவது செய்துதானே ஆகவேண்டும்? அப்படி அவர் அதைச் செய்யும் முறை குதர்க்க வாதம் செய்வதில் அவர் எத்தனை வல்லவர் என்பதைக் காட்டுகிறது.

9. இரவலாகப் பெறும் நிஜம் நிஜமில்லை

காரண காரியம் பற்றிய பிரச்சனை சங்கரருக்கு விளைவித்த சிக்கலைவிட அதிகமாகவே நாகார்ஜுனருக்குச் சிக்கலாக ஆகிறது. அவர் பெற விரும்பும் பயனைத் தர கருத்துமுதல்வாதத்தின் எதிரிகள் கூறிய இரண்டு வழிகளை மறுப்பது மட்டும் போதாது; அவர் ஒரு பௌத்தர்; ஆகவே, புத்தரே நேரில் உபதேசம் செய்வதாகப் பௌத்த மரபில் வேரூன்றியிருந்த மற்றொரு கருத்துக்கு விடை கூறிச் சமாளிக்க வேண்டும். அந்தக் கருத்துக்கு, 'பிரதீத்ய ஸமுத் பாதம்' (வாதம்) என்பது பெயர். இது பொதுவாக, "மற்றொன்றின் சார்பில் உள்ள (சுதந்திரம் இல்லாத-பாரதீனமான) உண்டாதல்-தொடக்கம்" என்று சொல்லப் படுகிறது. அதன் மிகத் தெளிவான சுலபமான இலக்கணம் இதுதான்: "அது உளதாக ஆவது, இதாக ஆவது (பிறிதொன்றாக) அது என்பது தோன்றுவதிலிருந்து இது தோன்றுகிறது. "ஆரம்ப காலத்துப் பௌத்தர்கள், பிரபஞ்சம் ஓடிக்கொண்டே (நிலையும் இடையும் இன்றி இருப்பது என்று கொண்டது இதைப் பின்பற்றித்தான். ஸௌத்ராந்தி கர்களோ இன்னும் ஒரு படிமேலே சென்று, எல்லாமே க்ஷணிகம் அதாவது கணப்பொழுதே தோன்றி மறைவதுதான் என்ற கருத்தை இதன் அடிப்படையில் வளர்த்துவிட்டனர். இதைச் 'சந்திரகீர்த்தி இப்படிக் கூறுகிறார்: 'பிரதீத்ய ஸமுத்பாதம்' என்றால் எல்லாமே தோன்றுவதும் உடனே மறைவதும்தான் என்று ஸௌத்ராந்திகர்கள் கூறுகிறார்கள். க்ஷணத்திற்குள் அழிந்து மறையும் பொருள்களே தோன்றுகின்றன (புறப்படுகின்றன) என்பது அவர்கள் தரும் விளக்கம்.[41]

இதை நாகார்ஜுனர் ஒப்புக்கொள்ள இயலாது என்பதைப் புரிந்து கொள்ளமுடிகிறது. அவர் கொள்கைதான் என்ன? பரிபூரணம், அசைவு, இயக்கம், பலவாம் தன்மை இவற்றைக் கடந்துள்ள-இவற்றிற்கு அப்பாலுள்ள ஒன்று என்பது; அவர் இதை எப்படியும் ஏற்க முடியாதுதான்; ஆனால் இதை அவர் முற்று முழுதாக மறுத்துத் தள்ளவும் முடியாது. ஏனெனில், அது புத்தரே நேரில் சொன்னது ஆகும். ஆகவே, அவர் இதைத் தனது கொள்கைக்கு முற்றிலும் பொருந்துமாறு புதியதொரு விளக்கம் தரவேண்டி வருகிறது; அதாவது, பிரதீத்யஸ முத்பாதம் என்பதும், தான் காரண காரியத் தொடர்பை மறுப்பதும் துல்லியமாக ஒரே முடிவைத்தான் கூறுகின்றன என்று சாதிக்கிறார். இதை நிரூபிக்கும் வகையில் அந்தக் கருத்தையே, தனக்குச் சாதகமாக

மாற்றியுரைத்து, பௌதீக உலகில் எல்லாமே நிஜமில்லை என்பதற்கு அதையே முக்கியமான நிலைக்களனாக ஆக்கிவிடுகிறார். மற்றொன்றைச் சார்ந்தே பொருள்கள் உண்டாதல் என்ற நியமம், பொருள்களின் உண்மையான, இயல்பான நிஜமில்லாத தன்மையைக் காட்டும் சான்று தான். ஏன் அப்படிச் சொல்லுவதும் இதுவும் ஒரே நிகரானதுதான் என்று வாதிடுகிறார்; ஒரு பொருள் தனக்கு முந்திய ஒன்றிலிருந்து தன் உளதாதலைப் பெறுகிறது என்பதைக் காணும்போது, அதற்கு இயல்பான நிஜத்தன்மை உண்டு என்பதைப் பறிகொடுத்தே ஆக வேண்டும் (இழந்துவிடும்). எந்தப் பொருள் அப்படிப்பட்டதோ அது தன் இயல்பென்ற வகையில் நிஜமாக இருக்காது. பொருள்கள் தமக்கே உரிமையான வகையிலும், அவற்றின் இயல்பு வகையிலும் நிஜமானால் தமக்கு முந்திய காரணத்தைச் சார்ந்தே-அதற்குப் பாரதீனப்பட்டவை யானவையாகவோ, முந்திய சூழ்நிலையைச் சார்ந்தோ உள்ளன ஆகாமல், சொந்த பலத்தில்-சுதந்திரமாகவே உளவாக வேண்டும். ஆக முடியும். ஆனால் அவை அப்படியில்லை. தமக்கு முன்புள்ள நிகழ்ச்சிகளுடன் அவை இணைக்கப்பட்டுள்ளன என்பதால், அவற்றிற்கு நிஜமான இருத்தல் - சொந்த இயல்பாகும் உளவாதல் இருப்பதாகக் கருத முடியாது; அதற்குக் கூறப்பட்ட இலக்கணப்படி, அது நிஜத் தன்மை பெறுவதில்லை.[42]

இதைச் சுருக்கமாகக் கூறினால் ஒரு பொருள் தனக்கு உள்ள உரிமையுடன் (அதாகவே) இருந்தால்தான், அதை நிஜமெனக் கொள்ள முடியும் என்ற வாதம்தான் இது. பொருள்கள் தோன்றுவது மற்றொன்றைச் சார்ந்துதான் என்று கூறிய நியமத்தின்படி, அனைத்துமே அவற்றைவிட வேறான சில நிலைகளைச் சார்ந்தே உள்ளன என்ற நிலை எதுவுமே நிஜமில்லைதான். ஸ்டெர்பாட்ஸ்க் கூறிய விளக்கத்தின் படி, "ஏதோ ஒன்றுக்கு அதீனமாக அதைச் சார்ந்துள்ள இருத்தல் - உளது ஆதல் உண்மையான இருத்தல் இல்லை. இரவலாகவோ, கடனாகவோ பெற்ற பணம் நிஜமான செல்வமாகாததுபோல்"[43]

இவ்வாறாக, பிரதீத்ய ஸமுத்பாதம் என்ற கருத்தை நிஜமான பொருள் ஒவ்வொன்றுக்கும் ஒரு காரணம் உண்டு என்ற மூலமான பொருள் கொண்ட கருத்தை நாகார்ஜுனர் திரித்துப் புரட்டிவிடுகிறார். காரணம் என்பது ஒரு பொருள் தனக்கு மூலத் தானத்தை, தொடக்க மூலத்தை எந்த நிலையைச் சார்ந்து அதன் கீழ்ப்பட்டுப் பெறுகிறதோ அதுதான் மூலமான கருத்து. இதை அவர் காரணம் என்ற ஒன்றைக் கொண்ட எல்லாமே நிஜமல்லாதவையாகத்தான் ஆக வேண்டும் என்று புரட்டிவிடுகிறார். பௌதீக உலகம் அடிப்படையிலேயே நிஜமானதில்லை என்பதை நிரூபிக்க எதிரிகள் கூறிய காரண காரியத்

தொடர்பை விமர்சிப்பதை மட்டுமின்றி, பௌத்த மதத்தை ஏற்படுத்தியவரே உபதேசம் செய்த காரண காரியக் கருத்தைப் புதிய முறையில் புரட்டி விளக்குவதையும் செய்து பார்க்கிறார். இது பற்றி இன்னும் அதிகமாகப் பின்னால் பார்க்கலாம்.

10. அக்ஞானமே (அறியாமையே) உலக மாயையைப் படைப்பது

இதுவரை இந்தியக் கருத்துமுதல்வாதிகளின் பௌதீக உலகம் பற்றிய கருத்தை, ஆராய்ந்து பார்த்தால் கடைசியில் நிஜமல்லாதது தான் என்பதை நிரூபித்துவிடலாம் என்ற நம்பிக்கைக்குப் பக்க பலமாகக் கூறிய சில முக்கியமான சிந்தனைகளைக் கண்டோம். ஆயினும் உலகம் ஏதோ ஒரு வகையில் இருப்பதுபோலவே தோற்றம் தருகிறது என்ற உண்மையும் இருக்கத்தான் இருக்கிறது; இந்தத் தோற்றத்தை என்னவென்று சொல்வது? ஆத்மாதான் இருக்கிறது; அது மட்டுமே இருக்கும்போது பிரகிருதியும் (இயற்கை-பௌதீக உலகு) இருப்பதாகக் கொள்ளும் வகையில் நம்மைக் காணச் செய்வது எது? இந்தக் கேள்விக்கு கருத்துமுதல்வாதிகளான இவர்களெல்லாம்- சூன்ய வாதிகள், விக்ஞானவாதிகள், மாயாவாதிகள் எல்லோருமே - விடை கூறவேண்டியது அவசியமாகிறது: இதை நன்குணர்ந்த அவர்கள் கூறும் விடைகள் யாவுமே ஒன்றுதான்; பொய்யான உலகம் தோன்றுவதற்கு (இருப்பது போலக் கொள்வதற்கு) நம்மிடமுள்ள குறை-ஒரு வகை மாசுதான் காரணம். இந்தக் குறை, மாசு முக்கியமாக அக்ஞானம் தான்; அக்ஞானமே நமது இயல்பாக இருக்கிறது.

உலகம் என்ற மாயைக்குக் காரணமாவது அக்ஞானமே என்ற இந்தக் கருத்து, மிகவும் முக்கியமான - தலைமையற்ற வகையில் இந்தியக் கருத்துமுதல்வாதத்திற்கு அடிப்படையே ஆகிவிடுவதைப் புரிந்து கொள்வது கடினமே இல்லை. இந்தியத் தத்துவம் இன்னது என்று பலரும் புரிந்துகொண்டிருப்பதும் இது அத்வைத வேதாந்தம் என்ற பெயருடன் மட்டுமே தொடர்புடையது என்பதுதான்; அதில்தான் இந்த அக்ஞானம், அவித்யை என்றும் மாயை என்றும் இரண்டு சொற்களால் குறிக்கப்படுகிறது. அத்வைதிகளுக்கு இது மிகவும் முக்கியமான அடிப்படைக் கருத்து என்பது பற்றி ஐயப்பட அவசியமில்லை. ஆனால், இது அவர்கள் கண்டுபிடித்த ஒன்றன்று என்பதைச் சொல்வதுதான் முக்கியம். இந்தியக் கருத்துமுதல்வாதம் அதன் செயற்பாடு ஏற்பட்டு வளர்ந்த காலம் முதல் இன்று வரை இதையே சார்ந்து நிற்க வேண்டியிருக்கிறது; ஆகவே, கருத்துமுதல் வாதிகள் அனைவருமே இந்த உலகம் நிஜமில்லை என்று நிரூபிக்கவே விரும்புகின்றனர்; ஆனால், அது இருப்பது போலத் தோன்றுவதற்கு எல்லாருமே ஏதோ ஒரு விளக்கமும் தருகின்றனர். உலகம்

அக்ஞானத்தால் மந்திர ஜாலம் போல் உண்டாக்கப்படுகிறது என்ற விளக்கம் அவர்கள் அனைவருக்கும் மிகவும் வசதியாகவும் இருக்கிறது. எல்லாருமே கூறுவது என்னவெனில், அறியாமைதான் நம்மை நிஜமாக இல்லாத பொருள்களைக் காண வைக்கிறது என்பதே.

இதுபற்றி முதலில் இன்னும் தெளிவாகத் தெரிந்துகொள்வோம். இல்லாத பொருளைக் காண்பதற்கு எடுத்துக்காட்டாக அடிக்கடி அவர்கள் கூறுவது கயிற்றில் பாம்பைக் காண்பது (வெளிச்சம் இல்லாத இடத்தில் மயங்கிச் சுருண்டு வளைந்து கிடக்கும் ஒரு கயிற்றைப் பாம்பு என நினைத்தல்). அங்கே பாம்பு இல்லை; ஆனாலும் பாம்பைக் காண்பதும் உண்மைதான் - இல்லாத பாம்பை நாம் எப்படிப் பிரத்யக்ஷமாகக் காண்கிறோம்? இதற்கு உள்ள ஒரே விடை, நாம் அறியாமையின் பிடியில் இருக்கும்வரை, (வெளிச்சத்தில் அது பாம்பு இல்லை என்று தெரியும் வரை) பாம்பைத்தான் பார்க்கிறோம் என்பதே. அறியாமை நீங்கிச் சரியான அறிவு ஏற்பட்டால், கயிற்றைக் காண்போமே தவிர பாம்பை அல்ல (சரியான அறிவைத் தருவது வெளிச்சம்). அக்ஞானத்திற்கு உண்மையான இயல்பை மறைக்கும் சக்தி மட்டுமின்றி, அந்தப் பொருள்மீது, தான் தந்திரமாகப் படைக்கும் ஒரு பொய்யான பொருளை ஏற்றிக் காட்டும் சக்தியும் உண்டு என்பதற்கு இதுவே சான்றாகும் என்பார்கள். அக்ஞானம் நம் முன்னே கிடக்கும் கயிற்றை மறைப்பதோடு, அதில் தன் மாயப்படைப்பான (நாம் கற்பனை செய்துகொள்ளும்) பாம்பையும் காணச் செய்துவிடுகிறது. - கனவிலும் இதேபோலத்தான் நிகழ்கிறது. கனவு காணும்போதும் நாம் அக்ஞானத்தின் வசப்பட்டுவிடுகிறோம்; ஆதலால், நம் கண்முன்னே நிஜமாகவே இருக்கும் பொருள்களை (முன்பு அறிந்தவற்றை) மட்டுமே காண்பதில்லை; முன்னே இல்லாதவற்றையும் திட்டவட்டமாகக் காண்கிறோம். அவர்களிடம் உள்ள மற்றொரு எடுத்துக்காட்டு ஜாலக்காரன் செய்யும் தந்திரம். இது வேடிக்கை பார்ப்பவர்களின் அறியாமையைப் பயன்படுத்திக்கொள்ளும் ஒரு தந்திரமே தவிர வேறில்லை. ஜாலக்காரன் தன் மேடையில் கற்பனையால் தோன்றும் ஒரு யானையைக் காட்டுகிறான். இது எப்படி? அவன் பார்ப்பவர்களை அறியாமைக்கு ஆட்படுத்திவிடுகிறான் (கண்ணைக் கட்டிவிடுகிறான் என்பது உலக வழக்கு) இது வேடிக்கை பார்ப்பவனை மேடையில் உள்ள நிஜமான பொருளைப் பார்க்க முடியாமல் செய்துவிடுவதோடு, அங்கே இல்லாததையும் திட்டவட்டமாகப் பார்க்கச் செய்துவிடுகிறது.

இதுபோன்ற உதாரணங்களைக் கொண்டு, அக்ஞானத்திற்கு இந்த இரண்டு விதமான ஆற்றலும் உண்டு என்று நிலைநாட்ட முனைகிறார்கள். இவற்றில் அறியாமையால் நாம் காண்பது அனைத்துமே அக்ஞானம்

தானே படைத்தவைதாம்; இந்தக் கருத்தை நிலை நாட்டிவிட்டால் ஆத்மா (பரிபூரணம்) ஒன்று மட்டுமே இருக்கும் இடத்தில் பௌதீகப் பொருளான இயற்கையைக் கண்டு உணர்ந்து அநுபவிப்பது பற்றிய பரம ரகசியத்தை விளக்கியதாகிவிடும் என்பது அவர்களுடைய எண்ணம். ஞானம் பெற்றுவிட்ட புண்ணியாத்மாக்களுக்கு இந்த ரகசியமே - இருக்காது. அவர்கள் - ஆத்மா மட்டுமே நிஜமாக இருப்பது என்பதை அறிந்துவிட்டவர்கள் ஆவர். அவர்கள் உலகின் மாயத் தோற்றத்தால் ஏமாந்து போய்விடமாட்டார்கள். சாத்திரங்களில் கூறப்படும் அனைத்துடனும் அந்த ஞானிகளின் அநுபவம் அப்படியே ஒத்து வருகின்றன. சாதாரண ஜனங்கள்தான், மாய உலகக் காட்சியால் ஏமாற்றப்படுகிறார்கள். ஏனென்றால் அவர்கள் குழந்தைகளைப் போல் அறியாமையின் பிடிப்பில் உள்ளனர். அவர்களுக்கு ஞானம் வரவில்லை. இது 'பிரக்ஞா பாரமி' சூத்திரத்தில் பின்வருமாறு உளது.[44] "அனைத்துமே பருப்பொருள் போன்ற அடிப்படையில் நிஜமான தன்மை இல்லாதவைதாம்; இதை (பொருள்கள் நிலத்தன்மை இல்லாதவை என்பதையும், அவற்றின் இயல்பே அதுதான் என்றும்) மக்கள் அறிவதில்லை; இதுதான் அக்ஞானம். பொருள் எல்லாமே உண்மையில் இல்லாதவையே. இவற்றைப் பற்றிப் பொதுவாக - மக்கள்-அனைவருமே அக்ஞானத்தின் ஆற்றலாலும் காமவேட்கை யாலும், வக்கிரமான (முறையற்ற கருத்துக்களையும் கற்பனையான எண்ணங்களையும் தம் மனத்தே' எழுப்பிக்கொள்கிறார்கள். 'பொய்யான பொருள்கள் மீது பற்று வைப்பதால்தான் மக்கள், தவறான-கோணலான அறிதல்களுக்கும், அதே போன்ற புரிந்துகொள்ளுதல் களுக்கும் அதே போன்ற கருத்துக்களுக்கும் இடம் தந்துவிடுகிறார்கள். அதனால்தான் அவர்கள் பாமரர்கள் எனக் கருதப்படுகின்றனர். குழந்தைகளோடு ஒப்பிடப்படுகிறார்கள். அவர்களுக்கு அறிவுத் திறன் இல்லை. கற்பனையான மன எழுச்சிக்கும் பொருள்கள் மீது பற்று வைப்பதற்கும் இடம் கொடுத்துவிடுகிறார்கள்.

இந்த அக்ஞானமென்னும் கருத்தும் அதுதான் உலக மாயையைப் படைப்பது என்பதும் உபநிஷத்தில் தோன்றி வளர்ந்தவைதானா என்பது பற்றித் தற்கால அறிஞர்களிடையே ஒருமித்த அபிப்ராயம் இல்லை. உபநிஷத்தில் உள்ள சில பகுதிகள், இதை நோக்கிச் செல்லும் போக்கு ஓரளவு இந்த எண்ணத்திற்குத் துணை செய்கின்றன. ஆயினும், அந்தக் கருத்தில் புராணப் புனைந்துரைக் கற்பனைகளும் கலந்தே உள்ளன. இது இப்படிச் சொல்லப்படுகிறது.[45]

"இந்த உலகம் முழுவதும் மாயையைச் செய்பவன், இந்தப் பிரம் ஹத்திலிருந்தே தோன்றச் செய்கிறான்."

இந்தியத் தத்துவ இயலில் நிலைத்திருப்பனவும் அழிந்தனவும் 131

"இதனுள் மாயையால் மற்றது எல்லைக்கு உட்பட்டு உள்ளே இருக்கிறது. இந்த நிலையில் இயற்கை மாயை என்று அறிதல் வேண்டும். மஹாவல்லமை படைத்த ஈசுவரனே மாயையைச் செய்பவன் என்பதும் அறியத்தக்கது." அடிக்கடி மேற்கோளாகக் காட்டப்படும் மற்றொரு பகுதி, ஞானம் பெறாத ஆத்மாவின் நிலையைப் பின் வருமாறு கூறுகிறது.

"முரட்டு இருட்டைப் போல-காமத்தின் (வேட்கைகளின்) இருட்டு, இந்திர ஜாலம் போல மாயாமயம் (மாலையின் விளைவு மாயை தவிர வேறன்று) ஆகியவை கனவு போலப் பொய்யாய்த் தோன்றுவது. வாழை நாரைப் போல் கனமில்லாதது. நாடக உடை அணியாத நடிகன் போல, ஓவியமாகத் தீட்டப்பட்ட காட்சி போல் மனத்தைப் பொய்யாக மகிழ்விப்பது.[46] இவ்வாறு சில உபநிஷத்துப் பகுதிகள், உலக மாயை தோன்றுவது அக்ஞானத்தால்தான் என்ப தற்கான அடிப்படைக் கருத்துக்களையாவது கொண்டனவே என்பதும் உண்மைதான். எல்லா நிஷத்துக்களுமே இதைத்தான் உபதேசிக்கின்றன என்று விளக்கம் தரும் ஆர்வமிகுதி ஒரு மிகைப்பட்ட கூற்றே என்றும் கூறலாம். ஆனால், பரமாத்யம் என்பது ஆத்மா ஒன்றுதான் என்று கூறும் நிஷத்துக்களின் கருத்து முதலான ஊகங்கள் இந்தக் கருத்தின் உள்ளார்ந்த விஷயங்களைக் குறைந்த அளவிலாவது தம்முள் கொண்டு இருந்தன என்று கூறுவதும் சரிதான்; மஹாயான நூல்களை எழுதியவர்கள் இந்தக் கருத்தின் அடிப்படையான ஆலோசனைகளை உபநிஷத்துக்களிலிருந்து எடுத்துக்கொண்டு அவற்றிற்கு மேலும் நேர்த்தியும் திட்டவட்டமும் கொண்ட வடிவத்தையும் தந்தனர். ஆனால், அந்த வடிவம் போதுமான திரிபும் புரட்டும் பெறாது இருந்த நிலையில் அதற்குப் பாதுகாவலான தந்திரம் ஒன்றை ஆக்கி வளர்த்த முதலாவது தத்துவ அறிஞர் நாகார்ஜுனர்தான். அவருக்குப் பின்வந்த கருத்துமுதல்வாதிகள் - அனைவரையும் ஐயத்திற்கு இடமின்றி நாகார்ஜுனர் கருத்துக்கள் மிகப் பெரிய அளவில் ஆட்கொண்டன.

நாகார்ஜுனர் செய்யும் வாதம்:[47] "அக்ஞானத்தின் காரியம், ஒன்றைத் தவறாக நிர்மானிப்பதுதான். ஒன்றை அதன் இயல்பி னின்றும் தவறாக மாற்றி மற்றொன்றாக கிரகிப்பது (தவறான புலனறிவு). இதனால்தான், இன்னது, இவ்வண்ணமானது என்று அறுதியிட்டு உரைக்க முடியாத பரிபூரணத்தைக் காணவேண்டிய இடத்தில் மக்கள் உண்மையான பௌதீக உலகம் இருக்கிறது என்று கற்பனை செய்துகொள்கின்றனர்." அடிப்படையிலேயே தவறான வகையில் பொருள்களைத் தோற்றுவிக்கும் அக்ஞானத்தின் இந்த

ஆற்றலை அவர், கனவில் தோன்றும் பொருள்களுடன் ஒப்பிட்டுக் கூறுகிறார். கனவில் துல்லியமாகவே மாயமான (இல்லாத) பொருள்களே படைக்கப்படுகின்றன. மேலும் அவர் புலன்கள் காட்டும் மாயத் தோற்றங்களையும் ஜாலக்காரன் தந்திரத்தையும் திரும்பத் திரும்ப உதாரணமாகக் காட்டுகிறார். பரிபூர்ணத்தின் இடத்தில் பௌதீக உலகைக் காணும் வகையில் செய்வது, அக்ஞானம்தான் என்றாலும், அக்ஞானம் பொய்யாகக் காட்டும் பொருள்களால் நிஜமான ஸத்யம் மாசுபடுகிறது என்று நினைப்பதும் தவறு. நாகார்ஜுனருக்குப் பல நூற்றாண்டுகளுக்குப் பின்னர் வந்த சங்கரரும் அவரைப் பின்பற்றியவர்களும் இந்த விஷயத்தைப் பெருக்கிச் சுற்றிவளைத்து அதிகமாகவே கூறினர். ஆனால், நாகார்ஜுனரே இதைவிடவும் எளியமுறையில், ஒரு சிறு உவமை கூறி விளக்கிவிடுகிறார். "ஞானம் பெற்றவர்கள் அக்ஞானத்தை விரட்டி ஒழித்தவுடனேயே பொருள்களைப் பற்றிய உண்மை மறுபடியும் விளங்கத் தொடங்குகிறது. ஆகாயத்தை (வான்வெளியை) கனமான மேகம் சூழ்ந்து அதன் இயல்பான வெறுமையை (தூய்மையை) மறைத்துவிடுகிறது. மேகமூட்டம் காற்றால் கலையும்போது, மீண்டும் ஆகாசத்தின் சத்தமான வெறுமை பளிச்சிடுகிறது" என்பது அந்த உவமை.

இங்கு சந்தேகம் எழுகிறது. அக்ஞானத்தின் யதார்த்தமான நிலை தான் என்ன? அது நிஜமான ஒன்றா அல்லது நிஜமல்லாததா? இந்த இரண்டுவிதமான பகுப்பையும் சமாளிப்பதில் நாகார்ஜுனர் சிக்கலுக்கு உள்ளாகிறார். அக்ஞானம் நிஜமாகவே இருப்பதுதான் என்றால், சொல்லுக்கு எட்டாத பரிபூரணம் ஒன்றுதான் நிஜமாக இருப்பது என்ற கொள்கையைத் திடமாகக் கொள்வது அசாத்தியம். சரி, அது உண்மையாக இல்லாத ஒன்றுதான் என்று கொண்டால், மலடிமகள் போல் முற்றிலுமே பொய்யான ஒன்றுதான் என்றால், அது செயற்படுவதாகவும், உலக மாயையைப் படைக்கும் ஆற்றல் கொண்டது என்றும் அது ஒரு நடைமுறைப் பாத்திரமென்ற இயல்பைக் கொண்டது என்றும் கூற முடியாது. ஆக, அக்ஞானத்தின் யதார்த்தமான நிலையை எவ்வாறு விளக்குவது?

இதற்குத் தன் கருத்துக்கேற்ப நாகார்ஜுனர் ஒரு விடை கூறுகிறார். "இந்த அக்ஞானம், தானே ஒரு புரியாத ரகசியமயமானது. அதை நிஜமென்றும் கருதமுடியாது; நிஜமில்லை என்றும் கருத முடியாது. தனக்கெனத் தனியே ஒரு உளதாம் தன்மை அதற்கு உண்டா; தன்னளவில் அது உளதாம் தன்மை உடையதா என்றும் கருதமுடியாது" என்பதே அந்த விடை. சமீப காலத்தில் நாகார்ஜுனருக்கு விளக்கம்

தர வந்த ஒருவர் கூறுவது, "அக்ஞானம் ஒரு சக்தி என்பதே உண்மை. அதுதான் நாம் கண்டு உணரும் பொருள்களைப் படைக்கிறது; அதற்கென ஓர் இயல்பும் செயற்பாடும் உண்டு; ஆனால் இதைக் கொண்டு அது ஒரு முடிவான பொருள், ஸ்தூலமாக அறியத்தக்கது என்று கொள்ள முடியாது. அது நிஜமாகவே இருப்பது என்றோ அப்படி இல்லாதது என்றோ உறுதிப்படுத்த முடியாது"[48] என்பது சங்கரரும் பிறரும் மிகவும் பலமாகப் பிடித்துக்கொண்ட கருத்து ஆகும். அவர்களும் இதையே சொன்னார்கள்; அக்ஞானம் நிஜமும் அன்று: நிஜம் அல்லாததும் அன்று; அது "அநீர்வ வனீயம்." இன்னது என்ற விபரம் கூறி விளக்க முடியாதது. இப்படியாக நாகார்ஜுனரும் சங்கரரும் தந்த தத்துவ வெளிச்சம், இந்த 'மிக உயர்ந்த விளக்கந்தான்' என்று தெரிந்து கொண்டோம். நிஜமான தன்மை என்பதை விவரித்து விளக்க முற் படும் முயற்சி எல்லாமே அதை பலாத்காரமாக நசுக்கிப் பிழிந்து ஒரு பௌதீகமாக்கும். அதாவது, இந்த உலகத்தில் உளதாக்கும் ஒரு முயற்சியே என்பதுதான் அந்த விளக்கம். ஆதலால் இந்த விஷயம் இந்தியக் கருத்துமுதல்வாதத்திற்கு மட்டுமே இருக்கும் தனிச் சிறப்பான ஒன்றாகிறது. அறிவையும் இன்னதென்று விளக்க முடியாது. அறியாமையையும் விளக்க முடியாது. விளக்கக்கூடியது எதுவென்றால், உலகத்தை அது இருப்பதாகவே திடமாகக் கொள்ளும் முட்டாள் தனத்தை விளக்க முடியும். இந்த முட்டாள்தனத்தை விளக்குவதற் கென்றே. நமது கருத்துமுதல்வாதிகள் பல புத்தகங்களை எழுதிக் குவித்திருக்கிறார்கள்.

நாகார்ஜுனருக்குப் பிறகு, அக்ஞானம் மாயா உலகத்தைப் படைக் கிறது என்ற கருத்தை விக்ஞானவாதிகள் மேற்கொண்டனர். ஆனால், அவர்கள் இதைக் கூறும் சொற்கள் வேறானவை. அதுவும் தவிர, மாயையான வஸ்துக்களைப் படைக்கும் அதன் செயற்பாட்டுத்திறனை மற்றொரு விதமாக அவர்கள் புரிந்துகொண்டனர் என்பதைப் பின்னர் காண்போம். அவர்களும் புலன் தரும் பொய்க் காட்சி, கனவு போன்ற வழக்கமான உதாரணங்களையே பற்றி நின்றுகொண்டுதான் அக்ஞானம் என்ற கருத்தை மிகவும் வித்தாரமாகப் பேசுகிறார்கள். அடிப்படையில் அதே அறியாமையின் பல்லவிதான் பாடுகிறார்கள். நாகார்ஜுனருக்குப் பிறகு, வசுபந்து, ஸ்திரமதி[49] மற்ற பெரும் புள்ளிகள் போன்ற விக்ஞானவாதிகள் செய்ததைச் சிறிது இதனுடன் சேர்க்க வேண்டும். அவர்களுக்கும் பிறகு சூன்யவாதிகளும் விக்ஞானவாதிகளும் முன்னோர்கள் கூறிய விவாதங்களையும், உதாரணங்களையும், கருத்துமுதல்வாதத்தின் ஆதார அஸ்திவாரம் போன்ற இந்தக் கருத்தை வலியுறுத்தும் வகையில் தொகுத்துக் கூறியதுதான் நாம் கூற வேண்டிய மீதியம்சம். இதை அத்வைத வேதாந்திகள் செய்கின்றனர்.

அவர்கள் முக்கியமாகக் கண்டுபிடித்ததெல்லாம் மீண்டும் அதைக் கூறுவதற்கான சொற்களில் செய்துகொண்ட மாற்றங்களே.

இப்படிச் செய்த மாற்றங்களில் ஒன்று, (அவித்யையை இரண்டாக்கி) ஆரம்ப ஆதாரமான அவித்யை-இதை மூல அவித்யை என்பர் (அவித்யா-அறியாமை-அக்ஞானம்). இரண்டாவது, இரண்டாம் பக்ஷமான துலா அவித்யா என்பர். இது, மூல அவித்யையின் சற்று விசாலமான அடைப்பிற்குள் இருக்கும் ஒருவிதமான அறியாமை. கருத்து முதல்வாதத்தின் நிலைப்பாட்டிற்கு இப்படி இருவேறு வகைப் படுத்திக்கொள்வது அவசியமாகிறது; ஏன் என்பதையும் புரிந்து கொள்ள முடிகிறது. கயிற்றில் பாம்பைப் பார்ப்பது நிஜமில்லை என்பதில் ஐயமே இல்லை; அதே போல கயிற்றைக் கயிறாகக் காண்பதும் நிஜமில்லை தானே? (பொருள் யாவுமே, பொய் இல்லாதவை என்பது அவர்கள் கட்சி) அக்ஞானம்தான் நிஜமில்லாத பொருள்களைத் தோற்றுவிக்கிறது என்றால், கயிற்றில் பாம்பைக் கண்டது அக்ஞானத்தால் என்பது போலவே கயிற்றில் கயிற்றைக் காண்பதும் நிஜமல்லாத ஒன்றுதானே! பௌதீக உலகில் பொருள்களை நாம் புலனறிவால் பிரத்யக்ஷமாக உணர்கிறோம் எனினும் அவை இல்லை தானே? ஆனால், இந்த இரண்டிற்கும் கண்கூடான வித்தியாசம் உண்டு; கயிற்றில் பாம்பைக் காணும் பிழை, கயிற்றைக் கயிறு என்று உணர்ந்துகொள்வதால் திருத்தப்படுகிறது. ஆனால், பரிபூரணத்தைத் தவிர வேறு எதுவுமே இல்லாத இடத்தில் பௌதீகப் பொருள்களைக் கண்டு உணரும் நமது பொதுவான பிழை வாழ்நாள் உள்ளவரை தொடர்கிறது. இதை நாகார்ஜுனர் மனத்தாங்கலுடன் அரை மனத் தளவில், ஞானம் பெற்ற மஹான்கள்கூட தமது தத்துவஞான நிறைவுடன் இருக்கையிலும் கயிற்றில் கயிற்றைத் தொடர்ந்து காணவே செய்கின்றனர் என்று ஒப்புக்கொள்கிறார்.

இது கருத்துமுதல்வாதிக்கு ஒரு பிரச்சனைதான். கயிற்றில் பாம்பை உணர்வது, கயிற்றைக் கயிறாகவே உணர்வது இரண்டுமே 'மாயம் (கருத்துப் பிழை) என்றால் இவை இரண்டுக்கும் உள்ள நன்கு புலப்படும் வித்தியாசத்தை எப்படிக் காரணம் காட்டி விளக்குவது? இதை விளக்கிவிடலாம் என்ற ஆசையில் கருத்துமுதல்வாதிகள் சுற்றிவளைத்துத்தான் அக்ஞானக் கொள்கையைக் கூறுகிறார்கள். பௌதீகமான பொருள்களின் உலகைப் பற்றிப் பொதுவாக எல்லாருக்குமே உள்ள (1) ஆரம்ப அக்ஞானத்தைப் பற்றிப் பேசுகிறார்கள், அதன் கட்டமைப்பிற்குள்ளேயே (2) ஒரு இரண்டாம் பட்சமான அக்ஞானம் இருப்பதாகக் கொள்கிறார்கள். அதுதான் புலன்கள்

காட்டுவதாகப்படுகின்ற பொய்யான தோற்றங்களைக் காட்டுவதாகக் கூறுகிறார்கள். முதலாவது, கயிற்றைக் கயிறாகக் காட்டுவது. இரண்டாவதுதான் பாம்பாகக் காட்டுகிறது. இரண்டாவதைக் கொண்டு முதலாவதை விளக்க வழி கிடைக்கிறது. ஆனால், அது மாயைக்குள் இருக்கும் மற்றொரு மாயை. ஆகவே, அதற்கு வேறான ஒரு பெயர் சூட்டுகிறார்கள். பாம்பன்று கயிறுதான் என்பதை பாமரன் ஒருவனுக்குக்கூட எளிதில் உணர்த்திவிட முடியும். ஆனால் மூல அக்ஞானத்தை அப்படி எளிதில் அகற்றிவிட முடியாது. அது அகல வேண்டுமானால் மிக உயர்ந்ததும் அனைத்திற்கும் மேலே அப்பாற் பட்டதுமான ஒரு ஞானம் வேண்டும். அதாவது, தான் மட்டுமே பரம ஸத்யமாயிருக்கும் ஆத்ம ஸத்யத்தை நேரடியாக உணர்தல் வேண்டும்.

அப்படியானால் ஞானிகளும் ஞானம் நிறைந்தும்கூட உலகத்தைத் தொடர்ந்து உணர்ந்துகொண்டுதான் இருக்கிறார்கள் என்பது எப்படி? இதற்கு விளக்கமே வேறு என்கிறார்கள் கருத்து முதல்வாதிகள். ஜாலம் செய்பவனுக்குத்தான் செய்வது-காட்டுவது பொய் என்பது தெரியும். இந்த ஜால வித்தை மந்திர தந்திரமெல்லாம் அறிந்த ஒருவனே அதைப் பார்ப்பவனாகவும் இருந்தால் அவனுக்கும் இது வெறும் தோற்றம் என்பது தெரியும். இந்த இருவரையும் போன்றவர்கள் ஞானிகள். - இது தெரியாத பாமர மக்கள் ஜாலத்தால் கட்டுண்டு வேடிக்கை பார்ப்பதைப் போலத்தாள் ஞானிகளும், பார்த்துக்கொண்டிருக்கிறார்கள். ஆனால், இது வெறும் மாயக் காட்சி என்பது அவர்களுக்குத் தெரியும். பாமரனுக்குத் தெரியாது: இந்த உவமையைக் கூறித் தங்கள் தத்துவ நிலைப்பாட்டில் உள்ள மிகக் கடினமான பிரச்சனையைச் சமாளிக்க விரும்புகின்றனர்:

11. கொள்கை மற்றும் செயல்வழி வெளிப்படும் உண்மைகள்

இந்தியக் கருத்துமுதல்வாதிகளுக்குக் கயிற்றில் காணப்படும் பாம்பு மிகவும் அனுகூலமான -நிரூபணம் ஆகிறது. ஆனால் பாம்பில் காணப்படும் பாம்போ அவர்களுக்கு மிகுந்த சிரமத்தைக் கொடுக் கிறது. உண்மையாகவே உணரப்படும் பொருள்கள் எதார்த்தத்தில் நிஜமில்லை என்று நிரூபிக்க அவர்கள் கனவு, மாயத் தோற்றம் - போன்ற உதாரணங்களிலிருந்து மிக அதிகமாகவே பயன் பெறலாம். ஆனால், இயல்பான விழிப்பு நிலையில் ஏற்படுகின்ற கண்டுணரும் அநுபவங்கள் என்று பொதுவாக ஏற்றுக்கொள்ளப்பட்டவை தரும் தீர்ப்பு அவர்களுடைய கருத்துக்கு மிகவும் எதிராகவே உள்ளன. இந்தச் சிரமத்தைத் தவிர்ப்பதற்காக, இயல்பான விழிப்பு நிலை தரும் முடிவுகள், நம்பத் தகுந்தனவே இல்லை, (உண்மை இல்லை) என்று வெளிப்படையாக அறிவிக்கிறார்கள். சரியான அறிவுக்கு ஆதாரங்கள்

என்று சொல்லப்படும் எதுவுமே தத்துவ முறையில் நம்புதற்குரியது அன்று. விழிப்பு நிலையில் உணரும் அநுபவங்களும் கனவில் காண்பன போலவே பொய்யானவையே, பிரத்யக்ஷமாக உணரும் அனைத்துமே கலப்பில்லாத மாயத் தோற்றங்களே என்றெல்லாம் பேசுகிறார்கள். இப்படிச் சுருக்கமாகவும் சுலபமாகவும் எல்லாரும் உணரும் அநுபவங்களைத் தள்ளின போதிலும், அவர்கள் அதுபற்றி நிம்மதியாயில்லை. கயிற்றில் பாம்பைக் காண்பது தத்துவவாதிகளின் சிந்தனைக்கு இடையூறு விளைவிக்கும் அளவுக்குக் கொடுமையானதாக இல்லாமல் இருக்கலாம். ஆனால், பாம்பைப் பாம்பாகக் காண்பது அப்படி இல்லை; அது அன்றாட நிஜ வாழ்க்கைக்கே அபாயம் விளைவிப்பது. மிகவும் தீவிரமான கருத்துமுதல்வாதிகூட ஓரளவு அவசியமான வகையில் இதற்கு அதுபவ சாத்தியமான முன் ஜாக்கிரதையுடன் இருக்க வேண்டும். அப்படியொரு முன் எச்சரிக்கையான நடவடிக்கை இல்லையென்றால், அவனது வாழ்க்கையே அச்சத்திற்குரியதாகிவிடும். பிறகு, அவன் எங்கிருந்து எதைப் பற்றித் தத்துவம் கூற முடியும்?

உலகத்தில் உள்ள எந்தப் பொருளுக்குமே இது உண்மை; தண்ணீரும் கற்பனை; பொய்; அக்ஞானம் படைத்த மாயம். ஆனால் அவன் தாகத்துடன் தண்ணீரை நாடி ஓட வேண்டியிருக்கிறது. சோறும் துணியும்கூடப் பொய்தானே? ஆனால் அவன் உண்ண வேண்டும்; உடுக்க வேண்டும்; இதெல்லாம் வெறும் பழைய அரட்டைத்தனம் என்று சிரிப்பதில் பயனில்லை. உண்மையாகக் கேட்கப்படும் கேள்வி மிகவும் தீவிரமான விஷயம். கருத்துமுதல்வாதி தன் சொந்த வாழ்க்கையில் கருத்து முதற்பார்வையைக் கைவிட்டுவிடுகிறானா? இந்தப் பிரச்சனையைப் புறக்கணித்துவிட முடியாது. இது நடைமுறை வாழ்க்கை தரும் சாட்சியம்; அவர்கள் மிகவும் கஷ்டப்பட்டு உழைத்து உருவாக்கிய கொள்கையின் மேல்மாடத்தை இடித்துத் தள்ள முற்படுகிறது. இது அவர்களுக்குப் பெரியதொரு பிரச்சனைதான்; இதற்கு அவர்கள் ஏதாவதொரு வகையில் முடிவு கண்டாக வேண்டும்.

உபநிஷத்துக்களின் காலத்தில் இந்தப் பிரச்சனை இல்லாமல் இருந்திருக்கலாம்: கருத்துமுதல் கொள்கை அதன் ஆரம்ப நிலையின் மழலையாக உபநிஷத்துக்களில் சூசகமாய்த் தெரிந்த காலம் அது. மிகப் பழைய உபநிஷத்துக்களில், அன்றாட வாழ்க்கை தந்த அநுபவத்தின் முடிவுகளை விளக்கித் தத்துவ முறையில் உள்ள கருத்து முதல்கொள்கைக்கும் அவற்றிற்கும் முரண்பாடில்லையென்று காட்டும் போக்கை நம்மால் காண முடியாது. ஆனால் நாகார்ஜுனர்

விஷயம் - முற்றிலும் வேறுபட்டது. அவர்தான் கருத்துமுதல் வாதத்தைச் சரியென்று வாதம் செய்தவரும் திரித்துப் புரட்டி விளக்கியவருமான தத்துவவாதி. அவருக்கு அந்த அவசியம், உலக அநுபவத்துடன் அதனை முரண் அற்றதாகக் காட்டும் அவசியம் தெரிந்தது. மஹாயான பௌத்தத்தில் மிகப் பெரிய அறிஞராகக் கருதப்படுபவர் நாகார்ஜுனர். இவர் எழுதியவையாக ஒப்புக்கொண்ட ஆறு முக்கியமான நூல்களில் ஒன்று, "வியவஹாரவித்தி" என்பது. இதற்குப் பொருள்: "அன்றாட வாழ்க்கைச் செயல்களைக் கருத்துமுதற் கொள்கையுடன் பொருத்தமுறும் வகையில் நம்புவதற்கேற்ப கொள்வதற்கான நிரூபணங்கள்" என்பது (வியவஹாரம் - வாழ்க்கை- நடைமுறை; வித்திதை நிரூபித்து நிறுவுதல்).[50]

அவர் இந்த சாகசச் செயலை எப்படிச் செய்கிறார்? அவர் புதிதாக இரண்டு ஸத்யங்கள் என்ற அம்சங்களைக் கண்டுபிடிக்கிறார். அதையே அவருக்குப் பின் வந்தவர்கள் மீண்டும் மீண்டும் திரும்பச் சொன்னார்கள். பெயர்களில் மட்டும் சில சிறு மாற்றங்களைக் கொண்டனர். இவற்றிற்கு நாகார்ஜுனர் கூறிய பெயர்கள், (1) ஸம்விருதி ஸத்யம் (2) பரமார்த்த ஸத்யம் என்பன. இவை புத்தரே கூறியவை ஆகும். புத்தர் தமது கருத்தை இந்த இரு வகை ஸத்யங்களின் அடிப்படையில் தான் உபதேசிக்கிறார். முதலாவது, சாதாரண பாமரர்களுக்குரியது; இரண்டாவது, ஞானிகளுக்குரியது. இந்த இருவகை ஸத்யங்களையும் புரிந்துகொள்ளாதவர்கள் புத்தருடைய உபதேசங்களைத் தெரிந்து கொள்ள முடியாது என்கிறார்.[51]

இவற்றின் அர்த்தம்தான் என்ன? பரமார்த்த ஸத்யம் - இதைப் பாரமாத்திக ஸத்யம் என்றும் வழங்குவர். இந்தக் கருத்தைப் புரிந்து கொள்வது கடினமில்லை. அதுதான் மிக உயர்ந்த தத்துவ ஞானம். அதாவது இன்னதென்று விவரித்து விளக்க முடியாத பரிபூரணம் மட்டும்தான் ஸத்யம் என்பது. இப்படித் தெரிந்துகொள்ளும் ஞானத்திற்கான பயிற்சியும் தீக்ஷையும் பெறாத பாமரர்களுக்கு இது எட்டாது; அவர்கள் மனத்தை ஆக்கிரமித்துக்கொண்டு இறுகியும் விட்ட நிலையில் அவர்கள் கூறும் மற்றொரு ஸத்யம் ஸம்விருதி என்பது. (ஸம்விருதி- மறைத்தல்) இதை அவர்கள் பண்படாத அன்றாட அநுபவ வாழ்க்கைக்கு என்றே ஒப்புக்கொள்கின்றனர். இதுதான் இறுதி முடிவான உண்மையை மறைக்கின்றது; சரியாகச் சொன்னால் அது ஸத்யமே அன்று; தூய தத்துவஞான வகையில் பார்த்தால் அது வெறும் பொய்யும்கூடத்தான்; ஆனால் அதையும் ஸத்யம் என்றே பெயரிட்டு வழங்குவது அநுபவ வாழ்க்கையைக் குறிப்பிடுவதற்காகவே;

நிஜமான வாழ்க்கையில் நாம் காணும் பாம்பு பாம்பேதான்; ஒரு வகையில் அதுவும் உண்மைதான்; அது உண்மையாவதும் வாழ்க்கையை வைத்துத்தான், அப்படியானால் அதை ஸத்யம் என்ற பெயரால் ஏன் சுட்ட வேண்டும்? இது ஏனென்றால் அதற்கு ஒரு தனிச்சிறப்பான நிலை இருக்கிறது. மாயமென நன்கு புரியும் பொருளுக்கும், முழுப் பொய்யான (அலீகம்) பொருளுக்கும் இதற்கும் வித்தியாசம் இருக்கிறது. அந்தப் பெயர் உபசார வழக்கு. பாம்பைப் பாம்பாகக் காண்பது ஒரு புறம் கயிற்றைப் பாம்பாகக் காண்பதினின்றும் வேறுபட்டது; மற்றொரு புறம், மலடி மகன் போன்றதாகாமல் வேறுபடுகிறது. முன்னது மாயத்தோற்றம், பின்னது முழுப்பெயர்.

வெறும் பொய்யான மலடி மகன் போன்றவை அநுபவத்திற்கு வருவதில்லை. பாம்பைப் பாம்பாகக் காண்பதோ, உண்மையாகவே அநுபவிப்பது. முன்னதற்கு அநுபவபூர்வமான பயனோ ஆற்றலோ கிடையாது. "மலடி மகன் ஒருவன் நிலத்தை உழுதுகொண்டு இருக்கிறான்" என்று சொன்னால் அதற்கு அர்த்தமே கிடையாது. ஆனால், இதற்கு மாறாகப் பாம்பாகப் பார்த்ததுவும், குளத்தில் காணும் நீரும் அநுபவபூர்வமான காட்சி. அவற்றிற்கு அநுபவத்தில் காணும் பயனும் இருக்கிறது. பாம்பு கடிக்கிறது. தண்ணீர் தாகத்தை தணிக்கிறது. இது நிச்சயமான அநுபவம். உலகில் காணும் பௌதீகப் பொருள்கள் வெறும் பொய் அல்ல; அவற்றிற்கு அநுபவமும் பயன் தரும் இயல்பும் இருக்கிறது. ஆகவே, இவற்றில் ஏதோ ஒரு வகையான நிஜத்தன்மை உண்டு என்றுதான் கருதவேண்டும். நிஜம் என்பதற்குரிய அர்த்தத்தில் இது நிஜமில்லை. புண்டை இயற்கைச் சாத்திரங்களின்படி இது பொய் தவிர வேறில்லை.

அப்படியானால், பாம்பில் காணும் பாம்புக்கும் கயிற்றில் காணும் பாம்புக்கும் உள்ள வித்தியாசம்தான் என்ன? கயிற்றுப் பாம்பு மலடி மகன் போன்ற சுத்தப் பொய் அன்று. கயிற்றுப் பாம்பு உண்மையாகவே உணரப்பட்டு அத்தகைய அநுபவத்தையும் தருகிறது: அதைக் கண்ட ஒருவன் பயந்து ஓடுகிறான். அந்த அளவுக்கு உட்பட்டு அது உண்மையாகிறது; ஆகவே இதுவும் ஸம்விருதிதான். சற்றே குறைந்த தரமுடையது. இது உடனடியாகப் போய்விடுகிறது. அது உண்டாக்கும் அநுபவ விளைவும் மிகச்சிறியதுதான். பிரமையால் தோன்றிய கயிற்றுப் பாம்பு கடிப்பதில்லையே; ஆகவே பரமார்த்த ஸத்யத்திற்கு மாறாக ஒரு புறமும், முழுப் பொய் எனப்பட்டதற்கு மாறாக ஒரு புறமுமாக வேறுபடுத்திக் காட்டி, ஸம்விருதியில் இரண்டு தரங்களை இரு வகைகளைக் கூறுகின்றனர், சூன்யவாதிகள்: (1) லோக

ஸம்விருதி-உலகில் உள்ள பொருள்கள் பற்றியது (2) அலோக ஸம்விருதி பௌதீக உலகில் இல்லாத கனவுப் பொருள் போல்வன. குளத்தில் தண்ணீரைக் காண்பது முதலாவது; கானலில் நீர் இருப்பது போல் தோன்றுதல் இரண்டாவது: சாதாரணமாக உலகில் பொருள்களைக் கண்டுணர்தலும், உலக நடைமுறையும் முதலாவதிலும், கனவிலும் மாயத் தோற்றங்களிலும் ஏற்படும் அனுபவங்கள் இரண்டாவதிலும் சேரும்.

கருத்துமுதல்வாதத்தின்படிதான் இந்த வகையும் தரமும் எனக் கொண்டுவிடுவது பெரிய பிழை; அவை நிஜமல்லாத்தன்மையின் பொய்மையின் வகைகளும் தரங்களுமே என்பதுதான் அவர்கள் கருத்து. ஆகவே, அலோக ஸம்விருதி என்பது (மாயத் தோற்றம்) லோக ஸம் விருதியைவிடக் குறைந்த அளவிலும் தரத்திலும் நிஜமும் உண்மையும் உடையது எனினும், லோக ஸம்விருதியில் முன்னதைவிட அதிகமான நிஜத்தன்மை சிறுதுளி அளவில்கூட இல்லாததுதான். பரிபூரணத்தை வைத்துப் பார்க்கும்போது, இந்த இரண்டுமே, அதாவது விழிப்பு, நிலையில் ஏற்படும் அனுபவங்களும் மாயமாய்ப் பொய்யாய்த் தோன்றுவனவும் நிஜமில்லை; ஆம், நிஜமில்லாத் தன்மையின் பொதுவான அமைப்பிற்குள் மிகவும் நிஜமில்லாத ஒன்று இருக்கிறது. அதுதான் அலோக ஸம்விருதி என்ற வழக்கமான மாயமும் பொய்யுமான தோற்றங்கள்.

நமது இப்போதைய நோக்கத்திற்கு இந்தக் கருத்தின் விரிவான விவரங்களைப் பற்றி அறிய வேண்டிய தேவையில்லை. ஒன்றை மட்டும் முக்கியமாக நினைவில் கொள்ளவேண்டும். கருத்துமுதற் கொள்கைக்கும் வாழ்க்கை தருகின்ற நேரடியான அனுபவத் தீர்ப்புக்கும் உள்ள கண்ணை உறுத்தும் பொருத்தமில்லாத் தன்மையை நாகார்ஜுனர் எப்படி விளக்கி ஒதுக்க முயல்கிறார் என்பதை மறக்கக் கூடாது; அவர் கொள்கைப்படி, குடிக்கும் தண்ணீரும் உண்ணும் சோறும் நிஜமில்லை என்று கூறவேண்டும்; அனுபவபூர்வமான வாழ்வில் இப்படிக் கூறுவது கண்கூடான மாபெரும் அபத்தமாகும். ஆகவே, அவர் உண்மையில் அவை நிஜமில்லை என்றாலும், இவற்றிலும் ஒரு வகையான உண்மை உண்டு. ஒரு வகையில் இவையும் நிஜம்தான். நடைமுறை வாழ்க்கை சம்பந்தப்பட்ட வரையில்தான், அந்த எல்லைக்கு உட்பட்டுத்தான், இவை நிஜம்; இறுதி முடிவில் இதுவும் பொய்யாகிவிடும்; இவற்றின் பொய்மையை உணராமல் அனைத்திற்கும் முடிவான பரமார்த்த ஸத்யத்தை அடைய முடியாது.

அத்தனை பெருமையுடையது. நாகார்ஜுனர் கண்டுபிடித்தது. உண்மையே அல்லாத ஒன்றை உண்மை என்று கொள்ளும் ஒரு கருத்து:

பின்னால் வந்தவர்கள், வாழ்க்கைக்கும் தம் கருத்துக்கும் இடையே உள்ள வெட்ட வெளிச்சமான பொருந்தாமையை மறைத்துக் கருத்து முதல்வாதத்தைக் காப்பாற்றும் ஒரே நம்பிக்கை என்று இதைப் பிடித்துக்கொண்டனர். எனவே, இந்த இரண்டு உண்மைகள் என்ற கருத்து, அடுத்து வந்த இந்தத் தத்துவ வரலாற்றில் அடிப்படை முக்கியத்துவம் பெறுகிறது; விக்ஞான வாதிகளும், அத்வைத வேதாந்திகளும் தமது தத்துவ முடிவுகளுக்கு இது முழு அவசியம் என்று உணர்கிறார்கள். அவர்கள் செய்ததெல்லாம் சில பெயர் மாற்றங்களே. தங்கள் கருத்துமுதல்வாதத்திற்கு இது புதிய பொலிவைத் தரும் என்றும் நம்பினார்கள்.

விக்ஞானவாதிகள், பரிநிஷ்பன்னம் (இறுதி முடிவான உண்மை) என்பதினின்றும் வேறுபடுத்தி பரதந்திரம், பரிகல்பிதம் என்ற இரண்டைக் கூறுகின்றனர். இறுதி முடிவான உண்மை என்பது எண்ணங்களும் கருத்துக்களுமே நிஜமானவை. பரதந்திரம் (மற்றொன்றுக்குக் கீழ்ப்படிவது தனக்கென சுதந்திரமான இருத்தல் இல்லாதது) என்பது அநுபவ வாழ்வின் தற்காலிகமான உண்மை. உதாரணமாக, பாம்பைப் பாம்பில் காணல் பரிகல்பிதம் (கற்பனையின் விளைவானது) என்பது வெறும் மாயத்தோற்றம் கனவில் காணும் பாம்பு, அத்வைதிகள், பரமார்த்த ஸத்யம் என்பதை வைத்துக் கொண்டனர். சூன்யவாதிகள் கூறிய லோக ஸம்விருதி என்பதை, ‘ஸவியாவஹாரிக ஸத்யம்’ என்கின்றனர் (வியாவ ஹாரம் உலக வழக்கும் வாழ்வும் அது பற்றியது என்னும் பொருளில் வியாவ ஹாரிகள் என்ற சொல் ஆக்கப்படும்): மற்றொன்றான, அலோக ஸம்விருதியைப் ‘பிராதி பாஸ த்யம்’ என்கின்றனர். (பிராதிபாஸம்-தோற்றம் மட்டுமேயானது; அதன் தொடர்புடையது என்ற பொருளில் ‘பிராதியாஸிகம்’ என்ற சொல் ஆக்கப்பட்டது). 1. தற்காலிகமான வாழ்வின் உண்மை. முடிவில் பொய்தான். 2. மாயத் தோற்றங்கள். பிராதிபாஸிகம் கயிற்றில் பாம்பு: இது வியாவஹரிகத்தைவிட இன்னும் அதிகமான பொய். இதனால் வியாவஹாரிகள் பிராதிபாஸகத்தைவிட அதிகமான உண்மை என்று ஆகிவிடாது.

இப்படி இருவகை ஸத்யங்களைக் கொள்ளும் கருத்தின் உண்மையான நல்ல பயன் யாது என்று நம்மையே நாம் கேட்கிறோம் கருத்துமுதல்வாதத்திற்கு இதனால் ஏற்படும் நல்ல தகுதி மிகப் பெரிது. ஆனால், இதற்கு வாழ்க்கை அநுபவத்தின் முடிவு தொடர்ந்து தொல்லை தந்துகொண்டேதான் இருக்கும். நடைமுறைக்கு அவர்களும் உலகத்துப் பொருள்களை நிஜம் என ஒப்புக்கொண்டே தீர

இந்தியத் தத்துவ இயலில் நிலைத்திருப்பனவும் அழிந்தனவும்

வேண்டியிருக்கிறது. ஆனால் தத்துவவாதிகள் என்ற முறையில், இதை மறுக்கவும் விரும்புகிறார்கள். அவர்கள் உபதேசிக்கும் கருத்துக்குப் பொருந்தும் வகையில் தங்கள் செயல்களை எப்படிச் சரிசெய்து நியாயமாய் நடக்க முடியும்? இதற்கான ஒரே வழிதான், வாழ்வில் உள்ள பொருள்களும் அநுபவங்களும் இறுதி முடிவில் பொய்யாவன. ஆனால், வாழ்க்கை அநுபவத்தில் தற்காலிகமாய் உள்ள சந்தர்ப்பத்திற்கு அதன் எல்லைக்கு உட்பட்டு அவை நிஜம்தான் என்று சுற்றிவளைத்துக் கூறுகிறார்கள். ஆனால், வாழ்க்கையின் அமைப்பு என்ற சந்தர்ப்பமே ஒரு வரம்புதான்; வேலிதான். தத்துவவாதிகள் இந்த எல்லை வரம்பை மீறிச் சென்றுவிடுவதாகவேதான் கொள்ளப்படுகிறது: ஞானமும் அநுஷ்டானமும் (அதைப் பின்பற்றி நடப்பதும்) இணைந்து செல்வதில்லை. செயல் என்று பார்க்கும்போது உண்மையாக இருப்பது, அதன் எல்லைக்கு உட்பட்ட தூரம் வரையில்தான் உண்மையாய் இருக்கிறது. நிஜமான ஞானம் என்பது அதைத் தாண்டித்தான் அப்பால் இருக்கிறது.

நம் தேசத்துக் கருத்துமுதல்வாதிகள் கொள்கையையும் அநுஷ்டானத்தையும் முற்றிலும் பிரித்தே கொள்ளவேண்டிய அவசியத்தை உணர்கிறார்கள். தமது தத்துவத்தைக் காத்துக்கொள்ளும் கடைசி உபாயமாக ஞானம் வேறு செய்கை வேறு என்று ஆக்கிவிடுகிறார்கள். இதற்காக, நடைமுறைச் செயலும் பழக்கமும் சம்பந்தப்பட்ட வரையில் ஓர் உண்மையை மிக விரிவாக வளர்க்கிறார்கள். ஆனால் அது ஒரு போலித்தனமான உண்மை; இதை எதிர்த்தரப்பினர், இது ஒரு வஞ்சமான வாய்த்தந்திரம், பொது மக்களை ஏமாற்றுவதற்காகத் திட்டமிட்டுச் செய்த புரட்டுவேலை; உண்மை இல்லாத ஓர் உண்மை என்பது வாய் ஜாலம் மட்டுமே என்பதை எப்படி கூறுகிறார்கள்? சிலர் உலக வழக்கத்தைத்தான் உண்மைக்கான தகுதிச் சான்றாகக் கொள்ள வேண்டும் என்பதை எப்படி விளக்குகிறார்கள் என இனி நாம் பார்க்க வேண்டும்; இப்போதைக்கு நாம் சொல்ல வேண்டியது யாதெனில், கருத்துமுதல்வாதிகளின் நோக்கு, கொள்கைக்கும் செயலுக்கும் இடையே ஒரு பிரிவினையை - கொள்கை வேறு - செயலும் உலக வழக்கும் அறவே வேறு என்று கொள்ள வேண்டிய அவசியம் நேருகிறது என்பதே ஸம்விருதி, வியாவஹாரிக்கம் என்று இவர்கள் கூறுவது, இவை வெவ்வேறு என்பது மிகவும் ஆழமானதாகத் தோன்றச் செய்யும் தந்திரம்தான்.

ஆனால், நம் தேசத்தில் பத்திரமாகக் காப்பாற்றப்பட்டுள்ள தத்துவ விஷயங்கள், இவை பற்றி மேலும் சிலவற்றை நாம் அறிய

உதவுகின்றன. கொள்கைக்கும் நடைமுறைப் பழக்கத்திற்கும் இடையே இருக்கும் அறவே வேறுபட்ட தன்மையே வரலாற்று முறையில் தன்னிச்சையாக ஏற்பட்ட ஒன்றுதான். இந்தப் பிரிவினை இல்லாவிட்டால் தத்துவ முறையிலான கருத்துமுதல் கொள்கைக்கு வேறு பாதுகாப்பே கிடையாது. நடைமுறையில் இருந்த சமுதாயத்தில், கொள்கைக்கும் செயலுக்கும், அதாவது மனமும் மூளையும் செய்யும் வேலைக்கும் உடல் உழைத்துச் செய்யும் வேலைக்கும் இடையே ஏற்படும் பிரிவினையின் பிரதிபலிப்புத்தான் தத்துவ ஆதிக்கப் பகுதியிலும் ஏற்பட்டது. கருத்துமுதல் பார்வை என்பது ஏதோ தற்செயலாக இந்தியத் தத்துவ அறிஞர் சிலரின் மூளையை ஆக்கிரமித்துக்கொண்ட திடீர் மனமாற்றம் அன்று. இதற்கு மாறாக, அத்தகைய மன மாற்றத்திற்கான பௌதீக உலகச் சூழ்நிலைகளும் இருந்தன; நம் நாட்டில் கிடைக்கும் தத்துவ மூலாதாரங்களினால் விளையும் மிகப் பெரிய நற்பயன், அந்தச் சூழ்நிலைகளை நாம் இனம் கண்டு விவரங்களுடன் அறிய முடிவதுதான்.

அடிக்குறிப்புகள்

1. குமரிலர் SV நிராலாம்பன-வதா *17.*
2. வெங்கட்ட ரமணன் *214-5*
3. சங்கரர் அத்தியாஸா-பாஸயா Tr. திபாட்
4. நாகார்ஜுனர் VV*31-2* Cf. முகர்ஜீ NNMRP *1, 21*
5. வைதால்யா-சூத்திர மற்றும் பிராக்கரணர். தான்ஜுர் mdo XVII *3* & *8*.
6. பார்க்க, இதே நூல் இயல் *7* பிரிவு *8*
7. தர்மகீர்த்தி NB I. *1-2*.
8. அதாவது தர்மகீர்த்தியின் மிகவும் பிரபலமான படைப்பு ‘நியாய-பிந்து’.
9. பார்க்க, செர்பாட்ஸ்கி BL II *383*
10. பார்க்க ib. ii *1-11*
11. தர்மகீர்த்தி NB i *14*
12. தர்மகீர்த்தி PV iii *353-5*
13. Ib iii *220*
14. செர்பாட்ஸ்கி BL i *159*
15. Ib i *158n*
16. Ib i *156*
17. சங்கோபாத்தியாயா (Ti) விநீததேவர் NBT *93-5*
18. முகர்ஜீ BPUF *277*

19. செர்பாட்ஸ்கி BL ii 18

20. தர்மோத்திரர் NBT *14*

21. Ib 1.4 செர்பாட்ஸ்கியை சார்ந்து செய்யப்பட்ட மொழி பெயர்ப்பு

22. திப்பாணி *19.*

23. செர்பாட்ஸ்கி BL ii *389-99*

24. பார்க்க செர்பாட்ஸ்கி BCN *211-22*

25. குமரிலர் SV *நிராலாம்பன-வதா 23*

26. வசுபந்து VMS *1.*

27. குமரிலர் SV *நிராலாம்பன-வதா 18-19*

28. பெர்க்கிலி *121-22*

29. Ib *132*

30. செர்பாட்ஸ்கி (Tr.) MV *95*

31. Ib. 43

32. மேற்கோள் மாதவா SDS-*13*

33. பெர்க்கிலி *129*

34. Ib *128*

35. Ib

36. லெனின் MEC *16-18*

37. எங்கல்ஸ் LF *22*

38. செர்பாட்ஸ்கி BL i *11-2*

39. போஸ், சென் & சுப்பராயப்பா *6091*

40. செர்பாட்ஸ்கி CBN *181*

41. Ib *125-6*

42. நாகார்ஜுனர் VV *22* முகர்ஜி NNMRP i.*17*

43. செர்பாட்ஸ்கி CBN *67*

44. வெங்கட்ட ரமணன் *90*

45. SV UP iv. *9-10*

46. மெய்திரி UP iv. *2*

47. வெங்கட்ட ரமணன் *89* ff

48. Ib. *112*

49. செர்பாட்ஸ்கி (Ti) MV 118ff

50. ஓபர்மில்லர் (Tr) பூ-ஸ்டான் i *50f*

51. நாகார்ஜுனர் MK xxiv, 8

இயல்-நான்கு

இந்தியக் கருத்துமுதல்வாதத்தின் மூலாதாரங்கள்

1. சில முன்குறிப்புக்கள்

இந்தியக் கருத்துமுதல்வாதத்தின் எண்ணற்ற மூலாதாரங்கள், உபநிஷத்துக்களில் காணப்படும் மனத்தால் ஊகித்துக் கூறும் ஒரு வகை மனப்போக்கே என்பதை முன்னர் கண்டோம். இவை மிகவும் முக்கியமான ஓர் அர்த்தம் உடையது. உபநிஷத்துச் சிந்தனைகள் சென்ற திசை இது ஒன்றுதான் என்று எந்த வகையிலும் கூற முடியாது என்று சங்கரரும் அவரைப் பின்பற்றியவர்களும் கூறி நம்மை நம்பச் சொல்கிறார்கள். ஆனால், உபநிஷத்துக்களில் அந்தப் போக்குதான் மிகவும் தலைமையானதாய் இடம்பெற்றிருந்தது. பின்னர் மிகவும் செல்வாக்குப் பெற இருந்த ஒரு தத்துவமாக, வளர்ச்சி பெறுவதற்கான உள்ளார்ந்த ஆற்றலையும் அது அப்போதே பெற்றிருந்தது.

இந்தியக் கருத்துமுதற்கொள்கையின் ஆரம்ப மூலத்தை இவ்வகையான உபநிஷத்துக்களின் அடிப்படையிலேதான் புரிந்துகொள்ள முயல வேண்டும்.

2. உபநிஷத்து அல்லது வேதாந்தம்

உபநிஷத்துக்கள் வேதங்களின் முடிவான பகுதிகள் (வேதாந்தம்) என்று கொள்வது மரபு; வேதம் என்ற சொல்லுக்கு அறிவு என்பது பொருள்; வைதீகமான ஆசாரத்துடன் ஒழுகும் வைதீகர்கள் சொல்லும் பொருள், நேராகத் தானே வெளிப்பட்டதும் எந்த வகையிலும் பிழையே செய்யாததுமான அறிவு என்பது ஆகும். தம்மை ஆரியர்கள் என்று கூறிக்கொண்டோரின் (ஆர்யன்-ஆரியன்-சான்றோன்) இலக்கியப் படைப்பாகவும் வேதம் இருக்கிறது. ஆரியர் என்போர் ஆடு, மாடு மேய்க்கும் நாடோடி இனத்தைச் சேர்ந்தவர்கள் என்றும் வட இந்தியாவுக்கு வந்து குடியேறியவர்கள் என்றும் வழக்கமாகக் கூறப்படுகிறது; எழுதும் கலையை அறியாமலேயே அவர்கள் அற்புதமான இலக்கியப் படைப்பாற்றலும் கூடவே போர் செய்வதில் நல்ல திறமையும் பெற்றிருந்தனர். காலப்போக்கில் அவர்கள் இந்தியா முழுவதிலும் பரவியபோது, தமது இனத்திற்கும் வம்ச வழிக்கும் உரிய தனித்தன்மையை இழந்ததும், நாகரீகம் சிறிதுமில்லாத நிலையிலிருந்து பண்பட்ட நாகரீக வாழ்க்கை முறையைப் பெற்று இந்தியாவிலேயே

நிரந்தரமாக வசிக்கத் தொடங்கியதும் பற்றிய கதை மிகவும் ஆர்வ மூட்டுவது; அதைவிட, அவர்கள் தமக்கெனத் தனித் தத்துவங்களை வளர்த்ததுதான் நமக்கு மிகவும் முக்கியமான விஷயமாகும்.

வேதம் என்ற அவர்களுடைய இலக்கியத்தில் (எழுதாமல் தொடர்ந்தது அது) ஆரம்ப காலப் பகுதிகளில், பாட்டுக்களும் மந்திரங்களும், தெய்வங்களைத் துதிக்கும் செய்யுள்களும் இருக்கின்றன. இவை இயற்றப்பட்டுப் பின்னால் வந்த தலைமுறையினருக்கு வாய் வழியே சொல்லிப் பரப்பப்பட்டன; மிகவும் ஆச்சர்யமான முறையில், மிகவும் முந்தியதும் மிகவும் அடிப்படையானதும் ருக் வேதமேயாகும். இவை தவிர சாம வேதம், யஜுர் வேதம், அதர்வன வேதம் என்றும் வேறு மூன்று தொகுப்புகளும் உள;

ருக் வேதத்தில் மொத்தம் உள்ள பத்தாயிரத்து ஐநூற்று ஐம்பத்திரண்டு செய்யுள்களில் (10552) ஆயிரத்து இருபத்தெட்டு (1028) பாட்டுகள் வடிவில் உள்ளன. அவையனைத்தையும் இயற்றுவதற்கு மிக நீண்ட காலம் ஆகியிருக்க வேண்டும். இக்காலத்து அறிஞர்களுக்கு அவற்றுள் காணப்படும் கால சம்பந்தமான ஆய்வு மிகவும் கடினமான பிரச்சனையாக இருப்பதும் சகஜம்தான். அது பற்றி அவர்கள் முடிவு காண்பதில் இன்னமும் இருட்டில் தடவுவது போலத்தான் உணர்கிறார்கள். இந்தப் பாடல்களில் சிலவேனும் மற்றவற்றைவிட முற்காலத்தவை என்று கருத இடமிருக்கிறது. ருக் வேதத்தில் ஆங்காங்கு உள்ள சில அகச் சான்றுகளின் அடிப்படையில், வேத காலத்தின் ஆரம்ப கட்டத்தில் வாழ்ந்த மக்களைப் பற்றிப் பொதுப் படையாகக் கூறுவது தவறாகப் போக வாய்ப்பு அளிக்கும். தம்மிடம் உள்ள மிகவும் பழைய காலத்து உயிர்த்துடிப்பாலும் தங்கு தடை இல்லாத கற்பனையாலும் நம்மை வியப்பில் ஆழ்த்தும் ஆரம்ப காலத்து ருக் வேதப் பாடல்களின் முக்கியமான உள்ளுறையாக (கருப்பொருள்) இருப்பது, அவர்கள் மனத்தை அநேகமாக முற்று முழுதாக நிரப்பி ஆட்டிவைத்த வாழ்க்கைப் பிரச்சனைதான். அதாவது பலவகை ஆபத்துக்களிலிருந்தும் தப்பிப் பிழைத்து இந்த மண்ணுலகில் வாழ்ந்துவிட வேண்டும் என்ற போராட்ட ஆசைதான் அது. இந்தப் பாடல்கள் முடிவே இல்லாமல், உணவு வேண்டும், ஆடுமாடுகள் வேண்டும், சந்ததி பெருக வேண்டும். பகைவர்களை வெல்ல வேண்டும் என்றெல்லாம் ஆசைகளை வெளியிடுவனவாகவே இருக்கின்றன. தாம் காணும் விஷயங்களையும் அநுபவங்களையும் புரிந்துகொள்ள முடியாமற் போகும்போது அவர்களுக்கு அவை அச்சத்தையும் பணிவையும் உருவாக்குகின்றன. அந்த அச்சம் மிக எளிதில் அவற்றின்மீது பக்தி எனும் மரியாதையை ஏற்படுத்தி

விடுகிறது; எனவே, அவற்றில் தெய்வங்களைக் காணத் தொடங்கு கிறார்கள். இத்தகைய மக்களின் புராண கற்பனைகளோடு கலந்தே இதெல்லாம் அமைகின்றன. இயற்கை நிகழ்ச்சிகளான சூரியன், காற்று, தீ, காடு போன்றவற்றிலும் அவர்களுடைய போர்த் தலைவர்களிடமும் புகழ்பெற்ற வீரர்களிடமும் அவர்கள் போதைக்காகக் குடிக்கும் சோம பானத்திலும்கூட அவர்களுக்குப் பயமும் பக்தியும் மரியாதையும் உண்டாகின்றன. இந்த தேவதைகள் அவர்களுக்கு மிகவும் முக்கிய மானவை; ஏனென்றால் இவை தாம் அவர்களுடைய அடிப்படை விருப்பங்களைப் பெற உதவி செய்கின்றன. இயற்கையை அடக்கி யாள்வதில் அவர்களுக்கிருந்த ஆற்றலும் அறிவும் மிகவும் ஆரம்ப நிலையில் வளர்ச்சி பெறாமல் இருந்ததனால், அந்தப் பாடலை இயற்றியவர்கள் கருச்சிதைவு ஏற்படாமல் இருப்பதற்கும் க்ஷய ரோகம் குணமாவதற்கும் மனம்விட்டுப் புலம்பும் ஏக்கப் பாடல்களில்கூட தேவதைகளைக் காணலாம்.

இப்படியான ஒரு வளர்ச்சியின் கால கட்டத்தில் வாழ்ந்தவர்கள் தத்துவம் பேசுவார்கள் என்று நாம் எதிர்பார்க்கவில்லை; உண்மை மிலேயே மிக முந்திய காலத்து ருக் வேதப் பாடல்கள் தத்துவத்தின் பால் சிறு சாய்வைக்கூட காட்டவில்லை; ஆனால், பிற்காலத்தவை என்று அனைவருமே ஒப்புக்கொள்ளும் சில பாடல்களில் சற்றே இது தலைகாட்டுகிறது; இது தவிர மிக விரிவான இந்தத் தொகுப்பில், தத்துவ சிந்தனைக்கு வித்துப் போன்றது என்று கூறும் ஊகங்கள் (அப்பாலைக் கருத்துக்கள்) கூட ருக் வேதத்தில் இடம்பெறவில்லை; என்றாலும் அதில் பெரிய ஞானம் இருப்பதாக ஏதேதோ அடிக்கடி கூறப்படுகிறது. எச். பி. சாஸ்திரி என்பவர் சொல்வது போல்[1] "இப்படிச் சொல்வதெல்லாம் அறியாமை நிறைந்த பய பக்தியினால் கூறுவனவே தவிர, வேதங்களில் உள்ள விஷயங்களை உண்மையாகவே அறிந்து பயின்றதால் அல்ல."

வேத இலக்கியத்தின் அடுத்த கால கட்டத்தை யஜுர் வேதத்தில் காணலாம்; ஆனால் அது தன் உச்சக்கட்டத்தைப் பிராமணங்களில் தான் அடைகிறது. இவை யக்ஞங்கள், யாகங்கள் என்ற சடங்குகளைப் பற்றி விரித்துரைக்கும் ஈடுபாடு கொண்டவை: யாகங்கள் என்பவை ஆரம்ப கட்டத்தில் ஒருவகைத் தந்திரச் செயல்களாகத்தான் இருந்திருக்க வேண்டும். இது, இன்றைய நவீன உலகின் சில பாகங்களில் இன்றும் வாழும் பழங்குடியினரிடையே வழக்கத்தில் இருப்பதைக் காணலாம். அவை வழங்கிய பழைய கால கட்டத்தில் அது பொருத்தம் அற்றதாக இருக்கவில்லை. அவற்றின் சாரமான அம்சம் முக்கியமாகத் தாங்கள் விரும்பும் நிஜங்களைக் கற்பனை செய்து

இந்தியத் தத்துவ இயலில் நிலைத்திருப்பனவும் அழிந்தனவும் 147

கொண்டு அவற்றை நடிப்பதே. அதுதான் தந்திரம். உண்மையான செயல்முறைக்குத் தொடர்பு பூண்டு அதை நிறைவேற்றும் வகையில் செய்யும் பிரமையால் செய்யும் செயல் முறை.[2] ஆனால் அது ஒரு பிரமைச் செயல்தான் என்றாலும் பயனற்ற செயலன்று; யாகங்களைச் செய்வது இயற்கையில் நேரடியான விளைவை உண்டாக்க முடியாது தான் எனினும், அது யாகம் செய்பவர்களிடத்தில் போற்றப் படுவதற்கான அளவு விளைவை ஏற்படுத்த முடியும்; ஏற்படுத்தவும் செய்கிறது. தாம் விரும்பிய நிஜங்களை யாகங்கள் தரும் என்ற நம்பிக்கையால் தூண்டப்பட்டு, அதை இன்னும் அதிகமான தன்னம்பிக்கையுடனும் ஆற்றலுடனும் நிஜமாகவே கொண்டு வரும் செயல்களில் முனைந்து ஈடுபடுகின்றனர். ஆகவே, அதுவும் இயற்கையில் ஏற்படுத்திய விளைவாகவே ஆகிறது. "அது அவர்களுடைய சொந்த மனத்தில் நிஜத்தைப் பற்றித் தோன்றிய மனோபாவத்தை மாற்றிவிடுகிறது. ஆகவே, அது நேரடியாக அன்றி மறைமுகமாக நிஜத்தையும் மாற்றிவிடுகிறது."

பிரமையான மாயச் சடங்குகளின் செய்முறை உண்மையான செய் முறைகளுக்கு உதவுவன ஆகும் என்ற அர்த்தத்தில், இந்தத் தந்திரச் சடங்குகள் தொடக்கத்தில் மனிதன் இயற்கையோடு நடத்திய போராட்டத்துடன் தொடர்புள்ளவை ஆகின்றன. பிராம்மணங்களில் தரப்படும் விரிவுரைகளின்படி இந்தச் சடங்குகள் அவற்றின் தொடக்க காலத்துத் தொடர்பிலிருந்து பெரிதும் மாறுபட்டுள்ளன. அது மட்டுமின்றி அவற்றின் கடமையும் காரியமும் அவற்றிற்கு நேர் எதிரானவையும் ஆகிவிடுகின்றன; இந்த யாகச் சடங்குகள் ஒரு புதிய செய்முறைக்குக் கருவிகளும் ஆயுதங்களுமாய் ஆகிவிடுகின்றன; அது, மனிதனுக்கு எதிராய் மனிதன் போராடும் தன்மையைப் பெற்று விடுகிறது. இந்த விஷயத்தைக் கவனிக்காமல் இருக்கவே முடியாது. சதபதப் பிராம்மணத்தை ஆங்கிலத்தில் மொழிபெயர்த்த எக்லிங் (Eggeling) பின்வருமாறு[3] கூறுகிறார்;

"பிராம்மணங்கள் என்பவை இந்தியாவின் சமுதாய வளர்ச்சியும் மன வளர்ச்சியும் ஏற்பட்ட, மிகவும் முக்கிய கால கட்டங்களில் ஒன்றைப் பற்றிய செய்திகளைத் தரும் ஆதாரங்களாகும். அத்தகைய ஆதாரம் இது ஒன்றுமட்டும் என்பதில்லை; ஆனால் இது: மிகவும் தலைமையான ஆதாரமாகிறது. பிராம்மணங்கள், ஆசார்யர்கள்- புரோகிதர்கள் என்ற ஜாதியின் (புத்தி ஜீவிகள்) அறிவுத்துறை நடவடிக்கைகளை அடிப்படையாகக் கொண்டிருக்கின்றன. அந்த ஜாதி தன் தொழிலைச் சுற்றிலும் புனிதத் தன்மை மற்றும் தெய்வீகத் தூண்டுதலும் எழுச்சியும் என்ற ஒளி வட்டம் போன்ற ஒன்றை ஏற்படுத்திக்

கொண்டு, சாதாரண மக்களின் மனத்தில் தன் ஆக்கிரமிப்பையும், பிடியையும் ஆழமாக்குவதிலும் அதை மேலும் மேலும் விரிவாக்குவதிலும் எப்போதும் ஒரே குறியாயிருந்தது. சிக்கல் நிறைந்ததும் கடினமானதுமான சம்பிரதாயச் சடங்குகளை முறைப்படி செய்யவும், அதன் பயனை உள்ளவாறு பெறுவிக்கவும், மிக நன்றாகப் பயிற்சி பெற்ற புரோகிதர் களின் உதவி, ஆலோசனை, கைங்கர்யம் ஆகியவற்றின் அவசியமான தேவையும் இருந்தது. இந்த நிலை புரோகித குருமார்களின் ஆதிக்க வேட்கைகளை வளர்க்க மிக்க பயனும் பலமும் உள்ள வழியாகவே எப்போதும் இருந்திருக்கிறது. இப்படிப்பட்ட நிலைகளால் ஏற்பட்ட குருமார்களின் ஆதிக்கப் பெருக்கத்தை அநுபவ வளர்ச்சி பெற்ற ரோம்கூட முற்றிலும் அகற்றிவிட முடியவில்லை. ரோமின் அரசியல் பிரமுகர்கள் வெளிப்படவே தெரிந்த இந்தத் தந்திரங்களுக்குப் பணிந்தே நடந்துகொண்டனர்; அவர்கள் பணிந்தது அரசியலின் தவிர்க்க முடியாத அவசியங்களாலேயே தவிர, மதத்தில் இருந்த சிரத்தையால் விளைந்த தயக்கத்தால் இல்லை; இதை கிரேக்க நாட்டுச் சரித்திரம் கூறும் 'போலிபியஸ்' (Polyblus) மிக நன்றாகக் கூறுவார்: "ரோமின் மதத்தில் இருந்த மிக்க கனமும், சிக்கலும் நிறைந்த சடங்குச் சம்பிரதாயம், முக்கியமாக மக்கள் கூட்டத்திற்கெனவே கண்டுபிடித்து நடைமுறைப்படுத்திய ஒன்று; அந்த மக்கள் கூட்டத்தில் பகுத்தறிவு அறவே இல்லை; அதனால் குறியீடுகளையும் மாயமான ஆச்சர்யங் களையும் கொண்டுதான் அவர்களை ஆளவேண்டியிருந்தது."

வேத இலக்கியத்தின் உள்ளுறையில் ஏற்பட்ட மாறுதல் அதன் வடிவத்தையும் மாற்றியிருக்கிறது; ருக் வேதத்தில் உள்ள மனஎழுச்சியுடன் தாமே வெளிப்பட்ட கவிதைக்குப் பதிலாக பிராம்மணங்களில் சுவையற்ற உரைநடையையே காண்கிறோம். இந்திய இலக்கியத்தில் மிகவும் மந்தமும் மசமசப்பும் கொண்டதும் அலுப்புத் தட்டுவதும் தொல்லை தருவதுமான நடை பிராம்மணங்களில் காண்பதுதான்; இவ்வாறு அது சுவையற்றுப் போனதற்குக் காரணம், யாகச் சடங்கின் மிகச் சாதாரணமான-அற்பமான விஷயங்களுக்குக்கூட ஏதோ ஒரு ஸங்கேத முறையில் அவை வேறு எதற்கோ அடையாளமான உருவகம் என்றெல்லாம் விளக்கம் தரத் தொடங்கியதுதான். இந்த விளக்கங் களுக்கு மேற்கோளாக ருக் வேதத்தில் உள்ள செய்யுள்களிலிருந்து துண்டு துண்டான பகுதிகளை எடுத்துக் காட்டினார்கள். ஆனால் அந்தச் செய்யுள்களை, அவை செய்யப்பட்ட சந்தர்ப்பத்திலிருந்து முற்றிலும் வேறான பொருளில் மேற்கோள் காட்டினர். அவற்றிற்குத் தாங்களே கண்டதும், முன்பில்லாததுமான அர்த்தத்தையும் உரைத்தார்கள்.

அத்தகைய மிகச் சிறிய செயல்கள் எவ்விளைவையும் ஏற்படுத்த வில்லை. அவை பயனற்ற அற்பச் செயல்கள் என்றுதான்

தோன்றுகின்றன. ஆனால் தொடர்பும் பொருத்தமும் இல்லாதவையல்ல; ஏனெனில் இந்த வகையில் பிராம்மணங்கள் ஒரு புதிய சமுதாய முறையை நிலைநாட்ட முயல்கின்றன; அந்தச் சமுதாய முறை பழைய இனக்குழுச் சமுதாயத்தின் இடிபாட்டின் மீது தோன்றிய ஒன்று. இந்தப் புதிய சமுதாயமுறை முரண்பாடுமிக்க ஒரு சமுதாயம்; அதில் அதிகாரங்களும் வசதி வாய்ப்புக்களும் அரசர்களுக்கும் மேல்தட்டுக் குடும்பங்களைச் சேர்ந்த பிரபுக்களுக்குமே உரியனவாகவும், இரண்டாம் பட்சமாக அரசர்களையும், பிரபுக்களையும் உயர்த்திப் பரிந்து பேசும்போது புரோகிதர்களுக்கு உரியனவாகவும் போதிக்கின்றன. இந்த முறையைக் காரணங்களுடன் காட்டி அறிவுக்கும் பொருந்தச் செய்வதற்காக, அதன் சாராம்சமான அமைப்பையும், இயல்பையும், மிகப் பழைய வேத காலத்துப் புனைந்துரைப் புராணங்களில் இருப்பதாகக் காட்டப்பட்டது. இந்த வகையில், 'மருத்துக்கள்' (Maruts) என்ற பெயருடைய கடவுளர் கூட்டம் பொது மக்களைக் குறிப்பதாகவும், எதேச்சாதிகாரம் உள்ள சக்திகள் இந்திரன், வருணன் என்று ஆனதாகவும் தெரிகிறது. இதற்கான சில மாதிரிகளைச் சதபதப் பிராம்மணத்திலிருந்து காண இயலும்: "வருணன் பிரபுத் தன்மை உடையவன்; மருத்துக்கள் என்போர் பொது மக்கள். இதில் சந்தேகமே இல்லை; ஆகவே, அவன் (புரோகிதன்) பிரபுவை மக்களினும் மிக உயர்ந்தவனாகச் செய்கிறான். ஆகவே, (இந்த வாழ்க்கையில்) இங்கே உள்ள மக்கள் தமக்கு மேலே இருக்கும் க்ஷத்திரியர்களுக்குத் தொண்டு புரிகின்றனர்."[4]

"மருத்துக்களைப் பற்றிய அந்தச் செய்யுளை அவன் இந்திரனைக் குறித்து உச்சரித்தான். உண்மையில் இந்திரன்தானே பெரியவன்; மருத்துக்கள் மக்கள்தானே; (இதனால்) மக்களை அடக்கி ஆளலாம் என்று அவன் நினைத்தான்; அதனால் அதை இந்திரனுக்குச் சொன்னான்."[5] "யாரோ ஸோமக் கொடிகளிடையே காய்ந்த புல்லையும், மரத்தூள்களையும் கண்டு அவற்றை வெளியே எறிகின்றான்; அவன் அதைச் செய்யக்கூடாது; ஏனெனில் ஸோமன் பெருந்தன்மை யுடையவன்; மற்ற புல்லும் பிறவும் மக்களைப் போன்றவை! மக்கள் ஸோமனுக்கு உணவு போன்றவர்கள்; ஆகவே, அவற்றைத் தூக்கி வெளியே எறிவது, ஸோமன் தன் வாயில் போட்டுக்கொண்டதைப் பிடித்துப் பிடுங்கி எறிந்ததைப் போன்றது."[6]

சில சடங்கு விவரங்களை அவை சங்கேதமாக விளக்கும் பொருள் களைத் தருவதாகத் தேடிக் காண்கிறார்கள். அந்தப் பொருள், "க்ஷத்திரம் எனப்படும் க்ஷத்திரியர்களை மக்களிலும் மேம்பட்டவர்களாகக் காட்டுகிறது. ஆகவே, இங்கே மக்கள் தாம் கீழே இருந்துகொண்டு,

மேலே உள்ள க்ஷத்திரத்துக்குத் தொண்டு செய்கிறார்கள்” என்பது. இன்னும் ஒரு சடங்கு விவரம் காட்டும்[7] சங்கேதப் பொருள்: “ஒரு க்ஷத்திரியன் தான் எப்போது விரும்பினாலும், (ஒரு வைசியனைப் பார்த்து) ஏ வைசியனே! தனியே சேர்த்து வைத்திருப்பது அனைத்தையும் உடனே கொண்டு வா என்று கூறிவிட்டுத் தன் அதிகார ஆற்றலால் அவனை அடக்கி, தான் விரும்புவதையும் உடனே பெறுகிறானே, அதைக் காட்டுவது இது.”[8]

இது போன்ற பல மாதிரிகளை எளிதில் எடுத்துக்காட்ட முடியும்; அது அவசியமில்லை. பிராம்மணங்கள் என்ற நூல்களில் பெரும் பாலும் ஒரு புதிய சமுதாயச் சூழ்நிலையை உறுதிப்படுத்தும் ஒரு புதிய அரசியல் தத்துவம் தெளிவாகப் பிறக்கிறது என்பதைத் தெரிந்து கொள்வதுதான் அவசியம். இது பற்றி அடுத்த அத்தியாயத்தில் விரிவாகப் பார்ப்போம். இப்போதைக்கு அதன் சுருக்கமான விவரங்களைக் கூறுவேன். இது தெரியாவிட்டால் உபநிஷத் துக்களின் புதிய தத்துவம் நமக்குப் புரியாது. மரபு வழியில் வரும் அரசியல் தத்துவம் நான்கு ஜாதிகள் வருணங்கள் என்ற வகையாகவே கூறப்படுவன. அவை (1) க்ஷத்திரியர்கள் (அரசர்கள்-பிரபுக்கள்) (2) பிராம்மணர்கள் (புரோகிதர்கள் - குருக்கள்) (3) வைசியர்கள் (வர்த்தகரும் - வேளாளரும்) (4) சூத்திரர்கள். இவர்கள் யார்? இந்த ஜாதி என்ன? ஒவ்வொன்றாக விலக்கிப் பார்த்து இதற்கான விடை கூறப்படுகிறது. முதல் மூன்று வர்க்கங்களில் எதுவுமே பொருள்களை உற்பத்தி செய்வதற்கான பொறுப்பைக் கொண்டதில்லை. மேலும் இந்த மூன்று வர்க்கங்களையும் சேர்த்துப் பார்த்தாலும் அந்தக் காலத்துச் சமுதாய அடிப்படையில் சிறுபான்மையினரே. ஆக, அந்த நூல்கள் நான்காவது வகுப்பாகக் கூறுவது மிகப் பெரும்பான்மையான, நேரடியாகப் பொருள்களை உற்பத்தி செய்யும் மக்களையே என்பது தெரியவரும். ஐதரேயப் பிராம்மணம் இதைக் கூறும்போது, “அவர்கள் ஒரு வகையான தாழ்ந்த மனித உயிர்கள். அவர்கள் மற்றவர்களுக்குத் தொண்டு செய்பவர்கள். நினைத்தால் அவர்களை வெளியே தள்ளி விலக்கிவிடலாம்; இச்சைப்படி அவர்களைக் கொன்றும்விடலாம்” என்ற அளவுக்குப் போகிறது.[9]

இதில், உடலால் உழைப்பவர்களிடம் இருந்த அலட்சியமும், உடலால் உழைப்பதை அவமானமாகக் கொள்வதும் மிக நன்றாகவே வெளிப்படுகிறது. இதற்கு ஒப்பவே மூளையால் உழைப்பதை மிக உயர்த்திக் கூறுவதும் காணப்படுகிறது; அது எண்ணம், பிரக்ஞை, தூய அறிவு தரும் காரண காரியப் பகுப்பு போன்ற மூளை உழைப்பு. இந்தப்

போக்கில், உபநிஷத்துக்களின் கருத்துமுதல்வாதத்தின் துப்பும் தடயமும் இருப்பதை நாம் காண இருக்கிறோம்.

பிராம்மணங்கள் பழைய-ஸம்ஹிதைகளுடன் அநுபந்தம் போல் இணைக்கப்பட்டுள்ளன; இந்தப் பிராம்மணங்களுக்கு இணைப்பாக மற்றொரு வகை இலக்கியம் சேர்க்கப்பட்டுள்ளது. அவற்றிற்கு ஆரண்ய காட்டைச் சேர்ந்த-நூல்கள் என்று பெயர்; மிக ரகசிய மானவையும், வசீகரம் இல்லாதவையுமான விஷயங்களைக் கொண்ட இந்த ஆரண்யகங்கள் அதற்கான பக்குவமும் பயிற்சியும் - பெறாதவர்களுக்கு, அபாயகரம் ஆனவை; ஆகவே அவை காடுகளில் தான் கற்கப்பட்டன; கற்பிக்கவும்பட்டன. அவற்றைக் குடியிருப்பான கிராமங்களில் சொல்வதுமில்லை.[10]

ஆரண்யகங்களில் மிகவும் ரகசியமானவை என்று கூறப்படும் அனைத்தும், பார்க்கப்போனால், அவற்றில் உள்ள கருத்துக்களும் சொற்களும் அதிசயங்களை விளைவிக்கும் ஆற்றல் கொண்டவை என்ற நம்பிக்கையில் இருந்த தயக்கமும், தாமதமும் தவிர வேறில்லை. இவற்றின் சரித்திரத் தொடர்புள்ள முக்கியத் தன்மை, அவை தம் இலக்கை மாற்றிக்கொண்டு, தத்துவ சிந்தனையின் வித்துப் போன்ற ஆரம்ப காலத்து ஊகங்களில் ஆர்வம் கொண்டதுதான், அப்பாலை, உண்மைகள் என்ற ஊகங்களில் மிகவும் தயக்கத்துடன் முதலாவதாக அடி எடுத்து வைத்ததுதான் இது. அவற்றிற்கும் பின்னால் தோன்றிய உபநிஷத்துக்கள் என்ற இலக்கியத்தில் இந்தப் போக்கு இன்னும் முக்கியமாக ஆகிவிடுகின்றன. அவையும் ஆரண்யகங்களுக்குப் பின் இணைந்தவைதான். உபநிஷத்துக்களுடன் வேத இலக்கியம் முடிந்து விடுகின்றன. அதனால் உபநிஷத்துக்கள் வேதாந்தம் எனப்படுகின்றன. அதாவது வேதத்தின் முடிவு.

உபநிஷத்துக்களுடன் வேத இலக்கியம் முடிந்துவிடுகின்றன. அதனால் உபநிஷத்துக்கள் வேதாந்தம் எனப்படுகின்றன. அதாவது வேதத்தின் முடிவு.

பிராம்மணங்களில் திடப்படுத்தப்பட்ட சமுதாய நிலைகள் - சடங்குகள் சிறிய சிறிய காரியங்களில் முக்கியமாகக் குறிக்கப்பட்ட நிலைகள், உபநிஷத்துக்களின் காலத்தில் இன்னும் நன்றாக நிலை நாட்டப்படுகின்றன. அந்தக் காலத்தில் இருந்த கொள்கைகள் பற்றிய மனநிலைக்கேற்ப புதிய சமுதாய நடைமுறைக்கு இன்னும் அதிகமான தத்துவ வடிவம் கொடுக்கப்படுகிறது.

உண்மையில், ஆரம்பத்தில் இந்த உலகம் பிரம்ஹமாகவே இருந்தது; அது ஒன்றே ஒன்றுதான் இருந்தது; ஒன்றாக இருந்ததால்

அது வளர்ச்சி பெறவில்லை. அது மேம்பட்ட ஓர் அமைப்பைப் படைத்தது. அதுதான் க்ஷத்திரத்தன்மை (ஆளும் அமைப்பு போர் செய்து வெல்லும் அமைப்பு). ஆதலால் க்ஷத்திரத்தைவிட உயர்ந்தது எதுவுமில்லை. அதனால்தான் பட்டாபிஷேகச் சடங்கில் பட்டாபிஷேகம் செய்துகொள்ளும் க்ஷத்திரியனுக்குக் கீழே பிராம்மணன் உட்கார்கிறான். இது போல பிராம்மணத் தன்மைதான் க்ஷத்திரியத் தன்மைக்கு உற்பத்தி ஸ்தானம் என்பது; ஆதலால் க்ஷத்திரியன் அனைத்திற்கும் மேலான பதவியை அடைந்தபோதிலும் கடைசியாக அவன் பிராம்மணத் தன்மையின் மேலேதான் இருக்கிறான்.

இன்னும் அந்நிலை வளர்ச்சி பெறவில்லை; பொது மக்களைப் படைத்தது. (விச்-வைசியர்).....

மேலும் வளர்ச்சி காணவில்லை. சூத்திரர்களைப் படைத்தது.

இன்னும் வளர்ச்சி பெறவில்லை. இவற்றினும் மேலான சட்டம் (தர்மம், நீதி, ஆசாரம், ஒழுகும் வகை) என்ற அமைப்பைப் படைத்தது.

இந்தச் சட்டம்தான் க்ஷத்திரிய ஜாதியின் சக்தியும், அதிகாரமும்; ஆகவே, சட்டத்தைவிட மேலானது எதுவும் இல்லை. ஆகவே, பலமில்லாத ஒருவன் பலமுள்ள ஒருவனை சட்டத்தால் அடக்கி ஆள்கிறான். சட்டம் ஒரு அரசனைப் போல் ஆள்கிறது. நிச்சயமாக எது சட்டமோ (தர்மமோ) அதுவே உண்மை; அதனால் ஒருவன் உண்மையைக் கூறும்போது, அவன் சட்டத்தை தர்மத்தைக் கூறுகிறான் என்றும், ஒருவன் சட்டத்தை-தர்மத்தைக் கூறும்போது அவன் உண்மையைக் கூறுகிறான் என்றும் மக்கள் சொல்கிறார்கள். ஆகவே, உண்மையில் இந்த இரண்டுமே ஒன்றுதான்."

தத்துவம் அரசியல் அதிகாரத்துடன் சம்பந்தப்படாத ஒன்று அன்று என்று பட்டவர்த்தனமாகச் சொல்லும் ஒரு வழி இது என்றும் கூறலாம். தத்துவவாதிகள் உண்மையைக் கூறவும் விளக்கவும்தான் பாடுபடுகிறார்கள். உண்மை என்பது தர்மத்தை- சட்டத்தை வேறுவழியில் காண்பதுதான்; அரசர்களும், பிரபுக்களும் தங்கள் அரசியல் ஆதிக்கத்தைச் சட்டத்தில் இருந்தும், தர்மத்திலிருந்தும்தான் பெறுகிறார்கள். உபநிஷத்துக்களில் ஆட்சி செய்யும் கருத்துக்கள் அந்தக் காலத்தில் ஆட்சி செய்த ஆதிக்க அதிகாரங்களுடன் தொடர்பில்லாதவை என்பது இல்லை (தொடர்புடையனவே).

அடுத்து, இந்தியாவில் சட்டம் தந்தவர்கள்-தர்ம சாத்திரங்களை எழுதியவர்கள் உபநிஷத்துக்களின் இந்த யோசனையை எப்படி ஏற்கின்றனர் என்றும், அதை இந்தியத் தத்துவத்தின் நிலைப்பாட்டில் எப்படி செயற்படுத்துகிறார்கள் என்றும் பார்க்க வேண்டும். அந்தப்

பார்வை, இந்தியக் கருத்துமுதல்வாதம் செய்த சமுதாயத் தொடர்பான காரியங்களைப் பற்றிச் சில உண்மையான விஷயங்களைத் தெரிவிப்பன. இப்போதைக்கு அதன் தொடக்கம் பற்றி அறிவதே நம் நோக்கம். உபநிக்ஷத்துக்களின் கருத்துமுதல்வாதம் வளர்ந்த பொதுப் போக்கை முதலில் கூறுவோம்; பிறகு அதை விரிவாகக் காண்போம்.

3. பிரக்ஞையின் (உள்ளுணர்வின்) விடுதலை

வேத இலக்கியம் எண்ணிக்கையில் வியப்பளிக்கும் வகையில் மிகவும் அதிகம் ஆகும். அவற்றை இயற்ற பல ஆண்டுகள் ஆகியிருக்க வேண்டும். அவற்றின் வளர்ச்சியில் ஒரு மரபு ரீதியான தொடர்ச்சி இருப்பதைக் காணமுடியும். வேத காலத்து மக்கள் தம் வாழ்க்கைப் போக்குகளில் வளர்ச்சி பெற்று இருந்தனர். இதன் மூலம் அவர்கள் வாழ்க்கைத் தேவைக்கு அதிகமான பொருட்களை உற்பத்தி செய்யும் நிலையைப் பெற்றனர். அந்த நிலையில் சமுதாயத்தின் ஒரு பிரிவினர் உடலுழைப்பைக் கொண்டு வாழவேண்டிய தேவையற்று இருந்தனர். அவர்கள் பிறர் உழைப்பில் வாழ்ந்தனர். ஆகவே, உழைத்து வாழாத அந்தப் பிரிவுக்கு ஓய்வு நேரம் அதிகமாகவே இருந்தது. எனவே அந்தப் பிரிவைச் சேர்ந்தவர்கள், அப்பாலை உண்மைகளைப் பற்றி ஊகம் செய்யும் வேலையில் தமது அதிக நேரங்களைச் செலுத்தினர். அவர்களுடைய சித்தனைகளிலும், கருத்துக்களிலும் அவர்களுக்கு முன்பு வாழ்ந்த வேதக் கவிஞர்களுடைய மனத்தில் அகலாமல் பதிந்திருந்த, எப்படியாவது ஆபத்துக்களிலிருந்து தப்பிப் பிழைத்துவிட வேண்டுமே என்ற கவலை மட்டுமே இருக்கவில்லை; அதற்கு மேலும் வளர்ச்சி பெற்று இருந்தனர். மனத்தாலேயே பல வகையிலும் ஊகித்து ஒரு மேல் பாட அமைப்பைக் கட்ட முனைந்தனர். இந்த ஊகங்களின் கட்டுமானம்தான், கருத்துமுதல்வாதத்தின் தொடக்க நிலைக்கு வாய்ப்பு அளித்தது எனலாம்.

இவற்றால் கிடைத்த பயன் மிகவும் முக்கியமானதும் தனித்தன்மை மிக்கதும் ஆகும். காரணம் கண்டு ஒன்றைப் பகுத்தறிதல் அல்லது உள்ளுணர்வு என்னும் மனித பிரக்ஞைக்குள்ள படைப்பாற்றலைப் பெறுதலும், புரிந்துகொள்ளுதலுமே அந்தத் தன்மைகள் ஆகும். இயற்கையின் துன்ப துயரங்கள், ஆபத்துக்கள் முதலியவற்றிலிருந்து தப்பிப் பிழைக்க வேண்டுமே என்ற கவலையிலேயே உழன்று தவிக்கும் பிரக்ஞையை அதிலிருந்து முற்றிலுமாக விடுவித்தாலன்றி, கருத்தையும், எண்ணத்தையும் கொண்டு காரியங்கள் செய்யத் தொடங்குதல் இயலாது. தங்களுடைய அடிப்படையான ஆசைகள் எப்படியாவது நிறைவேறிடாதா என்ற ஏக்கமும், அவை நிறைவேறிவிட்டதைப் போன்ற மனோ ராஜ்யங்களும் தூண்டியதால் பாடல்கள் செய்தவர்களும், வருவதை

உணர்ந்து ஜோதிடம் கூறும் கவிகளையும், தீர்க்கதரிசிகளையும் நாம் ருக் வேதத்தில் காண்கிறோம். அவர்களுடைய பிரக்ஞை-முழுதும் இயற்கையுடன் அவர்கள் போராடும் போராட்டத்தை அடிப்படையாகக் கொண்டிருந்தது. அவர்களுக்குத் தத்துவம் பேசவும் சிந்திக்கவும் ஓய்வு கிடைக்கவில்லை. விரிவான பிராம்மண நூல்களில்தான் ஓய்வு கிடைக்கும் உழைக்காத வர்க்கம் ஒன்று தலை தூக்குவதைக் காணமுடிகிறது. ஆனால், அந்த வர்க்கமும் அரசர்கள், அவர்களுக்காகப் பரிந்து பேசும் புரோகிதர்கள் ஆகியோரின் அரசியல் சமுதாய ஆதிக்க அதிகாரங்களை நிலைநிறுத்தும் பிரச்சனையில் முழு மனத்துடனும் ஈடுபட வேண்டியிருந்தது. அவர்கள் அதற்குக் கையாண்ட முறை, அரசியலைக் கருவியாகப் பயன்படுத்தி மக்களை அஞ்சவித்து அடக்கி ஆளுதலேயாகும்.¹² அவர்களுக்கிருந்த ஓய்வுப் பொழுதில் மேற்குறித்த பணியைச் சிறப்பாய் செய்வதற்குரிய மன நிலையை வளர்த்துக் கொண்டனர். பிராம்மணங்களில் காணும் அறிவு சார்ந்த சூழ்நிலையைக் கவனித்தால் தத்துவவாதிகளை முற்போக்காகச் சிந்திக்கச் செய்யும் இயல்பு இருந்ததாகத் தெரியவில்லை. புரோகிதர்கள் பழம் சடங்குகளுடன் இடுகாட்டில் சுற்றி அலைந்தனர் என்பதை அந்நூல்களில் காணமுடிகிறது. மேலும், அர்த்தமில்லாமல் அதையே செய்துகொண்டிருந்தனர். இந்நூல்களில் தத்துவவாதிகளாக யாரும் வளர்ச்சியுற்றதாக அறிய இயலவில்லை. உபநிஷத்துக்களில்தான் முதல் முதலாகத் தத்துவவாதிகள் உருப்பெற்றதைக் காண முடிகிறது. அந்தக் காலகட்டத்தில்தான் ஓய்வாகப் பொழுது போக்கும் உழைக்காத வர்க்கம் தன் ஆதிக்கத்தை உறுதிப்படுத்திக்கொள்கிறது. இந்தச் சூழலில் இவ்வர்க்கம் தொடர்ந்து தத்துவ சிந்தனையில் ஈடுபடும் வாய்ப்பைப் பெறுகிறது. இந்தப் பின்னணியில் உபநிஷத்துக்களில் காணும், முதலில் தோன்றிய தத்துவவாதிகள் பல அடிப்படையான கொள்கைகளைப் பற்றிய வினாக்களை எழுப்புகின்றனர். அவற்றிற்கான விடைகளையும் மிக்க ஆவலுடன் நாடவும் செய்கின்றனர்.

அதே சமயத்தில், இந்த வளர்ச்சி உண்மையிலேயே குறிப்பிடத் தக்கதுதான் என்றாலும், கருத்தளவிலேயே தீமை விளைவிக்கும் அபாயத்தைப் பெற்றிருந்தது. குறிப்பாக, இலட்சிய சமுதாயத்தைக் காணும் அவர்களின் கருத்து பெரும் அபாயமாகிறது. அவர்கள் காண விழையும் சமுதாயத்தில் உடலால் உழைப்போரின் அனைத்து கௌரவமும் வசதியும் பறிக்கப்பட்டுவிடுகின்றன. இயற்கையில் இருக்கும் தகவல்களை அறியும், (உழுதும் தோண்டியும் செய்நேர்த்தி செய்யவும் உதவும்) தொழில் செய்முறைகளும் அவற்றிற்கான சாதனங்களும் பொருள்களை நேரடியாக உற்பத்தி செய்யும் இவர்களுக்குச் சொந்தமானவைதான். ஆனால் அவர்கள் பின்னால்

தள்ளப்படுகிறார்கள். தெரிந்தே தாழ்த்தப்பட்டுவிடுகிறார்கள். அவர்களிடம் நாளுக்கு நாள் வளர்ந்து வரும் உற்பத்தி அநுபவமும் அது தொடர்பாக அவர்கள் பெற்று வந்த அறிவும் வளர்ச்சியடையாமல் தங்கிப்போகின்றன. தத்துவ சிந்தனை போன்ற செயல்கள், இவற்றிலிருந்து விடுபட்டுவிடுவதால், எளிதில் இயற்கையை வெற்றி கொள்ளும் தன்மையை இழந்துவிடுகின்றனர். இதன் விளைவு பௌதீக விஞ்ஞானத்தை அறியும் வாய்ப்பை இழக்கும் தீங்குக்கு ஆளாகின்றனர். உள்ளுணர்வு என்பது ஒரு அலாதியான வகையில் தனக்குள் திரும்பி ஆத்ம விசாரம் செய்வதற்கு வலுக்கட்டாயமாக உருவாக்கிக்கொண்ட ஒரு பிரமை ஆயிற்று. அறிவு என்பது உலகத்தில் உள்ள பொருள்களை அறிந்துகொள்ளுதற்காகவே என்பது இல்லாது போய்விட்டது. அறிபவனான தன்னையே அறிந்து கொள்வதுதான் அறிவு என்றாகிறது. அதாவது வெறும் தன்னை-நான் என்பதன் பொருளான தன்னை சுத்தமான ஆத்மாவை அறிதலே அறிவு (ஞானம்) என்று ஆகிவிட்டது. இதை உபநிஷத்து பின்வருமாறு கூறும்: "ஆத்மரதி ஆத்மக்ரீட- தன்னையே காதலித்துத் தன்னுடனேயே விளையாடுபவன்."[13] (தன்னையே ஆராய்வது ஆத்ம விசாரம் எனப்படும்) மிகவும் அதிகமான ஆத்மவிசாரம் மிகப் பெருமை படைத்த பேரொளி கொண்ட ஒரு ஏமாற்றத்தைச் செயற்பட வைக்கிறது என்றனர். அந்த ஏமாற்றம், வெறும் நான் என்பதினுடைய சர்வ வல்லமையைப் பற்றியதுதான். இந்த நான் இந்த ஆத்மா-ஸத்யத்தைத் தன் இஷ்டப்படி ஆட்டிவைத்து, தான் ஒன்றே ஸத்யம் என்பதை ஏற்றுக்கொள்ளும்படி ஆணையும் இடுகிறது. நான்-தான் அந்தப் பரம ஸத்யம்-பிரஹ்மம் (அஹம் பிரஹ்ம ஆஸ்மி) என்று உபநிஷத்தின் கருத்துமுதல்வாதி உறுதியாக அறிவிப்பதைக் காண முடிகிறது. இதன் விளைவுதான் சர்வத்துடன் பௌதீக உலகத்தை இகழ்ந்து ஒதுக்கும் எண்ணம் ஆகும். ஆனால், அந்தத் தத்துவப் புலவன் வாழ்வதும் இந்த உலகில்தான் என்பதைக் கவனத்தில் கொள்ள வேண்டும்.

இவ்விதம் மேலே கூறிய அனைத்தும் மனதத்துவ அறிஞர்கள் கையாளும் சொற்களைக் கொண்டு சொன்னதுதான். இதனால் தாம் உபநிஷத்தில் காணும் தத்துவவாதிகளின் மனத்தத்துவத்தை அறிய விரும்புகிறோம் என்று பொருளன்று. நாம் அவர்களுடைய மன வளர்ச்சியின் வரலாற்றில் அக்கறை கொள்வது என்பது, அவர்கள் வாழ்ந்த புதிய உலகம் எவ்வாறு அவர்கள் கொண்ட புதிய உலகப் பார்வையின் ஆதார அடிப்படைகளுக்குக் காரணம் ஆகிறது என்று நாம் அறிய இது உதவும் என்பதேயாகும். அவர்களுடைய அரசியல் சமுதாய தத்துவப்படி, இயற்கையுடன் போராடி வாழ்ந்த சூத்திரர்களைக்

கட்டாயப்படுத்தி உழைக்கச் செய்யவேண்டும் என்பதுதான். ஆனால் சூத்திரர்களின் சம்பந்தமேகூட (பார்ப்பதும், தீண்டுவதும் போன்ற சம்பந்தங்கள்) தூய்மையைக் கெடுத்துவிடும் என்று கூறினர். அதாவது அவர்களைப் பார்ப்பதும், அவர்களுடன் பேசுவதும்கூட தீட்டு என்று கூறப்பட்டது. இயற்கையை எதிர்த்துப் போராடுவது என்பது தத்துவவாதி செய்யத்தக்கது அன்று என்று மிகவும் பெருமையாகக் கருதினான். ஆதலால் இயற்கையும், உழைப்பும் பிரத்யக்ஷமான நிஜம் என்பதை ஏற்றுக்கொள்ளும் நிர்ப்பந்தமே இல்லை.

இயற்கையுடன் கொள்ளும் நேரடியான தொடர்பிலிருந்து அறவே விலகிப் போய்விட்ட தத்துவவாதியின் பிரக்ஞை-உள்ளுணர்வு, எண்ணங்கள் மட்டுமே மீதியாய் நிற்க, எண்ணப்படும் விஷயங்கள் (புறத்தே உள்ள உலகமும் பொருள்களும்) மறைந்துபோய்விடும், அப்பாலைக்கும் அப்பால் வெகுதூரத்தில் உள்ள உயர்ந்த நிலைகளை அடைய எழுச்சி பெற முடியும் என்று கற்பனை செய்யும் அளவுக்குச் சென்றுவிடுகின்றனர். இது மிகவும் மோசமான நிலைமையாகும். இதுவே, விவேகமான துறையாகவும் கருதப்பட்டது. பிரக்ஞை கண்கூடாய் ஸ்தூலாமாய்த் தெரியும் வாழ்க்கைக்கு வேறாகி, அந்நியமாகி, நோயுற்ற உணர்வாக ஆகிவிடுகிறது. மேலும் பிரக்ஞை-உணர்வு ஏதோ ஒரு பொருளைப் பற்றிய உணர்வு என்பதற்கு மாறாக தன்னைத் தானே உணர்தல்-அது ஒன்று மட்டுமே உணர்வு என்பது போல் ஆகிவிடுகிறது. இயற்கையோடு பழகிக் கூடிக் குலாவி, அது காரணமாகவே செல்வச் செழிப்பைப் பெற்று, மேலும் மேலும் அபிவிருத்தி அடையும் உழைப்பிலும் தொழிலிலும் ஈடுபட்டிருக்கும் ஆண்களையும் பெண்களையும் உணரும் உணர்வு இல்லாமல் போய் விடுகிறது. அவர்களது சிந்தனைக்கு எட்டாத மிகப்பெரிய இரகசியம் இது!

பிரக்ஞையின் விடுதலை என்பது இவ்வாறு மோசமான விளைவிற்குத்தான் இட்டுச் சென்றது. உபநிஷத்துக் காலத்து இந்தியாவில் இந்தச் சிந்தனையை ஏற்காதவர்களும் இருந்துள்ளனர். இவ்வாறு பிரக்ஞையை ஏதோ தெய்வீகமாக்கிப் (உலகிலிருந்து அப்பாற்படுத்தி) பார்க்காமல், மயக்கம் ஏதுமின்றி நிதானத்துடன் விஞ்ஞான முறையில் அதைக் காணும் சிந்தனையாளர்களும் உண்டு என்பதைப் பின்னர் காண்போம். அவர்கள்தான் இந்தியத் தத்துவ சிந்தனையில் விஞ்ஞான முறையான மரபை ஏற்படுத்திய முன்னோடிகள். அக்காலத்தில் இருந்த கருத்துமுதல்வாதிகளைப் போல் மன நோய் உள்ளவர்களாக ஆகிவிடாமல், அவர்களின்

இந்தியத் தத்துவ இயலில் நிலைத்திருப்பனவும் அழிந்தனவும்

பிரக்ஞையைக் காப்பாற்றியதற்குக் காரணமாகக்கூடிய விடியல் களைப்பற்றி நாம் உட்புகுந்து ஆராய வேண்டிய அவசியம் இங்கு உண்டு.

ஆனால் உபநிஷத்துக் காலத்து இந்தியாவிலேயே, அப்படி மாறு பட்டுச் 'சிந்தித்தவர்களின் கௌரவம் குறையவும் தொடங்கியிருந்தது.[14] மேலும், அந்தக் காலத்தின் நிலைக்கு ஏற்ப திட்டவட்டமான விஞ்ஞானம் என்று கருதப்பட்ட அனைத்தையுமே அலட்சியப்படுத்தி இகழும் போக்கும் வளர்ந்திருந்தது. அப்பொழுது பரவியிருந்த புதிய அறிவு சார்ந்த சூழ்நிலையில், உணர்வை நிஜமான வாழ்க்கையிலிருந்து அறவே புறம்பானதாக்கி, வாழ்க்கையைப் பொருட்படுத்தாமல் இருப்பதும் அதை இகழ்ந்து எதிர்ப்பதுமான கருத்தைக் கொண்ட தத்துவவாதிகளின் புகழையே அனைவரும் பாடிப் பரவினர். அவர்களுக்கு ஏற்றம் தந்து கொண்டாடவும் செய்தனர்.

அவ்வகையில் பெருமை படைத்த ஒரு தத்துவ அறிஞர் யாக்ஞவல்க்யர். அவர் கூறுகிறார்: "ஸத்யம் என்பது பிரக்ஞையின் திரட்சியே; (விக்ஞான கனம்) அதைச் சாதாரணமான நம் புலன்களால் கிரகிக்கவும் முடியாது; சாதாரணமான சொற்களால் அதை இன்னது என விவரிக்கவும் முடியாது. அதைப் பற்றி உரைக்கும் ஒரே வழி, அது இது இல்லை (இன்னதும் இல்லை) என்று கூறுவதுதான் (இரு முறை நேதி நேதி என்று கூறுவார் அவர்). கனவு காணும் போதும், மேலும் கனவில்லாத ஆழ்ந்த தூக்கத்திலும் நாம் மெல்ல மெல்ல பௌதீக உலகத்தின் விலங்கிலிருந்து விடுபட்டு இந்த ஆத்மாவின் ஸத்தியத்தின் சுவையை- சுகத்தை அறிகிறோம் (உலக நினைவும் பிற நினைவும் எதுவும் இல்லாத நிலையாம். ஆழ்ந்த உறக்கம். ஆகவே, ஆத்மாவின் வடிவமான ஆனந்தமும் அது போன்றதுதான் என்பது அந்தக் கருத்து; விழித்ததும் அக்ஞானம் மீண்டும் அப்பிக்கொள்வதால், உலகம், உலக நினைவு போன்ற மாயமான பிரமை வந்துவிடுகிறதாம்).

இந்தியத் தத்துவத்தில் முதன் முதலாகச் சூசனையாய்த் தெரியும் இந்தக் கருத்துத்தான் கருத்துமுதல்வாதமாக வளர்கிறது; இது வேத காலத்து கவிகளுக்குச் சிறிதும் புரியாது. அவர்கள் இவர்களைவிட அறிவில் வளர்ச்சியடையாதவர்கள் என்பதாலும், எப்படித் தத்துவம் பேசுவது என்று அறியாதவர்கள் என்பவை மட்டுமின்றி அவர்கள் இயற்கையுடன் மிக இணைந்து தொடர்புகொண்டும் அதற்குக் கட்டுப்பட்டும் இருந்தனர்; ஆகவே வெறும் உணர்வு என்று சொல்லிக் கொண்டு சூதுசெய்வதற்கு அவர்களுக்கு நேரமும் இல்லை. அவர்களுக்கு அது தேவையாகவும் இல்லை. ஆகவே கருத்தும் இலட்சியங்களும் வளர்ச்சிபெற்ற பொது வரலாற்றைப் பிரிந்து

கொள்ள வேத இலக்கியம் மிகவும் அடிப்படையான ஆதாரமாகிறது. அதில் உள்ளார்ந்த தொடர்ச்சி உண்டு. அது இப்படி வெறும் ஊகத்தால் அமையும் பிரக்ஞை உண்டானதை மட்டும் இன்றி, அது வளர்ந்து வெறும் உள்ளுணர்வு மட்டுமே உண்டு என்று ஒரு தத்துவ முடிவாக முற்றியதையும் காணமுடிகிறது. அதன் விளைவுதான் கருத்துமுதல்வாதப் பார்வை.

இந்த அம்சத்தை மட்டுமே வைத்துக்கொண்டு வேத இலக்கியத்தை முழுதுமாய்க் கண்டறிதல் ஒரு தனியான சுதந்திரமான ஆராய்ச்சிக்குரிய பொருள். நாம் அதில் வெளிப்படையாய்த் தெரியும் சில அம்சங்களை மட்டும்தான் இங்கு ஆராய்கிறோம். அதுவும் கருத்து முதல்வாதப் பார்வையைப் புரிந்துகொள்ளும் நோக்கத்தில் தான்.

4. 'இரகசியமான ஞானம்' என்ற கோட்பாடு

உபநிஷத்துக்களில் காணப்படும் தத்துவ சிந்தனைப் போக்குகளில் கண்கூடாகத் தெரியும் குழப்பத்தினூடே, கருத்துமுதல்வாதம் வெளிப்படும் இயல்புகள் அனைத்தும் மிகவும் தெளிவாகவே தெரிகின்றன; அந்த நூல்களுக்கு அவர்கள் தேர்ந்தெடுத்த பெயரிலேயே அவற்றை அறியும் சூசகங்கள் இருக்கின்றன. 'உபநிஷத்' என்ற சொல், அதன் பகுதி விகுதிப் பிரிப்பாலும் அதே பொருள் கொண்ட இரகசியம் என்ற சொல்லுடன் ஒப்பிட்டு ஒத்துப்போவதாலும் இரகசியமான அறிவு-ஞானம் என்று பொருள்படுகிறது. பாக்யவான்களான அந்தக் காலத்தில் இருந்த சிலர்தான் அதன் காவலர்கள் என்று கொள்ளப்படுகிறது. அதனால்தான் அது இரகசியமானது; இந்த ஞானம் மிக மிக உயர்ந்த வகையில் முக்கியமானது என்றும் கருதப்பட்டது. ஏனென்றால், அதற்கு மட்டுமே உரியதாகும் ஓர் ஆச்சரியமான வீர்யமும் கொண்டது அது.

இவையெல்லாம் உபநிஷத்துக்களற்ற வேத இலக்கியத்திலிருந்து மாறுபட்ட தனிச் சிறப்புடையன என அறிய முடிகிறது. அவற்றின் தலைமையான உட்கரு-அறிவு-ஞானம்; பொதுவாக உள்ள அர்த்தத்தில் இல்லை இது; சமுதாயத்தில் உள்ள ஒரு சிலருக்கே உரியது என்று வரம்பு கட்டப்பட்ட அறிவு என்பதாகும் அது. மேலும், அது தனக்கே உரிய இரகசியமான ஆற்றல் கொண்டது ஆகும்.

வேத இலக்கியத்தில் இது ஒரு புதிய விஷயம்; உபநிஷத்தை வேதங்களின் புதிய கிளை - அவற்றின் ஞானப் பகுதிகளைக் கொண்ட- ஞான-காண்டம் என்று கூறுவதே இது, புதிய கிளை என்னும் மரபை ஏற்றுக்கொள்கிறது என்பதாகிறது. அறிவு-ஞானம் என்ற மனக்கோள் உபநிஷத்துக்களில் புதியதும் நம்ப முடியாத கட்டுக்கதை போன்றதுமான விசேஷமான அர்த்தத்தைக் கொள்கிறது. அறிவு- அதிகமாகப் படிப்பது

அன்று; பண்டை இயற்கைச் சாத்திரம் கூறும் உண்மைகளை (விஞ்ஞான அடிப்படையிலன்றி பெரும்பாலும் கற்பனையால் கோத்து வைத்தலை) தெரிந்துகொள்வதுதான் உபநிஷத்துச் சிந்தனையாளர்களைத் தூண்டும் எண்ணமாக இருந்தது. அனைத்திலும் உயர்ந்த பெருமதிப்பைக் கொண்ட ஒரு பொருளே அறிவு; நாம் நமக்குரிய முடிவான பயனை அடைவதற்கான எதிர்ப்பே இல்லாத உபாயமே ஞானம், இந்த அறிவின் மதிப்பும் பயனும் உபநிஷத்துக்கள் முழுதிலும் மீண்டும் வெளியிடப்படுகிறது. இப்படிச் சொல்வது தத்துவ சம்பந்தமுள்ள ஊகக் கற்பனை பற்றி மட்டுமின்றி, வாழ்க்கையின் அநுபவபூர்வமான விஷயங்களில்கூடத் தெரிகிறது. அறிவு என்ற இந்த ரக்ஷாபந்தத்தை-மாயமான விளைவுகளைத் தரும் தாயித்தைக் கட்டிக்கொண்டவனுடைய அழியாத-அழிக்க முடியாத தன்மையையும் சர்வ வல்லமையையும் விவரித்து அடிக்கடிச் சொல்லப்படுகிறது 'ய-ஏவம் வேத' "யார் இதை இவ்வாறு அறிவானோ" என்பது திரும்பத் திரும்ப வரும் பல்லவியாகவே உபநிஷத்துக்களில் இருக்கிறது.[15]

ஆனால் அறிவின் ஆற்றல் பற்றி வற்புறுத்துவதை நாம் தவறாகப் புரிந்துகொள்ளக்கூடாது. "மனிதனுடைய மனம் அடையும் வளர்ச்சியைக் காட்டும் முன்னேற்றமும் அவனுடைய அதிர்ஷ்டமும் வாழ்வும், முன்னேறுவதும் ஒன்றேதான், வெவ்வேறு அன்று" என்று பேகன் (Bacon) கூறுவது இல்லை இந்த அறிவின் ஆற்றல். உபநிஷத்தில் இவ்வளவு உயர்த்திக் கூறப்படும் அறிவு இயற்கையை நன்கு அறிந்து கொள்வதற்கும் அதன் மூலம் இயற்கையை வென்று அதன்மீது ஆதிக்கம் செலுத்துவதற்கும் வழியாகவும் காட்டப்பட்டதில்லை. மக்கள் தாம் விரும்பிய பயனைப் பெறும் செயல்களைத் தொழில்களை மேற்கொண்டு வாழ்வதற்கு வழிகாட்டுவதாக இல்லை. மாறாக ஞானமே அது ஒன்றே நமது விருப்பங்களையெல்லாம் நிறை வேற்றுகிறது. அதுவும் உடனுக்குடனே நேரடியாக-தானாகவே நிறை வேற்றுகிறது என்று நம்பவும் படுகிறது. இந்த நம்பிக்கையைப் புரிந்து கொள்வது சிக்கலான ஒன்றுதான். இதற்கு ஒரேயொரு விடைதான்; இந்த நம்பிக்கை சாராம்சத்தில் ஒரு ஜாலம் ஆகும். உபநிஷத்து இந்த நம்பிக்கையை ஒரே மாதிரிதான் விளக்கும். "இதை அறிகின்றவன் நீண்ட ஆயுளைப் பெறுகிறான் (நூறு ஆண்டுகள்). சந்ததிகளைப் பெற்றுப் பெருமை அடைகிறான். ஆடு, மாடுகளைப் பெறுகிறான். பெரும் புகழ் படைத்தவன் ஆகிறான்." இது வெறும் தந்திர ஜாலத்தை நம்புவது; ஆகவே வேதங்களின் மரபில் அது பற்றிய புதுமை ஏதுமில்லை. யஜுர் வேதத்திலும், அதர்வன வேதத்திலும் நிறையவே காணக் கிடக்கிறது. பிராம்மணங்களில் அது மிகவும் மிகையான வடிவத்தைப்

பெறுகிறது. அவற்றின் அநுபந்தமாதலால் உபநிஷத்துக்களில் இந்த ஜாலத்தை மீறி வரவில்லை. இந்த விவரம் ஏற்கனவே எம்கெர்டன் (Emgerton) என்பாரால் 'உபநிஷத்து' என்ற அவருடைய சிறப்பான ஓர் ஆராய்ச்சி உரையில் விவாதிக்கப்பட்டுள்ளது.[16] அந்த ஆராய்ச்சியின் நோக்கத்தையும் அதில் கண்டறிந்தவற்றையும் அறிய வேண்டிய தேவை உண்டு.

ஆனால் அவர் விவாதிக்காமல் விட்டது முற்றிலும் வேறான ஒன்று. உபநிஷத்துக்கள் தந்திர ஜால நம்பிக்கைகளில் தடுமாறும் போதும் அவற்றில் பளிச்சென்று தெரியும் புதிய செய்தியும் ஏதோ இருக்கிறது. வேத இலக்கியத்தின் பழைய அடுக்கில் பண்டை இயற்கைச் சாத்திரம் கூறும் இந்த ஞானம் என்ற மனக்கோளே கிடையாது; ஆகவே, அவற்றில் அறிவுக்கு தந்திர ஜால சக்தி உண்டென்று கருதிப் பார்க்கும் பிரச்சனையே எழவில்லை. அவற்றில், தந்திர ஜாலத்தின் ஆற்றல் பற்றிய நம்பிக்கை இருந்தது. ஆனால், அந்த நம்பிக்கை சடங்குகளின் தந்திரத்தில்தான் கொள்ளப்பட்டது. உபநிஷத்தில் இந்த நம்பிக்கை வேறு ஏதோ ஒன்றுக்கு மாறுகிறது. அதாவது இரகசிய ஞானத்தின் மீது அதன் ஜாலமான ஆற்றல் மீது வைக்கும் நம்பிக்கை ஆகிறது. இப்படி ஏதோ ஒரு வகையில் ஜாலத்தின் மீது நம்பிக்கை வைப்பது தொடர்ந்து நிலைத்திருப்பது உபநிஷத்துச் சிந்தனையாளர்கள் தம் முன்னோர்களின் திடமான நம்பிக்கைகளை மீறிப் புதிய வழிக்கு வரவில்லை என்பதைக் காட்டுகிறது; எனினும் அதை இரகசிய ஞானத்தின் மீது மாற்றி வைத்தது அந்தக் காலத்தின் கொள்கை பற்றிய புதிய மன நிலையைக் காட்டுகிறது. உபநிஷத்துக்களைப் பற்றிய முடிவான விஷயம் இரகசிய ஞானத்தை அவை இந்த வகையில் - அறிவுக்கு ஒவ்வாத வகையில் பேணிப் பணிந்ததுதான். அதுவரை பிழைத்து மிச்சம் இருந்த பழைய கருத்துக்களும் மனோபாவங்களும் இதில் சேர்த்து அடக்கிக் கொள்ளப்பட்டது. அவர்கள் வாழ்ந்த காலம் மாறியிருந்த நிலையில் உபநிஷத்துச் - சிந்தனையாளர்கள் தங்கள் காரியத்திற்குத் தம்மிடம் உள்ள பழைய காலத்துத் திட நம்பிக்கைகள், வேறு வகையில் அவற்றின் சொச்ச மிச்சங்கள் வலுவாய் இருந்தாலும் போதுமானதாக இல்லை என்று நினைக்கின்றனர். ஆகவே, பல இடங்களில் பழைய ஸம்ஹிதைகளுக்கு வந்தனை வழிபாடுகள் செய்த போதிலும், வேறு சில பகுதிகளில் வேத ஸம்ஹிதைகளைக் கற்றறிவது மட்டும், புதிய ஞானத்தைத் தாங்கள் செய்த பண்டைச் சாத்திரம் கூறும் ஞானத்தைப் பின்பற்றிப் புரிந்துகொள்வதற்குப் போதாது என்று மிகவும் வெளிப்படையாகவே பேசுகின்றன. உபநிஷத்துக்கள் இதை விளக்கும்

வகையில் நாரதரும் ஸநத்குமாரரும் பற்றிய மிகவும் பிரசித்தமான கதையைக் கூறலாம். நாரதர் ஸநத்குமாரரிடம் வந்து, தான் அறிவுத் துறையில் உள்ள அனைத்தையும் - ருக், ஸாம, யஜுர், அதர்வனம் என்ற நான்கு வேதங்களையும் கற்றுவிட்டதாகக் கூறுகிறார்; ஆனால் இவற்றால் தனக்கு முழுத் திருப்தியும் ஏற்படவில்லை; ஆகவே, உங்களிடம் உள்ள இரகசிய ஞானத்தை அருள வேண்டுமென்று பிரார்த்திக்கிறார். இதற்கு ஸநத்குமாரர் எடுத்த எடுப்பிலேயே இந்த வேதங்களும் இவற்றின் வேறுபல நிலைகளும் எல்லாமே வெறும் பெயர்தான். ஞானமாக ஆகா. சாதாரணமாக பொது அறிவைவிட இவற்றிற்கு அதிகமான மதிப்பே கிடையாது என்று சொல்லித் தொடங்குகிறார்.

5. தத்துவ சிந்தனையும், பிரபுத்துவத் தன்மைகளும்

இப்படித் துணிச்சலாகவும் துடுக்காகவும் நான்கு வேதங்களுமே வெறும் பெயர்களே என்று கொக்கரிக்கும் இந்த வேத காலத்துச் சிந்தனையாளன் யார்? நமக்குச் சரியான விடை தெரியாது. கீத் (KEITH) கூறுகிறார். அவர் உபநிஷத்தில் வரும் புராணத் தொடர்புடைய ரிஷி-முனிவர் என்பவர்.[17] ஆனால் அது மிகவும் விளங்காத ஒன்று. இந்தக் கதையைக் கூறும் உபநிஷத்தோ, "அவரை மக்கள் ஸ்கந்தர்... ஆம் ஸ்கந்தர் என்றே வழங்குகிறார்கள்.[18] நமது புராணங்களின்படி ஸ்கந்தர் போர் செய்யும் கடவுள், இந்த ஸநத்குமாரரும் போர் வீரர்களான பிரபுவர்க்கத்தைச் சேர்ந்தவராக இருக்கக்கூடும். உபநிஷத்தும் புதிய பிரபு வர்க்கத்தைப் புதிய கொள்கையின் புதிய தன்மையுடன் இணைத்துப் பார்க்குமாறு நமக்குக் கூறுவதாகக் கருதலாம். அப்படி ஒரு சாத்தியக் கூறு உண்டென்று காட்ட ஸநத்குமாரர் பற்றிய சான்றுக்கு அவ்வளவு வலு இல்லாமலும் இருக்கலாம்; ஆனாலும் அதை எளிதில் தள்ளிவிடவும் முடியாது. உபநிஷத்தில் உள்ள வேறு சில கட்டுக் கதைகளும் இப்படி நினைக்கச் செய்கின்றன. கீத்[19] அவற்றைப் பின்வருமாறு தொகுத்துக் கூறுகிறார்.

சாந்தோக்ஸம் என்ற உபநிஷத்தில் (v.*11.24*) ஐந்து பிராம்மணர், நல்ல கல்வி கேள்வியுடையவர்கள், உத்தரக ஆருணியிடம், "வைசு வாநரன்" என்ற ஆத்மாவைத் தெரிந்துகொள்ள விரும்புகின்றனர். ஆருணி, தனக்கு இது தெரியுமா? அதை அவர்களுக்கு விளக்கிக் கூற முடியுமா? என்று சந்தேகப்படுகிறார். அதனால் அவர்கள் அறுவருமே அசுவபதி கைகேயன் என்ற அரசரிடம் போய்ச் சேர்கிறார்கள்; அந்த அரசர் அவர்கள் அதுவரையில் கற்றும், கேட்டும் இருந்தவற்றைப் பரிக்ஷை செய்து, அவர்களுடைய அறிவு போதாது-சரியானதும்

இல்லை என்பதை எடுத்துக்காட்டிய பின் உபதேசமும் செய்கிறார். பிருஹதாரண்யகம் என்ற உபநிஷத்திலும், (11. 10) கொஷிதக் என்ற உபநிஷத்திலும், (IV) ஒரு நிகழ்ச்சி இருக்கிறது. கார்க்ய பாலாகி என்ற கற்றறிந்த ஒருவர், காசி ராஜாவாயிருந்த அஜாத சத்ருவுக்குப் பிரஹ்மத்தின் இயல்பை எடுத்துக் கூறத் தொடங்குகிறார்; அவர் பன்னிரண்டு அல்லது கொஷிதகியின்படி பதினாறு கருத்துக்களை எடுத்துரைத்து நிலைநாட்டுகிறார்; ஆனால், அவை யாவுமே குற்றமும் குறையும் கொண்டனவாய் இருந்தன என்பதைக் கண்ட அரசர், பாலாகிக்கு ஆழ்ந்த உறக்கம் பற்றிய உண்மையை விளக்குவதன் மூலம் ஆத்மாவை விளக்கிக் கூறுகிறார்; அப்படி உபதேசம் செய்வதற்கு முன் அரசர் கூறியது கவனிக்கத்தக்கது. "ஒரு பிராம்மணன், க்ஷத்திரியனை அடுத்து வந்து உபதேசம் பெறுவது சரித்திர விநோதமானது; ஆயினும் கேளுங்கள்" என்று தொடங்குகிறார்: சாந்தோக்யத்தில், பிரவாஹன ஜவாலி என்ற அரசர், பிராம்மணர்களுக்கு ஆகாசம் (வெளி) என்பதன் இயல்பைக் கூறி, அதுதான் அனைத்திற்கும் இறுதியான அடிப்படை, ஆதி மூலம் என்று விளக்குவதாக ஒரு கதை வருகிறது; ஆகவே, பிராம்மணரான நாரதர், ஒரு போர்க் கடவுளான ஸநத்குமாரரிடமிருந்து உபதேசம் பெறுவதும் அவர் வேதங்கள் யாவும் வெறும் பெயர் மாத்திரமே என்று கூறுவதும் பெரும் முக்கியத்துவம் குறைந்ததுதான். அனைத்தையும் கடந்து அப்பால் செல்லும் (கூடு விட்டுக் கூடு பாய்வது போன்ற) ஆத்ம ஞானத்தைப் பற்றிப் பிரவாஹனஜவாலி ஆருணிக்கு உபதேசம் செய்யும்போது சாந்தோக்யம் குறிப்பிடுவதும் கவனிக்கத் தக்கது. அவர் கூறுகிறார்: "இந்தச் செய்தியை இதற்கு முன் பிராம்மணர்கள் தெரிந்துகொண்டதே கிடையாது; அது க்ஷத்திரியர் களுக்கு மட்டுமே தெரிந்ததாகத்தான் இருந்து வந்திருக்கிறது." இதே கதை மூன்றாவது விதமாகக் கௌஷிதகி உபநிஷத்திலும் வருகிறது. அதில் உள்ள அரசர் பெயர் சித்ர காங்க்யயானி என்பது.

இந்தக் கதைகளெல்லாம் தெரிவிக்கும் உண்மை என்ன? இவை நாசூக்காகவும் பயன் தரும் வகையிலும் கூறிய புகழுரைகளாய் இருக்குமோ என்று கீத் கருதுகிறார். அதாவது உபநிஷத்துக்களைத் தொகுத்த புரோகிதர்கள் அரசர்களை முகஸ்துதி செய்தது என்கிறார்.[20] உபநிஷத்தில் காணும் விஷயங்களைப் பற்றி சும்மா அப்போதைக்கு என்று கொள்ளும் அபிப்ராயமாகவும் இருக்கலாம்; இதையே தவறாகப் புரிந்துகொள்ளும் மற்றொன்று இவற்றை அப்படியே உள்ளது உள்ளவாறே நம்பிவிடுதலாகும். க்ஷத்திரிய ஜாதிதான் உப நிஷத்தில் காணும் தத்துவங்களைப் படைத்தவர்கள் என்று வாதிடுவோர் இந்தத் தவற்றையே செய்கின்றனர். அந்தக் கதைகளை அப்படியே

ஏற்றுக்கொண்டாலும், ஆத்மாவின் கடந்துசெல்லும் கருத்தைத் தவிர மற்ற[21] புதிய கருத்துக்களைக் கண்டறிந்த அரசர்கள், பிரபுக்கள் கூறியவை மிகவும் குறைந்த அளவில் முக்கியத்துவம் பெற்றவையே. இவற்றுடன் ஒப்பிட்டுப் பார்த்தால், யாக்ஞவல்க்யர் என்ற ஒரு தனிப்பட்ட சிந்தனையாளர் ஊகித்துக் கற்பனை செய்த கட்டுமானங்கள் அவற்றிலும் கம்பீரமும் பெருமையும் வாய்ந்தவை; அவர் ஒரு புரோகிதரும் ஆசார்யருமே; அரசரோ பிரபுவோ இல்லை. க்ஷத்திரியர்கள் தான் உபநிஷத்துச் சிந்தனைகளைத் தோற்றுவித்தவர்கள் என்பதை எளிதில் காட்டுகின்றனவே தவிர, பிரபுக்களும் இவற்றுடன் சம்பந்தமுடையவர்களே என்பதற்கு எதிராக இல்லை. ஏனெனில் பிரபுக்களின் ஆதரவும், உதவியும் இல்லாமல் யாக்ஞவல்கியரும் தத்துவம் பேசுவதில் ஈடுபட்டிருக்க முடியாது. இதில் நாம் தெரிந்து கொள்ள வேண்டியது யாதெனில் அரசர்களும், பிரபுக்களும் எவ்வளவு தூரம் அந்தக் காலத்து தத்துவ ஆய்வு போன்றவற்றிற்கு உதவினர் என்பதே. மேலும் அவர்களுடைய அரசியல் துணையும், பொருளாதார உதவியும் இல்லாமல் உபநிஷத்தின் கருத்துமுதல்வாதம் போதுமான அளவுக்கு விளக்கம் பெற்றிருக்க முடியாது என்பதும் நாம் அறியத் தக்கதே; யாக்ஞவல்க்யர் விஷயத்தில் இது மிக நன்றாகவே தெரிகிறது.

6. கருத்துமுதல்வாதத்துக்குத் தேவைப்படும் பொருளாதார வசதிகள்

இரகசிய ஞானம் மிகவும் ஆச்சரியகரமான ஆற்றல் கொண்டது என அக்காலத்தில் கற்பனையாகக் கொள்ளப்பட்டது என்பதைப் பார்த்தோம். அந்த ஆற்றல் ஆடு மாடுகளும், சந்ததியும், புகழும் போன்ற இம்மை நலன்களைத் தருவதாக மட்டும் உறுதி செய்யவில்லை. வேறு எதுவுமே தர இயலாத வேறு சிலவற்றையும் தரவல்லதாயிருக்கிறது.

உபநிஷத்தில் வரும் யாக்ஞவல்க்யர் பற்றிய கதை ஒன்று அடிக்கடி எடுத்துக்காட்டப்படுகிறது. அது, அவர் பொதுவாழ்விலிருந்து (இல்லறத்திலிருந்து துறவறம் பூண்டு) ஓய்வு பெறும் நேரத்தில் தன் சொத்துக்களைத் தன் மனைவியர் இருவரான காத்யாயனி, மைத்ரேய் ஆகியோருக்குப் பிரித்துக் கொடுக்க விரும்புகிறார். அப்போது மைத்ரேய் கேட்கிறாள்:

“ஐயா, இப்போது செல்வம் நிறைந்த இந்த மண்ணுலகம் முழுதுமே எனக்கு சொந்தமானது என்று ஆகுமானால், அதனால் நான் அமரத்வம் பெற்றவள் ஆவேனோ?”

“ஆகமாட்டாய், செல்வம் பலவும் படைத்தவர்களுடைய வாழ்வு போலவேதான் உன் வாழ்வும் ஆகும்; செல்வத்தின் மூலமாக அமரத்வம் பெறலாம் என்ற நம்பிக்கைக்கே இடமில்லை” என்றார் யாக்ஞவல்க்யர்.

"அமரத்வம் பெற உதவாத இந்தச் செல்வத்தை வைத்துக்கொண்டு நான் என்ன செய்யட்டும்? உங்களுக்குத் தெரிந்ததை (ஞானத்தை) எனக்குச் சொல்லுங்கள்" என்றாள் மீண்டும் அவள்.[22]

இது அவரைப் பெரிதும் மகிழ்வித்தது. தன் மனைவிக்கு உபதேசம் செய்து, அவளை இரகசிய ஞானத்தில் ஈடுபடச் செய்யும் வகையில் தன்னிடமுள்ள ஆத்ம ஞானத்தைப் போதிக்கிறார். உபநிஷத்துத் தத்துவவாதியின் புதிய மனோபாவத்தை விளக்கிக் காட்டுவதால் இந்தக் கதை அடிக்கடி வற்புறுத்திக் கூறப்படுகிறது. அதுவும் சரிதான். இதே போலச் சில முக்கியமான உபநிஷத்தின் வாக்கியங்கள், இந்த இரகசிய ஞானம் அமரத்வத்தை தரவல்லது என்று அழுத்தமாய்க் கூறுகின்றன.[23] ஆனால் யாக்ஞவல்க்யரின் கதை முழுதையும் நாம் புரிந்துகொள்ள வேண்டும்.

சாகாதது என்ற பொருளில் இங்கு உபயோகித்த சொல், 'அம்ருத' என்பது. பழைய காலத்து ருக்வேதத்துக் கவிஞர்களுக்கும் இந்தச் சொல் தெரிந்ததும் பழகியதுமாகும். ஆனால் அதை அவர்கள் சொல்லழகுக்காக உபயோகிக்கிறார்கள். வழக்கமாக போதை தரும் சோமரசத்தைப் பருகிய களி மயக்கில் தங்கள் வாழ்வின் நிம்மதியான நிலையை அந்தச் சொல்லால் குறிக்கிறார்கள். ஆனால், ஞானம் மரணமில்லாப் பெருவாழ்வைத் தரும் என்ற கருத்து எப்போதுமே அவர்களுக்குத் தோன்றியதில்லை. அதேபோல சொத்துக்களுக்கு வழி செய்வது என்ற எண்ணமும் அவர்களுக்கு உபநிஷத்தில் சொன்ன வகையில் கிடையவே கிடையாது. யாக்ஞவல்க்யருக்கு இருந்தது போல் அவர்களுக்கு சொத்துக்களே இல்லை.[25] ஆகவே, இரகசிய ஞானத்தைப் பேணி வளர்க்கும் வாய்ப்பும் இல்லை.

தத்துவவாதிக்கு சொத்துக்கள் எப்படிச் சேர்ந்தன என்பதைப் பார்ப்போம். அது எங்கிருந்து கிடைத்ததாகவும் இருக்கட்டும்; ஆனால் அவற்றை அவர்கள் தங்களது உடலுழைப்பால் காப்பாற்றிக்கொள்ள வேண்டிய பிரச்சனையே இல்லாமல் ஞானமே விடுவித்துவிடுகிறது. அப்படி அவர்கள் உழைக்க வேண்டிய அவசியமில்லாமல் ஆனால், தானே அவர்கள் தம்மை முழுதுமே தூய பிரக்ஞை பற்றிய ஞானக் கருத்தை காணவும் பரப்பவும் அர்ப்பணித்துக்கொள்ள முடியும்! இதற்கு ஆதாரமான தேவை போதுமான-உழைப்பில்லாத ஓய்வு நேரம் அல்லவா? உலகப் பழக்கத்தையும் வழக்கத்தையும் அவை தரும் முடிவான தீர்ப்பையும் அலட்சியம் செய்து உழைக்காமல் இருப்பதே அந்த ஞானத் தொண்டு ஆகும். நம் நாட்டில் இந்த ஞானத் தொண்டு நடந்த காலம் முழுதிலும் கருத்துமுதல் நோக்கும் வாழ்வும்

இந்தக் கருத்தைத்தான் பலமாகப் பற்றிக்கொண்டு இருந்திருக்கின்றன. அதுவும் தத்துவம் பேசும் ஒருவனுக்குத்தான் இது - சாத்தியமாகவும் இருந்திருக்கிறது. அநுபவபூர்வமான பழக்கவழக்கங்களுடன் வாழும் நிர்பந்தத்தில் இருந்து (உழைப்பிலிருந்து) அவனுக்கு விடுதலை அளித்திருக்கிறது. உழைக்காமல் வாழும் வாழ்வு அவனுக்கு உறுதியாக்கப்பட்டிருந்தது.

பழைய வேத கவிகள் வாழ்த்த காலத்தில் இருந்த உலகத்தின் இயற்கை நிலை இதற்கு மாறானது. அது, அவர்களை இப்படி யெல்லாம் வாழவிடுவதாயில்லை. இயற்கையை அடக்கி ஆள்வதில் உபநிஷத்துக் காலத்தைவிட மிகவும் ஆரம்ப நிலையிலிருந்தவர்கள் அவர்கள். அவர்கள் மனம் எப்போதுமே, எப்படியாவது இயற்கையை வென்று, ஆபத்துக்களுக்கு ஆளாகிவிடாமல் உயிருடன் வாழ வேண்டுமே என்ற இறுக்கமான கவலையில்தான் இருந்தது. இதை அவர்கள் பலரும் கூட்டாகச் சேர்ந்து செயற்படுவதன் மூலமே சமாளித்தார்கள். தேர்ந்தெடுத்த சிலர், வெறும் ஊகக் கற்பனையை வளர்ப்பதில் ஈடுபடுவது அக்காலத்தில் நிச்சயமாக - சாத்தியமே இல்லை. ஏனென்றால், உழைக்காமல் வாழும் அத்தகையவர்கள் உருவாகும் அளவுக்கு அன்றைய சமுதாயம் தேவைக்கு அதிகமாய்ப் பொருட்களை உற்பத்தி செய்துவிடவில்லை. ருக் வேதத்தின் பழம் பாடல்களில் சமுதாயத்தின் கூடி உழைக்கும் தொழிலைப் போற்றிப் புகழும் பாடல்கள் அதிகமாகவே இருக்கின்றன. அவை வேறோர் இடத்தில் எடுத்துக்காட்டாகத் தரப்பட்டுள்ளது.[26]

உபநிஷத்துக் கால இந்தியாவில், அதாவது புதிதாய் வளர்ந்த இந்திய கங்கைச் சமவெளியில், கி.மு.எட்டு மற்றும் ஏழாம் நூற்றாண்டுகளில் புதிதாய்த் தோன்றி வளர்ந்த இராஜ்யங்களில் இருந்த நிலை வேறு; அப்போது இயற்கையை அடக்கித் தம் வசப்படுத்திக் கொள்வதில் மக்களிடம் கணிசமான முன்னேற்றம் இருந்தது. ஏதோ ஓர் அளவில் இரும்புக் கருவிகள் அறிமுகமாயின. விவசாயத்திலும், கைத்தொழிலிலும் வளர்ச்சி அடைந்த செயல்முறைகளும் தோன்றின. கால்நடைகளை அதிகமாக்கிக்கொள்ளவும் இவை உதவின. மனித உழைப்பு தன்னைக் காக்க உதவும் அளவுக்கு அதிகமாகவே உற்பத்தி செய்யும் ஆற்றலைப் பெற்றது; ஆனால் உழைப்பு உற்பத்தி செய்த பொருள்கள் அவர்களுக்கு மட்டுமே போய்ச் சேரவில்லை; வேதகவி சொல்வது போல், இனக்குழுக்களால் பகிர்ந்துகொள்ளப்பட்டது. வேத கவிகளுக்கு இவ்வகையில் பங்கிடும் தன்மை மிகவும் முக்கியமான ஒன்றாகும். ஏனென்றால், அவர்களுடைய புனைந்துரைப் புளுகுக்

கதையின்படி அப்படிப் பகிர்ந்துகொள்வது நிஜமான தேவதைகள் பாகம் பெறுவது என்றே கற்பனை செய்யப்பட்டது. இந்தத் தேவர்கள், பங்கு என்ற பொருளுடைய பாகம், அம்சம் என்ற பெயர்களாலேயே அழைக்கப்பட்டனர். உபநிஷத்துக் கால இந்தியாவில் சமுதாயம் ஆளும் வர்க்கம் என்றும் உழைக்கும் வர்க்கம் என்றும் இரண்டாகப் பிரிக்கப்படுகிறது. முக்கியமாக அரசர்களும் பிரபுக்களுமே இருந்த ஆளும் வர்க்கம், உழைப்போர் உற்பத்தி செய்த உபரியானவற்றை வலுக்கட்டாயமாகப் பிடுங்கிக்கொண்டனர். இப்படி நிலைத்துவிட்ட இந்த உண்மை நிலையைப் பழைய காலத்து தர்ம சாத்திரக்காரர் ஒருவர் காரண காரியம் காட்டி நியாயப்படுத்துவதையும் காணமுடிகிறது. அரசரும், பிரபுவும் வாழ்ந்த மிக 'மேலான' வாழ்க்கை முறையை அவர் இப்படி வர்ணிக்கிறார்.

"அவன் (அரசரும், நிலப்பிரபும்) இந்த வரியை வசூல் செய்வதில் எப்போதும் விசேஷமான கவனம் செலுத்த வேண்டும். உற்பத்தியாவதில், தேவைக்கு அதிகமானதைக் கொண்டே அவன் வாழ்க்கை நடத்த வேண்டும்."[28]

இவ்விதம் அக்காலத்தில் உப உற்பத்தியைப் பெற்றுச் சேர்த்த செல்வம் ஒரு சிலரிடம் குவிகிறது. இதை வைத்துக்கொண்டு அவர்கள் மிகவும் ஆடம்பரத்துடன் வாழ முடிந்தது. மிகுதியான ஓய்வும் அவர்களுக்குக் கிட்டியது. மெய்ஞ்ஞானம் - ஸ்தூல உள்ளுணர்வு என்ற கோட்பாட்டை மேற்கொள்ளவும் அதற்குத் துணை நின்று உதவவும் அவர்களுக்கு நேரமும் நிறையவே இருந்தது. தங்களை முகஸ்துதி செய்து பிழைக்கும் ராஜன்ய-பந்து என்ற பரிவாரத்தாலும் சூழப்பட்டிருந்தனர். அரசர்கள் அடிக்கடி தத்துவ விளக்கங்கள் செய்யும் சொற்பொழிவுகளிலும், சர்ச்சைகளிலும் மிகவும் ஈடுபாடு கொள்வதாக உபநிஷத்துக்கள் வர்ணிக்கின்றன. இதனால் அவர்களிடம் மட்டும் தான் இந்த இரகசிய ஞானம் ஏக போகமாய் இருந்தது என்று சொல்ல முடியாது. அரசர்கள் பிரபுக்கள் போக, இவர்களுடைய வட்டத்திற்கு வெளியிலும் பலர் இருந்தனர்; அவர்களிடம் தனிச் சிறப்பாக திறமையும் மிக ஆழமாக ஞானமும் இருந்தன என்றும் கூறினார்கள். அவர்களுடைய ஞானம் இன்னும் அதிகமான கவர்ச்சியுடன்கூடிய ஆற்றல் மிக்கது என்றும் சொல்லிக்கொண்டார்கள். அத்தகைய புகழ் படைத்தவர்களில் ஒருவர் யாக்ஞவல்க்யர்.

அவருடைய ஞானத்தின் விந்தை தரும் ஆற்றலைக் கேள்விப்பட்டு மோகம் கொண்டும், இந்த ஞானம் அமரத்வத்தைக்கூட உறுதிப் படுத்தித் தருகிறது-இதனால் மரணத்திலிருந்தும் தப்பலாம் என்று

பலரும் கூறிய வதந்தியால் ஈர்க்கப்பட்டும், அந்த நாளில் மிகப் பெரும் செல்வச் செழிப்புடன் திகழ்ந்த ஜனகன் என்ற விதேஹ நாட்டரசன் அவரை குருவாக வரித்தான். அவர் தனக்கு அந்த இரகசிய ஞானத்தைத் தந்து அருள் செய்தால், அதற்கு ஈடாக அவன் தன் செல்வத்தில் மிகக் கணிசமான பகுதியைக்கூட தக்ஷிணையாக அவருக்கு அர்ப்பணம் செய்ய ஆவலுடன் முன் வந்தான். இவ்வகையில் உபரி உற்பத்தியை நேரடியாகக் கொள்ளையடிப்பவராக ஆகாவிட்டாலும், அந்த உபரியின் ஒரு பகுதிக்கு உரிமை கொண்டவர் ஆகிவிடுகிறார், யாக்ஞவல்க்யர்.

மரணத்தை வென்றுவிட முடியும். அமரத்தன்மை அடைந்துவிட முடியும் என்பதைவிட, அரசர்களைக் கவர்வதற்கு வேறு என்ன வேண்டும். எகிப்து நாட்டின் பரோக்களை மிகப் பெரிய அளவிலான செல்வத்தைப் பிரமிடுகள் கட்டுவதில் செலவழிக்கத் தூண்டிய அடிப் படைச் சபலமும் இதுதானே. அவர்களுடன் ஒப்பிட்டால் உப நிஷத்துக் காலத்தில் குட்டி இராஜ்யங்களின் அரசர்களுடைய செல்வம் மிகவும் குறைந்ததுதானே. இது முக்கியமான ஒன்றில்லை. ஆனால், இவர்களுக்கும் மரணத்தைத் தவிர்த்துவிடலாம் என்ற சபலம் அடக்க முடியாமல் இருந்தது என்பதுதான். அதற்காக அவர்கள் தங்களுடைய சக்திக்கேற்ற அளவு கொடுத்தார்கள்.

இதன் மூலம் யாக்ஞவல்க்யருக்கும் அவர் போன்ற தத்துவவாதி களுக்கும் அமரத்வத்தைத் தங்கள் ஞானம் தருவது உறுதி என்பதை உறுதிப்படுத்தியது. அவர்களுடைய வியாபாரப் பேச்சு, அந்த ஞானம் விற்பனைச் சரக்குதான் என்றும் முழுதாகச் சொல்லிவிட முடியாது. அவர்கள் செய்த பாசாங்குகளில் ஒரு பகுதியாகவும் அது இருக்கலாம்; பாசாங்கோ இல்லையோ அது அவர்களுக்கு வருமானம் தருகிறது. வருமானம் இருப்பதால் அவர்கள் உழைத்துச் சாப்பிட வேண்டிய அவசியம் இல்லாமற்போகிறது. இந்த வருமானம் யாக்ஞவல்க்யர் கணிசமான சொத்தைத் தேடிச் சேர்த்துவைக்க உதவியது; அவர் துறவறம் பூண்டபோது அதைத் தம் மனைவியர் இருவருக்கும் பிரித்துக் கொடுக்க விரும்புகிறார். அவர் தன் மனைவி ஒருத்தியிடம் இந்தச் செல்வம் அமரத்தன்மை தராது; ஞானம் தான் அதை உறுதியாகத் தரவல்லது என்று கூறுவது தர்க்கரீதியில் முற்றிலும் சரிதான். ஜனகன் தனக்கு ஞானம் கிடைப்பதற்காக யாக்ஞவல்க்யருக்கு அவ்வளவு அதிகமாக தஷிணை கொடுக்கிறான் என்பதும் இங்கு கவனிக்க வேண்டிய ஒன்று. அதாவது, செல்வம் அமரத் தன்மையைத் தரும் என்பது இல்லை என்றாலும், ஞானத்தைப் பயின்று பரப்புவதற்கான ஓய்வு நேரத்தைச் செல்வம் உறுதியாகவே தருகிறது. தனக்கு ஜனகன்

தந்த பெருங்கொடையான இம்மைச் செல்வம் இல்லாமல் இருந்தால், அவர் தன் வாழ்க்கைக்காக உழைத்து வேலை செய்துதான் ஆக வேண்டியிருக்கும். அப்படி உழைத்துச் சாப்பிட நேரிட்டால் வேறு நினைவின்றி ஞானத்தைப்பற்றியே ஆழ்ந்து சிந்திப்பதற்கும் ஒத்து வராது. இப்படிப் பார்க்கும்போது, அவர் சேர்த்து இருக்கும் இம்மைச் செல்வத்திற்கும் உலகம் இல்லையென்று கூறும் அவருடைய தத்துவத்திற்கும் சம்பந்தம் இல்லை என்பது உறுதியாகிறது. ஆனால் சம்பந்தம் உண்டு என்று மனைவி நம்ப வேண்டும் என்று நினைக்கிறார். ஆகவே யாக்ஞவல்க்யரைப் புரிந்துகொள்ள வேண்டுமானால், அவரது தத்துவம் விளங்க வேண்டுமானால் அவருக்கிருந்த செல்வத்தையும் அது வந்த வழியையும் தெரிந்துகொள்வது அவசியம். உபநிஷத்தும் அதுபற்றித் தெளிவாகவே கூறுகிறது. அவர் செய்த தத்துவ உபதேசங் களின் பொதுவான போக்கை இதோ பாருங்கள்.[29]

"ஜனகன் ஆஸ்தானத்தில் வீற்றிருந்தான்; யாக்ஞவல்க்யர் எதிரே வருகிறார். ஜனகன் கேட்கிறான். "எங்கே வந்தீர் அணுவான முடிவுகளைக் கொண்ட உரோமத்தைப் பிளந்தறிவது போன்ற சர்ச்சைக்காகவா? அல்லது பசுக்களுக்காகவா எதற்கு?" "அரசே, எமக்கு இரண்டும் வேண்டியவைதான்" என்று விடை கூறுகிறார் அவர். அந்த நாட்களில் பெரும்பாலும் பசுக்களை வைத்துத்தான் ஒருவருடைய பொருட்செல்வம் மதிப்பிடப்பட்டது என்பதை அறிந்துகொள்வதும் ஒரு தேவை. இந்தப் பெரிய தத்துவ அறிஞர், பௌதீகப் பொருள் நிறைந்த 'குப்பையை' அவர் அறவே அவமதித்து வெறுத்தபோதிலும், அவருக்கு ஆர்வமும் சிரத்தையும் தத்துவ விசாரத்தில் மட்டுமே என்று ஒப்புக்கொள்ளவில்லை. அதற்கான குருதட்சணையிலும் அவருக்கு சிரத்தையும் விருப்பமும் இருந்தது. அவருடைய சாத்திரம் கூறும் வகையில், பசுக்கள் மட்டுமா? உலகத்தில் உள்ள எதுவுமே நிஜமில்லைதான். ஆனால் அவற்றையும் புறக்கணித்துவிட முடியாது. ஏனெனில் அவர் உழைக்காமல் ஓய்வாக வாழ்ந்து கொண்டு, உலகமே இல்லை என்ற தத்துவத்தைப் பற்றிக் கயிறு திரித்துக்கொண்டு இருக்க இயலாது.

இதில் அவர் எதிர்கொள்ள வேண்டிய சிக்கல் பொருட் செல்வம் சேர்த்தல் அவருடைய கொள்கைக்கு முரணானது என்பதுதான். அவர் காலம் கருத்துமுதற்கொள்கையின் தொடக்க காலம் ஆதலால், அந்தக் காலத்துத் தத்துவ அறிஞர்கள், அப்போதைக்கப்போது பேச்சுக்காக வைத்துக்கொண்ட ஸம்விருதி அல்லது வியாவ ஹாரிகமான ஸத்யத்தையும், சாத்திர முறையிலான பரமார்த்த ஸத்யம் என்ற இறுதி

உண்மையையும் வெவ்வேறு என்று சொல்லும் தத்துவ யுக்தியான வெறும் தந்திர வித்தையைக் கண்டுபிடித்திருக்கவில்லை; இறுதியாகப் பார்த்தால் பசுக்கள் நிஜமில்லாதவை என்றாலும், வாழ்க்கை பற்றிய வரையில் நிஜம்தான் என்று யாக்ஞவல்க்யர் சொல்லவில்லை. பின்னால் வந்தவர்களுடன் ஒப்பிடும்போது அவர் கபடம் இல்லாத குழந்தைதான். தனக்குப் பசுக்களிலும் ஆசை உண்டுதான் என்று ஒப்புக்கொள்கிறார். அவர் நுண்ணிய தத்துவங்களை ஆராய பசுக்களும் வேண்டித்தானே இருந்தது. உழைப்பவர்கள் உபரியாக உண்டாக்கியதைக் - கொள்ளையடிக்கும் வர்க்கத்தைச் சேர்ந்தவர் இல்லை அவர். ஆயினும், அரசன் அடித்த கொள்ளையில் ஒரு பகுதியை எதிர்பார்க்கிறார். அரசனோ சாகாமல் இருக்கும் வித்தையை அவரிடமிருந்து பெறும் பொருட்டு, அதைக் கொடுக்கிறான். யாக்ஞவல்க்யர் தத்துவங்களை ஒவ்வொன்றாக உபதேசம் செய்து முடித்ததும் அரசன், யானை போன்ற காளையுடன் ஆயிரம் பசுக்களை தட்சணையாகக் கொடுக்கிறான். மிகவும் கணிசமான இந்தக் கொடை அந்தக் காலச் சூழலில் மிகப்பெரிய செல்வம்தான்.

உபதேசம் முடிந்ததும், "ஜனகா, நிச்சயமாக அபயத்தை, அச்ச மில்லா நிலையை எய்திவிட்டாய்" என்கிறார் அவர். அப்போது அரசன்: "என் அபயம் உங்களை நோக்கியே வருகிறது குருவே! உங்களைப் போற்றி வணங்குகிறேன். நீங்கள்தான் எனக்கு அச்சமற்ற நிலையை அளித்தீர்கள். இதோ இந்த விதேக நாடு உங்களுக்கே சொந்தம். இனி நானும் உங்களுக்குத் தொண்டு செய்பவனே ஆவேன்" என்று விடை தருகிறான்.[30]

அச்சமின்மை என்பதற்கு இந்த சந்தர்ப்பத்தில் மரண பயம் இன்மை என்பது பொருள். யாக்ஞவல்க்யர் கூறிய ஆத்ம தத்துவம் ஜனகனுக்கு அப்படி ஒரு உறுதியைத் தந்தது எப்படி என்று கூறுவதற்கு முன், அந்த அறிஞர் தனக்கேயுரிய ஒருவகையில், இந்த பொருட் செல்வம் தன் கருத்துமுதல்வாதக் கொள்கைக்கு ஆதாரமாய் இருப் பது பற்றி என்ன நினைத்தார். மேலும் அதுபற்றி அவருக்கு தெரிந்தது என்ன என்று தெளிவாகத் தெரிந்துகொள்ள வேண்டும்.

யாக்ஞவல்க்யர் அந்தக் காலத்து அறிஞர்களிலேயே மிகப் பெரியவர் என்பது மட்டுமின்றி பொருள் மீது மிகவும் பற்றுக் கொண்ட ஒரு சிந்தனையாளராகவும் இருக்கிறார். மற்றோர் சந்தர்ப்பத்தில் அவர் திடுக்கிடவைக்கும் ஓர் அறிவிப்பையே செய்து தனக்கு பொருளில் பற்றுண்டு என்பதை ஒப்புக்கொள்கிறார். அவர் சொல்வது: "ஞானத்தில் தேர்ந்த யாரையும் நான் மரியாதையுடன் வணங்குவேன். ஆனால்,

எனக்குப் பசுக்களின் மேல் ஆசையுண்டுதான்"[31] விதேஹ நாட்டின் அரசனான ஜனகன் ஏராளமான தட்சணைகள் கொடுத்துப் பெரியதோர் யாகம் செய்தான். குருபாஞ்சால தேசத்தின் பிராம்மணர்கள் பலர் அங்கு கூடியிருந்தனர். அவர்களுக்குள் யார் உயர்த்த ஞானமுடையவர் என்று கண்டுபிடித்தறிய விரும்பினான் அரசன்! ஆகவே, அவன் ஆயிரம் பசுக்களை அவற்றின் கொம்புகளில் பத்துப் பவுன் காசுகளைக் கட்டிக் கொண்டுவந்து நிறுத்தி, அவர்களில் யார் மிகவும் அதிகமான ஞானம் உடையவரோ அவர் அவற்றைத் தனக்கென எடுத்துக் கொள்ளலாம் என்று அறிவித்தான். அவர்களில் யாருக்குமே அந்த தைரியம் வராமல் தயங்கியபொழுது, யாக்ஞவல்க்யர் தம் சீடனை அழைத்து அவற்றைத் தன் வீட்டுக்கு ஓட்டிச் செல்லுமாறு பணித்தார். மற்றவர்களுக்கோ பயம் வந்தது. அவர் தன்னை அவ்வாறு தங்களைவிட மேலான ஞானம் கொண்டவர் என்று எப்படி நினைக்கலாம் என்று முணுமுணுத்தார்கள்; அந்த சமயத்தில்தான் யாக்ஞவல்க்யர் தமக்குத் தத்துவ சாத்திரத்தில் வல்லவரிடம் மரியாதை உண்டு என்றும், அதே சமயம் பசுக்கள் போன்ற லௌகீகமான செல்வத்தின் அவசியம் தெரியும் என்றும் சொன்னார். ஆனால், மற்ற பிராம்மணர்கள் அவருடைய ஞானம் தங்கள் ஞானத்தைவிட மிகவும் உயர்ந்தது-அதிகமானது என்று நிரூபிக்க வேண்டும் என்று அவரை நிர்ப்பந்தம் செய்ய முனைந்தனர். அந்த வகையில் அவரைப் பல கேள்விகள் கேட்டார்கள். அவர்கள் கேட்ட முதற் கேள்வியே மிகவும் குறிப்பிடத்தக்கது. அமரத்தன்மையின் இரகசியம் அவருக்குத் தெரியுமா என்பதே அந்தக் கேள்வி. அது பின் வருவது: "யாக்ஞவல்க்யரே, இந்த உலகத்தில் உள்ள அனைத்துமே மரணத்துடன் சேர்ந்தே இருப்பன; அனைத்தையுமே மரணம் தன் வலிமையால் ஆக்கிரமித்து உள்ளது. இந்த நிலையில் யாகம் செய்து, தானம் கொடுக்கும் அரசனும் பிறரும் மரணத்தைக் கடந்துவிடுவது எப்படி?"[32]

உபநிஷத்தின்படி, இதற்கு விடை யாக்ஞவல்க்யருக்கு மட்டுமே தெரியுமாம். நாம் இதை நம்ப வேண்டுமாம்; சரி, அந்த விடைதான் என்ன? தத்துவ சர்ச்சையில் அவர் கூறுவதாக உள்ளது மிகவும் நீளமானது. அதன் முக்கியமான அம்சம் படிப்படியாக விவாதம் செய்து முடிவில் கருத்துமுதல்வாதப் பார்வையை வெளியிடுவதுதான். இது எப்படி மரணத்தை வெல்வதற்கும் சாவாமையை எய்துவதற்கும் உறுதி தருவதாகும்? இதற்கு ஒரே ஒரு வழிதான் உண்டு. இந்தப் பௌதீக உலகத்தை முழுதுமே ஸத்யம், உண்மை, நிஜம் என்ற இடத்திலிருந்து அறவே நீக்கிவிட வேண்டும். கூடவே பிறப்பு-இறப்பு என்பவற்றையும் இந்த உண்மைகளையும் நீக்கிவிட வேண்டும்.

இவையும் பொய்யானவையே. உணர்வு மட்டுமே அது; அது ஆனந்த மயமானது என்று கூறப்படும் ஆத்மா (தான், நான்) ஒன்றுதான் ஸத்யம். பௌதீகமான எதனாலும் மாசுபடாமல் சுத்தமாகிருப்பது அது. (ஆத்ம சைதன்யம் என்பர் இதை) அது தன் இயல்பாகவே, அழியும் பொருள்களான கண்ணுக்குத் தெரியும்-உடல் தொடர்பான பிறப்பும் இறப்பும் எனும் இரண்டினின்றும் விடுபட்டுத் தனியாய் இருப்பது (பிறப்பும் இறப்பும் உடலுக்கோ, ஆத்மாவுக்கோ அல்ல). பிறப்பது போலவே இறப்பதும் நிஜம் இல்லை. இதைத் தெரிந்துகொண்டவன் இதற்குப் பிறகும் மரண பயத்தால் ஆட்டி வைக்கப்படுவானா?

இந்த வாதம் யாரையுமே, மரணம் என்ற யதார்த்த உண்மைக்கு எதிராக உறுதி கொள்ளச் செய்யாது; மரணத்தைத் தவிர்க்க முடியாது என்பது அந்த ஞானத்தை வெளியிடும் அறிஞனுக்கும் முற்றிலும் பொருந்தும். மற்றவர்களைப் போலவே அவனுக்கும் மரணம் உண்டு. இது ஒருவனிடத்தில் தன்னைப் பற்றிய அவனது நினைவில் ஒரு மாற்றத்தை ஏற்படுத்தும் வழிதான். அந்த மாற்றத்தால், மரணம் என்ற எண்ணத்தையும் அது தருகின்ற அச்சத்தையும் அவன் வெல்லலாம். ஆனால், அந்த வெற்றி கருத்தளவிலும் கற்பனையிலும்தான் சாத்தியம்.

தன் தத்துவம் பொருட் செல்வத்தின் பலத்திலும், அடிப்படையிலும் தான், தன்னால் அறிந்தும் பரப்பப்படுகிறது என்பதைத் தானே ஒரு வகையில் உணர்ந்திருந்ததால், அமரத் தன்மை பற்றிப் பேசும்போது தன்னை ஆதரிக்கும் அரசனை ஒருபோதும் மறப்பதில்லை. தான் கூறும் மரணமின்மையை ஆத்ம ஞானியான தத்துவ அறிஞன், ஆத்மா ஒன்றுதான் 'பரம ஸத்யம்' என்று அறிந்தவன் மட்டுமே எய்துகிறான் என்று கூறுவதில்லை. அவனுக்குக் கொடையளிக்கும் வள்ளலும் அதை அடைகிறான் என்று அறிவிக்கிறார். உண்மைதான்; தத்துவவாதி உயிருடன் இருப்பதே அந்த வள்ளல் தந்த கொடையினால்தானே![33] அவர் கூறுவது:- "(ஆத்மா) அவன் பிறந்தான் உண்மைதான்; அவன் பிறந்ததும் இல்லை; அவனை மறுபடியும் யார் உண்டாக்குவது? ஸத்யம் என்பது மாசில்லாத உள்ளுணர்வும் கலப்பில்லாத ஆனந்தமும்தான். செல்வத்தை வாரி வழங்கும் வள்ளல்கள் அடையும் இலக்கும் முடிவும் அதுவே. இந்த ஞானத்தின் பேரில் ஸ்திரமாக நிலைத்தவர்களும் அதே இலக்கைத்தான் அடைகின்றனர்." இந்த அறிவிப்பில் குறைந்தபட்சமாக ஓர் அம்சம் பளிச்சென்று தெரிகிறது. அதைப் பற்றி விவாதிக்க வேண்டும். வள்ளலும் தத்துவ அறிஞனும் ஒரே முடிவைத்தான் அடைகிறார்கள். ஆனால், அவர்கள் அதை அடையும் வழிகள்தான் வெவ்வேறு என்று கூறவேண்டியது அவசியமாகிறது. தத்துவ அறிஞன் வள்ளலுக்கு மரணமின்மை என்ற பொய் மயக்கத்தை

உண்டாக்கித் தருகிறான்; இந்தப் பொய்யைப் படைத்துத் தந்ததற்காக வள்ளல், தத்துவ அறிஞனுக்கு அவன் இந்தப் பொய்யை இட்டுக் கட்டி வாழ்வதற்கான லௌகீகமான செல்வச் சூழ்நிலையை உண்டாக்கித் தருகிறான்.

இப்படி தத்துவ அறிஞன் பெறும் நிலை, அவன் சமுதாயத்தை சுரண்டிப் பிழைக்கும் புல்லுருவித்தனம் ஆகும். அது அவன் இயற்கையுடன் போராடி அதை வெற்றிகொள்ளும் ஆர்வத்தைக் கொன்றுவிடுகிறது. அவனது பிரக்ஞையை அறவே தன்னைப் பற்றித் தனக்குள்ளேயே தேடுவதற்குக் கட்டாயப்படுத்துகிறது. அவனை, அது வெறும் ஆத்மவிசாரம் செய்யும் தத்துவவாதியாக்குகிறது. அந்த ஆத்மாவைப் பற்றியவரை பிறப்புக்கோ இறப்புக்கோ எந்தப் பொருளும் கிடையாது.

இந்தியக் கருத்துமுதல்வாதத்தின் ஆரம்ப மூலங்களை நாம் புரிந்து கொள்வதற்கு இந்தத் தத்துவவாதிகள் சமுதாயத்தில் புல்லுருவிகளாக இருந்தனர் என்பது மிகவும் முக்கியமானது. இதை மதிப்பிடுவதற்கு அவர்களுடைய பொருட் செல்வமான சொத்துக்கள் பற்றித் தெரிந்து கொள்வது அவசியம். உபநிஷத்துக்களில் அதை அறிவிக்கும் சிலவற்றைக் காண இயலும்.

மேலே சொன்ன பிரசதாரண்யகர் கதையில் ஆயிரம் பசுக்களைக் கொம்புகளில் பத்துப் பத்து பொன் காசுகளைக் கட்டி ஜனகன் யாக்ஞவல்க்யருக்குக் கொடுக்கிறான்; அடுத்தும் ஒரு தடவை உபதேசம் செய்தபோது, நான்காயிரம் பசுக்கள் - யானை போன்ற பொலிகாளையுடன் வாங்கிக்கொள்கிறார் அவர். இப்படித் தேடிக் குவித்த சொத்தைத்தான் மனைவியர்[34] இருவருக்கும் பிரித்துக் கொடுக்க விரும்புகிறார். தர்க்கரீதியாக இந்த நூலின் கதை நமக்குத் தெரிவிப்பதைக் கவனிக்க வேண்டும். அது அந்த ஞானி அவற்றை எப்படிச் சம்பாதித்தார் என்பதைக் கூறிய பிறகுதான் பாகம் பற்றிய விவரத்தைக் கூறுகிறது.

அவர் சேர்த்திருந்த செல்வம் போன்ற கணக்குகள் போகட்டும்; மேலே சொன்ன வகையில் மட்டும் பதினாயிரம் பசுக்கள், பதினாயிரம் பொற்காசுகள், நல்ல வேளையாக உபநிஷத்து நமக்கு ஒன்றைக் கூறுகிறது. யானை போன்ற பொலி காளைகளும் தருகிறான் மன்னன். அறிஞருடைய செல்வம் பலமடங்கு பெருகவும் செய்கின்றன. அப்படிப் பசுக்கள் பெருகுவது பற்றியும் மற்றோர் உபநிஷத்து ஒரு பொதுவான கணக்கைக் கூறுகிறது. ஸத்யகாம ஜாபாலன் என்பவன்

ஹாரித்ருமத கௌதமர் என்பவரிடம் ஞானம் பெற விரும்பி வருகிறான். அவனைச் சீடராக ஏற்ற பிறகு கௌதமர், தன் மாட்டு மந்தையிலிருந்து நானூறு பசுக்களைப் பிரித்து வைத்து, 'அன்பிற்குரிய சீடா, இவற்றைப் பின் தொடர்ந்து போ' என்றார். அந்தப் பசுக்கள் எல்லாமே இளைத்தும் பலமில்லாமலும் இருந்தன. ஜாபாலன் அவற்றை ஓட்டிக்கொண்டு, இவை ஆயிரம் பசுக்களாக ஆகும்போதுதான் திரும்பி வருவேன் என்று சொன்னான். பல வருஷங்கள் அவற்றுடன் வெளியில் எங்கோ இருந்தான். பசுக்கள் ஆயிரம் ஆனவுடன், மந்தையிலிருந்த பொலி காளை 'ஸத்யகாமா' என்று அழைத்துக் கூறலாயிற்று: "சொல்லுங்கள் ஐயா" என்றான் அவன். நாங்கள் ஆயிரம் ஆகிவிட்டோம். எங்களை உன் ஆசிரியர் வீட்டுக்குக் கொண்டுபோகலாம்" என்றது காளை.[36]

நாம் இந்தக் கணக்கைக் கொண்டாலுமே யாக்ஞவல்க்யர் பெற்ற பதினாயிரம் பசுக்களும் இருபத்தையாயிரமாகப் பெருகியிருக்கும். அது மிக விரைவிலேயே அறுபத்திரண்டாயிரமாக ஆகியிருக்கும். இப்படியே கணக்கிட்டால்...

உபநிஷத்துக்கள் இப்படிக் கூறுவதேன்? கீத் (Keith) பின்வருமாறு கூறுகிறார். செல்வத்தின் அடிப்படை பசுக்களே; நிலம் அன்று. அயர்லாந்து, இத்தாலி, கிரீஸ் முதலிய நாடுகளிலும் இப்படி இருந் ததைக் காணலாம். கால்நடைகளைத் தனி மனிதர்கள் தம் இஷ்டப்படி பயன்படுத்தலாம்; நிலத்தை இவ்விதமாக ஒருவன் தன் இஷ்டப்படி செய்ய முடியாது. அதற்குத் தன் குடும்பத்தினர் அல்லது சமுதாயத்தின் ஒப்புதல் வேண்டும்.[37]

இந்த விதத்தில் உபநிஷத்தின் வர்ணனையின்படி யாக்ஞவர்க்யர் நிலப்பிரபுக்களான பணக்கார வர்க்கத்தைச் சேர்ந்தவர் என்று நாம் கொள்ள வேண்டியதில்லை என்றாலும், அவர் மிகப் பெரிய செல்வம் படைத்தவர்தான்-அந்தக் காலத்து நிலையில் ஒரு பிரபுதான் என்று கொள்ள இடமிருக்கிறது. தவிர, நிலமும் அவருக்கு இருந்திருக்க வேண்டும் என்ற குறிப்பும் இருக்கிறது. ஏனென்றால் இத்தனை பெரிய மாட்டு மந்தைகளை அவர் எங்கே கட்டி வைத்துக் காத்திருப்பார்?

அக்காலத்து இந்தியாவில் நிலவுடைமை அமைப்பு எவ்வாறு இருந்தபோதிலும் பிரபுக்களும் அரசர்களும் ஞானத்தின் காவலாயிருந்த குருமார்களுக்கு கிராமங்களை இனாமாக-மான்யமாகக் கொடுத்த கதைகள் உபநிஷத்துக்களில் இருக்கின்றன.[38] இதுபற்றி நாம் பௌத்தர் களுடைய பாலி மொழி மத இலக்கியத்தில் விவரமாகப் படித்தறிய முடிகிறது. அது உபநிஷத்துக் காலத்திற்கு மிகவும் பிந்தியதில்லை. அவற்றில் அக்காலத்துச் சமுதாய நிலை எப்படி இருந்தது என்பது தெரிகிறது.

மகதம், கோகலம் என்ற பிரதேசங்களில் தான் முக்கியமாகப் பிராம் மணர்கள் வாழ்ந்த கிராமங்களும் குடியிருப்புகளும் இருந்தன. இவை இங்கு இருந்ததற்குக் காரணம், இங்குதான் ஆரம்ப காலத்துப் பிரம்மதேசம் என்பது, அரசனுக்குச் செய்த சேவைக்காக யாகங்களில் உதவியதற்காக பிராம்மணர்களுக்கு அரசன் கொடுத்தது. சில பிரம்மதேச நிலங்கள் சிறப்பாகப் பிராம்மணர்களின் கிராமம் என்றே வழங்கினர். கனுமதம், ஓபசதம் என்ற கிராமங்கள் பசேநதியும் பிம்பசாரனும் பிராம்மணர்களான ‘சங்கி’ என்பவர்களுக்குக் கொடுத்ததாக அறிகிறோம். இவற்றைப் பிரம்மதேயம் என்றே வழங்கினர். (பசேநதி-பிரசேநஜித்) மேலும் சம்பா, உக்கத்தா, சாலவாடிகா என்னுமிடங்கள் பிராம்மணரான சோண தண்டர் என்பவருக்குச் சொந்தமாயிருந்தன. பொக்கரஸாதி என்ற இடமும் லோகிச்சா என்ற இடமும் பிரம்மதேய நிலங்கள் என்றே தெரிய வருகிறது. ஏகநாலம் என்ற இடத்தில் இருந்த நிலக்காரரான பாரத்வாஸகோத்திரப் பிராம்மணர் ஒருவனுக்கு அதை உழுவதற்கு ஐநூறு ஆட்கள் தேவைப்படுகிறார்கள்.[39]

பிரஹதாரண்யத்தில் ஜனகன் யாக்ஞவல்க்யருக்கு ராஜ சன்மானமாக கிராமத்தைக் கொடுத்ததாகத் தெரியவில்லை; ஆனால், அவருக்குக் கிராமங்களோ அல்லது மாடுகளைக் கட்டிவைக்கும் பட்டி நிலங்களோ இருந்திருக்கத்தான் வேண்டும் என்றுதான் கொள்ள வேண்டி வருகிறது; மேலே சொன்ன கணக்கில் - அவரிடம் பல்கிப் பெருகிய பசுக்களைக் கட்டுமளவு நிலம் வேண்டுமே. இதிலிருந்து இத்தகைய பெரிய செல்வத்தைப் பாதுகாக்கும் ஏற்பாடுகளும் இருந் திருக்க வேண்டும் என்றும் தோன்றுகிறது. இங்கே இப்படிச் செல் வத்தில் திளைத்த ‘பிராம்மணர்களைப் பற்றி புத்தர் கூறுவதை நினைக்க நேர்கிறது; “பிராம்மணர்களே தங்களை அரண்களால் பாதுகாக்கப்பட்ட நகரங்களில் தங்களைப் பத்திரமாக வைத்துக்கொண்டார்கள். அந்த நகரங்களைச் சுற்றிலும் அகழி வெட்டிக்கொண்டனர். வாயில்களில் இரும்புக் கிராதி இருந்தது; வாளேந்திய ஆட்களும் காவல் புரிந்தனர்.”[40]

பிராம்மணர்களும், தத்துவம் பேசியவர்களும் இப்படிப் புல்லுருவிகளாக சுரண்டி வாழ்ந்ததை மேலே கூறியவற்றால், நாம் நன்கு அறியலாம். உலகம் பொய்யானது என்று கூறும் அவர்களுடைய தத்துவத்திற்கான இரகசியம் இந்தப் புல்லுருவித்தனத்தில்தான் உள்ளது.

புத்தரே தன் காலத்தில் வாழ்ந்த புல்லுருவிகளை செல்வத்தில் கொழித்த பிராம்மணர்களைப் பார்த்து, பழைய காலத்து வேத கவிகளின்-எளிமையும் நன்னெறியும் தந்த பெருமிதத்தின் வீழ்ச்சி இது

என்றுதான் நினைத்தார். அத்தகைய ஒருவரை நேரில் அவரே கேட்கிறார். புத்தர், நேரில் கேள்வி கேட்கும் பிராம்மணரின் பெயர், 'அம்பட்டர்' என்பது. அந்தப் பெயரில் புத்தர் இயற்றிய அம்பட்ட சூத்திரம் என்ற நூலே இருக்கிறது.[41] பாலி மொழியான அந்தச் சொல்லிற்கும் தமிழில் உள்ள பொருளுக்கும் எத்தொடர்பும் இல்லை. புத்தரின் கேள்வி பின்வருமாறு அமைகிறது.

அம்பட்டரே, அந்தப் பழைய கவிகள் (ரிஷிகள்) - வேதப் பாடல்களை இயற்றியவர்கள் - அவர்களுடைய வார்த்தைகளில் பழைய வடிவம்-எப்படி ஓதப்பட்டதோ - உச்சரிக்கப்பட்டதோ அல்லது புனையப் பட்டதோ-அவற்றையே இன்றைய பிராம்மணர்கள் ஓதுகிறார்கள். மீண்டும் மீண்டும் ஓதிப் பயிலுகிறார்கள் - அப்படி ஓதுவதால் இவர்கள் ரிஷியாக ஆகியிருக்கவேண்டுமே; ரிஷியின் நிலைக்கு உயர்ந்திருக்க வேண்டுமே: - நீர் என்ன நினைக்கிறீர்? வயது முதிர்ந்தவர்களும் பல ஆண்டுகள் கண்டவர்களுமான பிராம்மணர்கள்-உங்களது ஆசிரியர்கள் அவருக்கும் ஆசிரியர்கள் ஆகியோர் கூடிப் பேசும்போது நீர் என்ன கேட்டறிந்திருக்கிறீர்? நீங்கள் மீண்டும் மீண்டும் ஓதியும் மிகவும் ஆடம்பரம் செய்து காட்டியும் வருகிறீர்கள். இந்தப் பாடல்களைச் செய்த பழைய ரிஷிகள் தமது தலைமுடிகளையும் தாடிகளையும் வாரிவிட்டும் நேர்த்தி செய்துகொண்டும், வாசனை காட்டிக் கொண்டும், மாலைகளால் அலங்காரம் செய்து கொண்டும், ரத்தினங்களை அணிந்து கொண்டும், வெள்ளை வெளேர் என்ற உடை தரித்துக்கொண்டும், ஐம்புலன்களுக்கு உரிய இன்பங்களை அனுபவித்துக்கொண்டும், நீங்கள் இன்று இருப்பது போலத்தான் இருந்தார்களா?"

இங்கே புத்தர் ஒரு மாற்றம் செய்திருக்கிறார். பழைய வேதகவிகள் இயற்கையை ஓரளவு - மிகவும் ஆரம்ப காலத்தளவில் வெற்றி கொண்டு அடக்கியாண்டதை அவர்களுடைய துறவு பூண்ட பெரு மிதமான வாழ்வின் அதீத கற்பனைச் சித்திரமாக்கிவிடுகிறார்; மிகப் பழைய காலத்து அந்தக் கவிகள், புத்தர் நமக்குக் காட்டுவது போல் நிஜமாகவே அப்படி வாழ்ந்த துறவிகள் அல்லர்; ஆனால் புத்தர் சொல்லுவதிலும் சில செய்திகள் உண்டு. பிற்காலத்தில் அந்த வேதங்களைக் காட்டி முன்னோர்களுக்காகப் பரிந்துகொண்டு கச்சை கட்டும் புல்லுருவிகளான இன்றையப் பிராம்மணர்கள் வாழ்ந்த விதத்திற்கு முற்றிலும் மாறாகவே வேத கவிகள் - வாழ்ந்தனர். சுத்த சைத்தன்யமாகிற ஆத்மா என்ற உபநிஷத்துக் கருத்துமுதல்வாதிகளின் தத்துவம் முன்னோருக்குப் புரியும் என்றுகூடக் கொள்ள முடியாது.

பழைய வேத கவிகளின் பொதுவான கொள்கைகளையும், மன நிலைகளையும் சுருக்கமாகப் பார்த்த பிறகு, இது ஏன், உபநிஷத்து

அறிஞர்களுடைய கொள்கையிலிருந்து மாறுபட்டதாயிருந்தது என்றும் பார்ப்போம்.

7. பழம் வேத காலத்தின் பொருள்முதல்வாதம்

பிற்காலத்து இந்தியத் தத்துவவாதிகளில், உபநிஷத்துக் கூறும் கருத்துமுதல்வாதத்தை மட்டுமே கொண்டு தமது சித்தாந்தத்தை நிறுவுகிறவர்கள் அத்வைத வேதாந்திகளே. அவர்கள் சொல்லும் வகையில், தமது தத்துவத்திற்கு, அதைச் சரியாக உணர்த்தும் முறையில் அவர்கள் சேர்த்துக்கொள்ளும் அடைமொழி சாரீரக வேதாந்தம் என்பது. சாரீரகம் என்றால் அழுக்கான உடம்பு என்பது பொருள்,[42] அந்தத் தத்துவத்திற்கு அந்தப் பெயரைக் கொடுத்தது ஏனென்றால், தூய ஆத்மாவைப் பற்றியது அது. ஆனால் இந்த ஆத்மாவோ இந்த அழுக்குடம்பிற்குள் சிறையிருப்பதுபோல் உள்ளது. இது அவர்களுக்குப் பெரிய தொல்லை, பாவம் அத்வைதிகள்!

இதனுள் பொதிந்துள்ள கருத்து பழைய கிரேக்கக் கருத்துமுதல் வாதியான பிளேட்டோவை ஞாபகப்படுத்துகிறது; அவரும் உடல் ஆத்மாவுக்கு உள்ளுணர்வுக்குச் சிறைபோல் இருப்பதை நினைத்து வெறுத்துப் போய் மரணத்தையே தத்துவவாதியின் உண்மையான மனப்பாங்காக வர்ணிக்கும் அளவு செல்கிறார். பிளேட்டோவுக்குச் சில நூற்றாண்டுகட்கு முன் இருந்த யாக்ஞவல்க்யரும் இறக்கின்ற ஒருவனுடைய நிலை பற்றி நமக்கும் ஆசையூட்டும் வகையில் ஒரு வர்ணனை செய்கிறார். சாகும் மனிதன் அழுக்குடம்பின் விலங்குச் சங்கிலியிலிருந்தும் புலன்கள் தரும் பெரிய ஏமாற்றங்களிலிருந்தும் விடுபடுகிறான். இந்த வகையில் பழைய கருத்துமுதல்வாதிகள் கூறும் சிலவற்றை இங்கே கவனத்தில் கொள்ளலாம். அவர்களுக்கு இந்த உடம்பின் மீது எத்தனை ஆழமான வெறுப்பும், அலட்சியமும் இருந்தது என்பதை நாம் தெரிந்துகொள்ள வேண்டும். பிளேட்டோ கூறுவது:

"நாம் உடம்பென்ற சுமையால் இறுக்கப்பட்டும், அத்தகைய ஒரு தீமையால் நமது ஆத்மா தூய்மை கெடுக்கப்பட்டும் இருக்கிற வரையில் நாம் விரும்பும் உயர்வை முழுவதும் அடையவே முடியாது.

இதுதான் சத்யம் என்கிறோம். உடம்பு நம்மைப் பல எண்ணற்ற தொல்லைகளுக்கும், தடைகளுக்கும் ஆளாக்குகிறது; இதற்குக் காரணம், நமக்கு அது தேவையான துணையும் பலமும் ஆவதே; ஆகவே, உடம்பு நம்மை ஏக்கங்களாலும், ஆசைகளாலும், அச்சங்களாலும், பலவிதமான பொய்க் கற்பனைகளாலும், ஏராளமான

அபத்தங்களாலும் (உதவாக்கரையான எண்ணங்களும், செயல்களும்) நிரம்பிவிடுகிறது. ஆகவே, இந்த உடம்பு காரணமாகவே ஞானத்தில் மெய்யறிவில் முன்னேற்றம் கொள்வது என்பது சாத்தியமாகாத ஒன்றாகவே ஆகிவிடுகிறது என்று கூறுவது உண்மைதான். எதையேனும் நாம் அதன் மெய்யான இயல்புடன் தெரிந்துகொள்ள வேண்டியிருந்தால், நாம் உடலைவிட்டுத் தனியே பிரிந்து, நமது உள்ளுணர்வால் மட்டுமே அந்த விஷயத்தை அலையாகவே ஆழ்ந்து சிந்திப்பதால்தான் அறிய முடிகிறது என்பது நிஜமாகவே நிரூபித்துக் காட்டப்படுகிறது. - அப்படிப் பார்க்கும்போது தாம் விரும்புவதை எதன் மீது நாம் காதல் கொண்டவர்கள் என்று சொல்லிக்கொள்கிறோமோ அது-மெய்யறிவை ஞானத்தை நாம் இறந்த பிறகுதான் அடைகிறோம். உயிருடன் இருக்கும்போது அடைவதில்லை என்றுதான் படுகிறது. இதைத்தான் நமது விவேகமும் காட்டுகிறது. உடம்போடு இணைந்து எதையும் நாம் சுத்தமாக அறிவது சாத்தியமே இல்லை என்பதால் பின் வரும் இரண்டு விஷயம் நிச்சயமாகிறது; ஒன்று, நம்மால் ஞானம் பெறவே முடியாது என்பது; மற்றது, தாம் இறந்த பிறகே ஞானம் பெறுவோம் என்பது. ஏனென்றால் அப்போதுதான் ஆத்மா தனியே தானாகவே இருக்கும்; சாவுக்கு முன்பு அது உடம்பை விட்டுத் தனியே இருக்காது.[43]

இது பழைய கிரேக்கர்களின் சாரீரக வேதாந்தம். இதை யாக்ஞ வல்க்யர் நிஜமாகவே நமக்குப் பொறாமை ஏற்படும் வகையில் இறக்கும் ஒருவனைப் பற்றி வர்ணிக்கிறார். என்ன பாக்கியம் இறப்பவனுக்கு! சிறிது சிறிதாக அவன் உடம்பின் விலங்கு சங்கிலி அறுபட்டு அவன் விடுதலை பெறுகிறானாம்.[44]

அவன் தன்னுடன் (லிங்காமாவுடன் என்று கூறுவார்கள். அது நமது நுண்ணிய உடல் என்று பண்டை இயற்கைச் சாத்திரங்கள் கூறும். நமது பத்துப் புலன்களும் ஐந்து உயிர்களும், மனம், புத்தி என்பவையுமே ஆகும்) ஒன்றாகி வருகிறான். பக்கத்தில் இருப்பவர்கள் பாவம்.

அவன்,

ஒன்றாகி வருகிறான் - எதையும் பார்க்கவில்லை.

ஒன்றாகி வருகிறான் - மோந்து பார்ப்பதில்லை.

ஒன்றாகி வருகிறான் - சுவை அறிவதில்லை

ஒன்றாகி வருகிறான் - பேசுவதில்லை

ஒன்றாகி வருகிறான் - கேட்பதில்லை

ஒன்றாகி வருகிறான் - சிந்திப்பதில்லை

ஒன்றாகி வருகிறான் - தொட்டு உணர்வதில்லை

ஒன்றாகி வருகிறான்-எதையும் அறிவதில்லை என்று சொல்கிறார்கள். அவருடைய இருதயத்தின் நுனிப்பகுதி ஒளி பெறுகிறது. அந்த ஒளியால் ஆத்மா புறப்படுகிறது. அது கண் வழியாகவோ, தலை வழியாகவோ உடம்பின் வேறு பாகங்களின் வழியாகவோ புறப்படும். ஆத்மா போன பிறகு அதைத் தொடர்ந்து உயிரும், உயிரைத் தொடர்ந்து அவனுடைய பிராணன்களும் வெளியேறும். அவன் அந்த விக்ஞானத்துடன் ஒன்றாகிவிடுகிறான்.

இதுதான் ஆத்மாவைப் பற்றிய பண்டைய தத்துவம். அது உடம்பை மிக வன்மையுடன் வெறுக்கும் தத்துவம். ஆகவே, அது மரணமே மகிழ்ச்சிகளில் மிகப்பெரிய மகிழ்ச்சி என்ற அளவுக்குச் சாவைப் புகழ்ந்துரைக்கிறது. இதில் உள்ள முரண்பாட்டைக் காணுங்கள். மரணத்தை உயர்த்தும் இந்தக் கோட்பாடுதான் அமரத் தன்மையை நமக்கு உறுதியாக உபதேசிக்கும் தத்துவமென்றும் கொள்ளப்பட்டிருக்கிறது. இவ்வளவு முரண்படும் இரண்டும் ஒன்றாகவே சேர்வது, ஆத்ம ஞானத்தின்படி, பிறப்பு-இறப்பு இரண்டுமே இல்லாத பொய்கள் என்று ஆவதாலேயே சாத்திய மாகிறது. பழைய வேத காலத்துச் சிந்தனை வளர்ந்த முறையைத் தெரிந்துகொள்வதற்கு, மேலே சொன்னது போன்ற விஷயம் வேத கவிகளின் மூளைக்கு எட்டவே எட்டியிருக்காது என்று குறித்துக் கொள்வது மிக அவசியம். அவர்களுக்கு இந்த உடம்பை உணவாலும் குடிப்பதாலும் வளர்ப்பதைவிட வேறு முக்கியமானது எதுவுமே இருக்கவில்லை. உணவை-சோற்றை அவர்கள் ‘பிது’ என்ற தேவதையாகவே துதித்து வழிபட்டனர். அந்த அளவுக்கு அவர்கள் உணவைப் பற்றிய உணர்வில் ஆழம் கண்டிருந்தனர். இந்தப் பிது என்ற தேவதையை அவர்கள் துதிப்பது-அது மிகப் பண்டைய காலத்துப் பண்புதான் என்றாலும், மிகவும் புதுமை தருவதாகவே இருக்கிறது. அதிலும் குறிப்பாக, மரணத்தை விரும்பி வரவேற்கும் அளவு ஆரோக்கியம் கெட்டுப்போன மேலே கூறிய ஊகக் கற்பனையைப் பார்த்தபின் உணவைத் துதிக்கும் அவர்களுடைய மனப்பாங்கைக் காணும்போது, மிகவும் புதுமையும் கிளர்ச்சியும் ஏற்படுகின்றன. ருக் வேதத்திலிருந்து உணவைப் புகழும் ஒரு சிறு பகுதியைக் காணலாம்.[45]

“சுவையுள்ள உணவே, தேனாய் இனிக்கும் உணவே, உன்னை நாங்கள் வரவேற்கிறோம். எங்களைக் காக்க ஒன்றாக ஆகுக நீ. எங்களிடம் வருக. எங்களுக்கு நலம் தந்து உதவும் உணவே, மகிழ்வின்

பிறப்பிடமே, அனைவராலும் நன்கு மரியாதை செய்யப்படுபவர்களின் நண்பா, பகையே இல்லாதவனே, உணவே, உன்னுடைய நறுமணம் காற்று விண்வெளி மூலமாகப் பரவுவதுபோல் எல்லா இடங்களிலும் வியாபித்துள்ளது. உன்னை விநியோகிப்பவர்கள்-இனிய உணவே உன்னையும் உன் சாரமான சாறுகளையும் பரிமாறுகிறவர்கள் உன்னைப் போல நீளமான கழுத்துக்களுடன் வளர்கின்றனர். பலம் படைத்த தேவதைகளின் மனம், உணவே உன்னிடத்தில் உன் மீது பதிந்துள்ளது-மலையின் தொடர்புள்ள செல்வம் எல்லாம் உன்னையே வந்தடைந்தன. இனிய உணவே எங்கள் துதியைக் கேள்-நாங்கள் உண்பதற்கு அடையத்தக்கதாக இரு. ஜலங்கள் மற்றும் மரம், செடி கொடிகளின் செழுமையை நாங்கள் மகிழ்ச்சியுடன் அனுபவிக்கிறோம்; ஆதலால் உடம்பே நீ கொழுப்பாய் வளம்பெறு; நாங்கள் சோமச் சாற்றைக் குடித்துக் களிக்கின்றோம். பாலுடனும், தானியத்துடனும் கலந்து அதைக் குடிக்கிறோம்; ஆதலால் எங்கள் உடம்பே நீ கொழுத்து வளம் பெறு. இதில் இறுதியில் உள்ள, "வாதாபே இத பீவா பவ" ("உடம்பே நீ கொழுத்து வளம் பெறு") என்ற பல்லவி தனிச் சிறப்புடன் மனத்தில் பதிகிறது.

இது ஒரு தத்துவக் கருத்துமன்று; அப்படி இருக்கவேண்டுமென்று உரைக்கப்படவும் இல்லை. ஆனால் அது தரும் சான்று முக்கியமானது. பிற்காலத்து அழுக்குடம்புத் தத்துவமும் இல்லை. அதற்கு முற்றிலும் எதிரானது. இது ஏதோ விதிவிலக்காக உள்ள செய்தியுமில்லை. மாறாக அந்தக் காலத்து மனப்பாங்குக்கு ஓர் அடையாளமான ஒரு ருக் வேதப் பாட்டு ஆகும்.

இங்கு மற்றொரு கேள்வியும் எழுகிறது. பிற்காலத்து இந்தியத் தத்துவத்தில் மிகவும் வெளிப்படையாகவே பேசும் பௌதீகவாதிகளை-நாத்திகர்களை பொருள்முதல்வாதிகளை, லோகாயதர்கள் அல்லது சார்வாகர்கள் என்பர்; அவர்களுடைய - கொள்கை உடம்பைவிட வேறானதும், மேலானதுமான ஆத்மா என்பது எல்லாம் இல்லை என்பது. அவர்களைப் பலவிதத்திலும் இகழ்ந்து பேசுவார்கள். அந்த நிந்தனைகளில் ஒன்று, சார்வாகர் என்ற அன்னாருடைய பெயரே அந்த தத்துவத்தின் கொச்சைத்தனத்தை நாகரிகமின்மையைக் காட்டுவது என்பதாகும். அந்தச் சொல் சர்வ-தின்னுதல் என்ற வினைப்பகுதியிலிருந்து உண்டானது என்று கூறுவர். இவர்களைச் சார்வாகர் என்று வழங்குவது ஏனெனில், இவர்களுக்குத் தீனி உண்பதும், குடிப்பதும் தவிர வேறு எந்தவிதமான உயர்ந்த நோக்கங்களும் கிடையாது.

அந்தச் சொல்லுக்கு அப்படி ஒரு பகுபதப் பொருள் செய்வது ஒருக்கால் கற்பனையாய் இருக்கலாம். அப்படி அதையே ஒப்புக் கொண்டாலும் ஒரு சாதாரணமான கேள்வி எழத்தான் செய்யும். வேதத்திற்குப் பின் தோன்றிய சார்வாகக் கருத்தா அல்லது அழுக் குடம்புக் கருத்தா? எது பழைய வேத காலத்து மனப்பாங்கிற்குப் பொருந்துகிறது? இதற்கு ஒரே விடைதான் உண்டு. வேத கவிகள், தங்கள் உடம்பைக் கொழுக்கச் செய்வதால்தான் உணவைப் பற்றி அப்படியொரு பரவசத்தில் பாடுகிறார்கள். ஆகவே, அவர்களுக்குச் சார்வாகக் கருத்துத்தான் தெரியுமே தவிர, அழுக்குடம்புத் தத்துவம் தெரியாது என்று நினைத்துப்பார்ப்பதும் சாத்தியம்தானே? நான் வேறோரிடத்தில் பண்டைய வேத கால சிந்தனை ஆரம்ப கால பொருள்முதல்வாதம் என்று இதனால்தான் விவரிக்க முயன்றுள்ளேன். இதன் அழிவுபாட்டின் மீதுதான் பிற்காலத்துக் கருத்துமுதல்வாதம் தலைதூக்குகிறது.

8. ஞானமும் செயலும் இணைந்திருந்த ஆரம்ப நிலை

இங்கு ஒரு விஷயத்தை விவாதிப்பது அவசியமாகும். வேத கவிகளின் கொள்கைகளும் உபநிஷத்துக் கருத்துமுதல்வாதிகளின் கொள்கைகளும் வேறுபடக் காரணமாவது எது?

உபநிஷத்தில் காணும் தத்துவ அறிஞர்களோடு ஒப்பிட்டால் வேத கவிகள் அறிவில் குறைந்தவர்கள் என்பதில் ஐயமில்லை. அதாவது அவ்வளவு நிரம்பத் தெரிந்தவர்கள் இல்லைதான். அவர்கள் சேர்த்து வைத்திருந்த கருத்துக்கள் மிகவும் சொற்பமே. மனத்தால் கருதிப் பார்த்தே ஏதோ ஒன்றைக் கட்டி அமைத்துக்கொள்வதில் அவர்களுக்கிருந்த திறமையெல்லாம் ஓர் எல்லைக்குள்ளேயே இருந்தது; அதாவது, அவர்கள் தமக்குப் புரியாத விஷயங்களிலும் பொருள்களிலும் தேவதைகளைக் கற்பனை செய்யத்தான் அவர்களால் முடிந்தது. எது உண்மை, நிஜத்தன்மை என்பது என்ன? என்றெல்லாம் எழும் வினாக்களுக்கு விடை தேர்வதற்கான சான்று. பகுத்தறிதல் போன்றவற்றின் சிறப்பான முக்கியத்துவமும் அர்த்தமும் அவர்களுடைய மனத்தின் அடிவாரத்திற்கு அப்பாற்பட்டவை. உண்மையில் அத்தகைய வினாக்கள் உண்டு என்பதையே சரியாகத் தெரிந்துகொண்டவர்கள் இல்லை என்னும்போது அவர்கள் அவற்றிற்கு விடை தேர்வது எப்படி? உபநிஷத்து அறிஞர்கள் அவர்களைவிட வெகுதூரம் முன்னேறியவர்கள்-அவர்களுக்கு இந்தக் கேள்விகள் மிகவும் முக்கியமானவை. இவற்றிற்கு அவர்கள் சான்றுகளின் பலத்தாலும் தங்கள் வாதங்களினாலும் விடை காட்டுகிறார்கள்; ஆனால் அவை மிகவும் ஆரம்ப நிலையில் உள்ளவையே.

இதெல்லாம் பிரச்சனையின் மேற்பரப்பில் பார்க்கும்போது சரிதான். ஆனால் இவை நாம் எழுப்பிய வினாவுக்கு விடை ஆகா; சிந்தனை வளத்தைப் பற்றிய வினா அன்று; சிந்தனை, பொதுவான போக்கைப் பற்றியது; வேத காலத்துச் சிந்தனை அப்படி வளமானது இல்லை என்பது பின்னதோடு ஒப்பிடும்போது சுலபமாகவே புரிகிறது. ஆனால் பின்னதன் சிந்தனையில் முன்னேற்றம் மட்டுமல்லாது, அது மிகவும் ஆபத்தான திருப்பத்தையும் பெறுவதைக் காண்கிறோம். உயர்ந்த தரமான அறிவுக்கான சாதனங்கள் வளர்ந்திருந்தும், கருத்து முதல்வாதிகள் அவற்றின் உதவியோடு உள்ளத்தில் அறியும் பொருள்களை மறுத்து ஒதுக்கவே முனைகின்றனர். அவர்கள் அறியும் வழி வகை, அறியப்படுவனவற்றிற்கு விரோதமானதாகிறது. அதாவது கண்டுணரும் அநுபவத்தாலும், பகுத்தறிவதாலும் அறிந்தவற்றிற் கெதிராக அவற்றை மறுக்கும் எதிரியாகிவிடுகிறது. இப்படி அறிவுக்கு விரோதமான போக்கு ருக் வேத கவிகளிடம் காணமுடியாத ஒன்று. அவர்களுடைய அநுபவ எல்லையும் பகுத்தறிவை உபயோகித்து அறியும் ஆற்றலும் அவ்வளவு நல்ல முறையில் தீர்வு காணும் வகையில் வளர்ந்தன அல்லவைதான்.

அவர்களின் சிந்தனைப் போக்கு பொதுவில் வேறுபட்ட ஒன்று தான்? இதை நாம் எப்படி விளக்குவது?

உபநிஷத்துக் கருத்துமுதல்வாதிகளின் பொதுவான சிந்தனைப் போக்கை, அவர்களுடைய கோட்பாடான இரகசிய ஞானம் பற்றிய கொள்கைகளைக் கொண்டு அறிய முயன்றிருக்கிறோம். அந்த ஞானம் செய்கையிலிருந்து நடைமுறை வாழ்க்கைச் செயற்பாட்டிலிருந்து அந்நியமாக்கப்பட்ட ஒன்று. பழைய வேத கவிகளின் சிந்தனையில் இத்தகைய போக்கு இல்லையென்பதை அவர்களுடைய உள்ளுணர்வில் ஞானமும் செய்கையும் வெவ்வேறு என்ற எண்ணம் இருந்ததில்லை என்று காட்டும் அளவில், எதிர்மறையான முடிவு ஏதேனும் உண்டா என்று நாம் தெரிந்துகொண்டால், எதிர்மறை வகையிலும் நமக்கு இந்த உறுதியான முடிவு தெரியவரும்.

அவ்வாறு ஏதேனும் எதிர்மறையாய் இதைக் கூறும் விஷயம் அவற்றில் உண்டா?

ஆமாம் உண்டு. இதை நாம் தெளிவாய்க் காணும் வகையில் கூறுவதுதான் வேத இலக்கியம் நமக்குச் செய்யும் ஈடில்லாத அநுகூலம். ஆயிரம் ஆண்டுகட்கும் அதிகமான நீண்ட காலத்தில்

இயற்றப்பட்ட அந்த வேத இலக்கியம் அதன் உள்ளீடாகத் தெரியும் வளர்ச்சியில் நெருக்கமானதொரு தொடர்ச்சியுடன் இருந்து வந்திருக்கிறது. வேதத்தின் முடிவு எனப்படும் உபநிஷத்திலிருந்து நாம் பின்னோக்கிச் சென்றால், வேத இலக்கியத்தின் ஆரம்ப கட்டத்திற்குப் போக முடியும். அப்படிப் போகும்போது, தூரத்தில் தென்பட்டாலும், மிகவும் மங்கலாகவே தெரிந்தாலும் ஆரம்ப காலத்து மிகப் பழையதோர் இறந்த காலத்தின் மிச்சமான அடையாளங்களின் சிறு பார்வை நமக்குக் கிடைக்கும். அந்தக் காட்சிகள் உபநிஷத்துக் காலத்தைவிட இயல்பாலும் தன்மையாலும் மாறுபட்டவை. அது நமக்குக் காட்டும் முக்கியமான விஷயம் பின்வருமாறு அமைகிறது. இதற்குச் சான்றாக எப்போதும் நிச்சயமான-தீர்மானமான இலக்கியக் குறிப்புகளைத் திடமாகக்கொள்ள இயலும், உபநிஷத்துக் கால சமுதாயம், வர்க்க பேதம் இல்லாத பழைய சமுதாயத்தின் அழிவுபாட்டின் மீது தோன்றுவது போலவே, அவர்களுடைய கொள்கைகளும் மனப் பாங்குகளும், பண்டைய காலத்துக் கொள்கைகளும், மனப்பாங்கும் இடிந்து விழுந்த அழிவுப்பாட்டின் மீதுதான் தோன்றின. அப்படி அழிந்தவை ஒரு மிகப் பண்டைய காலத்தில் இருந்த ஞானமும் செயலும் சேர்ந்த ஒரு மனநிலை என்று கூறுவதே சிறந்த கூற்றாகும். ஞானம் என்பது பாக்கியசாலிகளான ஒரு சிலரின் இரகசிய உடைமையாக ஆகிவிடவில்லை என்பது மட்டும் இன்றி, செய்கையிலிருந்து நடைமுறை அநுஷ்டானத்திலிருந்து தொடர்பே இல்லாமல் பிரிந்தும் போய்விடவில்லை; ஆகவே, மக்கள் தமது செயல்களால் தொடர்பு பூண்டு பயனடையும் இயற்கையை வெறுப்பதும் அலட்சியம் செய்வதும் போன்ற எண்ணங்களை அது வளர்த்துக்கொள்ளவில்லை. பண்டைய வேத காலத்தின் அந்தப் பழைய பொருள்முதல்வாதத்திற்குரிய முதல் தொடக்கத்தைக் காணும் குறிப்பு இதில் உள்ளது.

நான் வேறிடத்தில், ருக் வேதத்தில் இருக்கும் பண்டைய வர்க்கம் பிரிவுபடாத சமுதாயத்தின் மிச்சமான அடையாளங்களைப் பற்றிக் கூறியுள்ளேன். பழைய காலத்தில் ஞானத்திற்கும் வாழ்வின் நடை முறை காரியங்களுக்கும் இருந்த ஒன்றிப்பைக் காட்டும் அடை யாளங்களை விளக்க இங்கே முயல்வேன்; எழுத்தறிவு இல்லாத வேத கவிகளுக்குத் தெரிந்த வகையில் மிக உயர்ந்த வடிவை அடைந்த அவர்களுடைய மன உழைப்பு, மூளை உழைப்பு பாடல்களிலிருந்து தெரிகிறது. இதை அவர்கள், "வாய் வழியே செய்யுள்கள் இயற்றுவது" என்றே கூறிக்கொண்டனர்.[48] அவர்களுக்கு இதுவும் ஒரு தொழில்தான். அதன் பெருமையும், சிறப்பும் அவர்களுக்கு நன்கு தெரிந்த மற்றொரு

தொழிலான தச்சுத் தொழிலில் தேர் செய்வது போலவே அவர்கள் செய்யுள்களை இயற்றினர் என்று கொள்ளப்பட்டது.

அவர்களுடைய கொள்கைகள் மனப்பாங்குகள் இருந்த பொதுவான நிலையைப் புரிந்துகொள்ள இது மிகவும் முக்கியமானது. இதற்கான சில சான்றுகளை விரிவாகப் பார்ப்போம்.

ருக் வேதத்தில் ஒரு பாட்டு முழுதிலும் போர்த் தலைவனான இந்திரன் குடிமயக்கத்தில் தனக்குத் தானே பேசிக்கொள்வது கருப் பொருளாகிறது.[49] சோமரசத்தைக் குடித்த களி மயக்கத்தில் அவன், தான் சாதனை செய்த அரும்பெரும் செயல்களைக் கூறித் தன்னைப் புகழ்ந்து கொள்கிறான்; அத்தகைய அருஞ்செயல்களில் ஒன்று, தச்சன் ஒருவன் தேரை வேலைப்பாட்டுடன் செய்வது போலவே அவனும் வேதப் பாடல்களை இயற்றினான் என்பது. அவன் கூறும் சொற்கள்: "அஹம் தஷ்டாசிவ வந்தாரும் பர்யசாமி ஹ்ருதா மதிம்."[50] இதற்கு ஸாயணர் என்ற சாத்திரமறிந்த உரைகாரர் கூறும் பொருள், "மனத்தால் பாடலைச் செய்வது, தச்சன் ரதத்தில் உட்காரும் இடத்தைச் செய்வதைப் போன்றது." மூளையின் உழைப்போடு ஒப்பிட்டால் உடம்பால் உழைப்பது தாழ்ந்தது என்று கருதும் ஒருவனால் இப்படிச் சொல்லியிருக்க முடியாது.

இந்தச் சான்று, குடித்தவன் உளறியது என்று ஒதுக்கக் கூடியதன்று. இதில் இந்திரன் கவிதை இயற்றுவது பற்றிக் கருதும் அபிப்ராயம் ருக் வேதத்தில் பல இடங்களில் வருகிறது.

இந்திரனைப் புகழும் ஒரு பாடலில் புருச்சேபர் என்பவர் கூறுகிறார்: "செல்வத்தை விரும்பும் ஒருவன் இந்தப் பாடலை அமைத்தான்; புதிய கூர்மை மிக்க தச்சன் தேரை அமைப்பது போலவே இதை அமைத்தான்."[51] இங்கே, தச்சனுக்கு அடைமொழியாகப் புத்தியுள்ளவன் என்பதைச் சேர்த்திருப்பது சம்பிரதாயமான வழக்கத்திற்கு மாறானதாகவே படுகிறது. உடல் உழைப்பையும் அறிவுத் திறனையும் இணைத்தே நமக்குப் பழக்கமில்லை. அறிவுள்ள ஒருவனை நாம் முக்கியமாக ஒரு சிந்தனையாளனாக நினைத்துப் பார்க்கிறோமே தவிர தொழிலாளியாக நினைப்பதில்லை. ஆனால் பண்டைய வேத கவிகள் அப்படி இல்லை; அவர்களுக்கு உடல் உழைப்பும் அதற்கான அறிவும் அறிவுள்ளமைக்கு அடையாளமாகவே பட்டன. அவர்களுடைய உணர்வில் ஞானமும் அறிவும் செயலும், தொழிலும் பிரிவுபடாதிருந்த காலம் அது.

அவர்களுடைய இந்த மனப்பாங்கைப் பற்றித் தெளிவாகவே கூறும் வகையில் அவர்கள், 'அதக்ஷரம்' 'அதக்ஷம்' என்ற சொற்களைத்

தாராளமாக வழங்குகிறார்கள். (முன்னது பன்மை, பின்னது ஒருமை.) இந்தச் சொற்களின் வினைப் பகுதி, 'தக்ஷ' என்பது இதன் பொருள், இயற்றுவது - செய்வது - மனத்தால் நினைத்து வடிவமைப்பது என்பது. இது, முக்கியமாகத் தச்சர்களின் தொழிலையே குறிக்கும் வினைச் சொல்; அவர்கள் தச்சன் என்ற பொருளில் வழங்கும் தக்ஷா, தஷ்டா என்ற சொற்கள் இந்த வினைப் பகுதியிலிருந்து வந்தனவே.[52]

அக்கினியைப் புகழும் ஒரு பாடலில் கவி கூறுகிறார்: "நான் இந்தப் பாடலை உனக்காக இயற்றினேன். அறிவுள்ள தச்சன் தேரை அமைப்பது போலவே" என்ற அந்தச் சொற்கள்: "ரதம்நதீர: ஸ்லயா அக்ஷதம்"[53] கவிதை இயற்றும் கலையை வர்ணிக்க இப்படிக் கூறுவது, அது மிகமிக உயர்ந்த அறிவுத் திறத்தின் செயல் என்பதை அறிந்தவர்கள் கூறுவது மிகவும் அசாதாரணமானது; இதை மற்றோரிடத்தில் இந்திரனுக்குப் புதிதாய் இயற்றிய பாடலையும், துணிகளையும், ரதத்தையும் அர்ப்பணம் செய்யும் ஒரு சந்தர்ப்பத்தில் கவி கூறுகிறார்;[54] இப்படியே மற்றோரிடத்தில், "நாங்கள் அமைத்த இந்தப் பாடல்கள், அசுவின் தேவதைகளை மகிழ்விக்கட்டும். தச்சன் ஒருவன் தேரை வடிவமைத்து அழகாகச் செய்வது போல் நாங்கள் இந்தப் பாடலை இயற்றினோம்" என்று வருகிறது.[55] மற்றுமொரு அழகான பாடல்: "இந்த விரிவான என் பாடல் - ஒளியுடன் பளபளப்பது சூரியனைக் குறித்து நகர்கிறது; மக்களுக்கு நலத்தைப் பயக்கின்றது; ஒரு தச்சன் குதிரைகள் இழுத்துச் செல்லும் வகையில் அழுத்தமாகச் செய்த தேரைப் போலவே நான் இதை அமைத்துள்ளேன்."[56]

இன்றும்கூட நாம், 'ஒரு கவிதையைத் தீட்டுவது' (ஓவியம் தீட்டுவது போல்) என்று கூறும் வழக்கம் இருக்கிறது. அதே போலப் பண்டைய வேத கவியும் பேசுகிறார். "அபிதக்ஷா சிவததியா மநீஷாம்." பாடலைத் தச்சனைப் போல் இழைத்து மெருகூட்டி என்பது இதன் பொருள். ஸாயணர் இதற்கு உரை செய்வதும் இப்படித்தான்; தச்சன் இழைத்து இழைத்து மரத்துண்டைப் பளபளக்கச் செய்வதுபோல் என உரை செய்கிறார்.[57]

இவ்வாறாக ருக் வேதம் கவிஞரையும் ஒரு 'காரு' என்றுதான் கருதுகிறது. "க்ரு-செய்" என்ற வினைப் பகுதியிலிருந்து வரும் இந்தச் சொல் செய்கிறவன் - தொழிலாளி என்று பொருள்படுகிறது.[58] ஆக, செய்யுள் இயற்றுகிற கவிக்கு உள்ள சமுதாய அந்தஸ்து, மர வேலை செய்யும் தச்சன், நோயைக் குணமாக்கும் மருத்துவன், தானியத்தை அரைக்கும் பெண்ணும், கல் உடைக்கும் பெண்ணும், குச்சிகளாலும்-பறவைச் சிறகுகளாலும் அம்புகள் தயாரிப்பவனும் சமுதாயத்தில்

பெறும் அந்தஸ்தைவிட அதிகமானதோ, குறைந்ததோ அன்று. ருக் வேதத்தில் இருந்து தொழில்கள் பற்றியதாகப் பல இடங்களில் எடுத்துக்காட்டப்படும் ஒரு பாடலிலிருந்து நமக்குத் தெரிவது, தொழில்களில் இருந்த பிரிவினை - ஒவ்வொரு தொழிலை ஒவ்வொருவர் செய்த பிரிவினையைக் கூறினாலும் அனைவரும் ஒன்றுபட்டு ஒரே நிலையில் தொழில் செய்தனர் என்று திரும்பத் திரும்ப வற்புறுத்தப்படுகிறது என்பதுதான்.[59]

சொற்களைப் பற்றி ஆராய்ச்சி செய்யும் நவீன விஞ்ஞானம் கொண்டு அறியத்தக்க சில சான்றுகளும், பண்டைய காலத்தில் அறிவுக்கும் செயலுக்கும் தொழிலுக்கும் இடையே மிகவும் தெளிவான வகையில் வித்தியாசமோ, விசேஷமோ இருக்கவில்லை என்றே தெரிவிக்கின்றன. பழைய வேத கவிகளுக்குத் தெரிந்திருந்தது என்னவென்றால், முற்காலத்தில் இவை இரண்டும் இணைந்தே இருந்தன என்பதுதான். பிற்காலத்தில் வந்த வேறுவிதமான ஆழ்ந்த சிந்தனையின் படி இதை அறிவது எளிதல்ல. சில உதாரணங்கள்:

ருக் வேதத்தில் மிகவும் அபூர்வமான விசேஷமுடைய ஒரு சொல் வருகிறது; அது 'வித்மநாபச' என்பது. இதை மிக மிகச் சரியாக மொழி பெயர்த்தால், தொழிலறிவு அல்லது அறிவும், எப்படிச் செய்வது என்ற தொழில்நுட்பம் தெரிதலும் என்று பெயர்க்க வேண்டும். இந்தச் சொல் உடல் உழைப்பு, மூளை உழைப்பு ஆகிய இரண்டையும் சேர்த்துரைக்கும் இடத்தில்தான் உபயோகிக்கப்படுகிறது.[60] மிகத் தரமான சக்கரங்களைக் கொண்ட தேர்கள் இந்த அறிவின் துணையுடன் அமைக்கப்படுகின்றன. கவியின் தொழிலுக்கும் இதுதான் அடிப்படையாகிறது.[61]

ருக் வேதத்தில் இந்தச் சொல் மிகவும் அபூர்வமானதுதான். அந்தப் பெரிய தொகுப்பில் இது இரண்டே இடத்தில்தான் வருகிறது. அதே போல வேறு சில சொற்களும் தீர்மானமான பொருட் சிறப்பு பெறுகின்றன. வேதகவிகள் அவற்றைச் சில சமயம் அறிவு என்ற பொருளிலும் வேறு சில சமயம் தொழில் என்ற பொருளிலும் வழங்குகிறார்கள், நீ (நெருப்பன்று), சசி, கரது என்பவை அவை:

இவற்றிற்கு இந்த இரண்டு அர்த்தங்களும் உண்டு. நிகண்டு என்ற வேதச் சொற் பொருள் எழுதியவருக்கு இது பெரிய பிரச்சனையைத் தந்தது. அந்தச் சொற்களை அறிவைக் குறிக்கும் சொற்களுடன் சேர்ப்பதா அல்லது தொழிலைக் குறிக்கும் சொற்களுடன் சேர்ப்பதா என்பதே பிரச்சனை. இரண்டிடத்திலும் சேர்த்துவிடுகிறார் அவர்.[62]

இந்தச் சொற்கள் தரும் விவரம். கவனிக்கத்தக்கது. பண்டைய மனிதர்களுக்கு அறிவைத் தொழிலாகவும் தொழிலை அறிவாகவும்

கொள்ளும் நோக்கம் உண்டு. இவற்றிடையே உள்ள திட்டமான வேறுபாடு அவர்கள் அதுவரை அறியாதது. அவர்கள் அக்கறையெல்லாம் வாழ்வின் அநுபவப் பழக்கத்தில் இருந்த செயல்களில் ஈடுபடுதலே. மிகப் பண்டையது எனினும் கொள்கையையும் அநுஷ்டானத்தையும் இணைக்கும் மனப்பாங்கை அது காட்டுகிறது. இந்த இடத்தில் மற்றொன்றும் சொல்ல வேண்டும். அத்வைத வேதாந்தத்தில் தம் அறிவுக்குப் புரியாத பிரபஞ்சத்தின் பொய்த் தோற்றம் என்று பொருள்படும் மாயை என்ற சொல், ருக் வேதத்தில் ஆரம்ப காலத்தில் இருந்த அறிவுக்கும் செயலுக்கும் உள்ள ஐக்கியத்தைக் குறிப்பதாக இருக்கிறது.[63]

இந்த வகையான சொல் ஆராய்ச்சி தரும் சான்றுகள், கிரேக்க நாட்டில் கருத்துமுதல்வாதம் தோன்றுவதற்கு முன் இருந்த அந்த நாட்டை நினைவு கூர்கின்றன. அங்கே ஐந்தாவது நூற்றாண்டுக்கு முன் எண்ணத்திற்கும் செயலுக்கும் வேறுபாடு இருந்தது இல்லை; ஐக்கியம்தான் மிக மேம்பட்டு விளங்கிற்று. எபிக் என்ற வீரகாவியத்திலும் லிரிக் என்ற இசைப் பாடல்களிலும் அறிவு என்பது அநுபவமான பழக்கமாகவே-அதாவது அறிதல் என்பது எதை எப்படி அறிதல் என்ற செயல் முறையாகத்தான் இருந்தது. அறிவு செயலில் தான் இருந்தது. ஆதலால் செயலுக்கான ஆற்றலும் அதுதான். ஹெராக்ளிடஸ் (Heraclitus) என்ற அந்நாட்டின் முதல் தத்துவ அறிஞர் இந்தக் கருத்துக்கு வரும் வகையில் Logos என்ற சொல்லும் Sophie என்ற சொல்லும் உண்மையான சொல் (எண்ணமும் கூடத்தான்) மற்றும் சரியான செயல் என்னும் இரண்டையும் குறிக்கின்றன என்று கொள்கிறார்.[64]

அடிமைகளை வைத்துக்கொள்ளும் வழக்கம் வளர்ந்தபோது, அதன் விளைவாக உடல் உழைப்பைத் தாழ்ந்தது என்று எண்ணும் மனப் போக்கும் வளர்ந்தபோது, உழைத்து வேலை செய்வது இயல்பாகவே அடிமைகளுக்கே உரியது என்று கொள்ளப்பட்டது. அந்த நிலையில் அறிவு, தொழிலுடன் தனக்கிருந்த பழைய பந்தத்திலிருந்து விடுவித்துக்கொள்ள விரும்பிற்று. ஆகவே, சில மனிதர்கள் தன் தொழிலால் தொடர்புகொண்டு பழகிய பௌதீக உட்பொருள் மயமான உலகிலிருந்தும் தன்னை விடுவித்துக்கொண்டனர். பிளேட்டோவிடம் இந்தப் போக்கு உச்ச நிலையை அடைந்தது.

பிளேட்டோவுக்கோ ஞானம் என்பது இயற்கையை அறிவது என்ற பொருளைக் கொண்டது அன்று; ஆனால் அது எண்ணங்களும் கருத்துக்களும் அமைத்துக் கொடுத்த அதீதமான இயற்கையை

அறிவது. கலை என்பதோ இயற்கையை அடக்கியாளும் ஓர் ஆற்றல், மனிதன் இதை மெல்ல மெல்லப் பெறுகிறான். இதை டெமாகிரிடஸ் என்ற கிரேக்க அறிஞர் - மனிதன் விலங்குகளிலிருந்து தன்னை வேறுபடுத்திக்கொள்வதும் - வேறுபடுத்தி அறிதலும் கலையும் ஒன்றே என்று மதிப்பிட்டார். அந்தக் கலையை பிளேட்டோ ஒரு நரகவாசல் என்று இகழ்ந்து பேசினார். அது ஒரு அபிப்ராயம் என்ற எல்லைக்கு உட்பட்டதுதான் (உண்மையன்று). அடிமைகளின் போலித்தனமான அறிவு அது. தத்துவம் அறிந்தவனது உண்மையன்று.[65]

இதைப் போன்ற ஒரு எண்ண வளர்ச்சி - (இயற்கைக்கு மாறான போக்கு) இந்தியாவிலும் தோன்றி உபநிஷத்துக்கள் கூறும் கருத்து முதல்வாதத்தில் உச்சநிலை பெற்று நிலைபெற்றுவிட்டது. இப்போதைக்கு நாம் இந்தக் கொள்கையின் அடிப்படையை ஆராய முயல்கிறோம். வேத கவிதை இயற்றும் கலையை அறிந்துகொண்ட முறையில் நமக்கு இதற்கான குறிப்புகள் உள்ளன. மீண்டும் அவற்றிற்கு வருவோம்.

ருக் வேதத்தில் இடம்பெற்றுள்ள கவிதைகள் சிலவற்றை சில பெண்கவிகளும் எழுதி உள்ளனர்.[66] அவர்களில் ஒருவர் கோஸா என்பவர்: அவர் தன் பாட்டை முடிக்கும்போது, "அசுவினி தேவர்களே, உங்களுக்காக நான் இந்தப் பாட்டை, பிருகுக்கள் தேரை அமைப்பது போல் செய்திருக்கிறேன்" என்கிறார்.[67] பலவகையில் கூறப்பட்ட போதிலும் ருக் வேதத்தில் இது அடிக்கடி வருகிறது. "பிருகுக்கள் தேர் செய்வது போல் நாங்கள் இந்திரனுக்குப் பாடல்கள் இயற்றுவோம்."[68]

யார் இந்த பிருகுக்கள்? வேத கவிகள் அவர்களுடைய உடல் உழைப்பின் திறமையை மிகவும் பாராட்டிப் புகழ்ந்து தாங்களும் அது போலவே செய்ய ஆசை கொள்கிறார்களே! கோஸாவின் பாட்டுக்கு உரையெழுதும் ஸாயணர், இதற்குக் காரணம் அவர்கள் (பிருகுக்கள்) தொழிலுடன் கொண்டிருந்த தொடர்புதான் என்று கூறுகிறார். மேலும், இங்கு ருபுக்கள் தான் பிருகுக்கள் என்று சுட்டப்படுகிறார்கள் என்றும் கூறுகிறார். இது மிகவும் விசித்திரமாய் இருக்கிறது; ருபுக்கள் என்பவர்கள் வேத காலத்துத் தேவதைகளின் குழு; பிருக்கள் என்பதோ ஒரு பழங்குடி மக்களின் பட்டம் என்பதற்குரிய வரலாற்றுத் தன்மை உள்ளதாகத் தோன்றுகிறது.[69] தொழிலுடன் உள்ள தொடர்பு உரையாசிரியர் கற்பனையில் பழங்குடி ஒன்றிற்குப் பதிலாகத் தேவதைகளைப் புகுத்தும் அவசியத்தை ஏன் உண்டாக்கிற்று? சாயணர் இதற்கான அடிப்படையைக் கூறவில்லை; நம்மையே ஊகிக்க விடுகிறார். அவருடைய கற்பனை வேத காலத்துப் பழைய கற்பனைக்

கதைகளிலேயே ஊறித் திளைத்தது. அந்தக் கதைகளில் ருபுக்கள் ஒரு விசித்திரமான நிலையில் இருக்கிறார்கள்: ஆரம்பத்தில் அவர்களும் மனிதர்களாகத்தான் இருந்தனர். அவர்களுக்கிருந்த தொழிலின் தொடர்பால் அவர்களிடமிருந்த வேலைத்திறன் - தொழில் நேர்த்தி காரணமாக அவர்கள் அவசியத்தை வைத்து தேவைகளின் நிலைக்கு உயர்த்தப்பட்டார்கள். அவர்களது திறமை மிக உயர்ந்த தேர்களைச் செய்யும் வடிவம் பற்றியது. இதுதான் உரையாசிரியரை பிருகுக்களை ருபுக்களுடன் சேர்த்துக் கூறவைத்த கற்பனைக்குக் காரணமோ! பிருகுக்களும் தரமான தேர் செய்யும் திறமை பெற்றிருந்தவர்கள் தானே! இது ஒரு ஊகம்.

எப்படியும் ஒரு விஷயம் புரிகிறது. தேர் செய்யும் உடல் உழைப்பைப் பற்றிப் பேசும்போது, சாயனருக்கு ருபுக்களின் நினைவு வருகிறது. இதனால் வேத காலத்துக் கற்பனைக் கதை கூறும் மிக முக்கியமான செய்தி கிடைக்கிறது; உடல் உழைப்புக்குச் சமுதாயத்தில் மதிப்பில்லை; அது தாழ்ந்தது என்ற மாசுக்கு ஆளாகவில்லை என்பதையும்விட, அத்தகைய தொழில் திறமை சாதாரண மனிதர்களைக்கூட தேவதைகளின் அந்தஸ்தைப் பெறுவித்தது என்று தெரிகிறது. இது பற்றி ருக் வேதத்தில் காணும் சான்றுகளையே மேக்டானெல்' (Macdonell) என்பவர் கூறுவது இங்கு கவனிக்கத்தக்கது:[70]

"வேதங்கள் கூறும் உயர்ந்த தெய்வங்களைத் தவிர பல பழங்கதைப் பாத்திரங்களானவர்களும் ஆரம்பத்தில் தேவதைகளாக இல்லாமலிருந்து பின்னர் அத்தன்மை பெற்றவர்களும் உண்டு; அந்தத் தேவதைகளுக்கு முழுமையான தெய்வத் தன்மையும் இருக்கவில்லை. இவர்களில் தலைமையானவர்கள் ருபுக்கள், ருக் வேதத்தில் பதினோரு பாடல்களால் இவர்கள் கொண்டாடப்படுகின்றனர். நூறு தடவைகளுக்கும் மேலாகப் பெயர் சுட்டிக் கூறப்படுகின்றனர்; பன்னிரண்டு தடவை அவர்களுடைய தந்தையின் தொடர்புள்ள பெயரால் குறிக்கப்படுகின்றனர். அது ஸௌதன்வான என்பது. அதாவது ஸுதன்வா என்பவரின் மக்கள். அவர் பெயரின் பொருள், நல்ல வில்லாளி என்பது. அவர்கள் இந்திரனுடன் சேர்ந்து பகைவர்களை நசுக்க வேண்டும் என்று வேண்டப்படுகிறார்கள். அவர்கள் தங்கள் திறமையான தொழில் காரணமாக இந்திரனுடைய தன்மையைப் பெற்றனர். இந்திரனுக்குத் தேரும் குதிரைகளும் அமைத்துக் கொடுத்தவர்கள். அவர்கள் மிகவும் திறமையுள்ள கைகளைக் கொண்டவர்கள். மிகவும் திறமை மிக்கவர்கள். அவர்களின் தொழில் திறமைக்கு ஈடு இணையே கிடையாது. இந்த அற்புதமான திறமையால் அடிக்கடி தேவதைகளின் அந்தஸ்தைப் பெறுகிறார்கள். அவர்கள் தங்களுடைய ஆச்சரியமான வேலைகளால் தேவதைகளாகவும்

மரணமில்லாதவர்களாகவும் ஆனார்கள். (இது பற்றிய ருக் வேதத் தொடர்கள் வருமிடங்கள் IV - *376,* VI *48, 3,* III - *60. 3,* IV- *35.7,* IV-*33. 1* & *8,* III - *60.4,* III-*60.1)* கழுகுகள் போல் சொர்க்கத்தில் சென்று இறங்குவார்கள் (வானுலகம்) (V-*35.8)* அவர்கள் காற்றைச் சேர்ந்தவர்கள். தங்களிடம் உள்ள சக்தி விசையால் வானுலகத்தில் ஏறியவர்கள் (I-*110,6)* அவர்கள் செய்த திறமை மிக்க தொண்டுகள் காரணமாக அமரத் தன்மையின் வழியில் சென்று, தேவர்களுக்கு விருந்தாளி ஆனார்கள் (IV-*35,3)* தேவர்களுடைய தன்மையும் அமரத் தன்மையும் பெற்றவர்கள் (IV= *33.3* & *4* IV-*35-3* IV - *36.4*), ஆரம்பத்தில் அவர்களும் மனிதர்களாகத்தான் இருந்தனர். மனுவின் சந்ததிகள் தங்கள் உழைப்பாலும், தொழிலாலும் அமரத் தன்மை பெற்றார்கள்: (III-*60.3,* -*110.4)* அவர்கள் தேவர்களை அடைந்து யாகத்தில் பங்கும் பெற்றனர். இதற்குக் காரணம் அவர்களுடைய திறமை மிக்க வேலை (I-*20. 1* & *8, 1-21.6* & *7)* ஆகவே அவர்கள் சில சமயம் தேவர்களைப் போலவே மக்களின் பிரார்த்தனைகளையும் பெறுகின்றனர். (IV-*36.5* IV-*37.1)* உயர்ந்த தேவர்களை வேண்டுவது போலவே இவர்களையும் க்ஷேம நலன்களும், செல்வமும் தருமாறு வேண்டிக்கொண்டனர். (IV-*33.8,* IV-*37.5)* தங்கள் ஆடு, மாடுகளுக்கும், குதிரைகளுக்கும், போர் வீரர்களுக்கும் ஆற்றல், சுறுசுறுப்பு, உடல் வளம், சந்ததிகள், லாகவமான செயல்திறன் ஆகியவற்றைத் தருமாறு கேட்கின்றனர். (I-*111.2)* ஸோமச் சாற்றைப் பிழிபவனுக்கு நிதிகளைத் தருகின்றனர் (I-*20.7,* IV-*35.6*). ருபுக்களின் உதவி பெற்றவனைப் போரில் வெல்ல முடியாது (IV-*36.6*).

பழைய வேத காலத்து மக்களின் கற்பனைக் கதைகளின் விசித்திரம் இப்படிப்பட்டது. உடல் உழைப்புத் திறமை சாதாரண மனிதர்களைக்கூட தேவதைகளின் நிலைக்கு உயர்த்தும் அளவு அற்புதமானது. கற்பனைக் கதை என்பது ஒன்றுமில்லாத வெறும் சூன்யத்திலிருந்து தோன்றி வளர்வதில்லை. ஆகவே, நாம் இதிலிருந்து அந்தக் காலத்துச் சமுதாயத்தை ஊகித்து அறியலாம்; அந்தச் சமுதாயத்திற்குத் தனக்கே உரிய வகையிலும் தன் இயல்பைக் காட்டும் வகையிலும் உள்ளுணர்வு இருந்திருக்கிறது; அந்தச் சமுதாயத்தில் அவ்வுணர்வுக்கேற்ப தொழில் திறனுடையவர்களுக்கும் அவர்களுடைய தொழிலுக்கும் மிகப்பெரிய கௌரவமும் இருந்திருக்கிறது.

இந்தக் கதை தரும் குறிப்பைத் தொடர்ந்து இன்னும் சிறிது பார்ப்போம். கலைகளிலும், தொழிலிலும் அப்படியொரு மிகுந்த திற மையை எவ்வாறு பெற்றனர்? யாரிடம் பயிற்சி பெற்றனர்? இதற்கு பிருஹத் தேவதா கூறும் விடை:[71]

"அவர்கள் த்வஷ்டாவின் சீடர்கள். த்வஷ்டா தனக்கிருந்த எல்லாவற்றையும் கற்பித்தார். விச்வே தேவர் அவர்களுக்குச் சவால் விட்டனர். அவர்கள் கலைகளில் முழுமையான தேர்ச்சியுடையவர்கள். உடனே ருபுக்கள் தேவர்கள் அனைவருக்கும் வாகனங்களும் ஆயுதங்களும் செய்து கொடுத்தனர். அமிர்தம் சுரக்கும் காமதேனுவைச் செய்து கொடுத்தனர். இது பிருஹஸ்பதியினுடையது; பிறகு அச்வினி தேவர்களுக்கு மூன்று ஆசனங்கள் கொண்ட தேர் செய்தனர். இந்திரனுக்குத் தேர்க் குதிரைகள் செய்து கொடுத்தனர். பிறகு, தேவர்கள் அக்னியை அவர்களிடம் அனுப்பினர். அக்னி வாயிலாக அவர்களுக்கும் செய்து கொடுத்தனர். த்வஷ்டாவும் ஸவிதாவும், தேவர்களுக்கே தேவரான பிரஜா பதி. தேவர்கள் அனைவரையும் கூட்டி ருபுக்களுக்கு அமரத்தன்மையை அருளினார்."

இதிலிருந்து வேதகாலத்துக் கற்பனை கண்ட மிக உயர்ந்த தொழில் வல்லவனைக் காண்கிறோம். வேத கவிகள் அவனுக்குத் த்வஷ்டா என்று பெயர் கூறுகின்றனர். கலைகளிலும் தொழில்களிலும் அவனுக்கிருந்த திறமையைப் பலவாறு வர்ணிக்கின்றனர்.72

"அவன் திறமை மிக்க தொழிலாளி. நுட்பமும் தந்திரமும் கொண்ட தனது திறமையைக் காட்டிப் பல பொருள்களைச் செய்பவன் (1-85.9) - தந்திரம் மிகுந்த கருவிகளிலும் யுக்தி வேலைகளிலும் வல்லவனான ஒரு தொழில் வல்லவன் (X - 53.9). பல இடங்களில் இந்திரனுடைய ஆயுதத்தை அவனே அமைத்துத் தந்தான் என்று கூறப்படுகிறது. (V 31.4 முதலிய பல) அவன் பிரஹ்மணஸ்பதி என்ற கடவுளின் இரும்புக் கோடரி போன்றதோர் ஆயுதத்தைக் கூராக்கித் தருகிறான் (X 53.9). அவன் புதிய வகையில் ஒரு கிண்ணம் படைத்தான். அதில் அசுரர்களுடைய உணவு இருந்தது (1-110.3) அல்லது தேவர்களுடைய பானம் (குடிக்கும் பொருள்) இருந்தது.(1-161.5 III - 35.5) தேவர்கள் குடிப்பதற்குப் பயன்படுத்தும் பல பாத்திரங்கள் வைத்திருந்தான். (X-53.9).

மேலே சொன்னதில் கவனத்திற்குரிய ஒன்று; உயிர்கள் தம்மினத் தைத் தம்மிடமிருந்தே பிறப்பிக்கும்-ஜனன ரகசியம் விளங்காதிருந்த காலம் போலும் அது; ஆகவே, வேதங்கள் மனிதரும் மிருகங்களும் பிறப்பிக்கப்படுவதற்குக்கூட பெரிய தொழிலாளியின் உதவி தேவைப் படுவதாகக் காண விழைகின்றனர்.[73]

ருக் வேதம் மேலும் கூறுகிறது: அனைத்து உயிர்களுக்கும் வடிவம் தருகிறான். (x-110-i) மனிதர்களாயினும் சரி, மிருகங்களாயினும் சரி,

த்வஷ்டாதான் கருப்பையில் உயிர் அணுக்களை வளரச் செய்கிறான்-உலகில் உள்ள எல்லாவிதமான வடிவ வகைகளையும் அமைப்பவன் *(I-188.9) (VIII-91.8) (X-184.1)* ருக் வேதத்தை விட பிந்திய வேதங்களில் இதுபோன்ற கூற்றுக்கள் அடிக்கடி வருகின்றன. அவற்றுள் அவனது இயல்பே வடிவ வகைகளைப் படைப்பது என்றாகிறது. த்வஷ்டாவுக்கு விசுவாபன் - அனைத்து வடிவங்களாகவும் இருப்பவன் என்ற பெயரும் வந்துவிடுகிறது. ருக் வேதத்தில் உள்ள தேவதையைவிட-இவற்றில் அடிக்கடி கூறப்படும் தேவதையாகவும் ஆகிறான். உயிருள்ளவற்றின் வடிவங்கள் யாவற்றையும் அமைப்பவன் என்ற முறையில், தலைமுறைகளுக்குத் தலைமையுடையவன் என்றும் சந்ததிகளை அருள்பவன் என்றும் அடிக்கடி வர்ணிக்கப்படுகிறான். *(III-4.9.முதலியன)* கருப்பையிலிருந்து கணவனையும் மனைவியையும் ஒருவருக்கு மற்றவரை வடிவம் அமைத்தவனே அவன்தான். *(X-10.50)* அவன் பலவகைப் பிராணிகளையும் உண்டாக்கி வளர்ப்பவன் *(III-55.19)* உண்மையில் அவனே இந்த உலகம் அனைத்தையும் உண்டாக்கியவனாதலால் அகிலத்தின் தந்தையே ஆகிறான்.

மிகப் பெரிய வேத கடவுளர்களான பிருஹஸ்பதி, அக்னி, இந்திரன் ஆகியோர்கூட சில சமயங்களில் இந்தப் பெரிய தொழில் வல்லவனால் படைக்கப்பட்டவர்கள் என்ற எண்ணம் காணப்படுகிறது.[74] வேத கவிகளுக்குத் தெரிந்த அனைத்திற்குமே வடிவம் சமைத்த இந்தப் பெரிய கடவுள் யார்? அவரைப் பற்றித் தெரிந்துகொள்ள அந்தப் பெயரே உதவும்.[75]

'த்வக்ஷ' என்ற வினைப்பகுதி மிகவும் அபூர்வமாய்த்தான் வேதத்தில் வருகிறது. அதுவும் வினைச் சொல் வடிவில் ஒரே ஒரு இடத்தில் தான் வருகிறது. அதிலிருந்து தொழிற் பெயர் வினையாலனையும் பெயர்களாகச் சில வருகின்றன. இதே வினைச் சொல்லிலிருந்து அதே பொருளில் தவக்ஷ என்ற சொல் அவெஸ்தா என்ற பார்சிக்காரர்களின் (பாரஸ்க) வேதத்தில் வருகிறது. இதன் பொருளும் தக்ஷ என்ற முன் சொன்ன (தச்சுத் தொழில்) பொருள் உடையதே; ஆக, த்வஷ்டா என்றதும் அதே பொருளில்தான் வருகிறது. அதன் பொருள்-அமைப்பவன், தந்திரமான கலை நுட்பமறிந்தவன் என்பதே.

இந்த அடிப்படையில், இந்தக் கடவுள் தொழிலாளியின் திறமையை உருவகப்படுத்திச் சொன்னதுதான் (மனித உருக்கொடுத்து) என்று நினைக்க இடமுண்டு. எப்படியும் இந்தக் கடவுளின் பெயரான த்வஷ்டா என்பது, தக்ஷ என்ற வினைப் பகுதியிலிருந்து வந்த தக்ஷா, த்வஷ்டா என்ற வேதச் சொல்லுக்கு மிகவும் நெருக்கம் உடையதாகிறது. இதன்

பொருள் திறமையான உடல் உழைப்பைக் கொண்டது. த்வஷ்டாவின் சீடர்களான ருபுக்களின் வேலைப்பாடுகளைப் பெருமைப்படுத்தும் பாட்டுக்களில் உபயோகிக்கப்படும் வினைச் சொல்லும் இதுவே. அமைத்தல், இயற்றல் என்ற பொருளுடைய 'தக்ஷ' என்ற வினையே த்வஷ்டா ருபுக்கள் இருவருக்குமே கூறப்படுகிறது.[76]

வேத கவிகளின் நோக்கில் தொழில் செய்யும் கைகளுக்குப் பெருமையும் உயர்வும் இருந்தது. பின்னால் வந்த உபநிஷத்துக் கருத்து முதல்வாதிகள் கருதியதான, சுத்த ஞானம், தூய விவேகம் என்பது போன்ற எண்ணங்கள் என்ற மூளை வேலை செய்ததுபோல கை வேலையின் பெருமை பின்னுக்குத் தள்ளப்படவில்லை என்று வேத கவிகளைப் பற்றி நாம் எதிர்பார்க்கலாம். வேதத்தின் பழங் கற்பனைக் கதைகளும் இந்த எதிர்பார்ப்பை நிறைவேற்றவே செய்கின்றன.

மீண்டும் மேக்டானெல் (Macdonell) குறிப்பிடும் ஒரு செய்தி: வேத கவிகள் த்வஷ்டா ருபுக்கள் ஆகியவர்களின் உடல் அமைப்பு பற்றி விசேஷமாக வர்ணிக்க சிரத்தை காட்டவில்லை. ஆனாலும் இதற்கு விதிவிலக்காக, அவர்களுடைய கைகளின் பெருமையை எடுத்துரைக்கின்றனர். த்வஷ்டாவை 'ஸூபாணி, ஸூஹஸ்த' என்று குறிப்பிடுகிறார்கள்.[78 & 79] நல்ல ஆச்சரியகரமான கைகளை உடையவன் என்பது பொருள். தன் சிஷ்யர்களைப் போலவே 'ஸூகபஸ்தி'[80] நல்ல கைகளைக் கொண்டவன் என்கிறார்கள். இவை அவனுடைய கைகளின் லாகவத்தையும், திறமையையும் குறிப்பன. சில சமயம் ஒரே செய்யுளில் இந்த அடைமொழிகள். இரண்டு மூன்று தடவைகூடத் தரப்படுகின்றன. த்வஷ்டாவின் இந்தத் தனிச் சிறப்பை வற்புறுத்துவதற்காக ருபுக்கள் பற்றியும் இதே மாதிரிதான்; இப்படி அருமையாகச் செயற்படும் கைகளைப் பற்றி மட்டுமே முக்கியமாகக் கூறப்படுகிறது.[81]

தமக்கு உடலுழைப்பின்பால் உள்ள மனப்பாங்கை மேலும் தெளி வாகச் சொல்வதற்காகவே, வேத கவிகள் த்வஷ்டா மற்றும் ருபுக்களின் பெருமையை மற்ற தேவர்களும் பகிர்ந்துகொள்வதாகவும் கூறுகின்றனர். மித்ரன், வருணன், இந்திரன், அக்னி, ஸவிதா போன்றவர்களும் திறமையாகவே வேலை செய்யும் கைகளை உடையவர்கள் என்று காட்டுகிறார்கள்.[82-85] கோஸா என்ற பெண்பாற் கவியின் மகள் என்று தெரியவரும் ஒருவருக்கு 'ஸூஹத்ய' என்று பெயர். இதற்கு மிக்க லாகவமாகவும் தந்திரமாகவும் வேலை செய்யும் கைகளைக் கொண்டவர் என்பது பொருள்.[86] அவர் செய்ததாக வரும் ஒரு கவிதையில் தேவதை

களைப் போல நடக்கும் வகையில் தன் கைகளின் திறத்தை வியந்து கூறுகிறார்.

வேத இலக்கியம் நினைவு கூறும் பண்டைய நிலை இது. பிற்பட்ட வேத காலத்தில் இதற்கு முற்றிலும் மாறான நிலை நன்கு தெரிகிறது. இதை ஏங்கல்ஸ் கூறுகிறார்: "உழைக்கும் கைகள் உற்பத்தி செய்த பொருள்களும் பிறவும் பின்னுக்குப் போகப் போக மிகப் பழைய காலகட்டத்தில் ஏற்பட்ட சமுதாய வளர்ச்சியில், பல்வேறு உழைப்புகளுக்கான யோசனையும் திட்டமும் வகுத்த மனம், மூளை, அந்த வேலைகளைத் தம் கைகளால் செய்துகொள்ளாமல் பிறரைக் கொண்டு செய்வித்துக்கொள்ளுதல் மேலும் அதிகமாயிற்று. நாகரிகத்தில் விரைவான முன்னேற்றம் ஏற்பட்டதன் பெருமையும் கௌரவமும் மூளைக்கே சேர்க்கப்பட்டன. (அது தந்ததுதான் எல்லாம் என்று) மூளை வளர்ந்தது அதன் வேலையால்தான் என்றும் கொள்ளப்பட்டன. மக்கள் தமது செயல்கள் அவசியத் தேவைகளால் உண்டாயின என்று விளக்குவதற்குப் பதிலாகத் தமது சிந்தனைகளால் உண்டாயின என்று விளக்குவதற்கு வழக்கப்படுத்திக்கொண்டனர். காலம் செல்லச் செல்ல, குறிப்பாக மிகப் பண்டைய கால உலகம் வீழ்ந்து மறைந்த பிறகு உலகத்தைக் கருத்துமுதற் கோட்பாட்டுடன் பார்ப்பது தோன்றிற்று. அதுதான் இன்னும் மக்களை அடக்கி ஆள்கிறது."

இப்போது நாம் உபநிஷத்துக் காலத்திற்கு வருகிறோம். அப்போது தான், பிறர் உழைத்துச் சேர்த்த உபரியில் வாழும் புது வாழ்வு முறையுடன் சேர்ந்தே, அக்காலத்தில் வாழ்ந்த பாக்யவான்களான சிலருக்கு மட்டுமே சொந்தமாயிருந்த ரகசிய ஞானத்தின் கோட்பாடும் தலைதூக்கிற்று. இந்த மெய்ஞானம் தொழில், வேலை செய்தல் போன்றவற்றிலிருந்து அறவே விடுபட்டு தனக்கே உரியதும், மாயமானதும் (பிறரை மயக்குவது) ஆன ஒருவிதமான எல்லாம் வல்ல தன்மையை வளர்த்துக்கொள்கிறது. அது உண்மையைத் தன் இஷ்டப்படி ஆட்டிவைத்து, அது உண்மையே இல்லை; தான் மட்டுமே உண்மை என்று கொள்கிறது.

9. தர்க்கப்போக்கில் சுரண்டல் மீண்டும் நிலைபெறல்

கருத்துமுதற்பார்வை, உழைக்காமல் ஓய்வுடன் வாழும் வர்க்கத்தின், சமுதாயத்தைச் சுரண்டிப் பிழைக்கும் புல்லுருவி மனப்பான்மையின் யதார்த்தமான விளைவாகவே தோன்றிற்று என்று பார்த்தோம். அந்த வர்க்கத்தைச் சேர்ந்தவர்கள் அரசர்களும், அவர்களைத் தங்கள் கருத்துக்கும் குறிக்கோளுக்கும் ஆளாக்கிப் பரிந்து பேசும்

குருக்களும், புரோகிதர்களும் ஆவர். அவர்கள் உற்பத்தித் தொழிலிலிருந்து அறவே விடுபட்டவர்கள். தத்துவவாதிகளை இந்த உலகமே இல்லை என்று சாதிக்கும் ஊதாரித்தனமான அதிகப் பேச்சிற்கு இட்டுச் சென்ற இதே புல்லுருவித்தனத்தில் தர்க்க வாதத்தின் தோற்றுவாய், மகாயான பௌத்தர் மீண்டும் மீண்டும் அடித்துப் பேசிய கருத்துமுதற் பார்வைக்குப் பின்னணியில் காணலாம்.

மகாயான பௌத்தம் தோன்றிய வரலாறு மிகவும் விரிவானதும், சிக்கல்கள் மிக்கதும் ஆகும். திபேத்திய, சீன ஆதாரங்களிலிருந்து அதைப் பற்றிய பல செய்திகளைக் கண்டுபிடிக்கும் காரியம் இன்னும் முற்றிலுமாக நடைபெறவில்லை; அதிகமான விவரங்கள் இல்லாத நிலையில், பொதுவான நமக்கு ஆர்வமுள்ள சிலவற்றை மட்டுமே விவாதிக்க முடியும்.

மகாயானத்தைப் பற்றி முதலில் கவனிக்க வேண்டியது, அதற்கும் ஆரம்பத்தில், புத்தர் தாமே நேரில் உபதேசித்த சமயக் கொள்கைக்கும் இடையே ஏற்பட்ட அடிப்படை பற்றிய மிகக் கடுமையான அபிப்ராய பேதமும் பிளவும்தான். ஆகவே மூலாதாரமான பௌத்த சமயம் பற்றிய சுருக்கத்துடன் தொடங்க வேண்டியிருக்கிறது.

புத்தரைப் பற்றி நமக்குத் தெரிந்ததெல்லாம், பொதுவாக அவர் பண்டை இயற்கைச் சாத்திரங்கள் கூறிய அதீதமான (கற்பனையும் ஊகமுமான) விஷயங்களை வன்மையுடன் எதிர்த்தவர் என்பதும், குறிப்பாக உபநிஷத்தின் கருத்துமுதல்வாதத்தை அறவே எதிர்த்தவர் என்பதும்தான். அவருடைய உபதேசங்களில் மிக முக்கியமானவை நான்கு மிக உயர்ந்த சத்யங்கள். (1) அனைத்துமே துக்கம்தான்; (2) துக்கத்திற்குக் காரணம் உண்டு. (3) அதை அகற்ற முடியும். (4) அதை அகற்றும் வழி - உபாயம் என்பவை அவை.

ஆரம்ப காலத்துப் பௌத்தத்தின் ஆய்வில் முதல் வினா அவற்றில், முதலாவதைப் பற்றியது. அந்தத் தீர்க்கதர்சி ஏன் எல்லாவற்றிலும் எங்கும் துக்கத்தையே காண்கிறார். நான் வேறோர் இடத்தில்[89] இந்த வினாவுக்கு விடையாக அவர் காலத்தில் ஏற்பட்ட மிகப் பெரிய சமுதாயக் கொந்தளிப்பே காரணம் என்று காட்ட முயன்றுள்ளேன்; அந்தக் காலத்தில்தான் இந்தியாவின் வடகிழக்கில் இரக்கமே இல்லாத அரசு அதிகாரங்கள் தோன்றின. பழங்குடி மக்கள் மற்றும் அரைகுறைப் பழங்குடி மக்களின் சமுதாயங்களின் அழிவின் மீது, மகத ராஜ்யமும் கோசல ராஜ்யமும் தோன்றின. அப்படிப்பட்ட காலத்திற்குரிய இயல்பாக மிகத் தாழ்வான ஆசைகளும், மிருகத்

தனமான இன்ப வேட்கையும், அருவருக்கத்தக்க பேராசையும், பொதுச் சொத்துக்களை சுய நலத்திற்காகக் கொள்ளையடிப்பதும், அதீதமான வரியும், வட்டி வாங்குதலும், பயமுறுத்திப் பணம் பறிப்பதும் போன்றவை மக்களின் வாழ்வில் அதுவரை கேட்டறியாத மிகப் பெரிய துன்பங்களை உண்டாக்கின; ஆனால், அந்தப் பழங்குடிகளின் நினைவில் இருந்து அவர்களிடையே அதற்கு முன் இருந்த சுதந்திரமும் சமத்துவமும் சகோதரத் தன்மையும் ஆகியவை அறவே அழியாமல் இருந்த காலம் அது. அவர்களுக்குப் பக்கத்தில் இருந்த சாக்கியர், வஜ்ஜியர்கள் போன்ற மக்களிடத்தில், பழங்குடி மக்களின் சமுதாயத்தில் இருந்த ஜனநாயக அம்சங்கள் பல அழியாமல் இருந்த காலம் அது. புதிதாய்த் தோன்றிய ராஜ்ய ஆதிக்கங்களுக்கு, அது போன்ற மாதிரிச் சமுதாயங்கள் மிகவும் ஆபத்தானவை. இந்த ஜனநாயகங்களை நசுக்குவதும் அறவே ஒழிப்பதும் அவற்றின் அரசியல் கொள்கை வழிகளில் முக்கியமானதாகிறது.

புத்தர் சாக்கியர் குடியைச் சேர்ந்தவர். அது பற்றி எப்போதும் பெருமையும் பட்டுக்கொள்பவர். அவர் வாழ்ந்த காலத்திலேயே, கோசல அரசிளங்குமாரனான வித்யுதாபன், சாக்கியர்கள் மேல் மிருகத்தனமான வகையில் கூட்டம் கூட்டமாகக் கொல்லும் செயலைக் கட்டவிழ்த்து விடுகிறான். புத்தர் தமது பீக்ஷு சங்கத்தை சகோதர பிக்ஷுக்களின் கூட்டத்தை ஜனநாயக முறைகளின்படி அமைக்க விரும்புகிறார். வஜ்ஜியர்கள் சங்கம் அமைத்த காலத்தில்கூட அந்த முறைகளையே கையாண்டு வாழ்ந்துவந்தனர். ஆனால், மகத நாட்டரசனான அஜாத சத்ரு பலருமறியச் சூள் உரைப்பது பின்வருமாறு: "வஜ்ஜியர்களை நான் வேரறுப்பேன்; அவர்களை அழிப்பேன்; அந்தக் குடியையே படுபாழ் நிலைக்கு ஆளாக்குவேன்." இதை அவன் மிகப் பெரிய அளவிலேயே செய்தும் முடித்தான்.

தன் பழங்குடி வழக்கம் என்ற மிக்க அழுத்தமான பற்றுதலால், வெறும் பேராசையால் நிகழும் இந்த நிர்வாணமான தாக்குதலால் அச்சமும் முன்னெச்சரிக்கையும் புத்தர் அடைந்தார். அவர் கூறுகிறார்: "அரசன் கடலின் இக்கரையிலிருந்து அக்கரை வரையில் உள்ள நாடுகளையும், மண்ணையும் ஆள்பவனாக இருந்தாலும், திருப்தி அடையாமல் கடலுக்கு அப்பால் உள்ள மண்ணையும் அடையகவரவே ஆசைப்படுவான்; புத்தன் (ஞான விழிப்பை அடைந்தவன்) அனைத்திலும் கண்டு உணரும் துக்கத்திலிருந்து அரசர்களை இந்த ஆசை விதிவிலக்காக்கிவிடுமா? விடாது; இதே ஆசை அவர்களைப் பின்னால் உதைக்கும் அவர்களுடைய துக்கத்திற்கு மூலமாகும். கோசல

நாட்டரசனான பிரசேனஜித் என்பவனும் மகத நாட்டரசனான பிம்பசாரனும் புத்தருக்கு இளமைக் காலத்து நண்பர்கள். முன்னவனை அவனுடைய மகனான வித்யு தாமன் என்பவன் செய்த துரோகச் செயல் அழித்தது. பின்னவனை அவன் மகனான அஜாதசத்ரு பட்டினி போட்டுக் கொன்றான்; மேலும் புத்தர் கூறுகிறார்: "ராஜ்யத்தை ஆளும் ராஜகுமாரர்கள் நிதிகளும் செல்வங்களும் பெற்று வாழ்ந்தாலும், தங்கள் ஆசையை ஒருவருக்கு எதிராக மற்றவர் திருப்பிவிடுகின்றனர். திருப்தி சிறிதும் கொள்ளாமல் தங்கள் விருப்பங்களை-தீய ஆசைகளை நிறை வேற்றிக்கொள்கின்றனர். இது போன்ற காரியங்களில் சிறிதும் நிம்மதி இல்லாமல், நிலையாமையின் ஓடையில் நீந்திக்கொண்டு, அதே ஓடையில் பேராசையாலும், சிற்றின்ப வேட்கையாலும் இழுத்துச் செல்லப்படுகின்றனர். அவர்கள் மண் மீது அமைதியுடன் எப்படி நடந்து செல்ல முடியும்? நிச்சயமாக அப்படியான யாரையும் புத்தர் கண்டதில்லை. அவர் அனைத்திலும் எங்கும் துக்கத்தைத் தவிர வேறு எதைக் காணமுடியும்?

ஆனால், அவர் வாழ்ந்த காலத்து நிலையில் இந்த துக்கத்திலிருந்து விடுபடுவதற்கான வழியை அவர் எப்படிக் காட்டமுடியும்? சமுதாயத்தின் புல்லுருவிகளாகியிருந்தவர்களின் உலகமே மாயை, பொய் என்ற கருத்தை மறுத்து எதிர்த்தவராதலின், அவர் கற்பனையால் கொண்ட கடவுளைப் பிரார்த்திப்பதையோ, யாகங்கள் செய்வதையோ மக்களுக்கு உபதேசிக்கவில்லை. கண்கூடாக நேருக்கு நேர் அநுபவிக்கும் உண்மையான துக்கத்தை அகற்றுவதாகப் பம்மாத்துச் செய்த சாத்திரக் கற்பனைக் கூற்றுக்களில் அவர் ஈடுபடவில்லை. அவர் கடவுளை நம்பவில்லை; ஆத்மா மட்டுமே உண்டு என்ற சாத்திரத்திலும் அவருக்குப் பொறுமை இல்லை. அவர் தேடியதெல்லாம், நிஜமாகவே வருத்தும் துக்கங்களுக்கெதிராக அநுபவ சாத்தியமும், பயன் தரத்தக்கதுமான ஒரு மார்க்கம்தான். அந்தக் காலத்தில், பிரத்யக்ஷமான உலகிலிருந்து துக்கத்தை ஒழித்துவிடுவது என்ற பிரச்சனையே இல்லைதான். தீர்க்கதரிசியே ஆயினும் வரலாற்று நிகழ்ச்சிகளின் வளர்ச்சிக்குள்ள பல்வேறு நிலைமைகளை ஒரேயடியாகத் தாண்டி உடனடியாகப் பொதுவுடைமைக்குக் குதித்துவிட முடியாதன்றோ? மிக உயர்ந்த விதத்தில் மக்களின் உற்பத்தித் திறன் பெருகி, மனிதனை மனிதன் சுரண்டிப் பிழைக்கும் முறையை அறவே ஒழித்துவிடும் அடிப்படையில் அமையும் பொதுவுடைமை ஒன்றுதான், மனிதத் துயரங்களை அகற்ற உறுதி கூறமுடியும். மனிதத் துயரங்கள் அனைத்துமே தவிர்க்கப்படக்கூடியவை; ஆகவே, புத்தர் செய்யக்கூடிய மாற்றுச் செயல் ஒன்றே ஒன்றுதான் இருந்தது. அதாவது, ஒரு கண்கூடான

இந்தியத் தத்துவ இயலில் நிலைத்திருப்பனவும் அழிந்தனவும் 197

உண்மையாயிருந்த பிரச்சனைக்குக் கருத்து வகையில் மனத்தின் லட்சியமாகச் செய்யும் வகையில் ஒரு பரிகாரமான முடிவை உண்டாக்கி நிறுவியதே அது; புறவயமாய் வருத்திய துக்கத்திற்கு அகவயமான பரிகாரம். சுருங்கச் சொன்னால், துக்கம் என்று ஒன்றை நினைக்கும் எண்ணத்தை மீறி வென்றுவிடும் வகையில் ஒருவனுடைய ஆளுமையையே மாற்றிக்கொள்ளும் ஒரு மன நிலையை உபதேசித்தல். அவர் மனித வாழ்க்கை சகிக்க முடியாததும், நிலைத்திருப்பதும் என்று கண்டார். வரலாற்று முறையில் அந்தக் காலத்திற்கேற்ப அவர் பெறத்தக்கதாக இருந்தது இந்த மார்க்கம்தான். அது, நோயின் உக்கிரத்தைத் தணிக்கும் ஒன்றுதான். இதைத்தான் அவர் செய்ய முன்வந்தார். அவர் கூறுகிறார்.

"நான் ஒரு புதிய தத்துவத்தை உபதேசம் செய்கிறேன். இந்த உலகத்தில், இந்த நமது வாழ்க்கையிலேயே உண்டாகும் மனத்தை மயக்கும் (போதைப் பொருள் போல் மயங்கவைக்கும் ஆசைகள்) விஷயங்களை அடக்கி ஒடுக்குவதற்கான உபதேசம் இது. இதைக் கூறும் தனது நோக்கம் இருதயத்திற்குச் சலனமற்ற அமைதியைத் தருவதே; இதைப் பெற்றுவிட்டால் துக்கங்கள் அறவே அழிந்துவிடும். இதைப் புத்தர், நிர்வாணம் என்பார். (விளக்கு அணைதல் என்பது போல் பிறவும் அது தந்த துன்பங்களும் அணைந்துவிடும் என்பதும், இருதயம் எந்தவித கவிப்பும் ஆடைகள் போன்ற அதை மூடும் எதுவும் இல்லாத நிலை எய்தும் என்பதும் இதன் விளக்கம்.) மூலமான புத்த சமயம் மிகவும் தெளிவும் எளிமையும் உடையது என்பதை கவனிக்க வேண்டும். "இது ஒரு மதம்-சமயம் போன்றது என்றுகூடச் சொல்ல முடியாது. அதன் மதச் சார்புகூட ஒரு மார்க்கத்தை - நன்னெறியை உபதேசிப்பதுதான். அது முற்றிலும் மனிதனைப் பற்றியதும்கூட; மனிதன் தன் சுய முயற்சியால் மோட்சம் அடைகிறான். நன்னெறியின் சேய்மையும் அறிவின் நேர்மையுமே அதற்கான உபாயங்கள்; அந்தக் காலத்துப் புத்தமதத்தில் நமக்குத் தெரிந்த சிறிதளவில் வந்தனை வழிபாடுகளும் மிகுதியாக இருந்ததில்லை. பௌத்த சமுதாயத்தில் குடும்பமோ, ஆஸ்தியோ இல்லாத சந்நியாசிகள் இருந்தனர். அவர்கள் மாதம் இருமுறை கூடுவார்கள். அப்போது, தாங்கள் செய்த பாவங்களை பகிரங்கமாகச் சொல்லி ஒப்புக்கொள்வார்கள். அவர்கள் பற்றற்ற மிக எளிய வாழ்க்கை வாழ்பவர்கள். தியானம் செய்வார்கள். தத்துவ சர்ச்சை செய்வார்கள்.[90] வெளி ஆடம்பரமான சடங்குகள் இல்லை; அதிகாரபூர்வமாக விதிக்கப்பட்ட மூட நம்பிக்கைகளை ஏற்படுத்தும் போக்குகளும் இல்லை. கடவுள் பற்றியும், சாத்திரங்கள் பற்றியும் கற்பனையும் ஊகமுமாய் ஏதேதோ செய்யும் போக்குகளும் இல்லை.

உண்மையாகவே புத்தர் இவற்றை ஊக்குவிப்பதில்லை. அவர் ஊக்குவிக்கும் தத்துவ சர்ச்சைகள் துக்கம், துக்கத்திற்கான காரணம், அதை இல்லாமற் செய்யும் உபாயங்கள் என்பவை பற்றியது அது.

புத்தர் இறந்த சில நூற்றாண்டுகளுக்குள், அவர் பெயரில் வழங்கும் மதச் சார்பான கோட்பாடுகள் திடீரென திசைமாறிப்போயின. இந்த மாற்றத்தின் ஓர் அம்சம் மனப்பூர்வமாகவே மூடநம்பிக்கைகளை வளர்த்துக்கொண்டதாகும். அதைக் காலப்போக்கில் பௌத்த மதமென்றே புரிந்துகொள்ள முடியாத அளவுக்கு அவ்வளவு பெரிய அளவில் மூடநம்பிக்கைகள் மூடிக் கவிந்துவிட்டன. அந்த நிலையில் அதற்கொரு புதிய பெயர் வேண்டியிருந்ததும் ஆச்சரியமில்லை. இப்படிப் புதிதாகக் கண்டுபிடித்து வைத்த பெயர்தான் மகாயானம் என்பது. புதிதாய் வந்த பௌத்தர்கள் உபநிஷத்துக் கருத்துமுதற் கொள்கை அழியாமல் காக்கும் கவலையுடன் அதன் சாரமான விஷயங்களைப் புதுப்பித்து நிறுவுவது தங்களுக்கு வசதியானது என்று கொண்டிருந்தால்தான் மகாயான பௌத்தத்தைப் பற்றிக் கூறுவது முக்கியமாக விவாதிக்கவேண்டியதாகும். மகாயானத்தை, அதில் உள்ள புதிய மூடநம்பிக்கைகளின் குவியலைக் கூறாமல் இன்னதென்று மனத்தில் வாங்கவும் முடியாது. புத்தருடைய யதார்த்தத்தை உரைப்பதும், சற்றே பகுத்தறிவுக்கு ஏற்றதுமான இனப்போக்கிற்குப் பொருந்தும் வகையில் புது பௌத்தர்கள் உலகத்தை இல்லையென்று கூறும் அதீதப் பேச்சைப் பரப்புவது சிரமம் என்று அவர்கள் தெளிவாக உணர்ந்தனர். இதற்கு நேர் எதிரான விநோதமான மூடநம்பிக்கைகளால் நன்கு தயார்படுத்தப்பட்ட கடவுள் நம்பிக்கையென்ற மண், அவர்கள் விரும்பும் வகையில் பிரச்சாரம் செய்யும் கருத்துமுதல் தத்துவம் வளமாய் வளர ஏற்றதாய் இருந்தது. அந்த தத்துவத்திற்கு இரகசிய வாதமும் விளங்காமல் கூறும் வாதமும்தான் ஆதாரங்கள்.

இவர்களுக்கு இன்றியமையாத வகையில் ஏற்பட்ட அவசரமான தேவை புத்தருடைய வரலாற்று முறையில் இந்த மதத்தை நிறுவிய சாக்கிய கௌதம புத்தருடைய வரலாறு பற்றிய நினைவுகளைத் திருத்துதல் ஆகும். இதை அவர்கள் விரிவான கொள்கை அடிப்படையுடன் செய்தார்கள். அதை புத்தர்களைப் பற்றிய அறிவு என்பார்கள். ஒரு புத்தருக்குப் பதிலாக பல புத்தர்களைப் பற்றிக் கதை பேசத் தொடங்குகிறார்கள். வரலாறு அறிந்த புத்தருக்கு முன்பும் பல புத்தர்கள் இருந்தனர் என்று எந்த மதச் சான்றும் இன்றிக் கூறினர்; கௌதம புத்தருக்குப் பின்னும் பல புத்தர்கள் வருவார்கள் என்றும் கற்பனை செய்தனர். அவர்கள் போதி ஸத்வர் என்று பெயரிடுபவர்

களையும் சேர்த்தே கூறினர். அவர்கள் வருங்கால புத்தர்கள். இந்த புத்தர்களுக்கு பௌதீக உலகத்துடன் எந்த விதமான பொதுத் தொடர்பும் கிடையாது. அவர்களைப் பற்றிய அனைத்துமே இயற்கைக்கு அப்பாலான அதி மானுடத் தன்மை மிக்கவை. அவர்கள் சிந்திப்பது போலவும் பேசுவது போலவும், செயல்களில் ஈடுபடுவது போலவும் நம்மைப் போலவே துயரம் கூறுவது போலவும் தோன்றினாலும் அது அவர்களுடைய அருட்பண்பினால்தான்; அதாவது அவர்களைவிட மிகத்தாழ்ந்த நம்முடனும் வித்தியாசம் இல்லாமல் பழகும் உயர்ந்த குணத்தால்தான். நமது பலஹீனத்திற்கு ஏற்ப வெளித் தோற்றத்திற்கு ஒத்துப்போகத்தான்; அவர்களுடைய உருவம் அல்லது வடிவம் நம்முடைய ஊனக் கண்களுக்கு உடம்பு போல் தோன்றுவது, மனோமயமானதுதான்; மனமே அந்த உடல். (சதையும் தசையும் குருதியும் கொண்ட பூத உடல் அன்று) ஆதலால் மகிழ்ச்சியுள்ள கடவுளரில் ஒருவராகத் திகழ்ந்து ஆண்டவரான ஓர் அற்புதமானவர், இந்த உலகத்தில் வெளிப்பட்டது நமக்குத் தோன்றியது போல் நிஜமாக இல்லை. போதிஸத்வர் உலகத்தின் மீது கருணை கொண்டு தாழ வந்து உலகத்து வாழ்க்கை முறைகளையும் பின்பற்றி - வெறும் சூன்யமான - ஒன்றுமில்லாத மனிதத் தோற்றத்தை ஏற்றுக்கொண்டார். கடவுள்களுக்கும், மனிதர்களுக்கும் அவர் காட்டும் உடல், அதன் உண்மையான தன்மையை உலக இயல்பான மனத்திலிருந்து மறைத்து விடுகிறது. இன்னும் மேலே போய், இந்த உடல் வெறும் மாயமானதுதான் என்றுகூடச் சொல்லலாம்.[91]

சரித்திரப் பிரசித்தமான புத்தரை மறைத்துவிட்ட இது ஒரு தெய்வ சாத்திர யுக்தி. மகாயானத்தின் அனைத்து விஷயமும் போலவே, புத்தர்கள் பலர் போதி சத்துவர்கள் என்பனவை பற்றிய கோட்பாடும் கட்டுக்கதை போல் ஆகிவிடுகிறது. அதில் முக்கியமானது தர்மகாயம், நிர்மாண காயம், ரூபகாயம் என்பவற்றிற்கிடையே உள்ள வித்தியாசங்கள் பற்றியது.

தர்மகாயம் என்ற மனக்கோள் சில சமயம் புத்தரின் பிரபஞ்ச மய மான உடல் என்று உரைக்கப்படும். அதைச் சற்று விளக்க வேண்டும். இதற்கு விளக்கம் மகாயானத்தில் 'தர்மதா' என்ற ஒரு மனக்கோளில் கிடைக்கும். அதற்குப் பொருள் இறுதி முடிவான ஸத்யம் அல்லது பரிபூரணம் என்பது. இந்தப் பரிபூரணம் நமது அறிவுக்கும் எட்டாதது; நாம் கூறும் எந்த மொழியாலும் அதை இன்னது என்று விவரிக்க முடியாது. ஆனால், அது இருக்கிறது என்ற உண்மையை மட்டுமே வற்புறுத்துவதைவிட வேறு ஏதும் இல்லை. இதை மகாயானிகள்,

'ததாதா' என்பர். அது அப்படிப்பட்டது என்பது பொருள். அதன் நோக்குப்படி பொதுவாக நாம் அறியும் எல்லாப் பொருள்களும் வெறுமை-வெறுமைதான். இப்படியான சந்தர்ப்பத்தில்தான் அவர்கள், தர்மதா என்பதும் சூன்யதா (வெறுமை) என்பதும் ஒன்றே என்று சொல்லிவிட வேண்டியதாகிறது. சூன்யதா (வெறுமை) என்பதற்கு, பரிபூரண சத்யத்தை வைத்துப் பார்க்கும்போது, நாம் கண்டு உணர்ந்து அநுபவிக்கும் உலகம் வெறுமை- வெறுமை என்பதாகும். மிகவும் நல்ல எல்லாத் தகுதிகளும் பெற்ற ஞானிதான், தனது மோட்ச நிலையில்-அதாவது நிர்வாணம் எய்திய நிலையில் இந்த மிக மிக இரகசியமான பரிபூரண சத்யத்தைப் பெறுகிறான். அந்த நிலையில் அவன் பரிபூரணத்தைத் தவிர வேறு எதுவுமே இருப்பதாக உணர்வ தில்லை; ஆகவே, தர்மதா என்பதே நிர்வாணம்தான். (தர்மகாயம் என்றால் - மேலே சொன்ன தர்மத்தை அல்லது நிர்வாண நிலை என்பதை அடைந்த உடல் என்பது பொருள்)

மகாயானத்தில் தர்மகாயம் என்பது நிர்வாணம் அடைந்த புத்தரையே குறிக்கும் சொல்லாய் இருக்கிறது; ஆனால் இந்தக் கருத்தை மக்கள் பலரும் போற்றி ஏற்று ஜீரணித்துக்கொள்வது முடியவே முடியாதது; அது அவ்வளவு எளிதில் புரியக்கூடியதன்று; சாக்கியக் குடியில் பிறந்து மனிதர்களின் துக்கத்தை அகற்றவும் வழி தேடிய வரலாற்றுப் புத்தருக்கு ஏதாவது ஒரு வழியில் பதில் சொல்ல வேண்டும். அதற்காகத்தான் அவர்கள் அடுத்து இரண்டாவதாக ஓர் உடலைக் கூறவேண்டி வந்தது; அதுதான் நிர்மாண காயம். (நிர்மாணம் - படைத்துக்கொள்வது. காயம் - உடல்) அது மாயக் கற்பனைத் தோற்றமானது; புத்தர் என்ற மனித வடிவத்தில் பரிபூரணம் தற்காலிகமாக ஏற்றுச் சமைத்துக்கொண்டது. நிஜமாகவே அது உள்ளதான ஒன்று அன்று எனினும், ஜால வித்தை காட்டும் மேடையில் ஜால மந்திரக்காரன் மாயமாய்க் கொண்டுவந்து காட்டும் யானை போல் அது ஒரு வெறும் தோற்றம். நாம் காண்பது புத்தருடைய உடல் அன்று. அப்படியானால் பரிபூரணம் ஏன், எதற்காக ஒரு பொய்த்தோற்றமான உடம்பை ஏற்றுக்கொள்ள வேண்டும். இந்தப் புதிய தெய்வ சாத்திரம் கூறுவது இதுதான்; தர்மகாயம் என்ற பரிபூரணம், பிராணிகளின் மீது கொண்ட எல்லையில்லாத கருணையினால் மனமிரங்கி, மண்ணுலகுக்கு இறங்கி வந்து, இங்குள்ள பிராணிகள் அனைத்திற்கும் மோட்சம் கிடைப்பதற்கான வேலைகளைச் செய்யவே நிர்மாண காயத்தை ஏற்றது. அந்த உடலுக்கு சதையும், குருதியும் இருப்பதாக நமது ஊனக் கண்களால் காண்பதும் அதன் சுத்தப் பொய்த் தோற்றத்தைத்தான்; அந்தப் பொய்த் தோற்றம்தான் ரூபகாயம் என்பது. அதாவது புத்தருடைய பூத உடல்.

இப்படி நம்ப முடியாததொரு கற்பனைக் கதையையும் சாத்திரத்தையும் இணைத்துக் கூறியதில் அவர்களுக்கு ஒரு திருப்தி ஏற்பட்டது. வரலாற்றில் இடம்பெற்ற புத்தரை அகற்றிவிட்டோம் என்று நினைத்துக்கொண்டனர். இப்படிச் செய்ததால் அவர்களுக்கு மற்றொரு காரியம் எளிதாயிற்று. கடவுள் என்றதோர் கருத்தையே பிடிக்காமல் ஒதுக்கிய புத்தர் நிறுவிய சமயத்தை ஏற்ற பௌத்தர் களிடமும் இருந்த கடவுள் பற்றிய வெறுப்பை - கடவுள் நம்பிக்கை இல்லாமையை அகற்றியதே அது. (பௌத்தர்களும் பல கடவுள்களை ஏற்றுக்கொண்ட விநோதம்). பரிபூரண சத்யம் என்ற இறுதி முடிவின் நோக்கில், இதைப் பெயரும் வடிவும் குணமும் கொடுத்து வர்ணிப்பது சாத்தியமே இல்லைதான். ஆனால் அதைப் பற்றிச் சாதாரண மக்களும் புரிந்துகொள்ளும் வகையில் சில விஷயங்கள் உண்டு. லோகாயதமான எண்ணங்களும் பயன்களும் பார்வைகளும் கொண்ட பாமர மக்களும் அறியும் வகையில், தர்மகாயத்தை அதாவது, அகிலத்தின் ஒப்பற்ற அரிய சாரமான பரிபூரணத்தை உருவகப்படுத்தி, மனித இயல்புகள் தந்து, உருவமே தந்து கூறப்படுகிறது அவ்வளவுதான் என்று மகாயானிகள் இதை விவாதித்து விளக்குகின்றனர். அந்தக் கடவுள்களே மக்களால், விரோசன், அகிதபா என்ற ஆண் தெய்வங்களாகவும் தாரா என்ற பெண் தெய்வமாகவும் மற்றவையாகவும் கொள்ளப்பட்டு, வந்தனை வழிபாடுகளும் பெறுகின்றன என்பது அவர்களுடைய வாதம். புத்த மதம் அடியோடு ஒரேயடியாய்ப் பல கடவுள் கொள்கையாகவும் கடவுளைப் பற்றிய மதமாகவும் ஆகிவிடுகிறது. இதைப் பேராசிரியர் அநெஸாகி (Anesaki) சர்வதேச சமயம் ஆகிவிடுகிறது என்று கூறலாம் என்கிறார்.[92]

இந்த தர்மகாயம் என்ற கருத்தில் மகாயானிகள், கடவுளின் இயல்புகளாக வழி வழியே வழங்கும் அனைத்தையும் திணித்து விடுகிறார்கள். எல்லாம் அறிந்தவன், எல்லாம் வல்லவன், எங்கும் உள்ளவன் போன்ற அனைத்தும் இந்த கடவுள்களுக்கும் உண்டு. ஆனால், அவர்கள் ஒன்றே ஒன்றை மட்டும் சேர்க்கவில்லை. இந்தியாவின் கடவுளை ஏற்கும் சமயங்கள் அனைத்திலும் இந்த உலகைப் படைத்தவர் கடவுள் என்பது மிக முக்கியம். ஆனால் மகாயானிகள் அதை ஒதுக்கிவிட்டார்கள். மேலும் நாகார்ஜுனர் முதலிய புகழ் பெற்ற மகாயானிகள் பலரும் இந்தியச் சமயங்களின் இந்த முக்கியமான கருத்தை எதிர்த்து மறுக்கின்றனர்.

இது அவர்களுக்கு இரண்டு நோக்கங்களை நிறைவேற்றுகிறது. ஒருபுறம் மூல பௌத்தத்தின் நாத்திகத்தில் அவர்களுக்குள்ள

விசுவாசத்தைத் தக்கவைத்துக்கொள்ளமுடிகிறது. எப்படியென்றால், உலகைப் படைத்தவர் கடவுள் என்ற கருத்தை மறுப்பதன் மூலம் கடவுளை நம்புவோர் கூறும் ஈசுவரன் - கடவுள் என்ற கருத்துக்களை முற்றிலும் மறுத்து ஒதுக்குவதாகப் பாசாங்கு செய்கிறார்கள். மற்றொரு புறம், இந்த உலகம் சாராம்சத்தில் பார்த்தால் மாயத்தோற்றமே என்ற தங்கள் தத்துவத்தைக் காத்துக்கொள்ளவும் உதவுகிறது. உலகைப் படைத்த கடவுளை ஒப்புக்கொண்டுவிட்டால், அது படைப்பு என்ற செயலை ஒப்புக்கொண்டதாகிவிடும். இதை இன்னும் தீவிரமாகக் கொள்ளும்போது, 'கடவுள் படைத்த இந்த உலகமும் நிஜமானதே என்று ஒப்புக்கொள்ளும் அபாயம் நேரும். ஆகவே இவர்கள், உலகத்தைக் கடவுள் படைத்தார் என்பதும், ஆகவே உலகம் நிஜமாகவே உண்டு என்பதும் வெறும் கட்டுக்கதை என்று நிரூபித்துவிடலாம் என்று நம்புகிறார்கள். இந்த விஷயத்தைப் பிற்காலத்தில் கௌடபாதரும் மீண்டும் வற்புறுத்திக் கூறுகிறார். அவருடைய கருத்து அஜாத வாதம் எனப்படும்; அதாவது, இந்த உலகம் எப்போதுமே உண்டாகி உள தாவதில்லை என்ற கருத்து. இப்படியெல்லாம் இருந்தபோதிலும் இந்தியத் தத்துவத்தின் நாத்திகக் கொள்கையின் பழைய மரபுக்கு இதில் ஒரு நல்ல லாபம் கிடைக்கிறது. அதாவது மகாயானிகள் படைப்புக் கடவுள் இல்லை என்று மிக்க யுக்தி நுணுக்கத்துடன் விவாதம் செய்யும்போது கிடைப்பது அது.[93] இதனால் அவர்கள் பௌத்த மதத்தின் அனைத்திற்கும் மேற்பட்ட கடவுள் என்று கருத்தைப் புகுத்தியவர்கள் என்பதை மறந்துவிடக் கூடாது. இந்த மேலான கடவுள் என்ற கருத்தை மிகச் சுருக்கமாகவே மறுத்து ஒதுக்கியவர் புத்தர்.

பௌத்தமதத்தில் மேலான கடவுள் ஒன்றைச் சேர்த்து, இயற்கைக்கு அப்பாலான எல்லாவிதமான காரண சக்திகளும் பிற்காலத்தில் ஏற்பட்ட தேவதைகளும், பேய், பிசாசு, ஆவி போன்ற துர் தேவதைகளும் தாராளமாக உள்ளே வர அந்த மதத்தைத் திறந்துவிட்டதாக ஆயிற்று. இவை அனைத்தையும் அதற்குரிய அதிகாரம் போன்றவற்றையும் ஏற்பாடாக அமைத்தனர். இந்த அமைப்பு அன்றைய நிலப்பிரபுத்துவ முறையைப் பின்பற்றிய ஒன்று என்றும் கொள்ள இடமுண்டு.[94] ஒரு மகாயான மடாலயத்தில் புகுந்து அங்குள்ள ஓவியங்களையும் சிலைகளையும் பார்த்தாலே போதும். ஐயோ அந்தக் காட்சி, பல விதமான கலவையிலும் நம்ப முடியாத பயங்கரத்துடனும், தெளிவும், சுருக்கமும் கொண்ட புத்தருடைய நாத்திகத்தின் மேல் இத்தனை தெய்வங்களையும், தேவதைகளையும் திணித்து அப்பி வைத்திருக்கிறார்கள்.

இந்தக் கூத்துக்கள் யாவும் பிற்காலத்துப் பௌத்தர்களின் பழக்கங்களை மாற்றிவிட்டன. மேலான கடவுளையும் சற்றே தரம்

குறைந்த தேவதைகளையும் பிரார்த்தனைகளாலும் சாந்தப்படுத்துவதாலும் வேண்டிக்கொண்டு அவற்றின் கருணையைப் பெறலாம் என்று எண்ணினர். ஆனால், பேய் பிசாசுகளையும் துர்தேவதைகளையும் உக்கிரம் தணிவிக்கவும் தங்களுக்கு வசப்படுத்திக்கொள்ளவும் பல சடங்குகளும் மந்திர தந்திரங்களும் வேண்டுமல்லவா? ஆகவே, மகாயானிகளின் பழக்கத்தில் அந்த மதம் அசாதாரணமான முறையில் தோத்திரங்களும் பிரார்த்தனைகளும், சாந்தி பரிகாரங்களும் மாயமான ஜாலச்சடங்குகளும், நம்ப முடியாத இயற்கைக்கு மாறான பல சடங்கு சம்பிரதாயங்களும் கலவையாகச் சேர்ந்த ஒரு சமயமாக ஆக்கப்பட்டது. மொத்தத்தில் அது மிகவும் மோசமான, மிகையான அதிமானுடமயமான இயற்கைக்கு அப்பாலான ஒரு வடிவைப் பெற்றுவிட்டது. இதனால் அவர்களுடைய கொள்கைகளும்கூட அப்படி ஆகிவிட்டன. இவையெல்லாம் தந்த கவசத்தின் கீழ் அவர்கள் உபநிஷத்துக் கருத்துமுதற் கொள்கையில் சாரமும், ஆதார அடிப்படையுமான அம்சங்களைப் புதுப்பித்துப் பரப்புவதற்கு வசதியாக இருந்தது. இதை அவர்கள் புத்த மதத்தின் மிக உயர்ந்த வடிவம் என்ற பெயரில் செய்தனர். (மகாயானம் - உயர்ந்த மார்க்கம்).

இவையெல்லாம் கூறியதால், இவர்கள் இயற்கையைக் கடந்த அதிமானுடமான கோட்பாட்டை மட்டுமே பற்றி-அதைச் சார்ந்தே இருந்தனர் என்பது அர்த்தமில்லை. அவர்களிடையே திறமை மிக்க சில சாத்திர வல்லுநர்களும் இருந்தனர். அவர்கள்தான் உபநிஷத்துக் களில் தலைதூக்கிய குழந்தைத்தனம் போன்ற கருத்துமுதற் கொள்கையைத் தத்துவப் புரட்டுக்களாலும் செயற்கையான ஆடம்பரச் சொற்களாலும் அழகு செய்து, அதை ஒரு உயர்ந்த தத்துவமாகக் காட்டியவர்கள். ஆனால், அதே தத்துவ அறிஞர்கள்தான் புதிய மூடநம்பிக்கைகளைப் பற்றியும் சுற்றிவளைத்து விவரங்கள் தந்து பேசுகின்றனர். அவர்களுக்கு அவையும் அவசியமானவை. ஏன் இந்த அவசியம்? அவர்கள் கூறிய தத்துவம் ஒரு கசப்பு மாத்திரை; அதை மக்கள் விழுங்குவது மிகவும் கஷ்டமானது. ஏனென்றால், அன்றாட வாழ்க்கையில் பழகும் பொது அறிவு. மிகப் பிடிவாதமாக அதை ஏற்க முடியாமல் எதிர்த்துத் தடுத்தது. வறட்டுத் தத்துவமான செயற்கையும் திரிபும் மிகுந்த கொள்கையை எவ்வளவுதான் தந்திரமாகச் சொன்னாலும் அறிவில் ஏறாது. ஆகவே, அழுத்தமும் கனமும் கொண்ட பொது அறிவை உடைக்க வேண்டியதும் அவசியம் ஆகிறது. அதையும் பலமான மூடநம்பிக்கைகள் நன்றாகவே செய்து முடித்தன. இப்படிப் பார்க்கும்போது, மகாயானம் என்ற தத்துவம் பரவுவதற்கு மகாயானம் என்ற மதம் பொருத்தமுள்ளதும், தொடர்புள்ளதும் ஆயிற்று.

நமக்கு மகாயானம் என்ற மதத்தின் விரிவான ஆய்வு இங்கு அவசியமில்லை. நம் நோக்கமும் அதுவன்று. பௌத்தம் ஒரு மதம் என்ற வகையிலும் தத்துவம் என்ற வகையிலும் இப்படி மாறு வதற்கான காரணங்களை அறிவது பயனுடையதாகும்.

வரலாற்று ஆராய்ச்சி இப்போது இருக்கும் நிலையில் மேற்குறித்த சிக்கலுக்கு முழு விடையும் கூறும் பக்குவமான காலம் இன்னும் வரவில்லை. ஆனாலும் கண்கூடாகத் தெரியும் காரணத்தையும் புறக்கணிக்க முடியாது. நாளுக்கு நாள் வளர்ந்து வந்த ஆதரவு, பொருளாதாரம், அரசியல் ஆகிய இரண்டு வகையிலும் கிடைத்த ஆதரவே ஆகும். வியாபாரிகளும் சின்னச் சின்ன அரசர்களும் மிகப் பெரிய வேந்தர்களும்தான் அப்படி அதை ஆதரித்தவர்கள். இந்த ஆதரவு அதன் வெளிப்புறத்துப் பெருமிதத்தையும் ஆடம்பரத்தையும் சேர்த்தது என்றாலும், நாளாவட்டத்தில் அதை ஒரு புல்லுருவி ஆக்கி, அதன் உள்ளார்ந்த ஜீவனை உறிஞ்சிவிட்டது. அதேபோலவே, அதே காரணத்தாலும், நேர வேண்டிய விதத்திலேயே தன் தீமைக்குத் தானே காரணம் ஆகி அழிந்தும்விட்டது.

புத்தர் தன் மதத்தை உபதேசித்தபோது, ஆரம்பத்தில் கூறிய அடிப் படையானவற்றை மனமறிய ஒதுக்கிவிட்டுப் புதிதாய் ஏற்படுத்திக் கொண்ட நம்பிக்கைகளும் செயல்களுமே அதை அழித்தன.

இந்த ஆதரவு புத்தருடைய வாழ்க்கைக் காலத்திலேயே தொடங்குகிறது. கண்கூடானதும் நிஜமானதுமான பிரச்சனைகளுக்கு வாழ்வின் துயரங்களுக்கு லட்சியக் கருத்தாக எட்டாக் கனவைத் தீர்வாகக் கூறினார் புத்தர். உள்ளத்திற்கு அமைதியைக் கொண்டு வரவும், வாழ்வு உண்டாக்கும் மனத்தை மயக்கும் லாகிரிகளை அடக்கவும் ஒரு தந்திரம் கூறினார். அந்தக் காலம் இருந்த நிலையில் மிக மிக அவசியத் தேவையான நோயின் வேகத்தைத் தணிக்கும் மருந்துபோல் மக்களுக்கு அது பயன்பட்டதும் உண்டு. இது, புத்த மதத்தின் ஆரம்பகால நிலை. இந்த மாதிரியான உபதேசத்திற்கு நிச்சயமாக வியாபாரிகள் மற்றும் அரசர்களின் பொருளாதார ஆதரவு கிடைக்கவே செய்யும். ஏனென்றால் இப்படி மக்களை உணர்ச்சி வசப்படாமல் ஆறுதல் கொள்ளச் செய்வது அவர்களின் சொந்த நலத்தின் அடிப்படையில் அமைவது ஆகும். இல்லாவிட்டால் பொது மக்களின் அதிருப்தி கிளர்ந்து எழும் வாய்ப்பு உண்டு. புத்தர் தந்த மருந்து அதற்கு எதிராகச் செயல்பட்டது. இது வியாபாரிகளுக்கும் அரசர்களுக்கும் நன்கு பயன்பட்டது. பௌத்த மரபும், வரலாறும், வசதி படைத்த வர்க்கம் புத்தருக்கும் அவர் நிறுவிய புத்த சங்கத்திற்கும்

மிகப் பெரிய கொடைகளைச் செய்தது பற்றிக் கூறுகின்றன. இவற்றில் மிகவும் பிரமிப்பூட்டும் ஒன்று, அநாத பிண்டகன் என்பவன் அளித்த ஜேதாவனம் என்ற உத்யான வனம்; அந்தத் தோட்டத்தை விலைக்கு வாங்கவும், அதில் கட்டடங்கள் கட்டவும் அவன் ஐம்பத்துநான்கு கோடிப் பொற்காசுகள் செலவு செய்தானாம். இந்தத் தொகை மிகைப் படுத்திக் கூறிய ஒன்று என்றால், அந்த வள்ளலின் தர்ம சிந்தனையை பெரிதாக்கும் நோக்கமே காரணமாயிருக்கலாம்.

புத்தரைப் பற்றிய மரபின் வரலாற்றின்படி, அந்த மதத்திற்குக் கிடைத்த ஆதரவு அசோகரின் தலைமையில் உச்சநிலை அடைகிறது. பௌத்த மதம் இதன் காரணமாகத்தான் முதன் முதலாகத் தனது மிகப் பெரிய ஏற்றத்தைப் பெறுகிறது. கங்கைக்கரைப் படுகை பிரதேசங்களில் வாழ்ந்த சில சிறிய சமுதாயங்களுக்கு உள்ளே மட்டுமே நிலவிய ஒரு கொள்கையாய் இருந்த அது, திடீர் என்று நாடக பாணியில் தன் எல்லைகளை விரிவுபடுத்திக்கொண்டு அசோகருடைய மிகப் பரவலான சாம்ராஜ்யம் முழுவதிலும் புகுந்து பரவிவிட்டது. இந்த நன்றியை மறக்காமல் பக்திமான்களான பௌத்தர்கள், அசோகரை இரண்டாவது புத்தர் என்றே கூறினர். இதை அவர்கள் இரண்டாவது சக்கரத்தை (அசோகர் புத்தர் ஏற்படுத்திய உலகம் முழுதும் சுற்றும் தர்ம சக்கரத்தை) சுழற்றியவர் என்று கூறுவார்கள். அசோகருடைய உள்ளத்தில் புத்தமதக் கொள்கை எந்த அளவு ஊறியிருந்தது என்பது பற்றி இக்கால வரலாற்று நிபுணர்கள் உறுதியாய் ஏதும் சொல்ல முடியாதவர்களாகவே இருக்கின்றனர். ஆனால் அசோகருக்கு இந்தப் புதிய குறிக்கோள் இலட்சியமாகப் போதிக்கப்பட்ட உணர்வு இந்தியத் துணைக் கண்டத்தின் விரிவான பரப்பில் தன் ஆதிக்கத்தை நிலை நாட்டிக்கொள்வதற்கு மிகவும் பயன்பட்டது. மிருகத்தனமான அடக்குமுறைகளுக்கும் மிகப்பெரிய அளவில் மக்களைக் கூட்டம் கூட்டமாகக் கொல்வதற்கும் பதிலாக இந்தப் புதிய மதம் நல்ல யுக்தியாகவே கிடைத்தது. இதற்கு முன்னால் அசோகர் மிகக் கொடிய முறைகளைக் கையாண்டுதான் தன் ஆதிக்கத்தைப் பரப்ப முயன்று பார்த்தார். அதைவிட, இந்த மதக் கொள்கை நல்ல பயனைத் தந்ததால் அவர் புத்த மதத்திற்கு மாறினார். இதைத்தான் அவருடைய கல்வெட்டுக்கள் தர்ம விஜயம் என்று வர்ணிக்கின்றன. மதமெனும் மார்க்கத்தால் பெற்ற வெற்றி என்பது அதன் பொருள். பல நாடுகளையும் தனக்குக் கீழ்படுத்திக்கொண்டதே அது. ஆயுதமும் படையும் தந்ததைவிட இது சிறந்ததுதானே?

புத்த மதத்திற்கு வசதிபடைத்த வர்க்கம் தந்த ஆதரவுகளின் கதையில் இது ஒரே ஒரு அத்தியாயம்தான்; "இந்தியாவில் புத்த மதம்

வளர்ந்த வரலாறு" என்ற தாராநாதரின் நூலைச் சற்றே புரட்டினால் போதும். அசோகருக்குப் பிறகு அத்தகைய ஆதரவு தொடர்ந்து கிடைக்கிறது. தாராநாதர் திபேத்தியச் சரித்திர நிபுணர். இவர் பிற்காலத்துப் பௌத்தத்தைப் பற்றி விவரம் கூறாமலிருந்தால் அவை நமக்குக் கிடைத்திருக்காது. இந்தியாவிலேயே கிடைக்கும் மூலாதாரங் களைக் கொண்டுதான் அவர் அவற்றைத் தொகுத்திருக்கிறார். அவர் தொடக்கத்தில் தரும் அட்டவணைக் குறிப்புகளைப் பார்த்தாலேயே, பௌத்த மதத்திற்குப் பொருளாதார ஆதரவு நல்கிய வரலாற்றை விளக்குகிறவர்களுக்கு உள்ள சிரத்தைக்கு தாராநாதருடைய சிரத்தை குறைந்ததில்லை என்று தோன்றுகிறது.

பல நூற்றாண்டுகளுக்குப் புத்தமதம் வளர்ந்து முன்னேறத் துணை நின்ற இந்த ஆதரவு, அதன் வெளி ஆடம்பரங்களுக்கும், பெருமிதத் திற்கும் அதிகமாகவே உதவுகின்றன. நாட்டில் எண்ணற்ற மடா லயங்களும், புத்த சந்நிதிகளும் நிறுவப்படுகின்றன. மதப்பிரச்சாரகர்கள் முழு நேரமும் இதே வேலையாக இருக்கும் வகையில் வசதிகள் செய்து தரப்படுகின்றன. பௌத்த நூல்களைப் பிரதி எடுக்கவும், எங்கும் பரப்பவும் ஏராளமான பொருட் செலவாகும் செயல்முறைகளும் கையாளப்படுகின்றன. தாராநாதர், "மகாயானத்தை மிக விரிவாகப் பரவச் செய்வது தொடங்கிய காலத்தின் கணக்கு" என்ற தலைப்பில் கூறும் விவரங்களில் ஒரு பகுதியை மேற்கோள் காட்டுவோம்.[95] "மூன்றாவது சபைக் கூட்டத்திற்குப் பிறகு கனிஷ்கர் இறந்தார். காஸ்மீரத்திற்கு மேற்கே,தோகர் என்ற நாட்டிற்கு அருகில் வடக்கில் அசுமா பராந்தா என்ற இடத்தில் ஜடீ என்ற பெயருள்ள ஒரு பெரும் பணக்காரனான இல்லறத்தான் இருந்தான். அவன், பன்னிரண்டு ஆண்டுகள் மூன்று லட்சம் பிட்சுக்களை வைத்துக் காப்பாற்றினான்.

புஷ்கலாவதி அரண்மனையில் கனிஷ்க வேந்தனுடைய மகன் ஐந்து ஆண்டுகள் நூறு ஆர்யர்களையும், அருஹத்துக்களையும் பதினா யிரம் மற்ற துறவிகளையும் வைத்துக்கொண்டு காப்பாற்றினான்.

கிழக்கே குசுமபுரம் என்னுமிடத்தில் விது என்ற பிராம்மணன் இருந்தான். அவன் திரிபீடகம் நூலைப் பல பிரதிகள் எடுத்துத் துறவி களுக்குக் காணிக்கையாகக் கொடுத்தான். அவன், ஒவ்வொரு துறவிக்கும் வழிபாட்டுக்கு வேண்டிய பொருள்களையும் ஏராளமாகக் கொடுத்தான். மேற்கே லக்ஷ்லாஸ என்ற அரசன் ஒருவன் இருந்தான். புத்தருடைய தர்மத்திற்கு அவனும் மிக விரிவாகப் பணி செய்தான்.

தென்மேற்கு சௌராஷ்டிரத்தில் குல்கர் என்ற பிராம்மணன் இருந் தான். அங்கே, அப்போது நந்தர் என்ற பெயருள்ள ஒரு மஹா ஸ்தவிர

அர்ஹத் வாழ்ந்தார். அவர் அங்கதேசத்தில் பிறந்தவர். மகாயானத்தில் நல்ல தேர்ச்சிபெற்றவர். இதைக் கேள்விப்பட்ட குலிகர், அவரிடம் அதைக் கற்பதற்காக அவரை அழைத்து வந்தான்.

அந்த நாட்களில் மகாயானத்தை உபதேசிக்கும் திறமை பெற்ற எண்ணற்ற கல்யாணமித்திரர்கள் பல்வேறு இடங்களில் தோன்றினர். அந்த தத்துவத்தைப் போதிக்க ஐநூறு பிரசாரகர்கள் தேவர்களின் உலகத்திலிருந்தும் நாகலோகம், கந்தர்வ லோகம், ராக்ஷஸ லோகம் முதலிய இடங்களிலிருந்தும் வந்தனர். குறிப்பாக, நாகலோகத்திலிருந்து தான் பெரும்பான்மையான மகாயான சூத்திரங்கள் பெறப்பட்டன. இவற்றின் ஒரு பெரிய பட்டியலையே தாராநாதர் தருகிறார். இத்தகைய ஆசார்யர்களில் பெரும்பான்மையினரை குலீகன் வரவேற்றான். அரசனான லக்ஷ்வாஸன் கேள்விப்பட்டு, அவர்களிடம் பெரிதும் விசுவாசமும் மரியாதையும் கொண்டான். இந்த ஐநூறு பேரையும் தன்னிடம் அழைத்துக்கொள்ளும் விருப்பமும் கொண்டான். அவன் தன் மந்திரியிடம் 'ஆசார்யர்கள் எத்தனை பேர்' என்று கேட்டான். ஐநூறு என்றனர் பதிலுக்கு. உடனே அரசன் சிந்தித்தான்; பிரசாரகர் ஐநூறு பேர் இருந்தும் உபதேசம் பெறுவோர் தொகை குறைவாகவே இருக்கிறதே என்று யோசித்து, அபுமலையின் மேல் ஐநூறு கோயில்களைக் கட்டினான்; ஒவ்வொரு கோயிலிலும் ஒரு பிரசாரகரை இருக்கச் செய்தான். ஒவ்வொருவருக்கும் வேண்டிய எல்லா வசதி களையும் அமைத்துக் கொடுத்தான். தன் சொந்தப் பரிவாரத்திலிருந்து புத்திசாலிகளும், பக்தி உடையவர்களுமான ஐநூறு பேரைத் தேர்ந்தெடுத்து, அந்தப் பிரசாரகர் ஒவ்வொருவரிடமும் ஒவ்வொருவரை உபதேசம் கேட்க வைத்தான்.

இதற்குப் பிறகு, அந்த அரசனுக்கு பௌத்த சாத்திரங்களைப் பிரதிகள் எடுக்கும் விருப்பம் ஏற்பட்டது. மகாயான பிரசுரங்கள் எத்தனை என்று விசாரித்தான். பொதுவாக அவற்றை அளவிட்டுக் கூறமுடியாது. நம்மிடம் உள்ளன மட்டும் நூறு லட்சம் சுலோகங்கள் என்றனர். அரசன், 'அது மிகவும் பெரிதுதான், இருந்தும் இவற்றை நாம் அதிகமான பிரதிகள் எடுக்கவேண்டும்' என்று சொல்லிவிட்டு, பிரதிகள் பல எடுக்கச் செய்து, அவற்றை பிட்சுக்களுக்கு அளித்தான். இந்த நூல்களே, நாலந்தா எனப்படும் நாஸேந்திராவுக்குக் கொண்டுவரப்பட்டன. இப்படியாக மகாயானத்தைப் பல வகையிலும் பரப்பினான்.

இப்படிப் பக்கத்துக்குப் பக்கம் தாராநாதருடைய நூல் பல விவரங்களைக் கூறி மகிழ்கிறது. இதுபோன்ற ஆதரவினால்தான் இந்தியாவில் புத்த மதம் பரவியதும், வளர்ந்ததும் பிரமிக்கத்தக்க

வகையில் நேர்ந்தது என்று கொள்வதில் நாம் சந்தேகமே கொள்ள வேண்டியதில்லை. இவ்வளவு பேசும் தாராநாதர் ஒன்றை மட்டும் குறிப்பிடாமல் விடுகிறார். ஆனால், அவரைப் போன்ற பக்தியுள்ள ஒரு மகாயானியிடம் நாம் அதை எதிர்பார்க்கவும் முடியாதுதான். இதுபோன்ற வளர்ச்சியில் ஒரு தீமையும் - நோயை அதிகரிக்கும் தீமை-போன்றது இருந்தது என்பதுதான் அது. தனக்கான ஆதாரத்தை வசதிபடைத்த வர்க்கத்திடமிருந்து தொடர்ந்து பெற்று வாழ்ந்ததைவிட, அதற்கு அழிவைத் தரக்கூடியது வேறு எதுவுமில்லை. அது, பௌத்த மதத்தின் ஜீவனை உறிஞ்சிவிடுகிறது. அதனால் தன் கொள்கைக்கு மூலமான புத்தர் கொள்கைக்கு மாறான நம்பிக்கைகளும், பழக்கங்களும் வந்து புகுவதைத் தடுத்துக்கொள்ள முடியாமல் போகிறது. அவையோ பச்சையாகவும், வெளிப்படையாகவும் இந்த ஆதரவாளர்களுக்கே நலம் செய்கின்றன. மேளக்காரன், கூலி கொடுப்பவன் கேட்கும் பாட்டைத் தானே வாசிக்க வேண்டும். இதற்கான ஓர் பிரத்யக்ஷமான உதாரணத்தை ஆர். எஸ். சர்மாவின் நூலிலிருந்து பார்ப்போம்.[96]

"குஷான அரசர்களில் பெரும்பாலோர் பௌத்தர்கள் என்பது உண்மை. இருந்தும் அவர்கள் தங்களை வேத புத்திரன், அதாவது கடவுளின் மகன் என்று பட்டம் போட்டுக் குறித்துக்கொண்டனர். இறந்த மன்னனின் மதத்தையும் அப்படியே நிறுவினர். இப்படி அரசனைத் தெய்வமாக்குவது பௌத்த மதக் கோட்பாட்டுக்குப் புறம்பானது. இதைத் தீர்க்க நிகாயம் என்ற பௌத்த தர்ம நூல் அரசர்கள் தோன்றியதைப் பற்றிக் கூறுவதிலிருந்து தெரிந்துகொள்ளலாம். குஷான அரசர்கள் தங்களைக் கடவுளின் மக்கள் என்று அழைத்துக் கொண்டபோது, இதற்கான நியாயத்தை எடுத்துக் கூறுவதற்காக - அதற்குச் சமீப காலத்தில் தோன்றிய மகாயானிகளின் நூலில் இடம் கொடுக்க வேண்டிய அவசியம் நேர்ந்தது. அந்த நூலின் பெயர், 'சுவர்ணப் பிரபாஸோத்தம சூத்திரம்.'' இதை முதலில் கவனித்துச் சொன்னவர், 'சில்வைன் லெவி' (Sylvain Levi). இந்த நூலில் இது வினா-விடையாக வருகிறது. மனிதனாகப் பிறந்த அரசனை தேவன்-கடவுள் என்று கூறுவது ஏன்? அரசர்கள் தங்களை தேவபுத்திரர் என்று கூறிக்கொள்வதும் ஏன் என்பது வினா. மனிதனாகப் பிறப்பதற்கு முன் அவன் தேவர்களில் ஒருவனாக வாழ்ந்தவன். அவனுடைய முக்கியமான குணங்களுக்கும் இருப்புக்கும் முப்பத்து மூன்று தேவர்களும் தங்கள் தங்கள் பங்கைக் கொடுத்தனர். எனவே, அவன் தேவன் எனவும் மக்கள் தேவ புத்திரர் எனவும் கூறப்பட்டான் என்பது விடை.

ஒருவர் அரசனாய் ஆவது பற்றிப் பழைய பௌத்த நூல்களிலும் பிற்காலத்து நூல்களிலும் காணும் கருத்துக்களைப் பற்றி விரிவாகப் பின்னால் காணலாம். இப்போதைக்கு அறிய வேண்டியது அரசனாயிருப்பது பற்றி மேற்கூறிய புதிய கருத்தைத்தான். இது எதைக் காட்டுகிறது? அவர்களுடைய அரசியல் பொருளாதார உதவியைக் கொண்டுதான் வாழ முடியும் என்ற நிலை மேலும் மேலும் வளர்ந்த நிலையில், அவர்களுடைய தேவைகளைப் பூர்த்தி செய்யும் வகையில் பிற்காலத்துப் பௌத்தம் தன்னுடைய கோட்பாடுகளையும் மாற்றிக் கொள்ள வேண்டி வந்தது என்பதே அது. இப்படி ஒரு புதிய மாதிரிக் கொள்கையால் ஏற்பட்ட விளைவு மிகப்பெரிய அளவில் பயங்கரமான மூட நம்பிக்கைகளின் பலத்தில், உலகமே இல்லையென்று நினைக்கும் தங்கள் கருத்தை அவர்கள் நிறுவியதுதான். சமுதாயத்தில் இது செய்த வேலையை அடுத்த அத்தியாயத்தில் காண்போம். அங்கே இந்த தத்துவமும் அவற்றிற்குப் பின் பலமாயிருந்த மூடநம்பிக்கைகளும், உழைக்கும் பெருவாரியான மக்கள் கூட்டத்தை, அவர்கள் அடைந்த பொருளாதார நஷ்டத்தையும் சமுதாயத்தில் அவர்களுக்கு ஏற்பட்ட இழப்புகளையும் உணராமல் ஒத்துப் போய், மனத்தைச் சமாதானம் செய்துகொண்டு உழலும்படிச் செய்தது என்பதை விரிவாகக் காண்போம். புத்தமதம் தனது கடைசிக் காலகட்டத்தில் மிகப்பெரிய அளவில் இந்தக் காரியத்தைச் செய்ய உதவியது. ஆனால், இதற்கு மிகப் பெரிய விலை கொடுக்கவேண்டியிருந்தது. அதனால் ஏற்பட்ட இழப்பு மிகப் பெரியது. ஒரு சுதந்திரமான தனிக் கோட்பாடாக இருந்த புத்த மதம் இதனால்தான் இறுதியாக அழிந்தது. தத்துவ முறையில் சொன்னால், திரித்தும் செயற்கையான மிகையுடனும் உபநிஷத்துக் கருத்துமுதல்வாதத்தையே அது மீண்டும் அழுத்தமாகச் சொல்வதாக முடிந்தது. தெய்வ நம்பிக்கை வகையில் சொன்னால், பொதுவாகப் பிராம்மண மதம் என்று வழங்குவதை திருத்தமும் நேர்த்தியும் இல்லாத வகையில் பரப்பும் காரியத்திற்கே திரும்பிச் சென்றுவிட்டது.

நாளுக்கு நாள் புத்த மதத்தில் அதற்குப் புறம்பானதும் விரோதமானதுமான நம்பிக்கையும் பழக்கவழக்கங்களும் புகுந்து வளர்ந்த நிலைதான் அதற்கு நேர்ந்த அழிவுக்குக் காரணம் என்று நாம் அறிவதற்கு வேண்டிய தகவல்களையெல்லாம் தாரானாதரும் சேகரித்துக் கொடுத்துவிடுகிறார். அவர் கூறும் விதத்தில் புத்தமதத்தின் வரலாறு, அது படிப்படியாக எவ்வாறு, புத்தர் எவற்றைக் கடுமையாக எதிர்த்தாரோ அவற்றிலிருந்து சிறிதும் வேறுபடாத, அதே நம்பிக்கைகளுக்குப் புகலிடமாக மாறிய வரலாறாகவே ஆகிறது. இந்த மாற்றத்தின் அம்சங்களில் ஒன்றைக் கீழே காண்போம்.

விக்கிரம சிலா விஹாரம் என்ற மடாலயம்தான், இந்தியாவில் இருந்த கடைசி பௌத்த மையம். அதைக் கட்டியவன் தர்மபாலன் என்ற அரசன்; அங்கே பலி ஆசார்யர் என்பவர்களுக்கும் ஹோம ஆசார்யர் என்பவர்களுக்கும் மிகச் சிறப்பானதும் மிகவும் வித்தார மானதுமான வசதி செய்யப்பட்டிருந்தாகத் தாராநாதர் விவரம் தரு கிறார். பலி என்பது தேவதைகளுக்குக் கொடுப்பது. ஹோமம் என்பது அக்னியில் போடுவது. இவற்றில் மிகவும் திறமை படைத்த ஆசார்யர்கள் பழைய யாகம், பூஜை என்ற சடங்குகளைச் செய்துகொண்டு அங்கே இருந்தார்களாம். அவர்களில் மிகவும் புகழ் பெற்றவர்களைப் பார்த்தால், புத்த மதத்தவர்கள் மதத்திற்கு வெளியே உள்ள அந்நியர்கள் என்று பொருள்படும், 'தீர்த்திகர்கள்' என்று கருதிய அதே தன்மையுடையவர் களாய் இருந்திருக்கின்றனர்.

அந்த விகாரத்தில் உள்ள நடுக்கோயிலில் முழு மனித அளவுள்ள ஒரு மகாபோதியின் சிலை இருந்திருக்கிறது. அதைச் சுற்றி ஐம்பத்து மூன்று சிறிய கோயில்கள்; அவை மிகவும் இரகசியமான (தந்திரங்களுக்குரியவை. அதாவது, 'குஹ்ய தந்திரம்' அங்கு நிகழும். மற்றும் ஐம்பத்து நான்கு பொதுவான கோயில்களும் இருந்தன. ஆக, அந்த தர்மபாலன் என்ற அரசன் நூற்றெட்டு கோயில்களுடன் அந்த விகாரத்தை சுற்றுச் சுவர்களுடன் கட்டியிருந்தான். நூற்றுப்பதினான்கு பேருக்கு மிகவும் ஏராளமான அளவில் உணவு, போன்றவற்றிற்கு ஏற்பாடு செய்தான். நூற்றெட்டுப் பண்டிதர்கள், மற்றவர்கள் பலி ஆசார்யர், பிரதிஷ்டமான ஆசார்யர், ஹோம ஆசார்யர், மூஷிகபாலர், கபோதபாலர், இந்த தேவ தாஸர்களை மேற்பார்வை செய்பவர் என்போர். இவர்கள் ஒவ்வொருவருக்கும் அரசன் கொடுத்தது நான்கு பேர்களுக்குப் போதுமானதாயிருந்தது. ஒவ்வொரு மாதமும் உபதேசம் கேட்பவர்களுக்கென விழா நடத்தி, அவர்களுக்கெல்லாம் தானங்களும் வழங்கினான் அரசன்.[97]

இந்த மையத்தில் இருந்த தெய்வீக மதத் தலைவர்களில் ஒருவர் புத்த ஞான பாதர் என்பவர். அவர் செய்யும் தெய்வ சம்பந்தமான காரியங்கள்தான் இந்த ஆதரவாளனுடைய லௌகீக க்ஷேம நலத்தை மேலும் மேலும் வளப்படுத்துவதற்கு நேரிடையாக உதவுவன என்று கருதப்பட்டது.

இந்த புத்த ஞான பாதர் ஒருமுறை மன்னனிடம், "உன்னுடைய பேரன் இந்த நாட்டை ஆளப்போகும் காலத்தில், உனது வம்சமே அழிந்து பாழ்பட்டுப் போகும் சூசகங்கள் தெரிகின்றன. ஆகவே, நீ ஒரு பெரிய ஹோமம் செய்யவேண்டும். அதைச் செய்துவிட்டால்

உன் வம்சம் நீண்ட காலம் அழியாமல் இருக்கும். நமது மதமும் இன்னும் விரிவாகப் பரவும்" என்று சொன்னார்.

அப்படியே அரசனும் பல ஆண்டுகளுக்கு அந்த ஹோமத்தைச் செய்வித்தான். அதைச் செய்தவர் வஜ்ரதரர்கள் என்பவர்கள். அவர் களுக்குத் தலைவராக, இந்தப் புத்த ஞானபாதரே அமர்ந்து நடத்தினார். அதற்கு தட்சிணையாக ஒன்பது லட்சத்து இரண்டாயிரம் தோலா வெள்ளிச் சாமான்களைக் கொடுத்தான் அரசன்.

அந்த ஆசார்யர், "உன்னுடைய சந்ததிகளால் உனக்குப்பின் பன்னிரண்டு பேர் அரசாள்வார்கள். உன்னுடைய ஐந்தாவது சந்ததியின் ஆட்சிக் காலம் வரை பல நாடுகள் உங்கள் குடைக் கீழ் வரும். புத்த தர்மமும் மிகவும் விரிவடையும்" என்று அரசனுக்குச் சோதிடம் சொன்னார்.[98] இன்னும் அதிகமான உதாரணங்கள் அவசியமில்லை. இப்படி விக்கிர சிலா விஹாரத்தில் நிகழ்ந்தவை மட்டுமே புத்த பெருமானை வெறுப்பில் நடுங்கச்செய்யப் போதுமே. நல்ல வேளையாக அவரை மகாயானிகள் துஷீதலோகம் என்ற விண்ணுலகத்திற்கு மிகவும் வசதியாக விரட்டிவிட்டார்கள்.

புத்த மதத்தின் இந்தக் கடைசி மையத்தில் அந்த மதத்தின் உயிரற்ற உடல்தான் உண்மையில் மிச்சமிருந்தது. மேலும் அதன் தலையெழுத்தும் சில பெரிய ஆதரவாளர்களின் பிரமை என்ற நூலிழையில்தான் தொங்கிக்கொண்டிருந்தது. வங்காளத்தில் இருந்த பாலர்கள் என்ற அரசர்களே அதற்குக் கடைசியான ஆதரவாளர்கள். பாலர்களும் அரசியல் முறையில் அழிந்துபோனதில் அந்தக் கடைசி இழையும் அறுபட்டது. புத்த மதமும் பிளவுண்டு துண்டு துண்டாயிற்று. வெகுதூரத்தில் அயல் நாடுகளில் தன்னை ஆதரிப்பவர்களின் புகலிடம் தேடிக் கதியற்று ஓடிற்று புத்தமதம்.

புல்லுருவித்தனத்தை மட்டுமே தனக்கு ஆதாரமாகக் கொள்ள ஆரம்பித்ததுமே, கடைசியில் அதன் விதி இப்படித்தான் முடியும் என்பது எதிர்பார்க்கக்கூடியதுதான். ஆனால் அதன் இந்த நிலை மிகவும் முன்பாகவே ஏற்கப்பட்டது. அது எப்படி ஆரம்பத்திலேயே இப்படிப் புல்லுருவியாக வாழ்வதை ஏற்றுக்கொண்டது என்று சற்றே தெரிந்துகொள்ள முயல்வோம்.

10. 'இரண்டாவது ஆலோசனைக் கூட்டமும்' அதற்குப் பிறகும்

மகாயானம் என்ற புதிய பௌத்தப் பிரிவு, அது தோன்றுவதற்கு முன்பே பௌத்தர்களின் ஒரு பிரிவினரிடையே தோன்றிய ஒன்றின் முடிவான கொள்கைதான் என்று தற்கால அறிஞர்கள் நினைக்கிறார்கள்.

அவர்கள் தங்களை மகாசாங்கிகர்கள் (பெரும் குழுவைச் சார்ந்தவர்கள்) என்று கூறிக்கொள்கிறார்கள். அதாவது பெருங்குழுவாய்க் கூடுகிறவர்கள் என்பது அதன் பொருள். இந்தப் பெருங்குழு என்பது என்ன?

இதன் கதையிலிருந்து பௌத்தர்களுக்கிடையில் குறிப்பிட்ட முதற் பிளவு தெரியவருகிறது. புத்தர் இறந்தபின் சுமார் நூறு வருஷங் களுக்குப் பிறகு கூட்டப்பட்ட ஒரு கூட்டத்தில் ஏற்பட்டது. அந்தக் கூட்டத்தைத்தான் அவர்கள் இரண்டாவது ஆலோசனைக் கூட்டம் என்கின்றனர். இந்தக் கூட்டத்தைப் பற்றிப் பௌத்த சம்பிரதாய வரலாற்றிலேயே அதிகமான குழப்பம் இருக்கிறது. குறிப்பாக, இந்தக் கூட்டம் நடந்த நாள் விவரம், நடந்த இடம், எந்த அரசனுடைய ஆதரவில் கூட்டப்பட்டது என்பன பற்றிய குழப்பமும் இருக்கிறது. ஆனால் இதைக் கூட்டுவதற்கான முக்கிய காரணம் மொத்தத்தில் தெளிவாகவே தெரிகிறது. பௌத்தர்களில்-புத்த பிட்சுக்களில் சிலர்-வைசாலியைச் சேர்ந்தவர்கள். புத்தர் விதித்திருந்த பற்றற்ற எளிய வாழ்க்கை முறைகளைப் பின்பற்றுவதில் பொறுமை இழந்திருந்தனர். அந்த விதிகளும் சட்டங்களும் தாங்கள் வாழும்-மிகவும் மாறுபட்ட காலத்திற்கு ஒத்துவராதவை என்று எண்ணினார்கள். ஆகவே, அவற்றை ஏளனம் செய்து மீறியும் வந்தனர். அந்த நாளில் இருந்த வயதான பிட்சு, சங்கத் தலைவரான யசஸ் என்பவர் இதை அறிந்து திடுக்கிட்டார். பிட்சுக்களையும் சங்கத்தினரையும் செயற்பட வைத்து ‘இரண்டாவது ஆலோசனைக் கூட்டம்’ என்ற அதற்கு வந்து கூடும்படி ஏற்பாடு செய்தார். கூட்டத்தின் முக்கிய விவாத விஷயம், வைசாலி பிட்சுக்கள் ஒழுக்க விதிமுறைகளை மீறியதாகத்தான் இருக்க வேண்டும். கூட்டம் அவர்களுக்கு எதிராக முடிவு எடுத்தது. ஆனால் வைசாலி பிட்சுக்கள் இந்த முடிவை எதிர்க்க முடிவு செய்தார்கள். உடனே அவர்கள் தாங்களே சொந்தமாக ஒரு கூட்டம் கூட்டினர். அந்தக் கூட்டத்தில் பதினாயிரம் பேர்கள் கூடினார்கள். இதுதான் அவர்களுடைய பெருங்குழு. அதில் கூடியவர்களே மகாஸாங்கிகர் எனப்பட்டனர். சில பத்தாண்டுகளுக்குள் அவர்கள் மிகவும் வியக்கத்தக்க வகையில் பொதுமக்களிடையே நல்ல பெயரையும், அதிகாரங்களையும் பெற்று வளர்ந்தனர். அவர்கள் மடாலயங்களின் ஆசாரங்களையும், நடைமுறைகளையும் மாற்றி அமைத்தது மட்டுமின்றிப் பழைய மதச் சட்ட நூல்களை மாற்றியும் எழுதினார்கள். அவற்றுள் தாங்களே புதிதாகக் கண்டுபிடித்த சொந்தக் கருத்துக்களையும் செருகி வைப்பதிலும் மிகவும் கவனம் செலுத்தினர். இப்படித் தொடங்கிய இயக்கம்தான் மகாயானம் என்ற புதிய கோட்பாட்டில் வந்து முடிந்தது.

இந்தியத் தத்துவ இயலில் நிலைத்திருப்பனவும் அழிந்தனவும் 213

மகாயானம் தோன்றியதைப் புரிந்துகொள்ள வேண்டுமானால் ஒரு முடிவானதும் கடினமானதும் ஆன கேள்வி எழுகிறது. புத்தருடைய மூலாதாரமான மார்க்கத்திலிருந்து மகாஸாங்கிகர்கள் பிளந்து கொண்டு பிரிந்துபோகும்படிச் செய்தது எது? பௌத்தர்கள் கூறும் பதில், புத்த பெருமான் கூடாதென்று விலக்கிய பத்து விஷயங்களை மீறியதுதான் என்பது. மிகவும் பற்றற்ற நிலையிலும் மிக எளிமையாகவும் வாழவேண்டும் என்பதற்காகவே புத்தர், பிக்ஷுக்கள் செய்யக்கூடாதன என்று பத்து விஷயங்களைத் தடைசெய்திருந்தார். ஆனால் வைசாலியைச் சேர்ந்த பிட்சுக்கள் இவற்றில் சில காலத்திற்கொவ்வாதன, பழைய காலத்திற்கே உரியவை என்று நினைத்தனர். ஆகவே, அவர்கள் அவற்றைப் பத்து வழிகளில் மீறி நடந்தனர்.

அந்த பத்துத் தடைகள் யாவை என்று நிச்சயமாகச் சொல்ல முடியவில்லை. அந்தப் பட்டியலில் கூறும் இடங்கள் ஒன்றுக்கொன்று மாறுபடுகின்றன. உண்மையில் அவை யாவை என்ற விவரம் எதுவாயிருந்தாலும், அவற்றை மீறுவதன் மூலம் இந்தப் பிரிந்து வந்த பிட்சுக்களுக்குத் தரப்பட்ட பொருளாதார ஆதரவைக் கொண்டு, நேரிடையான உலக சௌகர்யங்களை அநுபவித்து மகிழ விரும்பினார்கள் என்று எண்ண முடிகிறது. 'விநய க்ஷுத்ரகம்' என்ற நூல், முன் சொன்ன யசஸ் என்ற பிட்சுத் தலைவர் இரண்டாவது ஆலோசனைக் கூட்டத்தைக் கூட்ட ஏன் முன் வந்தார் என்பதற்குப் பின்வரும் காரணம் கூறுகிறது:

"தனிகம் என்னும் நகரத்திலிருந்து யசஸ் என்ற அர்ஹத் ஐநூறு பேர்களைக் கொண்ட பரிவாரத்துடன் நாட்டைச் சுற்றி வந்தார். வைசாலிக்கு அவர்கள் வந்தபோது பிட்சுக்களுக்கு மிகப் பெரிய வருமானம் இருப்பதைத் தெரிந்துகொண்டார்கள். இவர்களுக்கும் பங்கு கிடைத்தது. அப்போது இதை விசாரித்தறிந்த யசஸிடம், வைசாலி பிட்சுக்கள் புத்தர் விதித்த தடைகளை இனிமேல் ஒப்புக்கொள்ள மாட்டோம் என்றனர்."[99] மற்றொரு பௌத்த ஆசார நூல், அவர்கள் எப்படித் தங்களுக்கு என்று பணம் வசூல் செய்யத் தொடங்கினார்கள் என்பதைக் கூறுகிறது.

"வட்டமான பிச்சைப் பாத்திரங்களை நன்றாய்த் துலக்கிச் சடங்குக்குத் தக்கதாக்கி, அவற்றிற்கு வாசனையூட்டி, சாம்பிராணிப் புகை போட்டுக்கொண்டு, பலவகை நறுமணப் பூமாலைகளை அணிவித்து, ஒரு பிட்சுவின் தலைமீது வைக்கப்பட்ட மெத்தைமீது வைத்து, நெடுஞ்சாலைகளிலும், தெருக்களிலும் நாற் சந்திகளிலும் நின்று, நின்று, 'கேளுங்கள் மக்களே! பல நாடுகளிலிருந்தும் நகரங்களிலிருந்தும்

வந்திருக்கும் மக்களே! புத்திசாலிகளான வைசாலி மக்களே! கேளுங்கள்; இந்தப் பாத்திரம் மிகவும் அதிர்ஷ்டம் தருவது, இதில் இடுவது சிறிதாயினும் மிகப்பெரியதாகும். இந்தப் பாத்திரத்தை நிரப்புகிறவர்கள் யாராயினும் அவர்களுக்குப் பெரும் பயன் கிடைக்கும். தொழில் பெருகும். வளர்ச்சி கிடைக்கும்" என்று இரைந்து கத்திக்கொண்டே போவார்கள். யசஸ் வெறுப்படையக் காரணமாயிருந்த மற்றொரு பழக்கம்.[100]

"வைசாலி பிட்சுக்கள் தங்களுக்குத் தானம் கொடுப்பவர்களிடம் இப்படிப் பேசினர்: "மதிப்பிற்குரிய சகோதரர்களே, பகவான் புத்தர் இருந்த காலத்தில் எங்களுக்கு ஒவ்வொரு நாளும் இரண்டு சாப்பாடு களும் உடைகளும், பிறர் செய்யும் தொண்டுகளும் பூஜைகளும் கிடைத்தன. அவர் பரி நிர்வாணம் அடைந்த பிறகு, எங்களைக் காக்கவும், ஆதரிக்கவும் யார் இருக்கிறார்கள்? நாங்கள் அநாதைகள் ஆகிவிட்டோம்; ஆகவே உங்களை எங்கள் சங்கத்திற்கு வெள்ளிப்பணம் கொடுக்குமாறு வேண்டுகிறோம்; நாங்கள் பௌத்தத் துறவிகள்; ஆகவே நீங்கள் எங்கள் சங்கத்திற்கு, ஒரு கார்ஷா பணம் (அக்காலத்து வெள்ளி நாணயம்) அல்லது இரண்டு, மூன்று பத்து வரை கொடுக்க வேண்டும்.

உபோசதம் என்ற விரத தினத்தில் நாற்சந்திகளிலும், சாலைகள் பிரியும் இடங்களிலும் வைத்திருக்கும் அகலமான பாத்திரத்தில் தானம் அளிப்பவர்கள் பெரிய தொகைகளைப் போடுவார்கள். அவற்றை இருக்கும் பிட்சுக்களின் எண்ணிக்கைக்கு ஏற்பப் பங்கு பிரித்துக் கொள்வார்கள். அந்த வகையில், விக்யாதரயசஸ் என்பவர் பங்குக்கும் ஒரு தொகை வந்தபோது, அவர், "இந்தப் பணம் எங்கிருந்து வருகிறது?" என்று கேட்டார். அதற்கு அவர்கள் "எங்களுக்குப் பணம் மட்டுமில்லை; மருந்துகளும் கிடைக்கின்றன" என்று பதில் கூறினார்கள். "இது தவறு-இது அநுமதிக்கப்பட்டதில்லை" என்று கூறவே அவர்கள், "நீ இப்படிப் பேசுவது சங்கத்தை அவதூறு செய்வதாகும்; உன்னை எங்கள் சமுதாயத்திலிருந்து வெளியேற்றவேண்டும்" என்றார்கள்.[101]

இது போலப் பல எடுத்துக்காட்டுக்களைக் காட்டலாம். நமக்கு இவை அவசியமில்லை. பல அறிஞர்கள், கிடைக்கும் ஆதாரம் அனைத்தையும் நன்கு ஆய்ந்து முடிவாகக் கூறியது, "வைசாலி பிட்சுக்கள் சில ஒழுங்குமுறை விதிகளைத் தளர்த்தினர்; குறிப்பாக, பாமர மக்களான சீடர்களிடமிருந்து பொன்னும் வெள்ளியும் பணமும் வசூல் செய்தார்கள். விநயம் என்ற வகை நூல்கள் எல்லாமே

முக்கியமான வழக்கிற்குரிய முக்கியமான விஷயம் பிட்சுக்களுக்கு ரொக்கப் பணமாகத் தானம் கொடுத்ததுதான் என்பதை ஒப்புக் கொள்கின்றன.[102]

புத்த மதத்திற்கு இவ்வாறு பொருளாதார ஆதரவால் கிடைத்த உலக வசதிகளைத் தரும் காயத்தைப் பெறுவதில் ஏற்பட்ட இந்த ருசி, அதைப் பொறுக்காமல் எதிர்த்த பிட்சுக்களின் மனத்தில் இது புல்லுருவித்தனம் என்ற உணர்வை ஏற்படுத்தியது நன்றாகவே தெரிகிறது. இந்த உணர்வால் அவர்களுக்கு, மூலமான பௌத்தத்தின் கொள்கைகளின் அடிப்படையிலேயே ருசியில்லாமற்போயிற்று. மூல பௌத்தத்தில் வேறு சில குறைகள் இருந்தன. ஆனால் அவை புல்லுருவித்தனத்தால் விளைந்தவை அல்ல; மகாஸாங்கிகர்கள் அல்லது அவர்களில் ஒரு சிலர் புத்தமதத்தை நிறுவிய மனிதரைப் பற்றிய நினைவுகளையே ஒரு பக்கமாக ஒதுக்கி வைத்து அந்த இடத்தில் அதிமானுடராய் ஒரு புத்தரைப் ('லோகோத்த புத்தர்') படைத்து, அதை ஒரு கொள்கையாகவே வளர்த்தனர். இந்தக் கொள்கையைத்தான் காலப்போக்கில் மகாயானிகள் கற்பனை விநோதமான புத்த ஞானம் - (புத்த ஜாதகக் கதைகள்) என்ற வடிவில் விரித்து உரைத்துவிட்டனர். இதனாலேயே அவர்கள் சாத்திர மாகவே ஊகக் கற்பனை செய்வதில் மிகுந்த ஒருதலைப்பட்சமான ஆர்வத்தைக் காட்டுகிறார்கள். அந்தக் கற்பனை மகாயானிகள் கூறும் கருத்துமுதற் கொள்கையின் முழுப் பொருளையும் கொண்டதில்லை; எனினும் அதை மிகவும் நெருங்கிவிட்டிருந்தது. அது ஓர் இயக்கத்தின் ஆரம்பம்தான். ஆனால், அது வர வர வேகமடைந்து இறுதியில் மகாயானமாக வடிவம் பெற்றது.

மகாயானிகளிடமிருந்து இந்தியத் தத்துவ மரபு சிறப்பாகப் பெற்ற நலம் ஏதுமில்லை என்றும் நினைப்பதற்கில்லை. தத்துவ சர்ச்சைக்கு அவர்கள் அமைத்துத் தந்த ஒருமுறை (தர்க்கம்) கிடைத்தது. ஆயினும் தத்துவ மரபு கருத்துமுதற் கொள்கையைப் புதுப்பித்தும் விளங்காத வகையில் ஏதோ கூறியும் கஷ்டப்பட்டுக்கொண்டுதான் இருக்கிறது. இந்த மகாயானத் தத்துவம் விளக்கும் விஷயங்களைத் தேடும் இடம் எது? பிட்சுக்களான இந்தத் தத்துவ அறிஞர்கள், பொது இயல்புகளுடன் பொது வாழ்வில் ஈடுபடாமல் தம்மைத் தனிமைப்படுத்திக்கொண்டு, எல்லா வசதிகளும் கொண்ட மடாலயங்களில் ஒதுங்கியதில்தான் தேடவேண்டும். அப்படித் தேடிப் பெறுவன உடன்பாட்டு வகையிலும் எதிர்மறை வகையிலும் கிடைக்கும் இடம் அதுவேயாகும். வியாபாரி களும் அரசர்களும் அளிக்கும் தானங்களையே முழுதும் நம்பியும்

சார்ந்தும் வாழும் அவர்களுக்கு, இந்த உலகில் உயிருடன் சௌகரியமாக வாழ்வதற்கான பொறுப்புக்களை ஏற்கவோ, அது பற்றிக் கவலைப் படவோ அவசியம் இருக்கவில்லை. இந்த நிலைதான் அவர்கள் தத்துவம் என்று எதை எதையோ கற்பனை செய்வதற்கு வசதியாயிருந்தது; எந்தக் கவலையும் இல்லாமல் அவர்களால் பழைய நூல்களைப் படிக்கவும் சிந்திக்கவும் முடிந்தது. தத்துவ சர்ச்சைகளும் விவாதங்களும் செய்வதே அவர்கள் செய்த வேலை; இது தத்துவத் தொடர்பான செயல்களை மிக உயர்ந்த அளவுக்கு ஏற்றிவிட்டது. இது அவர்கள் கொடுத்த திட்டவட்டமான பங்கு; அவர்கள் தங்கள் கோட்பாடு களைக் காத்து நிலைநாட்டிக்கொள்வதற்கு மட்டும் இன்றி, இதை எதிர்த்து வாதாடுபவர்களை மறுத்துரைக்கவும் பல தந்திரமான யுக்தி வாதங்களையும், கருத்துக்களையும் உண்டாக்க முடிந்தது; இது எதிர்த்தரப்பாளர்களையும் முன்னிலும் அதிகமாக பலத்துடன் தங்கள் கட்சிகளை நிலைநாட்டப் புதிய கருத்துக்களைச் சேர்த்துக்கொள்ளவும் வாய்ப்பளித்தது.

இவர்களுடைய தத்துவத்தின் மிக முக்கியமான விஷயத்தை நாம் மறப்பதற்கில்லை. உழைக்க வேண்டிய அவசியமே இல்லாமல் ஆகிவிட்டதால் அவர்கள் அறவே அனைத்திலிருந்தும் தனிப்படவே விரும்புகின்றனர். ஆகவே, இயற்கை உலகுடன் வாழ்வதை விட்டு விடுகிறார்கள். இயற்கையுடன் தொடர்புகொண்டு, அதன் சட்ட திட்டங்களையும் புரிந்துகொண்டு பயன்பெறவும் அவர்களுக்கு வாய்ப்பு இல்லை; விருப்பமும் இல்லை; அவர்களுடைய தத்துவத்தில் இயற்கையும் உலகமும் வெறுமையாக மறைந்தே போய்விடுகின்றன. அவை இருக்கின்றன என்ற பிரத்யக்ஷ நிலையையே மறந்துவிட்டு மோட்சத்தை, நிர்வாணத்தை அடைந்துவிடலாம் என்று கனவு காண்கிறார்கள். ஆகவே, அவர்களுடைய தத்துவத்தைப் புரிந்துகொள்ள அவர்களுடைய வாதத்தில் உள்ள மிக நுட்பமான விஷயங்களை அறிந்துகொள்வது மட்டுமே போதாது; உழைத்து வேலை செய்து பொருள்களை உற்பத்தி செய்வதிலிருந்து அவர்கள் எவ்வளவு தூரம் நிஜமாகவே தனிப்படுத்திக்கொண்டு ஒதுங்கிவிடுகிறார்கள் என்பதையும் தெரிந்துகொள்ள வேண்டும். தங்கள் மடாலயங்களில் வசதியாய் இருந்துகொண்டு தத்துவ கற்பனைகள் செய்ய வைத்த சூழ்நிலையைத் தெரிந்துகொள்ளவேண்டும்.

அவர்களுடைய மடாலயங்களின் பொருளாதார அஸ்திவாரத்தையும் அவர்கள் வாழ்ந்த விதத்தையும் பற்றிய முழு விவரங்களும் நமக்குத் தெரியாமல் இருக்கலாம். ஆனால், நாலந்தா மடாலயத்தைப் பற்றிய

சில விரிவான உண்மைகள் நமக்குச் சிறிது தெரிய வருகின்றன. அது மகாயானிகளின் வேலைகள் நடந்த இடங்களில் மிகவும் முக்கியமான இடம். அதனாலேயே தாராநாதர் அநேகமாக மகாயானத் தலைவர்கள் அனைவரையுமே அதனோடு இணைத்துவிட நினைக்கிறார். சீன யாத்திரிகர்களான யுவான் சுவாங், ஐ.திஸிங் என்ற இருவருமே கி.பி. ஏழாவது நூற்றாண்டில் இந்தியாவிற்கு வந்து, ஓரளவு நீண்ட நாட்களை இந்த மடாலயத்தில் தங்கிக் கழித்துள்ளனர்; இவை பற்றிய முக்கியமான விஷயங்களையும் எழுதிவைத்துள்ளார்கள். யுவான்-சுவாங் கூறுவது[103] "இந்த மடாலயம் உள்ள இடத்தை ஐநூறு வியாபாரிகள் பத்துக்கோடி பொற்காசுகளுக்கு ஆரம்பத்தில் வாங்கினார்கள். ஐந்து அரசர்கள் அதைத் தொடர்ந்து மிக அபாரமான அழகுகள் கொண்ட கூடங்களையும் பிறவற்றையும் கட்டி முடிக்கப் பொருள் உதவி செய்தனர். தான் தங்கியிருந்த காலத்தில், அங்கே பதினா யிரம் மாணவர்களும் ஆயிரத்து ஐநூறு ஆசிரியர்களும் வசதியுடன் தங்கினார்கள். படிப்பதும் சர்ச்சை செய்வதுமாயிருந்த அவர்களுக்கு ஒரு நாட்போது மிகவும் குறைவாகவே தோன்றிற்று.

அத்தனைபேர் சிந்தனையும் தியானமும் மட்டுமே செய்து கொண்டு எப்படி வாழமுடியும்? இ-த்ஸிஸ் இதற்கு விடை தருகிறார். தலைமுறைகளில் பல அரசர்கள் மான்யமாகக் கொடுத்த இருநூறு கிராமங்களுடைய வருமானத்தைக் கொண்டு இவர்கள் வாழ்ந்தனர்[104] பல்லாயிரக்கணக்கான உழைப்பாளிகள் இருந்திருக்க வேண்டும். அவர்கள் உழைத்து உற்பத்தி செய்தவற்றைக் கொண்டு இவர்கள் வாழ்ந்திருக்க வேண்டும். இது நாலந்தாவைப் பற்றிய உண்மைச் சேதி என்றால் மற்ற மடாலயங்களின் விஷயமும் இது போன்றே இருக்கும்.

பிறர் உழைப்பைக் கொண்டே வாழும் இவர்கள், சிந்தனையும் தியானமும் மட்டுமே செய்துகொண்டு பொழுதைப் போக்குவது எளிதுதானே? இப்படி உடல் உழைப்பு எதுவுமே இல்லாமல் தத்துவ சிந்தனையில் தனிச் சிறப்படையும் வாய்ப்பும் சமுதாயத்திலிருந்து தம்மை அந்நியப்படுத்தி ஒதுக்கிக்கொண்டதும் அவர்களை மற்றொரு வழியிலும் பழி தீர்த்துக்கொள்கிறது. சிந்திக்கப்படும் பொருள்கள் வெறுமையாக - ஒன்றுமில்லாச் சூன்யமாக - முடியும் சிந்தனை மட்டுமே மிச்சமாகிறது.

மகாயானிகள் கருத்துமுதற் கொள்கையை புதிதாகப் பரப்பிய செயல், உபநிஷத்துக் காலத்துச் சிந்தனையாளர்கள் சிலருடைய உள்ளுணர்வில் அது தோன்றியதைவிட இரகசியமானது இல்லை; அதாவது நமக்குப் புரியாத ஒன்றன்று.

11. சங்கரர்

உபநிஷத்துக் கருத்துமுதற் கொள்கையை மீண்டும் வலிமையுடன் சாதித்த சங்கரர், அதைப் புத்தம் புதிய வடிவிலும் வளம்மிக்க வகையிலும் நிறுவும்போது, மகாயான பௌத்தர்களிடமிருந்து தத்துவ வாதங்களை ஏராளமாகக் கடன் வாங்கும் அவசியம் நேர்ந்தது. அதுமட்டுமின்றி அவர்களுடைய அடிப்படை ஆதார அமைப்புக்களான மடம் போன்றவற்றையும் அதே போல் அமைத்து, சிந்தனையும் தத்துவ ஆய்வும் மட்டுமே தொழிலான முழுநேர ஊழியர்களாகச் சில சிறப்புள்ள அறிஞர்களை, முழு வசதிகளுடன் மடங்களில் நியமிப்பதையும் பின்பற்றவேண்டிய அவசியமும் ஏற்பட்டது. அப்படிப்பட்டவர்களிடம்தான் இந்தியத் தத்துவத்தின் கருத்துமுதற் கோட்பாட்டு மரபை-சம்பிரதாயத்தைப் பரப்பும் பொறுப்பையும் ஒப்படைக்க முடியும் அல்லவா? எனவே, சங்கரர் நாட்டின் நான்கு மூலைகளிலும் நான்கு மடங்களை அத்வைத வேதாந்தத்தை நிலை நாட்டவும் பரப்பவும் நிறுவினார். நல்ல உணர்வுடன் அவசியம் என்று கருதியே செய்த ஒன்று, இது மகாயானத்தை அப்படியே காப்பியடித்த செயல். மகாயான பௌத்தத்தைப் பெரிதும் வெறுப்பது போல் நடித்துக்கொண்டே, அவர்களுடைய வாதங்களையே சங்கரர் செய்ததற்கும் அவர்களைப் போலவே மடங்கள் நிறுவியதற்கும் தொடர்பு இருப்பதை நாம் அறிந்துகொள்ள முடியும்.

அடிக்குறிப்புகள்

1. ஹெச்.பி.சாஸ்திரி, ஹரபிரசாதா ரகனவளி (வங்காளம்) iii *389-97;*
2. தாம்ஸன் SAGS i*: 440* ff
3. எக்லிங் in SBE xii, அறிமுகம் pp. ix-x.
4. Sat. Br. ii.*5.2:6.*
5. மேற்படி நூல் ii *5.2.27.*
6. மே. நூல் iii. *3.2:8.*
7. மே. நூ. i. *3.4.15.*
8. மே. நூ. i. *3:2.15.*
9. Ait. Br. vii. *29.*
10. வின்டெர்னிட்ஸ் i *233*
11. Br.Up.i.*4.11-14.*
12. ஃபேரிங்டன் GS. *27.*

13. Ch.Up.vii. *25.2.*

14. இவ்வகையான சிந்தனையைப் பிரதிநிதித்துவப்படுத்தும் மிகமுக்கியமானவர் உடலக்க அருனி. ch. Up. vi. இவரைப் பற்றிய கதைகள் பல்வேறு உபநிஷத்துக்களில் பரவிக்கிடப்பதை பின்னால் பார்ப்போம். அக்காலத்திய அரசர்களும் தத்துவ ஆசான்களும் எவ்வாறு காரணங்களை ஆய்வதில் ஈடுபட்டனர் என்பதையும் அவற்றை எதிர் நோக்கும்பொழுது உடலக்க அருனி எவ்வாறு அஞ்சி தோல்வி கண்டவர்போல் காட்சியளித்தார் என் பதையும் பார்ப்போம்.

15. டி.இ.ஹீயூம் TPU அறிமுகம் *58-9.*

16. JAOS, *1929*, *97* ff.

17. ஏ.பி.கீத் VI. ii. *422;* RPVU *495.*

18. Ch. Up. vii.*26.2.*

19. ஏ. பி. கீத் RPVU *493.*

20. ஏ.பி.கீத் VI. i. *206.*

21. உபநிஷத்துத் தத்துவ ஆசான்களின் குறிப்பிட்டுக் கூறக்கூடிய பங்கு இந்த கொள்கை நிலைப்பாடு என்பதை உப நிஷத்துக்கள் வலியுறுத்துகின்றன. Ch. Up.v.3;Br. Up. vi.2; Kaus. Up.i.

22. Br. Up. iv *5. 3-4*

23. Isa Up. 11; Mait. Up vii. 9; Ait. Up iv. 6; v. 4; Kaus Up. ii. i4; Kena Up. 12; Ch. Up. i. 4. 5; etc.

24. Rv. i. 43.9; i. 84.4; viii. 48. 12; ix. 3.1; etc

25. பரிசுகளைப் புகழ்ந்த பாடல்கள் (தண- சுதுதி) மிகவும் காலம் கடந்தவை; மற்றும் இது சொத்துள்ள வர்க்கம் பரந்த அளவில் வேத காலத்தில் இருந்தது என்பதையும் நிரூபிக்கவில்லை.

26. சட்டோபாத்யாயா L.Ch.*8*

27. மே. நூ. *565*ff.

28. கௌதமர் DS x. *29-30.*

29. Br. Up. iv.*1.1*

30. மே.நூல் iv. *2.4.*

31. Sat.Br. xi. *6. 3.2;* Br. Up iii. *1.2.*

32. Br. Up. iii. *1.3.*

33. மே.நூல்.iii.*9.28.*

34. மே.நூல் iv. 1. 13; iv. 1.5; iv. 1. 6; iv. 1.7.
35. மே.நூல் iv. 3. 15; iv. 3. 16; iv. 3. 33; iv. 4.7.
36. Ch. Up iv. 4.5-jv: 5. 1.
37. கீத் Vii. 100.
38. Ch; up, iv: 2. 4; ef. Kaus. Up. ii. 1&.2.
39. வேக்லே 18-9.
40. அம்பாத்தா-சுட்டா Tr.ரைஸ் டேவிட்ஸ் DB ii. 130.
41. மே.நூல் ரைஸ் டேவிட்ஸ் DB ii. 129.
42. சரிரக்கா என்கிற சொல் சரீர அல்லது உடல் என்பதிலிருந்து வருகிறது. அதனுடன் 'கன்' என்பதை சேர்ப்பதின் மூலம் அச்சொல்லின் அர்த்தத்தை மட்டுப்படுத்துகிறது.
43. பிளேட்டோ ஃபயிதோ 66 Tr. கேரி (எவிரிமேன்ஸ் லைப்ரரி)
44. Br. Up. iv. 42.
45. Rv i.187
46. சட்டோபாத்யாயா L.Ch.8.
47. மே.நூ.
48. Rv.i.38.14.
49. மே.நூ.x.119.
50. மே.நூ.x.119.5.
51. மே.நூ.i.130.6.
52. கீத்.V1i 297 & 302.
53. Rv.v.2.11.
54. மே.நூ.v.29.15
55. மே.நூ.v.73.10.
56. மே.நூ.x.93.12.
57. மே.நூ.iii.38.1
58. மே.நூ.ii.39.8; viii. 62.4; etc..
59. மே.நூ.ix.112
60. மே.நூ.i.111.1.

61. மே.நூ.i.*31.1.*
62. நிகண்டு ii.*1.*& iii . *9.*
63. மே.நூ.
64. விளாஸ்தாஸ், ஃபாரிங்டன் PF *4ல்* மேற்கோள் காட்டியது.
65. ஃபாரிங்டன் PF *5*
66. பிரஹதேவதா ii.*82.4.*
67. Rv x.*39. 14.*
68. மே. ம.நூ. iv. *16.20.*
69. மே.நூ.viii.*3.9;* vii. *18.6;* cf. மெக்டோனல் VM *140.*
70. மெக்டோனல் VM *131-32.*
71. பிரஹதேவதா iii. *83-8.*
72. மெக்டோனல் VM. *116.* Rv.x.*8* இந்திரா மூன்று தலை உள்ள வாஸ்த்தரின் மகனின் தலையை வெட்டி சாய்ப்பதை விவரிக்கிறது; மற்றும் சிந்து முத்திரை ஒன்று மூன்று தலை உள்ள ஒன்றை விவரிக்கிறது. வாஸ்த்தர் ஒரு சிந்து குருக்கள் அல்லது கடவுள் என்ற கோசாம்பியின் விநோத கருத்துக்கு ஆதாரமாக உள்ளது இந்தத் தடையங்கள் மட்டுமே.
73. மே.நூ.
74. மே.நூ.
75. மே.நூ.
76. மே.நூ.
77. மே.நூ *116* & *131.*
78. Rv.viii. *34.20;* vi. *49.9.*
79. மே. நூ.vii.*35.12.*
80. மே. நூ.vi.*49.9.*
81. மே. நூ.iv.*33. 8;* iv. *35. 3;* iv *35. 9;* v. *42. 12;* x.*66. 10.*
82. மே.நூ.i. *71.9;* iii. *56. 7.*
83. மே.நூ.iii.*33.6.*
84. மே.நூ.i.*109.4*
85. மே.நூ.vii.*55.4.*
86. மே.நூ. *41.*

87. மே.நூ.x.41.3.
88. எங்கெல்ஸ் DN. 180.
89. சட்டோபாத்யாயா L.அத்தியாயம் 7.
90. செர்பாட்ஸ்கி BL i. 7.
91. வாலி பாய்ஸின் ERE ii 742-43.
92. செர்பாட்ஸ்கி CBN 78-9
93. சட்டோபாத்யாயா IA 115 ff.
94. சர்மா DCL 7.
95. சட்டோபாத்யாயா ed.THBI 96 ff.
96. சர்மா APIIAL 226-7.
97. சட்டோபாத்யாயா ed.THBI 275.
98. மே.நூ.278-9.
99. பூஸ்டன் மேற்கோள். ஓபர்மில்லர் (tr) பூஸ்டன் ii 91.
100. தத் BSI 19-20.
101. மே.நூ.22.
102. வார்டர் 208-9
103. வாட்டர்ஸ் ii. 164-5.
104. டக்காக்சு 65.

இயல்-ஐந்து

இந்தியக் கருத்துமுதல்வாதத்தின் சமூகச் செயல்பாடு

1. சில குறிப்புகள்

இந்தியத் தத்துவம் பற்றி எழுதிய நவீன ஆசிரியர்கள் செய்த மிகப் பெரிய செயல், அதன் ஒரே ஒரு தனித்தன்மையை மேம்போக்காகவே விவாதித்ததுதான். ஆனால், அதுவும் சற்றே விரிவாக ஆராய வேண்டிய ஒன்றே. ஏனென்றால் நாம் நம் நாட்டுத் தத்துவச் சூழ்நிலையைப் புரிந்துகொள்ள அது குறிப்பிடத்தக்க வகையில் உதவுகிறது. இந்தத் தனித்தன்மையை நமது நாட்டுச் சட்டமான தர்மநீதி நூல்களை எழுதியவர்கள், பொதுவாகத் தத்துவச் செயற்பாடுகளுக்கும் சிறப்பாக, சத்யத்தை முக்கியமாகப் பகுத்தறிவு முறையில் அணுகி ஆய்வதற்கும் பயன்படுத்தினர். எனவே, எந்த விதக் கட்டுப்பாடும் இல்லாமல் சுதந்திரமாய்ச் சிந்திப்பதற்கு இவர்கள் தீர்மானமாகக் காட்டிய மனப்போக்கைப் பற்றியும் சுருக்கமாக அறிந்துகொள்வது நல்லது.

2. தர்ம நூலாசிரியர்களும் தத்துவ அறிஞர்களும்

தர்ம சாத்திரம் எழுதியவர்கள் மிகவும் வெறுத்த காரியங்களில் முக்கியமானது இந்த சுதந்திர சிந்தனைதான். இதற்கு அவர்கள் கொண்ட பொருள், பொதுவான நம்பிக்கைகளுக்கு அப்பால் - வெளியே சென்று சிந்திப்பது என்பது. அதாவது, வேதங்களில் எடுத்துரைக்கப்பட்டுள்ள விஷயங்களுக்கு விரோதமாகக் காரணவாதம் செய்வது. இதை அவர்கள் தர்மத்திற்கு விரோதமான வேறு சில குற்றங்களை - பாபங்களைக் கூடாது என்று விலக்கும் அதே அழுத்தத்துடன் தடை விதிக்கிறார்கள். அவர்கள் குற்றங்களைப் பட்டியல் போட்டுக் கூறும் இடங்களிலெல்லாம் அடிக்கடி இந்த சுதந்திர சிந்தனை இடம்பெறுகிறது. இந்தக் குற்றத்தின் மகாபாதகத் தன்மையை வெவ்வேறு சட்டங்கள் வெவ்வேறு விதத்தில் விவரித்தாலும் அதற்கான தண்டனை எந்த நூலிலும் குறைந்ததாக இல்லை.

இந்தச் சட்டப் பரிந்துரைகளில் சரியான முறையில் தத்துவ விசாரணை செய்யும் உணர்ச்சியை ஊக்குவிக்கும் எதுவுமே இல்லை.

தர்ம சாத்திரகாரர்கள் நாட்டில் உண்மையைத் தேடி உணர்வதற்கான அநுகூலம் உள்ள சூழ்நிலையை உண்டாக்கவே இல்லை; இது மேலோட்டமான நிலைதான் என்பதைப் பின்னால் கூறுவோம். இதனைத் தத்துவவாதிகள் எப்படி ஏற்றுச் செயல்பட்டனர்? வெளிப்படையாக தர்ம சாத்திரத்தை மீறுவது நிச்சயமாக அபாயகரமானது. மத்திய காலத்து ஐரோப்பாவில் நடந்த மத நம்பிக்கைக்கு மாறுபட்டு மீறி நடந்த மாதா கோவில் பாதிரிமார்களுக்கு, அந்த விசாரணையின் போது நேர்ந்தது போன்ற அபாயம் ஏற்பட இடமுண்டு. மனப்பூர்வமாய் இந்தச் சட்ட நடவடிக்கைகளில் அக்கறை ஏதாவது இருந்தாலும் அது இந்தத் தத்துவவாதிகள் விஷயத்தில் ஞானத்தின் மேல் பெரு விருப்பத்தையோ அல்லது முன்னேற்றத்தின் விருப்பத்தையோ காட்டவில்லை. உண்மை என்னவென்றால், தர்ம சாத்திரக்காரர்களைப் பற்றிய மனப்பாங்கில் இந்தியத் தத்துவவாதிகளின் வெவ்வேறு அபிப்பிராய பேதத்திற்கும் அவரவர்களுடைய தத்துவ அடிப்படை களுக்கும் தொடர்பு இல்லாமலும் இல்லை.

இந்தியத் தத்துவவாதிகளில் ஒரு பிரிவினர் குறிப்பாக அதிதீவிர மான கருத்துமுதல்வாதிகள், சுதந்திர சிந்தனைக்கெதிராகச் சட்ட நடவடிக்கைகளை ஆதரிக்கிறார்கள். சட்டத்திற்கு மேலும் உதவி செய்யும் வகையில், புதிய கொள்கைகளாய்ச் சில ஆலோசனைகளைக் கூறி, தடை ஏதும் இல்லா வகையில் காரணவாதம் பேசும் பகுத்தறிவுடன் செய்யும் தர்க்க யுக்திகள் உண்மையை உடைத்துப் பார்த்தால், அர்த்தமற்ற தவறான குதர்க்கமேயாகும் என்ற அளவுக்குப் போய்விடுகின்றனர். ஆகவே, அதை நம்பவும் கூடாதென்று கூறுகின்றனர். அவர்களுடைய சொந்தத் தத்துவத்திற்கு அநுகூலமாக இல்லாவிட்டால் இப்படிக் கூறமுடியாது. இது சட்டம் இயற்று கிறவர்களின் சமுதாய நோக்கங்களுக்கும் அரசியல் பயன்களுக்கும் அநுகூலமாகிறது. கருத்துமுதல்வாதிகளை அரசியல் வகையில் மிகப்பெரிய அளவில் ஏற்றி வைத்தது ஏன் என்பதும் இதனால் தெரிகிறது. சட்டமியற்றுகிறவர்கள் மிக ஆர்வத்துடனும் கவலையுடனும் கருத்துமுதல்வாதிகளின் கருத்துக்களே ஞானத்தின் சாரம் என்று உரக்கக் கூச்சலிடுகிறார்கள்.

இந்தத் தத்துவவாதிகளில் மற்றவர்கள், குறிப்பாக வெளிப்படை யாகப் பேசும் பௌதீகவாதிகளான (உலகத்தை மறுக்காத) நாத்திகர்கள் சுதந்திர சிந்தனையை அடக்கி ஒடுக்குவதை மிகுந்த ஆத்திரத்துடன் எதிர்க்கிறார்கள். சட்டத்தை வெளிப்படையாகவும் சிறிதும் கபடமில்லாமலும் மீறுகிறார்கள். பகுத்தறிவுக்கெதிரான சட்ட

நடவடிக்கைகளையும் மீறுகிறார்கள். இதன் விளைவுகளையும் அவர்கள் எதிர்கொள்ள வேண்டியே வந்தது. அசல் அசுரர்கள் என்றும், பிறரை மடக்கிப் பேசும் விதண்டாவாதிகள் என்றும் அவர்களுக்கு அவப்பெயர் கூட்டி, அவர்களைச் சமுதாயத்துடன் சேரவிடாமல் புறக்கணிப்பு செய்யவும் வழி தேடினார்கள். அவர்கள் எழுதிய நூல்களும் எங்கும் பரவாமல் திரும்பிப் பெறப்பட்டன. மக்களிடமிருந்து வேண்டுமென்றே அவற்றை அழித்தார்கள் என்பதுதான் உண்மை. அவர்களை உயிருடன் எரித்தனர் என்ற கதையிலும் ஓரளவு உண்மை இருக்கலாம்.[1]

ஆனால், நமது தத்துவங்களில் நாத்திகர்கள் மட்டும்தான் பகுத்தறிவைப் பாதுகாத்தவர்கள் என்பதில்லை. பிறரும் உண்டு. தர்க்கத்தையும் அணுக்கொள்கையையும் உண்டாக்கியவர்களே அவர்கள். அவர்கள் நமது தத்துவத்திற்கு அளித்த பங்கு முக்கியமானது. அவர்களும், உட்கருத்து தெளிவாகவே வெளியில் தெரியும் வகையில் ஒரு தந்திரத்தை சட்டத்திலிருந்து தப்பும் யுக்தியைக் கையாண்டு செயற்படுவதே அபாயமில்லாததென்று தங்கள் கொள்கையைச் சொன்னார்கள். உண்மையில் நாத்திகர்களுடன் மிகவும் அதிகமாகவே கருத்துக்களைப் பகிர்ந்துகொண்டனர். ஆனால், நாத்திகர்களைவிட அதிகமான ஜாக்கிரதை உடையவர்கள். அவர்களுடன் தங்களுக்கு ஒட்டும் உறவும் இல்லையென்று பொதுவாகச் சொல்லிவிடுவார்கள். சில சமயம் அழுத்தமாகவும் சொல்வார்கள். தர்ம சாத்திரக்காரர்களின் விதிகளுக்கு ஏற்பத் தமக்கு வேதங்களில் பக்தி நிஜமாகவே உண்டு என்று சொல்லிக்கொள்வார்கள்; ஆனால் அதில், இந்த பக்தி உண்மையாகவே தீவிரமானது அன்று என நுட்பமான குறிப்புக்களும் கொடுத்துவிடுவார்கள். இது ஒரு கதையை நினைவு கூர்விக்கிறது. டெகார்டே தன் நண்பரான கலீலியோ மதக் குற்றத்திற்காக நடந்த விசாரணைக்கு ஆளானார் என்ற செய்தியால் பெரும் பீதி கொண்டு, அனலிட்டிகல் ஜாமிடரி-யைத் தான் கண்டுபிடித்ததற்கு நன்றி பாராட்டும் வகையில் இன்னும் பல ஏமாற்று வித்தைகளைக் கூறித்தான் ஆகவேண்டும். இதற்காகத்தான் மக்களிடத்தில் கடவுள்கள் என்றும், பரலோகம் என்றும் பல விஷயங்களை வேண்டுமென்றே திட்டமிட்டு அறிமுகப்படுத்தினார்கள். அது போன்ற ஏமாற்றமான ஜாலங்களை விட்டொழிக்க வேண்டும் என்று விரும்புவது நமது முட்டாள்தனமும் சிறிதும் யோசனை இல்லாத செயலும் ஆகும்.

சுமார் கி.மு. 30ஆம் ஆண்டில் எழுதும் ஸ்ட்ராபோ (Strabo) என்ற புவி இயல் வல்லுநர் இதே விஷயத்தை மீண்டும் வற்புறுத்திக்

கூறுகிறார். கற்பனைகளைச் செலாவணியாக்கியவர்கள் கவிகள் மட்டுமில்லை; அவர்களுக்கு வெகு காலத்திற்கு முன்பே பெரிய நகரங்களும் அதனைச் சார்ந்து சட்டமியற்றியவர்களும் கற்பனைக் கதைகளுக்கு மிகவும் உபயோகமாகச் செயற்பட்டுள்ளனர். பகுத்தறிவுள்ள மிருகமான மனிதனின் உணர்ச்சிகளின் இயல்புகளைப் பற்றிய ஆழ்ந்த அறிவு அவர்களுக்கு இருந்தது. கல்வியும் எழுத் தறிவும் இல்லாத மனிதர்கள் குழந்தைகளைவிட எந்த விதத்திலும் மேம்பட்டவர்கள் அல்லர். ஆகவே, அவர்களுக்குக் கதைகளில் மிகுந்த பிரியம் உண்டு. கதைகளை அதிகமான வர்ணனை சேர்த்து விவரித்துச் சொல்வதாலும், ஓவியம் போன்ற பிற வடிவங்களைக் காட்டுவதாலும் அவர்கள், தெய்வீகமான தண்டனைகளும் அவை விளைவிக்கும் அச்சமும் எவ்வளவு கோரமானவை என்று தெரிந்து கொள்கிறார்கள்; அதனால் தாங்கள் செய்யும் தீயசெயல்களுக்கு அஞ்சி நடுங்குகிறார்கள். ஒரு தத்துவ அறிஞன் காரண காரியங் காட்டி மெய்ஞானத்தை உபதேசம் செய்து, எந்த ஆண்களையும் பெண்களையும் எந்த விதமான மக்கள் கூட்டத்தையும், மரியாதையாகவும், பக்தியாகவும், நம்பிக்கையாகவும், தர்மமாகவும் நடக்க வைக்க முடியும் என்பது சாத்தியமே இல்லை. அவர்களுடைய மூட நம்பிக்கைகளையும் தனக்கு உதவியாகக் கையாளத்தான் வேண்டியிருக்கும். இதைப் பொய்யான கதைகளாலும், அற்புதமான நிதர்சனங்களாலும்தான் செய்ய வேண்டி வரும். அரசுகளை நிறுவியவர்கள் வீணான, இல்லாத பயங்களை எழுப்பிப் பாமர மக்களைத் திகிலடையச் செய்தார்கள். இதுதான் கற்பனைக் கதை செய்த வேலை. பொதுச் சமுதாயத்தை அமைப்பதிலும் உண்மை பற்றிய விளக்கங்களிலும் ஓர் அங்கீகாரத்தையும், உரிய இடத்தையும் பெற்றது அது.[23]

நம் நாட்டுத் தர்ம சாத்திரங்களில் அரசைப் பாதுகாப்பதற்கான சாதனமாகவே மூட நம்பிக்கைகள் ஏற்பட்டன என்று இவ்வளவு தெளிவாய் விவாதிக்கப்படவில்லை; ஆனால், பண்டைய அரசியற் காரர்கள் மூடநம்பிக்கைச் சமுதாயத்தில் செயற்பட்ட விதத்தை அறிந்திருக்கவில்லை என்றும் ஆகாது. அவர்களுக்கு இது தெரிந்து தான் இருந்தது என்பதைக் காட்டும் மாதிரியான செய்திகள் கௌ டில்யருடைய அர்த்த சாத்திரத்தில் விரவிக் கிடக்கின்றன என்பதை ஆர்.எஸ்.சர்மா ஆய்ந்து கூறியுள்ளார். அவருடைய நூலில் உள்ள, அர்த்த சாத்திரத்தில் மதமும் அரசியலும் என்ற அத்தியாயம் முழுவதிலும் இதனைக் காண முடியும். அந்த அத்தியாயத்தில் மூட நம்பிக்கையும், அரசியலும் என்ற உட்பிரிவில் காணும் சிலவற்றை மட்டும் நாம் இங்கே எடுத்துக் காட்டலாம்.

"கௌடில்யருடைய அரசியல் தந்திரத்தின் உண்மையான இயல்புக்கு எடுத்துக் காட்டாகத் தெற்றெனத் தெரிவது, அவருக்குச் சில மதச் சார்புடைய பழக்கங்களிலும், அவை விளைவிக்கும் பயன்களிலும் முழு நம்பிக்கை இல்லை என்பது. ஆனால், அவர் மக்கள் சிறிதும் ஐயமின்றி நம்பும் வழக்கத்தை அரசாங்கத்தின் உள்ளார்ந்த நலத்திற்கும், புறத்தே ஏற்படும் நலத்திற்கும் அநுகூலமாகப் பயன்படுத்துவதும் அவ்வாறே தெரிகிறது. உள்ளார்ந்த விதத்தில் அவர் செய்யத் தூண்டும் மூட நம்பிக்கையான செயல்கள் அரசாங்கத்தின் கஜானாவை நிரப்ப உதவுகின்றன. உதாரணமாக ஒன்று: அரசன் சில இரவுகளைக் குறிப்பிட்டு சில தெய்வங்கள் அல்லது சில கோயில்களைத் தேர்ந்தெடுத்து விழா எடுக்க வேண்டும் என்று அறிவிப்பான். அல்லது ஓர் அபசகுனத்தைச் சொல்லி அதற்குச் சாந்தி பரிகாரங்கள் செய்ய வேண்டும் என்பான்; இவற்றிற்காகச் சபைகளைக் கூட்டவும், வீதி உலா நடத்தவும் என்று மக்களிடமிருந்து ஏராளமாகப் பணம் வசூலிப்பான். அந்தப் பணத்தைத் தன் கஜானாவில் சேர்த்துவிடுவான். சில சமயம் கோயில்களில் பருவமில்லாத காலத்தில் ஏதாவது கொடி செடிகளில் பூக்கள் தோன்றிவிட்டால், அரசன் இதைத் தனக்கு சாதகமாகக் கொண்டு இப்படி வந்திருப்பது ஒரு கடவுள்தான் என்று அறிவிப்பான்; உடனே வசூல் தொடங்கும். அரசாங்கத்தைச் சேர்ந்த ஒற்றன் ஒருவன், கொடிய ராக்ஷசனைப் போல் வேடமணிந்துகொண்டு, ஒரு மரத்தில் தோன்றி வெளிப்பட்டுத் தனக்கு நாள் தோறும் பூஜைகளும், காணிக்கையும் வேண்டும் என்று சுத்தி ஆரவாரம் செய்வான். உடனே தலைநகரத்திலும், நாட்டுப்புறங்களிலும் இந்தத் தீய ராக்ஷஸ வடிவில் வந்த பேய்க்கு இதெல்லாம் செய்து, வர இருக்கும் கொடிய தீமையை அகற்ற வேண்டும் என்று பணம் வசூல் செய்யப்படும். இவையெல்லாம் உண்மையாகவே நடந்தவை என்றும் தெரிய வருகிறது. பதஞ்சலி, தான் செய்த வியாகரண மகாபாஷ்யத்தில் கூறும் ஒரு செய்தியும் இதை விளக்குகிறது. மௌரிய அரசர்கள் சிற்பிகளைக் கொண்டு செய்வித்த சில விக்ரஹங்களின் விற்பனையால் அரசுக்கு வருமானம் சேர்ந்தது என்றும், அதை வாங்கி வைத்துக்கொண்டவர்களும் அவற்றிற்கு மக்கள் அளித்த காணிக்கைகளால் பிழைத்தனர் என்றும் அவர் கூறுகிறார்.[24]

கௌடில்யர் கூறியுள்ள யுக்தி முறைகள் மிகவும் சீர்திருத்தம் பெறாத முரட்டுத்தனம் என்றாலும் அவை இரண்டு பயன்களைத் தந்தன. மக்களிடத்தில் மூடத்தனமான பயங்களை ஏற்படுத்தியதோடு ஆற்றலுடனும், நிஜமாகவும் மூடநம்பிக்கைகளுக்கு எதிராகப் பிரச்சாரம் செய்தவர்களை அடியோடு அகற்றவும் செய்தது. சர்மா தொடர்ந்து கூறுவது:[44] கடவுள் நம்பிக்கையில்லாதவர்களையும்,

கடவுளைப் பற்றிச் சந்தேகம் கொள்பவர்களையும் நஞ்சு கலந்த பானங்களைப் பருகச் செய்யலாம். அவர்கள் நினைவற்றுப் போகு மாறு நச்சு நீரை அவர்கள் மீது தெளிக்கலாம். உடனே, ஒற்றர்களைக் கொண்டு நினைவற்றுப்போனதற்கு தெய்வ சாபமே காரணம் என்று கூறச் செய்யலாம் அல்லது அரசாங்க இரகசிய வேலைக்காரன் மூலம் அப்படிப்பட்ட நாத்திகனைப் பாம்பு கடிக்கச் செய்தது. தெய்வ சாபம்தான் என்று சொல்லச் செய்யலாம். மேலும் இந்தத் தீய நிகழ்வுகளைப் பரிகாரம் செய்யவேண்டுமென்று பணம் வசூல் செய்து, கஜானாவை நிரப்பிக்கொள்ளலாம். இதில் கடைசியில் கூறிய இரண்டு பழிகளும், பகுத்தறிவு வாதம் செய்யவர்களை மூட நம்பிக்கைக்குப் பணியவும், அரசாங்கத்திற்குப் பணம் கொடுக்கவும் செய்வன. கௌடில்யர் கூறியுள்ள உபாயங்கள் அனைத்துமே மூடநம்பிக்கையைப் பயன்படுத்தி மக்களிடமிருந்து பணத்தைக் கவரவே பயன்பட்டன.

நமது இப்போதைய விவாதத்திற்கு கௌடில்யருடைய நூல் முக்கியமான சான்றாக இருப்பதற்குக் காரணம், அவருக்கே இவற்றில் நம்பிக்கை இல்லை. அரசர்களுக்கும் இவை கூடாது என்கிறார் அவர். அரசர்கள் தர்க்க சாத்திரத்திலும் மற்ற பகுத்தறிவு நூல்களிலும் நல்ல திறமையுள்ளவர்களாகப் பயிற்சி பெறவேண்டும் என்றும் கூறுகிறார். இவை கௌடில்யர் கற்றுத் தேர்ந்தவை. அப்படி இருந்தால்தான் மதச்சார்பான ஒழுங்கு முறைக்கு ஆளாகாமல் இருந்துகொண்டு அவற்றை மக்கள் மனப்பூர்வமாக ஏற்றுக்கொண்டு ஒழுக வேண்டும் என்று அவர்களைக் கட்டாயப்படுத்தி, அவர்களை அடக்கி ஒடுக்கப் பயன்படுத்த வேண்டும் என்று அவர் கூறுவதைப் பின்னால் எடுத்துக் காட்டுவேன். ஒருபுறம் அவர் கூறுகிறார்: அரசர்கள் கோயில்களை அமைக்க வேண்டும், அவற்றில் கடவுள்களின் விக்ரகங்களை வைக்கவேண்டும் என்று எடுத்துரைக்கிறார். மற்றொரு புறம் இந்தக் கோயில்களையும் விக்ரகங்களையும் தம் விருப்பப்படி பயன்படுத்தி முறைகேடான வகையில் தம் சுயநலத்திற்கான பயனைப் பெறலாம் என்றும் கூறுகிறார். ஆக, அவர் கருத்து தெளிவாகவே தெரிகிறது. அரசர்கள் மத நோக்கங்களாலும், கருத்துக்களாலும் எந்தவிதமான தயக்கமும் தடையும் இல்லாதவர்களாக இருக்க வேண்டுமென்பதே அவர் கருத்து.[26]

கௌடில்யர், மக்கள் வந்து வணங்கி வழிபடும் கோயில் போன்ற இடங்களிலும் யாத்திரைத்தலங்களிலும் பகைவனைக் கொல்லும் பல சூழ்ச்சித் தந்திரங்களை விவரித்திருக்கிறார். பகைவன் நம்பிக்கையுடன் அந்த இடங்களுக்கு வரும்போது அவனைக் கொல்லும் உபாயம் இது.

பகைவன் கோயிலுக்குள் வரும்போது அவன் தலையில் இடிந்து விழும் வகையில் ஒரு சுவர்; சரிந்துவிழும் வகையில் ஒரு கற்பாறை; விக்ரகத்தின் உடலுக்குள் மறைத்து வைத்திருக்கும் ஆயுதங்களை அவன் தலைமேல் எறிவது; இப்படிப் பல சூழ்ச்சிகள். மேலும் பகைவன் ஒரு கோயிலுக்கோ அல்லது துறவியின் மடத்துக்கோ வரும்போது, அங்கு சுரங்க அறைகளிலோ வேறு மறைவான இடத்திலோ ஒளிந்திருந்து அவனைத் தாக்கலாம். கடவுளுக்கு விழா நடத்தும் போதோ, முன்னோர்களுக்குத் திதி, திவசம் கொடுக்கும்போதோ பகைவனைச் சேர்ந்தவர்களையும் அழைத்து அவர்களுக்கு நஞ்சு கலந்த உணவும், நீரும் கொடுத்துக் கொல்லலாம். எதிரிகளின் துரோகிகளுடன் கூட்டுச் சேர்ந்து, சதித் திட்டம் போட்டு மறைந்திருக்கும் தன் படை கொண்டு தாக்கலாம். கோட்டையைப் பகைவர் சூழ்ந்து முற்றுகை போட்டுவிட்டால் ஒரு தெய்வ விக்ரகத்தில் பெரிய துளை செய்து அதற்குள் ஒளிந்துகொள்ளலாம். இப்படியெல்லாம் கூறுகிறார் கௌடில்யர்.[27]

வேண்டுமென்றே முன்யோசனையுடன் மூட நம்பிக்கையைப் பயன்படுத்த வேண்டும் என்று கௌடில்யர் கூறுவதை சர்மா பின்வருமாறு எழுதுகிறார். "அரசன் தெய்வீகமானவன், தெய்வாம்சம் படைத்தவன், எல்லாம் அறிந்தவன் என்பது நிஜம் என்று அவரும் நம்பவில்லை. இந்த முட்டாள்தனத்தை அரசர் ஏற்றுச் சம்மதிக்கவும் அவர் விரும்பவில்லை. ஆனால் அந்த அரசியல் நிபுணன், அரசன் தெய்வத்தின் அம்சம் என்றும், அவனுக்குத் தெரியாதது யாதுமில்லை என்றும் பிரகடனப்படுத்த வேண்டியதை நன்கு அறிந்திருந்தார்."[28] ஆனால் இந்தப் பொய்க் கதையை நாடெங்கும் பிரகடனப்படுத்தித் தெரியச் செய்வது எப்படி? இதற்கு அவர் இரண்டு செயல் முறைகளைக் கூறுகிறார்.[29] முதலாவது நன்கறிந்த ஒரு தந்திரம் அதாவது மிகவும் விரிவான ஒற்றறியும் அமைப்பு. ஒற்றர்கள் நாடெங்கிலும் சுற்றிச் சுற்றி ஆங்காங்கு நடக்கும் செய்திகளைத் திரட்டிக்கொண்டு வந்து மன்னனுக்கு உடனுக்குடன் தெரிவிப்பார்கள். இவற்றை இப்படி அறிந்துகொள்ளும் அரசனுடைய அறிவை "ஒரு சூத்ரன், விலைக்கு வாங்கப்பட்ட அடிமையாகவோ அல்லது வாங்கப்படாதவனாகவோ இருந்தாலும், ஒரு பிராம்மணன் அவனைத் தனக்கு அடிமைத் தொண்டு செய்ய வேண்டும் என்று கட்டாயப்படுத்தலாம்; ஏனென்றால், தானே தோன்றிய படைப்புக் கடவுள் (தான் தோன்றித்தனம்) சூத்ரனைப் பிராம்மணனுக்கு அடிமையாய் இருப்பதற்கென்றே படைத்திருக்கிறான்; சூத்ரனை அவனுடைய எசமான் விடுதலை தந்து வெளியில் அனுப்பினாலும் சரி, அடிமைத்தனத்தில் இருந்து அவன் விடுதலை

பெறாதவனே ஆவான்; அடிமைத்தனம் அவனுடன் கூடவே பிறந்தது; பிறப்பிலேயே அவன் அடிமை; அவனை யார் விடுதலை பெறுவிக்க முடியும்”.[13]

“சூத்ரன் அதற்கான ஆற்றல் பெற்றிருந்தாலும், செல்வத்தைச் சேர்க்கக்கூடாது; ஏனென்றால் செல்வத்தைச் சேர்த்துக்கொண்ட சூத்ரன் பிராம்மணர்களுக்குத் தொல்லை தருவான்.[14]

“சூத்ரன் த்விஜர்களிடத்தில் வேலை பெற முடியாமற் போகும் போதும், பசியால் மனைவி மக்கள் இறக்க நேரும்போதும் அவன் வேறு ஏதாவது தொழில்-தச்சுத் தொழில் போன்றவற்றைச் செய்து வாழலாம். அவையும் த்விஜர்களுக்குப் பயன்படும் வகையில் இருத்தல் வேண்டும்.[15] மனு மேலும் கூறுகிறது: “சூத்திரர்கள் செய்யும் வேலைகளுக்காக அவர்களுக்கு உணவாக த்விஜர் உண்ட மிச்சம் மீதிகளையும் உபயோகமற்ற புளித்து ஊசிப்போன பொருள்களையும் தரவேண்டும். அவன் கிழிந்த கந்தல்களையே உடுக்க வேண்டும். பிய்ந்து உதிர்ந்த பாய்களில்தான் படுக்க வேண்டும்.”[16]

கௌதமர் கூறுவது பின்வருமாறு அமைகிறது

“அவன் பொய்யே சொல்லக் கூடாது; சுத்தமாக இருக்கவேண்டும்; எப்போதும் பணிந்தே நடக்க வேண்டும்; அவன் மேல்சாதியினர் களுக்குத் தொண்டு செய்தே வாழ வேண்டும்; அவர்களிடமிருந்து தான் வாங்கி உண்டு பிழைக்க வேண்டும். அவர்கள் உபயோகித்து எறிந்த செருப்பு, குடை, உடைகள், பாய்கள் இவற்றையே உபயோகிக்க வேண்டும்.[17] அவனுக்கிருந்த ஆன்மீக அந்தஸ்தும் கலை இலக்கியத் தொடர்பும் பற்றி கௌதமர் குறிப்பிடுவது:

“அவன் வேண்டுமென்றே முயன்று வேதம் ஓதுவதைக் கேட்டால், அவன் காதுகளில் ஈயத்தைக் காய்ச்சி உருக்கி ஊற்ற வேண்டும். அல்லது மெழுகை உருக்கி ஊற்ற வேண்டும். ஒருக்கால் அவன் வேதத்தையே வாயால் சொல்லிவிட்டால், அவனுடைய நாக்கை அறுக்க வேண்டும்: அவன் வேத மந்திரங்களை நினைவில் வைத்தால், அவன் உடம்பை இரண்டாகப் பிளக்க வேண்டும். அவன் த்விஜர்களுக்குச் சமானமாக உட்கார்ந்துவிட்டாலும், அவர்களுக் கெதிரில் படுத்துக்கிடந்தாலும், அவர்களுடன் பேசினாலும் சாலை வழியில் எதிரே வந்தாலும் அவனுக்குக் கசையடி போன்ற உடல் தண்டனை அளிக்கப்படும்.[18]

மேலும் மேற்கோள்கள் காட்ட வேண்டிய அவசியமில்லை. இதன் மூலம் முக்கியமாகத் தெரிந்துகொள்வது இதுதான்: அவர்களுடைய

அரசியல் சமுதாய தத்துவத்தின்படி இரண்டே வர்க்கங்கள்; த்விஜர்-சூத்திரர். பின்னவர் உடலைத் தீண்டுவதுகூடத் தூய்மையைக் கெடுக்கும் (தீட்டு). த்விஜர்கள் வசதியும், சலுகைகளும் பெற்ற வர்க்கம். அவர்கள் உற்பத்தியுடன் தொடர்பு இல்லாமல் தனித்து வாழ்வார்கள். மற்ற பெரும்பான்மை மக்கள் சூத்ரர்கள்; அவர்கள்தான் உழைப்பவர்கள். அவர்களுக்குச் சமுதாயம், பொருளாதாரம், கலை, பண்பாடு தொடர்பான வசதிகளும், சலுகைகளும் அறவே கிடையாது.

தர்ம சாத்திரக்காரர்கள் காண விழைந்த இலட்சிய சமுதாயம் இது தான்; அவர்கள் பகுத்தறிவை எதிர்த்தது-சுதந்திர சிந்தினையை வெறுத்தது ஏன் என்பது எளிதில் விளங்கும் அல்லவா! வன்முறை யைத் தவிர்த்தாலும், இந்த சமுதாயத்தைக் கட்டிக் காக்க வேறொன்று கட்டாயம் தேவை. பல இலட்சக்கணக்கான உழைக்கும் மக்களை அவர்களுடைய அடிமை வாழ்வை மனப்பூர்வமாக ஏற்றுக்கொண்டு உயிர் வாழவும், தங்கள் ஜீவனத்திற்கு மட்டுமே போதுமானதைப் பெற்றுக்கொண்டு, நாட்டின் செல்வத்தை மிகுதியாய் உற்பத்தி செய்யவும் தேவையானதுதான் மூடநம்பிக்கை - மிகப் பெரிய அளவில் வளர்க்கப்பட்ட மூடநம்பிக்கை; இந்த மூடநம்பிக்கைக்கு எதிரானது பகுத்தறிவும், சுதந்திரமான சிந்தனையுமே ஆகும். அது தர்ம சாத்திரக்காரர்களுக்குப் பிடிக்குமா என்ன?

3. மூட நம்பிக்கைகளின் சமூகச் செயல்பாடு

இந்த தலைப்பைப் புரிந்துகொள்ள நாம் சற்றே தர்மசாத்திரக்காரர் களை விட்டு ஆரம்ப காலத்து கிரேக்க சிந்தனையாளர்கள் கருத்துக் களை அறிவது நல்லது. அவர்கள் பழங்காலத்து அயோனியக் நாட்டின் விஞ்ஞான மரபை அறிந்தவர்களாதலின், மூடநம்பிக்கையை அதன் இயல்புடன் கூற வல்லவர்கள் ஆவர். பாரிங்டன் (Fairrington) கூறுகிறார்:

“உண்மையைத் திரித்துச் செயற்கையாக மிகைப்படுத்தி உரைக்கும் ஒரு கிரேக்கன்; கி.மு.நாலாவது நூற்றாண்டில் ஈஜிப்ட் நாட்டின் அதிகாரபூர்வமான மதத்தை ஒரு நோட்டம் விட்டுப் பார்த்தான். அது சமுதாயத்திற்குப் ‘பயன்படும்’ வகையில் இருப்பதைக் கண்டறிந்தான். அவன் கூறுகிறான்: ஈஜிப்ட் நாட்டுச் சட்டம் இயற்றியவர்கள் பல வெறுக்கத்தக்க மூடநம்பிக்கைகளை ஏற்படுத்தினார்கள். இதற்கு முதற்காரணம், தங்களுக்கு மேலே இருப்பவர்கள் எந்தக் கட்டளை இட்டாலும் அதற்கு அடங்கி நடப்பதற்கு மக்களை வழக்கப்படுத்த அதுதான் சரியென்று நினைத்ததுதான். இரண்டாவதாக, இதுபோன்ற வேறு குறிப்பிட்ட விஷயங்களிலும் இதேபோல் அவர்கள் சட்டத்திற்குக் கட்டுப்படும் தார்மீக உணர்வைக் காட்டினர்; எனவே, அவர்களை முழுதும் நம்பலாம் என்று முடிவு செய்துகொண்டான்.”[19]

இங்கே குறிப்பிடப்பட்ட கிரேக்க அறிஞன் சாக்ரட்டீஸ் (Isocrates) என்பவர். அவர் பிளேட்டோவுடன் சமகாலத்தில் வாழ்ந்தவர். பிளேட்டோவே கூட, தன்னுடைய 'சட்டங்கள்' என்ற நூலில் பழைய ஈஜிப்ட் தேசத்தில் அதே பயந்து நடுங்கி மரத்துப்போன கலை-இலக்கியம், பண்பாடு போன்றவற்றிற்காகவே, அதேபோல் ஈஜிப்டை உயர்த்திப் போற்றுகிறார். ஈஜிப்டில் இருந்த அது போன்ற விசயங்களுக்குக் கொடுக்கப்பட்டிருந்த சட்ட ஏற்பாடுகள்தான் என்ன?

இதில் மிகவும் முக்கியமாகக் கவனிக்க வேண்டியது, நாம் விவாதிக்கும் இந்த அபிப்பிராயத்தை வெகு காலத்திற்கு முன்பே ஏற்றுக்கொண்டிருந்தனர் என்பதுதான். இளைஞர்களுக்குக் கட்டாயமாகவே மிக அழகிய சித்திரக் கோலங்களையும் இனிய இசையையும் கண்டும் கேட்டும் சுவைக்க வழக்கப்படுத்த வேண்டும். இந்த நியதியை அவர்கள் நிறுவி, அவற்றைக் கோயில்களில் செய்தும் காட்டியிருக்கிறார்கள். கலைகளில் சம்பிரதாயமாக வழங்குவதற்கு மாறாக ஏதேனும் புதிய வடிவத்தைக் கண்டுபிடிக்கவோ அறிமுகப் படுத்தவோ எந்தக் கலைஞனும் அனுமதிக்கப்படுவதில்லை. இன்னும் அந்நாட்டில், பதினாயிரம் ஆண்டுகளுக்கு முன் படைத்த கலையைத் தான் படைக்கிறார்கள். அதே பாணியில்தான். அவற்றைவிட தரத்தில் உயர்ந்ததும் இல்லை. பதினாயிரம் ஆண்டுகளுக்கு முன்பு இருந்ததே தான் இன்றும் இருக்கிறது. இது மிகைப்படுத்திக் கூறியதில்லை. இது மிகவும் வியப்பளிக்கும் வகையில் இருக்கிறது. இது மிக மிக சாமர்த்தியமானதும், ராஜ தந்திரமானதும்கூட என்றுதான் கூற வேண்டும்.[20]

மேலும், பிளேட்டோ 'சட்டங்கள்' எழுதுவதற்கு வெகுகாலத்திற்கு முன்பே, 'குடியரசு' என்ற நூலில் கூறுகிறார்.[21] "நல்லது, நான் அப்போதே சொன்னேன். (உரையாடலின் ஒரு பகுதி) இப்போது நாம் பேசிக்கொண்டு இருந்த கபடத்தனமான பொய்களில் ஒன்றைத் தக்க முறையில் திட்டமிட்டுச் செயற்படுத்துவது எப்படி? அதற்கு மிகவும் உன்னதமான மேன்மை கொண்டு ஒரு பொய்யை - (இல்லாத ஒன்றை) தேடவேண்டும் என்பதுதான். சாத்தியப்பட்டால் சமுதாயம் முழுதையும் ஆள்பவர்களையும்கூட சேர்த்து, அனைவரும் அதை ஒப்புக்கொள்ளச் செய்யவேண்டும்.

மற்றொரு கிரேக்க ராஜ தந்திரி போலிபியஸ் (Polybius) ரோமின் குறைகளைப் பெரிதும் போற்றிப் புகழ்பவர். அவர் கி.மு.168இல் பணயக் கைதியாக ரோமுக்குக் கொண்டுவரப்பட்டவர். அவர், தன் நாட்டில் சிலர் சுதந்திர சிந்தனை வளர ஊக்குவிப்பதை மறுத்தும்

எதிர்த்தும் கூறுகிறார். இதனால்தான் சாக்ரட்டீசும், பிளேட்டோவும் பண்டைய எகிப்தியர்கள் மூடநம்பிக்கையைப் பயன்படுத்தியதைப் போற்றி எடுத்துக் காட்டுகிறார்கள் என்றும் கூறுகிறார்.[22] மற்ற நாட்டவர்கள் எல்லாம் ரோமின் பெருமைகளுக்கெல்லாம் அடித்தளமாக மூடநம்பிக்கையைக் காட்டிப் பரிகாசம் செய்கின்றனர். ஆயினும் நான் மிக்க தைரியத்துடன் இதைச் சொல்லி வற்புறுத்துகிறேன். ரோமர்களுடைய சொந்த வாழ்க்கையையும் பொது வாழ்க்கையையும் பற்றிய ஒவ்வொரு அம்சத்திலும் இந்த மூடநம்பிக்கையைப் பல வித யுக்திகளும் தந்திரமும் செய்து புகுத்தியிருக்கிறார்கள். அவர்களுடைய நினைப்புக்களிலும் கற்பனைகளிலும் பயத்தைத் தோற்றுவித்து, அதை மாற்றித் திருத்தவே முடியாதபடிச் செய்துள்ளனர். பலருக்கு இதைப் புரிந்துகொள்ளவே முடியாது. அது, மக்கள் கூட்டத்தின் மனத்தில் நன்கு பதிவதற்கான காரியம் என்றுதான் நான் நினைக்கிறேன். ஒரு நாட்டில் உள்ள குடிமக்கள் எல்லாருமே தத்துவம் அறிந்த ஞானிகளாயிருந்துவிட்டால், நாம் இதுபோன்ற காரியங்களைச் செய்ய வேண்டிய அவசியமில்லை. ஆனால், எந்த நாட்டிலும் நிலையான எண்ணமுடையவர்கள் இல்லை. அவர்களிடம் சட்டத்திற்குப் புறம்பான ஆசைகளும், காரணமில்லாததும், பகுத்தறிவற்றதுமான கோபமும், தீவிரமான காமக் குரோதங்கள் போன்ற உணர்ச்சிகளும் நிறையவே இருக்கின்றன. அவர்களை அடக்கி ஒடுக்கி வைத்துக் கொள்வதற்கு இதுபோன்ற கண்ணுக்குத் தெரியாத பயங்களைக் கற்பித்து, இன்லோரேட்டோ சீமாட்டியின் கோயிலுக்குப் போனாராம். அணுவாதிகள் இவ்வாறு சட்டம் செய்தவர்களின் பரிசோதனைக்கு ஆளாகாமல் தவிர்த்ததில் உள்ள அநுகூலத்தையும் பலஹீனத்தையும் பின்னால் அறிந்துகொள்ள வேண்டிவரும்.[2]

மேலே சொன்ன மூன்று மனப்பாங்குகளையும் தத்துவவாதிகளிடம் காண முடிந்தது. இவற்றுள் முதலாவதை இந்த அத்தியாயத்தில் விவாதிக்கலாம். அது கருத்துமுதல்வாதம் சமூகத்தில் செயற்பட்ட விதத்தைக் காட்டும்.

4. சட்டம் இயற்றியவர்களின் நிலை

முதலில் சட்டம் இயற்றிய சாத்திரக்காரர்கள் விரும்புவதென்ன எனத் தெளிவாகத் தெரிந்துகொள்ளல் நல்லது. நம் நாட்டுச் சட்டம் ஏற்படுத்தியவர்கள் அயல்நாடுகளில் அதைச் செய்தவர்களைப் போலவே, தங்களுக்கு மிகவும் விருப்பமான ஒரு சமுதாய அமைப்பைக் கட்டிக் காப்பதிலேயே ஆர்வம் கொண்டனர் என்பது கண்கூடானது. அவர்கள் பேசும் சமுதாயம் நிஜமான நிலைக்குப் பொருத்தமாக

இருக்கிறதா? என்பது வேறொரு கேள்விதான்; நமக்கு முக்கியம் அவர்கள் கூறும் விதிமுறை சமுதாயம் எந்த விதத்தில் அமைக்கப்பட வேண்டும் என்று இவர்கள் காட்டும் வகை என்ன என்பதே. இதைக் காக்க வேண்டும் என்ற முக்கியமான நோக்கில்தான். தாங்கள் தத்துவவாதிகளாக இல்லாமலிருந்தும் தத்துவ சம்பந்தமான விஷயங்களில் ஒரு நிச்சயமான நிலைப்பாடு இருப்பது அவசியம் என்று நினைக்கிறார்கள். அதாவது, தமது தர்ம சாத்திரக்காரர்கள் கூறும் இலட்சிய சமுதாயத்துடன், நம் நாட்டில் வெவ்வேறு பகுதிகளில் - பழைய காலத்திலும் சரி, மத்திய காலத்திலும் சரி-இருந்த உண்மையான சமுதாய அமைப்பு ஒத்ததாகவே இருக்க முடியாது. உண்மையில் அவ்வாறு ஒத்ததாக இல்லை. ஆயினும் அவர்கள் ஒரு இலட்சிய சமுதாயத்தை முன்மாதிரியாகக் கண்டு நமக்கும் காட்டுவதை அந்த ஒவ்வாமை தடுக்கவில்லை; சட்டம் இயற்றுகிறவர்கள் என்ற முறையில், தத்துவ விசாரம் இந்த முன்மாதிரிக்கு உதவுவதிலும் தடை செய்வதிலும் அவர்களுக்குக் கவனம் இருந்தது. (உதவ வேண்டும்; தடுத்துவிடக் கூடாது என்ற நோக்கம்.)

இதைத் தவறாகப் புரிந்துகொள்ளக்கூடாது என்பதற்காக இங்கே சில கூறவேண்டும். தர்மசாத்திரங்கள் கூறும் இலட்சிய சமுதாயம் வெறும் கற்பனையானதன்று. அது, அவர்களுடைய மூளையில்தான் இருந்தது என்பதுமில்லை. வட இந்தியாவின் வடபகுதிகளில் மிகப்பழைய காலத்தில் உருப்பெற்ற நிஜமான சமுதாயத்தில் இலட்சிய சமுதாயத்தின் சில முக்கியமான அம்சங்களாவது சிறிய அளவில் இருக்கவே செய்தன. இதை அவர்களே கூறுகிறார்கள்: "நடந்து கொள்ள வேண்டிய முறைபற்றிய சட்டங்கள்-அந்த நாடுகளில் இருப்பது அதிகாரபூர்வமானது."³ மேலும், அவர்கள் கூறிய சமுதாய நடைமுறை அவர்களே கண்டுபிடித்ததும் அன்று; அதன் சாரமான பகுதிகளைப் பிராம்மணங்கள் என்ற வேதப் பகுதியை இயற்றியவர்களே கூறியுள்ளனர். நடைமுறைக்கும் கொண்டுவந்திருந்தனர். நாம் முன்னரே சொன்னபடி, பழைய இனக் குழுக்களின் அழிவுபாட்டின் மீது தோன்றிய ஆரம்ப காலத்து அரசுகளின் ஆதிக்கத்தையும் அவை ஏற்படுத்திய விதிமுறைகளையும் உறுதிசெய்து நிலைநாட்ட முயன்றனர். மேலும், அரசியல் பொருளாதாரங்கள் பற்றிய நூல்களான கௌடில்யருடைய அர்த்த சாத்திரங்களிலிருந்தும், கல்வெட்டுக்களில் உள்ள பல சான்றுகளிலிருந்தும் தெரிய வருவது என்னவென்றால், அந்த அரசுகளின் முக்கியமான வேலைகள் இந்திய தர்ம சாத்திரங்களில் கூறப்பட்ட சமுதாய நடைமுறையை அமுலாக்குவதும் பாதுகாப்பதுமே என்பது மிகத் தெளிவாகத் தெரிகிறது. ஆகவே, நாம் இவை மிக முக்கிய

மானதொரு அரசியற் கோட்பாடு என்று சர்ச்சை செய்ய நினைக்கும் போது, இது ஏதோ உருவம் இல்லாத வெறும் பண்பு பற்றிய கொள்கைதான்; உண்மையில் இருந்த சமுதாயப் பழக்கவழக்கங்கள் அல்ல என்று எண்ணிவிடக்கூடாது. தர்மசாத்திரங்கள் சொன்ன நடைமுறை முழுதாகவே உண்மையான நிலைக்கு மாற்றப்பட்டு, நடைமுறையாய் இருக்கவில்லை என்பதை ஒப்புக்கொள்வோம். என்றாலும், அதன் விளைவும் பாதிப்பும் நிஜமாய் இருந்த சமுதாயத்தில் ஏற்பட்டதைக் குறைத்து மதிப்பிட்டுவிடக்கூடாது. சட்டம் இயற்றியவர்கள் தத்துவம் பற்றிய வரையில் அதன் கொள்கை அம்சத்தில் என்ன கேட்டார்கள், விதித்தார்கள் என்று ஊன்றி அறிவதற்கு அது வசதியாயிருக்கும்.

அதன் முக்கியமான அம்சங்கள் என்ன? நமது தர்ம சாத்திரங்களின் அரசியல் (சமுதாய) தத்துவம் வர்ணாசிரம முறை எனப்படுவது. அது நான்கு வர்ணங்கள் (சாதிகள்) கொண்ட சமுதாயத்தின் முன் மாதிரி என்று வழக்கமாகக் கொள்ளப்படுகிறது. அதில் ஒருவன் இந்த நான்கு வர்ணங்களில் ஒன்றில் பிறந்த உடனேயே அந்தத் தனிநபரின் கடமைகளும் உரிமைகளும் செய்யவேண்டிய காரியங்களும் அடைவதற்கு எதிர்பார்ப்புகளும் தானாகவே நிச்சயித்து உறுதியும் செய்யப்படுகின்றன. அது தவறல்ல என்றாலும் வர்ணாசிரம தர்மங்களை அப்படித் தெரிந்துகொள்வது மட்டும் போதாது. இதில் மற்றொரு விஷயமும் இருப்பதைக் கவனிக்க வேண்டும். அது அடிக்கடி தர்மசாத்திரங்களில் வற்புறுத்தப்படுவது. இந்த நான்கு வர்ணங்களும் சமுதாயத்தில் முக்கியமான இரண்டே வர்க்கங்களாக அமைவதாகப் பார்க்கவேண்டும். இந்த இரண்டு வர்க்கங்கள் த்விஜர்கள் (இரு பிறப்பாளர்கள்) சூத்திரர்கள் (பிறருக்குத் தொண்டு புரிபவர்கள்) என்பன. சூத்திரர்களுக்கு இரு பிறப்புக்கள் கிடையாது. தர்மசாத்திரங்கள் இதைக் கூறும் விதம் பின்வருமாறு: மனு கூறுவது[5] "பிராம்மணர்களும், க்ஷத்திரியர்களும், வைசியர்களும் த்விஜர்கள். சூத்திரனுக்கு அது கிடையாது. ஐந்தாவது வர்ணம் இல்லை. கௌதமர் கூறுவது:[6] சூத்ரன் நான்காம் வருணத்தைச் சேர்ந்தவன். அவனுக்கு ஒரே பிறப்புத்தான் உண்டு. விஷ்ணுவின் தர்மசாத்திரப்படி[7] பிராம்மணர், க்ஷத்திரியர், வைசியர், சூத்ரர் என நான்கு சாதி உண்டு. முதல் மூவரும் த்விஜர்கள்.

த்விஜர் என்ற சொல்-இரண்டு தடவை பிறப்பவர் என்ற மிகவும் விநோதமான சொல். அதைச் சற்று விளக்குவது அவசியம். இம் மூவரும் தாயின் கர்ப்பத்தில் பிறப்பதோடு சேர்த்து, இரண்டாவதாக உபநயனத்தால் (பூணூல் போட்டுக் கொண்டு வேதம் கற்கத்

தொடங்குவதால்) ஒரு பிறப்பை அடைகின்றனர். போலியும், நடிப்புமான இந்த மறுபிறப்பைப் பற்றி ஐதரேயப் பிராம்மணம் மிகத் தெளிவாக விவரிக்கிறது. இது, பழங்குடி மக்களிடையே வழங்கிய ஒரு சடங்கை அடிப்படையாகக் கொண்டது. ஒருவனைத் தம் இனக்குழுவுக்கு முற்றிலும் தகுதி உடையவனாக்கும் அந்தச் சடங்கில் ஒருவன் இறந்து மீண்டும் பிறப்பதாக ஒரு போலிச் செயல் நடைபெறும். உபநயனச் சடங்கின் அர்த்தம் மாறுபட்டது. ஆதியில் பழங்குடியினர், தம் குடியில் பிறந்த ஒருவனை முழுமையான பழங்குடி வாழ்க்கை நிலைக்கு அறிமுகப்படுத்தும் ஒரு சமுதாயச் சடங்காய் இருந்தது அது; அவனுக்கு அந்த வாழ்க்கையின் பொறுப்புக்களைத் தருவதும், கூடி வேலை செய்து உழைக்கும் கடமையை ஒப்படைப்பதும் அதில் அடங்கும். அப்படியெல்லாம் அவர்கள் வாழ்க்கை நடத்தாவிட்டால் அந்த இனக்குழுவே அழிந்துவிடும் என்ற பயமும் அக்காலத்தில் இருந்து.[9] ஆனால் அது ஐதரேயப் பிராம்மணத்தில் கூறப்படும்போதும், பிறகும் இந்தச் சடங்கு, வர்க்கமுறைச் சமுதாயத்திற்கு உகந்த வகையில் மாற்றிக்கொள்ளப்படுகிறது; அதற்கு ஆரம்பத்தில் பொருளும் அதற்கு நேர் எதிரானதே ஆகிவிடுகிறது. இந்த நிலையில் அது ஒரு தனிநபரை வசதிபடைத்த வர்க்கத்தின் முழு அந்தஸ்துக்கும் உரியவனாக்கவே செய்யப்படும் சடங்காகிறது; அவனை இரு பிறப்பாளனாகச் செய்கிறது; இந்தச் சடங்கு சூத்ரனுக்கு இல்லை; அவனுக்கு ஒரே பிறப்புத்தான் உண்டு; ஆகவே த்விஜர் களுக்குரிய உரிமைகளும், சலுகைகளும் வசதிகளும் கிடையாது.

வர்ணாசிரம தர்மத்தின் முக்கியமான அம்சம் இது. புரோகிதர்களும், பிரபுக்களும் நிலமுடையவர்களும், விவசாயப் பண்ணை உடையவர் களும், வியாபாரிகளும் த்விஜர் என்ற வசதியும் சலுகைகளும் பெற்ற வர்க்கமாகின்றனர். அவர்களுக்குரிய சலுகைகளிலும் சிறிய அளவில் வித்தியாசமும் உண்டு. மக்களில் மற்றவர்கள் அனைவரையும், கூட்டமாகவே சூத்ரர் எனக் கூறி, தேவைக்கும் தேவைக்கும் அதிகமாகவே நான்காம் வர்ணத்தில் கொண்டு வந்து குவித்தனர். முன் சொன்ன த்விஜர்கள் எல்லாரையும் சேர்த்துக் கணக்கிட்டால்கூட எந்த சமுதாயத்திலும் அவர்கள் ஒரு சிறுபான்மையினர்களாகத்தான் இருக்க முடியும். அவர்களிடமிருந்து உடல் உழைப்பை எதிர்பார்ப்பதில் பயன் இல்லை என்பது ஒருபுறமிருக்க, அவர்கள் அப்படி உழைப்பது கூடாது, தகாது என்று சட்டம் கூறுகிறது.[10] ஆகவே, தர்ம சாத்திரக்காரர்களின் தத்துவத்தின்படி, சூத்ரர்கள் என்ற சொல், நேரிடையாக உழைத்துப் பொருள்களை உற்பத்தி செய்யும் மிகப் பெரிய பெரும்பான்மை மக்களையே குறிப்பது என்று ஏற்றுக்கொண்டே தீர வேண்டும்.

இந்தியத் தத்துவ இயலில் நிலைத்திருப்பனவும் அழிந்தனவும் 237

உபரி உற்பத்தி, அதாவது உழைப்பவர்கள் உயிர் வாழ்வதற்கு மட்டுமே தேவைப்படும் அளவுக்கு மேல் உழைப்பு உண்டாக்கிய பொருள்கள் என்பதை நாம் இன்றைய காலகட்டத்தில் தெரிந்து கொள்ளும் பொருளில் தர்மசாத்திரக்காரர்கள் தெரிந்துகொள்ளவில்லை என்பதும் உண்மையாக இருக்கலாம். இருந்தாலும் அவர்கள் சூத்ரர்களுக்கெனவே விதிக்கும் கடமைகளும், உரிமைகளும் உபரி உற்பத்தி முழுதும் சலுகையும் வசதியும் படைத்த வர்க்கத்திற்கே சேர வேண்டியது என்பதே அவர்கள் கருத்தென்பது தெளிவாய்த் தெரிகிறது. சூத்ரர்களுடைய தொழில் - ஒன்றே ஒன்றுதான்; அது, த்விஜர்களுக்குத் தொண்டு செய்வதே; மனு கூறுகிறார்:[11] அவன் இதைத் தவிர வேறு என்ன செய்தாலும் அவனுக்கு நற்பயன் ஏதும் கிடைக்காது. ஆனால் இந்தத் தொண்டைச் செய்வதற்கு அவர்கள் உயிருடன் இருக்க வேண்டியதும் அவசியம் தானே? உயிர் வாழ்வதற்குத் தேவையானதற்கு மேல் எதையும் அனுபவிக்கக் கூடாது. மற்றவையனைத்தும் த்விஜர்களால் பறிமுதல் செய்யப்படும் என்பதைக் காட்டும் வகையில் அவர்களுக்கு வழங்கப்பட்டிருந்த மிகக் குறைவான வாழ்க்கைத் தரம் இருந்தது. இதை மனு சொல்கிறார்:[12] “கடவுள் சூத்ரர்களுக்கு விதித்துள்ள ஒரே தொழில், மற்ற மூன்று வர்ணத்தவர்களுக்கும் பணிந்து தொண்டு செய்வதே.”

அதியற்புதமான தெய்வீக அறிவென்று திரித்துக் காட்டிவிட வேண்டும். இரண்டாவது, நன்கு திட்டமிட்டு அமைக்கப்பட்ட பிரச்சார ஏற்பாடுகள். இதில் இரண்டாவது பற்றி சர்மா கூறுவது:[30] ஏழு வகையான அதிகாரிகள். அவர்கள் பின்வருமாறு: சோதிடர்கள் குறி சொல்வோர், நல்ல நேரம் பார்த்துக் கூறுகிறவர்கள், பௌராணிகர் (கதை கூறுபவர்கள்), ஈக்ஷணிகர் என்ற ஒருவகைச் சோதிடர், ஒற்றர்கள். ஸாசிப்யகாரர்கள் (மந்திரிகளுடன் இருப்பவர்கள்) ஆகியோர் இந்தப் பிரச்சாரப் பிரகடன காரியங்களில் ஈடுபட்டனர். இதில் முதல் மூன்று பேரும் பிராம்மணர்களாகத்தான் இருக்கவேண்டும் என்று கூறப்படுகிறது. மக்களிடம் பொதுக் கருத்தை உருவாக்க பிராம்மணர்கள் தான் முக்கிய பங்கு ஆற்றினர் என்று தெரிகிறது. இதனால் அவர்கள் அந்த அரசனது ஆட்சியுள்ள எல்லைவரையிலும் அரசனுடைய அதிமானுடமான ஆற்றல்களை விரிவாகப் பரப்ப வேண்டும். அதேபோல அவர்கள் அயல் நாடுகளிலும் அரசனுக்கு முன்பாக தெய்வம் காட்சியளித்தது எனவும், அவன் வானுலகத்திலிருந்து செங்கோலும் வாளும் பொக்கிஷமும் (இவையிரண்டும் அரசுக்கு மிகவும் முக்கியமானவை) பெற்றான் என்று செய்திகளைப் பரப்ப வேண்டும். கௌடில்யர் கூறும் மற்றொரு தந்திரம், தெய்வத்தின் விக்ரகங்களை

உடைத்துக் குலைப்பது; அவற்றிலிருந்து ரத்தம் பீறிடுவது; உடனே ஒற்றர்கள், இது பகைவன் தோற்றுவிடுவதைக் குறிக்கும் சகுன மென்றும் மக்களிடம் கூறுவார்கள். இப்படியெல்லாம் மிகவும் திறமையோடு பிரச்சாரம் செய்வதால், தங்களை வென்ற அரசனுடைய எல்லாம் அறியும் தன்மையையும் தெய்வத் தன்மையையும் மக்கள் கூட்டம் மெய்யெனவே நம்பி மனத்தில் பதித்துக்கொள்ளும் எனவும், அதனால் அவனுடைய குடிமக்கள், அவன் பிற நாட்டைத் தாக்க எடுக்கும் முடிவுகளையும், திட்டங்களையும் முழு மனதுடன் ஆதரிப்பார்கள் எனவும், பகைவன் நாட்டுக் குடிமக்களும் பழைய அரசனை விட்டுப் புதிதாய்த் தங்களை வெற்றி கொண்டவனிடம் மனதுடன் விசுவாசம் கொள்வார்கள் எனவும் கௌடில்யர் கூறுகிறார்.

இது நிற்க, நமது தர்ம சாத்திரக்காரர்கள் என்ற சட்டமியற்றியவர் களைப் பற்றிக் காண்போம். நல்லதே தெரியாத கோணல் புத்தியுடைய கௌடில்யர் போன்றவர்கள் இல்லை இவர்கள். நாடாள்பவருக்குப் பகுத்தறிவுப் பயிற்சி வேண்டுமென்றும், மதச் சார்பான தயக்கமும், தீயதைச் செய்யக்கூடாதென்ற பயமும் இல்லாமல் மூட நம்பிக்கைளை அரசியல் நோக்கங்களுக்குப் பயன்படுத்திக்கொள்ளும் கபடம் வேண்டுமென்றும் நம்மவர்கள் கருதவில்லை. ஆனால் மூடநம்பிக்கைகள் சமுதாயத்தில் செய்வது என்ன என்பது அவர்களுக்குத் தெரியாததும் இல்லை. மக்கள் கூட்டத்தை அடக்கி ஒடுக்கி வைக்கவேண்டிய அடிப்படைப் பிரச்சனையை உணர்ந்திருந்தனராதலின், கடவுள் மற்றும் மறு உலகம் பற்றியது புனிதமானதும் மரியாதைக்குரியதுமான பிரமை பற்றியும், பொய்களைப் பற்றியும், ஏன், என்ன, எதற்கு என்றெல்லாம் கேள்வி எழுப்பும் போக்கை அநுமதிக்கும் முட்டாள் தனத்தையும், முன்யோசனை இல்லாமல் இருப்பதையும் அவர்கள் கைக் கொண்டுவிடவில்லை. அந்தப் பிரமையும் பொய்களும் வசதி படைத்த சிறுபான்மையினருக்குப் பாதுகாப்புத் தருவன அல்லவா? அவற்றில் நம்பிக்கை இல்லாமற்போவது, அவர்கள் காண விழையும் சமுதாயத்தின் அடிப்படையினையே அபாயத்திற்குள்ளாக்குவதாக ஆகிவிடுமே! இது அவர்களுக்குத் தெரியும். அதனால்தான் மனு கூறுகிறார்:[31] "நம்பிக்கையில்லாதவர்கள் நிறைய இருக்கும் அரசு விரைவில் அழிந்துவிடும்." இதற்கொரு விளக்கம் அவசியம் என்று மனுஸ்மிருதிக்கு உரை யெழுதியவர்கள் நினைக்கின்றனர். அவர்களில் ஒருவரான மேதாதிதி என்பவர் தரும் விளக்கம்: "அரசு அழியும் என்பதன் பொருள், ஆண்ட அரசர்கள் அழிவார்கள் என்பதே. உதாரணமாக, நாத்திகர்கள் இருப்பதைக் கொள்ளலாம். அதாவது லோகாயத்திகர் எனப்படும் பூதவாதிகள். அவர்கள் பரலோகம் அதாவது இறந்த பிறகு

அடையும் மறு உலகம் இல்லை என்பவர்கள். இதையே குல்லூகபட்டர் என்ற உரையாசிரியரும் திரும்பவும் அழுத்தமாகக் கூறுகிறார்.

இவை யாவும் சாக்ரட்டீஸ், பிளேட்டோ, போலிபஸ் ஆகியோர் திட்டவட்டமாக நேராகச் சொன்னதை, எதிர்மறையாகச் சொன்ன தேயாகும். பரலோகம் முதலியவற்றில் நம்பிக்கையின்மை என்பதற்கு அரசுக்கோ, அரசருக்கோ பாதுகாப்பின்மையாகும் என்பது பொருளானால், அரசுக்கும் அரசர்க்கும் பாதுகாப்பு வேண்டுமானால் அவற்றை நம்ப வேண்டும் என்றாகிறது. முன் சொன்ன கிரேக்க நாட்டு அரசியல் அறிஞர்களுடன் கௌடில்யரையும் சேர்த்துக்கொள்ளத்தான் வேண்டும். அவருக்கும் தர்ம சாத்திரக்காரர்களுக்கும் ஒரே ஒரு வித்தியாசம்தான் இருக்கிறது. கிரேக்க அறிஞர்கள் (கௌடில்யரும்) அத்தகைய நம்பிக்கைகள் மித மிஞ்சிய மூடத்தனமானவை, மக்களை அடக்கி வைப்பதற்கெனவே நன்கு அறிந்து திட்டமிடப்பட்ட, அவர்கள் மதிக்க வேண்டிய ஏமாற்றுக்கள், பிரமை என்பதை அறிந்துகொள்ளாதவர்கள் இல்லை. அதை அறியும் அளவுக்கு அவர்களுடைய அதி அறிவு வளர்ந்திருந்தது. ஆனால் நம்முடைய சாத்திரக்காரர்களுக்கோ இவையெல்லாம் வணக்கத்திற்குரியனவான உண்மைகள். வேதங்களால் தாமாகவே வெளிவந்தவை. அதாவது கற்பனைக் கதைகள் இவர்களுக்கும் அவசியம்தான். இதற்கும் அடுத்த ஒரு கதையாக, இவற்றை நியாயப்படுத்தும் கதை தேவைப்படுகிறது. இந்த விஷயத்தில் இவர்கள் பழைய எகிப்திய சட்டம் இயற்றியவர்களைப் போல் இருக்கிறார்கள். அதி அறிவு படைத்த கிரேக்கர் எகிப்தியருடைய யுக்தியை மிகவும் புகழ்கிறார்கள். நம் நாட்டு தர்ம சாத்திரக்காரர்கள் நம்பிக்கையில்லாதவர்களைப் பற்றி காட்டும் கவலைக்கும், உடலால் உழைப்பவர்களுக்குள்ள அரசியல் ஆற்றலைப் பற்றி அவர்களது கவலைக்கும் தொடர்பு இல்லாமல் இல்லை. மனு கூறுவது: "பிராம்மணன், சூத்திரர்கள் ஆளும் நாட்டில் வசிக்க வேண்டாம். ஆசாரம் இல்லாத பாசண்டிகள் நிறைந்த நாட்டிலும், அந்நிய மதத்தைச் சார்ந்தவர்களுடைய நாட்டிலும், கீழ்சாதி மக்களே மிகுந்த நாட்டிலும் வசிக்க வேண்டாம்."[32]

5. தர்ம சாத்திரக்காரர்களின் சுதந்திர சிந்தனைக்கு எதிரான நிலை:

மூட நம்பிக்கை சமுதாயத்தில் செயற்படும் விதத்தை அறிந்திருந்த வர்கள் ஆதலின் தர்ம சாத்திரம் செய்தவர்கள், சுதந்திர சிந்தனை விரும்பத்தக்கதில்லை என்பதைச் சுற்றிவளைத்துப் பேசுகிறார்கள். பல சமயங்களில் அதை அவர்கள் நாத்திகத்தோடு சேர்த்து, அதுதான் இது என்றும் கூறுகிறார்கள். அடிக்கடி மேற்கோளாகக் காட்டப்படும்

மனு கூறுவது பின்வருமாறு: "பிற மதத்தினருடனும் சாதி ஆசாரத்தை மீறியவர்களுடனும், போலி ஆசாரம் உடையவர்களுடனும், இப்படியும், அப்படியுமாய் இரட்டை வேடம் போடுகிறவர்களுடனும் பேசவும் கூடாது."[33]

சுதந்திர சிந்தனையாளர்களை இவர்கள் 'ஹைதுகர்' என்று குறிப்பிடுவார்கள். (ஹேது- காரணம். எதையும் காரணம் காட்டி விளக்கும் தன்மையால் இவர்களுக்கு இந்தப் பெயர்; பகுத்தறிவைக் கொண்டு விவாதிப்பவர்கள் என்பது பொருள்). ஹைதுகர்கள் என்றால் தர்க்கம் செய்யும் தர்க்கிகர்கள் என்பது பொதுவான பொருள்; ஆனால் இந்த சந்தர்ப்பத்தில் இதை வெறும் தர்க்கிகர் என்ற பொருளில் கொள்வதை விட மரபான நம்பிக்கையின் வரையறைக்கு உட்பட்டுத் தர்க்கம் பேசாதவர்கள் என்ற பொருளில் மட்டுமே கொள்ள வேண்டும். சில கருத்துமுதல்வாதிகள் இதே சொல்லை (ஹைதுகர்) தர்க்கத்தை சிறிதும் குற்றம் ஏற்படாத வகையில் வேதத்தின் விதிகளை ஏற்றுக்கொண்டு செய்யும் அதன் அங்கமாகத் துணை புரியும் வகையில் இன்றி, தர்க்கத்திற்கே ஒரு தனிப் பயனுண்டு, அது ஒரு சுதந்திரமான சாத்திரம் என்று வற்புறுத்திக் கூறுபவர்களைக் குறிக்கும் வகையில் வழங்குகின்றனர். அப்படி அதை ஒப்புக்கொள்வது இவர்களுக்கு அபாயம் விளைவித்துவிடும். ஏனெனில், வேதங்கள்தான் பிரமாணம் (எதற்கும் சான்று) என்பதையே கேள்விக்கு உரியதாக்கிவிடும் அபாயம் உண்டாகும். இது மிகவும் முக்கியமான விஷயம்; மேலே காட்டிய மனுவின் பேச்சில் உள்ள குறிப்பை தாஸ்குப்தா விளக்கும்போது,[34] 'அதில் வரும் ஹைதுகர் என்ற சொல்லைச் சாதாரணமான பொருளில் கொள்ளக்கூடாது; கட்டுப்பாடு இல்லாமல் (வேதம் போன்றவற்றிற்குப் புறம்பாய்) சிந்தித்துச் சர்ச்சை செய்வதில் ஈடுபாடுகொள்ளும் எல்லாரையும் அது குறிப்பதாகக் கொள்ள வேண்டும். ஏனென்றால் மனு கூறும் வேறு பல விஷயங்கள் நம்பிக்கையை அடிப்படையாகக் கொண்ட (வேதத்தை இறுதிச் சான்றாகக் கொண்ட) மரபு வழியில் அடங்கும் தர்க்கத்தை அவர் மறுக்கவில்லை என்பதைக் காட்டுகின்றன. ஆக மொத்தம் மனு சிந்தனையாளர் என்பவர்கள் சிந்திப்பதற்கு ஆட்சேபணை செய்வதில்லை. ஆனால் சுதந்திர சிந்தனையாளர்களையே மறுத்து எதிர்க்கிறார்கள் என்பது தெளிவு.

இதற்கு அடுத்தபடியாக இரண்டு விஷயங்கள் சிந்தனைக்கு உரியவை. உண்மையான தர்க்கிகளின் நோக்கில் தர்மசாத்திரங்கள் முறையானது எனக் கொள்ளும் இந்தத் தர்க்கம், அதன் நிஜமான அது செய்வதற்குரிய காரியத்திற்குத் தலைகீழாய் - முற்றிலும் மாறுபட்டதைச்

செய்ய வேண்டி வருகிறது; அதாவது நம்பிக்கையைப் பகுத்தறிவாகச் செய்வது என்பது ஒன்று. (பிரத்யக்ஷ ஆதாரம் இன்றி) இரண்டாவதாக, தர்ம சாத்திரம் செய்தவர்கள் நோக்கில் தர்க்கத்தின் உண்மையான செயற்பாடு சமுதாயத்தில் விரும்பத்தகாத - அவர்களுக்குப் பிடிக்காத விளைவுகளை உண்டாக்கும் என்று ஆகிறது; அதாவது மூட நம்பிக்கைகளால் தடைபடாமல் சுதந்திரமாகச் சிந்திப்பதும் காரணகாரியத் தொடர்பான பகுத்தறிவும் சமுதாயத்தைக் கெடுக்கும் என்று ஆகிறது.

இந்த இரண்டாவது கருத்தை நமது கருத்துமுதல்வாதிகள் மிகுந்த அக்கறையுடன் ஆதரிக்கும்போது, தங்களுடைய சொந்த மனப் போக்கில் சமுதாயத்தில் அதன் அவசியத்தையும் சிறப்பையும் காட்டுகிறார்கள். தர்மசாத்திரம் செய்தவர்களைப் பற்றி மேலும் சிலவற்றை காணலாம்.

மேலே எடுத்துக் காட்டிய மனுவின் கூற்றில் வரும், 'ஹைதுகர்'. என்ற சொல்லை விளக்கும்போது, மனு தர்ம சாத்திரத்திற்கு உரை கண்ட மேதாதிதியும் குல்லூகபட்டரும் சுதந்திர சிந்தனை சமுதாயத்திற்கு நல்லதில்லை என்பதை விளக்குவதில் மிகவும் சிரத்தை கொள்கின்றனர். ஹைதுகர் என்பதும் நாத்திகர் என்பதும் வெவ்வேறல்ல; பரலோகம் இல்லை; புரோகிதப் பிராம்மணர்களுக்குத் தானம் கொடுப்பதும், யாகத்தில் நெருப்பில் போடும் காரியங்களும் பயனற்றவை என்று திடமாகக் கொண்டவர்கள் அவர்கள் என்கிறார் மேதாதிதி; வேதங்கள் தான் பிரமாணம் என்பதற்கு எதிராய்ப் பகுத்தறிவு பேசுபவர்களே ஹைதுகர்கள் என்கிறார் குல்லூகப்பட்டர். இரண்டுக்கும் அதிகமான வித்தியாசமே இல்லை. வேதங்கள் முழுதுமே இறந்த பின் உள்ள பரலோகம், கடவுள்கள், தானங்கள், யாகங்கள் என்பன பற்றியே கூறுவன; அவற்றைப் பற்றி, ஏன், எப்படி, என்ன என்றெல்லாம் கேட்பது, இந்த மூட நம்பிக்கைகளில் உள்ள மரியாதையையும், விசுவாசத்தையுமே 'கேள்விக்குறி'யாக்கிவிடும்; இந்தப் புனிதமான விஷயங்களை சந்தேகத்துடன் அணுகிக் கேள்விகள் கேட்பதைத் தூண்டிவிடுவதால் சுதந்திர சிந்தனை மிகவும் தீயது; இது அவர்கள் கூறும் இலட்சிய சமுதாயத்தையே கலக்கும் அபாயம் என்று நாம் நம்பவேண்டும் என்பது தர்ம சாத்திரங்களின் நோக்கம்.

6. நாத்திகம் மற்றும் ஆத்திகம் என்னும் கோட்பாடுகள்

நாத்திகம் ஆத்திகம் என்ற இவ்விரண்டு கோட்பாடுகளும் இந்தியத் தத்துவ மரபில் தனியானதொரு சிறப்புப் பொருளைப் பெறுவதை நாம் அறிந்துகொள்ளலாம். இந்தப் பொருள் மனு கூறிய

கட்டளையினால் ஏற்பட்டது. அவருக்கு நாத்திகன் என்ற சொல்லும் (நம்பாதவன்) ஹைதுகன் என்ற சொல்லும் ஒரே அர்த்தம் உடையனவே. (ஹைதுகன், சுதந்திரமாய்ச் சிந்திப்பவன்) அதாவது சிந்திப்பவனுக்குச் சூட்டும் கெட்ட பெயர் இது. இதற்கு எதிரான ஆத்திகன் (நம்புகிறவன்) என்பவன் வேதங்களைப் பிரமாணம் - சான்று என நம்புகிறவன். ஆக இத்தகைய சிந்தனையாளனே தர்மசாத்திரம் செய்தவர்கள் கருத்துப்படி விரும்பத் தக்கவன் - அவசியம் தேவைப்படுபவன் ஆகிறான்.[35]

நமது பழைய மரபான தத்துவ சிந்தனைக்கு அவமானம் விளைவிக்கும் வகையில் மனு கூறிய இந்தக் கட்டளை ஒரு விசேஷமான தத்துவப் பொருள் என்றது போல் ஆகிவிட்டது. தத்துவக் கருத்துக்களை ஆத்திகம் என்றும் நாத்திகம் என்றும் பிரித்துக் காணும் அடிப்படையான சான்றாகவும் ஆகிவிட்டது. ஆத்திகம் என்பது, வேத சாத்திரங்களிடம் விசுவாசமும், நம்பிக்கையும் உள்ள தத்துவம் என்றும் நாத்திகம் என்பது அப்படியொரு விசுவாசத்தை ஒப்புக்கொள்ளாதது என்றும் பொருள். தற்காலத்து ஆசிரியர்களும்கூட இந்தப் பிரிவைப் பொதுவாக ஒப்புக்கொள்வது ஆச்சரியமாகவே இருக்கிறது. இதற்கான சான்று தத்துவவாதிகள் ஏற்படுத்தியதும் அன்று; சொல்லிலக்கணம் கூறுபவர்களும் இதை ஏற்கவில்லை; தர்மசாத்திரங்கள் செய்தவர் மட்டுமே இதை ஏற்படுத்தினர். அவர்களுக்கோ தத்துவத்தில் சிரத்தை இல்லை. அவர்களின் சிரத்தை வேறொன்றில்தான். இதை அறிந்தும் தற்கால ஆசிரியர்கள் இந்தப் பிரிவை ஒப்புக்கொண்டே நூல் எழுதுகின்றனர். இந்தியத் தத்துவ வரலாற்று நிபுணரான தாஸ்குப்தா போன்றவர் கூட[36] நாத்திகன் என்ற சொல்லின் பொருளை விவாதிக்கும் போது, இதற்கு மனுவின் அடிப்படையில் இந்தச் சொல்லின் பொருள், "வேதநிந்தகன் - வேதத்தை இகழ்பவன்-பிரமாணமாக ஏற்காதவன் என்பது தெரிகிறது" என்கிறார். இவ்வாறு இவர்கள் தத்துவத்தின் பிரிவுகளைக்கூட மனுவைக் காட்டி ஏன் இத்தனை முக்கியத் தன்மை தர வேண்டும். மனு என்பவர் ஒரு தர்மசாத்திரக்காரர்தான் என்று இவர்களுக்கும் தெரியுமே. இதற்கு முக்கியமான காரணம், சங்கரர் மனுவுக்கு மிகவும் முக்கியத்துவம் தருகிறார்; தங்கள் பங்குக்கு தற்காலத்தியவரான சங்கரரை ஒரேயடியாய்ப் புகழ்வது வழக்கம். ஆகவே, மனு இவர்களுக்கு மிகவும் ஆதார புருஷர் ஆகிவிடுகிறார். இவர்கள் மனுவின் மந்திர சக்தியிலிருந்து வெளிவரவே முடிவதில்லை.

7. கற்பனைக் கதையின் தயவில் பகுத்தறிவு

நம்முடைய விவாதத்துக்கு வரலாம். தர்மம் சட்டம் என்ற நோக்கில் பகுத்தறிவு - தர்க்கம் செயற்படுவதற்குரிய நியாயமான முறை,

வேதத்தில் இருப்பதாகச் சொல்லப்படும் மிக மிக உயர்ந்த ஞானத்தைத் தாங்கிப் பிடித்து உதவுவதே என்று ஆகிறது; நாம் ஏற்கனவே, வேத இலக்கியம் பற்றிச் சொன்னவற்றால், வேதத்தில் ஞானம் இருப்பதாகப் பேசுவதெல்லாம் வெறும் கற்பனைதான்; வேதம் முழுதிலுமே இது போன்றதொரு இயல்பைக் காண முடியாது. வேதம் என்ற மிக விரிவான இலக்கியத்தின் பிற்காலத்து பாகங்களில் உள்ள மிகவும் பிரதானமான தத்துவப் பார்வை, உண்மையாகவே பழையனவாகும். வான கோட்பாடுகளின் மன நிலைக்கு மிகவும் வலிமையான எதிர்ப் பாகவே இருக்கிறது. இதைப் பற்றி தர்மசாத்திரக்காரர்கள் சிறிதும் அலட்டிக்கொள்ளவே இல்லை. ஏனென்றால், வேதத்தைப் படிக்கும் விஷயத்தில் அவர்கள் கடுமையான வரையறைகளை விதித் திருக்கின்றனர். தங்கள் அடிப்படையான நலங்களுக்கு ஒத்து வருபவர்கள் மட்டுமே - குறிப்பாகப் பிராம்மணர்களும் பிரபுக்களுமே வேதத்தைக் கற்கும் உரிமையும் தகுதியும் உடையவர்கள் என்பதுதான் சட்டம். மார்க்ஸ் கூறுவது போல்[37] இந்தியாவின் பிராம்மணன், வேதத்தைப் படிக்கும் உரிமையைத் தனக்கு மட்டுமே என்று ஒதுக்கிக் கொண்டு, அதன் புனிதத் தன்மையை நிரூபிக்கிறான். மற்றொரு காரணமும் உண்டு; தர்மசாத்திரம் செய்தவர்களுக்கு வேதத்தின் உள்ளே நிஜமாகவே அடங்கியிருக்கும் விஷயங்களைப் பற்றிய அக்கறை அறவே கிடையாது; அவர்கள் அக்கறையெல்லாம் வேதத்தை ஒரு அரசியல் சமுதாய அமைப்பும் ஏற்பாடுமாக்கி, அதனைக் கொண்டே மிகவும் வெற்றிகரமாக மக்களைப் பரலோகம், கடவுள்கள் என்றெல்லாம் பயமுறுத்தி அடக்கி ஆள்வதில்தான் இருந்தது. அதையே அவர்கள் வேதங்களில் உள்ள மிக உயர்ந்த ஞானம் என்று மிக்க துணிச்சலுடன் பிரகடனம் செய்தனர். அவர்கள் மக்களின் பய நம்பிக்கையை நம்பியே வாழ்ந்தனராதலின், அவர்களுக்கும் பயமிருந்தது. சுதந்திரமாக எவ்விதத் தடைக்கும் இடமின்றிச் சிந்திக்கும் போக்கும், பகுத்தறிவும் வளர்ந்துவிடுமோ என்று பயந்துகொண்டேதான் அவர்களும் வாழ்ந்தார்கள். அத்தகைய சிந்தனையும், பகுத்தறிவும் இவர்கள் பிழைப்புக்கு ஆதாரமாயிருக்கும் கற்பனைகளைச் சிதற அடித்து விடுமல்லவா? ஆகவே, அவர்களுக்கு வேதங்களின் ஆதாரங்கள் என்ற பெரும் சுமையை ஏற்றி, அதை முடமாக்கிவைத்திருக்கும் வரை பகுத்தறிவு ரொம்ப நியாயமானது-அவசியம் தேவைப்படுவதும் கூடத்தான்; இதுதான் பகுத்தறிவுத்துறை சமுதாயத்தில் செயற்பட வேண்டிய நியாயமான அளவு என்று ஒப்புக்கொள்கிறார்கள்.

ஆகவே, மனு, தர்க்கத்தை இடம் - பொருள் - நிகழ்வு - சந்தர்ப்பம் ஆகியவற்றை நன்கு ஆராய்ந்து அறியும் புத்தி என்ற பெயரால்

(ஆன்வீக்ஷிகி) வழங்கி அதை இருந்துவிட்டுப் போகட்டுமே என்று அநுமதிக்கவும் செய்கிறார்.[38] ஆத்மாவையும், அது மோட்சம் அடைய வேண்டியதையும் கூறும் வேதங்களின் கோட்பாட்டை அறிய உதவும் சாத்திரம் என்ற வகையிலும்தான் அந்த அநுமதி வழங்கப்படுகிறது. அறிவின் துறைகள் என்று மனு கூறும் கல்விகள் பின்வருவன: வேதங்கள், ராஜ்யதந்திரம், பொருள் நூல் (செல்வம் பற்றியது), ஆன்வீக்ஷிகி என்ற தர்க்கம் என்பனவே. மனு, "ஆன்வீக்ஷிகிம்ச ஆத்மவித்யாம்" தர்க்கம் என்பது ஆத்மாவை அறிவதே என்கிறது. இதை உரைகாரர்கள், மேலே நாம் தந்த விளக்கம் பெறும்படி வற்புறுத்திக் கூறுவர். தர்க்கத்தை அப்படிக் கொள்ளாமல் அந்நிய மதத்தினரும், நாத்திகரும் கொள்ளும் அர்த்தத்தில் கொள்ளக்கூடாது என்கிறார்கள்.

மனுவின் உண்மையான கருத்து இதுதான் என்பது, அவர் கூறும் மற்ற சில கூற்றுக்களுடன் சேர்த்துப் பார்த்தால் சரி என்று விளங்கும். ஓர் இடத்தில் "தர்க்கம் என்ற பகுத்தறிவு வேதங்களுடன் எந்தவிதமான முரண்பாடும் இல்லாததாய் இருத்தல் வேண்டும்" என்கிறார்.[39] நல்லொழுக்கத்தை விளக்கும்போது, "நல்ல ஒழுக்கமுள்ள ஒருவன், நம்பிக்கையின்மையை விலக்க வேண்டும். வேதத்தில் குற்றம் குறை காணக்கூடாது. கடவுள்களை அவமதிக்கவோ, வெறுக்கவோ கூடாது. பணிவின்மை, வீண் கௌரவம் பாராட்டுதல், கோபம், கொடுமை ஆகியவற்றை விட வேண்டும்" என்று கூறுகிறார்.[40] மீண்டும், "தர்மசாத்திர விதிகளின்படி வேதம், அவற்றின் அங்கங்கள் ஆகியவற்றைக் கற்றவரும், வேதங்களில் தாமாகவே வெளிப்பட்ட தர்மத்திற்கு எடுத்துக்காட்டான பிரமாணம் போல் அந்த ஆசாரங்களுடன் வாழ்கிறவருமான அத்தகைய பிராம்மணர்களை இலட்சிய புருஷர்கள் - அனைவரும் அதேபோல் நடக்க வேண்டுமென்ற முன்மாதிரியானவர்களாய்க் கருதவேண்டும்" என்கிறார்.[41] இதை "சுருதிப்பிரத்யக்ஷ ஹேதவ-வேதமே எதிரே நிற்பதாக எண்ணும் நிலைக்குக் காரணம் ஆகிறவர்கள் என்று குறிக்கிறார். மற்றொன்றும் கூறுகிறார்: "வேதத்தை நன்கு கற்ற ஒருவர்தான் தர்க்கத்தைப் பிறருக்குக் கற்பிக்க வேண்டும். ஏனென்றால் அவர் தர்க்கத்தை மட்டுமின்றி வேதத்தையும் சேர்த்து, ஆத்மவித்யை என்ற உன்னதமான தத்துவத்துடன் கற்பிக்க வேண்டும்" என்கிறார்.[42] மனு கூறும் இலட்சியக் கல்வி, "மாணவன் எப்போதும் யாக யக்ஞங்களையும் கடவுள்களையும் வேதாந்தத்தையும் பற்றிய வேதத்தை ஓதிக்கொண்டே இருக்க வேண்டும்."[43] இவ்வாறு தங்களுடைய தத்துவ நிலைப்பாட்டின் நகலை மிகுத்துக் கூறும் மனுவிடம், பிற்காலத்து வேதாந்திகள் காட்டும் பரிதாபகரமாய் இழிந்த நன்றியுணர்வை இதில் காணலாம்.

8. சுதந்திர சிந்தனை ஒரு குற்றம் (பாபம்)

வேதங்களுக்கு அடங்கி ஒடுங்கிப் பணிந்து நடப்பதே தர்க்கத்தின் நியாயமான செயற்பாடு என்றால், அது தனக்கென ஓர் தனிச் செல்வாக்கையும் ஆதிக்கத்தையும் காட்ட விரும்பினால் அது அநியாயம் ஆகும். ஆகவே, தர்மசாத்திரங்களின் தீர்மானமான முடிவு, தர்க்கத்திற்குத் தனியாட்சி வழங்குவது குற்றமே. அதனால்தான் அவர்கள் சுய சிந்தனையைக் குற்றங்களின்-பாபங்களின் பட்டியலில் சேர்க்கிறார்கள். மனு கூறுவது:[44] சுருதி என்பது வேதம். ஸ்மிருதி என்பது சட்ட விதிகள். இவை இரண்டும் தர்மத்திற்கும் சட்டத்திற்கும் ஆதாரங்கள். இவற்றிற்கு எதிரான வாதங்களால் இதைப் பற்றி தீர்ப்புக்கூற கூடவேகூடாது. ஒருவன் தர்க்கத்தின் மேல் அதிகமான நம்பிக்கை கொண்டு இவற்றை அலட்சியம் செய்தால் அவனை நாத்திகன் என்றே கருதவேண்டும். அப்படிச் செய்பவன் ஒரு பிராம்மணனே என்றாலும் அவனை சமுதாயத்தில் நீக்கவேண்டும்." மனு எப்போதுமே பிராம்மணர்களுக்குத் தண்டனை கொடுக்க வேண்டுமென்று சொல்பவர் இல்லை. ஆனால், பிராம்மணனே தன் சாதியின் நலத்தை மறந்து தர்க்கத்தைப் பெரிதும் நம்பும்போது அவர்தான் என்ன செய்ய முடியும்?

இந்தப் பாவம் எவ்வளவு மகத்தானது என்பதை மனு கூறும் மற்ற பெரிய பாபங்களுக்கு இது சமானம் என்று கூறுவதிலிருந்து அறியக் கூடும். மனு கூறும் ஐந்து மகாபாதகங்கள்:[45] (i) 'பிராமணனைக் கொல்வது, (ii) கள் குடிப்பது, (iii) திருடுதல், (iv)குருவின் மனைவியுடன் புணர்தல், (v) இந்தப் பாபங்களுக்கு உடந்தையாய்த் துணை செய்வது என்பன. இவற்றுடன் ஒத்த உபபாதகங்கள் ஆறு: (உபபாதகங்கள் மகாபாதகங்களையே ஒத்தன). (i) கற்ற வேதத்தை மறத்தல் (ii) வேதத்தில் குற்றம் குறை கண்டு இகழ்தல், (iii) பொய்ச் சாட்சிகள் சொல்வது, (iv) நண்பனைக் கொல்வது, (v) தடை செய்யப்பட்ட அல்லது (vi) உண்ணக் கூடாதவற்றை உண்ணுதல் என்பன. இதில் நமது கவனத்திற்குரியது இரண்டாவது பாபம். அதற்கும் சுதந்திர சிந்தனைக்கும் தர்மசாத்திரத்தில் எந்த வேறுபாடும் கிடையாது. யாக்ஞவல்க்யர் செய்ததாகக் கொள்ளப்படும் இது இன்னும் வெளிப்படையாகவே தெரிகிறது.[46] "வேதத்தைப் பற்றி ஐயப்பட்டுக் கேள்வி கேட்பதற்கும் ஒரு பிராம்மணனைக் கொல்வதற்கும் அதிக வித்தியாசம் இல்லை" என்கிறது அது. பிராம்மணனைக் கொல்வது என்பது அவர்களுடைய எண்ணத்தின்படி மிகமிகக் கொடியது. கௌதமர்கள் குடிப்பதும், பிராம்மணனைக் கொல்வதும் ஆகிய இரண்டுமே சமமானவை"

என்கிறார்.[48] விஷ்ணு தர்ம சூத்திரமும் சுதந்திர சிந்தனையைப் பாபம் என்றே கூறுகிறது. ஆனால் அவ்வளவு பெரிதாக அதைக் காட்டவில்லை. வசிட்ட தர்ம சூத்திரம் கூறுவது: "வேதங்கள் அதிகாரம் பெற்ற ஆதாரச் சான்றுகள் இல்லை என்ற கொள்கையும், ரிஷிகளின் வாக்குகளைக் குறை கூறி விமர்சிப்பதும், எதையும் சந்தேகத்துடனேயே பார்ப்பதும் ஒருவனை அழித்துவிடுவன."[47]

9. பெரிய அளவில் பிரச்சாரம் செய்யும் யுக்தி

இந்த விஷயத்தில் தர்ம சாத்திரக்காரர்களுக்கு ஒரு கடினமான பிரச்சனை எழுந்தது. வேதங்களைப் பற்றிக் கேள்வி கேட்கும் உணர்ச்சியை ஊக்குவிக்கும் சுதந்திர சிந்தனையை நல்லதில்லை என்று நாட்டில் உள்ள இலட்சக்கணக்கான உழைக்கும் வர்க்கத்து மக்களுக்கு எடுத்துக் கூறிப் பழக்கப்படுத்துவது எப்படி என்பதே அது. இந்தப் பிரச்சனை மிகவும் கஷ்டமாயிருந்ததற்குக் காரணம், அவர்கள் சூத்ரர்களுக்குச் சிறிதளவு கல்வி கற்கும் உரிமைகூட கொடுக்கவில்லை என்பது மட்டுமில்லை. அவர்களுடைய தர்ம நூல்கள் என்ற வேதத்தை சூத்ரர்கள் படிப்பதுகூட அதன் புனிதத் தன்மையைக் கெடுத்துவிடும் என்ற சட்டம்தான். இந்த நிலையில் அது சூத்ரர்களுக்கு எப்படித் தெரியும். சுருதி என்பது வேதம்; அதைத்தான் சூத்ரர்கள் கற்பதும் கேட்பதும் குற்றம்; ஸம்ருதியை நூல்களை அவர்கள் கேட்கலாம் - கற்கத்தான் கூடாது என்பதும் ஒரு கொள்கையாயிற்று; அதாவது அவர்களுக்கு தர்மத்தையும் சட்டத்தையும் பற்றி எப்படியாவது சொல்லியே தீர வேண்டும்; அவர்களை அவற்றால் அடக்கி ஒடுக்கி வைத்துக்கொள்வதுதானே நோக்கம். ஆகவே, இது கடினமான பிரச்சனையாகத்தான் இருந்தது; ஆனால் நம் நாட்டு இதிகாசங்களான பாரதத்தையும், ராமாயணத்தையும் எழுதி வெளியிட்டவர்களால் இது சமாளிக்கப்பட்டது.

இதிகாசங்களும், புராணங்களும் பொதுமக்களிடையே தர்மத்தைப் பிரச்சாரம் செய்யவே ஏற்பட்டன என்பது பொதுவாக அனைவருக்கும் உடன்பாடான கருத்து. இவற்றை நாட்டின் கிராமப்புறங்களில் படித்து விளக்கி உரைப்பதன் மூலமாக குறிப்பிட்ட சில மேலான இலட்சியங்களும், பிறவிப் பயன்களும், கொள்கைகள், வாழ்வு முறைகள் என்பவற்றின் அடிப்படையில் பொதுமக்களின் மனத்தில் நன்கு பதியவேண்டும் என்று விரும்பினார்கள். இங்கே மற்றொன்றையும் கவனிப்பது அவசியமாகிறது. இதிகாச புராணங்களைத் தொகுத்தவர்கள் இவற்றில் தர்மசாத்திரம் செய்தவர்கள் முக்கியமென்று கூறிய உயர்ந்த பயன்கள் அனைத்தையும், (தர்மம், அர்த்தம் என்ற காசு பணம், அரசு, பொது

வாழ்வு, காமம் என்ற இன்பம், மோட்சம் என்ற வீடுபேறு அனைத்தையும்) திணித்திருக்கிறார்கள்: கானே கூறுகிறார்:[50] 'இந்தியாவின் இரண்டு இதிகாசங்களும் (பாரதம், இராமாயணம்) தர்ம சாத்திர விஷயங்கள் பலவற்றையும் தம்பால் கொண்டுள்ளன. அவற்றிற்குப் பின் வந்த நூல்களில் அவை அதிகாரபூர்வமான சான்றுகளாகவும் ஏற்கப்பட்டுள்ளன.[51] ஒரு தர்ம சாத்திரம் என்ற வகையில்தான் மகாபாரதம் முதல் முக்கியத்துவம் பெறுகிறது. மேலும் கானே கூறுவது:[52] கி.பி. ஏழாவது நூற்றாண்டுக்கு வெகு காலத்திற்கு முன்பே மகாபாரதம் பொதுமக்களின் கல்விக்குரிய நூலாக ஆகியிருந்தது; நாடெங்கிலும் ஆண்களும், பெண்களும் கூடிய பெருங்கூட்டங்களில் படித்து விளக்கப்பட்டது; இன்று நடப்பது போலவே. இராமாயணமும் இப்படித்தான் பரப்பப் பட்டது. இராமாயணம் மக்களின் மனத்தில் ஏற்படுத்திய உணர்ச்சி மிகப் பெரியது; மக்கள் இராமனைக் கடவுளின் அவதாரமென்றே கொண்டனர்.

இந்த இதிகாசங்கள் சுதந்திர சிந்தனை பற்றிக் காட்டிய மனப் பாங்கு என்ன? இரண்டு உதாரணங்கள் பார்ப்போம்.

மகாபாரதத்தில் பீஷ்மர் தர்மபுத்திரருக்கு ஒரு பெரிய நீண்ட உப தேசம் செய்கிறார். அதில் அவர் ஒரு நீதிக் கதை கூறுகிறார்: அது இந்திரனையும், காசியபரையும் பற்றியது; முன்னொரு காலத்தில் தன்னுடைய மித மிஞ்சிய செல்வத்தால் கர்வம் கொண்ட ஒரு வியாபாரி, காசியபகோத்திரத்தைச் சேர்ந்த ஒரு பிராம்மணன் மீது தன் தேரைச் செலுத்திவிடுகிறான்; இந்த அநியாயத்திற்கு எந்த விதத்திலும் பரிகாரம் இல்லை என்று நினைத்த அந்தப் பிராம்மணன் தற்கொலை செய்துகொள்ள முனைகிறான்; இனி வாழ்ந்து பயன் இல்லை என்று நினைத்துவிடுகிறான்; அவனை அதனின்றும் தடுக்க நினைத்த இந்திரன் நரி வேடத்தில் அவன் முன்னே வந்து, தான் மிகவும் தாழ்ந்த விலங்குப் பிறவி அடைந்ததால் ஏற்பட்ட துயரங்களைக் கூறினான். அவனுடைய பேச்சின் சாரம் என்ன வென்றால், மனிதனாய்ப் பிறக்கும் பெரிய பாக்கியம் பெற்று, அதிலும் ஒரு பிராம்மணனாகப் பிறந்துள்ள மிகவும் மதிப்புள்ள பிறவியை வேண்டுமென்றே அழித்துக்கொள்ளக் கூடாது என்பதே. மேலும் அந்த நரி கூறிற்று: முன் பிறவியில் நான் மனிதன்; ஆகவே விலங்குப் பிறவியின் கஷ்டங்கள் எனக்கு அப்போது தெரியாது; நான் மனிதனாயிருந்தபோது செய்த ஒரு பெரிய பாபத்தால் தான் விலங்காகப் பிறக்கும் தண்டனை அடைந்திருக்கிறேன். மனிதப் பிறவியில் நான் ஒரு தர்க்கிகனாக - அதாவது சுதந்திரச் சிந்தனை யாளனாக இருந்தேன்; என் பகுத்தறிவைக் கொண்டு வேத வித்தி

ரங்களின் சந்தேகத்தோடு சுதந்திரமாய்க் கேள்விகள் கேட்டதே நான் செய்த பாபம்."[53]

முற்பிறவியில் நான் பயனில்லாத தர்க்க வாதத்தில் பிரியம் கொண்டவனாயிருந்தேன். 'ஆன்வீக்ஷிகிம் தர்க்க வித்யாம் அநு ரக்த: நிரர்த்தகம்' மிகவும் நிந்தனைக்குரிய அறிஞனாய் இருந்தேன். ஒரு ஹைதுகன் என்ற முறையில் 'வேத நிந்தகனாய் வேதத்தை இகழ்பவனாக இருந்தேன். சபைகளில் தர்க்கக் கருத்துக்களைக் கூறுவது என் வழக்கம். அது மிகவும் செய்யத்தகாத காரியம். பிராம்மணர்களையும் அவர் கூறுவனவற்றையும் மறுத்தேன். நான் ஒரு நாத்திகனாயிருந்ததால் எல்லாவற்றையுமே சந்தேகித்தேன். ஆக மொத்தம் நான் ஏதோ கற்றுவிட்டதாக நடித்துக்கொண்டு ஒரு முட்டாளாகவே இருந்தேன். இதன் விளைவுதான் நரியாகப் பிறந்து துயரத்தில் உழல்கிறேன்" என்று நரி கூறுகிறது. (இந்திரன் கூறுகிறான்).

பொதுமக்கள் தெரிந்துகொள்வதற்கு இதைவிட நன்றாய் சுய சிந்தனையின் பயங்கரத்தை வர்ணிக்க முடியுமா? இராமாயணத்தில் இது இன்னும் நேரிடையாகவே கூறப்படுகிறது. சுய சிந்தனையுடன் கூடவே நாத்திகனாக ஆகும் போக்கும் வளரும் என்று அது சேர்த்துக் கொள்கிறது. இராஜ்யத்தை எப்படி ஆளவேண்டும் என்று பரதனுக்கு இராமன் செய்யும் உபதேசம் இது:

"அன்பிற்குரியவனே, நாத்திகர்களைப் பின்பற்றும் பிராம்மணர் களுக்கு இடம் கொடுக்காதே. அவர்கள் அழிவைத்தான் விளை விப்பவர்கள்; அவர்கள் மெத்தப் படித்ததாகக் காட்டிக்கொள்வது பொய்; அவர்கள் உண்மையில் முட்டாள்களே; மிக உயர்ந்தனவும் முக்கியமானவையுமான தர்மசாத்திரங்கள் இருக்க, இவர்கள் தங்கள் புத்தியைத் தர்க்கத்தின் கருணைக்கு அர்ப்பணம் செய்துவிட்டு தர்ம விதிகள் பயனற்றவை என்று கூறுகிறார்.[54]

10. தத்துவத்தின் நிலை

சுத்தமான தத்துவ சிந்தனை போன்ற செயல்கள் தொடர்ந்து நடந்தன என்பதும், அவை ஸம்சயத்தின் - சந்தேகத்தின் அடிப்படையில் தோன்றி, சுவையானதொரு ஜீவனுள்ள கருத்துமோதல் வடிவில் இருந்தது என்பதும் தர்மசாத்திரம் செய்தவர்கள் சுதந்திர சிந்தனையை முழு முற்றாக ஒடுக்கி முடக்கிவிட முடியாது என்பதைக் காட்டுகின்றன. ஆனால், நம் நாட்டுத் தத்துவ சிந்தனை மீது அவர்களுடைய அழிக்கும் ஆற்றல் கொண்ட தாக்கும், பாதிப்பும் குறைந்த அளவில்தான் ஏற்பட்டது என்றும் கருதிவிட இடமில்லை. ஒரு சில தத்துவ அறிஞர்கள்

இந்தியத் தத்துவ இயலில் நிலைத்திருப்பனவும் அழிந்தனவும்

தர்மசாத்திரம் செய்தவர்களிடமும் அவர்கள் கூறிய பரிந்துரை மேலும் கொண்டிருந்த ஆர்வம் ஒரு வகையில் அந்தப் பாதிப்புக்கும் துணை நின்றன. மற்ற சிலர் தர்மசாத்திரங்களை மறுத்தும் மீறியும், அவர்களுடைய கற்பனைப் பொய்களை வெளிப்படையாகவே மறுத்தும், எப்படியோ தங்களுக்கும் வேதங்களில் பக்தி விசுவாசம் உண்டு என்று காட்டி அவர்களுடைய கண்ணைக் கட்டியதுபோல் ஏமாற்றிச் செய்த விவாதமும் சர்ச்சையும் தத்துவ சிந்தனை போன்றவற்றிற்கு வலுவும் ஜீவ சக்தியும் ஊட்டின. தத்துவ அறிஞர்களிடையே இருந்த இந்த மனப்போக்குகள் ஏதோ தன்னிச்சையாக ஆராய்ச்சியின்றி அமைந்தவை அல்ல என்பதை நினைவில் கொள்ள வேண்டும். மாறாக, இவை இந்தியத் தத்துவத்தில் உள்ள கருத்துமுதற்கொள்கையும் அதற்கு எதிரான கொள்கையுமான இரண்டு நிலைப்பாடுகளுடன் மிகத் தெளிவான தொடர்புடையவை.

11. தர்ம சாத்திரம் செய்தவர்களும், கருத்துமுதல் தத்துவவாதிகளும்

இந்தியக் கருத்துமுதல்வாதிகளில் ஒரு பிரிவினரான மகாயானிகள் தர்ம சாத்திரங்களின் நம்பிக்கைக்குரிய வகையில் அவர்களுக்குச் சேவை செய்கின்றனர்; சாதிப் பிரிப்புகளுக்கும் எப்படித் தம் உடன்பாட்டைத் தருகிறார்கள் என்பதை சற்றே பின்னால் காண்போம்; இதை அவர்கள் செய்யும் முறை மறைமுகமானது; மேலும் மிகவும் சிக்கலானதும்கூட; பச்சையாக, ஒளிவுமறைவின்றித் தெரிவதைச் சொல்லித் தொடங்குவது செய்முறை வகையில் வசதியாயிருக்கும். இந்த வகையானது அத்வைதிகளின் கதை; அவர்கள் தர்ம சாத்திரக்காரர்கள் கட்டளைகளையெல்லாம் நிறைவேற்ற வைப்பதில் காட்டும் அக்கறையும், கவலையும் கிட்டத்தட்ட மிகவும் மட்டமான அடிமைத்தனமாகவே ஆகிவிடுகிறது. அத்வைதிகளில் செல்வாக்கு மிக்கவர் சங்கரர். தத்துவத்தில் அவர் செய்திருக்கும் மிகப் பெரிய நூல் பிரம்ம சூத்திர பாஷ்யம். அதை வேதாந்த பாஷ்யம் என்றும் வழங்குவர். ஆகவே, நாம் அந்த நூலில் காணும் சான்றுகளை நன்கு புரிந்துகொள்ள வேண்டும்.

சங்கரர் தர்ம சாத்திரக்காரர்களைப் பற்றி பொதுவாகக் காட்டும் மனப்பான்மை யாது? சிறப்பாக அவர்களில் மிகப் பெரியவரான மனுவைப் பற்றி அவர் கருத்து எத்தகையது என்பது முதற் கேள்வி? இது பற்றி சங்கரர் எதையும் மறைக்கவில்லை; அவர் இன்பப் பரவசத்துடன், "மனு கூறுவது எல்லாமே நன் மருந்து" என்ற பழைய பழமொழியை மேற்கோள் காட்டுகிறார்.[55] சங்கரரின் இந்த அறிவிப்பு முழு முற்றான உறுதியும், எங்கும் செல்லத்தக்கதுமாகும்; ஏனென்றால்

அதுவும் தேவ சாத்திரங்களில் தாமே வெளிப்பட்ட சான்றான பகுதி.[56] இதற்கேற்ப அவர் ஒரு தத்துவ அறிஞன் செய்யும் தனிச்சிறப்பான - விநோதமான ஒரு காரியத்தைச் செய்கிறார். ஒரு தத்துவத்தை, (தன்னுடைய கட்சியை) நிலைநாட்டி நிரூபிக்கவும், அதே போல ஒரு கட்சியை மறுப்பதற்கும் மனுவின் நூலிலிருந்து ஆதாரத்தை மேற்கோள் காட்டுகிறார். தன் பாஷ்யத்தில் கபிலர் கூறும் சாங்கியக் கொள்கைக்கு எதிராகக் காட்டும் மிகவும் வலுவுள்ள சான்றுகளாக மனுவின் அபிப்ராயங்களைக் கூறுகிறார். தன் அத்வைதத்திற்கு அநுகூலமாக அவை இருப்பதையும் காட்டுகிறார். சங்கரர் கூறுவது: "மனுவே அனைத்திலும் ஒரே ஆத்மாவை (தன்னை) காணும் நிலையை போற்றிப் புகழும் இடத்தில், கபிலருடைய கொள்கையை உட்பொருளாகவும், தொனியாகவும் கபிலருடைய வேதத்தையும் மனுவின் கொள்கையையும் மறுத்துப் பேசுகிறது" என்றும் விளக்குகிறார் சங்கரர்; இது மிகவும் ஆச்சரியமானது! மனு ஒரு தத்துவவாதி இல்லையே? ஆனால் சங்கரர், ஒரு தத்துவக் கருத்தானது, தர்ம சாத்திரக்காரருடைய வெறுப்பு விருப்புக்களின் தயவில்தான் கடைசியாக உறுதியும் செலாவணியும் பெறுகிறது என்று கூறுகிறார்.

சங்கரர் மனுவைப் பற்றிப் புகழ்ந்து கூறுவதனைத்தையும் எடுத்துக் காட்டுவது மிகவும் அலுப்பூட்டும். ஆகவே, அதை கானேயின் கூற்றாக சுருக்கமாகக் காணலாம்.[58] வேதாந்த பாஷ்யத்தில் அடிக்கடி மனுவை மேற்கோள் காட்டுகிறார் சங்கரர். அவர் மனுஸ்ம்ருதியை பிரம்ம சூத்திரத்தை எழுதியவர். மனுஸ்ம்ருதியையும் தனக்கொரு ஆதார நூலாகக் கொண்டவர் என்பது போல நினைக்கிறார்."

12. சங்கரருடைய வர்க்க அவமதிப்பு

தத்துவவாதியையும் தர்ம சாத்திரம் செய்தவரையும் அப்படி மிக நெருக்கமாகச் சேர்த்து இணைப்பது யாது என்பதை முதலில் மிகத் தெளிவாக்கிக் கொள்ள வேண்டும்; மனு, ஒரு தர்ம நூல் எழுதியவர்தான்; ஆயினும் தத்துவத்திலும் சிறிது ஆர்வம் கொள்கிறார். இது முக்கியமில்லாத ஒன்று. தான் காண விழையும் இலட்சிய சமுதாயத்தைக் கட்டிக் காப்பதில் அவருக்குள்ள கவலையும், அக்கறையும் கொண்டு, சமுதாயத்தின் நலத்திற்கு உதவும் வகையிலும் செய்யும் வகையிலும் தத்துவத்தின் செயற்பாடு எப்படிப் பயன்படுகிறது என்ற அளவில்தான் அவருக்குத் தத்துவத்தில் அக்கறை இருந்தது. சங்கரரோ ஒரு தத்துவவாதி. அவருடைய முக்கியமான ஆர்வமும், அக்கறையும் உண்மை பற்றிய ஒரு குறிப்பிட்ட கருத்தைக் காப்பதில்தான் இருந்தன;

அவர் மனுவை ஒரேயடியாகப் புகழ்வதற்கு என்ன விசேஷமான பொருள்? மனு அத்வைதம் போன்ற ஒன்றை, அது தான் கூறும் சமுதாய ஒழுங்கு முறைக்கு ஓர் உறுதியான பாதுகாப்பு எனக் கருதி அதை ஆதரிப்பது போலவே சங்கரரும், மனு கூறும் சமுதாயம் பற்றிய முறைகள் தனது தத்துவத்திற்கு மிகவும் இன்றியமையாத பொருளாதாரப் பாதுகாப்பை உறுதிப்படுத்தும் என்று அவற்றில் ஆர்வம் கொள்கிறார் என்றே கருத வேண்டும்.

சங்கரரைப் போற்றிப் புகழும் தற்காலத்து அறிஞர் சிலர் நாம் இப்படியொரு விரோதமான வினாவை எழுப்புவதை விரும்புவதில்லை; இதை ஒதுக்கவும் முடியாது. உண்மையில் சங்கரரும் ஒருவிதமான சமுதாய முறைக்குச் சம்மதிக்கிறார். அதுவும் மனுவின் வர்க்க அவ மதிப்பில் நனைந்து ஊறியதாகவே இருக்கிறது.

சங்கரருடைய சமுதாய முறையை அவருடைய மகத்தான நூலுக்கு அப்பால் சென்று தேட வேண்டியதில்லை. அந்த நூலில்- பிரம்ம சூத்திர பாஷ்யத்தில் - தத்துவத்தையும் சமுதாய முறையையும் நன்கு காப்பாற்றிக்கொள்கிறார். தன் விவாதங்களால், அவருடைய எண்ணத்திலேயே அவை இரண்டையும் தனியே பிரித்துப் புரிந்து கொள்ளக்கூடாது என்ற அவர் விருப்பம் தெரிகிறது. நாமும் அவர் கூறும் தத்துவத்தை அவர் கூறும் சமுதாய முறையைத் தெரிந்து கொள்ளாமல் புரிந்துகொள்வது சாத்தியமில்லை.

சங்கரர் கூறும் சமுதாய முறையை தர்மசாத்திரங்களிலுள்ள அதே சொற்களால் அதே மாதிரித்தான் விவாதிக்கவேண்டும். அவரும் அதே சொற்களைத்தான் கையாள்கிறார். அந்தச் சொற்களின்படி, சமுதாயம் இரண்டு பிரதானமான வகுப்பாகப் பிரிக்கப்படுகிறது. அவை த்விஜர்கள், சூத்திரர்கள் என்பதாகும். சங்கரரின் நூல்கள் அனைத்திலுமே த்விஜர்களே மிக மேம்பட்டவர்கள் என்பது முடிவான கருத்தாகவே கொள்ளப்படுகிறது. நாம் இங்கு அவர் சூத்ரர்களைப் பற்றி நினைத்ததை விசேஷமாகக் கவனிக்க வேண்டும். பிரம்ம சூத்திரபாஷ்யத்தில் இதற்கெனவே ஒரு பிரிவு முழுவதையும் அமைத்திருக்கிறார்.[59]

சங்கரர் கருத்துப்படி சூத்திரன் தத்துவஞானம் பெறுவதற்கு உரியவன் இல்லை. இப்படிச் சொல்வது மிகவும் சாதாரணமானது. சங்கரர் கருத்துப்படி இதன் உண்மையான உட்குறிப்பு மிகப்பெரிய அழிவில் முடியும் என்பது. இந்த தத்துவ ஞானம்தான்-இது ஒன்றேதான் ஒருவனுக்கு மோட்சம் என்ற விடுதலையை அளிப்பது என்பதும் அவர் கருத்து. அப்படியானால் அவர் கூறும் தத்துவ ஞானம் பெறுவதற்கு

சூத்திரன் உரியவனே இல்லையென்று அவனை விலக்குவதன் நோக்கம் யாது? சூத்திரன் விடுதலை பெறுதல் என்ற பிரச்சனை எழுவதற்கு இடமில்லை என்பதே அது. அவனுக்கு நிஜமான விடுதலையே கிடையாது. ஆமாம், சூத்திரன் சாசுவதமான பந்தத்தில் அடிமைத் தனத்திலேயே வாழ்ந்துகொண்டு சாசுவதமாகவே த்விஜர்களுக்குத் தொண்டு செய்துகொண்டே இருக்க வேண்டும். மனுதான் சொல்லி விட்டாரே; தொண்டைத் தவிர சூத்ரன் வேறு எதைச் செய்தாலும் அவனுக்குப் பயன் இல்லை"[60] என்று. மேலும், அவர்களுக்கு ஞானம் பெறும் உரிமை ஏன் இல்லை. சங்கரர் கூறும் விடை வருமாறு: அவர்கள் வேதம் படிக்கவில்லை. ஞானம் வேதத்தில் உள்ளது. வேதம் படித்து அதன் பொருளையும் தெரிந்துகொண்டவனே வேதம் கூறுவதைத் தெரிந்துகொள்வதற்குத் தகுதி பெறுகிறான். வேதம் படிப்பதற்கு முன் உபநயனம் ஆக வேண்டும். சூத்ரனுக்கு உபநயனம் கிடையாது. த்விஜர்களுக்கே அது உண்டு.

இவையெல்லாம் ஏதோ வெறும் அகந்தையான - தானே சும்மா சொல்வதாக நமக்குத் தோன்றும். ஆனால் சங்கரருக்கு அப்படி இல்லை. அவருக்கு இவை சிறிதும் தவறே காணக்கூடாத அதிகாரப்பூர்வமான ஆதாரங்கள். ஏனெனில் இவை தர்மசாத்திரக்காரர்கள் சொன்னவை. மேலும் அவர் சூத்திரர்களைப் பற்றிக் கூறும்போது,[61] "அவர்களுக்கு எந்தவிதமான சடங்கும் கிடையாது என்பது அடிக்கடி நினைவுபடுத்தப் படுகிறது. (மனு 10.4) அவர்கள் ஒரே பிறப்புடையவர்கள். சூத்ரன் எந்தவிதமான (மனு 10.126) பாதகத்தையும் - தனக்கு விதிக்கப் படாததையும் செய்யக் கூடாது. அவனுக்கு எந்தவிதமான புனித உபதேசமும் பெறுவதற்குத் தகுதியில்லை" என்றும் கூறுகிறார்.

பல இடங்களில் சங்கரர் இதையே பின்னிப் பின்னிப் பேசுகிறார். "சூத்ரர்களுக்கு வேதத்தைக் காதால் கேட்கும் தகுதிகூட இல்லை. அவர்கள் வேதம் படிக்கவோ வைதீக காரியங்களைச் செய்யவோ கூடாது. முன்னரே அதற்கான தண்டனையைக் காட்டியிருக்கிறோம். சூத்ரன் சுடுகாட்டுக்குச் சமம். அவன் இருக்கும் இடத்தில் வேதம் ஓதக்கூடாது. சூத்ரனுக்கு ஞானத்தை உபதேசிக்கக் கூடாது. வேதம் கற்பதும், யாகங்கள் செய்வதும், தானம் வாங்குதலும் த்விஜர்களுக்கே உண்டு.

இதில் உள்ள அப்பட்டமான காட்டுமிராண்டித்தனத்துடன், பண்பாடே இல்லாத வகையில் பண்டைய கிரேக்க நாடும், ரோமும் அடிமைத்தனத்தை ஆதரித்ததுகூட போட்டியிட முடியாது. சங்கரரை ஒரேயடியாகத் தூக்கிப் பேசும் நம் காலத்து அறிஞர்களில் சிலர்

அவருடைய தத்துவத்தில் இருக்கும் மனிதாபிமானம் பற்றி எழுதுவதில் மிகவும் பிரியமுள்ளவர்களாய் இருப்பது ஆச்சரியமாகவே இருக்கிறது. சங்கரரோ நாட்டின் உழைப்பாளிகளான இலட்சக் கணக்கான மக்களுக்கு எதிரான, மனிதாபிமானம் சிறிதும் இல்லாத சட்ட நியதிகளையும் தண்டனைகளையும் மிக்க அக்கறையுடன் எடுத்துக் காட்டுகிறார். இப்படித் தண்டிக்கப்படுகிறவர்கள் உழைக்கும் மக்கள் என்பது சங்கரருக்குத் தெரியாததில்லை.

சங்கரரைப் புகழ்கிறவர்கள் அவரைப் பிளேட்டோவுடன் ஒப்பிட்டுப் பார்க்கவும் விரும்புகிறார்கள். இது ரொம்பச் சரிதான். ஏனென்றால் இருவருமே இயற்கை-உலகம் என்ற உண்மையை குழி தோண்டிப் புதைக்க விரும்புகின்றனர். அப்படிச் செய்வதன் மூலம், விஞ்ஞானம் முன்னேறுவதற்குப் பெரும் தடையாக, மிகவும் கனமான இலட்சியக் கருத்துக்களை மக்கள் முன்னே வைக்கிறார்கள். இந்த ஒப்பீடு இத்துடன் முடியவில்லை. இந்த இருவருடைய சமுதாய முறைகளிலும் பொதுத்தன்மை உண்டு. சங்கரர், தன் நாட்டில் உள்ள உழைக்கும் மக்களை சூத்ரர் என்பார். பிளேட்டோ, அடிமைகள் என்பார். இருவருடைய மனப் பாங்கிலும் உழைப்பவர்கள் பற்றிய ஆழமான அலட்சியம் காட்டும் இயல்பு உண்டு. 'அடிமைகளை அமர்த்திக்கொள்வதைப் பற்றிய மிக வளர்ச்சியடைந்த கோட்பாட்டில், அடிமை பகுத்தறிவுள்ளவனாகவே மதிக்கப்படுவதில்லை. அவன் தன் எசமானனுடைய கட்டளைகளைத் தவறாமல் அப்படியே பின்பற்றினால் அடிமைக்கும் சரியான அபிப்பிராயத்தைக் கொள்ளமுடியும். எசமானன் மட்டுமே பகுத்தறிய வல்லவன். இந்த ஆண்டான்-அடிமை உறவுதான் பிளேட்டோவின் சிந்தனைக்கு எல்லா விஷயங்களிலும் அடிப்படையாய் அமைகிறது.'[63]

இந்த வகையில் இரண்டு உதாரணங்கள் நம்முன்னே தெளிவாகத் தென்படுகின்றன. அவை (1) கொள்கை முறையில் பௌதீக உலகத்தை அலட்சியம் செய்வது (2) உழைக்கும் மக்களை அலட்சியப்படுத்துவது என்பன. ஆதலால், வரலாற்று முறையில் கூறினால், இத்தகைய தத்துவப் பார்வையும் கருத்தும், நவீன காலத்தில் வர்க்க உணர்ச்சி கொண்ட உழைக்கும் வர்க்கத்திலிருந்துதான் தனது இறுதி வீழ்ச்சியைப் பெறக் காத்திருக்கிறது என்பது ஆச்சரியம் இல்லை. இதை மார்க்ஸ் தனது ஆரம்பகால நூல்களில், 'மனிதனுக்கு விடுதலை' என்பது பற்றிப் பேசும்போது, "இந்த விடுதலையின் தலை (மூளை) தத்துவம்; உழைப்பைக் கொண்டு பிழைக்கும் தொழிலாளிகளே அதன் இதயம். தத்துவத்தை நிஜமாக்க வேண்டுமானால் தொழிலாளிகளை இல்லாமற்

செய்யவேண்டும். தத்துவம் நிஜம் ஆகாதவரை தொழிலாளிகளை இல்லாமற் செய்யமுடியாது."[64]

13. சூத்திரனும் வேதனையும்

சங்கரரின் கருத்துக்களை இன்னும் பார்க்கலாம். சூத்திரனை நடமாடும் மயானம் என்று இகழ்ந்து ஒறுத்ததில் திருப்தியடையாமல் அவர், சூத்திரன் என்ற சொல்லின் பொருளே வேதனைப்படுவதுதான் என்று காட்டவும் முற்படுகிறார். ஆகவே, துன்பப்படுபவனையும் அந்தச் சொல்லால் அலங்காரமாக-உண்மைப் பொருளில் அல்ல - வழங்குகிறோம். இதை அவர் விளக்கும் சந்தர்ப்பம், 'சாந்தோக்யம்' என்ற உபநிஷத்தில் வரும் ஒரு சுவையான கதை. சுருக்கமாக அதைக் காணலாம்.[65]

"முன்னொரு காலத்தில் செல்வம் மிகப்படைத்த, ஜானச்சுருதி பௌத்ராயணன் என்ற ஒருவன் இருந்தான். அவன் மிகப் பெரிய கொடையாளன். அப்படி நிறையக் கொடுப்பதால் கர்வம் உள்ள வனாகவும் இருந்தான். ஓர் இரவுப் பொழுதில், ஜானச்சுருதியின் புகழையும் பெரிய தத்துவ அறிஞனான ரைக்வன் என்ற வண்டிக் காரனுடைய புகழையும் ஒப்பிட்டு, ஜானச்சுருதியின் புகழும் பேரும் ரைக்வருடைய புகழைப் போல் ஆகாது என்று தமக்குள் பேசிக் கொண்டே நடந்து சென்றான். சில பறவைகள் அவனைத் தாண்டிக் கொண்டு பறந்து சென்றன. இதைக் கேட்ட ஜானச்சுருதி, தன் பணியாட்களை அனுப்பி அந்த தத்துவ அறிஞனைத் தேடிக் கண்டுபிடிக்கச் சொன்னான். பணியாட்களும் எங்கெங்கோ தேடிக் கடைசியில், அவனுடைய வண்டிக்கு அடியிலேயே உட்கார்ந்து தன் உடம்பில் இருந்த சொறி சிறங்குகளைச் சொறிந்துகொண்டிருந்தவனைக் கண்டுபிடித்து ஜானச்சுருதியிடம் வந்து சொன்னார்கள். அவனும் ரைக்வனிடம் சென்று உபதேசம் பெற விரும்பி, அவனுக்கு அறுநூறு பசுமாடுகளும் தங்கக் கழுத்துமாலையும் பெண் குதிரை பூட்டிய தேரும் தட்சணையாகக் கொடுத்துத் தனக்கு ஞானோபதேசம் செய்யும்படிக் கேட்டான். ரைக்வன் சம்மதிக்கவில்லை. திரும்பிச் சென்ற ஜானச்சுருதி மறுபடியும் வந்து ஆயிரம் பசு மாடுகளும் தேரும், தங்க மாலையும் கொடுத்ததோடு, தன் மகளையும் ரைக்வன் இருந்த கிராமத்தையும் அவனுக்குச் சமர்ப்பித்து வணங்கினான். அந்தப் பெண்ணின் அழகான முகம் ரைக்வனுடைய மனத்தை நெகிழச் செய்தது. உடனே சம்மதித்து ஜானச்சுருதிக்கு இரகசிய ஞானத்தை உபதேசம் செய்தான் என்பது உபநிஷத்தில் உள்ள கதை.

அப்போது ரைக்வன் அந்தப் பெண்ணின் முகத்தைத் தன்னைப் பார்க்கும்படி நிமிர்த்தி, "அவன் இத்தனையும் கொண்டு வந்திருக்கிறானே!

சூத்திரனே, இந்த முகத்தால்தான் என்னைப் பேச வைக்கிறாய்" என்று சொல்கிறான். இந்த உபநிஷத்து ஞானியின் சித்திரம் மிகவும் விசித்திரமானதுதான். தன் வண்டிக்கடியில் உட்கார்ந்து சொறி சிரங்குகளைச் சொறிந்துகொண்டு கிடந்தவன், ஓர் இளம் பெண்ணின் முகத்தை விலையாகப் பெற்று ஞானோபதேசம் செய்கிறான். இதைப் பற்றிச் சங்கரருக்குக் கவலையில்லை. அவருக்குத் தொல்லை தருவது முற்றிலும் வேறு விஷயம். ரைக்வன் ஜானச்சுருதியை, 'சூத்திரனே' என்று கூப்பிடுகிறான். ஆயினும் அவனுக்கு உபதேசமும் செய்கிறான். இது எப்படி முடியும்? உபநிஷத்திலேயே சங்கரரது கருத்துக்கு மாறாக உட்சான்று இருக்கிறது என்று கொள்வதா? அதைவிட சங்கரருக்கு வேறு என்ன மானக்கேடு வேண்டும்? அதனால் அவர் இந்த இடத்தில் சூத்திரன் என்ற சொல்லுக்கு சாதியால் வந்த சூத்திரன் என்ற அர்த்தம் இல்லை. இங்கே அந்தச் சொல் உவமை உருவகம் போன்ற அணி வகையில் வருகிறது. துக்கம் கொண்ட ஒருவன் என்பதே இந்தச் சொல்லின் பொருள் என்று வாதம் செய்கிறார். இது இந்தச் சொல்லின் பகுபத ஆராய்ச்சியால் கிடைக்கும் அர்த்தம் என்று நம்பவேண்டுமாம். சங்கரர் கூறுவது: "இந்த இடத்தில் சூத்ரன் என்ற சொல் இப்படித்தான் பொருத்தமாகிறது; பறவைகள் தன்னைத் தாழ்த்திப் பேசக் கேட்டவனுடைய மனத்தில், 'சுக்' சோகம் உண்டானது, முக்காலமும் அறியும் ரிஷியான ரைக்வன் இதை அறிவிக்கும் பொருட்டு அவனை அவ்வாறு விளித்தார். இந்த விளக்கத்தை ஒப்புக்கொண்டே தீரவேண்டும். சூத்ர சாதியில் பிறந்தவனுக்கு ஞானம் பெறும் தகுதி கிடையாது. ஜானச் சுருதியின் மனத்தில் உண்டான துக்கத்தை இந்த ரைக்வரின், 'சூத்ரனே' என்ற விளி எப்படிக் குறிப்பதாகும்? அது சுக் என்ற சோகம் உண்டானதைக் (ஆத்ரவணம்) குறிக்கும். அந்தச் சொல்லை இரண்டு விதமாகப் பகுபதம் ஆக்கலாம். சுகம் அபிதுத்ராவ துக்கத்தை அடைந்தான். அல்லது சகாஅபிநுத்ராவ-துக்கத்தால் ரைக்வரிடம் ஓடினான் என்பன அவை. ஆகவே, இந்த சந்தர்ப்பத்தில் அந்தச் சொல்லுக்கு மரபாய்க் கூறும் சாதியால் சூத்ரன் என்ற அர்த்தத்தைக் கொள்ளமுடியாது.[66]

14. அத்வைத வேதாந்தம் : நம்பிக்கையை நியாயப்படுத்தல்

தனது சாத்திரத்திற்கும், சமுதாய முறைக்கும் பகுத்தறிவும் தர்க்கமும் கொண்டு சிந்திப்பது உறுதி தரும் அம்சமில்லை என்பது சங்கரருக்குத் தெளிவாகவே தெரியும். அவர் அப்படிச் சொல்லிக்கொள்வதுமில்லை. அவருடைய சாத்திரத்திற்கு ஆதாரம் வேதம். சமுதாய முறைக்கு ஆதாரம், தர்மசாத்திரம் என்றுதான் கூறுகிறார். ஆகவே, அவை இரண்டையும் முற்றிலும் அப்படியே அதிகாரபூர்வமான ஆதாரச் சான்றுகள் என்று

ஒப்புக்கொண்டு நம்புவதுதான் அவருடைய கருத்துக்கள் அனைத்தையும் ஏற்றுக்கொள்வதற்கான முதல் நிபந்தனை. இது மிகக் குறைந்தபட்சமான நிபந்தனையுமாகும். இந்த நம்பிக்கையை காப்பதற்காகவே பகுத்தறிவு தனக்கு உள்ளதாகச் சொல்லிக்கொள்ளும் சாமர்த்தியத்தை இல்லையென்று காட்டி அதை வாய்மூட வைக்க வேண்டியது மிகவும் அவசியம் என நினைக்கிறார் சங்கரர். ஆக, அவருக்கும் அவருடைய கருத்துக்களுக்கும் உள்ளூரச் சொந்தமாகவே ஏற்பட்ட அவசியங்களை முன்னிட்டு அவர் பகுத்தறிவுக்கு எதிராக நம்பிக்கையைப் பாதுகாக்க வேண்டியதாகிறது. இதில் அவர் ஒரு தத்துவவாதி என்ற முறையில் தர்மசாத்திரம் செய்தவர்களுக்கு மிகவும் அனுகூலமான பணியையும் செய்கிறார்.

சங்கரர் மனுவைத் தலைமேல் வைத்துக்கொண்டு புகழ்வது மனுவுக்கு மகிழ்ச்சியூட்டலாம். ஆனால், தத்துவவாதியிடம் அவர் இதை மட்டும் எதிர்பார்க்கவில்லை. சமுதாயத்தில் அசைக்க முடியாத உரிமைகளைப் பெற்றுள்ள யாராவது நிறையவே செய்வார்கள். மனுவுக்கு வேண்டியது வேறொரு விஷயம். அதை ஒரு தத்துவவாதிதான் செய்ய முடியும். பகுத்தறிவையே பொதுவாகக் கண்டித்து மறுக்கும் கோட்பாடு ஒன்று வேண்டும். இதைச் சங்கரர் செய்கிறார். மக்கள் கூட்டத்தை அடக்கி ஆள்வதற்கு மூட நம்பிக்கைகள் மிகவும் அவசியம் என்பதால் தர்மசாத்திரக்காரர்கள் பகுத்தறிவை மிகவும் பலமாகக் கண்டிக்கின்றனர். ஆனால், அது அரசியல் முறை மறுப்புத்தானே. பகுத்தறிவின் நிஜமான ஆற்றலும், விளைவும் ஒரு வகையில் தத்துவத் துறையில் கூறப்படுவன. அதை தத்துவ முறையில் பதில் சொல்லித்தான் மறுக்கவேண்டும். மேலும் தர்மசாத்திரக்காரர்களுக்கு மற்றொரு தொல்லையும் இருந்தது. இந்தியத் தத்துவ அறிஞர்களில் பலர் பகுத்தறிவைச் சார்ந்து நின்று அதைக் காத்ததே அத்தொல்லை. ஆகவே, அவர்களுடைய வாதங்களை, கோட்பாடுகளைக்கொண்டே மறுத்தும், விடை சொல்லியும் தள்ள வேண்டும். இந்தக் காரியம் தர்ம சாத்திரங்களின் எல்லையில் இல்லை. அதைத் தத்துவ அறிஞர்களே செய்ய வேண்டும். தங்கள் தத்துவத்திற்குப் பொருந்துமாறு, பகுத்தறிவுக்கு எதிராக நம்பிக்கையை வலியுறுத்துகிறவர்களே இதைச் செய்யவேண்டும். அத்தகையவர்கள் நமது கருத்துமுதல்வாதிகள் மட்டுமே. அவர்கள் தங்கள் சாத்திரத்திற்கு அடிப்படைத் தேவையாகப் பகுத்தறிவையும், பிரத்யட்ச அனுபவத்தையும் மறுத்துக் கண்டிக்க வேண்டியது அவசியமாகிறது. அதன் விளைவுதான் சத்யத்தை நாடும் சாதனமாகப் பகுத்தறிவுக்கு ஒவ்வாததையே பகுத்தறிவாகச் செய்வதாயிற்று. தர்மசாத்திரக்காரர்களுக்கு இது மிகப்பெரிய தொண்டு.

தான் கூறுவதைக் கருத்துமுதல்வாதிகள் போற்றுவது மட்டும் மனுவுக்குப் பெரிதில்லை. சங்கரர் அதைச் செய்வதும் நல்லதற்குத் தான். மற்றவர்கள் இதைச் செய்யாமல் விடுவதும் பெரிதில்லை. ஆனால் தத்துவம் பேசும் அனைவரும் பகுத்தறிவைக் கண்டித்து நம்பிக்கையை வற்புறுத்துவதே போதும். இந்த வகையில் சங்கரர் செய்வது பெரிய சேவைதான். நம்பிக்கையை ஏற்காமல் பகுத்தறிவை நம்புவது தத்துவத்தை ஆராயும்போது முட்டாள்தனம்தான் என்று வாதம் செய்கிறார் அவர்.[67] மனிதனுடைய சிந்தனைகளுக்கு எந்தவிதமான தடையும் கட்டுப்பாடுமே கிடையாது. எதை வேண்டுமானாலும் எப்படி வேண்டுமானாலும் மனம் சிந்திக்கும். அதை நம்புவதில் பயனில்லை; புனிதமான வேதம் போன்ற நூல்களை அலட்சியம் செய்யும் பகுத்தறிவு ஒரு தனிமனிதனுடைய அபிப்பிராயத்தை மட்டுமே பற்றி நிற்கிறது. தகுதியான நல்ல அடித்தளம் அதற்கில்லை. மிகவும் புத்திசாலிகளான சிலர் பிரயாசைப்பட்டுக் கண்டுபிடித்துக் கூறும் வாதங்களை அவர்களைவிடத் திறமை கொண்டவர்கள் தவறென்று நிரூபிக்கிறார்கள்: இவர்களுடைய வாதங்களை அடுத்த வேறு சிலர் மறுத்துரைக்கிறார்கள். ஆகவே, மனிதர்களுடைய அபிப்பிராயங்களில் பலவிதமான வேறுபாடுகள் இருக்க இடமுண்டு. ஆகையால், ஒருவன் காரணவாதமாய்ப் பகுத்தறிவை எடுத்துக் கூறுவதற்கு நிச்சயமான அடிப்படை உண்டு என்று கொள்வது சாத்தியமில்லை. கபிலர் (சாங்கிய தத்துவம் கண்டுரைத்தவர்) மிக உயர்ந்த அறிவும் சிந்தனையும் மன உணர்வும் கொண்டவர்தான். அவர் கூறும் காரணவாதமான பகுத்தறிவு வகைச் சிந்தனையை ஏற்போமெனில், அதனாலும் இந்தக் கஷ்டம் தீர்ந்துவிடாது. ஏனென்றால் கபிலரைப் போலவே மிகத் திறமையான மன உயர்வும் ஆற்றலும் பெற்ற கணாதர், வேறுசில தத்துவங்களைக் கூறும் அறிஞர் எல்லோருமே ஒருவரை மற்றவர் மறுத்துக் கூறுவதைக் காணலாம்.

ஆகவே, பகுத்தறிவு அதன் இயல்பிலேயே நம்பிக்கை பற்றி நிற்கக்கூடியதொன்றில்லை. ஆதலின், அது நிஜமான அறிவுக்கு ஆதாரமாக ஆகாதென்று கொள்ளப்படுகிறது. ஏனென்றால் பகுத்தறிவைப் பற்றி நிற்கும் தத்துவ அறிஞர்கள் தமக்குள்ளேயே அபிப்பிராய பேதம் கொள்கிறார்கள். ஒருவர் காரணவாதத்தைக் கொண்டு பகுத்தறிவின் பலத்தில் நிரூபிப்பதை மற்றொருவர் அதே பலத்தில் மறுக்கிறார். ஆதலால் புனிதமான நூல்களில் நம்பிக்கை கொள்வதற்காகப் பகுத்தறிவாதத்தைக் கைவிடுவதே நல்லது. அப்படியானால், ஒரு வாள் வீரன் மற்றொரு வாள் வீரனைவிடத் தான் மேலானவன் என்று காட்டிவிட்டால், வாளைக் கொண்டு

சண்டை போடும் முறையையே பயனற்றது என்று கொள்ள வேண்டும். ஒரு வாளைக் கீழே போட்டுவிட்டு-ஆயுதம் ஏதும் இன்றியே சண்டை போடவேண்டும் என்று வாதம் செய்யலாமோ?

இங்கே சங்கரர் மேற்கண்டவாறு வாதம் செய்வதில் உள்ள உண்மையான தகுதியைக் காண்பதைவிட, அவருடைய முக்கியமான நோக்கத்தைக் காண்பதே அவசியம். அதாவது கௌதமரும் வாத்ஸ்யாயனரும் (வைசேஷிகர்) மிக அற்புதமாய் அமைத்துத் தரும் தத்துவ ஆய்வு முறைக்கு மிகவும் எதிரான ஒன்றை அமைப்பதுதான் அது. அவர்கள் கருத்துப்படி தத்துவ சிந்தனைக்குரிய உயிரைத் தருவது, கருத்துக்கள் ஒன்றுக்கொன்று எதிராக மோதுவதுதான். ஆனால் சங்கரருக்கோ அத்தகைய சிந்தனைக்கு எதிராக அத்தகைய மோதல்களை-அவையே உண்மையான தத்துவ சிந்தனை முறை என்று கொள்ளாமல் எதிர்ப்பதே நோக்கமாகிறது. கௌதமருக்கும் வாத்ஸ்யாயனருக்கும் ஒன்றைப் பற்றிய சந்தேகம் இருந்தாலொழிய தத்துவ சர்ச்சைக்கே இடமில்லை. ஆனால், சங்கரருக்கோ முழு முற்றான நம்பிக்கை இருந்தால்தான் தத்துவ சர்ச்சையே உண்டாகிறது. சந்தேகத்திற்கு முற்றிலும் எதிர்மறையானது இது.

இந்தியத் தத்துவ சர்ச்சையில் இந்த இரண்டு மனப்பாங்குகளே அடிப்படையாக இருப்பன. இந்த இரண்டுக்குமிடையில்தான் கருத்து முதற்கோட்பாட்டுக்கும் அதற்கு எதிரான கோட்பாட்டுக்கும் உள்ள வித்தியாசம் எல்லாம் இருக்கிறது.

சங்கரர், மேலே காட்டிய அவருடைய வாதத்தால் மட்டுமே பகுத்தறிவைக் குற்றஞ்சாட்டுவதில் வெற்றி பெற முடியும் என்று நம்பும் அளவுக்கு அவர் ஒரு குழந்தையல்ல. தன்னுடைய வாதத்தை நிலையாகச் சார்ந்து நிற்பதில், பார்த்த மாத்திரத்தில் தெரிந்துவிடும் தொல்லைகள் பல உண்டு என்பதை அவர் நன்கு அறிவார். தன் வாதத்திற்கு எதிராக எழக்கூடிய மறுப்புக்களை அவரே எழுப்பிக் கொள்கிறார்.* பூர்வபட்சி கூறுவது:[68] "எத்தகைய பகுத்தறிவு வாதமும் தக்க ஆதாரங்களைக் கொண்டதில்லை என்று சாதித்துவிட முடியாது. ஏனென்றால், நீ இதை அடித்துச் சொல்வதே ஒரு யுக்தியைக் கொண்டுதானே? சில யுக்தி வாதங்களுக்கு தக்க பலமான ஆதாரங்கள்

* பூர்வபட்சமாய்க் கூறுகிறார். பூர்வபட்சம் என்பது, உரை ஆசிரியர்கள் வினா விடைகளால் தம் முடிவைக் கூறும்போது, சில வினாக்களைத் தாமே எழுப்பி விடை கூறுவர். முடிவு சித்தாந்தம் என்றும் வினாக்கள் பூர்வபட்சம் என்றும் வழங்குவர். அப்படிக் கேட்பவர்களைப் பூர்வபட்சிகள் என்பர். பூர்வ பட்சங்கள் உண்மையான கோட்பாடுகளாகவே இருப்பதும் உண்டு. இங்கே சங்கரர் எழுப்பும் வினாக்கள் நிஜமாகவே எதிரிகளின் கோட்பாடுகளே. (மொ.பெ.)

இந்தியத் தத்துவ இயலில் நிலைத்திருப்பனவும் அழிந்தனவும்

இல்லை என்பதால், அது போன்று மற்றவையும் ஆதாரமில்லாதவை என்று நீயாக வைத்துக்கொண்ட எண்ணமே இது. மேலும் நீ சொல்வது போல் எல்லாப் பகுத்தறிவு யுக்தி வாதங்களுமே தக்க ஆதார அடிப்படையில்லாதவை என்றால் மனித வாழ்க்கையின் நடைமுறை எல்லாமே முடிந்துவிட வேண்டியதுதான். ஏனென்றால் மனிதர்கள் எதிர்காலத்தில் துன்பம் இல்லாமல் செய்துகொள்ளவும் இன்பம் பெறுவதற்காகவும் பல காரியங்களைச் செய்கிறார்கள். அவர்களுடைய எண்ணம் கடந்த காலமும், நிகழ்காலமும், எதிர்காலமும் ஒரே மாதிரியானவை என்பது. தகுந்த ஆதார அடிப்படை இல்லையென்று நீ எதை ஆட்சேபிக்கிறாயோ, அதுதான் உண்மையில் பகுத்தறிவு யுக்தி வாதத்தின் அழகு; அதனால்தான் நாங்கள் முன்பே எழுந்த மறுக்கக்கூடிய வாதங்களை மறுப்பதன் மூலமே மறுக்க முடியாத வாதங்களுக்கு வருகிறோம். (பூர்வபட்சம் ஆதாரமற்றது என்பதால் சித்தாந்தமும் ஆதாரமற்றதே என்ற பயம் வேண்டாம்.) ஒருவனுடைய மூத்த அண்ணன் மடையனாக இருந்தால், அவன் தம்பியும் மடையனே என்று சாதிக்க முடியுமா?"

கருத்துமுதல்வாதிகள் பகுத்தறிவைப் பழிப்பதற்கு எதிராக நிச்சயமாக எழும் அடிப்படையான வாதங்களை மிகவும் ஆச்சரியமாகவும் தெளிவாகவும் கூறியதுதான் இது. இத்தகைய வாதங்கள் விடும் சவால்களைத் துணிச்சலுடன் சந்தித்து விடை கூறும் விருப்பம் சிலரிடம் தான் இருக்கிறது; உண்மையைத் திரித்துப் பேசுவதில் மிகவும் கைதேர்ந்தவர்களான நாகார்ஜுனர், ஸ்ரீ ஹர்ஷர் போன்றவர்களும், அவர்களுடைய நூல்களுக்கு உரை எழுதியவர்களும் அவர்கள்தான். சங்கரர் இந்த வாதங்களின் யுக்தி முறைகள் பற்றிய விவரங்களை உட்புகுந்து பார்ப்பது தன் ஆற்றலுக்கு அப்பாற்பட்டது என்று அவரே தெரிந்துகொண்டிருக்க வேண்டும்; அல்லது தன் காரியத்திற்கு அது அவசியமில்லை என்று நினைத்து இருக்க வேண்டும்; எப்படியோ அவர் இந்தப் பிரச்சனையில் ஆழமாக ஈடுபட முயலவில்லை; முழு விவாதத்திற்குரிய விஷயம் முழுதையும் வழி மாற்றிவிடுவதைத்தான் செய்கிறார்; முக்கியமானதை விட்டு விட்டுப் பக்கவாட்டில் இழுத்துவிடுகிறார்; அதாவது, வறட்டு வாதங்களை எவ்வளவுதான் தந்திரமாகவும், யுக்தியுடனும் கூறினாலும், அவை மோட்சத்திற்குக் கொண்டுபோய்ச் சேர்க்கும் என்று கடைசியில் சொல்லிவிடுகிறார்.⁶⁹ "மனிதனுடைய இறுதி விடுதலையான மோட்சம், இந்த உலகத்திற்குக் காரணமான ஒன்றைச் சார்ந்து - அந்த ஒன்றால்தான் - அடைதற்கு உரியது. அந்த ஒன்றின் உண்மையான இயல்பை நூல்களின் உதவியில்லாமல் நினைத்துக்கூட பார்க்க முடியாது; அது புரிந்து

கொள்ள இயலாத ஒன்று; ஏற்கனவே நாம் சொன்னபடி அது பிரத்யக்ஷத்திற்குரிய பொருள் ஆவதில்லை. ஏனெனில் அதற்கு வடிவமும் பிறவும் போன்ற குணங்கள் - இயல்புகள் ஏதும் இல்லை; அதை இன்னதென்று காட்டக்கூடிய அடையாளங்களும் இல்லை. செய்து அறிவதற்கான சாதனங்களும் இல்லை. (புகையைப் பார்த்து நெருப்பை ஊகிப்பது போல்). அது பிரத்யக்ஷம், அநுமானம் போன்ற பிரமாணங்களும் இல்லை. ஆக, தூய (ஐயமும் பிரமையும் கலக்காத) அறிவு-ஞானம் என்ற விஷயத்தில், மனிதர்களுடைய அபிப்ராயங்கள் ஒன்றுக்கொன்று ஒவ்வாமல் மோதி முட்டிக்கொள்வது சாத்தியமே இல்லை என்பது தெளிவாகத் தெரிகிறது; பகுத்தறிவால் உண்டாக்கப் படும் அறிதல்கள் தமக்குள் ஒவ்வாமல் மோதுவதை யாவரும் அறிவோம்; ஏனெனில் ஒரு தர்க்கிகன் சிரமப்பட்டு இதுதான் சரியான, முடிவான அறிதல் என்று விவாதித்து நிலைநாட்டுவதை மற்றொரு தர்க்கிகன் இல்லையென்றாக்கித் தகர்த்துவிடுகிறான்; இவன் சொல்வதை மூன்றாமவன் ஒருவன் மறுத்து அகற்றிவிடுகிறான்; இதை நாம் தொடர்ந்து காண்கிறோம். ஆதலால், பகுத்தறிவுடன் தர்க்க வாதம் செய்து கண்டுரைக்கும் அறிதலும் (அறிவும்) அதனால் அறியப்படும் பொருளும் நிரந்தரமாக ஒன்றைப் போல் மற்றது இருப்பதுமில்லை; இது எப்படி தூயதும் இறுதி முடிவுமான அறிவாகும்?

ஒரே இடத்தில், ஒரே நேரத்தில், முன்பிருந்தவர்களும் இப்போ துள்ளவர்களும், இனி வரப்போகிறவர்களுமான தர்க்கிகர்களைச் சேர்த்து வைத்து, அவர்கள் எல்லாரும் முழு ஒப்புதலுடன் முடிவான அறிவு இதுதான் என்று ஒரு பொருளை ஏற்கும்படிச் செய்வதும் இயலாத காரியம். ஆனால், வேதம் அறியத்தக்கன என்று கூறும் பொருள்கள் அப்படியில்லை. ஏனென்றால் வேதம் சாசுவதமானது. முக்காலத்திற்கும் உரியது. அறிவுக்கு ஆதாரம். அது உறுதியாகக் கொண்ட பொருள்களே வேதம் அறிவிப்பன என்று கொள்ளலாம்; ஆகவே, இதுதான் முடிவான அறிவு எனக் கொண்டு வேதத்தின் மூலமாகவே தூய அறிவைத் தீர்மானித்தால் அதை முன் சொன்ன முக்காலத்துத் தர்க்கிகர்கள் இல்லையென்று கூற முடியாது. ஆகவே, நாங்கள் கூறும் சுத்த ஞானமே முடிவானதென்று நிறுவியிருக்கின்றோம். அந்த ஞானம் உபநிஷத்துக்களில் இருப்பவை; நாம் நம்பத்தக்கதுவும் அதுவே. அதை விட வேறாக ஒரு அறிவு இருப்பது சாத்தியமில்லை; அதை மதிக்காமல் அசட்டை செய்வது பௌதீக உடலிலிருந்து பிரிந்து செல்லும் ஆத்மாக்களுக்கு இறுதியான மோட்சம் இல்லையாவதில் போய் முடியும்; ஆகவே, நாங்கள் இறுதியாகக் கொள்வதும், கூறுவதுமான தத்துவ நிலை இதுதான்; அதாவது, வேதங்களையே

நிலையான ஆதாரமாக ஏற்றுக்கொண்டும் யுக்திவாதத்தை அதற்குட்பட்டதும், அதை மீறாததுமாக வைத்துக்கொண்டும், சித்தாகிய - அதாவது அறிவு மயமான பிரம்ஹம்தான் இந்த உலகிற்கு காரணம் என்றும் உலகமாயிருக்கும் சாரமான ஆதாரப் பொருள் என்றும் கருத வேண்டும் என்பதே.

பகுத்தறிவுவாதிகள் தமக்குள் மாறுபடுவதால் அது பயனற்றது என்ற பழைய பல்லவியைத் தவிர இந்த வித்தாரப் பேச்சில் வேறொன்றுமில்லை. மீண்டும் மீண்டும் அவர் புனிதமான நூல்களின் மேல் நாம் முழு முற்றான நம்பிக்கை வைக்க வேண்டுமென்கிறார். அவர் ஏற்றுக்கொள்ளாத வேறு மதங்களும், சமயங்களும் இருக்கின்றன என்றும், அவற்றிற்கும் தனித் தனிப் புனிதமான நூல்கள் உள்ளன என்றும், அவை யாவுமே வேதத்தில்தான் மோட்சம் அடைவதற்கு வேண்டிய ஞானம் உள்ளது என்று கூறுவதை நியாயமென்று கூறவும் இல்லை என்றும், வேதம் கூறும் ஞானமே, மறுத்துரைக்க முடியாததும் வேறுபாடற்ற அறிவும் அதுதானென்று மற்ற சமய நூல்கள் கூறவில்லை என்றும் சங்கரருக்கு நாம் எடுத்துக் கூறி நினைவுபடுத்துவதில் பயனில்லை. அவருக்கு இவை எல்லாமே சம்பந்தமற்றவை; பொருத்தமும் அற்றவை. அவர் கொள்வது ஒரே ஒரு புனித நூல்தான்; அது வேதம்தான். மேலும் இந்த நிலை சங்கரர் தனக்குத் தானே தேர்ந்தெடுத்துக்கொண்ட தனிப்பாதை.

இப்படி அவர் தானாகவே தனக்கு எனத் தேர்ந்தெடுத்துக் கொண்ட எண்ணங்களும், கருத்துக்களும் நம்மளவில் மிகவும் சாகசமானது, துணிச்சலானது என்று தோன்றலாம்; அவருக்கு அப்படி இல்லை; இந்தத் தான்தோன்றித்தனமான கருத்துக்களை மறுத்துக் கேள்வி எழுப்புகிறவர்களை தர்ம சாத்திரக்காரர்கள் சந்தித்துச் சமாளித்தும்விடுவார்கள் என்பது அவருக்குத் தெரியும்.

15. மகாயான பௌத்த மதம் நம்பிக்கையை நியாயப்படுத்தும் போக்கு:

சங்கரர் தர்ம சாத்திரக்காரர்களுக்குச் செய்த சேவையில், இரண்டு வெவ்வேறான அம்சங்கள் உள்ளன. ஒன்று, தத்துவ சிந்தனைக்குத் தொடர்பே இல்லாத - அதற்குப் புறம்பானது; மற்றொன்று, தத்துவசிந்தனைக்கு உரிய வகையிலேயே இருப்பது. முதல் அம்சம் தர்மசாத்திரக்காரர்களை ஓகோவென்று புகழ்வது; இரண்டாவதன் முக்கிய நோக்கம் பகுத்தறிவைக் கண்டித்து நம்பிக்கையை நிலை நாட்டுவது.

இந்த இரண்டு தன்மைகளை நினைவு வைத்துக்கொண்டு மகா யானிகளைப் பார்ப்போம்; அவர்கள் தத்துவ சிந்தனைக்குப் புறம்பான

வகையில் தர்மசாத்திரக்காரர்களுக்கு அந்த அளவுக்கு சேவை புரிந்து உதவவில்லை; ஆனால், தத்துவ சிந்தனைத் தொடர்பில் உதவி புரிந்து, முன்னதற்கு மிகவும் மாட்சிமை மிக்க வகையில் ஈடு செய்து விடுகிறார்கள். இவர்கள் தர்மசாத்திரம் செய்தவர்கள்தான். ஆதாரபூர்வமான அதிகாரம் உடையவர்கள் என்று மிகுத்துக் கூற முடியாமல் இவர்களைத் தடுக்கும் ஒரு முக்கியமான விஷயம் உண்டு; ஏனென்றால் அவர்கள் தாமே சொந்தமாக இவற்றிற்குப் பதிலாக தர்ம நூல்களை இயற்றிக்கொள்ளவில்லை என்பது தெரிகிறது; விநய நூல்கள்தான் அவர்களுக்கும் உண்டு; ஆனால் அவை முக்கியமாக நன்னெறி- நன் நடத்தை பற்றியன; சிறப்பாக அவை பிக்ஷுக்களுடைய நன்னடத்தை பற்றிய விதிகள்; அவற்றில் பொதுமக்களான பக்தர்களுடைய நீதி நெறி பற்றிய பகுதியும் உண்டு; ஆனால் அவை, மனுவும் பிறரும் தமது நூல்களில் விதிக்கும் நிர்வாகம், ஆட்சி பற்றிய காரியங்களுக்குப் போதாதவை. இப்படிப் பௌத்த சட்ட நூல்கள் ஒன்றும் இல்லாதது விசேஷமான ஒரு விஷயம்தான்; ஏன் என்றால் நாட்டின் கணிசமான பல பிரதேசங்கள் பல பல காலகட்டங்களில் பௌத்தர்களால் ஆளப்பட்டிருக்கின்றன. ஆட்சி நடத்துகிறவர்களுக்கு அங்கெல்லாம் நிர்வாகத்தை நடத்த சட்டங்கள் மிக அவசியமானவை அல்லவா!

அப்படி அவர்கள் சட்டமாக வைத்துக்கொண்டது எது? இது மிகவும் முக்கியமான கேள்வி. இதற்கு நிச்சயமான சான்று ஏதும் இல்லை; ஆனால் இன்றுள்ள வரலாற்று ஆராய்ச்சி நிலையில் இதை ஊகித்துத்தான் கூறவேண்டும்; அத்தகைய இரண்டு ஊகங்கள் சாத்தியமாகின்றன; ஒன்று, பௌத்த ஆட்சியாளர்கள் எழுதித் தொகுத்த சட்டமென்ற வகையில் புதிதாக ஏதாவது வேண்டுமென்று கவலையே படவில்லை. நாட்டில் வழக்கமாய் இருந்த மரபான சட்டங்களை அப்படியே நம்பி ஏற்று, அதனையே பின்பற்றி நடத்தினார்கள் என்பது; இரண்டாவது, அவர்களும் எழுதித் தொகுத்த நூல்கள் சிலவற்றையே சட்டமாக்கிக்கொண்டு பின்பற்றியிருக்க வேண்டும்; அவை மிக்க மதிப்புக்கும் மரியாதைக்கும் உரிய பழைய தர்மசாத்திரங்களே. இவற்றுள் முதலாவது ஊகத்தை அப்படியே சம்மதித்துவிடவும் முடியாது; ஏனென்றால் நமக்கு அவ்வளவு துணிச்சல் இல்லை; இந்திய வரலாற்றில் பொதுவாகவே வழக்கமாய் வழி வழியே வந்த சட்டங்களின் முக்கியத்துவமே ஏற்கப்பட்டுள்ளது என்பது உண்மையே. எனினும், ஆட்சியும் நிர்வாகமும் அமைக்கும் முறை முழுதும் அவற்றை மட்டுமே பின்பற்றி நடந்தன என்று நினைத்துப்பார்ப்பது மிகவும் சிரமம்; அப்படி நினைத்துவிடவும்

இந்தியத் தத்துவ இயலில் நிலைத்திருப்பனவும் அழிந்தனவும்

முடியவில்லை; இரண்டாவதாகச் சொன்னது உண்மை என்றும், நியாயமாயிருக்கலாம் என்றும் ஏற்றுக்கொள்ளத் தக்கதாய்த் தோன்றுகிறது; இதற்குச் சிறப்பான ஒரு காரணம், தாங்கள் ஆண்ட பிரதேசங்களில் பௌத்த ஆட்சியாளர்கள் சமுதாய அமைப்பிலும், நிர்வாக அமைப்பிலும் அடிப்படையான மாறுதல்களை ஏற்படுத்தினார்கள் என்று எந்த வகையிலும் தெரியவே இல்லை.

அவர்கள் தங்கள் பொது நிர்வாகத்திற்குத் தர்மசாத்திரங்களை அப்படியே ஒட்டுமொத்தமாக ஏற்றுக்கொண்டனர் என்றே வைத்துக் கொண்டாலும் அவர்கள் தங்களுடைய தனிப்பிரிவுக்குள் (பௌத்த மதம் என்ற பிரிவு) ஒரு விதமான கடமைப்பாட்டால் இதை வெளிப் படையாகச் சொல்லிக்கொள்ளவும் முடியவில்லை. ஏனென்றால் தர்மசாத்திரங்களைச் செய்தவர்கள் பௌத்தர்களிடம் கடும் பகை கொண்டு அதைத் தம் நூல்களில் கூறுபவர்கள்; ஆகவே, பௌத்தர்கள் நடைமுறைக் காரியங்கள் பலவற்றையும் நினைத்து, தர்ம சாத்திரங்களிலுள்ள பௌத்த எதிர்ப்புணர்வைத் தெரியாததுபோல் ஒதுக்கிவிட வேண்டியிருந்தது. அல்லது கவனிக்காமல் விட்டுவிடத் தான் வேண்டியிருந்தது! ஆனால், அவற்றைத் தமது ஆட்சி நிர்வாகங்களுக்கு ஏற்றுக்கொள்ளவும் வேண்டியிருந்தது.[70]

நாட்டை ஆள்கிறவர்கள் பாடு எப்படியிருந்தாலும் இருக்கட்டும். மகாயான பௌத்தத்தை உபதேசம் செய்தவர்கள், மனுவையும் பிறரையும் சட்ட விஷயத்தில் ஆதார அதிகாரமான என்று வெளியே சொல்ல முடியாது. வாழ்வின் இலட்சியமும், பயனும் இன்னது என்று பிரச்சாரம் செய்யும் பணியில் அவர்கள் ஈடுபடுகிறவர்கள். ஆகவேதான் மனு முதலியவர்களை முழுதிலும் ஏற்றுக்கொண்டு பாராட்டித் தர்மசாத்திரங்களுக்கு, தத்துவத்திற்குப் புறம்பாகவும் தத்துவத்திற்குத் தொடர்பு இல்லாமலும் சேவை செய்ய முடியாமற் போயிற்று. ஆனால், மனு முதலியவர்கள் எடுத்துக்காட்டிப் பரிந்தும் பேசிய வர்க்க நலன்களில் அவர்களுக்கு சிரத்தை இல்லை என்றும் ஆகாது. ஏனெனில் அவர்களும் கருத்துமுதல்வாதிகள். சமுதாயத்தின் புல்லுருவிகள்தான் இவர்களை ஆதரித்துக் காத்தனர். எல்லா வசதிகளும் நிறைந்த மடாலயங்களில் இருந்துகொண்டு புல்லுருவிகளாக வாழ்ந்தவர்களே அவர்களும். ஆக, இந்தத் தத்துவ அறிஞர்கள் மனு முதலியவர் களுக்குத் தம்மளவில் உதவி செய்தவர்களே ஆகிறார்கள். எப்படி என்றால் தர்மசாத்திரங்கள் சமுதாயத்தை உழைக்கும் பெரும்பான்மை வர்க்கம் என்றும், சுரண்டிப் பிழைக்கும் புல்லுருவிகள் என்றும் பிரித்த அடிப்படைப் பிரிப்பை வற்புறுத்திய கோட்பாட்டையே நடைமுறைப்

படுத்தினர். தாங்கள் சார்ந்துள்ள சமயப் பிரிவின் காரணமாக நேரிடையாக மனு முதலியவர்களைப் புகழ்ந்து பாராட்ட முடியாமல் தடைப்பட்ட இவர்கள், தத்துவத்தால் அவர்கள் நலத்தைக் காத்துதவ முடிந்தது. இந்த வகையில் இவர்கள் சங்கரரைவிட அதிகமாகவே சேவை செய்தவர்கள் ஆகின்றனர். இந்தச் சேவையில் வெளிப்படையாகத் தெரியும் சிலவற்றை மட்டுமே இங்கு எடுத்துக்காட்ட இயலும்.

பாட்டாளி மக்கள், பாடுபடாமல் சலுகைகளும் வசதியும் படைத்தவர்கள் என்று பிரிக்கப்பட்டுள்ள சமுதாயத்தை நிர்வாகம் செய்து நிலைக்கவைப்பதற்கு முக்கியமான தேவை முழு முற்றான நம்பிக்கை. நம்பிக்கையை நிலைநாட்டப் பகுத்தறிவைக் குற்றம் சுமத்தித் தண்டித்து ஒழிக்க வேண்டியது மிக அவசியம். இதை மகாயானிகள் செய்கிறார்கள். சங்கரர், அபிப்பிராய பேதம் இருப்பதால் பகுத்தறிவு பயனற்றது என்று மட்டும்தான் கூறினார். ஆனால் மகாயானிகள், நாகார்ஜுனர் காலம் முதற்கொண்டே, பொதுவாக வழக்கில் உள்ள பகுத்தறிவையும் அது தரும் அநுபவ உணர்வுகளையும் மறுப்பதற்கான மிகவும் தந்திரமான கருத்துக்களைத் தோற்றுவித்து வளர்த்துக்கொண்டு வந்திருப்பது தெரிகிறது. இவர்கள் மிகவும் திறமை படைத்த தர்க்கிகர்கள் என்று பலரும் அடிக்கடி கூறுவதைக் காண்கிறோம். அவர்களில் சிலர் ஆச்சரியப்படும் வகையில் வாதம் செய்வதில் கைதேர்ந்தவர்கள் என்பதும் உண்மைதான். ஆனால் இவர்கள் நிஜமாகவே தர்க்க யுக்திகளுக்குக் கட்டுப்பட்டே இருந்தனர் என்றும் நினைக்க இடமில்லை. திங்நாகரும், தர்மகீர்த்தியும் வரும்வரையில் மகாயானிகள் தர்க்க யுக்தி வாதங்கள் எதையோ சாதித்துவிட்டதாகக் கூறிய விஷயத்தை இல்லையென்று மறுப்பதற்கே தான் தர்க்கத்தைப் பயன்படுத்தினர். மேலே சொன்ன இருவரும் இந்த வழியை விட்டு விலக விரும்பினர் என்பதும் உண்மையே. ஆனால் அவர்கள் இருவருமே கருத்துமுதல்வாதத்தின் கட்டுப்பாட்டுக்கு அடங்கியவர்கள். ஆகவே, அதற்கேற்ப தர்க்கத்தை மிகவும் தீவிரமாகத் தொடர்ந்து ஒரே மாதிரியாய் ஏற்பதில் அவர்களுக்கு ஏற்பட்ட துன்பங்களை முன்னரே விவரித்துள்ளோம். அதை மீண்டும் கூற வேண்டியது இல்லை. ஆனால், மகாயானிகள் தர்க்கத்தைப் பற்றிக் கொண்டிருந்த மனப்பான்மையைப் பளீர் என்று விளக்கி ஸ்டெர் பாட்ஸ்கி (Stcherbatsky) தொகுத்துக் கூறுவதை எழுதுகிறேன்.[71] பௌத்தர்களிடம் தர்க்கம் இருந்தபோதிலும், அதை அவர்கள் பயன்படுத்தியபோதிலும், தங்கள் மதத்தைக் காப்பாற்றிக்கொள்வ தற்காகத் தாங்கள் உபதேசிக்கும் நீதி நெறிமுறையை வற்புறுத்திக் கூறுகின்றனர். தர்க்கத்தைத்தான் மறுக்கவேண்டும். மதத்தைக்

கண்டிப்பது கூடாது. யோகசாரர் என்ற பௌத்தப் பிரிவில் தர்க்கத்தைக் கண்டிப்பதும், மறுப்பதும் ஒரு நிபந்தனையாகவே இருக்கிறது. இடத்திற்கேற்ப இதைக் கொள்கின்றனர். மாத்யமிகர் என்ற பிரிவினருக்கோ அறவே தர்க்கம் கூடாது.

மகாயானிகள் தர்க்க வாதத்தை மறுப்பதற்கான தூண்டுதல், நம்பிக்கையைக் காக்க வேண்டும் என்ற கவலையிலிருந்து தோன்றியது. தங்களுடைய புனித நூல்களில் கொள்ளவேண்டிய நம்பிக்கையை வலியுறுத்துகின்றனர். அத்தகைய நம்பிக்கையின் சாரம் என்ன? இதை அவர்கள் சாத்திரம் என்று வழங்கும் தமது புனித நூல்களுக்குக் கூறும் இலக்கணத்தில் இருந்து தெரிந்துகொள்ளலாம். அது பின்வருமாறு: "எது நமக்குப் பகையான (உட்பகை) காமம் போன்ற உணர்ச்சிகளை அடக்குகிறதோ, எது நம்மை மறு பிறவியிலிருந்தும் இம்மைத் துன்பங்களில் இருந்தும் விடுவிக்கின்றதோ. அதுதான் நமது சாத்திரம்; அது யாரும் எழுதியதில்லை; தானே வெளிப்படுத்திக்கொண்டது. அது நம்மை அடக்கி ஆள்கிறது. நலம் செய்து காக்கவும் செய்கிறது. இப்படி இரண்டு விதத்திலும் உதவி செய்யும் இதைப் போன்ற சாத்திரம் வேறு எந்த மதத்திலும் இல்லை."

ஆக, சாத்திரம் என்பதற்கு இரண்டு விதத்திலும் பொருள் பொருந்துகிறது. சாஸ்-த்ரா என்ற இரண்டு வினைப்பகுதிகளின் சேர்க்கை அது. முதலாவது, கட்டளையிட்டு ஆளுதல் என்றும், இரண்டாவது, காப்பாற்றுதல் என்றும் பொருள்படுவன. அது அடக்கியாள்வது எவற்றை? நம்முடைய காமங்களை. அதாவது தர்மவிரோதமான ஆசைகளையே. அது காப்பது எதிலிருந்து? மிகவும் துயரம் தரும் மறுபிறவியிலிருந்து காக்கிறது. மறுபிறவி நிச்சயம் உண்டு; அது நரகத்தில் உழல்வதே என்பதைப் பின்னால் காண்போம். அவர்கள் நூல்களில்தான் இந்த இரண்டுவிதமான நலமும் உண்டாம். சாத்திரம் என்ற சொல்லின் பொருளும் உண்மையாக ஆவது. அதில் தானாம்.

இது சமுதாயத்தை எப்படித் தனக்கு உட்படுத்தியது என்பதைக் காணுமுன், மகாயானிகளுக்கு இது எவ்வளவு இன்றியமையாததா யிருந்தது என்பதைப் பார்ப்போம்.

மேலே காட்டிய செய்யுள், வசுபந்து எழுதிய 'விமிக்யாயுக்தி'[72] என்ற நூலில் உள்ளது. இதன்படி பார்த்தால் நாகார்ஜுனருடைய 'மாத்யமகாரிகா' சாத்திரமே என்று நிரூபிக்க இதையோர் மேற் கோளாகக் காட்டுகிறார் சந்திரகீர்த்தி. மாத்யமகாரிகா என்ற நூலில்,

மகாயானத்தின் புனித நூலான 'பிரக்ஞாபாரமிதா' என்ற நூலின் சாராம்சம் கூறப்படுகிறது.[73]

'மைத்ரோயானந்தர்' எழுதியதாகக் கூறும், 'மத்யந்த பங்கம்' என்ற நூலுக்கு உரை எழுதும், 'ஸ்திரமதி' அதுவும் சாத்திரமே என்று கூற இதையே காட்டுகிறார். அவர் இன்னும் வெளிப்படையாகக் கூறுகிறார்:[74] "மேலே கூறிய சந்திரகீர்த்தி சூன்ய வாதத்தை விளக்கியவர். முன்னவர், சூன்யவாத நூல்களில் ஒன்றைச் சாத்திரம் என்று சாதிக்கிறார். பின்னவர் விக்ஞான வாதத்தின் நூல்களில் ஒன்று சாத்திரம் என்கிறார். இவர்களுக்குள் அபிப்ராய பேதம் உண்டு. இருவரும் மகாயானிகளே. இருவரும் சாத்திரத்தில் நம்பிக்கையை வலியுறுத்தத் தர்க்கவாதம் என்ற பகுத்தறிவைக் கண்டித்து மறுப்பதில் ஒன்றுசேர்கிறார்கள். அதுதான் காமங்களைத் தடுக்கும் மறுபிறவி என்ற நரக வேதனையிலிருந்தும் காத்து உதவுமாம்.

தர்மசாத்திரம் செய்தவர்கள் இதைத்தான் தத்துவவாதிகளிட மிருந்து எதிர்பார்க்கிறார்கள். மக்களின் ஆசைகளை அடக்குவது என்பது மிகவும் கடினமானது. இது பற்றி கிரேக்க ராஜதந்திரியான போலிபஸ் (Polybius) கூறியதை முன்னரே கூறினோம். மக்களை அவ்வாறு அடக்கிவைக்க வேண்டியது மிக மிக அவசியம். இதைச் சாத்திரங்கள் மிக நன்றாகவே செய்யும் என்பது அவர்கள் எண்ணம். சாத்திரத்தை நம்பாவிடின் நரகத்தில் உழல வேண்டி வருமே என்ற பயமும் மக்களை அமுக்கியே வைத்தது.

ஆனால் மகாயானிகள் தர்மசாத்திரங்களுக்குச் செய்த சேவை இது மட்டுமில்லை. இதற்கும் மேலாக ஒன்று செய்தார்கள். நாட்டில் மக்கள் அறியும் பலவற்றையும் முழு மூடநம்பிக்கைகளுடன் இணைத்துப் பெருக்கினர்; இதன் மூலம் மக்களை பயமுறுத்தியும், புனிதப் பூச்சாண்டி காட்டியும் நடுங்கிப் பணிய வைத்தனர். இந்த வகையில் சாக்ரட்டீசும், பிளேட்டோவும் ஈஜிப்டில் இருந்த அரசைப் பாதுகாப்பதற்காகப் பரப்பிய மூட நம்பிக்கைகளைக் கூறிப் புகழ்ந்த பழைய எகிப்தியர்களைக்கூட விஞ்சியிருந்தனர்.

16. தொகுப்புரை
கருத்துமுதல்வாதத்தின் வர்க்கப்பார்வை பற்றி லெனின்

லெனின் தனது மிகவுயர்ந்த தத்துவ நூலான "பொருள்முதல்வாதமும் அனுபவ முறை விமரிசனமும்" என்ற நூலைப் பின்வருமாறு கூறி முடிக்கிறார்.[75] அறிவும் அதன் தோற்றமும் எல்லையும் பற்றிய நுட்ப ஆய்வுக்குப் பின்னணியில், அனுபவ முறையில் அனைத்தையும்

இந்தியத் தத்துவ இயலில் நிலைத்திருப்பனவும் அழிந்தனவும்

விமர்சிக்கும் பல அணிகள் ஒன்றோடு மற்றொன்று மோதுவதைக் காணத் தவறக்கூடாது. அந்த மோதலை அலசிப் பிரித்துப் பார்த்தால், கடைசியில் தற்காலத்துச் சமுதாயத்தின் ஒன்றுக்கொன்று முரண்படும் வர்க்கங்களின் இலட்சியக் கருத்துக்களையும், மனப்போக்குகளையும் அது பிரதிபலிப்பதைக் காணலாம். சமீப காலத்திய தத்துவமும், இரண்டாயிரம் வருஷங்களுக்கு முன்பிருந்த தத்துவத்தைப் போலவே கட்சி சார்புடையதாகவே இருக்கிறது. வழக்காடும் கட்சிகளும் அடிப்படையில் பார்த்தால் நாத்திகமும்- பொருள்முதல்வாதமும் கருத்துமுதல்வாதமுமாகவே இருக்கின்றன. பின்னது, உள்ளூர நுட்பமாய்ச் செய்த மதப் பாதுகாப்பின் விஷயமே. அதைக் காக்கப் பலமான படை உண்டு. மிக விரிவான அமைப்புக்களை அது தன் கட்டளையை நிறைவேற்றப் பயன்படுத்த முடியும். மக்கள் மீது சீரான செல்வாக்கையும் தொடர்ந்து செலுத்துகிறது. தத்துவ சிந்தனை யின்பால் மக்களுக்கு ஏற்படும் மிக லேசான ஊசலாட்டத்தையும்கூட தனக்கு அனுகூலமாகத் திருப்பிக்கொள்கிறது."

லெனின் கருத்துமுதல் வாதத்தின் மிகச் சமீப காலத்ததும், அறவே உருவம் மாறியிருந்ததுமான ஒன்றையே, "அநுபவமுறை விமரிசனம்" என அறிந்து கூறுகிறார்; சமீப காலத்தில் அதுபற்றிய விஷயங்கள் எல்லாமே புதியனவாக இருந்தபோதிலும் அதன் நோக்கமும் செயற்பாடும் எப்போதும், அதாவது முழுதிலும் வர்க்க முறையில்தான் இருந்து வந்திருக்கிறது. அதன் மூலம் மதப் பாதுகாவலர்க்கு மிகவும் நம்பகமான முறையில் அது சேவை செய்கிறது."[76] லெனின் இப்படிக் கூறுவதன் பொருள் என்ன? மதப் பாதுகாப்பு என்பது நம்பிக்கையை வற்புறுத்தும் கோட்பாடு; மதக் காவலர் யார்? நம்பிக்கைக்கு இடம் கொடுப்பதற்காக அறிவே கூடாதென்று கூறுபவர்கள். இதுதான் தத்துவ முறையில் கருத்து முதற் கொள்கையின் முக்கியமான சமூகச் செயற்பாடாகவும் பொதுவான போக்காகவும் இருக்கிறது என்கிறார்.

நம்பிக்கைக்கும் சமுதாயத்திற்கும் என்ன சம்பந்தம்? லெனின் கருத்துப்படி இதன் விடை மிகவும் தெளிவாகவே இருக்கிறது. ஒரு சமுதாயத்தை - அதிலும் வர்க்க முரண்பாடுகளின் அடிப்படையில் அமைந்ததைக் கட்டுக்குள் வைத்து நடத்தவும், ஒரு வர்க்கம் மற்றதைச் சுரண்டவும் தேவைப்படும் சாதனங்களில், நம்பிக்கை எப்போதும் மிகவும் பயன் தருவதாகும். நம்பிக்கையின் புறத்தோற்றம் இடத்திற்கிடமும் காலத்திற்குக் காலமும் மாறலாம்; வரலாற்றில் வெவ்வேறு இடத்திலும், வெவ்வேறு காலத்திலும் அது எந்த வடிவத்தை ஏற்றாலும் அது பற்றிய ஒரு விஷயம் மட்டும் மாறாமல்

அப்படியே இருக்கும்; அது 'யாதெனில், பொருள்கள் இயல்பாக இருப்பது உலகத்தில் உற்று அறியும் வகையில் இருக்கும் இயல்புகளை விட, வேறான சில காரணமான தன்மையினால்தான் என்று தாமே நினைத்துக்கொள்வது ஆகும். (இல்லாத ஒன்றை இருப்பதாக நினைத்துக்கொள்ளுதல்) உண்மையான பௌதீக உலகத்தின் நிஜமான விஷயங்களாக இல்லாமல் - அதாவது அந்தக் காரணங்கள் மக்கள் நிஜமாக வாழ்வதும், சாதாரணமாக மக்கள் புரிந்துகொள்வதும், தொடர்ந்து முற்போக்குடன் தமது வசமாக ஆக்கிக்கொண்டதுமான உலகில் இல்லாமல் எங்கோ இருப்பன; அவற்றை தனிமனித அறிவு கொண்டு தெரிந்துகொள்ள முடியாது; ஆகவே, அவற்றில் மக்கள் குறுக்கிடவும் முடியாது; வர்க்க அமைப்புள்ள சமுதாயத்தைக் கட்டிக் காக்க பொய்யான இந்த எண்ணம் எவ்வளவு முக்கியம் என்பது கண்கூடானது; இந்த எண்ணத்தை நம்பும் வரை அடிமைத்தனத்திற்கு மனமுவந்து ஒத்துப்போய்விடுகிறான்; இந்த எண்ணத்திற்குப் பணிந்துவிட்டால், அப்புறம் எதையுமே மாற்றுவது அதர்மம் ஆகிவிடும்; சமுதாயத்தில் உள்ள சமத்துவமின்மையையும் சமுதாயம் ஏழைகளுக்குச் செய்யும் அநியாயத்தையும், ஏன், சமுதாயத்தில் நிலவும் எந்த விஷயத்தையுமே மாற்றுவது என்பது அசாத்தியம் ஆகிவிடுகிறது. சமுதாயத்தில் இருக்கும் ஏற்றத் தாழ்வுகளைக் கவனிக்காமல் விட்டுவிட வேண்டுமே தவிர எதிர்க்கக்கூடாது. மக்களை அதை ஏற்கச் செய்ய முயலும் உபாயம் இது; அல்லது அது அப்படித்தான் இருக்கும்-இருந்து வந்திருக்கிறது என்று மக்கள் ஒப்புக் கொள்ள வேண்டும். தத்துவமுறைக் கருத்து முதற் கொள்கை, அத்தகைய நம்பிக்கைக்கு மிகவும் நம்பகமான தொண்டுகளைப் பல வழிகளிலும் செய்கிறது. இதில் அந்தக் கொள்கையின் நோக்கமான வர்க்கச் செயற்பாட்டை லெனின் நமக்குக் காட்டுகிறார்.

17. பொருள்முதல்வாதம் எழுப்பிய மறுப்பு

இதுவரை மனுவையும், சங்கரரையும் பற்றிக் கூறியதிலிருந்து ஒன்று தெளிவாகிறது; அவர்கள் நினைத்தபடி சுதந்திரச் சிந்தனை பற்றிய தடைகள் முழுதுமாக அமல்படுத்தப்பட்டிருந்தால் அதை அடக்கி அழித்துவிட்டதாகவே ஆகியிருக்கும். அது விஞ்ஞானத்தை அறவே ஒழித்திருக்கும்; நாட்டில் உள்ள இலட்சக்கணக்கான பாட்டாளி மக்களை என்றென்றைக்கும் தண்டித்து ஒடுக்கியிருக்கும்; எத்தகைய முற்போக்கும் முன்னேற்றமும் ஏற்பட்டே இருக்காது; நாட்டின் முன்னேற்றத்திற்கு உதவ ஒரு சிலராவது இருக்க வேண்டும்; தர்மசாத்திரம் செய்தவர்களும், அவர்களைத் தாக்கும் கருத்துமுதல் வாதிகளும் விதித்த கட்டளைகளை அவர்கள் முற்றிலுமாக மீறவும்

வேண்டும். எல்லாவற்றையும்விட முக்கியமாக, மனுவும் பிறரும் மிகவும் வித்தாரமாகப் பேசிப் பாதுகாக்க விரும்பும் ஒரு பொய்யை உடைத்தெறிய வேண்டும். மனு முதலியோர் சாத்திரம், வேதம், புனித நூல் என்று கதைவிடும் பொய்தான் அது.

சங்கரர், மனுவுக்கு அடிமைப்பட்டுச் சிறிதும் ஒளிவு மறைவில்லாமல் அவரைப் புகழ்வது போல் இந்தியத் தத்துவத்தில் மனுவை இகழவும் தைரியமாய் முன்வருபவர் யார்? அவர்கள் நம்முடைய பொருள் முதல்வாதிகளான நாத்திகர்களே; அவர்களை லோகாயதர் என்றும் சார்வாகர் என்றும் கூறுவர். அவர்கள் மனம் விட்டு உண்மையைப் பேசுகிறவர்கள்.

இவர்களைப் பற்றி நமக்கு இன்னும் முழுதாகத் தெரியவில்லை. அவர்கள் எழுதிய நூல்களெல்லாம் அழிக்கப்பட்டன என்றே ‘கொள்ளவேண்டியிருக்கிறது. அவர்களுடைய தனிப்பட்ட இயல்பு ஆளுமைகூட மிகப் பிடிவாதமாகவும், அழுத்தமாகவும் பேய் பிசாசுத்தனமென்றும் ராக்ஷஸத்தனம் என்றும் காட்டப்படுகிறது. அவர்களுடைய தத்துவ நிலைப்பாட்டை, அதன் சுய வடிவம் தெரியாமல் திரித்துப் புரட்டிவிட்டனர். அதன் அழகைச் சிதைத்து விட்டார்கள். அவர்கள் வாதிட்ட முறையையும் வெறும் பேச்சு, பயனற்ற வீறாப்பு என்று காட்டினர். இந்தியத் தத்துவத்தில் லோகாயதன், சார்வாகன் என்ற பெயரே பயங்கரமான அசுரத் தனத்தின் அடையாளமாகவும், பண்பாடே இல்லாத கொச்சைத் தனத்தைக் காட்டுவதாகவும் பக்தி விசுவாசம் ஏதுமில்லாத அதர்மம் என்றும், தீய பாபம் என்றும் ஆகிவிடுகிறது. இப்படியிருந்தும்கூட சில நேர்மையான கருத்துமுதல்வாதிகள் அவர்களைப் பற்றிக் கூறுவதும் அவர்களுடைய கொள்கைகளை எடுத்துக் காட்டுவதும் அவசியமென்று கருதியுள்ளனர். அவர்கள் நோக்கம், இந்த நாத்திகர்கள் எவ்வளவு பயங்கரமான வகையில் அறநெறி பிறழ்ந்த வர்கள் என்றும் எவ்வளவு வெறுக்கத் தக்கவர்கள் என்றும் சித்திரித்துக் காட்டுவதுதான். அத்தகைய கருத்துமுதல்வாதிகளின் நூல்களிலேயே “பிராமானிக லோகாயதம்” என்று சிலவற்றை மேற்கோள் காட்டுகின்றனர். அதாவது, பழையனவும், மிகவும் உண்மையான ஆதாரங்களாகவும் இருக்கும் சார்வாகக் கொள்கை பற்றிய செய்யுள்கள் அவை என்பது அதன் பொருள். அவற்றுள் மிகவும் பிரசித்தமான சில செய்யுள்களின் கோவையை, அப்படியே மொழிபெயர்க்கா விட்டாலும் ஓரளவு அவற்றின் கருத்துக்கள் புரியும் வகையில் தருகிறேன்.[77]

- “சொர்க்கம் என்றும் மோட்சம் என்றும் பேசுவது எல்லாம் வெறும் வீண் பேச்சு. மறு உலகத்திற்குப் போவதாகக் கற்பனை செய்துகொள்ளும் ஆத்மா-உயிர் என்று ஏதுமில்லை. வர்ணாசிரமத் தர்மங்கள் என்று விதிக்கப்படும் கர்மங்கள் - யாகம் போன்றவை ஏதோ பயன் அளிப்பதாகக் கூறுவதும் தவறே. அப்படி அவை எந்தப் பயனையும் விளைவிப்பதில்லை.

- அக்னி ஹோத்ரம் என்ற கர்மம், தீயில் ஹோமம் செய்வது, மூன்று வேதங்கள், மூன்று தீக்குண்டங்கள், (கார்ஹபத்யம், ஆஹவனியம், தக்ஷிணக்னி என்று மூன்று நெருப்புகள்) உடம்பில் சாம்பலைப் பூசிக்கொள்ளுதல் என்பதெல்லாம் அதைச் சொல்லிக்கொண்டு அவனவன் வயிற்றுப் பிழைப்பை நடத்துவதற்காகவே ஏற்பட்டவை. அந்த மனிதர்களுக்கு அறிவும் இல்லை. உழைத்துப் பிழைக்கும் ஆண்மையும் இல்லை.

- யாகத்தில் தாங்கள் கொல்லும் ஆடும், மாடும் நேரே சொர்க் கத்திற்குப் போவதாகக் கூறுகிறார்களே! அவர்கள் தங்கள் தந்தையை அப்படிக் கொன்று சிரமமில்லாமல் சொர்க்கத்திற்கு அனுப்ப முடியுமே.

- சிரார்த்தம் செய்வது செத்துப் போனவர்களுக்கு திருப்தியை உண்டாக்கும் என்பது நிஜமானால், அணைந்துபோன விளக்கில் எண்ணெய் ஊற்றினால் அது மீண்டும் சுடர்விட்டு எரியுமே? (புரோகிதர்களுக்கு வருமானம் தருவனவற்றுள் பிரதானமாயிருப்பது சிராத்தம்-திதி திவசம் கொடுப்பது.)

சிரார்த்தத்தில் புரோகிதர்களுக்குச் சாப்பாடு போடுவது செத்துப் போனவர்களுக்குச் சாப்பாடு போடுவது போல் என்று எண்ணுவது சரியென்றால், வழிப்பயணம் போகிறவன் சோற்று மூட்டை கட்டிக் கொண்டு போகவேண்டாமே. அவன் வெளியூரில் இருக்கும்போது அவனுடைய வீட்டில் யாருக்காவது சோறு போட்டால் போதுமே; பயணிக்கு வயிறு நிரம்பிவிடுமே!

வானுலகில் இருப்பவர்களுக்கு இந்த சிரார்த்தம் வயிற்றை நிரப்பும் என்றால் கோபுரத்தின் உச்சியில்-மேல் மாடியில் ஒருவன் இருக்கும்போது, கீழே ஒருவனுக்குச் சோறு போட்டு மேலே இருப்பவனுக்குத் திருப்தி ஏற்படுத்திவிடலாமே!

- நீ உயிருடன் இருக்கும் வரை சந்தோஷமாக வாழ்வாயாக; கடன் வாங்கியாவது நெய் சாப்பாடு; (அதாவது சுவையும் சத்துமான உணவை உட்கொண்டு வாழ்) இந்த உடல் சாம்பலாகிவிட்டால் மறுபடியும் அது வருமா?

இந்தியத் தத்துவ இயலில் நிலைத்திருப்பனவும் அழிந்தனவும்   271

○ இந்த உடலை விட்ட பிறகு ஒருவன் மறு உலகிற்குப் போகிறான் என்றால், தன் உற்றார் உறவினர்கள் மீதுள்ள அன்பினால் மீண்டும் இங்கே ஏன் வருவதில்லை?

○ ஆகவே, பிராம்மணர்கள் தாங்கள் பிழைப்பதற்காகவே, சிரார்த்தம், அது இது என்று சடங்குகளைப் புகுத்தியிருக்கிறார்கள். இதில் எல்லாம் ஒன்றுமே உண்மை இல்லை.

○ வேதங்கள் மூன்றையும் (ருக், யசுர், ஸாம) இயற்றியவர்கள் நம்மை ஏமாற்றும் நயவஞ்சகத் திருடர்கள்; மிகவும் அறிவு மிக்க விதிகள் எனும் "ஜர்வரி- துர்வரி (வேதத்தில் வருவன) என்பனவும், அசுவமேத யாகத்தில் குதிரையினை அதை யாகம் செய்பவன் மனைவி வைத்துக்கொள்வதும் போன்றவை யாவும், இந்த வஞ்சகர்கள் யாகத்திற்காகத் தாம் பெறும் கூலி என்ற தட்சணைக்காகவே கண்டு சொன்னவை.

பழைய லோகாயத நாத்திகத்தின் எஞ்சிய சில செய்யுள்களே மேலே காட்டியவை. இன்னும் பல துண்டு துண்டான விஷயங்களைப் பின்னால் காண்போம். அவற்றை மொழிபெயர்க்கும்போது அவற்றிலுள்ள குத்தலான கிண்டலையும், கேலியையும் அப்படியே கொண்டுவருவது சாத்தியமில்லைதான். எனினும் ஒன்று மட்டும் தெளிவாகத் தெரிகிறது. தங்கள் கொள்கைகளையும், கோட்பாடுகளையும் இன்னவை என்று பிரித்துக் காட்டுவதில் உள்ள கவர்ச்சியின் எழுச்சி மட்டுமே அவர்கள் இப்படியெல்லாம் கூறக் காரணமில்லை. அவர்களை இப்படிச் சொல்லவைத்தது பாடுபட்டு உழைக்கும் பெரும்பான்மை மக்களுடைய வர்க்க நலனில் உள்ள அக்கறைதான். தர்மசாத்திரக்காரர்களும், அவர்களுக்காகப் பரிந்து பேசும் கருத்து முதல்வாதிகளும், தனிச்சலுகையும் வசதியும் படைத்த உடமை வர்க்கமான சிறுபான்மையினர் நலத்தைக் காப்பதற்காகச் சாத்திரம், மரணத்திற்குப் பிறகானவை, கடவுள், யாகங்கள், சடங்குகள் என்ற பொய்க் கதைகளை அரண் செய்துகொள்வது அவசியமென்று கருதினர். அதே போல் இந்த லோகாயதர்களும் இந்தப் பொய்க் கதைகளையே தங்கள் தாக்குதலுக்கு இலக்காக்கி நேரிடையான வர்க்கச் செயல் முறையில் ஈடுபட்டார்கள். இது, கருத்துமுதல்வாதிகளுக்கு எதிரான செயல்தான்.

அடிக்குறிப்புகள்

1. சட்டோபாத்யாயா L.34.

2. பார்க்க, இதே நூல், அத்தியாயம் 6, பகுதி 10-12

3. பௌத்தாயனா DS i. 1.2.9. சட்டம் இயற்றியவர்களின் மாதிரி சமுதாய அமைப்பு பற்றிய பூகோள ரீதியான இடங்களை அறிய, பார்க்க சர்கார் 16f.
4. சர்மா APIIA 161
5. மனு x.4
6. கௌதமா DS x.50.
7. விஸ்ணு DS ii. 1.2.
8. அயிட் Br. 1.3.
9. தாம்சன் A.A 97 ff.
10. த்விஜர்கள் உடல் உழைப்பு மேற்கொள்வது தடை செய்யப்பட்டிருந்தது பற்றி விரிவாக அறிய, பார்க்க, இந்தியத் தத்துவம், சட்டோபாத்யாயா, 86.ff.
11. மனு x.123.
12. மே. நூ. i.91.
13. மே. நூ. viii.413-14.
14. மே. நூ. x.129.
15. மே. நூ. 99-100
16. மே. நூ. x.125
17. கௌதமா DS x. 51-60.
18. மே.நூ. xii.4-7.
19. ஃபாரிங்டன் GS 34-35
20. தாம்ஸனால் மேற்கோள் காட்டப்பட்டது SAGS ii 324-25.
21. குடியரசு 414 b:
22. ஃபாரிங்டனால் மேற்கோள் காட்டப்பட்டது HHAG 102.
23. ஃபாரிங்டனால் மேற்கோள் காட்டப்பட்டது GS 253.
24. சர்மா APIIAL 192-93.
25. மே.நூ.193
26. மே.நூ.194-95
27. மே.நூ.197.
28. கௌடில்யா AS xiii. T.T.
29. கௌடில்யா AS xiii. மேலும் பார்க்க, ஃபாரிங்டன் GS 199.

இந்தியத் தத்துவ இயலில் நிலைத்திருப்பனவும் அழிந்தனவும்

30. சர்மா APIIAL 196-97,
31. மனு viii. 22.
32. மே.நூ.iv 61,
33. மே.நூ.iv.30.
34. தாஸ்குப்தா iii. 518
35. மனு ii.11.
36. தாஸ் குப்தா iii. 59. பழைய இலக்கணக்காரர்கள் மற்றும் மொழியியல் விஞ்ஞானிகளே வார்த்தைகளுக்குரிய பொருளை நிர்ணயிப்பதற்குப் பொறுப்பானவர்கள். நாத்திகன் என்ற சொல்லுக்கு மனு தரும் இப்புது விளக்கம் இதை வெளிப்படையாக மீறிய ஒன்று என்பதை தாஸ் குப்தா நன்கு அறிந்திருந்தும் இப்படிச் சொல்வது மிகவும் வேடிக்கையானது.
37. மார்க்ஸ் OR 27.
38. மனு vii.43
39. மே.நூ. xii. 106.
40. மே.நூ. iv.163.
41. மே.நூ. xii. 109.
42. மே.நூ. vii.43
43. மே.நூ. vi.83.
44. மே.நூ. ii.10-11.
45. மே.நூ. xi. 55 & 57.
46. யஜ்.சாம். iii.288.
47. கானே HD. iL. 358.
48. மே.நூ.
49. மே.நூ.
50. கானே ABORI. 1966. 11.
51. Mbh. Adi.ii.83,
52. கானே Op. Cit.
53. Mbh Santi cviii 47-9.
54. ராமாயணா அயோத்யா C. 38-9.
55. சங்கரர் Br. Su. ii. 1.2.

56. கானே HD. i, *136*.
57. சங்கரர் Br. Su. ii. *1.2*.
58. கானே HD. i. *145*
59. சங்கரர் Br. Su. i. 3. 34.ff.
60. மே.நூ. i.*3.34*.
61. மே.நூ. i.*3.36*.
62. மே.நூ. i.*3.38*.
63. ஃபாரிங்டன் GS i. *142*.
64. மார்க்ஸ் OR *58*.
65. Ch.Up. iv.
66. சங்கரர் on Br. Su. i. *3.34*.
67. மே.நூ.ii.*1.11*.
68. மே.நூ.
69. மே. நூ.
70. பாலா கல்வெட்டுக்களில் இம்முடிவுக்கு அனுசரணையான தகவல்கள் இருக்கின்றன என டாக்டர் என். என். பட்டாச்சார்யா என்னிடம் தெரிவித்துள்ளார்.
71. செர்பாட்ஸ்கி (tr) MV 19n.
72. மே.நூ.*20*.
73. செர்பாட்ஸ்கி CBN *122*.
74. செர்பாட்ஸ்கி (tr) MV *19-20*.
75. லெனின் MEC *347*.
76. மே.நூ.
77. மாதவா SOS Ch. 1

மூன்றாம் பகுதி
கருத்துமுதல்வாதத்தினுடைய
எதிர்க் கோட்பாடு

இயல்-ஆறு

கருத்துமுதல்வாதத்தினுடைய எதிர்க் கோட்பாடு: விவரக் குறிப்புகள்

சில குறிப்புகள்:

இக்காலத்து அறிஞர்கள் இந்தியத் தத்துவத்தில் கருத்துமுதல் கோட்பாட்டின் தலைமையையே பெரிதுபடுத்திக் கூறும் பொதுவான போக்கைக் கொண்டிருப்பதால், முதலில் நமது தத்துவ மரபில் அதன் சரியான இடத்தை நிச்சயிக்க வேண்டியது அவசியமாகிறது. உபநிஷத்துச் சிந்தனையாளர்களில் ஒரு பிரிவினரைத் தவிர, மகாயானிகளும் கருத்துமுதற் கோட்பாட்டை உடன்பட்டு ஏற்பவர்கள். வேறு யாருமே - பிரசித்திபெற்ற ஒருவர்கூட அதைச் சம்மதித்து ஏற்கவில்லை. இதனால் அதற்கிருந்த ஆற்றலையோ செல்வாக்கையோ குறைத்து மதிப்பிட முடியாதுதான். ஆனால் இந்த ஆற்றலும் பொது ஜனச் செல்வாக்கும் அது பெற்றிருந்ததற்குக் காரணம், அது ஆளும் வர்க்கத்தின் ஆதரவையும் பொருளாதார உதவியையும் பெற்று இருந்ததே. கருத்துமுதற் கோட்பாடு அவர்களிடம் மட்டுமேதான் இருந்தது என்பதால், மிகப்பெரும்பாலான தத்துவ அறிஞர்கள் கருத்துமுதல்வாதிகளாக இருக்கவில்லை என்ற உண்மையும் கவனிக்க வேண்டிய செய்தியாகும். ஆனால், மரபாக வளர்ந்துவரும் தத்துவ சிந்தனையின் அடிப்படையில் அணுகும்போது இது தனிக் குணமும் இயல்பும் கொண்டதாக அமைந்திருக்கிறது. மேலும், கருத்துமுதற் கோட்பாட்டை ஒப்புக்கொள்ளாதவர்கள் அதைப் பற்றிய சிரத்தை கொள்ளாமல் விட்டுவிடவும் முடியாது. அவர்கள் செயலிலும் மும்முரமாக ஈடுபட்டு அதை எதிர்த்தும், கொள்கைகளின் அளவில் வேறு கொள்கைகளைக் காட்டி அதை அழிப்பதற்கு முயலவேண்டும். இந்தியத் தத்துவ நூல்களில் உள்ள குறியீட்டுச் சொல் வழக்கப்படி கருத்துமுதற் கோட்பாட்டை ஏற்காதவர்கள், அதைத் தமது பூர்வபட்சம் எதிர்க் கோட்பாடு எனக் கூறுகின்றனர். ஆகவே, அத்தகையவர்கள் தமது முடிவை-அதாவது சித்தாந்தத்தைக் கூறி நிறுவுவதற்காக கருத்துமுதல்வாதம் என்ற பூர்வபட்சத்தைத் தவறு என்று நிரூபிக்க வேண்டும். நமது தத்துவவாதிகளில் பெரும்பான்மையோர் இம்முயற்சியில் ஈடுபட்டிருந்தனர். இதனால் கருத்துமுதற் கோட்பாட்டிற்கு எதிரிடையான கோட்பாடுகளும் உருப்பெற்றிருந்தன.

2. கருத்துமுதற் கோட்பாட்டிற்கு எதிரான சில குறிப்பிடத்தக்க அறிஞர்கள்

கருத்துமுதல்வாதத்திற்கு எதிரான சித்தாந்தங்கள் தம்முள் முரண்பாடு கொண்டவை. இதில் திட்டவட்டமாகத் தெரியும் சில அடிப்படையான விஷயங்களைப் பற்றிக் காண்போம். அதற்கு முன்பு, கருத்துமுதல்வாதத்திலிருந்து தங்களை விலக்கிக்கொள்ள விரும்பினவர்கள், அதை வேகமாக எதிர்த்தவர்கள் ஆகியவர்கள் பற்றியும் அறிய முயல்வோம். அவர்களில் சிலர்:

➢ ***பழைய இந்தியப் பொருள்முதல்வாதிகள்:*** இவர்களைப் பற்றிய தகவல்கள் உபநிஷத்துக்களிலும் ஆரம்ப காலத்துப் பௌத்த நூல்களிலும் காணக் கிடைக்கின்றன. இவற்றில் அவர்களின் பெயரைக் குறிப்பிடுவது அவ்வளவாக இல்லை. பல இடங்களில், அவர்களைத் தர்ம விரோதமானதும் மதப்பற்று இல்லாததுமான கருத்துக்களைக் கொண்டவர்கள் என்றே சுட்டுவார்கள். இந்தச் சிந்தனையாளர்களும் பிற்காலத்தில் சார்வாகர்கள், லோகாயதர்கள் என்று கூறப்பட்டனர்.

➢ ***கபிலர்:*** இவர்தான் சாங்கியம் என்ற தத்துவத்தை நிறுவியவர் என்பர். அதன்படி அசேதனமான - அதாவது உணர்வேதுமில்லாத - ஆதியிலிருந்து பிரகிருதி எனப்படும் இயற்கை - பௌதீகமானது-தான் உலகத்திற்கு முதற்காரணம். அவர் வாழ்ந்த காலம் இன்னது என்று நமக்குத் தெரியவில்லை என்றாலும், தத்துவ மரபு, அவரே முதல் முதலான தத்துவ அறிஞர் எனக் கொள்கிறது. அவருக்கு ஆதிவித்வன்-முதல் அறிஞன் என்று பெயரும் சூட்டுகிறது. அவருடைய பேரும், புகழும் உபநிஷத்துக்களைச் செய்தவர்களுக்கும் தொகுத்தவர்களுக்கும் நன்கு தெரியும். புத்தர் தனது ஆரம்பக் கல்வியைக் கபிலரைப் பின்பற்றும் இருவரிடம் பயின்றதாக நம்பப்படுகிறது. கபிலர் கருத்தும், கோட்பாடும் மிகப் பழையன.

➢ ***ஜய்மினி:*** மீமாம்ஸை என்ற சாத்திரத்திற்கு ஆதார நூலான "மீமாம்ஸா சூத்திரங்கள்" என்ற நூலை இயற்றியவர் இவர். ஒரு தத்துவம் என்ற முறையில் மிகவும் விசித்திரமாகத் தோன்றும் ஒரு செயலைத் தன் நோக்கமாகக் கொண்டுள்ளது. மாயாஜாலமான சடங்குகளை - வேதம் கூறிய யாகயக்ஞங்களைப் பற்றிய அடிப்படையான எண்ணங்களை (பொய்யாகத் தாமே வைத்துக் கொண்ட நம்பிக்கைகளை) நியாயப்படுத்திக் காப்பதே அதன் நோக்கமும் பயனும். இவ்வாறு நேரடியாக சடங்குகளிலிருந்தே - அவற்றிற்காகவே - தோன்றிய விரிவானதொரு தத்துவத்தை உலகில் வேறெங்கும் காணமுடியாது. ஜய்மினியின் காலம், அவரது

வாழ்க்கை பற்றிய செய்தி எதுவுமே தெரியவில்லை. சூத்திரங்களாகச் செய்யப்பட்ட நூல்களில் இவருடைய மீமாம்ஸா சூத்திரங்கள் என்பது மிக மிகப் பழைய காலத்தது என்று தோன்றுகிறது. தத்துவ நூல்களைச் சூத்திரங்களாகச் செய்யும் முறை மிகவும் விசித்திரமானது; தனி மாதிரியான ஒன்று. அவற்றில் எளிதில் புரியாத பழமொழிகள் போல் சுருக்கமான- நெட்டுருச் செய்யத்தக்க வாக்கியங்கள் அல்லது வாக்கியங்களின் துண்டுகள் பெரும் எண்ணிக்கையில் காணப்படும். ஜய்மினியின் நூல் கிருத்துவ சகாப்தத்திற்கும் முந்தியதுதான். எவ்வளவு காலத்திற்கு முந்தியது என்று நமக்குத் தெரியவில்லை.

➢ ***உலூகர் அல்லது கணாதர்:*** கணாதர் என்பது கிண்டலாகச் சொன்னது ஆகும். கணபக்ஷகர் என்று சொல்வதும் அப்படித்தான். கணம் - அணு. அணுவைத் தின்பவர் பக்ஷகர்; என்றாலும் தின்பவர் என்பதே பொருள். இவர் எழுதியதுதான், "வைசேஷிக தத்துவத்தின் ஆதார நூலான "வைஷிக சூத்திரம்." அதில் மிகவும் பிரதானமான அம்சம்தான் பரமாணுவாதம் என்பதும். இது கிருத்தவ சகாப்தத்தின் ஆரம்ப காலத்தைச் சேர்ந்தது.

➢ ***கோதமர் அல்லது அட்சபாதர்:*** அட்சபாதர் என்றால் கண்ணைக் காலில் கொண்டவர் என்பது; இதனால் இவரையும் கிண்டலாகக் காலில் கண் உடையவர்-சரணாக்ஷர் என்பார்கள். இவர் செய்த நூல், "நியாய சூத்திரம்," இந்தியத் தர்க்க வாதம், அறிவின் தோற்றம் மற்றும் அதன் எல்லை முதலிய விவரங்கள் பற்றிய முறையான அமைப்பைக் கொண்ட மிகப் பழைய நூல் இது. இது, தனக்குள்ளேயே அணுக் கொள்கையையும் பொதுவாக வைசேஷிக தத்துவம் கருதும் உலகம், இயற்கை, ஆதல், இருத்தல் என்பன பற்றிய நிலைப்பாடுகளையும் விரித்துரைக்கும் நூல்; கோதமருடைய நூல் இன்று நமக்குக் கிடைக்கும் வடிவில் மகாயானிகளுக்கு எதிரான வாதங்களைக் காண்கிறோம்; ஆகவே, அது மகாயானிகளுக்குப் பிறகு எழுதப்பட்டிருக்க வேண்டும். எனவே, கி.பி. இரண்டாம் நூற்றாண்டில் தோன்றி இருக்கலாம்.

➢ ***ஸ்ரீலாபர்:*** அவரும், அவருடன் சேர்ந்த தத்துவவாதிகளும், "ஸௌத்ராந்திக பௌத்தர்கள்" எனப்படுவர். ஸ்ரீலாபர் நாகார் ஜுனருக்குச் சிறிது முற்பட்டவர். இவர்களுடைய தத்துவம் பௌத்த மதத்தின் ஆரம்ப காலத்தின் அமைப்பைக் கொண்டது; அது, கருத்து முதற்கொள்கையை எதிர்ப்பது; இதனாலேயே மகாயானிகள் இதையே அதிகமாய்த் தாக்கி எதிர்ப்பார்கள்.

➢ ***காத்யாயனீபுத்ரர்:*** இவர், கி. பி. முதல் நூற்றாண்டுக்கு முன்பே இருந்தவர். இவருடைய நூல், பௌத்த மதத்தின் மற்றொரு பழைய

கிளைக்கு ஆதாரமாய் அமைவது; இந்தக் கிளையின் பெயர், "வைபாஷிகம்" என்பது; அவருடைய நூலுக்கு, 'விபாஷா' என்று ஓர் உரை எழுதப்பட்டது காரணமாக அந்தப் பெயர் வந்தது; இந்த உரை தோன்றிய காலம் கி.பி. முதல் நூற்றாண்டு.

➢ ***உமஸ்வதி:*** இவரும் கி.பி. முதல் நூற்றாண்டில் இருந்தவர்; முதன் முதலாக ஜைன மதத்தின் தத்துவ அம்சங்களைப் பற்றிய முறையான விளக்கம் கூறியவர் இவர்தான்; ஜைனம் பௌத்தத்திற்கும் முன் தோன்றியது; ஆகவே, அதில் வழக்கிழந்த மிகப் பழமையான வையும் மிகவும் விந்தை தருவனவுமாகிய கருத்துக்கள் நிறைந்துள்ளன.

➢ ***ஈசுவரகிருஷ்ணர்:*** சாங்கிய தத்துவம் பற்றிய விரிவானதும், மிகப் பழைமையுடையதுமான நூல் எழுதியவர். இந்த நூலில் இவர் தரும் சாங்கியம் பல வகையிலும் இதற்குப் புறம்பான கருத்துக்கள் பல கலந்து மாசுபட்ட ஒன்றாக இருப்பது ஒரு விசித்திரமான செய்தி. இவர் கி.பி. ஐந்தாம் நூற்றாண்டில் இருந்தவர் என்பது இக்கால அறிஞர்கள் கருத்து.

➢ ***சபரர்:*** ஜய்மினியின் நூலுக்கு உரை எழுதியவர், வாத்ஸ்யாயனர் - கோதமர் நூலுக்கு உலூகர் என்ற கணாதருடைய அணுக் கொள்கையை விளக்கிக் கூறிய பிரசஸ்த பாதர் என்பவர்களும் கிட்டத்தட்ட கி.பி. ஐந்தாம் நூற்றாண்டில் இருந்தவர்கள். இதற்கு அடுத்த காலகட்டத்தில்-அதாவது இந்தியத் தத்துவ சிந்தனை மிக முதிர்ச்சி பெற்று இருந்த காலத்தில் கருத்துமுதற் கோட்பாட்டை எதிர்த்தவர்களில் மிகச் சிறந்த சிலர் இருந்தனர். அவர்களில் ஒரு சிலரை மட்டுமே இங்கே நினைவுகூர இயலும்.

➢ ***சுபகுப்தர்:*** இவர் காலம், சுமாராக கி.பி.ஏழு - எட்டாம் நூற்றாண்டு; இவர் பைவாஷிகம் என்ற பௌத்தர்களின் நிலைப் பாட்டைக் கொண்டவர். இவருடைய முக்கியமான நூல், கருத்து முதல் கொள்கையை எதிர்க்கவே எழுதப்பட்டது-குறிப்பாக விக்ஞான வாதத்தை மறுப்பது ஆகும்.

➢ ***அகலிங்கம்:*** இவர் எட்டாம் நூற்றாண்டைச் சேர்ந்தவர். ஜைன மதத்தவர். இவர் மிகத் திறமையுள்ள தார்க்கிகர்; அவர் எழுதியுள்ள தத்துவ நூல்கள் அனைத்துமே, தர்ம கீர்த்தி கூறிய விக்ஞான வாதத்தைக் கண்டிப்பதையே முக்கியமான நோக்கமாகக் கொண்டவை; மற்றும் கருத்துமுதல்வாதிகள் எழுப்பிய சர்ச்சைகளையும் விவாதங்களையும் மறுத்து அணுக் கொள்கையைக் காத்து நிறுவுவது.

இந்தியத் தத்துவ இயலில் நிலைத்திருப்பனவும் அழிந்தனவும் 281

➢ **பிரபாகரரும் குமரிலரும்:** சுமார் கி.பி. எட்டாம் நூற்றாண்டினர். இருவரும் மீமாம்ஸையைத் தமது தத்துவமாகக் கொண்டவர்கள்; இவர்களில் குமரிலரை நம் தேசத்து தத்துவ அறிஞர்களில் ஒருவர் என்று அடிக்கடி பலரும் நினைவு கூர்வர்; ஐயமின்றி அவர் அத்தகையவர் தான். கருத்து முதற் கோட்பாட்டை, நம் தேசத்தில் அது வளர்ந்துள்ள பல வடிவங்களையும் எடுத்துரைத்து மிக விரிவான மறுப்பைக் கூறுகிறார். இதைப் பின்னால் காண இருக்கிறோம்.

➢ கி.பி. ஆறு அல்லது ஏழாம் நூற்றாண்டில் இருந்தவரான உதியோத என்ற உரை நூலாசிரியர், சுமார் கி. பி.எட்டு - ஒன்பதாம் நூற்றாண்டில் வாழ்ந்த ஜயந்த பட்டர், கி.பி. பத்தாம் நூற்றாண்டில் வாழ்ந்த உதயணர்-கி.பி.ஒன்பதாம் நூற்றாண்டில் வாழ்ந்த வாசஸ்பதிமிச்ரர் ஆகிய இந்த நால்வரும் நியாயம், வைபேஷிகம் என்ற இரண்டுமே நாளாவட்டத்தில் இணைந்துவிட்ட நிலையில், அவர்களுடைய தர்க்கம் அணுக்கொள்கை இரண்டையும் பற்றி விவாதித்து அவற்றை நிலைநாட்டியவர்கள்.

கருத்துமுதல் கொள்கையை எதிர்த்த இவர்கள்தான், நவ்ய நியாயம் (புதிய தர்க்க வாத முறை) என்பதை உண்டாக்கி நிறுவியவர்கள்; அதுவே, நமது மரபு வழி வந்த தத்துவ சிந்தனை முறையாகும்.

இது கி.பி. பதின்மூன்றாம் நூற்றாண்டில் வாழ்ந்த மிதிலையைச் சேர்ந்த சங்கேசரிலிருந்து தொடங்கி கி.பி. பதினேழாம் நூற்றாண்டில் வாழ்ந்த, வங்கத்தைச் சேர்ந்த கதாதருடன் முடிகிறது.

மேலும் இன்னும் பலரையும் கூறலாம்; அது அவசியமில்லை; உபநிஷத்துக் காலம் முதல் நவ்ய நியாயம் தோன்றிய காலம் வரையில் இந்தியத் தத்துவ மரபின் சரித்திரத்தில் கருத்துமுதல் கொள்கை தொடர்ந்து சவால்களுக்கு ஆளாகியே வந்துள்ளது. இந்தச் சவால்கள் பல்வகை நிலைப்பாடுகளிலிருந்தும் வெவ்வேறு வழிகளிலும் அறை கூவல்களை ஏற்றவை என்பதை கவனிப்பதுதான் இங்கே அவசியமானது.

3. தெளிவும் திட்டமும் அற்ற எண்ணற்ற மறுதலிப்புகள்:

மேலே கூறிய விவரங்கள் ஆட்சேபணைக்கு உரியவை ஆகலாம். "மேலே சொன்ன பட்டியல் அசாதாரணமான ஓர் விநோதம். அது தமக்குள் கருத்துமுரண்பாடுகள் நிறைந்தவர்களுடைய பட்டியல். இந்த முரண்பாடுகள் அவர்களில் ஒவ்வொருவருக்கும் உள்ள தனிச் சிறப்பான காரணங்களால் ஏற்பட்டவை; ஆயினும், அவர்கள் எல்லாருமே கருத்து முதற் கொள்கையை ஆழமாக வெறுத்து மறுப் பவர்களே; அவர்களுக்குப் பொதுவாகவே கருத்துமுதல்வாதத்தில்

இருந்த பகைமையில் சந்தேகத்திற்கே இடமில்லை. இந்தப் பொதுப் பகைமை எதிர்மறையான ஒன்றுதான். ஆகவே, இது அந்தத் தத்துவ அறிஞர்களுக்கிடையில் திட்டவட்டமான வகையில் பயன்படக்கூடிய ஓர் ஒற்றுமையை உண்டாக்குவதற்கு எந்த அளவிலும் போதுமானது ஆகாது; கருத்துமுதற் கொள்கைக்கு எதிரிடையான வாதம் என்பதே நிச்சயமில்லாத ஆபத்து நிலை ஆகும். இதுவரை கூறப்பட்ட கருத்துக்களையெல்லாம் பொதுவாக்கி அதன் அடிப்படையில் பார்த்தாலும் மேற்கூறியதே உறுதிப்படும். ஆகவே, இதற்குக் கொடுத்த இந்த வர்ணனை அடைமொழிகளும், நன்கு ஆராயும்போது, திட்டமான உருவமற்றதும் பலதரப்பட்டதுமான மறுதலிப்புக்களின் குவியலே ஆகும்; அவற்றிலிருந்து தர்க்கரீதியில் ஒருமித்த கட்டுக் கோப்புடன் கருத்துமுதற் கொள்கைக்குச் சரியான மாற்றுத் தத்துவம் ஒன்றைக் காட்டும் முயற்சி பயனற்றதேயாகும்" என்பது ஒரு ஆட்சேபணை ஆகும்.

இதில் உள்ள விஷயம் முக்கியமானதுதான். அதைக் கவனிக்காமல் விடுவதும் பெரிய தவறுதான். அதே சமயம், இதில் உள்ள உண்மை ஒரு புறம் இருக்க, அத்துடனேயே, கருத்துமுதல் வாதத்திற்கெதிரான கொள்கையைத் திட்டவட்டமாக்கும் மற்றொன்றும் இருப்பதை கவனிக்காமல் விடுவது வேறொரு தவறாகிவிடும். இது, இந்தியத் தத்துவ நிலையைப் பற்றிய ஒன்றாகிறது. அது எப்படி என்று கேட்கலாம்; அதாவது, நாம் கருத்துமுதல் கொள்கைக்கு எதிரிடையான ஒன்று என்ற கருத்தைச் சென்றடைவது எப்படி? கருத்துமுதற் கோட்பாடு இந்தியத் தத்துவ சிந்தனையில் ஒரு இசைவும் பொருத்தமும் உள்ளதும், அதற்கு மாற்றாக இருக்கக்கூடியதுமான ஒரு தத்துவத்தின் நிலைப்பாட்டிலிருந்தே எதிர்த்து உரைக்கப்படுகிறது என்பதில்லை; மாறாக, முரண்படுவதும் இசைவும் பொருத்தமும் இல்லாத பல்வேறு தத்துவ நிலைப்பாடுகளைக் கொண்டே எதிர்த்துப் பேசப்படுகிறது எனலாம். இந்த அடிப்படை உண்மையையே சரியில்லை என்று கொள்வதா? அல்லது ஏதேனும் ஒரு வகையில் கழிந்தன போக இப்போது இருக்கும் எதிரிடையான அம்சங்களை ஒன்றின் பக்கத்தில் மற்றொன்றாக அடுக்கி வைத்துக்கொண்டு, அவை பற்றிய நமது மனம் கருதும் கருத்தை அழியாமல் காப்பதற்காக, கருத்துமுதற்கொள் கைக்கு மாற்றானவற்றை அவை பல தரப்பட்டனவாய் இருந்த போதிலும், நமது சௌகரியத்திற்கேற்ப ஒழுங்குபடுத்திச் சரி செய்து கொள்வதா?

இது மாதிரி ஏதும் செய்யும் நோக்கம் நமக்கில்லை. நாம் செய்ய நினைப்பதெல்லாம் விமர்சன ரீதியில் அவற்றிலுள்ள வித்தியாசங்களைச்

சீர்தூக்கிப் பார்ப்பதுதான். கருத்துமுதற்கொள்கையை எதிர்க்கும் ஒரே தத்துவத்தின் ஓர் அம்சத்திற்கும் மற்றோர் அம்சத்திற்கும் உள்ள வித்தியாசத்தைக் காண்பது மட்டுமில்லை அது; எதிர் தரப்பான மாறான தத்துவங்களில் ஒன்றுக்கொன்று உள்ள வித்தியாசத்தைக் காண்பதே. இப்படிப் பல தரப்பட்டதாயிருக்கும் தத்துவங்கள் அவை. பல தரப்பட்டவை என்று கூறுவதைவிட, அவற்றை இரண்டே பிரிவாகப் பிரித்துக்கொண்டு காண்பதே நல்ல பயன்தரும். உண்மையாகவே அவை பலதரப்பட்டிருப்பது குழப்பத்தையே தருவதுதான்.

அம்மாதிரிக் காணும் இரண்டு பிரிவுகள் எவை? முதலாவது பிரிவு, கருத்துமுதற் கோட்பாட்டிற்கு எதிரிடையான தத்துவ மூலங்களைத் தொடர்ந்து உறுதியாய்த் திட்டவட்டமாகக் காட்டுவன. இரண்டாவது:- இவற்றைச் சாராமலும், அதன் திட்டவட்டமான உடன்பாட்டுத் தன்மையை மீறியும், அதன் சுற்றுவட்டத்தின் எல்லையிலேயே இருந்துகொண்டு எதிர்மறை வகையாக அதை உறுதிப்படுத்துவது. இவை கருத்துமுதல்வாதிகள் தங்கள் கட்சியை நிறுவுவதற்கு எவற்றின் வலிமையை நம்பி வாதம் செய்கிறார்களோ அவற்றில் உள்ள யுக்திகள், யுக்தி முறைகள் தவறானவை என்று காட்டி அவற்றை உடைப்பவை. இது எதிர் மறை வகைதான். ஆயினும் இவை எதிர்த்தரப்பின் கொள்கையில் உள்ள தவறுகளை நன்கு வெளிக் கொணர்வதும் மிகவும் முக்கியமானதே; அதே சமயம் மற்றொன்றையும் நினைவில் கொள்ளவேண்டும். அதாவது, இந்த வகைத் தத்துவங்கள் அனைத்தையும் மொத்தமாகப் பார்த்தால், இவற்றின் உள்ளார்ந்த நோக்கம், நிஜமாகவே கருத்துமுதற்கொள்கையை முழுமுற்றாக மறுப்பதற்குத் தயாராய் இல்லாமல் பின்னுக்குத் தள்ளுவதாகவே இருக்கின்றன. ஆகவே, இவை எதிரிடைக் கொள்கையின் பிரிவைச் சேர்ந்தனவே ஆயினும், மூலாதாரமான இறுதி மறுதலிப்புக்கு வெளியே உள்ளவையே. ஆகவே, அவற்றை இந்த எதிரிடைக் கொள்கைகளின் சுற்றுவட்டத்து எல்லையின் விளிம்பில்தான் வைத்துக் கொள்கிறோம்.

இந்த வித்தியாசத்தை எப்படிக் காண்பது? அதற்கொரு வழிகாட்டியான சான்று வேண்டும். இந்தச் சான்றும் நம் விருப்பப்படி வைத்துக்கொண்டதாகவும் மதம் போன்ற மேலிடத்துச் சலுகையாகவோ இருக்கவும் கூடாது. நாம் எதிர்த்தரப்பில் உள்ள சில விஷயங்களை உண்மையான வாதங்களை ஆராய்ந்து கூற முற்படும்போது, அது தெளிவாக, தானே தோன்றுவதாகவும் இருக்க வேண்டும்.

4. மதிப்பிடுவதற்கான கோட்பாடு

எதிர்த்தரப்பினரைப் பற்றிய பட்டியலில், சுபகுப்தர், குமரிலர் போன்ற மிகவும் வெளிப்படையாகவும் தெளிவாகவும் பேசும் லோகாயதவாதிகளைச் சேர்த்துள்ளோம். அப்படிச் செய்யவேண்டிய அவசியத்தைக் காண்போம்.

சுபகுப்தரின், "மாஹ்ய அர்த்த சித்தி" எனும், எல்லாப் பொருள் களும் வெளியே இருப்பன என்று முடிவு காணும் நூலின் ஒரே நோக்கமும் அது செய்யும் காரியமும், கருத்துமுதற் கோட்பாட்டை மறுப்பதுதான். நூலின் தலைப்பே இதைக் காட்டும். வெளியே உள்ளவையான-நம் எண்ணங்களைத் தவிர வெளியே ஸ்தூலமாக உள்ள பொருள்கள் அனைத்துமே நிஜமாக இருப்பவையே என்று நிரூபிப்பதே அந்நூலின் நோக்கம். அதாவது நமது எண்ணங்களுக்கும் கருத்துக்களுக்கும் பற்றுக்கோடாக வெளி உலகில் எல்லாப் பொருள்களும் நிஜமாக இருப்பனவே. சுபகுப்தர், தன் நூல் விக்ஞான வாதத்தைக் காரணம் காட்டி மறுப்பதற்கே என்கிறார். விக்ஞான வாதம் தன் கருத்தை (புறத்தே-மனத்திற்கு வெளியே எந்தப் பொருளும் இல்லை, எல்லாமே நம் எண்ணங்கள் மட்டுமே.) அணுக் கொள்கையை மறுப்பதன் மூலம் நிரூபிக்க முயல்கிறது. சுபகுப்தர் கருத்துமுதற் கோட்பாட்டை மறுப்பதில், அணுக் கொள்கையைக் காத்து நிறுவுவதும் அடங்கியிருக்கிறது. வெளியுலகம் நிஜமாகவே இருப்பதுதான் என்று நிறுவுவது அவர் கருதும் வெளியுலகு சாராம்சத்தில் பௌதீகமய மானது என்றுதான் பொருள் தருகிறது. ஏனென்றால் அணுக்கள் என்பவை பௌதீகமானவை என்பது கண்கூடான உண்மை.

இங்கு ஒரு வினா எழும். 'இவரை எதிர்த்தரப்பில் சேர்க்கத்தான் வேண்டுமா? ஆம், அவசியம் வேண்டும். பிற்காலத்துக் கருத்து முதல்வாதிகளே இதற்குத் தூண்டுகோலாக இருக்கிறார்கள். கருத்துமுதல்வாதிகளான சாந்தரக்ஷிதரும், கமலசீலரும், சுபகுப்தரை அலட்சியப்படுத்த முடியாத பிரதான எதிரி எனக் கருதி, அவர் கூறும் எதிர் வாதங்களை மறுத்துரைக்கப் பெரு முயற்சி செய்கிறார்கள். அவருடைய மேலே கூறிய நூலே அவர் ஒரு எதிர்த்தரப்பு தத்துவவாதி என்பதற்குச் சான்று. மேலே நாம் தந்த வினாவும், விடையுமே போதும். ஆனால் அவர், வெளியுலகும் பொருள்களும் நிஜமே என்று மட்டும் காட்டியவர் அல்லர். இன்னும் பல எதிரிடைக் கருத்துக்களையும், மனப்போக்குகளையும் கோத்துத் தருகிறார். ஆனால், அவர் கூறும் கருத்துக்களையும் மனப்போக்கையும் ஒட்டுமொத்தமாகக் காணும்போது, கருத்துமுதல்வாதத்திற்கு முற்றிலும் முரணாக நின்று அதை அவர்

மறுக்கிறார் என்று நாம் கொள்ள முடியாத முக்கியமான விஷயங்களும் இருக்கின்றன.

சுபகுப்தர், வைபாஷிகம் எனப்படும் ஒரு பௌத்த மதப்பிரிவைச் சேர்ந்தவர்; ஆகவே, அவர் ஒரு மதச் சார்பற்ற, மதத்திற்குப் பரிந்து பேசாத தத்துவவாதி இல்லை. அவர் சார்ந்த மதம் மகாயானிகள் தாமே தம்மைப் பற்றிக் கூறிக்கொள்வது மாதிரி இல்லை; அதைவிட வைபாஷிகத்தில் மூட நம்பிக்கைகளின் அழுக்கும் கசடும் குறைவு தான்; கருத்து முதல் கோட்பாட்டை ஒப்புக்கொள்ளாமல் மறுக்கும் அதே நூலில், புத்தர் ஸர்வக்ஞர் - அதாவது யாவும் அறிந்தவர் என்பதை வலியுறுத்திக் கூறுகிறார். (அதாவது எல்லாம் அறிதல் என்பது கடவுள் இயல்பு) ஆனால், புத்தர் எல்லாமறிந்தவர் என்பது பௌதீக உலகம் நிஜமானது என்ற அவர் கருத்துடன் முற்றிலும் பொருத்தமுறவே கூறப்படுகிறது. இது விக்ஞானவாதிகளின் கருத்துக்கு அறவே மாறுபட்டது; ஏனெனில் அவர்கள் கொள்கை, மனம் ஒன்றுதான் நிஜம்; ஒரு பொருளை அறிபவன், அவன் அறியும் பொருள் என்ற வித்தியாசம் வெறும் பொய்க் கற்பனை. இதை அவர்கள், 'கிராஹ்ய-கிராஹக-கல்பனா' என்பர். கிராஹ்யம் - உணரப்படும் பொருள்; கிராஹக-உணர்பவன். இதை சுபகுப்தர் சர்ச்சை செய்வது பின்வருமாறு: "புத்தர் எல்லாம் அறிபவர்; சாராம்சத்திலும் பிரதானமாகவும் அனைத்தையும் கிரஹிக்கும்-அது அறிந்துகொள்ளும் அறிவினால் ('இராஹ கேண',- 'க்ஞானேன்') அவர் அறிவுக்குப் பொருளாகும் முடிவேயில்லாத எல்லாவற்றையும் அறிபவர்"[1] இதுதான் வைபாஷிகளுக்கே உரிய ஒரு கருத்து. அதாவது, புத்தருடைய எல்லாம் அறியும் இயல்பு பற்றிய கோட்பாடு. அவர்களுக்கு இது மிகவும் தலைமையான ஒன்று; 'ஸர்வக்ஞஸித்தி என்று இதற்காகவே சுபகுப்தர் ஒரு நூல் எழுதியிருக்கிறார்.[2]

பாஹ்யார்த்த சித்தி என்ற நூலின் இறுதிப் பகுதியில் இந்த உலகம் நிஜமானது என்று நிரூபிக்கும்போது, இதற்குப் பௌத்த மதத்துப் புனித நூல்களில் ஆதாரமும் அநுமதியும் இருக்கிறது என்றும், அதை விக்ஞான வாதிகள் தவறாகப் புரிந்துகொண்டும், தவறாகவே விளக்கவும் செய்தனர் என்றும் கூறுகிறார்; ஆகவே அவர் கொண்டுள்ள மதச் சார்பும் நோக்கமும், பகுத்தறிவு வாதத்தைப் பாதுகாக்கும் ஒருவராக அவரை வளரவிடவில்லை; ஆனால், அவர் கருத்துமுதற் கொள்கைக்கு எதிராகக் கூறும் விவாதங்கள் அனைத்தும் மிகவும் கூர்மையும் வன்மையும் கொண்டிருந்தும் பயன் யாது? அவரும் சிறிதளவாவது நூல்களில் நம்பிக்கை வைப்பதையே நிலை நாட்ட

வேண்டி இருக்கிறது. இப்படிப் பார்த்தால் இதுவும் கருத்துமுதற் கொள்கையைப் போலத்தான். சமுதாயத்தில் செயலாற்றும் கருத்து முதற் கொள்கை மிக விரிவான முறையில் பகுத்தறிவை இகழ்ந்து ஒதுக்கி நம்பிக்கையைக் காப்பதன் மூலம் இன்னும் நேரிடையாகவும் மிகப் பெரிய அளவிலும் சமுதாயத்தைத் தாக்கி பாதிக்கிறது.

கடைசியாக, சுபகுப்தர் மத அடிப்படையும் சார்பும் கொண்ட தத்துவவாதி; தத்துவ அறிவென்று அவர் கொள்வது மோக்ஷம் அல்லது நிர்வாணம் பெறும் வழிதான். வைபாஷிகர்கள் நிர்வாணம் என்று நினைப்பதுகூட கருத்துமுதல்வாதிகளாக பௌத்தர்கள் நினைக்கும் ஒன்றைவிட வேறானதுதான்; இது விஷயமாக ஸ்டெர்பாட்ஸ்கி (Stcherbatsky) விவாதிக்கும்போது, "வைபாஷி கர்களின் கருத்து நவீன காலத்து விஞ்ஞானத்தின் பௌதீகக் கொள்கை, பொருள்முதல் கொள்கை (நாத்திகம் -மொ-ர்)!" போலவே இருக்கிறது"[3] என்கிறார். இங்கே ஸ்டெர்பாட்ஸ்கி உண்மையிலேயே மிகப் பெரிய அறிஞர்தானாயினும் சற்றே மிகப்படுத்திக் கூறிவிடுகிறார். வைபாஷிகத் தத்துவத்தில் பொருள்முதற் கொள்கையின் மனச் சார்பு இல்லாமல் இல்லை; ஆனால், நவீன காலத்து விஞ்ஞான ரீதியான பொருள்முதற் கொள்கையின் சுய இயல்பான சுயேச்சை என்பதற்கும் வைபாஷிகர் கூறும் நிர்வாணத்திற்கும் நிச்சயமான வேறுபாடு உண்டு. இங்கே சுயேச்சை என்பதன் பொருள் என்ன? நவீன காலத்து விஞ்ஞான ரீதியான பொருள்முதல்வாதத்தில், இயற்கையின் நியதிகளையும் இயற்கையெனும் பரபஞ்சத்தையும் எப்போதும் விழிப்புடன் ஆழமாய் அறிந்துகொள்வதால் ஏற்படும் அதைத் தம் வசப்படுத்திக்கொள்ளும் முன்னேற்றமுள்ள அறிவாற்றல் என்பதே, இந்த சுயேச்சை விடுதலை என்பதன் பொருள். அவர்களுக்கோ இதற்கு நேர் எதிர்மாறாக உள்ளது; கற்பனையாக இயற்கையிலிருந்து தப்பித்துக்கொண்டு ஓடுவதே நிர்வாணம்; அதை அடையும் வழியோ, மக்கள் தமக்குத் தாமாகவே தம் மனத்தை ஒருவிதமாக மாற்றிக்கொள்வது; இதை அவர்கள் 'ஆஸ்ரவம்' என்பர்; அதாவது மனத்தின் தூய்மையைக் கெடுக்கும் காமம் போன்ற அசுத்தங்களின் வேகத்தைக் குறைத்தல்; ('ஆஸ்ரவம்' என்றால் உடலை வருத்துதல் - காயக்லேசம்) இந்த நிர்வாணம் பற்றிய இன்னும் விரிவான விஷயங்களைத் தெரிந்துகொள்ள வேண்டு மென்றால், வைபாஷிகர்களின் சிக்கல் மிகுந்த சாத்திரங்களின் நுட்பங்கள் தெரிய வேண்டும்.[4] ஆனால் அவை தேவையில்லை யெனினும், முக்கியமாக ஒன்றைச் சொல்ல வேண்டும். இவர்கள், உலகம் நிஜமானதே என்று வாதிடுவது, இயற்கையை நன்கு பயன்படுத்திக்கொள்ளும் உணர்வால் எழுந்தது அன்று; எப்படியாவது உலகத்திலிருந்து தப்பி ஓடிவிட வேண்டும் என்ற குறிக்கோளின் விளைவு;

அது வெறும் கற்பனையில்தான் சாத்தியமாகும். ஆகவே, அவர்கள், கருத்துமுதற் கொள்கையிலிருந்து விடுதலை பெற்றது, விஞ்ஞானத்தை நோக்கிச் செல்வது என்று ஆகவில்லை; அவர்களுடைய மதச்சார்பு விஞ்ஞானத்திற்கு எதிராக அவர்களைக் கட்டுப்படுத்திவிட்டது.

சுபகுப்தரின் தத்துவ நிலைப்பாடு அவர் கருத்து முதற் கொள்கையை மறுப்பதனால், உண்மையாகவே மதச் சார்பின்மை, பகுத்தறிவு, விஞ்ஞானம் ஆகியவற்றை ஆதரிக்கும் உணர்வாகத் தெரிய வில்லை. கருத்து முதற்கொள்கையை அதன் பல கிளைகளான கருத்துக்களுடனும் சேர்த்து மறுப்பதாக அவர் தத்துவத்தைக் கருத முடியாது; ஆகவே, எதிர்த் தரப்பின் அடிமட்டத்தில் உள்ள கொள் கைகளுடன் அவர் கொள்கையைச் சேர்க்க இயலாதுதான்; ஆயினும் இவர் கூறும் எதிரிடைக் கொள்கைகளும் கருத்துமுதல் வாதத்தின் அடிப்படையில் உள்ள தவறுகளை நுட்பமாக எடுத்துக் காட்டியதும், உலகம் நிஜமானது என்று உறுதியுடன் கூறியதும், அணுக் கொள்கையை வாதிட்டு நிலைநிறுத்தியதும் கவனத்தில் கொள்ள வேண்டியவையே ஆகும். இந்த வகையில் உண்மையாகவே எதிரிடைக் கொள்கைகளை உடையவர்தான் என்று ஏற்கும் அவசியமும் நேர்கிறது. அவரது தத்துவம் எதிரிடைக் கொள்கைகளின் மூலாதாரமானதும் முக்கியமானதும் என்று கொள்ளவும் இயலவில்லை; அது, எதிரிடைக் கொள்கைகளுக்குத் தந்துள்ள பங்கையும் அலட்சியப் படுத்த இயலவில்லை; இந்த நிலையில்தான் அதை எதிரிடைக் கொள்கைகளின் விளிம்பில் வைத்துக் காண்கிறோம்.

சுபகுப்தரைப் பற்றி மேலே நாம் கூறியபடி கருத்துமுதற் கொள்கைக்கு எதிரிடையான மூலாதாரம் என்ன என்பதை தீர்மானம் செய்வதில் சிரமம் ஏதுமில்லை; கருத்துமுதல் விவாதத்தை மறுப்பதோடு, மதச்சார்பின்மை, பகுத்தறிவு, விஞ்ஞானம் ஆகியவற்றையும் கொண்டிருக்க வேண்டும்; அந்தச் சான்றுகள் ஏதுமில்லாமல் கருத்துமுதல்வாதத்தை எதிர்ப்பது, அதிலிருந்து ஓரளவு-மிகக் குறைந்த அளவில் விடுதலை பெறுவதாகவே இருக்கும். ஏன், அந்த விடுதலைக்கு மாறானதாக ஆகிவிடும் அபாயம்கூட உண்டு. குமரிலபட்டர் விஷயத்தில் இது மிகவும் பட்டவர்த்தனமாகவே வெளிப்படுகிறது. அவரது நிலைப்பாட்டை இன்னும் சற்றே விரி வாகப் பரிசோதிப்பது அவசியம்.

5. குமரிலரும் பூர்வ மீமாம்சமும்:

இந்தியத் தத்துவ அறிஞர் பலரும் செய்தது போலவே, சுபகுப்தர் தனது 'பாஹ்ய-அர்த்த-ஸித்தி' என்ற நூலைச் செய்யுள் வடிவில்

இயற்றினார். காரிகை என்றால் செய்யுள். அதேபோல குமரிலரும் தனது மகோன்னதமான, ‘சுலோக வார்த்திகம்’ என்ற தத்துவ நூலினைக் காரிகை வடிவில் செய்துள்ளார். சுபகுப்தர் நூலில் உள்ள செய்யுள்கள் மொத்தம் நூற்று எண்பத்தெட்டுதான்; குமரிலரோ கருத்துமுதல் வாதத்தை எதிர்க்க இன்னும் நிறையவும் விரிவாகவும் செய்துள்ளார். மீண்டும் மீண்டும் அவர்களுடைய பல கிளைகளாக முளைத்த பல வகைத் தத்துவ நிலைகளை மறுப்பதற்காகப் பலவாறு பேசுகிறார். அதைத் தவிர, அவர்களுடைய பொதுவான தத்துவக் கருத்துக்களை மறுப்பதற்காகவே தன் நூலில் இரண்டு பெரும் பகுதிகளைத் தனியே அமைக்கிறார். இவை நிராலம்பனவாதம், சூன்யவாதம் என்பன. முதலாவதில் இருநூற்று இரண்டு செய்யுள்களும், இரண்டாவதில் இருநூற்று அறுபத்து மூன்று செய்யுள்களும் உள்ளன. ஆக மொத்தம் நானூற்று அறுபத்தைந்து செய்யுள்களால் நேரிடையாகக் கருத்து முதல்வாதத்தை மறுப்பதற்கெனவே எழுதியிருக்கிறார். இந்த இரண்டு பிரிவுகளுமே ஒரு மிகப் பெரிய நூல் என்று கருதக்கூடியவை. பெரிய அளவில் தத்துவ விளக்கம் செய்வதில் குமரிலர் நம் நாட்டின் மிக உயர்ந்த சிந்தனையாளர்களில் ஒருவர் என்பதிலும் ஐயமே இல்லை. இன்று வரை அவருடைய எதிர்த் தரப்பு வாதங்கள் மிகுந்த பொருட் சிறப்புடனேயே விளங்குகின்றன என்பதையும் காண இருக்கிறோம். ஆகவே, நுட்பமாகப் பார்க்கும்போது, கருத்துமுதற் கொள்கையை எதிர்ப்பவராக அவரைக் காண்பதே சாத்தியமும் நேர்மையுமாகும். அப்படியானால் இவருடைய நிலைபாடு என்ன? கருத்துமுதல் வாதத்திற்கு எதிரான மூலாதாரங்களைக் கொண்டுள்ளதா? அல்லது வெறுமனே மேம்போக்கானதா? இவற்றிற்கு நாமாகவே விடை தராமல், அவருடைய கருத்துக்கள் அனைத்தையுமே அறிவது அவசியமாகிறது.

குமரிலர், பூர்வ மீமாம்ஸம் என்ற தத்துவத்தைச் சார்ந்தவர். இதை மீமாம்சை என்று மட்டுமே வழங்குவதும் உண்டு. இதற்கு வேதங்களில் யாகயக்ஞங்களைப் பற்றிய கல்வி என்று பொருள்படும். ‘யக்ஞவித்யா’ என்ற பெயர் இருப்பதும் ஒரு விந்தை; இதன் உள்ளடக்கம், பயன் எல்லாமே பழைய வேதச் சடங்குகளான யக்ஞ யாகமே. இதன் நோக்கமும் பயனும் எது? வேதங்கள் விதித்துள்ள யாகங்களைச் செய்யத்தான் வேண்டும் என்ற அடிப்படையான விதிகளை யுக்திகள் சொல்லிக் காப்பது மட்டுமின்றி, அவற்றுடன் நேர்முகமாகவோ வேறுவகையிலோ சம்பந்தப்படும் அனைத்தையும் யுக்திகளால் அறிவுக்கு ஏற்றன எனச் சொல்லி நிலைநாட்டுதலே. அதாவது, யாகத்தைச் செய்தே ஆகவேண்டுமென்ற விதிகள், ஆணைகள், யாகச் சடங்குச் செயல்கள், மந்திரங்கள், உபகரணங்கள்,

இந்தியத் தத்துவ இயலில் நிலைத்திருப்பனவும் அழிந்தனவும்

யாகதட்சணை, புரோகிதர்களுக்கு எவ்வளவு எப்படிக் கொடுப்பது, யாகங்களின் பயன்கள் போன்ற பல விஷயங்கள் மிகவும் ஏராளமாயிருக்கும். மீமாம்சை சாத்திர நூல்களைத் தத்துவ நூல்களாகக் கருதவே முடியாதுதான். ஆனால், இவற்றுள் தத்துவமாகவே கொள்ளத்தக்க சில விஷயங்களும் இருப்பதால் கவனத்திற்கு உரியவை ஆகின்றன. இந்தச் சாத்திரம் செய்தவர்கள் சில தத்துவ வகையான அடிப்படைக் கேள்விகளுக்கு விடை கூறியே தீரவேண்டியிருக்கிறது. இதற்கான காரணமும் இருக்கிறது. சடங்குகள் என்ற இந்தக் கருமங்களுக்கும், தத்துவத்திற்கும் நேரிடையான தொடர்பு இல்லை தான். ஆனால், மீமாம்சகர்கள் வாழ்ந்த பிற்பட்ட காலத்தில் இருந்த தத்துவ சர்ச்சைகளின் சூழலுக்கேற்ப அவர்கள் தங்கள் சடங்கு முறைகளுக்கான அபிப்பிராயங்களை ஆதாரத்தோடு காட்ட வேண்டியிருந்தது; ஏனென்றால் அந்தக் காலத்தில் வழங்கிய சில தத்துவக் கருத்துக்கள், கருமங்களுக்கு எதிராய் இருந்தன. ஆகவே, தாங்கள் மேற்கொண்ட அபிப்பிராயங்களையும் கோட்பாட்டு ரீதியில் நிறுவி, அவை வேறுவிதமாகப் போய்விடாமல் காக்க வேண்டியிருந்தது. பிற்காலத்துச் சூழ்நிலையில் இந்தப் பழைய கருமங்களை யுக்தியுடன் எடுத்துரைத்துப் பயன் பெறலாம் என்று காட்டவேண்டிய அவசியம் வந்தது. இதனால்தான் அவர்கள் தத்துவமுறையிலும் ஈடுபட வேண்டி வந்தது. முழுமனத்துடனும், தீவிரமாகவும் தத்துவத்தைச் சர்ச்சை செய்யவேண்டி வந்தது.

அவர்கள் சர்ச்சை செய்ய வேண்டியிருந்த பிரச்சனைகளில் ஒன்று நியாயமான செல்லுபடியாகத்தக்க சான்றுதானா என்பது. (இனி வரும் இடங்களில், வேதப் பிரமாணம் அல்லது வேதப் பிரமாணியம் என்று இதைக் குறிப்பிடுவோம் -மொ-ர்) வேதங்கள்தான் யாகச் சடங்குகளை விதிப்பன. இதை விவாதிக்கும்போது, செல்லுபடியாகும் நம்பகமான சான்று என்பது என்ன? அது எத்தகையது என்பதைப் பரிசோதனை செய்வது இன்றியமையாத ஒன்று ஆகிறது. அவர்கள் முன் இருந்த மற்றொரு பிரச்சனை, இந்தப் பௌதீக உலகம் நிஜமானதுதானா என்பது. இந்தப் பிரச்சனையை விவாதிக்கும்போதுதான் அவர்கள், கருத்துமுதற் கொள்கையை மறுக்கின்றனர். அவர்கள் வேறுபல தத்துவப் பிரச்சனைகளையும் சர்ச்சை செய்கிறார்கள் என்றாலும் நாம் மேலே கூறிய இரண்டு விஷயங்களை மட்டுமே கூர்ந்து பார்ப்போம். இது தத்துவம் என்று பார்க்கும்போது மீமாம்ச சாத்திரத்தில், உள்ளூர காணக் கிடக்கும் முன்னுக்குப் பின் முரணான செய்தியை இந்த ஆய்வுமூலம் அறிய முடியும்.

வேதத்தை பிரமாணம்தான் என்று சர்ச்சை செய்து நிறுவுவதில் மீமாம்சகர்களுக்கு இத்தனை ஆர்வம் ஏன்? அதைக் கோட்பாட்டளவில் முற்று முழுதான பிரமாணமே அது என்று நிறுவிக்கொள்ளா விட்டால், அவர்களுடைய சாத்திரமும் சடங்குகளும் சரிந்து விழுந்து விடும். அவர்கள் கூறும் யாகச் சடங்குகள் வேதம் விதிப்பவை. அவை பற்றிய எல்லாமே வேதத்தால் ஆணையிடப்பட்டு அநுமதிக்கவும் பெற்றவை. ஆகவே, வேதத்தைப் பற்றி மிகச் சிறிய அளவில் சந்தேகம் எழுந்துவிட்டால், அது அவர்களுக்குக் குழி தோண்டுவதாகிவிடும். அதனால் அவர்கள் வேதம் பரிபூர்ணமான பிரமாணம் என்று சாதிக்கிறார்கள். இதை அவர்கள் சொல்லும் விதம் வேடிக்கையானது. வேதம் யாரோ ஒரு மனிதன் செய்தது என்று கூறுவது பெரிய அதர்மம். அதைச் செய்தது தெய்வமும் இல்லை. இது அவர்கள் விடாமல் பற்றிக்கொள்ளும் ஒரு நிலை. அப்படி வேதத்தைச் செய்தவராக ஒருவரை ஒப்புக்கொள்வது அதன் பிரமாணத்தை (பலமான சான்று என்பதை) அடைத்துவிடும். ஏனென்றால், அதைச் செய்தவரை எப்படி நம்புவது என்பதைப் பொறுத்தது ஆகிவிடுமே. மேலும் இப்படிக் கொள்வது வேதத்திற்குச் சொந்தமாக - அதற்கே உரிய பிரமாண்யம் இல்லை என்றும், மற்றொன்றைச் சார்ந்து, அதன் பலத்தில் நிற்பதாக அது ஆகிவிடும். மற்றது, ஏதோ கொடுத்த அல்லது பிறிதான ஒன்றிலிருந்து பெற்றதாகவும் ஆகிவிடுமே. ஆகவே, வேதம்தானே தனக்குப் பிரமாணம். மிகவும் பலமானதும்கூட என்று வாதாடு கின்றனர். இதுதான் அவர்களுடைய ஆதிமூலமான மிகவும் பிரசித் தமான கோட்பாடு. இதை அவர்கள் 'ஸ்வத பிரமாண்யம்' தனக்குத் தானே சான்றாகும் இயல்பு (வேறு எதனுடைய தொடர்பும் துணையும் இன்றி) என்பர். அதன் தனிச்சிறப்பைப் பின்னால் கூறுவோம்.

இதனால் மீமாம்ஸ சாத்திரத்தில் மிகவும் பயங்கரமான வேத நம்பிக்கையும் பழமையில் பிடிவாதமான பற்றும் மிகத் தெளிவாகவே தெரிகின்றன. இதே சாத்திரத்தின் தத்துவப் பகுதி, கடவுள் என்று ஏதும் இல்லை என்று நிறுவுவதிலும், தத்துவ ரீதியான கருத்துமுதற் கொள்கையை மறுப்பதிலும் மிகவும் தீவிரமான அடிப்படையிலேயே மாறுபடும் நிலைப்பாட்டை மேற்கொள்வது நிஜமாகவே விந்தையாக இருக்கிறது. இந்தத் தீவிரம் அவர்களுடைய வேத நம்பிக்கையின் விளைவு. அதன் முழுப்பொருளையும் புரிந்துகொள்வதற்காக இங்கே நாம் சற்றே வேறு ஒன்றைச் சொல்லவேண்டி வருகிறது. ஏனென்றால் இதே வேத நம்பிக்கை, நமது தத்துவவாதிகளின் ஒரு பிரிவினர் கருத்துமுதல்வாதத்தை அதன் மிகப்பெரிய வடிவில் விளக்கி நிறுவத் துணையாகிறது.

இந்தியத் தத்துவ இயலில் நிலைத்திருப்பனவும் அழிந்தனவும்

வேதமே முழு முற்றான பிரமாணம் என்ற பொதுக் கருத்தில் மீமாம்ஸகர்களுக்கும் அத்வைதிகளுக்கும் மாறுபாடே கிடையாது; இருந்தும், பின்னது கருத்துமுதல்வாதத்தை மிகவும் பிடிவாதமாக நிலைநாட்ட, முன்னது அதை மறுக்கிறது; இது எப்படி? இருவருக்குமே வேதம் பிரமாணம் என்றால் இப்படி அறவே மாறுபட்ட தத்துவ நிலைப்பாடுகளை எப்படி மேற்கொண்டனர்? இதற்குக் காரணம் இவர்கள் இருவரும் வேதம் எனக் கொள்வன இரண்டு வெவ்வேறு வேதக் கிளைகள். இதை நமது சம்பிரதாய முறையில் இப்படிச் சொல்வர்; மீமாம்ஸகர் கொண்டது, வேதத்தின் கர்ம காண்டம் - அதாவது யாகம் போன்ற கருமங்களை விதிக்கும் வேதத்தின் முதற்கிளை - பூர்வபாகம்; அத்வைதிகள் கொண்டது வேதத்தின் ஞான காண்டம்; இது ஞானத்தை விளக்கும் மற்றொரு கிளை- உத்தரபாகம்.

மீமாம்ஸகர்களும் அத்வைதிகளும் ஏராளமாகப் பேசி மிதமிஞ்சிய சொற்களால் வேதத்தைப் பெருமைப்படுத்திய போதிலும், இவர்களில் மிகவும் பெருமிதம் படைத்த யாருமே வேதம் என்ற மிக விரிவான இலக்கியம் முழுதிலும் உள்ளடக்கமாகப் பொதிந்துள்ள உண்மையான விஷயங்களைக் கொண்டும் அவற்றை நன்கு புரிந்துகொண்டும் தத்துவக் கருத்தை எடுத்துக் கூற சிரத்தை கொள்ளவில்லை; எவரும் கவலையும் படவில்லை. வேதத்தில் முழு நம்பிக்கை கொண்ட அனைவரும் வேதங்களுக்கு ஆதார அடிப்படை என்று ஒப்புக்கொள்ளும் ருக் வேதத்தில் உள்ள அனைத்தையும் இவர்கள் இருவருமே கவனிக்காமல் ஒதுக்கிவிடுகின்றனர். மீமாம்ஸகர்களுக்கு ருக் வேதம் என்பது யாகத்திற்கு வேண்டிய மந்திரங்களின் தொகுதி என்பதும், அதில் உள்ள ஓசைகளால் மட்டுமே அது முக்கியமாகிறது என்பதும் தான் எண்ணமே தவிர, அந்தச் செய்யுள்களின் சொற்கள் கூறும் இயல்பான பொருள் பற்றிய எண்ணமும், கவலையும்கூட இல்லை. அத்வைத வேதாந்திகளுக்கோ ருக் வேதம் என்ற ஒன்று இருப்பதான எண்ணம்கூடக் கிடையாது; சில இடங்களில் அதை மிகவும் மரியாதையுடன் சொல்வது மட்டும் உண்டு; உபநிஷத்துக்களில் ருக் வேதத்தில் உள்ள சில உதிரிப் பகுதிகளை-அவை உள்ள சந்தர்ப்பத்தைக் காட்டாமல் வேறு எதற்கோ வேறு ஏதோ அர்த்தத்தில் மேற்கோள் காட்டுவதோடு சரி; இதற்கு அப்பால் அவர்களுக்கும் ருக் வேதம் கண்ணிலும் கருத்திலும் படவே இல்லை.

இவ்வாறு ருக்வேதத்தில் இருக்கும் உண்மையான விஷயங்களைக் கவனிக்காமல் அலட்சியம் செய்துவிட்டு, அத்வைதிகள், உபநிஷத்தில் குறிப்பாகத் தெரியும் ஊகக் கற்பனைகளின் போக்கை மட்டுமே

கொண்டு, அதிலேயே முழுக் கவனத்தையும் செலுத்தினர். அதே போலத்தான் மீமாம்ஸகர்களும், யாகங்களுடன் நேரிடையான தொடர்புள்ள பிராம்மணங்கள் என்ற வேத நூல்களில் மட்டுமே திடமாக நின்றுகொண்டு தங்கள் கொள்கைகளை நிறுவிக் கொண்டனர். அவர்களுக்குத் தத்துவத்திலும் சிரத்தை இல்லாமல் இருந்திருந்தால், இது இன்னும் சுலபமாகவே இருந்திருக்கலாம்; ஆனால் அப்படி இல்லை; ஏனென்றால் உபநிஷத்துக்கள் அவர்களுக்குத் தத்துவத்துறையில் துணை நின்று உதவவில்லை என்பதோடு, எளிதில் எதிர்க்க முடியாத கடினமான ஒரு பிரச்சனையையும் அவர்களுக்கு எதிராக நிறுத்தியது. உபநிஷத்துக்களும் வேதத்தைச் சேர்ந்தனவே என்று அனைவரும் ஏற்று நிலையாகியிருந்த உண்மையை அப்படியில்லை என்று அவர்களால் மறுக்க முடியவில்லை. வேதம் முழு முற்றான பிரமாணம் என்பதுதான் அவர்களுடைய சொந்தக் கருத்து. எனவே, உபநிஷத்துக்களின் அதிகாரபூர்வமான ஆற்றலை அவர்களால் விட்டுவிடவும் முடியாது. மேலும், யாகம் முதலிய கர்மங்களை வற்புறுத்தி நிலைநிறுத்தும் அவர்கள் கொள்கைக்கும் உபநிஷத்துக்கள் கூறும் தத்துவ நிலைபாடுகளுக்கும் பொருத்தமும் இல்லை; உபநிஷத்துக்களில் உள்ள கற்பனை ஊகங்கள் பிரதானமாகக் கருத்துமுதற் கோட்பாட்டையே காட்டுவன. இது கர்மங்களை வலியுறுத்துவதற்கும் அதன் வேறு பல நம்பிக்கைகளுக்கும் எதிரானது. இந்த நிலையில் மீமாம்ஸகர் உபநிஷத்துக்களில் கண்கூடாகக் கிடக்கும் விஷயங்களை எப்படிச் சமாளிப்பார்கள்? அவற்றையெல்லாம் விளக்கி (தமக்குச் சாதகமான வகையில் தான்) அகற்றிக்கொள்வதைத் தவிர வேறு வழி என்ன? மிகக் கடினமான இந்தக் காரியத்தைச் செய்து வெற்றியும் பெறலாம் என்ற எண்ணத்தில் அவர்கள் செய்வது மிகவும் சாமர்த்தியமாக இருக்கிறது; யாகத்திற்கோ யாக சம்பந்தமான கட்டளை களுக்கோ இன்னது செய்யக்கூடாது என்ற தடை வடிவான ஆணைகளுக்கோ தொடர்பில்லாத எதுவுமே வேதத்தில் இருக்க முடியாது; ஆதலால் வேத வாக்கியங்களில். - அல்லது வேதத்தின் பகுதிகளில் எங்காவது உள்ள வரிகளில் பார்த்த உடன் தோன்றும் பொருள் மேலே சொன்னவாறு இல்லாவிட்டால் வேறு வகையாகப் பொருள் செய்துகொள்ளவேண்டும். அது, யாக விதிகளை மறைமுகமாக அல்லது வேறு வழியில் சுற்றி வந்து உயர்த்திப் போற்றுவதாகவே இருக்க வேண்டும் என்ற வகையில் பொருள் காண வேண்டும் என்பது மீமாம்ஸகர் கூறும் வாதம்.

இதற்கு மாதிரி காட்ட ஒரு விளக்கம். வேதத்தில், "வாயு மிக விரைவில் நகரும் ஒரு தேவதை" என்று ஒரு வாக்கியம் வருகிறது.

(வாயு : வை க்ஷேபிஷ்டா தேவதர்) இதன் நேரான சொற் பொருள் வகையில் இதில் யாக விதி சம்பந்தமாக எதுவுமே இல்லை; ஆகவே இதற்குப் பொருள் இதுவன்று. இதுவும் யாக சம்பந்தமானதுதான்; அதைப் பெருமைப்படுத்துவதுதான்; எப்படியெனில், வாயு மிக விரைவில் நகரும் தேவதை - இந்தத் தேவதையை வைத்து இதற் கென யாகம் செய்தால், அதன் பயனும் மிக விரைவில் கிடைக்கும் என்பர் மீமாம்ஸகர். இவ்வாறு நேரான பொருளால் யாகத்தையும், யாக விதிகளையும் உயர்த்திக் கூறும் பகுதிகளை அவர்கள், 'அர்த்தவாதம்' என்ற சொல்லால் குறிப்பிடுவார்கள். இது போலவே உபநிஷத்துக்கள் எல்லாம் வெறும் அர்த்த வாதமே என்று நாம் கொள்ள வேண்டுமாம்; இப்படி பொதுமைப்படுத்தி, எல்லாம் ஒரே தன்மையுடையனவே என்று ஒன்றைக் கூறிவிடுவது, மீமாம்ஸகர் களுடைய தத்துவ உணர்வைத் தேற்றிச் சமாதானப்படுத்திவிட்டது போலும்; இவர்களில் யாருமே, உபநிஷத்து முழுவதும் எப்படி வெறும் அர்த்தவாதமாக ஆகிறது என்று காட்டும் முயற்சியில் ஈடுபடவே இல்லை. அந்தக் கஷ்டம் எதற்கு என்று விட்டு விட்டார்களோ! இப்படித்தான் மீமாம்ஸகர்கள் கர்மங்களை வலியுறுத்திக் காட்ட உபநிஷத்துக்களில் உள்ள அனைத்தையுமே அர்த்தவாதத்திற்குள் அடக்கிவிடுகிறார்கள்!

ஆனால், அவர்கள் கருத்துமுதற் கோட்பாட்டை மறுப்பதின் நோக்க மென்ன? குமரிலர், இதை மிகுந்த யுக்தித் திறமையுடன் தீவிர மாகச் செய்வது ஏன்? இதை ஐயத்திற்கே இடமின்றி அவரே கூறுகிறார். "அந்தக் கொள்கையின்படி நமது அனுபவங்கள் எல்லாமே கனவின் அனுபவங்களைப் போலவேதான் (நிஜமில்லை) என்று ஆகிறது. இதை மறுப்பதற்காகவே வெளியுலகில் இருக்கும் பொருள்கள் நிஜமானவையே என்று நிரூபிக்க முயல்கிறோம். மக்கள் கனவில் அனுபவிக்கும் இன்பங்களுக்காகத் தானா, தங்களைத் தர்மம் செய்வதில் - கடமைகளை நிறைவேற்றுவதில் ஈடுபடுத்திக்கொள்கிறார்கள்? (தர்மம் என்பது அவர்கள் கொள்கைகளில் யாகயக்ஞங்களே) அத்வைதிகளின் அபிப்பிராயம் மனிதன் தூங்கும்போது கனவுகள் தாமாகவே வருகின்றன என்றால், புத்திசாலியான ஒருவன் தர்மங்களைச் செய்து சிரமப்படுவதற்குப் பதிலாக, நல்ல இன்பமான பலன்களை அடைய வேண்டும் என்ற விருப்பத்துடன் படுத்துறங்குவானே! ஆதலால் நம்மால் முடிந்த வரை வாதம் செய்து, வெளியுலகில் உள்ள பொருள்கள் நிஜமானவையே என்று நிலைநாட்ட வேண்டும்."[5]

அவர்கள் கருத்துமுதற் கொள்கையை மறுக்க வேண்டியது அவசியம் என்று கருதியதற்கான உண்மையான எண்ணம் யாதென்று

இதனால் புரிகிறது. சில குறிப்பிட்ட பயன்களை அடைய விரும்பினால் யாகங்களைச் செய்துதான் ஆகவேண்டும். அந்தப் பயன் இம்மையில் இன்றி மறுமையில் பெறுவதாகத்தான் இருக்கவேண்டுமென்பது அவசியமில்லை. மகனைப் பெற விரும்பினால், 'புத்ர இஷ்டி.' ஒரு கிராமத்தைப் பெறவேண்டுமானால், 'ஸாங்கிர ஹனீ' என்ற இஷ்டியை - சடங்கைச் செய்யவேண்டும்... இப்படிப் பல. இப்படி விரும்பி அடையும் அனைத்துமே, 'ஸ்வர்க்கம்' எனப்படும். இதன் பொருள் வானுலகு (இன்பமயமானது) என்பதுதான். ஆனால் மீமாம்ஸ நூல்களில் இது, சுகம் இன்பம் என்ற பொருளில்தான் வழங்கப்படுகிறது. ஆக, பொதுவாய் யாகங்களைப் பற்றிய விதி, 'ஸ்வர்க்க காம, யஜேத.' இன்பம் விரும்புகிறவன் யாகம் செய்ய வேண்டும் என்பதுதான்; இது கருத்துமுதற் கொள்கையின் நிஜமான நோக்கில் அர்த்தமில்லாத பிதற்றலேயாகும். உலகத்தில் உள்ள எதுவுமே நிஜமில்லை என்றால், மகனைப் பெறவும், கிராமத்தையே சொந்தமாக்கிக்கொள்ளவும் அவற்றை இன்பமெனக் கொள்ளவும் முயல்வதில் என்ன அர்த்தம் இருக்க முடியும்? மேலும் எல்லா அநுபவங்களுமே கனவு போன்ற பொய் என்றால், கனவில் சுகம் அனுபவிப்பதைவிட யாகங்கள் செய்து இன்பம் அடைவது எந்த வகையில் சிறப்புடையதாகும்? இப்படி எண்ணிக்கொண்டுவிட்டால் போதுமே! உடலுக்குப் பல விதத்திலும் சிரமம் தருவதும் மிகுந்த பொருட் செலவாவதுமான யாகங்களைச் செய்ய முயல்வது முட்டாள்தனமே அல்லவா? இவ்வாறு கருத்துமுதற் கொள்கை யாகம் செய்ய வேண்டுமென்ற எழுச்சியையும் ஆவலையுமே முற்றிலுமாக ஒதுக்கித் தள்ளிவிடுமே. ஆகவே, அதை எதிர்த்துத் தொலைக்க வேண்டும்; குமரிலர் தன் எதிர்ப்பு வாதத்தை முடிக்கும்போது பெரிதும் நிம்மதி கொள்கிறார். மீமாம்சை தர்மத்தைப் பற்றிச் செய்த ஆய்வுக்கு இனிமேல் பெரிய மறுப்பு எதுவுமே இல்லை என்று கவலையற்றுப் போகிறார்.[6]

குமரிலரை இவ்வாறு கருத்துமுதற் கொள்கையை மறுத்துரைக்கத் தூண்டியது மிகப் பெரிய அளவில் எழுந்த புரோகித வர்க்க நலனில் உள்ள நோக்கம்தான். குமரிலர் மிகவும் பிரபலமான தத்துவ அறிஞர் என்பதை நாம் எவ்விதத்திலும் மறக்கக் கூடாது. தத்துவங்களை அலசி ஆய்வதில் அதிசயமான ஆற்றல் கொண்டவர். எப்படி விவாதிப்பது என்பதிலும் விவாதங்களை எதிரிகள் வாயடைக்கும் வகையில் எப்படிக் கையாள்வது என்பதிலும் வல்லவர். கருத்துமுதற் கொள்கைக்கு எதிராகப் போர் தொடுக்கவைத்த நோக்கம் எவ்வளவுதான் அபத்தமாகவும் நகைக்கத்தக்கதாகவும் பிற்போக்குத்தனமாகவும் இருந்தபோதிலும்

இதை அவர் செய்யும்போது, தத்துவ நோக்கில் மிகவும் சிறப்பான யுக்தி முறைகளின் முழு முற்றான திறனைக் காட்டுகிறார். அவர், குறிப்பிட்ட ஒரு சாத்திரத்திற்கு உட்பட்டே இந்த எதிர்ப்பைக் கையாள்கிறார் என்ற பொதுவான விஷயத்தை ஒதுக்கிவிட்டுப் பார்க்க முடியுமானால், இதை மிக விரிவாக சர்ச்சை செய்யும் விதம், கருத்துமுதற் கொள்கைக்கு எதிரான வாதங்களுக்கு ஒரு அற்புதமான அரிய பெரிய உதாரணமாகத் திகழும். ஆனால், உண்மையில் நம்மால் அப்படிப் பார்க்க முடியாது. அவருடைய சொந்தக் கொள்கை பற்றிய மனப்போக்கு, சடங்குகளைக் காத்து நிறுவும் பணியாத பிடிவாதம், வேதங்களே அதிகாரபூர்வமான ஆதாரமென்று விடாமல் வாதிடுவது, பயங்கரமான வேத நம்பிக்கையும் பழைமைப் பற்று போன்றவற்றை பற்றிய மிகவும் பரந்த சந்தர்ப்பங்களையும் வைத்துக்கொண்டு, அவருடைய எதிர்க் கோட்பாடுகளைப் புரிந்துகொள்ள வேண்டும். நம் நாட்டின் சமூக அரசியல் வளர்ச்சிகளைக் கொண்டு பார்க்கும் போது, வேதங்களைத் தூக்கி நிறுவுவது, கருத்துமுதல்வாதத் தத்துவத்திற்கு இன்றியமையாத துணைக் கருவிகள் ஆகின்றன. இது தன்னிச்சையாக - தானாகவே, தர்ம சாத்திரம் செய்தவர்களுக்கு வேண்டிய உதவியாகவும் ஆகிவிடுகிறது. கருத்து முதற் கோட்பாட்டை அவர் ஏற்றுக்கொண்டோ மறுத்தோ செய்யும் நுட்பமான விவாதங்கள் செய்யும் உதவியைவிட இது பெரிய உதவியும் ஆகிவிடுகிறது. நமது தத்துவ மரபின் அதிகாரபூர்வமான கணிப்பில் மீமாம்ஸகர்கள் வேத நம்பிக்கையைக் கட்டிக் காத்த வீரர்கள் என்று போற்றும் மிகவும் கௌரவமான இடம்பெறுகிறார்கள். உண்மையிலேயே அடிப்படை யாகவே கருத்துமுதற் கொள்கையைத் தீவிரமாக எதிர்க்கும் அவர்களுடைய நுட்பமான யுக்திகளின் பொருளும் தாக்கமும் எப்படியோ கவனத்திற்கு வராமல் போய்விடுகின்றன.

குமரிலர் நூலில் உள்ளார்ந்து கிடக்கும் முன்னுக்குப் பின் முரணான போக்கு இது. அவர் கருத்துமுதல்வாதத்திற்கெதிராகச் சேர்த்த பங்கும் பெரிதுதான். அதிலும் ஐயமில்லை. மூட நம்பிக்கைக்கு எதிராக விஞ்ஞானத்தைக் காட்டவோ அல்லது நம்பிக்கைக்கு எதி ராக மத அடிப்படை நோக்கே இல்லாத கொள்கையை நாட்டவோ அல்லது தேங்கிக் குழம்புவதற்கு எதிராக முன்னேற்றத்தை ஏற் படுத்தவோ அவர் அதை எதிர்க்கவில்லை. இதன் பொருள் என்ன? கருத்துமுதற் பார்வையில் இருந்து தத்துவ வகையில் விடுதலை பெறுவதற்காக அவர் பல வகையில் செயற்பட்டிருந்தும்கூட அந்தப் பார்வையின் விளைவான இலட்சிய வகைக் கருத்துக்களை மீறி வெளி வரவே இல்லை என்பதே இதன் பொருள். வேத நம்பிக்கை, மூட

நம்பிக்கை, பொய்க் கதைகள் ஆகியவற்றை விடவில்லை. அவருடைய எதிர் வாதங்கள் அடிமட்டத்திலிருந்து உறுதியாக இருக்கும் எதிர்க் கோட்பாடுகளைச் சேர்ந்தவைதானா? இல்லவே இல்லை; அவருடைய எதிர்க் கொள்கைகளும் இதனால் வீண்தானா? ஆம், வீண்தான். அவை எதிர்க் கொள்கைகளின் சுற்றுவட்டத்தின் எல்லையில் நிற்குமே தவிர அடிப்படையுடன் சேராது.

சுபகுப்தரையும் குமரிலரையும் பற்றிச் சொன்னதே, அகலிங்கம் என்ற ஜைனத் தத்துவ அறிஞர்க்கும் அநேகமாகப் பொருந்தும். அவர் மிகவும் பிரசித்திபெற்ற தர்க்கிகர். அவர் கருத்துமுதற் பார்வையிலிருந்து விடுதலை பெறும் வகையில் செய்தது, இன்றைக்கும் தத்துவப் பொருட் சிறப்புடையதாகவே இருக்கிறது. இதுவும் மதச் சார்புடையது. ஆகையால் அவர் தரும் விடுதலை முழுமை பெறவில்லை. அவர் கூறியவற்றிற்கு மிகவும் முக்கியமான மதிப்பு இருந்தபோதிலும் அந்த எதிர்ப்பும் அடிப்படை எதிர்த்தரப்பு வாதங்களில் சேராது. இதன் காரணம், பன்னிருவர் வாதங்களுக்கும் நாம் கண்டவைதான்.

ஆகவே, நாம் அடிப்படையிலேயே முற்றிலும் எதிரிடையாக நிலைத்துநிற்கும் வாதங்களுக்கான சான்றும் தகுதியும் இன்னதுதான் என்று முடிவுசெய்து கூறமுடியும். பௌதீக உலகம் நிஜமாகவே இருப்பது என்று நிறுவுவது மட்டும் இல்லை. இதற்கு மேலும் சென்று, மதச் சார்பில்லாத தன்மையும், பகுத்தறிவுவாதமும் விஞ்ஞானமும் கொண்டிருக்க வேண்டும் அந்த எதிர்க் கோட்பாடு.

6. முற்று முழுதான எதிர்நிலைக் கோட்பாடுகள்

மேலே சொன்ன தகுதியுடன் தலைப்பில் காண்பது போன்ற கோட்பாடுகளாகும் தத்துவங்கள் யாவை? இவற்றில் ஒன்று யாவரும் நன்கு அறிந்தது. அதுதான் தெளிவாக மனம்விட்டுப் பேசும் பொருள் முதல்வாதமான நாத்திகம். இதை லோகாயதம் என்பர். உண்மையிலேயே லோகாயதர் செய்யும் வாதங்களில் ஒரு சிலவே, அதுவும் உதிரியாகத் தப்பிப் பிழைத்துள்ளன. அவர்கள், கருத்து முதல்வாதத்தை, அதன் துணைகளான மதச் சார்பு, புனித நூல்களில் அசையாத நம்பிக்கை, பல வடிவங்களிலும் பரவியுள்ள மூட நம்பிக்கைகள் ஆகியவற்றுடன் சேர்த்தே மறுக்கிறார்கள்.

தர்மசாத்திரக்காரர்களின் எதிர்ப்புக்கும் பகைக்கும் இடையில், நேரிடையாகவே சிறிதும் பணியாமல் பின்வருமாறு அறிவிக்கிறார்கள். வேதங்களின் பிரமாண்யமும் அதிகாரமும் பற்றியும், அதை நம்பியே

தீரவேண்டும் என்றும் பேசுவதெல்லாம் வெறும் மோசடி ஏமாற்று வித்தை. சமுதாயத்தின் புல்லுருவிகளின் நலத்திற்காக மக்களைச் சுரண்டுவதற்காகவே வேண்டுமென்று செய்யும் மோசடி இது. இந்தப் புல்லுருவிகளை லோகாயதர்கள், அறிவும் ஆண்மையும் இல்லாதவர்கள் என்று தெளிவாகக் கூறுகிறார்கள். புத்தி இல்லாதவர்கள்" என்று தெளிவாகக் கூறுகிறார்கள். "புத்தி பொருஷ-ஹி-ந" என்பது அந்த வாசகம். இதற்காக அவர்கள் நுட்பமான தர்க்கங்களையும் அதற்கான யுக்திகளையும் பலம் என்று) நம்பி அவற்றை நாடிச் செல்லவும் இல்லை. அவர்கள் பலமாகக் கொள்வது ஒரு வகையில் மிகவும் அடிப்படையான சில பகுத்தறிவு" முறையைத்தான். யாகத்தில் கொல்லும் ஆடுமாடுகளுக்கு சொர்க்கம் கிடைக்கும் என்று உறுதியாகக் கூறும் நீங்கள், உங்கள் தந்தையைக் கொன்று சொர்க்கத்து இன்பம் பெறச் செய்யலாமே? என்று கேட்கிறார்கள். இது அவர்கள் வாதம் செய்யும் முறைக்கு, ஒரு உதாரணம். வாதம் என்று பார்த்தால் இது மிகவும் எளியதுதான்.

இப்படி இவர்கள் மிகவும் எளிய முறையில் சுலபமாகவே செய்யும் வாதங்களால், அவர்கள் கொள்ளும் தத்துவ நிலைப்பாட்டின் பெருமிதமும் அதன் எல்லைக்குட்பட்ட தன்மையும் நமக்குத் தெரிகின்றன. அந்தப் பெருமிதம் அவற்றின் பகட்டிலும் அறிவு நுட்பத்திலும் உள்ளது இல்லை; அவற்றை அவர்கள் சிறிதும் பொருட் படுத்துவதே இல்லை. அறிவு, அதன் இயல்புகள் பற்றி அவர்களுக்கு இயல்பாகவே அமைந்திருந்த நிலைகளை அப்படியே ஒட்டிக் கொண்டு பின்பற்றியதில்தான் அந்தப் பெருமிதம் இருக்கிறது; அவர்களுக்கே உரியவை என்று இப்போது கிடைக்கும் மிகச் சில செய்யுள்களை வைத்துச் சீர்தூக்கும்போது தெரிவது இதுதான்: ஒரு விஷயத்தை - அபிப்ராயத்தை அது நம்பத் தக்கதுதானா என்று அவர்கள் பரீட்சை செய்து பார்க்கும் விதம் என்ன வென்றால், அதை அன்றாட அநுபவத்தைக் கொண்டு ஆராய்வதுதான்; சிரார்த்தம் என்ற சடங்கைப் பற்றி அவர்கள் கேட்பதை முன்பே காட்டினோம். இவ்வாறு மிகச் சுருக்கமாகவும் உடனுக்குடனாகவும் சிரார்த்தம் என்ற அடிப்படை எண்ணத்தை மறுப்பதுதான் அவர்கள் கையாளும் வழி. அதைப் பற்றிய சாத்திர சர்ச்சைகளில் அவர்கள் இறங்குவதே இல்லை.

லோகாயதர்களுடைய வாதங்களுக்குப் பற்றுக்கோடாயிருக்கும் யாவுமே, அன்றாட வாழ்வின் திடமான உணர்வைத் தரும் பொது அறிவே. கருத்துமுதல்வாதிகளுக்குப் பெரும் திகிலும் கவலையும் தருவதும் இதுதான்; பழக்கமும் அநுபவமும் தருகின்ற தீர்ப்பு உலகம்

நிஜமானதில்லை என்று அவர்கள் கூறுவதற்கு முற்றிலும் விரோதமாக இருப்பதை அவர்கள் எளிதில் புரிந்துகொள்ள முடியுமே. அவர்களே தங்கள் அன்றாட வாழ்வில் அதைப் பொய்யாக்க வேண்டியவர்கள் ஆகிறார்கள். (உண்பது, உடுப்பது, பொருள்களைத் துய்ப்பது, சேர்ப்பது) இவ்வாறு தங்கள் கொள்கைக்கும் செய்கைக்கும் உள்ள முரண்பாட்டைத் தவிர்ப்பதற்காக ஒரு விநோதமான கருத்தைப் பொய்யாக ஜோடிக்கிறார்கள். உண்மையை இரண்டு வகையாக்கி, ஒன்று ஸம்விருதி சத்யம்; மற்றது வியாவ ஹாரிக சத்யம் என்று கதைவிடுகிறார்கள். (இவற்றின் விளக்கம் முன்னரே கூறப்பட்டுள்ளது) லோகாயதர்களுக்கோ வியாவஹாரிக சத்யம் ஒன்றுதான் நிஜமான சத்யம்; அதுதான் அன்றாட வாழ்வில் நிரூபிக்கப்படுகிறது; அதுவே நிஜம்; அநுபவம் தரும் முடிவுக்கும், தீர்ப்புக்கும் வேறாக சத்யம் என்று கூறுவதெல்லாம் வெறும் கட்டுக்கதை; இதுவும் திதி, திவசம் போன்றவைதான்.

      லோகாயதர்களின் நிலைப்பாட்டுக்கும் பலம் இதுதான். அன்றாட வாழ்வின் பிரத்யட்சமான உண்மையை உறுதியாகப் பற்றினாலன்றி கருத்துமுதற் கோட்பாட்டிலிருந்து விடுதலை பெற்று வெளியேறவே முடியாது. ஆனால், அவர்கள் இந்த நிலைப்பாட்டை முடிவாகக் கொள்ளும் விதம் அவர்களுடைய பலகீனத்தையும் எல்லைக்கு உட்பட்டே நிற்கும் நிலையையும்தான் காட்டுகிறது. இந்தக் கொள்கையை நிறுவுவதே மிகவும் பெரியதான செயலாகிறது; தத்துவத் துறையில் இன்னும் பல்வேறு நிலைப்பாடுகளும் சத்யத்தைப் பற்றி உரைக்கும் வகையில் வளர்ந்துள்ளன. அதற்கான தகுதிச் சான்றுகளை விரிவாகச் சர்ச்சை செய்து பல பெரிய தத்துவ அறிஞர்களும் நூல்களை எழுதியுள்ளனர். ஆகவே, வாழ்வின் பிரத்யட்ச அநுபவத்தை மட்டுமே சான்று காட்டி உண்மையை நிறுவுவதே ஒரு சுலபமான விஷயம் இல்லை; மற்ற மனப் போக்குகளையும் கருத்துக்களையும் விமர்சித்து மறுப்பதே அதைச் செம்மையாகச் செய்வதாகும்; லோகாயதர்கள் இதைச் செய்கிறார்களா? நமக்குத் தெரிந்த வரை அவர்கள் இதன் பக்கமே வரவில்லை. அப்படி மிகவும் கனமான வகையில் அறிவு நூல் எழுதியும் அறிவு பற்றிய நுட்பங்களை விளக்கியும் அதற்குரிய சாத்திரச் சொற்களைப் பெய்தும் தங்கள் கொள்கையை நிறுவ வேண்டும் என்பதே அவர்களுக்குத் தெரியாதோ என்றுதான் நாம் நினைத்துக்கொள்ள வேண்டியிருக்கிறது. வாழ்வின் அன்றாட அநுபவமே உண்மைக்கு உரிய சான்று என்று அவர்கள் கொண்டது, ஒருக்கால் இயல்பாகவே நமக்குள்ள உள்ளுணர்ச்சி யினாலேயே உண்டானதாயிருக்கலாம். ஆகவே, அது எதிரிகளின்

விமர்சனரீதியான ஆய்வில் குறை காணக்கூடியதும், ஏன் சிதைந்தே போய்விடக் கூடியதும்தான். ஆகவே எதிரிகள், லோகாயதர்களின் விவாதங்களை, அவை சிறுபிள்ளைத் தனமானவை; அவற்றைப் பெரிதாக எடுத்துக்கொண்டு பதில் கூறவும் வேண்டியதில்லையென்று அலட்சியப்படுத்திவிட்டதாகப் பாசாங்கு செய்ய முடியும்.

இந்தியத் தத்துவ வரலாற்றில் மேற்கண்ட லோகாயதர்களின் கோட்பாடு உயிர்களுக்கு இயல்பான வெறும் உள்ளுணர்வை மட்டுமே கொண்டது என்று முன்கூட்டியே முடிவு செய்துவிட்டதாக ஆகாது. முற்றாக அதை மிகவும் பெரிதாகவே வேறொரு பிரிவினர் வாதிட்டு நிறுவியிருக்கிறார்கள். அவர்கள் நியாய வைசேஷிகர்களே ஆவர். இவர்கள் இதை எப்படி அற்புதமாகச் செய்கிறார்கள் என்றும், கருத்துமுதல்வாதத்தையும் அதற்கு அவர்கள் கூறும் பரிந்துரைகளையும் பகுத்தறிவின்மையையும் எப்படித் துண்டு துண்டாகக் கிழித் தெறிகிறார்கள் என்றும் பின்னால் காண்போம்.

இவர்கள் அறிவு, அதன் தோற்றம், பிரமாணங்கள் பற்றிப் பேசித் தங்கள் கொள்கையை நிறுவியதற்கு மேல் ஒன்றும் சொல்லாமல் விட்டிருந்தால்கூட, அவர்கள் மூலாதாரமாய் நிற்கும் எதிர்க் கோட்பாடுகளை உரிய முறையில் கூறியவர்களாகவே இருந்திருப் பார்கள். ஆனால், அவர்கள் அதோடு நின்றுவிடாமல் இன்னும் அதிகமாகவே கருத்துமுதல்வாதத்தை மறுத்துள்ளனர். சுபகுப்தர், குமரிலர், அகலிங்கர் ஆகியவர்கள் உட்பட பலரையும்விடத் திறமை யுடன் இதைச் செய்துள்ளனர். மேலே சொன்னவர்களின் நூல்களில் சிலவேனும் நியாய வைசேஷிகர்கள் சொன்னவற்றால் பெற்ற தூண்டுதலைப் பெற்றே எழுந்த அபிப்பிராயங்களைக் கொண்டுள்ளன. அதிலிருந்து எடுக்கப்பட்டவை அல்ல என்பதும் நிஜம்தான். இது எதிர்பார்க்கப்பட்ட ஒன்றுதான். லோகாயதத்தை தத்துவ முதிர்ச்சி பெற்ற காலத்தில்கூட நன்கு முதிர்ந்த தத்துவ அறிஞர் யாருமே வாதம் செய்து நிலைநாட்டவில்லை. ஆனால், நியாய வைசேஷிகர் கொள்கைகள் யாவுமே கருத்துமுதல் கொள்கையை முற்று முழுதாக எதிர்ப்பவை. அந்தத் தத்துவம் தர்க்கமும் அணுக்கொள்கையும் தவிர வேறில்லை. நம் நாட்டைப் பொறுத்தவரையில் கருத்துமுதற் கொள்கைக்கு மிகச் சிறிய இணக்கமோ சலுகையோ காட்டினாலும் இரண்டிற்குமே ஆபத்தாகிவிடும். ஆதலால் முதிர்ந்த தத்துவவாதிகளைச் சேர்ந்த நியாய வைசேஷிகர்கள் அது பற்றி மிகவும் தீவிரமாய் இருக்கவேண்டிய அவசியம் உண்டு. அவர்களுடைய நூல்கள் எதிர்க் கோட்பாடுகளுக்கான மிக விரிவான மூலதனம்போல் ஆகிறது.

தங்கள் எதிர்ப்பை தத்துவ முறையில் நிலைக்கச் செய்வதற்காக, தத்துவத்தின் வேறு பல கிளைகளைச் சேர்ந்த நிலைப்பாடுகளையும் நிலைநாட்டி வளர்க்கவேண்டிய அவசியத்தையும் அவர்கள் உணர்ந்திருந்தார்கள். அவையும் மிகவும் முக்கியமானவையே. உண்மைக்கான சரியான சான்று அன்றாட அநுபவமே என்பதொன்று. கனவும் பொய்யான தோற்றம் மற்றொன்று. கருத்து முதல்வாதிகளுக்கு இவையிரண்டும் பெரிய மூலதனம். அதிலிருந்து நிறையவே எடுத்துச் செலவு செய்வார்கள். இது கருத்துமுதல் வாதிகள் அவை இரண்டையும் ஊன்றியறியாமல் மேம்போக்காய்த் தெரிந்துகொண்டது என்கிறார்கள் வைசேஷிகர்கள். இவற்றை ஊன்றி ஆழமாக ஆய்ந்து தெரிந்துகொண்டால், இவற்றைக் கொண்டே அவர்களை மறுத்துவிடலாம். வெளியே நிஜமாகவே உலகம் இருக்கிறது என்று ஒப்புக்கொள்ளாவிட்டால், கனவும் பொய்த் தோற்றமும் புரியாத ஒன்றே ஆகிவிடும். (வெளியில் இருப்பதுதான் கனவில் வரும்.)

நியாய வைசேஷிகத் தத்துவம், பகுத்தறிவின்மைக்கும், விளங்காமல் எதையோ கூறுவதற்கும் எதிராகப் பகுத்தறிவை வாதிட்டு நிறுவுவதுகூட குறிப்பிடத்தக்க சிறப்பேயாகும். நம் நாட்டில் கருத்து முதற் கொள்கைக்கும் அதற்கு எதிரிடையானவற்றுக்கும் இடையே நிகழும் அடிப்படையான போராட்டமே பகுத்தறிவின்மைக்கும் பகுத் தறிவுக்குமானதுதான். தங்கள் தத்துவத்தின் அடிப்படை இயல்பான காரண காரியக் கொள்கையான பகுத்தறிவை நிறுவுவது அவர்கள் கொள்கையை மதச் சார்பின்மைக்கு உட்படுத்தியே தீரும். இது பற்றிய விளக்கம் பெறுவதற்காகச் சிலவற்றை இப்போது காண்போம்.

மேலும், நியாய வைசேஷிகத்தை, அதன் அணுக்கோட்பாட்டை விலக்கிவிட்டு எண்ணிப்பார்க்கவே இயலாது. இந்திய தத்துவச் செயற்பாடுகள் முதிர்ச்சி அடைந்த காலகட்டத்தில் அது அந்தக் கோட்பாட்டை நிலைநாட்டியது, மிகவும் சக்தி படைத்த கருத்து முதல்வாதத்தின் விவாதங்களையும் சர்ச்சைகளையும் எதிர்த்ததொரு செயலாகவும் ஆகிறது. இப்படிச் செய்யும்போது, இவர்கள் இந்திய விஞ்ஞானத்திற்கு வேண்டிய பொதுவான மூலதனத்தையும் சேர்த்துவிடுகிறார்கள்.

சில விளக்கங்கள் பின்னால் வரும். இந்தத் தத்துவத்தை எதிரிடையாக மட்டும் கொள்ளாமல், பகுத்தறிவுக்கும் மதச் சார்பின்மைக்கும், விஞ்ஞானத்திற்கும் அடிப்படையில் உட்படுத்திக் கொண்டது என்றே ஏற்க நினைக்கிறோம்.

இந்தியத் தத்துவ இயலில் நிலைத்திருப்பனவும் அழிந்தனவும்

இதுபோல் முழு எதிரிடையாகக் கருதுதற்குரிய வேறு தத்துவம் உண்டா? சங்கரர் கருத்துப்படி கபிலருடைய சாங்க்யமும் இதில் சேரும். இதை மறுக்க சங்கரர் மிகவும் பாடுபடுகிறார். ஏனெனில், தான் கூறும் கருத்துமுதற் கொள்கைக்கும் வேத அடிப்படையில் ஆன தன் கருத்துக்களுக்கும், சாங்க்யம் பெரிய அபாயம் என்று நினைக்கிறார். மேலும், அந்த தத்துவம் மிகவும் அபாயகரமாய் நாத்திகத்திற்கு மிக அருகில் போய்விடுகிறது. ஆனால் முழு நாத்திகமும் இல்லை. "உலகத்திற்கு, உணர்வற்ற அனைத்திற்கும் ஆரம்பமான பிரகிருதிதான் (பௌதீகமானது), வேறு எதையும் சாராத, சுதந்திரமான காரணம்"[7] என்பது சாங்க்யம் கூறும் முடிவு என்பது சங்கரர் கருத்து. இதில் 'சுதந்திரமான' என்ற அடைமொழி அவசியம் கருதி வேண்டுமென்றே தரப்பட்டது. வேறொரு இடத்திலும் சங்கரர், "சாங்க்யத்தின் கருத்தில், அசேதனமானதும் முதற்காரணமானதுமான பிரகிருதியிலிருந்துதான் பிரபஞ்சம் தோன்றிப் பரிணாமம் அடைந்து வளர்கிறது" என்று கூறுகிறார்.[8]

"புல்லும் சில வேர்களும், நீரும் வேறு எந்த நிமித்த காரணமும் இல்லாமலேயே தங்கள் இயல்பு காரணமாகவே பாலாகத் தம்மை மாற்றிக்கொள்கின்றன என்று சாங்க்யவாதிகள் நம்புகின்றனர். புல்லும் பூண்டும் வேறு எந்தக் கருவி காரணமும் இல்லாமல் தனக்குத் தானே மாறுகிறது என்பது அவர்களுக்கு எப்படித் தெரியும்? என்று கேட்டால், "அப்படி எந்த ஒரு கருவி காரணமும் காண்பதற்கில்லையே. அப்படி ஏதாவது கருவி காரணம் இருந்தால், நாம் அதைப் பார்க்கவும் முடிந்தால், அவற்றை உபயோகித்துப் புல்லை நம் விருப்பப்படி பாலாக ஆக்கிக்கொள்ளலாமே; அப்படி நாம் செய்வதில்லையே. ஆகவே, புல் மாறுவதும் மற்றதும் அவற்றின் இயல்பான இயற்கை காரணமாகவே நிகழ்வதுதான். மூலப் பிரகிருதி மாறுவதும் அதே மாதிரிதான்."

சங்கரருக்கு இந்தப் பௌதீகவாதமான பொருள்முதல் கொள்கை அருவருப்பைத் தருவது போலவே அவர்களுடைய வேதத்திற்கு எதிரான நிலைப்பாடும் வெறுப்பை ஊட்டுகிறது. "சாங்க்யர் வேதத்தையும், வேதத்தை அடியொற்றிச் செல்லும் மனுவையும் மறுக்கிறார்கள்"[9] என்று கூறுகிறார். இதை நாத்திகத்திற்கு மிக அருகில் உள்ளதென்றும் வேதங்களின் கருத்துக்கு முற்றிலும் அந்நியமானவை என்றும் சங்கரர் கூறுகிறார். ஆகவே, அவருக்கு இது அபாயகரமாகவே படுகிறது.

இப்படிச் சங்கரர் சாங்க்யத்தைப் புரிந்துகொண்டதை மேற்கோள் காட்டக் காரணம், அந்த தத்துவ நூல்களும் கோட்பாடுகளும் கிடைக்காமற்

போய்விட்டன. ஆகவே, இதைச் சார்ந்தவர்களில் மிகவும் பேர் பெற்ற சிலருடைய நூல்களிலிருந்து, ஆரம்ப காலத்தில் கருத்து முதற் கொள்கையையும் மதச் சார்பையும் அது எப்படிப் பார்த்தது, என்ன கருதியது என்பதை ஊகித்தறிய முயல்வது, செய்முறைத் தவறாகாது.

இப்போது சாங்க்யத்தை விரிவாக ஆராயப்போகிறோம். பிற்காலத்தில் அது பல வகைகளிலும் உருவம் கிடைத்து காணப் பட்டாலும், அது தொடங்கியபோது, மதச் சார்பின்மையும் பகுத்தறிவு நோக்கும் கொண்டு இருந்தது என்று கருத இடமிருக்கிறது. ஆரம்பத்தில் அது கருத்துமுதற் கொள்கையை முற்றிலும் மறுத்தது. ஆகவே, நாம் கூறிய தகுதி வகையில் இதுவும் அடிப்படையான எதிரிடைக் கோட்பாடே ஆகிறது. மேலே சொன்னவற்றைத் தொகுத்துப் பார்த்தால், எதிரிடைக் கோட்பாடுகள் மூலாதாரமான வகையில் இருக்கின்றன. அவற்றை உருக்கொடுத்து நிறுவியவை, லோகாயதம், நியாய வைசேஷிகம், சாங்க்யம் என்பவை. மீமாம் ஸகர்களும், வைபாஷிகர்களும், சௌத்ராந்திகர்களும், ஜைனர்களும் எதிர்த் தரப்பின் எல்லையருகே வந்தவர்களே, ஆயினும் கருத்து முதற் கோட்பாட்டைத் தோலுரித்துக் காட்டிய யுக்தி வாதங்களும் மிகவும் முக்கியமானவையே.

இப்படி இந்தியத் தத்துவங்களின் நிலையைக் கண்டுரைப்பதற்கும் பல ஆட்சேபணைகள் எழும் என்பது நிச்சயம்தான். இந்த அத்தியாயத்தில் அவற்றில் ஒரே ஒரு ஆட்சேபணையைத்தான் சர்ச்சை செய்யப்போகிறேன். நியாய வைசேஷிகர், சாங்க்யர் என்ற இரு பிரிவினரும் வேதப் பழைமையையும் வைதீகமான ஆசாரத்தையும் ஒப்புக்கொள்பவர்கள் என்பதே பொதுவாக எல்லோரும் நினைத்துக் கொண்டு இருப்பது; அவர்களையும், இந்த லோகாயதர்களுடன் தர்மம் தவறியவர்கள் - பக்தி இல்லாதவர்கள் - மத விரோதிகள் இவர்கள்; இவர்களுடைய கொள்கையோ மிக மிஞ்சிய நாத்திகம் - பொருள் முதல்வாதம், இப்படிப்பட்டவர்களுடன் ஒரே சரி சமமான வரிசையில் சேர்ப்பதா? என்ற ஆட்சேபணையைத்தான் விவாதிக்க எண்ணம். இந்த ஆட்சேபணைக்கு மிகவும் சுற்றி வந்து முடிவு காணும்வரை, இதை நம்பலாம் என்பதற்கு துணையாக இருப்பது, இந்த மூன்று தத்துவங்களையும் பண்டைய இந்தியாவில் ஒரே வகையைச் சார்ந்தவை என்றே கருதியுள்ளனர். இதற்கான முக்கியமான சாட்சியம் அர்த்த சாத்திரத்தில் இருக்கிறது. இதைப் புரிந்துகொள்ள வேண்டுமானால், முக்கியமானதை விட்டுச் சற்று நீளமாகவே விலகிச்செல்ல வேண்டியிருக்கிறது. அந்த நூலில் உள்ளதை அலசி ஆராய அது அவசியமாகிறது.

7. இந்தியத் தத்துவச் சூழல் பற்றி கௌடில்யர்

'அர்த்த சாத்திரம்' கௌடில்யர் அல்லது சாணக்கியர் என்ற பெயருடையவரால் செய்யப்பட்டது என்பர். மௌரிய சாம்ராஜ்யத்திற்குப் பின்னிருந்த மேதா விலாசம் படைத்தவர்கள் இந்தப் பழைய மரபை ஏற்றுக்கொண்டால், அவர் காலம் கி.மு. நாலாம் நூற்றாண்டு என்பர். ஜாகோபி (Jacobi) என்பவர் "இந்த நூல் கிடைத்தால், இந்தியத் தத்துவங்களின் வரலாற்றை ஒழுங்கமைக்க நமக்கொரு தோற்றுவாய் கிடைக்கிறது" என்கிறார்.[10] அர்த்தசாத்திரம் தத்துவ ஆய்வோ அல்லது தத்துவங்களைச் சுருக்கமாகக் கூறும் நூலோ அன்று என்பது அனைவரும் அறிந்ததுதான். மாதவரும் ஹரிபத்ரரும் போல் தத்துவங்களின் சுருக்க நூல் அன்று அது. ஜாகோபி ஏன் அப்படி சொல்கிறார். அது பண்டைக் காலத்துப் பொருளாதாரம் மற்றும் அரசு பற்றிய நூல்தான் என்றாலும், அதில் 'வித்யைகள்' - கற்க வேண்டியவை என்று வகைப்படுத்திக் கூறும்போது, மிகத் தெளிவாய் கல்விப் பிரிவுகள் இடம்பெறுகின்றன. அதாவது, அந்தப் பண்டைக் காலத்துக் கல்வித் துறைகள்; அவற்றுள் தத்துவமும் அடங்கியிருக்கிறது தெரிகிறது. அந்த விவரங்களை, ஜாகோபி மிகத் திறமையுடன் செய்யும் ஆய்வைக் காண்போம். அந்த நூலில் உள்ளவை மட்டுமே பற்றி அறிய நாம் அவரை விட்டு அப்பால் செல்லவேண்டிய அவசியம் இல்லை.

நம் நாட்டுத் தத்துவங்கள் இருந்த நிலை பற்றிக் கௌடில்யர் தெரிவிக்கும் அம்சங்கள் இரண்டு: முதலாவது, தனித்தனியான அறிவின் கிளைகள் என அவர் கூறுவன நான்கு: (1) ஆன்விக்ஷிக் (2) த்ரயீ (3) வார்த்தா (4) தண்டநீதி என்பவை. இவற்றை ஜாகோபி ஆங்கிலப் படுத்தும்போது (1) தத்துவம் (2) கடவுள் பற்றிய அறிவு (3) பயிர்த் தொழில் பற்றிய விஞ்ஞானம் (4) அரசியல் விஞ்ஞானம் என்று மொழிபெயர்த்துள்ளார். ஆனால் இந்த ஆங்கிலப் பெயர்ப்புகளை, குறிப்பாக முதலாவதை சில விமர்சன நோக்கான முன் எச்சரிக்கையோடு மனம் கொள்ளவேண்டும்.

ஆன்வீக்ஷிக் என்பது தர்க்கத்திற்குப் பழைய காலத்தில் வழங்கிய பெயர். தர்க்கம் என்ற கருத்தை அந்தச் சொல் தொனித்ததிலும் ஓர் சுவை உண்டு. பாணினி[11] ஆன்வீக்ஷிக் என்ற சொல் அன்வீக்ஷா என்பதிலிருந்து வருவது; அநு ஈக்ஷா (ஒன்றைத் தொடர்ந்து) பின்னர் அறிவது என்ற அர்த்தம் உடையது என்றும், அது தன் பொருளாகப் பின்னர் அறியும் ஒரு பொருளைக் காண்பது-அறிதல் என்று அர்த்தம் கொள்கிறது என்றும் நினைக்கிறார். பிற்காலத்தில் இதே பொருளில் வழங்கிய சொல் அநுமானம் என்பது. அதாவது ஒன்றைக் கொண்டு

ஒன்றை ஊகம் செய்து அறிதல். கோதமர் தமது நியாய சூத்திரம் என்ற நூலில் இதற்குக் காரணம் காட்டுகிறார்; பிரத்யட்சமாக ஒன்றை அறிவதால் இது, பின்னர் அறிவது என்ற அர்த்தத்தில் அநுமானம் எனப்படுகிறது. அதாவது, நேரில் கண்டறிந்ததைத்தான் பின்னர் ஊகித்து அறிய முடியும். கௌடில்யர் கூறுவதைப் புரிந்துகொள்ள இது முக்கியம். எப்படி என்றால், அந்னீக்ஷா என்பது அநுமானம்; ஆகவே, அவர் கூறும் ஆன்வீக்ஷிக் என்பது இந்தக் கல்வியே. நேரான அநுபவமே - ஒன்றைக் கண்டு உணர்வதுதான் - அநுமானத்திற்கு ஆதாரம்; ஆகவே ஜாகோபி அந்தச் சொல்லைத் தத்துவம் என்று பெயர்த்ததைத் தனியே பிரித்து அறிய வேண்டும். அது யாதெனில், கௌடில்யர் தான் கருதும் தத்துவத்தில், ரகசியங்களைக் கூறும் எதையும், ஆத்ம சிந்தனை அல்லது வேதம் முதலிய நூல்களைக் கொண்டு காண்பது எதையும் சத்யத்தை அறியும் சாதனமாக்கிவிடவில்லை. அவருக்குத் தத்துவம் என்பது பகுத்தறிவால் அறிவதுதான்; நேரிடையான பிரத்யக்ஷ அநுபவங்கள் தரும் அம்சங்கள்தான். பகுத்தறிவால் ஆய்ந்து அறிவதற்குரியவை என்பதே அவர் கூறும் தத்துவம் ஏற்பது.

அடுத்த, 'த்ரயீ' என்பதைக் கடவுள் பற்றியதாகப் பெயர்க்கிறார்; அந்தக் கடவுளைப் பற்றிய அறிவு ஒரு தனிச் 'சிறப்பான வகை. அந்தச் சொல்லின் பொருள் மூன்று வேதங்கள் என்பதுதான். பழைய இந்திய நூல்களில் வேதங்களைக் குறிக்கும் விதங்களில் இது ஒன்று; ஆகவே மதங்களையும், கடவுளையும் இது குறிக்காது. இது எதிர்பார்ப் பதற்குரியதுதான். கௌடில்ய காலம் மரபுவகையில் கி.மு. நாலாம் நூற்றாண்டு என்று கொண்டால், இந்த மரபில் வந்த மற்ற இரு மதங்களின் கடவுள் சாத்திரங்களான பௌத்தமும் ஜைனமும் அப்போது அவ்வளவு முக்கியத்துவம் பெற்றுவிடவில்லை; கௌடில்யர் இதை மனத்தில் கொள்ளாமலேயேகூட விட்டிருக்கலாம் என்றுகூட நினைக்க இடமுண்டு. அவர் அங்கீகரித்த கடவுட் சாத்திரம் வேதத் தொடர்புடையதுதான்.

கௌடில்யர் ஆன்விக்ஷிக்யையும் த்ரயீ என்பதையும் தெளிவாகவே வெவ்வேறு என்று கொள்கிறார்; ஆன்வீக்ஷிக் என்பது தத்துவம் என்று கருதியிருந்தால்-அப்படித்தான் கருதுகிறார் என்பதும் நிச்சயமானது தான்-அதன் மற்றொரு அடையாளம், மதச் சார்பின்மை. தத்துவம் கடவுட் சாத்திரம் ஆகாது; வேதங்களை அறிவதும் தத்துவம் ஆகாது; தத்துவம் என்பது முற்றிலும் வேறான கல்வித்துறை தான்.

இவ்வாறு இதைத் தெளிவாக அறிவதன் பயன் யாது? வேதாந்தம் என்பது வேதத்தின் அறிவுத் துறையை ஒழுங்கான ஒரு வகைமுறை

யாக்குவதற்கு ஏற்பட்டதே தவிர வேறில்லை; அது கௌடில்யரின் மதிப்பீட்டில் தத்துவம் என்ற சொல்லின் சரியான அர்த்தம் கொண்டதாக இருக்க இயலாது; அதே போலத்தான் வேதத்தின் சடங்குத் துறையைக் காரண காரிய முறையில் பகுத்தறிவுக்கு ஏற்றதாகச் செய்யும் மீமாம்ஸையும் அவர் நோக்கில் தத்துவம் ஆகாது. இவை இரண்டுமே, த்ரயீ என்ற வேதக் கடவுளியல் என்றுதான் கருதப்படுவன. இவற்றை சரியான தத்துவத்துடன் சேர்த்துக் குழம்பிவிடக் கூடாது. இதற்கேற்றவாறே கௌடில்யர் தான் ஏற்றுக்கொண்ட தத்துவக் கருத்துக்களில், இந்த இரண்டையும் பற்றி யாதுமே கூறவில்லை; இதை அவர் மனப்பூர்வமாகவேகூடச் சொல்லாமல் விட்டிருக்கலாம். இதை ஜாகோபி, "வேதாந்தம், மீமாம்ஸை என்பது ஒரு கொள்கையென்ற அளவில் கௌடில்யர் காலத்தில் இருந்ததே என்றே கொண்டாலும், இரண்டையுமே பூர்வ மீமாம்ஸை, உத்தர மீமாம்ஸை என்று பிற்காலத்தில் வழங்கினர்-இரண்டையுமே த்ரயீ என்பதிலேயே அடங்கியதாக நினைத்திருக்கலாம்" என்று விளக்குகிறார்.

வார்த்தா, தண்டநீதி *(3&4)* என்பவற்றைப் பற்றி ஏதும் சேர்த்துச் சொல்ல வேண்டிய அவசியமில்லை. முன்னது பயிர்தொழில் பற்றிய அறிவு; பின்னது அரசியல் அறிவு. இவை கௌடியல்யர் ஒப்புக் கொண்ட கல்வித் துறைகள். அவற்றை அநேகமாக இரண்டே தலைப்புகளில் பிரித்துக்கொள்ளலாம்; *1)* மதச் சார்புடையது *2)* மதச் சார்பு இல்லாதது. முதலாவது, வேதநூற் கல்வியுடன் சேர்ந்த பொருளாதாரமும் அரசியலும்; இரண்டாவது, தத்துவக் கல்வி. நிச்சயமாக இது மதச்சார்புடையவற்றுடன் சேராது; அது ஆன்வீக்ஷிக் என்பது; நேரான பிரத்யட்ச அநுபவத்தை பகுத்தறிவு கொண்டு ஆய்வதே அது!

தத்துவத்தை இப்படிக் கருதுவதற்குக் கௌடில்யர் காலத்திலேயே பயங்கரமான எதிர்ப்பும் இருந்ததென்பதையும் கவனிக்கவேண்டும். அவர் கல்வித்துறைகளை நான்காகப் பிரித்ததை மற்ற சிலர் ஒப்புக் கொள்ளவில்லை. அவர்களின் கருத்தையும் கௌடில்யரே எடுத்துக் கூறியிருக்கிறார்; அப்படிச் செய்வதும், அவர்கள் கருத்திலிருந்து மாறுபட்டுத் தன் கருத்தைத் தெளிவாக எடுத்துக் கூறுவதற்காகத்தான்.

அத்தகைய எதிர்ப்புக்களில் ஒன்றை கௌடில்யர் எடுத்துக் காட்டி, அது மானவர்கள் (மனு-மானவர்) கூறுவது என்கிறார்; இதன் பொருள், மனுவைப் பின்பற்றுகிறவர்கள் என்பது. கௌடில்யர் குறிப்பிடுவது, பிற்காலத்தில் மனுஸ்ம்ருதி என்று தொகுத்து வெளியிட்ட தர்ம சாத்திரத்தைப் பின்பற்றுகிறவர்கள் தானா என்ற பிரச்சனையைத் தற்காலத்து

அறிஞர்களில் மிகவும் புகழ் பெற்றவர்கள் ஆராய்ந்து அப்படித்தான் இருக்க முடியும் என்று காட்டியிருக்கிறார்கள்; ஆகவே இங்கே நாம் அதை விளக்கத் தேவையில்லை. நமக்கு இதில் உள்ள முக்கியமான விஷயம் பின்வருவது: மனுஸ்ம்ருதியின் தத்துவம் பற்றிய மனப் போக்கும், கௌடில்யர் மனுவைப் பின்பற்றுவோர் கூறுவதாக எடுத்துக் காட்டுவதும் ஒன்றாகவே இருக்கிறது. கௌடில்யர் கூறுவது:[13] அவர்கள் த்ரயீ, வார்த்தா, தண்ட நீதி என்ற மூன்று கல்வித் துறைகளைத்தான் ஒப்புக்கொள்கிறார்கள். அவர்கள் கௌடில்யர் தத்துவம் என்று கூறும் துறையான ஆன்வீக்ஷிக்யைச் சேர்க்காமல் விடுகின்றனர்; அது ஒரு தனித் துறையென்று கொள்ள அவர்கள் மறுக்கிறார்கள். ஏன்? அது த்ரயீ என்பதிலேயே அடங்கிவிடுவதால் தான் என்றும், அது ஒரு தனிக் கல்வி இல்லை என்றும் சொல்கிறார்கள். இதற்கு என்ன பொருள்? அவர்கள் அங்கீகரிப்பது வேதத்தில் அடங்கும் என்பதும் காரண காரிய முறையில் பகுத்தறிவது, வேதங்களுக்குப் பணிந்து அதற்குட்பட்டுச் செயற்படுவதுதான் தத்துவ சிந்தனை என்பதும்தான் இதன் பொருள்; மனுஸ்ம்ருதியிலும் மற்ற தர்ம சாத்திரங்களிலும் இந்தக் கருத்தை எப்படி நிலைநிறுத்தினர் என்றும், அது இந்தியத் தத்துவ நிலைகளில் ஏற்படுத்திய பெரிய வேதம் எத்தகையது என்றும் முன்னரே கூறியுள்ளோம்; இந்தக் கருத்து, இப்போது கிடைக்கும் மனுஸ்ம்ருதி என்ற நூல் தொகுக்கப்படுவதற்கு வெகு காலத்திற்கு முன்பே, அதாவது கி.மு. நாலாம் நூற்றாண்டுக்கு முன்னரே மக்களிடையே வழக்கத்தில் இருந்தது என்றும், அது மனு வினுடையது என்றே கருதப்பட்டது என்றும் தெளிவாகத் தெரிகிறது. பிற்காலத்துத் தத்துவவாதிகளில் சங்கரர் அந்தக் கருத்தை மிகுந்த சிரத்தையுடன் அறிவுக்கு ஏற்றது என்று நியாயப்படுத்த விரும்பினார்.

ஆனால் இந்தக் கருத்தைக் கௌடில்யர் ஏற்கவில்லை. இது தனக்கு உடன்பாடில்லை என்று தெளிவாகவும் முற்றிலுமாகவும் கூறிவிடுகிறார். அவர் கருத்துப்படி த்ரயீ என்ற வேதங்களும் தத்து வமும் (ஆன்வீக்ஷிக்) கல்வித் துறை என்ற வகையில் முற்றிலும் வெவ்வேறானவை ஆகின்றன. ஆகவே, அவர் வேதங்களைப் பற்றி அவற்றைக் கற்பது பற்றி ஐயத்துடன் ஏன்? என்ன? என்று கேள்விகளை எழுப்பவில்லை என்றாலும், ஸத்யத்தை நிஜத்தைத் தர்க்கரீதியாகவும் பகுத்தறிவு பூர்வமாகவும் அணுகி அறிதல் என்பது தனக்கே உரிய சுதந்திரமான ஒரு துறை என்பதுதான் அவர் கருத்து என்பது தெரிகிறது. அதைவிட மேலாக-இன்னும் அழுத்தமாகவே கூறுகிறார். "கல்வித் துறைகள் அனைத்திலும் தர்க்கமும், தர்க்க அடிப்படையில் காணும் தத்துவமும்தான் மிகமிக உயர்ந்தவை" என்று மிகுந்த துணிச்சலுடன் உரைக்கிறார். பகுத்தறிவின் சுதந்திரமான ஆற்றலையும் பயனையும்

ஒப்புக்கொள்கிறார். அவர் கூறும் ஒரு செய்யுள், மிகவும் புகழ் பெற்ற ஒன்று.[14] "ஆன்வீக்ஷிக் தான் கல்வித் துறைகள் அனைத்திற்கும் கைவிளக்குப் போன்றது என்பது நன்கு அறிந்த விஷயம். செய்கைக் காரியங்கள் அனைத்திற்கும் அதுவே துணை செய்வது. தர்மங்களுக்கும் நற்குணங்களுக்கும் அடிப்படையும் அதுதான்."

இங்கே மற்றொன்றும் கூறவேண்டும். மக்களை அடக்கி ஆளும் வர்க்கத்தின் பிரதிநிதியான கௌடில்யர், மிக்க துணிச்சலுடன் பகுத்தறிவை நிலைநிறுத்திப் பேசுவதைத் தவறாகப் புரிந்துகொள்ளவே கூடாது. பழைய வைதீக ஆசாரத்தைக் கொண்ட தர்ம சாத்திரகாரர்களைப் போலவே, சமுதாயத்தில் செய்யும்-செய்ய வேண்டிய காரியத்தை நன்றாகவே முழுதும் அறிந்து உணர்ந்தவர்தான் கௌடில்யரும். நாட்டில் அரசைக் கட்டிக்காப்பதற்கு அது மிகவும் அவசியம் என்பது அவருக்கும் தெரியும்.[15] அப்படியானால் அவர் அத்தனை ஆர்வத்துடன் தர்க்கத்தையும், பகுத்தறிவுத் தத்துவத்தையும் பற்றிப் பேசுவது ஏன்? இதை அவர் பொதுமக்களுக்கு மக்கள் கூட்டத்திற்குரிய கல்வி என்று பரிந்துரைக்கவில்லை. நாட்டை ஆள்பவருக்கே அது உரியது என்கிறார். இந்தக் கல்வித் துறைகளை அவர் அரசர்களை நாட்டை ஆளும் கஷ்டமான காரியத்திற்குப் பயிற்றுவிக்கும் முறையில்தான் கூறுகிறார். பொருளாதாரமும், கடவுள் கொள்கையும் போல பகுத்தறிவுத் தத்துவமும், தண்டம் என்னும் கோலே. (ஆட்சியை வலுப்படுத்துவதற்கு அவசியமானவை என்று இதற்கு அவர் தன் பாணியில் விளக்கமும் தருகிறார்.) தண்டம் என்பது அரசின் பாதுகாப்பிற்கும் வளம் பெறுவதற்கும் இன்றியமையாத் தேவையான மக்களை நிர்ப்பந்திக்கும் அதிகாரம். "ஆன்வீக்ஷிக் த்ரயீ வார்த்தானாம் யோகக்ஷேம ஸாதன: தண்ட:" என்பது அந்த வாசகம்.[16] அவர் தன் மனப்பாங்கை மேற்கண்ட வாசகத்தில், நன்கு வெளிப்படையாகவே கூறியிருக்கிறார். இத்தகைய அரசியல் அதிகாரத்தை வகிப்பவர்கள் மூட நம்பிக்கைகளிலிருந்து அறவே விடுபட்டவர்களாகவே இருக்க வேண்டும். அரசியல் அதிகாரங்களை நன்கு கட்டிக் காப்பதற்காக மட்டும் அவற்றைத் தாராளமாகப் பயன்படுத்த வேண்டும். அவர்களே மூட நம்பிக்கைகளுக்கு ஆட்பட்டுவிட்டால், அவற்றை அரசியல் காரணங்களுக்காகப் பயன்படுத்த முடியாதவர்கள் ஆகிவிடுவார்கள். நாட்டை வெற்றிகரமாக ஆள்பவர்கள், தங்கள் காரியங்களுக்கும் நோக்கங்களுக்கும் சிறிதும் சஞ்சலப்படாமல் நன்கு யோசித்து தர்க்கத்தைச் சரியாகப் பயன்படுத்த வேண்டும். அதனால்தான் அவர்களுக்குத் தர்க்கத்திலும் பகுத்தறிவு முறையிலும் நல்ல பயிற்சி அளிக்க வேண்டும் என்கிறார். இதே பயிற்சியை மக்கள்

அனைவருக்கும் கொடுத்தால் நடப்பதே வேறு. (மக்களை ஏமாற்ற முடியாமல் போய்விடுமே) சாணக்கியருக்கு அப்படி வர்க்க உணர்வு இல்லாமற் போய்விடவில்லை. ஆகவே, அவர் இந்தத் தவற்றைச் செய்துவிடவில்லை. அவருடைய சாத்திரம் வர்ணாச்சிரம ஒழுங்கு முறையை அப்படியே ஏற்றுக்கொள்கிறது. அதன்படி உழைக்கும் இலட்சக்கணக்கான மக்களுக்கு, அதாவது சூத்ரர்களுக்கு எந்தவிதமான பண்பாட்டுச் சலுகையும் வசதியும் கிடையாது என்பதுதான்.

கௌடில்யருடைய இரண்டு கூற்றுக்களில் ஒன்றைத்தான், அதாவது தத்துவம் என்பது முக்கியமாக பகுத்தறிவுக்குரியதும் மதச் சார்பற்றதுமாகும் என்பதைப் பார்த்தோம். மற்றொன்று நமக்கு மிகவும் அவசியம். அது நம் நாட்டில் தத்துவம் இருந்த நிலையை அறிய உதவும். அவர் ஆன்வீக்ஷிக் என்று சொல்லும்போது மூன்றே மூன்று தத்துவக் கருத்துக்களைத்தான் மனம் கொள்கிறார். அவை சாங்க்யம், யோகம், லோகாயதம் என்பவை என்கிறார். இதைப் பற்றியவரை வேறாகப் பொருள் கொள்ள முடியாதபடி சந்தேகத்திற்கே இடமில்லாமல் கூறிவிடுகிறார். ஜாகோபி சொல்வதுபோல், "கௌடில்யர் கருத்துப்படி தத்துவத்தின் சாராம்சம், ஒரு விஷயத்தை முறையாகப் பகுத்துப்பார்த்து விளங்கிக்கொள்வதும் தர்க்கரீதியாக அதை நிரூபித்துக் காட்டுவதும்தான். இந்த மூன்று நிபந்தனைகளையும் திருப்திகரமாகக் கொண்டிருப்பன, சாங்க்யம், யோகம், லோகாயதம் என்பனவே."

கௌடில்யர், பௌத்தம், ஜைனம், வேதாந்தம், மீமாம்ஸை பற்றி ஒன்றுமே கூறாமல் விட்டதற்குக் காரணமாக இருந்திருக்கக்கூடிய வற்றை முன்பே கூறினோம். அவர் தத்துவங்களைக் கணக்கிட்டு எண்ணிக்கை கூறுவதில் வெளிப்படையாகவே ஒன்று மிகவும் விந்தை தருகிறது. லோகாயதத்தின் நாத்திகமும் பொருள்முதற் கொள்கையும் நன்கு அறிந்த ஒன்றுதான். அது வைதீக ஆசார அநுஷ்டானங்களையும் மதத்தையும் அருகில் அணுகவே விடாது என்பதும் பலரும் அறிந்ததே. கபிலர், பதஞ்சலி எனும் இரண்டு பெயர்களின் தொடர்புடன் நாம் அறியும் சாங்க்யமும் யோகமும் தங்கள் மரபையும் சம்பிரதாயத்தையும் சேர்ந்தன என்ற பிற்காலத்து வைதீகப் பழைமை உறவு கொண்டாடுகிறது. அப்படியிருக்க கௌடில்யர் அவற்றுடன் லோகாயதத்தை ஒன்று சேர்க்க எண்ணுவது எப்படி? நம் நாட்டின் தத்துவ மரபைச் சேர்ந்த நியாய வைசேஷிகத்தைப் பற்றியும் ஒன்றும் சொல்லாமல் விட்டது எப்படி? இதற்குச் சரியான நல்ல விடை, அவர் ஆன்வீக்ஷிக்யைப் பற்றிக்கொண்டிருந்த கருத்தே.

அவர் ஆன்வீக்ஷிக் என்பதில் சேர்க்கும் விஷயங்கள் வெறும் கற்பனையாக இருக்கக் கூடுமோ? இல்லை. உண்மை இதற்கு மாறானது. அவர் காலத்திற்குப் பிறகு நமது தத்துவ நிலையில் எங்கும் பரவிய பல்வேறு மனக் கற்பனைகளைக் களைவதற்கான வழியை அது காட்டுகிறது. நமது நோக்கம் அவரைச் சரியாகப் புரிந்துகொள்ள வேண்டும் என்பதுதான். தற்காலத்து அறிஞர்கள் ஒரு சிலரைத் தவிர மற்றவர்கள் இந்த வகையில் புரிந்துகொள்ளவில்லை. அவர்கள் ஒரு தவறான கேள்வியை எழுப்புகிறார்கள். அடியோடு மரியாதைக்குரியதாக லோகாயதத்தை இல்லாத மரியாதைக்குரிய ஸாங்க்யத்துடனும் யோகத்துடனும் சேர்த்து ஒரு தத்துவ அந்தஸ்தை அதற்குத் தரலாமா? இந்தக் கேள்வியிலேயே ஆழ்ந்துபோய் அவர்கள் இதைவிட முக்கியமான கேள்வியைப் புறக்கணித்துவிடுகிறார்கள். ஆன்வீக்ஷிகிகள் என்பதில் சேர்க்கும் யோகம் என்பதற்கு அவர் கொள்ளும் அர்த்தம் என்ன? இதை நாம் சரியாகப் புரிந்துகொண்டால், அவர் ஏன் நியாய வைசேஷிகத்தைப் பற்றி ஒன்றும் சொல்லவில்லை என்பது புரிந்து விடும்.

பொதுவாக, கௌடில்யர் கூறும் யோகம் என்பது பதஞ்சலி கூறிய யோக முறைதான் என்று கொள்கிறார்கள். அதாவது, புகழ் படைத்த யோக சூத்திரம் கூறும் தத்துவம் என்று கொள்கிறார்கள். இது மிகவும் அபத்தம். பதஞ்சலி, தன் நூல் தனக்கேயுரிய சுதந்திரமான தத்துவம் என்று சொல்லிக்கொள்ளவே இல்லை. அந்த நூலின் ஒவ்வொரு அத்தியாயமும், சாங்க்யம் சொன்ன-அதன் அடிப்படையில் கூறிய யோகப் பயிற்சிகளை விளக்குவது என்று ஒப்புக்கொள்ளும் சொற்களுடன் முடிகிறது. "யோக சாஸ்த்ரே, சாங்க்யம் பிரவசனே" என்பதும் பிறவும் அதில் உள்ளன. இதை பண்டித சுக்லாஜீ சாங்கவி என்பவர்[17] மிகவும் சரியாக விளக்குகிறார். "யோகப் பயிற்சிகளின் தொடர்புள்ள பல சாத்திரங்களில் சாங்க்யமும் ஒன்று. பதஞ்சலி காலத்தில், சாங்க்யத்தைத் தவிர வேறு சாத்திரங்களும் கூறும் முறையில் யோகப்பயிற்சியைக் கூறும் விளக்கங்கள் இருந்திருக்க வேண்டும்" என்பது அவர் சொல்வது.

இப்படித்தான் இருந்திருக்க வேண்டும் என்று கொள்வதில் கஷ்ட மொன்றுமில்லை; முக்கியமாக யோகம் என்பது ஒரு தத்துவம் இல்லை; உடலளவிலும், உள்ளத்திலும், சாதாரணமில்லாத மிக அதிகமான ஆற்றலை விளைவிக்கும் சில மனப் பயிற்சிகளும் உடற் பயிற்சிகளுமே யோகம் என்பதற்குப் பொருளாவன; இந்தப் பயிற்சிகள் மிகப் பழைய காலத்தவை; பண்டைய இண்டஸ் நாகரிகத்தைச் சார்ந்த

திடமான பௌதீக அடையாளங்கள் கி.மு. மூன்றாம் ஆயிரத்துக் காலத்திலேயே அவை இருந்ததற்குச் சான்று தருகின்றன.[18] நூற்றாண்டுகள் செல்லச் செல்ல யோகப் பயிற்சிகள், எல்லாவிதமான மத நம்பிக்கை களுக்கும் சொந்தம் போல் மாறி மாறி வந்திருக்கிறது. தத்துவச் சார்பான ஊகங்களுடனும் தொடர்புகொண்டு மாறியுள்ளது; அவற்றுள் ஒன்று சாங்க்யம். இது பற்றிச் சொல்ல வேண்டியதனைத்தையும் எஸ்.என். தாஸ் குப்தா சொல்லிவிட்டார். "யோகப் பயிற்சிகள் பல்வேறுபட்ட சம்பிரதாயத்தில் பல்வேறுபட்ட மாறுதல்களைப் பெற்றுள்ளன; ஆனால், இவற்றுள் எதுவுமே சாங்க்யத்தின் பக்கம் சாய்ந்து விடவில்லை; பதஞ்சலி தான் அநேகமாக இந்த வகையில் நூல் செய்தவர் போலும்; ஏனெனில், அவர் பல்வேறு யோகப் பயிற்சி களையும் தொகுத்துக் கூறியது மட்டுமின்றி, அவற்றையெல்லாம் சாங்க்ய சாத்திரத்தில் ஒட்டவைத்து நூல் எழுதியவர்; அதுதான் இன்று நமக்குக் கிடைக்கும் யோக நூலின் வடிவம்; வாசஸ்பதி மிச்ரரும் விக்ஞான பிட்சுவும் நாம் கூறியதை ஒப்புக்கொள்கிறார்கள். பதஞ்சலி, யோக சாத்திரத்தைத் தாமே கண்டு கூறியவர் இல்லை; தொகுத்துத் திருத்திக் கொடுத்தவர்தான் என்றே அவர்களும் கருதுகிறார்கள்."[19]

மேலும் சாங்கிய சாத்திரத்தில் யோகப் பயிற்சிகளை ஒட்ட வைத்தது மட்டுமின்றி பதஞ்சலி ஒரு புதுமையையும் புகுத்த விரும்புகிறார். சாங்க்யம் ஒரு தத்துவம் என்ற வகையில் நாத்திகத்தையே கூறுவது; அந்த சாத்திரத்திற்குக் கடவுள் என்று ஒன்று இருக்கக்கூடும் என்பதையே காரணத்துடன், பகுத்தறிவு முறையில் மறுத்துத் தள்ள வேண்டியது அடிப்படையான கொள்கை; ஆனால் இவரோ, எப்படியாவது கடவுள் என்ற மனக்கோளை அதில் இடைச்செருகலாக வைத்து விளக்க முயல்கிறார். அதனால் யோக சாத்திரத்தை, கடவுளுடன் இணைந்த சாங்க்யம் "ஸேசுவர சாங்க்யம்" என்று விநோதமான பெயரால் குறிக்கிறார்கள்; இதன் விளைவு மிகவும் விசித்திரமானதாகிறது; சாங்க்யம் அதன் இயல்பில் நாத்திகமா யிருப்பதால், அதில் கடவுளையும் சேர்த்துச் சேர்த்து சொல்லும் போது, தெய்வீகமான செயலோ, அம்சமோ ஏதுமின்றி வெறும் பொம்மையாகிவிடுகிறது; யோக சாத்திரத்தில் கடவுள் உலகத்தைப் படைத்தவராகவும் இல்லை; அதை முறைப்படி ஆள்பவராகவும் இல்லை; "இதில் கடவுளைப் பற்றிக் கூறும் பகுதிகள் தொடர்பின்றித் தொங்குகின்றன; மேலும், அவை அந்தச் சாத்திரத்தின் நோக்கத்திற்கு நேரிடையான முரண்பாடாக இருப்பதும் கண்கூடு."[20]

பதஞ்சலியின் யோக சாத்திரத்தைப் பற்றி இங்கே இன்னும் அதிக மாகச் சொல்வது அவசியமில்லை; சில பழைமையான பயிற்சிகளின்

இந்தியத் தத்துவ இயலில் நிலைத்திருப்பனவும் அழிந்தனவும் 311

வேடிக்கையான இந்தத் தொகுப்பில், கௌடில்யர் ஆன்வீக்ஷிக் என்பதைப் பற்றி கொண்ட கருத்திற்கு விடை ஏதும் இல்லை. மேலும் கௌடில்யர் இந்தியச் சிந்தனையில் முற்றிலும் பகுத்தறிவுக்கு ஏற்றதும் மதச் சார்பு இல்லாததுமான ஒரு மரபு சாங்க்யத்தில் இருப்பதாக நினைப்பாரா? அதுவும் ஸேசுவர சாங்கியத்தில்! லோகாயதத்திலும் அதுதான் இருப்பதாக எண்ணுகிறாரா!

கௌடில்யர் கூறும் யோகம் பதஞ்சலியுடையது அன்று; அப்படி யானால் ஆன்வீக்ஷிகியில் சேர்த்து அவர் கூறும் யோகம் என்பது என்ன? இதற்குத் தெளிவான விடை, வாத்ஸ்யாயனர் நியாய சூத்திரத்திற்கு எழுதியுள்ள உரையில் தெரிகிறது; இதைத் தெரிந்துகொள்ள, முதலில் நாம் நியாய தத்துவத்தின் சாத்திர நுட்பங்களின்படி அமையும் ஒரு கருத்தைப் புரிந்துகொள்ள வேண்டும்.

நியாய சாத்திரம் இதை, "பிரது தந்த்ர சித்தாந்தம்" என்கிறது. அதாவது, ஒருவன் சார்ந்துள்ள கல்வித் துறையின் அடிப்படையில் நிரூபிக்கப்பட்ட முடிவான கோட்பாடு; அதாவது, ஒரு சிந்தனை முறைக்குத் தனிச்சிறப்புடையதாயிருக்கும் இயல்பு; அது தனக்குத் தொடர்புடைய-தனது கொள்கையையே கொண்ட சிந்தனை முறைக்கும் இருப்பது; அதை வேறு சாத்திரங்கள் ஒப்புக்கொள்வ தில்லை என்று கொள்ளலாம். இதைத்தான் வாத்ஸ்யாயனரும் கூறியுள்ளார்.[21] இதை அவர் பொருத்தமான சில உதாரணங்களையும் காட்டி விளக்குகிறார். அவை மிகவும் சுவையாகவும் உள்ளன. "ஸாங்க்யர்கள் கூறுகின்றனர் : இல்லாத ஒன்று உளதாக எப்போதுமே ஆகாது; உள்ளதாக இருப்பதையும் எப்போதும் முழுதுமாக அழித்து விடவும் முடியாது; யோக சாத்திரக்காரர்கள் கூறுகின்றனர்; இல்லாத ஒன்று உளதாக ஆகிறது; உளதாக ஆகியிருப்பது முழுதும் அழிந்து போகிறது. இவற்றால் வாத்ஸ்யாயனர் என்ன கூறுகிறார்? இங்கே அவர் ஸாங்கியத்தின் அதற்கேயுரிய இயல்பான கோட்பாட்டைக் கூறுகிறார். அதாவது காரண காரியத் தொடர்பின் தற்செயலான தன்மை என்பதே இது; காரியம் என்பது (விளைவு) பிறிதான ஒன்றில்லை; அது காரணத்தில் ஏற்கனவே இருந்ததுதான்; ஸத்கார்யவாதம்-காரணத்தில் ஏற்கனவே இருந்ததுதான்; இது சாங்க்யர்களின் கோட்பாடு. பதஞ்சலியின் யோக விளக்கம் - அது, தானும் ஒரு தத்துவம்தான் என்று காட்டிக்கொள்ளும் வரை, மேலே சொன்ன கோட்பாட்டிற்குச் சம்மதம் தருவதேயாகும்; ஆகவே வாத்ஸ்யாயனர் யோகம் என்று கூறுவது இந்தப் பதஞ்சலி யோகத்தை இல்லை. யோக சாத்திரத்தைப் பின்பற்றுகிறவர்கள் கூறுவதாக அவர் குறிப்பிடும் கோட்பாடு தனியே

வேறொரு சிறப்பான வகை. அது காரண காரியத் தொடர்பை - தற்செயலான தன்மையை விளக்குவது. கூறுவதற்கு முற்றிலும் மாறானது. அதை, 'அஸத்கார்யவாதம்' என்பர். அதையே ஆரம்ப வாதம் என்றும் வழங்குவர். அதாவது, காரியம் என்பது காரணத்தில் இருந்து வேறானது. வேறாகப் பிரித்துக் காணத்தக்கது. ஆகவே. அது ஒரு வகையில் அறவே புதியதுதான். இந்திய தத்துவ வரலாற்றிலேயே இதை ஏற்பவர்கள் நியாய வைசேஷிகர் மட்டுமே. இதை யோக சாத்திரத்தைப் பின்பற்றுபவர்களின் கொள்கையாக வாத்ஸ்யாயனர் குறிப்பிடுவது எப்படி? இதற்கு ஒரே விடைதான் உண்டு. இந்தக் குறிப்பிட்ட இடத்தில் அவர் யோகம் என்று நியாய வைசேஷிகத்தைத் தான் கூறுகிறார். அவரைப் போன்ற மிகவும் பிரபலமான ஒருவர் இப்படிச் சொல்லலாம். தனக்கு முந்திய காலகட்டத்தில், தான் சார்ந்த நியாயவைசேஷிக தத்துவத்தை யோகம் என்ற பெயரால் குறிப்பிடும் வழக்கம் உண்டு.

மரபு முறையாகத் தத்துவ சாத்திரங்களைக் கற்றுத் துறை போனவர்களான பணிபூஷணர், தர்க்கவாசகர், குப்புசாமி சாத்திரிகள் ஆகியோரின் உதவியால் இது இப்படித்தான் என்று காட்டும் தெளிவான சான்றுகளைப் பெற்றிருக்கிறோம். யோகம் என்பது நியாய வைசேஷிகத்தின் பழைய காலத்துப் பெயர் என நன்கு அறிகிறோம். பணிபூஷணர் கூறுவது.[22] 'வாத்ஸ்யாயனர் யோகத்தைப் பின்பற்றுபவர்கள் கூறுவதாகப் பல விஷயங்களைக் குறிப்பிடுகிறார். அவர்கள் யார்? அவர்கள் பதஞ்சலியின் பிரசித்தமான யோக முறையைப் பின்பற்றுபவர்களாக இருக்க முடியாது; ஏனெனில் எடுத்துக் காட்டப்படும் விஷயங்கள் அவர்களுக்கு மாறுபாடானவையாய் உள்ளன; அவற்றைக் கொண்டு பார்த்தால், அவை நியாய வைசேஷிகர் கூறும் பிரதி தந்திர சித்தாந்தங்களைப் போலவே உள்ளன. பழைய காலத்தில் நியாய வைசேஷிகர்களுக்கு யோகம் என்ற பெயர் உண்டு. ஜைன அறிஞரான விஸ்த்யாநந்த ஸ்வாமி என்பவர் தன் 'பாத்ரபரீக்ஷா' என்ற நூலில், கணிதருடைய சூத்திரமொன்றை மேற்கோள் காட்டி, இது யோகத்தைப் பின்பற்றுவோர் கூறியது என்கிறார். அதேபோல குணரத்னர் என்பவரும் நியாய சாத்திரத்தைப் பற்றிய சர்ச்சையை இப்படித் தொடங்குகிறார்: "நையாயிகர்கள் யோகத்தைப் பின்பற்றுபவர்களான அவர்கள்." இந்த மரபைப் பின்பற்றியே வாத்ஸ்யாயனரும் வைசேஷிகர்களுக்கே உரிய விஷயங்களை, யோகத்தைப் பின்பற்றுவோர் கூறுவன என்று குறிப்பிடுகிறார்; இதே கொள்கைகள்தான் நையாயிகர்களுக்கும் உரியது. ஆகவே, யோகத்தைப் பின்பற்றுவோர் என்பது நியாய வைசேஷிகர்

இந்தியத் தத்துவ இயலில் நிலைத்திருப்பனவும் அழிந்தனவும்

களையே குறிப்பதாகும். இதனுடன் குப்புசாமி சாத்திரிகள் கூறு வதையும் சேர்த்துக்கொள்ளவேண்டும்.

"கௌடில்யருடைய அர்த்த சாத்திரம் ஆன்வீக்ஷிக் என்பதில் அடங்கும் சிந்தனை வகைகளைக் காட்டும்போது, "சாங்க்யம் யோக: லோகாயதம்ச இதி ஆன்வீக்ஷிக்"- அதாவது ஆன்வீக்ஷிக் என்பது, சாங்க்யம், யோகம், லோகாயதம் என்ற மூன்றையும் கொண்டது. இப்படிச் சொன்னதில் நியாய வைசேஷிகம் என்று தனியே ஏதும் கூறவில்லை. யோகம் என்று வைசேஷிகத்தைக் குறிப்பது பழைய வழக்கம் என்பதை அறிந்தவர்கள், வாத்ஸ்யாயருடைய பாஷ்யத்தில் (1.1.29) அப்படியிருப்பதை அறிந்தவர்கள், கௌடில்யர் யோகம் என்பது வைசேஷிகத்தைக் குறிக்கும் என்று கொள்வது வாசஸ் வலிந்து கொள்ளும் பொருள் எனக் கருத இடமேயில்லை. பதிமிச்ரருடைய தாத்பர்யமீகை - பாஷ்ய சந்திரம் என்ற பாஷ்யம் (1.1.29) கூறும் வகையில் யோகம் என்ற சொல்லை ஒருவகையாய் நியாயத்தையும் வைசேஷிகத்தையும் பரவலான கருத்தில் சேர்த்துச் சொல்வதாகவே கொள்ளலாம். இப்படிப் பழைய மரபு ஏற்படக் காரணம் என்னவென்று கேட்கலாம். நியாய வைசேஷிகத்தை யோகம் என்ற சொல்லால் குறிப்பதற்கான காரணங்கள் இருப்பதே. இதில் ஒன்றைப் பணிபூஷணரும் மற்றொன்றைக் குப்புசாமி சாத்திரிகளும் சுட்டிக் காட்டுகிறார்கள். இந்த இரண்டும் நியாய வைசேஷிகர்களின் அடிப்படைகளை அறிவிக்கின்றன. அணுக் கொள்கையும் தர்க்கமுமே அவை.

பணிபூஷணர் கருத்துப்படி[24] யோகம் என்ற சொல்லும் ஸம்யோகம் (சேர்க்கை) என்ற சொல்லும் ஒரே பொருளைக் கொண்டவை. நியாய வைசேஷிகர் இந்தப் பிரபஞ்சம் (பேரண்டம் முழுதும்) அழியாத (சாசுவதமான) அணுக்களின் சேர்க்கையால் விளைவது என்றே கொள்கின்றனர். யோகம் என்பது தர்க்கத்தையும் குறிக்கும். குப்புசாமி சாஸ்த்திரிகள் கூறுகிறார்.[25] யோகம் என்பதும் யுக்தி என்று காரணம் காட்டி வாதம் செய்யும் பொருளைக் கொண்ட சொல்லின் பொருளைக் கொண்டதே. யுக்தி என்பதே நியாய சாத்திரத்தின் தனிச் சிறப்பான விஷயம். இந்தப் பொருளில்தான் வாத்ஸ்யாயனர் யோகம் என்ற சொல்லை உபயோகிக்கிறார் என்று பாஷ்ய சரித்திரம் என்ற உரை விளக்கம் தருகிறது. 'யோகம் என்பது யுக்தி என்ற பொருளில் காரணம் காட்டி வாதம் செய்வதே யாருடைய பிரதானமான விஷயமோ அவர்கள்" (நையாயிகர்) என்பது அந்த வாசகம்.

ஜாகோபி இதை முற்றிலும் காணத் தவறிவிடுகிறார். ஆகவே, கௌடில்யர் நியாய வைசேஷிகர்களைப் பற்றி ஒன்றுமே பேசாமல்

விட்டது பற்றி ஒரு தவறான ஊகத்தை மேற்கொள்கிறார். அவர் கூறுவது, "அனைத்திற்கும் மேலாக, அவர் ஆன்வீக்ஷிக் என்று கொள்ளும் கல்வித்துறையில் சேர்த்து எண்ணும்போது நியாயத்தையும் வைசேஷிகத்தையும் பெயர் சொல்லிக் குறிப்பிடவில்லை என்பது மிகவும் முக்கியமானது. இதிலிருந்து நாம் நிச்சயமாக ஒன்றை ஊகித்துக்கொள்ளலாம். அவர் காலத்தில், அதாவது கி.மு. 300இல் அவை இரண்டும் தத்துவ முறையான அமைப்புக்களாக அங்கீகாரமே பெறவில்லை. ஆகவே, நமக்கு இப்போது கிடைக்கும் வடிவில், கௌதமர் மற்றும் கணாதர் இருவருடைய சூத்திரங்களைப் பற்றிச் சொல்லவும் வேண்டுமோ?" இப்படியான முடிவு தேவையற்றது. பொருத்தமும் இல்லாதது. அந்தச் சூத்திரங்கள் நமக்குத் தற்போது கிடைக்கும் வடிவைப் பெற்ற காலம் எதுவானால் என்ன? உண்மையில், கௌடில்யர் அவற்றைத்தான் குறிப்பிடுகிறார். அதுவும் அதன் பழைய பெயரான யோகம் என்ற சொல்லால்தான்.

இந்த சர்ச்சையைத் தொகுத்துக் காண்போம். கௌடில்யர் தத்துவம் என்பதை ஆன்வீக்ஷிக் என்ற சொல்லால் குறிப்பதில் இருந்தும், அதற்கும் த்ரயீ என்ற வேதத்திற்கும் உள்ள வேறுபாட்டைக் காட்டுவதிலிருந்தும், அவர் சரியான தத்துவம் எனக் கருதுவது பகுத்தறிவுத் தன்மையும் மதச் சார்பற்ற தன்மையும் உடையதாயிருத்தல் வேண்டும் என்பதேதான் என்று ஊகிக்கச் செய்கிறது. இந்த விதத்தில் அவர் தத்துவம் என்று மூன்றை-மூன்றை மட்டுமே - ஒப்புக் கொள்கிறார். அவை சாங்க்யம், நியாய வைசேஷிகம், லோகாயதம் என்பனவே.

நாம் அடையவேண்டிய முடிவானதும் மிகச் சரியானதுமான கருத்து அதுதான். இவைதான் கருத்துமுதற் கோட்பாட்டுக்கு ஆதார மான நிலைத்த எதிரிடைக் கோட்பாடுகளாகவும் அமைகின்றன.

8. சாங்க்யமும் மதச் சார்பின்மையும்

கௌடில்யர் யோகம் என்ற சொல்லால் நியாய வைசேஷிகங் களையே கூறுகிறார் என்பதை ஒப்புக்கொண்டாலும்கூட, அதில் இன்னும் பெரிய கஷ்டமொன்று இருக்கிறது. சாங்க்யத்தோடும் லோகாயதத்தோடும் சேர்ந்து அவருடைய கருத்து, உண்மையாகவே இந்தியத் தத்துவத்தின் மதச்சார்பில்லாததும் பகுத்தறிவைக் கொண்டதாகவும் ஆகிறது என்பதை ஏற்றுக்கொள்வது; சிரமமாகவே இருக்கிறது; இதற்குக் காரணம், லோகாயதம் சாத்திரங்கள் ஒப்புக் கொள்ளாத நாத்திகம் என்று பிற்காலத்தில் உறுதியாய்ப் படிந்த எண்ணமும், அதேபோல சாங்க்யமும், நியா வைசேஷிகமும்

இந்தியத் தத்துவ இயலில் நிலைத்திருப்பனவும் அழிந்தனவும்

வேதத்தை ஏற்கும் ஆத்திகம் என்ற திடமான எண்ணமும்தான்; இந்த மூன்றும் அடிப்படையில் ஒரே வகை என்று எப்படிக்கொள்வது? ஆத்திகம் என்பது வேதத்தின் பிரமாண்யத்தை அப்படியே ஏற்றுக் கொள்வது என்றும், நாத்திகம் என்பது அந்த அதிகாரபூர்வ மாண்யத்தை மீறுவது என்றும் கொள்வது இந்திய மரபு; இப்படி இவற்றைப் பிரிப்பது தத்துவ அறிஞர்கள் கூறியது அன்று; சொல்லியல் இலக்கண அறிஞர்கள் கூறியதும் அன்று; மாறாக மனு கூறியது. அவர் தத்துவத்தில் கொள்ளும் அக்கறையெல்லாம் தத்துவத்திற்குத் தொடர்பே இல்லாத - அதற்குப் புறம்பானவற்றில்தான் என்பதையும் முன்னரே பார்த்தோம். ஆகவே, இந்தப் பழைய வழக்கத்தை எல்லாரும் கொள்வது போல் அவ்வளவு பெரிதாகக் கொள்ள வேண்டியதில்லை; தகுதியும் பண்பும் பற்றிய வகையில் லோகாயதத்திற்கும் சாங்க்யம் வைசேஷிகம் ஆகியவற்றுக்கும் இடையே மனுவால் விதிக்கப்பட்ட வித்தியாசத்தைப் புறக்கணித்தும்விடலாம். ஆனால், சாங்க்யமும் வைசேஷிகமும் வேதத்துடன் கொள்ளும் சேர்க்கையும் தொடர்பும் மிகவும் பெரிய விஷயம்தான்; அது பற்றிய விளக்கமும் மிகவும் அவசியமாகிறது; அப்படி உண்மையாகவே அவை வேதத்துடன் தம்மை இணைத்துக்கொள்வதும், தொடர்பும் இருக்குமானால் நாம் நினைப்பது போல் அவற்றை அடிப்படையான எதிரிடைக் கொள்கை எனக் கொள்ள முடியாதுதான்; முதலில் சாங்க்யம் பற்றிக் காண்போம்.

இது மிகவும் பழைமையுடைய தத்துவம் என்பதும், மூலமாக ஆரம்பத்தில் அது கொண்டிருந்த அம்சங்கள் நமக்குக் கிடைக்காமல் போய்விட்டன என்பதும், சாங்க்ய காரிகையிலும் சாங்கிய சூத்தி ரத்திலும் காணும் ஓரளவு விளக்கங்களில்கூட அதன் உள்ளார்ந்த கருத்துக்கள் கணிசமான அளவில் மாற்றமும், திருத்தமும் பெற்றுள்ளன என்பதும், தற்காலத்து அறிஞர்கள் சர்ச்சை செய்துள்ளனவே. அவற்றையெல்லாம் விரிக்காமல் நாம் இரண்டே கேள்விகளுக்கு விடையளிக்க முயல்வோம். முதலாவது, இப்போது கிடைக்கும் விளக்கங்களிலும் அதன் உட்கருத்துக்கள்கூட மாற்றம் பெற்றி ருப்பினும், அவற்றுள் சாங்க்யம் வேதத்திலும் வேத நம்பிக்கையிலும் கொள்ளும் மனப்பாங்கை அறிவிக்கும் வகையில் ஏதாவது இருக்கிறதா? இரண்டாவது, வேத இலக்கியத்திலேயே சாங்க்யம் கொள்ளும் பார்வை பற்றி சூசகமாய் ஏதாவது இருக்கிறதா? சாங்க்ய காரிகையின் முதல் இரண்டு செய்யுள்களின் விஷயம் பின் வருவது:

இந்தத் தத்துவத்தின் முக்கியமான நோக்கமும் பயனும் எல்லா வகையான துக்கத்தையும் போக்குதல். துக்கத்திற்கு மாற்று மருந்தாகச்

சில காரியங்களைச் செய்கிறோம் என்பதும் உண்மைதான்; அதில் ஐயமில்லை. உதாரணமாக, உடம்பின் வேதனைக்கு மருந்து மாற்றாகிறது; ஆகவே சாத்திரம் பயனற்றது ஆவதில்லை; ஏனென்றால், நாம் செய்யும் மாற்றுகள் துக்கத்தை முழுதும் அறவே போக்கிவிடுவதில்லை; நிஜமாகவே நாம் துக்கத்தைப் போக்குவதற்காகச் செய்யும் மாற்றுகளைப் போலவே வேதத்தில் சொல்லப்படும் மாற்றுகளும் (ஆநுச்ரவிகம்-சுருதி என்ற வேதத்தில் கேட்டறிந்த மாற்றுகள்) முழுமையானவை அல்ல; ஏனென்றால் அவை தூய்மை அற்றவை; அழிவதற்கு உரியவை; (உழைப்பு பொருட் செலவு போன்ற) மிகைகள் உள்ளன. இதற்கு நேர்மாறானது சாங்க்யத்தின் அடிப்படையாக அறிந்துகொள்வது; ஆகவே, அதுதான் விரும்பத்தக்கது.

ஆகவே சாங்க்ய காரிகை வேதத்தைப் பற்றிய நிச்சயமான மனப்பாங்குடனேயே தொடங்குகிறது. அதில் நன்கு புலப்படும் குறிப்புகள் இவை: (1) வேதங்கள் கூறும் துக்கத்திற்கான மாற்று உபாயங்கள், நாம் வாழ்வில் செய்யும் மாற்றுக்களைவிடச் சிறந்தன அல்ல; மருந்துகள் போலத்தான். (நோய் தீரும் என்று நம்புதற் கில்லை) (2) அவற்றிற்கு மூன்று குறைகள் உண்டு. (அ) அவை தூயன அல்ல. (ஆ) தற்காலிகமானவையே. (இ) மிகைகளும் உள்ளவை. (3) ஸாங்க்யம் தரும் அறிவு, வேதம் கூறுவனவற்றிற்கு நேர் எதிரானவை. ஐயமே இல்லை. அந்த நூல், தத்-விபரீதா என்ற வாசகத்தால் கூறுகிறது; அதற்கு எதிரானவை என்பது பொருள்.

வேதத்தை நிஜமாகவே அடிப்படையாகக் கொண்ட ஒரு சாத்திரம் இப்படிக் கூற முடியுமா? சாங்க்ய சூத்திரத்தில் - அந்தக் கோட்பாட்டை உபநிஷத்தின் கருத்துமுதற் கோட்பாட்டோடு இணைந்து படுவதாகக் காட்டும் விநோதமான போக்கு வெளியிடப்படுகிறது; எனினும், தொடக்கத்திலிருந்தே இந்தக் கோட்பாட்டுக்கு வேதத்துடன் உள்ள எதிர்ப்பை இன்று வரை அறவே யாரும் அகற்றிவிடவில்லை என்பதும் சுவை தரும் விஷயம்தான்; "வேதம் கூறும் பரிந்துரைகள் - அறிவுரைகள் உலகத்தில் பொதுவாக உள்ளவற்றைவிடச் சிறந்தன அல்ல"[26] என்கிறது சூத்திரம். மேலும் கூறுகிறது...

"வேதம் பேரின்ப நலத்தை யாருக்கும் தந்துவிடாது; ஏன் என்றால், வேதம் கூறும் யாகங்களுக்கும் சடங்குகளுக்கும் ஆரம்பம் உண்டு; ஆகவே, அதே போல அழிவும் உண்டு.[27]

அழிந்தன போகத் தற்போது இருக்கும் சில துண்டு துண்டான செய்திகள்கூட, இந்தச் சாத்திரம் தொடக்கத்தில் வேதத்திற்கு மாறுபட்டதாகவே இருந்ததென்பதைக் காட்டுகின்றன. கார்பே (Garbe) இதைச் சரியாகவே கூறுகிறார்:[28] "ஸாங்க்யம் ஆரம்பத்தில்

பிரமாணங்களில் கூறப்பட்ட கொள்கைகளுக்கு நேர் எதிரானதாகவே இருந்திருக்க வேண்டும். பிரமாணங்களில் உள்ள சம்பிரதாயச் சடங்குகளுக்கு எதிரான சர்ச்சைகள் அதில் உள்ளன.

ஆனால், வேதத்தில் உள்ள-குறிப்பாக உபநிஷத்துக்களில் உள்ள தத்துவப் பகுதிகளைப் பற்றி சாங்க்யம் என்ன நினைக்கிறது? இக்காலத்து அறிஞர் சிலர், மூலமான சாங்க்ய மதத்தின் வித்துப் போன்றவற்றை உபநிஷத்தில் கண்டு கூறும் போக்கு காணப்படுகிறது; நான் வேறோர் இடத்தில்[29] அத்தகைய உபநிஷத்துப் பகுதிகளை மேற்கோள் காட்டியிருக்கிறேன். இவற்றில் சாங்க்யத்திற்குரிய சொல்லாட்சிகள் இருந்தாலும், அவை ஸாங்க்யத்தை முற்றிலும் மறுதலிக்கவும் அதைவிட உபநிஷத்துக் கருத்துக்கள் மிக மிக உயர்ந்தவை என்று எடுத்துரைக்கவும்தான் கையாளப்பட்டுள்ளன.

அவை யாவற்றையும் மீண்டும் கூறி விளக்குவது மிகவும் அலுப்பும் சலிப்பும் விளைவிக்கும். ஆயினும் அவற்றுள் ஒன்றை மட்டும் பார்ப்போம். அதில் நமக்கு மிகவும் அக்கறையூட்டும் விஷயம் இருக்கிறது; அது சுவேதாசுவதா என்ற உபநிஷத்தில் இருக்கிறது. அதை அனைவரும் புத்தர் காலத்திற்கு முற்பட்டது என்று கொள்கின்றனர். எல்லா உபநிஷத்துக்களையும்விட இதுதான் கருத்துமுதற் கோட்பாட்டைத் தீர்மான முறையில் கடவுள் என்ற ஒருதலைச் சார்பாக வெளியிடுகிறது. ஆகவே, அது அந்தக் காலத்தில் பரவியிருந்த நாத்திகமும் கடவுட் கருத்துக்கு மாறுபட்டதுமான கருத்துக்களுக்கும் பதில் சொல்ல வேண்டிய அவசியமும் உண்டு. அந்த உபநிஷத்தின் முடிவுப்படியே கபிலர் கூறியதாவது, பிரதிகிருதியென்றும் (ஆதியான இயற்கை) பிரதானம் (தலைமையானது) என்றும் கூறப்படும் ஆதி மூலமான பொருளிலிருந்து (பௌதீகப் பொருள்) உலகம் இயல்பான நியதிகளால் தோன்றி வளர்கிறது என்பது. (இது ஸ்வபாசம் இயல்பு, தன்மை, பண்பு என்ற உபநிஷத்துச் சொல்).

இந்த உபநிஷத்தைச் செய்தவர் மிகவும் அதிகமான உத்வேகத்துடனும் திரும்பத்திரும்பக் கூறியும் சாங்க்யர்களின் அடிப்படைகளுக்கு மேலாக, ஒரு கடவுள் உண்டு என்ற தனது கருத்தை நிலைநாட்ட முனைகிறார். இதை அவர் செய்வதுதான் கவனத்தைக் கவர்கிறது. இயற்கை நியதிகளோ அல்லது காலம் என்பதோதான் ஆதிமூலமான காரணம் (உலகுக்கு) என்னும் கொள்கைகளை பிரமை பிடித்தவர்களின் பேச்சு இது என்று மறுத்து ஒதுக்குவது போல், சாங்க்யத்தின் பிரதானம், பிரகிருதி என்பவற்றை அடியும் நுனியும் சேர்த்து அப்படியே எதிர்த்துப் புறக்கணிக்கவில்லை. பிரதானமும் பிரகிருதியும் முக்கியம் என்பதை

ஏற்றுக்கொண்டு, அவை தாமே தம்மளவில் ஆட்சியும், அதிகாரமும் உடையன என்பதை மட்டும் இல்லையென்று கூறி, பிரகிருதி கடவுளுக்குப் பணிந்து சேவை புரிவது என்றும், கடவுள் அதை அடக்கி ஆள்கிறார் என்றும், பிரகிருதியைக் கடவுள்தான் தன்னுடைய மாயாஜாலமான சக்தியால் தோற்றுவிக்கிறார் என்றும் வலியுறுத்துகிறார்.

அழியக்கூடியதுதான் பிரதானம். அமரத் தன்மை வாய்ந்ததும் (சாகாததும்) அழிக்கப்பட முடியாததும் ஆத்மா. இவை இரண்டிற்கும் மேற்பட்டு கடவுள் ஒருவர் ஆள்கிறார். அந்தக் கடவுளை தியானம் செய்வதாலும், அவருடன் இணைவதாலும் மீண்டும் மீண்டும் அவரது இருக்கையை-அவர் இருக்கிறார் என்பதைப் பிரதிபலிப்பதாலும் கடைசியில் உலகம் என்ற மாயை அகன்றுவிடுகிறது.[30]

உலகம் என்பது மாயை; அதிலிருந்து சரியாகவே கடவுளுடன் இணைவது நாடத்தக்கது. இவையிரண்டுமே ஆதி மூலமான பிரகிருதியால் ஏற்பட்டனவே, சந்தேகமில்லை. அவர்தான் பிரகிருதியைப் படைத்தவர். (ஏன் படைக்க வேண்டுமென்றால்) விளையாட்டுக்காகத் தான். அது அவருடைய லீலை.[31]

பிரகிருதி மாயை; பெருங்கடவுளான மகேசுவரனே மாயையை உண்டாக்குபவன். அவனுடைய உறுப்புக்களான அவனுடைய அம்சங்களான ஜீவன்களே இந்த உலகம் முழுதும் எங்கும் நிறைந்துள்ளன.

பிரதானத்திலிருந்து உண்டான நூலிழைகளால் தன் இயல்பு காரணமாகவே தன்னைச் சூழக் கவிந்துகொண்டிருக்கிறான், அந்த ஒரே கடவுள். சிலந்திப் பூச்சியைப் போல (தான் உண்டாக்கிய இழைகளால் தன்னைச் சூழ்வித்துக்கொள்வது அது) அந்தக் கடவுள் நமக்கும் பிரஹ்மத்தில் புகுவதை அருள்க. (லயத்தை அருள்க).

குறிப்பாக சுவேதாசுவதா உபநிஷத்தானது கபிலர் மிக மிகப் பழைமையுடையவர்தானா அல்லது அவருக்கு அப்படியொரு மகத்தான ஞானம் இருந்ததா என்று கவலைப்படவில்லை. ஆனால் அவருக்கிருந்த ஞானம் கடவுளிடமிருந்து பெற்ற ஒன்று என்று கூறுகிறது. (கபிலர், கடவுள் இல்லை என்கிறார்.) அவர் அவ்வளவு பழையவரோ இல்லையோ, அந்த ரிஷி பிறப்பதை, கடவுள் சாட்சியாக நின்று காண்கிறார்.[32] "அந்த ஒருவன் (கடவுள்), ஒவ்வொரு உற்பத்தித் தானத்தையும் ஒவ்வொரு வடிவத்தையும் ஆள்கிறவனும் (அதாவது அவை அனைத்திற்கும் அதிபதி) கபிலருக்கு அவர் பிறந்தபோதே முதலில் ஞானத்தைத் தந்து நிரப்பியவனும் அவர் பிறந்ததைச் சாட்சியாய் இருந்து பார்த்தவனும் ஆகிறான்."

இந்தியத் தத்துவ இயலில் நிலைத்திருப்பனவும் அழிந்தனவும் 319

சாங்க்யத்தின் கருத்துக்களைவிட உபநிஷத்துக் கருத்துக்கள் மிகவும் உயர்ந்தவை என்று எடுத்துக்கூற இப்படிப்பட்ட உபாயங்களைக் கையாண்டனர். இவையெல்லாம் சாங்க்யம் பெற்றிருந்த ஆற்றலையும் அது பரவிப் பேர் பெற்று இருந்ததையும் காட்டும் சான்றுகள். மேலும் உபநிஷத்துக்கள் சிந்தனையாளன், சாங்க்யத்திற்குத் தன் கருத்து விரோதமாய் இருப்பதால் அதை மறுத்துத் தொலைத்தாலன்றி தன் கொள்கையை உபதேசித்துப் பரப்ப முடியாதென்று உணர்கிறான் என்பதையும் இவை காட்டுகின்றன.

சாங்க்யம் அலட்சியப்படுத்த முடியாத ஒரு பூர்வபட்சம், அதாவது எதிர்க் கோட்பாடு என்று கருதுமளவிற்கு அது முக்கியத்துவம் பெறுகிறது. இதிலிருந்து சாங்கியத்தில் உள்ளார்ந்து கிடக்கும் வேதத்திற்கு எதிரான 'சாட்சியங்களும், வேதத்தில் உள்ள சாங்க்யத்திற்கு எதிரான சாட்சியங்களும் ஒன்றை மற்றொன்று ஊர்ஜிதப்படுத்துகின்றன என்ற முடிவுக்குத்தான் வரவேண்டும். ஆதலால் மூலமான சாங்க்யம் வேதத்தை அடிப்படையாகக் கொண்ட தத்துவம் அன்று என்பது மட்டுமின்றி வேதத்திற்கு எதிரிடையாகவே இருந்தது என்பதுதான் ஏற்றுக்கொள்ளுதற்குரியது.

தண்டோகர், "சாங்க்யத்தின் மூலத் தொடக்கத்தை, வேதத்திற்கு முற்பட்ட - ஆர்யர்களதும் அல்லாத சிந்தனைப் பாங்கில் இருந்திருக் கலாம்" என்கிறார்.[33] இதே கருத்தையுடைய தற்கால அறிஞர்கள் கார்பே (Garbe) H. P. சாஸ்திரி, சிம்மர் (Zimmer) ஆகியோர். அவற்றை நான் வேறோர் இடத்தில் கூறியுள்ளேன்.[34] இங்கே கார்பே கூறியதை மட்டும் கூறுகிறேன். "பிராம்மணர்கள் மற்றும் பிராம்மணத் தன்மை ஆகியவற்றின் செல்வாக்கும் பாதிப்பும் மிகக் குறைவாகவே இருந்த இந்தியப் பிரதேசங்களில்தான் முதன் முதலாக, இந்த உலகம், இதில் நம் வாழ்வு என்பவை நமக்குப் புரியாத புதிராயிருப்பதைப் பகுத்தறிவு மட்டுமே கொண்ட விடை காண்பதற்கான முயற்சி செய்யப்பட்டது என்பதை நாம் புரிந்துகொண்டால்தான், சாங்க்யத்தின் மூலத் தொடக்கம் உரிய வகையில் விளங்கும். சாங்க்யம், சாராம்சத்தில் நாத்திகமானது மட்டுமில்லை. வேதத்திற்கு விரோதமானது. நம் முன்னே இப்போதிருக்கும் சாங்க்ய நூல்களில் வேதத்தைத் துணை சேர்த்துக் கொள்ளும் முறையீடுகள் அனைத்தும் பின்னால் சேர்ந்த இடைச் செருகல்களே. இதில் ஒட்டாகச் சேர்ந்துள்ள வேத மூலகங்களை அறவே ஒன்றுவிடாமல் நீக்கிவிடலாம். அதனால் சாங்க்யத்திற்கு எந்த விதமான பாதிப்பும் குறையும் நேர்ந்துவிடாது. சாங்க்ய தத்துவம் ஆரம்பத்திலும், இன்னும் தன் உண்மையான உள்ளடக்கத்துடனேயே

இருக்கிறது. அந்த உள்ளடக்கம் வேத சார்புடையதன்று. பிராம்மணர்களின் மரபுக்கும் சம்பிரதாயத்திற்கும் ஆட்படாமல் இருப்பது.

9. நியாய வைசேஷங்களும், அது வேத நம்பிக்கைக்கு விரோதமானதென்ற குற்றச்சாட்டிற்கும், அத்தகைய விசாரணைக்கும் ஆளாகாமல் தவிர்த்துக்கொள்வதற்கு வைசேஷிகர் கையாண்ட யுக்தி முறையும்

நியாய வைசேஷிகம் சொல்லுவது என்ன? இந்தச் சாத்திரம் வேத நம்பிக்கைக்கு காட்டும் விசுவாசமும் பக்தியும் தெளிவாகவே தெரிகிறது இல்லையா? வேதம் தானே வெளிவந்தது என்று கணாதர் பல தடவை அறிவிக்கவில்லையா? கௌதமர், வேதம் எதிர்த்துக் கேட்கமுடியாத நம்பகமான சான்று என்று நிரூபிக்கக்கூட முனைகிறாரே? இந்தக் கேள்விகள் எழும். ஆம், உண்மைதான். அவர்கள் அதைச் செய்கிறார்கள். வேதத்தை மரியாதை செய்து பூஜிப்பதில் அவர்களிடம் ஒரு மிகையான - அதிகமான ஆர்வமும் கவலையும் தென்படுகிறது. ஆயினும் அவர்களை முக்கியமாகத் தத்துவவாதிகள் என்று கொள்ள வேண்டும். அந்த வகையில், அவர்கள் காட்டும் இந்த மரியாதை தத்துவ முறையில் எத்தனை தீவிரமானதாக இருக்கவேண்டும் என்று அவர்கள் நினைக்கிறார்கள்? என்பதுதான் நாம் அவர்களைப் புரிந்துகொள்வதற்குப் பொருத்தமும் தேவையுமான கேள்வி. அநேகமாக அது அப்படியில்லை என்பதைத்தான் காணப்போகிறோம். தத்துவவாதிகள் என்ற முறையிலும் செயலாற்றலிலும், இந்தச் சாத்திரம் கண்டவர்களைவிடக் குறைவாய் யாருமே வேதத்தைப் பற்றி அக்கறை கொள்ளாமல் இருக்க முடியாது. (இவர்கள் வேதத்தில் காட்டும் அக்கறை மிக மிகக் குறைவு.) அவர்களுடைய தத்துவத்தின் மிக முக்கியமான விஷயமே அணுக் கொள்கையும் தர்க்கமும்தான். உட்கருத்தளவில் அவற்றின் ஜீவனாயிருப்பது மதச் சார்பின்மை. அவற்றை அவர்கள், அநுபவங்கள் தந்த முடிவான விவரங்களை, பகுத்தறிவால் மட்டுமே ஆராய்ந்து நிறுவியிருக்கிறார்கள். இதற்காக அவர்கள் வேதத்திலிருந்து-வேதத்தின் பெயரால் கருத்துக்களை எடுத்துக்கொள்ளும் அவசியமோ வாய்ப்போ கிடையாது. வேதத்தில் உள்ள தத்துவப் பகுதிகள், அதில் மிகவும் பிரதானமாக விளங்கும் ஊகக் கற்பனைகளின் போக்குக்கூட, இந்தச் சாத்திரத்தின் சாராம்சங்களுக்கு முற்றிலும் முரணானவையே.

இப்படியிருந்தும் இவர்கள் தங்களுக்கு வேதத்தில் பக்தி விசுவாசம் உண்டு என்று சொல்லிக்கொண்டு மிகப் பெரிய ஆடம்பரம் காட்டுகிறார்களே, இதை எப்படி விளக்குவது? இதன் விசேஷமான

அர்த்தம் நிஜமாகவே தத்துவத் தொடர்புடையதாக இருக்க முடியாது. இதன் அர்த்தம் தத்துவத் தொடர்பற்றதாகவோ, தத்துவத்திற்கு அப்பாற்பட்டதாகவோதான் இருக்க வேண்டும். சரி, இதன் திடமான அர்த்தம்தான் என்ன? கணாதருக்கும் கௌதமருக்கும் இப்படிச் சொலிக் கொள்வது, தர்ம சாத்திரக்காரர்களின் தடைகளுக்கு ஆளாகாமல் அதைத் தவிர்ப்பதற்கான ஓர் யுக்தியான உபாயம்தான் என்று விவாதிக்கப் போகிறேன். அவர்கள் வாழ்ந்த காலத்திலிருந்த நிலையில், வேத நம்பிக்கையும், ஆசாரமும், விஞ்ஞானத்திற்கு எதிர்ப்பையும், தடையையும் மிகவும் வலுவாக ஏற்படுத்தின. ஆகவே, நம் நாட்டின் விஞ்ஞானமான அணுக் கொள்கையையும் தர்க்கத்தையும் கண்டுரைத்துக் காட்டியவர்கள் நல்லதெனவும் தமக்குப் பாதுகாப்பெனவும் சீர்தூக்கிப் பார்த்து இப்படிச் செய்தார்கள்; அதாவது, தாங்கள் சொந்தமாகச் சிந்தித்துக் கூறியவற்றை, வேதத்தைத் தாங்களும் பூஜித்து மரியாதை செய்வதாகச் சொல்லிக்கொண்டும் பிராம்மண வைதீக ஆசாரத்தில் தாங்களும் கட்டுப்பட்டவர்களே என்று காட்டிக்கொண்டும் மக்கள் முன் வைத்தனர்.

இதை ஊர்ஜிதம் செய்யும் சான்றுகள், வைசேஷிக சூத்திரத்திலும், நியாய சூத்திரத்திலும் கிடைக்கின்றன. அவற்றைப் பற்றி ஆராய்வதற்கு முன், ஒரு குறிப்புத் தருவது பயனுடையது ஆகும். வைதீகப் பழைமையின் அழுத்தமான எதிர்ப்புக்குட்பட்டு இந்திய விஞ்ஞானிகள் அந்தச் சுய நலமிகளுக்கு மிகவும் பிடித்த சில பொய்யான கற்பனை களை ஒப்புக்கொண்டே தீர வேண்டிய நிர்ப்பந்தமும் அவர்களுக்கு இருந்தது; தாங்கள் கூறும் விஞ்ஞான பூர்வமான உண்மைகளுக்கு இவை மாறுபட்டவை என்பதையும் அவர்கள் நன்கு அறிந்தே இருந்தனர்; இந்த நிலையில் கணாதரும், கௌதமரும் இந்திய விஞ்ஞானத்தின் கொள்கைகளுக்கு அவர்கள் மிகவும் நன்கு உதவியபோதிலும், வேதமும் அதன் ஆதார அதிகாரங்களும் என்ற பொய்களையும் ஏற்பதாகப் பாசாங்கு செய்கிறார்கள் என்பதை எளிதில் தெரிந்துகொள்ளல் இயலும்.

10. இந்திய விஞ்ஞானத்திற்கெதிராக வேதப் பழைமை கொடுத்த அழுத்தமான தொல்லை

அதிர்ஷ்டவசமாக அல் - பெருனி (A1-Biruni)-யின் நூல்கள் நமக்குக் கிடைக்கின்றன. அவர் வாழ்ந்த காலம் கி.பி. 973 முதல் 1048 வரை. கி.பி. 1017 முதல் 1030 வரை அவர் இந்தியாவில் பிரயாணம் செய்தவர்; இந்தப் பிரயாணத்தின்போது அவர், இந்திய வானசாத்திரத்தில் முழுமையானதும், ஆழமானதுமான தேர்ச்சியைப் பெற்றவர்: கி.பி.

ஆறாம் நூண்டில் வாழ்ந்த வராகமிகிரரும் கி.பி. ஏழு எட்டு நூற்றாண்டு களில் வாழ்ந்த பிரம்மகுப்தரும் தாம் செய்த ஆராய்ச்சிகளையும் அதன் பயனான கருத்துக்களையும் பிராம்மணர்களின் கற்பனைக் கதை களுடன் பொருத்தியும் ஒப்பிட்டும் சரிசெய்து காட்ட முனைந்தனர் என்பதை அல்-பெருனி கூறுகிறார். அது, சூரியனும் சந்திரனும் கிரஹணம் என்று வழங்கும் மறைவுக்கு உட்படுவது பற்றிய செய்தி. தாங்கள் கண்ட விஞ்ஞான அடிப்படையான உண்மைக்கு வேதக் கருத்து முற்றிலும் முரணானது என்பதை அறிந்தும் இப்படி ஒத்துப்போக வேண்டியிருந்தது என்று அல்-பெருனி கூறுகிறார்.[35]

இந்து வான சாத்திர அறிஞர்களுக்குச் சந்திரன் பூமியின் நிழலால் மறைக்கப்படுவதும், சூரியன் சந்திரனால் மறைக்கப்படுகிறான் என்பதும் மிக நன்றாகவே தெரியும். இதைக் கொண்டே அவர்கள் தாங்கள் இயற்றிய அந்த விவரங்கள் பற்றிய நூல்களில் கணக்கிட்டுக் கூறியிருக்கின்றனர். இதை நிரூபிக்க அவர் வராகமிகிரரின் பிருஹத்-ஸம்-ஹிதா என்ற நூலிலிருந்து மிக விரிவாய் மேற்கோள்களை எடுத்துரைக்கிறார். இப்படிக் காட்டப்படும் ஒரு பகுதியில் வராகமிகிரர் பிராம்மணர்களின் பழைய நம்பிக்கை அங்கீகரித்துள்ள ஒரு பொய்யை நினைவுகூர்கிறார். அதாவது, கிரஹணம் ஏற்படக் காரணம், ராகுவின் தலை சூரியனை விழுங்கிவிடுவதே என்பது; அடுத்து - உடனேயே அவர் இந்தக் கதை எடுத்த எடுப்பிலேயே எவ்வளவு பொருத்தமே இல்லாத அபத்தம் என்றும் கூறி, உண்மையில் கிரகணம் என்பதற்கு விஞ்ஞான பூர்வமான விளக்கமும் தருகிறார்; அடுத்து அவர் செய்வதுதான் விநோதமாய் இருக்கிறது; தான் அபத்தம் என்று கூறிய அதே கதையின் ஆதாரத்தில் பிராம்மணர்கள் விதிக்கும் சில சடங்குகளுக்கும் ஒரு காரணம் காட்டி, அதையும் நியாயப்படுத்துகிறார். பிருஹத்ஸம் ஹிதையில் வராகமிகிரர் கூறுவது:[36]

➢ V.1. ராகு, அசுரர்களைச் சேர்ந்தவன்; அவனுடைய தாய் ஸிம்ஹீகா என்பவள். தேவர்கள் கடலைக் கடைந்து அமிர்தம் எடுத்ததும் விஷ்ணுவை அழைத்து அம்ருதத்தைத் தங்களுக்குப் பங்கு போட்டுக் கொடுக்குமாறு வேண்டினர்; அதைப் பங்கிடும்போது ராகுவும் தன் வடிவத்தைத் தேவர்களுடையது போல் மாற்றிக் கொண்டு தானும் சென்று தேவர்களுக்கிடையே இருந்தான்; விஷ்ணு அவனிடம் கொடுத்தபோது அதை வாங்கிக் குடித்துவிட்டான்; பிறகு தான் விஷ்ணுவுக்கு அது தெரிந்தது; உடனே தனது சக்கராயுதத்தை எறிந்து அவன் தலையை வெட்டினார்; அமிர்தம் உண்டிருந்ததால் அந்தத் தலை உயிருடன் இருந்தது; உடல் மட்டும் இறந்துவிட்டது;

அமிர்தம் உள்ளே சென்றுவிட வில்லையாதலால் உடல் இறந்தது; பிறகு அந்தத் தலை பணிந்து வணங்கி, "ஏன் இப்படி? நான் செய்த பாவம் என்ன?" என்று கேட்டது; உடனே அதற்குப் பிரதி ஏற்பாடாக அந்தத் தலை (ராகுவுக்கு) வானத்தில் இருக்கும்படியும், வானுலகில் வாழ்வோரில் ஒருவனாகும் உயர்வையும் தந்தார் விஷ்ணு" என்று சில அறிஞர்கள் கூறுகிறார்கள்.[36]

➢ V. 2. வேறு சிலர் ராகுவுக்கு உடலும் உண்டு; அது சூரியனைப் போலவும், சந்திரனைப் போலவும் இருப்பது; ஆனால் கறுப்பு நிறமுடையது. ஆகவே, வானில் அதைப் பார்க்க முடியாது." அல்-பெருனி இதை விளக்குகிறார்.[37] "இந்த அபத்தங்களின் தொடர்பைக் கூறி முடித்த பிறகு, தொடர்ந்து வராகமிகிரர் கூறுகிறார்.

➢ V.4. "அந்தத் தலைக்கு - அதாவது ராகுவிற்கு-உடலும் இருக்குமானால், அது உடனுக்குடனேயே நேரும் தொடர்பினால் செயற்படும் (அதாவது 'சந்திரனை மறைத்தல் கிரஹணம் என்பது) தூரத்திலிருந்துதான் மறைக்கிறது. ராகு இருக்கும் இடத்திற்கும், சந்திரனுக்கும் இடையே ஆறு ராசி மண்டலங்கள் (மேஷம் விருஷபம் போன்றன). மேலும், ராகுவின் சாரம்-ராசிக்கு ராசி மாறிச் செல்லும் பெயர்ச்சி அதிகமாவதும் இல்லை; குறைவுபடுவதும் இல்லை. ஆகவே, சந்திரகிரகணம் ஏற்படும் குறிப்பிட்ட இடத்தை ராகுவின் உடல் சென்றடைவதால்தான் அந்த மறைவு ஏற்படுகிறதென்று நாம் நினைத்துக்கொள்ள முடியாது."

➢ V.8. தெய்வத்தின் துணையுள்ள சில அறிஞர்கள் கூறும் 'வண்ணம், சந்திரன் பூமியின் நிழலுக்குள் நுழைந்துவிடும்போது கிரகணம் அதாவது மறைதல் நேர்கிறது. சூரிய கிரகணம் என்பது சந்திரன் சூரியனைக் கவிந்துகொண்டு, நம் பார்வையிலிருந்து அதை மறைத்துவிடுவதில்தான் நேர்கிறது. அதனால்தான், சந்திர கிரகணம் மேற்குத் திசையிலிருந்து சுற்றி வந்து நிகழ்வதென்பதே கிடையாது. சூரிய கிரகணமும் கிழக்கிலிருந்து கவிவதும் கிடையாது.

➢ V. 4. ஒரு மரத்தின் நிழல் நீள்வது போலவே, பூமியிலிருந்து நீளமான நிழல் வெளியே நீள்கிறது.

➢ V.10. சந்திரனுக்கு இருக்கும் அட்சரேகை மிகச் சிறியது. சூரியனிடம் இருந்து அதன் தொலைவில் ஏழாவது ராசியில் இருப்பது. அது, வடக்கே அல்லது தெற்கே அதிகமான தொலைவில் இல்லை என்றால், அது பூமியின் நிழலுக்குள் போய்விடுகிறது. அதனால் மறைந்தும் போகிறது. முதல் தொடர்பு கிழக்குப் பாகத்தில் நேர்கிறது

➢ V.11. மேற்கிலிருந்து சந்திரன் சூரியனை அடையும்போது சூரியனைக் கவிந்துகொள்கிறது. மேகம் சூரியனுடைய ஒரு பகுதியைக் கவிந்து மூடுவது போலத்தான் இது. இந்த மறைவின் அளவு வெவ்வேறு பிரதேசத்தில் வெவ்வேறு விதமாய் இருக்கும்.

➢ V.12. சந்திரனை மறைக்கும் நிழல் மிகப் பெரிது. ஆகவே, பாதி மறைக்கப்படும்போதே அதன் ஒளி குறைந்து மங்கிவிடுகிறது. சூரியனை மறைப்பது அவ்வளவு பெரிதானதில்லை. மேலும், சூரியனது கிரணங்கள் (கதிர்கள்) மிகவும் ஆற்றலுடையன. மறைக்கப்படும் போதும் அவ்வளவாக ஒளி குறைவதில்லை.

➢ V.13. ராகுவின் இயல்புக்கும் சந்திர சூரிய கிரகணங்களுக்கும் எந்தவிதமான தொடர்பும் இல்லை. இது பற்றிய வரை அறிஞர்கள் இதை ஒப்புக்கொள்கின்றனர். அல்-பெருனி மேலும் கூறுகிறார்:[38] இரண்டு இயல்பையும் புரிந்துகொள்ளும் வகையில் விவரித்த பிறகு, இதை அறியாதவர்களைப் பற்றிக் குறை கூறுகிறார். எப்படியும் பொது மக்கள் கிரகணத்திற்குக் காரணம் ராகுதான் என்று இரைந்து கூறுகிறார்கள். ராகு தோன்றாவிட்டாலும் இப்படி மறைவைச் செய்யாவிட்டாலும் பிராம்மணர்கள் கிரகண காலத்தில் கண்டிப்பாக குளிக்கிறார்களா? இதற்கு வராகமித்ரர் தரும் விடை:

➢ V.14. ராகு வெட்டப்பட்ட பிறகு மிகவும் தலைகுனிந்து பணிய, பிரம்மதேவன் ஒரு வரம் தந்தானாம். கிரகண காலத்தில் பிராம்மணர்கள் அக்னியில் ஹோமம் செய்வதில் ஒரு பங்கு உனக்கு வரட்டும் என்றானாம்.

➢ V.15. ஆதலால் ராகு கிரகணம் நேரும் இடத்திற்கு அருகில் இருந்துகொண்டு தன் பங்கைத் தேடுவான்; அதனால்தான் அந்த நேரத்தில் அடிக்கடி அவன் பெயரை நினைவு கூர்வார்கள்; அவனே கிரஹணத்திற்குக் காரணம் எனவும் கருதிக்கொள்வார்கள்; ஆனால் அவனுக்கும் இதற்கும் சம்பந்தமே கிடையாது. அது சந்திரன் வளைந்து சுற்றிவரும் பாதை ஒரே சீராய் இருப்பதையும் கீழ் நோக்கிச் சரிவதையும் பொறுத்து நேர்வது.

இந்தக் கூற்று உண்மையிலேயே ஆச்சரியம் விளைவிப்பதுதான். ராகுவையும் அவர் நம்பவில்லை. ராகு இல்லவும் இல்லை. பிராம்மணர்கள் பழைய நம்பிக்கை அவரை நிர்பந்திக்கிறது; விஞ்ஞான முறையில் விளக்கம் தருபவர்களை அது அதிகாரம் செய்து தடையும் உண்டாக்குகிறது; அவற்றை மறுத்துப் பேச மிகப் பெரிய துணிச்சல் வேண்டும். பிராம்மணர்களின் சடங்கு ஆசாரங்களை எப்படியாவது

சரியென்று காட்ட வேண்டும். அதற்காக, ஏதாவது அதை நியாயப் படுத்தும் வகையில் கண்டுபிடித்துக் கூறுவதாகவும் இருக்க வேண்டும். இதை அல் பெருனி ஆய்வு செய்திருக்கின்றார்.[39]

வராகமிகிரர் கூறியதை, பிறருக்காகப் பின்னால் சொல்வதாக மேலே காட்டிய வார்த்தைகளைக் கொள்ள வேண்டும். ஏனென்றால், இவற்றுக்கு முன் அவர் தனக்கு இந்த உலகத்தின் வடிவம் (தட்டை அல்ல கோளம் என்று) தெரியும் என்பதைக் கூறிவிட்டிருக்கிறார். ஆகவே, பிறருக்காகச் சொன்னவை வேடிக்கையாகவும் ஆச்சரியம் விளைவிப்பதுமாகவே இருக்கின்றன. எப்படியும் அவர் சில சமயம் பிராம்மணர்களை ஆதரிப்பது போல் தோன்றுகிறது; அவரும் ஒரு பிராம்மணர்தான்; அவர்களிடமிருந்து அவர் தன்னைத் தனிமைப் படுத்திக்கொள்ளவும் முடியாது. ஆனாலும் அவருடைய கால்கள் உண்மையின் அஸ்திவாரத்தில் ஊன்றி நிற்கின்றன. அவர் உண்மையைத் தெளிவாக வெளியிட்டும் பேசுகிறார்.

வராகமிகிரரைப் போலவே மற்றவர்களும் இருந்தார்களா என்ன? உதாரணமாக பிரம்மகுப்தரைப் பாருங்கள்: வான சாத்திர அறிஞர்களில் ஆன்மீகத் தனிச் சிறப்புடையவர்தான், சூரியன் சந்திரனுக்குக் கீழ் இருப்பது. ஆகவே, சூரியனைக் கடித்துவிழுங்க ஒரு ராகு அவசியம் வேண்டும். அப்போதுதான் அவன் மறைவான் என்றெல்லாம் புராணங்களில் படித்துள்ள பிராம்மணர்களில் அவரும் ஒருவர்தான். அவர் உண்மையைச் சொல்லப் பயப்படுகிறார்; மோசடிக்குத் துணை போகிறார். இதை அவர் செய்யவில்லையென்றால் இப்படி செய்யாமல் இருந்திருக்கவும் முடியுமென்றுதான் நினைக்கத் தோன்றுகிறது. பழைமை நம்பிக்கை கொண்டவர்கள் மீது வெறுப்புற்று, அவர்களைப் பரிகசிப்பது போல், அவர்கள் பேசுவது போலவே பேசினாரா? அல்லது மனம் உடைந்து திசை மாறிப் போய் நிர்ப்பந்தத்தால் - யாரோ செய்த கட்டாயத்தால் இப்படிப் பேசினாரா? மரணம் நேர்ந்து பிரக்ஞையைக் களவாடிவிடும் என்ற நிலையில் உள்ளவனைப் போல் பேசுகிறாரே! மேலே உள்ளவாறு தீர்மானிக்கக்கூடிய சொற்கள், பிரம்ம சித்தாந்தம் என்னும் அவருடைய நூலின் முதல் அத்தியாயத்திலேயே இருக்கின்றன; அவற்றைப் பாருங்கள்: "சிலர் கிரஹணம் ராகுவால் ஏற்படவில்லை என்று நினைக்கிறார்கள். முட்டாள்தனமான எண்ணம்; ஏனென்றால், நிஜமாகவே ராகு தான் மறைக்கிறான். உலகத்தில் உள்ளோர் எல்லாருமே பொதுவாக இப்படித்தான் சொல்கிறார்கள். பிரம்மதேவன் முகத்திலிருந்து வெளிவந்த கடவுளின் பேச்சான வேதம் அப்படித்தான் கூறுகிறது; மனுஸ்ம்ருதியும் தர்க்க ஸம்ஹி

தையும் இதையே கூறுகின்றன. கர்க்கர் பிரம்மாவினுடைய மகன். இதற்கு மாறாக, வராகமிகிரர், ஸ்ரீஸேனர், ஆர்யபட்டர், விஷ்ணு சந்திரர் ஆகியோர், கிரஹணம் நேர்வது சந்திரன் காரணமாகவும் பூமியின் நிழல் காரணமாகவும்தானே தவிர ராகுவால் இல்லை என்கிறார்கள்; இது பொதுவாக அனைவருமே கூறுவதற்கு நேர் எதிராகவும் மேலே நான் கூறிய சாத்திரக் கருத்துக்கு விரோதமாகவும் கூறியது; ராகு மறைக்கவில்லையானால், பிராம்மணர்களுடைய ஆசாரங்கள், கிரகண காலத்தில் அவர்கள் செய்வன-அதாவது சூடாக்கிய எண்ணெயை அப்பிக்கொண்டு செய்யும் சடங்குகளும் பூஜைகளும் வெறும் பிரமைதானா? அவற்றிற்குப் பலனாக அவர்கள் வானுலகத்து இன்பங்களைப் பெற முடியுமா? இவற்றை யாராவது வெறும் பிரமை என்று கூறினால், அவன், அனைவரும் அங்கீகரித்துள்ள சாத்திரக் கருத்துக்கு உட்படாதவனாகிறான்; அவனுக்கு அனுமதியில்லை (சமுதாயத்தில் வாழும் அநுமதி). மனு கூறுகிறார்: "சூரியனையோ சந்திரனையோ ராகு, மறைக்கும் வேளையில் பூமியில் உள்ள நீர் நிலைகள் யாவுமே கங்கையின் நீர் போலப் புனிதமாகின்றன. வேதம் சொல்கிறது: "ராகு, அசுர குலத்துப் பெண்ணான ஸிம்ஹிகையின் மகன்; ஆதனால்தான் (அந்த வேளையில்) மக்கள் புண்ணிய காரியங்களைச் செய்கிறார்கள்; ஆகவே, அந்த நூலாசிரியர்கள் பொதுவான (ஆசார) கருத்தை எதிர்க்கக்கூடாது; வேதத்திலும், ஸம்ருதியிலும் ஸம்ஹிதைகளிலும் இருப்பன எல்லாமே உண்மை'. இதற்கு மேலும் அல்-பெருனி தொடர்ந்து கூறுகிறார்.[40]

"அவர்கள் நமது அடையாளங்களை இல்லையென்று சொல்லி விட்டார்கள். அவர்களுடைய மனங்களுக்கு இவை தெளிவாகவே தெரியும். ஆனாலும் அவர்கள் தமது தீய குணத்தாலும் கர்வத்தினாலும் இப்படிச் செய்துள்ளனர். அவர்களுடன் நாம் விவாதம் செய்ய மாட்டோம்; ஆனால் அப்படிச் செய்த ஒருவனுடைய காதோடு காதாய் இதைச் சொல்வோம்: மக்கள், சூழ்நிலைக்கேற்ப மத சம்பந்தமான சட்டங்களை எதிர்ப்பதைக் கைவிட்டுத்தான் ஆக வேண்டுமென்றால் (நீ அதைத்தான் செய்திருக்கிறாய்) நீ மட்டும் நம்பிக்கையும், பக்தியும் இல்லாமல் இருந்துகொண்டே மக்களை மட்டும் நம்பிக்கைகொள்ள வேண்டுமென்று ஏன்-நீ கட்டளை இடுகிறாய்? மேலே சொன்ன நம்பிக்கை பற்றியது நீ சொன்னதுதானே? அதையும் சொல்லிவிட்டு, அடுத்து சந்திர வட்டத்தின் விட்டத்தை, குறுக்களவை கணக்கிட்டுச் சொல்லி, அது சூரியனை மறைப்பதை ஏன் விளக்கத் தொடங்குகிறாய்? பூமியின் நிழலுக்குள்ள குறுக்களவைக் கணக்கிட்டு அது சந்திரனை மறைப்பதை அந்த நாத்திகர்களுடன் ஏன் விளக்குகிறாய்? அதோடு

அந்த நாத்திகர்கள் கூறுவதை ஏற்று அவர்களுடன் சேர்ந்துகொண்டு, இரண்டு கிரஹணங்களைப் பற்றியும் கணக்கிட்டுக் கூறுகிறாயே தவிர, யாருடன் சேர வேண்டுமென்று நீ நினைக்கிறாயோ அவர்களுடைய கருத்துப்படி கூறவில்லையே. கிரஹன காலத்தில் இன்னவை செய்ய வேண்டும். இவ்வாறு பூஜைகள் செய்யவேண்டும் என்று விதிக்கிறோம் என்றால், கிரஹணம் ஒரு தினம்-தேதி என்பதால்தானே தவிர, அது காரணமில்லையே" என்று கடவுடளால் நேரில் இப்படிக் கூறப்பட்டவர்களில் பிரம்மகுப்தரும் ஒருவராக இருக்க வேண்டும்.

என்னைப் பொறுத்தவரை, பிரம்மகுப்தரைத் தன் கருத்துக்கு மாறாகப் பேச வைத்தது (அது மனச்சாட்சிக்கு எதிரான பாவச் செயல்) பேராபத்தை விளைவிக்கும் விதி என்றுதான் நான் நினைக்க வேண்டியிருக்கிறது. அது, ஸாக்ரட்டீசுக்கு நேர்ந்ததைப் போன்றதே; பிரம்மகுப்தருக்கு இருந்த மிகப் பெரிய அறிவு, அவருடைய புத்திக் கூர்மை, நல்ல வாலிபப் பருவம், இவ்வளவும் இருந்தும் இந்தக் கதி நேர்ந்துவிட்டது; இது, அவர் விஷயத்தில் கூறும் ஒரு சமாதானமானால், அதை ஏற்றுக்கொண்டு இதோடு இந்த விஷயத்தை விட்டுவிடுகிறோம்.

மேலே அழுத்தம் கொடுத்துக் காட்டப்பட்டவை அல்-பிருனியே வற்புறுத்த விரும்பியவை. இந்திய விஞ்ஞானிகளுக்கு நம் நாட்டுப் பழைய வைதீக ஆசாரம் கொடுத்த நிர்ப்பந்தம் அல்-பிருனிக்கு உற்றுணரும் அளவுக்குத் தெளிவாய்ப் புலப்பட்டது. அவர் பிரயாண மாக நம் நாட்டைப் பார்க்க வந்த ஒரு விஞ்ஞானியே தவிர, பிராம் மணர்களின் மதம் சம்பிரதாயம் பற்றியெல்லாம் அவருக்கு அக்கறை ஒன்றும் இல்லை.

11. அணுக்கொள்கையும், தர்க்கமும் பௌத்த தோற்றத்தில் காட்டிய பக்தி விசுவாசம்:

நம் நாட்டு வான சாத்திர அறிஞர்களில் மிகப் பெரியவரான பிரம்ம குப்தர், தனக்கு விஞ்ஞானபூர்வமான விளக்கம் தெரிந்திருந்தும், தன் நூலின் முதல் அத்தியாயத்திலேயே-வான சாத்திரத்தில் ஒரு சாதனை என்று கூறக்கூடிய நூலின் தொடக்கத்திலேயே-வேதத்திலும், மனுஸ்ம்ருதியிலும் தனக்குள்ள பக்தி விசுவாசங்களை எடுத்துரைத்தது மட்டுமின்றி, விஞ்ஞான விளக்கம் கூறிப் புனித நூல்களை மீறுகிறவர் களைக் கண்டித்துரைக்கும் அளவுக்குப் போகவேண்டியிருந்தது என்னும்போது, கணாதர்,கௌதமர் இருவர் கதையும் இன்னும் நிர்க்கதியானது; அவர்களுக்கு வேறு வழி இல்லை. அவர்கள் வாதிட்டு எதிர்ப்பது, ராகு சூரியனை விழுங்குவது போன்ற ஒரு சின்னஞ்சிறிய கற்பனைக் கதையை அல்ல; வேதத்தின் தத்துவப்

பகுதிகளில் மிகவும் பிரதானமாகக் கூறப்படும் இந்த உலகத்தைப் பற்றிய பார்வையை-கருத்தையே அவர்கள் எதிர்க்க விரும்பினர். இந்த உலகம் நிஜமில்லை; நமக்கு அறிவைத் தரும் பிரமாணங்களும் பொய் என்பது அந்தக் கருத்து. அதை எதிர்க்கும் இவர்கள் வேதங்களில் தமக்கு நம்பிக்கையும் பக்தியும் உண்டென்று கூறித் தங்களைக் காத்துக் கொண்டாலன்றி எப்படி அதைச் செய்ய முடியும்? அப்படிக் கூறாவிட்டால் பிராம்மணர்களின் பழைய வைதீகர்களிடமிருந்தும், அதை எடுத்துரைக்கும் தர்ம சாத்திரக்காரர்களிடமிருந்தும் வரக்கூடிய தடையையும் குற்றச்சாட்டையும் எப்படித் தவிர்த்துக்கொள்ள முடியும்? இதை அவர்கள் எப்படிச் செய்கிறார்கள் என்பதைச் சுருக்கமாகக் கூறுவேன்.

முதலில் கணாதருடைய வைசேஷிக சூத்திரத்தைப் பார்ப்போம். நூலின் நோக்கமும் பயனும் தர்மம் இன்னதென்று விளக்குவதுதான்[41] என்ற உறுதிமொழியுடன் அந்த நூல் தொடங்குகிறது; தர்மம் என்பது வேதத்தின் பழைய ஆசாரத்தை - நம்பிக்கையைக் கொண்டே அதே அளவில் கூறப்படும். ஆனால், கணாதர் இந்தப் பிரதிக்ஞையை முடிவாக நிறைவேற்றுகிறாரா? இல்லை. சர்ச்சை அந்த நூல் முக்கியமான ஆறு சொற்களின் பொருளைத்தான் செய்கிறது. இவை ஆய்வுக்குரிய பொருள்கள் என்று கொள்கிறது, அந்த நூல். அவை, திரவியம்-அதாவது ஒரு பொருள், அதன் பண்பு முதலியன. இவற்றுள் அறியக்கூடிய, சொல்லால் குறிப்பிடப்படக்கூடிய அனைத்தும் அடங்கும். உலகத்தில் உள்ள அத்தகைய அனைத்தையும் மேற்சொன்ன ஆறுக்குள் அடக்குகிறது நியாய வைசேஷிக சாத்திரம். நூலில் சிற் சில போது பிராம்மணப் புரோகிதர்களை, அவர்களுக்கு மட்டுமேயுரிய தனிச் சலுகைகளையும் நினைவுகூர்வது உண்டு. ஆரம்பத்தில் சொன்ன நோக்கம் - தர்ம விளக்கம் ஆகிய நோக்கங்கள் நூலின் கோட்பாட்டிற்கு முற்றிலும் எதிரிடையாகவே ஆகிவிடுகிறது. இது, மிகவும் முரணான காரியம். இதைப் பழைய செய்யுள் ஒன்று - நம்பக்கூடியதுதான்- கிண்டலாக இப்படிக் கூறுகிறது. தர்மத்தை விளக்க விரும்புகிறவன் இந்த ஆறு சொற் பொருட்களை சர்ச்சை செய்வது, ஒருவன் சமுத்திரத்தைச் சென்றடையும் முடிவுடன் இமாலயத்திற்குப் போவதைப் போன்றது.

நூல் எடுக்கும் முடிவுகளைக் கொண்டு பார்த்தால், அது தொடக்கத்தில் கூறும் உறுதிமொழி ஒரு வெறும் தந்திரம்தான்; ஆனால் அவசியமற்றதும் இல்லை. அது இல்லாவிட்டால் நூலை நாத்திக நூல் என்று அவப் பெயர் சூட்டிவிடுவது சுலபமாய்விடும். எப்படி யாவது பாடுபட்டு அந்தப் பெயர் வரக்கூடாதென்று விரும்புகிறார்

கணாதர். அதனால் ஆரம்பத்தில் சொன்னது போதாதென்று, மூன்றாவது வாக்கியத்தில் வேதங்கள் தாமே வெளி வந்த பிரமாணம் என்று அறிவிக்கிறார். இதை இப்படியே புத்தகத்தின் முடிவிலும் கூறுகிறார். இதில் என்ன விசேஷம் என்றால், இந்த நூல் சூத்திரங்களின் வடிவில் ஆனது; சூத்திரம் என்பது மிக மிகச் சுருக்கமாய் மனப்பாடத்திற்கு ஏற்றவகையில் இருக்க வேண்டுமென்பது மரபு. சூத்திரங்களில் சிக்கனம் வேண்டி ஒரு மாத்திரை - ஒரு சொல்லை வெற்றிகரமாக நீக்கிவிட்டால், சொல்ல வேண்டியதற்குக் குறை நேராமல் அதைச் செய்துவிட்டால், ஓர் ஆண் மகனைப் பெற்றெடுத்த மன மகிழ்ச்சியை அது தரும் என்பார்கள். கணாதருக்கு இது தெரியாதா? ஒரே வாக்கியத்தை மீண்டும் எழுதுகிறார் என்றால் அதற்கு என்ன பயன்? வேண்டுமென்றே தான் அதைச் செய்கிறார்; எப்படியாவது தன் நூல் குற்றச்சாட்டுக்கும் தடைக்கும் ஆளாகாமல் தப்பிப் பிழைக்க வேண்டுமென்பதே அவர் கவலை; தொடக்கத்திலும் முடிவிலும் வேதப் பிரமாணத்திற்குத் தன்னை ஒப்படைத்துக்கொள்ளும் ஒரு நூலை வைதீகர்கள் எப்படிச் சந்தேகிப்பார்கள்!

இப்படிப் பார்க்கும்போது, கௌதமருடைய நியாய சூத்திரம் தரும் சாட்சியம் மிகவும் கவனத்தை ஈர்ப்பதொன்று. எஸ்.சி.வித்யா பூஷணர், 'இந்தியத் தர்க்கத்தின் வரலாறு' என்ற தன் நூலில், தர்க்கத்திற்கும் வைதீகப் பழமைக்கும் உள்ள பகைமையைப் பல சாட்சியங்களால் எடுத்துரைக்கிறார். இந்த ஆய்வை அவர் முடிக்கும் போது, ஆன்வீக்ஷிக் என்ற தர்க்க சாத்திரத்திற்கு ஆதரவு காட்டாத, அதைக் குறை கூறும் விமரிசனங்கள் அதற்குமுன் நீண்ட காலமாக இருந்துவந்தன; ஆனால் நியாய சூத்திரம் என்ற பெயரில் அது நூலாக எழுதப்பட்டபோது, அதாவது கி.பி.முதல் நூற்றாண்டில் அது அநேகமாகக் குறைந்து அறவே இல்லாமலும் ஆகிவிட்டது; ஏனென்றால் நியாய சூத்திரம் வேதப் பிரமாணத்தை ஏற்றுக் கொண்டு, தர்க்க வாதத்தின் மூலம் காரணம் காட்டி ஒன்றை நிறுவும் கருத்தை நிலைநாட்டியது. அதற்குப் பிறகு, அந்த வாதத்தின் செலாவணியை யாருமே மறுத்து எதிர்க்கவில்லை"[42] என்கிறார். இது முற்றிலும் உண்மையே. இதைப் புரிந்துகொள்ள நியாய சூத்திரம், வேதப் பிரமாண்யத்தை எப்படி ஒப்புக்கொள்கிறது என்பதற்கு சில விவரங்களைக் காண வேண்டும்."

கௌதமர் தமது நியாய சூத்திரம் என்ற நூலில் வேதப் பிரமாண்யத்தை மிகவும் அதிகமான அக்கறையுடன் கலந்து நிறுவுவது போன்ற ஓர் எண்ணத்தை உண்டாக்குகிறார். வேதத்தை மறுக்கும் சில

பொதுவான காரணங்களைத் தாமே ஓர் ஆட்சேபணை வடிவில் கூறுகிறார். "வேதம் செல்லுபடியாகத் தக்க பிரமாணம் ஆகாது; ஏனென்றால், அது பொய்யால் தூய்மை கெட்டுக் குற்றமுடைய தாகிறது; தனக்குத் தானே முன்பின் முரணாக இருப்பது; சொன்ன தையே திரும்பத்திரும்பச் சொல்கிறது." கௌதமர் இந்த ஆட்சே பணைகளுக்கு விரிவான பதில் சொல்லுவது போல் தோன்றுகிறது. வேதத்தில் மேலே காட்டிய குற்றங்கள் எதுவும் இல்லை; அது முன்னுக்குப் பின் முரணாகக் கூறவில்லை; கூறியதையே கூறும் குற்றமும் அதில் இல்லை என்று கூறுகிறார். வாஸ்தவம்தான். ஆனால், அவர் கூறுவனவற்றை உட்புகுந்து நுட்பமாகப் பார்த்தால் நமக்கு மிகவும் வியப்பாயிருக்கும். அவை கபடத்தனமாக, வேதப் பிரமாணத்தை அவ்வளவு பெரிது எனத் தீவிரமாகக் கொள்ள வேண்டியதில்லை என்று கூறுவதாகவே தோன்றும்.

வேதம் பிரமாணமாகாது. ஏனென்றால் அதில் பொய்யும் தவறும் உண்டு என்பவர்களின் வாதத்தை வாத்ஸ்யாயனர் விளக்குகிறார். வேதம் விதிக்கும் பல சடங்குகளில் புத்ரகாமேஷ்டி என்பது ஒன்று; முன்னர் இதை விளக்கியிருக்கிறோம்; இந்தச் சடங்கு செய்தவர்களுக்கு அது பயனைத் தரவில்லையென்பதைப் பார்க்கும்போது எதிர்த் தரப்பு என்ன சொல்லும். பயன் விளையவில்லை. ஆகவே, அநுபவத்தில் இந்த விதியும் சடங்கும் பயனற்றவை. இதேபோலத்தான் சொர்க்கத்தை விரும்புபவன் அக்னி ஹோத்ரம் செய்ய வேண்டும் என்பது வேதவிதி; அநுபவத்தில் அது உண்மை என்பதை எப்படிக் காட்டுவது; சொர்க்கத்திற்குப் போனவன் அல்லவா திரும்ப வந்து இதைச் சொல்ல வேண்டும்? அநுபவத்தில் அது பொய்" என்பது அந்த விளக்கம்.[44] இதைச் சற்று விரிவாகவே எடுத்துக் காட்டவேண்டியது அவசியமாகிறது.[45]

"வேதம் விதித்ததில் தவறு இல்லை. அந்தச் சடங்கைச் செய்தவர் களின் குற்றம் குறைகளும், செய்த முறை சரியாக இல்லாமையும், உபயோகித்த பண்டங்கள் சரியில்லை என்பதும் பயன் விளையாமைக்குக் காரணமாக இருக்கலாம், மனைவியும் கணவனும் இந்தச் சடங்கைச் செய்ய வேண்டியவர்கள் ஆவர். அதற்கு அவர்கள் இன்ன வகையில் சேர வேண்டும் என்ற விதி இருக்கிறது. சடங்கைச் செய்பவன் (கணவன்) அதற்குரிய அறிவில்லாதவனாக இருந்திருக்கலாம். அவன் ஒழுக்கம் குறைந்தவனாயிருக்கலாம். இப்படிப் பல குறைகள் உண்டு. அவன் அவளுடன் சேர்வதில் ஏதாவது கோணல்கள் நேர்ந்திருக்கலாம். அல்லது அவளுக்கு ஏதாவது நோய் இருந்திருக்கலாம். அவன் ஆண்

மலடாக இருக்கலாம்; இதனால்தான் உரிய பயன் விளையவில்லை. சாதாரணமான வாழ்க்கை சம்பந்தமான காரியங்களில்கூட, அது சரியாகச் செய்யப்படாவிட்டால் பயன் விளையாததைப் பார்க்கலாம். உதாரணமாக, நெருப்பை உண்டாக்க இரண்டு மரத்துண்டுகளை ஒரு வகையாகத் தேய்த்துத் தேய்த்துச் செய்ய வேண்டும். அப்படிச் செய்தும் நெருப்பு தோன்றவில்லை என்றால், சரியாக உராயாமல் இருந்திருக்கும். மரத்துண்டு ஈரமாயிருந்திருக்கும்; அதில், நடுவில் பள்ளம் இருந்திருக்கலாம். இதுபோலத்தான் வேதம் விதித்த புதிர காமேஷ்டியும் ஆகும்."

இதென்ன வாதம்? இதை ஒரு பெரிய தீவிரமான முடிவாக ஏற்க முடியுமா? இப்படிச் சொல்வதால் வேதச் சடங்கு பயனைத் தராமல் போகாது என்று கொள்வது சாத்தியமா? கௌதமர், வெவ்வேறு தேசங்களில் வெவ்வேறு மக்களிடையே, வெவ்வேறு பழக்க வழக்கங்கள் உண்டு என்று கூறுகிறார்.[46] அவருக்கு எத்தனையோ இலட்சக்கணக்கான தம்பதிகள் தங்கள் உடல் வலிமையால் உரிய வகையில் சேர்ந்து, இப்படிச் சடங்கு ஒன்றும் செய்யாமலேயே பிள்ளை குட்டிகளைப் பெறுவது தெரியாதென்று கொள்ள முடியுமா? ஆகவே, அவருடைய விவாதம் எதை அழுத்தமாகக் கூறுகிறது? அநுபவ முறையில் எல்லாம் சரியாக இருந்துவிட்டால் பிள்ளை குட்டிகள் பிறப்பது சகஜம். மாறாக இருந்தால் கிடையாது. ஆக, இந்தச் சடங்கே பொருத்தமில்லாத ஒன்று என்பதே இந்த வாதத்தின் சாராம்சம். இது உண்மையிலேயே வேத நம்பிக்கையை ஆதரிக்கும் பேச்சா அல்லது வெறும் கிண்டலும் கேலியும்தானா? நிறையப் பேசி வேதத்தை நம்புவதாக வேறு காட்டிக்கொள்கிறார்.

வேதத்தை இப்படி மரியாதைக்கு உரியதாக ஆக்குவது விளை யாட்டுக்காகத்தான்; வினையாக அன்று என்பதை இந்தக் கபடமான தர்க்கிகர் நெருப்புண்டாக்கும் சாதாரண செயலைக் கூறி முடிக்கும் போது, வேதத்தின் விதிகளுக்கு அன்றாட வாழ்க்கை நிகழ்ச்சிகளை விடக் கூடுதலான செலாவணி இல்லை என்றும் காட்டிவிடுகிறார். கௌதமர் இப்படியெல்லாம் சொல்லி முடித்துவிட்டு, வேதம் செல்லுபடியாகக்கூடியதுதான் என்று காட்ட உடன்பாடான வகையில் திட்டவட்டமாகவும் சில கருத்துக்களைத் தெரிவிக்கிறார் என்று வாத்ஸ்யாயனர் சொல்கிறார்; அவை என்ன?[47] கௌதமர் கூறுவது: மந்திரத்திற்கும் ஆயுர்வேதத்திற்கும் உள்ளது போலவே, வேதத்திற்கும் நம்பக்கூடிய விளைவு உண்டு; அந்த வேதத்தைச் சொல்லிக் கொண்டே இருப்பவனை நம்புகிறோம் என்பதே இதற்குச் சான்று. வேதப் பிரமாண்யத்தை ஒப்புக்கொள்பவர்களின் கருத்துக்குப் பெரிய

ஆபத்தைத் தருவது இப்படிச் சொன்னதன் உட்கருத்தாகிறது. வேதப் பிரமாணம் என்பதை மிகவும் லௌகீகமான வெறும் நம்பிக்கைகளின் நிலைக்கு இது இறக்கிவிடுகிறது; அந்த நிலை மிகவும் புளித்துப்போன பழைய அவையற்ற நிலை. இதை வாத்ஸ்யாயனர் விளக்கும்போது நன்றாகப் புலப்படுகிறது; அதைக் கூறுமுன், இதில் உள்ள மந்திரம், ஆயுர் வேதம் என்ற இரண்டின் பொருள் என்ன என்று அறிவது நல்லது.

இதில் உள்ள மந்திரம் என்பது வேதத்தில் உள்ள மந்திரம் (மற்றது பிரமாணம்) என்ற பொருளை உடையதன்று; அப்படிக் கொண்டால் அந்தக் கூற்று முழுதுமே அர்த்தத்தை இழந்துவிடும். உரைகாரர்கள் இந்தச் சொல்லுக்கு விஷம், நோய் முதலியவற்றை நீக்குவதற்காக உச்சரிக்கும் சில சொற்களே பொருள் எனக் கருதுகின்றனர். நம் நாட்டில் பழைய காலத்தில் இது ஒரு வைத்திய முறையாகவே கருதப்பட்டது. இன்னும் கிராமப் புலங்களில் இந்த எண்ணத்தைப் பார்க்கலாம். ஆயுர் வேதம் என்பதற்கு வைத்திய சாத்திரம் என்பதே பொருள். அந்தச் சொல்-ஆயுளின்-அதாவது வாழ்நாளின் அறிவு. ஆய: வேதம் என்கிற பொருள்படும். அதில் உள்ள வேதம் என்ற சொல் மதச் சார்பில்லாமல்-அறிவு என்ற பொருளில் மட்டுமே சேர்ந்தது. இந்தச் சொற்களைப் பற்றி பணிபூஷணர் கூறுவது[48]. "விசுவநாதர் என்பவரும் அவரைப் பின்பற்றுபவர்களுமான நில நையாயிகர், மந்திரங்கள் என்பவை விஷம் முதலியவற்றை நீக்க உச்சரிக்கப்படுபவை என்றும் ஆயுர் வேதம் வேதத்தின் பகுதியல்ல என்றும் கூறுகின்றனர்; அந்தக் கருத்து நிலைக்கக்கூடியதன்று; இந்த மந்திரங்களும் ஆயுர்வேதமும் என்பது அதர்வன வேதத்தைக் குறிப்பன என்று வாதாடவும் முடியும். ஆயுர் வேதத்திற்கும் அதர்வன வேதத்திற்குமுள்ள மிக நெருங்கிய தொடர்பைக் கவனித்தால், ஆயுர் வேதத்தை அப்படிச் சொல்ல முடியாது. ஆயுர் வேதத்தைப் பற்றிப் பேசும் சரகரும், சுச்ரு தரும் கூறுவதன்படி அது அதர்வன வேதத்தின் விஷயங்கள் - மருத்துவ முறைகள் அல்ல என்றே தெரிகிறது; இதில் உள்ள வேதம் என்ற சொல், சுருதி என்ற புனித நூலைக் குறிப்பதில்லை; மேலும், ஜயந்தபட்டர் என்பவர் அதர்வன வேதமும் வேதம்தான் என்று ஆணித்தரமாக வாதிடுகிறார். ஆனால், ஆயுர்வேதம் வேதமே ஆகாது என்றும் கூறுகிறார்" ; சங்கேசர் என்பவரும் அதைக் கூறுகிறார். ஆக மொத்தத்தில் கௌதமர் ஆயுர்வேதம் எனக் கூறுவது மருத்துவ முறை; மந்திரம் என்று கூறுவது விஷம் போன்றவற்றை நீக்குவதற்காக உச்சரிக்கப்படுவன; அவை விஷத்தை நீக்கும் என நம்பப்படுகிறது. அவற்றைக் கையாள்கிறவர்கள் நம்புவதைப் பொறுத்தது அது. அதாவது அவனுக்கு என்ன செய்ய

வேண்டும் என்பது தெரியும்; அதை அவன் செய்கிறான். இதுவே வேத நம்பிக்கை தரும் முடிவு. இது மருத்துவத்திலும் அதன் தொடர்புடைய மந்திரத்திலும் நன்றாகவே தெரிகிறது; ஆகவே வேத நம்பிக்கை இதைப் போன்றதே; அதை வேறுவிதமாகப் புரிந்துகொள்வது தேவையில்லை. இதனால் கௌதமர் வேதம் மகத்தான அசைக்க முடியாத பிரமாணம் என்று கூறுகிறவர்களைக் கேலி செய்கிறார் என்றே தோன்றுகிறது.

கௌதமர் கூறியதை வாத்ஸ்யாயனர் விளக்குவதை நீளமாகவே காட்ட வேண்டியது அவசியமாகிறது.[49] 'ஆயுர் வேதம் ரொம்பச் சரியானதுதான் என்றால் அர்த்தமென்ன? அது கூறும் வைத்தியம் உண்மையாக இருப்பதுதான்; அதாவது, அது கூறும் உண்மைகள் மறுக்கப்படுவதில்லை; ஒருவன் இதைச் செய்தால் விரும்பியதைப் பெறலாம்; இவற்றைச் செய்யாவிட்டால் விரும்பாதவை நேரும்; இதன்படிச் செய்தால் அது கூறும் நலன் கிடைக்கிறது; மந்திரங்களும் இந்த வகையில்தான் சரியாகின்றது; அவற்றை உச்சரித்து மந்திரம் பண்ணினால் விஷம் இறங்குகிறது. பேய் பிசாசுகள் அகலுகின்றன. ஏன்? அதைச் செய்கிறவர்கள் நம்பத் தகுந்தவர்கள். அது எப்படி? அவர்கள் கருணை உள்ளவர்கள்; இன்னது செய்ய வேண்டுமென்பதை அறிந்தவர்கள்; அறிந்தவற்றை நேரிடையாகச் செய்கிறார்கள். மக்களிடம் அறிவுரை மூலமாகக் செய்யத்தக்கன இவை செய்யத்தகாதன இவை என எடுத்துரைக்கிறார்கள். மக்கள், உடல் நலத்துக்குரியதை அறியாதவர்கள். இந்த அறிவுரையால் பயன் பெறுகிறார்கள். வேறு என்ன வழி இருக்கிறது? நம்பிக்கைக்குரியவர்கள் நினைப்பதென்ன? (1) நாம் அவர்களுக்குச் சரியானதுதான் சொல்ல இருக்கிறோம். (2) எங்களுக்கு அது தெரியும்-விளைவைப் பார்க்கிறோம். (3) ஆகவே நாங்கள் கூறுவதைக் கேட்டு அவர்கள் வேண்டாததை விலக்கி, வேண்டிய நல் பயனைப் பெறுவார்கள். இந்த மூன்று விதத்திலும் சரியாக இருப்பதால் அவர்களைப் பின்பற்றினால் நலன் கிடைக்கிறது. ஆயுர் வேதத்திற்கு இது முற்றிலும் சரியாகப் பொருந்துகிறது; வேதமும் இப்படித்தான்; அதைக் கூறுகிறவர்களும் நம்புதற்குரியவர்களே; ஆனால், அது கூறும் விளைவும் விஷயங்களும் கண்கூடாகக் காணத் தக்கவை இல்லை; மேலும், வேதம் ஒரு பகுதியில் உள்ள வாக்கியத்தால் ஒரு கட்டளை இடுகிறது; அதாவது சட்டமாய்க் கூறுகிறது; ஒரு கிராமத்தையே தனக்குச் சொந்தமாக்கிக்கொள்ள வேண்டினால் அதற்கொரு சடங்கு செய்ய வேண்டும் என்கிறது. இது நேரில் காணக்கூடிய பயன்; இதைக்கொண்டு வேதம் நேரில் காண முடியாதவற்றைச் சொல்வதும் சரிதான் என்று ஊகித்து அறிந்துகொள்ளவேண்டும். சாதாரணமாக உலக

வாழ்விலும், அதிகாரமுள்ளவர்கள் கூறும் அறிவுரையைக் கொண்டு செய்வன பலவும் உண்டு. அந்த அதிகாரிகள் நம்புவதற்குரியவர்கள். அவர்களுக்கு விளைவு தெரியும். அவர்களும் கருணை உடையவர்கள்; மக்களுக்கு நேரான நற்பயன்களை எடுத்துக் கூறும் விருப்பம் உடையவர்கள். மேலே சொன்ன மூன்று இயல்புகளும் உண்டு; வேதமும் மந்திரத்தைக் கூறியவர்களுமான சான்றோரை இன்னாரென்று தெரிந்துகொள்வதால், ஊகித்து அறிந்துகொள்ளத்தக்க ஒன்றுதான், அவர்களே ஆயுர் வேதம் முதலியவற்றைச் செய்த ரிஷிகளும் அவற்றைச் சொன்னவர்களும். ஆகவே, ஆயுர்வேதம் நமக்குப் பிரமாணம் ஆவது போலவே வேதமும் செல்லுபடியாகும் பிரமாணம்தான் என்று ஊகித்துக்கொள்ள வேண்டும்."

வேதம் புனிதமான பிரமாணம் என்று மிகத் தீவிரமான நம்பிக்கை யுடைய யாராவது இப்படி வாதம் செய்ய முடியுமா? மருத்துவத்தை மிகவும் நம்புவதற்குரிய ஒன்று என்று நம்பும் உண்மையின் அடிப்படையே அனைத்தையும் புரிந்துகொள்வதற்கான ஆரம்பம் என்று கூறுவானா? ஏன் என்றால், ஆயுர் வேதத்தில் கூறும் காரியங்களின் நிலையும் அவை கூறும் பரிகாரங்களும் திருப்திகரமாகவே இருக்கின்றனவே; (மருத்துவ அறிவு,நோய், சிகிச்சை, மருந்து, நோய் தீர்வது முதலியவை யாவுமே நேருக்கு நேரான பிரத்யட்ச நிலையில் இருப்பன) மேலும், ஒருவன் அடைந்த பயன் ஒன்றைப் பற்றிய நேரிடையான அறிவும் அதை அவன் தன்னுடன் வாழும் மனிதருக்குச் சொல்வதும் அதற்குக் காரணம் கருணையென்றும் கூறி, இது மிகவும் விநோதமாக மதச் சார்பு சிறிதும் இல்லாதது என்றும் தோன்றும்படி கூறுவானா? ஆனால், இவை அனைத்தையும் விரித்துரைத்த பிறகுதான் கௌதமரும் வாத்ஸ்யாயனரும், ஆயுர்வேதம் பிரமாணமாவது போலவே வேதமும் பிரமாணமென்று நம்பலாம் என்று கூற முற்படுகிறார்கள். அவர்கள் இருவரும் வேதத்தைப் பற்றி நினைப்பது என்பதைப் பற்றிய வரையில் குழம்புவதற்குத் துளியும் இடம் இல்லாமல், வாத்ஸ்யாயனர் மிகத் தெளிவான - சிக்கல் ஏதுமில்லாத சொற்களால் மறுபடியும் இப்படிச் சொல்கிறார்: "மேலும், உலகத்தில் அறிவுபூர்வமாக அறிவுடைய ஒருவனால் செய்யப்பட்ட காரணத்தால், வேதத்தில் உள்ள கூற்றும் உலகத்தில் உள்ளவர்களின் கூற்றும் வேறு பாடுடையன அல்ல." இதன் வடமொழி வாசகம், "நஃபித்தேச லௌகிகாத் வாக்யாத், வைதிகம் வாக்யம் பிரேக்ஷாபூர்வகாரி புருஷ பிரனிதத்வான்" என்பது.

இது, வேதப் பிரமாண்யத்தைப் பாதுகாத்து நிறுவும் செயலா அல்லது அந்த நம்பிக்கையைக் கேலி செய்வதா? இப்படியெல்லாம்

பேசினாலும் அவர்கள் வேதத்தைப் போற்றிப் புகழ்வதும், ஏன், அதற்கு வலுவான நிரூபணங்கள் தரவும்கூட முன் வருகிறார்களே, அது ஏன்? கணாதரும் தன் அணுக் கோட்பாட்டை வேத நம்பிக் கையின் இடையில் வைப்பதும், நம் நாட்டின் மிகப் பெரிய வான சாத்திரியான பிரம்மகுப்தரும் தனது விஞ்ஞானபூர்வமான கணிதத்தால் கண்டுபிடித்த கிரண உண்மையைப் பிராம்மணர்கள் கூறும் ராகுவின் கதையுடன் தன் நூலைத் தொடங்குவதும் எதனாலோ, அதனால்தான். எல்லாம் தாங்கள் செய்யும் பெரிய ஆபத்தினைத் தரக்கூடிய செயல்களுக்கு எதிராக வைதீகர்களும் தர்ம சாத்திரக்காரர்களும் தம் மீது எடுக்கக்கூடிய பயங்கரமான நடவடிக்கைகளிலிருந்து தப்புவதற்காகத்தான், வாயால் வேதத்தை அவர்கள் போற்றிப் பணிகிறார்களே தவிர, வேறில்லை; கௌதமர்தான் முதன் முதலில் இந்தியத் தர்க்க சாத்திரத்தை உரிய முறையில் அமைத்து நிறுவியவர். அவரும் வாயளவில் வேதத்திற்குப் பணிகிறார்; ஆனால் பகுத்தறிவில் ஆழ்ந்த அவருடைய உள்ளுணர்வு மிகவும் வலிமையுடையது; ஆகவே, இந்த வேத நம்பிக்கையும் பிறவும் ஒரு சம்பிரதாயமான செயலே தவிர, இவற்றிற்குத் தத்துவ ரீதியான அர்த்தம் ஏதும் கிடையாதென்று அவர் சூசகமாகவே காட்டி விடுகிறார்:

12. விஞ்ஞானமும் மூட நம்பிக்கையும் கலந்த கலவை:

வேதப் பிரமாண்யத்திற்குப் பணிந்து போவது போலப் பாசாங்கு செய்யும் கௌதமரும் கணாதரும், வேதத்தில் குறிப்பாக உபநிஷத் துக்களில் இருக்கும் தத்துவக் கருத்துக்களுக்கு ஆட்பட்டுவிடாமல் தாம் சுதந்திரமாகவே இருக்க மிகவும் சிறப்பான கவலையுடன் செயற்படுகிறார்கள் என்பது மிக நன்கு புலப்படுகிறது. அவர்கள் தமக்கு இருப்பதாகச் சொல்லிக்கொண்டதெல்லாம் வேதத்தின் தத்துவத் தொடர்பில்லாத விஷயங்களில் உடன்பாடுண்டு என்பது தான்; அவை, பிராம்மணர்களுக்குத் தனியே காட்டப்பட்ட சலுகைகள் மற்றும் சில பல மூட நம்பிக்கைகள் போன்றவையே; அவை தர்ம சாத்திரக்காரர்களின் கூற்றுப்படி ஒப்புக்கொள்ள வேண்டிய வேத தர்மங்கள்; உபநிஷத்துக்களில் காணும் ஊகக் கற்பனைகள் என்ற வேத தத்துவம் பற்றி அவர்கள் ஒரு வார்த்தைகூட பேசவில்லை.

கணாதர் தமது வைசேஷிக சூத்திரத்தின் ஆறாவது அத்தியாயத்தின் முதல் இரண்டு பிரிவுகளில், தர்மம் அதாவது மதம் கூறும் புண்ணியச் செயல் என்பதற்கு, தான் கொள்ளும் பொருள் என்ன என்று கூற முற்படுகிறார். அதாவது, அதற்கு வைதீகமான விளக்கம் தருகிறார். ஆனால், இதில் நிஜமாகவே சர்ச்சை செய்வது தர்ம சாத்திரக்காரர்கள்

பொதுவாகக் கூறும் சிலவற்றைப் பற்றித்தான். பிராம்மணர்களுக்குச் சாப்பாடு போடுவதால் வரும் புண்ணியம், அவர்களுக்குத் தானங்கள் செய்வது, உணவு சம்பந்தமாகக் கூறப்பட்ட தடைகள் இவற்றைக் கூறுகிறார். இவை யாவும் புரோகித வர்க்கத்தின் சமுதாயச் சலுகை, பொருளாதார நலன் ஆகியவற்றை முற்றிலும் திருப்திப்படுத்துகின்றன. தத்துவம் பற்றி வேதம் கூறும் எதைப் பற்றியும் பேசவில்லை. அது அவருடைய தத்துவ முடிவுகளுக்கு மாறானவை. ஆனால் அவர் தர்மத்திற்கு கூறும் விளக்கம் பொருத்தமும் தேவையும் இல்லாதவையே. பின் ஏன் அதைச் செய்கிறார்? இப்படிச் சில மூடநம்பிக்கைகளைத் தன் நூலில் ஏற்றுக்கொண்டுவிட்டால் அவருடைய விஞ்ஞானத்தைச் சுயநலமிகள் குற்றம் சாட்டி மறுக்க மாட்டார்கள். ஆனால் அவர் நூல் எழுதியதன் நோக்கம், இயற்கையைத் தெரிந்துகொள்ள அநுபவத்தைப் பயன்படுத்துவது, இயற்கையின் அமைப்பு, அதன் நியதிகள் ஆகியவற்றை விளக்குவதே.

கௌதமரும் இந்த யுக்தியைத்தான் கையாள்கிறார். வைதீக சடங்கைப் பற்றி ஏதோ சொல்லிவிட்டுத் தன் தர்க்கத்தை நிறுவுகிறார். இவ்வாறு வேத நம்பிக்கை என்ற தண்ணீரால் நனைத்துக் குளிப்பாட்டித் தர்க்கத்தைக் காப்பாற்றிவிடுகிறார்.

வேதம் கூறும் தத்துவக் கருத்துக்களை இந்த இருவருமே தொடாமல் மௌனம் சாதிப்பது இரண்டு காரணங்களால் மிகவும் விநோத மாகப்படுகிறது. இருவருமே தத்துவவாதிகள். அவர்களுடைய முழு ஈடுபாடும் அதில்தான். இருந்தும் பேசவில்லை. வேதம் என்றே கொள்ளப்படும் உபநிஷத்துக்களில் வெளிப்படையாகவே தத்துவத்தைப் பற்றிய பகுதிகள் உள்ளன. இருந்தாலும் இவர்கள் வேதத்தில் உள்ள தத்துவத்தைப் பற்றிப் பேசவே இல்லை. இதுதான் விநோதம். இவர்கள் வேதத்தைப் போற்றுவது நிஜமானால் அதன் தத்துவங்களையும் போற்றுவதாகத்தான் அர்த்தமாகும். ஆனால், அதை ‘இவர்கள் நினைத்ததாகக்கூட காணோம். யாக்ஞவல்க்யரும் பிறரும் உரத்த குரலில் ஓயாமல் கூறுவதையெல்லாம் இவர்கள் அறிந்திருக்கவில்லையா? அதுவும் அறிவார்கள். ஆயினும் ஏன் மௌனம். தாங்கள் வாதிட்டு நிறுவ இருக்கும் தத்துவத்திற்கு இவை மாறானவை. ஆகவே, அவற்றை அறவே தொடாமல், சும்மா எதையோ கூறிவிட்டுத் தங்களைத் தற்காத்துக்கொண்டனர். அப்படிக் கூறியதெல்லாம் தத்துவமல்லாத வைதீகப் பழைமை கூறும் ஆசாரங்களும் பிறவும்தான்.

இதனால்தான் நியாயமும் வைசேஷிகமும், விஞ்ஞானமும் மூட நம்பிக்கையும் கலந்த கலவையாக இருக்கின்றன. இப்படி இல்லா

மல் இருந்திருந்தால் அன்றிருந்த பழைமைவாதிகளான சுயநலக் காரர்களும், தர்மசாத்திரங்களும் ஏற்படுத்தியிருந்த சூழ்நிலையில் நியாய வைசேஷிகங்களை அதிகாரபூர்வமான தத்துவ சாத்திரங்கள் என்றே யாரும் ஏற்றுக்கொண்டு இருக்கமாட்டார்கள். இப்படிச் செய்யும் யுக்தியால் ஓர் அபாயமும் நேர்கிறது. மூடநம்பிக்கை மெல்ல மெல்ல இடம் பிடித்துக்கொண்டு, இவர்களுடைய தத்துவத்தின் உள்ளூறையாகவே ஆகிவிட இடம் உண்டு. வைதீகப் பழைமையையும் வேதப் பிரமாண்யத்தையும் ஒரு முறை ஒப்புக்கொண்டுவிட்டால், அது மேலும் மேலும் உறுதிப்பட ஏதுவாகும். பிற்காலத்துத் தர்க்கிகர்களின் நடிப்பாகவே ஆகிவிடும்.

உண்மையில் இதுதான் நடந்தது. பிற்காலத்து நியாய வைசேஷிகர்கள் தங்கள் நூல்களில் கடவுளைப் பற்றிய செய்திகளை ஒட்ட வைப்பதிலும்கூட மதச்சார்பில்லாத விஞ்ஞான விஷயங்களில் காட்டுவது போன்ற ஆர்வத்தைக் காட்டுவது தெரிகிறது. இதன் விளைவாக அந்தச் சாத்திரமே முன்னுக்குப் பின் முரணாகப் பேசும் பொருத்தமின்மைக்கு ஆளாகிவிடுகிறது. இந்த நிலை கடைசியில் ஒரு அபத்தமாக முடிகிறது. கடவுள் உண்டு, ஆத்மா என்பதும் உண்டு, ஆத்மாவிற்கு மோட்சம் என்பதும் உண்டு என்று நிறுவும் - கடவுளை மிகவும் முக்கியமாகக் கொண்ட - ஒரு நூல், அநுபவத்தை நன்கு ஆராய்ந்து இயற்கையை, உலகை அறிவதும், அணுக்கோட்பாட்டை அடிப்படையாகக் கொண்டதுமான சாத்திரம்தான் இதுவும் என்று தன்னை நிலைநாட்டிக்கொள்ள முற்படும் மட்டமான அபத்தமாகி விடுகிறது.

இப்படி நியாய வைசேஷிகம் மாறிய விஷயமே ஒரு தனியான ஆராய்ச்சிக்கு உரியது. நாம் இதற்கான சில உதாரணங்களை மட்டுமே காட்டுகிறோம்.

கணாதரும், கௌதமரும் தமது ஆரம்ப காலத்தில் ஏதோ சில விஷயங்களைச் சொல்லி வேதத்திற்கு மரியாதை செலுத்துவது பழைய ஆசாரவாதிகளைத் திருப்தி செய்வதற்குப் போதுமானதாயிருந்தது. பின்னால் தத்துவக் கருத்துக்களுக்குள் மோதலும் மறுப்பும் அதிகமாகிக் கூர்மையும் பெற்றுவிட்டபோது, அதே காரியத்திற்காக உபநிஷத்துக்களில் தலைதூக்கி நின்ற சில தத்துவப் போக்குகளுக்கும் சலுகையும் இடமும் கொடுக்க வேண்டியதாகிவிட்டது. வாத்ஸ்யாயனரே இந்தச் சலுகைகளைக் காட்ட ஆரம்பித்துவிடுகிறார்.[51] அது, அவர் பகுத்தறிவுக் கோட்பாட்டை நிறுவுவதில் காட்டும் துணிச்சலுக்குச் சற்றும் பொருந்தவுமில்லை. இதற்குச் சில உதாரணங்கள்.

உபநிஷத்துக்களின் தத்துவம் மிகவும் முக்கியமாகக் காட்டுவது, வெறும் ஆத்மாவைப் பற்றி. ஆத்மாவை அறிவதே மோட்சம் என்பது அதன் முடிவு. இது அத்யாத்ம வித்யை-ஆத்ம ஞானமும் அதன் மோட்சமும் என்பது. கௌதமர், நியாய சூத்திரத்தில் இதைக் கணக்கில் எடுத்துக்கொள்ளவேயில்லை. தமது நியாய சாத்திரத்தின் ஆய்வுக்கு உரியன என்று பதினாறு சொற்களைக் கூறுகிறார். அவை பெரும்பாலும் அறிவு, அதன் தோற்றம், அதன் எல்லை ஆகியவையும், அந்த வகை ஆய்வுக்குரிய வித்துப் போன்றவையுமே ஆகும். அதாவது அவை, வாதம் செய்யும் யுக்தி முறைகளைப் பற்றியவையே. இவற்றை அறிவது மிகப்பெரிய நலத்தை அடைய வழி செய்யும் என்றும் கூறுகிறார். இதை எப்படி உபநிஷத்து தத்துவத்துடன் ஒத்துப்போக வைப்பது? வாத்ஸ்யாயனர் கூறும் யோசனை பின்வருமாறு:[82] மனித குலத்தின் நன்மைக்காக நான்கு கல்வித் துறைகள் கூறப்பட்டுள்ளன. அவை ஒவ்வொன்றுக்கும் உள்ளடக்கமாகத் தனித்தனி விஷயங்களும் உண்டு. அவற்றுள் தர்க்கம் என்பது நான்காவது. அது ஆராயும் விஷயம் பதினாறு. அவற்றுள் முதலாவது, ஸம்சயம் அதாவது சந்தேகம் ஒன்றைப் பற்றிய ஐயப்பாடு. இவற்றைத் தனியே கூறாவிட்டால், தர்க்கமும் அத்யாத்ம வித்யையாகத்தான் இருந்திருக்கும், உபநிஷத்தைப் போலவே. ஆதலால் இவற்றைக் கூறுவதால் இதற்குத் தனியே ஓர் உள்ளடக்கம் உண்டு என்பது தெரிகிறது."

இதற்கென்ன பொருள்? அத்யாத்ம வித்யை என்ற வகையில் உபநிஷத்துக்கும் தர்க்க சாத்திரத்திற்கும் வேறுபாடே இல்லை என்பதுதானே? இருந்தும் இந்தச் சாத்திரம் ஆத்மஞானத்திற்கு மிகவும் அப்பால் அதை மீறி அறிவு பற்றிய சொற்பொருள்களைத்தான் ஆய்கிறது என்பது அதைத் தனியே பிரித்துக் காட்டும் சிறப்பாகும். ஆனால், உபநிஷத்துக்களை மீறாத பார்வையிலும் கௌதமருடைய பார்வையிலும் நின்று சேர்த்துப் பார்க்கும்போது பொருளற்றதாகி விடுகிறது. உபநிஷத்து கூறும் ஆத்ம தத்துவம் அடிப்படையில் மறுத்தொதுக்குவது - தர்க்க வாதம் - அதாவது அறிவுக்குரிய சரியான ஆதாரமான சாதனமாயிருக்கும் பிரமாணங்களை மறுத்தல்; தன்னுடன் தர்க்கம் சேர்வது அதற்கு வெறுப்பையே தரும். மேலும், கௌதமர் உண்மையாகவே உபநிஷத்துத் தத்துவத்தில் தீவிரம் உள்ளவராயிருந்தால், பதினாறு பதார்த்தங்களைக் கூறி விளக்கி முடிவில், 'நிக்ரஹஸ் தானம்' என்பதை - அதாவது; தர்க்க வாதத்தில் தோற்றுவிடும் இடம் என்பதையும் கூறியிருப்பார் என்று நினைக்கவே முடியவில்லை. அத்யாத்ம வித்யையும், தர்க்கமும் இணைந்து போவதென்பதே இல்லை. அத்யாத்ம வித்யை உபநிஷத்தின் கொள்கை; தர்க்கம் கௌதமருடையது. இரண்டையும் இணைத்து இடையே சமாதானம்

செய்துகொள்ள விரும்புகிறார் வாத்ஸ்யாயனர். இதைச் செய்யும்போது சில பொருத்தமில்லாத முரண்பாடுகளுக்கு ஆளாகிவிடுகிறார்.

இன்னுமொரு விநோதம், நியாய சாத்திரத்தில் உபநிஷத்துத் தத்துவத்தை ஒட்டவைக்கப் பாடுபடுகிறார். அதில் சுத்தமான ஆத்ம தத்துவத்தை இணைக்கப் பார்க்கிறார். இந்த முயற்சியில் பிரம்ஹம் என்ற உபநிஷத்தின் சொல்லைக்கூட புகுத்த முற்படுகிறார். துன்பத்திலிருந்து விடுதலை பெறுவது என்று கூறும் மோட்சம் என்ற கோட்பாட்டை விளக்கும் அவரின் இரண்டு கூற்றுகளைக் காண்போம்.[53] "அப்படிப்பட்ட ஒரு நிலை சாசுவதமாகத் தொடர்ந்து நிலைக்குமானால், அது, 'அபவர்க் கவித்' விடுதலையை அறிந்தோர் எனத் தக்கவருடைய மோட்சம் என்று அறியப்படுகிறது. அழிவும், மரணமும் இல்லாத- அச்சம் இல்லாத நிலையே அது. அதுதான் பிரம்ஹம், அதுதான் மிகப்பெரிய நலத்தை (நிச்சிரேயஸம் என்ற பரமமங்களம்) அடைதல்.[54] பிரம்ஹத்தை அறிந்தவர்கள், கனவு போன்ற இடையூறு ஏதுமில்லாத ஆழ்ந்த உறக்க நிலையைக் காட்டி மோக்ஷமடைந்த ஆத்மாவின் இயல்பு அதுபோல்வது எனக் கூறுகின்றனர். நியாய வைசேஷிகர் கொள்கை பல ஆத்மாக்கள் உண்டு என்பது. உபநிஷத்தின் கருத்தோ இரண்டாவது என்று எதுவுமே இல்லாத சுத்தஅத்வைதப் பிரம்ஹம் ஒன்றே உண்டு என்பது. இவற்றுக்கிடையே உள்ள பெரிய வேறுபாட்டை பின்னால் காண்போம்.[55] நியாய 'வைசேஷிகத்தில்' உணர்வு (மனத்தின் உள்ளே நிகழ்வது) என்பது ஒரு ஆத்மாவினிடம் பலவிதமான பௌதீக உடல் சம்பந்தப்பட்ட காரணிகளால் தற்செயலாக உண்டாவது; உபநிஷத்தில் அது ஆத்மாவின் சாரமாய் அமைகிறது. இந்த இரண்டிலுமே ஒரே கருத்தைக் காண்பதும், இரண்டிலும் மோட்சம் ஒன்றே என்று காண விழையும் - ஆர்வமும் ரொம்பச் சொன்னால், பாவம், அவருடைய பக்தி விசுவாசமுள்ள நம்பிக்கைதானோ! இதே போலத்தான் தர்க்கவாதம் என்பதைக்கூட அவர் வேதாந்தத்திற்கு ஆதரவாக மாற்றுவதையும் பார்க்கவேண்டியிருக்கிறது. அவர் அதைக் கூறுவதைப் பார்ப்போம்:[56]

வாத்ஸ்யாயனர் கூறுவது:

"நியாய* என்பது யாது? ஒரு பொருளை அல்லது விஷயத்தை சரியான அறிவுக்குச் சாதனமாகும் பிரமாணங்களின் துணை கொண்டு

* இந்த சாத்திரத்திற்கு நியாயம் என்ற பெயர் அமைவதைப் பின்வருமாறு கூறலாம். முறையானது-சரியானது. அத்தகைய முறையான சரியான அறிதல் என்பது பொருள். பிற்காலத்தில் இது ஒவ்வொன்றையும் சரியென நிரூபிக்க வல்ல- இலக்கண வகையில் அமைந்த சில சொற்களையும் சொற்றொடர்களையும் பயன்படுத்தி, "சாப்தபோதம்" சொற்களால் ஒன்றை விளக்குதல் என்ற முறையை வகுத்தது. (மொ.பெ.)

பரீட்சிப்பதே நியாயம். பிரத்யக்ஷத்தால் முரண்படாமல் இருக்கும் ஊகம் என்று பொருள்படும் அநுமானம்-அது வேதம் போன்ற நூல்களுக்கும் (ஆகமம்) முரண்படாதிருக்குமானால், அதற்கு அன்க்ஷா என்பது பெயர். (இது முன்னர் விளக்கப்பட்டுள்ளது). ஒன்றைத் தொடர்ந்தும், அதற்குப் பிறகும் மீண்டும் அறிதல்; ஏற்கனவே பிரத்யக்ஷத்தில் அறிந்ததும், ஆகமத்தால் அறிந்ததுமானதை அறிதலே இது. இந்தக் கல்வித் துறை யறிவுக்கு, நியாய வித்யா, நியாய சாத்திரம் என்பன பெயர்களாகின்றன. இது அன்வீக்ஷா என்பதைப் பிரச்சாரம் செய்து பரப்புவதற்காக ஏற்பட்டது; பிரத்யக்ஷமும் ஆகமமும் முரண்படும் அநுமானம் பொய்யான நியாயமாகும். இதனால் கொள்ள வேண்டியதென்ன?

கௌதமர் கருத்துப்படி, முக்கியமாக, அநுமானத்துடன் சம்பந்தப் பட்ட தர்க்கத்திற்கு அதிகமான சர்ச்சையே தேவையில்லை; ஆனால், இந்தியத் தத்துவத்தில் அன்வீக்ஷா என்றும் அநுமானம் என்றும் கூறப்படும் இந்த ஊகத்தைக் கௌதமர் எந்த வகையில் கொள்கிறார் என்பதைச் சற்று விளக்க வேண்டும். அநுமானம் என்பது ஒன்றைத் தொடர்ந்து அதன் பின் அறிவது; இதற்கு இந்தப் பெயர் வந்தது. ஏன் எனில் அவர், அதற்கு முன் பிரத்யக்ஷம் இருப்பதால்தான் அந்தப் பெயர் என்கிறார்[57] அவர் கூறும் அநுமானத்திற்கு முந்தியே, ஒன்றை அறிதற்குரிய அடையாளமும் அறிந்ததும் பிரத்யக்ஷமாய்க் கண்டனவாகவே இருத்தல் வேண்டும்; அதற்குப் பிறகு அந்த அடையாளத்தைக் கண்டு, அதனால் அதன் தொடர்புடைய பொருளை ஊகித்து - அநுமானித்து அறிவது நிகழும். உதாரணமாக, புகையைக் கண்டு நெருப்பை ஊகிக் கிறோம். சமையலறை அடுப்பில் விறகு எரியும்போது புகையையும் நேரில் பார்க்கிறோம். மலைமேலிருந்து புகை வருவதைப் பார்த்து மலையில் நெருப்பு எரிவதாக ஊகிக்கிறோம்." ஆகவே, புகையைக் கொண்டு நெருப்பை ஊகிப்பதற்கு முந்தி, (1) நெருப்புக்கும் புகைக்கும் உள்ள தொடர்பைப் பார்த்திருத்தல், அதாவது சமையலறை அடுப்பில் அப்படிப் பார்த்திருத்தல் வேண்டும். (2) (ஊகத்தால் நெருப்பை அறியும் போது) தூரத்தில் உள்ள மலைமீது புகையைப் பார்த்தல் நெருப்பை அறியக் காரணம் ஆகிறது; ஆகவே, ஊகம் என்பது பிரத்யட்சத்திற்கு அதீனம் - (அதாவது அதற்கு உட்பட்டது) உண்மையை நேரில் பார்த்திருக்க வேண்டும் என்பது ஊகத்திற்கு முன்னரே நேர்ந்திருக்கும்; ஆகவே, கௌதமர் பிரத்யக்ஷத்திற்கு முக்கியத்துவம் கொடுக்கிறார். அது இல்லாவிட்டால், சரியான அறிவுக்குச் சாதனம் ஆகும் எந்தப் பிரமாணமும் அநுமானமும்கூட சாத்தியமாகாது. ஆகவே, நமது மரபில் பிரத்யக்ஷத்தை 'பிரமாணஸ்யேஷ்டம்' அறிவுக்கான சாதனம் என்ற

பிரமாணங்களில் மூத்தது என்று சிறப்பிப்பார்கள். அடையாளம் லிங்கம் என்றும், அதனால் அறிவது லிங்கி என்றும் நியாய சாத்திரம் கொண்ட சொற்கள் நெருங்கிய தொடர்புதான், லிங்கியை நேரில் காணாதபோதும் லிங்கத்தைக் கொண்டு அநுமானம் செய்கிறோம்.

இப்படிப் பார்க்கும்போது அநுமானத்திற்கு பிரத்யட்சத்தால் பாதகம் - அதாவது முரண்பாடு இருத்தல் கூடாது; அதாவது, நிஜமான தூய பிரத்யட்சத்தையே இது குறிக்கும்; பொய்த் தோற்றமானவற்றை அல்ல; சரியான + தவறாகாத அறிவுக்கான சாதனம் என்ற முறையில், பிரத்யட்சம்,அநுமானத்தைவிட வலிமையுடையது; ஆகவே, பொதுவான நியதி என்னவெனில், தன்னைவிடப் பலமுள்ள ஒரு பிரமாணத்தை மற்றொரு பிரமாணம் அலட்சியப்படுத்திவிட முடியாது என்பது. ஆகவே, நேரிடையான அநுபவத்தை அலட்சியம் செய்து தாழ்த்தும் அநுமானமும் தவறுதான். நெருப்பு - குளிர்ச்சியாக இருக்கிறது என்று யாரும் அநுமானத்தால் சாதித்துவிட முடியாது; அது பிரத்யட்சத்திற்கு விரோதமானது; இப்படிச் சொல்வதன் பொருள், பிரத்யட்சத்தின் பரப்பு இன்னதுதான் என்று நிச்சயித்துவிட்டதாக ஆகாது; மேலும், நமது அறிவு ஓரளவுக்குப் பிரத்யட்சமாக அறிவதற்கப்பாலும் தாண்டிச் செல்லவே முடியாதென்பதும் இல்லை; மேலும், பிரத்யக்ஷத்தில் அறிவதைத்தான் மீண்டும் அநுமானத்தால் அறிகிறோம் என்பதுமில்லை. இப்படி இதைத் தவறில்லாமல் புரிந்து கொள்ள வேண்டும்; தவறாகப் புரிந்துகொள்வது நியாய வைசேஷிகர்களின் நிலைப்பாட்டுக்குச் சரியாகாது; அநுமானத்தைக் கொண்டு அவர்கள் அணுக்களே நிஜமானவை - பரம ஸத்யமானவை என்று நிரூபிப்பவர்கள், வெறும் பௌதீகமான பொருள் (இயற்கை), நேரிடையான பிரத்யட்சத்தால் கண்டுணாமுடியாத அளவு மிக மிக நுண்ணியதாய் இருக்க முடியும் என்பதையும் விளக்குகிறார்கள் என்பதைப் பின்னால் காண இருக்கிறோம். உண்மையாகவே கௌதமருடைய தர்க்க சாத்திரம் இந்தியத் தத்துவத்திற்கு ஒரு தனிச் சிறப்பைப் பெற்றுத் தருகிறது; அது யாதெனில், "நாம் நமது புலன்களுக்கு எட்டும் உணர்வுகளின் அளவுக்குட்பட்ட நிலையை வெல்ல முடியும்-அதாவது அந்த எல்லைக்கு அப்பாலும் அறிய முடியும் என்றும், நாம் நேரில் கண்டுணர்வதன் ஆதாரத்தில் செய்யும் அநுமானத்தால், நேரில் காண முடியாத உண்மைகளையும் கண்டு கொள்ள முடியும் என்பதே அந்தத் தனிச் சிறப்பு."

கௌதமருடைய தத்துவ நிலைப்பாட்டை விளக்கும் வகையில், வாத்ஸ்யாயனர் கடவுட் கொள்கையுடன் சமாதானம் செய்துகொள்ளும்

கவலையைத் தெளிவாகவே காட்டுகிறார். இதை அவர், ஒரு வார்த்தையைப் பிரத்யட்சம் என்பதுடன் இணைப்பதன் வாயிலாக எளிதில் செய்துவிடலாம் என்று நம்புகிறார். அநுமானத்திற்கு முந்தியே பிரத்யட்சம் இருக்க வேண்டியது அவசியம்; ஏனெனில், அது ஒன்றைத் தொடர்ந்து அதற்குப் பின் அறிவது என்பது கௌதமர் சொன்னது. ஆனால் வாத்ஸ்யாயனர், அநுமானத்திற்கு முன் இருக்க வேண்டியது பிரத்யட்ச அறிவோ அல்லது ஆகமம் தந்த அறிவோ என்று விளக்கம் தருகிறார். (ஆகமம் என்பது வேதம் போன்ற புனித நூல் என்ற பொருள்படும்) இதன்படி பிரத்யட்சம் பிரமாணங்களில் மூத்தது என்பது மறைந்துபோய்விடுகிறது. ஆகமமும் மீறத்தகாத ஒன்றாகிறது; பிரத்யட்சத்தைப் போலவே, பிரத்யக்ஷ விரோதமான அநுமானம் தவறானது; அதேபோல ஆகம விரோதமானதும் தவறுதான் என்பது வாத்ஸ்யாயனர் புகுத்தியது; பிற்காலத்து நியாய வைசேஷிக நூல்களிலும் மரபுகளிலும் இது உறுதிப்பட்டுவிடுகிறது. இந்த முறையிலேயே பேசவும்படுகிறது. இதை நியாயப்படுத்த கௌதமருடைய நூலில் நிஜமாகவே ஏதுமே இல்லை.

இப்படி வாத்ஸ்யாயனர் கடவுட் கொள்கையுடன் செய்துகொண்ட சமரசம் முதலில் பார்க்கும்போது, ஏதோ அவசர நிமித்தமாய் அல்லது கவனமின்றி - அல்லது மேம்போக்கான வேதப் பிரமாண்யத்தைச் சலுகை தந்து ஏற்றதாகத் தோன்றும்; ஆனால், அதனால் உண்மையாகவே ஏற்பட்ட விளைவுகள் இதைவிட அதிகமான நாசத்தையே ஏற்படுத்தின. அந்தப் போக்கு தர்க்கத்தின் ஆதாரமான காரியத்தையே கெடுத்து விடுகிறது. வேதம் தரும் அறிவை ஏற்றுக்கொண்டுவிட்டால், அதை மீறவும் கூடாது என்றும் ஏற்படுமானால், பிறகு அறிவு வளர்வதற்கான நம்பிக்கையே இல்லாமற்போகும்; புலன்தரும் காட்சிகளையும் கடந்து, அது தரும் உணர்வின் ஆதாரத்தில், அநுமானத்தால் விஷயங்களை அறியும் தர்க்கம் மறைந்துவிடுகிறது. வாத்ஸ்யாயனர் கூறுவது, ஏற்கனவே பிரத்யட்சமும் வேதமும் அறிவித்தனவற்றையே மறுபடியும் அறிவதாக முடிகிறது. இதற்காகவா கௌதமர் தர்க்கத்தைப் பற்றி விரிவாய் ஆய்ந்து எழுத இவ்வளவு கஷ்டப்பட்டார்! இதற்குப் பணிபூஷண தர்க்கவாக்கர் பதில் சொல்கிறார். அவர் சமீப காலத்தில் வாழ்ந்த திறமை மிக்க ஒரு நையாயிகர். முன்பே அநுமானத்தால் அறிந்த ஒன்று மறுபடியும் பிரத்யக்ஷத்தாலும் ஆகமத்தாலும் அறியும் போது மேலும் திடமாவது போலவே, ஏற்கனவே பிரத்யக்ஷத்தில் அறியும் ஒன்றும் ஆகமத்தாலும் அநுமானத்தாலும் நிரூபிக்கப்படும் போது மேலும் திடமாகிறது.[58] இது சரியான, ஒப்புக்கொள்ளத் தக்கதான ஒன்று அன்று என்பது பணிபூஷணர்க்குத் தெரியுமென்றே

தோன்றுகிறது; இதைத் தொடர்ந்து அவர் இதை விளக்க முன்வந்து, வாத்ஸ்யாயனர் கூறுவதற்கு நேரான சொற்பொருள் இதுதான் என்றாலும் அவர் உண்மையில் வற்புறுத்துவது இதுவன்று; மாறாக, ஓர் அநுமானம் சட்டப்படி சரியாக இருக்க வேண்டுமானால், அதைப் பிரத்யக்ஷமோ அல்லது ஆகமமோ முரண் உள்ளதாகக் காட்டக்கூடாது என்பதே.

ஆகவே, அநுமானம் பிரத்யட்சத்திற்கு முரணாகாமல் இருக்க வேண்டுமென்பது கௌதமர் கருத்து. வாத்ஸ்யாயனர் ஆகமம் என்று கரடிவிடுவது எதற்கு? பகுத்தறிவு தானே வெளிப்பட்ட வேதத்திற்கு உட்பட்டுப் பணிந்துபோக வேண்டும். அது வேதத்தை அடியொற்றியே போகவேண்டும். தர்க்கப்படி வாதம் செய்வது, மத நம்பிக்கைக்கு எதிராக மோதக் கூடாது. இது ஒன்றும் புதிதில்லை. மிகத் தீவிரமான சங்கரர் போன்ற கருத்துமுதல்வாதிகள் கொண்ட நிலைப்பாடும் அதுதான். மனுவைப் போன்ற தர்மசாத்திரக்காரர்கள் அநுமதிப்பதும் அதுதான். இவர்கள் எல்லாருமே தர்க்கத்திற்கு எதிராகப் போர்க்கோலம் கொள்ளும் பகைவர்கள். வேத நம்பிக்கையென்ற பளுவான கனத்தைச் சுமத்தித் தர்க்க வாதத்தை முடமாக்குகிறவர்கள். வாத்ஸ்யாயனர் இவர்களிடம் சரணாகதி ஆகிவிட்டவர். பிற்காலத்து நியாய வைசேஷிகர்களுக்கு இது பெரிய வினையாகிவிட்டது. இது வர வர வலிமையும் பெற்றுவிட்டது. வேதத்திற்கு முரணாகும் அநுமானம் தவறு என்றாகிவிட்டது.

ஆனால், இது இந்தச் சாத்திரத்தின் முடிவுப்படி பார்த்தால் முழு அபத்தம். இந்தச் சாத்திரத்தின் முடிவான கருத்துக்களுக்கு எதிராக, வேதத்திலிருந்தும் உபநிஷத்துக்களிலிருந்தும் ஏராளமான பகுதிகளை எடுத்துக் காட்டமுடியும். அவை இவர்களுடைய ஆதார அடிப்படையான தர்க்கத்தையும், அணுக் கோட்பாட்டையும் எதிர்த்துரைப்பவை. அவற்றின் கோட்பாடு மிகத் தீவிரமான கருத்துமுதற் கோட்பாடு. யாக்ஞவல்க்யரும் பிறரும் கூறுவது அதுதான். நியாய வைசேஷிகமோ அதை முழுமுற்றாக எதிர்த்து ஒழிப்பதைத் தவிர வேறில்லை.

இங்கு ஒரு சர்ச்சை எழும். அதாவது, வேதத்தைப் பொருள் செய்து அறிதல் அவ்வளவு சுலபமில்லை. அவை நேராகத் தரும் அர்த்தம் வெளிப்படையான பொருள்தான் சரி என்று கொள்வதும் சரியல்ல. இதைச் சொல்லிப் பிற்காலத்து நியாயவைசேஷிகர்கள் வேதத்தின் மறைபொருள் கண்டு அவை தமது ஆதார அடிப்படைக்கு எதிரானவை அல்ல என்றும் கூறலாம். வேதத்திற்குப் பொருள் உரைப்பதில் தத்துவ அறிஞர்கள் அதிநுட்பமான திறமையுடையவர்கள் என்பதும் உண்மை.[59]

குறிப்பாகத் தர்மசாத்திரக்காரர்கள் தத்துவ சம்பந்தமான விஷயங்களில் தலையிட்டதால் வைதீகப் பழைமையின் நிர்ப்பந்தங்கள் மிகவும் கொடிய அடக்குமுறையாகிவிட்டன. அதனால் சில தத்துவவாதிகள் வேத வாக்கியங்களை நலிந்தும் வலிந்தும் பொருள் செய்து காட்டி, தமது தத்துவம் வேதத்திற்கும் சம்மதமே என்று கூறும் நிர்ப்பந்தத்திற்கு ஆளானார்கள். இது போகட்டும்; இது நமக்கு முக்கியமில்லை. ஆனால், நியாய வைசேஷிகங்களில் இருக்கும் விஞ்ஞானபூர்வமான போக்கு மிகவும் முக்கியமானது. அவை இந்த வேதத்திற்குப் பணிந்தது எவ்வளவு பெரிய நஷ்டத்தை ஏற்படுத்தியது என்று நாம் தெரிந்துகொள்ளத்தான் வேண்டும்.

பிற்காலத்து நியாய வைசேஷிகர்களில் மிகப் பெரியவரான உதயணர் விஷயத்தைப் பார்ப்போம். அவர் காலம் கி.பி. பத்தாம் நூற்றாண்டு. அந்தக் காலகட்டத்திற்குள் இந்த சாத்திரத்தில் வேதப் பழைமை நிலைத்தும் பாசாங்கு அதன் முக்கிய அம்சமாகவும் ஆகிவிட்டது. உதயணர், வேதத்தில் உள்ள ஒரு சிறு பகுதியைக் காட்டி, அது அணுக்கோட்பாட்டை அனுமதிக்கிறது என்று கூறும் அளவுக்குப் போய்விடுகிறார். ஆனாலும் அதை அவர் கூறுவது அந்த மனப்போக்கு அறவே வகையற்றுப் போய்விட்டதையே காட்டுகிறது. அவர் கூறுவது: சுவேதாசுவதரம் என்ற உபநிஷத்தில், "விசுவதசக்ஷுருத" என்று ஒரு செய்யுள். அதில், 'பதர்ரம்' என்ற சொல் வருகிறது. இது அணுவைக் குறிப்பது என்கிறார் உதயணர். ஆகவே, அணுக் கொள்கை வேதத்திற்குச் சம்மதம்தான் என்கிறார்.[60]

உபநிஷத்தில் இது ஒரு மேற்கோளாக வருகிறது. ருக் வேதத்தி லிருந்து எடுக்கப்பட்டது அது. அந்த ஆதாரத்தைக் காண்போம். மிகவும் வைதீகமாக வேத விரிவுரை செய்கிறவர் ஸாயணர். அவர் தரும் உரை: "பிரபஞ்சத்தின் பல திசைகளிலும் செல்லும் கண்ணும், அதே இயல்புடைய கைகளும் (தோள்கள்) அத்தகையனவேயாகிய கால்களும் உடைய ஒரே ஒருவனான தேவன் (கடவுள்) விண்ணையும், மண்ணையும் உண்டாக்கிப் பிறகு, இந்த இரண்டையும் தன் கைகளாலும், அசையும் கால்களாலும் இயக்குகின்றான்." இது, ருக் வேதத்தில் மிகப் பிற்காலத்தில் சேர்ந்த செய்யுள்களில் ஒன்று. இது, மிகவும் ஆரம்ப காலத்து அஸ்திவாரமாய் ஒரே கடவுள் என்ற கோட்பாட்டிற்கு ஆதாரமாய் இருப்பது. உபநிஷத்துக்களிலேயே மிகவும் அதிகமாய்க் கடவுளைப் பற்றி பேசிய சுவேதாசுவதரம் இதை எடுத்தாள்வது சகஜமே. ஆனால், இதில் அணு எங்கே இருக்கிறது? இந்தச் செய்யுளில் அசையும் கால்களாலும் என்று பொருள்படும், 'பதர்ரம்' என்பதற்கு

அணு என்ற பொருளை வலிந்து கொள்கிறார் உதயணர். இந்தச் சொல்லின் பொருள், விழாமல் காப்பது என்று விரியும் சொற்றொடருக்கு ஏற்பப் பறவையின் சிறகுகள் என்பதே. இதை ஸாயணர், அந்த சந்தர்ப்பத்தைப் பொறுத்து அசையும் கால்கள் என்று பொருள் கொள்கிறார். 'கண்சீலை பதை:' அதாவது நகர்ந்து செல்லும் இயல்புடைய கால்களால் என்பது ஸாயணர் உரை. நேரப் பொருளாக அணு ஆகாது. ஆனால், உதயணர் அதை எப்படிக் காண்கிறார். 'பத' என்ற வினைப் பகுதிக்கு அசைதல்-பெயர்தல் என்ற பொருளைக் கொண்டு, அணுக்கள் எப்போதும் நகர்ந்து அசைந்துகொண்டே இருக்கும் என்பதால் அணுவைக் குறிப்பதாகக் கொள்கிறார். இது மிகவும் பொருந்தாத அபத்தம். அசைவைக் குறிக்கும் நூற்று இருபத்திரண்டு சொற்கள் இருப்பதாக யாஸ்கர் கூறுகிறார். வேதத்தில் வரும் சொற்களுக்குப் பொருள் கூறும் நிருக்தம் என்ற நிகண்டுவை இயற்றியவர் அவர். 'நிருக்தம்' மிக மிகப் பழைமையான நூல். ருக் வேதத்தில் மட்டுமே இவையும் இவற்றிலிருந்து பிறந்த சொற்களுமே ஆயிரம் தடவைக்கு மேல் வருகின்றன. இதனால் ருக் வேதம் முழுதுமே அணுக் கொள்கையால் ஆகியிருக்கிறது என்று கொண்டுவிடலாமா!

அணுக் கொள்கைக்கு வேதம் அநுமதியும், சம்மதமும் தெரிவிக்க வேண்டிய அவசியமும் இல்லையே. உதயணர் போன்ற ஒரு பெரிய தத்துவ அறிஞர்கூட ஒன்றுக்கும் பற்றாத மிக லேசான ஆதாரத்துடன் இதைக் காட்ட விரும்புவது திகைப்பையே தருகிறது. அந்தச் சாத்திர அறிஞர்களின் பாசாங்கு இவரையும் இந்த அபத்த நிலைக்குக் கொண்டுபோகிறது.

13. தான் சார்ந்த தத்துவப் பிரிவுக்கேற்றபடி பேசும் வறட்டுச் சூத்திரவாதத்தின் முரண்பட்ட போக்கு

இதுவரை நாம் விவாதித்ததின் அடிப்படையில் முக்கியமான சந்தேகம் இங்கு எழும். அதாவது கருத்துமுதல்வாதத்தின் நிரந்தரமான அடிப்படை எதிரிடைக் கோட்பாடுகளைக் கொண்டிருப்பவை மூன்று: (1) லோகாயதம் (2) சாங்க்யம் (3) நியாய வைசேஷிகம் என்பன அவை. இவற்றுள் லோகாயதத்திற்கு தத்துவம் பற்றிய ஆடம்பரப் பேச்சுக்களில் சிறிதும் சிரத்தை கிடையாது. இந்தியச் சிந்தனை மிக முதிர்ச்சி பெற்ற காலத்தில்கூட அதை நிறுவ எந்தப் பெரிய தத்துவவாதியும் இருந்ததாகத் தெரியவில்லை. சாங்க்யத்தின் விதி மிகவும் விசித்திரமானது. இதைப் பிராம்மணர்கள் மாற்றித் திருத்தியதாகக் கூறப்படும் மாறுபாட்டுக்குப் பிறகு, இதுவும் அநேகமாக ஒருவகை வேதாந்தம் என்றே ஆகிவிட்டது. பிற்காலத்தில் இதை முக்கியமான பலரும் நிறுவியதாகத் தெரியவில்லை.

ஆனால் அது கருத்துமுதற் கொள்கைக்கு எதிராகக் கூறுவனவற்றை, அழிந்தது போக எஞ்சியுள்ளவற்றிலிருந்தும் பிறர் மேற்கோள் காட்டியவற்றிலிருந்தும் உதிரிகளாய்த் தொகுத்துத்தான் காணவேண்டும். இதைப் பின்னால் காண்போம். ஆகவே, நமக்கு முக்கியமாக இருப்பது, நியாய-வைசேஷிகம் தான். பிற்காலத்தில் அதுதான் தத்துவ முறையில் கருத்துமுதற் கொள்கையை முழுதாய் எதிர்த்து வழக்காடுவது.

இது எப்படி சாத்தியமாகும்? கருத்துமுதற் கொள்கைக்கு உபநிஷத் துக்கள் வற்றாத சாசுவதமான ஊற்று நிலம். வாத்ஸ்யாயனர் காலம் முதல் சமரசம் மும்முரமாய் நடந்து முற்றியும்விட்டது. வேதத்தையும் வேதாந்தத்தையும் மீற முடியாதவை என்று இவர்களும் ஏற்றாகிவிட்டது. யாக்ஞவல்க்யரும் ஸனத்குமாரரும் போன்ற மனிதர்கள் மட்டுமன்றி இந்திரனும், பிரஜாபதியும் போன்ற தேவர்களும் ஆதரிக்கும் உபநிஷத்துத் தத்துவத்தை எதிர்க்கும் காரியத்தை இவர்கள் எப்படி உண்மையாகவே செய்ய முடியும்! நியாய வைசேஷிகத்தின் அடிப்படைகள், அவை தோன்றிய காலம் முதற்கொண்டே தத்துவ முறையில் கருத்தே முதலானது, பொருள் இல்லை என்பதை முற்றிலும் மறுப்பனவாகவே இருந்திருக்கின்றன. பின்னால் வந்தவர்களோ வேதத்தின்பால் போலிப் பாசாங்கான பக்தி காட்டுகிறவர்களாகிவிட்டனரே!

இதற்கான விடைதான் இந்தியத் தத்துவத்தில் நேர்ந்த மிகவும் விந்தையான ஒரு விஷயத்திற்கு நம்மைக் கொண்டுபோகிறது. கருத்து முதற் கொள்கையின் ஆதிமூலம் வேதத்தில்தான் இருக்கிறது. அதன்பால் பக்தி காட்டுபவர்களான நியாய வைசேஷிகர்கள்தான் அத்தகைய பக்தியுடனேயே அதை மறுக்கிறார்கள். இதுதான் முரண்பாடும் உண்மையும் (முரண்பாடுபோல் தோன்றும் உண்மை) கலந்ததற்கான ஓர் எடுத்துக்காட்டு. அதற்குக் காரணம், தத்துவங்களில் உள்ள தனித் தனிப் பிரிவுகளில் சார்பும் பற்றும்தான்; இங்கே கருத்து முதற்கொள்கையின் வரலாற்றை நினைத்துக்கொள்ளவேண்டும்.

இது உபநிஷத்துக்களில் காணும் கற்பனைகளிலிருந்து தோன்றியது தான்; அதன் பிறகு கிட்டத்தட்ட ஐநூறு அறுநூறு ஆண்டுகள் வரையில் அதை யாரும் கவனிக்கவும் இல்லை. கிருத்துவ சகாப்தத்தின் ஆரம்ப காலத்தில் தோன்றிய விரிவான மகாயான சூத்திரங்களில்தான், உபநிஷத்துக் கருத்துமுதல்வாதத்தின் இழைகள் போன்ற கருத்துக்கள் தொகுக்கப்பட்டன. அவற்றுள் இவை வேதாந்தக் கருத்துக்கள் என்று உபதேசிக்கப்படவில்லை. அவை பௌத்த மத தத்துவங்கள் என்றே கூறப்பட்டன. வைதீகப் பழைமை இதை மதத்திற்கு மாறுபட்டது; புதிதாக பௌத்தம் என்று பெயர் சூட்டிவிடுவது சுலபம்தான். அது வேதக்

இந்தியத் தத்துவ இயலில் நிலைத்திருப்பனவும் அழிந்தனவும் 347

கருத்துக்கு விரோதமானது என்றும் சொல்லிவிடலாம். சூத்திரங்களுக்குப் பிறகு இரண்டு முக்கியமான தத்துவ அமைப்புகள் தோன்றின. அவற்றைக் கொண்டவர்கள் மாத்யமிகர், யோகசாரர் என்போர். அவர்கள் கருத்து முதற் கோட்பாட்டை இன்னும் முற்போக்கான தத்துவ வடிவில் விளக்கிக் கூறினர். இவர்கள் கூறியது அனைத்தும் உபநிஷத்துக்களில் உள்ள அடிப்படையான சிந்தனைகளிலிருந்து இரவல் வாங்கியதுதான் என்பதை இவர்கள், தாங்கள் சார்ந்த மதப் பிரிவின் நலத்தைக் கருதி ஒளித்து மறைத்துவிட்டார்கள். மேலும் மிகுந்த ஆசையுடனும், உற்சாகத்துடனும் இவை அனைத்தும் புத்தரே நேரில் கூறியவை என்றும், அவர் தாம் வாழ்ந்த காலத்தில் இவற்றை மறைத்து வைத்திருப்பதே அறிவுடைய செயல் என்று நினைத்ததாகவும், ஆனால், தான் இறந்த பின் பல நூற்றாண்டுகளுக்குப் பிறகு அவற்றை மக்களிடையே பிரச்சாரம் செய்து பரப்ப அனுமதித்தார் என்றும் கூறிக் கொண்டார்கள். இதன் விளைவாக உபநிஷத்துக்கள் கூறிய கருத்து முதற் கொள்கை, நாளடைவில் பௌத்த மதத்தின் தத்துவம் போல் தோற்றமளிக்கத் தொடங்கியது. கௌட பாதரும் அவரைப் பின்பற்றி சங்கரரும் அதே கருத்துமுதற் கோட்பாட்டை உபநிஷத்துக்களில் உள்ள மூலமான ஆதாரங்களுடன் மீண்டும் எடுத்துரைத்தார்கள். ஆனால், பிற்காலத்து நியாய வைசேஷிகர்கள் மகாயானத்துடன் அத்வைதம் இணைந்து பெற்ற தொடர்ச்சியைத் தங்களுக்கு வசதியாகக் கவனிக்காமல் விட்டுவிடுவதும் எளிதாகவே இருந்தது. அவர்கள் கொண்ட தத்துவ நிலைப்பாட்டிற்கேற்ப, அவர்கள் கருத்துமுதற் கோட்பாட்டை மிகவும் தீவிரமாக எதிர்த்தே ஆகவேண்டியிருந்தது. இதைச் செய்ய முடியாமல் தடுப்பது அவர்களுடைய வேத பக்திதான்; வைதீகத்தில் தமக்குள்ள போலி பக்தி காரணமாக, பௌத்தர்கள் அவற்றைச் சொல்லும்போது தீவிரமான எதிர்ப்பைக் காட்டியது முறைப்படிச் செய்த காரியமாகிறது; அதோடு, பௌத்தமென்ற பெயரில் அவற்றை மறுப்பதற்கு வைதீகப் பழைமையும் ஆதரவும் அங்கீகாரமும் தருகிறது. வைதீகர்களுக்கு எப்படியாவது பௌத்தர்களை ஒழித்துக் கட்டுவதில் அப்படியொரு பரவசமான வெறி; அந்த வெறியில் பௌத்தர்களுக்கெதிரான நியாய வைசேஷிக-வாதங்கள், யாக்ஞவல்க்யர் போன்ற பலரும் கூறிய தத்துவங்களுக்குப் பெரிய ஆபத்தை விளைவிக்குமே என்பதைக்கூட மறந்துவிடுகின்றனர்.

14. பகுத்தறிவு மற்றும் விஞ்ஞானத்திற்குத் திரும்புதல்:

அடுத்த அத்தியாயத்தில் நியாய வைசேஷிகர்கள் தத்துவ முறையில் வெளியிடப்பட்ட கருத்துமுதற் கோட்பாட்டை மறுத்துரைத்ததைச்

சுருக்கமாகக் காண இருக்கிறோம். இந்த நிலையில் இது, தனது சொந்த அடையாளமான தனிச் சிறப்பைப் பெற்றதை இப்போது தெரிந்து கொள்வோம்; அதாவது, அதற்கே உரியதாய் ஆரம்பத்தில் இருந்த பகுத்தறிவு வேகமும், மதச் சார்பின்மையும், விஞ்ஞானமுமே அவை; வாத்ஸ்யாயனரும் பிறரும் அதில் புகுத்த விரும்பி ஏற்படுத்திய கருத்து மாற்றத்தைக்கூட அது நடைமுறைக்கு வைத்துக்கொள்ளாமல் செயலற்றதாகவும் ஆக்கி வைத்தது; இந்தச் சாத்திரமும், அத்யாத்ம வித்யைதான் என்று காட்டுவதற்காகப் புகுத்தப்பட்ட மாற்றத்தைத் தூக்கி எங்கேயோ போட்டுவிட்டது. இந்தச் சாத்திரம், அனைத்திற்கும் மேலாகக் கொண்டது அணுக்கோட்பாடும் (இது பொருள்முதல்வாதம்). அது சிறப்பாக நேரிடையான அநுபவங்களையே ஆதாரமாகக் கொண்டு, பௌதீகமான பொருளை-இயற்கையைப் பகுத்துப் பார்க்கமுடியும் என்ற பிரச்சனையையும் அதன் எல்லையையும் ஆராயும்முறை; மாயை, பொய்த் தோற்றம், கனவு என்றெல்லாம் உபநிஷத்துகள் "காட்டிய சான்றுகளை உடைத்து எறிகிறது இது; அவற்றை விஞ்ஞான பூர்வமாக அணுகிப் புரிந்துகொள்ள முயல்கிறது; அவர்களுக்குத் தெரிந்த (மிகக் குறைவான) அளவுக்குட்பட்ட அநுபவங்களால் பெற்ற விளக்கங்கள் தந்த விஞ்ஞான விவரங்களைக் கொண்டு அவற்றை விளக்குகிறார்கள். வேதப் பிரமாண்யத்தைப் பற்றி மறந்தேவிட்டது போல் - அதாவது காரணவாதமான பகுத்தறிவு, வேதத்திற்கு முரண்படாத வரை நியாயமானதுதான் என்பதை மறந்தேவிட்டு, இவர்கள் கருத்துமுதற் கோட்பாட்டை எதிர்த்துக் கூறப் பகுத்தறிவை ஆணித்தரமாக நிறுவுகின்றனர்.

இதன் விவரம் பின்னால் வரும். இப்போதைக்கு ஒரே ஒரு விஷயத்தைக் கவனத்தில் கொள்வோம்: நமது தத்துவ வரலாற்றில், தனித்தனி மதப்பிரிவுகளையும் அதன் உட்பிரிவுகளையும் சார்ந்தவர்கள் அந்தந்தப் பிரிவுக்குரிய கருத்தை வலியுறுத்தும் போக்கு விநோத மானதும் சிக்கல் கொண்டதுமாகும். (பின்னால் இந்தப் போக்கை, 'பிரிவுச் சார்பு' என்று அழைப்போம்-மொ. பெ) இதனால், தத்துவ அறிஞர் தத்தம் பிரிவுச் சார்பின் கௌரவத்தில் அதிக அக்கறை கொள்வதும் வழக்கமாயிற்று. இது, பொதுவாக ஒரு கொள்கை பற்றிய பிடிவாதம் உள்ள சூழ்நிலையை உண்டாக்குகிறது. வேறு எங்கும் இத்தகைய பிரச்சனை கிடையாது. தத்துவத்திற்குத் தொடர்பே இல்லாத கருத்துகள் தூய தத்துவத்துடன் தாராளமாகக் கலந்து விடுகின்றன; இது நமக்கு விந்தையை விளைவிக்கிறது. இப்படிப்பட்ட பிரிவுச் சார்பில் முன்னுக்குப்பின் முரணான நிலையும் ஏற்பட்டு விடுகிறது. நியாய வைசேஷிகத்தில் பிற்காலத்து ஆசிரியர்களின்

வைதீகப் பாசாங்கு காரணமாக அவர்கள் வைதீகர்களைப் போலவே பேசுவதும், சமரசம் செய்துகொள்வதும் கருத்து முதற் கோட்பாட்டிற்கே உரிய சில இயல்புகளை இவர்களிடமும் உண்டாக்கிவிடுகிறது. தாங்கள் கூறுவதும் உபநிஷத்துக்களின் பார்வையின் இயல்புகளைத் தான் 'என்று வரலாற்றுரீதியிலும் இந்தச் சமரசம் இடம்பெற்று விடுகிறது. ஆனாலும் இவர்கள், தமது பிரிவுச் சார்பினால் பௌத்தர்களிடம் பகைமை கொண்டு உபநிஷத்துக் கருத்துக்களையும், புறக்கணிக்க முற்பட்டுவிடுகிறார்கள்; ஏனென்றால், மகாயானிகள் இவை பௌத்தக் கருத்துக்கள் என்று முத்திரையிட்டுக் காட்டுகின்றனர்.

15. பௌதீகப் பொருள்களின் இயல்பு பற்றிய கொள்கைகள்:

நம் காலம் வரை வந்து இப்போது நாம் காணும் நியாய வைசேஷிகம், விஞ்ஞானமும் மூட நம்பிக்கையும் கலந்த விநோதமான கலவையாகவே தோன்றுகிறது; ஆகவே, அதன் இயல்பு எது, அதன் இயல்புக்குப் புறம்பானது எது என்று பிரித்துக் காண்பதற்காகவே மேலே சில கூறினோம். அதன் இயற்கையான தன்மை பகுத்தறிவும் மதச் சார்பின்மையும் விஞ்ஞானமும்தான். தற்காப்புக்கென்ற, மேலே விரிவாய்க் கூறிய, சமரசங்கள் புறம்பானவை. ஆக, கருத்து முதற் கோட்பாடுக்கு எதிரானது என்று இதை இதன் இயல்பான கூறுகளைக் கொண்டுதான் பார்க்க வேண்டும்; அந்த வகையில் இதுவும் சாங்க்யமும் லோகாயதமும் போலவே எதிர்க் கோட்பாடே ஆகும். இது தொடர்பாக விரிவாகவே பார்க்கலாம்.

இந்த மூன்றுமே கருத்துமுதற் கோட்பாட்டை எதிர்ப்பனவே என்பது வெளிப்படை. அதாவது, வெளி உலகம் என்பது இல்லை என்று விடாமல் கூறுவதற்கு இவை மூன்றும் எதிர்ப்பைக் கூறுவன. இவர்களை இணைப்பது இது மட்டுமில்லை. மூவருமே கண்முன் அறியப்படும் வகையில் உள்ள உலகத்தை விளக்கும் வகையில், ஜடமான பௌதீக உலகத்தின் இயற்கையைப் பற்றிய தத்தமது சொற்களால் விளக்கம் கூற முற்படுகின்றனர் என்பதும் இவர்களை மேலும் சேர்த்து இணைக்கிறது. இதுதான் அந்த எதிர்க் கோட்பாட்டின் முக்கியமான அம்சம். அது, உலகம் இல்லை என்பதை மறுப்பது மட்டுமில்லை. இந்த உலகம் பௌதீகங்களால் ஆனது, நிஜமாக இருப்பது என்பதைத் திட்டவட்டமாக அழுத்திக் கூறுவதுமாகும்; ஆனால், இந்த மூவரும் பௌதீகமான உலக இயற்கையைப் பற்றிக் கருதும் கோட்பாடு ஒரே மாதிரியானதும் இல்லை. லோகாயதர்கள் இயற்கை உலகை பூதங்கள் - அதாவது பௌதீக மூலப் பொருள்கள்-

மண், நீர், காற்று, நெருப்பு என்பன-எனக் கொள்கின்றனர். இதனால் அவர்களுடைய கோட்பாட்டை, பூத வாதம் என்றும் குறிப்பிடுகிறார்கள். சாங்க்யர்கள் இயற்கை உலகை, 'பிரதானம்' (பிரகிருதி) அதாவது எதிலிருந்து உலகத்தில் உள்ள யாவுமே தோன்றிப் பல்குவனவோ அந்த ஆதிமூலமான இயற்கை என்று கொள்கின்றனர்; ஆதலால் அவர்கள் பிரதானவாதிகள் எனப்படுகின்றனர். நியாய வைசேஷிகர்கள் இயற்கை உலகை பரமாணுக்கள் என்று கொள்பவர்கள். ஆகவே, பரமாணுவாதிகள் எனப்படுகின்றனர். இவை மூன்றும் ஒன்றல்ல; இவர்களில் யாரும் இயற்கை உலகின் இரகசியங்களை முழுதுமாகக் கண்டு கூறிவிடவும் இல்லை.[61] ஆனால், இயற்கை-உலகைப் புரிந்துகொள்ளும் வகையில் இந்தியர் செய்த மூன்று முயற்சிகள் இவை என்பதில் ஐயமில்லை. இந்த மூன்று கருத்துக்களின் அடிப்படையில் இவை வெளி உலகத்தின் அமைப்பை விளக்க விரும்புகின்றன. கருத்து முதல்வாதிகளுக்கு எதிராக இந்த உலகம் நிஜமாகவே இருப்பது என்று நிறுவவும் செய்கின்றன.

எதிர்க் கோட்பாடுகளைப் புரிந்துகொள்வதற்கு இந்த விஷயம் முடிவான பொருட் சிறப்பையுடையதாகும். இதுதான் நிரந்தரமாகவும், அடிமட்டத்திலிருந்தும் எதிரிடையாகவே இருப்பது. அது பாஹ்யார்த்த வாதம் - அதாவது மனத்திற்கு வெளியேயும், அதாவது புறத்திலும் நாம் அறியும் உலகம் உண்டு என்று கூறுவது மட்டுமில்லை. அதுவும் பூதார்த்தவாதம் என்ற லோகாயதத்திற்கும் பிரதானவாதம் என்ற சாங்க்யத்திற்கும் பரமாணுவாதம் என்ற நியாய வைசேஷிகத்திற்கும் தன்னை உட்படுத்திக்கொண்டதாகவே ஆகிறது. அவ்வாறு உடன்பட்டுப் போவது, இந்த மூன்று வகையிலும் இணைந்து குவிந்தது பௌதீகமான இயற்கைதான். (அதாவது ஜடமான பொருள்தான்) உலகத்தின் இறுதியான பொருள் - உலகம் அதன் பகுதிகளால் அமைந்ததுதான் என்ற அடிப்படையான ஓர் இடத்தை நோக்கிச் சென்று முடிகிறது.

16. எதார்த்தவாதமா? அல்லது பொருள்முதல்வாதமா?

இதுவரை சில அடிப்படைகளைக் கூறினோம்; அடுத்து, இந்த எதிர்க் கோட்பாடுகளை அவை அடிப்படையில் பொருள் முதற் கொள்கைகளே என்று கருதுவது தத்துவ முறையில் சரியானதுதானா? இந்தக் கேள்வி, முடிவான விஷயத்தை அறிய மிக முக்கியமானதுதான் என்று வைத்துக்கொண்டால், நமது தத்துவ வகைப் போராட்டங்கள், கருத்துமுதற் போக்குக்கும் பொருள்முதற் போக்குக்கும் இடையே உள்ளதுதான் என்று கணித்தல் முடிவானதாகும். அப்படி அது சரியானதுதானா?

மரபு முறையாக இந்தியத் தத்துவங்களை விரித்துரைக்கும் தற் காலத்து அறிஞர் பலருக்கு இப்படி இருப்பதும் சாத்தியம்தான் என் பதே மிகவும் விநோதமாகத் தோன்றும். இந்தியத் தத்துவத்தில் பொருள்முதல்வாதமே இல்லையென்றும் அவர்கள் சொல்லவில்லை. (பொருள்முதல்வாதம், நாத்திகம் என்ற கருத்தில்) அதை இந்தியத் தத்துவ மரபிலிருந்து பிரித்து ஒதுக்கிவைக்க வேண்டும் என்பது அவர்கள் கட்சி; பொதுவாக, அந்தக் கோட்பாடு லோகாயதர்கள் என்ற சார்வாகர்களுக்குள்ளே மட்டும் இருப்பது என்று ஓர் எண்ணமும் உண்டு; சார்வாகர் நம் தத்துவ அறிஞர்களுக்குள் மிகவும் சிறுபான்மையினர். அவர்கள் தத்துவத்தின் திண்மையும், கேள்விக்குரியதுதான் என்பதும் ஒரு கருத்து.

வேறு பலரும்கூட, மிகப் புகழ்பெற்ற தத்துவ அறிஞர்களும் உட்படக் கருத்துமுதற் கோட்பாட்டை ஏற்பதில்லை என்பதையும் ஒப்புக்கொள்கிறார்கள். கருத்துமுதற் கோட்பாட்டை எதிர்ப்பது வேறு; பொருள்முதல்வாதத்தை ஏற்பதென்பது முற்றிலும் வேறு; அவர்களுக்கும் பொருள்முதல் வாதத்திற்கும் சம்பந்தமே இல்லை: அவர்கள் அதைப் பற்றிப் பேசவும் இல்லை. ஆகவே லோகாயதர்களின் கருத்துமுதல்வாத எதிர்ப்புக்கு மாறாக, மற்றவர்களின் அதே எதிர்ப்புக்கு ஒரு பெயர் வேண்டுமே? அந்தப் பெயர் யாது?

தற்காலத்து அறிஞர்கள் அதை யதார்த்தவாதம் என்று குறிப்பிடு கிறார்கள். அவர்கள் தங்கு தடையின்றி சாங்க்ய யதார்த்தவாதம், நியாய வைசேஷிக யதார்த்தவாதம் என்று பேசுகிறார்கள். பொருள் முதல் வாதம் என்பதை லோகாயதர்களுக்கென்று தனியே ஒதுக்கிவிடுகிறார்கள். ஆக, அந்த யதார்த்தவாதம் கருத்துமுதல் வாதத்தை முற்றிலுமாக எதிர்ப்பதாலும், பொருள்முதல்வாதத்தை ஆதரிக்காமல் விடுவதாலும் ஒப்புக்கொண்ட பெயராகவும் இருக்கிறது; மேலும் பொருள் முதல்வாதத்திற்கு எதிரான உணர்ச்சிகளின் நோக்கில், யதார்த்த வாதம் மாசும் தீமையும் இல்லாததாகவும் படுகிறது; ஏனென்றால், பொருள் முதல்வாதத்தில் பொதுவாக எல்லாருமே காணும் தீய இயல்பும் கொச்சைத்தனமும் யதார்த்த வாதத்தில் இல்லை.

தத்துவ மரபை இப்படிக் காண்பதுதான் வழக்கம்; அதுவும் பெரு மளவிற்குச் சரியான குறியீட்டுச் சொல்லை உபயோகிப்பதைப் பொறுத்திருக்கிறது; இந்த வகையில் எதிர்க் கோட்பாடுகளைச் சரியாகக் குறிக்கும் பெயர் யதார்த்த வாதம் என்பதே தவிர, பொருள்முதல் வாதம் என்பது அன்று என்று கொள்ள உண்மையான காரணம் ஏதாவது இருக்கிறதா?

இதற்கு விடை, இந்தச் சொற்கள் குறிப்பிடும் சரியான உள்ளார்ந்த பொருளைப் பொறுத்திருக்கிறது. இதை ஏதோ தத்தம் விருப்பப்படி தீர்மானிக்கவும் முடியாது. அது, முதன் முதலில் உபயோகிக்கப்பட்ட சந்தர்ப்பத்தை வைத்தே அதைக் காண வேண்டும். இந்தச் சொற்கள் இரண்டுமே இந்தியத் தத்துவ நிலைப்பாடுகளைக் கூறும் வகைக்கேற்ப ஐரோப்பியத் தத்துவத்திலிருந்து கொள்ளப்பட்டவை. ஆகவே, ஐரோப்பியத் தத்துவத்தின் வரலாற்றில் பயன்படுத்தப்படும் சந்தர்ப்பத்தைப் பார்க்க வேண்டும். அப்படிப் பார்க்கும்போது, யதார்த்தவாதம் என்பதற்குப் புதியதொரு அர்த்தத்தைப் புகுத்த நம்மை அநுமதித்தாலன்றி அதாவது, அது பொருள்முதல்வாதத்தினின்றும் வேறானது என்று காட்டும் அர்த்ததைப் புகுத்தினாலன்றி, அதை நாம் தாராளமாக வழங்கிவிட இயலாது. அதன் அர்த்தம், ஓரளவு குறுகிய வகையில்தான் அதை வழங்க முடியும். அதுதான் அதன் நேரான அர்த்தம். அதுதான் ஐரோப்பிய அறிஞர்கள் அதற்குக் கொண்ட அர்த்தம். புதிய தத்துவ ஆய்வில் அது வழங்குவதற்குப் பொறுப்பேற்க வேண்டியவர்களும் அவர்கள்தான். அந்தத் தத்துவ அறிஞர்கள் யார்? எதார்த்தவாதம் என்ற பெயரால்-அதனால் மட்டுமே தரப்படும் தத்துவ நிலைப்பாடு யாது? அதன் தனிச் சிறப்பான தன்மை யாது?

ஐரோப்பியத் தத்துவ வரலாற்றில் இந்தச் சொல் புதிதாக வந்த தன்று. இடைக்காலத்தில் வாழ்ந்த-பள்ளி ஆசிரியர்களும் தத்துவ வாதிகளுமாய் இருந்து, "பள்ளிக் கல்வியிலும், தத்துவத்திலும், ஈடுபட்டிருப்பவர்கள்" (Scholastics) என்று பெயரிடப்பட்ட அறிஞர் களிடையே வழக்கிலிருந்த சொல்தான் யதார்த்தவாதம் என்பது. ஆனால், அவர்கள் அதற்குத் தந்திருந்த பொருளில் அது இன்று இல்லை. அந்தப் பொருள் வழக்கிழந்த பழைய அர்த்தமாகிவிட்டது. அவர்கள் அதை வழங்கிய பொருள், கருத்துமுதல்வாதத்திற்கு எதிர்ப்பைத் தரவில்லை என்பது தவிர, அது, பிளேட்டோவின் தத்துவக் கோட்பாடான எல்லாமே உலகத்தில் உள்ள அனைத்தும் - வெறும் எண்ணங்களும் கருத்துக்களுமே என்ற பழைய கருத்துமுதல்வாதத்தையே குறித்தது. இது அக்காலத்தில் இருந்த மற்றொரு தத்துவக் கோட்பாடான நாமினலிஸம் (Nominalism) என்ற ஒன்றுக்கு மாறுபாடாக எழுந்த தத்துவம். 'நாமினலிஸம்' என்ற தத்துவத்தைக் கொண்டவர்கள், உலகத்தில் உள்ள அனைத்தும் எண்ணத்தை வெளியிடவும் மொழி வகையிலும் வசதியாக அடைந்த பெயர்களே தவிர வேறில்லை என்கின்றனர். இடைக்காலத்து யதார்த்தவாதிகள் பிளேட்டோ சொன்ன உலகப் பொருள்கள் அனைத்துமே வெறும் கருத்துக்களே தவிர வேறில்லை என்பதற்கு மாறாக, அந்தப் பௌதீக

மல்லாத சாரமான பொருள்கள் பௌதீகமான பொருள்களைவிட அதிகமான நிஜத்தன்மை உடையன என்று கூறினார்கள்.

பதினெட்டாம் நூற்றாண்டின் கடைசிக் காலத்தில் தாமஸ் ரெய்ட் (Thomas Reid) என்பவர் யதார்த்தவாதம் என்ற சொல்லைக் கருத்து முதற் கோட்பாட்டுக்கு எதிர்க் கோட்பாடு என்ற புதிய பொருளில் வழங்கலாம் என யோசனை கூறினார். பெர்கலேயின் (Berkeley) கருத்து முதற் கோட்பாட்டுக்கு எதிராக அவர் பொது அறிவின் பார்வையில் தெரியும் கருத்தைத்தான் நிறுவ முற்பட்டார். அறியப்படும் பொருள்கள் மனத்திற்கு வெளியே-மனத்தை மட்டுமே - அண்டி நிற்காமல் இருக்கின்றன என்பதே அக்கருத்து.

ஆனால், அவருக்கு உடனடியாகப் பெரிய வெற்றி கிடைத்துவிட வில்லை. யதார்த்தவாதம் என்ற பெயர் ஐரோப்பிய தத்துவத்தில் அதிகமான புகழைப் பெறுவது உண்மையில் 1899லும் 1903லும் தான் தொடங்கிற்று. அந்த இரண்டு ஆண்டுகளிலும்தான் ஜி.இ.மூர் என்பவர் (G.E. Moore) இரண்டு ஆராய்ச்சிக் கட்டுரைகளை வெளியிட்டார். அவற்றில் ஒன்றின் தலைப்பு, கருத்துமுதல் வாதத்தை மறுத்துரைத்தல் என்பது. ஆகவே, யதார்த்தவாதம் கருத்துமுதல்வாதத்திற்கு எதிர்க் கோட்பாடானது. முக்கியமாக அது இருபதாம் நூற்றாண்டில் புதிதாகக் கண்டறிந்த ஒரு புதிய விஷயம். சமீபகாலத்தில் அது மிக்க புகழுடன் மக்களிடையே பரவியதற்குக் காரணம், பல தத்துவ அறிஞர்கள் - குறிப்பாக அமெரிக்கரும், பிரிட்டிஷ்காரர்களும் அதைத் தாங்கள் காட்டும் வெளி வேஷத்தனமான கருத்துமுதல்வாத எதிர்ப்புக்குப் பயன்படுத்தியதுதான். அதிலும் குறிப்பாகப் பெர்க்லீ கூறும் கருத்து முதற் கோட்பாட்டுக்கு ஆதாரமான அறிவு பற்றிய கொள்கையை அதைக் கொண்டு மறுத்ததுதான். இந்த எதார்த்தவாதிகளின் முக்கியமான அம்சம் பின் வருவது: ‘அறிதல் என்ற செயலை அண்டி, அதற்குட்பட்டுத் தான் என்று இல்லாமல் பொருள்கள் தாமே தம்மளவில் சுதந்திரமாகவே இருக்கின்றன. நாம் உணரும் பொருள்களுக்கு இருத்தலையும் (அவை இருக்கின்றன என்பதை) நிஜமான தன்மையையும் நமது உள்ளுணர்வுதான் தருகின்றன என நினைத்துத் கொள்வது தவறு என்பதே. சமீபகாலத்து யதார்த்தவாதிகள், கருத்து முதற் கோட்பாடு அடிப்படையாகப் பற்றி நிற்கும் இடமே தவறானது என்று காட்ட மிகவும் பாடுபடுகிறார்கள் என்பதில் ஐயமில்லை. ஆயினும் நாம் கவனிக்க வேண்டியது வேறொன்று. இவர்கள் நிஜமாகவே கருத்துமுதற் கோட்பாட்டுக்கு எதிரானவர்கள் என்றால், பழைய கோட்பாடுகளைக் கொண்டே அதைச் செய்யலாமே? அப்படிச்

செய்யாமல் அவர்களைத் தடுப்பது எது? பழைய காலம் தொடங்கியே பலர் அதை எதிர்த்திருக்கிறார்களே. இதற்கு வேண்டிய மிகக் குறைந்த நிபந்தனை, நாம் அறியும் பொருள்கள் மனத்திற்கு வெளியேயும் அவை உள்ளன. கண்ணால் காணத்தக்க நிஜத் தன்மை அவற்றிற்கு உண்டு என்பதை ஏற்றுக்கொள்வது மட்டும்தானே? டெமாகிரிடஸ் (Democritus) முதல் பூயர்பெக் (Feuerbach) மார்க்ஸ் வரை எல்லாரும் அதை மறுத்துத் தள்ளியவர்கள்தானே? ஆனால், இவர்கள் எல்லாருமே தங்களைப் பொருள்முதல்வாதிகள் என்றே அனைவரும் தெரிந்து கொள்ளவே விரும்புகிறார்கள். அவர்களுடைய தத்துவ நிலைப்பாடுகளும் வெவ்வேறு வகையான பொருள்முதல்வாதமெனவும் அறியப்படுகின்றன. ஆனால், இந்தப் புதிய காலத்து யதார்த்தவாதிகள் மட்டும் தங்கள் கருத்துமுதல்வாதத்தை யதார்த்தவாதம் என்றுதான் குறிப்பிட வேண்டும், பொருள்முதல்வாதம் என்று குறிப்பிடக்கூடாது என்று சொல்லவைத்தது என்ன? இவர்கள் உண்மையில் கருத்துமுதல் வாதத்திற்கு எவ்வளவு எதிரானவர்களோ அதே அளவு பொருள் முதல்வாதத்திற்கும் எதிரானவர்களே என்பதுதான் விடை.

அவர்கள் பொருள்களைப் பற்றிக் கூறும் விஷயம் அவர்கள் கருத்துமுதல்வாதத்திற்கு எதிரானவர்கள் என்பதை உறுதி செய்கிறது. ஆனால், அவர்கள் பொருள்முதல்வாதம் என்ற பெயரை ஏன் ஏற்க மறுக்கிறார்கள். அந்தச் சொல்லின்மீது முன்கூட்டியே ஏற்பட்ட ஆழமான வெறுப்பா? அப்படியும் இருக்கலாம் என்பதையும் புறக்கணிக்க முடியாது. நவீன யதார்த்தவாதிகளுக்கு இதற்கான தத்துவ வகையிலான காரணமும் இருக்கிறது. நாம் அறியும் பொருள்கள் அறியப்படும் சந்தர்ப்ப சூழ்நிலைகளை அண்டி நிற்கும் நிலையின்றிச் சுதந்திரமாகவே இருக்கின்றன என்று கருத்துமுதல்வாதத்திற்கு எதிராகப் பேசுகிறார்கள். ஆனால், பொருள்முதல்வாதிகளுக்கு எதிராக அவர்களுக்கு ஏதோ தனியான கருத்து ஒன்று இருக்கிறது. தத்துவ முறையில் அது முன்னவர்களின் கருத்துப்படி பொருள்கள் சாராம்சத்தில் பௌதீகமானவை-அவற்றின் அமைப்புக்கு அடிப்படையும் பௌதீகமே என்பது. இப்படி இருக்க முடியவே முடியாது என்பதுதான் யதார்த்தவாதிகளின் தனிக்கருத்து.

சரி, அவர்கள் என்ன கூறுகிறார்கள்? நவீன யதார்த்தவாதிகளின் நிலைப்பாட்டில் இது மிகவும் சிக்கலான வினா. இது பற்றி அவர் களுக்குள்ளேயே பலர் பலவாறு கருதுகிறார்கள். அதனால்தான் அவர்களை ஒரே வகையாக இணைப்பதுகூட ஒரு வகையில் எதிர் மறையாக இருக்கும் அம்சம்தான் என்றும் சொல்வதுண்டு. அவர்கள்

இந்தியத் தத்துவ இயலில் நிலைத்திருப்பனவும் அழிந்தனவும்

எல்லாருமே பொதுவாகக் கருத்து முதற்கோட்பாட்டை மறுக்கிறார்கள் என்பதே அந்த எதிர்மறை அம்சம்; இது உண்மைதான்; ஆனாலும் முழுதும் நிஜமில்லை; அவர்களை இணைப்பது இதுமட்டுமில்லை; எல்லாரும் பொருள்முதல்வாதத்தையும் எதிர்க்கிறார்கள் என்பதும் தான். அவர்கள் கொண்டுள்ள எதிர்மறைத் தன்மை இரண்டுவிதம்; கருத்துமுதல்வாதத்தையும், மறுப்பது; பொருள்முதல் வாதத்தையும் எதிர்ப்பது. தத்துவ விசாரத்தில் இருந்து 'பௌதீகம் -இயற்கை (ஜடப் பொருள்) என்பதையே அகற்றிவிடவே நினைக்கிறார்கள். அவர்களில் மிகவும் செல்வாக்குள்ள சிலர் கருத்துப்படி பொருள்களுக்கு மூலம் என்று அவர்கள் கூறுவதை நன்கு புரியும் வகையில் குறிப்பிட வேண்டுமென்றால், அது ஒரு வகையில் நடு நிலையான மூலப்பொருள் (Element); என்று சொல்லலாம். அது மணமும் இல்லை; ஜடப் பொருளான இயற்கையுமன்று.

இந்தச் சொல்லுக்கு என்ன பொருள் என்பது வேறு வினா? நவீன காலத்துப் பொருள்முதல்வாதிகள் குறிப்பாகக் கவனிக்க வேண்டியது யாதெனில் பின்வருவதுதான். அதாவது, நவீன யதார்த்த வாதிகள் பொருள்முதல்வாதத்தின் மீது கொண்ட பகை, அவர்களைக் கருத்து முதல்வாதிகளின் நிலைப்பாட்டில் விழுந்து முடியும் நிலைக்கு ஆளாக்கிவிடுகிறது; ஆனால் அதை எதிர்ப்பதுதான் அவர்களுக்குத் தத்துவத்தில் உள்ள ஆர்வமே தொடங்கும் இடம்.

நமக்கு அந்த விவரங்கள் விரிவாகத் தெரிவது அவசியம் இல்லை; லெனின், 'பொருள்முதல்வாதமும் அநுபவ விமர்சனவாதமும்' என்ற நூலில் இதை விளக்கிக் காட்டுகிறார். பாஸிடிவிஸ்ட்களும் நவீன யதார்த்தவாதிகளும் அவர்களுக்குக் கருத்துமுதல்வாதத்தில் உள்ள வெறுப்பு வெளிப்படையாகவே தெரிந்தபோதிலும் அதிலேயே விழுந்துபோகிறார்கள். இதை நன்கு வெளிப்படுத்தும் வகையில், லெனின் பொருள்முதல்வாதத்திலிருந்து சிறிதும் விலகாத பார்வையுடன் ஐயத்திற்கு இடமளிக்கும் யதார்த்த வாதமும் கருத்துமுதல்வாதத்திற்கு நிஜமாகவே எதிரானதுதான் என்பதை மறுக்க முனைகிறார். அவர் காலத்தில் மக்களிடையே மிகவும் பரவியிருந்த தத்துவ நூல்களைப் பற்றிப் பேசும்போது, அவர் கூறுகிறார்.

[பாஸிடிவிஸ்ட் என்ற தத்துவவாதிகளைப் பற்றி அவசியம் கருதி, அகஸ்டே காம்லெ (Auguste Comle) என்பவர் கூறிய தத்துவம் இது; புலனறிவு தரும் நேரடி அநுபவத்தால் வரும் திட்டவட்டமாகத் தெரியும் விவரங்களின் அடிப்படையில் கிடைத்த முடிவுகளைக் கொண்டது இது; இவற்றை விட்டுவிட்டு, இறுதி முடிவான ஏதோ ஒரு தொடக்கமான

ஆதிமூலத்தைப் பற்றிய ஊகக் கற்பனைகளை மறுப்பது இது.] லெனின் கூறுவது:[62]

"யதார்த்த வாதம் என்ற சொல்லை இங்கே கருத்து முதல்வாதத்திற்கு எதிர்க் கோட்பாடாக உபயோகிக்கிறேன். ஏங்கெல்ஸ் போலவே நானும் இந்தக் கருத்தைப் பொருள்முதல்வாதம் என்ற சொல்லால் மட்டுமே குறிப்பிடுவேன். அதுதான் முற்றிலும் சரியான பெயர் என்றும் நினைக்கிறேன். யதார்த்தவாதம் என்பதை பாஸிடிவிஸ்ட்டுகளும் மூளை குழம்பிய பிறரும் கண்டபடி சேற்றில் புரட்டி மாசுபடுத்திவிட்டனர்; அவர்கள், பொருள்முதல்வாதத்திற்கும் கருத்துமுதல்வாதத்திற்கும் இடையே ஊசலாடுபவர்கள்."

ஆகவே, ஐரோப்பியத் தத்துவ வரலாற்றில் யதார்த்தவாதம் பொருள்முதல்வாதம் என்ற இரண்டு வெவ்வேறு பெயர்களும் கருத்து முதற் கோட்பாட்டுக்கு எதிரிடையாகவே குறிக்கப்படுகின்றன. இவற்றுள் எது இந்தியக் கருத்து முதற் கோட்பாட்டுக்கு எதிரிடையானது? இவற்றிற்குப் புதிய பொருளைக் கூறாமலேயே இதற்கு விடை காண வேண்டும்; ஆகவே, தர்க்கரீதியாக இவற்றின் சரியான தத்துவ நோக்கைப் பிரித்துக் காணவேண்டும். முதலில், யதார்த்த வாதம் ஜடமான இயற்கை - பௌதீகம் என்பதையே நீக்கிவிடப் பார்ப்பது ஒரு முக்கியமான வித்தியாசம். இது, பொருள் முதல் வாதத்திற்கு முரணானது; இயற்கை உலகம் சாராம்சத்தில் பௌதீகமான ஜடப் பொருளால் ஆனது என்று இது ஏற்பதில்லை; இந்தப் பார்வையை விட்டால்தான் இது நிஜமான எதிரிடையாகும். உலக அடிப்படை- பௌதீக இயற்கைதான் என்பதை இது ஏற்றுக்கொண்டாலன்றி நாம் இதை ஏற்க முடியாது. ஆகவே, பொருள்முதல்வாதம் என்பதைத் தவிர வேறு எதுவுமில்லை. இதுதான் இந்தியத் தத்துவத்தில் கருத்துமுதல் வாதத்திற்கு எதிரிடையான ஒன்றைக் குறிப்பிடத் தகுதியுள்ள சொல்லாகும்.

மற்றொரு வினாவை எழுப்பிப் பார்ப்போம். வெளியே உள்ள பொருள்கள் அடிப்படையில் பௌதீக இயற்கைப் பொருள்களே என்பதை ஒரு தத்துவ அறிஞன் தீவிரமாக ஏற்றுக்கொள்கிறான் என்பதை எப்படி நிச்சயிப்பது? இதற்குச் சான்று, இயற்கையின் தன்மை பற்றி ஒரு கொள்கையைக் கூறும் அல்லது அசைவின்றி நிற்கும் அவனுடைய மனப்போக்குத்தான்; அப்படி அவன் கொள்ளும் கருத்து, நாம் வெளியே அறியும் பொருள்களின் அமைப்பை விளக்குவதாகவே இருக்கும். இப்படிப் பார்க்கும்போதும் நம் நாட்டில் கருத்து முதல் வாதத்திற்கு எதிரிடையாக யதார்த்த வாதத்தை, அதன் தத்துவ

அடிப்படை மாறினாலன்றிக் கொள்ள முடியாது; கொள்ளத்தக்கது பொருள்முதல்வாதம் என்பதுதான்.

கருத்துமுதல்வாதத்திற்கு இறுதி வரை எதிரிடையாகவே நிற்பன லோகாயதம், சாங்க்யம், நியாய வைசேஷிகம் என்ற மூன்றுமே எனக் கண்டோம். இந்த மூன்றுமே கருத்துமுதல்வாதத்தை எதிர்ப்பதில் மட்டும்தான் ஒன்றுபட்டனவா? அல்லது இயற்கை உலகு பற்றிய ஒரு கொள்கையாலும் ஒன்றுபட்டனவா? இதற்குத்தான் இதுவரை விடை கண்டோம்.

இவை மூன்றுமே மேலே சொன்ன இரண்டு வகையிலும் ஒத்த எதிரிடைக் கோட்பாடுகள்தான்; 'மேலே விளக்கியுள்ள யதார்த்த வாதம், அதாவது பொருள்கள் மனத்திற்கு வெளியேயும் உண்டு என்பது அடுத்த பூதவாதம். பிரதானவாதம், பிரமாணுவாதம் என்றவற்றையும் மேற்கொண்டவை இவை. ஆகவே, ஐரோப்பிய தத்துவத்தில் எதிர்க் கோட்பாடுகளான, யதார்த்தவாதம், பொருள் முதல் வாதம் என்பவற்றுள் முன்னது பொருந்தாது; ஆகவே, மேலே சொன்ன மூன்று தத்துவங்களையும், பொருள்முதல்வாதம் என்றே நாம் அழைப்போம்.

17. பொருள்முதல்வாதம்-பழையதும் புதிதும்

இங்கே ஒரு சர்ச்சை எழும். பொருள்முதல்வாதம் என்பது உலக மும் இயற்கையும் நிஜமாகவே இருப்பவை என்று கொள்ளும் தத்துவம் மட்டும் அன்று. அதன் கருத்து, பௌதீக இயற்கைதான் முதலாவது. அதுவே அனைத்திற்கும் ஆதாரமான மூலம். உணர்வு என்பது அதற்கடுத்த இரண்டாவதுதான் - முக்கியமான முதன்மை பெறாதது- அதாவது, இறுதி முடிவாக ஆராய்ந்துபார்த்தால், இயற்கையான பௌதீகம் உண்டாக்கியதுதான் உணர்வு என்பதும் ஆயிற்றே? லோகாயதம் மட்டுமே இந்தக் கருத்தைக் கொண்டது; மற்ற இரண்டும் எப்படி என்பது அந்தச் சர்ச்சை. இதை மற்றோர் அத்தியாயத்தில் விளக்குவோம்.[63] அங்கே, அவர்கள் உணர்வு பற்றிக் கூறுவதும் லோகாயதத்திற்கு நெருக்கமாயிருப்பதைப் பார்ப்போம்.

மற்றொன்று, ஒரு தத்துவத்தில் வரலாற்றுப் போக்கு காரணமாக தத்துவத்திற்கு சம்பந்தமே இல்லாத சில விஷயங்களும் சேர்ந்திருக் கலாம். அது காரணமாக அவற்றின் சாரமான பொருள் முதற் கோட்பாட்டை நாம் புறக்கணித்துவிடவும் கூடாது; அதிலும் முக்கியமாக, மிகப் பழைய காலத்தில் பொருள் முதற் பார்வையுடன் வெளியிடப்பட்ட கருத்துக்களை கவனிக்காமல் விடுவது கூடாது; அவற்றில் சேர்ந்த

புறம்பான விஷயங்கள் விஞ்ஞானத்திற்கு முரணாக இருப்பது, பழைய காலத்துப் பொருள்முதல்வாதிகளின் பலவீனத்தால்தான்; அந்தக் கோட்பாட்டுக்குத் தத்துவ முறையில் சிறப்பு ஏற்படுவது அந்தப் புறம்பான விஷயங்களையும் மீறி அது பேசும்போதுதான். அதனால்தான் நவீனப் பொருள்முதல் அறிஞர்கள் புறம்பானவற்றை விமர்சனம் செய்து மறுத்து ஒதுக்கிவிட வேண்டும் என்று அழுத்தமாகக் கூறுகிறார்கள். அப்படி ஒதுக்கிய பின் கிடைக்கும், திட்டவட்டமான வகையில் அவை தரும் பொருள் முதற் கோட்பாட்டுக்குச் சாதகமான விஷயங்களை ஏற்கவும் வேண்டும் என்பதையும் அவர்கள் வற்புறுத்துகின்றனர்.

அத்தகைய பழைய கருத்து அடிப்படையில், பொருள்முதற் கோட்பாடுதானா என்பதை நிச்சயமாய் அறிய, மார்க்ஸூம், ஏங்கெல்ஸூம் கொண்டதைவிடத் திண்மையான சான்று தேடவேண்டிய அவசியமில்லை. அவர்கள், பிரான்சிஸ் பேகனுடைய (Francis Bacon) பொருள்முதல்வாதத்தை நன்கு ஆய்ந்து அவரைப் புகழ்கிறார்கள். ஆனால், பேகன் கூறும் வேறு சில கருத்துக்களை மிகவும் கடுமையாகக் கண்டித்தும் பேசுகிறார்கள்.[64]

இங்கிலாந்தின் பொருள்முதற் கோட்பாட்டையும், நவீனமான பரிசோதனை முறை விஞ்ஞானத்தையும் கண்டு நிறுவியவர் உண்மையில் பேகன்தான். இயற்கை விஞ்ஞானமே உண்மையானது என்பதும், பிரத்யட்சமான அடிப்படை மீது அமைந்த பௌதீக விஞ்ஞானம்தான் இயற்கை விஞ்ஞானத்தின் மிக உயர்ந்த பகுதி என்பதும் அவருடைய திடமான எண்ணம். பொருள்முதற் கோட்பாட்டை முதன் முதலாக அங்கே படைத்த பேகனிடம்தான், மிகவும் மழலைப் பருவத்தில் இருந்த, பிற்காலத்தில் அதன் பலதிறப்பட்ட வளர்ச்சிக்கும் விதை போன்ற விஷயங்கள் உள்ளூற அமைந்து இருந்தன; பௌதீக இயற்கை கவிதையின்பம் போன்ற ஒளியுடன் மனிதனுக்கு அருட் புன்னகை புரிந்தது. அவரிடம் இருந்த "நீதி நெறிக் கொள்கையும் கடவுட் கொள்கையில் உள்ள பொருத்தமின்மைகள் நிறைந்தாகவே இருந்ததும் உண்மைதான்."

ஏங்கெல்ஸ் இதை முழு மனத்துடன் ஏற்று, பேகனுடைய பொருத்தமில்லாக் கூற்றுகள் அவரை எவ்வளவு நகைக்கத் தக்க நிலைக்குக் கொண்டுபோயிற்று என்பதையும் விரிவாகக் கூறுகிறார்.[65] "பகுத்தறிவுடன் தர்க்க வாதம் செய்வது பொதுமக்களின் உள்ளுணர்வில் தைக்கும் வகையில் பரவியதை மிகப் பழைய பழமொழியொன்று விளக்குகிறது. கடைக்கோடி முனைகள் ஒன்றையொன்று சந்திக்கும் என்பது அது; இதைக் கொண்டு நாம் பேகனைப் பார்ப்பது தவறாகாது;

விநோதமான, ஏன் கோமாளித்தனமான கற்பனை, எதையும் எளிதில் நம்பிவிடுதல், மூட நம்பிக்கை இவற்றின் கடைக்கோடிக் கோட்டில் நிற்கிறார் அவர். எதில்? ஜெர்மானியத் தத்துவ இயற்கை விஞ்ஞானம் போல், கண்ணெதிரே தெரியும் பொருள்மயமான உலகை, தனக்குள் எழும் எண்ணங்கள் என்ற கட்டமைப்புக்குள்ளேயே திணித்துவிடும் இயற்கை விஞ்ஞானப் போக்கைப் போன்றதொரு விஞ்ஞானத்தில் அன்று. ஆனால், நேரடியான அநுபவங்களையே உயர்த்திக் கூறி, எண்ணம் கருத்து முதலியவற்றை முழு ஆற்றலுடன் வெறுத்துப் புறக்கணித்து, அவை யாவும் தன்பால் ஒன்றும் இல்லாத வெறுமை தான் என்ற தொலைவின் கடைக்கோடியில் சென்று நிற்கிறார். இந்தக் கோட்பாடு இங்கிலாந்தில் பரவலாய் இருக்கிறது. மிக்க புகழுக்கும், பாராட்டுதலுக்கும் உரியவராவதற்கான தன் நோக்கங்களையும் பணிகளையும் எடுத்துக் கூறிவிட்டார்; அதாவது, நேரடி அநுபவத்தின் குறிப்புகளைக் கொண்டே பெரிய பெரிய விஷயங்களைக் கண்டறியும் தனது புதிய முறையால் அடைய விரும்பும் பயன்கள், நீண்ட ஆயுள், முதுமையிலும் இளமை பெறும் காயகல்ப விதிகள், ஓரளவு உடலமைப்பைக்கூட மாற்றிக்கொள்ளல், ஒரு வகை அமைப்பும் உடற்கூறும் கொண்ட ஒன்றை வேறொன்றாக மாற்றுதல், புதிய வகை ஜீவராசிகளைத் தோற்றுவித்தல், காற்றை அடக்கி ஆளும் ஆற்றல், புயற்காற்றுக்களைக்கூட உண்டாக்குதல் போன்றவை சாத்தியம் என்பதே அது. இது மாதிரியான ஆய்வுகளும், தேடல்களும் மக்களால் கைவிடப்பட்டது குறித்தும் குறைப்பட்டுக்கொள்கிறார் அவர். தனது 'இயற்கை வரலாற்றில்' பொன் செய்யும் செயல் முறைகளைப் பற்றி நிச்சயமாகவே திட்டவட்டமாகப் பேசுகிறார். வேறு சில அற்புதங்களைக் கூடச் செய்து காட்ட வழி கூறுகிறார். அதே போல ஐசக் நியூட்டனும் முதுமைக் காலத்தில் மிகவும் சிரத்தையுடன் ஜெயின்ட் ஜானுடைய (Saint John) புதிய ஏற்பாட்டை - அதன் ரகசியத்தை விரிவுரை கூறி விளக்குவதில் தன்னை ஈடுபடுத்திக்கொண்டார்.

பேகனைப் பொருள்வாதி எனக் கொள்ள வேண்டுமா? மிகவும் முற்போக்கானவர்களும் ஆம் என்றே கூறுகின்றனர். அவர் முன்னுக்குப் பின் முரணின்றிப் பேசுபவர்தானா? இல்லைதான்; ஏனென்றால் அவர் கூறுவதில் ஒரு பெரும் பகுதி பொருள்முதற் கோட்பாட்டுக்கும் அதன் உண்மையான உணர்வுக்கும் வெறுப்பு ஊட்டுவனவே. நம் நாட்டுப் பொருள்முதல்வாதிகளை நன்கு தெரிந்துகொள்ள மேலே கூறியவை மிகவும் முக்கியம். அவர்கள் எழுதிய நூல்களிலும் தற்காலத்து விஞ்ஞானத்திற்கும், பொருள்முதல்வாதத்திற்கும் பொருந்தாத கருத்துக்களும் மனப்போக்குகளும் இருக்கத்தான் செய்கின்றன.

அவர்கள் பண்டைக் காலத்தையும் இடைக் காலத்தையும் சேர்ந்தவர்கள்; ஆகவே, அந்தக் காலத்தில் மக்களின் பொது அறிவாகக் கொள்ளப்பட்ட பல கருத்துக்களையும் நம்பிக்கைகளையும் உள்ளது உள்ளபடியே அங்கீகரித்த, உண்மைகள் போலவே ஏற்றுக்கொள்கிறார்கள். ஆனால் அவை தற்போதுள்ள அறிவின் நிலைக்கேற்ப அவர்கள் சான்றுகள் இன்றி எளிதில் ஏற்றுக்கொண்ட நம்பிக்கைகள் என்றே ஆகின்றன. லோகாயதர்கள் மட்டுமே, அவர்களும் அந்தக் காலத்தைச் சேர்ந்த வர்களேயாயினும் அத்தகைய நம்பிக்கைகளின் மந்திர சக்திக்கு உப்பட்டுவிடாமல் தங்களை விடுவித்துக்கொள்கின்றனர். பல திறப்பட்ட மூட நம்பிக்கைகளையும் ஏற்றுக்கொள்ளாமல் இருந்ததால் நமது பொருள்முதல்வாதிகள் மிகவும் சிறப்பாகக் குறிப்பிடப் படுகிறவர்கள் ஆகின்றனர். ஆனால், அந்தக் கொள்கைக்கு அவர் களையும்விட அதிகமாக உழைப்பும் உருப்படியான கருத்தும் சேர்த்த மற்றவர்கள் உதவியும் அதிகம்தான்; ஆனால் அவர்கள் அந்தக் காலத்து மூட நம்பிக்கைகளில் சில பலவற்றை உடையவர்களாகவே இருக்கின்றனர். இந்தக் குறை நியாய வைசேஷிகக் கோட்பாட்டை - அதாவது தர்க்கம்-அணுக் கொள்கை ஆகியவற்றைக் கூறுபவர்கள் பற்றிய வரை குறிப்பிடத்தக்க வகையில் உண்மைதான்.

மிகவும் அதிசயமான செயற்கை ஆடம்பரத்துடன் நிறுவப் பட்டிருக்கும் கருத்துமுதல்வாதத்தை எதிர்த்து நின்று செயற்படும் வகையில் லோகாயதர்கள் தமக்கும் ஒரு பலமான தர்க்க யுக்தி போன்றவற்றை வளர்த்துக்கொள்ள சிரத்தையே காட்டவில்லை. கருத்து முதல்வாதிகளின் முடிவுகளேகூட ஒரு தத்துவ முறைக் கோணல்தான் - வக்கரிப்புத்தான் என்பதிலும் ஐயமில்லைதான். ஆயினும், இந்த முடிவுகளைப் பெற அவர்கள் இயங்கியபோது, தங்கள் கொள்கைகளைப் பற்றிய மிகப் பெரும் பிரச்சனைகள் இருப்பதை முதலில் உணர்ந்தவர்கள் அவர்களே. அவற்றைப் பற்றிய சர்ச்சைகளும் விவாதங்களும் இல்லாமல் இருந்திருந்தால், நம் நாட்டுத் தத்துவ பாரம்பரியம் தன்னளவில் இப்போது இருப்பதுபோல் முதிர்ச்சி பெறாமல் மழலைப் பருவத்திலேயேதான் இருந்திருக்க முடியும். எடுத்துக்காட்டாகப் பின்வருவனவற்றைப் பாருங்கள். பகுத்தறிவின் சான்றும் அதன் தரமான செலாவணியும், அநுபவத்தின் சான்று. அறிதல் என்ற செயலின் இயல்பும் அறியும் பொருளும், உண்மையின் திட்டமான அளவை-அதாவது, பிரமாணம்; கனவு மாயத் தோற்றம் என்பனவற்றின் சிறப்பான குறிப்பு, காரண காரியத் தொடர்பான தற்செயல் நிகழ்ச்சியின் பொருள்; இயற்கை எனும் பௌதீகமான மூலப் பிரகிருதி என்ற மனக்கோள் என்பனவும் பிறவும் நமது தத்துவ

பாரம்பரியமாய் வந்துள்ளன. லோகாயதர்கள் இவற்றைச் சர்ச்சை செய்தனர் என்றோ அவற்றின் தத்துவத்திற்கான சிறப்பான குறிப்புக் களைப் புரிந்துகொண்டார்கள் என்றோ சாதிக்க நமக்குச் சான்றுகளே இல்லை. இவற்றைத் தீவிரமாக விவாதிப்பதற்குப் பதிலாக அவர்கள் திடமான பொதுஅறிவையே நம்பினர். பிராம்மணர்களின் தனிச் சலுகைகளையும், வசதிகளையும், அவர்கள் சரடுவிட்ட பொய்க் கதைகளையும் கிண்டல் செய்வதே போதுமென்று நம்பினார்கள். அவையும் நல்ல விளக்கமே தந்தன. ஆயினும் தத்துவ முறையில் கருத்துமுதற் கொள்கையின் ஆவேசம் மிக்க பிடியினின்று விலக இவை மட்டும் போதாதே. இதற்கு எதிரான பொருள் முதற் கொள்கையை நோக்கி முன்னேற மிகவும் முக்கியமாக, தத்துவ முறையில் பதில் சொல்லவேண்டுமே. அதை நியாய வைசேஷிகர்கள் செய்தனர். அதில் எதிரிடைக் கோட்பாடுகளின் விளிம்பில் இருந்த சில தத்துவ வாதிகளின் உதவியும் அவர்களுக்குக் கிடைத்தது. லோகாயதர்களிடம் பௌதீக இயற்கையின் தன்மை பற்றிய மிகவும் ஆரம்ப நிலையில் இருந்த சில கருத்துக்களே இருந்தன. அவற்றைக் கொண்டு, அவர்கள் இயற்கை நிகழ்வுகளின் மிக விரிவான பல பிரிவுகளையும் விளக்கிக் கூறுதல் இயலாது. ஆனால், நியாய வைசேஷிகர்கள் அப்படியில்லை. இயற்கை பற்றிய வரையில் அவர்களுடைய அணுக்கோட்பாடு மிகவும் உயர்ந்த சிறப்புடையது. இதனால் அவர்கள், வியப்பளிக்கும் வகையில் விரிந்து பரந்து கிடக்கும் இயற்கையின் நிகழ்வுகளை விளக்கவும் முடிந்தது. இது, அவர் களுடைய பொருள்முதல்வாதத்தின் மற்றொரு சிறந்த பெருமை.

ஆதலால் லோகாயதர்கள் பொருள்முதல்வாதத்திற்குச் செய்ததை விட, இவர்கள் செய்த பணி மிகுந்த திண்மை வாய்ந்தது என்று ஒப்புக்கொள்ளத்தான் வேண்டும். தற்காலத்து அறிஞர்கள் இதை உணர முடியாமல் தடுப்பது அதில் சில பல மூடநம்பிக்கைகள் உதிரியாய் அங்கொன்றும் இங்கொன்றுமாகச் சேர்ந்திருப்பதுதான். அவை இதன் உயிரான முக்கிய அம்சங்களுமில்லை. அவற்றிற்குத் தத்துவ வகையான விசேஷமும் ஏதும் இல்லை. அவை ஏன் புகுந்தன, எங்கிருந்து புகுந்தன என்பதை முன்பே சர்ச்சை செய்திருக்கிறோம்.

இவ்வாறு கூறியதனைத்தும், நமது அணுக்கோட்பாட்டிற்குள்ள கருத்தளவிலான சிறப்பை-பொருள்முதல்வாதத்தின் இந்திய மரபை எப்படியாவது மிகவும் மிகைப்படுத்திக் கூறவேண்டும் என்ற கருத்தில் இல்லை. இந்தப் பொருள்முதல்வாதத்தின் மரபுக்குப் பல திறமைக் குறைவுகள்-ஓரளவுக்கு அப்பால் செல்ல முடியாத எல்லைகளும்

தடைகளும் இருந்துள்ளன. இந்தக் காலத்து நிலையில் அவை மிகவும் கடுமையானவையே. இவை வரலாற்று ரீதியில் தவிர்க்க முடியாத வையாகவும் இருந்துள்ளன. இதை அப்போதிருந்த சந்தர்ப்பத்தைக் கொண்டு கணிக்க வேண்டும். அப்போது, விஞ்ஞானம் முழு வளர்ச்சி பெற்றிருக்கவில்லை. சமூகவியலும் அவ்வாறே இருந்தது. இவற்றைக் கொண்டுதான் அந்த மரபு இயங்கிற்று. ஆதலால் நமது தற்போதைய தத்துவத் தேவைகளுக்கேற்ப இதை நாம் வலிவுடையதாக்கும்போது, தற்காலத்து அநுபவங்களால் அதை வளப்படுத்தி, புதியதோர் உயர்ந்த நிலைக்கும் அதை உயர்த்த வேண்டும்.

அடிக்குறிப்புகள்

1. சுபகுப்தர் BS *146-47*
2. திபெத்திய மொழிபெயர்ப்பில் இந்த உரை உள்ளது. தான்ஜூர் mdo exii. *7.*
3. செர்பாட்ஸ்கி CBN *47. 3.*
4. சட்டோபாத்யாயா IP. 144f.
5. குமரிலர் SV நிராலம்பன வாதம் *11-13.*
6. மே.நூ.சூன்யவாதம் *263.*
7. சங்கரர் Br. Su. ii. *1. 1.*
8. மே.நூ.ii. *2.5.*
9. மே.நூ.ii.*1.2.*
10. H.ஜேகோபி IA *1918. 101* ff.
11. பாணினி v. *1.109.*
12. கௌதமர் NS i. *1.5.* இக்கருத்து சரகஸம்கிதாவிலிருந்து எடுக்கப்பட்டுள்ளது போல காணப்படுகிறது i *11.21.*
13. கௌடில்யர் AS i. *2.2-3*
14. மே.நூ.i.*2.12.*
15. பார்க்க 'சுப்ரா' Ch. *5*, Sec. *4.*
16. கௌடில்யர் AS வீ. *4. 3.*
17. சுக்லால்ஜி சங்கவி 'தர்ஸனாவும் சிந்தனாவும்' (ஹிந்தி) *1.251-2*
18. மார்ஷல் i. *53-4;* வாட்ஸ் i. *129-30;* வீலர் பிளேட் xvii A; சந்தா MASI xli-*25;* மற்றும் பல.
19. தாஸகுப்தா i.*228-8.*

20. கார்பே ERE xii. *831*.
21. கௌதமர் MS i.*1.29*.
22. பாணிபூஷணர் கருத்தின் சுருக்கம்-சட்டோபாத்யாயா மற்றும் சங்கோபாத்யாயா NP i. *103* f
23. K.சாஸ்திரி PIL intro P. xivf.
24. பார்க்க சட்டோபாத்யாயா மற்றும் சங்கோபாத்யாயா NP i. *104*.
25. K. சாஸ்திரி PIL intro P.xvi.
26. சம்கியா - சூத்ரா *1.6.*
27. மே.நூ.i.*82*.
28. கார்பே ERE xi. *189*.
29. சட்டோபாத்யாயா L *424*.ff
30. Sv. UP. i. *10*.
31. மே.நூ.iv.*10.*& vi.*10*.
32. மே நூ.V.*2*.
33. தாந்தேகர் ABORI *1968*. *444*.
34. கார்பே ACOPV...intro. PP. xx-xxi.
35. af. Berubi (Sachau) ii *107*.
36. மே.நூ.
37. மே.நூ. ii. *108*
38. மே.நூ.ii.*109*
39. மே.நூ.ii.*110*
40. மே.நூ.ii.*111-12*
41. 'தர்மா' என்பதை 'பதார்த்தா' என்பதாக விரித்துரைக்கும் முயற்சி பல சமயங்களில் மேற்கொள்ளப்பட்டுள்ளது. ஆனால் அதனைத் தொடர்ந்து, வைசாஷிக சூத்ரங்கள் முன்வைத்த விளக்கங்களுடன் இது பொருந்தவில்லை.
42. வித்யாபூஷணர் *39*
43. கௌதமர் NS ii. *1.57* ff.
44. வாத்ஸ்யாயனர் NS ii. *1:57*
45. மே. நூ. ii.*1.58.*

46. கௌதமர் NS ii. *1. 56*
47. மே.நூ.i.*1.68.*
48. பாணிபூஷணர் விளக்கத்தின் சுருக்கம் - சட்டோபாத்யாயா மற்றும் சங்கோபாத்யாயா NP ii. *103*
49. வாத்ஸ்யாயனர் NS ii. *1. 68*
50. வாத்ஸ்யாயனர் NS iv. *1.59*
51. நியாய-வைசேசிகர் வரலாற்றில் மிக முக்கியம் வாய்ந்த கேள்வியானது, வாத்ஸ்யாயனர் முதல்கொண்டு நியாயவைசேசிகர்கள் ஏன் மதச்சார்பற்ற நிலைப்பாட்டிற்கும் வெளிப்படையான பிராமண மத வழிபாட்டிற்கும் இடையில் முற்றிலும் மாறுபட்ட ஒரு செயற்கையான உடன்பாடு கண்டார்கள் என்பதே. இதற்கு விடைகாண வேண்டுமென்றால் அவர்களின் வாழ்க்கை முறையை விரிவாக ஆய்வு செய்வது அவசியமாகிறது. இதனால்தான் அவர்களுக்கு பிராமணர்களைப் போன்ற அந்தஸ்து சமுதாயத்தில் கொடுக்கப்பட்டிருக்கிறது. எனவேதான் அறிவியல் அறிவு இருப்பினும் அவர்கள் பிராமணர்களின் கட்டுப்பாட்டுக்குள் இருந்த ஒரு கொள்கையுடன் உடன்பாடு கண்டார்கள்.
52. வாத்ஸ்யாயனர் NS i. *1.1.* சட்டோபாத்யாயா மற்றும் சங்கோபாத்யாயா NP *1.9.*
53. வாத்ஸ்யாயனர் NS i. *1.22.*
54. மே.நூ. iv.*1.62.*
55. பார்க்க இதே நூல் இயல் 8. பிரிவு 2.
56. வாத்ஸ்யாயனர் NP i.*1.1*
57. கௌதமர் NP i. *1.5*
58. பார்க்க சட்டோபாத்யாய மற்றும் சங்கோபாத்யாய NP i *13.*
59. அவர்கள் 'அநுமிதி-ஸ்ருதி' பற்றி பேசும் அளவிற்கு செல்கிறார்கள். அதாவது வேத நூல்களில் உண்மையில் காணப்படாத வாக்கியங்களை இருந்ததாக யூகித்துக்கொள்வது.
60. Rv. x. *81.3*-Sv. UP. iii. *3.*
61. ...அறிவின் தோற்றுவாய் மற்றும் அறிவுக்கும் (மற்றும் பொதுவாக 'மனோதத்துவத்துக்கும்') பௌதீக உலகத்துக்கும் உள்ள உறவு பற்றிய பிரச்சனைகளுக்குப் பொருள் முதல்வாதமும் கருத்துமுதல்வாதமும் தீர்வு காண்பதில் வேறுபடுகின்றன; பருப்பொருளின் அமைப்பியல் அணுக்கள், எலக்ட்ரான்களைப் பற்றிய பிரச்சனை இந்தப் 'பௌதீக உலகத்துக்கு' மட்டுமே சம்பந்தமுடைய பிரச்சனையாகும். பௌதீகவாதிகள்

"பருப்பொருள் மறைந்துவிடுகிறது" என்று கூறும்பொழுது இதுவரையிலும் இயற்கை விஞ்ஞானம், பௌதீக உலகத்தைப் பற்றித் தன்னுடைய ஆராய்ச்சிகளைப் பருப்பொருள், மின்சாரம், ஈதர் என்ற இறுதி வரம்பான மூன்று கருத்துக்களோடு நிறுத்திக்கொண்டது என்பது அவர்களுடைய கருத்தாகும். இப்பொழுது கடைசி இரண்டு மட்டுமே எஞ்சியிருக்கின்றன. ஏனென்றால் பருப்பொருளை மின்சாரமாகக் குறுக்குவது சாத்தியமாகியிருக்கிறது. அணு ஆகச்சிறிய சூரிய அமைப்பை ஒத்திருப்பதாக விளக்கமுடியும். அதற்குள் ஒரு நேர்மின் எலக்ட்ரானை எதிர்மின் எலக்ட்ரான்கள் திட்டவட்டமான வேகத்தோடு (மிகவும் அதிகமான வேகம் என்பதை நாம் பார்த்தோம்) சுற்றி வருகின்றன. ஆகவே, பௌதீக உலகத்தை மிகவும் அதிகமான மூலக்கூறுகளிலிருந்து இரண்டு அல்லது மூன்று மூலக்கூறுகளாகக் குறுக்குவது சாத்தியம். ஏனென்றால் பௌதீகவியல் விஞ்ஞானி பேல்லா கூறுவதைப்போல நேர் மின் எலக்ட்ரானும் எதிர்மின் எலக்ட்ரானும் 'சாராம்சத்தில் பருப்பொருளின் தனிவகையான இரண்டு ரகங்களாக இருக்கின்றன."-(Rey 1c pp. 294-295) ஆகவே இயற்கை விஞ்ஞானம் 'பருப்பொருளின் ஒருமைக்கு' (மேற் கூறிய நூல்) இட்டுச் செல்கிறது. பருப்பொருள் மறைந்துவிடுதல், மின்சாரம் அதன் இடத்தை எடுத்துக்கொள்ளுதல், மற்றும் பிற கூற்றுகள் ஏராளமானவர்களைக் குழப்பிக்கொண்டிருக்கின்றன. ஆனால் அதன் உண்மையான அர்த்தம் இதுதான். "பருப்பொருள் மறைந்துவிடுகிறது" என்றால் நாம் பருப்பொருளைப் பற்றி இதுவரை அறிந்திருக்கின்ற எல்லைகள் மறைந்துவிடுகின்றன. நம் அறிவு மேலும் ஆழமாகப் போய்க் கொண்டிருக்கிறது என்று அர்த்தம். பருப்பொருளின் குணாம்சங்களும் (ஊடுருவ முடியாத்தன்மை, சடத்துவம், திண்மை 48, மற்றும் பிற) மறைந்து கொண்டிருக்கின்றன; முன்னர் தனி முதலானவையாக, மாறாநிலை உடையவையாக, முதன்மையாகத் தோன்றியவை தற்பொழுது சார்பு நிலையானவையாக பருப்பொருளின் சில நிலைகளுக்கு மட்டுமே குறியடையாளமானவையாகத் தம்மை வெளிப்படுத்துகின்றன. ஏனென்றால் பருப்பொருளின் ஒற்றை 'குணாம்சம்' புறநிலை யதார்த்தமாக இருத்தல் நம்முடைய உணர்வுக்கு வெளியே இருத்தல் என்ற குணாம்சமாகும். அதை அங்கீகரிப்பதுடன் தத்துவஞானப் பொருள்முதல் வாதம் சம்பந்தப்பட்டிருக்கிறது.

பொதுவாக, மாஹியாவாதத்தின் மற்றும் அதைப் போலவே மாஹியாவாதப் புதிய பௌதீகத்தினுடைய தவறு, தத்துவஞானப் பொருள்முதல்வாதத்தின் இந்த அடிப்படையையும், இயக்க மறுப்பியல் பொருள்முதல் வாதத்துக்கும் இயக்கவியல் பொருள்முதல்வாதத்துக்கும் இடையே உள்ள வேறுபாட்டையும் அது புறக்கணிப்பதாகும். மாறா நிலையுடைய மூலக்கூறுகள், 'பொருட்களின் மாறா நிலையான சாராம்சம்' மற்றும் பிற வற்றை அங்கீகரிப்பது பொருள்முதல்வாதம் அல்ல, அது இயக்க மறுப்பியல். அதாவது, இயக்கவியலுக்கு எதிரான பொருள்முதல்வாதமே. அதனால்தான் யோ-ஷத்ஸ்கென் "விஞ்ஞானத்தின் அகப்பொருள்

முடிவில்லாதது", "ஆகச் சிறிய அணுவும் கூட" அளக்கப்பட முடியாதது, இறுதி வரை அறிய முடியாதது, எடுக்க எடுக்கக் குறையாதது. ஏனென்றால், "இயற்கை தன் எல்லாப் பகுதிகளிலும் தொடக்கமும் முடிவும் இல்லாதிருக்கிறது" (Kleinere Philosophische Schriften S. 229-230) என்று வலியுறுத்தினார். அதனால்தான் ஏங்கெல்ஸ் நிலக்கரி கீலிலிருந்து அலிஸரனைக் கண்டுபிடித்த உதாரணத்தைக் கொடுத்து யாந்திரிகப் பொருள்முதல்வாதத்தைக் குறை கூறினார். இந்தப் பிரச்சனையை அதற்குரிய ஒரே சரியான வழியில், அதாவது இயக்கவியல் பொருள்முதல்வாத முறைப்படி முன்வைப்பதென்றால் எலக்ட்ரான்கள், "ஈதர் மற்றும் பிற மனித உணர்வுக்கு வெளியே புறநிலை யதார்த்தமாக இருக்கின்றனவா, இல்லையா என்று நாம் கேட்க வேண்டும். இயற்கை விஞ்ஞானிகளும் மனிதனுக்கு முன்னரே அங்ககப் பருப்பொருளுக்கு முன்னரே இயற்கை இருந்து வந்திருக்கிறது என்பதைத் தயக்கமில்லாமல் அங்கீகரிப்பதைப் போலவே இந்தக் கேள்விக்கும் தயக்கமில்லாமல் 'ஆமாம்' என்று பதிலளிக்க வேண்டியிருக்கும்; தவறாமல் பதிலளிக்கின்றார்கள். ஆகவே இந்தப் பிரச்சனை பொருள்முதல்வாதத்துக்குச் சாதகமான முறையில் தீர்க்கப்படுகிறது. ஏனென்றால் நாம் முன்பே குறிப்பிட்டதைப் போல அறிவாதாரத்தின்படி பருப்பொருள் என்ற கருத்து மனித உணர்விலிருந்து சுதந்திரமான முறையில் இருக்கின்ற, அதனால் பிரதிபலிக்கப்படுகின்ற புறநிலை யதார்த்தத்தைத் தவிர வேறு எதையுமே குறிக்கவில்லை.

புதிய பௌதீகவியலில் கருத்துமுதல்வாதத்துக்குள் வழி தவறிச் சென்றது பிரதானமாக பௌதீகவியல் விஞ்ஞானிகளுக்கு இயக்கவியல் தெரியாததனால்தான். அவர்கள் இயக்க மறுப்பியல் (ஏங்கெல்ஸ் அதற்குத் தருகின்ற அர்த்தத்தில், நேர்க் காட்சிவாத, அதாவது அர்த்தத்தில் அல்ல) பொருள்முதல்வாதத்தையும் அதன் ஒருதலையான 'யாந்திரிகவாதத்தையும்' ஹியூம்வாத எதிர்த்துப் போராடினார்கள். அப்படிச் செய்கின்றபொழுது அவர்கள், குழந்தையை நீராட்டிய அழுக்குத் தண்ணீரோடு குழந்தையையும் வெளியே கொட்டிவிட்டார்கள். மூலகங்கள் மற்றும் பருப்பொருளின் குணாம்சங்களின் மாறுந் தன்மையை நிராகரிக்கத் தொடங்கி முடிவில் பருப்பொருளை, அதாவது பௌதீக உலகத்தின் புறநிலையான யதார்த்தத்தை மறுத்தார்கள். மிக முக்கியமான ஆதாரமான விதிகளின் தனிமுதலான தன்மையை மறுக்கத் தொடங்கி, முடிவில் இயற்கையின் அனைத்துப் புறநிலை விதியையும் மறுத்தார்கள். இயற்கையின் விதி என்பது வெறும் மரபு, 'எதிர்பார்ப்பின் வரையறுப்பு,' 'தர்க்கவியல்ரீதியான அவசியம்' மற்றும் பிறவற்றை அறிவித்தார்கள். நம்முடைய அறிவின் உத்தேசமான மற்றும் சார்புநிலையான தன்மையை வற்புறுத்தத் தொடங்கியவர்கள், முடிவில் மனதிலிருந்து சுதந்திரமான மனதினால் உத்தேசமாக - சார்புநிலையாக சரியாகவும் உண்மையாகவும் பிரதிபலிக்கப்படுகின்ற புறப்பொருளை மறுத்தார்கள். இப்படியே இன்னும் பலவற்றை முடிவில்லாமலே எழுதலாம் (லெனின் MEC 248-50)

இந்தியத் தத்துவ இயலில் நிலைத்திருப்பனவும் அழிந்தனவும்

மீண்டும், லெனின் MEC 269-70... அணுவின் அழியும் தன்மை இதன் தீர்ந்து போகாத 'தன்மை பருப்பொருள் மற்றும் இதன் இயக்கத்தின் சகலவித வடிவங்களின் மாறும் தன்மை ஆகியன இயக்கவியல் பொருள்முதல் வாதத்தின் ஆதாரமாக எப்போதுமே இருந்து வந்துள்ளன. இயற்கையின் எல்லா அம்சங்களும் நிபந்தனைக்கு உட்பட்டவை, சார்புநிலையானவை, இயக்கமுள்ளவை, நமது மூளை பருப்பொருளை அறிவதை, நெருங்கி வருவதை இவை வெளிப்படுத்துகின்றன. ஆனால் இது இயற்கை, பருப்பொருள் தானாக ஒரு சமிக்ஞையாக, குறியாக, அதாவது நமது மூளையின் விளைபொருளாக இருப்பதைச் சிறிதுகூட மெய்ப்பிக்கவில்லை. இந்நூலில் உள்ள ஒரு புள்ளியை 200 அடி நீளமும், 100 அடி அகலமும் 50 அடி உயரமும் கொண்ட கட்டிடத்தோடு ஒப்பிட்டால் எப்படியிருக்குமோ அப்படித்தான் ஒரு அணுவைப் பொறுத்தமட்டில் எலக்ட்ரான் இருக்கும். இது, ஒரு நொடிக்கு 2,70,000 கிலோ மீட்டர்கள் வேகத்தில் செல்கிறது. இதன் திரட்சி இதன் விரைவோடு சேர்ந்து மாறுகிறது. இது ஒரு நொடியில் 500 மில்லியன்கள் சுழல்கிறது. இவையெல்லாம் பழைய இயந்திரவியலைவிட பன்மடங்கு விவேகமானது. ஆனால் இவையனைத்தும் விசும்பிலும் காலத்திலும் பருப்பொருள்களின் இயக்கமாகும். மனித மூளை இயற்கையில் அதிசயமான பலவற்றைக் கண்டுபிடித்துள்ளது. இன்னமும் அதிகமாகக் கண்டுபிடிக்கும். இதன் மூலம் இயற்கையின் மீதான நமது ஆளுகையை அதிகப்படுத்தும். ஆனால், இதனால் இயற்கையானது நமது மூளையின் அல்லது ஸ்தூலமான மூளையின், அதாவது வார்டினுடைய 'கடவுளி'ன், பக்தானவ் செய்த 'மாறீட்டின்' இது போன்றவற்றின் தோற்றுவாயாக இருக்கும் என்று பொருளாகாது.

62. லெனின் MEC 47
63. பார்க்க இதே நூல் இயல் 8, பிரிவு 2-3.
64. மார்க்ஸ் & ஏங்கெல்ஸ் HF 172.
65. ஏங்கெல்ஸ் DN 51.

இயல் - ஏழு

கருத்துமுதல்வாதத்தை மறுத்தலும் அது தவறானதென்று நிரூபித்தலும்

1. தொடக்கக் குறிப்புகள்

முன் அத்தியாயத்தில் கருத்துமுதற் கோட்பாட்டை மறுக்கும் பல தத்துவப் பேரறிஞர்களின் பட்டியல் தந்தோம். அவர்கள் அனைவருக்குமே அது முக்கியமான விஷயமாயிருந்ததால் இப்போது அவர்களின் நூல்கள் ஏராளமாகவே உள்ளன. இந்த நூல்கள் யாவுமே அந்தந்தச் சாத்திரத்திற்குரிய வெவ்வேறு குறீயிட்டுச் சொற்களும் உத்தி முறைகளும் நிறைந்தவை; நமது தத்துவவாதிகள் விவாதம் செய்வதற்கு ஒரு முறையைக் கையாள்கின்றனர்; வாதி, பிரதிவாதி (பூர்வபக்ஷி - சித்தாந்தி) இருவரும் இதைக் கையாண்டே தீர வேண்டும். அந்த முறை அதிகமான செயற்கை ஆடம்பரமும் சாமர்த்தியம் போன்ற தந்திர யுக்தியும் உடையது. அவர்கள் நமக்குப் புரியாத ஒளிவு மறைவான ஒரு வடிவத்தில் (இதை 'சாப்தபோதம்' என்பர்) தங்கள் வாதங்களைக் கூறுவர்; அதைத் தெளிவான சொற்களில் பொருள் விளங்கக் கூறுவதும் சாத்தியமில்லை; அப்படியே அதைச் சொல்லுக்குச் சொல் பெயர்த்துக் கூறினாலும், அதில் தனித்தேர்ச்சி பெற்ற சிறு வட்டத்தினருக்குள்தான் அதற்கும் ஏதாவது பொருள் இருக்கும்; அவற்றை முழுதுமாக விளக்குவதற்கு வித்தாரமான இடம் வேண்டும். இந்தப் புத்தகத்தில் அதற்கு வசதியும் கிடையாது.

நமது தத்துவத்தில் கருத்துமுதல்வாதத்தை எதிர்க்கும் கொள்கைகளை ஆராய்வதென்பது ஒரு தனிப்பட்ட பெரிய ஆய்வுக்குரிய விஷயம். மேலே சொன்ன சொல்முறை மட்டுமில்லை, இதற்குக் காரணம். இந்த எதிர்த் தரப்பினர் தமக்குள்ள மிகுந்த மனோவேகம் காரணமாக, மிகப் பெரியளவும் சற்றே சிறியளவுமான பல தத்துவச் சிந்தனைகளை வளர்த்துள்ளனர். அவை கருத்துமுதற் கோட்பாட்டை மறுப்பதற்காக மட்டுமின்றி, இயற்கையும் பௌதீக உலகமும் நிஜமாக இருப்பனவே என்று நிரூபிப்பதற்கான சுதந்திரமான அடிப்படைக் காரணங்கள் உண்டு என்பதை நிதர்சனமாக நிறுவுவதற்கும் துணை நிற்பன; மேலும் நம் நாட்டுத் தத்துவ ஆய்வு அடிப்படைத் தொடர்புள்ள- ஆனாலும் வெவ்வேறு கிளையைச் சார்ந்த பிரச்சனைகளில் ஒரு சில-

இந்தியத் தத்துவ இயலில் நிலைத்திருப்பனவும் அழிந்தனவும் 369

இயற்கைப் பௌதீக உலகமும் ஜடமான இயற்கையும் நிஜமானவை என்ற ஆதாரமான பிரச்சனையுடன் பின்னிப் பிணைந்துள்ளன. கண்கூடான காரணங்களால் இந்த அத்தியாயத்தில் கருத்துமுதற் கோட்பாட்டிற்கு எதிரான நூல்கள் முழுவதையும் விமர்சித்துப் பார்க்க முயல்வது சாத்தியமே இல்லை. சில முக்கியமான எதிரிடைக் கோட்பாடுகளை மட்டுமே காட்டத்தான் முயற்சி செய்வது சாத்தியம். எப்படித் தொடங்குவது? இந்த விஷயம் மிகவும் சிக்கலும் பலவிதமான பிரிவு வகைகளும் நிறைந்தது; ஆகவே, அதற்கு சிறப்புடைய வகையான ஒன்றை எடுத்துக்கொண்டு ஆய்வது, செய்முறைக்குப் பிழையாகாது; அதை கௌதமருடைய நியாய சூத்திரத்தில் காணலாம்.

2. அநுபவத்தையும், பகுத்தறிவையும் விவாதம் செய்து நிறுவுதல்

கௌதமர்[1] தன் எதிர்வாதத்தைப் பிரமாணங்கள் உண்மையென்று நிறுவுவதில் தொடங்குகிறார். அவையே அநுபவமும், பகுத்தறிவுமான அறிதலுக்கு ஆதாரமானவை. கருத்துமுதற் கோட்பாடு; உபநிஷத்துக்களில் அது தொடங்கிய காலத்திலிருந்தே சாதாரணமாய் நாம் அறிவதையும் அதற்கு ஆதாரமான புலன் முதலியவற்றையும் இல்லையென்று மறுப்பதைத் தொடர்ந்து செய்துவருகிறது. ஆகவே, அவர் அந்தப் பிரமாணங்களை உண்டென்று சாதிப்பதிலிருந்து தொடங்குவது தர்க்க ரீதியானதுதான்.

ஆரம்பத்திலேயே நாம் ஒன்றைத் தெளிவாகப் புரிந்துகொள்ள வேண்டும். பிரமாணங்களை உண்டென்று நிறுவிக்கொள்ளுதல், முக்கியமாக அநுபவமும் பகுத்தறிவும் நிஜமென்று நிறுவுதல் கௌதமருக்கும் அவர் நூலுக்கு விரிவுரை எழுதிய வாத்ஸ்யாயனருக்கும் மிகமிக இன்றியமையாதது. வாத்ஸ்யாயனர் தமது உரையை பிரமாணங்களைப் பொதுவாக நிறுவியே தொடங்குகிறார். கௌதமரும் தன் நூலில் ஒரு தனி உட்பிரிவை இதற்கெனவே அமைக்கிறார்.[2] ஒவ்வொரு பிரமாணத்தையும் தனித்தனியே அவர் விவரிப்பதையும் அவர் ஒப்புக்கொள்கிறார். இவ்வாறு இருவருமே கருத்துமுதல் வாதிகள் பிரமாணங்களுக்கு எதிராக ஒரே மாதிரி கூறும் மறுப்புக் களுக்கெல்லாம் விடை கூறுகின்றனர். இதைச் செய்யும்போது மற்றோர் அம்சத்தையும் வற்புறுத்த முனைகின்றனர். கருத்துமுதல்வாதி களின் வாதப்போக்கில் மிக ஆழமாகவும் சமாதானம் கூற முடியாத வகையிலும் காணப்படும் முன் பின் முரண்பாடுகளே அந்த அம்சம். அவர்கள், தங்கள் கட்சியின் உள்ளார்ந்த அவசியத்தால் உந்தப்பட்டுச் சாதாரணமாய் எல்லாரும் அறிவு என்று கூறுவதையும் அவற்றை அறிவிக்கும் பிரமாணங்களையும் இல்லையென்று கூறும் நிர்ப்பந்தத்திற்கு

ஆளாகிறார்கள். இது ஒரு புறம் இருக்க, மற்றொரு புறம், தங்கள் கட்சியை நிரூபிக்கத் தாங்களே மறுத்த அறிவையும் பிரமாணங்களையும் சார்ந்தே ஆக வேண்டி இருக்கிறது. அவர்களும் மற்றவர்களைப் போலவே பிரமாணங்களைக் கொண்டுதான் செயற்படமுடியுமே தவிர வேறு வழியில்லை. ஆகவே, அவை சரியானவை என்றும் கொள்ளத்தான் வேண்டியிருக்கிறது; எனவே, இத்தகைய பிரமாணங்களை மறுத்துத்தான் ஆகவேண்டுமென்றால் அந்தத் தத்துவ அமைப்பிலேயே எங்கோ ஏதோ தவறு இருக்கிறது.

இதை நன்கு வெளிப்படுத்தும் வகையில் கௌதமர் தன் மறுப்பை அறிமுகப்படுத்தும்போது சுருக்கமாய்க் கூறுகிறார்! கருத்துமுதல் வாதி கேட்கிறான்:

புறவுலகில் எல்லா வகையான பொருள்களும் நிஜமாகவே இருப்பதாகவே நீ பொதுவாக நம்ப விரும்புகிறாய்; ஏன் என்றால், நீ அவற்றை நிஜமாகவே அறிகின்றாய்; அதாவது இந்தப் பொருள் களெல்லாம் நிஜமாகவே உன் புத்திக்குப் புலப்படுதற்குரிய பொரு ளாகின்றன என்கிறாய்; ஆனால் ஒரு விஷயத்தை நீ கவனிக்கவில்லை; இந்த அறிவையே (புத்திக்குப் புலப்பட்டு அறிதல்) நீ நம்புகிறாய்; ஆனால் அது ஒரு ஏமாற்றும் திறம். அது பொய்யான புத்தி; இது அவ்வாறு இல்லாதிருந்திருந்தால், உன்னுடைய அறிதல் (புத்தி) பொய்யான ஒன்றாய் இருந்திருக்காது; அது, தான் காட்டும் பொருள்களின் நிஜமான நிலையை நிரூபித்திருக்கும். அப்படி அது செய்ய முடியாது; அது நிரூபிப்பதெல்லாம் அறியும் பொருள்களின் உண்மையில்லாத தன்மையைத்தான்; எந்த புத்தியின் பலத்தைக் கொண்டு சாதாரணமாக வெளியுலகில் நீ அறியும் பொருள்கள் நிஜமாகவே இருக்கின்றன என்று நினைத்துக்கொள்கிறாயோ அந்த புத்தி உண்மையில் நிரூபிப்பது பொருள்கள் நிஜமில்லையென்றும், அவை இருப்பனவும் இல்லை என்பதையும்தான்.

இவ்வாறு கருத்துமுதல்வாதியின் நிலைப்பாட்டைச் சொன்னது மிகவும் அதிகமான குழப்பம் உள்ளதாகவே இருக்கிறது. அவன் கருத்துத்தான் என்ன? அவனுடைய முக்கியமான கருத்து, அறிதலின் வகைகள் அத்தனையும் தவறானவை-பொய்; அநுபவங்கள் அனைத்தும், பகுத்தறிந்ததும் வெறும் ஏமாற்றம்; ஏனென்றால் இவை காட்டும் அவ்வளவும் உலகத்தில் இல்லாத பௌதீகமான (ஜடமான) பொருள்களே: ஆனால் அவன் மட்டும் இந்த ஏமாற்றும் புலனான புத்தி (அறிவு) தன் கருத்தை நிரூபிப்பதாகச் சொல்கிறானே அது எப்படி? பொருள்கள் இல்லை என்பது) அவன் புத்தியின் சரியான தன்மையை ஒப்புக்

கொள்கிறானா? இல்லையா? அதை ஒப்புக்கொள்ளாதது, ஆனால் அதைச் சார்ந்து நிற்பது என்று இரு வகையாவும் இருந்துகொண்டு தன் வாதத்தை நிரூபிப்பது என்பது முடியாத காரியம். இது எப்படி இருக்கிறதென்றால், ஒருவன் திவால் ஆகிவிட்டான், அவனிடம் காசு பணம் கிடையாது என்று சொல்லிக்கொண்டே அவனிடம் கடனாகப் பணம் கேட்பது போலிருக்கிறது.

இது அதில் உள்ள முரண்பாடு. அறிதல் என்பது ஏமாற்றம் என்று சொல்லிவிட்டுப் பின் அதையே சார்ந்து பற்றிக் கொள்வதுதான் அது. இதைப் புலப்படுத்துவதே கௌதமருடைய ஆரம்ப சூத்திரங்கள் ஐந்தும்.

இவற்றுள் முதலாவது, கருத்துமுதல்வாதி மிகுந்த பரிவுடன் கூறு வதைப் பற்றியது. அது பின் வருவது: ஒரு பொருள் இருக்கிறது என்பதைப் புத்தியைக் கொண்டு ஆய்ந்து அலசிப் பார்த்தால் அப் பொருள் நிஜமாக இல்லையென்பதை உணரலாம்; உதாரணமாகத் துணி என ஒன்று இருப்பதாக உணர்கிறோம். ஆனால் ஆய்ந்தால் (நூலின் இழைகளைத் தனித் தனியே பிரித்துப் பார்த்தால்) இழை களைத் தவிர துணி என்ற உணர்வுக்கே இடமில்லை; ஆகவே துணி என்ற அறிவு பற்றிய வரை, 'துணி என்பது நிஜமாகவே இல்லை;. நூலிழைகளில் 'துணி இல்லையே (இதுதான் புத்தியால் ஆய்வது) இதை வாத்ஸ்யாயனர் விளக்குகிறார்: "இழைகள் ஒவ்வொன்றையும் இது துணியில்லை-வெறும் இழைதான் என்று பிரித்தறிந்துவிடும் போது, துணி என்ற ஒரு பொருளைப் பற்றிய உணர்வுக்கே இடமில்லை. இழைகள்தான் மிச்சம். ஆகவே, துணி என்ற அறிவு பொய்தானே? ஏமாற்றம்தானே? இதே போல் எல்லாப் பொருள்களும் இல்லாதனவே எனக் கண்டுகொள்ளலாம். துணியைப் பிரித்தால் நூலிழைகள் மிச்சம்; துணி என்பதில்லை; நூலையும் பிரித்தால் அதன் முறுக்கும் தொடர்ச்சியுமான இழைகளே. அவற்றையும் பிரித்தால் அதன் சில பாகங்கள். இப்படியே இறுதி வரை போனால், துணி போன்ற உணர்வு எதற்குமே இடமில்லை.

அப்படியானால், அதை நாம் அறிவுக்கு நேர்த்தொடர்புடைய துணி என்பது என்ன என்று எப்படிக் கொள்வது? அவர்களில் சிலர் வெறுமை-சூன்யம் என்பர். வேறு சிலர், அது வெளியில் இருப்பது போன்ற ஏமாற்றத்துடன்கூடிய நமது மனத்தின் எண்ணமோ, கருத்தோ மட்டுமே அது-வேறில்லை என்பர். இன்னும் சிலர் அது இன்னதென்று விவரித்துக்கூற இயலாத - கலப்பில்லாத அறியாமையின் படைப்பே என்பர். இவை யாவும் அபிப்பிராய பேதங்கள் போலத் தோன்றும்.

ஆனால், அவர்கள் அனைவருக்கும் உடன்பாடான அம்சம் இதுதான். துணி-துணி என்ற வகையில் பொருள்வயமான-அதாவது வெளியே உள்ள ஒன்று என்று கூறத்தக்க நிஜத்தன்மை கொண்டது அன்று. அதேபோலத்தான் நாம் வெளியே அறிவதாக நினைத்துக்கொள்ளும் அனைத்துமே நிஜமானவை அல்ல.

இந்த வாதத்தைக் கொண்டுதான் அவர்கள் அணுதான் (பொருள் முதல்) அனைத்திற்கும் மூலம் என்பதை மறுக்க முனைகின்றனர். கௌதமர் இந்தச் சந்தர்ப்பத்தில் இதைச் சொல்வது உடனே அதற்குப் பதில் சொல்வதற்காக அன்று. அதை வேறு இடத்தில் விரிவாகக் கூறுகிறார். அங்கே பொருள்களைக் கடைசிவரை (அணு வரை) பிரித்துக் காண்பதையும், அதன் கடைசி எல்லையையும் அவயவங்களுக்கும் அவயவிகளுக்கும் அதாவது முழுப் பொருளுக்கும் அதன் உறுப்பு களுக்கும் உள்ள தொடர்பையும் பற்றிய பிரச்சனைகளையும் கூறி இருக்கிறார்.

இங்கே, நூலின் ஆரம்பத்தில் அவர்கள் கூறும் புத்தியால் அலசி ஆய்வது என்பதில் உள்ள வெட்ட வெளிச்சமான முரண்பாட்டை எடுத்துக்காட்டி, அவர்கள், தாம் மறுப்பதையே தம் கட்சிக்குச் சாதகமாகப் பயன்படுத்துவதை கௌதமரும், வாத்ஸ்யாயனரும் எடுத்துக் கூறுகிறார்கள். அவர்கள் கூறுவது, தூக்கில் தொங்கு கிறவனுடைய சார்பும், துணையும் தூக்குக் கயிற்றுக்குத் தேவை என்று சொல்வது போலத்தான் இருக்கிறது. இதைக் கௌதமர் நுட்பமாகக் கூறுகிறார். கருத்துமுதல்வாதியின் கட்சிக்கு ஆதாரமான காரணமே சரியானதன்று. அது முன்னுக்குப் பின் முரணானது என்கிறார். வாத்ஸ்யாயனர் தரும் விளக்கம்:[4] பொருள்களைப் புத்தியைக் கொண்டு அலசி ஆராய்ந்தால், அவற்றின் நிஜமான இயல்பு உணரப்படவில்லை என்று கூறமுடியாது; அது மட்டுமில்லை. பொருள்களில், நிஜமான இயல்பை உணர்வது என்பதும் எப்போதும் இல்லை. அதை புத்தியைக் கொண்டு அலசி ஆய்ந்துவிடவும் முடியாது. ஆதலால் புத்தியைக் கொண்டு பொருள்களை ஆய்வதும் அதனால் அதன் நிஜமான இயல்பை உணர்வது இல்லை என்பதும் முற்றிலும் முன்னுக்குப் பின் முரணானவை.

இதன் பொருளை இன்னும் சற்று முழுதாய்ப் பார்க்க முயல்வோம்:

பொருள்கள் நிஜமில்லை; ஏனெனில் புத்தியால் பரிசோதனை செய்யும்போது அவற்றின் நிஜமான இயல்பை உணர முடிவது இல்லை. துணியின் நிஜமான உணர்வு (இழைகளைப் பிரித்தபின்) அறவே இல்லை. இதற்கு அவன் கூறும் ஆதாரமான காரணம் என்ன?

புத்தியால் பரிசோதிப்பது. இது இரண்டு படிகளாக அமைகிறது. (1) பொருள்கள் நிஜமாய் இருப்பன அல்ல. 'ஏனென்றால் அவற்றின் நிஜமான இயல்பு உணரப்படுவதில்லை. (2) பொருள்களின் நிஜமான இயல்பு உணரப்படுவதில்லை. ஏனென்றால், புத்தியால் பரிசோதனை செய்வது இதை நிரூபிக்கிறது.

மேலே காட்டிய இரண்டு படிகளுக்கும் ஆதாரச் சார்பான காரணங்கள் இரண்டும் பொருந்துவன அல்ல என்கிறார்கள் கௌதமரும் வாத்ஸ்யாயனரும். பொருத்தமின்மை போகட்டும். இவை ஒன்றுக்கு ஒன்று எதிர்ப்படையாகி ஒன்றை ஒன்று அழித்தும் விடுகின்றனவே என்றும் காட்டுகின்றனர். நிஜமாகவே நாம் அறியும் பொருள்கள் இருந்தால்தானே அவற்றைப் புத்தியால் ஆய்வது சாத்தியம். பொருள்களே இல்லை என்ற உங்கள் கட்சிப்படி இது அர்த்தமற்றது. அறவே அறியாத ஒன்றை புத்தியால் எப்படி ஆய்வது? இது அடுத்ததற்கு முற்றிலும் எதிர்ப்படை ஆகிறது. எந்தப் பொருளின் நிஜமான இயல்பையும் உணர்வதென்பதே இல்லை என்பதே அடுத்தது. அவன் இந்த ஆதாரத்தின் மீதுதான் எதுவுமே நிஜமாக முடியாது, எல்லாமே நிஜம் அல்லாதவை - உண்மையில் இல்லாதவை என்ற முடிவுக்கு நேரே வந்து சேர்கிறான்.

அறியும் பொருள்களைப் புத்தியின் அளவு கொண்டு பரிசோதித்தல் என்று பேசுவதெல்லாம் கருத்துமுதல்வாதிக்கு எத்தனை பேராபத்து என்பதை இது காட்டுகிறது. தன்னையே தான் அழித்துக்கொள்ளும் ஆபத்து இது. அதாவது, பொருள்கள் நிஜமாகவே இருக்கின்றன என்று ஒப்புக்கொள்ளும் நிலை இது. அதைத்தான் அவன் மறுக்கிறான். இப்படித் தன்னையே அழித்துக்கொள்ளும் நிலை அவன் தவிர்த்திருக்கக்கூடிய ஏதோ ஒரு பிழையால் நேர்ந்ததன்று. அவசியமாகவும், தவிர்க்க முடியாமலும் நேர்ந்தது. அறிதல் அனைத்தும் வெளியே உள்ள நிஜமான பொருள்களை அறிதல் அன்று. அது தவறானதும் பொய்யானதுமான அறிவு- 'மித்யாபுத்தி' என்று அவன் மறுத்துத் தள்ள வேண்டியிருக்கிறது. ஆனால் முற்றிலும் ஏமாற்றமான ஒன்றோ அல்லது முற்று முழுதான அறியாமையோ, ஒரு தத்துவ நிலைப்பாட்டை நிரூபிக்கும் ஆதாரம் ஆக முடியாது. நிரூபிக்கும் எதையுமே நம்பாமல், கருத்து முதல்வாதி: தன் கட்சியை நிறுவுவதற்கு நிரூபிக்கும் விஷயங்களைப் பயன்படுத்துகிறான். பிரமாணங்களை மறுப்பதைக் கடமையாகக் கொண்டுவிட்ட அவன், உலகம் நிஜமில்லை என்று நிரூபிக்க அதே பிரமாணங்களின் துணையை நாடவேண்டியிருக்கிறது. ஆகவே, ஒரு கடுமையான பிரச்சனை எழுகிறது. சான்று என்று ஏதும்

இல்லாமலேயே அவன் கட்சியைக் கொண்டுசெலுத்த முடியுமா? அறிதலுக்குச் சரியான சான்றாகும் பிரமாணங்களை ஒப்புக் கொள்ளாமலேயே அவன் தத்துவத்தில் ஒரு நிலைப்பாட்டைக் கொள்ளமுடியுமா? முடியாது. புத்தியறிவதைக் கொண்டு பரி சோதித்துப் பார்த்தல் என்ற அவன் பேச்சே இதைக் காட்டுகிறது. அதன் அர்த்தமே பொருள்களைப் பிரமாணங்களால் உணர்தல் என்பதைத் தவிர வேறில்லை. உண்மையில் தத்துவவாதிக்கென்று மட்டுமில்லை இது. யாருமே பிரமாணங்களைக் கொண்டு பொருளை உணராமல் இருக்க முடியாது.

வாத்ஸ்யாயனர் இந்தச் சர்ச்சையைப் பின்வருமாறு தொகுத்துரைக் கிறார். பொருள்களின் நிஜமான இயல்பைப் புத்தியைக் கொண்டு பரிசோதிப்பதன் வாயிலாகவே உணர்கிறோம் என்று ஒப்புக் கொண்டுதான் ஆகவேண்டும். இப்படிப் பரிசோதிப்பதென்பது பிரமாணங்களைக் கொண்டு பிரமேயங்களை-அறிதற்குரியனவற்றை அறிதல்) என்பதே. இந்த அறிவினால்தான், இருப்பது என்ன? அது எப்படி இருக்கிறது என்பதையும், எது இல்லை (உள்தாக இல்லை), அது இல்லை என்பது எந்த அர்த்தத்தில் என்பதையும் நிச்சயம் செய்கிறோம். இந்தப் பிரமாணங்களால் பிரமேயத்தை உணர்தல் என்பது: அறிவின் பல்வேறு துறைகளுக்கும் பல்வேறு செயல்களுக்கும், உயிர்வாழும் பிராணிகளின் பல்வேறு நடைமுறைப் பழக்கங்களுக்கும் அடிப்படைப் பொருள்களை ஆராய்ந்து பரிசோதிக்கும் தத்துவவாதி, அறிவைக் கொண்டுதான் எது இருக்கிறது, எது இல்லை என்று தீர்மானிக்கிறான். ஆகவே, எதையுமே உணர்தல் என்பதே இல்லை என்று வாதம் செய்வது பயனற்றது. அப்படி இருக்கும்போது எதிரே காணும் உலகில் எதுவுமே இல்லை என்று வாதிக்க ஆதாரமே இல்லை. இதனுடன் அவர்களுக்குள்ள பின்வரும் ஒரு தர்மசங்கடத்தையும் சேர்க்கிறார்.

அவனுக்குள்ளவை இரண்டே வழிகள். தன் கொள்கைக்குச் சான்றாகத் திடமான-பிரமாணம் இருக்கிறது என்று சொல்லவேண்டும் அல்லது அதற்குப் பிரமாணமே இல்லை என்றாவது கூறவேண்டும். முதல் வழியைக் கொண்டால் அவன் கொள்கையே தோற்றுவிடும். ஏனெனில் ஒன்றுமே இல்லை என்பது அவன் கொள்கை. பிரமாணங்கள் இருக்கின்றன என்பதை ஒப்புக்கொண்டால் என்ன ஆகும் அந்தக் கொள்கை: இரண்டாவதைக் கொண்டால், எல்லாமே இருக்கின்றன என்ற எதிரிடைக் கொள்கை நியாயமாகவே ஆகிவிடும். அவனிடம் பிரமாணம் பொய் என்று கூறவேண்டிய அவசியமே இல்லாமற் போகுமன்றோ? எதிரிக்குப் பிரமாணம் வேண்டும் -பொருள்கள்

இருக்கின்றன என்பதற்குச் சான்றாக-என்று கேட்கிறவன், தான் மட்டும் பிரமாணம் இல்லாமல் தன் கட்சியைக் கூறச் சிறப்பான சலுகை கேட்க முடியாதே; உலகில் எந்தப் பொருளுமே இல்லை என்பதைச் சான்று ஏதும் இல்லாமலேயே சரியென்று கூறமுடியுமானால், எல்லாமே இருக்கின்றன என்று கூறுவதும் சான்றில்லாமலேயே சரியானதே ஆகும்.

இப்படிக் கூறுவதற்குக் கருத்துமுதல்வாதியை எதிர்ப்பவன் பிரமாணம் ஏதுமின்றியே தன் கட்சியைச் சொல்ல விரும்புகிறான் என்பது அர்த்தமில்லை. அது யாருக்குமே அநுமதிக்கக்கூடியதில்லை என்பதுதான் கருத்து. அப்படிச் சொல்லிவிட்டால் அவரவர்கள் இஷ்டப்படி ஒரு தத்துவத்தைச் சாதித்துக் கூறலாம். அதை எதிர்ப்பவர் களும் தம் இஷ்டப்படி மறுக்கலாம் என்றாகிவிடும். தத்துவவாதிகள் பிரமாணங்களைக் கொண்டு தன் விவாதத்தை நடத்தவேண்டும். அதாவது பகுத்தறிவையும், அநுபவத்தையும் சார்ந்து நின்றே விவாதிக்க வேண்டும். கருத்து முதற் கோட்பாட்டை எதிர்ப்பவர்கள் அப்படித்தான் செய்கிறார்கள். கருத்து முதல்வாதிதான் இதற்கு முற்றிலும் மாறாக, சாதாரணமாய், குறையாக ஏற்படும் அறிவுக்கான சாதனங்களை - பிரமாணங்களை மறுக்கின்றான். அப்படிச் சொல்வதற்குப் பதிலாக அவன், தன் கொள்கைக்குச் சான்றே வேண்டியதில்லை என்றும் சேர்த்துச் சொன்னால்கூட இது அபத்தமாக இருந்திருக்காது. எந்தக் கருத்தும் சான்று இல்லாமல் கூறும்போது, அதன் எதிரிடையான கருத்தைப் போலவே நல்லதும் ஆகும். நல்லதல்லாததும் ஆகும்.

இந்தியக் கருத்துமுதல்வாதி, தன் நிலையில் எடுத்த எடுப்பிலேயே சரியும் அபத்தத்திலிருந்து தன்னை எப்படியாவது விடுவித்துக்கொள்ள மிகவும் நெளிந்துகொடுக்கும் வகையில் பல சூழ்ச்சிகரமான திட்டங்களை நிறைவேற்றுகிறார். இதில் ஆர்வம் கொள்பவர்கள் அவர்களுடைய கட்சியை ஸத்காரிமுகர்ஜி, அவருடைய, 'நவநாலந்தா மஹாவிஹார ஆராய்ச்சிப் பிரசுரங்களில், தொகுதி 1. பக்கம் 1-176ல் எடுத்துக் கூறுவதைப் பார்க்கலாம். இதில் நாகார்ஜுனர், சந்திரகீர்த்தி, ஸ்ரீஹர்ஷர் ஆகியோர் கருத்துமுதல் வாதிகளின் தத்துவம் பற்றிப் பேசுவதற்கான நற்சான்றுகள் விளக்கப்பட்டுள்ளன. ஆனால், அவர்கள் தர்க்கத்தை வெறுத்து ஒதுக்கியவர்கள் என்பதும் கவனிக்கத் தக்கதே. அந்த விவரங்கள் அனைத்தையும் கூறுவது சாத்தியமும் இல்லை. அவை நமக்கு அவசியமானவையுமல்ல. ஒரு முக்கியமான அம்சத்தை மட்டும் நாம் கவனித்தே ஆகவேண்டும். பௌதீக உலகம் நிஜமில்லை என்பதை நிரூபிப்பதாகச் சொல்லிக்கொண்டு, அதற்காக இந்தப்

பிரமாணங்களின் ஆற்றலையும் பயனையும் எந்த வகையிலும் ஏற்றுக் கொள்ளாமலேயே அதைச் செய்யும் அவர்களுடைய தனிப்பட்ட விசேஷ உரிமை அதில்தான் இருக்கிறது.

சுருக்கமாகச் சொன்னால், முன்னமேயே நாம் அளித்துள்ள இரண்டு உண்மைகளுக்கும் உள்ள வித்தியாசமே அந்த அம்சம். ஒன்று, வியாவஹாரிக ஸத்யம் அல்லது ஸம்விருதி ஸத்யம். இரண்டு, பரமார்த்திக ஸத்யம்- அதாவது சாத்திரம் கூறும் ஸத்யம். அந்த பரமார்த்திக ஸத்யத்தின் நோக்கிலிருந்து, உலகம் நிஜமானதில்லை என்று நிரூபிக்க அவர்கள் காட்டும் சான்றுகளும் செய்யும் வாதங்களும், அவர்கள் நிஜம் இல்லை என்று சாதிக்கும் பௌதீக உலகைப் போலவே நிஜம் அல்லாதவையாகவே இருக்கின்றன. ஆயினும் அந்தச் சான்றுகளுக்கு அவற்றிற்கே உரிய பயனும் உண்டு. அதாவது உலக மாயையிலிருந்து நம்மை விடுவிக்க அவை உதவுகின்றன. இந்தச் சான்றுகளின் பயன் அவை சரியானவை, நம்பத்தக்கவையும்தான் என்று தவறாகப் புரிந்துகொள்வதும் கூடாது. அவை காரியார்த்தமாகக் கொள்ளப்பட்டவை. ஆகவேதான் கணிசமானவை, சாத்திரம் கூறும் ஞானம் உதயமாகிப் பரமார்த்த ஸத்யம் தெரிந்தவுடன், உலகம் நிஜமில்லை என்று விளக்கிக் காட்டியதும் நிஜமில்லைதான். நிஜமல்லா "உலகம் போலவேதான் அதுவும் என்பது தெரியும். முகர்ஜி,[5] நாகார்ஜுனர் கருத்து, அத்வைத வேதாந்தம் இரண்டையும் விளக்குகிறார்.

"நான் செய்யும் வாதமும் மற்ற உலக நிகழ்ச்சிகளைப்போலவே நிஜமல்லாதவைதான். விமர்சனம் செய்து ஆராயாமலும் பகுத்தறிவுக்கு ஒவ்வாததுமான சாதக பாதகங்கள் என்பதற்கு இடமே இல்லை. நாம் செய்யும் விவாதம் தன் உள்ளார்ந்த இயல்பிலேயே நிஜம்தான் என்று சொல்லிவிட்டால், நாம் சாதக பாதகங்களைப் பார்த்து ஏதாவதொரு கட்சியைக் கூறுகிறோம் என்ற குற்றச் சாட்டுக்கு ஆளாகிவிடுவோம். இது நம் நிலைக்குத் தலைகீழானது, மாறானது. ஆதலால் இதன் விளைவான குற்றச்சாட்டுக்களெல்லாம் எதிரியின் கற்பனை உண்டாக்கியவையே தவிர வேறில்லை. எங்கள் சமயக் கொள்கையை ஓர் உதாரணத்தால் தெளிவாகக் கூறலாம். புத்தரோ அல்லது அவருடைய சீடர் ஒருவரோ, ஒருவனுடைய காமவேட்கையை அகற்றுவதற்காக ஒரு மாயப் பெண்ணை (வெறும் தோற்றமான-உண்மையில் இல்லாத) உண்டாக்குகிறார். உபதேசம் பெற்றுத் திருந்தாத நிலையிலிருந்த அந்தக் காமுகன், இந்தப் பெண் நிஜமான பெண் என்று ஏமாந்து அவளைக் காதலித்தான்; அவனுடைய காமமாகிய இழிந்த செயலை

நீக்கிப் புனிதப்படுத்துவதற்காக மாயமான ஒரு மனிதனையும் படைத்தார். அவனை ஒரு ஞானியைப் போலவும் அவர் தனது ஆணையால் இயங்கச் செய்தார். அந்தக் காமுகனுக்கு உபதேசம் செய்து ஞானம் பெறச் செய்யுமாறு அந்த மாய மனிதனைப் பணித்தார். மாயப் பெண்ணால் ஏமாற்றப்பட்ட மனிதனை அது வெறும் மாயம் என்பதை அறியுமாறு அந்த மாயஞானி விளக்கிக் காட்டினார். காமுகனுடைய உள்ளத்தில் நிரம்பியிருந்த காமம் போன்ற இழிகுணங்களை வெளிப்படுத்தித் தூய்மைப்படுத்தினார். அந்தப் பெண்ணும் வெறும் மாயை; அந்த ஞானியும் மாயம்; ஆனாலும் காமுகனுடைய இழி குணங்கள் நீங்கினது மட்டும் உண்மை. இதுதான் எங்கள் வாதத்திற்கு எடுத்துக்காட்டு. எங்கள் வாதம் மாயஞானியின் உபதேசம் போன்றது; மாயப் பெண் நிஜமில்லாத அனைத்துப் பொருள்களையும், நிகழ்வு களையும் போன்றவள்; நிஜமில்லாத எமது வாதங்கள், உபதேசம் பெறாத அஞ்ஞானிகள் எளிதில் ஆட்பட்டுவிடும் பொய்யை, நிஜமென்று நம்பும் மாயத்தை அகற்றுகின்றன; ஆகவே நாங்கள் இந்த அநுபவ பூர்வமான நிஜத்தை ஒப்புக்கொண்டு நடக்கிறோம். (வாதமும் நிஜமில்லை என்பதுதான் உண்மை) இது எங்களுக்கு ஒரு சலுகை - சிறு சகாயம். ஏனென்றால் அது நடைமுறைக்குப் பயன்படுகிறது. இப்படி அநுபவம் நிஜம் என்று கொள்வது எங்களுக்கு ஒரு நடிப்பு-பாசாங்கு போன்றது; இது பரமார்த்த ஸத்யத்தைப் பற்றிய முழு நம்பிக் கையை உண்டாக்க அவசியத் தேவை; அவசியமான உபாயமும் கூட; ஞானம் பெற்றவர்களும்கூட அஞ்ஞானிகளுக்கு ஸத்யத்தை உபதேசிக்க இதைத்தான் கையாள வேண்டியது அவசியமாகிறது; அது வெறும் மாயமாய்ப் பொய்யாய் இருக்கலாம்; அதற்கு அறிவு வகையிலும் நன்னெறி வகையிலும் நடைமுறைக்குத் தேவையான நற்பயனும் உண்டு. இவ்வாறு 'மாத்யமிகருடைய தத்துவமும் சங்கரருடைய அத்வைத வேதாந்தமும் வற்புறுத்த விரும்புவது என்ன? பலதிறப்பட்டு எதிரே கிடக்கும் உலகம் பரமஸத்யம் அன்று; அது உண்மையாகவும் இருக்கிறது என்பதையும் அந்த உலகத்தில் நாம் இருக்கிற வரைக்கும். இல்லையென்றும் கூற முடியாது என்பதுதான்; ஆகவே உலகம் நிஜமானது இல்லை என்று சாதிப்பது, வரலாறு, அறிவு, நன்னெறி வாழ்வு ஆகிய நடைமுறை ஒழுங்கிற்கு எத்தகைய அபாயமும் விளைவிப்பது இல்லை. அவற்றைச் சார்ந்த துறைகளுக்கும் அதனால் அபாயமில்லை. இவற்றுக்கு உள்ளது தற்காலிகமான - நடைமுறைக்கென்று கொள்ளும் அளவான செலாவணிதான்; ஒரு யதார்த்தவாதிக்கு வேண்டிய அளவு இவை நிஜமானவைதான்.

ஆக, நடைமுறை வாழ்க்கை உண்டு என்ற முற்றிலும் தற்காலிக மான- வியாவஹாரிக ஸத்யம் என்பதுதான் நம் கருத்துமுதல் வாதி

கடைசியில் வந்து புகலடையும் இடம். இதே நோக்கில்தான் திங்நாகரும் தர்க்கத்தில் உள்ள தனது தீவிரத்தை நியாயப்படுத்த விரும்புகிறார் என்பதை முன்பே கூறியுள்ளோம். நமது கருத்து முதல்வாதிகள் அனைவருமே, அதாவது பல வகையில் உள்ளவர்கள், தங்கள் கட்சியான சூன்யவாதம், விக்ஞான வாதம், அத்வைத வேதாந்தம் ஆகியவற்றைக் கூறும்போது தர்க்கத்தைப் பற்றி ஒரே மாதிரிதான் கதை விடுகிறார்கள். தர்க்கம் சாதிப்பது ஒரு மாயத் தோற்றமான உண்மைதான்; அதுவும் நமது மூளையிலிருந்து உலகம் உண்டு என்ற மாய உண்மையை வெளியே தள்ளும். காரியத்திற்குத்தான் உபயோகமாகும். இந்த மாய உண்மையை அவர்கள் ஸம்விருதிஸத்யம் வியாவஹாரிக:ஸத்யம் என்று வழங்குகிறார்கள். இது பண்படாத கொச்சை மக்களுக்குப் பயன்படுமே தவிர, ஞானிகளுக்கு இதனால் பயனில்லை, அவர்களுக்கு இதுவும் அஞ்ஞானம் படைத்துக் கொடுத்துள்ள மற்ற பொய்யானவற்றைப் போலவே பொய்தான்; ‘அதைத்தான், திட்டவட்டமான விஞ்ஞான அறிவு இயற்கை-உலகம் என்று கூறுகிறது.

இந்த இரண்டு உண்மைகளையும் இவை சரிதான் என்று அநு மதித்துவிட்டால், அவனுடைய தத்துவ நிலைப்பாட்டில் மிகவும் வெளிப்படையாய் அலறிக்கொண்டிருக்கும். அபத்தங்கள் தனக்கு இல்லையென்று கூற உதவியாயிருக்கும். அவனுடைய நடவடிக்கைகளை அந்தக் கருத்து ஒன்றே கவனிக்கத் தூண்டும். உணவு பொய் என்று சொல்லிக்கொண்டே உணவைத் தின்று உயிர் வாழலாம்; அவன் தன் கொள்கையையும் தான் இல்லையென்று கூறும் தர்க்கத்தைக் கொண்டே நிரூபிக்கலாம்; அவன் உயிர் வாழ்வதற்கு இன்றியமையாத உணவும் பொய்; தனது அறிவு வகை வாழ்விற்கு-அதாவது கருத்துமுதற் கோட்பாட்டிற்கு இன்றியமையாத தர்க்கமும் பொய்தான் போலும்! ஆனால், நடைமுறைப் பழக்கத்திற்கு மட்டும் இவை பொய்யல்ல; நிஜம்; அதை அவன் வியாவஹாரிக ஸத்யம் அல்லது ஸம்விருதி ஸத்யம் என்று பெயர் சூட்டிவிடுவான்!

ஆகவே முடிவு செய்வதற்கான கேள்வி இதுதான்; இயல்பில் பொய்யான ஓர் உண்மையை நாம் ஏற்க முடியுமா? உதயணர் தனது ‘நியாய குஸுமாஞ்ஜலி’ என்ற நூலில்[6] எதிரெதிரான இந்த சர்ச்சையைக் கூறுகிறார்: “கருத்துமுதல்வாதியின் கொள்கைப்படி, அநுபவம் தரும் பிரத்யக்ஷ உண்மை சாத்திரம் கூறும் உண்மைக்கு வேறானதாக இருக்கிறது. பொருள்முதல்வாதிக்கோ இப்படி உண்மைகள் உண்டு என்பதே ஆதாரமற்றது; அவன் நடைமுறை அநுபவ உண்மை -

வியாவஹாரிகம் என்று சொல்வதை தத்துவ முறையில் ஏற்றுக் கொள்வதுதான் பயனுடையதாகும்" இது பற்றி பின்னால் மேலும் கூறுவேன்.

3. கனவும் மாயத் தோற்றமும் என்ற சான்று

மைத்ரீ உபநிஷத்து[7] இவ்விதம் கூறிற்று:

"இந்திர ஜாலம் இவ் மாயாமயம் ஸ்வப்ன சிவ மித்யாதர்சனம்." "இந்தப் பொய்யான உலகத்தின் அநுபவம், ஜால வித்தை போல வெறும் மாயமானது. கனவு போல் பொய்யாகக் காண்பதே இது." இவ்வாறு சுருக்கமாகச் சூத்திரமாக்கிக் கூறிய இதுதான், அடுத்தடுத்து வந்த கருத்து முதற் கோட்பாட்டு வளர்ச்சியின் இரண்டாயிரம் ஆண்டுகளில் மிகவும் முக்கியமான அர்த்தத்துடன் உறுதியாக்கப் பட்டது. அநேகமாகக் கருத்துமுதல்வாதிகள் அனைவருமே இதைப் பின்பற்றி இந்த உலகம் நிஜமென்பதை ஏற்காமல் விலக்கி ஒதுக்க முனைந்து, நமது சாதாரணமான உலக அநுபவத்தையெல்லாம் கனவும் பொய்யான தோற்றமும்தான் என்ற நிலைக்குக் குறைத்துவிட்டனர்.

கௌதமரும் வாத்ஸ்யாயனரும் கருத்து முதற் கோட்பாட்டை மறுக்கும் வகையில் பகுத்தறிவு முறையை நிறுவிய பிறகு, இந்தக் கனவு, மாயம் என்ற சான்றுகளைப் பரிசோதிக்கின்றனர். கௌதமர் இந்தக் கருத்தை ஒரு பூர்வபக்ஷம் என்ற வகையில் ஒரு சூத்திரத்தில் குறிப்பிடுகிறார். "பிரமாணங்கள் தோற்றுவிக்கும் மாயத் தோற்றமும் அறிவுக்குப் புலனாகும் பொருள்களின் பொய்த் தோற்றமும் கனவில் காண்பது போன்ற மாயமே; அல்லது ஜால வித்தைக்காரன் காட்டும் பொருள்களைப் போலவும் மேகக் கூட்டங்களில் தோன்றும் கோட்டை முதலியன போலவும் கானல் நீர் போலவும் வெறும் மாயத் தோற்றமே".[8] இதைப் பற்றி முன்னமேயே சர்ச்சை செய்துள்ளோம். ஆயினும் மீண்டும் சுருக்கமாகக் கூறுகிறோம்.

நிஜமான உலகில் எல்லா வகையான பொருள்களும் உண்மையிலேயே இருப்பன என்றுதான் நாம் நினைக்கிறோம். ஏனென்றால் நமக்கு அவை நேரிடையாகவே தெரிகின்றன. (கண்டு உணர்கிறோம்) நேரிடையாகக் கண்டுணர்வது மட்டுமே அவை நிஜமாக இருப்பதாக நிரூபிக்க முடியாது. கனவிலும்தான் பலவற்றைக் கண்டுணர்கிறோம். ஜால வேடிக்கையில் காண்கிறோம். கானலில் நீரைக் காண்கிறோம். இவை நிஜமா? அது போலத்தான் உலகப் பொருள்களைக் காணலும் உணர்தலுமான அநுபவங்கள். இதுதான் கருத்துமுதல்வாதிகள் தொடங்கும் இடம். இதைக் கொண்டே அவர்கள்

நேரிடையாகத் தெரிந்துகொள்கிறோம் என்ற போலித்தனமான பேச்சை மறுத்துவிடுகிறார்கள். நேரிடையில் தெரிந்து உணர்வது மட்டும் அவை நிஜமானவை என்று காட்ட முடியாது. (கனவு முதலியன போல்) இதை நிரூபிக்க வேறு ஏதேனும் இருப்பதும் சாத்தியமில்லை. இது அவர்கள் கட்சி."

இதில் இரண்டு தொடர்பான அம்சங்கள் இருக்கின்றன. கனவிலும் மாயத் தோற்றத்திலும் நாம் அறிவன பொய் என்பது ஒன்று. ஆகவே, நேரிடையாக அறிவனவும் அதே போலப் பொய்யானவையே என்பது இரண்டு.

இந்த இரண்டையுமே எதிர்த்தரப்பினர் பரிசோதிக்க முற்படுகின்றனர். இரண்டுமே தத்துவரீதியாக நிலைத்து நிற்கக்கூடியன அல்ல என்பது அவர்கள் கட்சி. கனவுப் பொருள்களும் பிறவும் பொய் என்று அவர்கள் கூறுவது, அவர்கள் 'கனவு முதலியவற்றைத் தவறாகப் புரிந்து கொண்டிருப்பதன் விளைவுதான். உண்மையில் மாயமான அநுபவங்கள் அவர்கள் கூறுவதுபோல் முழுப் பொய்யுமில்லை. இது பற்றி எதிர் தரப்பினர் மிக விரிவான சர்ச்சை செய்கிறார்கள். சில சௌகரியங் களுக்காக நாம் அவற்றைப் பின்னால் விவரமாகக் கூறுவோம். இவற்றைப் பற்றி எதிர்த்தரப்பாளர் தரும் விளக்கம் மாறுபடுகிறது.

அவர்கள் அனைவருமே உடன்பட்டு ஒன்றாக மறுக்கும் ஒன்றைப் பார்ப்போம். அது, நேரிடையாகப் பொருள்களைக் கண்டு உணர்தல் போன்றவையெல்லாம், கனவு முதலியவற்றில் அவை இருப்பது போலவேதான் என்று (பொய் என்று) தெரிந்துகொள்ள வேண்டும் என்று சாதிப்பது. அவை பொய் என்பதை மறுக்க முடியாது. அதே போல உலகப் பொருள்கள்-அவற்றை அறிதல் என்பதும் பொய் என்கிறார்கள்.

கனவில் கண்டுணர்வன பொய்யோ அல்லவோ கனவின் அநுபவம் பொய்யென்பது நிச்சயம். இதில் யாருக்குமே ஆட்சேபணை இல்லை. கனவில் யானையைக் காண்கிறோம். பொய்த் தோற்றமாகக் கயிற்றில் பாம்பைப் பார்க்கிறோம். கனவில் காணும் யானையும் கயிற்றில் காணும் பாம்பும் அவன் கூறுவது போல் வெறும் பொய்யாக இருக்க முடியுமா, பொய்தானா என்று கேட்கிறான் பொருள் முதல்வாதி. இவன் கேட்பதன் அர்த்தம் யானை பற்றிய அல்லது பாம்பைப் பற்றிய அறிவே பொய்தானா என்று கேட்பதாகாது. அறிதல் என்று பார்த்தால் அது கண்கூடாகப் பொய்தான்.

ஆனால் சாதாரணமான விழிப்பு நிலையில் அறிவதும்கூடப் பொய்யாகத்தான் இருக்க வேண்டும் என்பதற்கு என்ன அவசியம்?

கருத்துமுதல்வாதி அப்படித்தான் கூறுகிறான். இதைப் பல வழிகளில் சாதிக்க முயல்கிறான். எத்தனைதான் அவன் சொன்னாலும், அவன் தனியொரு விஷயத்தை வைத்து அதையே பொது நியதியாக்குகிறான். அது தவறு என்ற குற்றச்சாட்டிலிருந்து தப்ப முடியாது. இதற்கு அவன் இதுபோலவே வேறொன்றைக் கூறுவான். அதாவது ஏற்கனவே பொய் சாட்சி சொன்னதாகத் தீர்மானிக்கப்பட்ட ஒருவனை எப்போதுமே நம்பக் கூடாது. நேரடியாக நீ உணர்ந்தவை, கனவில் வந்து உண்மை போல் உன்னை ஏமாற்றியவை (நேரிடையான அநுபவத்திலும்) உன்னை ஏமாற்றுகிறது. இதை நம்பக் கூடாது என்பான். ஆனால் இது தவறான உதாரணம். ஏற்கனவே ஏமாற்றியதை மீண்டும் நம்பும் விஷயமில்லை இது. (கனவை நம்புவதுபோல் அன்று) நாம் நம்புவது வேறு வகை விஷயம். அது நேரடியாக விழிப்பில் நேரும் அநுபவங்கள். யாரோ ஒருவன் பொய் கூறினான் என்பதற்காக உலகத்தார் அனைவரும் கூறும் சாட்சியத்தையும் சான்றையும் நம்பாமல் இருப்பதா? அவர்களை நம்புவதற்கான ஆதாரங்கள் இருக்கும்போது நம்பாமல் இருப்பது பெரிய அபத்தமாகும் என்பது கருத்து முதற் கோட்பாட்டுக்கு எதிரான வாதம்.

இதன் பொருள், விழிப்பில் பொதுவாக ஏற்படும் வெளியுலகத்தின் அநுபவத்தை, கனவின் அநுபவத்தை ஆதாரமாக வைத்துப் பொய் என்று கருதுதல் கூடாது. கனவிலும், விழிப்பிலும் பொருள்களை நேரில் கண்டறியும் அநுபவம் இருப்பதைக் கொண்டு விழிப்பும் அதுவும் ஒன்றுதான் என்று நினைப்பது தவறு. விழிப்பு நிலையில் அறிவனவற்றிற்கும் அநுபவத்திற்கும் தனிச் சிறப்பான இயல்புகள் இருக்கின்றன. ஆகவே, அவை தரும் முடிவையும் தீர்ப்பையும் மறுப்பதும் கூடாது. அந்தத் தனிச் சிறப்பியல்புகள் எவை? முதலாவது, விழிப்பு நிலை அநுபவத்திற்கு ஒரு தெளிவும் பிரகாசமும் தீவிரமான உறைப்பும் உண்டு. அதை 'ஸூபரிரிச்சித' என்பர். நன்கு தெளிவாக உறுதியாய் உணரப்பட்டது என்பது இதன் பொருள். இரண்டு, பின்னால் ஏற்படும் ஒரு அநுபவம் அதை இல்லையென்று காட்டவோ மறுக்கவோ நேர்வதும் இல்லை. (விழித்ததும் கனவின் பொய்மை விளங்குவது போல்) இந்த இயல்பை, 'அபாதிதத்வம்'-மற்றொன்றால் மறுதளிக்கப்படாமை என்பர். இதையே அவிஸம் சாதித்வம்-முரண்பட்டதாக ஆகா இயல்பு என்றும் குறிப்பிடுவர்.

விழிப்பு நிலையில் ஒரு தூணைக் கண்டுணரும்போது, அந்த உணர்வில்-அநுபவத்தில் ஒரு சிறப்பான-அதற்கே உரிய திண்மை - உறுதி-இதுதான் இது என்ற இயல்பு இருக்கிறது. ஆனால் கனவிலோ,

மாயத் தோற்றத்திலோ, பிரமை என்ற ஒன்றை வேறொன்றாகக் காணும் ஏமாற்றத்திலோ அந்த இயல்பு இல்லை. அவற்றில் ஒரு தெளிவின்மையும் சிறுமைத் தனமும் தொடர்பின்மையும் பலரும் அறியும் வகையில் தெரிகின்றன. இது போன்ற வித்தியாசங்களை கருத்துமுதல்வாதி எளிதில் ஏற்கமாட்டான். ஆகவே, கனவு முதலியவற்றின் அநுபவமும் விழிப்பு நிலை போல் தெளிவாகவே உணரப்படுகிறது. கனவில் யானையைப் பார்க்கும்போது அந்த யானை பற்றிய உணர்வுக்கும் விழிப்பில் காணும் யானை பற்றிய உணர்வுக்கும் வித்தியாசமே இல்லை. இரண்டிலும் தெளிவும் திண்மையும் உண்டு என்பது அவன் கட்சி.

எதிர்த்தரப்பினர் இதை ஒரு சாமர்த்தியமான சாகசமான திறமை என்றுதான் கொள்வார்கள். இதை ஒப்புக்கொள்வதாகவே வைத்துக் கொண்டு அவனைக் கேட்போம். கனவில் யானையைக் காணும் அநுபவம் பொய். ஏன் அப்படி? அவன் கூறக்கூடிய ஒரே விடை, விழித்தெழுந்ததும் யானை இல்லை என்பதை உணர்கிறான். பின் அவன், அப்போது விழித்த பின் காண்பது என்ன? தூங்கிய அறையின் வெறும் சுவர்தான். இதே மாதிரிதான் கயிற்றில் பாம்பைக் காண்பதும் ஓர் அநுபவம் என்ற வகையில் அது பொய்தான். சிறிது நேரத்தில் அது பாம்பில்லை, கயிறுதான் என்று உணர்ந்துவிடுகிறான்.

கனவு போன்றவற்றின் அநுபவங்கள் பொய்: ஏனெனில் அடுத்து வரும் ஓர் அநுபவம், உண்மையில் அவை இல்லையென்று மறுத்து உணர்த்திவிடுகின்றன. விழித்தெழுந்ததும் எதிரே தெரியும் வெறும் சுவர், கனவில் கண்ட யானையைத் துரத்திவிடுகிறது; வெறும் கயிறு பாம்பைத் துரத்திவிடுகிறது. இதைத்தான் மேலே எதிர்மறையாகச் சொன்ன வகையில் உடன்பாட்டு வகையில் 'பாதிதத்வதம்'-மற்றொன்றால் மறுக்கப்பட்டமை-'விஸம் வாதித்வம்' மாறுபட்டுப்போன நிலை என்பர். ஆனால் முன் சொன்ன, 'அபாதிதத்வமும் அவிஸம் வாதித்வமும்,' ஓர் அநுபவம். பொய்யில்லை. நிஜமே என்பதற்காக உறுதிமொழியாகிறது என்றுதானே இதன் பொருள்.

இது சரியானால், விழிப்பு நிலை அநுபவங்கள் மற்றோர் அநுபவத்தால் மறுக்கப்படவில்லையே. ஆகவே, அது நிஜமானதுதானே? சரியென நம்பத்தக்கதுதானே? இதைப் பொய் என்று கருத ஆதாரமேதும் இல்லை. ஆகவே, விழிப்பில் கண்டுணரும் தூண், உண்மையானது என்பதை எதிர்த்துக் கூறவே முடியாது என்பது எதிர்த்தரப்பினர் வாதம். இது பற்றி அகனங்கள் என்பவர் கூறுவது:[9]

"வெளியுலகம் நிஜமானது என்பதை இல்லையென்று தள்ளிவிட முடியாது. ஏனென்றால், நாம் நமது உள்ளுணர்வை-பிரக்ஞையை

மீண்டும் மீண்டும் உணர்வது போலவே, வெளி உலகத்தையும் கண்டுணர்கிறோம். மேலும், உலகம் நிஜமல்லாததுமில்லை. நமக்குத் தெரிந்த வரையில் அதைக் குலைக்கும் ஆற்றலுள்ள எதிரான சான்றும் ஏதுமில்லை. நமது உள்ளத்திலும் உலகம் இருக்கிறதா இல்லையா என சந்தேகமும் எழுவதில்லை. வெளிஉலகத்தை அறிதல் என்பது கற்பனையால் தோற்றுவிக்கப்பட்ட மாயமோ ஏமாற்றமோ, இல்லை. ஏனெனில் அதை வேறொரு சரியான அறிவு முரண்பட்டதாகவே இல்லாதது என நிரூபிக்கவும் இல்லை. நமது அறிவில் வெளியுலகத்தின் பிரதிபலிப்பு (உள்ளத்தில் பதிதல்) தெளிவாகவும் இன்னது என இனம் காணும் வகையிலும் ஏற்படுகிறது. மனத்தில்-உணர்வில் எழும் எண்ணங்கள் - கருத்துக்கள் மட்டுமே நிஜம் எனக் கொண்டு, வெளி உலகம் மட்டும் நிஜமில்லை எனக் கொண்டால், நாம் அனைத்திற்கும் மேம்பட்ட அநுபவம் என்ற ஆற்றல் வாய்ந்த ஆதார-அதிகாரத்திற்கே எதிராகச் செயற்படுகிறோம் என்றுதான் ஆகும். நாம் வெளியுலகத்தை சும்மாவேனும் அது இருப்பதாக நினைத்துக்கொள்வதில்லை ஐயா; கண்ணால் பிரத்யக்ஷமாகப் பார்க்கிறோம்."

சுபகுப்தர் கூறுவது:[10-11]

"அவன் வெளியுலகம் இல்லையென்பதை நிரூபிக்க விரும்புகிறான். ஆரம்பத்திலேயே நாம், வெளியுலகப் பொருள்கள் நிஜமாகவே இருப்பவை என்பதை நம் வாழ்வில் எந்த வகையிலும் முரண்படாத (மறுப்புக்கு உட்படாத) அநுபவங்களின் அடிப்படையில் நிரூபித்துக் காட்டுவோம். அவிஸம்வாக திருஷ்டி - முரண்படாத பார்வையால் நமது விழிப்பு நிலையிலேயே நமது அறிந்திருத்தல் என்ற ஒன்றை நமது அன்றாட அநுபவமே முரண்பட்டதாகக் காட்டுகின்றன என் பது (கனவும்,கயிற்றில் பாம்பும் போல்வன) அவன் வாதம். அவன் கூறுவது, விழிப்பு நிலையில் காணும் பொருள்கள் நிஜமில்லை என்பது. அவ்வாறு மறுக்கப்படாத அறிதல் எனும் உணர்வுகளே இல்லை என்பதும் இதன் அர்த்தமில்லை. சில மறுக்கப்படுவதும், முரண்பட்டுப் போவதும் உண்டு. அவை மாயமான, வெறும் தோற்றமே ஆனவை. அப்படி வெறும் தோற்றமான - பிரமையால் கொள்ளப்படாத - எந்த அறிவும் முரண்படுவதில்லை. மாயமாய், பொய்த் தோற்றமாய்க் காண்பனவே மறுப்புக்கும் முரண்பாட்டுக்கும் ஆளாகின்றன. இடம், காலம் என்ற சந்தர்ப்பங்களைக் கொண்டு நிஜமான குறிப்பிட்ட இடத்தில் குறிப்பிட்ட காலத்தில் இருக்கும் ஒரு பௌதீகமான - இயற்கையில் உள்ள பொருளைக் கண்டுணரும் அறிவு மறுக்கப்படுவதே இல்லை. ஏனென்றால் அது 'அப்பிராந்தம்'

பிரமையால் கொண்டதன்று. இதுதான் வெறும் தோற்றம் மட்டுமேயாகாத நிஜமான அறிதலின் இயல்பு. அவன் மற்றொன்று கூறுவான்: 'யதாவத் பிரதீதி' அதாவது பொருள்களை உள்ளது உள்ளவாறே அறிந்துகொள்வதும், கனவில் அவற்றை அறிந்துகொள்வது போன்றதுதான். அப்படியானால் அது முரண்படாமல் போவது எப்படி'' என்பது அவன் வாதம்.

குமரிலரும் நியாய வைசேஷிகர்களும் அடிப்படையில் இதைத்தான் வாதிட்டுச் சொல்கிறார்கள். அவர்கள் இன்னும் விரிவான விவரங்களுடன் பேசுகிறார்கள். அதில், கருத்துமுதல்வாதியின் ஆரம்ப விஷயத்தையே-அதாவது கனவும் அதன் அநுபவமும் பொய் என்பதையே, அவனே கூறும் முக்கியமான முடிவுக்கு-விழிப்பு நிலையில் ஏற்படும் சாதாரணமான கண்டுணர்தலும் நிஜமில்லை என்ற முடிவுக்கு முரண்படுகிறது என்று காட்டுகிறார்கள். குமரிலர் கூறுவது:[13]

"ஓர் அநுபவம் பொய்யானால் அது மறுக்கக்கூடியதாகத்தான் இருக்கவேண்டும் அல்லவா? மறுக்கக்கூடியதாக இல்லாமலே அது பொய்யாய் இருக்கலாம் என்றால் வரையறையே இல்லாமற் போய்விடும். அதாவது, எந்த அனுபவத்தையுமே நம் இஷ்டப்படி நிஜம் என்றோ, பொய் என்றோ கூறிவிடலாம். நாங்கள் சொல்கிறோம்-கனவின் அநுபவம் பொய்யென்று. விழித்ததும் ஏற்படும் அநுபவம் அதை மறுத்துப் பொய்யாக்கிவிடும் என்பது நிச்சயம்தான். நீ கூறுவதில் உள்ள வித்தியாசம் என்ன? விழிப்பில் ஏற்படும் அநுபவம் பற்றியவரை- இதைப் பொய் என்று மறுக்கும் சரியான வேறு அனுபவம் ஒன்றும் இல்லையே. தூண் தூணாகவேதான் இருக்கிறது; அது எப்படி இல்லையென்றாகும். கனவு பொய் என்று எல்லாருக்குமே தெரிகிறது. விழிப்பில் உள்ள அநுபவம் கனவைப் பொய் ஆக்குகிறது.

'விழிப்பின் அநுபவம் கனவைப் பொய்யாக்குகிறது' என்ற ஒரு விஷயத்தைக் கொண்டுதான் கனவு பொய் என்கிறோம். ஆனால் விழிப்பில் உள்ள அநுபவத்தை, அடுத்து நேரும் எதுவும் பொய்யாக் குவதே இல்லை. எனவே, அதன் உண்மை என்பது எந்தவிதமான சந்தேகத்திற்கும் அப்பாற்பட்டது. (நிஜம்தான் அது). குமரிலர் மேலும் கூறுகிறார்:[14] "ஆகவே நீ கூறுவது, நன்கு தீர்மானித்த, நன்கு திடப்படுத்திக்கொண்ட, நேரிடையில் தெரியும் உண்மைக்கு விரோதமானது. இதைக் குறிக்கும் வாசகம்: 'ஸு பரிநிச்சித' என்பது. இந்த வாசகம்,[15] சாதாரண விழிப்பு நிலையில் ஏற்படும் அநுபவங்களின் அதிகமான திண்மையைக் குறிப்பது. அந்தத் திண்மை, அதற்கு எதிரான, அதை மறுக்கும் வேறு அநுபவம் ஏதும் இல்லை என்ற

இந்தியத் தத்துவ இயலில் நிலைத்திருப்பனவும் அழிந்தனவும்

ஆதாரத்தின் மேல் கண்டதோர் உண்மையை உடையது. ஆகவே, அது நிஜமாகவே அதிகாரபூர்வமான உண்மை என்றும் நம்புதற்குரியதென்றும் கொள்ளாமல் இருக்க முடியாது.

'அதிகமான திண்மை' என்ற வார்த்தை கவனத்திற்குரியது. இரண்டு அநுபவங்களில் ஒன்றுக்கு மற்றதை விரட்டியடிக்கும் ஆற்றல் இருக்குமானால், அதை மறுப்பதற்கும், பயனற்றதாகச் செய்வதற்குமான வல்லமை இருக்குமானால், அதற்குத்தான் மற்றதைவிட அதிகத் திண்மை இருப்பதாகக் கருதமுடியும். கனவின் அநுபவம் விழிப்பு நிலை அநுபவம் இரண்டில் எதற்கு அதிகத் திண்மை இருக்கிறது. பின்னதற்குத்தானே? பின்னதைக் கொண்டு முன்னதை மதிப்பிட்டு அளக்க முற்படும் கருத்துமுதல்வாதியின் அபத்தத்தைவிட வேறு அபத்தம் இருக்கமுடியுமா?

குமரிலர் இப்படி மெல்ல சுற்றித்திரியும் விவாதம் முழுதுமே கருத்துமுதல்வாதியைப் பாழ்படுத்திவிடுகிறது. சாதாரணமான விழிப்பு நிலை அநுபவத்திற்கு அதிகமான திண்மை உண்டு என்பதை நிலை நாட்டிவிட்டால் உடனே அவர் அந்தக் கொள்கைக்கு ஏதிராக, வெளி உலகம் நிஜமானதே என்று நிரூபிக்க ஓர் அநுமானத்தை எதிர் நிறுத்த முடியும்; அது பின்வருவது: (விழிப்பில் சாதாரணமாக அறியும்) அறிதலுக்கு நேர்த் தொடர்புள்ள வெளியே இருக்கும். பொருள் உண்டு. ஏனென்றால், அந்த அறிதலை" வேறொரு அறிதல் மறுப்பது என்பதில்லை. எது போல் என்றால்; கனவின் அநுபவத்தை விழிப்பு நிலை அநுபவம் மறுப்பது போல். இந்த வாதத்திற்கு கடையாணி போல் ஆதாரமாயிருப்பது கனவின் அநுபவம் பொய் என்பது. அதைத் தான் கருத்துமுதல்வாதி கெட்டியாய்ப் பற்றி நிற்கிறான். மேலே சொன்னது அவனுக்கு ஆதரவாக இல்லை என்பதோடு, அவன் வாதம் நிலைக்காது என்பதையும் காட்டுகிறது. ஏனெனில், பொய்யென்று நிரூபிக்காவிட்டால், கனவு பொய் என்பது அர்த்தமற்றுப்போகும். விழிப்பு நிலை தரும் முடிவுதான் கனவைப் பொய்யாக்கும். விழித்துப் பார்த்தால் யானை இல்லை; சுவர்தான் மிச்சம்; கயிறுதான் என்றறிந்ததும் பாம்பு இல்லாமல் போய்விடுகிறது.

விழிப்புநிலைதான் நம்புதற்குரியது. அந்த அநுபவம்தான் சரியான நிஜம் என்றில்லாவிட்டால் கனவைப் பொய்யாக்குவது எது என்பது முதல் நிபந்தனை; இதை நிஜம் என்று ஒப்புக்கொண்டால் அதற்கு நேர்த் தொடர்பு கொண்ட வெளியே உள்ள பொருள்கள் இல்லையென்று வாதிப்பது பயனற்றது. ஆகவே, வெளியே உலகம்- பொருள்கள் உண்டென்று நிரூபித்துக் கருத்துமுதல் வாதத்தை மறுத்ததாகிவிடுகிறது.[16]

இது தன்னையே அழித்துக்கொள்வது. கனவு பொய் என்பது கருத்துமுதல்வாதிக்கே ஆபத்தானது. அப்படியானால் அவனுக்கென்ன வழி? தன் நிலைப்பாட்டை மாற்றிக்கொண்டு, கனவின் அநுபவம் பொய்யில்லை என்பதையே மறுக்கப்போகிறானா? இது விழிப்பு நிலையில் ஏற்படும் அநுபவங்களையும் அவற்றுடன் நேர்த் தொடர்பு கொண்ட பொருள்களையும் உண்மைதான் என்று ஒப்புக்கொள்ளும் அவசியம் அவனுக்கு இல்லாமல் வேண்டுமானால் போகலாம்; ஆனால், இதுவும் அவனுக்கு ஆபத்துத்தான் என்கிறார் குமரிலர். ஏன் என்றால் அவன் காட்டும் 'திருஷ்டாந்தம் எனப்படும் ஒரே எடுத்துக்காட்டும் அவனுக்கு இல்லாமற் போய்விடும். எல்லா அநுபவங்களுமே பொய் என்ற அவனுடைய பொதுக் கருத்தை உருவாக்கத் துணை செய்வதே அந்த எடுத்துக்காட்டுதான். குமரிலர் கூறுவது?[17] கனவின் அநுபவங்கள் பொய் என்று நினைத்துக் கொள்வதும் பொய்தான் என்று நீ விவாதித்தால், உன் கருத்துப்படியே அதை மறுப்பது என்பதும் இல்லவே இல்லை; ஆகவே, விழிப்பு "நிலை அநுபவத்தால் கனவு பொய்யென்று மறுக்கப்படுவது போல் மறுக்கப்படுவது என்ற எடுத்துக்காட்டே இல்லாமற்போய்விடும்; அதுதான் எங்களுக்கு எதிராக நீ சுட்டும் அநுமானத்திற்குள்ள ஒன்றே ஒன்று. இங்கு ஒரு விஷயத்தை நினைவில் கொள்ள வேண்டும். இந்திய மரபில் தத்துவ சர்ச்சை செய்யும்போது காரணம் - விளைவு (புகை அதனால் அநுமானிக்கும் நெருப்பு) என்று பொருள்படும் லிங்கம், ஹேது என்பவற்றிற்கும், அதனால் அநுமானித்துத் தீர்மானிக்கும் லிங்கி, சாதிக்கப்படுவது - என்பவற்றிற்கும் எங்கும் எப்போதும் உள்ள தொடர்பைக் காட்டும் எடுத்துக்காட்டுதான் முடிவுக்குச் சாதகமான முக்கியமான பங்கைக் கொள்கிறது. அநுமானத்திற்கு எடுத்துக்காட்டு இன்றியமையாத ஒன்று. உலகமும் அதன்கண் உள்ள பொருள்களும் நிஜமில்லை என்று நிரூபிக்க - அநுபவம் யாவுமே பொய் என்று அழுத்திக் கூறிவிட்டால் மட்டுமே போதாது. அதை எடுத்துக்காட்டால் காரணம் காட்டி நிலைநாட்டினால்தான் அது நிற்கும். கருத்து முதல்வாதியின் முடிவு என்ன?' "உலக அநுபவம் பொய்-கனவின் அநுபவங்கள் பொய்யாவது போல" என்பதுதானே? இந்த எடுத்துக் காட்டு இல்லையென்றால் அவன் முடிவே சிதைந்துவிடுகிறது. முன்னே காட்டியபடி அவன் கனவு பொய்யென்பதும் தவறுதான் என்பதை ஏற்றுக்கொண்டால் வரும் ஆபத்து இது.

4. ரகசிய முறையான சமாதி எனப்படும் ஒன்று. (தன்னைக் கடந்த தான் என்பதையே மறந்த நிலை-யோகம்.)

குமரிலருடைய வாதத்தால் தெரிவதைத் தொகுத்துப் பார்த்தால் தெரிவது இதுதான்: கனவும் அதில் நேரும் அநுபவங்களும் பொய் -

நிஜமானவை அல்ல என்ற அடிப்படை உண்மையைக் கருத்து முதல்வாதி ஏற்றுக்கொள்ளவும் முடியாது; மறுத்துத் தள்ளவும் முடியாது. இந்த இரண்டில் எந்த வழியைக் கொண்டாலும் அவன் தனது தத்துவ முடிவை விட்டுவிடவே நேரும்.

அவன் இதற்கு இரண்டு சாத்தியமான விஷயங்களைச் சொல்லிப் பார்க்கலாம். விழிப்பு நிலை அநுபவத்தை, கனவும் மாயத்தோற்றமும் மறுக்கிறது. அதன் விளைவும் ஆபத்துதான். கனவிலும் கானல் நீரிலும் ஏற்படும் அநுபவம்; விழிப்பு நிலை அநுபவத்திற்கு மாறாகவே இருப்பது எல்லாருக்கும் தெரியும். அதில் ஐயத்திற்கே இடமில்லை. ஆனால், அந்த மாறான அநுபவங்களுக்குச் சாதாரணமான விழிப்பு நிலை அநுபவங்களை மறுக்கும் ஆற்றல் உண்டென்று கொள்வது-அவையும் உண்மை என்று கொள்ள வேண்டி வரும். தன்னைவிடத் தானே பொய்யாய்ச் செலாவணி பெறாததாய் இருக்கும் ஓர் அறிதல் மற்றொன்றின் செலாவணியை மறுக்கவே முடியாது. ஆனால் யாராவது தீவிரமாகவே கனவும் கானல் நீரும் போல்வன நிஜமே என்று அழுத்தமாய்ச் சொல்ல முடியுமா? இது ஒரு வழி. மற்றொன்று, அவன் காட்டக்கூடிய சமாதி நிலை அறிவு. யோகத்தால் பெறக்கூடிய அந்த ரகசிய ஞானம், சாதாரணமான விழிப்பு நிலையில் அறியப்படும் அனைத்தையும் பொய் என்று மறுத்துவிடுகிறது என்பான். குமரிலர் இதைச் சொல்வது கருத்து முதல்வாதியின் மேல் ஒரு கற்பனையான நிலையை ஏற்றியுரைக்கவில்லை. தத்துவ மரபில் கருத்துமுதல்வாதிகள் உண்மையிலேயே அதைத்தான் கடைசியில் பற்றிக்கொள்கின்றனர். இது பற்றி உபநிஷத்துக்களில் கூறப்படுவதைக் காண்போம். கனவின் பொய்மை விழிப்பில் காணும் பௌதீக உலகம் பற்றிய அநுபவங் களைப் பொய்யெனக் காட்டி அகற்றிவிடுகிறது. அடுத்து, அதையும் கனவில்லாத ஆழ்ந்த உறக்க நிலையின் அநுபவம் 'ஸுஷுப்தி' என்பது அகற்றிவிடும். இதையும் கடந்த நான்காவது நிலை துரியம் என்பது. ஆழ்ந்த உறக்கத்தின் அநுபவத்தை அகற்றிவிடும். அதுதான் யோக சமாதி நிலை. பிற்காலத்தில் பௌத்தர்களான யோகசாரர்கள், குறிப்பாக இந்த வழியில் வாதம் செய்பவர்கள். குமரிலர் கூறுவதை இப்படிச் சொல்லலாம்.[18] "தூணும் கம்ப மென்றும் விழிப்பில் நாம் காணும் அறிதல்களை சரியில்லையென்று காட்டும் அறிவு நல்ல யோகிகளுக்கு ஏற்படும். அவர்களுக்கு இந்த உலகப் பொருள்கள் பொய் என்பது தெரியும். அந்த யோகிகள் அறியும் வகையில், நம்முடைய கனவுகள் நம் விழிப்பு நிலையில் பொய்யென்று: காட்டப்படுவதைப் போல், இந்த விழிப்பு நிலை அநுபவமும் பொய்யென்பது புலப்படும். அந்த யோக நிலை அறிவு-யோக நிலை அடையும் ஜீவன்கள்

அனைத்திற்குமே ஏற்பட முடியும். இதனால் நமது விழிப்பு நிலை அநுபவங்கள் மாறான அநுபவங்களைச் சரியானவையல்ல என்று காட்டுவது நிலைநாட்டப்படுகிறது.

சாதாரண நிலையைவிட மிக உயர்ந்த யோக ஞானத்தால், உலகம் நிஜமென்றும் நம்பும் அநுபவம் பொய்யாகிறது. கனவு பொய் என் பதற்கு உலக அநுபவம் சான்று.

இப்படி முடியும் கருத்து முதற் கோட்பாட்டின் நிலையை எதிர்த் தரப்பு எப்படிச் சமாளிக்கிறது? குமரிலர் கையாளும் வழி, நம் நாட்டுத் தத்துவங்களின் நிலையைக் கொண்டு பார்க்கும்போது ஆச்சரியமான வகையில் அடிப்படையிலேயே மாறுபடும் தீவிர முடையது; யோகம் பயில்வதால் கிடைக்கும் என்று கூறப்படும் இந்த யோக ஞானத்தின் அநுபவம் என்று சொல்வதே வெறும் கட்டுக்கதை. இதை வைத்துக் கொண்டு தன் கொள்கையை அவன் நிரூபிக்க முயல்வது பயனற்ற காரியம் என்கிறார் அவர். குமரிலர் சொல்வது; ஏதோ ஒரு அசாதாரணமாக-இயல்புக்கு மிக மேலான யோகாநுபவம் என்று சொல்வது வெறும் கற்பனைக் கதை; அதை அடைந்ததாக உண்மையாகவே யாருமிருப்பதாகத் தெரியவில்லை. குமரிலர்[19-20]: “வாழ்வில் யாருக்கும் அது இருப்பதாகத் தெரியவில்லை; இந்த யோக நிலையை உண்மையாகவே அடைந்தவன் / என்ன ஆவான் என்பதும் தெரியவில்லை.” இப்படி அவர் கூறுவதெல்லாம் யோகஞானாநுபவத்தின் உண்மையை எள்ளி நகையாடுவது தவிர வேறில்லை.

இவ்வாறு யோகாநுபவம் என்று சொல்வதை இல்லையென்று கூறிய பின் அவர் நீளமாகவே, அப்படியொரு வெறும் விந்தை கற்பனையை சாட்சியாக வைத்து ஒரு தத்துவத்தை நிறுவ நினைக்கும் போக்கைப் பரிகாசம் செய்கிறார். யோகத்தை ஒப்புக்கொள்கிறவர்களும் கூட அது ஒரு யோகிக்கே உரிய சொந்த அநுபவம்தான் என்கிறார்கள். அதை இன்னதென மதிப்பிட்டு உண்மையைக் காட்டப் பொதுவாக எல்லாருக்கும் தெரியக்கூடிய திட்டமான அளவும் ஏதுமில்லை; இந்த நிலையை வைத்துக்கொண்டு எந்த ஒரு தத்துவத்தைப் பின்பற்றும் எவரும், தான் கூறுவது தன் தத்துவத்தைப் பின்பற்றும் ஒருவனுக்கு அவனளவில் தனியே ஏற்படும் யோகஞானாநுபவத்தால் நிரூபிக்கப் படுகிறது என்று சொல்லிக்கொள்ள முடியுமே. குமரிலர் கூறுகிறார்:[21] “நமது யோகிகளுக்கும், நீ சாதித்துக் கூறும் விஷயத்திற்குக் குழிபறிக்கும் எதிரிடையான, நம்ப முடியாத - நம்பிக்கைக்குச் செல்லுபடியாகாத அறிதல்களும் இருக்க முடியுமே. அதாவது, இப்படித் தனக்கு மட்டுமே சொந்தமான யோகாநுபவங்களினால் கருத்துமுதல்வாதிக்குத் துணை

செய்யும் யோகிகளை உண்டாக்கிக்கொள்வது அவனுக்கு மட்டுமேயான விசேஷ வசதியா என்ன? இந்த வசதியை எல்லாருக்குமே கொடுத்தால், இதே போல் தமக்கு வசதியாக அவர்களும் யோகிகளை உண்டாக்கிக் கொண்டு அவர்களுடைய சொந்த அநுபவம் இது என்று தத்தம் தத்துவத்தைச் சாதிப்பது எளிதாகுமே? உனக்கு வசதியானவர்கள்தான் நம்பத்தக்கவர்கள். உனக்கு எதிரிடையான தத்துவவாதிகளுக்கு வசதியாய் இருப்பவர்கள் நம்பத்தகாதவர்கள் என்கிறாயா?

நம் தேசத்தளவில் குமரிலருடைய வாதம் மிக்க விசேசமான பொருத்தமுடையதாகிறது. யோகத்தையும் அதனால் ஏற்படும் ஞானாநுபவத்தையும் தத்துவவாதிகள் பலரும் ஏற்றுக்கொள்கின்றனர்; அவர்களில் கருத்துமுதல்வாதிகளும் உண்டு; எதிர்த் தரப்பினரும் உண்டு. இவர்களில் எதிர்த்தரப்பினர் கருத்துமுதல்வாதிகள் விளக்கும் வகையில் அதை ஏற்பது முடியாத காரியம்; அவர்கள். கருத்து முதற் கோட்பாட்டுக்குப் பொருந்தாத - அதனால் ஏற்க முடியாத சில யோகாநுபவங்களைத்தான் ஏற்கின்றனர். தத்துவத்திற்குப் பொருத்தமான யோகாநுபவமும் அவசியமே என்றால் விழிப்பு நிலை அநுபவங்களை மறுப்பதாகச் சொல்லிக்கொள்ளும். யோகத்தை ஏற்கும் அதே தீவிரத்துடன் எதிர்த்தரப்பினர் யோகமென்று கூறும் எதையுமே ஏற்க வேண்டி வரும்.

குமரிலர் மற்ற மீமாம்ஸகர்களைப் போலவே, யோகத்தையும் அந்த அநுபவத்தையும் நம்பவில்லை; என்றாலும் எனக்குத் துணையாக யோகிகளை உண்டாக்கிக்கொள்ள முடியும் என்று கிண்டலாகக் கூறுவதன் அர்த்தமே வேறு. அவர் சுட்டிக் காட்டுவது, தத்துவத்திற்குத் திட்டமான-அனைவரும் ஒப்புக்கொள்ளக்கூடிய அநுபவம்தான் பொருந்தக்கூடியதாகும். ஆனால் கருத்துமுதல்வாதி, யாரோ ஒருவருடைய அவருக்கே மட்டுமுள்ளதென்று கூறும் அநுபவத்தைச் சாட்சியத்திற்குக் கொண்டுவருகிறான்; அது அநுபவமே இல்லை; வெறும் கற்பனையானது; குமரிலர் கூறுவது:[22] "மேலும், நீ சாதிக்கும் யோகியின் ஞானம் அத்தகையது என்று நிரூபிக்க உன்னிடம் எத்தகைய சான்றும் உதாரணமும் இல்லை; நாங்கள் சாதிப்பதற்குச் சான்றாகவும் உதாரணமாகவும் அதை ஒப்பிட்டுக் காணும் வகையில் - சாதாரணமாக நாம் கண்டுணரும் பிரத்யக்ஷப் பிரமாணங்கள் இருக்கின்றன."

நம் தேசத்தில் யோகிகள் இருப்பது (இருந்தது) அவருக்குத் தெரியும்; அதாவது யோகப் பயிற்சி செய்கிறவர்கள் உண்டு. அத்தகையவர்கள் எப்போதாவது சாதாரணமல்லாத இயல்புக்கும் மிக மேலான வகையில் ஏதாவது ஓர் அநுபவத்தை அடைவது சாத்தியம்தானா என்பதைத்தான்

அவர் அழுத்தமாகக் கேட்கிறார் (மறுக்கிறார்). நீ விரும்பினால் விரும்புமளவு யோகம் பயிலலாம்; ஆனால் அது ஏதோ மிக உயர்ந்த ஞானாநுபவத்தைத் தந்துவிடாது; அதாவது, யோகிகளும்கூடச் சாதாரணமான மனித அனுபவங்களின் எல்லையைக் கடந்து அப்பாற்படுதல் இயலாது; "ந லோக வ்யதி ரிக்தம் ஹி, பிரத்யக்ஷயம் யோகி நாம் அபி" என்பது அவர் வாசகம். யோகிகள் (கண்டுணரும்) பிரத்யக்ஷமும்கூட அன்றாட வாழ்க்கை (அநுபவமான) பிரத்யக்ஷத்தைக் காட்டிலும் வேறானது அன்று என்பது இதன் பொருள்.[23] குமரிலர் மேலும் கூறுகிறார். "பிரத்யக்ஷம் என்னும்போது, யோகிகளுக்கும் அது ஏற்படுவதற்கும் ஒரு ஆலம்பனம், அதாவது பற்றுக்கோடு அவசியம் வேண்டும்; அதாவது குடத்தைப் பார்க்கிறோம் என்றால், அதுதான் பிரத்யக்ஷம். அதற்குப் பற்றுக்கோடு குடம். பிரத்யக்ஷத்திற்கு நேர்த்தொடர்புள்ள பொருள் ஒன்று எதிரே இருக்க வேண்டும். பிரத்யக்ஷமாகப் பார்ப்பவன் - பொருளை நேரில் காண்பவன்; நாம் இதை அன்றாட வாழ்வில் அறிவோம். யோகிகள் எதிரே இல்லாதவற்றையும் பார்க்க முடியும்- இறந்த காலத்துப் பொருள்களையும் எதிர்காலத்துப் பொருள்களையும் அவர்கள் பார்க்க முடியும் என்று பொதுவாக நம்புகிறார்கள். குமரிலர் இதை விளக்கமாக உரைக்கிறார்; அது ஒரு புரியாத யோக ரகசியமான விஷயமோ நிகழ்வோ அன்று. அது அப்படித் தோன்றக் காரணம், அதை ஏதோ சாதாரணமல்லாத விஷயம் என்று பெயர் சூட்டும் பிழைதான்; நமக்கும் அன்றாட வாழ்வில் கடந்த காலமும் எதிர்காலமும் உண்மையாகவே தெரிகிறது; ஆனால், இதை 'நாம்' கடந்த கால விஷயத்தை நினைவு-ஞாபகம் (ஸ்ம்ருதி) என்றும்; வருங்கால விஷயத்தை ஆசை (எதிர்பார்ப்பு) அபிலாஷை என்றும் கூறுகிறோம். ஞாபகத்தில் நமக்குக் கடந்த காலம் தெரிகிறது; ஆசையில், எதிர்பார்ப்பதில் வருங்காலம் தெரிகிறது. அதாவது ஏதோ ஒன்று உளதாக ஆக வேண்டும் என்பதே ஆசை-எதிர்பார்ப்பு. சாதாரணமான அனுபவத்தின் 'எல்லைக்குள் இது சாத்தியமென்பதை இது காட்டுகிறது. யோகிகளுக்கு இந்த அனுபவம் இருப்பதை ஏதோ யோகாநுபவம் என்று பார்ப்பதும் கொள்வதும் வெறும் ரகசியத்தைத் தேடி அலைந்து பரப்பும் வியாபாரமே தவிர வேறில்லை. மேலும், யோகிகளுக்கு விசேஷமான ஞானதிருஷ்டி உண்டென்றும், அதற்குப் 'பிரதிபை' என்பது பெயர் என்றும் சில சமயம் கூறுவர். இதைக் கொண்டு அவர்கள் சாதாரணமான புலனறிவின் எல்லையைக் கடந்து செல்ல முடியும் என்றும் சொல்வார்கள். பிரதிபை என்பதை அந்தக் கருத்தில் கொள்வது வெறும் பொய்தான். அத்தச் சொல்லுக்கு உள்ள ஒரே பொருள்-வெறும் கற்பனை-மனத்தால்

நினைத்துக்கொள்ளுதல் என்பதுதான். அது யோகிகளுக்கு இருக்குமளவு சாதாரணமானவர்களுக்கும் உண்டு."[24]

குமரிலர் நிலைநாட்ட விரும்புவது என்னவென்றால், யோகிகளின் அநுபவம் வாழ்வின் பொதுவான விழிப்புநிலை அநுபவங்களைப் பொய்யென நிரூபிப்பதாகவும், ஆகவே உலகம் நிஜமில்லை யென்பது அதன் முடிவு என்றும் கருத்துமுதல்வாதி நினைத்துக் கூறுவதெல்லாம் வெறும் பேச்சுதான். யோகிகளின் அநுபவத்தைக் கேட்டால் நமது வாழ்வின் அநுபவத்தைவிட அது வேறானதாகவோ மிக மிக உயர்ந்ததாகவோ இல்லை. வாழ்வின் அநுபவம் நிரூபிப்பதைவிட வேறாக அது எதையும் நிரூபிக்கவும் முடியாது. வாழ்வின் பிரத்யக்ஷ அநுபவம், கண்டுணரும் பொருள்களும் விஷயங்களும் நிஜமானவை என்றே நிரூபிக்கிறது; கருத்துமுதல்வாதி கூறும் அனைத்தும் பொய் என்பது வாதிக்கவே முடியாதென்றுதான் நிரூபிக்கிறது.

கருத்துமுதல்வாதி அப்படி அதை ஓர் அர்த்தமுள்ள வகையில் எடுத்துக்கொள்ளாமல், யோகிகள் காமம் போன்றவற்றை அடக்கி விட்டதாலும், தியான நிஷ்டையாலும் இயற்கைக்கு மீறிய மிக மேலான தன்மையை அடைந்தவர்கள்; ஆகவே இவர்கள் அநுபவமும் வேறு என்று சொல்லிக்கொள்கிறான். அந்தப் பொய்யான அநுபவத்தைத் தனக்குத் துணை கொள்கிறான்; காமத்தை அடக்கியும் தியானம் செய்தும்கூட அது ஒன்றும் அப்படி மிக உயர்ந்துவிடு வதில்லை; அப்படிக் கூறுவதும் இருப்பதாகக் கொள்வதும் பொய் தான்; அதைத் துணைக்கு அழைப்பது அவனே முன்னுக்குப் பின் முரணாகப் பேசவேண்டிய அவசியத்தை எற்படுத்திவிடுகிறது. கடைசியாகக் குமரிலர் இதைத்தான் கூறுகிறார்.[25] நீ சொல்லும் யோகிகளின் அநுபவமும்- அது காமத்தை அடக்கியும், தியான நிஷ்டை கூடியும் கண்டுணர்ந்தது என்றெல்லாம் நீ அதை உயர்த்தி னாலும் அதுவும் மறுக்கப்படுவதுதான்; ஆகவே உன் பேச்சு உனக்கே முரண்பாடானது.' இதற்கு உரைசாரர், "விழிப்பு நிலை அநுபவங் களையும் பொய்யாக்கும் யோகாநுபவமும் பொய்தான் என்று ஆகிவிட்டது; நீ கூறும் அடைமொழிகளும் சரியில்லை. ஆகவே, அதுதான் சரியான அநுபவம் என்பதையும் உன்னால் நிறுவ முடியாது; ஆகவே நீ கூறும் அறிவு முன்னுக்குப் பின் முரணானதேயாகும்" என்று விளக்குகிறார்.

இவ்வளவு விரிவாக இதை நான் எடுத்துக்காட்டியது ஏனென்றால், அது மிகவும் அதிகமான கவனத்திற்குரியது என்று காட்டத்தான். குமரிலரும், ஏன் மீமாம்ஸகர்கள் எல்லாருமே பொதுவாக யோகம்

ரகசியஞானம் என்ற வசீகர மந்திரம் போன்ற ஒன்றை அறவே மறுக்க முற்படுகின்றனர். இந்தியத் தத்துவவாதிகளில், சூதுவாதில்லாமல் பேசும் நாத்திகர்களைத் தவிர வேறு யாருக்குமே இந்த தைரியம் இல்லை. இதை ஸ்டெர்பாட்ஸ்கி (Stcherbatsky) குறிப்பிடுகிறார்.[25] "ஐரோப்பிய மனம் எப்போதுமே எல்லாம் இணைந்தே ரகசியவாதம்-அதாவது நமக்கெல்லாம் புரியாத ஏதோ ஒரு விளங்காத விஷயம்-என்பதற்கு ஆட்படாமல் இருந்ததில்லை. அதேபோல் இந்திய மனமும் அதற்கு அவசியமான வகையில் ஆட்பட்டுத்தான் இருந்தது என்று சொல்வதற்கில்லை. பல நாத்திகக் கோட்பாடுகளும் அப்படி ஆட்படாமல் இருந்தன. தவிரவும் மிகவும் வைதீகப் பற்றுள்ள மீமாம்ஸகர்கள் யோகம் பற்றி நினைத்ததும், ரகசிய வாதத்தைச் சேர்ந்தவர்களல்லாத நாமெல்லாம் நினைப்பதும் போன்றதுதான். அதாவது, யோகம் என்பது அப்பட்டமான கற்பனைதான். மற்ற பொதுவான மத வெறியும் கொள்கை வெறியும் போன்றதுதான்." மற்றொன்றும் இங்கு சொல்ல வேண்டும். பழைய தத்துவவாதிகளில் மிகவும் தீவிரமான பகுத்தறிவுவாதிகளாகும் கௌதமரும் வாத்ஸ்யா யனரும் யோகத்தையும், யோகப் பயிற்சியையும் குறைத்துக் கூறத் தைரியம் கொள்ளவில்லை. அவர்களுடைய நூல்களே - அவை இன்று கிடைக்கும் வடிவத்தில் இப்படித்தான் நினைக்கவைக்கின்றன. நியாய சூத்திரத்தில்[27] பல, யோகத்தின் பயனையும் ஆற்றலையும் எடுத்துக் கூறி, அதனால் மிக மேலான அநுபவங்களைப் பெறலாம் என்றும் காட்டுகின்றன.

ஆனாலும் கௌதமரும் யோகத்தில் உறுதியான நம்பிக்கையுடைய வரே என்று அவசரப்பட்டுக்கொண்டு முடிவு செய்வதற்கு முன் சற்று யோசிக்க வேண்டியிருக்கிறது; யோகம் பற்றிக் கூறும் சூத்திரங்களையும் மற்ற சில சூழ்நிலை தரும் சான்றுகளையும் கவனிக்காமல் விட்டுவிடுவதற்கில்லை. இந்த வகையில் உள்ள சூத்திரங்கள் மொத்தமே ஆறுதான். நூலில் உள்ள சூத்திரங்களின் எண்ணிக்கை மிக அதிகம். ஐநூற்றுப்பன்னிரண்டு. அதைக் கொண்டு பார்த்தால் ஆறு என்பது மிகவும் குறைவானது. இந்த ஆறும் அவரே செய்தவைதான் என்று கொண்டாலும்கூட மேம்போக்காகவும் அதிக ஆர்வமில்லாமலும்தான் யோகத்தை கவனித்திருக்கிறார் என்றே தீர்மானிக்க வேண்டியிருக்கிறது. ஆனால் இவை கூறப்பட்ட இடங்களை - சந்தர்ப்பங்களைப் பார்க்கும்போது, அந்த மேம்போக்கான கவனம்கூட ஒரு தனிப்பட்ட நிலையில்தான் தென்படுகின்றன. கௌதமருடைய முக்கியமான நோக்கத்தையேகூட நிறைவேற்ற முடியாமற் போகுமளவுக்கு அவை தனிப்பட்டிருக்கின்றன. அவருடைய நோக்கம் தத்துவ முறையில்

கூறப்படும் கருத்து முதல்வாதத்தை மறுப்பதும் ஒழிப்பதுமானதுதான். அது இல்லையென்றால் நூல் முழுதுமே வீணாகும். மேலும் கருத்துமுதல் வாதத்தை மறுக்கும் பகுதிக்கு அடுத்த பகுதியில் இந்தச் சூத்திரங்களால் அவர் யோகத்தைப் பற்றிக் கூறுவது இடம் பெறுகிறது. தம் நூலில் குமரிலர் இதைக் கூறும் அதே சந்தர்ப்பம்தான் நியாய சூத்திரத்தில் இவை கூறப்படும் சந்தர்ப்பமுமாக அமைகிறது. அதற்குக் காரணமும் உண்டு. உபநிஷத்துக் காலம் தொடங்கியே சில கருத்துமுதல்வாதிகள் தம் கொள்கையை யோகம், சமாதி போன்றவற்றால் வரும் யோகாநுபவத்தின் பலத்தில் சரியானதே என்று காட்டும் மனப்பாங்கு இருந்துவருகிறது. கௌதமருக்கும் அது தெரியும் என்றுதான் நம்ப வேண்டியிருக்கிறது. எப்படியானாலும் அவரைப் போன்ற முழுப் பகுத்தறிவுவாதியான ஒருவர் யோகமென்ற ரகசிய வாதத்தை நிறுவ வாதம் செய்வதென்பது மிகவும் அசாதாரணமான விநோதம்தான். இந்த ஆறு சூத்திரங்களும் சொல்லும்-பரவசமாக்கும்-தன்னிலை மறக்கும் ஜன்னி போன்ற நிலையை வளர்க்குமதியான நிஷ்டை, அவருடைய தத்துவம் வற்புறுத்துவதற்கு அந்நியமானது-விரோதமானது என்பது மட்டுமில்லை. அதனால் வெறுக்கப் படுவதும்கூட. இந்த ஆறும் இல்லாமல் இருந்தால்தான் நியாய சூத்திர நூல் முழுதும் உள்ளார்ந்த பொருத்த நிறைவு உடையதாகும்.

ஆகவே, தற்காலத்து அறிஞர் சிலர் கூறுவதை முற்றிலுமாக மறுக்கவும் முடியவில்லை. இவை பின்னால் நூலில் ஒட்டி வைத்தவை என்பதுதான் அது. இது, நூலின் பொருத்தத்திற்கு ஏற்றதுமாகும். எஸ்.என். தாஸ்குப்தா கூறுகிறார்.[28] (நியாய சூத்திரத்தில்) யோக முறைகளுக்காக வாதாடுவதும் முற்றிலும் அந்நியமானதாகவே தோன்றுகிறது. இது வைசேஷிக நூலில் இல்லை. இது இந்த நூலின் பொதுவான மனப்போக்குக்கும் ஒத்துவரவில்லை. ஜப்பானிய மரபுப்படி Mirok (மைத்ரேயர்) இவற்றைச் சேர்த்தார் என்பதை மஹாமஹோபாத்தியாய ஹரப்பிரஸாத சாஸ்திரி எடுத்துக் காட்டுகிறார். அதுவும் இருக்கக்கூடியதுதான்; இதை ஏற்காமல் நியாய சூத்திரத்தில் அவையும் சேர்ந்தவைதான் என்று ஒப்புக்கொண்டால், இது நியாய சாத்திரத்திற்கேயுரிய பலஹீனங்களில் மிகப் பெரியது என்றுதான் கொள்ளவேண்டும். மிகவும் பழைமையான ஆசாரங்களைக் கொண்ட மீமாம்சை சாத்திரமே இதை மீறிச் செல்ல முடிகிறது.[29] ஆனால், இவை உண்மையாகவே நியாய சூத்திரத்தில் உள்ளவை அல்ல. ஒட்ட வைத்தனவே.

5. மாயத் தோற்றமும் நிஜமான தன்மையும்

மீண்டும் நமது தலைமையான சர்ச்சைக்கு - கருத்து முதல்வாதத்தை மறுக்கும் விஷயத்திற்குத் திரும்புவோம்.

கௌதமரும் வாத்ஸ்யாயனரும் பகுத்தறிவைக் காட்டி யோகத்தை மறுக்காமல் விட்டது பெரிய பலஹீனம் என்பது உண்மை. இதனால் கருத்துமுதற் கோட்பாட்டுக்கு எதிரிடையாகச் செய்த முன்னோடியான: செயல்களின் முக்கியத்துவத்தைக் குறைத்து மதிப்பிடுவதும் கூடாது. அவர்கள், கனவு, மாயத்தோற்றம் முதலியவற்றை எப்படி அலசி ஆராய முனைகிறார்கள் என்று பார்ப்போம். கனவு முதலியவற்றில் பார்க்கும் பொருள்களும் விஷயங்களும் பொய்யாவது போலவே, வெளியில் நேரிடையாகக் காண்பனவும் பொய் என்பது அந்தக் கருத்துமுதல்வாதிகளின் முக்கியமான முடிவு. இதைப் பூடகமான நுட்பத்துடன் கௌதமர், பொய்-தவறு என்று மறுக்கிறார். அப்படிச் சொல்வதற்குரிய காரணம்-ஹேது ஏதும் இல்லை என்பது அவர் சூத்திரம்.[30] இந்த முடிவிற்கு ஹேது காரணம் இல்லை என்பதை வாத்ஸ்யாயனர் விளக்குகிறார்: அவர் இதற்கு ஒன்றுக்கு மேற்பட்ட கருத்துகளைக் காட்டுகிறார்.

முதலாவது: கனவின் அநுபவம் 'பொய் என்பது விழிப்பு நிலை அநுபவங்களையும் இல்லையென்று விளக்கித்தான் ஆக வேண்டும் என்று வாதிப்பதில் ஆதாரமான காரணம் ஏதும் இல்லை. கனவு பொய் என்பது ஒப்புக்கொள்ளப்பட்ட செய்தி. அதை நிரூபிக்க ஒரே வழி விழிப்புநிலை தருகின்ற முடிவுதான். ஆகவே, இது உண்மை என்று ஒப்புக்கொள்ள வேண்டும். அது உண்மையாக இருந்தாலன்றி மற்றதைப் பொய்யென்று காட்ட இயலாது. அது உண்மை என்னும் போது, அது காணும் பொருள்களும் விஷயங்களும் உண்மை என்றுதான் ஒப்புக்கொள்ள வேண்டும். அவன் கனவு போன்ற சில உதிரியான பொய்யான அநுபவங்களைப் பற்றியிருப்பதற்குப் பதிலாக, அநுபவங்கள் யாவுமே பொய்யென்று கருதுவதற்கான நிச்சயமான வேறு காரணங்களைக் கூறினால் அவன் கட்சி இன்னும் வலுவுடையதாகும். அப்படி அவனால் காட்ட முடியாது. ஏனென்றால் அப்படி ஒரு காரணமும் கிடையாது; ஆனால் எதிர்த் தரப்புக்கு அப்படியில்லை. விழிப்பின் அநுபவங்கள் உண்மை என்று காட்ட நிச்சயமான காரணங்களைக் காட்டுகிறான். விழிப்பு, கனவின் அநுபவத்தைப் பொய் என்று காட்டும் ஆற்றல் ஒன்றே நிரூபிக்கும். முன்னரும் பின்னரும் பல இடங்களில் வரும் அநுபவம் என்ற இந்தச் சொல்லுக்கு ஒரு சிறு விளக்கம் தர வேண்டும். நாம் காண்கிறோம், கேட்கிறோம், செய்கிறோம் என்பன போன்ற மனித எண்ணமும் உணர்வும் இதன் பொருள். இதை அபிமானம் என்பர்; இதுதான் அஹங்காரம் என்பதன் பொருளும். (தன்னை வைத்து உணர்வது என்பது இதன் பொருள்.) கருத்துமுதல்வாதி கூறுவது: "நான்

இந்தியத் தத்துவ இயலில் நிலைத்திருப்பனவும் அழிந்தனவும் 395

அநுபவம் என்னும் எல்லாமே பொய் என்று கூறுவதற்கான ஆதார ஹேதுக்கள் இல்லாமல் இல்லை. அது ஓர் அநுபவமாக இருப்பதேதான் அந்தக் காரணம். அது ஓர் அநுபவமாய் இருப்பதே-ஓர் உணர்வின் வடிவில் இருப்பதே, அநுபவம் அனைத்தும் பொய் என்று நிரூபிக்கிறது. (அதாவது அப்படி நினைத்துக்கொள்கிறோமே தவிர வேறில்லை என்பது அவன் நிலைப்பாடு) இதை விளக்கக் கனவு போன்றவை பொருத்தமாயிருப்பதால் அவற்றைக் காட்டுகிறேன்." ஆக, அவன் கொண்டு தரும் முடிவின்படி எது அநுபவமாய் இருக்கிறதோ அது பொய் என்பது தெரிந்துவிடுகிறது. எல்லா அநுபவமும் அநுபவம் என்பதாலேயே பொய்யானவை என்பது இனி நியாய வைசேஷிகர்களின் வாதம். அப்படிப் பொதுவாகக் கொண்டுவிடுவது பொருளற்றதாகும். உலகில் எங்குமே உண்மை இல்லை என்று கொள்வோமானால், பொய் என்ற கருத்தே அப்படிப்பட்ட எண்ணமே தன் அர்த்தத்தை இழந்துவிடும்; பொய்யான ஒன்றின் பொய்மையை அறிந்து உறுதிப்படுத்துவதே சாத்தியமில்லாமற் போய்விடும். ஓர் அறிதலை (ஒன்றைப் பற்றிய அறிவை) பொய்-தவறானது என்று தீர்மானிக்க நாம் கையாளும் திட்டமான அளவுள்ள மற்றொன்றில் உண்மை இருக்கிறது. அந்த அளவைக் கொண்டு ஒன்றின் பொய்மையைத் தீர்மானிக்கிறோம். உலகில் எதிலுமே எங்குமே உண்மை இல்லையென்றால், எல்லா அறிவுமே பொய்யாகத்தான் இருக்கவேண்டும் என்று சொன்னால், பொய்யான அறிவு என்ற பேச்சே அர்த்தமற்றுப் போய்விடும். கயிற்றைப் பாம்பாக அறிதல் பொய். ஏனென்றால் அது கயிறு என்ற உண்மையான அறிவு இருக்கிறது. கயிற்றைக் கயிறாகக் காண்பதும் பொய் என்றால், அதைப் பாம்பாகக் கண்டது பொய் என்பதை எப்படி நிச்சயிப்பது? கனவும் இதே வகைதான். அது பொய்யென்று காட்டும் மற்றோர் அறிதல் இருப்பதால்தான் அதைப் பொய் என்கிறோம்; அந்த அறிவு உண்மையென்று ஒப்புக்கொள்கிறோம். ஆகவே, குமரிலர் காட்டும் ஆபத்திலிருந்து மீள கருத்துமுதல்வாதிக்கு வழியே இல்லை. அவர் இந்த விஷயத்தை நியாய வைசேஷிகத்திலிருந்தே எடுத்துக் கொண்டிருப்பார் போலும். விழிப்பு நிலை அநுபவத்தின் உண்மையை ஏற்றுக்கொள்ளாமல் சந்தேகத்திற்கே இடமில்லாமல் பொய்யான அநுபவங்கள் பொய்தான் என்று கொள்வதே சாத்தியமில்லாமற் போய்விடும்.

இரண்டாவது: காரணம் இல்லையென்று சொல்வதற்கு மற்றொரு கருத்தும் உண்டு. அவன் கூறுவது கனவின் அநுபவம் பொய் - அதுவும் அநுபவம் என்ற வகையில்தான் பொய்யாகிறது. ஒட்டுமொத்தமாகவே நிஜமில்லை-நிஜமான உலகத்தில் எங்கும் அது இல்லை என்ற

எண்ணத்தில் கூறுவது. இந்த உண்மைதான் அவனை இவை போன்றவற்றைப் பற்றியே நிற்கவைப்பது. அவனது முக்கியமான நோக்கமோ உலகமும் இல்லை என்று நிரூபிப்பது; இதை விழிப்புநிலை அநுபவம் பொய் என்று அவனாக நினைத்துக்கொண்ட எண்ணத்தால் நிரூபிக்க முடியாது. அதற்கு மற்றொன்றையும் இப்படியே நினைத்துக்கொள்ள வேண்டும். பொய்யான அநுபவத்திற்குட்படும் விஷயம் வெறும் தோற்றத்தைத் தவிர வேறில்லை என்பது அது. இந்த எண்ணம் அவனுடைய மற்ற எண்ணத்தைப் போலவே-அதாவது அநுபவம் எல்லாமே பொய் என்பதைப் போலவே ஆதாரமற்றது.

கனவு பொய் என்பதை எல்லோருமே ஏற்கத்தான் வேண்டும். கனவு யானை கண்முன் இல்லை; அந்த அநுபவம், இல்லாத ஒன்றைக் காணும் அநுபவம்தான்; கருத்துமுதல்வாதி இதை மட்டும் கூற வில்லை; அநுபவத்திற்கான விஷயம்-யானை என்பதே பொய் என்றும் கூறுகிறான். வெளி உலகத்தில் எங்குமே யானை இல்லை என்று வைத்துக்கொள்ள வேண்டுமாம். விழிப்பு நிலையில் யானை இல்லை என்ற உணர்வு அதைப் பற்றிய கண்டுணர்தல் இல்லை என்பதாலேயே நிரூபணமாகிறது என்றும் கூறுகிறான். விழித்தெழுந்ததும் யானையைக் கண்ட அநுபவம் இருப்பதில்லை. இதுதான் கனவு பொய் என்று நிரூபிக்கிறதாம்.

இந்த வாதம் அவனுக்கு ஆபத்தானது என்கிறார் வாத்ஸ்யாயனர்; விழிப்பு நிலையில் எதனுடைய உணர்வும் இல்லை என்பது விஷயத் தின் முழு முற்றான பொய்மையை நிரூபிக்கும் என்றால் விழிப்பில் எதைப் பற்றிய உணர்வாவது இருக்க வேண்டும் என்பதை ஒப்புக் கொள்ள வேண்டும். அது திட்டவட்டமான உண்மையாகவும் இருக்க வேண்டும். இதை வாத்ஸ்யாயனர் குறிக்கும் சொல்முறை பின்வருவது: ஒரு ஹேது (ஆதாரமாகக் கூறும் காரணம்) பலமும் பயனும் உள்ளதாக ஆவதற்கு, அதற்கு எதிரானதற்கு எதிரான மற்றொன்றை நிரூபித்தல் வேண்டும்; அத்தகையதுதான் ஒன்றை நிரூபிப்பதாகக் கருத முடியும் என்பது தர்க்கத்தின் நியதி. "விபர்யயே ஹி ஹேது ஸாமர்த்தியம்" என்பது அந்த வாசகம். 'அ' என்பது 'ஆ'வை நிரூபிப்பதற்கு ஆதாரம் என்று கொள்ள வேண்டுமானால், 'அ' அல்லாதது 'ஆ' அல்லாததை நிரூபிக்கும் சக்தி பெற்றிருப்பது அவசியம். ஆகவே, 'அ' என்பது 'ஆ' என்பதையும் 'ஆ' அல்லாததையும் நிரூபிக்கும் என நினைக்கவே முடியாது என்பது தெரிகிறது. ஒரே ஹேது ஒரு கோட்பாட்டையும் அதற்கு எதிரிடையானதையும் நிரூபிப்பதாக நினைக்க முடியாது. அதற்கு எதிரிடையானது எதிரிடையை நிரூபித்தால்தான், ஒரு ஹேது ஒரு கோட்பாட்டை நிரூபிப்பதாகக் கொள்ள முடியும்.

ஆதலால், விழிப்பு நிலையில் விஷயத்தின் கண்டுணர்தல் இல்லாதது, விஷயம் எதுவுமே இல்லை, யாவும் பொய் என்பதை நிரூபிப்பதாகக் கொண்டால், கண்டுணர்தல் விழிப்பு நிலையில் இருப்பது, விஷயங்கள் நிஜமே என்று நிரூபிப்பதாகத்தான் கொள்ள வேண்டும். விழிப்பு நிலையில் பொருள்களைக் கண்டுணர்தல் இல்லை என்பதும், உண்டு என்பதுமான இரண்டுமே, வித்தியாச மின்றிப் பொருள் இல்லை என்பதையே நிரூபிக்கும் என்று வாதி டுவது நகைப்பிற்கே உரியதாகும். இதற்கு ஓர் உதாரணமும் கூறுகிறார்; ஓர் அறையில் விளக்கு இல்லை. அங்குள்ள பொருள் எதுவும் பிரத்யக்ஷமாகத் தெரியவில்லை. காரணம் விளக்கு இல்லாதது; விளக்குதான் பொருள்களைக் காணச் செய்வது. விளக்கு இருந்தாலும் இல்லாவிட்டாலும் அறையில் ஒரு பொருளும் தெரியவில்லை (அதாவது அங்கு எப்பொருளும் இல்லை). இதில் விளக்கு இல்லை என்பதுதான் பொருள்கள் பிரத்யக்ஷம் ஆகாமலிருக்க உண்மையான காரணம் என்று எப்படிக் கொள்ள முடியும்? உண்மை என்னவென்றால், அறையில் விளக்கு இருப்பதுதான் அங்குள்ள பொருள்களைக் காண்பதற்குக் காரணமாகிறது. இதைக் கொண்டு, விளக்கு இல்லாமையே அங்குள்ள பொருள்களைக் காணாமைக்குக் காரணம் என்று கூறலாம். இங்கே கருத்துமுதல்வாதி கனவில் கண்டுணர்வனவற்றை விழிப்பில் உணர்வதில்லை என்பது அவை இல்லை என்று நிரூபிக்கின்றன என்பதற்கு விழிப்புநிலை விஷயங்களை உண்மையென்று ஒப்புக் கொண்டால்தான் அவன் வாதம் செல்லுபடியாகும். இது அவனுக்குப் பெரிய விபத்தாகும். அவன் கொள்ளும் முக்கியமான முடிவே, விழிப்பில் உணரப்படும் அனைத்துமே நிஜமில்லை என்பது.

இந்த நிலையில் கனவு பொய் என்று நிரூபிக்க ஆதாரமே இல்லை; அப்படியானால் கனவில் காண்பது என்ன? கௌதமர் விடை கூறுகிறார்: "கனவு நினைவைப் போன்றது; நினைவில் பொருள்கள் தோன்றுவதும் கண்டுணர்வதும் இருப்பது போலவேதான்; ஸம்ருதி-நினைவு: ஸங்கல்பம் என்பதும் இப்படிப்பட்டதுதான். இது செய்யலாம்-செய்வேன் என்று ஒன்றை எண்ணுவதும் முடிவு செய்வதும்தான். இதை வாத்ஸ்யாயனர், நினைவில் வருவனவும், ஏற்கனவே கண்டுணர்ந்தவைதான் என்று முடிக்கிறார். இது நமக்கெல்லாம் நன்கு தெரியும்; யானையை நினைத்துக்கொண்டால் எதிரே அது இல்லையென்றாலும் யானையை நாம் பார்த்திருக்கிறோம். ஸங்கல்பமும் நீ ஏற்கனவே பார்த்திருப்பவை பற்றியதுதான்; பிற்காலத்து நியாய வைசேஷிகர் ஸங்கல்பம் என்பது வருங்காலத்தில் ஒன்றை அடையும் ஆசை என்று விளக்குவர். அதிலும் எதிரே

இல்லை; முன்னே கண்டுணர்ந்த ஒன்றுதான்; ஆகவே அதுவும் நிஜம்தான்; வருங்காலத்தில் சோறும் துணியும் பெற விரும்பும் ஒருவன் அவற்றை முன்பே அறிந்திருக்கிறான். கடந்த காலத்தில் உணராத அநுபவங்களை அடைய ஆசைப்படுவதும் இல்லை. ஆகவே, நினைவும் ஸங்கல்பமும் தமக்குரிய பொருள்களை நாம் மனத்தில் எண்ணிக்கொள்ளும்போது, அவை நமக்கு முன்னரே தெரிந்தவைதான்; அவை நினைவில் வருவனவற்றை நிஜமென்று மறுத்துவிடவில்லை. அப்படித்தான் கனவிலும், முன்பு தெரிந்தவற்றைக் காண்கிறோம் என்பதால் கனவுப் பொருள்கள் பொய்யென்று அவை மறுப்பதில்லை; எதிரே பொருள்கள் இல்லை என்பதால் நினைவும் ஸங்கல்பமும் நிஜமான அறிதல் ஆவதில்லை; ஆனால் அவை நமக்கு முன்பே தெரியும்; யானையை அறிந்திருந்தால்தான் கனவில் யானையைக் காண முடியும். கனவில் யானை அறவே பொய்தான்; ஆனால் யானை பொய்யில்லை; அது உலகத்தில் உள்ள ஒன்று; ஏற்கனவே கண்டுணர்ந்தது.

கனவைப் பற்றிய விவரங்களில் நியாய வைசேஷிகர்களுக்கும் குமரிலருக்கும் சில சிறு வேறுபாடுகள் இருந்தபோதிலும் கனவு பொய்யென்பது கனவில் காணும் பொருள்களும், பொய்யென்று காட்டாது என்ற முடிவில் கருத்துமுதற் கோட்பாட்டுக்கு எதிராகவே இருவரும் ஒன்றுபடுகின்றனர். கனவில் வரும் பொருள்களும் நிஜமே. வெவ்வேறு கால தேச வர்த்தமானங்கள் கண்டுணர்ந்தவையே அவை. இதைக் குமரிலர் வற்புறுத்தியே காட்டுகிறார்.[32] 'கனவின் அநுபவத்திலும்கூடப் பொருள்கள் வெளியுலகத்தில் இருப்பனவே என்பது இல்லாமல் இல்லை; எந்த அநுபவத்திலும் வெளியில் உள்ள பொருள்களைப் பற்றியதே அது என்பது இன்றியமையாததாகும். அந்தப் பொருள்களைக் கண்டுணரும் கால தேச வர்த்தமானங்கள் வேறுபடலாம். கனவில் அனுபவிப்பது வெளியுலகில் உள்ள ஒன்றுதான். அது உண்மையில் இந்தப் பிறவியிலோ அல்லது வேறு பிறவியிலோ, எப்போதோ எங்கோ கண்டுணர்ந்ததுதான்.

இதைக் கருத்துமுதல்வாதி மறுத்துரைக்கிறான். இதெல்லாம் பயனற்றவை; கனவில் வரும் அநுபவம் முன்னரே உண்மையில் கண்டுணர்ந்தனவாகவே இருக்க வேண்டுமென்ற அவசியமே இல்லை. மிகவும் விந்தையான-அமானுஷ்யமும் அதிமானுஷ்யமுமான கனவுகளை அநுபவிப்பதும் உண்டு; தன் தலையைத் தானே வெட்டிக் கொள்வது, அதைத் தானே தின்பது, சூரியனைக் கையில் பிடிப்பது, அதை விழுங்குவது என்பன போன்ற கனவுகளும் வருகின்றன.

இந்தியத் தத்துவ இயலில் நிலைத்திருப்பனவும் அழிந்தனவும்

இவையெல்லாம் முன்பே அநுபவித்தவை என்று சொல்ல முடியுமா? இதற்கு எதிர்த்தரப்பினர் என்ன பதில் சொல்ல முடியும் என்று கேட்கிறான்.

பிற்காலத்து நையாயிகர்களான விசுவநாதர் போன்றவர்கள் இதற்கும் விடை கூறுகின்றனர். தன் தலையைத் தானே வெட்டிக் கொள்வது போன்ற கனவின் விஷயங்கள் முழுதுமே சேர்ந்து ஏற்கனவே கண்டுணர்ந்திருக்க முடியாதுதான். ஆனால் முன்னரே தலை தெரியும், வெட்டுதல் தெரியும். இவை இரண்டையும் இணைத்துக் காட்டியதுதான் கனவில் நேர்ந்த பிழை. இப்படிப் பிழையாக இணைப்பதும்கூட தலையும் வெட்டுதலுமான இரண்டையும் முன்பே அறிந்திருப்பதால்தான் சாத்தியமாகிறது.³³

இவ்வளவுக்குப் பிறகும் கருத்துமுதல்வாதி தன் நிலைப்பாடு பாதிக்கப்படவே இல்லை என்று கூறமுடியும். கனவில் கண்ட பொருள்களை ஏற்கனவே தனித்தனியாகவோ சேர்த்தோ கண்டிருத்தல் கூடும். என் கொள்கைக்கு அடிப்படை என்ன? கடந்த காலத்திலோ நிகழ் காலத்திலோ பொருள் கண்டுணர்ந்திருக்கலாம் என்பதல்லவே. இதை நீ கூறுவது எதுவும் மறுக்கவில்லையே. நிஜமாகவே ஒன்றைக் கண்டுணர்வதும், பொருள்கள் நிஜமாகவே உண்டு என்பதை நிரூபிக்காது என்பது என் அடிப்படை. கனவிலும் மாயத் தோற்றத்திலும், பிரமை போன்றவற்றிலும் அது எளிதில் தெரிகிறது. முன்னமேயே ஒன்றை அநுபவித்திருக்கிறோம் என்று நினைத்துக்கொள்வதால் மட்டும் நிஜமாய்விடாது. கனவில் காண்பது போல் அதுவும் பொய்தான். எல்லாவிதமான கண்டுணர்தலும் வெளியே நிஜமான பொருள் இருப்பதாகப் பொய்யாய்க் காட்டுவதால் பொய்யே ஆகிறது. விழிப்பிலும் சரி கனவிலும் சரி இதுதான் நிகழ்கிறது. அநுபவம். வெளியே பொருள் நிஜமாகவே இருக்கிறது என்று சொல்வது எவ்வளவு குழந்தைத்தனமான அற்ப விஷயம் என்று காட்டத்தான் கனவு போன்றவற்றை உதாரணம் தருகிறேன் என்பது கருத்துமுதல் வாதம். இது உன்னையே நீ தோல்வியடையச் செய்துகொள்வதாகவே ஆகும் என்று பதில் கூறுகிறார் வாத்ஸ்யாயனர். கனவில் கண்டுணர்தலுக்கும் விழிப்பில் கண்டு உணர்தலுக்கும் உண்மையில் யாதொரு வேறுபாடும் இல்லையென்பது உன் அடிப்படை. அநுபவம் என்ற வகையில் இரண்டுமே பொய். போலியாக வெளியில் பொருள் இருப்பதாகக் காட்டி ஏமாற்றுவனவே இரண்டும். இதற்கு நீ கூறும் கனவு போன்றவை என்ற ஒரேயொரு உதாரணத்தை மட்டுமே நம்புவது அர்த்தமற்றது. அவற்றிற்குத் தனிச் சிறப்பான தன்மை அவை

பொய் என்பது கண்கூடாகத் தெரிவது ஒன்றேதான், வேறு யாதுமே இல்லை. ஒன்றின் உண்மையைப் பற்றிப் பேசினால்தான், மற்ற தன் பொய் பற்றிப் பேச முடியும். இல்லாவிட்டால் ஒன்றைப் பொய் என்பதே வெறும் பேச்சுதான். சாசுவதமான இருட்டில் ஒன்றை, அது கறுப்பு என்று சொல்வதைவிட இது வேறாகாது? இதை வாத்ஸ்யாயனர் கனவு பற்றிப் பேசும்போது முன்பே கூறியிருக்கிறார். இப்போது வெறும் தோற்றமென்று தெளிவாகவே தெரியும் அநுபவங்களை மீண்டும் ஆராய்கிறார். ஒரு அநுபவத்தையோ அறிந்துகொள்வதையோ மாயம் என்று கொள்ள வேண்டுமென்றால் அதைப் பற்றிக் கூறுவதற்கு அது சார்ந்து நிற்கும் ஒரு சொல் இன்றியமையாததாகும். பின்னால் இதைக் குறிப்பிடப்போகிறார், அதை இங்கே வாத்ஸ்யாயனர் பிரதானம் என்று குறிப்பிடுகிறார்; அதாவது தலைமையானது; மாயமான அறிவு பிரதானமான அறிவைச் சார்ந்துதான் ஏற்பட வேண்டும். ஒருவன், தூணை மனிதன் என்று பிரமையால் அறிந்து கொள்கிறான். இந்தப் பிரமைக்கு பிரதானமாவது, மனிதனை மனிதனாகக் கண்டிருப்பது. மனிதனை நேரில் கண்டிராதவன் தூணில் பிரமையால் மனிதனைக் காண முடியாது. அவனுடைய கட்புலன் தூணின் பொதுவான தன்மைகளைத்தான் காண்கிறது. ஆனால், அது ஒரு மனிதனுக்குரிய தன்மைகளைப் போல் அவனுக்குத் தோன்றுகிறது. இந்தத் தோற்றப் போலி அவன் முடிவைத் தவறாக்கிவிடுகிறது. இது மனிதன் என்று பிரமிக்கிறான். அவனுக்கு எப்படி மனிதனுடைய நினைவு வருகிறது? அவன் மனத்திற்குள் பதிந்திருக்கும் ஏற்கனவே அவன் கண்டுள்ள மனிதனின் நினைவு; தூணை மனிதனாகப் பிரமையால் கண்டுணர்ந்ததற்கு அடிப்படைச் சார்பு, அவன் நிஜமான மனிதனைப் பார்த்திருப்பதுதான். அதுதான் பிரதானம். ஆகவே, பிரதானத்தை உண்டென்று கொள்ளாவிட்டால், பிரமையான எண்ணத்தின் பொய்மையைப் புரிந்துகொள்ளவோ விளக்கிக் கூறவோ முடியாது. ஆகவே, பிரமையான பொய்யறிவு கடைசியில் நிஜமான பிரதான அறிவையே சார்ந்து நிகழ்கிறது. இத்தகைய நிஜமான அறிவை, அது முற்றிலும் பொய், கற்பனையானது என்று பேசுவதற்கு அர்த்தமுண்டா? உண்மையான அறிவு என்பது உலகில் நிஜமாகவே உள்ள பொருளைப் பற்றியது என்று சொல்வதுதான் அர்த்தமுடையது. ஆகவே, பொய்யான அறிவுக்குச் சான்றாவது நிஜமாகவே இருக்கும் ஒன்றுதான். கனவு யானை பொய்யானதுதான். கனவு மலையும் பொய்தான். ஆனால் இதற்குச் சான்றாவன நிஜமான யானையும் மலையும்தான். அவை பற்றிய சரியான அறிவுதான், கனவில் அவற்றைப் பொய்யாகத்தான் காண்கிறோம் என்றாலும் கண்டு உணர்வது போலச் செய்கிறது.

இந்தியத் தத்துவ இயலில் நிலைத்திருப்பனவும் அழிந்தனவும்

தவறான பொய்யறிவு என்பது உண்மையான அறிவால் அகற்றப் படுகிறது. ஆகவே, பொய்யாக அறிந்த பொருள் அறவே நிஜமல்லாதது என்பது நிரூபிக்கப்படுகிறது என்ற எண்ணத்தை அடிப்படையாகக் கொண்டது. உண்மையறிவு புலப்பட்டதும் முன்னால் அறிந்த பொருள் இல்லை என்பது தெரிகிறது என்கிறான் கருத்துமுதல்வாதி, அந்த எண்ணம் உண்மையை முற்றிலுமாகத் திரித்துக் கூறுவதாகும் என்பது கௌதமர், வாத்ஸ்யாயனர் இருவருமே கூறும் கட்சி. இதில் உள்ள உண்மை மிகவும் தெளிவானது. ஓர் அறிவை மற்றோர் அறிவு அகற்றுதல்- பொய்யான அறிவை உண்மையான அறிவு அகற்றுகிறது என்பதுதான்; இதற்கு, உண்மை அறிவு, பொய்யான அறிவுக்குப் புலனான பொருளின் நிஜத்தன்மையையே (பொருள் நிஜமானது என்பதையே) அகற்றி விடுதல் என்று எந்த வகையிலும் அர்த்தமில்லை. பொய்யறிவுதான் அகல்கிறதே தவிர, அதற்குப் புலப்பட்ட-அது கண்டுணர்வதாகக் கொண்ட பொருள் நிஜமாக உள்ளதாகவே இருக்கிறது. தூண் மனிதனாகத் தோன்றிற்று. தூண் என்பது தெரிந்ததும் மனிதன் என்ற பொய்யறிவு அறிவித்துவிடவில்லையே. பொய்யறிவில் தோன்றியவன் தான் மனிதன் (தூண் தூணாகத் தெரிந்துவிடுகிறது அவ்வளவுதான்- மனிதனாய்க் கொண்ட பிரமை நீங்கிவிடுகிறது) என்கிறார் வாத்ஸ்யாயனர்.

இந்த உதாரணம் பொய்யறிவான அனைத்திற்குமே பொருந்தும். ஜால வித்தையில் அவனுடைய தந்திரத்தால் காணும் பொருள் மேகக் கூட்டத்தில் காணும் கோட்டை கொத்தளம், கானலில் காணும் நீர் இவற்றில், அவை இல்லை என்ற உண்மையான அறிவு தோன்றியவுடனே அகல்வது பொய்யான அறிவே தவிர அந்தந்தப் பொருள்களே பொய் என்று அகன்றுவிடுவதில்லை. ஜாலத்தில் கண்ட பொருள், மேகத்தில் கண்ட கோட்டை, கானலில் கண்ட நீர் ஆகிய பொருள்களின் நிஜத் தன்மை அகன்றுவிடுவதில்லை. நிஜத்தில் அவை இருப்பதால்தான் ஜாலம் முதலியவற்றில் அவற்றைக் கண்டது பொய்யாகிறது. அவற்றைப் பற்றிய நிஜமான அறிவு பிரதானம். அதுதான் மாயமாய் அவற்றைக் கண்டதும், பின் அவை பொய் எனத் தீர்மானிக்கவும் செய்கிறது.

இது பற்றி வாத்ஸ்யாயனர் மேலும் இரண்டு அபிப்ராயங்களைக் கூறுகிறார். இப்படி வெறும் மாயத் தோற்றமாகும் அநுபவம், ஏதோ வெறும் தற்செயலாக நேர்வனவும் இல்லை. ஒவ்வொரு மாயத் தோற்றத்துக்கும் குறிப்பிட்டுக் கூறத்தக்க காரணங்களும், நிபந்தனை களும் உண்டு. அவை உண்மையான உலகத்தில் உள்ள நிஜமான காரணிகளாகவும் இருக்கின்றன என்பது ஒன்று; மாயத் தோற்றமான

இத்தகைய அநுபவம் ஒருதனி நபரின் சொந்தமான ஒன்றாகவே நேர்வது; இதை வைத்துக்கொண்டு, பொருள்கள் யாவுமே இல்லாதன-பொய்யானவை என்ற ஆதாரத்தை அமைத்துக்கொள்வதற்குப் போதுமானதில்லை என்பது - மட்டுமில்லை; அதைவிட மிக மிகக் கீழ்ப்பட்டது. ஜாலக்காரன், உன்னை ஏமாற்ற அவனுக்கே உரிய சில முன்னேற்பாடான சாமான்களும் பிறவும் வேண்டும். அந்த சாமான்கள் நிஜமானவை; வானில் மேகங்கள் சேர்ந்து கூட்டமாய் வரும்போது ஒரு சித்திரம் போன்ற அமைப்பு 'நேர்ந்தால்தான் உனக்குக் கோட்டை போல் ஏதோ தெரியும். மேகக் கூட்டம் - சித்திரம் போன்ற அமைப்பு, உனக்கும் வானுக்கும் இடையே உள்ள தூரம் இவ்வளவும் நிஜமாகவே இருக்க வேண்டும். இந்த பொய்க் காட்சிக்கும் கானலில் கண்ணுக்குத் தண்ணீர் போல பொய்த்தோற்றம் எப்படித் தெரிகிறது? சூரியனுடைய கதிர்கள், பூமியின் மேற்பரப்பிலிருந்து எழும் உஷ்ணத்தால் பாதிக்கப்பட்டு, அலையலையாகத் துடிப்பது போன்ற அசைவைப் பெறும்போது, தூரத்திலிருந்து பார்ப்பவனுக்குத்-தண்ணீர் போன்ற பொய்யான மனப் பதிவைத் தருகிறது. இதை வாத்ஸ்யாயனர் தெளிவாகக் கூறும் வாசகம், "சூர்யரச்மிஷு - பௌமேன ஊஷ்மணா ஸம்ஸ்ருஷ்டேஷு ஸ்பந்த மானேஷு உதக புத்தி: வவதி" என்பது. மாயத் தோற்றங்களை விளக்க முடியும்; அதற்கு - அவை உண்மை யுலகில் நிஜமாகவே இருப்பன என்பதையும் மனத்தில் கொள்ள வேண்டும் என்பது தெரிகிறது.[34]

இந்தியக் கருத்துமுதல்வாதிகளின் வியாபாரச் சரக்கே இந்த மாயத் தோற்றக் கதைதான்; வாத்ஸ்யாயனருக்குப் பின்னர் வந்த எதிர்த் தரப்பினரில் முக்கியமானவர்கள் இதையே எடுத்துக்கொள்கின்றனர்-குமரிலர் இதே வாதத்தைத்தான் முன் வைக்கிறார். கருத்துமுதல் வாதிகள் கூறும் இது போன்றவற்றை மறுக்கிறார். இவை, தீவட்டம் போன்ற பிரமை; மேகங்களில் ஊரும் வீடுகளும், கானல் நீர், முயற் கொம்பு என்பவை.[35] ஒரு தீப்பந்தத்தை ஒருவன் மிக்க விரைவாக வட்டமாகச் சுழற்றிக்கொண்டேயிருந்தால் தீ வட்டம் போல் தோன்றுகிறது; மேகத்தில் பொய்த்தோற்றம் முன்னமே கூறியதுதான். கானல் நீருக்கும் முன் சொன்ன விளக்கம் போன்றதேதான். முயற் கொம்பு முளைத்திருப்பது போல் தோன்றுவது, அதன் தலையின் வடிவமைப்பாலும், வேறு விலங்குகளின் கொம்பை நினைப்பதாலும் தான். முயலின் தலை வழுக்கையாயிருப்பதும் இந்தத் தோற்றத்தை விளைவிக்க இடம் உண்டு. பொருளின் சூன்யம் என்பதற்கு முக்கியமான ஆதாரம் (காரணம்) ஓர் இடத்தை எந்தப் பொருளும் வியாபித்து இருக்கவில்லை என்பதுதான். எப்போதுமே இருக்க முடியாதவற்றைச்

இந்தியத் தத்துவ இயலில் நிலைத்திருப்பனவும் அழிந்தனவும்

சொல்லால் குறிக்குமிடத்தில், விரல் நுனியில் நூற்றுக்கணக்கான யானைகள் என்பது போன்ற பேச்சுக்களில், அவை இல்லை என்பதற்கு அவையே! (காரணங்கள்) ஆதாரங்கள் ஆகும்.

மாயத் தோற்றம் உண்டாவதற்கும் அது அகற்றப்படுவதற்கும் விளக்கம் கூற மீண்டும் மீண்டும் உலகத்தில் உள்ள நிஜமான பொருள்களைத்தான் குறிப்பிட வேண்டியிருக்கிறது; அப்படியிருக்க மாயத் தோற்றம் தரும் சாட்சியமே, பௌதீகப் பொருள்மயமான உலகமும் மாயை என்பதை நிரூபிக்கிறது என்று நினைத்துக்கொள்வது-கருத்து முதல் வாதிகள் செய்வது அதுதானே-பெரிய அபத்தமும் அநியாயமும் அன்றோ.

இது அபத்தம்தான் என்பதற்கு மேலும் ஓர் உண்மைச் சான்று தருகிறது. மாயத் தோற்றத்தின் அநுபவம் ஒரு தனி மனிதனின் அநுபவம்தான். ஆனால் உலகமே மாயம் என்ற கொள்கைக்கு அது போதாது. அனைவருக்கும் அத்தகைய அநுபவம் நிகழ வேண்டும் என்பது அதன் முதல் அவசியம். மாயா ஜாலம் செய்பவன் வேடிக்கை பார்ப்பவர்களுக்காகச் செய்து காட்டும் மந்திர வசீகரத்திற்கு அவனே ஆட்பட்டுவிடக்கூடாது. வெறும் மண்ணிலிருந்து தங்கக் காசுகளை உண்டாக்கிக் காட்டுகிறான்; அவற்றை வேடிக்கை பார்க்கிறவர்கள்தான் காண்கிறார்கள். ஜாலக்காரன் காண்பது இல்லை. அவன் காண்பது மண்ணைத்தான். இந்த ஜாலத்திற்குச் சில தங்கக் காசுகளாவது அவசியம் வேண்டும். அவற்றை அவன் தங்கம் என்றுதான் காண்கிறான். மணல்மயமான பூமியின் மேற்பரப்பில் தொலைவான இடத்திலிருந்து ஒருவன் கானல் நீரைக் காண்கிறான்; அந்த இடத்திற்கருகே இருக்கும் ஒருவனுக்கு அந்தக் காட்சி இருப்பதில்லை; ஒருவனுக்கு கயிறு பாம்புபோல் தெரிகிறது; மற்றவனுக்குக் கயிறாகவே தெரிகிறது. இதேபோலத்தான் அனைத்தும். ஒருவனுக்குத் தவறான கண்டு உணர்தலும், மற்றவனுக்குச் சரியான அநுபவமும் ஏற்படுகிறது. உலகம் அனைத்துமே பொய்யான மாயத்தோற்றம் என்று கருத்து முதல்வாதி நினைப்பது போல் என்றால், எல்லா மனிதர்களுமே ஒரேநேரத்தில் இந்த மாயத் தோற்றங்களைக் கண்டுணரும் அநுபவத்தைப் பெற்றிருக்க வேண்டும். (அப்படியில்லை).

6. பொய்த் தோற்றம் அறவே மாயமானதுதானா?

மாயத் தோற்றமென்பதை நிஜத்தன்மை என ஒன்று இல்லாமல் கருத்தில் கொள்வதே முடியாது; பொய்யான மாயத்தின் அநுபவம் உலகம் பொய் என்று நிரூபிக்கவில்லை என்பதோடு, உலகம் உண்டு என்று ஒப்புக்கொள்ளாவிட்டால் அவற்றையே விளக்க முடியாது.

இதுதான் மேலே நடந்த சர்ச்சையின் தொகுப்பும் முடிவுமாகிறது. ஆயினும் மாயம் என்பது இருக்கிறது. அதைக் கோட்பாட்டு முறையில் ஆராய வேண்டியது அவசியமாகிறது. மாயமென்றால் என்ன என்பது முதற் கேள்வி. அல்லது மாயம் மாயமாவதன் சரியான அர்த்தமென்ன? அது எந்த அளவுக்கு மாயமாய்-பொய்யானதாய் இருக்கிறது? அது முழு மொத்தமாகவும் மாயம்தானா? இப்படித்தான் கருத்து முதல்வாதி கூறுகிறான். இது மாயத்தின் இயல்பை மேலோட்டமாகப் புரிந்து கொண்டதான அடிப்படையில் கூறுவதுதான் என்பது கௌதமர் மற்றும் வாத்ஸ்யாயனர் ஆகியோரின் வாதம். அவர்கள் சொல்வது: பொய் மாயமென்று அறியப்படும் விஷயங்கள்கூட முற்று முழுதிலும் மாயமாய் பொய்யாய் இல்லை. இதற்கு அடிப்படையாக அவர்கள் காட்டிய காரணங்களைப் பின்னால் வந்தவர்கள் விரிவாக விளக்கியுள்ளனர்.

சர்ச்சைக்கு வசதியாக வாத்ஸ்யாயனர் மூன்று மாயத்தோற்றங் களின் விஷயத்தை எடுத்துக்கொள்கிறார். அவை, தூணில் மனிதன் என்ற தோற்றம், மிகத் தொலைவில் பறந்துகொண்டிருக்கும் கொடியில் புறாக்கூட்டம் இருப்பது போன்ற தோற்றம், மண் குவியலில் புறா இருப்பது போன்ற தோற்றம் என்பனவே அவை. இவற்றைத் தனித்தனியே யோசிக்கும்போது, மாயத்தின் ஒரு தனிச் சிறப்பு நமக்குத் தெரியாமல் போய்விடும். மூன்றையும் சேர்த்துப் பார்க்கும்போது இவை மூன்றிலும் பொதுவாக உள்ள தன்மையொன்று நமக்குப் புலப்படுகிறது. தூணில்தான் மனிதன் என்ற பிரமை தோன்றுகிறது. ஒரு பறக்கும் கொடியில்தான் புறாக் கூட்டம் தோன்றுகிறது. மண் குவியலில்தான் ஒரு புறா இருப்பது போல் பிரமிக்கிறோம். தூணில் புறாக்கூட்டத்தின் பிரமையோ, மண் குவியலில் மனிதன் என்ற பிரமையோ தோன்றுவதே இல்லை. இதை இன்னும் சொல்லிக் கொண்டே போகலாம். கயிற்றில்தான் பாம்பு என்ற பிரமை பிறக்கிறது; பளிச்சென்று தெரியும் கிளிஞ்சலில் அது பிறப்பதில்லை. வெள்ளியென்ற பிரமை பளிச்சிடும் கிளிஞ்சலில்தான் தோன்றுகிறது; கயிற்றில் அது தோன்றுவதில்லை.

ஆகவே, பொதுவாக நாம் கொள்ளும் மாயத்தோற்றங்களில்கூட ஒரு வகையான தேர்வு, அதாவது இன்னதில் இதுதான் பிரமையாகத் தோன்றும் என்பது இருக்கிறது. தவறாத ஓர் ஒழுங்கு முறையும் இருக்கிறது. இதற்குக் காரணம் யாது? அவற்றில் நேரான ஒரு பலவந்தம் உள்ளது என்பதை எண்ணிப் பார்த்துத்தான் விளக்க முடியும். நாம் எதிலும் எந்த நேரத்திலும் ஒன்றில் மற்றொன்றைக்

இந்தியத் தத்துவ இயலில் நிலைத்திருப்பனவும் அழிந்தனவும்

காணும் பிரமைக்கு ஆளாகும் சுதந்திரம் இல்லை; நம் மனத்திற்கு வெளியே இருக்கும் ஏதோ ஒன்று - நம் உள்ளுணர்வைத் தவிர வேறானது - மாயத் தோற்றம் இப்படித்தான் நேர வேண்டும் என்று ஆணையிடுகிறது. தூண், மனிதன் என்ற பிரமையைத்தான் குறிப்பாக்கி அடைய வேண்டும் என்று தீர்மானிக்கிறது. கொடியில் புறாக் கூட்டம் என்பதும் இப்படியே. நாம் பிரமை கொள்ளத்தான் வேண்டும் என்ற நியதியும் இல்லை. தூணைத் தூணாகவும் கொடியைக் கொடியாகவும் நிச்சயமாகக் காண முடியும். இது சரியான அறிவுதான்; பிரமை இல்லை. ஆகவே, முன் சொன்ன நேரான பொருள் பற்றிய பலவந்தம் யாது? இதைப் புரிந்துகொண்டால்தான் பிரமைகளும் விளங்கும். கருத்து முதல்வாதி. எண்ணிக்கொண்டிருக்கும் கருத்துக்கு ஏதும் விளக்கம் கூறுதல் இயலாது. அவன் உலகமே இல்லை என்கிறான். 'நிஜமாகவே உலகத்தில் இருப்பதாகக் கொள்வனவே நிஜமானவை யல்ல; பொய்; கற்பனை என்கிறான் அவன். அது சரியென்றால், தூணும் கொடியும், மனிதனும் புறாக்களும் எல்லாமே பொய் என்றால், எந்தப் பொருளிலும் எந்த நேரத்திலும் எந்த விதமான பிரமையும் ஏற்படலாமே; அப்படி மனம் போனபோக்கில் பிரமை ஏற்படுவது இல்லை. பிரமைக்கும் நிச்சயமான வரையறைக்குட்பட்ட இயல்பொன்று இருக்கிறது. இந்தப் பிரமை ஏற்படுவதற்குக் காரணம் மாயமோ, பொய்யோ அல்லாத ஏதோ ஒன்றுதான். தூணில் மனிதன் என்ற பிரமை ஏற்படும்போது குறைந்தபட்சமாக ஏதேனும் ஒரு காரணியாவது இருக்கத்தான் வேண்டும். தூண் இருப்பதே அது; தூணாகவே அது தெரிந்தால் அது சரியான அறிவு. அதை மனிதன் என்று அறிவதே அறிவைப் பொய்யாக்குகிறது. இந்தப் பிரமை வெறும் சூன்யத்தில் மிதக்கும் ஒரு சூன்யம் அன்று; அதற்கு நிச்சயமான ஒரு உட்படை - ஒரு பொருளின் அடிப்படை இருக்கிறது; அதுதான்தூண். இந்த அடிப்படை இல்லாவிட்டால் குறிப்பிடக்கூடிய பிரமையும் இருக்காது.

இந்தக் குறிப்பிட்ட அடிப்படை, ஒரு குறிப்பிட்ட பிரமையை ஏற்படுத்துவது எப்படி? தூண் இருக்கும்போதுதான் மனிதன் என்ற குறிப்பிட்ட பிரமையும் ஏற்படுவது ஏன்? தூண் மனிதனைப் போல் (ஓரளவு) இருப்பதுதான் - இந்த நியதிதான் பிரமைகளுக்குக் காரணம். கொடியில் புறாக்கள், கயிற்றில் பாம்பு போன்ற பிரமைகளுக்கு இந்தப் பொதுவாய் ஓரளவுள்ள ஒப்புமைதான் காரணம். இந்தப் பொது ஒப்புமைதான் நம்மை எங்கோ இருப்பதை வேறு எங்கோ காண வைத்துப் பிரமையை ஏற்படுத்துகிறது.

நிஜமான ஒன்றான அதற்கும், வேறெங்கோ இருந்தும் தவறாகக் காணும் மற்றொன்றான ஏதோ ஒன்றுக்கும் இடையே உள்ள

வித்தியாசம்தான், 'மாயத்தின் இயல்பை அறிய வாத்ஸ்யாயனர் கூறும் வகையிலான முடிவுக்கு முக்கியமான ஒன்றாகும். பின்னால் வந்தவர்கள் இன்னும் வெளிப்படையாகவே இதை விளக்குகிறார்கள். பொதுவாக வெறும் தோற்றமே எனக் கொள்வனகூட முற்றிலும் மாயமல்ல என்பது தெரிகிறது. அவற்றில்கூட, உண்மையான பொருளின் சில பொதுத் தன்மைகளின் பிரத்யக்ஷம் இருக்கிறது. தூணின் பொதுவான சில இயல்புகளைக் கண்டாலொழிய அதில் மனிதன் என்ற பிரமை ஏற்பட நியாயமில்லை. இந்தியத் தத்துவத்தில் அந்தக் காரணியை, தத்துவம்-அதாவது இருக்கும் தன்மை, அல்லது 'தர்மீ', அத்தன்மையை உடையது என்று குறிப்பிடுவர். மாயத் தோற்றம் அத்தகைய காரணியைச் சார்ந்தே ஏற்படுகிறது; மேலும் இந்தக் காரணி நிஜமான அறிவை-ஏதோ ஒரு நிஜமான பொருளைப் பற்றிய அறிவையும் சூசனையாகக் காட்டுகிறது. ஆகவே, பொதுவாக மாயத் தோற்றங்களில் உண்மையின் சில ஆதார அடிப்படையின் அம்சம் உண்டு என்று ஒப்புக் கொண்டே ஆகவேண்டும்.

இதை மேலும் ஊர்ஜிதம் செய்வதும் ஒன்று உண்டு. மாயத் தோற்றமான அநுபவத்தைத் திருத்தும் அநுபவத்தின் இயல்பே அது. தோற்றமான அநுபவம் என்ன? 'இது மனிதன்' என்பது. திருத்தும் அநுபவம் என்ன? 'இது தான்' நிஜமாகவே இருக்கும். ஏதோ ஒரு பொருளை அறிந்தது இந்தத் திருத்தத்தால் பாதிக்கப்படவில்லை. திருத்தம் செய்வது என்ன? மனிதன் என்ற அநுபவத்தை மாற்ற, தூண் என்ற அநுபவத்தை அந்த இடத்தில் வைப்பதுதான். அது என்ன பிரமை; (உண்மையில் எது? என்பது திருத்தம்) திருத்தப்படுவது பிரமையான அநுபவத்தின் 'அது' என்பதை மாற்றி 'எது' என்று காட்டுவதுதான். ஆனால், இந்தத் திருத்தம் எந்த வகையிலும் இதை ஏற்படுத்திய அடிப்படையை பாதிப்பதே இல்லை. அந்த அடிப்படையான 'இது' என்பது 'அது' என்பதை நிரூபிக்கிறது. ஆகவே, 'இது' என்ற அநுபவம் வெறும் தோற்றமே இல்லை.

மாயத் தோற்றமான எல்லாமே அப்படித்தான். 'இது பாம்பு' என்பதை 'இது கயிறு' என்ற அநுபவம் திருத்துகிறது. பாம்புக்குப் பதில் கயிறு என்பது தெரிகிறது. ஆனால், முன் பார்த்த கயிற்றின் பொது இயல்புகளை 'இது' என்று கண்டது எந்தவிதமான பாதகமும் இன்றி அப்படியேதான் இருக்கிறது. 'இது' என்று கொண்ட மாயமான அறிவு நிஜமாகவே ஏற்பட்டதுதான். ஆகவே, பொதுவான மாயத் தோற்றத்திலும் உண்மையின் ஓர் ஆதார அம்சம் உண்டு. அதாவது நிஜமாகவே இருக்கும் பொருளின் சில பொது இயல்புகளைக் கண்டுணர்தல் என்பதுதான்.

மாயமே முற்றிலும் மாயமில்லை என்றால், உலகப் பொருள் முழுதுமே மாயம் என்பதை நிரூபிக்க அதற்கு வல்லமை ஏது?

7. மாயம் பற்றிய இந்தியக் கருத்துகள்

இந்தியக் கருத்துமுதல்வாதிகள் தமது கட்சியைப் பெரும்பாலும் மாயை என்ற சான்றைக் காட்டியே பெரும்பாலும் மெய்ப்பிக்க விரும்புகின்றனர். இதற்காக அவர்கள் மாயையை நியாயமாக்கப் பல கருத்துக்களையும் கூறும் நிர்ப்பந்தம் இருக்கிறது. அவர்களில் தலைமையான மூன்று வகைக் கருத்துமுதல்வாதம் இருக்கிறது. (1) சூன்யவாதம், (2) விக்ஞானவாதம், (3) அத்வைத வேதாந்தம் என்பன. அவற்றிற்குத் தனித்தனியே உள்ள கருத்துக்கள் முறையே (1) அஸத்க்யாதி (2) ஆத்மக்யாதி (3) அநிர்வசனிய க்யாதி என்பன. எதிர்தரப்பினரும் இவற்றை மறுக்கும் கருத்துகளைக் கூறுகின்றனர். இந்தியத் தத்துவ சிந்தனை இன்னும் அதிகமாக முதிர்ந்த கால கட்டத்தில் அத்தகைய இரண்டு கருத்துக்கள் முக்கியத்துவம் பெறுகின்றன. (1) அன்யதாக்யாதி அல்லது விபரீத க்யாதி (2) அக்யாதி என்பவை அவை. முன்னது, நியாய வைசேஷிகர்களும் குமரிலரும் கூறியது. பின்னது, மற்றொரு முக்கியமான மீமாம்ஸகரான பிரபாகரர் இதை ஏற்காமல் தானே சொந்தமாகக் கூறியது. (அக்யாதி)

கருத்துமுதல்வாதிகளும் எதிர் தரப்பினருமாகிய இவ்விரு வகையினரும் கூறும் கருத்துகளுமே மாயமாகக் கண்டுணரும் பொருள்களின் - விஷயங்களின் மிகச் சரியான நிலை என்ன என்று நிச்சயிப்பதே; சர்ச்சைக்கு எளிதாகும் வகையில் எல்லோருமே கூறும் ஓர் உதாரணத்தை-அதாவது கயிற்றில் தோன்றும் பாம்பென்ற பிரமையை மட்டுமே கொள்வோம்.

இந்தப் பாம்பின் மிகச் சரியான நிஜத் தன்மையின் நிலை என்ன? சூன்யவாதி கூறும் விடை, அது வெறும் வெறுமைதான் - சூன்யம் தான். வெறும் இல்லாமைதான் - உலகில் நிஜமாக இல்லாமைதான்; வெறும் கட்டுக்கதைதான் என்பது. மாயையைப் பற்றி அவன் சர்ச்சை செய்யும்போது, ஏதோ ஒரு பாம்பு என்றோ, எல்லாப் பாம்பும் என்றோ, பொதுவாகப் பாம்பு என்பதைப் பற்றியோ சர்ச்சை செய்யவில்லை. கயிற்றில் மாயையாக - பிரமையினால் தோன்றும் குறிப்பிட்ட பாம்பைப் பற்றித்தான் பேசுகிறான். அப்படிப்பட்ட ஒரு பாம்பு எங்காவது, எந்தக் கால அளவிலாவது, கடந்த காலத்திலோ நிகழ்காலத்திலோ, வருங் காலத்திலோ இருக்கிறதா? இல்லவே இல்லை. இப்படி இருக்கும் என்ற சாத்தியக்கூறே மிகவும் அபத்தமானது என்கிறார்கள். கயிற்றில் தோன்றும் பாம்பு அறவே - எங்கும், எப்போதும், எந்த வகையிலும்

இல்லாப் பொருள் அது. அது யாதொன்றாகவும் இல்லாதது- வெறும் சூன்யம் என்கிறான். இதைக் குறிக்கும் சொல், 'அத்யந்த-அஸத்' என்பது. அதன் பொருள், அறவே இல்லாதது என்றாகும். அது இருப்பது மாயமான இந்தப் பொய்த் தோற்றத்தில் மட்டுமே. இது தான் - 'அஸத் க்யாதி' அஸத்-இல்லாதது, க்யாதி என்பதற்கு இந்த சந்தர்ப்பத்தைக் கொண்டு, பொய்யான அறிவு. (இல்லாததை இருப்பதாகப் பொய்யாய் அறிதல்) அறவே இல்லாததைப் பொய்யாக அறிதலே மாயம்.

பாம்பு பொய்; பாம்பென்ற பொய்யறிவு தந்த கயிறு இருக்கிறதே, இது நிஜமா? அப்படியும் இருக்கமுடியாது என்கிறான் சூன்யவாதி. உலகத்தில் மற்ற பொருள்களும் இல்லை என்பது போலவே இந்தக் கயிறும் இல்லை என்று காட்டும் வெவ்வேறு தனித்தனிக் கருத்துக்கள் சுதந்திரமாக இருப்பது தவிர, கயிற்றின் நிஜத்தன்மை பற்றிய மற்றொரு பிரச்சனை உள்ளது. கயிறு உண்மை என்று நம்மை நம்பச் செய்வது எது? இதற்குக் கடைசியாய் ஒரே ஒரு விடைதான் உண்டு. நாம் இதை நேரிடையாக அறிந்துகொள்கிறோம்- நேரில் காண்கிறோம்; உணரவும் செய்கிறோம் என்பதுதான் விடை. சூன்யவாதி செய்யும் வாதம் பின்வருவது: இல்லாத பாம்பைக் காணும் உதாரணத்தில் ஏற்கனவே விளக்கப்பட்டது. அறிவுக்குப் புலனாகும் பொருளை நிஜமென்று கொள்வதற்கு நேரிடையாக அறிதல் என்பதை நம்புவதும் சார்வதும் எத்தனை நிச்சயமில்லாத நிலை என்பதை அங்கு கூறிவிட்டேன். பொய் என்று மெய்ப்பிக்கப்பட்ட பாம்புகூட, பிரமையில் நேரில் கண்டு உணரப்பட்டதுதானே? கயிறு நிஜமாகவே இருப்பது என்று கூறுவதற்கான சான்றும் கிடையாது. உலகத்துப் பொருள்கள் யாவுமே நிஜமில்லாதவை என்பதற்கு நாகார்ஜுனரும் அவரைச் சார்ந்தவர்களும் எவ்வளவோ பல ஆதாரங்களைக் காட்டி இருக்கிறார்கள். ஆக சூன்யவாதியின் கொள்கை, "மாயை என்பது இல்லாத ஒன்றில் இல்லாத ஒன்றைக் கண்டுணர்தல்" என்று ஆகிறது. பாம்பும் பொய், கயிறும் பொய். இப்படிச் சொல்வது பொது அறிவுக்கு மிகவும் மாறுபட்டுப் போய்விடுமே என்று சூன்ய வாதி இன்னொன்றைச் சேர்த்துச் சொல்கிறான். பாம்பு, கயிறு இரண்டுமே மொத்தத்தில் நிஜமல்லாதவைதான். ஆயினும் பாம்பு இன்னும் சிறிது அதிகமாகவே நிஜமல்லாதது என்று கொள்வதில் சற்றே அர்த்தமுண்டு. ஏனெனில் கயிறு, அன்றாட வாழ்வின் அநுபவத்தில் பொய்த் தோற்றமில்லை. கயிற்றுக்கு விநோதமான ஒரு நிஜத்தன்மை உண்டு; அது நிஜமாகவே நிஜமல்லாதிருத்தல். விநோதமான ஓர் உண்மை-உண்மையில் பொய்யானது-அவர்கள் கூறும் ஸம்விருதி ஸத்யம் அல்லது வியாவஹாரிக ஸத்யம்.

விக்ஞானவாதி ஓரளவு வெளிவேஷத்திற்காகவாவது சூன்யவாதி கூறுவதற்கு மாறாகவே ஒன்று கூறுகிறான். தான் கூறுவது மிகவும் முக்கியமான பெரிய விஷயம் என்பது போலவும் காட்ட விரும்புகிறான். கயிற்றில் கண்ட பாம்பு அறவே இல்லாதது. 'வெறும் அஸத்' என்று நினைக்கக் கூடாது. ஏனென்றால் இந்தத் தோற்றத்தில் பாம்பு என்ற எண்ணம் இருப்பதை மறுக்க முடியாது. இந்த எண்ணம் நிஜமானது என்றே ஒப்புக்கொள்ள வேண்டும். ஏற்பட்ட அநுபவம் வெறும் சூன்யத்தின் அநுபவம் அன்று. உலகில் இருக்கும் பொருள் என்ற வகையில் பாம்பும் பொய்தான். ஆனாலும், பாம்பு என்ற எண்ணம் அந்த அர்த்தத்தின் வரையறைக்கு உட்படுத்திப் பார்க்கும்போது நிஜமானதுதான். அதாவது, அது மனத்தில் மட்டுமே ஏற்படுவது. அறிகின்றவனின் ஆத்மாவுக்குச் சம்பந்தமுடைய ஒன்று. இது, விக்ஞானவாதத்தில் கூறும் அர்த்தத்தின்படி உள்ளுணர்வின் இடையறாத ஓட்டமாகும். மாயம் என்பதுதான் என்ன? அது, ஆத்மா ஏதோ ஒரு பொருளைக் கொண்ட பொய்யான அறிவுதான். இதுதான் ஆத்ம க்யாதி. 'தனது பொய்யறிவு' என்பது இதன் பொருள். நாம் கயிற்றில் 'பாம்பைக் காணும்போது அது வெறும் எண்ணம்தான் என்பது நமக்கும் தெரியவில்லை. ஆகவே, அது தவறான-பொய்யான அறிவு. உலகத்தில் பாம்பு இருப்பது போலவும், அது கயிற்றில் தெரிவது போலவும் நம்மை ஏமாற்றி நினைக்க வைப்பது அந்தப் பொய்யறிவுதான்.

விக்ஞானவாதி தனது சாத்திரத்திற்கேற்ற ஆதாரக் கருத்தை நியாயப்படுத்திக்கொள்வதற்காகவே இதைக் கூறுகிறான். ஆயினும் அதில் ஒரு சிரமமும் உண்டு. அதாவது, கயிற்றில் கண்ட பாம்பு முற்றிலும் தன் எண்ணமேயாக இருந்தும் (தன் மனத்தில் தோன்றியது) பொய்யாக வெளியே உள்ள பொருள் எனக் கொண்டதுதான். அதே மாதிரிதான் சாதாரணமாகக் கயிற்றைக் கயிறாகக் காண்போம். அநுபவங்கள் எல்லாமே பொய்தான் என்று நமக்கு அவன் சொல்வதற்கான காரணமே இதுதான் என்றும் கூறுகிறான். இதில் எடுத்த எடுப்பிலேயே சிரமம் உள்ளது. கயிற்றில் கண்ட பாம்பும், கயிற்றை கயிறாகக் கண்டதும் இரண்டுமே வெறும் எண்ணமே தவிர வேறில்லை என்றால், அவன் கயிற்றைக் கொண்டே தன் கட்சியை நிரூபிக்கலாமே? அதைத் தடுப்பது எது? அவன் வாதம் செய்யும் முறையில், பாம்பென்ற பிரமைக்கும், கயிறு என்ற பிரத்யக்ஷத்திற்கும் ஓரளவு வித்தியாசம் உண்டு என்பதை மறைமுகமாவது ஒப்புக் கொள்ளத்தானே வேண்டியிருக்கிறது. ஆனால் இதை அவனுடைய சாத்திரமே அநுமதிப்பது சிரமம்.

எப்படி இதைச் சமாளிப்பான்? அநுபவத்தில் உண்மையானது என்று அவர்கள் கதைக்கும் ஸம்விருதி ஸத்யத்தைத்தான் புகலடைய

வேண்டும். கடைசியில் அதுவும் பொய். சூன்யவாதியும் இதைத்தான் சொல்கிறான். சாத்திரம் தரும் தத்துவ விளக்கம் வரும்போது பரமார்த்த ஸத்யம் தெரியும்போது, கயிறும் பொய், பாம்பும் பொய் என்றுதான் ஆகும். எனினும் கயிறு ஒரு தனிச் சிறப்பான வகையில், கடைசியில் பொய்யாகும் உண்மை.

அத்வைத வேதாந்தம் கூறும் மாயம் அநீர்வசனீய-க்யாதி என்பது இன்னதென்று விவரித்துக் கூற முடியாத பொய்யாம் அது. கயிற்றில் பாம்பென்ற பிரமை தோன்றும்போது, நாம் உண்மையாகவே பெறுவது பாம்பின் அநுபவம்தான்; அந்தப் பாம்பின் நிலை என்ன? அது வெறும் 'அஸத்' இல்லாதது என்றும் கொள்ள முடியாது. அஸத் என்பது மலடி மகன் என்பதைப் போன்றது. ஸத்-இருப்பதுதான் என்று கொள்வதும் சரியில்லை; ஞானம் வரும்போது பாம்பு என்பது எங்கும் எப்போதும் இல்லை என்று தெளிகிறான். (உலகமே மாயம்) ஆகவே, அது ஸத்தும் இல்லை அஸத்தும் இல்லை. ஒரு பொருளை இந்த இரு வகையால் குறிப்பதுதான் சாத்தியமான அடிப்படை. 'மாயமாய்த் தோன்றுவது இந்த இரண்டு வகையிலும் அடங்காது; ஆகவே அது அநிர்வசினீய க்யாதி ஆகிறது. விந்தையாகத்தான் அது மாயமாய்க் காட்டப்பட்டு உணரவும் படுகிறது. இப்படிக் காட்டும் மாயத்தந்திரம் எது; அதுதான் அறியாமை (அக்ஞானம்). அதன் பெயர்களே அவித்யை, மாயை என்பன. இந்த அறியாமை நீடிக்கும் வரை மாயமான பொய்யறிவு உண்டு. தத்துவஞானம் ஏற்பட்டு அக்ஞானம் நீங்கியதும், மாயமும் நீங்கிவிடும். ஏதோ ஒரு இனம் புரியாத பூடகமான பாம்பை-அது உள்ளதும் இல்லை; இல்லாததும் இல்லை, அக்ஞானம் தற்காலிகமாக உண்டாக்கிப் பொய்யான மாய அநுபவத்தையும் தருகிறது.

மாயத்தை இப்படி அத்வைதி புரிந்துகொண்டது அவனுக்கு, சுத்தமான ஆத்மாவில்-உலகம் என்ற மூலமான மாயையின் அநுபவம் இருக்கிறது என்ற விளக்கத்திற்கான உதாரணமாகிறது என்பதை முன்னரே பார்த்தோம். இது பற்றிய தெளிவு வேண்டி இங்கு ஒரு கேள்வி எழுப்புவது பயனுடையதாகும். அத்வைதிகள் மாயமாய்த் தோன்றும் பொருளை, 'அநிர்வசினீயம் என்று சொல்லிச் சூன்ய வாதிகள்கூறும் 'அத்யந்த அஸத்' என்பதினின்றும் இது வேறானது என்று கூறுகின்றனர். அப்படியானால் இவர்கள் கூறும் கயிற்றுப் பாம்பு சற்றே அதிகமான நிஜத்தின் சாயையுடையதா-உண்மையின் ஆதாரத்தை சற்றே அதிகமாகக் கொண்டதா? அல்லது முழுப் பொய்தானா? அத்வைதிகள் கருத்துப்படி சூன்யவாதிகள் அத்யந்த அஸத் என்பது அநிர்வசனீயம் என்ற மாயையைவிட மலடி மகன் போல இன்னும்

அதிகமான நிஜமல்லாதது அதிகமான பொய்யானது; ஆனால் பின்னது இன்னும் அதிகமான நிஜம் என்பதன்று இதன் பொருள். இது, உண்மையல்லாதது-நிஜமல்லாதது என்பவற்றின் தரங்களைப் (நுட்பமாகிய அளவுக் குறிகளை) பற்றிய கோட்பாடு. உண்மை, நிஜத் தன்மை என்பதன் தரங்களைப் பற்றியதெனத் தவறாகக் கொள்ளக் கூடாது. இப்படிக் கூறுவது, மாயத் தோற்றமான பொருள் எங்கும் எப்போதும் இல்லை என்று கூறுவதை மாற்றிவிடவில்லை. அடிப்படையில் அதுவும் 'அஸத்' ஆவதுதான். ஏதோ ஒரு மிக நுண்ணிய தர வேறுபாட்டைக் காட்டி, மிகவும் லேசாக அதன் பொய்மையை, அலீதம் - அறவே பொய்யான ஒன்றிலிருந்து வேறுபடுத்திக் காட்டுகின்றனர். இரண்டுமே கற்பிதமானவைதான்; இதில் அஸத் அலீகம் என்பது மிக மிகப் பெரிய பொய்.

இதெல்லாம் புதியனவாகவும், புதிய சொல்லால் குறிப்பனவாகவும் இருப்பினும், யாவுமே சூன்யவாதி சொன்னதிலிருந்து இளைத்த வைதான். இந்த யோசனை இல்லாமல் நமது எந்தக் கருத்து முதற் கோட்பாடும் நிலைக்க முடியாது. உண்மையல்லாதது, நிஜமல்லாதது ஆகியவற்றின் தரங்களைப் பற்றிச் சிந்தித்துக் கூறியவன் சூன்யவாதி தான். கயிற்றில் காணும் பாம்பு, கயிற்றில் காணும் கயிறு என்பதை விட அதிக அளவில் நிஜமில்லாதது. இப்படிச் சொல்வதால் கயிற்றில் காணும் கயிறு, அதில் கண்ட பாம்பைவிட அதிக அளவில் நிஜமானதென்பதும் அர்த்தமாகாது. பாம்பு என்ற பொய்த் தோற்றம், பொதுவாக மாயங்களின் அமைப்பிற்குள் தோன்றிய ஒன்று. இந்தக் கருத்தின் இந்த அம்சம் அத்வைதிக்கு உயிர் போன்றது. இதை அவன் சூன்யவாதியிடமிருந்துதான் கடனாகப் பெற்றான். ஜயந்தபட்டர் மாயை பற்றிய கொள்கைகளைப் பட்டியல் போட்டுக் காட்டியதில், அத்வைதிகளின் கருத்தை முற்றிலுமே கவனிக்காமல் விட்டுவிட்டார். (அதைச் சேர்த்துக்கொள்ளவே இல்லை).[36]

கருத்துமுதற் கோட்பாட்டை எதிர்த்துரைக்கும் பிரபாகரர், அக்யாதி- மாயம் என்ற பொய்யான அறிவே கிடையாது என்று கூறுகிறார்; மாயமான பொய்யான அநுபவம் என்பது ஏது என்று கேட்கிறார் அவர். கயிற்றில் பாம்பைக் காண்பதோ, கிளிஞ்சலில் வெள்ளியைக் காண்பதோ ஒன்றை மட்டுமே பற்றிய ஒன்றாகவே இணைந்த அநுபவம் அன்று; அதைப் பொய்யான தோற்றம் எனக் கூறவும் இயலாது; இதுபோன்ற விஷயங்களில் இரண்டு தனித் தனியான-துண்டு துண்டான அறிதல்கள் உள்ளன என்பதே சரியானது; ஒன்று கண்கூடான காட்சி-பிரத்யக்ஷம்; மற்றொன்று நினைவு - ஞாபகம்

கிளிஞ்சலை வெள்ளி என்று அறியும்போது, முதலில் - நிஜமாகவே இருக்கும் கிளிஞ்சலைக் காண்பது! கிளிஞ்சலைக் கிளிஞ்சலாகவே கண்ட முழு அளவிலான பிரத்யக்ஷம் அன்றுதான். ஆனால் அது கிளிஞ்சலின் பொதுவான சில இயல்புகளைக் கண்டதன் விளைவான அறிவாகவும் உள்ளது. ஆதலால் பிரத்யக்ஷத்தின் சுருக்கமான எல்லைக்கோடுதான் அதில் இருப்பது. அதாவது, இது (ஒரு பொருள்) என்பது மட்டும்தான். பிரத்யக்ஷம் என்று கொள்ளும் அளவிற்கு இது போதாதுதான்; ஆனால் இந்தப் போதாமை, அது நிஜமில்லை என்று ஆகாது; இது என்று தெரிந்துகொண்ட அளவில் அது கிளிஞ்சலின் பொதுவான இயல்புதான்; எல்லைக் கோட்டளவில் சுருக்கமாகக் கண்டாலும் 'இது' இதுதான் என்பது மாறவில்லை. அந்த அளவில் அது சரியான அறிவுதான். இது என்பதன் பொது இயல்புகளைக் கொண்டதுதான். ஒரு பிரத்யக்ஷம் என்ற வகையில் இது சரியான அறிவின் ஒரு பகுதிதான்; இப்பொழுது காணும் கிளிஞ்சலின் இயல்பும் முன்பு எங்கோ எப்போதோ பார்த்த வெள்ளியின் இயல்பும் (வெண்மையும் பளிச்சென்று தெரிவதும்) ஒத்திருப்பதால், கிளிஞ்சலை இது ஒரு பொருள் எனக் காணும்போது வெள்ளியின் நினைவு வருகிறது; இது முன்பு பார்த்த ஒன்றின் நிஜமான நினைவுதான்; ஆகவே அதில் தவறு ஏதுமில்லை.

ஆகவே இரண்டுமே சரியான அறிவுதான்; இரண்டும் நிஜமான உலகத்தில் இருக்கும் நிஜமான பொருள்களையே கண்ட அநுபவம் தான். இந்த அநுபவம் இரண்டும் ஒன்றாகச் சேர்ந்தது; இரண்டும் உண்மையே; இது ஓர் எதிர்மறையான காரணி - அதாவது இதில் இரண்டையும் வெவ்வேறாகக் காணத் தவறியதே அது; இதை இன்னும் குறிப்பாகச் சொல்வதென்றால் - இதில் சரியான பிரத்ய க்ஷத்திற்கும் சரியான ஒப்புமைக்கும் உள்ள வேறுபாட்டைச் சுட்டிக் காட்டக்கூடிய ஒரு மூன்றாவது அறிவு இல்லை. இது இல்லாம லிருப்பதை அத்தகைய ஒன்று இல்லை என்று புரிந்துகொள்ள வேண்டுமே தவிர வேறொன்றும் தேவையில்லை; ஆகவே, பிரமை யைப் பொய்யான அறிவு என்று திட்டவட்டமாகக் கூற முடியாது; பிரத்யக்ஷமும் ஞாபகமும் கலந்து உருகி இணைந்துவிட்டதால் ஏற்பட்டது என்றுகூடக் கொள்வதற்குக்கூட இடமில்லை இதில். நேராகக் கண்ட பிரத்யக்ஷம் அதாகவே இருக்கிறது; ஞாபகமும் ஞாபகமாகவே தான் இருக்கிறது; பிரமை என்ற அநுபவம் மொத்தத்திலும் (கயிற்றுக்கும் பாம்புக்கும் கிளிஞ்சலுக்கும் வெள்ளிக்கும் உள்ளது போன்ற) இரண்டிற்கும் உண்மையாகவே உள்ள வேறுபாடு தெரிந்திருந்தால் எத்தகைய தவறும் இருந்திருக்காது.

இந்தியத் தத்துவ இயலில் நிலைத்திருப்பனவும் அழிந்தனவும் 413

இப்படி விவாதிக்கும் பிரபாகரர் மேலும் கூறுகிறார்: இதை வேறொன்றும் நிரூபிக்கிறது; பிரத்யக்ஷமும் ஞாபகமுமான இது, வெள்ளி என்ற அறிவு திருத்தப்படும்போது (வெள்ளியன்று வெறும் கிளிஞ்சல்தான் என்றிருந்தபோது) தவறான அறிவு நீங்கிவிடுகிறது; அப்போது நிகழ்வதுதான் என்ன? இரண்டிற்கும் உள்ள வேறுபாடு புதிதாகத் தெரிவதுதான். கிளிஞ்சலை அதாகவே காண்பதும், ஒப்புமையால் வெள்ளியின் நினைவுதான் வந்தது என்பதும் தெரிந்து விடுகிறது. கண்டது பிரத்யக்ஷமாகவும், கொண்டது வெள்ளியின் நினைவு என்பதும் தனித்தனியே இருக்கின்றன; ஆகவே சரியான அறிவு வந்து பொய்யான அறிவை நீக்கிற்று என்பதற்கு இடமே இல்லை; இரண்டில் எந்தப் பொருளையும் நிஜமில்லை என்று நிரூபிக்கவும் இடமில்லை; இது என்று கண்ட கிளிஞ்சலும் முன்பு பார்த்த வெள்ளியும் இப்போது நினைவிற்கு வந்தது முன் போலவே உறுதியாகவே உள்ளன. இரண்டிற்குமுள்ள வேறுபாடு தெரிந்ததும் அந்த அறிவு இரண்டின் உண்மையையும் பொய்யாக்குவதுமில்லை. அவற்றிற்குச் சார்புடைய பொருள்களின் நிஜத்தன்மையும் கவர்ந்து விடவில்லை.

மாயை- மாயத் தோற்றம் என்ற அநுபவமே ஒன்றும் கிடையாது. இதை மாயத் தோற்றம் என்றெல்லாம் சொல்லி கருத்துமுதல்வாதி கள் உலகமே மாயம் என்று மெய்ப்பிக்க முயல்வது பயனற்றது.

மாயமான அநுபவத்தை அதன் இரண்டு கூறுகளையும் பிரித்து ஆய்வதன் அவசியத்தையும், பிரமையால் தோன்றும் பொருள்களும் மாயமில்லை என்பதையும் பற்றி பிரபாகரர் கூறியதோடு, முற்றிலும் உடன்பட்டு ஏற்கும் நியாயவைசேஷிகர்கள், மாயமான அநுபவமே உண்மையில் இல்லை என்று அவர் கூறுவதை ஏற்காமல் திடமாக அதை மறுக்கின்றனர். மாயமான அநுபவம் இரண்டு பொருள்கள் இணைந்தாலும், உண்மையானதுதான் என்கிறார்கள். இது அதில் உள்ள பொருள்கள் நிஜமானவை என்பதைப் பாதிக்கவில்லை.

இந்த சர்ச்சையில் அவர்கள் கூறும் முக்கியமானவற்றுள் ஒன்று பின்வருவது. அதாவது மாயத் தோற்றம் பழக்கமான நடைமுறையில் தோற்றுவிக்கும் சாட்சியம்; கயிற்றைப் பாம்பாகப் பிரமிக்கும் ஒருவன் பயந்து ஓடுகிறான்; கிளிஞ்சலை வெள்ளியென்று நினைத்தவன் அதை எடுக்க ஓடுகிறான். இந்தச் செயல்கள் அந்த அநுபவங்கள் அவை உண்மையானவை என்றே காட்டுகின்றன. இல்லாதது மட்டுமே பிரபாகரர் சொன்ன மூன்றாவது அறிவு இதற்குக் காரணம் என்று கூற முடியாது. ஒருவன் தனக்கேற்பட்ட அறிவினாலும் அநுபவத்தினாலும்

தான் செயற்படுகிறான்; ஏற்பட்ட அநுபவத்திற்கு எதிர்மறையானதும், உண்மையில் அங்கு இல்லாததுமான ஓர் அறிவு-அதாவது இரண்டிற்கும் உள்ள வித்தியாசம் தெரியாதது மட்டுமே ஒருவனை பாம்பென்று பயந்து ஓடவும் வெள்ளியென்று விரும்பி அதை எடுக்க ஓடவும் செய்துவிட முடியாது. இதற்குப் பிரபாகரர் மதத்தைச் சார்ந்தவர்கள், 'அறிவு இல்லை என்பதும் ஒருவனைச் செயற்பட வைக்கலாம்' என்று பதில் கூறுவர். ஆனால், இது கருத்துமுதற் கோட்பாட்டை எதிர்ப்பவர்களுக்குச் சரிப்பட்டு வராது; ஏனென்றால் 'அறிவு இல்லை என்பதும்' என்பதற்குப் பொருள் அக்ஞானம் என்பதாகும்; பழக்கவழக்கமான நடைமுறைச் செயல்களுக்கு ஆதாரமே அக்ஞானம் - நடைமுறைச் செயல்கள் பொய் என்று அக்ஞானத்தைக் கொண்டே விளக்கலாம் என்பது கருத்துமுதல்வாதிகளின் செல்லப் பிள்ளை - போன்ற கோட்பாடு.

ஆகவே, நியாய வைசேஷிகர்கள் இதை ஏற்காமல், மாயமான அநுபவமும் உண்மைதான் என்பதை சந்தேகிக்கவே முடியாது என்கின்றனர். இந்தப் பிரமையில் ஒருவன் உண்மையாகவே பாம்பையோ வெள்ளித் துண்டம் ஒன்றையோ பிரத்யக்ஷமாகத்தான் பார்க்கிறான் என்கின்றனர்; ஆனால், சூன்யவாதிக்கெதிராக அத்வைதிகளும் இதைத்தான் சொல்கிறார்கள்; அதாவது, பாம்பும் வெள்ளியும் வெறும் கற்பனையான தோற்றம் என்று கூறித் தள்ளிவிட முடியாது; இவற்றைப் பார்ப்பவன் பிரத்யக்ஷமாகத்தான் பார்க்கிறான்; எப்படியும் இப்படிச் சொல்வது, இரண்டுமே திட்டவட்டமான அநுபவம்தான் என்று நியாய வைசேஷிகர்கள் நிரூபிக்க விரும்புவதை விட இது தொலைவில் தொடர்பில்லாததும் அன்று; இரண்டின் உண்மையான அநுபவத்தையும், இன்னதென்று விளக்க முடியாத வகையில் அப்போதைக்கு உண்டான பாம்பும் வெள்ளியும்தான் என்று விளக்குவது சாத்தியமே என்கிறான் அத்வைதி. இது கண்கூடான அபத்தம்; அநுபவத்தில் பரிசோதித்துப் பார்க்கக்கூடிய - பொருள் வயமான - அதாவது இயற்கைப் பொருளான காரணம் ஏதுமில்லாமல் எதுவும் உண்டாகாது; அப்போதைக்குப் பாம்பும் வெள்ளியும் அத்தகைய காரணம் எதுவுமில்லாமலேயே உண்டாயின என்று சொல்வதற்கு அர்த்தமே கிடையாது. அதற்கு அவன் கூறும் இயற்கையான காரணம் அக்ஞானம். அதாவது அவித்யை தான்; இதுவும் அபத்தம் தான்; அக்ஞானம் இருப்பதற்குச் சான்றில்லை; இது ஒன்று. பொருளுக்கு இயற்கையான காரணம் அடிப்படையாக அதே தன்மையுடையதாகத்தான் இருக்கும். மண்குடத்தை மண்ணால் தான் வனைய முடியும்; பொன்னால் அன்று; (அது பொற்குடமே

இந்தியத் தத்துவ இயலில் நிலைத்திருப்பனவும் அழிந்தனவும்

தவிர மட்குடம் ஆகாது). அறியாமை பாம்புக்கும் வெள்ளிக்கும் உள்ள இயல்பை ஒத்த இயல்புடையது என்பது அறவே பொருந்தாது; இது இரண்டாவது. மூன்றவாது: அப்படியே அதைக் காரணமாகவே பேச்சுக்கு வைத்துக்கொண்டாலும் அதை எந்த வகையிலும் விளக்கவும் இயலாது; அதாவது அக்ஞானம் சில இடங்களில்-இன்னதென்று விளக்க முடியாது என்று நீ கூறும் பாம்பை (கயிற்றில் தான்) உண்டாக்குகிறது; அது அங்கே வெள்ளியை உண்டாக்கவில்லையே; மற்றோர் இடத்தில் (கிளிஞ்சலில்) வெள்ளியைத்தான் உண்டாக்குகிறது. பாம்பை அன்று[37] வெளிப்பார்வைக்குச் சரியானது என்றே தோன்றும் இடத்தில்தான் தொடங்குகிறான்; பிரமையில் பாம்பையும் வெள்ளியையும் உணர்தல் திட்டவட்டமான அநுபவம்தான் என்று தான் ஆரம்பிக்கிறான்; ஆனால் அது நம்மை ரகசியமான விஷயத்தை வைத்து வியாபாரம் செய்யும் சகதியில்தான் கொண்டு சேர்க்கிறது.

இவ்வாறு பிரபாகரரையும் அத்வைதியையும் மறுத்துவிட்டு நியாய வைசேஷிகர்கள் தரும் விளக்கம் பின்வருவது; பிரமை போன்ற அநுபவங்களின் உண்மையை இல்லையென்று கூறுவதை அநு மதிக்கவே முடியாது என்பதைப் போலவே, அந்த அநுபவத்திற் குள்ளாகும் நிஜமான பொருளைக் கழற்றிவிடுவதையும் அநுமதிக்க முடியாது. நாம் கயிற்றில் பாம்பையும், கிளிஞ்சலில் வெள்ளியையும் பிரத்யக்ஷமாகத்தான் காண்கிறோம். ஆனால், இது பாம்பும் வெள்ளியும் வெறும் மாயமே அவை நிஜமில்லை என்று பொருள் படாது; கயிறும், கிளிஞ்சலும் போல இவையும் மாயமில்லை; பொய்யுமில்லை என்கிறார்கள்.

நியாய வைசேஷிகர்கள் மாயத் தோற்றங்களில் பொருள்கள் வேறு படத் தோன்றுவதற்கு ஒரு வகை நிர்ப்பந்தம் இருப்பதாகக் கூறுவதை முன்னரே பார்த்தோம். கயிற்றில்தான் பாம்பு தோன்றுகிறது; கிளிஞ்சலில்தான் வெள்ளி தோன்றுகிறது. மாறித் தோன்றுவதில்லை; இதனால் என்ன தெரிகிறது? கண்முன்னே ஏதோ ஒரு பொருள் இருக்கிறது; அது, தன் குறிப்பிட்ட தனி வகையான வடிவத்தைக் கொண்டு, பொய்யான தோற்றத்தை, இது இப்படித்தான் தோன்ற வேண்டும் என்று வற்புறுத்துகிறது. பிரமைக்கு ஆளாகிறவர்கள் மற்றொன்றாகத் தெரிவதையும் முழுதாக - போதுமானதாகத் தெரிந்து கொள்வதில்லை. அப்போது, வடிவம் பற்றிய சுமாரான அளவில், 'இது' என்றுதான் அறிகின்றனர்.

இது ஒரு பொருள் என்று அறியும் வகையில் அது பிரத்யக்ஷமானது தான்; அவ்வளவு போதுமானதில்லைதான்; ஆனால், அதில் பொய்யான

மாயம் என்பது ஏதுமில்லை; பிரமை என்பது ஒன்றை வேறொன்றாக-உண்மையில் அங்கு இல்லாத ஒன்றாகக் காண்பதில்தான் இருக்கிறது. அவர்கள் மிகவும் வலிமையாகச் சாதிக்க விரும்புவது என்னவென்றால், கண்ணெதிரே அது இல்லை என்பதால் அது எங்குமே எப்போதுமே இல்லாதது என்பது தவறு என்பதே; அதை எங்கோ எப்போதோ நாம் பார்த்துத்தான் இருக்கிறோம். பாம்பையே கண்டறியாத ஒருவன், கயிற்றில் பாம்பைக் காண முடியாது; பாம்பும் நிஜமான பொருள்தான்; ஆகவே, மாயத் தோற்றமான பிரமை - எங்கோ எப்போதோ இருப்பதை-அது இல்லாத இடத்தில் காட்டும் ஒரு தவறான அறிவு - (பொய்யானது) இது, "அன்யதாக்யாதி" அல்லது "விபரீதக்யாதி" எனப்படும். ஒன்றை வேறொன்றாகக் காணும் பொய்யான அறிவு என்பது அவற்றின் பொருள்.

இந்தக் கோட்பாட்டினால் ஏற்படும் முக்கியமான பிரச்சனையைக் கவனிப்பது அவசியம். எங்கோ இருக்கும் பாம்பும் கடையில் இருக்கும் வெள்ளியும் வெறும் கயிற்றிலும் கிளிஞ்சலிலும் நிஜமாகத் தோன்றிப் பிரமை ஏற்படுத்துவது எப்படி? இதில் உண்மையான பிரத்யக்ஷ அநுபவமே ஏற்படுகிறதே; (பிரத்யக்ஷம் நேரில் கண், காது போன்ற புலன்கள் அவ்வவற்றிற்குரிய பொருளோடு தொடர்பு கொண்டால்தான் ஏற்படும்) எங்கோ உள்ளதை இப்போது இந்தக் குறிப்பிட்ட பிரமையில் பிரத்யக்ஷமாகக் காணவில்லையே; பின் எப்படி இது ஏற்படுகிறது?

நியாய வைசேஷிகர்கள் - சிறப்பாக அந்தச் சாத்திரத்தைச் சார்ந்த பிற்காலத்தவர்கள், அதற்கு மனத் தத்துவ வகையில் ஒரு விளக்கம் தர முயல்கின்றனர். கயிறு நெளிந்து கிடக்கும்போது, நெளிந்து சுருண்டு கிடக்கும் பாம்பின் நினைவை உண்டாக்குகிறது. பாம்பு, முன்பு எங்கோ கண்டது. இந்தப் பழைய அறிவு கண்ணுக்கு அந்தப் பழைய பிரத்யக்ஷம் போலவே பாம்புடன் தொடர்பு ஏற்படுத்துகிறது. இது அசாதாரணமான இணைப்புதான். சாதாரணமானவற்றில் எதிரே இருக்கும் பொருளுடன் புலன் தொடர்பு பெறுவதுதான் நிகழும். (இந்த்ரிய அர்த்த மனஸ் ஸத்நிகர்ஷ ஞானம் பிரத்யக்ஷம் என்பர். அதாவது, புலனும் பொருளும், மனமும் ஸம்பந்தப்படுவதால் பிறக்கும் அறிவே பிரத்யக்ஷம் என்பர்.) பிரமையில் நிகழ்வதை "ஞான லக்ஷண ஸந்நிகரிவம்" அதாவது, (முன்பு கண்ட) அறிவான ஒன்றுக்கும் எதிரே உள்ள பொருளுக்கும் ஏற்படும் தொடர்பு என்பர். இது, நேர்த் தொடர்புக்கும் நினைவில் வரும் தொடர்புக்குமான இடைநிலையான தொடர்பு. இதுபோன்ற அனுபவமும் அதைச் சொல்லால் குறிப்பதுமான வழக்கமும் இருக்கிறது. சந்தனக்

கட்டை மணப்பது போல் தெரிகிறது. பனிக்கட்டி குளிர்ச்சியாய் இருப்பதுபோல் தெரிகிறது என்றெல்லாம் சொல்கிறோம். இவற்றுள் கண் காண்பது சந்தனக் கட்டையும், பனிக்கட்டியும்தான். மணமும் குளிர்ச்சியும் நமக்குத் தெரிந்த உணர்வுகள். கண்ணால் பார்க்கும் போதே அவையும்கூடத் தோன்றுவது ஓர் அசாதாரணமான தொடர்பு.

குமரிலர் இதை ஏற்கிறார். ஆயினும் இன்னும் எளிதாக இந்தப் பிரச்சனையைக் கவனிக்கிறார். மாயம் அவருக்கு நேரிடையான பிரத்யக்ஷ விஷயம் அன்று. பிரத்யக்ஷமும் நினைவும் தவறாக இணைந்த விஷயம் என்கிறார் அவர். உண்மையில் கண்ட பொருளும் நிஜம்தான்; பிரமையால் பார்த்ததும் நிஜம்தான். இரண்டும் வெளியுலகில் உண்மையாகவே இருப்பனதான். பிரமையால் தோன்றியதை பொய்யென்று நிரூபிக்க வேண்டியதே இல்லை. ஒன்று நேரில் காண்பது, மற்றது நினைவு.

இது எளிதுதான் என்றாலும் நியாய வைசேஷிகர்கள் இதை ஏற்ப தில்லை. இது மாயத்தின் விஷயங்கள் அனைத்தையும் விளக்கப் போதாது. பிரமை திருந்தி நீங்கியதும், "நான் பாம்பைக் கண்டேன், வெள்ளியைக் கண்டேன்" என்றுதான் கூறுகிறோமே தவிர அவற்றை நினைத்துக்கொண்டேன் என்று யாரும் சொல்வதில்லை. பிரமையில் தோன்றியதும் பிரத்யக்ஷமே என்பது அவர்கள் கட்சி. இதை குமரிலர் கவனிக்கவில்லை.

கருத்துமுதற் கோட்பாட்டுக்கு எதிரான, அக்யாதி (பிரபாகரர்} அந்யதாக்யாதி அல்லது விபரீதக்யாதி (நியாய வைசேஷிகர்) என்ற இரண்டு இவை.

இவற்றைப் பற்றி பிற்காலத்தவர் வேறுபட்டு விவாதிப்பர். மாறுபாடு அதனால் இவர்களின் முக்கியமான கருத்துக்களில் இல்லை. கிளிஞ்சலில் வெள்ளியைக் காண்பது போன்ற பிரமை முதலிய பொய்த் தோற்றங்களில் இவ்விரு கொள்கையின்படி, மூன்று காரணிகளைக் கொண்ட கூட்டுணர்வு ஏற்படுகிறது. (1) உண்மையாக நிகழும் ஒரு பொருளின் பிரத்யக்ஷம் (கிளிஞ்சல்). இது ஒரு பொருள் என்ற வெறும் காட்சி. (2) இதன் இயல்புகள் (கொண்ட மற்றொன்றின் நினைவு (வெள்ளி). (3) அந்த நேரத்தில் இவ்விரண்டின் வேறுபாடு தோன்றாமல் இருக்கும் நிலை.

நியாய வைசேஷிகக் கொள்கையிலும் மூன்று உள்ளன. முதல் இரண்டு பிரபாகரர் சொன்னவையே. இவர்கள் மூன்றாவதாகக் கூறுவது, முன்பு கண்ட பொருளையும் பிரத்யக்ஷமாகவேதான்

பிரமையிலும் காண்கிறோம் என்பது. இந்த அபிப்பிராய பேதம் இருந்தாலும், முதல் இரண்டும் இருவருக்கும் உடன்பாடு. இந்த இரண்டும்தான் மிகவும் முக்கியமாக வற்புறுத்தப்படுகின்றன. கிளிஞ்சலும் நிஜம், வெள்ளியும் நிஜம். ஆகவே, கருத்துமுதல்வாதி கூறுவது போல், நிஜமாகவும் நேரிடையிலும் நாம் கண்டு உணர்ந்து அநுபவிக்கும் உலகம் இல்லவே இல்லை; நிஜமானதில்லை என்று மாயத் தோற்றமான அநுபவங்களைக் கொண்டு விளக்குவதற்கு வழியே இல்லை. மாயத் தோற்றத்தின் அநுபவமும் நிஜமில்லாததை அநுபவிப்பதுதான் என்று ஆகவே ஆகாது.

8. நடைமுறைப் பழக்கம்தான் உண்மைக்கான பரிசோதனையும் பிரமாணமும் ஆகும்.

நியாய வைசேஷிகர்களின் மாயம் பற்றிய கருத்திலும் சில சிரமங்கள் உண்டு. ஆனால் இதில் மற்றோர் முக்கியமான அம்சமும் உண்டு. இப்பொழுது நம் காலத்தில் நடக்கும் தத்துவம் பற்றிய சர்ச்சைகளுக்குச் சிறப்பான வகையில் பொருள் சேர்க்கும் வகையில் அவர்கள் அறிவு பற்றிய சில நிலைப்பாடுகளையும் வளர்த்திருக் கிறார்கள்; கருத்துமுதற் கோட்பாட்டை மறுப்பதில் அவர்களுக் கிருக்கும் மிகுந்த ஆர்வமே இதற்குத் தூண்டுதல் தந்தது. இதைச் சுருக்கமாகக் கூறுவதுதான் இந்தப் பகுதியின் தலைப்பு. உண்மையைப் பரிசோதனை செய்வதற்குச் சான்று நடைமுறைப் பழக்கம்தான்.

அறிதல், அறிவு, அதன் தோற்றம், எல்லை பற்றி இன்றும் கார சாரமாக நிகழும் சர்ச்சைக்குப் போகுமுன், நியாய வைசேஷிகர் குறிப்பாக நம் நாட்டு நிலைக்கேற்பக் கூறுவதைத் தெளிவாக அறிய வேண்டும் நாம்.

கருத்துமுதல்வாதிகள் தங்கள் நிலைக்கு எதிராக அடிக்கடி எதிர்த் தரப்பால் ஏற்படும் தொல்லைகளிலிருந்து தப்புவதற்கு ஒரே மாதிரியான தந்திரத்தைத்தான் கையாள்கிறார்கள். பரமார்த்த ஸத்யம் வேறு, வியாவஹாரிக ஸத்யம் வேறு என்று தற்காப்பாகக் கோட்டை கட்டிக் கொண்டுவிடுகிறார்கள். இதனால் தங்கள் தத்துவத்தில் மாயம் பற்றியும், தர்க்கத்தை அறவே வெறுப்பதனாலும் ஏற்படும் கண்கூடான அபத்தங்களிலிருந்து தங்களைக் காப்பாற்றிக்கொண்டுவிட்டதாக நினைக்கிறார்கள்.

கயிற்றில் கண்ட பாம்பும், பாம்பைப் பாம்பாகவே காண்பதும் மாயம்தான்; நிஜமான பாம்பு வியாவஹாரிக ஸத்யம், கடைசியில் அதுவும் மாயம்தான்; தர்க்கமும் பிரமாணங்களும்-சரியான அறிவுக்கு

இந்தியத் தத்துவ இயலில் நிலைத்திருப்பனவும் அழிந்தனவும்

ஆதாரமான பிரத்யக்ஷம் போன்ற நேரிடை அநுபவங்களும் பகுத்தறிவு காட்டும் முடிவும் அவற்றை உண்மையென நம்புதற்குரிய சான்று ஏதும் இல்லை என்றாலும், அவை வியாவஹாரிக ஸத்யம் என்று அவர்களே தர்க்கத்தின் மூலம் மெய்ப்பித்துக்கொள்கிறார்கள். தர்க்கம், தற்காலிகமான வியாவகாரத்திற்குத்தான் பயன்படுமாம். பரமார்த்தத்தில் அல்லவாம். சந்திர கீர்த்தி சொல்வது போல், கருத்துமுதல்வாதிகளுக்குத் தர்க்கமும் அதன் விதிகளும், அவர்களே நம்பிப் பயன்படுத்துவன அல்ல; பொது மக்களை ஏமாற்றுவதற்காகவே மக்கள் நம்புவதைத் தாங்களும் பயன் படுத்துகிறார்கள், அவ்வளவுதான். கருத்து முதல்வாதிகள் உபயோகிக்கும் தர்க்கம் அவர்களுக்கே சான்றாவதில்லை. அந்தப் பிரமாணங்களை நம்புகிறவர்களையும் ஒப்புக்கொள்ளச் செய்வதற்காகவே உபயோகிக் கிறார்கள். அதாவது, பரமார்த்த ஸத்யத்தைப் பார்க்கும்போது இவற்றிற்கு எந்தவிதமான செலாவணியும் இல்லை என்றாலும், நடைமுறைப் பழக்கங்களுக்காக அவற்றை அப்போதைக்குச் செல்லுபடியாவதாகக் கொள்கின்றனர்.

நடைமுறைதான் உண்மைக்குச் சரியான சான்று என்று நியாய வைசேஷிகர்கள் கூறுவது, மேலே சொன்ன கருத்துமுதல்வாதிகளின் பகட்டான ஆடம்பரச் சொற்களும் யுக்தியுமே ஆகின்றன. (இயற்கையன்று; செயற்கை)

பகுத்தறிவை ஏற்காமல் அவர்கள் எப்படித் தங்கள் கருத்தை நிரூ பித்துவிட இயலும்? பிரமாணங்கள் நம்புதற்குரியன அல்ல என்று காட்ட முனைகின்றனரே அது எப்படி? இதை நாகார்ஜுனர் தனது மிகப் புகழ்பெற்ற வாதத்தில் கூறுவதை முன்னரே கூறினோம். ஒரு பிரமாணம் செல்லுபடியாக மற்றொன்றையும் பிரமாணமாகக் கொள்ள வேண்டும். அதை நம்ப மற்றொன்று; இப்படியே போனால் முடிவே இல்லை என்பது அவருடைய வாதம்.

வாத்ஸ்யாயனர் நியாய சூத்திரத்திற்குத் தாம் எழுதிய உரையின் தொடக்கத்திலேயே இதை மிகக் கூர்மையுடன் மறுக்கிறார். இந்த மறுப்பு, நம் தேசத்தில் புலன் அறிவு போன்றவை பற்றிய முடிவுகளுக்கு மிகவும் முக்கியமான நிரூபணம் தருகிறது. மேலும் அந்த மறுப்பு, இரண்டு உண்மைகள் என்பதையும் மறுத்து ஒதுக்கத் துணை செய்கிறது. இதை வாத்ஸ்யாயனர் மிகச் சுருக்கமாகவும், பூடகமாகவும் கூறுகிறார்; ஆகவே, அதை அப்படியே எடுத்துக் காட்டுவதற்கு முன்பாக அதை நாம் விளக்கிக்கொள்வது அவசியமாகிறது.

பிரமாணங்கள் செல்லுபடியாவனவே என்பதன் பொருள் என்ன? பிரமாணங்கள் சரியான அறிவுக்கான ஆதாரங்களே என்று அவற்றைச்

சான்றாகக் கொள்ளும் வண்ணம் பொதுவாக அனைவருக்கும் ஏற்படும் பகுத்தறிவும் அநுபவமும் முதலில் நிறைவேற்ற வேண்டியது என்ன? அறிவுச் சாதனமான ஒன்று, ஏதோ ஒன்றைப் பற்றிய அறிதலை நமக்குத் தர வேண்டும் அல்லது ஒன்றைப் பற்றிய அறிவிப்பைச் செய்ய வேண்டும். ஓர் அறிவிப்பு என்பது ஏதோ ஒன்றைப் பற்றியதாகத்தான் இருக்க வேண்டும். எதைப் பற்றியுமே நமக்குச் செய்தி தராத-நமக்கு அறிவிக்காத-செய்தியோ அறிவித்தலோ உண்டு என்று நினைப்பது அர்த்தமற்றது. இப்படிப்பட்ட ஓர் அறிவிப்புதான் சரியானது; ஆகவே செல்லுபடி ஆகும் ஆதாரமே அது; அது நமக்கு அறிவித்ததும் அந்த அளவில் உண்மையானதுதான்; அறிந்திருத்தல்-அதாவது நமக்கு ஒன்றைப் பற்றித் தெரியும் என்பதற்கு அர்த்தம்தான் என்ன? அது நிச்சயமாக ஏதோ ஒரு பொருளை-உலகில் உள்ள ஒன்றை அறிந்திருக்கிறோம் என்பதுதான். (அறியும் பொருளை வடமொழியில் அர்த்தம் என்பர்.) இப்படி ஒன்றை அறிந்திருத்தல் என்பது அந்த உணர்வு. வெளியே உள்ள ஒரு பொருளின் சரியான பிரதிபலிப்பு அந்த உணர்வுக்கு நேர்த் தொடர்புடைய பொருள் இருக்கிறது என்றால் சரியானதாகிறது; ஆதலால் அறிவுக்குக் கருவி காரணமாகும் ஆதார மான பிரமாணம் என்பது, அதுவும் அறிவும் காட்டிய பொருள் வேறு விதமானதாக இல்லாமல் அதாகவே, அப்படியே இருந்தால்தான் அது செல்லுபடியாவதும் நம்பத்தகுந்ததாகவும் ஆகும். பிரமாணம் நம்பத் தக்கது என்றால் அது, தான் காட்டும் பொருளுடன் தொடர்பு கொண்டதாகவே இருக்கும் என்பது தவிர வேறில்லை. பிரமாண மும் அது தந்த உணர்வும் காட்டிய பொருளும் அதன் இயல்பும் வேறு விதமாக இருந்தால், அத்தகைய பிரமாணம் பொய்யான போலிப் பிரமாணமேயாகும். அதுதான் கயிற்றைப் பாம்பாகக் காட்டுகிறது. மாறாகப் பிரத்யக்ஷமும் அநுபவமும் கயிற்றைக் கயிறாகவும் பாம்பைப் பாம்பாகவும் காட்டினால் அதுதான் சரியான பிரமாணமாகும்.

நமது மரபில், அறிவுக்குச் சாதனமாவது (பிரமாணம்) சரியானது செல்லுபடியாவது என்பதை, 'அர்த்தவத்' என்று குறிப்பார்கள். தான் காட்டிய பொருளுடன் மாறாத வகையில் தொடர்புடையது என்பது இதன் பொருள். ஆகவே, பிரமாணங்கள் நம்பத்தக்க சான்றுகளே என்று நிரூபிப்பது தனக்குத்தானே ஓர் எளிய முடிவுக்கு வந்துவிடுகிறது. பிரமாணம் காட்டும் பொருள் இருக்கிறது என்பதை மெய்ப்பிப்பது சாத்தியமா? அப்படியானால் பிரமாணங்கள் நம்பத்தக்கவை அல்ல என்பதை மறுத்துவிடலாம். இதை மெய்ப்பிப்பது முடியுமா? பிரமாணம் காட்டும் பொருள் இருந்தால் பிரமாணம் சரியானதுதான் என்று சாதிக்கிறார்கள். இதற்கான சான்று, அறிவு பெற்றிருக்கும்

பயனுள்ள செயலில் ஈடுபடும் நிலைதான். நடைமுறை வாழ்வில் அறிவு பயனுள்ள செயல் புரியும் ஆற்றல் பெற்றிருப்பதால் பிரமாணம் சரியென்றே தெரிகிறது. பிரமாணம், தான் காட்டும் பொருளுடன் நிச்சயமான தொடர்பைப் பெற்றுள்ளது நிஜமே. இதைக் காரணம் காட்டிச் சுருக்கமாகவும் பூடகமாகவும் வாத்ஸ்யாயனர் கூறும் வாசகம், "பிரமாணம் அர்த்தவத் பிரவிருத்தி ஸாமர்த்தியாத்" என்பது. வெற்றிகரமாகச் செயல்படுவது 'ஸமர்த்தம்' எனப்படும். அதன் அந்த ஆற்றல், 'ஸாமர்த்தியம்' எனப்படும். பிரவிருத்தி-செயற்படுதல்; அங்க னம் பயனுடன் செயற்படுவதற்கான-செயற்பட வைப்பதற்கான ஆற்றல் இருப்பதால், பிரமாணம், தான் காட்டும் பொருளுடன் நிச்சயமாகவே தொடர்புடையதுதான் என்பது அந்த வாசகத்தின் சொற்பொருள்.

பிரமாணத்தால் பொருளைக் கண்டு உணர்ந்து செயற்படுகிறோம். அதாவது நம்முடைய 'பிரவிருதிதி' செயற்பாடு, 'ஸமர்த்தம்' செயலைச் செய்யும் ஆற்றலுடையது. பிரமாணம் பயனுள்ள நேரிடையாகச் செயற்பட வைப்பது இல்லை. அது பொருளைப் பற்றிய அறிவைத் தருகிறது. அந்தப் பொருள் விரும்பத்தக்கதாகவோ விரும்பத்தகாத தாகவோ இருக்கும். பொருள் தன்னை நாடும் உணர்வைத் தந்தால் அது விரும்பத்தக்கதாகிறது. கூசி ஒதுங்கவைத்தால் விரும்பத்தகாததாக ஆகிறது. ஒன்றை அடைய முயல்வதும் ஒதுக்க முயல்வதும் இதனால்தான். இதுதான் பயனுள்ள செயற்பாடு. இந்த இரண்டு செயற்பாடுகளையும் தராத அறிவும் உணர்வும் நிஜமானவை அல்ல. அவை போலிப் பிரமாணங்கள், இவ்வளவும் ஆரம்பத்தில் தெரிந்துகொள்ள வேண்டியவை. இனி வாத்ஸ்யாயனர் தொடக்கத்தில் செய்யும் தத்துவ அறிக்கையைக் காண்போம். பிரமாணத்தால் அறிவிக்கப் பட்ட பொருளைத் தெரிந்துகொள்ளும்போது, அதன் விளைவாகப் பயனுள்ள செயற்பாடு தோன்றுகிறது. ஆகவே, பிரமாணம் காட்டிய பொருளுடன் நிச்சயமான தொடர்பைப் பெற்றிருக்கிறது. பிரமாணம் இல்லாமல் சரியான முறையில் பொருளைத் தெரிந்துகொள்ள முடியாது. பொருளைச் சரியாகத் தெரிந்துகொள்ளாவிட்டால் பயனுள்ள செயற்பாடும் கிடையாது. பிரமாணத்தால் பொருளை அறிந்துதான் நாம் அவற்றை அடையவோ, வேண்டாமென்று விடவோ செயற்படுகிறோம். நாம் செய்யும் குறிப்பிட்ட முயற்சிதான் (இதை 'ஸமீஹா' என்பர்) அடையும் விருப்பத்தையும் விளக்கும் விருப்பத்தையும் தருகிறது; அதுதான் பிரவிருத்தி - செயற்பாடு. அந்தச் செயற்பாடு பயன்பெறுவதும் (அதன் ஸாமர்த்தியம்) அதன் விளைவுடன் நிச்சயமான தொடர்புடையது. இப்படிச் செயற்படும்

நாம் ஒன்றை விரும்பி அடைகிறோம். ஒன்றை விரும்பாமல் விட்டுவிடுகிறோம். இங்கே பொருள் என்று கொள்வது, இன்பமும் அதற்கான காரணமும், துன்பமும் அதற்கான காரணங்களும் ஆகும். இப்படிப் பிரமாணம் நமக்கு அறிவிக்கும் பொருள்கள் பலப் பல. ஏனென்றால் உயிர்வாழும் ஜீவராசிகள் எண்ணற்றவை.

இத்தனையும் முக்கியமாக ஒரே ஒரு விஷயத்தை மெய்ப்பிக்கக் கூறியவைதான். அறிவும் அதைத் தந்த பிரமாணமும் உண்டு என்று நிலைநாட்டுவதற்கு உறுதியான சான்று இருக்கிறது. நடைமுறை வாழ்வே அந்தச் சான்று. நடைமுறையில் அறிவு பயனுள்ள செயலைச் செய்வித்தால், அதுவும் அதன் ஆதாரமான பிரமாணமும் உண்மையென்றே ஏற்கவேண்டும். இதற்கு மாறாக ஏதேனும் ஒன்றைப் பற்றிய அறிவோ, உணர்வோ பயனுள்ள செயற்பாட்டைத் தராவிட்டால் அவை பொய்; கானலில் நீர் போலத் தெரிவது பொய்; அந்த நீரைக் கொண்டு தாகத்தைத் தணித்துக்கொள்ளமுடியாது. இதை அறிவித்த பிரமாணம் (கட்புலன்) போலி; பிரமாணம் - ஆபாஸம்) மாறாகக் குளத்தில் காணும் நீர் நிஜமான அறிவு; அதை அறிவித்த பிரமாணமும் நிஜமானதே.

சாத்திரங்களில் இது போன்றவற்றைத் தர்க்க ரீதியாகச் சொல்லும் போது, ஓர் அநுமானத்தைத் தீர்மானித்துக் கூறும் வகையில் கூறுவர். நடைமுறைப் பழக்கத்தில் அறிவும் பயனுமுள்ள செயற்பாட்டைத் தருவதிலிருந்து, அந்த அறிவுக்கு ஆதாரமான பிரமாணமும் செய்யத்தக்கதே என்பது அநுமானிக்கப்படுகிறது" என்பதே அது. இதை நாகார்ஜுனருடைய வாதத்தைக் கொண்டு மறுக்கலாம். அந்தப் பிரமாணம் நம்புதற்குரியதாவது எப்படி? இதற்கு மற்றொரு பிரமாணம் வேண்டும். அதை நம்ப மற்றொன்று; இதற்கு எல்லையே இல்லை என்பது அந்த வாதம்.

இதெல்லாம் வெறும் பேச்சு என்கிறார்கள். நியாய வைசேஷிகர்கள் எல்லா அநுமானங்களையும் நம்புவதற்கு இப்படி மற்றொன்று? தேவைப்படுவதில்லை. ஒரு பிரமாணத்தில் சந்தேகம் தோன்றும் போதுதான் இந்தத் தேவை ஏற்படும். சந்தேகத்திற்கே இடம் இல்லாத பலப் பல அநுமானங்கள் இருக்கின்றன. கையெழுத்துப் போடாமல் கடிதம் ஒன்று வந்தால் அதை யாரோதான் எழுதியிருக்க வேண்டும் என்று சந்தேகத்திற்கு அநுமானம் செய்ய இடமே இல்லாமல் முடியும். இந்த அநுமானத்தில் சந்தேகம் கொள்வது அறிவுடைமையன்று; இது போலவே ஓர் அறிவும் பிரமாணமும் சரியானது என்று தெரிகின்ற இடத்திலும் சந்தேகப்படுவது அறியாமை. குளத்தில் இறங்கி

தண்ணீரைப் பருகி வேட்கை தணிந்த பிறகும் இது சரிதானா என்று சந்தேகப்படுவது அறிவுடைமையாகுமா? குளமும், தண்ணீரும் அநுமானத்தால்' அறிந்தவையே; தாகம் தணிவது உண்மை. இவ்வாறு அறிவு பிரமாணம் ஆகிய இரண்டும் பயனுள்ள செயற்பாட்டை உண்டாக்கியதே சான்றாகும். இதை நிரூபிக்க மற்றொரு அறிவா வேண்டும்? சான்றை மற்றொன்றால் மெய்ப்பிக்கும் பிரச்சனையே கிடையாது.

இவ்வாறு விளக்கிக்கூறி ஜயந்தபட்டர் வாத்ஸ்யாயனர் கூறியதை நிலைநாட்டுகிறார்.[38] "ஓர் உணர்வு (அறிதல்) நம்மை ஒரு செயலைச் செய்விக்க முற்படும்போது, இந்த உணர்வு சரியானதுதான் என்ற நிச்சயமான உறுதி இருப்பதில்லை. ஒரு பொருள் நீல நிறமுடையதாக இருக்கிறது என்று உணரும்போது, அது உண்மைதான் என்பதற்கான உறுதியேதுமில்லை. ஆனால், நீலமான பொருளைக் கண்டுணரும் போதுதான் அது நிச்சயம்தான் என்று நமக்குப் புரிகிறது. அது தானாகவே அப்படி உறுதிப்பட்டுவிடுவதில்லை. செயற்பாடு வெற்றியுடன் நடந்தேறும்போது ஏற்படும் விளைவு அது. இதுதான் முன் சொன்ன, 'பிரவிருத்தி ஸாமர்த்தியம்' உணர்வின் உண்மைக்கு உறுதி செய்வது. சார்ந்து நிற்பதாகக் கூறும் இந்தப் பிரவிருத்தி ஸாமர்த்தியம் எது என்று ஓர் வினா எழும். பிரவிருத்தி என்பது குறிப்பிட்ட முயற்சி (ஸமீஹா). ஸாமர்த்தியம் என்பது இந்த முயற்சி நடைமுறையில் வெற்றியும் பயனும் உடையது என்பதை நிரூபிப்பது. பயன் தரும் செயல் வடிவில் விளைவைத் தெரிந்துகொள்வதே பிரவிருத்தி ஸாமர்த்தியம்.

மீண்டும் ஒரு வினா எழும்; பயன் தரும் செயலைத் தெரிந்து கொள்ளும் அறிவு, அதற்கு முன் ஆரம்பத்தில் தோன்றிய-உறுதியாக்கப் படாத அறிவைவிட எந்த விதத்தில் வேறானது? முன்னதை உறுதிப்படுத்த மற்றோர் அறிவு தேவையில்லையா? இப்படியே போனால் அது முடிவே இல்லாத பொல்லாத பிற்போக்குதானே?

இப்படி ஒரு ஆக்ஷேபணையைக் கிளப்பினால் அது, நேரடியான அநுபவத்தின் தீர்ப்புக்கு மாறானது. இசைவும் பொருத்தமும் இல்லாததும் ஆகும். பயனுள்ள செயலைத் தெரிந்துகொள்ள, வேறு விதத்தில் பரிசோதிக்க வேண்டிய அவசியமே இல்லை. ஏனெனில் அதில் சந்தேகப்படவே இடமில்லை. செயலுக்கு முன்னால் எது உறுதிப்படாமல் இருந்ததோ அதில்தான் சந்தேகமும் உண்டு. (தொடர்ந்து பயனுள்ள செயலால் மெய்ப்பிக்கப்படாத பிரமை போன்ற பொய்யான உணர்வைப் பற்றிய வினா இது) அதைப்

பரிசோதிப்பதும் அவசியம். அத்தகைய ஆரம்ப அறிவை செயற்பட வைக்கும்போது, அந்த அறிவு கண்ட பொருள் இல்லாத ஒன்று. கானலில் சூரியனுடைய கதிர்களின் அசைவு காரணமாகத் தண்ணீர் என்ற அறிவு ஏற்படுகிறது. இதனால்தான் செயற்படத் தூண்டும் அறிவு உண்மையானதுதானா என்று சந்தேகப்படுகிறோம். தண்ணீர் நிஜமாகவே இருந்தாலன்றி அதற்கான செயற்பாடும் நிகழ்வதில்லை. இதுபோல் நிஜமாகவே செயற்பாட்டுக்கு உட்படும் உண்மைகளைப் பற்றிச் சந்தேகமே வருவதில்லை. சந்தேகமிருந்தால்தான் ஆய்விற்கு இடமுண்டு. பயனுள்ள வகையில் செயற்பாட்டுக்கு உட்படும் அறிவைப் பற்றி ஆராய வேண்டியதில்லை.

இதை இப்படியும் சொல்லலாம். பயனுள்ள செயற்பாடு கொண்ட அறிவுக்கு ஒரு தனிச் சிறப்பு உண்டு. அந்தச் சிறப்பே அந்த அறிவின் உண்மையை உறுதிப்படுத்துகிறது. அச்சிறப்பு என்ன? தண்ணீரைக் கொண்டு எத்தனையோ காரியங்கள் செய்துகொள்ளலாம். குளிக்கலாம், குடிக்கலாம், துணி துவைக்கலாம், சிறந்தவர்களுக்கு எள்ளும் நீரும் கொடுக்கலாம், கடவுளுக்கு அர்க்கியம் அபிசேஷகம் செய்யலாம், உடல் வெக்கையும் வியர்வையும் தீர்த்துக்கொள்ளலாம். பிரமை போன்ற (கானலில் நீர்) அறிவால் செயற்பட முனைந்தால் அதனால் விளைவது எந்தச் செயலும் இல்லை. நிஜமான நடைமுறை வாழ்க்கையில் இவை பயனுள்ள வகையில் செயல்களுக்கு உதவுவதே இதன் உண்மையையும் உறுதி செய்கிறது.

சரி, இது போன்ற காரியங்கள், குளித்தல், நீர் பருகுதல் போன்றவை, கனவிலும் நிகழ்கின்றனவே? கனவில் குளமேது? நீர் ஏது? விழிப்பு நிலையில், 'நாம் விழித்திருக்கிறோம்; கனவு காண வில்லை' என்ற உள்ளுணர்வு இருக்கிறது. இந்த உணர்வோடு சேர்ந்து குளித்தல் முதலியன நிஜமாகவே தண்ணீர் இருந்தாலன்றி நிகழாது. இவ்வளவும் ஜயந்தபட்டர் கூறியுள்ளவை.

9. கொள்கையும் நடைமுறைப் பழக்கமும்

ஜயந்தபட்டர் கூறியவற்றுள் இறுதியில் சொன்ன விஷயம் முன்பே நாம் கூறியதுதான். கருத்துமுதல்வாதிகள் தங்கள் கட்சிக்கு ஆதரவாகக் கடைசியாகக் காட்டும் சான்று. பிரமை போன்ற பொய் அனுபவங்கள்தான். நியாய வைசேஷிகர்களை மறுக்கும் வகையில் அவர்கள், நடைமுறைப் பழக்கம் ஓர் உணர்வு உண்மைதான் எனக் கொள்வதற்கான சான்று ஆகாது. ஆதலால் நடைமுறையில் நிகழும் பயனுள்ள காரியம் என்று சொல்வது, உலகில் பொருள்கள் இருக்கின்றன என்று கொள்வதை உறுதிப்படுத்தவும் முடியாது.

பொய்யான கனவின் அநுபவமும், நடைமுறை வாழ்க்கையில் காணும் பயனை-விளைவை ஏற்படுத்துவதும் உண்டு என்று வாதம் செய்கின்றனர். கனவில் நிகழும் அநுபவம் அனைத்துமே நடைமுறையில் பரிசோதித்து அறியத்தக்கவையேதான் என்று அதாவது கனவில் வரும் பொருள்களும் விஷயங்களும் வாழ்க்கையைப் போலவே நடைமுறையில் உள்ள விளைவுகளைத் தருவனவே என்றும் சாதித்துவிடவில்லை. பொதுவாக ஏதோ கூறுவது வெறும் அபத்தம். கனவில் காணும் தண்ணீரில் குளிக்க முடியாது. கனவில் பொன்னை நிறையக் காண்பதால் பணக்காரன் ஆகிவிடவும் முடியாது. ஆனால் இப்படிப் பொதுவாகக் கூறுவதை ஆதாரத்துடன் நிறுவவேண்டிய அவசியமும் இல்லை என்பது அவர்கள் எண்ணம். ஆனால், நடைமுறைதான் உண்மையை நிரூபிக்கும் சான்று என்பதற்கு தத்துவ முறையில் அவர்களுக்கு குறைந்தபட்சமான ஓர் உதாரணமாவது வேண்டுமே!

இதை வசுபந்து உணர்ந்து, இந்த வகையான ஒன்றைப் பற்றிக் கூறுகிறார். கனவு போன்ற வெறும் பொய்யான அநுபவத்தில்கூட நடைமுறை வாழ்க்கையில் நிகழ்வது போன்ற விளைவு உண்டு என்று காட்ட முற்படுகிறார். கனவில் நேரும் புணர்ச்சி அநுபவம் - நிஜம் போலவே - துணியை ஈரமாக்கிவிடுவதை எடுத்துக் காட்டுகிறார். பெண்ணும் இல்லை, புணர்ச்சியும் இல்லை. கனவில் வீரியம் நெகிழ்ந்து விடுகிறது; அது நிஜம்தானே.[39] இதை வசுபந்து இடக்கரடக்கலாகக் கூறுகிறார்: "உடம்பு சம்பந்தமான செயல்களுக்கும் நிஜமான பொருள் இருந்தே தீரவேண்டும் என்பதில்லை. உடல்கள் சேராமலேயே புணர்ச்சிக் காரியங்கள் நடப்பது போலவும் அநுபவம் நேர்ந்துவிடுகிறது. இது அதற்கு உதாரணம்."

ஜயந்தபட்டர் அந்தப் பிரச்சனைக்கு சமாதானம் கூறிவிட்டாரா? விழிப்புடன் அறிந்து செய்யும் புணர்ச்சியில் இருக்கும் உணர்வின் தனித் தன்மை கனவில் வேஷ்டி ஈரமாகும் அநுபவத்திலும் உண்டா என்று வசுபந்து போன்ற தத்துவவாதிகளைக் கேட்பது உசிதமில்லை. பாவம் அவர் ஒரு துறவி; ஆனால் அவருக்கும் முன்பு சுபகுப்தர் இதற்கு விடை கூறியிருக்கிறார்.[40] "கனவில் நேரும் காமத்தின் நடத்தை பற்றியவரை, அதில் புணர்ச்சியின் முழு இன்பமும் பெற்றதாக ஆகாது. துணி நனைந்ததால் மட்டுமே புணர்ச்சியின் முழு இன்பத்தையும் பெற்றுவிட முடியுமா என்ன?"

இதெல்லாம் ஃபூயர்பக் (Feurbach)[41] கருத்துமுதல்வாதிக்கு எதிராகக் கூறியதை நினைவு கூர்விக்கிறது. தனக்குள் ஏற்படும் உணர்வை

பொருள் மயமான உலகத்தைப் பற்றிய உணர்வு என்றே கொள்வது, கனவில் நேரும் புணர்ச்சியைக் குழந்தை உண்டாக்குவதாகவே கொள்வதைப் போன்றது." இதை எடுத்துக் காட்டி லெனின் மேலும் கூறுகிறார்.[42]

"இது உசிதமானதும் மரியாதையுள்ளதுமான கூற்று இல்லைதான். ஆனால், புலன் தரும் பிரத்யக்ஷ அறிவு நமக்குப் புறம்பாக உள்ள உண்மை என்று கூறும் தத்துவவாதிகளின் ஜீவநாடியான இடத்தைத் தாக்குவது.

அறிவைப் பற்றிய கோட்பாட்டில் வாழ்க்கையும், நடைமுறையும் தான் முதன்மை பெறுவதாகவும் அடிப்படையாகவும் இருக்க வேண்டும். அத்தகைய கோட்பாடு, மெத்தப் படித்தவர்களின் சாத்திர வாதங்கள் இட்டுக்கட்டித் திரித்து வைத்திருக்கும் கதைகளையெல்லாம் ஒரு புறமாய் ஒதுக்கிவிட்டுப் பொருள்முதல் கோட்பாட்டுக்குக் கொண்டு சேர்க்கும். நடைமுறை தரும் சான்று, விஷயங்கள் இருக்கும் நிலையில், மனிதர்களின் கருத்தை - எண்ணத்தை முற்றிலும் உறுதிப்படுத்துவதாகவோ அல்லது அறவே மறுப்பதாகவோ ஆகவே முடியாது என்பதையும் மறுப்பதற்கில்லை. மனிதர்கள் அறிவதும்- எண்ணுவதும் முற்று முழுதாக ஆகிவிடா வகையில் இந்தச் சான்றும் போதுமான அளவு நிச்சயமில்லாமல்தான் இருக்கிறது என்பதும் ஓரளவு உண்மைதான். ஆனால், பல வகையில் வழங்கும் கருத்து முதற்கோட்பாடு மற்றும், இதுவோ அது என சந்தேகப்படும் கோட்பாடு என்பவற்றிற்கு எதிராகக் குதர்க்கமும், தயக்கமும் இல்லாத போராட்டத்தை நிகழ்த்துவதற்குப் போதுமான அளவு இந்த நடைமுறை வாழ்க்கை தரும் சான்று நிச்சயமாகவே இருக்கிறது. இது மட்டுமே இறுதியானதும் பொருள் வயமானதுமான உண்மை என்றால், இந்த உண்மையை அறிவதற்கான ஒரே வழி விஞ்ஞானமே என்று ஏற்றுக்கொள்ள வேண்டும். விஞ்ஞானமே பொருள்முதல் நோக்கைக் கொண்டிருக்கிறது.

இதுபற்றி லெனின், "அறிவு பற்றிய கோட்பாட்டில் நடைமுறை தரும் சான்று என்ற கட்டுரை முழுதையும் படிப்பது மிக அவசியம். அப்படிப் படிப்பது நமக்கு இந்த நியாய வைசேஷிகர்கள் கருத்துமுதற் கோட்பாட்டிற்கெதிராகச் செய்யும் போராட்டத்தில் அந்தக் கோட்பாட்டை மறுக்கும் வகையில் வளர இருக்கும் அறிவு பற்றிய நிலைப்பாடுகளை அற்புதமாக நன்கறிந்துள்ளனர் என்பதை உணர்த்தும். அவர்கள் சொன்னவற்றுள் விஞ்ஞானத்திற்கும், பொருள்முதற் கோட்பாட்டிற்கும் இடமிருப்பது நன்கு புலப்படுகிறது. அந்தத்

தத்துவவாதிகளின் மேல் அவர்கள் வாழ்ந்த காலத்தில் சாத்தியமான அளவுக்கு மேலானதாக ஒரு புரட்சிகரமான தத்துவ நிலைப்பாட்டை ஏறிட்டுக் கூறும் பிழையைச் செய்துவிடக் கூடாது என்பதற்காக, நாம் நடைமுறைப் பழக்கங்களைப் பற்றி அவர்கள் கொண்டிருந்த பார்வையில் இருந்திருக்கக்கூடிய வரையறையையும் கவனத்தில் கொள்ள வேண்டும். மார்க்ஸ் கூறுவது போல அவர்கள் வாழ்ந்த காலத்தில் புரிந்துகொண்டிருந்த நிலையைக் கொண்டு அதைப் பார்க்க வேண்டும்.

இங்கே ஒரு சிறிய விஷயத்தைக் கவனிப்போம்: முதலில், நடைமுறைப் பழக்கம்தான் உண்மைக்குச் சரியான சான்று என்று ஒப்புக் கொள்வது ஒரு விஷயத்தை அழுத்தமாகக் கூறுவதை அவசியம் ஆக்குகிறது. அது பின்வருவது: இயற்கையுடன் அநுபவபூர்வமான வகையில் இணைந்து பழகும் உடலுழைப்பாளிகள்தான் இயற்கையை நெருங்கி அறிவதற்கு வசதியாக இருக்கிறவர்கள். சமுதாயத்தில் வேறு யாரையும்விட உழைப்பாளிகளே இயற்கைக்கு மிக நெருக்கமானவர்கள். இந்த நெருக்கம், வெறும் கோட்பாடுகளை நுனித்து நுனித்து உரோமத்தைப் பிளப்பது போல் சர்ச்சை செய்பவர்களுக்கு இருக்கவே முடியாது. அப்படியானால் மூளை வேலைக்கும் கோட்பாடுகளைச் சிந்திப்பதற்கும் முக்கியத்துவம் இல்லையா? என்றால் உண்டு. அதுவும் வேண்டியதுதான். ஆனால் உடல் உழைப்பை வெறுத்து, தத்துவச் சிந்தனைக்கு அது உதவாது - பொருந்தாது என்று போலித்தனமாகக் கூறிக்கொண்டு, தாங்கள் கூறும் ஏதோ யுக்திவாதங்களையோ சரியெனச் சாதிக்கும் போக்கைத்தான் மறுத்து ஒதுக்க வேண்டும். ஜாதி அடிப்படையில் அமைந்த வர்ணாச்சிரம சமுதாயத்திற்குள் - உடலால் உழைப்பவர்கள் நசுக்கும் வகையான சமுதாயத்திற்குள் - இப்படி ஒன்றை அழுத்தம் திருத்தமாகச் சொல்வது கடுமையான குற்றச் சாட்டுக்கும் தண்டனைக்கும் உரியதாகிவிடும். அதனால்தான் இவர்கள் நடைமுறையைப் பார்த்த நோக்கிலிருந்து அதற்குத் தொடர்பாக அத்தகைய ஒரு முடிவை எடுத்துரைக்கவில்லை. ஆயினும் இந்தியத் தத்துவவாதிகளுக்குள்ளும் இவர்கள்தான் பலவகைக் கைத்தொழில் களையும் மேற்கொண்டு, செய்திகளையும் எடுத்துக்காட்டி, இயற்கை யுலகைப் புரிந்துகொண்டு அநுபவத்தை வளப்படுத்திக்கொள்பவர்கள்.

மேலே நாம் அழுத்திக் கூறியது-உழைப்பாளிகளைப் பற்றியது-ஆரம்ப காலத்து வேத கவிகளின் உணர்வுக்கு மிக நெருங்கிய ஒன்று. அவர்கள் இயல்பிலேயே அறிவும் செயலும் இணைந்த மிகப்பண்டைய நோக்கத்திற்குக் கட்டுப்பட்டவர்கள். ஆகவே,

உடலுழைப்பை அவர்கள் வெறுப்பதே இல்லை. அதை ஏற்றிப் புகழ்கிறவர்கள். அதுவும் அந்தப் பழைய முறைமையில்தான்.[44] அதை அவர்கள் குழந்தைத்தனமாகத்தான் புரிந்துகொண்டிருந்தனர். ஆயினும், அவர்களுக்கு அந்த மனப்பாங்கு உறுதியானதற்குக் காரணம் என்ன? அது அவர்கள் வாழ்ந்த சமுதாய நிலைதான். அப்போது சமுதாயம் மிகுந்த ஒய்வு நேரம் படைத்த - உழைக்கும் அவசியமில்லாத சிறுபான்மையும், உழைத்துப் பாடுபடும் பெரும்பான்மையுமாக பிளவுபட்டிருக்கவில்லை. அந்தக் காலத்தில் இயற்கையைத் தம் வசமாக்கிக்கொள்ளும் அறிவுநிலை மிகவும் ஆரம்ப நிலையில்தான் இருந்தது. அந்த நிலையில் சமுதாயத்தைச் சேர்ந்த அனைவருமே கூடி உழைத்தால்தான், அந்த பலத்தில்தான் ஆபத்துக்களிலிருந்து தப்பிப் பிழைத்து வாழ முடியும். ஆகவே, அவர்களுக்கு ஞானமும் அறிவும் செயல் புரிய வழி காட்டாத வரையில் பொருளற்றதுதான்.

உற்பத்திக்கான தொழில்நுட்பங்கள் வளர வளர மனித உழைப்பு, உழைப்பவர்கள் தம்மை வாழ வைத்துக்கொள்வதற்குத் தேவைப்படும் அளவுக்கு அதிகமாகவே உற்பத்தி செய்யும் திறமையைப் பெற்றுவிடுகிறது. அந்த நிலையில் பண்டைய வேத காலத்துப் பழங்குடியினரின் அமைப்பு முறைகள் கலைந்து சிதைவது வரலாற்று நியதியாகிறது. இதனுடன் சேர்ந்தே பண்டை அமைப்பான அறிவும் செயலும் (தொழில்) இணைந்து நின்ற அமைப்பு அகன்றுவிடுகிறது. இந்தப் புதிய காலத்தில் மிக்க முதன்மை பெற்ற சிந்தனையாளர்களில் ஒரு பிரிவினரின் அடிப்படை மனப்போக்கு எப்படி மாறியது என்பதை வேதங்களின் இறுதிப் பகுதிகளான நிஷத்துக்கள் சித்திரிப்பதை முன்னரே கண்டோம். இந்தப் புதிய காலத்தில், சிந்தனை செயலிலிருந்து தனியே பிரிந்து ஒதுங்கி, பாக்கியவான்களான ஒரு சிலரின் ஏகபோக உரிமையாக ஆயிற்று; அதன் விளைவுதான் கருத்துமுதல் மனப்பான்மை. இயற்கையுடன் நேரிடையான நெருக்கம் இன்றி, அதனுடன் இணைந்து பழகாமல் ஒதுங்கிவிட்ட நம் நாட்டுத் தத்துவவாதிகளின் உள்ளுணர்வை இந்தக் கருத்துமுதல் மனப்பான்மை மீண்டும் மீண்டும் ஆக்கிரமிக்க முற்பட்டதையும் நாம் தெளிவாகவே கண்டோம். அவர்கள் இயற்கையோடு இணையாமல் ஒதுங்கியே நின்றனர்.

இப்படி வைத்துக்கொண்டு பார்த்தால், நியாய வைசேஷிகர்களுக்கு அப்போதிருந்த அறிவின் அளவுக்கேற்ப அவர்கள் நடைமுறைப் பழக்கத்தைக் கண்டுகொண்டதன் முக்கியத்துவத்தையும் அறிய முடியும்; அறிவு பற்றிய கொள்கையைப் பொறுத்தவரை, நடைமுறைப் பழக்கமே உண்மையை அறிவதற்கான சான்று என்று அவர்கள் கூறியது

மிகவும் முக்கியமானது; இந்தியாவில் கருத்து முதற்கோட்பாட்டை எதிர்த்து நடந்த போராட்டத்தில் இது மிகவும் முக்கியமானதே; ஆனால் அந்தக் காலத்து நிலையில் இது மிகவும் புரட்சிகரமானது என்றுதான் கொள்ள வேண்டும்; கருத்துமுதல் வாதியின் கடைசி அடிப்படை எது? வர்க்கங்களாகப் பிரிந்து இருந்த சமுதாயத்தில் விசேஷ வசதிகள் பெற்ற சிறுபான்மையினரின் புல்லுருவித்தனமான உள்ளுணர்வுதான். அதை முற்றிலுமாகத் தூக்கி எறியவும் அறவே ஒழிக்கவும் வேண்டுமானால் முதலில் சமுதாயத்தின் வர்க்க அமைப்பையே ஒழிக்க வேண்டும். மார்க்ஸூம் ஏங்கெல்ஸூம், மார்க்ஸிஸம் பற்றி எழுதிய முதல் திட்டக் குறிப்பில் அவர்கள் வரலாற்றைப் புதிய முறையில் புரிந்துகொண்டதையும், கருத்துமுதல்வாதம் வரலாற்றுப் போக்கில் அடைய இருக்கும் கதியையும் தெளிவாகவே எடுத்துரைக்கின்றனர். "மார்க்ஸிஸம் நடைமுறையைக் கருத்தைக் கொண்டு விளக்குவதில்லை; ஆனால் கருத்துக்கள் அமைவதை உலக இயற்கையின் பழக்கத்தைக் கொண்டு விளக்குகிறது; ஆகவே அது, உள்ளுணர்வின் வடிவங்களும் அது உண்டாக்குவதுமான அனைத்தையுமே மனத்தைக் கொண்டே விமர்சனம் செய்து முடிவு செய்துவிட முடியாது; இந்தக் கருத்துமுதல்வாத ஆஷாட பூதித்தனத்தைத் தந்த உண்மையான சமுதாய உறவுகளை நடைமுறையால் ஒழிப்பதன் மூலமே தீர்வு காணமுடியும் என்ற முடிவுக்கு வருகிறது. புரட்சிதான் வரலாற்றை இயக்கும் சக்தி; விமர்சனம் அன்று. மதம், தத்துவம் போன்ற மற்ற கோட்பாடுகளையும் தூக்கி எறியப் புரட்சிதான் பயன்படும்." மார்க்ஸ் ஃபய்யூர்பக் பற்றிய ஆய்வுக் கட்டுரையைப் பின்வருமாறு முடிக்கிறார்: "தத்துவவாதிகள் உலகத்தைப் பல வகையிலும் விரித்துரைத்துப் பொருள் செய்கின்றனர். அதை மட்டும்தான் செய்கிறார்கள்; செய்ய வேண்டிய விஷயம் அதுவன்று; உலகத்தை மாற்றுவதுதான் தேவையானது."[45]

இவ்வாறு நடைமுறை வாழ்வின் சான்றை வற்புறுத்துவது எல்லாம், பண்டைக் காலத்தையும் இடைக் காலத்தையும் சேர்ந்த தத்துவ அறிஞர் யாருக்குமே புலனாகாதது; அதாவது இன்று நாம் அதைப் புரிந்துகொள்ளும் முழு அர்த்தத்திலும் அது அவர்களுக்குப் புலனாகாததுதான்; அதாவது, வரலாற்றுரீதியில் அதை அவர்கள் உணர்வது அந்தக் காலத்து நிலையில் அத்தனை முதிர்ச்சிபெறாத ஒன்றுதான். அதன் முழு அர்த்தத்தையும் அவர்கள் கண்டுரைத்திருக்கவும் முடியாதுதான்; கருத்துமுதற் கோட்பாட்டின் சமுதாய மூலத்தை நியாய வைசேஷிகர்கள் தெரிந்திருந்ததாக அவர்கள் குறிப்புக்கூட தரவில்லை; அதனால்தான் கருத்துமுதற் கோட்பாட்டை அறவே ஒழிக்கும் சூழ்நிலை உறுதிப்படும் வகையில்

சமுதாயத்தின் வர்க்க அமைப்பை இறுதியாகப் புரட்சியால் ஒழிப்பது பற்றிப் பேசவே இல்லை; வரலாற்றில் கண்கூடான காரணங்கள் இருப்பதால் நாமும் அவர்கள் அத்தகைய ஒரு நிலை எடுப்பதை எதிர்பார்ப்பதும் நியாயமில்லை.

ஆனாலும் அவர்கள் அறிதல் பற்றிக் கூறியதன் முக்கியத் துவத்தைக் குறைத்து மதிப்பிடுவதற்கில்லை. நடைமுறைதான் உண்மையை அறிவதற்கான சரியான சான்று என அவர்கள் அழுத்திக் கூறியது, அறிதல் பற்றிய வரையில், கருத்துமுதல்வாதிகளின் கடைசிப் புகலிடமான, இரண்டு உண்மைகள் என்னும் கொள்கையை அறவே ஒழிப்பதாகவே ஆயிற்று.

இதை நம் தேசத்துக்குரிய நிலையில் காண்பதற்கு முன், சமீப காலத்து ஐரோப்பியத் தத்துவமும், கருத்துமுதல்வாதிகளும் மறை முகமாக அதை ஏற்பவர்களும், அவர்களது கொள்கைக்கும், நடை முறை தரும் தீர்ப்புக்கும் உள்ள பொருத்தமின்மையை, தத்துவரீதியான அல்லது விஞ்ஞானரீதியான உண்மைக்கும் பாமரத்தனமான உண்மைக்கும் உள்ள வேறுபாட்டைத் தஞ்சமென அடைந்து தவிர்க்கப் பார்க்கிறார்கள்; மற்றும், அறிதல் பற்றிய கொள்கையில் நடைமுறை வாழ்க்கை தரும் சரியான சான்று கருத்துமுதல்வாதிகனின் இந்த தந்திரத்தையும், போலித்தனத்தையும் தோலுரித்துக் காட்டுகிறது என்பதையும் லெனின் கூறுவதை எடுத்துக்காட்டுகிறேன்.[46]

1845ல் மார்க்ஸுும் 1888லும் 1892லும் ஏங்கெல்ஸுும் அறிதல் பற்றி பொருள்முதல்வாதம் கொள்ளும் கருத்தின் அடிப்படையை நடைமுறை வாழ்க்கை தரும் சான்றுகளாகவே கொண்டனர். உள்ளம் எண்ணுவதைப் பற்றி அது நிஜமா நிஜமில்லையா என்ற விவாதத்தை நடைமுறைப் பழக்கத்திலிருந்து தனியே எடுத்து சர்ச்சை செய்வது வெறும் சாத்திரப்படிப்பின் பிரச்சனைதான் என்று மார்க்ஸ், ஃப்யூர்பக் பற்றிய தனது இரண்டாவது ஆய்வுக் கட்டுரையில் சொல்லியிருக்கிறார். கான்ட் (Kant) மற்றும் ஹ்யூம் கூறும் சந்தேக வாதத்தையும், அதாவது இவ்வுலகுக்கு அப்பாலுள்ள எதையும் பற்றி நமக்குத் தெரியாது - அறிய முடியாத பலவும் உண்டு என்று கூறிப் பிரத்யக்ஷ உண்மைகளைச் சந்தேகிக்கும் தத்துவத்தையும் வேறு சில தத்துவம் பற்றிய விசித்திரமான-மனம் போனவாறு கூறுவனவற்றையும் மறுப்பதற்கு மிகவும் சரியான சான்று நடைமுறை வாழ்க்கைதான் என்கிறார் ஏங்கெல்ஸ். "நாம் செயற்படுவதும், அது பயனும் வெற்றியும் பெறுவதும், நாம் கண்கூடாகப் புலனறிவால் பிரத்யக்ஷமாக உணரும் விஷயங்களின் பொருள்வயமான-நேரான இயல்புடன் நமது

பிரத்யக்ஷம் இணைந்து பொருந்துவதை மெய்ப்பிக்கிறது" என்று எதையும் நம்பாத சந்தேகவாதிகளுக்கு அவர் பதில் கூறுகிறார்.

எர்னட்ஸ்மேச் (Ernstmach) நடைமுறை வாழ்வு தரும் சான்றைப் பற்றி செய்யும் சர்ச்சையுடன் இதை ஒப்பிடுங்கள். "தோற்றம், மாயம் என்பவை பற்றிப் பொதுவாக நினைப்பதும், கூறுவதும் அவற்றை நிஜமான தன்மையுடன் ஒப்பிட்டு வேறுபடுத்துவதுமாகவேதான் இருக்கிறது. நம் முன்னர், வெற்றிடத்தில் ஒரு பென்சிலை கையில் பிடித்துக் காட்டும்போது அது நேராகத் (கோணல் மாணல் இன்றி) தெரிகிறது. அதையே சற்று சாய்த்தவாக்கில் தண்ணீரில் மூழ்க வைத்துப் பார்க்கும்போது, கோணலாகவும் சற்றே உருக்குலைந்தும் இருப்பது போல் தெரிகிறது. அப்போது நாம் "பென்சில் கோணலாக இருப்பதுபோல் தோன்றுகிறது" என்கிறோம். ஆனால் நிஜத்தில் அது நேரானதுதான். ஓர் உண்மையை நிஜம் என்றும் மற்றதை வெறும் தோற்றமென்றும் குறைத்துக் கூறும் உரிமையைத் தருவது எது? வழக்கம் இல்லாத விஷயங்களில்கூட - நமக்கு வழக்கமான ஒன்றை எதிர்பார்க்கும் இயல்பான பிழையைச் செய்யும்போது, நாம் எதிர்பார்ப்பது ஏமாற்றுகிறது. அதற்கு உண்மையின் மீது பழிபோடக் கூடாது. இதுபோன்ற விஷயங்களில், தோற்றத்திற்கு அநுபவ முறையில் பொருள் உண்டே தவிர, விஞ்ஞான முறையில் பொருட் சிறப்பு இருக்காது. அதேபோல, இந்த உலகம் நிஜம்தானா அல்லது நாம் அதை வெறும் கனவாகத்தான் காண்கிறோமா என்று அடிக்கடி எழும்பும் கேள்வியில் விஞ்ஞான முறையிலான பொருட் சிறப்பு எந்த வகையிலும் இல்லை. இயற்கைக்கு அடங்காத அதீதமான கனவுகள்கூட மற்றவை போல ஓர் உண்மைதான்" (Analysis of Sensations, pp. *18-19.*)

அதீதமான கனவும் உண்மைதான் என்பது மட்டுமில்லை, அதீத இயற்கைக்கு ஒவ்வாத தத்துவமும் உண்மைதான். எர்னட்ஸ்மேச்சின் தத்துவத்துடன் பரிச்சயம் ஏற்பட்டால் இது பற்றிச் சந்தேகிக்கவே முடியாது. மிகவும் பிற்காலத்து குதர்க்கவாதியான இவர், மனிதர்களிடம் ஏற்படும் விஞ்ஞானப் பிழை, வரலாற்றுப் பிழை, மன தத்துவரீதியிலான பிழை போன்றவற்றைப் பற்றிய கண்டுபிடிப்பான உண்மைகளை எல்லாம் போட்டுக் குழப்புகிறார். ஆவிகளைப் பாயும் பேய் பிசாசு களையும் நம்புவது போன்ற அதீதமான வகையில் மனிதர்கள் காணும் கனவுகளையும் (பொய்களையும்) உண்மைக்கும் இயற்கைக்கும் ஒவ்வாத அதீதங்களுக்கும் உள்ள அறிவு காட்டும் வேறுபாட்டையும் ஒன்றுசேர்த்துக் கொண்டு குழம்புகிறார் அவர்.

இப்படியெல்லாம் கூறுவது, மெத்தப் படித்தவர்கள் ஏட்டுளவில் பேசும் புரட்டுத்தனமான-சரடு திரித்த கருத்துமுதல்வாதம்தான். நமக்கெல்லாம், பொய்த் தோற்றத்தையும் நிஜமானதையும் வேறு படுத்திக் காட்டும் வகையில் நடைமுறைப் பழக்கம் தரும் சான்றை அவர் விஞ்ஞானம், அறிதல் பற்றிய கோட்பாடு என்பவற்றின் எல்லையிலிருந்து அகற்றி எங்கோ கொண்டுபோய்விடுகிறார். அறிதல் பற்றிய பொருள்முதல்வாதிகள் கூறும் கொள்கை மிகச் சரியானது என்று மனிதர்களின் பழக்கவழக்கங்கள் நிரூபிக்கின்றன என்கிறார்கள் மார்க்ஸும் ஏங்கெல்ஸும். அடிப்படைப் பிரச்சனையான அறிவு பற்றிய விஷயத்தை, நடைமுறையின் துணையும் உதவியும் இல்லாமல் முடிவுசெய்ய முயல்வதை அவர்கள் அது வெறும் ஏட்டுக் கல்வியாளரின் பேச்சு, தத்துவத்தை மனம் போன போக்கில் விசித்திரமாகக் கதையளக்கும் பேச்சு என்று கூறினர். அதனால் மேச் பற்றிய வரையில், அவருக்கு நடைமுறைப் பழக்கம் வேறு; அறிவு பற்றிய கொள்கை முற்றிலும் வேறானது. பின்னது முன்னதற்கு இன்றியமையாத நிபந்தனை என்று கொள்ளாமலேயே இரண்டையும் அடுத்தடுத்து பக்கமாகவே வைத்துக்கொள்ளமுடியும். பொருள் முதல்வாதிக்கு, மனிதர்களின் நடைமுறைப் பழக்கத்தின் பயனும் வெற்றியும் நாம் புலன்களால் அறியும் விஷயங்களின் பொருள்வயமான நேரிடையான இயல்புக்கும் எண்ணம், கருத்து ஆகியவற்றுக்கும் உள்ள தொடர்பையும் பொருத்தத்தையும் நிரூபிக்கும் என்று கூறும் ஒரு தத்துவவாதியும் ஸோலிப்சிஸ்ட் (Solipsist) உண்டு. அவனுக்கு தான் (நான்) என்பது உண்டு என்பது ஒன்றே முடிவு. எல்லாம் நானே என்பவன் அவன். இது தன்னையே கொண்டு மற்ற எதையும் இல்லை' யென்று கூறும் ஒருவகைக் கருத்துமுதல்வாதம்தான். அவன் கூறுவான்: "எல்லாவற்றிலும் எனக்கு வேண்டியது வெற்றியும் பயனும்தான். அவை அறிவு பற்றிய கொள்கையைவிடத் தனியானது என்றே கொள்ளவேண்டும். அறிவு பற்றிய கொள்கையின் ஆதார அடிப்படையில் நடைமுறைப் பழக்கம் தரும் சான்றைச் சேர்த்துக் கொள்வோமானால், தவிர்க்கவே முடியாமல் பொருள் வந்தடைவோம் என்கிறார் மார்க்ஸ்; பொருள்முதலாகவே இருக்கட்டும்; முதல்வாதத்தைத் தான் "நடைமுறைப் பழக்கம் கொள்கை என்பது வேறு விஷயம்" என்கிறார் மேச் (Mach). அவர் 'புலனறிவும் உணர்ச்சியும்' பற்றிய தனது நூலில் கூறுகிறார்: 'நடைமுறைப் பழக்கத்தில் நாம் ஒரு செயலைச் செய்யும்போது, தான் என்ற எண்ணமின்றி முடியாது; அதே போல நாம் ஒரு விஷயத்தை மனத்தால் ஏற்கும்போது (கிரகிக்கும்போது) உடல் என்ற நினைப்பே இல்லாமல் அதைச் செய்ய

முடியும், சூரியன் மீண்டும் உதித்தெழும்போது உடலளவில், தான் என்ற (அகங்காரம்) நினைவு உடையவர்களாகவும் பொருள்முதல்வாதி களாகவும் ஒரே நிர்ணயத்துடன்தான் இருக்கிறோம். ஆனால், கோட்பாடு என்று பார்க்கும்போது இதைக் கடைப்பிடிக்க முடிவ தில்லை.” *(284-285)*

தான் என்ற நினைவும் கூடவே (அகங்காரம்) இதில் இருக்கிறது. அகங்காரம் அறிவு பற்றிய வகைகளில் ஒன்று அன்று. சூரியன் பூமியைச் சுற்றி வருவது போன்ற தோற்றமும் இதில் இருக்கிறது. அது அறிவு பற்றிய கொள்கைக்குச் சான்றாகவும் இருக்கிறது. வானியல் பற்றிக் கூறப்படுகின்றவற்றையும் நாம் கொள்ளும் நடை முறையையும் இத்துடன் சேர்த்துக்கொள்ள வேண்டும். ஆக, மேச் ஒப்புக்கொள்ளும் ஒரு மிகப் பயனுள்ள விஷயமும் இதில்தான் இருக்கிறது. அதாவது, மனிதர்கள் தமது நடைமுறைப் பழக்கத்தைப் பொறுத்தவரை முற்றிலுமாகவும் அதை மட்டுமேயாகவும் நம்பும் வகையில் பொருள்முதல்வாதிகள் கூறும் அறிவு பற்றிய கோட்பாட்டைத்தான் பின்பற்றுகின்றனர் என்பதுதான் அது. ஆனால் அதைத் தவிர்ப்பதற்காகவே கொள்கையளவில் ஏதேதோ சொல்வது, மெத்தப் படித்த ஏட்டுக் கல்விப்போக்கினாலும் திரித்துச் சரடுவிடும் கருத்துமுதல்வாதத்திற்காகச் செய்யும் கடும் முயற்சியினாலும்தான்.

நடைமுறைப் பழக்கமென்பது அறிவு பற்றிய ஆய்வுக்கு உட்படாத ஏதோ ஒன்று என்று வைத்துக்கொண்டு, சந்தேக வாதத்திற்கும், கருத்துமுதல்வாதத்திற்கும் இடம் தருவதற்காக, நடைமுறைப் பழக்கத்தை நீக்குவதற்கு இவர்கள் செய்யும் முயற்சிகள் எத்தனை புதுமையான விநோதம்! இதை ஜெர்மன் தேசத்தின் தத்துவ வரலாற்றிலிருந்து கிடைக்கும் ஓர் உதாரணம் விளக்குகிறது. கான்ட் மற்றும் பிஷ்டே (Fichte) இருவருக்கும் இடையில் ஷல்ஸ் என்பவர் வருகிறார். அவர் தத்துவப்போக்கில் உள்ள சந்தேக ‘வாதத்தை வெளிப்படையாகவே பரிந்து பேசி ஆதரிக்கிறார். தன்னை ஹ்யூமைப் பின்பற்றுகிறவராகவும், பழைய பைரோவையும் ஸெக்டசையும் பின்பற்றுகிறவராகவும் கூறிக்கொள்கிறார். பொருள் என்று எதையுமே ஏற்காமல் மறுக்கிறார். பொருள்வயமான அறிவு என்பதையும் ஏற்பதில்லை. இதை மிகவும் அழுத்தமாக வற்புறுத்துகிறார். அநுபவத்திற்கு அப்பாலும் புலனறிவுக்கு அப்பாலும் என்பதையும் வலியுறுத்துகிறார். இதைக் கூறும்போது, மாற்றுக் கொள்கையினரிடமிருந்து எழும் ஓர் ஆக்ஷேபணை பின்வருவது: ஒரு சந்தேகவாதி, வாழ்க்கையின் விஷயங்களில் பங்கு

கொள்ளும்போது, பார்க்கும் (உணரும்) பொருள்களுடைய சந்தேகத்திற்கே இடமில்லாத நிஜத் தன்மையை ஏற்றுக்கொள்ளவே செய்கிறான்; அதற்கேற்பவே நடந்தும்கொள்கிறான்; அந்த வகையில், உண்மை தரும் சான்றை ஒப்புக்கொள்ளவும் செய்கிறான்; இத்தகைய அவனுடைய நடவடிக்கையே அவனுடைய சந்தேக வாதத்திற்கு மிகத் தெளிவானதும், சிறப்புடையதுமான மறுப்பு ஆகும்." அவர் அதை ஆத்திரத்துடன் மறுதலித்து, 'பாமர மக்களுக்குத்தான் அது போன்ற சான்றுகள் செல்லுபடியாகும். ஏனென்றால் என் சந்தேக வாதம் நடைமுறை வாழ்க்கையின் தேவைகளைப் பற்றியதன்று; தத்துவத்தின் எல்லைக்குள்ளே இருப்பது" என்று எரிந்துவிழுகிறார். *(254-255)*.

இதே மாதிரிதான், தன்னை வைத்தே-தன் தொடர்பாகவே (அதாவது தன் உணர்வே யாவும் என்று கூறும் கருத்துமுதல் வாதியான பிஷ்டேயும், நம் அனைவருக்குமே, பிடிவாதமாகக் கட்டுண்டு கிடக்கும் கருத்து முதல்வாதிக்கும்கூட செயற்படும் நிலை வரும். எந்த வகையிலும் தவிர்க்க முடியாத நிஜத்தன்மை (உலகப் பொருள்கள் உண்டு என்பதற்கு, தன் தத்துவத்திற்குள்ளேயே இடம் உண்டு என்று கூற முனைகிறார். அதாவது, "பொருள்கள் (உலகம்) சுதந்திரமாகவும் நம்மைச் சாராமலேயே நமக்கு வெளியே இருக்கின்றன என்று ஏற்பது" *(Werke 1.455)*; மார்க்ஸும், ஏங்கெல்ஸும் போலவே ஃப்யூர்பர்க்கும் அறிவு பற்றிய ஆய்வின் அடிப்படைப் பிரச்சனைகளில் ஒன்றான நடைமுறைப் பழக்கத்தை நோக்கி ஷல்ஸ், பிஷ்டே, மேச் என்பவர்களின் நோக்கில் அநுமதிக்க முடியாத ஒரு தாவல் தாவுகிறார். கருத்துமுதல்வாதத்தை விமர்சனம் செய்து, அவர் ஒரு மிகத் தெளிவான மேற்கோள் காட்டுகிறார். அது பிஷ்டேயினுடையது. மேச் கூறும் தத்துவத்தை இடித்து நொறுக்கக்கூடியது. அது பின்வருவது. 'பொருள்கள் நிஜமானவை என்றும், உனக்கு வெளியே அவை இருக்கின்றன என்றும் நீ நினைத்துக்கொள்கிறாய். இதற்குக் காரணம், நீ அவற்றைக் காண்கிறாய்; காதால் கேட்கிறாய்; தொட்டு உணர்கிறாய் என்பதுதான். ஆனால், காண்பதும், கேட்பதும், தொட்டுணர்வதும் புலனுணர்வுகள் தானே? நீ பிரத்யக்ஷமாகக் காண்பது முதலியன பொருள்களை அல்ல; அந்த உணர்வுகளைத்தான்" என்பதே மேற்கோள். இதற்கு ஃப்யூபக் கூறும் பதில்: (Werke, X Band. S. *185*) மனிதன் என்பவன் உருவமற்ற (குணவயமான-பொருள்வயமல்லாத) நான் என்பதல்ல. ஓர் ஆணோ பெண்ணோதான். இந்த உலகம் என்பது உணர்வுதானா என்ற வினாவை, மற்றொரு மனிதனும் என் உணர்வுதானா? அல்லது நடைமுறை வாழ்வில் நாம் கொள்ளும் தொடர்புகள் இதை மறுக்கின்றனவா-

முரண்படுபவைதானா என்ற வினாவோடு ஒப்பிடலாம். "கருத்து முதல்வாதத்தில் உள்ள அடிப்படையான குறையே இதுதான்; அதாவது அது புறவயமான தன்மை (பொருள்கள் நமக்கு வெளியே இருப்பன என்பது) மற்றும் தன்வயமானதே அனைத்தும் என்பது பற்றியும், உலகம் நிஜமானது, அல்லது நிஜமானதில்லை என்பது பற்றியும் அது வினா எழுப்புவதும் விடை கூறுவதும் கோட்பாட்டின் நோக்கில்தான் இருக்கிறது. *(189)* ப்யூர்பக் மனித நடைமுறைப் பழக்கத்தில் ஒட்டுமொத்தமான ஒன்றைத்தான் அறிவு பற்றிய கோட்பாட்டுக்கு ஆதாரமாகக் கொள்கிறார். மேலும் கருத்துமுதல்வாதிகள், நடைமுறை வாழ்வில் நான் என்பதும் நீ என்பதும் நிஜமானவை என்றுதான் ஒப்புக் கொள்கிறார்கள் என்பதும் உண்மைதான். அவர்களின் இந்த நோக்கமும் எண்ணமும் நடைமுறை வாழ்க்கைக்கு மட்டும் செல்லும் சான்றாகிறதே தவிர ஊகத்தால் ஏதேதோ கற்பனை செய்யும் அவர்களின் தத்துவத்திற்குச் சான்றாவதில்லை. வாழ்க்கைக்கு முரணானதும், மரணத்தையே நோக்கமாகக் கொள்வதும், உடலை விட்டுப் பிரிந்த ஆத்மாவின் நோக்கில் எழுவதும், உண்மை என்ற நோக்கில் கூறுவதுமான அந்த ஊகக் கற்பனை உயிரில்லாதது; மற்றும் தவறானதும்கூட. *(192)* "ஒன்றை நாம் பிரத்யக்ஷமாக உணர்வதற்கு முன் நாம் மூச்சு விடுகிறோம். (உயிருடன் இருக்கிறோம்). காற்றும், உணவும், பருகும் தண்ணீரும் இல்லாமல் நாம் உயிர் வாழ முடியாது." இதைக் கேட்கும் கருத்துமுதல்வாதி உணர்ச்சிவசப்பட்டு ஆத்திரத்துடன் கத்துகிறான். "இந்த உலகம் கருத்துமயமானதா அல்லது நிஜமாகவே இருப்பதுதானா என்று பரிசோதனை செய்யும்போது, சோறு, தண்ணீர் என்பவற்றைப் பற்றியும் ஆராயத்தான் வேண்டும் என்கிறீர்களா? என்று கேட்கிறான். என்ன வெட்கக்கேடு, நல்ல மனித இயல்புக்கு எதிரான, நல்ல தன்மையும், நாகரீகமும் இல்லாத செயல் அன்றோ இது. தத்துவ பீடத்தில் அமர்ந்து கொண்டும், கடவுள் பற்றி உபதேசிக்கும் குருபீடத்தில் இருந்து கொண்டும் விஞ்ஞானரீதியான பொருள்முதல்வாதத்தை இழித்துப் பேசித் தண்டிப்பதும், ஆத்மாவும் இதயமும் இறந்து பொலிய உணவுச் சாலையில் மேஜை முன்னமர்ந்து கொச்சையும் பச்சையுமாகப் பொருள்முதல்வாதத்தைப் பயில்வதும் பெரிய அநாகரீகம் அல்லவா?" ***(195)***

10. இரண்டு வகை உண்மைகள் என்ற கோட்பாடு

இவ்வாறு லெனின் கூறியதைச் சற்று நீளமாகாவே மேற்கோள் காட்டியது ஏன் என்றால், நம் காலத்தில் இன்று நடக்கும் சர்ச்சை களுக்கும்கூட, நியாய வைசேஷிகர்கள் கொண்டிருந்த நிலைப்பாடு

மிகவும் ஆழமான வகையில் குறிப்பிடத்தக்க வகையில் பொருட் சிறப்புடையதாயிருப்பதை அந்த மேற்கோள் தெரிவிக்கிறது என்பதனால்தான்; இரண்டு உண்மைகள் என்பது இந்தியக் கருத்து முதல்வாதிகள் மட்டுமே கண்டுரைத்த புதுமையில்லை; ஐரோப்பியக் கருத்துமுதல்வாதிகளும், தங்கள் நடைமுறைப் பழக்கமும் கொள் கையும் மோதும்போது, கொள்கையில் இருக்கும் கண்ணைக் கூச வைக்கும் அபத்தங்களைக் காணும்போது, அதே 'இரண்டு உண்மை' களைத்தான் சரணடைகிறார்கள். வெறும் நடைமுறை வாழ்க்கையின் நோக்கில் உண்மைபோல் தோன்றும் ஒன்றுக்கும், தங்கள் சாத்திரப்படி பரிசோதனை செய்து உண்மை என்று நிறுவும் ஒன்றுக்கும் வேறுபாடு உண்டு என்கிறார்கள். இதையெல்லாம் மிகவும் பலமாக மறுத்து ஒதுக்க, நடைமுறை வாழ்க்கைதான் உண்மைக்கு மிகச் சரியான சான்று என்று அழுத்தமாகச் சொல்லுவதுதான் வழி; இதை லெனின் ஐரோப்பியத் தத்துவத்தில் நிறுவினார் . மரபு முறையில் வரும் நியாய வைசேஷிகர்கள் தங்களுக்கே. உரியமுறையில் நிறுவியுள்ளனர். ஆனால், நாம் இந்திய நிலையை முக்கியமாகக் கொண்டு கருத்து முதல்வாதத்தை மறுத்துரைப்பதோடு அமைவோம்.

அவர்கள் நடைமுறையைச் சான்றாகக் கொண்டு கூறுவது, முக்கியமாக சர்வ சாதாரணமான அறிவின் ஆதாரங்களை - அதாவது பிரமாணங்களை - குறிப்பாக அநுபவத்தையும், காரணம் காட்டிக் கூறும் பகுத்தறிவையும் நிலை நிறுத்துவதற்காகவேதான். இது, கருத்து முதல்வாதிகளின் முயற்சிக்கு எதிரான கொள்கை. கருத்துமுதல்வாதி தொடர்ந்து அவற்றை மறுத்துக்கொண்டே இருக்கிறான். இதன் விளைவு மிகவும் பயனுடையதாகும். மிகச் சிறப்பாக அவர்கள் கூறும் கருத்துமுதல்வாதக் கற்பனையினை 'இரண்டு உண்மை' என்பதை மறுக்கும் வகையில் இதன் விளைவு: மிகவும் அதிகமானது.

நியாய வைசேஷிகர்கள் உண்மை பற்றிய இந்தப் பிதற்றலின் ஆதாரத்தையே அகற்றிவிடுகிறார்கள். குமரிலரோ இந்தக் கூற்றின் சரியான மதிப்பை-தர்க்கரீதியான தகுதியை நிர்ணயம் செய்ய முற்படுகிறார். அவர் கூறுவது மிகவும் அற்புதமானது. தர்க்கரீதியான பொருத்தப்படி இதன் மதிப்பு எதுவுமே சிறிதளவும் தேறாது; ஆனால், கருத்துமுதல்வாத நோக்கில் இதற்கு ஒரு தகுதியிருக்கிறது. அது என்ன? குமரிலர் கூறுகிறார்: அது அவர்களுக்கு மிகவும் முக்கியமான ஒரு காரியத்தை நிறைவேற்றுகிறது. அது யாதென்றால், தனது மெத்தப் படித்த கர்வத்தால் நடித்து பாசாங்கு செய்து மக்களை மோசடி செய்வது தான்; உலகம் இல்லையென்று கொள்ளும் தங்கள் கொள்கையில்

பட்டவர்த்தனமாக பச்சையாய்த் தெரியும் அபத்தங்களைப் பார்க்க விடாமல் மக்களைத் தடுப்பதுதான் அது. குமரிலர் இதைக் கூறும் வட மொழிச் செய்யுள்களை ஆங்கிலத்தில் பெயர்க்கும்போது அவற்றில் உள்ள கிண்டலையும் கேலியையும் அப்படியே கொண்டுவர முடியவில்லை; ஆயினும் அவர் கூறும் சில முக்கியமான விஷயங்களைப் பார்ப்போம்.[47]

"உண்மை போலத் தோன்றுவது என்பது நடைமுறை வாழ்வில் தற்காலிகமாக வைத்துக்கொள்ளும் உண்மை என்று ஏதோ கூறுகிறான் அவன். (ஸம்விருதி-வியாவஹாரிகம்) அவன் கருத்துப்படியே அதில் நிஜமான உண்மை எதுவும் இல்லை என்றுதான் ஆகிறது; அப்படியிருக்க அவன் நம்மைப் பார்த்து அது தனிச் சிறப்புடைய உண்மை என்பது போல கொள்ளுங்கள் என்று சொல்வதற்கு அர்த்தமே இல்லையே! அதில் உண்மை இருந்தால் அதைப் பொய்யென்று ஏன் கூற வேண்டும்? அது நிஜமாகவே பொய் என்றால் அதை ஒரு வகையான உண்மை என்று ஏன் கூற வேண்டும்? உண்மையும் பொய்யும் ஒன்றுக்கொன்று அறவே தனித் தன்மையுடையவை. (இணைந்து காணக்கூடாதவை) இந்த இரண்டுக்கும் உரியதாகும் உண்மை என்ற ஒரு பொதுவான காரணி இருக்க முடியாது; மரமாயிருக்கும் தன்மை என்பது, மரத்திற்கும், சிங்கத்திற்கும் பொதுவான காரணியாக இருப்பது போலத்தான் இதுவும். அவை தனித்தனியே வேறானவை. அவன் கொண்டுள்ள எண்ணத்தின்படி, உண்மை போல தோன்றுவது என்பது பொய் என்பதன் மற்றொரு பெயர்தானே? அதை அவன் ஸம்விருதி ஸத்யம், வியாவஹாரிக ஸத்யம் என்ற சொற்களால் ஏன் குறிக்க வேண்டும்? அது அவனுக்கு மிகவும் முக்கியமான உதவியைச் செய்கிறது. அது, வார்த்தையால் ஜாலம் செய்து ஏமாற்றுவதுதான்: அந்தச் சொற்களின் பொருள், பொய் என்பது தான்; அதைச் சொல்லும் முறையில் மேதாவித் தனம்தான் தெரிகிறது; அது ஏதோ தோற்றத்தளவில் வேறானது போலப் பேசுகிறான். இது உண்மையில் ஒரு தந்திரம், மோசடி, மெத்தப் படித்தவனாகக் காட்டிக்கொள்ளும் சொல்லின் ஆடம்பரத்திற்காக நாக்கிலிருந்து சொட்டும் எச்சிலை, வாயிலிருந்து சொட்டும் மது என்று சொல்வதுதான்; அதற்கு உள்ள எளிய சொல்லாலா-எச்சில் என்பது. இதை அவர் சொல்லும் வாசகம், வஞ்சனார்த்த; உபநயாஸ்; லாலா வக்திர ஆஸவவத்" என்பது. லாலா என்பதை வக்திர-ஆஸவம் என்று ஆடம்பரமாகச் சொல்வது ஏமாற்றவேதான் என்பது இதன் பொருள்.

ஆனால், இந்த மெத்தப்படித்த ஆடம்பரம், பொய் என்று சுலபமாகச் சொல்வதற்குப் பதிலாக ஸம்விருதி ஸத்யம் என்று சொல்லி

வார்த்தையால் ஏன் ஏமாற்ற வேண்டும்? உலகம் ஒன்றுமில்லாத வெறுமை-சூன்யம் என்பதில் உள்ள அபத்தத்தை மறைக்கத்தான் அது; இல்லாத பொருள்களை இருப்பது போல எண்ணுவது ஏன் என்பதை விளக்கி ஒதுக்கிவிடலாம் ஒருவாறாக.

இப்படி வார்த்தையால் ஜாலம் செய்யாமல் - நாணயத்துடன் உண்மையைக் கூற வேண்டும். இல்லாதது என்றும் இருப்பதை இருப்பது என்றும் அந்தச் சொற்களின் முழு அர்த்தத்திலும் ஏற்றுக் கொள்ள வேண்டும். பின்னதுதான் உண்மை; முன்னது பொய்; இதைக் கருத்துமுதல்வாதி ஒப்புக்கொள்ளமாட்டான். அர்த்தமில்லாத அபத்தங்கள் என்றாலும் அவன் இரண்டு உண்மைகள் என்று பேசியே தீர வேண்டும்.

குமரிலர் இதைச் சொல்லிக் கருத்து முதற்கோட்பாட்டை மறுக்கிறார். கௌதமர் இதை, பிரமாணங்களை நிஜமென்று நிலை நாட்டுவதன் மூலம் செய்கிறார். இந்த இரண்டு முறைகளும் ஒன்றுடன் ஒன்று இணைந்தவை என்பதைக் குமரிலர் நமது கவனத்திற்குக் கொண்டுவருகிறார். இதைப் பற்றி சிறிது கூறிய பிறகு இந்த சர்ச்சையைத் தொகுத்துக் காண்போம்.

பகுத்தறிவையும் அநுபவத்தையும் நிலைநாட்டும் வகையில் கௌதமர் கூறுகிறார்: கருத்துமுதல்வாதி தன் கொள்கையை நிரூபிப்பதற்காக அவை நம்பத்தகாதவை என்று மறுக்கவும் வேண்டியிருக்கிறது. இவற்றை விட்டுவிட்டு, அவன் இரண்டு உண்மைகளை நிலைநாட்ட வேண்டி வருகிறது. அதாவது, பகுத்தறிவும் அநுபவமும் இறுதியில் பொய்யானவையே ஆயினும், நடைமுறைக்கு உண்மைதான் என்கிறான். வரலாற்று ரீதியில் கௌதமருக்குப் பின்னால் இதை யாராவது நிலைநாட்டியதுண்டா என்பது ஒரு கடினமான கேள்வி. இப்போதைக்கு நாம் அதைப் பற்றிப் பார்க்க வேண்டியது அவசியமில்லை; கௌதமருடைய நியாய சூத்திரத்தில் கருத்துமுதற் கோட்பாட்டிற்கு எதிராக 'இரண்டு உண்மை'களை மறுத்துக் கூறுவதாக எதையுமே காணோம்; குமரிலர் அவற்றை மறுத்துக் கூறும்போது கௌதமருடைய வாதத்தையே தொடர்கிறார். கௌதமருடைய பெயரையும் சுட்டி இதைக் கூறுகிறார். கௌதமருடைய வாதத்திற்கு எதிராகக் கருத்துமுதல்வாதிகள் வேறு பல வகைகளிலும் கடுமையாக முயற்சி செய்வார்கள். ஆனால், அவர்களுடைய கடைசிப் புகலிடம் இந்த இரண்டு உண்மைகள்தான்; அவற்றிற்கு வெறும் பேச்சளவிலான தகுதியைவிட வேறு மதிப்பே இல்லை என்கிறார் குமரிலர்.[48]

தன்னைக் காத்துக்கொள்வதற்காகக் கருத்துமுதல்வாதி பின்வருமாறு சொல்லிக்கொள்கிறான்: "சான்றுகளை அதாவது பிரமாணங்களை நான் என் சித்தாந்தத்திற்கு அனுகூலமாகக் காட்டிப் பயன்படுத்திக்கொள்வதற்குக் காரணம், எனக்கே அவை நம்பத் தகுந்தவை என்பதில் முழு உடன்பாடு இருப்பது அன்று; ஆனால், நான் என் சித்தாந்தம்தான் உண்மை என்று யாரை நம்ப வைக்க விரும்புகிறேனோ அவர்களுக்குப் பிரமாணங்களில் உடன்பாடு உண்டு என்பதுதான்." இப்படிச் சொல்வதால் அவன் பெற நினைக்கும் பயன் என்ன? ஏற்கனவே தவறான பிரமாணங்களால் பாதிக்கப்பட்டுள்ள எதிர் தரப்பாளரைத் திருத்தித் தெளிவுபடுத்துவதாக இருந்தால் இதற்கு ஏதாவது அர்த்தமுண்டு; எதிர்த்தரப்பாளருக்கு, அவர்கள் கொண்டிருக்கும் நிலைப்பாடு பயனற்றது என்று அவர்களுடைய வாக்குப்படியே எடுத்துக் காட்ட முடியும்; அந்த நிலையில் இந்தப் பிரமாணங்கள் பயனுள்ளவை என்ற அவர்களுடைய நம்பிக்கையை இவனும் அவர்களுக்காகவாவது ஏற்றுக்கொள்ள வேண்டிய அவசியமும் நேராது. ஆனால், விஷயம் அவ்வளவு எளிதாயில்லை; கருத்துமுதல்வாதி, எண்ணங்களும், கருத்துக்களும்தான் நிஜமானவை (பொருள்கள்-உலகம் ஆகியன இல்லை) என்று சாதிக்கும்போது, நாணயமான உண்மையுள்ள ஒருவன் தத்துவம் அறியும் வேட்கையுடன் இவனை ஒரு கேள்வி கேட்டான். உனக்கு இது எப்படித் தெரியும்? இதற்கான சான்றுகள் - பிரமாணங்கள் யாவை? என்பதே அந்தக் கேள்வி. 'அப்போது கருத்துமுதல்வாதி, அறவே பயனற்றவை என்று தெரிந்து கொண்டிருக்கும் சான்றுகளின் ஏதாவதொன்றை எடுத்துக் கூற அநுமதி உண்டா? (கிடைக்காதுதான்.) அவனே பயனற்றவை என்று கருதும் பிரமாணங்களில் ஒன்றின் ஆதாரத்தில், தன் சித்தாந்தத்தின் உண்மையை அவனாலேயே உடன்பட்டு ஏற்க முடியாது என்பது நிச்சயம். அந்தப் பிரமாணங்களை நம்பித்தான் எதிர்த்தரப்பினர் ஏமாந்து போயிருக்கிறார்கள் என்று சொல்லிக்கொண்டு, தானே அவற்றை ஏற்பதும் நியாயமா? தானே நம்பாத ஒரு பிரமாணத்தை தத்துவம் அறிய விரும்பும் ஓர் உண்மையான சாதகனுக்கு எடுத்துக்காட்ட முடியுமா? எதிர்த்தரப்பினரை மறுத்துரைப்பது ஒரு புறம் இருக்கட்டும், உண்மையான சாதகனுக் கெதிரே கருத்துமுதல்வாதி தன் கட்சியை நிலைநாட்டிக் காட்ட வேண்டுமே? இதை அவன் போலியானவை என்று அவனே ஒதுக்கும் பிரமாணங்களை ஆதாரமாகக் கொண்டு செய்ய முடியுமா? அத்தகைய சாதகனுக்கு நம்பத்தக்கவை எனத் தான் ஏற்கும் பிரமாணங்களைக் காட்டவேண்டுமே! இவ்வாறு அவன் காட்டும் பிரமாணங்கள் பிறருக்கு உடன்பாடாக வேண்டுமானால், எதிர்த்தரப்பினர் கூறும் பிரமாணங்கள்

மாறுபட்ட நம்பிக்கையைத் தருவதும் பொருத்தமேயாகும்; கருத்து முதல்வாதி பிரமாணங்கள் நம்பத்தகுந்தவையே என்று ஒப்புக் கொள்வது சரிபட்டு வராது என்று ஆகிறது; இதன் விளைவு என்ன? அவன் நிலை எக்கச்சக்கமாகிவிடுகிறது. தனக்கே தன் முடிவில் உடன்பாடும் நம்பிக்கையும் உண்டென்று சொல்லிக்கொள்ளவும் முடியாது; பிறருக்கு நம்பிக்கை ஏற்படுத்தவும் முடியாது.

பிரமாணமே இல்லாமல் ஒரு சித்தாந்தத்தைக் கூறிக்கொண்டு, தான் அதை நம்புவதாகக் கூறுவது முடியாது; அதே போலத்தான் உண்மையான சாதகனும் இந்த சித்தாந்தத்தைப் புரிந்துகொண்டும் கூட பிரமாணங்களில் உள்ள முரண்பாட்டைப் பார்க்கும்போது குழம்புகிறான். பிரமாணங்களையும் நம்ப முடிவதில்லை அவனால். ஆகவே, கருத்துமுதல்வாதியின் முடிவை உடன்பட்டு ஏற்கவும் முடிவதில்லை; பிரமாணங்களை நம்புவதாக ஒப்புக்கொண்டால் அவை நிஜமானவை என்பது நிலைநாட்டப்படுகிறது; ஆதலால் கருத்துமுதல்வாதியின் முடிவு சாத்தியமானதல்லாததாகவே ஆகி விடும். ஆக, முடிவில் சாதகன் கருத்துமுதல்வாதியின் முடிவை உடன்பட்டு ஏற்று நம்புவதற்கான வழியே இல்லை.

கருத்துமுதல்வாதியின் கொள்கைக்கும், பிரமாணங்களுக்கும் எந்த வகையிலும் சரிசெய்ய முடியாத முரண்பாடு இருக்கிறது; இதை கௌதமர் எடுத்துக் காட்டுகிறார்.

இதற்கு அவன், “நான் முன்பு என் முடிவை உடன்பட்டு நம்பியது பிறர் கூறும் பிரமாணங்களின் பலத்தைக் கொண்டுதான்; எனினும் பின்னால் போகப் போகத்தான் அந்தப் பிரமாணங்கள் நிஜமாக இல்லை என்றும் அறிந்துகொண்டேன்” என்று பதில் கூறப் பார்க்கலாம்.

அது வறட்டு வாதம் என்பது வெளிப்படை; பின்னால் நிஜமில்லை என்று தெரிந்துகொண்ட ஒன்று முன்பு நிஜமாக இருந்திருக்க முடியாது; பிரமாணம் முன்பு நிஜமில்லை என்றால் அவற்றைச் சரியானவை என்று எப்படி ஏற்க முடியும்? அவை சரியானவை என்றால் முன்பும் நிஜமாகவே இருந்திருக்க வேண்டும். தன்னளவில் நிஜமாக இல்லாமலும், பொய்யாகவும் இருக்கும் ஒன்று ஒரு சரியான சித்தாந்தத்தை மெய்ப்பிக்க முடியவே முடியாது; முயற் கொம்பு என்ற ஒன்றை வைத்துக்கொண்டு சரியான அறிவை அடைய முடியுமா? பனி மூட்டத்தைப் பார்த்து அதைக்கொண்டு நெருப்பை ஊகம் செய்து அறிய முடியுமா? புகையன்றோ இருக்க வேண்டும்.

அவன் காட்டும் பிரமாணங்கள் நிஜமானவை என்று ஏற்றுக் கொண்டால்தான், நியாயமான முடிவையே தான் கூறுவதாகக் காட்ட

முடியும். ஆனால் அவனோ, பிரமாணங்கள் நிஜமில்லை என்று காட்ட முனைகிறான்.

அவன் கடைசியில் கையாளும் ஒரே வழி, வேண்டா வெறுப்பாக அலுத்துக்கொண்டு பிரமாணங்களும், சான்றுகளும் ஒரு வகையில் உண்மை என்று அநுமதிப்பான்; ஆகக் கடைசியில் அவை நிஜமில்லை; உலக வழக்கத்தின் எண்ணத்திற்கேற்ப அவற்றிற்கு அப்போதைக்கான தற்காலிகமான நிஜத்தன்மை உண்டு; அதாவது அசஸம்விருதி ஸத்யம் என்ற அளவில்தான். இது வெறும் வார்த்தையில் உள்ள ஒன்றுதான்; இப்படி இருக்கும் ஒரு ஸத்யம் (பொய்) கடைசியாகக் கூறும் ஒரு தத்துவ நிலைப்பாட்டை நியாயமென்று நிறுவ முடியாது.

11. அறியும் பொருளும் அது பற்றிய அறிதலும் ஒன்றுதானா?

நாம் நமது சொந்தமான எண்ணங்கள் மற்றும் கருத்துக்கள் என்ற வட்டத்திலிருந்து வெளியே எம்பிக் குதித்து, அந்தக் கருத்துகளுக்குப் பற்றுக்கோடானது அல்லது தொடர்புடையது என்று சொல்லும் வெளியே உள்ள பொருளை எண்ண முடியுமா? என்று கேட்கிறார் தர்மகீர்த்தி; (அவர் விக்ஞான வாதி- கருத்து முதல் வாதி) எய்த முடியும் என்று வைத்துக்கொண்டால்தான் வெளியே பொருள்கள் உண்டு என்பதற்கான சான்று இருக்க முடியும்; அவற்றை நிஜமாகவே இருப்பவை என்றும் ஒப்புக்கொள்ளலாம்; இது எடுத்த எடுப்பிலேயே நடக்காத ஒன்று; இப்படிப் பொருள்கள் இருப்பது உண்மை என்பதற்குச் சான்றாக எண்ணக்கூடியது, நாம் அவற்றை உணர்கிறோம்- அறிகிறோம் - அவற்றைப் பற்றிய உள்ளுணர்வு இருக்கிறது என்பது தான்; இது உண்மையில் நாம் ஓர் உணர்வைப் பெறுகிறோம் அல்லது அப்படி ஒரு கருத்தைப் பிரத்யக்ஷமாகக் கொள்கிறோம். அவ்வளவு தான். இதற் கப்பால் எதுவுமே உண்மையாய் அறியப்படுவதுமில்லை; ஆகவே, இதுதான் (கருத்தும் எண்ணமும் தான்) நிஜம் என்று ஒப்புக் கொள்ள முடியும். ஆனால் பொதுவாக, சாதாரணமாக நாம் நம்புவது, இந்த உள்ளுணர்வு, நமக்கு வெளியே உலகில் இருக்கும் ஏதோ ஒரு பொருளின் உணர்வுதான்; நீலமானது என்றும் மஞ்சள் நிறமுடையது என்றும் ஓர் உணர்வு தோன்றும்போது, நாம் வெளியே அவை உண்மையாகவே இருக்கின்றான் என்றுதான் வழக்கமாக நம்புகிறோம். அதன் உணர்வுதான் இது என்றும் நம்புகிறோம்; தத்துவரீதியாகப் பார்த்தால் இது மூடத்தனமான நப்பிக்கை. இப்படி வெளியே அந்நிறங்கள் இருப்பதற்குச் சான்று என்ன என்று கேட்டால், அப்படி ஓர் உணர்வு தோன்றுகிறதே என்பதுதான் பதிலாக முடியும். இதில் விவாதத்திற்கே இடமில்லாமல் இருப்பது அந்த உணர்வு மட்டும்தான்.

உணர்வு என்பது மனத்தில் தோன்றுவதுதான் என்பது மிக வெளிப்படை; அறிவுக்குப் புலனாகும் பொருள் என்று சொல்லும் எதுவும், அறிவு என்ற வடிவத்தில்தான் தெரிய வருகிறது. இந்த அறிவுதான் நிஜமானது.

நாம் அறிவதும் இந்த அறிவைத்தான்; வேறொன்றை அன்று. அறிவும், அது தெரிந்துகொண்டு உணரும் பொருளும் ஒன்றேதான்; நீலம், மஞ்சள் என்ற வடிவங்கள் அறிவின் படிவங்களே. எப்போதுமே மாறாமல் பொருளைக் குறித்துக் காட்டுவது உணர்வு வடிவில்தான் என்பது உணர்வு மட்டுமே உண்மை என்பதற்குச் சான்று; இதையே தர்மகீர்த்தி, 'ஸஹோலம்ப நியமம்' என்று வழங்குகிறார். சிறிதும் மாறா வகையில் பொருளை வெறும் தெரிதல் என்ற வடிவில் மட்டுமே உணர்தல் என்பது நியதி என்கிறார்.

நம்நாட்டுத் தத்துவ சிந்தனையும், நூல்கள் எழுதுவதும் மிக முதிர்ச்சியடைந்த காலகட்டத்தில் இது பற்றிய சர்ச்சை புயலாக எழுவது தெரிகிறது; இதற்கெதிராகக் கூறப்பட்ட ஒரு சில கருத்துக் களைக் கூறவே இங்கே இடமுண்டு.

ஸஹோபலம்பம் என்ற தொடருக்கு, ஸஹ-உபலம்பம் (உணர்வு-பொருள்) என்று இரண்டையும் ஒரே சமயத்தில் அறிதல் என்பது பொருள்; எண்ணமும் பொருளும் ஒரு சேர உணரப்படுவதாலும், பொருளைப் பொருளாக உணரும் சுதந்திரமான-வேறு எதையும் சார்ந்து-நில்லாத அறிதல் என்பது இல்லை என்பதாலும், பொருள் என்ற ஒன்று இருப்பதற்கான சான்றே இல்லை என்று இது வற்புறுத்துகிறது. ஆகவே, சான்றே இல்லாமையால் அந்தப் பொருள் அந்தக் கருத்தினுள் வேறாக நிஜமாக இல்லை என்பதை ஒப்புக் கொண்டே ஆக வேண்டும். ஆகவே, அதுவும் கருத்தும் ஒன்றுதான் என்பது இந்த வாதம்.

சுபகுப்தரும் அவரைப் பின்பற்றும் அகலிங்கரும், இந்தியத் தருக்க ரீதியில் இதில் உள்ள பல தவறுகளையும் ஏமாற்றும் குதர்க்கங் களையும் காட்டுகிறார்கள். அவர்கள் கூறும் முக்கியமான சிலவற்றைத் தர்க்க யுக்திக்குரிய சொற்களில் சிக்கிக்கொள்ளாமல் முடிந்தவரை எளிய முறையில் சொல்லிக் காண்போம்.

சுபகுப்தர் கூறுவது: ஒன்றை அறிதல் என்பதும், அறியும் பொருளும் உணர்வில் ஒரே சமயத்தில் தோன்றுகின்றன என்ற உண்மையில் ஐயமே இல்லை. ஆனால், அவை இரண்டுமே ஒன்றுதான் என்று நிரூபிக்கவில்லை. இப்படி ஒரே சமயத்தில் தோன்றுவதே, அவை இரண்டுக்கும் உள்ள தனித்தன்மையால் நேர்வதுதான். ஒன்றை

இந்தியத் தத்துவ இயலில் நிலைத்திருப்பனவும் அழிந்தனவும்

அறிதல் என்பது அதன் இயல்புக்கேற்பவே ஒரு பொருள் என்று ஏதோ ஒன்றை அறிகிறோம் என்ற உணர்வுதான். ஆகவே, இந்த இரண்டையும் உணர்தல் ஒரே சமயத்தில் தோன்றுவதுதானே மிகவும் இயல்பானது? இரண்டும் ஒன்றுசேர்ந்தே தோன்றுவதைவிட வேறு எது இயல்பாயிருக்க முடியும்? ஒரே சமயத்தில் சேர்ந்து தோன்றும் ஒன்றை அறிகிறோம் என்ற உணர்வும், அறிவதும் ஒரு பொருளே என்ற உணர்வும், இந்த இரண்டிற்கும் உரிய இயல்பு காரணமாக வருவனவே. இதைக் கூறும் வாசகம்: "க்ஞான க்ஞேயஸ்வபாவ: ச, நியமாத் ஸஹ வித்யதே" இதன் பொருள்: அறிதல், அறியும் பொருள் என்னும் இரண்டின் இயல்பும் தவறாமல் கூடவே ஒன்றுசேர்ந்தே இருக்கிறது.[49]

ஒன்றை உணர்தல் என்றாகாத உணர்தல் என்பது இல்லவே இல்லை. கண்ணால் கண்டு உணர்தல் என்பது காண்பதற்கான பொருள் இல்லாவிட்டால் சாத்தியமே இல்லை. ஆகவே, அவை இரண்டும் சேர்ந்தே இருக்கவேண்டும் என்பது தவிர்க்க முடியாததாகிறது. மேலும், பிரத்யக்ஷமாய்ப் பார்க்கும் பொருளை (இரண்டும் ஒன்று சேராதபோது) அது நீலமே என்று பிரத்யக்ஷத்தால்கூட காட்ட முடியாமற் போகும் என்பதும் இதனால் விளங்கும்.[50]

மேலும் சுபகுப்தர் தொடர்ந்து கூறுகிறார்: உண்மையாகப் பார்த்தால், இப்படி வாதம் செய்வதன் அடிப்படையே முடிவுக்கு எதிரிடையாகிறது. எந்தச் சான்றின் அடிப்படையில் இந்த முடிவு எடுக்கப்படுகிறதோ அந்தச் சான்றே இதை இரண்டுபட வைக்கிறது. இந்த வாதத்தின் ஆதாரம் என்ன? ஒரு பொருளை அறிதலும் அந்தப் பொருளும் ஒரே சமயத்தில் - ஒரு சேரவே நிகழ்கின்றன என்பதுதானே? ஒரே சமயத்தில்-ஒன்றுசேர என்ற கருத்து தரும் அர்த்தமென்ன? ஏதோ ஒன்றும் மற்றொன்றும் (ஆக இரண்டு) ஒரு சேர - ஒரே சமயத்தில் தோன்றுவன என்பதுதானே? ஒரு சேர என்று கூறுவதே இரண்டு விஷயங்கள் - வெவ்வேறாகச் சேராவிட்டால் அர்த்தமற்றுப் போகும். ஒன்றுதான் உண்டு என்றால் ஒன்றுசேர்தல் எனக் கூறுவது வெறும் அபத்தமாகும். ஆகவே, அறிதலும் அறியும் பொருளும் பற்றிய உணர்வும் ஒரே சமயத்தில் தோன்றுவன என்று கூறும் முடிவுக்கான சான்று நிலைக்க வேண்டுமானால், அறிதல் என்ற உணர்வு தனியே வேறானது. அறியப்படும் பொருளும் தனியே வேறு என்று ஒப்புக் கொண்டுதான் ஆக வேண்டும். இதைத்தான் இந்தக் கருத்துமுதல்வாதம் இல்லை என்று கூற முனைகிறது. அறிதலோ அல்லது எண்ணமோ, தான் தனியே இருக்கும் ஒரே நிஜம்' என்று சாதிக்கவும் முயல்கிறது.[51]

மேலே காணும் மேற்கோளை மிகவும் முக்கியமானது எனக் கொண்ட அகலிங்கர் அதை அப்படியே முற்றிலுமாக எழுதுகிறார்.

இந்த மறுப்புக்குப் பதிலாகக் கருத்துமுதல்வாதி ஒன்றைக் கூறுவான்: "ஸஹ-உபலம்பம்" என்று நான் சொல்லும் நியதியில் உள்ள, 'ஸஹ' என்ற சொல்லுக்கு நான் கூறும் பொருள், (ஒருசேர என்பதில்லை) இரண்டும் ஒன்றே - ஏகார்த்தம் என்பதுதான் அது. அதன்படி அதைப் பின்வருமாறு மாற்றிக் கூறவேண்டும். "பொருள் ஒன்றைப் பற்றிய எண்ணமும் (கருத்தும்) அந்தப் பொருளும் ஒன்றாகவே அநுபவத்திற்கு (உணர்வளவில்) வருவதால், அவை இரண்டும் ஒன்றே எனக் கொள்ள வேண்டும்."

ஆனால் இப்படி மாற்றிச் சொல்வது கூடாது. ஏன் என்றால் அதைக் கொண்டு, பலர் ஒரே விஷயத்தைப் பிரத்யக்ஷமாகக் காண்பது என்பதை விளக்க முடியாது. உதாரணமாக, ஒரே சமயத்தில், மல்யுத்தம் செய்யும் இருவரைப் பலரும் காண்கிறார்களாம்; ஒருவன் பார்ப்பதே இது என்றால் - மல்யுத்தம் செய்கிறவர்கள் என்பதே, ஒருவனுக்கு மட்டுமே சொந்தமான எண்ணமே தவிர வேறில்லை என்றால் - மற்றுமுள்ள வேடிக்கை பார்ப்பவர்களும் அதே அறிவை, உணர்தலை எப்படிப் பகிர்ந்துகொள்ள முடியும்? ஒருவனுடைய உள்ளத்தில் தோன்றும் அவனுக்கே சொந்தமான ஒன்றை அறிதல் என்னும் உணர்வு பலருக்கும் எப்படிச் சொந்தமாகும்? இது போலவே, 'எண்ணமும் வெளியே உள்ள பொருளும் ஒன்றே, வேறல்ல' என்று ஒப்புக் கொண்டால், இருவர் ஒரே நீலத்தை ஒரே நேரத்தில் பார்த்தல் என்பதே முடியாது; மேலும், நீலம் என்பதும் ஒருவன் நீலமென்று உணர்வதும் ஒன்றே. வேறல்ல என்றால், அதே நீலத்தை அதே நேரத்தில் மற்றொருவன் அறிதல் முடியாது; ஆகவே, இந்த வாதம் செல்லுபடியாகாது.[52]

அகலிங்கரும் இப்படித்தான் வாதம் செய்கிறார்.[53] "ஒரே நேரத்தில் பலர் ஒரு நீலத்தைப் பிரத்யக்ஷமாகக் காண்கின்றனர். இங்கே, ஒருவன் நீலம் என்பதை அறிகின்றான் என்றாலும், மற்றொருவன் மனத்தில் நீலமென்ற அறிதல் ஏற்படுவதை அறிவதில்லை. நீலம் என்ற பொருளும் அதை அறிதல் என்பதும் ஒன்றே என்றால், மற்றவன் மனத்தில் நிகழும் அதை அறிய வேண்டும்.

இது போன்ற வாதங்கள் யாவும் தர்ம கீர்த்தியின் நிலைப்பாட்டை எதிர்ப்பனவே; அவர்தான், "ஸஹ - உபலம்ப நியமம்" என்பதை முதலில் கூறியவர். தன்னை மையமாகக் கொண்ட (தன் உள்ளுணர்வு ஒன்றே நிஜம் எனக் கொண்ட) கருத்துமுதற் கோட்பாடுதான் இது; இதைத்தான் அவர் நிலைநாட்டுகிறார். ஆயினும், தன் உணர்வைத் தவிர வேறில்லை-மற்றவர்கள் மனமும் உண்டு என்பதே இல்லை என்று கூறும் முன் சொன்ன 'ஸொலிப்ஸிஸம்' போல் இன்றி, மற்றவர்கள்

மனமும் உண்டுதான் என்று கூறும் நோக்கத்துடன் ஒரு நூலை இயற்றியுள்ளார்; இப்படி அவர் கூற வேண்டிய அவசியமும் இருந்தது; தர்க்கரீதியில் இது அவசியம் என்பதை உணர்ந்திருந்தார். இந்தியத் தர்க்கத்தில் மிகவும் முக்கியமான ஒன்று, 'பரார்த்த அநுமானம்' என்பது; அதாவது, பிறருக்கான அநுமானம் - ஒரு விஷயத்தை மற்றவர்களுக்கும் நிரூபித்துக் காட்டும் பகுத்தறிவு முறை. மற்றவர்களும் உண்டு என்று ஒப்புக்கொள்ளாவிட்டால், பரார்த்த அநுமானம் என்பதற்கு அர்த்தமே இல்லாமற் போய்விடும். இதை விக்ஞான வாதிகள், (ஒன்றிலும் வேறான) மற்றதொரு உள்ளுணர்வு நீரோடை என்பார்கள். இந்த வகையில் தர்ம கீர்த்தி மற்றவர்கள் மனமும் உணர்வும் உண்டு என்று ஒப்புக்கொள்வதில் அதிக அக்கறை காட்டுவதால், சுபகுப்தரும், அகலிங்கரும் கூறும் மறுப்புக்கள் தர்ம கீர்த்திக்கு மிகவும் பொருந்தும்.

அதோடு, அகலிங்கர் மற்றுமொரு கஷ்டத்தையும் காட்டுகிறார். முன்சொன்னது போல் 'ஸஹ' என்பதற்கு இரண்டும் ஒன்றே என்று பொருள் கொண்டால், (ஏகார்த்தம்) அந்த வாதமே (ஸஹ-உபலம்ப நியமம்) சொன்னதையே திரும்பச் சொல்லும் உதவாக்கரைப் பேச்சு ஆகிவிடும். அதாவது, அவர் கூறும் முடிவுக்கும் அதற்காகக் காட்டும் சான்றுக்கும் எத்தகைய வேறுபாடும் இல்லாமல் ஆகிவிடும். ஒரு பொருளைப் பற்றிய எண்ணமும் அப்பொருளும் ஒன்றுதான் என்பது கட்சிக்கான காரணம். கட்சியின் முடிவு, இரண்டும் வெவ்வேறல்ல - ஒன்றே என்பது. சான்றிலேயே இரண்டும் ஒன்றே என்று கூறிவிட்டு, அதையே மீண்டும் நிரூபித்து முடிவாகக் காட்டுவது பயனற்றதாகும்.[54] மாறாக, ஒரு பொருளைச் சாதாரணமாகப் பிரத்யக்ஷத்தில் காண்பது, பொருளைக் கண்டு உணரும் அநுபவமே தவிர வெறும் எண்ணத்தைக் காண்பது அன்று என்பதும் அதனால்தான். இந்த நிலையில்தான் கருத்துமுதல்வாதி அது வெறும் எண்ணம் என்றும் பொருள் அன்று என்றும் கூறுவது இடம்பெறுகிறது. ஆகவே, பொருள் என்பதும் எண்ணமும் ஒன்றே என்பது முன்னரே தெரிந்ததுதான் அல்லது நாம் அறிவது வெறும் எண்ணமும் புலனுணர்ச்சியும் தவிர வேறில்லை என்பது நமக்கு முன்னரே தெரியும் என்று அடித்துக் கூறுவது கூறியதையே கூறுவதாகும்.

ஆகவே, தர்மகீர்த்தி பொருளும் எண்ணமும் வெவ்வேறல்ல என்று நிரூபிக்க முற்படும்போது, அவர் கூறும் சான்று, முன்னரே உள்ள இரண்டும் ஒன்றே என்ற அறிவாக ஆகாது. ஆகவே, 'ஸஹ' என்பதற்கு ஒரு சேர என்பது இரண்டும் ஒன்றே என்ற பொருளைத்தான் குறிக்கும் என்று கூறுவதில் பயனில்லை. அப்படிக் கொண்டால்

சுபகுப்தர் கூறிய குற்றம் அதில் இருக்கும். அதாவது, (இரண்டு விஷயங்கள்) ஒன்று மற்றதுடன் சேர்ந்திருத்தல் என்பது இரண்டு விஷயங்கள் ஒரு சேர நிகழ்கின்றன என்று கொள்ளாவிட்டால் ஒரு சேர என்ற கருத்துக்கே அர்த்தம் இருக்க முடியாது என்பதே அந்தக் குற்றம். இந்தச் சர்ச்சையின் முடிவான பொருள் பின்வருவது. கருத்து-எண்ணம் என்பதும் பொருளும் வெவ்வேறானவை என்பது; அது தர்மகீர்த்தி நிறுவ விரும்புவதற்கு முற்றிலும் முரணானது.

தர்ம கீர்த்தியை மறுத்து சுபகுப்தர் இன்னும் நிறைய சொல்கிறார். அவையனைத்தும் நாம் கூற வேண்டிய அவசியம் இல்லை. மேலும், அவரும் அகலிங்கரும் இதனினும் வேறான வகையிலும் கருத்து முதல்வாதிகளின் இந்தக் கொள்கையை எதிர்த்துரைப்பதையும் மேலே காண்போம். இவை வெறும் மெத்தப்படித்த பேச்சுகளல்ல; மிகவும் முக்கியமானவை. அதைக் காண்பதற்கு முன், குமரிலரும் நியாய வைசேஷிகர்களும், மேலே கண்ட கொள்கையின் தன்மையை மதிப்பிடுவதைச் சுருக்கமாகப் பார்ப்போம்.

குமரிலர் கூறுவது: அறிதல் என்பதும் அறியும் பொருள் என்பதும் ஒன்றாகவே முடியாது. இரண்டின் இயல்புகளும் வெவ்வேறானவை. இந்த வேறுபாடு என்ன? ஒரு பொருளை அல்லது விஷயத்தை கிரகிக்கின்றவனுக்கும் கிரகிக்கப்படும் பொருளுக்கும் உள்ள வேறுபாடே அது. ஒருவனை (ஒரு பொருளை) கிரகிக்குமாறு செய்வதும் (பொருளும்) கிரஹிக்கப்படும் தன்மையும் வெவ்வேறாகும். அறிதல் என்பது சிறப்பாகப் பிரத்யக்ஷமான புலனறிவில் கிரகிக்கப்படும் தன்மை; அது நமக்கு ஒரு செய்தியை - விஷயத்தை அறிவிக்கின்றது. நாம் ஒன்றை நீலமானது என்று பிரத்யக்ஷமாக அறிதல், அது நமக்கு நீலமானது என்ற விஷயத்தைத் தெரிவிக்கும் ஆற்றலுடையதா யிருப்பதால்தான் அறிதல் என்று கூறப்படுகிறது. கிராஹ்யம் என்னும் (அறியப்படும் தன்மையுள்ள) பொருளின் தனிச் சிறப்பான இயல்பு என்ன? நாம் கிரகிக்கும் செய்தியைத் தரும் நிலைதான். நீலம் என்பது நீலமான பொருளைப் பற்றிய அறிவுக்கான விஷயம். அந்தச் செய்தியை நாம் புலனால் கிரகிக்கிறோம். அப்படி ஒன்றை கிரகிக்காத நிலையில் யாருக்குமே நீலம் என்பதென்ன என்று தெரிய நியாயமில்லை. அதாவது, நீலம் என்பது கிரஹிக்கக்கூடியதாகவோ, அறிவுக்கான ஒரு விஷயமாகவோ ஆகவே ஆகாது. ஒரே பொருள், கிராஹகமாகவும், கிராஹ்யமாகவும் ஆகும் இரண்டு தன்மைகளையும் பெற்றிருந்தால்தான், அறிவும் அறியும் பொருளும் ஒன்றாக முடியும். இதற்கு எடுத்துக்காட்டே கிடையாது.[55] இப்படித் தொடங்கும் குமரிலர், ஏராளமான தர்க்கயுக்தி

இந்தியத் தத்துவ இயலில் நிலைத்திருப்பனவும் அழிந்தனவும் 447

களுடன், கருத்துமுதல்வாதி கூறக்கூடிய சமாதானங்களையெல்லாம் மறுக்கிறார். முடிவாக பின்வருமாறு தொகுத்துரைக்கிறார்.[56]

ஒருசேர உணர்தல் என்பதற்குக் காரணம், ஒன்றைப் பற்றி மனம் கருதுவதும் அதை உணர்வதும் வேறல்ல, ஒன்றே என்பதுதான் என்று சாதிக்கிறாய்; இது எக்காலமும் உண்மையாகாது. உன்னை நான் கேட்டது உனக்கிஷ்டம் போல் கண்டபடி-நடக்கக்கூடியதாயில்லாமல் எதையாவது சாதிப்பதற்கு இடமளிக்காது.

ஒன்றேயான ஒரு விஷயத்தைப் பற்றிய வரையில், உணர்பவனும் உணரப்பட்டதும் என்ற இரண்டின் இயல்பையும் யாராலும் கண்டு உணரமுடியாது. இத்தகைய இரண்டும் சேர்ந்த இயல்பை அநுமானத்தாலும் நிறுவ இயலாது. முக்கியமாக எல்லாமே வெறும் உணர்ச்சிதான் என்று கொள்ளவும் முடியாது. அநுமானம் என்றால், ஏதோ ஒன்றிலிருந்து மற்றொன்றை ஊகித்து அறிவதுதான்.

கருத்துமுதல்வாதிகள் கூறும் வகையில் அறிவும் அறியும் பொருளும் ஒன்றே; வேறல்ல என்பதற்குக் குமரிலர் கூறும் அடிப்படையான மறுப்பு இது; இவ்வாறு கூறுவதில் மேலும் பல அபத்தங்கள் உண்டென்றும் காட்டுகிறார். இதை ஏற்கும் கருத்துமுதல்வாதி, அறியும் பொருளின் வடிவமும் அது பற்றிய கருத்தின் வடிவமும் ஒன்றே என்றும் கொள்ளவேண்டிய நிர்ப்பந்தம் ஏற்படும். அப்படியானால் நீலம் என்ற எண்ணமும், மஞ்சள் பற்றிய எண்ணமும் நீலமாகவும் மஞ்சளாகவும் இருக்கவேண்டும். அப்படி இல்லையென்பது நமது நிஜமான அநுபவத்தின் முடிவு. நீலமான எண்ணம், மஞ்சளான கருத்து என்று யாருமே கூறுவது இல்லை. இனிமையான எண்ணம் கசப்பான எண்ணம் என்றும் யாரும் கூறுவது இல்லை. நீலம் என்ற எண்ணம் எனக் கூறுவதுண்டே தவிர, நீலமாயிருக்கும் எண்ணமென்று கூறுவதில்லை. இப்படிக் கூறுவது அறியாமற் கூறுவதுமில்லை. மாறாக, எடுத்துக் கூறும் அநுபவத்தை உள்ளது உள்ளவாறு கூறுவதே இது. ஆகவே, அநுபவம் மறுக்க முடியாமல் தரும் முடிவு என்னவென்றால், அறியும் விஷயத்தின் வடிவம் அறிவின் வடிவம் மட்டுமே இல்லை என்பதுதான். இரண்டையும் ஒன்றாக்கும் முயற்சி வீண்தான்.[57]

இதற்கெதிராகவும் கருத்துமுதல்வாதி ஒன்றைக் கூறுகிறான்: "எண்ணத்திற்கும் கருத்திற்கும் ஒரு வடிவம் அதற்கேயுரியதாய் இருக்கலாம் என்றும் நினைக்க முடியாது; கனவில் தோன்றுவன வெறும் எண்ணங்களே; அவற்றுக்கும் குறிப்பிட்ட வடிவங்கள் இருக்கின்றனவே. அவை எவற்றின் வடிவங்கள்? கனவு காண்பவனுக்கெதிரே எந்தப்

பொருளும் இல்லையே? அந்தக் கனவு வடிவங்கள், வெளியே இருக்கும் பொருள்களின் வடிவங்களிலிருந்துதான் தம் வடிவத்தைப் பெற்றன என்று எண்ணுவது பொருந்தாது; இவை, கனவின் எண்ணங்களின் சொந்த வடிவங்களே; ஆகையால், எண்ணங்கள் தமக்கென வடிவம் உடையன அல்ல என்று சொல்வது எவ்வாறு?' என்பது அவன் வாதம்.

தர்ம கீர்த்தியின் 'ஸஹ-உபலம்ப நியமம்' என்பதை மறுக்கும் குமரிலர், இந்த வாதத்தை மறுத்துக் கூறுவது அவசியம் என்று கருதவில்லை; ஏனென்றால், நியாய வைசேஷிகர்களுடன் உடன்பட்டு முன்னமேயே, கனவுகள் நிஜமாகவே காணும் வெளிப் பொருள் இல்லாதவை அல்ல என்றும், பொருள்கள் உண்டென்றும், அவை இருப்பது வெவ்வேறு கால தேசங்களில் என்றும் கூறியிருக்கிறார். ஆகவே, கனவில் காணும் பொருள்கள் பற்றிய எண்ணங்களும் கருத்துக்களும், நிஜமான உலகில் உள்ள நிஜமான பொருள்களிலிருந்து தோன்றுவனவே என்பது எளிதில் விளங்கும்.

மேலும், கருத்துமுதல்வாதியின் முடிவுக்குக் காரணமான ஆதாரமே ஒப்புக்கொள்ள முடியாத ஒன்று; அறியும் பொருளை உணர்தலும் அந்த அறிதலும் ஒரே நேரத்தில் நிகழ்வன என்பதே அந்த ஆதாரம்; அதுவே உண்மையில்லை எனக் கூறும் குமரிலர் இதை நிரூபிக்க, நினைவின் ஞாபகத்தின் அடிப்படையில் விவாதம் செய்கிறார். எண்ணத்தை அறிந்துகொள்வதும், அதன் தொடர்புடைய பொருளை அறிந்துகொள்வதும், ஒருசேர இருக்க வேண்டியது அவசியம் என்றால், இந்த அறிதலின் ஞாபகமும் எண்ணம், பொருள் இரண்டினுடையவும் ஞாபகமாக இருக்க வேண்டும் என்பது அவசியமாகிறது. இவற்றுள் ஒன்றின் ஞாபகம் மற்றதன் ஞாபகம் இல்லாமல் ஏற்படாது; உண்மை அப்படியில்லை; ஒன்றின் ஞாபகம் இன்றியே மற்றொன்று ஞாபகத்திற்கு வருகிறது. இதைக் குமரிலர் இவ்வாறு கூறுகிறார்:[58]

"நமக்குப் பின்வருமாறு ஓர் அநுபவம் நேர்வதுண்டு; அதாவது, ஆழ்ந்த உறக்கத்தில்-கனவு இல்லாத் தூக்கத்தில்-நான் எந்தப் பொருளையாவது விஷயத்தையாவது அறிந்து உணர்ந்ததாக எனக்கு நினைவில்லை என்பது. இது போன்ற அநுபவங்களில், அறிந்து கொண்ட எத்தகைய பொருளின் அறிதலையும் சாராமலேயே ஏதோ ஒரு எண்ணத்தை உணர்வதை நினைவு கூர்கிறோம். அறியப்படுவதற்கும், அறிதலுக்கும் வேறுபாடு ஏதும் இல்லையென்றால், ஒன்றின் ஞாபகம் மற்றொன்றையும் நினைவுக்குக் கொண்டுவந்திருக்கும்; ஆனால் நாம் மேலே கூறிய அநுபவத்தில், அறிந்த கருத்தின் நினைவுதான் இருக்கிறது. ஆகவே, இங்கு அறிதலாகிய கருத்து மட்டுமே முன்னரே உணரப்பட்டது என்று ஒப்புக்கொள்ள வேண்டும்.

மேலும், நாம் ஏற்கனவே ஏற்பட்ட ஒரு எண்ணத்தைப் பற்றிய அநுபவத்தையும் அதன் தொடர்பான வெளிப் பொருளைப் பற்றிய அநுபவத்தையும் ஞாபகப்படுத்திக்கொள்ளும்போது அந்த நீலமானது இரண்டின் ஞாபகமும் அடிப்படையில் வேறுபடுகிறது என்ற கருத்தின் ஞாபகம், நீலமானதின் நினைவு அன்று; ஏற்கெனவே அநுபவித்தவை என்னும்போது, இந்த இரண்டும் தனித் தனியே வெவ்வேறாக அநுபவத்தில் உணர்ந்தவையே. இதைக் குமரிலர், "இரண்டின் ஞாபகமும் ஒரே வடிவத்தில் தோன்றுவதில்லை" என்கிறார்.[59]

அவர் மேலும் சென்று வாதத்தைத் தொடர்கிறார். கருத்து முதல் வாதி கூறுவது மிகவும் விநோதமானது; எல்லாமே வெறும் எண்ணம்-கருத்து - அறிவுதான் என்கிறான். அப்படி இல்லாத எதுவுமே இல்லை; அப்படியானால் அறிபவன், அறியும் பொருள் என்பனதான் என்ன? அவன் அறிவுதான் (ஒன்றைப் பற்றிய ஞானமே) சில சமயம் அறிபவனாகவும் சில சமயம் அறியும் விஷயமாகவும் தோன்றுகிறது எனக் கூறுகிறான்; ஆனால் உண்மையிலேயே, அறிவு, அறிபவன், அறியும் பொருள் என்பவற்றிற்கு வேறுபாடே கிடையாது என்றால், ஞானம்தான் சில சமயம் அறிபவனாகவும் சில சமயம் அறியும் பொருளாகவும் தோன்றுகிறது என்று நீ சொல்வதற்கு அர்த்தமே இல்லையே என்று கேட்கிறார் குமரிலர். கருத்துமுதல்வாதி கூறும் வகையிலேயேகூட, அறிவு, அறிபவன், அறியும் பொருள் என்பவற்றின் இடையே சில சிறிய வேறுபாடாவது உண்டு என்று ஒப்புக் கொண்டுதான் தீர வேண்டும். அப்படிக் கொண்டால்தான் அவற்றைத் தனித்துப் பிரித்துக் குறிப்பிட இயலும்; மேலும், அறிவுதான் சில சமயம் அறிபவனாகவும் அறியும் பொருளாகவும் தோன்றுகிறது என்பதைச் சாதிக்கவும் அது அவசியம் வேண்டும். இப்படி மிகக் குறைந்தபக்ஷமான வேறுபாட்டை ஒப்புக்கொள்ளாவிட்டால், அறிபவனாக, அறியும் பொருளாக என்று சொல்லும் வார்த்தைக்கே அர்த்தமில்லாமல் போய்விடும். இப்படி ஒப்புக்கொண்டாலோ அவனுடைய ஆதாரமான கொள்கை, அதாவது அறிவு ஒன்றுதான் ஸத்யம்-மற்றபடி அறிபவனும் பொருளும் இல்லை என்றது முரண்பட்டுவிடும்.[60] இவை குமரிலர் கூறும் சில கருத்துக்களே. இன்னும் அவர் நிறையவே கூறுகிறார். இனி இதற்கு நியாய வைசேஷிகர்கள் கூறும் மறுப்புக்களைக் காண்போம். இதைப் பணிபூஷண தர்க்க வாகீசர் கூறும் வகையிலேயே பின்பற்றிக் கூறுவோம்.[61]

முதலாவது மறுப்பு: 'அறிவும் பொருளும் ஒன்றே; வேறல்ல' என்பதற்குச் சான்றே கிடையாது; அறியும் பொருள் பற்றிய உணர்வு

என்பது அறிவைக் காட்டிலும் வேறாக நிகழாது; அறியும் விஷயத்தைப் பற்றிய உணர்வு, அடிப்படையான முக்கியத்துவத்திலும் மாறா நிலையில் நிகழும் அறிவை உணர்தலே என்பது கருத்து முதல்வாதியின் கூற்று; இதெல்லாம் வெறுமென அவனே வைத்துக்கொண்ட ஓர் எண்ணமே தவிர உண்மையில்லை. அநுபவம் தரும் முடிவு, அறியும் பொருளும் விஷயமும் அந்த அறிவினின்றும் வேறானதே என்பது தான். அறிதல் என்பதன் இயல்பை நன்கு அலசி ஆராய்ந்தால் இந்த முடிவு முற்றிலுமாக ஒத்து வருகிறது. அறிதல் என்பது முக்கியமாக ஒரு செயல் வடிவில் நிகழ்கிறது; அறியும் பொருள் இந்தச் செயலுக்கு உட்படும் ஒன்று. ஒரு செயலுக்கு உட்படும் பொருளும் செயலும் ஒன்றே என்று கூற முடியாது. வெட்டுதல் என்பது தன்னையே வெட்டிக்கொள்ள முடியாது. ஒரு மரத்துண்டை எப்படி வெட்ட முடிகிறது? மரத்துண்டு என்பது, வெட்டுதல் என்ற செயலிலிருந்து வேறான பொருள்; அது போலத்தான், ஒரு பொருளை - அது வேறாயிருந்தால்தான் அறிய முடியும்.

இரண்டாவது: அறியும் பொருள் என்ற ஒன்றை, அது தனியே வேறானதும், நிஜமானதுமான ஒன்று என்று ஒப்புக்கொண்டாலன்றி அந்த அறிவு நிஜம் என்பதையும் ஏற்க இயலாது; எந்தப் பொருளையும் சாராத - பொருளேதும் இல்லாத ஒரு வெறும் அறிவு - எதையுமே அறியாத (உணராத) அறிவு என்பது உண்மையாகவே முடியாது. கருத்து முதல் வாதி இதற்கும் ஒரு பதில் கூறுகிறான்: "அறிவுக்கு அது அறியும் பொருளே இல்லையென்று நான் சொல்லவில்லையே! அறிவுக்கு உட்படும் பொருள் உண்டு; அது அந்த அறிவின் வடிவம் தவிர வேறில்லை; ஆக, அறிவுக்குப் புலனாகும் பொருள் இல்லையென்று நான் சொல்லவில்லை. ஆனால், அந்தப் பொருளை ஆக்கி உருப்படுத்தும் மூலப் பொருளான சரக்கு, அறிவை உருவாக்கிய அதே சரக்குத்தான் என்று சேர்த்துக் கூறுகிறேன், அவ்வளவுதான். இதன் அர்த்தம் யாதெனில், அந்தப் பொருள் வெளி உலகத்தில் இருப்பதாகப் பொதுவாக நினைப்பது போல் அது நிஜமாக வெளியே இல்லை என்பதுதான். வெளியே உள்ள-புலனாகின்ற பொருள்களாக அவை நிஜமாகவே இல்லை. அவை வெறும் கற்பனைதான்." இதை ஏற்றுக்கொண்டால், புலனாகும் பொருள் வெளியே இருப்பதாக எண்ணுகிறோமே இதை எப்படி விளக்குவது? கருத்துமுதல்வாதி கூறக்கூடிய விடை ஒன்றே ஒன்றுதான். வெளியே இருப்பது என்பது ஒரு தோற்றம் மட்டுமே என்பான்; அறிவை ஆக்கிய மூலச்சரக்குதான் இதையும் உருவாக்குகிறது என்றாலும் அது வெறும் தோற்றம்தான்; ஆகவே, அது வெளியில் இல்லை; உள்ளே இருப்பதுதான்; ஆயினும் எப்படியோ அது

வெளியில் இருப்பது போல் தோன்றுகிறது. இந்த வாதத்தில் அர்த்தமே சிறிதும் கிடையாது; பொருள் வெளியே இருப்பது என்பதே நிஜமாக இல்லாதது என்றால், அதை வைத்துப் பொருத்தமாகவும், முரண்படாமலும் பேசுவது சாத்தியமாகும்? உதாரணமாக; ஒருவனைப் பார்த்து, இவன் மலடி பெற்ற மகனைப் போல் இருக்கிறான் என்று சொல்ல முடியுமா? வெளியே உள்ள பொருள்கள் எங்கும் எப்போதும் நிஜமாக இல்லை என்றால், உள்ளே தோன்றும் எண்ணம் - கருத்து, வெளியே இருக்கும் பொருள் போல் தோன்றுகிறது என்பதை எப்படிச் சாதிக்க முடியும்?

மூன்றாவது: வெளியே பொருள்களே இல்லை என்று அறவே மறுப்பது, நம் அநுபவத்திற்கு உள்ளாகும் பலவகைப்பட்ட ஏராளமான பொருள்களையும் விஷயங்களையும் விளக்கிக் கூறவே முடியாமல் செய்துவிடும். நமக்குச் சில சமயம் ஒரு நீலமான பொருள் தெரிகிறது. சில சமயம் மஞ்சள், சில சமயம் மரத்தைக் காண்கிறோம்; வீடுகளைக் காண்கிறோம். இவை யாவுமே நம் மனத்திற்கு வெளியே இல்லை - யாவுமே உள்ளே இருக்கும் எண்ணங்களும் அறிவுதான் என்றால், அந்தப் பொருள்களைப் பற்றிய நமது கண்டுணரும் அநுபவங்கள் எப்படி நேர்கின்றன. இதற்கு விடை கூற விக்ஞானவாதிகள் மிக விரிவான வகையில் முயன்று, பொருள்கள் பற்றிய அநுபவங்கள் வெவ்வேறாக இருப்பதை விளக்குகிறார்கள். அவர்கள் கூறுவதில் மிகவும் முக்கியமானது, 'வாஸனை' என்பது. இங்கே இதன் பொருள் மணம் அன்று; சாசுவதமாக நம்முள் இருக்கும் ஒரு வேட்கை (பொருள்களைப் பற்றிய தாகம்), ஒரு பற்றுதல். இது நமது அக்ஞானத்தில் - அறியாமையில் வேர் கொண்டிருப்பது. வற்றாமல் ஓடிக்கொண்டே இருக்கும் நமது உள்ளுணர்வின்-நினைவின்-எண்ணத்தின் ஓட்டத்தில் (ஓடையில்) கணத்திற்குக் கணம் தோன்றும் நினைவுத் துண்டு, துணுக்குகளுக்குப் பல்வேறு வகையான வடிவங்களைக் கொடுப்பது, அந்த வேட்கையும் பற்றும்தான். இதுதான்-இந்த நினைவின் ஓடைதான் நிஜமானது என்பது அவர்கள் கருத்து. இந்த நீண்ட நெடும் அரட்டையான வெற்றுப் பேச்சுக்கு ஆதாரம், அவர்கள் தாமே கொண்ட - விஞ்ஞான அடிப்படை இல்லாத அற்புதமான பண்டை இயற்கைச் சாத்திர அடிப்படைகள்தான். அப்படியே, அந்த அடிப்படைகளின்படியே, நம் அநுபவத்திற்கு வரும் பொருள்கள்-விஷயங்கள் பல்வேறு வகைப்பட்டுப் பலவாக இருக்கும் பிரச்சனையைப் பொருத்தமாகவும் முரண்பாடின்றியும் விளக்கிக் கூறமுடியுமா? முடியாது; ஏனென்றால் அவர்கள் கூறும் வேட்கையும் பற்றுதலும் பொருள்களின் வடிவங்களையும் உண்டாக்கிக்கொள்ள வேண்டு மானால், அந்த வடிவங்களையும் அந்த வடிவங்களையுடைய பொருள்

களையும் கடந்த காலத்தில் நிஜமாகவே கண்டுணர்ந்து அநுபவித்திருக்க வேண்டுமே? ஏற்கனவே வீடு என்ற அநுபவம் அறவே பெறாத ஒருவன், வீட்டைப் பற்றிய வேட்கை கொள்ள முடியாதா? நீலமான தொன்றைக் கண்டுணர்ந்த அநுபவமே இல்லாத ஒருவன் அதை எப்படி வாஸனையால் உணர முடியும்? கருத்துமுதல்வாதி எவ்வளவுதான் திட்டமிட்டுக் கொண்டு சாத்திரங்களைத் தனக்குத்தானே வகுத்துக் கொண்டாலும், நம் அறிவுக்குப் புலனாகும் பொருள்கள் பல்வேறு வகையாகவும் பலவாகவும் இருப்பதைச் சரியாக விளக்கிக் கூறவேண்டுமானால், அறியும் பொருள்கள் பல, பல்வேறு வகை என்பதைக் கடைசியில் ஒப்புக்கொள்ளத்தான் வேண்டும். அதாவது அவை வெளியே நிஜமாகவே - பொருள்களாக இருக்கின்றன என்று ஏற்றுக்கொண்டே தீர வேண்டும்.

நான்காவது: மேலும் பழைய நினைவும், ஞாபகமும் தருகின்ற சான்றும், நிரூபணமும் கருத்துமுதல்வாதிக்கு எதிரானவையாகவே உள்ளன. அறிவதெல்லாமே வெறும் அறிவுதான் (எண்ணமும் கருத்தும்தான்) என்றால், ஒருவனுடைய பழைய (கடந்த காலத்திய) அறிவும், ஓர் அறிவின் அறிவுதானே தவிர வேறில்லை என்று ஒப்புக் கொள்ள வேண்டும். அப்படியென்றால், இதை நினைத்துக்கொள்வதற்கு ஒரே ஒரு வழிவகைதான் இருக்கும். அது, “நான் கடந்த காலத்தில், அப்படியொரு - அந்த மாதிரியான ஓர் அறிவை (எண்ணத்தை-கருத்தை) அறிந்தேன்” என்றுதான் நினைத்துக்கொள்ள முடியும். அப்படி இல்லையே, இந்த நினைத்துக்கொள்ளுதல் என்பது.” கடந்த காலத்தில் அப்படியான ஒரு பொருளை, விஷயத்தை அறிந்தேன் என்பதுதான் கடந்த கால நினைவின் வடிவம்.

இப்படி நியாய வைசேஷிகர்கள் கூறும் வாதங்களை இன்னும் விரிவாகவே கூறலாம். நமக்குத் தேவையில்லை. நாம் முன்னரே சொன்ன வகையில், கருத்துமுதல்வாதிகள் வாதம் போன்றதுதான் Berkeley கூறும், தன்னை வைத்துப் பேசும்-சுய சிந்தனையை மட்டுமே சார்ந்த கருத்து முதற் கோட்பாட்டிற்கும் அடிப்படையாகிறது. இதைக் கோட்பாட்டளவில் முழு முற்றாக மறுப்பது முடியுமா என்பது, ஐரோப்பியத் தத்துவ சிந்தனையில் இன்னும் முடிவு காணாத பிரச்சினையாகவே இருக்கிறது; டிடெரோ (Dicerot) என்ற பிரெஞ்சுக் காரர் கலைக்களஞ்சிய ஆசிரியர்களின் தலைவர் பின்வருமாறு கூறுகிறார்; “தாங்கள் இருப்பது மட்டுமே உண்மையென்பதையும் தமக்குள் ஒன்றின் பின் ஒன்றாய்த் தோன்றும் உணர்ச்சிகளையும் மட்டுமே உணரும் வேறு எதையுமே ஒப்புக்கொள்ளாத அந்தத்

தத்துவவாதிகளுக்குக் கருத்துமுதல்வாதிகள் என்று பெயர். அந்தக் கருத்து மிகவும் வீணான எந்த கட்டிற்கும் அடங்காத ஒன்று; அதை உரு கொடுத்து ஆக்கியவர்கள் குருடர்கள் என்றே நான் நினைக்கிறேன். அந்தக் கருத்தமைப்பு மனித அறிவுக் கூர்மைக்கும், தத்துவத்திற்கும் வெட்கக் கேடானது. அது அனைத்தையும்விட பெரிய அபத்தம்தான்; எனினும் அதை எதிர்ப்பதும் சிரமமாகவே இருக்கிறது. மேற்கோளாகக் காட்டி, லெனின்[62] டிடேரா தனது சமகாலத்திலிருந்த பொருள் முதல்வாதத்திற்கு மிக நெருக்கமாகவே வந்துவிடுகிறார். அதாவது விவாதங்களும், தர்க்க யுக்திகளும் மட்டுமே கருத்துமுதற்கோட்பாட்டை மறுப்பதற்குப் போதுமானவை அல்ல; மேலும் இது, கொள்கை பற்றிய விவாதத்திற்கு இடம் அளிப்பதும் இல்லை" என்று கூறுகிறார். கருத்துமுதற்கோட்பாட்டை மறுப்பதற்குப் போதுமானமாக இருப்பது வேறு என்ன? மார்க்ஸும் ஏங்கெல்ஸும் கூறும் வகையில் அன்றாட வாழ்க்கையும் பழக்கவழக்கங்களும்தான், இதை மறுக்கப் பயன்படுபவை என்று நாம் முன்னரே பார்த்தோம். "இந்த வகையில் தீர்மானமாகச் சொல்ல வேண்டியதை, பழக்கவழக்கங்களை மட்டுமே உண்மைக்கான சான்றாக வலியுறுத்திக் கூறுவதன் மூலம் செய்துள்ளனர். இதே சான்றுடன் சுபகுப்தரும் அகலிங்கரும் மறுத்துள்ளனர்.

அகலிங்கம், "தஹி ஜாது லிஷக் ஞானம் மரணம் பிரதிதாவதி- எக் காலத்தும் எந்த வகையிலும் விஷம் என்ற எண்ணமும் கருத்துமே (அதன் நினைவே) மரணத்தைத் தந்துவிடுவதில்லை" என்று கூறுகிறார். "விஷம் என்பது வெளியே உள்ள ஒரு நிஜமான பொருள் இல்லை என்றால், அது பற்றிய எண்ணமும் நினைவுமே தோன்று வதால் மட்டுமே மரணம் நேர்ந்துவிடுமா? விஷத்தைக் குடிக்காமல், அல்லது விஷா் தீண்டாமல் விஷம் என்று நினைத்துக்கொண்டாலே நாம் சாவதில்லையே" என்கிறார் அகலிங்கர்.[63]

சுபகுப்தர் கூறுகிறார், "ஒருவன் கனவில் தனது உடல் துண்டு துண்டாக வெட்டப்படுவதாக உணர்கிறான். இது நிச்சயமாகத் தன் மனத்தில் தோன்றிய-தனக்கே சொந்தமான எண்ணம்தான்; அதற்கு நேர்த் தொடர்புள்ள வெளிப் பொருளும் விஷயமும் நிஜமாகவே இல்லை. ஆனால் கனவில் நிஜமாகவே நிகழ்கிறது; அவனும் உணர்கிறான். ஆகவே விழிப்பில் நிகழும் உணர்வுகள் எண்ணங்கள் கருத்துக்கள் ஆகியவற்றிக்கு நேர்த் தொடர்புள்ள வெளிப் பொருள்களும் விஷயங்களும் நிஜமாகவே உண்டு என்பதற்கு என்ன உறுதி இருக்க முடியும்?" என்பது கருத்துமுதல்வாதியின் கைவசத்தில் உள்ள ஒரே

கேள்வி. சுபகுப்தர் அவனுக்குக் கூறும் பதில் பின்வருவது; "விழிப்பு நிலையில் ஏற்படுகின்ற தலையைச் சீவி எறிவது, உடம்பைப் போஷிப்பது ஆகியன கனவில் நிகழ்வதே போன்ற தன் மனத்திலே தோன்றும் (தனக்கே தொடர்புடைய வெளியே ஏதும் தொடர்பற்ற) செயல்கள்தான் என்றால், சீவப்படாமல் அக்கறையுடன் உணவுகளால் உடம்மை வளர்த்துக்கொள்வதும் ஏன்? எப்படி? இப்படிக் கேட்கும் சுபகுப்தரும் ஒரு பௌத்தர்தான்; விக்ஞான வாதிகளும் பௌத்தர்களே; ஆகவே, அவர்களுக்கு ஒன்றைச் சுட்டிக் காட்டுகிறார் அவர். 'உங்கள் பார்வையில் மனம் ஒன்றுதான் நிஜம்: அந்த நிலையில் ஒருவன் தான தர்மங்கள் செய்ய வேண்டும் என்ற கடமையை எப்படி நிறைவேற்ற முடியும்? ஒருவன், திரும்பத் திரும்ப தான தர்மங்களைச் செய்வதாக-மனத்தளவில் செய்வதாக - எண்ணிக்கொண்டால், அதாவது எண்ணத்தளவில் மட்டுமே தான தர்மங்களைச் செய்து பயின்றால், எவனுடைய வறுமையும் துயரமும் தீரவே தீராதே? ஆகவே, எண்ணம் மட்டுமே நிஜம் என்று கருதவே முடியாது; அன்றாட வாழ்வும் பழக்கமும் இது தவறானது என்பதை அடிக்கடி நிரூபித்த வண்ணம் இருக்கின்றன.

12. பௌதீகமான இயற்கையும் பொருளும் உண்டு என்ற கருத்தை நிறுவுதல்

வெளியே பொருள் யாதுமில்லை என்ற கருத்துக்கு ஆதாரமாக இரண்டு வாதங்கள் இருக்கின்றன.[66] என்பார் குமரிலர். (1) இவற்றுள் ஒன்று அறிதல்; அதன் இயல்பு பற்றியதும் அறிவுக்கு மூலமானவை பற்றியதுமாகும். (2) மற்றது உளதாகி இருத்தல் பற்றியது; குமரிலர் கூறும் வகையில் உள்ள பொருள்களின் இயல்பு பற்றியது; இதுவரை நாம் முதலாவதைப் பற்றியே முக்கியமாக ஆய்ந்தோம். சுருக்கமாக இரண்டாவதை ஆய்ந்து, அதன் மூலம் கருத்து முதற் கோட்பாட்டிற்கு எதிரானவர்கள் கூறுவதைப் பார்ப்போம்.

திங்நாகர், கருத்து முதற் கோட்பாட்டை நிரூபிக்கும் வகையில், "ஆலம்பன பரீக்ஷா" என்ற நூலை எழுதுகிறார். இதன் முக்கியமான நூற் பொருள் அணுக் கோட்பாட்டை மறுப்பது. (அறிதல்-எண்ணம், கருத்து ஆகியவற்றுக்குப் பற்றுக்கோடு, அதாவது நேரிடையான தொடர்புள்ள பொருள் வெளியே உண்டா என ஆய்தல் என்பது நூல் தலைப்பின் பொருள்) வெளியே பொருள்கள் உண்டு என்று ஒப்புக் கொள்வதானால், அவை அணுக்கள் அல்லது அணுக்களின் தொகுப்பு என்றுதான் கருதவேண்டும். தர்க்க யுக்திப்படி இந்த இரண்டுமே நிரூபிக்க முடியாதவை. அணு என்பதை நிரூபித்துக்காட்ட வழியே

இல்லை. அது வெறும் கட்டுக் கதைதான். ஏதுமில்லா வெட்ட வெளியில் பூ மலர்கிறது என்று சொல்வதைப் போன்றது. அணுத் தொகுப்பு என்பது இன்னும் அதிகமான பொய். அணுக்கள் சேர்ந்த சேர்க்கை என்பது அதாவது ஒரு முழுப் பொருள் என்பது-அணுக்களால் ஆனதுதான். எனினும் அணுக்களைக் காட்டிலும் அதாவது, முழுமையின் உறுப்புக்களைக் காட்டிலும் தனிப்பட்டதும் வேறானதுமான பொருண்மை உடையது என்று கொள்வதே கட்டுக்கதைதான். இது வைசேஷிகர்கள் காணும் இரட்டைச் சந்திரன் என்று கிண்டல் செய்கிறார் திங்நாகர். இந்தியத் தத்துவ மரபில் ஒரு மாயப் பொருள் என்பதற்கான ஓர் உதாரணம் இது. ஆகவே, மேலே கூறிய இரண்டு வகையிலும் வெளியே பொருள்கள் நிஜமாக இருக்க முடியாது. அப்படியானால் அந்தப் பொருள்கள் என்ன? வெறும் எண்ணம்தான் என்கிறார் அவர்.

திங்நாகரின் இந்த நூல் மிகச் சுருக்கமானது. எனினும் தத்துவ மரபுக்கு இது மிகவும் முக்கியமான கவனத்திற்குரியதாகிறது. முதிர்ச்சி பெற்ற இந்தியத் தத்துவ சிந்தனையில் கருத்துமுதல்வாதிகள் தமது முடிவை நிறுவக் கையாளும் மிக முக்கியமான யுக்தியை இந்த நூல் காட்டித் தருகிறது. இந்த யுக்தி பௌதீக உலகம் என்ற கருத்தை நேரிடையாக வாதித்து மறுத்து விளக்குகிறது. இந்தியத் தத்துவ சிந்தனையில், பொருள்முதல்வாதமாகப் பௌதீக உலகின் இயல்பு பற்றிய மூன்று முக்கியமான கோட்பாடுகள் காணக் கிடைக்கின்றன. அவை பூதவாதம், பிரதானவாதம், பரமாணுவாதம் என்பன. கி.பி. ஐந்தாவது நூற்றாண்டுக்குப் பிறகு பிரபலமான எந்த தத்துவவாதியும் இவற்றுள் முதல் இரண்டையும் காத்து நிறுவ முற்படவில்லை. ஆனால், மூன்றாவதான பரமாணுவாதத்தைப் பலர் விவாதித்து நிறுவியுள்ளனர். ஆகவே, தத்துவசிந்தனை முதிர்ந்த காலத்தில், கருத்துமுதல்வாதிகள் பௌதீக உலகத்தைப் பற்றிய இந்த அணுக் கோட்பாட்டை மறுக்கவே முனைகின்றனர்.

ஆகவே, அணுக் கொள்கையை மறுப்பது நாகார்ஜுனர் காலத்தி லேயே உண்டு எனத் தெரிந்தாலும், பிற்காலத்தைப் போல அந்தக் காலத்தில் அது அத்தனை முக்கியத்துவம் பெறவில்லை. இதற்கெனவே திங்நாகர் தனியே ஒரு நூல் எழுதும் அவசியத்தை உணர்கிறார். தனக்குமுன் வசுபந்து கூறிய அடிப்படை வாதங்களையே இவரும் எடுத்துக்கொள்வதுடன் அவற்றை மிக விரிவாகக் கூறி பலப்படுத்த முற்படுகிறார். அவருக்குப் பிறகு இந்த வாதத்தை சாந்தரக்ஷிதர், கபலசீலர் போன்ற பலரும் மிக மிக நுட்பமான மேதாவித்தனத்தைக்

காட்டி வளர்க்கிறார்கள். இந்த வகையில் அணுக்கோட்பாட்டை மறுக்க மிக விரிவான நூல்கள் எழுதப்பட்டன.

இந்தப் போக்கின் முக்கியமான பயன், கருத்துமுதல்வாதத்தை நிலைநாட்டுவதுதான். இதை எதிர்க்கும் வகையில் அணுக்கொள்கையை நிறுவும் காரியமும் விரிவடைந்தது. இதில் சுபகுப்தர், அகலிங்கர், குமரிலர் போன்ற பல தத்துவவாதிகளும் வேறு பலரும் மிக்க ஆர்வத்துடன் செயற்பட்டனர். இதில் மிக மிக ஈடுபட்டவர்கள் நியாய வைசேஷிகர்களே. ஏனென்றால், அவர்களுடைய தத்துவத்திற்கு உயிர்நாடியே இந்த அணுக்கோட்பாடுதான்.

இந்திய அணுக்கோட்பாட்டையும் அதற்கெதிரிடையான வாதங்களையும் பற்றிய செய்திகளைப் பார்ப்பது என்பது ஒரு தனிப்பட்ட பெரிய ஆராய்ச்சிக்குரியதாகும். இந்த நூலில் நமக்குள்ள இடமும் வசதியும் சுருக்கமாக அது எப்படிக் கருத்து முதற் கோட்பாட்டை மறுப்பதில் மிக முக்கியமாகிறது என்று காண்பதற்கு மட்டுமேயாகும். இது பற்றி நியாய வைசேஷிகர்களின் வாதங்களை மட்டுமே காண்போம்.

இந்த அத்தியாயத்தின் (ஏழு) இரண்டாம் பிரிவில் கூறப்பட்ட கருத்துமுதல்வாதிகளின் கட்சியைக் காண்க. பௌதீக உலகத்தில் பொருள்கள் நிஜமாகவே உண்டு என்பதை அறிவின் பரீட்சைக்கு உட்படுத்திப் பார்த்தால் அது இல்லாமல் போகிறது. உதாரணமாக, துணி என ஒன்று இருப்பதாக நம்புகிறோம். இன்னும் சரியாகப் பார்த்தால் நூல்களைத் தவிர துணி என்று தனியே நிஜமாக ஏதுமில்லை என்று தெரிகிறது. சரி, நூலாவது நிஜமானதுதானா? அதுவும் இல்லை. நூலைப் பிரித்தால் பஞ்சின் இழைகளைத் தவிர நூல் என்பதில்லை. இழைகளையும் பிரித்தால் இழைகளின் சிறு சிறு துண்டுகள்தான் மிச்சம். இப்படியே முழுப் பொருளை (அவயவியை) உறுப்புக்களாக (அவயவங்களாக) பிரித்துக்கொண்டே போனால் கடைசியில் ஒன்றுமே இல்லாத ஓர் இடம் வருகிறது. ஆகவே, மூலமான பொருள் எதுவும் கடைசியில் ஏது மில்லாததாகவே ஆகிறது என்பது கருத்துமுதல்வாதிகளின் கட்சி.

இந்த விவாதப் போக்கில் இரண்டு பிரச்சனைகள் தோன்றுகின்றன. ஒரு முழுப் பொருள் என்ற அவயவி; அதன் உறுப்புகள் - பாகங்கள் என்ற அவயவம். துணி என்பது நூல்களால் ஆனது என்றாலும், நூல்களைத் தவிர துணிக்கென்று ஒரு தனிப் பொருண்மை உண்டா? அல்லது நூல்கள் என்ற அவயவங்களைவிட வேறாகத் துணி என்பது

இந்தியத் தத்துவ இயலில் நிலைத்திருப்பனவும் அழிந்தனவும்

உண்டா? என்பது ஒரு கேள்வி. ஒரு பௌதீகமான பொருளைப் பிரித்துப் பிரித்துப் பார்ப்பது என்பது இரண்டாவது. அவயவங்களை மேலும் அவற்றின் அவயவங்களாகவும் அவற்றை மேலும் அவற்றின் அவயவங்களாகவும் இப்படியே பிரித்துப் பார்த்துக்கொண்டே போனால் கடைசியில் ஒன்றுமில்லாத சூன்யத்தில்தான் முடியும்.

இந்த இரண்டு பிரச்சனைகளும் நியாய வைசேஷிக தத்துவத்தில் ஒன்றுடன் ஒன்று இணைந்தவையே என்றாலும், இரண்டாவது பற்றியே நாம் சர்ச்சை செய்ய வேண்டும். ஏனென்றால், அதுதான் அந்த தத்துவத்தின் முடிவான அணுக் கோட்பாட்டில் கொண்டு சேர்ப்பது.[67]

பொருள்களை இவ்வாறு பிரித்துப் பார்ப்பது (கடைசிவரை பார்ப்பது) நியாய வைசேஷிகர்களுக்கு மறுக்க முடியாத அநுபவபூர்வமான உண்மை. ஆனால், இப்படிப் பிரித்துக்கொண்டே போகும் எல்லையின் முடிவு தர்க்கரீதியில் அமையும் ஒன்றாகிறது. இப்படிப் பிரித்துக்கொண்டே போவதைத் தர்க்கரீதியில் எதுவரை அநுமதிக்க முடியும் என்றால், இதற்கு மூன்று விடைகள் சாத்தியமானவை.

முதலாவது: ஒரு பொருளை திரும்பத் திரும்ப சிறிய சிறிய பாகங்களாகப் பிரித்துப் பிரித்துப் பார்த்தல் என்பது, தர்க்கரீதியில் சொன்னால் எல்லையும் முடிவும் இல்லாததுதான். இப்படிப் பிளப்பது முடிவில்லாமலேயே அனந்தம் என்ற முடிவு வரை போகலாம். தர்க்க ரீதியில் இதை ஒரு குறித்த இடத்தில் நிறுத்தும்படி யாரையும் நிர்ப்பந்திக்க முடியாது.

இரண்டாவது: இந்தப் பிளந்து பார்க்கும் காரியத்திற்கு ஒரு தர்க்க ரீதியான எல்லை உண்டு என்பதிலும் ஐயம் இல்லை. ஒரு பொருளை அதற்கு மேல் பிளந்தறிய முடியாது என்ற நிலை வரும். அதுதான் ஒன்றுமில்லாத வெறுமை-சூன்யம் என்பது. அதற்கும் மேலும் பிளந்து பார்க்க முடியாத நிலையில் வெறுமையே எஞ்சுகிறது. ஆகவே, அதுதான் பொருளின் கடைசி-முடிவான நிலை என்பது தெரிவதால் சூன்யத்தையே ஒப்புக்கொள்ள வேண்டும் என்பது அவர்கள் வாதம். இந்தக் கருத்துமுதல் வாதத்தின் அர்த்தம் யாதெனில் எந்தப் பொருளுக்கும் அதற்குரிய நிஜத்தன்மை என்பதே கிடையாது என்பது.

மூன்றாவது: இதற்கொரு நிச்சயமான எல்லை உண்டு. அது முன் சொன்னதைவிட அடிப்படையிலேயே வேறானது. தர்க்கரீதியில் இது ஒருவகையில் மிகவும் நுட்பமான, ஆனால் திட்டவட்டமாகவும் உண்மையாகவும் உள்ள-மேலும் பிரிக்க முடியாத முழுமையின் மிகச்சிறிய பாகம் என்ற இடத்தில் முடியும். இந்தப் பாகத்தை மேலும்

பிரிக்க முடியாது. ஆகவே, இதுவே சினைகள் இல்லாத முழுமை; பிளத்தல்-பிரித்தல் என்பது, ஒரு முழுப் பொருளின் சினைகளைப் பிரித்துப் பார்த்து முடிவு செய்வதுதான். ஆதலின், இந்தக் கடைசி பாகத்தை மேலும் பிரிக்க முடியாது.

அத்தகைய சினைகளே பரமாணுக்கள் என்கிறார்கள் நியாய வைசேஷிகர்கள். இவை நிஜமானவை - இருப்பவை என்பதை நிறுவும் வகையில் முதல் இரண்டும் தர்க்கரீதியில் ஏற்க முடியாதவை என்று நிரூபிக்கவேண்டி வருகிறது.

நாமாக வைத்துக்கொள்ளும் வகையான இது, அதாவது, பிளப்பதற்கு முடிவே இல்லை என்ற முதலாவது வாதம் வெளிப்படையான ஓர் அபத்தம். நேரிடையாகக் கண்டுணரக்கூடிய நிச்சயமான உண்மைக்கு அது வெளிப்படையாகவே முரண்படுகிறது என்பது அவர்கள் கட்சி. ஒரு விதையைவிட மலை பெரியது. அதிகப் பருமன் உடையது; உடைந்த பானையின் ஓட்டைவிடப் பானை பருமனில் பெரியது என்பது போன்ற உண்மைகளை யாரும் விவாதிப்பதில்லை. முதல்வாதப்படி பார்த்தால் இவை உண்மையாக இருக்க முடியாது. அதன்படி மலையைப் பிளந்து பாகங்களாகப் பிரித்துக்கொண்டே போனால், மிகப் பல பாகங்களாக - முடிவில்லாதவரை பிரிப்பதாக ஆகிறது. அதாவது மலை முடிவே இல்லாத பாகங்களால் ஆனது என்று ஆகிறது. விதை பற்றியும் இவ்வாறே ஆகும். இரண்டுமே பல பாகங்களாக ஆனது என்ற வகையில் பருமன் என்பது இரண்டுக்கும் ஒன்றே ஆகிறது; இந்தப் பருமனை அளவிட்டுக் கூறமுடியாது- அதாவது அமேயம் என்று தான் மனத்தால் கொள்ளவேண்டும். ஏனென்றால், எல்லையில்லாத பாகங்களால் ஆன ஒரு பொருளுக்கு, எல்லையுள்ள-முடிவான ஒரு பருமன் என்பது இருக்க முடியாது. இதே போலப் பார்த்தால் பொருள்களைப் பிரிப்பதற்கு எல்லையோ முடிவோ கிடையாது என்று கொள்ளும்போது, ஒரு முழுப் பொருளின் அளவும் அதன் பாகங்களின் அளவும் ஒன்றே என்றாகும். ஒரு பானையும் பானை உடைந்த ஓடும் ஒரே அளவுதானா? அதுவும் பானை போலவே எல்லையும் முடிவும் இல்லாத பாகங்களால் ஆனதுதானே? அப்படியானால் ஒரு முழுப் பொருள் அதன் பாகங்களைவிடப் பெரியதாய் இருப்பதை எப்படி விளக்க முடியும்? உண்மையாகப் பார்த்தால், பொருள்களைப் பிரிப்பதற்கு எல்லையோ முடிவோ இல்லை என்று வைத்துக்கொள்வதில் தொக்கி நிற்கும் அர்த்தம் யாதெனில், முழுப் பொருள்கள்தான் உண்டே தவிர, பாகங்கள் என்பனவே கிடையாது என்பதேயாகும். அப்படி இருக்கும் பாகங்களும் மனத்தாலும்

கொள்ளமுடியா அளவிற்கு மிக மிகச் சிறியனவே என்றாலும், அதை விடவும் சிறியது உண்டென்று பொருள்பட்டும், மேலும் பிரிப்பதற்கு உரியதேயாகியும் தம்மளவில் தாமும் முழுப் பொருள்களே ஆகும் அன்றோ. இதற்கும் முடிவோ எல்லையோ கிடையாது. இந்த நிலைப்பாட்டை ஏற்றுக்கொள்ளவே முடியாதென்பது தெளிவாகவே தெரிகிறது. இந்த அபத்தத்தை ஒரு சின்னக் கேள்வியால் விளக்கி விடலாம். பாகங்களுக்கு ஒட்டுமொத்தமான பருமன் உண்டா-உண்டெனில் அந்தப் பருமன் முழுப் பொருளின் பருமனுக்குச் சமமானதா அல்லது சமம் இல்லையா? பாகங்களுக்கு ஒட்டுமொத்தமான பருமன் இல்லையென்றால், அவை அணுக்களாகும். பாகங்களுக்கும் அவை கொண்ட முழுப் பொருளுக்கும் உள்ள பருமன் சரி சமமாக இருந்தால், அவற்றிற்கிடையே உள்ள, பாகங்கள்-முழுப் பொருள் என்ற வகையான தொடர்பு-ஒன்றைப் பொருத்து மற்றொன்று இருப்பதான சம்பந்தம் ஆதாரமாக இருப்பதை மனத்தால் கொள்ள முடியாது. அவற்றின் பருமன் சரி சமமானது இல்லை என்றால், அணுக் கோட்பாட்டைத்தான் ஏற்றுக்கொள்ள வேண்டும். அப்படிக் கொள்வதால்தான் பொருள்களில் உள்ள பருமனின் சமமின்மையை விளக்குவது முடியும். அணுக்களின் எண்ணிக்கை (ஒன்றுசேர்ந்த இரண்டு அணுக்கள், மூன்று, நான்கு என்று அனந்தகோடி எண் வரையில் உள்ள முடிவற்ற எண்ணிக்கை) சரி சமமாக இல்லாமல் இருப்பதே பொருள்களின் பருமனில் உள்ள சமமின்மைக்கு பொறுப்பும் காரணமும் ஆகிறது.[68]

இவ்வாறு கருத்துமுதல்வாதத்தை மறுத்த பின் பொருள்களைப் பிரித்தலுக்கு ஓர் எல்லை வேண்டுமென்றும், இல்லாவிட்டால் அபத்தமாகும் என்றும் சொல்லி ஒரு முடிவான எல்லையை-இறுதியில் முடித்து இளைப்பாறும் இடமாக 'விச்ராமம்' என்பதைக் கூறினர் நியாய வைசேஷிகர்கள். இந்த இறுதி எல்லைதான் யாது? அது வெறும் வெறுமையாக இருக்க முடியுமா? பிரித்துப் பிரித்துப் பார்த்துக் கொண்டே போனால் - சிறிது - அதனினும் சிறிது என்று பார்த்து இறுதியில் எதையுமே காண முடியாமல் போகும்போது, முழுமையைப் பிரிக்கும் இந்தப் பேச்சுக்கே அர்த்தம் இல்லாமல் போய்விடுமோ? ஆமாம், எல்லாப் பொருளுமே வெறும் சூன்யத்தால் ஆனவையே என்று சில கருத்துமுதல்வாதிகள் வாதிடுகின்றனர். இது சரியில்லை என்பது நியாய வைசேஷிகர்கள் முடிவு; ஒரு பொருளின் உள்ளே இருக்கும், அதாவது அது முழுப் பொருளாகத் தோன்றுவதற்கான காரணம் என்ன என்று பிரித்துப் பிரித்துப் பார்த்தால், அவ்வாறு நாம் பிரிக்கும் பொருள் கடைசியில் எதனாலும் ஆனதில்லை; வெறும் சூன்யம்தான் என்று

நம்ப வேண்டி வரும். மண் குடத்தைப் பிரித்துக்கொண்டே போனால்-கடைசியில் ஏதும் இல்லாத ஒன்றுதான் அது என நாம் முடிவு செய்ய வேண்டும் என்றால், குடமே இல்லை அல்லது அது நிஜமில்லை என்றும், அது வெறும் பொய் என்றும் கொள்ள வேண்டி வரும். குடத்தின் பாகங்களைப் பிரிப்பது என்பது எப்படி சாத்தியம்? இல்லாதது ஒன்றைப் பிரிப்பது எப்படி? பிரிப்பதற்குப் பொருளே இல்லை என்ற பின் அதைப் பிரித்தல் என்பது கிறுக்குத்தனமாகும். அது, சூன்யத்தில் துளை போடுவேன் என்று ஒருவன் சொல்வதைப் போன்றது; பிரித்தல் என்றாலே அதற்கு முன் முழுப்பொருள் ஒன்று இருந்தே ஆக வேண்டும். பொருளே இல்லை என்கிறாய் நீ; அப்புறம் பிரிப்பது எதை? ஆகவே, பிரித்துப் பிரித்துப் பார்த்து இறுதியில் வெறுமை காண்பது என்பதையே விட்டொழித்துவிட வேண்டும். ஏனென்றால் பிரித்தலையே அது அர்த்தமற்றதாக்கும்.

இவ்வாறு முன் கூறிய இரண்டு வாதங்களையும் மறுத்து ஒதுக்கி விட்டு, தர்க்கரீதியில் ஒரே ஒரு சாத்தியமான விஷயத்தை மேற் கொள்ள வேண்டும்; ஒரு பொருளைப் பிரித்தல் என்பது, திட்ட வட்டமாகக் கொள்ளக்கூடிய வகையில் முழுமையின் நுட்பமான பாகங்களை நிச்சயமாகக் குறிப்பிடக்கூடிய ஓர் எண்ணிக்கையில் முடித்துக்கொள்ள வேண்டும்; அத்தகைய நுட்பமான பாகங்களை அவற்றை மேலும் பிரிக்க முடியாது என்று கொண்டு, அவை அழிக்க முடியாதவை என்றும் கொள்ள வேண்டும். ஏன் என்றால் அழித்தல் -அழிவடைதல் (நாசம்) - என்பது ஒரு பொருளை அதன் பாகங்களாகப் பகுப்பதேயாகும். ஒரு மண்குடத்தை ஓடு ஓடாக உடைக்கும்போது குடம் அழிகிறது. அது போலப் பொருளின் இறுதியான மேலும் பகுக்க முடியாத நுட்பமான பாகங்களே, பௌதீகமான - இயற்கையான உலகிற்குக் காரணமான மிகச் சிறிய பரமாணுக்கள் என்பது நியாய வைசேஷிகர்களின் முடிவு.

இந்த அணுக்கள் நமது அறிவுப்புலன்களால் நேரிடையாக அறியக் கூடியன அல்ல என்பதும் உண்மைதான்; ஆனால், அவை இருப்பதை நிரூபிக்க முடியாது என்பது இதன் பொருளாகாது. மாறாகப் பரமாணுக்கள் நிஜமாக இருப்பவை என்பதை நிரூபிக்க நிச்சயமான அனுமானப் பிரமாணங்கள் உண்டு என்கிறார்கள் அவர்கள்.

ஒரு பிடி மண்ணை இடித்துத் தூளாக்கினால், சில மிகச் சிறிய பாகங்கள் கிடைக்கின்றன. மிக மிக நுட்பமான அணு வகையான ஒன்றைச் சூரியனுடைய ஒளியில் உள்ள தூசி போன்ற நுண்ணிய பொருள் போல நேரிடையாகக் காண முடியும். சூரிய ஒளியில் உள்ள தூசு

நேரிடையாகக் காணக்கூடிய அளவுக்குப் பருமன் கொண்டிருப்பதால் அதுவும் பல பாகங்களால் ஆனது என்று கருதவேண்டும். காணும் அளவுக்குப் பருமன் கொண்ட எல்லாமே பல நுண்ணிய சினைகளால் ஆனவையே. உதாரணமாக, மண் குடம், தூசியினால் ஆகிய அதன் உட்பாகங்களும், தமக்குள் சினை கொண்டவையே எனக் கொள்ள வேண்டும். ஏனென்றால், கண்ணுக்குத் தெரியும் பருமன் கொண்ட ஒரு பொருளின் பாகங்களும் தமக்குள் பல பாகங்களைக் கொண்டனவே. கபாலம் - அதாவது உடைந்த குடத்தின் ஓடும் பல பாகங்களைக் கொண்டதுதான். சூரிய ஒளியில் தெரியும் தூசியின் பாகங்கள் கண்ணால் காணும் அளவு பருமன் இல்லாதன. எனவே அவற்றை மேலும் பகுத்தல் முடியாது; அவையே பரமாணுக்கள்.

இந்த வாதத்தில் இரண்டு படிகள் இருக்கின்றன. (1) கண்ணால் காணக்கூடிய பருமன் உள்ள எந்தப் பொருளும் பல பாகங்களால் ஆனவை. தூளாக்கப்பட்ட மண்கட்டியில் உள்ள தூசுக்கும் அது இருக்கிறது. ஆகவே, தூசியிலும் பாகங்கள் உண்டு. அந்தப் பாகங்களின் உள்ளேயும் நுட்பமான பாகங்கள் உண்டு என்று இதே கூற்றால் நிரூபிக்க முயல்வது கூடாது. நியாய வைசேஷிகர்களின் கருத்துப்படி, காணக்கூடிய பருமன் கொண்ட பொருள்களில் மிக மிகச் சிறியது தூசி-மண் தூள்; அதன் பாகங்கள் அதனினும் மிகச் சிறியவை. ஆகவே, கண்ணால் காணமுடியாது. நுண்ணியவற்றிற்கும் சினைகள் உண்டு என்று நிரூபிக்க இரண்டாவது அநுமானம் காட்டப்படுகிறது. (2) காணத்தக்க பருமன் கொண்ட ஒரு முழுப் பொருளை ஆக்கும் பாகங்களுக்கும் பாகங்கள் உண்டு. ஒரு மண் குடத்தின் பாகங்கள் தன் சினையைப் பெற்றிருப்பது போல, ஒரு தூசியின் உட்சினைகள் தூசியென்ற பொருளைக் காணக்கூடியதாக்குகின்றன. ஆகவே, இந்த உட்சினைகளும் தம் உட்சினைகளைக் கொண்டவை. ஆனால், அந்தச் சினைகள் கண்ணுக்குத் தெரியும் பருமன் உடையவை அல்ல. ஆகவே, தூசிக்கும் உட்சினைகள் உண்டு என்று விவாதிப்பதில் அர்த்தமே இல்லை. இந்த இடம்தான் முன் கூறிய - 'விச்ராமம்' என்ற முடிவு; பகுத்துப் பார்த்தல் எங்காவது ஓரிடத்தில் முடிந்தே தீர வேண்டும் என்று முன்னரே கூறினோம்.

சூரிய ஒளியில்-ஒளிக்கத்தையில் தெரியும் தூசி, அதாவது கண்ணால் காணக்கூடிய பருமன் உடையவற்றில் மிக மிகச் சிறியது, 'த்ரஸ ரேணு' அல்லது 'த்ர்யணுகம்' என்று பெயர் பெறுகிறது. இதன் பொருள் முக்கூட்டு என்பது. அதில் மூன்று உட்சினைகள் இருப்பதால் இப்படிக் குறிக்கப்படுகிறது. அந்த மூன்றின் ஒவ்வொன்றும்,

'த்வி அணுகம்-த்வ்யணுகம்'-இரட்டை அதாவது இரண்டு சினைகளால் ஆனவை. காணக் கூடியவற்றுள் மிக மிகச் சிறியது முக்கூட்டு. ஆகவே அவற்றின் சினைகளான இரட்டையைப் பருப் பொருளாகக் கண்ணால் காண முடியாது. காணக்கூடிய பருப்பொருளின் சினையாக இருப்பதால் அந்த இரட்டைச் சினைகள் கண்ணுக்குத் தெரிவதில்லை. ஆனால் அவற்றிற்கும் உட்சினைகள் உண்டு. அவை இரண்டே இரண்டுதான்; இரண்டும் ஒவ்வொரு பரமாணுக்கள். கண்ணால் கிரஹிக்கக்கூடிய பருமன் மறைவதற்கு இதுதான் எல்லை என்று மனத்தால் கருதுகிறோம்.

இவ்வாறு நியாய வைசேஷிகர் கொண்ட அணுக்கோட்பாட்டுக்குப் பொருந்தும் வகையில், காரியம் (விளைவு-பொருள்-இயற்கை முதலியன) என்பது அணுக்கள் என்ற பாகங்கள் சேர்ந்து கூடுவதால் உண்டாவதுதான் என்று கருதுகிறார்கள் அவர்கள். அதே போல ஒரு பொருளின் நாசமும் அதாவது அது அழிதலும் பாகங்களான அணுக்களின் கூட்டுச் சிதைந்து கலைவதால் ஏற்படுவதே என்று நினைத்து முடிவு செய்துள்ளார்கள். பரமாணுக்களுக்கு உட்பிரிவான சினை ஏதும் இல்லை என்பது அவர்கள் கருத்து; ஆகவே அணு என்பது காரியம் ஆவதோ-அது பிறிதால் உண்டாதல் என்பதோ, அது ஆதல் என்பதோ பற்றிய கேள்விக்கே இடமில்லை. அதாவது பரமாணுக் களுக்கு ஆதியும் இல்லை; அந்தமும் இல்லை; அது அழியாத சாசுவதம்.

அவர்களுடைய அணுக் கோட்பாட்டைப் பற்றிய மிக விரிவான விவரங்கள் நமக்குத் தேவையில்லை. ஆனால் இதைக் கருத்து முதல்வாதிகள் எப்படி மறுக்க முற்படுகின்றனர் என்பதையும், இதை நியாய வைசேஷிகர்கள் எப்படிச் சமாளிக்கின்றனர் என்பதையும் பற்றிய கொள்கையளவிலான விஷயங்களை மட்டும் சுருக்கமாக அறிவது அவசியமாகிறது.

ஏற்கனவே ஆரம்ப காலத்திலேயே சூன்யவாதிகள் சிலர் இதை மறுத்ததுண்டு. ஆகாசம் என்னும் வெளி எங்கும் நீக்கமற நிறைந் துள்ளது என்ற உண்மைக்கும் பொருந்தவில்லை என்பது அவர்கள் கட்சி. நியாய வைசேஷிகர்களும் இதை ஒப்புக்கொண்டே ஆக வேண்டும்.[68] வெளி (ஆகாசம்) எங்கும் இருக்க வேண்டும் என்றால் பரமாணுவுக்கும் உள்ளும் புறமும் இருப்பதாகவே கருத வேண்டும். இது, இவர்கள் இறுதியென்று வைத்துக்கொண்டுள்ள அணுக் கோட் பாட்டிற்கே ஆபத்தானது; ஏனெனில் அணுவுக்குத் தனியே உள்ளும் புறமும் உண்டு எனவும், அதன் புறம், உள்ளைவிட வேறானது என்றும் ஆகும். அந்த வகையில் அணுவையும் உள் வேறு, புறம் வேறு என்று

பிரிக்க வேண்டி வரும். அத்தகைய உள்ளும் புறமும் அணுவின் பாகங்கள் என்று ஆகும்; அணுவை மேலும் பகுக்க முடியாது என்று கூறியது அடிபட்டுப் போகும். அது சாசுவதம் என்றதும் தவறாகிவிடும். அடுத்த வழி, வெளி எங்கும் உள்ளது என்பதை ஏற்காமல் விட்டு விட வேண்டும். அதுவும் நியாய வைசேஷிகர்கள் கூறும் சித்தாந்தத்தையே மாய்த்துவிடும். எப்படி என்ற விவரம் இப்போதைக்கு நமக்கு அப்பாற்பட்டது.

இது பொருத்தமற்ற ஆட்சேபம் என்கிறார் கௌதமர். பல பாகங்களால் ஆன ஒரு பொருளுக்கு உள்ள இயல்பை அணுவுக்கும் ஏற்றிச் சொல்லும் போக்கை அடிப்படையாகக் கொண்டது இது. சாதாரணமான-பல உறுப்புக்களாலான ஒரு பொருளுக்கு உள் என்றும் புறமென்றும் இருப்பது உண்மைதான்; மிக மிகச் சிறிய அதிநுட்பமான அணு என்ற ஒன்றைக் கொள்கை முறையில் எப்போது, எந்த நிலையில் கொண்டோம்? பாகங்கள் கொண்ட முழுப் பொருள் எனக் கருதும் எண்ணமே இருக்க இயலாது என்ற கட்டத்தில்தான் அந்த முடிவுக்கு வந்தோம். ஆகவே, அணுவுக்கும் உள்ளும் புறமும் என இரண்டு உண்டு எனக் கொள்வதில் அர்த்தமில்லை. ஒன்றுமில்லாத வெறுமையான வெளி எங்குமே நீக்கமற நிறைந்துள்ளதுதான்; அது அணுவிலும் அந்த வகையில் கூடியிருக்கலாம்; ஆனால், அணு என்பது உள்ளீடு கொண்ட (உள்ளே இடைவெளி உள்ள) ஒன்று; அது தனக்குள்ளே வெளியும் கூடியிருக்க இடமளிக்கிறது என்பதல்ல இதன் அர்த்தம்.

இதற்கும் கருத்துமுதல்வாதிகள் வேறு சில மிகத் தீவிரமான மறுப்புக்களைக் கூறினர். எங்கும் நீக்கமற நிறைந்துள்ள தன்மையில்லாத எந்தப் பொருளும் - அதாவது அளவுக்கு உட்பட்ட வடிவம் (உடல்) கொண்ட எந்தப் பொருளும் ஒரு நிச்சயமான வடிவ அமைப்பைப் பெற்றே இருக்க வேண்டும். சதுரம், முக்கோணம், முட்டை வடிவம் (கோள வடிவம்). அணு எல்லா இடத்தும் இருக்கும் ஒன்று அன்று; அதன் வடிவமும் அளவுக்கு உட்பட்டதுதான்; அதற்கும் ஒரு வடிவமைப்பு இருக்கத்தான் வேண்டும். அது கோள வடிவம் என்று பொருள்படும் 'பரிமண்டலம்' என்று கூறப்படுகிறது. பாகங்கள் ஒன்றுடன் ஒன்று கூடித்தான் வடிவமைப்பு ஏற்பட வேண்டும்; பாகங்கள் இணைவதில்லாமல் வடிவம் என்பதை நினைத்துப் பார்க்கவே முடியாது. ஆகவே, அணு என்று சொல்லும் அந்தப் பொருளின் வடிவத்தை - அதற்கும் உட்சினைகள் உண்டு என்று ஒப்புக் கொண்டால்தான் விளக்கிக் கூற முடியும். அப்படிக் கூறும்போது அது பரமாணு இல்லை என்று ஆகிவிடுகிறது.

இதற்கு நியாய வைசேஷிகர்கள் கூறும் சமாதானம், பல பாகங்களையும் கொண்ட அன்றாட அநுபவத்தில் காணும் பொருள் களைக் கொண்டு மட்டுமே எதையும் சிந்திக்கும் பழக்கம் எவ்வளவு தூரம் மாறாமல் நிலைத்துவிட்டிருக்கிறது என்பதைத்தான் இந்த வாதம் காட்டுகிறது. அவற்றிற்கு பல உறுப்புக்கள் இணைந்ததால் ஏற்பட்ட வடிவமும் அதன் அமைப்பும் உண்டுதான். ஆனால் இதே இயல்பை அணுக்கள் பற்றியும் கொண்டு வந்து கூறுவது இயலாத செயல்; அணு என்பது பொருள்களை, மேலும் பகுத்துப் பார்க்க இயலாத ஒரு கட்டத்தில் கொண்ட விஷயம்; அணு பற்றி பரிமண்டலம் என்று கூறியது உண்மைதான்; ஆனால், அணுக்கள் கோள வடிவம் உடையவை என்ற நோக்கில் சொன்னது அன்று அது. மிக மிகச் சிறிய-அதி நுட்பமான கண்ணுக்குத் தெரியாத வடிவம் என்று காட்டவே சொன்னது பரிமண்டலம் என்பது. இதை வைத்துக்கொண்டு பெரியதாய் தத்துவ சிந்தனையில் தடபுடல் செய்வது வீண் செயல்; அந்தச் சொல்லுக்கு நீங்கள் கொண்ட பொருளே கிடையாது.

அணுக்களின் கூட்டு இசைவு என்பதையும் அவை உட்சினைகள் இல்லாதவை என்பதையும் எப்படிப் பொருத்தமுடையதாகக் கருதுவது? என்று கேட்கிறார் வசுபந்து. பொது அநுபவத்தில் காணும் பல பாகங்கள் இணைந்த பொருள்கள் பல அணுக்களின் கூட்டாலும், இசைவாலும் ஆனவைதான். மூன்று பரிமாணங்கள் என்ற நிலையில் வைத்துப் பார்த்தால், அணுக்கள் தெளிவாக ஆறு திசைகளில் வெளிப்படுகிறது. அவை வடக்கு, தெற்கு, கிழக்கு, மேற்கு, மேலே, கீழே என்பவை. ஆகவே, ஆறு வெவ்வேறு அணுக்களை இந்த ஆறு திசைகளிலிருந்தும் இணைக்க இயலும். அல்லது அப்படித்தான் சேர்ந்தும் இருக்கின்றன. இதனால், இந்த ஆறும் பிரதானமான மைய அணுவுடன், அதன் வெவ்வேறு பாகங்களுடன் சேர்ந்திருப்பதாகப் பொருள்படுமா? அப்படியானால் மைய அணுவே ஆறு வெவ்வேறு பாகங்கள் கொண்டவை என்று ஒப்புக்கொள்ள வேண்டும். அப்படியானால் அது அணுவே இல்லையே. மற்றுமொரு வழியில் பார்ப்போம். இணைகின்ற ஆறு அணுக்களும் வெளியில், ஒன்றிலிருந்து மற்றதைப் பிரித்துத் தனிப்படுத்துவது என்பதே இல்லை. அவை ஒரே புள்ளியில் ஒன்றிணைந்துள்ளன. ஆகவே, மைய அணுவுக்கு இந்த இணைப் புக்காக ஆறு தனி முகப்புகள் தேவையில்லை. இப்படிச் சொல்ல முடியுமானால் கொள்கை முறையில் பெரிய அபத்தமாகும். இணையும் அணுக்கள் யாவுமே வெளியின் ஒரே புள்ளியில் முழு முற்றாக ஒன்று சேர்ந்துள்ளன என்றால், அவற்றின் ஒட்டுமொத்தமான பருமன் ஒற்றை அணு ஒன்றின் பருமனைவிட அதிகமாக இருக்க முடியாது. ஆகவே,

ஒரு பொருளை ஆக்குவதற்கு ஒன்றுசேரும் அணுக்களின் எண்ணிக்கை எவ்வளவு அதிகமாயினும், அப்படி உண்டான பொருளும் அளவில் அணுவாகத்தான் இருக்கும். ஆகவே, அதைக் கண்ணால் காண்பதும் முடியாது. இந்த அபத்தத்தைத் தவிர்ப்பதற்காக மைய அணுவின் வெவ்வேறு பாகங்களுடன் இணையும் அணுக்கள் சேர்கின்றன என்று அணுவாதிகள் ஒப்புக்கொள்ள வேண்டும். இது, அணு என்ற கருத்தையே விட்டுவிடுவதாகவே ஆகும்.

அணுவாதிகள் நிலையிலிருந்து, அணுக்களின் சேர்க்கை பற்றிய பிரச்சனைக்குத் திருப்திகரமான சமாதானம் கூறமுடியாது. அணுக் கோட்பாட்டுக்கு எதிராக இந்தியத் தத்துவம் எழுப்பியது மிகவும் கடினமான மறுப்பு. இதற்குத் திட்டவட்டமான விளக்கம் கூறுவது, அந்தக் காலத்து முதிர்ச்சிக்கு முற்றிலும் அப்பாற்பட்டது என்பது சரித்திரபூர்வமான விஷயம். ஏராளமான விஞ்ஞான ஆராய்ச்சியும், இயற்கை உலகு பற்றிய உண்மைகளை விண்டுரைத்துக் காட்டுவதும் சாத்தியமாக வேண்டுமானால், அதற்கு அடிப்படையாக, இயற்கையை மிக ஊன்றிக் கவனித்தபின் தெரியவரும் விவரங்களும், பரிசோதனைக்கு உட்படுத்தப்பட்டுக் கண்டறிந்த உண்மைகளும் தெரிந்திருக்க வேண்டும். அதற்குப் பிறகுதான் அணுச் சேர்க்கையை திட்டவட்டமாக விளக்க முடியும். இன்று, நமது தற்காலத்து விஞ்ஞான நிலையிலும், சினையற்ற ஒரு பாகம் என்று மனத்தால் நினைத்து ஏற்றுக் கொண்டுள்ள பழைய கருத்தில் சில மாற்றங்களும், திருத்தங்களும் அவசியம் என்றே கொள்ளப்படுகிறது.

நியாய வைசேஷிகர்களிடம் இதுபோன்ற மறுப்புக்களை எதிர்த்து உரைத்துத் தம் கோட்பாட்டை நிறுவிக்கொள்ள உறுதியான விஷயங்கள் இல்லை என்பதும் இதனால் முடிவாக ஆவதில்லை. அவர்கள் பௌதீக உலகம் பற்றிய பொருள்முதற்கோட்பாட்டை கைவிட வேண்டும் என்றும் ஆகிவிடவில்லை. கருத்துமுதல்வாதிகளின் மறுப்புகளுக்கு மிகவும் சிறப்புடைய சமாதானங்களைக் கூறினர். இந்தச் சமாதானங்கள் கௌதமர், வாத்ஸ்யாயனர்களின் காலமான மிகப் பழைய காலத்திலேயே இருந்தன என்பதையும் காண்கிறோம்.

அந்த சாதனங்களின் முக்கியமான விஷயத்தை முன்னர் கூறி பிறகு அதன் சிறப்பையும் கூறுவேன். பொருள்களின் ஆகக் கடைசியான சினை, அணு என்று வைத்துக்கொள்வது மட்டும் திருப்திகரமான முடிவு என்று ஏற்கனவே காட்டிவிட்டதாலும், அணுவைவிடவும் குறைந்த பருமன் கொண்ட உட்சினையும் உண்டு எனக் கொள்வது அபத்தம் என்று நிரூபித்துவிட்டதாலும் அணுக்களின் சேர்க்கை பற்றிய

பிரச்சனை எவ்வளவு கடினமான போதிலும் அதற்காக அணுவை விடவும் நுட்பமான உட்சினை உண்டு என்று வாதத்திற்காக வைத்துக் கொள்வதற்கும் தர்க்கரீதியில் இடமே கிடையாது.[70] அணு என்று ஒன்றை நிரூபித்து நிறுவிய பிறகும், அணுக்களின் சேர்க்கை என்பதைப் போதுமான அளவில் புரிந்துகொள்ள முடியாத கஷ்டத்திற்காக அதை இல்லையென்று காட்ட முடியாது. இதை இன்னும் தெளிவாக்கிக் கொள்ள முயல்வோம்.

இவர்கள் அணு என்ற ஒன்றை வைத்துக்கொண்டது எப்படி? ஏதோ தங்கள் சாத்திரத்திற்கு முன்னரே உள்ள சட்டதிட்டத்தால் இல்லை என்பது நன்கு தெரிகிறது. அது இல்லாவிட்டால் இயற்கையில் அவர்கள் கவனித்துக் கண்டுணர்ந்த இரண்டு உண்மைகளை விளக்கவே முடியாது என்று உணர்ந்தனர். முதலாவது, இயற்கையுலகில் உள்ள அனைத்தும், இன்னும் குறிப்பாக பௌதீக மயமான அனைத்துமே பல பாகங்களாகப் பகுக்கக்கூடியன; அந்த பாகங்களையும் பகுக்கலாம், இப்படிப் பகுத்துக்கொண்டே போகலாம். இரண்டாவது, இந்த பௌதீகப் பொருள்கள் எல்லாமே பருமன் போன்ற அளவில் ஒரே மாதிரியானவையும் அல்ல. இந்த இரண்டும் நேரில் கண்டுணர்ந்த உண்மைகள். இவற்றைப் பற்றிச் சந்தேகத்திற்கே இடமில்லை. இந்த இரண்டையுமே ஒருசேர எடுத்துக்கொண்டு இந்தப் பிரச்சனையை விளக்க வேண்டும். இதற்கு அவர்கள் இந்த அணுக்கோட்பாட்டைத் தான் கொள்வது சாத்தியமாய் இருந்தது. பொருள்களைப் பிரித்தலின் மூன்றே மூன்று வழிகளைத்தான் மனத்தால் நினைத்துப் பார்க்க முடியும். இதை முன்னரே கூறியுள்ளோம். இப்படிப் பொருள்களைப் பகுத்துக்கொண்டே போவதற்கு எல்லையோ முடிவோ இல்லை என்பது முதலாவது. அது வெறுமையில்தான் முடியும் என்பது இரண்டாவது. இது எங்காவது ஓர் இடத்தில் முடியத்தான் வேண்டும். மிக மிகச் சிறிய அதிநுட்பமானதும், தனக்குள் உட்சினை ஏதும் இல்லாததுமான ஒரு பாகம் என்பதே அந்த முடிவிடம் என்பது மூன்றாவது. மூன்றாவதுதான் அணு என்று வைத்துக்கொண்ட ஒன்று. முதல் இரண்டும் அபத்தமாய் முடிவனவாதலின் இதை ஒப்புக் கொண்டுதான் ஆகவேண்டும்.

இந்த நிலையில், இதை மறுத்தாலும், அணுக்களுக்கும் உட்சினை உண்டு என்று நினைத்தாலும், முதல் இரண்டு வழிகளையே கொள் வதாக ஆகும். அந்த அபத்தங்களிலும் மாட்டிக்கொள்ள வேண்டி வரும், அணுக்களின் சேர்க்கையை விளக்குவதற்காக அணுவுக்கும் உட்சினை உண்டு என்று கூறுகிறவர்களின் நிலை இதுதான். அவர்கள்

அணுக்கோட்பாட்டை மறுப்பதாக இது ஆகாது. சில அபத்தங்களுக்கு ஆளாகும் வாதம்தான் இது. தர்க்கரீதியாக அணு என்று வைத்துக் கொள்ளும் நிலைக்கு கட்டுப்பட்டு ஏற்க வேண்டியதும், உலகின் பௌதீகப் பொருள்கள் அனைத்துமே அணுக்களின் கூட்டால் விளைந்தவையே என்பதை ஏற்க வேண்டியதும் அவசியமாகும்போது, அணுக்களின் சேர்க்கை பற்றித் தெரியாதது என்ற ஒன்று மட்டுமே, அணு என்று கொண்ட கோட்பாட்டையே கைவிடுவதற்கான சால்ஜாப்பாக ஆக முடியாது. இந்த அணுச் சேர்க்கை எப்படி நிகழ்கிறது என்பது அவர்களுக்குத் தெரியாதுதான். ஆனால் இது தெரியவில்லை என்பது, அணுக்கோட்பாடு நிரூபிக்க முடியாதது என்பதற்குத் தக்க சான்றாக ஆகாது என்பது நியாய வைசேஷிகர்களின் கருத்து. அணுக்களை ஒப்புக்கொள்ள வேண்டியது அவசியம் ஆவதுபோலவே, அவை பலவாகக்கூடிய அன்றாட வாழ்வின் அநுபவத்திற்கு மட்டும் பௌதீகப் பொருள்களை உண்டாக்குகின்றன என்றும் கொள்கைக்கேற்ற வகையில் ஒப்புக்கொள்ள வேண்டியது அவசியம். அவை எப்படி இணைந்து கூடுகின்றன என்பதை இனிமேல்தான் கண்டுபிடிக்க வேண்டும்.

அவர்களுடைய நோக்கில் அணுச் சேர்க்கை பற்றிய கஷ்டம்தான் என்ன? இதை நாம் முற்காலத்து நிலையைக் கொண்டு முடிவு செய்ய வேண்டும். இந்தியாவின் விஞ்ஞான வளர்ச்சியில், பௌதீக இயற்கை பற்றிய திருப்திகரமான ஒரு முடிவு ஒரு பிரச்சனையாய் இருந்தது. அந்தப் பிரச்சனை சில புதியவற்றை - அதுவரை அறிந்து முடிவு கூறப்படாத பிரச்சனைகளைப் புகுத்தியது. பழைய காலத்தில் விஞ்ஞானம் வளர்ந்த முறையே இதுதான். இன்னும் விஞ்ஞான வளர்ச்சியின் போக்கும் அத்தகையதே. ஏற்கனவே வெற்றிகரமாகச் சில முடிவுகளைக் கண்டு கூறியிருந்த ஒரு நாட்டு மண்ணில், பௌதீக இயற்கை பற்றிய தீர்மானமான முடிவு ஏற்படவில்லை என்பது ஒரு குறையன்று. மாறாக நமது இயற்கை பற்றிய அறிவு மேலும் மேலும் முன்னேறி வளர்கிறது என்பதற்கே இது சான்றாகும். அதைப் பற்றி நாம் எவ்வளவுக்கெவ்வளவு நிறையத் தெரிந்துகொள்ள வேண்டி உள்ளது என்பதை உணர்கிறோம். இன்னும் நன்றாகத் தெரிந்துகொள்ள வேண்டும் என்ற ஆர்வமும் ஊக்கமும் அதனால் பிறக்கின்றன. கருத்துமுதல்வாதிகளுடன் ஒப்பிட்டுப் பார்க்கும்போது, பொருள் முதல்வாதிகளுக்குள்ள வேறுபாடே இதுதான். கருத்துமுதல்வாதி, ஆகக் கடைசியான - முற்றிலும் பரிபூரணமான ஸத்தியத்திற்குக் குறைந்த எதையுமே ஒப்புக்கொள்வதில்லை. ஆகவே, விஞ்ஞான முறை ஆய்வை அவன் ஊக்குவிப்பதே இல்லை. இதை லெனின்

கூறுகிறார்:[71] "பொருள்முதற்கோட்பாடு இதுவரை அறுதியிட்டு முடிவு கூறப்படாத பிரச்சனையைத் தெளிவாகத் திட்டவட்டமாக நம்முன் வைக்கிறது. அதன் மூலமாக அதை எப்படியாவது முடிவாகக் கண்டு கூறிவிட வேண்டும் என்று ஊக்குவிக்கத் தூண்டிவிடுகிறது.

13. பௌதீக இயற்கையும் இயக்கமும்

கருத்துமுதல்வாதி அறவே ஒழித்துக்கட்ட நினைத்த-பௌதீ இயற்கை உண்டு என்ற கருத்தை நிறுவுவதில் நியாய வைசேஷி கர்களுக்கு இருந்த அக்கறையைக் காண்பது நமக்கு மிகவும் முக்கிய மானது என்னும்போது, இன்றுள்ள நாம், இந்தக் கருத்துக்கு அன்றிருந்த எல்லையைத் தெரிந்துகொள்வதும் முக்கியமே ஆகிறது. இந்த எல்லைகளில் மிகவும் தீவிரமானது, இயற்கைக்கும் இயக்கத்துக்கும் -அசைதலுக்கும் உள்ள தொடர்பை அவர்கள் மனத்தில் வாங்கிக்கொண்டதாகும்.

அவர்கள் அசைவு எனும் (இடம் பெயர்தல் என்ற) இயக்கமுமான இயற்கை நிகழ்வு பற்றிக் கொள்கைரீதியில் புரிந்துகொள்ள முயற்சி செய்யவில்லை என்பதில்லை; முயல்கிறார்கள். அந்த வகையில் அவர்கள் அடைந்த வெற்றியும் மிகச் சிறப்பு உடையதுதான். அந்த வெற்றி அவர்கள் கால கட்டத்தில் சிறப்புடையதுதான். பௌதீகமான பொருள்களின் அசைவையும், இயக்கத்தையும் அவர்கள் உற்றுப் பார்த்துக் கவனித்துக் கண்டுணரும் அதே யதார்த்த நிலைக்கேற்ப முறைப்படி இரண்டு வகையாகப் பிரித்தும் காண முயல்கின்றனர். (1) பிரயத்னம்-தான் விரும்பி முயல்வதால் நிகழும் இயக்கம். (2) கமனம்-இந்தச் சொல்லின் பொருள்-போதல்-செல்லுதல் என்னும், விரும்பி நிகழாத மற்ற அனைத்து இயக்கங்களையும் குறிக்கும். முன்னது ஒரு பொருளை மேலே எறிதல், கீழே எறிதல், ஒரு பொருளைச் சுருக்குதல், பெருக்கி விஸ்தரித்தல் போன்றவை. பின்னது, சுடர் மேல் நோக்கி எழுதல், திரவப் பொருள் கீழ்நோக்கிச் செல்லல், கனப் பொருள்கள் கனம் காரணமாகக் கீழே விழுதல் முதலியவை. இது போன்ற இயக்கம் அனைத்திற்கும் குறிப்பிட்ட காரணம் உண்டு எனவும் தாம் கண்டுணர்ந்தவாறே விளக்கவும் முயல்கின்றனர். இது இந்திய விஞ்ஞான வளர்ச்சியில் முக்கியம் என்பதையும் நினைவில் கொள்வது அவசியம்.

இவ்வளவிருந்தும், அவர்கள் கொள்கையில் பெரிய பலஹீனமான குறையும் உண்டு. ஏனென்றால் அசைவும் இயக்கமும், இயற்கைக்கு வெளியே உள்ளவை என்று அவர்கள் மனத்தால் வாங்கிக்கொண்டனர். இந்த வகையில் இயற்கை தன் உள்ளார்ந்த இயல்பின் மாறாத

தன்மையுடையது. மேலும் இந்த மாறாத் தன்மை (அணுக்கள் பல கூடி) முழுமை பெற்ற பௌதீகப் பொருள்களுக்கு அதாவது இடம் பெயரவோ மாறுபடவோ வெளியிலிருந்து நிகழும் செயல் ஏதுமின்றி நகராத பொருள்களுக்கு மட்டும் உள்ள உண்மையில்லை. இயற்கை தனித்து நிற்கும் ஒரே மாதிரியான அதன் அணு வடிவுக்கும் பொருந்தும் உண்மைதான். இந்த எளிய நுட்பச் சினைகள் அழியாதவை. எனவே, எத்தகைய மாறுபாட்டுக்கும்-வேறான நிலைக்கும் உட்படாதவை. அவற்றை வெளியின் (ஆகாசத்தின்) ஓரிடத்திலிருந்து மற்றோர் இடத்திற்கு நகர்த்த-இயக்க வைக்க வேண்டுமானால், ஒரு குறிப்பிட்ட அணுச் சேர்க்கையிலிருந்து அதைப் பிரித்து மற்றொரு வேறு சில குறிப்பிட்ட அணுக் கூட்டத்துடன் இணைத்தால்தான் அது சாத்தியமாகும். மாறுதல்-வேறானது ஆதல் என்று மனம் கொள்ளக்கூடிய கருத்துக்கு அவர்கள் கொண்ட பொருள், அணுக்களை இயந்திரரீதியில் - நாமாக நம் செயலாகச் செய்யும் ரீதியில் மட்டுமே மனம் போன போக்கில் கலந்து கூட்டுவதுதான். இதையும்விட மோசமான ஒரு நிலையும் இருக்கிறது. அவர்களுடைய முடிவில், இப்படித் திட்டமில்லாத இயந்திரரீதியான கலப்புக்கும், இயற்கைக்கு முற்றிலும் அந்நியமான வேறு ஒன்று அணுக்களுக்கு தேவைப்படுகிறது. ஏனெனில், அவர்கள் கண்டுரைக்கக்கூடிய வகையில் அணுக்கள் தாமாகவே இயங்குவதற்கு வழியே கிடையாது. ஆனால் இயக்கத்தைத் தோற்றுவிக்கும் - மாற்றுகிற-கலக்கும் அந்த அந்நியமான காரணி என்ற ஒன்று அவர்களுக்கு கட்டாயம் வேண்டியும் இருந்தது. அது இல்லாவிட்டால் தனியான அணுக்கள் கூடுவதற்கும் முழுப் பொருளை உண்டாக்குவதற்கும் காரணமே இருக்க முடியாது.

மேலும் அணுக்கள் ஒன்றிலிருந்து மற்றொன்று பிரியவும் பௌதீகப் பொருள்களில் மாறுபாட்டை உண்டாக்கவும் சாத்தியமே இல்லாமல் போய்விடும். ஆகவே, அணுக்கள் எப்போதும் இயங்கிக் கொண்டே இருப்பது என்ற கருத்தை மேற்கொண்டனர். ஆனால் இதற்குக் காரணம், இயற்கைக்கு முற்றிலும் அந்நியமான-அணுவின் இயல்புக்கும் மாறான பௌதீக இயற்கைக்கு முற்றிலும் புறம்பாய் வெளியே உள்ள ஏதோ ஒரு சக்தி (விசை-வேகம்) என்றும் கருதிக் கொண்டனர்.

இந்தச் சக்தி எது? இது இந்திய சொல் மரபில், 'அதிர்ஷ்டம்' காணப்படாதது, கண்ணுக்குத் தெரியாதது என்று குறிக்கப்படும். இது அறியாமையை ஒப்புக்கொள்ளுவதாக மட்டுமே இருந்திருக்கு மானால், அதாவது அணுக்களைச் சேர்ப்பதும் அவை வெவ்வேறு

பௌதீகப் பொருள்களை உண்டாக்கச் செய்வதும் எது என்று தெரிய வில்லை என்று கௌரவமாக ஒப்புக்கொள்வதாக மட்டுமே இருந் திருந்தால், அவர்களுடைய விஞ்ஞான ஆர்வத்திற்கும் துடிப்பிற்கும் இப்படியொரு ஆபத்தை விளைவித்திருக்காது. ஆனால், மிகப் பழைய ஆரம்ப காலத்திலிருந்தே, இந்த அதிர்ஷ்டம்-காணப்படாத ஒன்று என்பது, இந்தியத் தத்துவத்தில் ஒரு வகையான கடவுள் பற்றியதும் நன்னெறி பற்றியதுமான ஒரு விசேஷ இடத்தைப் பெற்றுவிடுகிறது. இது திட்டவட்டமாக விஞ்ஞானத்திற்கு அநுகூலமில்லாதது. இது நியாய வைசேஷிக தத்துவத்திலும் புகுந்துவிடுகிறது. அதற்குக் காரணம் அது அசைவை-இயக்கத்தை பௌதீக இயற்கைக்கு வேறானது-புறம்பானது என்று கொண்டுவிட்டமைதான். அது இன்று நமக்குப் பின்வரும் வகையில் விவரிக்கப்படுகிறது. "படைப்பிற்கான இயக்கமும் அசைவும் நிகழ்த்தும் காரணம் அதிர்ஷ்டம். காணப்படாத அதுதான், ஒரு நீதி செலுத்தும் சக்தியாக இருந்துகொண்டு, ஆன்மாக்களை அதனதன் கர்மம் என்னும் நல்வினை தீவினைகளுக்கு ஏற்ப அவற்றின் கதியை-முடிவை நோக்கிச் செல்லும் வழியைக் காட்டுகிறது. ஆன்மாக்கள் இன்பத்தையோ துன்பத்தையோ அநுபவிப்பதற்காக, அதற்குத் தக்கதும், உரியதுமான உடல்களையும், வெளியுலகத்தையும் தருகிறது. இத்தகைய கண்டுணர்ந்துகொள்ள முடியாத ஒரு சக்தி செயற்படுவதால்தான், அணுக்கள் பல்வேறு வகையான உலகப் பொருள்களாக ஒன்றிணைந்து கொள்வதற்காக அசைந்து இயக்கமும் பெறுகின்றன".[72]

நியாய வைசேஷிகர்களின் இந்த அம்சத்தில் நமக்குள்ள ஆர்வம் எதிர்மறைப் பாங்கானது; அதாவது ஏற்றுக்கொள்ள இயலாத ஒரு விஷயம் இது. இதில் நாம் கவனிக்க வேண்டியது என்னவென்றால், பண்டைக் காலத்தையும் இடைக் காலத்தையும் சேர்ந்த இந்த அணுவாதிகளின் பொருள் முதற் கோட்பாடு, ஐரோப்பாவில் தோன்றிய இயந்திரரீதியான பொருள்முதல்வாதம் செய்தவர்களின் கோட்பாட்டைப் போலவே எளிதில் எதிரிடையான கோட்பாட்டுக்குள் சென்று சேர்ந்துவிடும் ஆபத்துக்கு ஆளாயிற்று என்பதும், மூடநம்பிக்கைகளை அநுமதித்து ஏற்கவும் அது விஞ்ஞானத்தை மறைக்கவும் வழிகோலிற்று என்பதும்தான்.

அடிக்குறிப்புகள்

1. NS iv *2. 26-37.*
2. மே.நூ. iii. *8-22.*
3. மே.நூ. iv *2. 26-30.*

4. மே.நூ.iv 2.27.
5. முகர்ஜீ NNMRP i. 18-21.
6. பார்க்க NNMRP i. 14.
7. Mait. Up. iv. 2.
8. NS iv. 2. 31-2.
9. Shah 176.
10. சுபகுப்தர் BS 3.
11. மே.நூ. 7-8
12. மே.நூ. 10.
13. குமரிலர் SV நிராலம்பன-வாத 87-91.
14. மே.நூ.30
15. மே.நூ.33
16. மே.நூ.79-80. கருத்துமுதல்வாத கொள்கையாளர்களின் நிலைப்பாட்டுக்கு தரப்பட்ட கிண்டலான தத்துவார்த்த பதில், பார்க்க இயல் 3, பிரிவு 5.
17. மே.நூ.81.
18. மே.நூ.91-93.
19. மே.நூ.93.
20. மே.நூ.94.
21. மே.நூ.94-5.
22. மே.நூ.95-6.
23. குமரிலர் SV பிரத்யக்க்ஷ - சூத்ரா 28.
24. மே.நூ.29-32.
25. குமரிலர் SV நிராலம்பன-வாத 100.
26. செர்பாட்ஸ்கி CBN 31.
27. NS. iv 2.38-42 & 46.
28. தாஸ்குப்தா i.303.
29. பூர்வ-மீமாம்ஸகரின் தீவிரவாதத்தைப் பற்றி மற்றொரு இடத்தில் விவாதித்திருக்கிறேன். சட்டோபாத்யாயா 'பாரதிய-தர்ஸனா' (வங்காளம்) 237ff. சட்டோபாத்யாயா 1A 202ff.

30. NS. iv.2.33.
31. வாத்ஸ்யாயனர் NS. iv. 2.34.
32. குமரிலர் SV நிராலம்பன-வாத 107-9.
33. தர்கவாகிஸா V.140-41
34. வாத்ஸ்யாயனர் NS iv. 2. 35.
35. குமரிலர் SV நிராலம்பன-வாத 109-113.
36. பார்க்க தர்கவாகிஸா V. 172.
37. மே.நூ.vi.173.
38. ஜெயனந்த ஃபாட்டா NM i. 158-59
39. NMMRP i. 371-72.
40. சுபகுப்தர் BS 131
41. லெனின் MEC 129.
42. மே.நூ.
43. மே.நூ.124 ff.
44. பார்க்க இயல் 4, பிரிவு 9.
45. மார்க்ஸ் & ஏங்கெல்ஸ் GI 50.
46. லெனின் MEC 124 ff
47. குமரிலர் ST நிராலம்பன வாத 6-10.
48. மே.நூ.142-168.
49. சுபகுப்தர் BS. 65.
50. மே.நூ.66.
51. மே.நூ.70-71.
52. மே.நூ.72.
53. Shah 175.
54. மே. நூ.
55. குமரிலர் SV நிராலம்பன-வாத 64.
56. மே.நூ.119-20.
57. மே.நூ. 74-75.

58. மே.நூ.*83-84.*
59. மே.நூ.*85.*
60. மே.நூ.*166-75.*
61. தர்கவாகிஸா v. 166. ff.
62. லெனின் MEC *23.*
63. Shah *176-77.*
64. சுபகுப்தர் BS *5-6.*
65. மே.நூ.*163-65.*
66. குமரிலர் SV நிராலம்பன வாத *17-18.*
67. தர்கவாகிஸா V. 77. ff.
68. பாதுரி *56-57.*
69. NS iv. 2. 18. ff.
70. மே.நூ. iv.*22-25.*
71. லெனின் MEC *33.*
72. பாதுரி *147.*

இயல்-எட்டு

பௌதீக இயற்கையும் உள்ளுணர்வும்

1. சில தொடக்கக் குறிப்புகள்

இந்தியக் கருத்துமுதற்கோட்பாட்டுக்கு அடிப்படை எதிரிடைக் கோட்பாடுகளில், லோகாயதம், சாங்க்யம், நியாய வைசேஷிகம் என்பவையுமான மூன்றையும் பற்றி முக்கியமாக இதுவரை பார்த்தோம். இதில் இரண்டு விஷயங்கள் இடம்பெற்றன. முதலாவது, கருத்துமுதற்கோட்பாட்டுக்கு எதிராக வாதாடும் வேறு சில கருத்துக்களுடன் ஒப்பிடும்போது, இவை மாறுபட்ட இயல்புடையன என்பது கவனிக்கத்தக்கது. இந்த லோகாயதம், ஸாங்க்யம், நியாய வைசேஷிகம் என்ற மூன்றும் அவற்றின் ஆரம்ப நிலையில், மதச் சார்பின்மை, பகுத்தறிவு, விஞ்ஞான அடிப்படை என்ற தன்மைகளைக் கொண்டவை. இரண்டாவதாக, இந்த மூன்று தத்துவங்களும் பௌதீகப் பொருள்மயமான உலகமும் இயற்கையும் நிஜமானவை என்று வாதிட்டு நிறுவுவது மட்டுமின்றி, இயற்கையின் அமைப்பை, தங்கள் கோட்பாடான பூதங்கள் (பௌதீக அடிநிலைகள்) பிரதானம் (ஆதி முதல் இயற்கை) பரமாணுக்கள் என்ற அடிப்படையில், பொருள் முதற்கோட்பாட்டு முறையில் விளக்கி உரைப்பதற்கும் பாடுபட்டன.

இனி, இந்த மூன்று தத்துவங்களைப் பற்றிய மற்றொரு முக்கிய மான விஷயத்தைக் காண்போம்; இவை மூன்றிலும் உள்ளுணர்வுக்கு, அதன் நிலை-அது எவ்விதம் உளதாகிறது, எப்படிச் செயற்படுகிறது என்பவை பற்றிய வகையில் அளிக்கப்பட்டுள்ள ஸ்தானம் இயற்கைக்கு அவை தந்திருக்கும் ஸ்தானத்தோடு ஒப்பிடும்போது, இரண்டாம் பக்ஷமாகவே - முக்கியம் இல்லாததாகவே தெரிகிறது. (இங்கே, 'அதன் நிலை' என்று தொடங்கி 'என்பவை' என்பது வரை, Ontology என்ற சொல்லுக்கான விளக்கம்; இனி இந்தச் சொல் வரும் இடங்களில் பொருள்கள் நிஜமாக உள்ள நிலை என்ற சொல்லைப் பயன்படுத்துவேன்) லோகாயதர்கள் பற்றிய வரையில் இது நன்றாகவே தெரிகிறது; ஸாங்க்யம் பற்றி சில விளக்கங்கள் கூறிய பின் பார்ப்போம். நியாய வைசேஷிகர்கள் கூறுவது; இயற்கை அதாவது பௌதீக உலகம், அணுக்கள் வடிவில் உள்ளது. அது அழியாதது; அணுக்கள் வேறாக மாற்றவும் முடியாதவை; உள்ளுணர்வு என்பது

முக்கியமாக ஒரு க்ஷணிகமாக, கணமே நிலைக்கக்கூடிய ஒரு நிகழ்ச்சி; அது ஏதோ ஒரு வகையில், தற்காலிகமாக, உள்ளார்ந்த வகையில் உணர்வு ஏதுமில்லாத-ஜடமான சில நிஜமான வஸ்துக்கள் உண்டாக்குவது, அந்த வஸ்துக்களில் பெரும்பாலானவை பௌதீகப் பொருள்கள். இது எவ்வாறு நிகழ முடியும் என்ற கேள்விக்கு அவர்களுக்கே தெளிவான விடை கூறத் தெரியவில்லை; அடிப்படையில் ஜடமான-உணர்வற்ற வஸ்துக்கள் எப்படி உணர்வை உண்டாக்க முடியும் என்பது அவர்களுக்கே தெரியாத விஷயம்; ஆனால் அவர்கள் கொண்ட தத்துவ நிலைப்பாடு இது இப்படித்தான் இருக்க வேண்டுமேன்று விதித்து விடுகிறது. ஸாங்க்யத்தில் பௌதீகமான இயற்கையிலிருந்து உணர்வு தோன்றுகிறது என்று கொள்கைரீதியில் புரிந்துகொள்ள முயல்வதில் தெளிவில்லாத ஒரு கருத்து புலப்படுகிறது. இது சாத்தியம்தான் என்று மிக்க துணிச்சலுடன் விளக்குவதை லோகாயதத்தில் பார்க்கிறோம். இந்தியத் தத்துவங்களிலேயே மிகவும் புறக்கணிக்கப்பட்ட ஒன்றுதான் அது என்றாலும், இந்த விஷயத்தில் இந்தியச் சிந்தனையில் ஒப்பற்ற அம்சத்தைக் கொண்டிருக்கிறது.

இந்த மூன்றில் லோகாயதத்தைக் கடைசியாக எடுத்துக்கொள்வேன்; ஏனென்றால் மற்ற இரண்டும் இருட்டில் தடவுவது போல் தவிக்கும் இந்த விஷயத்திற்குச் சரியான முடிவைத் தருகிறது லோகாயதம்.

2. உள்ளுணர்வு பற்றி நியாய வைசேஷிகர்கள்

இந்த இரண்டு தத்துவங்களிலும் காலம் செல்லச் செல்ல, படிப் படியாகப் பல வகையான இதற்குத் தொடர்பில்லாத சிந்தனைகள் எப்படி ஒட்ட வைத்துச் சேர்க்கப்பட்டுள்ளன என்பது பற்றிப் பல புகழ் பெற்ற நவீன காலத்து அறிஞர்கள் சர்ச்சை செய்துள்ளனர். அவற்றின் மிகப் பழைய ஆரம்ப காலத்து விளக்கங்களுடன் இந்த ஒட்டவைத்த சிந்தனைகளும் சேர்ந்துதான் இன்று நாம் அவற்றைப் பார்க்கிறோம் என்றும் காட்டியுள்ளார்கள்.[1]

இந்தப் பிரச்சனை, இந்திய விஞ்ஞானம் தத்துவம் ஆகிய இரண்டின் வரலாற்றுக்கும் மிகவும் முக்கியமானது என்றாலும், அது மிகவும் சாத்திர நுட்பம் உள்ள விஷயம். அதை ஆய்வதற்கு, நமது தத்துவ ஆதாரங்களுக்கும் தத்துவத் தொடர்பில்லாத ஆதாரங்களுக்கும் உரிய கோட்பாடு விஷயங்களைக் கொண்டுள்ள பல நூல்களையும் அலசியும் ஒப்பிட்டும் பார்க்க வேண்டியது அவசியமாகிறது. தத்துவத் தொடர்பு இல்லாத நூல்கள் என்னும்போது, அவற்றில் பெரிய இதிஹாசங்களும் மிக ஏராளமான புராணங்களும், சாகசம்மிதை போன்ற மருத்துவ நூல்களும் அடங்கும்.

இந்தப் பிரச்சனையை நாம் இந்த நூலில் மீண்டும் சர்ச்சை செய்ய இடமில்லை; பல்வேறு அறிஞர்களும் கூறிய விடைகளைத் தொகுத்துக் கூறக்கூட இடமில்லை; ஏனென்றால், அவை புதிய சர்ச்சைகளை எழுப்புகின்றன. ஆயினும் மிகப் பெரிய புகழ் பெற்ற அறிஞர்கள் இந்தப் பிரச்சனையை ஆராய்ந்து பார்ப்பதை மிகவும் அவசியம் என்று கூறுகிறார்கள். ஏனென்றால் நியாய வைசேஷிகத் தத்துவத்தில் பிற்காலத்தில் ஒட்டப்பட்ட விஷயங்கள் பல உண்டு என்பது நன்றாகத் தெரிகிறது. ஆத்மா, பிரக்ஞை என்ற உள்ளுணர்வு என்பன பற்றிய கருத்து, இதன் மிகப் பழைய நூல்களில்கூட காணப்படுவது, மிகவும் வைதீகமான-பழமை போற்றும் நவீன அறிஞர்களையும் கூடத் திகைக்கவைக்கிறது; மேலும் ஆத்மாவைப் பற்றிய அந்தப் பார்வை - தனிப்பட்ட ஒரு சிறப்பான வகையில் பொருள்முதற் கோட்பாட்டு வகையிலான சாயலும் பெற்றிருக்கிறது; ஆனாலும் அது கருத்து முதற்கோட்பாட்டின் பார்வையிலிருந்து நேரிடையாக எடுத்துக்கொண்ட சில எளிய விளைவுகளான அர்த்தத் தொடர்பையும் பெற்றுள்ளன. நியாய வைசேஷிகர்கள் ஆத்மாவைப் பற்றிக் கொண்ட பார்வையும், ஆத்மாவினுடன் தொடர்புள்ள உள்ளுணர்வு என்ற நிகழ்வு பற்றிய பார்வையும் பொருள் முதல் கோட்பாட்டின் அடிப்படையில் உள்ளன; ஆயினும் அந்தக் கருத்தின் உள்ளார்ந்த பொருத்தம் சிதையும் வகையில், கண்கூடாகவே தெரியும் சில கருத்துமுதல்கோட்பாட்டு அம்சங்களும் அதில் சேர்ந்துள்ளன.

இந்த அடிப்படையைப் புரிந்துகொள்வதைத் தொடங்குவது, நியாய வைசேஷிகர்களின் திட்டமான கொள்கைளை-அதாவது ஆத்மா உள்ளுணர்வு பற்றிய முடிவை, அவை பற்றிய அத்வைத வேதாந்தத்தின் பார்வையுடன் ஒப்பிட்டும் வேறுபாடு கண்டும் புரிந்துகொள்வது செளகர்யமாயிருக்கும்.

இந்த வேறுபாட்டின் முக்கியமான அம்சம் யாது?

அத்வைதத்தில் உள்ளுணர்வுதான் ஆத்மாவின் ஸாரம்; உள்ளுணர்வு மட்டுமே ஆத்மா; வேறு எதுவுமில்லை; ஆகவே ஆத்மாவுக்கு உணர்வு உண்டு-அதாவது ஆத்மா உணர்வுடையது என்று கூறுவது தவறு; அப்படிச் சொன்னால், ஆத்மா என்று கூறப்படும் ஏதோ ஒரு வஸ்துவின் சிறப்பான இயல்பு, குண விசேஷம் என்று பொருள்பட்டுவிடும்; அதுவன்று. உணர்வு என்பதும் ஆத்மாவும் ஒன்றே. வேறல்ல என்றும், அந்த ஆத்மாதான் நிஜமானது, பரம ஸத்யம் என்பதையும் மனத்தில் கொள்ள வேண்டும். இதன் பொருள் என்னவென்றால், பௌதீக இயற்கையுலகம் நிஜமானதன்று; ஆத்மாக்கள் பலவுண்டு என்பதும் இல்லை.

இந்தியத் தத்துவ இயலில் நிலைத்திருப்பனவும் அழிந்தனவும் 477

இப்படி வெறும்-இரண்டாவதென ஒன்றில்லாத உள்ளுணர்வு என்று கூறுவதற்கு மாறாக நியாய வைசேஷிகர்கள், ஆத்மாக்கள் பல உண்டு என்று கூறுகின்றனர். அத்தகைய பல ஆத்மாக்களும், திரவியம்-பொருள் என்ற வகையைச் சேர்ந்தன என்றும் கொள்கின்றனர். இதே வகையைச் சேர்ந்த பொருள்களாக வேறு ஏழும் கொள்கின்றனர். அவை (1) மண், (2) நீர், (3) தீ, (4) காற்று, (5) வெளி - ஆகாசம், (6) காலம், (7) இடம் (இதைத் 'திக்கு'-என்பர்) மனம் என்பனவாகும். கடைசியான மனம் என்பது அகத்துறுப்பு. எனினும் இந்தச் சாத்திரம், மேற்கண்ட-திரவ்யம்-பொருள் என்பதோடு மனம் என்பதையும் ஒரே மாதிரியாகத்தான் மதித்துக் கணிக்கிறது. தான் அல்லது ஆத்மா என்பதையும், மற்றவற்றைப் போலவே சேர்த்து, அதற்கும் அதனை ஆக்கும் அதற்குச் சொந்தமான பொருள்கள் உண்டு என்றும், தமக்குள்ள தொடர்புகளைக் காட்டும் தன்மையும் உண்டென்று கூறி, மற்ற திரவ்யங்களை அறிவது போல்தான் ஆத்மாவையும் அறியலாம் என்று கூறுகிறது.[2]

இந்த ஆத்மாவிற்கும் உள்ளுணர்வுக்கும் இருக்கும் தொடர்பு என்ன? முதலாவது, உள்ளுணர்வு என்பது; முக்கியமாக அதன் அநுபவபூர்வமான பொருளில் (சாத்திரம் கூறும் வகையில் இல்லை) அறிதல், உணர்தல் என்று கூறும் ஞானத்தைத் தவிர வேறெதுவும் இல்லை. கருத்துமுதல்வாதிகள் ஏதேதோ பூடகமாகச் சொல்லும் வகைகள் தேவையே இல்லை. இரண்டாவதாக, ஆத்மாவின் சாரமே-அதன் அடிப்படை அம்சமேதான் உணர்வு என்பது இல்லை என்பதோடு, அது ஆத்மாவிற்குள்ள பல இயல்புகளில், அடைமொழிகளில் ஒன்றுதான். மூன்றாவதாக, ஆத்மாவின் குணம் என்ற வகையிலும் இந்த உணர்வு அவ்வளவாக முக்கியத்துவம் பெறாத ஒன்றுதான். அது ஒரு சாசுவதமான-எப்போதும் உள்ள நித்யகுணமும் அன்று. மாறாக, லௌகீகமான-அப்போதைக்கப்போது உண்டாகும் ஜன்ய குணம்தான்; அதாவது ஆத்மா, சில குறிப்பிட்ட சூழ்நிலைக்கேற்ப உணர்வைப் பெறுவதாக வைத்துக்கொள்கிறோம். இத்தகைய சூழ்நிலையும் சந்தர்ப்பமும் இல்லாவிட்டால் ஆத்மாவுக்கு உணர்வு என்பதே இருக்கமுடியாது. ஆத்மா என்பது தனக்குள்ள உள்ளார்ந்த இயல்புப் படி பார்த்தால், பிரக்ஞை இன்றியே இருப்பதுமாகும். ஆத்மா,வேறு சில விஷயங்களோடு இணையும் நிலையில் தோன்றுவது; அதன்மீது ஏற்றிச் சொல்லும் தன்மை அல்லது அடைமொழிதான் உணர்வு என்பது. ஆனால், பழைய வைதீக மரபைக் கொண்ட அறிஞரான ஹிரியன்னாவுக்கு இந்தக் கருத்து விநோதமாகப்படுகிறது.[3]

நியாய வைசேஷிகத்தின் தனிச்சிறப்பான அம்சம் யாதெனில், ஞானம், ஆத்மாவுக்கு வெறும் இயல்பு - ஏற்றிச் சொல்லும் இயல்பு என்றும், அந்த இயல்பும் அடிப்படையான சாரமானதில்லை, தற்செயலாக - வேறொன்றில் இருந்து கிடைத்தது என்றும் கூறுகிறது இது. இதை விளக்கும் வகையில் அவர்கள், கனவுகள் இல்லாத ஆழ்ந்த உறக்க நிலையை எடுத்துக் காட்டுகிறார்கள். ஆழ்ந்த உறக்கத்தில் எத்தகைய அறிதலும் இல்லாமல், அதாவது, அறிதல் என்ற இயல்பேதும் கூற முடியாத வகையில் ஆத்மா நீடித்திருக்கிறது என்றும் காட்டுகிறார்கள். ஆகவே, ஆத்மா என்பது (பௌதீகமான) ஜடமான இயற்கையிலிருந்து வேறுபடுவது. அது உணர்வுள்ளதாக ஆகலாம் என்பதில்தானே தவிர, அதுவே தன் இயல்பில் மனத்தின் தன்மை கொண்டது என்பதில் இல்லை. ஆத்மாவிற்குள்ள, அதற்கு ஏற்றிச் சொல்லும் மற்ற இரண்டு இயல்புகளான, விருப்பமும் (அதைப் பெற) இயல்வதும் கிட்டத்தட்ட ஒரே மாதிரியாகத்தான் கருதப்படுகின்றன. அவையும், அறிதல் என்பது போலவே ஏதோ ஒன்றைச் சுட்டியும் கொண்டும்தான் பொருள்படுகின்றன. அதாவது, ஸவிஷயகம் - குறிப்பிட்ட ஏதோ ஒரு பொருளைப் பற்றியவையே அவை. அப்படி ஒரு பொருள்-அதை விரும்பவும், பெற முயலவும் இருந்தே ஆகவேண்டும். இல்லாவிட்டால் அவை அர்த்தமற்றவையாகும். அவர்கள் சாத்திரத்தில், நிஜமாகவே மனமென்பதும் உணர்வு என்பதுமான ஆதாரம் ஆத்மா அன்று. மேலே சொன்ன, உணர்தல், விருப்பம், முயற்சி என்ற மூன்றுமே ஆதாரமானவை; அவையும் நிஜமானவை இல்லை; கணத்திற்குக் கணம் மாறுபவை; 'க்ஷணிகம்' என்பது அவர்கள் சித்தாந்தம்.

உண்மையில் உணர்வு பற்றிய இந்த ஆதாரங்கள் க்ஷணிகமானவை என்பதை, அவர்கள் வற்புறுத்திக் கூறும் அணுக்கள் அழியாதவை என்ற தத்துவத்துடன் புரிந்துகொண்டால், நவீன முறையில் சொல்லும்போது உணர்வு என்பது, அதை ஜடமான இயற்கையுடன் ஒப்பிடும்போது, முக்கியத்துவம் இல்லாத இரண்டாம் பக்ஷமான ஒன்று என்றுதான் அது பொருள்படும். ஆதலால்தான் ஏங்கெல்ஸ், எல்லாத் தத்துவங் களையும் அடிப்படையில், பொருள்முதல்வாதம் கருத்துமுதல்வாதம் என்ற இரண்டே வகையில் பிரித்துக் கூறுகிறார். அவர் கொண்ட முடிவுக்குக் காரணம், ஜடமான பொருள், உணர்வு என்ற இரண்டில் எது முக்கியமானது என்ற மதிப்பைப் பொறுத்தே ஆகிறது. இந்த வகையில் உணர்வுக்கு இரண்டாவது இடமளிக்கும் நியாய வைசேஷிகர்களின் கொள்கை, நிச்சயமாகச் சொல்ல முடியாவிட்டாலும், கிட்டத்தட்ட பொருள்முதல்வாதமே என்றுதான் கொள்ளவேண்டும். ஆனால், இன்றுள்ள நவீனமான கருத்துப்படி அது முற்று முழுதாகப்

பொருள்முதல்வாதமே என்று கூறிவிடுவதும் இயலாதுதான். ஹிரியன்னா இன்னும் ஒரு படி மேலே சென்று, "மனம் விட்டுப் பேசும் நாத்திகர்களான சார்வாகர்கள் கூறும் அதே அர்த்தத்தில்தான் இதுவும் என்று கொண்டாலன்றி, உணர்வு பற்றிய நியாய வைசேஷிகர்களின் கருத்தைப் புரிந்துகொள்ள முடியாது" என்கிறார். அவரைப் போன்ற வைதீகமான அறிஞர்களால், வைதீக தர்சனம் என்று ஒப்புக்கொள்ளப் பட்டிருக்கும் இந்தச் சாத்திரத்தில், பொருள்முதல்வாதத்தைக் காண முடியாது. அப்படிக் காண்பதற்கு நிர்ப்பந்தமான ஒரு காரணம் இருக்கத்தான் வேண்டும்; அந்த தர்சனம் கூறும் உணர்வு தோன்றுவதற்கான ஆரம்பத்தைப் பற்றிய கருத்தை நாம் புரிந்துகொள்ள முயலும்போது அந்த நிர்ப்பந்தமான காரணம் புலப்படுகிறது. தன்னளவில் நிஜமாகவே உணர்வற்றதாயிருந்தும் அந்த ஆத்மா தற்செயலாக ஏற்படும் உணர்வுடைமை என்பதற்குள்ள அர்த்தத்தைத் தெளிவுபடுத்திக் கொள்வது அவசியம் - உணர்வு என்பதற்கு முக்கியமாக, நேராக - உடனடியாக எதிரேயுள்ள ஒன்றை உணரும் அனுபவம் என்ற ஞானம் என்பதுதான் அர்த்தம். இது ஏதோ ஒன்றைப் போல உணர்விக்கும் உணர்வான ஸ்ம்ருதி என்ற நினைவிலிருந்தும் வேறாகக் காணவேண்டிய ஒன்று. நேரடியாக எதிரே கண்டுணரும் உணர்வு இரண்டுவிதமான வடிவம் உடையது. உடனடியாகத் தடையின்றி உணர்தல் ஒன்று. மற்றொன்று சிந்தித்துப் பின் உணர்தல். அதாவது, பிரத்யக்ஷமான உணர்வும் அனுமானத்தால் வரும் உணர்வும் ஆன இரண்டு அனுமானத்திற்கு முன் பிரத்யக்ஷம் கட்டாயம் நிகழ்ந்திருத்தல் மிக அவசியம் என்பது அவர்கள் முடிவு. ஆகவே, அந்தச் சாத்திரத்தில் பிரத்யக்ஷ ஞானமே மிக அடிப்படையான அறிவின் வடிவமும் அமைப்பும். ஆகவே, அது உணர்வின் தோற்றம் பற்றிக் கூறும் கருத்தை, பிரத்யக்ஷ ஞானத்திற்கு அது கூறும் தோற்றத்தை, தடையின்றி உடனுக்குடனே ஏற்படும் உணர்வைப் பற்றிக் கூறும் கருத்தைத் தெரிந்துகொள்வதன் மூலம் புரிந்துகொள்ளலாம்.

இந்த வகையில் அறிவு என்பது எப்படித் தோன்றுகிறது? ஆத்மா உணர்வை அடைவதற்கு இன்றியமையாத சூழ்நிலைகள் எப்படி நன்கு அமைய வேண்டும்? இதற்கு மிக மிக அடிப்படையானது ஓர் ஆத்மாவும் ஓர் உடலும் இணைய வேண்டிய நிலை. ஏனென்றால் உடலில் அறிவுப்புலன்கள் சமைந்துள்ளன. இந்த அறிவுப் புலன்களும் புறத்தே உள்ள பொருள்களும் பொருந்திச் சேர்ந்தாலன்றி ஆத்மா, உணர்வைப் பெற முடியாது.[4] அதாவது ஆத்மா, புலன்களின் வழியே பொருள்களைப் பொருத்தமுறச் சேர்த்து உணர்வைப் பெறுகிறது. உணரும் விஷயம் ஏதுமே இல்லாத, வெறும் உணர்வு மட்டுமே என்பதை நினைத்துப் பார்க்கவும் முடியாது என்பது நியாய வைசேஷிகர் கொள்கை.

இரண்டாவதாக, ஆத்மா உடலுடன் இணைவதால்தான் அகக் கருவி உள்ளே இருக்கும் ஐம்புலன்களாலான மனம் என்பதையும் பெறுகிறது. இந்த மனத்தின் மூலமாகவே ஆத்மா புறப் புலன்கள் ஒவ்வொன்றுடனும் இணைகிறது. இந்தப் புலன்கள் தமக்குரிய முறையில் புற உலகில் உள்ள பலவகைப் பொருள்களுடனும் பொருந்திச் சேர்கின்றன. அந்த வகையில் புறத்தே உள்ள பொருள் களுடன் ஆத்மாவும் பொருந்திச் சேர துணை புரிகின்றன புலன்கள். இவ்வாறு சங்கிலித் - தொடர்போல் ஒன்றுடன் ஒன்று பொருந்திச் சேரும் சேர்க்கையால், போதிய வெளிச்சம் போன்ற பௌதீகச் சூழ்நிலையும் துணையாகச் சேரும்போது கடைசி விளைவாக உணர்வு அல்லது அறிதல் ஆத்மாவில் உடனடியாகத் தோன்றுகிறது. இந்தச் சேர்க்கைகளைக் கூட்டல்குறிகளால் காட்டி இந்தக் கருத்தை முறைப்படுத்திக் காணலாம்; ஆத்மா + உடல் + அகக் கருவி (மனம்)+ புறக் கருவி (புலன்கள்) + புறத்தே உள்ள பொருள்கள் என்பனவே உணர்வு.

இந்தக் கருத்தைப் பற்றிய சில அம்சங்களைச் சிறப்பாகக் கவனிக்க வேண்டும். முதலில் அவர்கள் அணுவாதிகள் என்பதால் நியாய வைசேஷிகர்கள் ஒன்றுடன் ஒன்று சேர்வதை சம்பந்தம் (நேரிடையான) தொடர்பு என்றுதான் குறிப்பிடுவர்; இரண்டாவதாக மேலே சொன்ன இந்தச் சங்கிலித் தொடர்புகள் எங்காவது விடுபட்டால் ஆத்மாவுக்கு உணர்வு என்பதே ஏற்படுவதில்லை. அதாவது, உடல், மனம், புலன்கள், புறத்தே உள்ள பொருள்கள் என்பவை இல்லாவிட்டால் ஆத்மா முற்றிலும் உணர்வற்றதாகவே இறந்துவிடும். மூன்றாவதாக, இந்தச் சங்கிலி போன்ற இணைப்புத் தொடர்பில் எதுவுமே உண்மையான இயல்பில் உணர்வுடையதோ அல்லது அறிவு உடையதோ இல்லை. உடலும் புறத்தே உள்ள பொருள்களைப் போலவே ஜடமானது-உணர்வற்றதுதான்; புலன்களும் அத்தகையன; அளவு, பௌதீகத் தன்மையுள்ள ஆதாரங்களை உடையவை தாம் என்கின்றனர்;[5] ஆயின் மனத்தைப் பற்றி - அகக்கருவி பற்றிய விவரம் யாது? அதை mind என்றுதான் ஆங்கிலத்தில் கூறுகிறோம்: அது பௌதீகமான பொருள் அன்று, அதாவது ஐம்பூதங்களால் ஆனது அன்று. ஆனால் அதை இயல்பாகவே உணர்வுடையது என்று நினைக்க இடமே இல்லை; மாறாக, அது மற்ற புறப் புலன்களைப் போலவே ஜடம்தான்; இப்படி இதை ஏன் நியாய வைசேஷிகர் கொண்டனர் என்ற கேள்வி இங்கு அவசியமில்லை;[6] மேலே கூறியவற்றை மனத்தில் கொண்டு எஸ். என். தாஸ்குப்தா, நியாய வைசேஷிகர் ஆத்மாவும் உணர்வும் பற்றிக் கூறுவதைத் தொகுத்துச் சொல்வதை முதலில்

பார்ப்போம்.[7] எல்லாப் பொருள்களையும் - விஷயங்களையும் விளக்கிக் காட்டும் ஞானம் (அறிவு) என்பது மற்ற பௌதீகப் பொருள்களுக்கு இருப்பது போலவே ஆத்மாவுக்கு உள்ள ஓர் இயல்பே என்றுதான் கருதவேண்டும். காரண காரியத் தொடர்பு, சூழ்நிலைகள் ஒன்றுசேர்வது என்றுதான் கொள்ள வேண்டும். அறிவின் தோற்றமும் அவ்வாறே; மற்ற பௌதீக நிகழ்ச்சிகள்! உண்டாவது போலவே, அதன் தன்மையளவில் பார்க்கும்போது அறிவும் உண்டாகிறது. ஆகவே, குறிப்பிட்ட சில பௌதீகச் சூழ்நிலைகள் ஒன்றுசேர்வதால், மண்குடமும் அதன் இயல்புகளும் உண்டாவது போலவே, ஆத்மாவும் மனமும், புலனுணர்வும், புலனாகும் பொருள்களும் சேர்வதாலும் தொடர்புறுவதாலும் ஞானம், அறிவு உண்டாகிறது. நியாய சாத்திரக் கருத்தில் ஆத்மா என்பது ஓர் உணர்வற்ற ஜடப்பொருள்தான். அதில் ஞானம் போன்றவை விட்டுப் பிரியா வகையில் அப்பிக்கொள்கின்றன.

இந்தக் கருத்தில் தாஸ்குப்தா அறிவும் உணர்வும் தோன்றுவதில் ஒரு விசேஷமான இயந்திரத் தன்மையை ஜடமான செயலைக் காண்கிறார்; ஆனால் ஹிரியன்னா இதைக் கண்டு திடுக்கிட்டு- தீர்மானமான முறையில் பொருள்முதற்கோட்பாட்டுக்கு ஆளாகி விட்ட இந்த முடிவால் திகைப்படைந்து, "நியாய வைசேஷிகர்கள் அறிவு தோன்றுவதைப் பற்றிக் கூறுவது நமக்குப் புரிகிறது. ஆயினும் அறிவு தோன்றத் துணை புரியும் ஆத்மா, மனம், புலன்கள், பொருள்கள் ஆகிய அனைத்துமே ஜடமானவை என்னும்போது, அது அறிவாக- உணர்வாக எப்படி இருக்க முடியும் என்பதுதான் புரிந்துகொள்ள முடியவில்லை."[8] என்கிறார்.

ஹிரியன்னா வேதாந்தக் கருத்துமுதற்கோட்பாட்டுக்கு முற்றிலும் கட்டுண்டவர். அவருக்கு இது விநோதமாகப் படுவதை நாம் புரிந்து கொள்வதில் ஒன்றும் கஷ்டமிருக்க முடியாது. தெள்ளத் தெளிவான பொருள்முதல் கோட்பாட்டுச் சிந்தனையான உணர்வு என்பது எந்த விதத்திலும் முதன்மையுடையதன்று; இரண்டாம் பட்சமானதுதான். இயற்கையாகவே ஜடமான - உணர்வற்ற சிலவற்றின் ஒரு விசேஷமான சேர்க்கையால் தோன்றுவதே உணர்வு என்ற முடிவிற்கு அவர் எப்படி ஒத்துப் போக முடியும்? ஆயினும் அதுதான் உண்மையான நிலை. நியாய வைசேஷிகர் கூறுவதை அவரும் மிகச் சரியாகவே விளக்கிக் கூறுகிறார். மிகவும் வைதீகமான தத்துவ அறிஞரான அவர் ஒருவர் தான் நியாய வைசேஷிகர் கூறும் முடிவு எந்தத் தத்துவத்தைச் சார்ந்தது என்று துணிச்சலுடன் கூறுகிறார். ஒளிவு மறைவில்லாமல் பேசும் பொருள்முதல்வாதிகளும் நாத்திகர்களுமானவர்கள் கூறுவதும்

இதுதான் என்கிறார் அவர். "இந்தக் கருத்தைச் சார்வாகர்கள் கூறுவதிலிருந்து எந்த வகையிலும் வேறுபட்டதாகக் கொள்வதற்கில்லை"⁹ என்பது அவர் கூற்று.

இப்படி இவர் கூறுவதன் உண்மை மிகவும் தெளிவானது; அத்துடன் பெரிய ஆபத்தை விளைவிப்பதுமாகும். நவீன அறிஞர்களில் சிலர் எப்படியாவது இந்தியத் தத்துவ சிந்தனையில் அடிப்படையிலேயே கருத்துமுதற்கோட்பாட்டைக் கொண்டவற்றுடன் நியாய வைசேஷிகத்தைச் சேர்த்து இதற்கும் அதற்கும் வேறுபாடில்லை. இரண்டும் ஒரே கருத்துடையவையே என்று சப்பைக் கட்டு கட்டும் சமாதானத்திற்கு மட்டுமில்லை இந்த ஆபத்து; பிற்காலத்தில் வந்த நியாய வைசேஷிகர்கள் ஆத்மாவைப் பற்றித் தாங்களாகக் கட்டி எழுப்பிய கொள்கைக்கும், முக்தி அல்லது விடுதலை என்பது பற்றி அவர்கள் கற்பித்த கட்டுமானங்களுக்கும் இது ஆபத்தை விளைவிக்கிறது.¹⁰ உணர்வைப் பற்றிய இந்தக் கருத்து, கருத்துமுதல்வாதிகள் மிகவும் பாதுகாப்பாகத் தேடி ஒளிந்துகொள்ளும் ஆத்மா என்பதையே மறுத்து வெறுத்து ஒதுக்கித் தள்ளும் அடிமண்ணில் வேர் கொண்ட ஒன்று; அவர்களும் ஆத்மா என்ற ஒன்றை ஏற்று ஒப்புக்கொண்டதற்கான காரணம் எதுவானாலும், அவர்கள் கூறிய ஆத்மா இயல்பிலேயே ஜடமானது. வேறுசில உணர்வற்ற விஷயங்களுடன் சேரும்போதுதான் உணர்தலாகிய இயல்பைப் பெறுகிறது என்பதே அவர்கள் முடிவு; இது, வெட்ட வெளிச்சமாகப் பொருள்முதற்கோட்பாடுதான்.

இதில் உள்ள அந்தச் சாத்திரத்தின் பலஹீனத்தையும் பார்க்க வேண்டும். ஜடங்களின் சேர்க்கையால் உணர்வு தோன்றுகிறது என்பதை விஞ்ஞான முறையில் இது சாத்தியமென்று அதனால் காட்ட முடியவில்லை. அந்தச் சாத்திரக்காரர்கள் யாருமே இந்தக் கேள்வியை எழுப்பவில்லை; இதை அவர் செய்யாததற்கு தாங்கள் நாத்திகர்களான லோகாயதர்களுடன் சேர்ந்தவர்களில்லை என்று காட்டிக்கொள்ள விரும்பியதே வெளிப்படையான காரணம். சார்வாகர்கள் இதற்குத் துணிச்சலுடன் விடை தருகிறார்கள். ஆனால் அவர்கள் ஜடமான இயற்கை பற்றி மிகவும் குறைவான அடிப்படைகளைத்தான் அறிந்திருந்தனர். நியாய வைசேஷிகர்கள் தங்களை லோகாயதர்கள் இல்லை என்று காட்டிக்கொள்ளவேண்டிய அவசியமும் இருந்தது; ஏனென்றால் லோகாயதர்கள் வர்ணாசிரம முறையை சாதி அமைப்பான சமுதாயத்தை ஏற்காதவர்கள் என்பதால், வைதீகச் சுயநலவாதிகளும், தர்மசாத்திரக்காரர்களும் முக்கியமாக லோகாயதர்களைச் சாடினர்; ஆகவே, தாங்கள் லோகாயதர்கள் இல்லை என்று காட்டிக்கொள்வது சமுதாயத்தில்

பாதுகாப்பைத் தரும். எனவே, நியாய வைசேஷிகர்கள் உணர்வு பற்றிய லோகாயதக் கருத்தை மறுத்துப் பேசினர்; அப்படிச் செய்தது சிறிதும் பொருத்தமில்லாததும்கூட.

இத்தகைய பொருத்தமின்மை மட்டுமின்றி சரியாகப் புரிந்து கொள்ளாத தத்துவப் போதாமையும் இதில் இருக்கிறது. அது யாதெனில் அந்தச் சாத்திரம் இயக்கத்தை -அசைவையும் ஜடமான இயற்கையையும் தொடர்புபடுத்திக் கூறாமல் விடுவதுதான்; அந்த வகையில் ஒன்று மற்றொன்றாக மாறுபடுவதை, மாறுபடும் தன்மையே இல்லாத அணுக்கள் பலவற்றின் இயந்திரத் தனமான கூட்டலும், பெருக்கலுமான பல்குதலே என்றுதான் கருத வேண்டியிருக்கிறது; இயந்திரத் தன்மையான இந்தக் கருத்தின்படி உணர்வுபூர்வமாக அன்றித் தாமே சேரும் பல விஷயங்கள் உணர்வை உண்டாக்குவதும் அடிப்படையில் அணுக்கள் சேர்ந்து பொருள்களை உண்டாக்குவது போலவே புரிந்து கொள்ளப்படுகிறது; ஆனால், இந்தச் சேர்க்கைகளை உண்டாக்குவது எது? ஆத்மாவை உடலோடு சேர்ப்பது எது? அந்த உடல் மூலமாகப் புலன்களையும் புறத்துள்ள பொருள்களையும் சேர்ப்பது எது? இதற்கு அந்தச் சாத்திரம் விடை கூறவில்லை; அது கூறும் விடையும் நியாய வைசேஷிகத்தின் விஞ்ஞான அடிப்படையிலான இயல்புக்கு முற்றிலும் முரண்படுவதாயிருக்கிறது. அதுதான் அதிர்ஷ்டம்-காண முடியாத காரணம் என்பது. அந்தச் சொல்லுக்குரிய அடிப்படைப் பொருள் எதுவானாலும், அது கடவுட் கொள்கையும் நீதி நன்னெறிக் கொள்கையும் கலந்ததாகவே ஆகிறது.

ஜடத்தையும் இயக்கத்தையும் இணைக்கத் தவறிய இந்தக் கடினமான பிரச்சினைக்கு, ஸாங்க்யர்கள் ஓரளவுக்கு-முற்றிலுமாக இல்லை யென்றாலும் சமாதானம் காண்கின்றனர். அவர்கள் உணர்வு பற்றிக் கூறுவதை இனி சர்ச்சை செய்வோம்.

3. உணர்வு பற்றிய ஸாங்க்யர் கருத்து

இன்று நமக்குக் கிடைக்கும் மூலமான ஸாங்க்யக் கொள்கை மிகவும் தெளிவற்ற நிலையில்தான் இருக்கிறது; அதன் பெரும் பகுதி அழிந்துவிட்டதென்றே கொள்ளப்படுகிறது. மேலும், இந்தத் தத்துவத்தையும் எப்படியாவது கருத்துமுதல்வாத அமைப்பிற்குள் திணிப்பதற்காகத் தொடர்ந்து இதைத் திரித்தும் சிதைத்தும் செய்த முயற்சிகளும் நடந்துள்ளன; இந்த நிலையிலும் அது உணர்வு பற்றிக் கொண்டிருந்த கருத்தை அறிய முயல்வோம்.

இந்த தத்துவத்தின் மிகப் பிரதானமான இயல்புகளைப் பார்ப் போம். B.N. Seal[11] என்பவர் கூறுவது; "இந்தச் சாத்திரம் ஒன்றுதான்

மிக மிகப் பண்டைக் காலத்திலேயே, திட்டவட்டமான பிரபஞ்சம் தோன்றி வளர்ந்த வகை பற்றி நன்கு புரிந்துகொண்டு தெளிவாக விளக்குவது; அந்த வகையில், சிந்தனை பற்றிய தோற்றமும், வளர்ச்சியுமான வரலாற்றில் ஓர் ஒப்பற்ற ஆர்வத்தைக் கொண்டுள்ளது." "பிரபஞ்சம் தோன்றிப் பல்குவதற்கான அடி ஆதாரமாவது ஆதிப் பிரகிருதி - அதாவது இயற்கை - ஜடமான ஒன்று. இதைப் பிரதானம் என்று கூறுவர். இது; ஸ்டெர்பாட்ஸ்கி[12] Stcherbatsky கூறுவது." இந்த ஜடப் பிரகிருதியானது, அவ்யக்தம் - இன்னதென இனம் கண்டு கொள்ள இயலாத-பிரித்துக் காண முடியாத-ஸமநிலை- அதாவது ஸத்துவம், ரஜஸ், தமஸ் என்ற முக்குணங்களும் ஒன்றை ஒன்று விஞ்ஞாத ஒரே வகையில் இருக்கும் நிலையால் தொடங்குகிறது. அப்போது பிரகிருதி செயற்படாத ஓய்வு நிலையிலும் இருக்கிறது; பிறகு, பிரபஞ்சம் தோன்றிப் பல்கும் வழிமுறை ஒன்று தொடங்குகிறது; அது தொடங்கிய பிறகு பிரகிருதி ஓய்ந்திருப்பது என்பதே கிடையாது; எப்போதும் ஒரு கணம்கூட ஓயாமல் மாறிக்கொண்டே இருக்கிறது. இதை "பிர திக்ஷண பரிணாமம்" என்பர்; கணம்தோறும் தோன்றி மாறிக்கொண்டே பல்குதல் என்பது இதன் பொருள்; ஆனால் இறுதியில் அது ஓய்வு நிலைக்கும் ஸம நிலைக்கும் போய்விடுகிறது. இந்தப் பிரகிருதி, மனித உடல்களை மட்டுமின்றி நமது மனம் சம்பந்தப்பட்ட நிலைகளையும் தன்னுள் கொண்டதாகும்; மனநிலை களுக்கு அந்தச் சாத்திரம் ஜடமான ஆதார நிலைகளையும் அடிப்படை அம்சங்களையும்தான் காண்கிறது. இப்படிக் கூறும் ஸ்டெர்பாட்ஸ்கி,[13] ஸாங்க்யத்தின் வேறு சில விஷயங்களைப் பற்றியும் சர்ச்சை செய்கிறார். அவை அந்தச் சாத்திரத்தின் சில பலஹீனங்கள் என்றும் தெரிகிறது; அதாவது இன்று நமக்குக் கிடைக்கும் ஸாங்க்ய சாத்திரம் பற்றிய வரையில்தான் இது உண்மை. அவர் கூறுவது: "ஓய்வே இல்லாமல் இயங்கும் ஒரு சாசுவதமான - என்றும் அழியாத பிரகிருதி-ஜட இயற்கை எப்போதும் மாறி மாறிப் பல்கிக்கொண்டே இருப்பது என்ற இந்தக் கருத்தே அந்தச் சாத்திரத்தின் மிகவும் பலமுள்ள அம்சம்; மனித குலத்தின் சிந்தனை வரலாற்றின் மிக மிகப் பழைய காலத்திலேயே கண்டுணர்ந்து கூறியது ஸாங்க்யர்களுக்கு மிகுந்த பெருமை சேர்ப்பதேயாகும்."

அவர்கள் கண்ட பரிணாம வழிமுறையைச் சுருக்கமாகப் பார்ப்போம்.

பிரகிருதி என்பது, பிரபஞ்சத்தில் உள்ள அனைத்திற்குமான ஆதார சக்திகளையும் கொண்டது என்று மனத்தால் கொண்டனர். பிரபஞ்சத்தில் உள்ள அனைத்துமே மூன்று வகைப்பட்டன என்றும் கருதினர். அவை முக்குணங்கள் எனப்படுவன: (1) ஸத்துவம் உணர்வுடைமை-அதாவது

புலப்படுத்திக்கொள்ளும் தன்மை. (2) ரஜஸ்-சக்தி-செயற்படும் திறன் (3) தமஸ்-மந்தமான தன்மை-உணர்வற்ற ஜடநிலை, செயற்படாத நிலை. பிரகிருதி என்பதே இவற்றின் ஆதார நிலைகளால் ஆனதுதான். இந்த மூன்று குணங்களும் முற்றிலும் ஒரே சீராக இருக்கும்போது (ஸம நிலை என்னும் ஸாம்யத்தில் இருக்கும்போது) பரிணாம மாறுதல்கள் தோன்றுவதில்லை. பிரதானம் என்னும் பிரகிருதியின் இந்த நிலை- பரிணாமங்கள் தோன்றுவதற்கு முந்திய நிலை, அவ்யக்தம் எனப்படும்; அந்தச் சொல்லின் செயற்பொருள் வெளிப்படாதது என்பது. ஸமநிலை சீர்குலையும்போது-குணங்கள் ஏற்றத்தாழ்வைப் பெறும் போது, பரிமாணங்கள் தோன்றுகின்றன. அவ்யக்தம் என்பதிலிருந்து முதலில் தோன்றுவது மஹத்து (பெரியது) என்ற புத்தி. மிகப் பெரியதும் அறிவும் என்பது இவற்றின் பொருள். புத்தியிலிருந்து அஹங்காரம்-நான் என்ற உணர்வு தோன்றும். அதிலிருந்து (1) மனம் (2) ஐம்புலன்கள் என்னும் ஞானேந்திரியங்களான, கண், காது, மூக்கு, நாக்கு, தோல் என்பனவும் (3) கை, கால், வாக்கு என்ற பேச்சு, பாயு என்ற மலத் துவாரம், உபஸ்தம் என்னும் பிறப்புறுப்புக்கள் (4) அவற்றிலிருந்து, ஐந்துதன் மாத்திரைகள்-அதாவது நிலம், நீர், தீ, காற்று, வெளி (ஆகாசம்) என்ற பஞ்ச மஹாபூதங்கள் தோன்றுகின்றன.

தற்காலத்திய நவீன உள்ளங்களுக்கு இவை எளிதில் விளங்கா; இவ்வாறான படிப்படியான பரிணாம வழிமுறை புரியாது. இந்தியச் சிந்தனையின் மிகப் பழைய அமைப்பு இது. ஆகவே, இவை வழக் கொழிந்து போனவை; ஆயினும் இந்தச் சாத்திரம் அடிப்படையில் பொருள்முதல்வாதத்திற்குத் தன்னை உறுதியாகப் பிணைத்துக் கொண்டது என்பதும், இந்த வகையில் தன் சிந்தனையைக் கொண்டு ஊகித்துக் கண்டுணர்ந்து கூறிய மிகப்பெருமை படைத்தது என்பதும் நிச்சயமான உண்மையாகும். ஆயினும் வெளிப்படையாகவே இது கூறும் சில அம்சங்கள் முழு முற்றான பொருள் முதல்வாதத்திற்கு ஒத்துவராதவையாகவும் இருப்பதால் எளிதில் இதைப் பொருள் முதற் கொள்கை என்று முடிவு கட்டவும் முடியவில்லை. ஏனென்றால், இந்தச் சாத்திரம், தான் கூறிய பிரதானம் என்பதற்கும் மேலாகப் பலப் பல புருஷர்கள் உண்டு என்றும் கூறுகிறது. புருஷர்கள் என்றால் ஆண்கள் என்பதுதான் அர்த்தம். என்றாலும், புருஷர்கள் என்பதை, அழியாத, இயல்பாகவே உணர்வுடைய ஆத்மாக்கள் என்றுதான் பொருள்கூறி விளக்குகிறார்கள். ஆகவே, ஸாங்க்ய தத்துவம்-பிடிவாதம் உள்ள (மாறாத) த்வைதம், அதாவது இரண்டு உண்டு எனக் கூறுவதுதான் என்று பொதுவாகக் கருதுகிறார்கள். இந்தத் தத்துவம், பிரகிருதியும் புருஷனும் (ஆத்மாவும்) உண்டென்று கூறுவதே தவிர, முற்றிலும் யாவும்

ஜடப்பிரகிருதியே எனக் கூறும் பொருள்முதற்கோட்பாடு ஆகாது தான்.

ஸ்டெர்பாட்ஸ்கி[14] சொல்வது போல் எப்போதும் மாறிக் கொண்டேயிருக்கும் ஜடப் பிரகிருதிக்கும் முற்றிலும் இயக்கமோ அசைவோ இல்லாத ஆத்மாவிற்கும் உள்ள தொடர்புதான் மிகவும் பலமில்லாத அம்சம். பௌத்தர்கள் செயற்கையாகப் பிணைத்த இந்தத் தொடர்புள்ள கட்டுமானத்தை அழித்தும் கேலி செய்தும் மறுத்தார்கள். தர்மகீர்த்தி[15] தனது நியாய பிந்து என்ற நூலில், இதை ஸாங்க்யர்கள் தம்மைத் தாமே மறுத்து முரண்படும் கருத்தாக எடுத்துக்காட்டுகிறார். அவர்கள் புருஷன் (ஆத்மா) என்ற ஒன்றை ஒப்புக்கொள்வது அவர் களுடைய கொள்கைக்கே முரண்படுவது. அது, அந்தத் தத்துவத்திற்கு அவசியம் வேண்டிய எந்தத் தேவையையும் நிறைவேற்றவில்லை. ஆகவே, எந்தவிதத்திலும் ஒவ்வாதது.[16] அறவே எந்தப் பயனையும் விளைவிக்காத-எந்த வகையிலும் செயற்படாத, இந்தப் புருஷன் என்பது இல்லாமலேயே இன்னும் அதிகமான பொருத்தத்துடன் இருந்திருக்கும்.

கார்பே என்பவர், மேலே சொன்னதை ஏற்காமல், பிற்காலத்தில் கருத்துமுதல்வாதத்தின் பக்கம் சாயும் ஒரு விதமான கருத்துடன், புருஷன் என்றதை ஸாங்க்யம் ஏற்றுக்கொண்டதற்குக் கொள்கை ரீதியான ஒரு சமாதானம் காண முயல்கிறார். பிரகிருதி முதலான கொள்கைகளைக் கூறும் அந்தத் தத்துவ அமைப்பில் ஆத்மாவிற்கு உள்ள இடம்தான் எது? இதற்கு முன்னால் அந்தத் தத்துவத்தை அலசி ஆராய்ந்தவர்கள் இந்த வினாவிற்கு விடை தருவதில் வெற்றி பெறவில்லை என்பதும் விநோதமே. ஸாங்க்யத்தில் ஆத்மா என்பது அறவே தேவையில்லாத ஒரு அதிகப்படியானது. இந்த தத்துவத்தைக் கண்டு கூறியவர் ஆத்மாவைப் பற்றிக் கூறாமலேயே விளக்கியிருந்தால் இன்னும் மேலாகத் தர்க்க யுக்திக்குப் பொருத்தமாகப் பேசியிருப்பார். கார்பே[17] கூறுவது: “ஆத்மா செய்யும் மிகவும் முக்கியமான செயல், அகக் கருவியான மனத்தில் விடாமல் நிகழும் நடைமுறைகள் அனைத்தையும் விளக்கிக் காட்டுவதுதான்; மனத்தில் நிகழ்வன அனைத்தும், மனத்திற்கு நெருக்கமாக அருகில் இருக்கும் தன்மையால் இந்த ஆத்மா அவற்றை விளக்கமுறக் காட்டாவிட்டால் ஜடமான இயந்திரச் செயல்களாகவும் உணர்வில் ஒட்டாதனவுமாகவேதான் இருக்கும். அதாவது, ஆத்மாவே மனநிகழ்வுகளை உணர்வுக்குக் கொண்டு தருகின்றன.[18] இப்படிப் புரிந்துகொள்வதில் உள்ள அடிப்படைக் கருத்து யாதெனில், உணர்வு என்பது முற்றிலும் ஜடமான

இயற்கைக்கு அந்நியமானது என்பதோ, அல்லது வெறும் ஜடமான ஒன்றிலிருந்து உணர்வு எந்த வகையிலும் தோன்றாது என்பதோதான் இந்தக் கருத்து, பொருள்முதல்வாதமாகும் நிலைக்கு இயல்பாகவே. ஏற்றுக்கொள்ள முடியாத தன்மையைக் கொண்டது. ஆனால் இதை நாம் மறுக்கவேண்டும் என்று, அதாவது உணர்வு வேறு என்ற கருத்தைத்தான் நாம் ஏற்க வேண்டும் என்று ஸாங்க்யம் கூறுகிறது; ஆனால், அந்தச் சாத்திரம் பிரதானம் அல்லது ஜட இயற்கையில் அடங்கியுள்ளதாகவே ஸத்துவத்தை அதாவது உணர்வுடைமையைக் கருதுகிறது. ஜட இயற்கையிலிருந்துதான் புத்தி என்ற அறிவு முதலில் தோன்றுவதாகவும் கூறுகிறது.

பிற்காலத்தில் ஸாங்க்யத்தை விளக்கியவர்கள் வேதாந்தத்தின் பக்கம் சாய்ந்தவர்கள். ஆகவே, கார்பே கூறும் இதே பிரச்சனை எதிர்ப்படும்போது சிரமப்படுகிறார்கள். புத்தியும் அஹங்காரமும் மனமும் போன்றவை பொதுவாக மனத்தொடர்புடையவை, அல்லது ஆத்மாவுக்கு உரியவை எனக் கருதப்படுவன. அவை யாவும் ஆதி மூலமான ஜடப்பிரகிருதியில் இருந்து தோன்றியவை என்று நினைப்பதே அவர்களுக்கு மிகவும் கஷ்டமான விஷயம்; அந்த நிலையில், எப்போதுமே சாசுவதமாகப் பிரகிருதியில் இருந்து தனிப் பட்டே இருப்பது, தனக்கே உரியதாய் உணர்வைப் பெற்ற இயல்புடையதுமான புருஷன் என்ற ஒன்றைப் பற்றி ஸாங்க்யம் கூறும் கருத்தும், கொள்ளும் நோக்கமும் அவர்களுக்கு-அதாவது வேதாந்தச் சார்புடையவர்களுக்கு ஆறுதல் அளிக்கிறது. மனம் சம்பந்தப்பட்ட அனைத்திலும் அமைகின்ற உணர்வு என்பது, புருஷனுடைய-அதாவது ஆத்மாவினுடைய உணர்வின் பிரதி பலிப்பே தவிர வேறில்லை என்ற கருத்தைக் கொண்டனர் அவர்கள்; அந்தப் புருஷன் என்பதே ஆத்மா என்பதிலிருந்து இரவலாகப் பெற்றதுதான். இவ்வாறாக எப்படியோ, ஜடப் பிரகிருதியே முதன்மையானது - உணர்வு என்பது அடுத்த இரண்டாம்பக்ஷமான - முதன்மையில்லாத ஒன்றுதான் என்று ஒத்துக் கொள்ளும் அபாயம் தவிர்க்கப்பட்டது; அதாவது ஸாங்க்யத் துவத்தைப் பொருள்முதற்கோட்பாடாகக் கொள்ளும் அபாயத்தை விளக்கினர். இந்த வகையில் பிற்காலத்தில் ஸாங்க்யத்தை விளக்கிக் கூறவந்தவர்கள், புருஷன் என்பதின் பங்கையும் பயனையும் வற்புறுத்தினர்; மேலும், புருஷன் என்பது கலப்பற்ற ஆத்மாவே எனக் கொண்டனர். உலகத்தில் உள்ள அனைத்துமே அந்தப் புருஷன் என்ற ஆத்மாவிடம் இருந்துதான் தத்தமக்குரிய ஆத்ம இயல்பை இரவலாகப் பெறுகின்றன என்றும் கொண்டனர். இதைப் புரிந்து கொள்வதில் சிரமமே இல்லை. ஆயினும் ஆரம்ப காலத்து

மூலாதாரமான ஸாங்க்யம் கோட்பாட்டு வகையில் கொண்டு இருந்த அசலான நிலைக்கு இது எவ்வளவு தூரம் பொருத்தமானது? என்ற வினா, விடை பெறாமலேதான் இருக்கிறது.

மூலாதாரமான ஸாங்க்யம் பற்றிய பிரச்சனை மிகவும் தொல்லை தரும் ஒன்று. சுக்லாஜி ஸாங்வியும் எஸ்.என். தாஸகுப்தாவும் அதைத் தெரிந்துகொள்வதற்கான ஆதாரம் பண்டைக் காலத்து மருத்துவ நூலான சரக சம்மிதை என்று கூறுகின்றனர்; அந்த நூலின் அகச் சான்றுகளிலிருந்து, அவை தொகுக்கப்பட்ட காலத்திலேயே, ஸாங்க்யம் கூறும் புருஷன் என்ற சொல்லின் பொருளைப் பற்றிய மாறுபட்ட பல கருத்துக்கள் இருந்தன என்றும் தோன்றுகிறது. அந்த நூலின் ஒரு அத்தியாயம் முழுதுமே இந்தப் பிரச்சனையை ஆய்ந்து முடிவு கூறுவதற்கெனவே அமைக்கப்பட்டுள்ளது. அதன் முழு விவரமும் நமக்குத் தேவையில்லை. சரகசம்மிதை, புருஷன் என்பது பற்றிக் கொண்ட கருத்து மட்டுமே நமக்குத் தேவையானது.

சுக்லாஜீ[19] கூறுவது : சரகசம்மிதை கூறும் கருத்து பின்வருவது: ஆத்மா என்பது பிரகிருதி உண்டாக்கிய ஒன்றே தவிர, எப்போதும் சாசுவதமாயிருக்கும் பிரகிருதியுடன் கூடவே இருப்பது அன்று. இப்படிக் கூறுவதை நவீன முறையில் சொல்வதானால், பிரகிருதி என்பதற்கு மூலாதாரமான ஆதி ஜட இயற்கை என்பதே பொருள்; ஆகவே, உணர்வு முதலான ஆத்மா என்பது பிரகிருதி உண்டாக்கியது தான் என்றே சொல்லவேண்டும்.

இந்தப் பிரகிருதி பிரபஞ்சமாகத் தோன்றிப் பல்குவதற்கு முந்திய நிலைதான் முன் விளக்கிய அவ்யக்தம் என்பது; இங்கே தாஸகுப்தா கூறுவதும் இதுதான்; சரகசம்மிதை இந்த அவ்யக்த நிலையைத்தான், 'புருஷன்' என்று ஒத்துக்கொள்கிறது. அதுவும் இயற்கை என்ற ஜடத்தைத் தவிர வேறு கலப்பில்லாத உணர்வு ஆத்மா என்பதை ஏற்கவில்லை. தாஸ்குப்தா இதற்குக் கூறும் விளக்கத்தைச் சற்றுப் பார்ப்போம்; அதை நியாய வைஷேசிகர்கள் உணர்வு பற்றிக் கூறுவதோடு ஒப்பிடுவதும் சுவையானதே.[20] வேறு சில கருத்துக்களின்படி- தத்துவ வகைகள் இருபத்து நான்குதான் உண்டு எனக் கொள்ளலாம். ஞானேந்திரியங்கள் கர்மேந்திரியங்கள் சேர்ந்த பத்து; மனம், ஞானேந்திரியங்களுக்குப் புலனாகும் ஐந்து விஷயங்கள் (காணல், கேட்டல், முகர்த்தல், சுவைத்தல் - ஸ்பர்சம் என்ற தொட்டுணர்தல்) பிரகிருதி என்ற வகையில் சடங்கும் எட்டு; 1. பிரகிருதி 2. மஹத் என்னும் புத்தி 3. அகங்காரம் ஐந்து பூதங்கள். ஆக 10+1+5+8=24. மனம்; புலன்களால் செயற்படுகிறது. மனம் அணு; மனம் இருப்பதை

எப்படி நிரூபிப்பது? புலன் பொறிகள் இருப்பினும் அவற்றுடன் மனம் தொடர்பு கொள்ளாவிட்டால் ஞானம்-உணர்வு என்பதே கிடையாது; அறிவுப் புலன்கள் ஐந்தும், ஐம்பூதங்களின் 'சேர்க்கையால் உண்டானவை. ஆனால், செவிப்புலன் ஆகாசத்தின்-வெளியின் ஆதிக்கம் பெற்றுக் கேட்கிறது; கட்புலன் தேசு-தீயெனும் பூதத்தின் ஆதிக்கத்தாலும், சுவை நீரின் ஆதிக்கத்தாலும், மணம் மண்ணின் ஆதிக்கத்தாலும், ஸ்பரிசம் என்ற தோல் காற்றின் ஆதிக்கத்தாலும் நிகழ்கிறது. இந்திரியங்களுக்குப் புலனாகும் பொருள் திரட்சி-அதாவது ஜட இயற்கையும், பத்துப் புலன்களும், மனமும் பஞ்ச பூதங்களின் நுட்பமான அம்சங்களும், பிரகிருதியும் மஹத்தும், அகங்காரமும், ரஜோ குணத்தின் மூலமாக மனிதனை ஆக்குகின்றன; தான் என்பது தன்னளவில் உணர்வற்றதுதான் (தான் என்பது ஆத்மா). அதற்கு உணர்வு என்பது புலன்களுடனும் மனத்துடனும் அது தொடர்புகொள்வதன் மூலமே ஏற்படும்; அறிவும், உணர்ச்சியும் கை, கால் போன்றவற்றின் செயல்களோ இத்தகைய தொடர்பு இல்லாமல் ஏற்படுவதில்லை; சாகர் பிரகிருதியின் அவ்யக்தம் என்ற அம்சத்தைப் புருஷன் என்பதே என்று கூறி, அதையே ஒரு தத்துவம் எனவும் கூறி, இந்த அவ்யக்தம் என்பதும் சேதனா என்ற உணர்வும் ஒன்றே என்றும் காட்டுகிறார்.

தாஸ்குப்தா மேலும் கூறுவது:[21]

இவ்வாறு அமையும் ஸாங்க்யம், இந்தச் சாத்திரத்தைக் கண்டு உணர்ந்து முதன் முதல் கூறிய கபிலருடைய சீடரான பஞ்சசிகர் விரித்துரைத்த வகைக்கு முற்றிலும் பொருந்துகிறது. மஹா பாரதத் தின் பனிரண்டாவது பருவத்தில் இதைக் கூறும் பஞ்சசிகர், சாகர் கூறியது போல் அவ்வளவு வித்தாரமாகக் கூறவில்லை; ஆயினும் அவர் சுருக்கமாகக் கூறுவது, சாகர் சொல்லும் அதே ஸாங்க்யம் தான் என்று கொள்ளுதல் கூடும். பஞ்சசிகர் இறுதி முடிவான பரம ஸத்யமாக ஸாங்க்யர்கள் கூறும் பிரகிருதி என்னும் அவ்யக்தம் என் பதை, புருஷன் என்ற நிலையில் உள்ளது என்று கூறுகிறார்; "பிருஷ அவஸ்தம் அவ்யக்தம்" என்பது அந்தத் தொடர்.[22]

தாஸகுப்தா கூறுவது போல், மேலே நாம் கண்ட சாகரும் பஞ்சசி கரும் கூறியதான ஸாங்க்யம் மிக மிகப் பண்டைய - தொடக்க காலத்துச் சாத்திரம் தானா என்பது இன்னும் முடிவு பெறாத பிரச்சனை தான்; ஆனால் ஒரு அம்சம் பற்றிய வரை ஐயத்திற்கே இடமில்லை; அதாவது மிகவும் பழைய காலத்ததான இந்த வகையில், அதாவது இந்த ஸாங்க்ய தத்துவத்தில், உணர்வை அல்லது ஆத்மாவை முக்கிய முதலானது என்று கருதும் நோக்கமே இல்லை; ஜடப்பிரகிருதியே முதன்மை பெறுவது; உணர்வு அடுத்தபடியாகத்தான் வெளிப்படுகிறது.

இவ்வாறு பண்டைய ஸாங்க்யம், பொருள்முதற்கோட்பாட்டின் பார்வையும் நோக்கமும் கொண்டிருந்ததைப் புறக்கணித்துவிட்டுப் பின்னால் வந்தவர்கள், புருஷன் என்பதற்கு, கலப்படம் இல்லாத ஆத்மா-அதாவது உள்ளுணர்வு என்று பொருள் கூறிக் கருத்துமுதற் கோட்பாட்டின் திசையில் இதைத் திரித்துரைத்தனர் (புருஷன் என்பதை அவர்கள்-சித்-உணர்வு எனத் திரித்தனர்) ஆயினும் மூலப் பிரகிருதியா யான ஜட இயற்கை என்ற அந்தச் சாத்திரம் மனத்தால் கொண்ட கருத்து அசைக்க முடியாமல் அழுத்தம் திருத்தமாகவே இருந்துவிட்டபடியால், அவர்கள் மிகப் பாடுபட்டுச் சாதித்தது என்னவென்றால், அதைப் பிடிமானமான த்வைதமாக - அதாவது ஜடப் பிரகிருதியும், ஆத்மாவும் என்ற இரண்டையும் கொள்ளும் ஒன்றாக மாற்றியதுதான்; இந்த இரண்டுக்குமுள்ள சாத்தியமான அளவிலான தொடர்பை விளக்கும் வகையில்கூட பிரகிருதியை உணர்வுக்கு அடுத்தபடியாக்க இயலவில்லை அவர்களால்; பிரகிருதியைப் பாதித்துச் செயற்படுத்துவதில் உணர்வுக்கு இருக்கும் ஆற்றல்கூட எதிர்க்காமல் ஏற்கும் ஒன்றாகத்தான் அவர்களால் கருத முடிந்தது; அப்படி ஏற்கும் பாதிப்புகூட முக்குணங்களில் ஒன்று- அதாவது ஸத்துவம் இடைப்பட்டுச் செயற்படுவதைப் பொருத்ததுதான் என்றும் கொள்ளப்பட்டது. இப்படிக் கூறியவர்கள் ஒரு கேள்வியை எதிர்கொள்ள வேண்டியதாயிற்று. புருஷன் என்ற தத்துவம், தூய அறிவு-ஞானமயம்தான். ஆயினும் குணங்கள் - உணர்வற்ற ஜடமான நுண்ணிய விஷயங்கள்தானே? அவை எப்படிப் புருஷனுடன் தொடர்புகொள்ள முடியும் என்பதே அந்தக் கேள்வி.[23] இதற்கு அவர்கள் கூறும் விடை:[24]

"குணங்களின் வகையைச் சேர்ந்த ஸத்துவம் புருஷனுக்குரிய தூய்மையும் ஞானமும் என்பவற்றைப் போலவே பெரும்பாலும் தோன்றுகிற இயல்பைக் கொண்டது; ஆகவே, அது புருஷனுடைய ஞானத்தைப் பிரதிபலிக்க முடியும்; ஆதலால் அது தன்னளவில் ஜடமாயினும், தாம் அடையும் மாற்றத்தை உணர்வுடையது போலவே காட்டவும் முடியும். அப்படிப் பார்க்கும்போது, நமது சிந்தனைகளும் உணர்ச்சிகளும் அசைதல் போன்ற செயற்பாடுகளும் உண்மையில், ஸத்துவம் மிகுந்த அளவில் உள்ள சித்தம், புத்தி முதலியவற்றின் ஜடமான - உணர்வற்ற மாற்றங்களே; ஆனால், புத்தியில் புருஷனுடைய பிரதிபலிப்பு ஏற்படும் இயல்பால், அவை உணர்வுடையவை போலத் தோன்றுகின்றன."

இப்படியெல்லாம் கொள்கைகளைக் கட்டியமைத்துக்கொள்வது அவர்கள் முழுதும் பொருள்முதல்வாதிகளில்லை என்று காத்துக்

கொள்ள வேண்டுமானால் உதவ முடியுமே தவிர கவைக்குதவுவது அன்று; ஆனால் அவை சாத்திரத்தின் உள்ளார்ந்த வகையில் முன்பின் முரண் இன்றிச் செய்கின்றனவா இல்லையா என்பது வேறு விஷயம்.

இதெல்லாம் அத்தகைய முரண் இல்லாத நிலையைக் கெடுக்கின்றன என்பதை வேறுவழியில் காணமுடியும். பிரபஞ்சம் தோன்றிப் பல்குவதில் இந்தப் புருஷன் என்ற தத்துவத்திற்கு எந்த வகையில் தொடர்பு இருக்கிறது? அது அந்தச் சாத்திரத்தின் அடிப்படைக் கருத்தன்றோ? புருஷன் எப்போதுமே தனிப்பட்டு எதனுடனும் தொடர்புகொள்ளாத உணர்வு; ஆகையால், பிரபஞ்சத்தின் தோற்றத்திற்கு எந்த வகையிலும் தொடர்பில்லாததே. ஆயினும் புருஷன் இவையனைத்திற்கும் முற்றிலும் சம்பந்தம் இல்லாமலும் இருக்க முடியாது. ஆகவே, பிற்காலத்து ஸாங்க்யத்தைக் கூற வந்த 'ஸாங்க்யர் காரிகை' என்ற நூல், எப்படியாவது இந்தப் புருஷனை மூலப் பிரகிருதி பிரபஞ்சமாகத் தோன்றுவதை மேற்பார்வை பார்க்கும் ஒன்றாகக் காட்ட விரும்புகிறது. ஆனால், இறந்தது போக மிச்சமிருக்கும் ஸாங்க்யத்தின் நிலைப்பாட்டிற்கேற்ப இந்த மேற்பார்வை நேரிடையானதும், செயற்படுவதுமானது என்று நினைத்துக்கூட பார்க்க முடியவில்லை. ஆகவே, முற்றிலும் பொருந்தும் வகையில் ஒருமாதிரியான மேற்பார்வை உண்டென்று எதையாவது சொல்லி ஏற்படுத்திக்கொள்ள வேண்டுமே. இதற்காக நொண்டியும், குருடனும் போல என்று ஓர் உவமையைக் கூறினார்கள். குருடனின் தோள்மீது உட்கார்ந்து கொண்டு நொண்டி இடம் விட்டு இடம் பெயர்கிறான்; அவன் நகர்வதேயில்லை. ஆனாலும் குருடனுக்கு வழியைச் சொல்லி நடத்தலாம். அதில் தன் பங்கும் உண்டென்று காட்டலாம். ஆனால் ஸாங்க்யத்தை மறுக்கும் சங்கரர் போன்றவர்கள் இதை எளிதில் எள்ளி நகையாடுகிறார்கள். இந்த உவமை பொருத்தமற்றது; குருடனுடைய மேற்பார்வை, தான் செயற்படாமல் பிறரைச் செயற்பட வைப்பதும் அன்று; மேலும், பிரதானமே தன்னிச்சைப்படி அசைவும் இயக்கமும் கொள்வது. இதற்கு எந்த வகையிலும் சம்பந்தப்படாமலும் எந்தவிதமாகவும் செயற்படாமலும் இருக்கும் ஆத்மாவுக்கு அசையவோ இயங்கவோ ஆற்றல் கிடையாது என்று ஸாங்க்யர்கள் எடுத்த முடிவையே இது மறுக்கிறது என்று காட்டுகிறார் சங்கரர்.[25] எப்போதுமே தனிப்பட்டு இருக்கும் ஆத்மாவுக்கு, பிரபஞ்சத் தோற்றத்திற்காக அது செய்யும் பணியாக ஒன்றைச் சரியென்று தோன்றக்கூடிய வகையில் புதிதாகக் கண்டு கூறுவதிலும் அவர்களுக்குக் கஷ்டம் உண்டு. ஸாங்க்ய காரிகை, இந்தப் பிரபஞ்சத் தோற்றம் புருஷன் மகிழ்வதன் பொருட்டுத்தான் என்று அறிவிக்கின்றது.

மேலும் இந்த மகிழ்ச்சிதான் புருஷனுடைய மோக்ஷம்- விடுதலை என்றும் அறிவிக்கிறது. இப்படிக் கூறிய இரண்டு நோக்கங்களும் ஒன்றுக்கொன்று முரண்படுகின்றன. ஜடமான பிரகிருதி உண்மையானது, அது மாறுபடுவதும் உண்மைதான் என்றால், நீ ஆத்மாவுக்கு ஏற்றிக்கூறும் தொடர்பும் உண்மையே என்றுதான் கொள்ளவேண்டும் (ஸாங்க்யர்கள் கூறுவது, பரிணாமம் அதாவது ஒன்று வேறொன்றாக நிஜமாகவே மாறுபடுவது; இது, அத்வைதிகள் கூறும் விவர்த்தம் - மாயையால் வேறொன்றாக மாறுபட்டுத் தோன்றுவது என்பது அன்று). தத்துவ ஞானம் மலர்ந்தவுடனேயே அது-ஆத்மாவுக்கும் பிரபஞ்சத்துக்கும் உள்ள சொந்தமும் பந்தமும் ஒன்றுமில்லாமல் மறைந்துவிட முடியாது; அப்படி மறையும் என்று கூறுவது மிகக் கடுமையான கருத்து முதற் கோட்பாடான சூன்யவாதத்திற்கும் மாயாவாதத்திற்கும்தான் பொருந்தும். ஸாங்க்யத்தையும் இதில் திணித்துச் சேர்ப்பது அதன் தலைமையான பிரதானம் என்ற தத்துவத்திலிருந்து அறவே விலக்கி விடுவதாகும். இதை யாருமே செய்யவில்லை. பிரதானம் இல்லையெனில் ஸாங்க்யமே கிடையாது. அடிப்படையில் ஆதிமூலமான இயற்கை எப்போதும் இடைவிடாமல் இயங்கிக்கொண்டே இருப்பது என்று கொண்ட சாத்திரத்தில், ஸாங்க்ய காரிகை, கருத்துமுதற்கோட்பாட்டின் சாரமான மோக்ஷம் என்ற கருத்தை எப்படியாவது ஒட்ட வைக்க முயல்கிறது.

பிற்காலத்தில் தத்துவ சிந்தனை முற்றிப் பக்குவமான காலத்தில் கூட முக்கியமான எந்தத் தத்துவவாதியும், புருஷன் என்பதற்குப் புதிய பொருளைக் கொண்டுவிட்டதால் முரண்பட்டு நின்ற இந்தச் சாத்திரத்தைச் சர்ச்சை செய்து காத்து நிறுவாமல் விட்டதற்கும் இதுதான் காரணமோ? ஆம். இவ்வாறு மாற்றியமைத்த ஸாங்க்யம் நமக்குக் கிடைக்கும் ஸாங்க்ய காரிகை என்ற நூல் தோன்றியதிலிருந்தே தன் ஜீவநாடியான கொள்கை வற்றிப்போன ஒன்றாகத்தான் இருக்கிறது. உணர்வு, ஆத்மா என்ற வேதாந்த ஞானத்தை அல்லது அதற்கு மிக நெருங்கிய ஒரு தத்துவத்தை ஏற்றது அந்தச் சாத்திரத்திற்கு ஒரு சீரழிவுதான். அதன் பழைய அடையாளமான பரிணாம வாதம்தான் மிச்சமிருந்தது. அதையும் முக்கியமாக அத்வைதிகள், தூய ஞானமயமான ஆத்மாவே இயற்கையும் ஜடப் பிரபஞ்சமுமாக ஒரு மாயையான மாறுபாட்டை எய்திற்று என்ற விவர்த்த வாதத்திற்கு நன்கு பயன்படுத்திக்கொண்டனர்.

இதெல்லாம் எப்படிச் சாத்தியமாயிற்று? பிற்காலத்து ஸாங்க்யர்களில் யாருக்கும், ஜடமான பிரகிருதியிலிருந்து உணர்வு தோன்ற முடியும் என்று அடித்துக் கூறும் தைரியமில்லை. மேலும், இதைச் சொல்வதற்காக

ஆத்மா என்று ஒன்றை வைத்துக்கொள்ளவும், இயற்கையிலிருந்து தோன்றிப் பல்குவன அனைத்தும் அந்த ஆத்மாவிலிருந்து ஒருவகைப் பிரதிபலிப்பைக் கடன்வாங்கிக்கொள்கின்றன என்றும் ஏற்க வேண்டியது தேவையே இல்லை என்று அடித்துப் பேசும் தைரியம் பிற்காலத்து ஸாங்க்யர்களுக்கு இல்லை. இதைக் கொள்கையாக அமைத்துக் கூறும் தைரியம் வந்ததற்குக் கருத்து முதற் கோட்பாட்டுக்கு எதிரான வாதத்தை முன்வைத்த லோகாயதர்களுக்கு நன்றிக் கடன்படுகிறோம்.

4. உள் உணர்வு பற்றிய லோகாயதர்கள் கருத்து

சங்கரர் தமது பிரம்ம சூத்திர பாஷ்யத்தில் மூன்று இடங்களில், லோகாயதர்களின் ஆத்மா, உள்ளுணர்வு பற்றிய கொள்கைகளை எடுத்துக்காட்டி மறுக்கிறார். இவற்றுள் ஓரிடம் முதலில் நாம் கவனிக்க வேண்டியது. அது, நாம் சற்று முன் சர்ச்சை செய்த ஸாங்க்யர்களின் கருத்துக்கு நெருங்கியிருப்பதாகச் சங்கரர் கருதுகிறார். அதே கருத்தை விளக்கி மறுக்கிறார். அப்படி மறுக்கும்போது, இந்த உலகம் ஒரு நியதியுடனும், ஒழுங்குடனும் இருக்குமாறு அமைந்திருப்பதால், உணர்வே இல்லாத பிரதானம் என்ற ஜட இயற்கையை ஒப்புக் கொள்வதால் அதை விளக்க முடியாது.[26] மேலும் சங்கரர் கூறுவது:

"உலகத்தின் ஒழுங்கான அமைப்பு என்ற சான்றை விட்டுவிட்டு, அது உண்டான காரணமான செயற்பாட்டை முதலில் காண்போம். முக்குணங்களும் அவற்றின் ஸமநிலை குலைந்து, ஒன்றுக்கொன்று ஏற்றத்தாழ்வைப் பெறும் நிலையை அடைந்து செயற்பாடுகளைத் தோற்றுவிக்கின்றன; அதனால் குறிப்பிட்ட விளைவுகள்- காரியங்கள் தோன்றும் வகையில் செல்கின்றன."

இதை சங்கரர் மறுக்கிறார்: இந்தக் காரியங்கள் பிரதானத்திற்கு மட்டும் இருப்பதாகக் கூற முடியாது; மண்ணில் இத்தகைய செயற்பாடு இல்லை; தேர் ஒன்று தானாக இயங்குவதில்லை. மண்ணும் தேரும் தம்மளவில் உணர்வு அற்றன; அதுதான் அவற்றின் சுயமான இயல்பு: இவை குயவனும் தேரோட்டியும் குதிரையும் போன்ற உணர்வுற்ற கர்த்தாக்களால் இயக்கப்படும்போதுதான் மண், குடமாகும்; தேர் ஓடும்; இவற்றைக் கண்ணால் காணமுடிகிறது. காணமுடியாதவற்றில் இருப்பதைக் கண்டவற்றைக் கொண்டுதான் நிர்ணயம் செய்ய முடியும். ஆகவே, உணர்வில்லாத ஒன்று, உலகத்திற்குக் காரணம் என்று ஊகித்தும் அறிய முடியாது. அந்த நிலையில் உலகம் உண்டாகும் காரியம் விளக்கம் பெறாமலே போகிறது. இங்கே ஸாங்க்யர்கள் ஒரு வினா எழுப்புகிறார்கள், "கண்ணுக்குத் தெரிவதில்லைதானே?" சங்கரர் பதில்:

"சரி; உணர்வே இல்லாதவற்றின் செயல்களை - தேர் ஓடுவது போன்றவற்றை, அவை உணர்வுள்ள ஒரு கர்த்தாவுடன் சேரும் போதுதான் காண முடிகிறது."

ஸாங்க்யர்: "உணர்வற்ற பொருள்களுடன் சேர்ந்த உணர்வுடைய தன் செயலையும் நாம் நிஜமாகவே காண்பதில்லைதானே?" சங்கரர்: "ரொம்ப சரி; அப்படியானால் இங்குள்ள கேள்வி என்ன? செயற்பாடு, அது நாம் காணும் பொருளைச் சேர்ந்ததா அல்லது (இது ஸாங்க்யர் கருத்து) அது எதனுடன் இணைவதால் செயற்பாடு தெரிகிறதோ அதைச் சேர்ந்ததா? (இது வேதாந்திகள் கருத்து) ஸாங்க்யர்: "உண்மையாக எதில் செயற்பாடு காணப்படுகிறதோ அதனுடையது என்று கூறுவது தான் தர்க்க யுக்திக்குப் பொருந்தும்; ஏனென்றால், இரண்டுமே அதாவது செயற்பாடும் அதற்கு ஆதாரமாகக் கீழே உள்ளதும் நேரிடையாகத் தெரிகின்றன. வேறுவிதமாகப் பார்த்தால் அதாவது, செயற்பாட்டுக்குக் கீழே உட்படையாக உணர்வை மட்டும் காணவே முடிவதில்லை; உதாரணமாகத் தேர் ஓடுவதைக் கொள்ளலாம்; ஆகவே, உணர்வு என்பது உடல் போன்றவற்றுடன் சேர்ந்துதான் இருக்கிறது என்பது நிரூபணமாகிறது; இதே முறையில் அதுதான் உண்மையில் செயற்பாட்டுக்கு உட்படையாய் அமைவது. இதில் இருப்பது போலவே, உயிருள்ள உடல், அடிப்படையில் வெறும் உணர்வற்ற பொருள்களைவிட வேறானது-மாறுபட்ட இயல்புடையது என்பது தெரிகிறது. இது தேர் போன்றதில்லை. அதனால்தான் மேற்கண்ட முடிவுக்கு வரவேண்டும்; அதாவது, உணர்வு என்பது கண்ணுக்குத் தெரியும் உடல் இருந்தால்தான் தெரிகிறது. அப்படியொரு உடல் இல்லையென்றால் உணர்வும் புலனாவது இல்லை. இதையே லோகாயதர்களும் உணர்வு என்பது உடலுக்குரியது என்று கூறுகிறார்கள்; ஆகவே, செயற்பாடு என்பது உணர்வற்றதற்கே உரியது.

இவ்வாறு சங்கரர் ஸாங்க்யர் கூறுவதாகக் காட்டும் இந்த வாதம் அனைத்தும் தெளிவாகவே பொருள்முதல்வாதமாகவே இருக்கிறது. மேலும் ஸாங்க்யர்களைத் தான் புரிந்துகொண்டதில் சந்தேகமே ஏற்படாமல் சங்கரர் மேலும் கூறுகிறார்; ஸாங்க்யர்கள் தமது நிலைப்பாட்டை உறுதிப்படுத்திக்கொள்வதற்காக, உணர்வு உடலின் இயல்புகளில் ஒன்றுதான் என்ற லோகாயதர்களின் வாதத்தையே பற்றி நிற்கின்றனர் என்கிறார். இவ்வாறு லோகாயதர்களின் ஆதாரத்தைக் காட்டுவதைவிட, வைதீகமாக சாத்திர சர்ச்சையில் அக்கிரமமான செயல் வேறு கிடையாது என்பதை அறிந்தும் சங்கரர் இப்படிப்பட்ட வர்த்தமாக லோகாயதர்களை மேற்கோள் காட்டிப் பேசுகிறார். இப்படி

அவர் கூறுவது ஏன்? ஸாங்க்யத்தை மறுத்து ஒதுக்குவதற்காக மட்டும் தானா அல்லது, கருத்துமுதல்வாதிகளில் தான் மிகவும் தீவிரமானவர் என்பதாலும், புருஷன் என்பதைப் பிற்காலத்து ஸாங்க்யர்கள் ஆத்மா என்ற வகையில் விளக்கியிருந்த போதிலும், ஸாங்க்யம் தனது ஆரம்ப காலத்துப் பொருள்முதற்கோட்பாட்டை விட்டு விலகவே இல்லை என்பதனாலும்தானா? நான் எனது லோகாயதம் என்ற நூலில் இதைச் சர்ச்சை செய்து கூறியுள்ளேன். அதில் சங்கரர் தனது பாஷ்யத்தில் ஸாங்க்யத்தை அது ஒரு நாத்திகமான பொருள்முதல்வாதம் என்று கொண்டே மறுத்துள்ளார் என்று காட்டியிருக்கிறேன். ஆகவே, ஸாங்க்யம் லோகாயதர்களின் மறைவின்றிப் பேசும் பொருள்முதல்வாதத்தைச் சார்ந்து நிற்பதில் எந்தவிதமான பொருத்தமின்மையும் இல்லை.²⁷

இனி, லோகாயதர்களின் நிலையைப் பார்ப்போம். லோகாயதர்களின் வாதங்களைப் பற்றிப் பேச வேண்டுமானால், நாம் அவர்களுடைய எதிரிகள் காட்டும் வாதங்களையே முக்கியமாய் பற்றி நிற்க வேண்டியிருக்கிறது.²⁸

சங்கரர் கூறுவது: "பாமர மக்களும், லோகாயதர்களும் ஆத்மா என்பது உணர்வு என்ற தன்மையுடன் சேர்ந்த உடம்பே தவிர வேறு எதுவுமில்லை; அவர்களுடைய வாதத்தையும் பின்வருமாறு கூறுகிறார் சங்கரர்:

லோகாயதர்கள் உடலிலேயே - அதாவது உடலையே ஆத்மாவாகக் காண்கிறார்கள். உடலைத் தவிர தனியே ஆத்மா என்று ஏதும் இல்லை என்பது அவர்கள் கூறுவது. அவர்கள் கருத்துப்படி, மண் முதலியவற்றுள் (காரணங்களில்) உணர்வு என்பது காணப்படுவ தில்லை; அவை தனியாய் இருப்பினும் பிறவற்றுடன் சேர்ந்திருப் பினும் உணர்வு என்பது அவற்றுள் தென்படுவதில்லை. பூதங்கள் சேர்ந்து உடல் என்ற வடிவில் மாறும்போது, அந்தப் பூதங்களிலிருந்து (மண், நீர், காற்று, தீ) உணர்வு தோற்றம் கொள்கிறது. பலவிதமான பொருள்களையும் சேர்த்து (புளிக்க வைத்து) உண்டாக்கும் சாராயம் மது போன்றவற்றிற்கு மயக்கூட்டும் ஆற்றல் ஏற்படுவது போன்றது உணர்வு. மது உண்டாக்குவதற்குப் பயன்படும் வெவ்வேறு தனிப் பொருள்களுக்கு அத்தகைய போதை தரும் ஆற்றல் இல்லையென்றாலும், பலவும் ஒன்றுகூடும்போது போதை தரும் ஆற்றல் ஏற்படுவதும் காண்க. மனிதன் என்பவன் உணர்வு என்ற தகுதியை-அடை மொழியைப் பெற்ற உடலைத் தவிர வேறு எதுவுமில்லை. உடம்பில் ஆத்மா இருப்பதால்தான் ஞானம் - உணர்வு ஏற்படுகிறது என்பதும், அந்த ஆத்மா உடலைவிட வேறானது என்பதும், அந்த ஆத்மா

சொர்க்கத்திற்குப் போகிறது என்பதும், மோக்ஷம் அடைகிறது என்பதும் கிடையவே கிடையாது என்பது லோகாயதர்களின் சித்தாந்தம். அவர்களுக்கு உடல்தான் உணர்வு - உடலேதான் ஆத்மா. பிரம்ம சூத்திர உரையில் லோகாயதர்களுடைய வாதம் பின்வருமாறு காட்டப்படுகிறது." உணர்வு இருக்கிறது என்பதால் உடலும் இருக்கிறது என்று ஆகிறது; மற்றொன்று இருந்தால்தான் வேறு ஒன்றும் இருக்க முடியும் என்று இருந்தால், முன்னது இல்லையென்றால் பின்னதும் இல்லை என்றால், உணர்வு என்பது உடலின் குணம் - தன்மை என்று முடிவு செய்கிறோம். உதாரணமாக, சூடும் ஒளியும் நெருப்பின் குணங்கள். உயிரும், இயக்கம் போன்ற நடத்தல் ஓடுதல் போன்ற செயல்களும், உணர்வும், ஞாபகமும் போன்றவையெல்லாம் - தனியே ஆத்மா என்ற ஒன்று உண்டு எனக் கொள்பவர்கள் கருத்துப்படி ஆத்மாவின் குணங்கள் என்று ஆகின்றன. இவை அனைத்தும் உடலுக்குள் அடங்கியன என்றுதான் தெரிகிறது. உடலுக்கு வெளியே இருப்பதாகத் தெரியவில்லை. ஆகவே உடலின் வேறாய்ப் புறத்தே இந்த குணங்களுக்கான ஆதார உட்படை அமைப்பு இருப்பதாக நிரூபிக்க முடியாது; ஆகவே, இவை உடலின் குணங்களே ஆக வேண்டும்; ஆதலால் ஆத்மா உடலைவிட வேறானதில்லை.[29]

இந்த வாதத்தில் உள்ள முக்கியமான பகுதிகள் எவை? லோகாயதர்கள் ஆத்மாவை இல்லையென்று கூறும்போது எதிர்ப்படும் பிரச்சனை உணர்வு பற்றியது; அது, இருப்பது உண்மை என்பதில் ஐயமே இல்லை; பொதுவாக அதைப் பற்றிய எண்ணம் அது ஆத்மாவுக்கே உரிய-பிறவற்றில் இருந்து அதைச் சிறப்பித்து வேறுபடுத்திக் காட்டும் இயல்பு என்பதே; மண்ணாங்கட்டி போன்ற பொருள்களைப் போல் ஜடமானவை, இயல்பாகவே உணர்வு ஏதும் இல்லாதவை. ஆனால் உயிருடன் இருக்கும் பிராணிகள், அவற்றிற்கு ஆத்மா என்ற ஒன்று இருப்பதால், அவை உணர்வு உடையவை. இதை-இந்த எண்ணத்தை, மறுப்பதே லோகாயதர்கள் கொள்கை. அதாவது உணர்வு என்பது ஆத்மாவிற்கே உரிய சிறப்பான இயல்பு என்பதை அவர்கள் மறுக்கிறார்கள். இந்த மறுப்பில் இரண்டு படிகள் உள்ளன. "முதலாவது, உணர்வு என்பது ஆத்மாவிற்குரிய சிறப்பான இயல்பு என்பதில்லை என்பதுடன் மட்டுமின்றி, அது வெறும் உடலுக்கு உரிய ஓர் இயல்பு அல்லது அதனுடன் சேர்ந்த ஒன்று என்று நிரூபித்தல்; அதாவது, உணர்வு என்பதை அது பௌதீகமானது - உடலைச் சார்ந்தது என்பதை நிரூபித்தல். இரண்டாவது, உடல் பௌதீகமான பொருள்களால் ஆனதேயெனினும், உடலில் உணர்வு தோன்றுவதைப் பற்றி எந்த இரகசியமும் கிடையாது என்பதற்குக் கோட்பாடுரீதியான விளக்கம்

தர வேண்டும். பொருள்முதற்கொள்கையின் நோக்கில் இரண்டாவது மிகவும் முக்கியமான முடிவைத் தருவது; இந்திய விஞ்ஞானத்திற்கு அது மிகவும் முக்கியமானது என்பதை இப்போது பார்ப்போம். முதலாவதும் ஓரளவு சிறப்பான முக்கியத்துவம் உள்ளதுதான் என்பதும் உண்மையே.

முதலாவதில் உள்ள முக்கியமான அம்சம் என்ன? இங்கே சங்கரர், உடலுக்கும் உணர்வுக்கும் இடையே உள்ள சம்பந்தத்தை ஒரு பொருளுக்கும் அதன் குணத்திற்கும் உள்ள (வேறுபடுத்திக் காண முடியாத குணி-குணம் என்பவற்றுக்கிடையே உள்ள தொடர்பென்று பேசுகிறார். (செந்தாமரை என்றால்-தாமரை பொருள்; சிவப்பு நிறம் அதன் குணம்-பண்பு; குணத்தையும் குணத்தையுடைய குணியையும் பிரித்துக் காணல் இயலாது; பண்பும் பண்பை உடையதும் குணம்-குணி என்று வழங்கப்படும்). ஆனால், இந்த இடத்தில் உள்ள அந்த சம்பந்தம் - காரண காரிய சம்பந்தமாகத்தான் இருக்கிறது; ஏனென்றால், பௌதிகப் பொருள்கள் சேர்ந்து உயிருள்ள உடல் என்ற வடிவத்தைக் கொள்ளும்போது, அதில் உணர்வு உண்டாக்கப்படுகிறது என்பதுதான் லோகாயதர்களின் கொள்கை. ஆகவே இங்கு உடல் காரணம்; உணர்வு அதன் காரியம் - விளைவு. இங்கே நாம் இந்திய மரபில் கூறப்படும் காரண காரியத் தொடர்பைப் புரிந்துகொள்வது நலம்.

இந்திய முறையில் இது இரண்டு முறையில் நிறுவப்படல் வேண்டும். அன்வயமுறை என்பது முதலாவது. அதாவது, காரணம் காரியம் என்ற இரண்டும் எங்கும் எப்போதும் சேர்ந்தே இருப்பன என்பது. இரண்டாவது, 'வயதிரேகம்'- காரணம் இல்லையென்றால் காரியமும் இல்லை என்பது. காரணம் இருப்பதால் காரியம்-விளைவு இருக்கிறது. விறகு ஈரமாயிருப்பதால் புகைக்குக் காரணமாகிறது. ஆகவே, ஈர விறகு எங்கு எரியுமோ அங்கு புகையும் இருக்கும். இது தான் அன்வய முறையிலான காரண காரியத் தொடர்பு. இதே போல, உணர்வுக்குக் காரணமாவது உடல் என்பதை நிரூபிக்க, முதலில் உடல் இருக்கும் எங்கும் உணர்வும் இருக்கும் என்று காட்ட வேண்டும். வாசஸ்பதிமிச்ரர்[30] கூறும் வகையில் இரண்டும் எங்கும் இணைந்தே இருக்கும் என்ற இது மட்டும் காரண காரியத் தொடர்பை விளக்கிவிடும் என்பதுமில்லை. உதாரணமாக, உலகத்தில் உள்ள எல்லாப் பொருள்களிலும் ஆகாசம் (வெளியிடம் - வெறும் வெளி) நீக்கமற இணைந்துள்ளது என்று ஒப்புக்கொள்ளப்படுகிறது. இதைக் கொண்டு உலகப் பொருள் அனைத்திற்கும் ஆகாசமே காரணம் என்று கூறவிட முடியுமா? ஆகவே, காரண காரியத் தொடர்பை, 'வ்யதிரேக' முறையிலும்

நிறுவ வேண்டும். காரணம் இல்லையென்றால் காரியமும் இல்லை என்பதுதான் 'வ்யதிரேகம்'. தீயும் ஈரமான விறகும் இல்லையெனில் புகையும் இல்லை. ஈர விறகு இல்லாத இடத்திலும் புகை இருந்தால், ஈர விறகு புகைக்குக் காரணம் என்று கொள்ள முடியாது. ஆகவே, எங்கு உடல் இல்லையோ அங்கு உணர்வும் இல்லை என்று காட்ட வேண்டும்.

இந்த இரு வகையிலும் லோகாயதர் கொள்கை காட்டப்பட்டுள்ள தாகவே சங்கரர் எடுத்துக் காட்டுகிறார். ஆயினும் இந்த நிரூபணமும் மிகவும் மர்மமாகவே இருக்கிறது; உடல் என்பது பௌதீகப் பொருள்களால்-மண்ணும் நீரும் போன்ற பூதங்களால் ஆனது என்றாலும் அதில் உணர்வும் இருக்கிறது என்பது எப்படி என்ற விளக்கம் இல்லை. இந்தப் பௌதீகப் பொருள்களைத் தனியாகவோ இணைத்தோ பரிசோதனை செய்தாலும் இவற்றிற்கு உணர்வு இல்லை என்பது நன்றாகவே தெரிகிறது. ஆகவே, அவை உண்டாக்கியதும்-அவற்றால் ஆனதும் உணர்ச்சி இல்லாதனவாகத்தான் இருக்க வேண்டும். பூதங்கள்தான் உடலாகி இருக்கின்றன என்றால், உடலின் உணர்வு விளக்கப்படாமலேதான் இருக்கிறது.

லோகாயதர்கள் நோக்கில் இதில் ஜீவனான பிரச்சனை வேறொன்று; தம் இயல்பில் உணர்வு இல்லாத பௌதீகம் உணர்வு உள்ள உடல்களை ஆக்க முடியுமா? அதாவது உணர்வற்ற ஜடத்தி லிருந்து உணர்வு தோன்ற முடியுமா?

முடியும் என்பது அவர்கள் வாதம்; மிகப் பழைய காலத்தைச் சேர்ந்த இந்தப் பொருள்முதல்வாதிகள், ஜட இயற்கை பற்றி அறிந்து இருந்தது மிகவும் குறைவான சில ஆதார விஷயங்களே. அவர்களுக்கு அனைத்திற்கும் முக்கியமான மையமாயிருக்கும் நாடி நரம்புகளின் நுண்ணிய அமைப்பும்-மூளை இயங்குவது பற்றியும் தெரிந்திருக்கும் என்றும் நாம் எதிர்பார்க்க முடியாது. தற்காலத்து நவீனப் பொருள் முதல்வாதி அவற்றைக் கொண்டு வாதம் செய்யலாம்; இதெல்லாம் பழைய லோகாயதர்களுக்குத் தெரிந்திருக்க நியாயம் இல்லை. இருந்தும் தைரியமாக ஜடமான பௌதீகத்திலிருந்துதான் உணர்வு தோன்றுகிறது என்று அவர்கள் வாதிடுவது ஆச்சரியம். கருத்துமுதற்கோட்பாட்டுக் கெதிரான கொள்கை கொண்டவர்களில் இவர்களுக்கே இந்தத் தெம்பும், தைரியமும் இருந்திருக்கிறது. சங்கரர் மறுத்துக் கூறுவதில் உள்ள லோகாயதர்களின் கருத்துக்கள் பின்வருவன:

தமக்கு என்றுமே இல்லாத ஒரு புது இயல்பை எதனாலும் உண்டாக்க முடியாது; எப்படிச் சேர்ந்தாலும் பொருள்களுக்கு இந்த

இந்தியத் தத்துவ இயலில் நிலைத்திருப்பனவும் அழிந்தனவும்

ஆற்றல் இல்லை; ஆனால் பொருள்கள் ஒரு சிறப்பான வகையில் சேர்ந்து மாறுபாட்டையும் பெறுவதால், அவற்றிற்கு முன்பு இல்லாத புதிய இயல்புகள் தோன்றுவதும் சில இடங்களில் உண்டு. கண்கூடாகத் தெரிவதும் உண்டு; அத்தகைய ஒன்றைத்தான் லோகாயதர் கூறுகிறார்கள். அதாவது, மது போன்றவற்றைத் தயாரிக்கச் சேர்க்கும் பொருள்களில் எந்த ஒன்றுக்கும் போதை தரும் 'மத சக்தி' கிடையாது; ஆயினும் இவற்றைச் சேர்த்துப் புளிக்கவைப்பது போன்ற வகையில் மாறுதலுக்குட்படுத்தும்போது அந்தப் பானம் போதை தருகிறது. இவர்களுக்கு இதைப் பற்றிய உண்மையை முழுதும் விளக்கத் தெரியாதுதான்; ஆனால் அவர்கள் இதைப் புரிந்துகொள்ள விரும்பும் முறை நமது விஞ்ஞான வரலாற்றில் மிகவும் கவனிக்கத்தக்கது. நமது சிந்தனை வளர்ச்சியின் வரலாற்றிலும் இது மிகவும் ஆச்சரியப் படத்தக்கதே; அவர்கள் வாழ்ந்திருக்கக்கூடிய அந்த மிகப் பண்டைய காலத்தில், ஜடமான பொருள்களிலிருந்து உணர்வு தோன்றுவதை விளக்க இதை எடுத்துக் காட்டியதில் உட்பொருள் மிக உண்டு. இந்த மத சக்தி என்ற எடுத்துக்காட்டில் மர்மமான ரகசியம் ஏதுமில்லை; இதை மறுக்கவும் முடியாது. மதுவில் தோன்றும் மத சக்தியை நன்கு கவனித்து ஆராய்ந்தால் எளிதில் கண்டு கொள்ளவும் முடியும்.

லோகாயதர்களின் நிலையே இதைப் பற்றித்தான் நிற்கிறது. அதன் தத்துவம் விஞ்ஞானம் இரண்டின் வரலாற்றுச் சிறப்பைக் காணுமுன் மற்றொன்றைத் தெளிவுப்படுத்திக் கொள்வோம்.

லோகாயதர்களின் மூல நூல்கள் கிடைக்காத நிலையில், சங்கரர் கூறுவதை அப்படியே ஏற்பதில் சந்தேகம் தோன்ற இடமுண்டு; ஆனால் அவர் ஒருவர் மட்டும். இதை எதிர்க்கவில்லை; வேறு பலரும் இதையேதான் கூறி மறுக்கிறார்கள். ஆகவே, சங்கரர் கூறுவதுதான் இந்தியத் தத்துவவாதிகள் லோகாயதத்தைப் பற்றித் தெரிந்துகொண்டதன் காரணம் என்று கொள்ளலாம்; ரிஸ்டேவிட் (Rhysdavids)[31] இதைப் பற்றி ஐயம் கொள்கிறார். அதற்காக மட்டுமில்லை; வேறு தத்துவவாதிகளும் இதை மறுக்க முடியாமல் திணறுகிறார்கள் என்பதனாலும் இது முக்கியமாகிறது. ஆகவே, அத்தகைய சிலர் கூறுவதையும் நாம் அறிதல் நலம். அவையெல்லாம் கூறியதுகூறல் ஆகும் என்றாலும் கூறியாக வேண்டியவை. ஜைன தத்துவ அறிஞர் ஹரிபத்ரர்[32] தத்துவங்களைத் தொகுத்துக் கூறும் தமது நூலில் கூறுவது: "லோகாயதர்கள், ஆத்மா என்று ஏதும் கிடையாது; மோக்ஷம், நற்குணம், தீயகுணம், புண்ணிய பாவங்கள், அவற்றின் பயன்கள் என்பவையெல்லாம் இல்லவே இல்லை. கடந்துபோனது மீண்டும் வருவதில்லை. உடல் என்பது

மண், நீர், தீ, காற்று என்ற நான்கு பூதங்களால் ஆனது (அவர் வெளி என்ற ஆகாசத்தை ஒரு பூதம் எனக் கொள்வதில்லை); இந்த பூதங்கள்தான் உணர்வுக்கு அடிப்படையானவை; அவற்றிலிருந்துதான் உணர்வு தோன்றுகிறது; பிரத்யக்ஷம்-காட்சியானது ஒன்றுதான் அறிவுக்கான சரியான பிரமாணம்; பல பொருள் சேர்வதால் மதுவுக்குப் போதை தரும் ஆற்றல் உண்டாவது போல் ஆத்மாவும் பௌதீக உடலில் உண்டாகிறது; ஆகவே, லோகாயதர்கள் கண்டதே காட்சியான அநுபவத்தைத் துறத்தல் கூடாது என்பர். உலக இன்பங்களை வெறுத்துத் துறப்பது முட்டாள்தனம்; சொர்க்க சுகம் போன்ற கண்ணால் காண முடியாத எதையோ நாடித் தேடுவதும் அறிவீனம்.

ஹரிபத்ரர் நூலுக்கு உரை எழுதிய குணரத்னர், லோகாயதர்களின் ஆத்மா இல்லை என்ற கூற்றை மறுப்பதற்காக மிக விரிவாக ஏராளமான தர்க்க யுக்தி முறைகளால் அதை விளக்குகிறார். இதைச் செய்யும்போது, தன் தர்க்க அறிவின் நுண்மையால் லோகாயதர்களை விடவும் நன்றாகவே இந்தக் கொள்கையை விவரித்துப் பின் மறுக்கிறார். அது மிகவும் நுட்பமான சாத்திர சர்ச்சை; ஆனால் அவரே மற்றோர் இடத்தில் தெளிவாகத் தொகுத்துரைக்கிறார்.[33] பல பொருள் சேரும் மதுவுக்கு மத சக்தி ஏற்படுவது போலத்தான் பௌதீகத்திலிருந்து உணர்வு தோன்றுகிறது. உயிர்கள் என்பவை தண்ணீரில் தோன்றும் கொப்புளங்கள் போன்றவை; மனிதன் என்பவன் உணர்வுடன்கூடிய உடம்பே தவிர வேறில்லை. உணர்வுடையதும், மோக்ஷம் பெற்று மறு உலகத்திற்குக் குடிபெயரும் ஆத்மா என்றும் ஒன்று இல்லவே இல்லை. உணர்வு என்பது பூதங்கள் உண்டாக்கியது; இந்த பூதங்களின் இணைப்பு அழியும்போது உணர்வும் அழியும். ஆகவே, சொர்க்கம் போவது என்பது வெறும் அபத்தம். உடலில் உணர்வு சேர்வது, வெல்லப்பாகு (அதன் கழிவு) உலோகத்தூள் முதலியவை சேர்வதால் மதுவுக்கு மத சக்தி தோன்றுவதுபோல. ஆத்மா என்பது உடல்தான்; தான், நான் என்ற எண்ணமும் பிற உணர்வுகளும் பௌதீகச் சேர்க்கையால் உடலில்தான் ஏற்படுகின்றன; பிருஹஸ்பதி கூற்றுப்படி "மண்ணும் நீரும் காற்றும் நெருப்பும் ஆன பூதங்களே உண்மையானவை. உடலும் மற்ற பொருள்களும், புலன்களும் அவற்றின் சேர்க்கையின் விளைவே. உணர்வு என்பதும் அவற்றைச் சேர்ந்ததே."

பௌத்த தத்துவ அறிஞர்களான சாந்தரக்ஷிதரும் உரை செய்த கமலசீலரும் லோகாயத மதத்தை மிகவும் விரிவாகவும் மிக்க மேதாவித்தனத்துடனும் பூர்வபக்ஷமாக - அதாவது தாங்கள் மறுக்கும் வாதங்களாக எடுத்துரைத்துள்ளனர். இதெல்லாம் அவர்களுடைய அதிகம் படித்த மேதாவித் தனத்தைக் காட்டுவனவே தவிர லோகாயதர்

இந்தியத் தத்துவ இயலில் நிலைத்திருப்பனவும் அழிந்தனவும்

கூறியதைத் தொகுத்துக் கூறுவதாக இல்லை; மேலும், இப்படியெல்லாம் அதிகமாகப் பேசும் ஆர்வமோ நோக்கமோ லோகாயதர்களுக்குக் கிடையாது. சாந்த ரக்ஷிதரும் கமலசீலரும் சொல்வதன் சாரம் முன்கூறிய மதுவின் மத சக்தி என்ற ஒரே அம்சம்தான். சாந்தரக்ஷிதர் கூறுவது; "ஆதலால் குறிப்பிட்ட சில பௌதீகமான ஆதாரங்களிலிருந்து உணர்வு-ஞானம் தோன்றுகிறது. அது இருப்பதும் அவற்றில்தான்; புளிக்க வைத்த காடியிலும் கள்ளிலும் இருக்கும் மத சக்தி போன்றது இது.[34]

நியாய வைசேஷிகரான ஜயந்தபட்டர்[35] கூறுவது: 'மறு உலகம் உண்டு என்பதை மறுக்கும் லோகாயதர்கள், உணர்வு பொதிந்துள்ள உடலைத் தவிர வேறாக ஆத்மா என்பது இல்லை; விசித்திரமான மாறுதல்களால் சில பௌதீகப் பொருள்கள் மிகப் பெரிய ஆற்றலும் உள்ளார்ந்த சக்தியும் பெறுகின்றன; அதனால் உணர்வையும் அடைகின்றன; அதாவது அத்தகைய பௌதீகப் பொருள்களில்தான் உணர்வும் அறிவும் தோன்றுகின்றன. வெல்லப்பாகும் அரிசிமாவும் போன்றவற்றில் முன்பு இல்லாத மத சக்தி மதுவாக, சாராயமாக மாறும் போது தோன்றுவது போன்றதே இதுவும். பௌதீகப் பொருள்கள் உடலாக உருவாகும்போது உணர்வும் தோன்றுகிறது."

வாசஸ்பதி மிச்ரர்[36] என்ற பெரிய படிப்பாளி கூறுவது: "தனியான நிலையிலும் ஒன்றுடன் ஒன்று சேரும் நிலையிலும், மண்ணும் நீரும் நெருப்பும் காற்றும் உணர்வுடையனவாக காணப்படவில்லை; ஆயினும் அவை உடலாக மாறும்போது அவற்றிற்கு உணர்வு தோன்றிவிடுகிறது (மதுவின் மத சக்தி போல என்று முன்னர் காட்டிய அதே விளக்கம்):

இவ்வாறு பல தத்துவத்தைச் சேர்ந்தவர்களும், ஒன்றையேதான் கூறுகின்றனர்.[37] மாதவர் தமது 'ஸர்வதர்சன சங்கிரஹம்' என்ற நூலில் கூறுவதும் இதுவே; அவர், தான் தெரிந்துகொண்ட அளவில் கூறும் லோகாயதத்தை நன்கு விளக்குவதற்காக, பலரும் அறிந்தவையும் லோகாயதர்களே கூறியவை என்று அதிகாரபூர்வமாகக் கொள்ளப்படுவனவுமான சில செய்யுள்களை மேற்கோளாகவும் காட்டுகிறார். அதில் நுட்பமான தர்க்க யுக்திச் சொற்கள்கூட இல்லை. மிகவும் தெளிவானவை அவை. அவற்றுள்ளும் மது, மத சக்தியின் தோற்றம் என்பதே கூறப்படுகிறது.

5. லோகாயதக் கருத்தின் கொள்கையும் அதன் தத்துவ பொருட் சிறப்பும்.

நாம் இதிலிருந்து நிறுவ விரும்புவது ஒரே ஒரு விஷயம்தான். இன்றுள்ள நிலையில் லோகாயதம் பற்றி நமக்கு முற்றிலும்

குறையின்றி முடிவாக ஒன்றும் கூறத் தெரியவில்லை. ஒன்று மட்டும் நிச்சயமாய்ச் சொல்ல முடியும்; அவர்கள் வர்ணாசிரம ஜாதி அமைப்பு முறையை வன்மையுடன் எதிர்த்தனர்; அதற்கான கொள்கைக்கு ஆதாரமாக ஆத்மா என்பது கிடையாது என்றனர்; நம் உடலே ஆத்மா என்றனர்; அது 'தேஹாத்மவாதம்' எனப்படும். இதற்கு அடுத்தபடியாக-பற்றுக்கோடாக உணர்வு என்பது ஜடப் பிரகிருதியிலிருந்து, பௌதீகப் பொருள்களிலிருந்து உண்டாவது என்று வாதிட்டு நிறுவினர். உணர்வற்ற ஜட பௌதீகத்திலிருந்து உணர்வு தோன்றாதே என்ற வினாவிற்கு விடையாக, மது-மத சக்தியைக் கூறி வற்புறுத்தினர். அவர்களுடைய கோட்பாடுகள் அனைத்தும் இதைத்தான் ஆதாரமாகக் கொண்டவை.

இந்த உவமையைத் தெளிவாக ஆய்ந்து அறிவதே முக்கியமானது; நமது விஞ்ஞான வளர்ச்சி பற்றிய தெளிவும் இதனால் விளங்கும். அவர்கள் கண்ட, ஊறவைத்துப் புளித்து நுரைப்பது, பிறகு காய்ச்சிவடிப்பது என்ற விஷயங்கள் மிகவும் ஆச்சரியமானவை.

இவற்றில் உள்ள விஞ்ஞான நியதிகளை அவர்கள் கண்டறிந்தார்களா? இல்லை; இந்த விஞ்ஞான முறைகள் பத்தொன்பதாம் நூற்றாண்டின் பின் பாதியில்தான் தெரியவந்தன. பாஸ்ட்யெர்[38] விஞ்ஞானத்தில் மிகப் பெரிய நிகழ்ச்சியாக இவற்றைக் கண்டுரைத்தார். காய்ச்சி வடித்தல் என்பது பழைய காலத்தே என்றாலும் பதினெட்டாம் நூற்றாண்டுக்கு முற்பட்ட காலத்தில் இருந்ததென்று கூற முடியவில்லை.[39] நமது லோகாயதர்களுக்கு இதுபற்றித் தெரியாது. அவர்களுடைய விஞ்ஞான மதிப்பீட்டில் இது அவ்வளவு முக்கியமானதுமன்று. வேறொரு கருத்தில் அது மிகவும் ஆச்சரியம் தருகிறது. விஞ்ஞானத்தின் வரலாற்றைப் பார்க்கும்போது, புளித்து நுரைக்கவைத்துக் காய்ச்சி வடித்தல் என்பதில் ஏதோ ஒரு வகையான ஆவி, சக்தி - மனித சக்திக்கு அப்பாற்பட்ட ஏதோ ஒன்று இருப்பதாக நினைத்துக்கொண்டிருந்ததை முதன் முதலில் அறவே விலக்கித் தள்ளியவர்கள் லோகாயதர்களே; அறிவுக்குப் பொருந்தாத அந்தப் பழைய எண்ணம், சாராயம் போன்ற மதுவகைக் குடியை ஆங்கில மொழியில் 'Spirit' (ஸ்பிரிட்) என்று குறிக்கும் வழக்கத்தில் இன்றும் தெரிகிறது. (ஸ்பிரிட் என்ற ஆங்கிலச் சொல்லுக்கு உள்ள பொருள், (1) ஜீவநாடியான தத்துவம் (2) ஆத்மா (3) உடலற்ற ஆவி (4) உத்வேகம், (5) மனப்பக்குவம், (6) ஒன்றின் சாரம் (7) முக்கியமான தன்மை (8) சாராயம் போன்றவை என்றெல்லாம் விரிகிறது). வெஸ்டெர்மார்க் என்பவர் இதைப் பின்வருமாறு விளக்குகிறார்: "மதுவும் கள்ளும் போன்றவை மர்மமாக ஓர்

அச்சத்தை விளைவிக்கின்றன: அவை ஏற்படுத்தும் அந்த அசாதா ரணமான மனநிலையைப் பார்த்தால், அதில் மனித இயற்கைக்கு மிகவும் அப்பாற்பட்ட ஏதோ இருப்பதாகத் தெரிகிறது. அதில் ஓர் ஆவி, உடல் இல்லாத சக்தி இருக்கிறது; ஏன் அந்தப் பானமே அத்தகைய ஆவிதானோ என்னவோ?"[40] பதினாறாவது நூற்றாண்டில் இருந்த ஐரோப்பிய விஞ்ஞானத்தில், காய்ச்சி வடித்தல் என்பதற்கு ஆவியை வசமாக்கிப் பிடிப்பது என்பதே அர்த்தமாய் இருந்திருக்கிறது. பராசெல்சஸ் *(1493-1547)* என்பவர் கூறுவதை பெர்நெல் என்பவர் எடுத்துக்காட்டுவது பின்வருவது. "கெமிஸ்ட்ரியில் -ரசாயன சாத்திரத்தில், சரியான முடிவைத் தரும் முறையான காய்ச்சி வடித்தல் என்பதன் ஆதார உண்மை நிலையைப் பார்க்கும்போது, கொதிக்கும் திரவப் பொருளிலிருந்து எழுந்து தோன்றிய, கண்ணுக்குப் புலப்படாத ஆவிகளை (உடலற்ற சக்திகளை) வசப்படுத்திப் பிடிப்பதுதான் என்பதே அர்த்தமாகிறது. அவற்றைக் குடிப்பதால் விளையும் பயனைப் பார்த்தால், அந்த ஆவிகள் மிகவும் சக்தி வாய்ந்தவை என்பது கண்கூடாய்த் தெரியவில்லையா?"[41] வான்ஹெல்மான்ட் *(1577-1644)* என்பவருடைய கூற்று; "சாராயம் காய்ச்சுபவனுடைய தொட்டியில் இருப்பது மிக மூர்க்கத்தனம் கொண்ட எளிதில் அடக்க முடியாத ஆவிகளில் ஒன்றுதான்.[42] இதே போன்ற கருத்துக்கள் பண்டைய இந்தியாவில் இருந்ததைக் காணமுடியும்.[43] ஆனால் கௌடில்யருக்கு இந்தக் கருத்து இல்லை.[44] ஆகவே, லோகாயதர்கள் மிகப் பண்டைக் காலத்திலேயே புளித்து நுரைக்க வைப்பதிலும் காய்ச்சி வடிப்பதிலும் இயற்கையை மீறிய எதையும் காணாமல், உள்ளது உள்ளபடிக் கண்டது ஆச்சரியகரமானதுதான்:[45] சாராயத்தில் ஆவிகளைக் காண்பது பதினேழாவது நூற்றாண்டு ஐரோப்பிய விஞ்ஞானத்திலேயே வேரூன்றி இருந்திருக்கிறது. தம்மளவில் போதை தரும் தன்மை இல்லாத சில பொருள்கள் சாராயம் காய்ச்சுபவர்கள் பயன்படுத்தும்போது நிகழும் ஏதோ ஒரு மாறுதலால் போதை தருவனவாகின்றன என்றனர் லோகாயதர்கள். ஆகவே, இந்திய விஞ்ஞானம் பற்றிய ஒரு நூலில்[46] லோகாயதர்கள் பற்றிக் காணப்படும் ஒரு குறிப்பு மிகவும் விசித்திர மாயிருக்கிறது. அது பின்வருவது: "இன்று நாமறிந்துள்ள விவரப்படி, இந்த வைதீகச் சார்பில்லாத லோகாயதக் கருத்துக்களைக் கொண்டிருந்த சிலரின் எண்ணங்கள், விஞ்ஞான வளர்ச்சியையும் மதச் சார்பற்ற வகையில் அறிவு பெறுவதையும் பரவச் செய்தன என்று கூற முடியவில்லை." இந்தக் குறிப்பை ஏற்காமல் விடுவதற்கும், அவர்கள் விஞ்ஞானம் வளரச் செய்தனர் என்று கொள்வதற்கும் இந்தக் காய்ச்சிவடித்தல் பற்றிய இயல்பான அறிவே தக்க சான்றாகும். லோகாயதர்கள் இதைச்

சொன்னதுடன் விடவில்லை. இந்த மத சக்தியைக் கூறிப் பிரக்ஞையும் உணர்வும் தோன்றுவதும் இப்படியே இயற்கையாக நிகழ்வதுதான் என்கிறார்கள். இது மிகவும் பெரிய விஷயம். உயிரின் தோற்றத்துடன் நெருங்கிய தொடர்புள்ள உணர்வின் தோற்றம் பற்றிய விஞ்ஞான விவரங்கள் அனைத்தையும் அவர்களால் கூற முடிந்தது என்பதில்லை; ஆயினும் அவை பற்றி அவர்கள் கூறுவது மிக மிக முக்கியத்துவம் பெறுகிறது; ஏன் என்றால், அது பற்றிய கொள்கைரீதியான அடிப்படை யாகிறது அவர்கள் எடுத்த நிலைப்பாடு; அந்த அடிப்படையில்தான், விஞ்ஞானம் மேலும் பல விவரங்களை அறியும் வேட்கையுடன் இன்னும் முன்னேறும் என்பது இதன் பயன்.

நமது சமகாலத்து விஞ்ஞானம், உயிர் வாழ்வும் உணர்வும் பற்றிய பிரச்சனையின் மர்மமான திரையைக் கிழித்துவிட்டிருப்பதும் உண்மைதான். உயிருடன் இருத்தலும் உணர்வும் அசேதனமான ஜடப்பொருளிலிருந்துதான் தோன்றின என்ற அடிப்படை அறிவு ஏற்பட்டதால்தான் இந்த விஞ்ஞான முன்னேற்றம் சாத்தியமாயிற்று. மேலும், மர்மமாகவும் மதச் சார்புடனும் உடலைக் காட்டிலும் வேறாக ஆத்மா என ஒன்றைக் கொள்வதுதான் இந்த அறிவு முன்னேற்றத்தின் மிகப் பெரும் தடை; அதையும் தகர்க்க வேண்டியிருந்தது. ஆத்மா என்று ஒன்றைக் கொள்வதுதான் கடவுள் மற்றும் தத்துவார்த்தமான வடிவில் 'வைடலிஸம்' எனப்படுவது. அதாவது, ஏதோ ஒரு ரகசியமான ஒன்று என ஏற்கும் கொள்கை இது. டார்வின் கூறிய பரிணாமப்படி வளர்ச்சி, இந்தக் கொள்கைக்குப் பலமான மறுப்பைப் தெரிவித்தது. அப்படி மறுத்தது, உயிர்ப்பை உண்டாக்குவதற்கு அவசியமானதாக ஆதிமூலமான ஓர் உயிர்ச் சக்தி என்பதனால் மட்டுமில்லை. மேலும் டார்வின் ஆதி மூலமான உயிர்ப்பும், உயிர்ச் சக்தியும் ஜடப்பொருளான இயற்கையிலிருந்தே தோன்றுவதாக ஒரு கருத்தை மனத்தால் நிறுவிக்கொள்கிறார். டார்வின் கூறுவது: "முதன் முதலாக ஓர் உயிருள்ள பொருளை உண்டாக்குவதற்கிருந்த சூழ்நிலையும் சந்தர்ப்பங்களும் இன்றும் இருக்கின்றன. அவை எப்போதுமே இருந்திருக்கக்கூடியவைதான் என்று கூறுகிறார்கள். ஆனால், அமோனியாவும், பாஸ்பரஸ் உப்புக்களும் ஒளியும், வெப்பமும், மின்சாரமும் போன்றவை, சற்றே வெப்பமுடைய ஒரு சிறு குட்டையில் இவற்றுடன் இருக்க, அதில் ரசாயன மாற்றமாக ஏற்பட்ட ஒரு புரதச்சத்துக் கலவை இருந்து, அது மேலும் சிக்கலான பல மாற்றங்களுக்குத் தயாராக இருப்பதாக இன்று நாம் ஒரு கருத்தை நம் மனத்தால் நிறுவிக்கொள்ள இயலுமானால் (இது மிகப்பெரிய கற்பனைதான்) அந்த விஷயம் இன்று, உடனடியாக ஏற்றுக்கொள்ளப்

பட்டு சீரணித்துக்கொள்ளவும் கூடியதாக இருக்கலாம். ஆனால், உயிருள்ள ஜீவராசிகள் தோன்றுவதற்கு முன்னால் அப்படி இருந்திருக்கவே முடியாது.[47] டார்வினுக்குப் பிறகு நீண்ட காலத்திற்கு உயிர்களின் தோற்றம் பற்றிய பிரச்சனை, முறையான உயிரியல் சர்ச்சைக்கு வெளியேதான் வைக்கப்பட்டது என்பதும் ஓர் உண்மை; இதற்கு முக்கியமான காரணம் யாதெனில், டார்வின் கூறியது மதக் கருத்துக்கு நேர் எதிரியாக இருந்ததுதான். அதாவது, ஆத்மாவை ஒப்புக் கொள்ளும் மதக் கருத்துக்கு அது முரண்பட்டது. இருபதாம் நூற்றாண்டின் முதல் இருபதுகளில் ஓபரின் (Oparin) என்பவரும் ஹால்டேன் (Haldane) என்பவரும்தான் இதை மீண்டும் எடுத்துரைத்து உயிரின் தோற்றம் உயிர்ப் பொருள்களின் ரசாயனத் தொடர்புடையது என்று அடிப்படையாக ஒன்றைக்கொள்ளும் வகையில் நிறுவினர். சமீப காலத்தில் உயிரின் தோற்றம் அசேதனமான ஜடப்பொருள்களிலிருந்து ஏற்பட்டதுதான் என்ற அறிவு முன்னேற்றம் அபாரமாகவே வளர்ந்து உள்ளது:[48]

இன்றைய நம் சமகாலத்து விஞ்ஞானம் உயிர் பற்றிக் கூறும் உண்மைகள், அன்று லோகாயதர்கள், உயிரும் உணர்வும் ஆதார பூதங்களான மண், நீர், தீ, காற்று என்ற நான்கின் விசித்திரமான சேர்க்கையாலும் மாறுபட்ட விளைவாலும் தோன்றியவை என்று கூறுவதற்கு வெகுதூரத்தில் இருப்பவை. அதாவது, இன்றைய விஞ்ஞான உண்மைகளைப் போல் அவை அத்தனை தெளிவாக இல்லை என்பதும் சரிதான். தத்துவ முறையில் பேசுவதானால், நம் சமகாலத்து விஞ்ஞானக் கருத்திலிருந்து அன்றைய லோகாயதக் கருத்துக்கள் எந்த அளவுக்கு எந்த விஷயத்தில் மாறுபடுகிறது என்பதைப் பார்ப்பதே மிக மிக அவசியம். இந்த மாறுபாட்டை உள்ளது உள்ளவாறு அலசி ஆய்ந்தால் ஒரே ஒரு விஷயமாக அது தெரிகிறது. அதாவது, ஜடப் பொருளின் இயல்பைப் புரிந்துகொண்டதில் இருக்கும் வித்தியாசம்தான் அது. தற்காலத்தில் ஜடப்பொருள் பற்றிய அறிவு மிகப்பெரிய அளவில் முன்னேறியிருக்கிறது. இது, லோகாயதர்கள் நான்கு பூதங்கள் என்று குழந்தைத்தனமாகப் புரிந்துகொண்டதைவிடப் பன்மடங்கு விரிவானது. இவை இரண்டையும் ஒப்பிடுவது, நவீன காலத்து 'ஆட்டோமொபைலுடன்' அதாவது, தானே இயங்கி ஓடும் கார்களுடன் வேதகாலத்து ரதங்களை ஒப்பிட்டுப் பார்ப்பதுபோல் ஆகும். ஆயினும், உயிரும் உணர்வும் ஜடப் பொருளிலிருந்து தோன்றியதாகவே லோகாயதர்கள் விளக்க முற்பட்டிருக்கிறார்கள். இந்த அளவில் இன்றைய அறிவுக்கும் அதற்கும் ஓர் ஒப்புமை இருக்கிறது. இன்று நம்முடைய அறிவு ஜடப் பொருளைப் பற்றிய வரையில் மிகவும்

செழுமை பெற்றிருக்கலாம். ஆயினும் உயிரும் உணர்வும் ஜடப் பொருளிலிருந்து தோன்றியவையே என்பதுதான் உண்மை.

6. இந்தியத் தத்துவம் லோகாயதத்தை எதிர்த்துரைத்தது உண்டா?

திட்டவட்டமாக இந்திய மரபு முறையில் இந்தக் கருத்தின் சிறப்பைக் காண்போம். இந்த வகையில் மிகவும் முக்கியமான கேள்வி யாதென்றால், லோகாயதர்களின் இந்தக் கருத்தை இந்தியத் தத்துவம் நிஜமாகவே மறுத்தழிக்கிறதா? என்பதே. இந்தியத் தத்துவவாதிகள் பலரும் இதைத் தாக்கிக் கண்டித்துள்ளனர். சிலர் மிகவும் மேதாவித்தனமும் வெறும் வறட்டு வாதங்களும் கொண்டு இதை எதிர்த்து வாதமும் செய்திருக்கின்றனர். இது பற்றி ஐயமே இல்லை. ஆனால் இவ்வளவினாலும் அவர்கள், கொள்கைரீதியில் இதை மறுப்பதில் எத்தனை தூரம் வெற்றிபெற்றுள்ளனர் என்று பார்க்க வேண்டும்.

லோகாயதர்கள் கூறிய உயிரும் உணர்வும் தோன்றியது பற்றிய கருத்துக்குள் விஞ்ஞான விஷயங்கள் பலவும் புதைந்துள்ளன; ஆகவே அது மிகவும் சத்தும் சாரமும் கொண்டதாகிறது. ஆகவே அதை மறுப்பதோ, அப்படி மறுத்துரைப்பதைத் திடமான கொள்கைரீதியில் போதுமான ஆற்றல் உடையதாகச் செய்வதோ அத்துணை எளிதல்ல; மறுப்பவர்கள் அவ்வப்போது பயன்படுத்தும் அசிங்கமான வார்த்தை களும், மிகவும் மேதாவித்தனமாக சாத்திர சர்ச்சைகளை ஆடம்பரமாகப் பேசுவதும்கூட, இந்தியத் தர்க்க முறையில் லோகாயதர்களின் இந்தக் கருத்தை அறவே மறுத்துவிட முடியவில்லை.[49] சும்மாவேனும் அநுபவச் சான்றுகள் என்று சொல்லிக் காட்டுபவைகூட, அதே அநுபவச்சான்றை இன்னும் சற்று அதிகமாகப் பார்க்கும்போது அதன்படியே முரண்பட்டுவிடுகின்றன. இதை, லோகாயதத்தை எதிர்ப்பவர்களின் சில மறுப்புணர்களைக் கொண்டே அறிய முடியும்.

முதலில் சங்கரரைக் காண்போம். ஏனென்றால் அவர்தான் வேறு பல தத்துவவாதிகளும் லோகாயதத்திற்கு எதிராகக் கூறும் விஷயங்கள் பலவற்றையும் காட்டியிருக்கிறார். இந்த மறுப்பின் முக்கியமான அம்சங்கள் பின்வருவதே:[50]

உடலும் ஆத்மாவும் வேறானவை அல்ல; இரண்டும் ஒன்றே என்ற வாதம், தர்க்க முறையில் நிலைத்து நிற்காது; உடலிலும் வேறாய் தனிப்பட்டு இருப்பது ஆத்மா என்று கொள்வதுதான் தருக்கத்திற்கு ஒத்துவரும்; ஏன்? உணர்வு உடலின் இயல்பு என்றால், அந்த உணர்வு, உடல் மட்டும் இருக்கும்போதும் இருக்க வேண்டுமே; இல்லையே?

(இறப்பில் உடல் இருக்கிறது; உணர்வு இல்லை). ஆக ஊன்றிப் பார்க்கும்போது - அதாவது ஆத்மாவின் இயல்புகளான உணர்வு முதலியவை உடல் இருக்கும்போது புலனாவதை நன்றாக கவனிப்பதால், இவை உடம்பின் இயல்புகளே என்று கூறுகிறோம். அப்படியானால், உடல் மட்டும் இருக்கும் நிலையிலும் (இறப்பில்) உணர்வு இல்லை என்பதை நன்கு அறிந்ததும், உணர்வு முதலியவை உடலின் இயல்பு இல்லை-வேறு ஏதோ ஒன்றினுடையவை என்று ஏன் ஒப்புக்கொள்ள மறுக்க வேண்டும்? உடலுக்கே, உரியவையான இயல்புகளுக்கும் ஆத்மாவுக்கே உரியவையான இயல்புகளுக்கும் இடையே இருக்கும் வித்தியாசம் நன்கு தெரிவதால், உணர்வு உடலின் இயல்பு இல்லை என்பதை ஒப்புக்கொள்வதுதான் நியாயமாகும். ஆக, உடல் இருக்கிற வரைக்கும், அதற்கே உரியவையான உடல் நிறம் போன்ற இயல்புகள் இருக்கட்டும்; இருந்தாலும் உயிர், கை கால்களைத்தானே அசைத்து இயக்குவது போன்றவை இறந்த பிறகு உடல் கிடக்கும்போது காணப்படுவதில்லை; மேலும், இறந்த உடலின் நிறம் முதலியவற்றை மற்றவர்கள் கண்டுணர்கின்றனர்; ஆனால் ஆத்மாவின் இயல்புகளான உணர்வு, நினைவு போன்றன யாருக்கும் புலனாவதில்லை.

மேலே உள்ளதில் கடைசி விஷயத்தை விளக்கும் வகையில் வாசஸ்பதிமிசிரர், எண்ணமும் நினைவும் போன்ற இயல்புகள், தனக்குள் தன்னையே உணரும் நிலையில்தான் நிகழுமாதலால் அவை உடலில் இயல்புகள் ஆகா; உடலின் இயல்புகளை மற்றவர்கள் காணலாம்; எண்ணமும் நினைவும் தன்னால் மட்டும் உணரத்தக்கவை என்று கூறுகிறார்.

இந்த விளக்கத்தை நினைவில் வைத்துக்கொண்டு, சங்கரர் கூறும் மறுப்புரைகளைப் பார்ப்போம். அவர் கூறும் மறுப்பின் அடிப்படையான எண்ணமும் அதன் உள்ளார்ந்த விவரங்களும் நியாய வைசேஷிகர் களிடமிருந்து கடன் வாங்கியவை. அது மட்டுமின்றி, அவருடைய தத்துவ முடிவுக்கே உள்ளூர முரண்பட்டு அபாயம் விளைவிப் பனவுமாகவும் இருக்கின்றன. அந்த எண்ண அடிப்படை யாதெனில் உணர்வு முதலியவை, பொருள்களில் இயல்பும் சாரமும் பற்றிய வகையில் குணங்களாகவும் இயல்புகளாகவும் அமைந்திருப்பவை; இவை ஒன்றின் இயல்புகள் என்று கொண்டால் உடலுக்கு உரியன ஆக முடியாது; ஏனெனில் உடல் முழு முற்றாக பௌதீகமான ஜடப் பொருள்களால் ஆனது. இந்தியத் தத்துவ வரலாற்றில் இந்தக் கருத்து நியாய வைசேஷிகர்கள் கூறியது; அவர்கள் இப்படியொரு கருத்தை

வைத்துக்கொண்டதாலேதான், உடலைவிட வேறாகத் தனியே ஓர் ஆத்மா உண்டென்று ஒப்புக்கொள்ள வேண்டி வந்தது; அந்த வகையில் அவர்கள், விருப்பு, வெறுப்பு, ஒன்றைப் பற்றிய வேட்கை, அதைப் பெற முயலுதல், இன்பம், துன்பம், பிரக்ஞை, உணர்வு முதலியன அனைத்துமே மிகத் தெளிவாகவே மனத்தைப் பற்றியவை என்பது புலனாவதால், வெறும் பௌதீகமான உடலுக்கு உரியனவாய் இருத்தல் இயலாது; ஆனால், அத்தகைய தன்மைகள் இருப்பது தெரியும்போது உடலைத் தவிர வேறான ஒரு விஷயத்தை ஏற்றுக் கொண்டுதான் அந்தத் தன்மைகளை விளக்க வேண்டியது அவசியமாகிறது. இந்த விஷயத்தைத்தான் அவர்கள் 'ஆத்மா' என்று கூறினர்.[51]

ஆயினும் நியாய வைசேஷிகர்கள் பிரக்ஞையுடன் எதையும் ஊன்றிக் கவனித்து உற்று அறிபவர்களாதலின், இந்த இயல்புகள் தோன்றி மறைபவை (நிலைத்தவை அல்ல) என்பதை கவனிக்காமல் விட முடியவில்லை. இவை யாவும் குறிப்பிட்ட ஒரு சூழலில் உண்டாகின்றன; அந்தச் சூழல் சிதைந்து அழியும்போது தாமும் இல்லாமற் போய்விடுகின்றன; ஆகவே, நியாய வைசேஷிகர்களின் கருத்துப்படி இந்த இயல்புகளுக்கும் ஆத்மா என்பதன் உண்மையான இயல்புக்கும் சம்பந்தமே கிடையாது. உணர்வு போன்ற இயல்புகளால் ஆத்மா என்பதை ஊகித்தறிந்தபோதிலும் அது தன்னளவில் வெறும் ஜடமானதுதான்; எதையும் உணரும் ஆற்றல் இல்லாததுதான். இந்தியச் சாத்திரங்கள் கூறும் வகையில் மண்ணும் கல்லும் போல் ஜடம்தான்.[52]

இதனால் விளையும் தத்துவ நிலை மிகவும் விநோதமான முரண்பாடாகிறது; தெள்ளத் தெளிவாய் ஆத்மாவின் இயல்புகள் என்று தெரியும் உணர்வு போன்றவற்றை விளக்கும்போது, வெறும் பௌதீகமான இந்த உடலைவிட வேறாக ஒரு விஷயத்தை ஏற்றுக் கொள்வது அவர்களுக்கு தர்க்கரீதியாய் இன்றியமையாத ஒன்றாகி விடுகிறது. அப்படி ஏற்ற விஷயமோ தனது நிஜமான இயல்புக்கேற்ப உணர்வு உடையதாக இருக்க முடியாது; மாறாக அது எப்படியோ பௌதீகத்திற்கு (உடலுக்கு) மிகவும் நெருக்கம் கொண்டதாயிருக்கிறது. அங்ஙனம் இருந்து, அதுதான் உணர்வு போன்ற இயல்புகளை விளக்குகிறது என்றும் கொள்ள வேண்டியதாய் இருக்கிறது.

நியாய வைசேஷிகர்களிடமிருந்து இந்தக் கருத்தைக் கடன் வாங்கிக்கொண்டு லோகாயதர்களை மறுக்கும் சங்கரர் இதில் உள்ள முரண்பாடுகளைப் பற்றிக் கவலையேபட்டதாகத் தெரியவில்லை. சங்கரர் கூறுகிறார்: "இதில் முடிவாக உள்ள அம்சம், உணர்வு

போன்றவற்றை உடலின் இயல்புகளாகக் கொள்ள முடியவே முடியாது என்பதுதான்." இதை நிரூபிப்பதற்காகச் சங்கரர் மிகவும் பிரசித்தமான வகையில் இரண்டு வாதங்களை முன்வைக்கிறார். அவை இரண்டுமே இதற்கு முன்னால், கோதமரும் வாத்ஸ்யாயனரும் கூறியவையே; ஆனால் அவர்கள் இருவரும் இந்தப் பிரச்சனையின் மிகச் சிக்கலான விவரங்களை இன்னும் விரிவாகவே ஆராய்கின்றனர்.

முதலாவது வாதம்; "உடல் இருக்கும் இடத்தில், நிறம் போன்ற உடலுக்கு மட்டுமே உரிய இயல்புகளும் இருக்கின்றன. நிறம் முதலியவை இல்லாத உடல் இருப்பது என்பது சாத்தியமேயில்லை; ஆனால், உணர்வு போன்ற இயல்புகளைப் பற்றி இப்படிக் கூறுவது உண்மையாகாது. உணர்வு இல்லாத உடல் கிடப்பதைக் காண்கிறோம். இதற்குத் தெளிவான உதாரணம் பிணம். இங்கே உடல் கிடக்கிறது. அதில் உணர்வு முதலியவை அறவே இல்லை. இந்தக் கூற்று கோதமர் ஏற்கனவே சொன்னதைத் திரும்பச் சொல்வதே தவிர வேறில்லை; கோதமர் சொன்னதும் அதற்கு வாத்ஸ்யாயனர் கூறிய உரையும் பின்வருவதுதான்: "நிறம் போன்ற சில இயல்புகளை விட்டு-அவை இல்லாமல் எந்த உடலும் காணக் கிடையாது; ஆனால் உணர்வு முதலியவை இல்லாத உடலைக் காண முடிகிறது. ஆகவே உணர்வு உடலின் இயல்பு அன்று."[53]

இரண்டாவது; "நிறம் போன்ற உடலுக்கு மட்டுமே உரிய இயல்புகளைப் பிறர் கண்கூடாகக் காண முடியும்; ஆனால் உணர்வு என்பதோ அவரவர் தமக்குத்தாமே உள்ளே உணர்வது." இதுவும் கோதமர் கூறி வாத்ஸ்யாயனர் உரை வகுத்துள்ள வாதமே தவிர வேறில்லை. அது பின் வருவது: "உடலின் இயல்புகள் இரண்டே வகையில் அடங்குவன: 1. கண்டு உணர முடியாத கன பரிணாமம். அதாவது உடலின் கனம். 2. கண்ணால் கண்டுரைக்கக்கூடிய நிறமும் பிறவும்; உணர்வு என்பது இந்த இரு வகையினும் வேறானது. அது கண்டுணர முடியாததுமன்று; ஏனென்றால் உள்ளத்தால் - உள்ளே உணரப்படுகிறது; கண்டுணரக் கூடியதும் அன்று; ஏனென்றால், அது (புறக் காரணமான கண் முதலியவற்றால் கண்டுணர முடியாத) மனமென்ற அகக்கருவியால் மட்டுமே உணரக்கூடிய, அதாவது மனத்திற்கு மட்டுமே புலனாகும் ஒரு விஷயம். ஆகவே, உணர்வு என்பது உடலினும் வேறான ஏதோ ஒரு பொருளின் இயல்பாகிறது."[54]

இங்கே ஒரு முக்கியமான விஷயத்தைக் கூற வேண்டியிருக்கிறது. நியாய வைசேஷிகர்கள் எப்போதும் ஆயத்தமாய் வைத்துக் கொண்டிருக்கும் சில வாதங்களைத் திருடித் தன்னுடையவை போலக்

காட்டி வாதம் செய்வது, லோகாயதத்தை மறுக்க வேண்டும் என்ற சங்கருடைய ஆசையை நிறைவேற்றலாம்; ஆனால், அவருடைய அத்வைத சித்தாந்தத்திலேயே அது உள்முரண்பாட்டை விளைவித்து விடும் அபாயமும் இதில் உண்டு. ஏன்என்றால், சங்கரர் கொள்கைப்படி பிரக்ஞை - அதாவது உணர்வு என்பதுதான் ஆத்மாவின் சாரம்- பிரக்ஞைமயம்தான் ஆத்மா; உணர்வு என்பது ஏதோ வேறொரு தனிப்பட்ட விஷயமான ஆத்மாவினுடைய இயல்பு மட்டுமே இல்லை; (உணர்வேதான் ஆத்மா; ஆத்மாவே உணர்வுதான்.) ஸ்டெர்பாட்ஸ்கி[55] கூறுவது போல், இந்திய அறிஞர்களிடையே காணும் ஒரு வழக்கமும் உண்டுதான். தாம் ஒன்றை வாதிட்டு முடிவு கூறும்போது, தம் கொள்கைப்படி கூறாமல் (இது ஸ்வமதம் எனப்படும்) பரமதத்தை-அதாவது மற்றவர்களது கொள்கையைக் கொண்டு வாதிடுவதுதான் அந்த வழக்கம். இந்த வழக்கம், முறையானது தானா? இதை மிக விரிவாகக் கையாண்டால், வெறும் எதிர் வாதத்திற்காகவே வாதம் செய்தல் என்ற விளைவு ஏற்படும். அதாவது இறுதி முடிவாக ஒரு தொடர்பும் பொருத்தமும் கொண்டு தன்னளவில் நிலை நிற்கக்கூடிய ஒன்றைக் கூறுவதற்கு மாறாக வேண்டாத விதண்டாவாதமாய்[56] அது முடியும். இது ஒன்றை அழித்துக் கட்டும் வாதமே தவிர ஆக்கபூர்வமாக எதையும் கூறாத வறட்டுவாதமாகும்; குறிப்பாக இந்த விதண்டாவாதம் ஒரு எதிர்வாதத்தைக் கண்டிக்கும் நோக்கில் கையாளப்படும்போது தனது சொந்த முடிவுக்கே மாறுபட்டுப் போகும்; சங்கரருக்கு ஏற்பட்டது இதுதான்; சங்கரர் இது விஷயமாகச் செய்யும் வாதப்படிப் பார்த்தால் உணர்வு-பிரக்ஞை என்பது, ஜடமான ஒன்றில் தோன்றி மறையும் ஓர் இயல்புதான் என்பது தெரிகிறது. இது, சங்கரரின் பிரக்ஞையும் ஆத்மாவும் ஒன்றே தவிர வேறில்லை. உணர்வே ஆத்மா என்பதை இல்லையாக்கி விடுகிறதே! அதாவது லோகாயதர்களின் கொள்கையை மறுத்து நீக்கச் சங்கரர் கூறும் வாதம் தர்க்கரீதியில் போதுமானதாகவே இருக்கிறது என்பதை ஒப்புக்கொள்ளும் அதே நேரத்தில், அந்த வாதம் சங்கருடைய அத்வைத சித்தாந்ததை மறுக்கவும் போதுமானதாய் இருக்கிறது என்பதை நாம் ஏற்க வேண்டும்.

சங்கரர் கூறுவது அவர் கொள்கைக்கே பொருந்தவில்லை என்பதை இத்துடன் விட்டுவிடுவோம். இதைவிட முக்கியமான ஒன்றைப் பார்ப்போம்; இந்த வாதங்களில் பொருள்முதல்வாதத்தை மறுத்துரைக்கும் வகையில் உள்ளூர ஏதேனும் ஆற்றல் உண்டா?

உணர்வு, உடலைவிட வேறான ஏதோ ஒன்றின் இயல்பு என்பதை நிரூபிப்பதாகச் சொல்லும் மேலே காட்டிய இரண்டு சான்றுகளையும்,

ஒன்றுடன் ஒன்றைப் பொருத்திப் பார்ப்பதிலேயே சில கஷ்டங்கள் உள்ளன; இரண்டாவதாகக் காட்டிய வாதத்தை வலியுறுத்தினால், அதாவது உணர்வு, ஒருவன் தனக்குள்ளே உணர்வது. பௌதீகமான உடலின் இயல்புகள் நேரிடையாகவே அறியக்கூடியன என்று கொண்டால், உடலின் இயல்புகள் உடல் உள்ளவரை இருந்தபோதிலும், பிணமானபின், உடல் இருந்தும் உணர்வு இல்லை என்பதைத் திட்டமாகக்கொள்ள முடியவில்லை; உள்ளுக்குள்ளே உணர்ந்து நினைத்தலைக் கொண்டு மட்டுமே உயிருடன் வாழும் பிறரிடம் உணர்வு உண்டு எனவும் அவர்கள் இறந்துவிடும்போது உணர்வு இல்லை எனவும் நிரூபிப்பதில் பல கஷ்டங்கள் உண்டு. இப்படிக் கூறும் சான்று, சந்தர்ப்பத்தைக் கொண்டு கூறியதாகவோ அல்லது ஊகித்து உரைத்ததாகவோதான் இருக்க முடியும். இப்படி ஊகித்துக் கூறிய சான்றுபற்றியும் சர்ச்சைகள் எழ இடமுண்டு; ஏனெனில் இந்தியக் கருத்தில், சரியான அநுமானத்திற்கு-அதாவது ஊகித்தறிதலுக்கு முன் அது பற்றிய நேரடியான பிரத்யக்ஷ அறிவு இருந்தே தீரவேண்டும். உணர்வு இருக்கிறது என்று அறிவதில், உள்ளுக்குள்ளே உணர்வது என்பதுதான் சரியான சான்று எனக் கொண்டால், நேரடியாகவே, ஒருவன் உயிருடன் இருக்கும் வரையில்தான் உணர்வும் இருக்கும் என்று உறுதியாகக் கூறலாம். அதே கருத்தைக் கொண்டு, இறந்த பின் ஒருவனுக்குள் உணர்வு இல்லை என்று உறுதியாகக் கூறவும் முடியாது; ஏனெனில், உயிரற்ற உடல் தனக்குள் உணர்வைத் தேடுதல் என்ற பேச்சுக்கே இடமில்லையே.

இத்தகைய சிரமமான கேள்விகளை விடை கூறிச் சமாளிப்பது எளிதுதான்; ஆனால் அதெல்லாம் வெறும் ஏட்டுப்படிப்பான விவரம்; நாம் அதைச் செய்வது தேவையில்லை; லோகாயதர்களின் கருத்தை மறுப்பதற்கு மேலே கூறிய இரண்டில் இரண்டாவது விஷயம் முதலாவதைப் போல் அவ்வளவு முக்கியமில்லை, ஏன்?

உணர்வு என்பது உடலின் இயல்பு என்று நிரூபிக்க, இரண்டு விசயங்களை உறுதிப்படுத்த வேண்டும்.

முதலாவது; உடல் இருக்கும் இடத்தில் எங்கும் உணர்வு உண்டு; உடலும் உணர்வும் எங்கும் எப்போதும் இணைந்தே இருப்பவை; உணர்வு இல்லாமையுடன் உடல் இருப்பதே கிடையாது.

இரண்டாவது; உடல் இல்லையென்பது எங்கெல்லாம் உண்டோ அங்கெல்லாம் உணர்வின்மை என்பதும் உண்டு. எங்கும் எப்போதும் உடலும் உணர்வும் ஒன்று இல்லையெனின் மற்றொன்றும்

இல்லையென்ற வகையில் இல்லாமையில் இணைவனவே; உடல் இல்லை என்பதுடன் இணைந்து உணர்வு உண்டு என்பதற்கே இடமில்லை.

ஆகவே, முற்று முழுதாக லோகாயதர் கொள்கையை மறுக்க மேலே கூறிய இரண்டையும் தர்க்கரீதியாக மறுத்தே ஆகவேண்டும். வேறு: இரண்டு விஷயங்களை - இவற்றிற்கு மாறாக நிறுவினால்தான். அது சாத்தியமாகும். அவை: 1. உணர்வின் இல்லாமையுடன் உடல் இருக்க முடியும். 2. உடலின் இல்லாமையுடன் உணர்வு இருக்க முடியும்.

அநுபவபூர்வமாக இவற்றுள் இரண்டாவதை நிறுவுதல் சாத்தியமே இல்லை. அறவே உடலை விட்டுக் கழன்ற உணர்வுமயமான வாழ்வு என்று பேசுவதெல்லாம் தத்துவ ஆய்வில் சாதாரணமாகக் கொள்ள முடியாத ஒரு விந்தை. ஆகவே, இந்தியக் கருத்துமுதல்வாதிகள் கூறும் - சிறிதும் கூசாமல் கூறும் - அந்த ஆன்மீகயோக ரகசியம் உண்மையிலேயே வெறும் ரகசியம்தான் போலும். யோகியரும், ஞானியரும் பௌதீகமான உடல் போன்றவற்றால் எந்த விதமான தடைக்கும் உட்படாமல் மிகத் தூய்மையான வெறும் பிரக்ஞைமயமான நிலையில் இருப்பர் என்கிறார்கள். ஆனால் அந்தச் சங்கரரும்கூட லோகாயதர்களை மறுத்துரைக்கும்போது, கணிசமான தர்க்கரீதியான பொருத்தத்துடன், உடலின் தொடர்பே இல்லாமல் சுத்தமான உள்ளுணர்வு நிஜமாகவே உண்டு என்று திட்டவட்டமாகக் கூறமுடியவில்லை. உடல் இல்லாதிருக்கும் நிலையில் உணர்வும் இல்லைதான் என்பதை மறுத்து சங்கரர் கூறுவது மிகவும் எளிமையான பேச்சாகிறது. அது சந்தேகத்திற்குரியது. அவர் கூறுகிறார்: "இந்த உடல் இறந்த பிறகும், ஆத்மாவின் இயல்புகள், பிறிதொரு உடலை அது சேர்ந்துவிடும்போது தொடர்வதும் ஒரு சாத்தியமான விஷயம்தானே."[57] இப்படிக் கூறும் சங்கரருடைய வாதத்தில் அவரே காட்டும் தயக்கமும் தடுமாற்றமும் தெரிகிறது. இதில் மிகவும் சுவையான கேள்வி எழுகிறது. ஏன் இப்படித் தயங்குகிறார்? ஆத்மாக்கள் ஓர் உடலை விட்டுப் பிறிதொரு உடலைச் சென்றடைகின்றன என்ற மூடநம்பிக்கையை முற்று முழுதாகத் தத்துவ சித்தாந்தம் செய்ய உபயோகப்படுத்த அவரே தயங்குகிறாரோ? ஆனால், அவர் பகுத்தறிவுக்குப் புறம்பான விஷயங்களைக்கூட ஏற்றுக்கொண்டவராயிற்றே? ஆகவே, இந்தத் தத்துவத்திற்கு வேறு ஏதோ காரணம் இருக்க வேண்டும். ஆத்மா ஓர் உடலை விட்டுப் பிறிதொரு உடலைச் சென்றடைகிறது என்பதை ஒப்புக்கொண்டாலும், இப்படி அது மாறிச் செல்லும்போது தனக்கு

இந்தியத் தத்துவ இயலில் நிலைத்திருப்பனவும் அழிந்தனவும் 513

அதற்குமுன் இருந்த உடலின் இயல்பான உள்ளுணர்வையே கொண்டிருக்கும் என்று கூறுவதிலும் கஷ்டமிருக்கிறது. ஏனெனில் அந்த மூடநம்பிக்கையின்படி பார்த்தால், ஒரு மனிதன் மறுபிறவி எடுக்கும்போது, அவனுடைய நல்வினை தீவினைகளுக்கேற்ப புழுவாகக்கூட பிறக்க இடமுண்டு; அப்போது மனிதனுக்குரிய உள் உணர்வு இருக்காது. இந்த மூட நம்பிக்கைதான் சங்கரரைத் தடைசெய்து தயங்கச் செய்திருக்க வேண்டும். உடல் இல்லாத நிலையிலும் உணர்வு உண்டு என்பதற்குத் திட்டவட்டமான சான்று இருக்கிறது என அவரால் அடித்துப் பேச முடியவில்லை. அதாவது, ஓர் உடலை விட்டு (இறந்து) மற்றோர் உடலுக்குச் செல்லும் இடையே இருக்கும் உணர்வை அடித்துக்கூற முடியாமற் போய்விட்டது.

நியாய வைசேஷிகர்களிடம் உடல் இல்லாத நிலையிலும் உணர்வு உண்டு என்று நிரூபிக்க எத்தகைய ஆதாரமும் இல்லை. அதற்கு வழியே இல்லை என்று சொல்ல வேண்டும். ஏனென்றால், உடலை விட வேறான ஆத்மா உண்டு என்பதை அவர்களும் ஒப்புக்கொண்டபோதிலும், அந்த ஆத்மாவுக்கு உணர்வு ஏற்படுவதற்கு அது முதலில் ஓர் உடலைச் சேர்ந்தே ஆகவேண்டும் என்பது அவர்கள் கோட்பாடு.

எப்படியானாலும் உடல் இல்லையேல் உணர்வும் இல்லை என்பதை மறுப்பதில் யாருமே வலிமையுடன் வாதாடவில்லை. இந்திய மரபுப்படி இது மிகவும் முக்கியமானது. தத்துவ சர்ச்சைக்குரிய நியாயம் என்னவென்றால், ஒரு விஷயம் முடிவாக அதற்குத் தொடர்புள்ள - அதை உறுதிப்படுத்தும் சான்று. இரண்டு வகையில் பொருந்த வேண்டும் என்பது; எங்கும் எப்போதும் சேர்ந்தே இருக்கும் என்ற அன்வயம்; எங்கும் எப்போதும் சேராமல் தனித் தனியே கிடையாது என்ற வ்யதிரேகம் என்பன அவ்விரண்டு (புகையும் நெருப்பும் சேர்ந்தே இருப்பவை; நெருப்பில்லாமல் புகை இல்லை). இந்த இருவகையிலும் ஒன்றை மறுத்துக் காட்டினால்தான் ஒரு விஷயம் தவறானதும் இல்லாததும் ஆகும்.

மற்றொரு விஷயத்தைப் பார்ப்போம். உடலும் உணர்வும் எங்கும் எப்போதும் சேர்ந்து இருப்பன (ஒன்றின்றி மற்றதும் இல்லை) என்பதை எப்படி மறுக்கிறார்கள்? இதுவும் உண்மையில்லை என்கிறார்கள். அதற்கு அவர்கள் காட்டும் திடமான சான்று, உயிரற்ற பிணம்; உடல் இருக்கிறதாம், உணர்வு இல்லையாம். இதை சங்கரர், ஜயந்தபட்டர், குணரத்னர் ஆகியோர் எடுத்துக் கூறுகிறார்கள். ஜயந்தபட்டர்[58] ரத்தினச் சுருக்கமாக இதைச் சொல்கிறார். உடலுக்கு உணர்வு இல்லை; ஏனென்றால் அது உடல். இறந்த உடல்போல. இதையே குணரத்னர்

மீண்டும் கூறுகிறார்: "பௌதீகமான பொருள்கள் சேர்ந்து உடலாக மாறும்பொழுது, இதில் உணர்வு தோன்றுகிறது என்று லோகாயதர்கள் கூறுகின்றனர். உடல் இருக்கும் நிலையில்தான் உணர்வும் தோன்றுகிறது என்ற உண்மையிலிருந்து இதை ஊகித்து அறிகிறோம் என்று சான்று காட்டுகிறார்கள். இது நிற்காது. ஏனென்றால், ஊகத்தின் பொது அடிப்படையே - அதாவது உடல் இருக்கும் நிலையில்தான் உணர்வும் இருக்கிறது என்பது தர்க்கரீதியில் தவறு. இந்த அடிப் படையை மறுக்கக் கண்கூடான சான்று உண்டு. அதாவது, மரணத்திற்குப் பிறகு உடல் இருக்கிறது. ஆனால் அதில் உணர்வு இல்லை."[59]

இது என்ன அப்படி ஒரு தீர்மானமான சான்றா என்ன? லோகாயதர்கள் கூறுவதற்கு இந்த மறுப்பு எப்படி போதும்? அவர்கள் எண்ணத்தின் அடிப்படையே அதாவது, பிணம் - அதாவது இறந்த உடல், உடல் என்ற சொல்லின் முழுப் பொருளையும் உடையது. என்று அவர்கள் கொள்வதே சரியில்லை. லோகாயதர்களின் வாதம் இந்த அடிப்படையையே மறுக்கிறது. லோகாயதர்களின் வாதம், உடல் என்பது ஒருசில பௌதீகப் பொருள்களின் ஒரு விசேஷமான மாறுதலை அடைந்ததன் விளைவே என்பது. ஆகவே உடல் என்பது, அது உண்டாகக் காரணமாக இருந்த பௌதீகப் பொருள்களின் அந்த விசேஷமான மாறுபாடு நிலைக்கும் வரையில்தான் உடல் என்று சொல்லப்படலாம். அப்படியானால் மரணம் என்பதுதான் என்ன வென்றால், அந்த பௌதீகப் பொருள் மாறி அமைந்த நிலைகுலைந்து சிதைந்துபோவதுதான் மரணம். கூட்டுக் கலைவதும் சிதைந்து போவதும்தான் மரணம். கூட்டுக் கலைவதும் சிதைந்துபோவதுமான இந்த அழிவின் விளைவாக மண், நீர் போன்ற பௌதீகப் பொருள்கள் - உடலாக மாற்றம் பெறுவதற்கு முன்பிருந்த தமது ஆரம்ப நிலையான மூல பூதங்களுக்குத் திரும்பிவிடுகின்றன. அப்படியாகும்போது, உயிரற்ற உடல், முன்பிருந்த அதே உடல் அன்று. உடல் என்பதற்கு முற்றிலும் எதிரிடையான ஒன்று அது. இன்னும் சரியாகச் சொல்வதானால், இந்த எதிரிடை நிலையின் தொடக்கமே அது. இந்த நோக்கில், உயிரற்ற உடலில் உணர்வு இல்லை என்று கொள்வதே இயல்பான முடிவாகும். மேலும், இது லோகாயதர்களின் கொள்கையை நிரூபிக்கும் சான்றாகவும் ஆகிறது. உணர்வு என்பது பௌதீகப் பொருள் அடையும் ஒரு விசேஷமான மாற்றத்தால் தோன்றுவதுதான். சாவு அதை இல்லாமல் ஆக்கிவிடுகிறது. இந்த விஷயத்தின் கடினமான பிரச்சனை வேறொன்று; ஜட இயற்கை ஒரு விசேஷமான மாற்றத்தைப் பெறும் போது, அதிலிருந்து உயிருள்ளவை தோன்றும் சாத்தியக் கூறு உண்டு என்பதுதான் முக்கியமான விஷயம். சங்கரர் முதலியோர் கூறும், முன்

சொன்ன அன்வயம், வியதிரேகம் என்ற தர்க்க வாதங்கள் தேவையற்றவை என்றோ பொருத்தமற்றவை என்றோ ஆகாது. எனினும், அதற்கு முன்பாக லோகாயதர்களின் கொள்கை நிலையைச் சரியாகவும் தெளிவாகவும் திட்டவட்டமாகவும் கூறுதல் அவசியமாகிறது.

எதிரிகளில் யாருமே அதைச் செய்யவில்லை. அவர்கள் செய்திருப்ப தெல்லாம் கிண்டலான புரளிப் பேச்சு பேசியதும் லோகாயதத்தைக் கேலிச் சித்திரம்போல் கூறியதும்தான்; லோகாயதர் கருத்தை மறுக்க உயிரற்ற உடலே தீர்மானமான சான்று என்றுதான் மேலே காட்டிய சங்கரர் முதலிய மூவரும் கூறுகின்றனர். இவர்கள் ஒன்றைத் தமக்கு வசதியாக மறந்தது போல் விட்டுவிடுகிறார்கள். லோகாயதர்கள் உயிரற்ற உடலைப் பற்றியே பேசவில்லை என்பதுதான் அது. அவர்கள் பேசுவது உயிருடன் உள்ள உடலைப் பற்றித்தான்; பிணமும் உயிருள்ள உடலுமான இரண்டுமே இயற்கையில் உள்ள மற்ற அனைத்தையும் போலவே பௌதீகமானவை - பூதங்களின் கலப்பால் தோன்றியவையே என்பதில் ஐயமே கிடையாது. ஆயினும் உயிருள்ள உடலில் ஜடமான பூதங்கள் அடையும் ஒரு விசேஷமான மாற்றமே- பிணத்திற்கும் அதற்கும் உள்ள வித்தியாசம் என்பது லோகாயதர் கருத்து. இந்த மாற்றம் ஏற்படும் வகை வழிகளின் விவரம் நம் முன்னோரான பண்டைய லோகாயதர்களுக்குத் தெரியாது என்பதும் உண்மைதான். ஆனால், அந்த வகை வழிகளை யாருமே தெரிந்துகொள்ள முடியாது என்பதில்லையே. நமது காலத்து விஞ்ஞானம் முன்னேற முன்னேற அவை மேலும் மேலும் இன்று தெரியவருகின்றன.

“மருந்துகள் செய்யும் அறிவுத் துறையிலும் நரம்புகள் பற்றிய உடற்கூற்றுத் துறையிலும் பரிசோதனைகளாக நடந்துவரும் ஆராய்ச்சிகள், கண்டுணரும் பிரத்யக்ஷம், கற்பனை செய்துகொள்வது, பழையதை நினைத்தல், ஊகித்து அறிதல், கற்றல், மன நோய் போன்ற மனத்தின் செயல்பாடுகளுக்கெல்லாம், உடலில் உள்ள-அல்லது ஏற்படும் ரசாயன வகையான சில அடிப்படைகளே மூலம் என்பதை விளக்கிக் காட்டியுள்ளனர்; உதாரணமாக, மூளையில் நினைவுகள் திரண்டு சேர்வதற்கும் புரதம் உண்டாவதற்கும் ஒரு வகைத் தொடர்பு இருப்பது நிறுவப்பட்டுள்ளது. மேலும், முதுகெலும்பில்லாதவையும் உள்ளவையும் மூட்டுகள் தனித் தனியே பிரிந்தும் உள்ள புழு பூச்சிகளுடைய நுண்ணிய கண், திரையில் வெளிச்சம் பட்டதும் அவற்றின் கண்கள் உருமாற்றம் பெற்றுப் பார்வையைத் தருகின்றன. (C_{20} H_{280}) மனிதனுடைய மனச்செயல் (நினைப்பது போன்றவை, Mind) அவனுடைய பௌதீகமான உடலின் செயல்; அது பௌதீகமான -

ஜடமான பூமியிலிருந்து 4½ லக்ஷம் கோடி ஆண்டுகளுக்கு முன்பிருந்தே தோன்றி வளர்ந்தது; 3½ லக்ஷம் கோடி ஆண்டுகளுக்கு முன் உயிருள்ள இயற்கையில் தோன்றி வளர்ந்தது அது. கிட்டத்தட்ட இரண்டாயிரம் லக்ஷம் ஆண்டுகளுக்கு முன்பு குட்டி போட்டுப் பால் கொடுக்கும் இனங்களில் தொடர்ந்தது; அறுநூறு லக்ஷம் ஆண்டுகளுக்கு முன் ஆதிப் பிராணியிடம் வந்தது. முன்னூறு லக்ஷம் ஆண்டுகளுக்கு முன் மனிதக் குரங்கிடம் வந்தது. பத்து லக்ஷம் ஆண்டுகளுக்கு முன்னால் மனித இனத்தைச் சேர்ந்த பிராணியிடம் வந்தது. இங்கே நாம் மனச் செயல் என்று கூறும்போது, அது ஒரு பௌதீகமான (ஜட இயற்கையின்) ஆற்றல் (சக்தி) என்று கொள்கிறோம். அது சுற்றுப்புறம் சார்ந்த சக்திகளில் இருந்து தோன்றி, அதனாலேயே வகைப்படுத்தப் பட்டும் முறைப்படுத்தப்பட்டும், சுற்றுப்புறத்தைப் பாதித்தும் வந்திருக்கிறது; அது ஒரு மனித உடலின் செயற்பாடு, 1. உணர்வு உடையதும், பிறவற்றால் பாதிக்கப்படுவதும் எதையும் பிரதிபலிப் பதாயும், பதில் தரும் - அதாவது எதிர்வினை தரும் ஒன்றாகவும் இருப்பது; 2. எதையும் சீர்தூக்கி மதிப்பிடுவதும் உரியதும் சரியானதுமான நோக்கங் களுடன் செயற்படுவதுமான ஒன்று; 3. புதிதாகப் பலவும் ஆய்ந்து உணர்வது; பலவற்றையும் ஒன்றாக இணைப்பது. மனச் செயல் என்பது மூளை என்ற அளவுக்கு மட்டும் உட்பட்டதில்லை; அதே போல கண்கள், தசைகள், நாடிகள், ஹ்ருதயம் மற்ற உள்ளுறுப்புக்கள், ஒலி எழுப்புதல் என்ற அளவில் மட்டும் அடங்குவதில்லை. மனிதனது உடல் எல்லா உறுப்புக்களையும் புலன்களையும் உபயோகித்துக் கொண்டு ஒரு முழுமையுடன் பல கூடிய ஒரு இயக்கமாகச் செயற்படுகிறது. அவனுடைய உடல் முழுதுமே மனம் இருக்கிறது. (உடல் முழுதும் பரவியுள்ளது) எப்படியெனில், ஏதேனும் ஒரு புலனுக்கோ உறுப்புக்கோ ஊறு நேர்ந்தால் அது அவனுடைய மனத்தின் செயலையே ஊறுபடுத்துகிறது. மனச் செயல் என்பது முழு உடலின் உணர்வும் எண்ணிப்பார்த்துப் பிற உடல்களுடன் தொடர்புகொண்டும், அவற்றுக்குத் தானும் தன் உணர்வுகளை உணர்த்தியும் அவற்றுடன் ஒத்துழைத்தும் செயற்பட்டு, தனியொருவனுடையதும் சமுதாயத் தினுடையதுமான மதிப்பீடுகளை நல்லுவுறவுகளைப் பெறுகிறது; உறுதியும் செய்கிறது.”

இதெல்லாம் நம் லோகாயதர்கள் சொன்னதன்று; நம் சம காலத்திய தத்துவ அறிஞரான பேராசிரியர் ஹார்வர்டு பார்ஸன்ஸ் (Professor Rharward Parsons)[60] சொன்னது. லோகாயதர்கள் சர்ச்சை செய்யும் அதே விஷயத்தையே அடிப்படையாகக் கொண்டு சம காலத்து விஞ்ஞானம் கூறுவதைத் தொகுத்துக் கூற முயன்றுள்ளார் அவர்; இந்த

மேற்கோள் நம் சர்ச்சைக்கு அவசியமாவது ஏனெனில், நம் காலத்து விஞ்ஞானம் மனமும் உணர்வும் பற்றி இன்று அறிந்துள்ளவற்றிற்கு முன்பே இது கோட்பாட்டளவில் கூறப்பட்டிருக்க வேண்டும். இதை லோகாயதர்கள் செய்துள்ளனர். "மனம், அது செயற்படுவது, உயிருள்ள உயிர்ப்புப் பெற்ற பௌதீகத்தின் செயல். அதாவது, பௌதீக இயற்கையின் ஒரு தனிச்சிறப்பான கட்டமைப்பு"[61] என்கிறார் பார்ஸன்ஸ். இயற்கை, அதன் தனிச் சிறப்பான கட்டமைப்பு என்பவை பற்றி மிகக் குறைந்ததும் எல்லைக்கு உட்பட்டதுமான அறிவையே கொண்டு, லோகாயதர்கள் இந்தக் கோட்பாட்டை நிறுவி வாதிட்டார்கள். அவர்கள் வாழ்ந்த காலத்தின் வரலாற்று வகையில் அவர்களுக்கு அத்தனை அறிவு இருந்திருக்கும் என எதிர்பார்க்கவும் இயலாது. இந்த நிலையிலும் அவர்கள் இந்த அறியாமையை வளர்த்து, ஆத்மா என்றொரு அறிவுக்கொவ்வாத பொருளைப் படைத்துக்கொண்டு, அது உடலில் தற்காலிகமாக உறைவது என்றும், உணர்வை ஆக்கித் தருவதென்றும் கொள்ளும் அளவுக்குச் சென்றுவிடவில்லை என்பதே குறிப்பிடத்தக்கது. அவர்களுக்கு மிகவும் முக்கியமாகத் தோன்றிய பிரச்சனையெல்லாம் உயிருள்ள உடல், உயிரற்ற ஜடப் பொருள்களிலிருந்து தோன்றுவது எப்படி என்பதும், தம்மளவில் உணர்வில்லாத ஜடமான பௌதீகப் பொருள்கள் உடலுக்கு உணர்வைத் தருவது எப்படி என்பதும்தான். இந்தப் பிரச்சனைக்கு அவர்கள் கண்ட முடிவு, அவர்கள் பார்த்தறிந்த பௌதீக மாற்றமான-காய்ச்சி வடித்த திரவத்தில் (மதுவில்) போதை தரும் ஆற்றல் ஏற்படும் வகை. இதைக் கொண்டு ஜடப் பொருளான உடலில் சேதனம் அதாவது உணர்வு முதலியவை பௌதீக மாற்றமாய் நிகழ்வதே என்று முடிவாகத் தெரிந்துகொண்டனர். அதிலும் ஏதோ ஆவி போன்ற (உடலற்ற சக்தி) ஒன்றைக் கற்பித்துக்கொள்ளவில்லை என்பதும் குறிப்பிடத்தக்கதே; அந்த மாதிரியான கற்பனைகளைச் சமீப காலத்தில் தான் திட்டவட்டமான விஞ்ஞானம் கைவிட்டு வளர்ந்திருக்கிறது.

குணரத்தினர் ஓரளவு இதைத் தெரிந்துகொண்டு, ஒரு விசேஷமான பௌதீக மாற்றத்தால் உயிரும் உணர்வும் தோன்றுகின்றன என்பதையே மறுக்க முயல்கிறார்; ஆனால் விஞ்ஞானத்திற்கு எதிராக மூட நம்பிக்கையை நிறுவுவதற்குச் செய்யப்படும் சர்ச்சைகளின் போக்குப் போலவே குணரத்தினர் வாதமும், தொடர்பற்ற வெறும் பேச்சாகவும் சிறு பிள்ளைத்தனமாகவும்தான் முடிகின்றன; ஆனால் அவை வெளித் தோற்றத்தில் அவருடைய மெத்தப்படித்த தன்மையையும் ஏட்டுக் கல்வியான தத்துவத் தேர்ச்சியையும் காட்டுகின்றன; அதை அப்படியே சொல்லுக்குச் சொல் மொழிபெயர்க்காமல், தெளிவாகவும் சுருக்கமாகவும் சிக்கல் இல்லாத வகையில் காண்போம்.[62]

மண்போன்ற பூதங்கள் அடையும் ஒரு தனிச் சிறப்புடைய மாற்றத்தின் வடிவமே உடல், வேறு எதுவுமில்லை என்று கூறி, போதை தரும் மது போன்றவற்றை உதாரணமாகக் கூறுகிறார்கள் லோகாயதர்கள். மரணத்திற்குப் பிறகு உடலில் அந்த மாற்றம் தொடர்வதில்லை; உயிர் போன பின் உடல் முன்பிருந்த உடலே ஆகாது; ஆகவே பிணத்திற்கு உணர்வில்லையே என்பது தங்கள் கருத்தை மறுக்காது என்றும் கூறுகிறார்கள்.

இதற்குப் பதிலாக குணரத்னர் இரண்டு முக்கியமான வாதங்களைக் கூறுகிறார்.

முதலாவது: பிணம் உடல் ஆகாது என்பதை உயிருள்ள உடலை ஆக்குவதற்கான காற்றும் தீயும் போன்ற விஷயங்கள் பிணத்தில் இல்லை என்று காரணம் காட்டி லோகாயதர்களால் நிரூபிக்க முடியாது.

இரண்டாவது: உணர்வு தோன்றுவதற்கான அந்த விசேஷ மாற்றம் யாதென்பது பற்றி அவர்களே தகுந்த விளக்கம் தர முடியவில்லை.

அவர்கள் கருத்துப்படி உயிருடன் உள்ள உடலை உண்டாக்க அவசியமானவை, மண், தீ, நீர், காற்று என்ற நான்குதான். ஆகவே, பிணத்திற்கும் உயிருள்ள உடலுக்கும் உள்ள வேறுபாட்டை நிரூபிக்க உள்ள ஒரு வழி யாதெனில், அவற்றுள் சில பிணத்தில் இல்லை என்பதுதான்; மேலும், அப்படி இல்லாமற்போனது தீயோ அல்லது காற்றோ ஒன்றுதான் - இரண்டும் என்பதில்லை என்பார்கள். உயிருள்ள உடல் மூச்சு விடுகிறது. (காற்று). அதற்கு ஓரளவு வெப்பமும் உண்டு. (தீ); பிணத்தில் இவை இரண்டும் இல்லை; இது கண்கூடாகக் கண்டுணர்ந்த விஷயம்; மேலும், நம் முன்னோர் பண்டைய காலத்தில் ஊகத்தால் கூறிய ஒன்றும் இருக்கிறது;⁶³ அதாவது உயிரின் ஜீவாதாரமான தத்துவமே பிராணன் - மூச்சுக் காற்றுதான். பிராண வாயு என்பர் இதை; இதைக் கொண்டு லோகாயதர்கள் இப்படிக் கூற இடமுண்டு என்கிறார் குணரத்னர்; (1) பிராணன் இல்லை; ஆகவே, பிணத்திற்கு உணர்வு இல்லை. (அது மூச்சு விடுவதில்லையே) 2. பிணத்தில் சூடு இல்லை. ஆகவே, தீயில்லை; அதனால் உணர்வில்லை.

இவ்வாறாக, லோகாயதர்களை முட்டாள்தனமாக உளறும் நிலைக்குக் கொண்டுபோய் நிறுத்தியவுடனேயே, அவர்களை மறுப்பது குணரத்னருக்குச் சுலபமாகிறது. ஆகவே, இதில் முதலாவது வாதத்திற்கு எதிராக நிறையவே பேசுகிறார்.

குணரத்னர் கூறுவது: காற்று இல்லை என்பதை நிரூபிக்க முடியாது; ஏன் என்றால், துளை அதாவது வெற்றிடம் இருக்கும்

இடத்தில் எல்லாம் காற்று உண்டென்று தெரிகிறது; பிணத்திலும் காது, மூக்கு, வாய் என்று துளைகள் இருக்கின்றன. அப்படியே பிணத்தில் காற்று இல்லை என்று வைத்துக்கொண்டாலும், அதனால்தான் உணர்வும் இல்லை என்று கொண்டாலும் மிக எளிதாகக் காற்றை ஊதி அல்லது விசிறிவிட்டு உணர்வை மீண்டும் உண்டாக்கிவிட முடியுமே. மேலும் குணரத்னர் கூறுகிறார். காற்று இல்லை என்பதற்கு அவர்கள் கொள்ளும் பொருள் என்ன? பிராணன் என்கிற மூச்சுக் காற்று இல்லை என்பதுதானே. அப்படியானால் உணர்வுக்கு உணமையான காரணம் பிராணன் என்று ஆகும்; ஆனால் பிராணனுக்கும் (மூச்சுக்கும்) உணர்வுக்கும் ஒரு வகையான காரண காரியத் தொடர்பை நிரூபிக்கவே முடியாது. சாகும் மனிதன் திணறித் திணறி மூச்சு வாங்குவதையும் மிகுதியாக மூச்சு விடுவதையும் பார்க்கிறோம். அப்போது மூச்சுக் காற்று அதிகமாகவே இருந்தும் அவனுடைய உணர்வு கழன்று போவது தெரிகிறது. தவிரவும் யோக முறையில் பிராணாயாம முறையில் மூச்சை அடக்கி மூச்சு விடாமலேயே இருப்பவர்களைப் பார்க்கிறோம். இப்படிப் பிராணாயாமம் செய்து மூச்சை அடக்குவதால், ஒருவனுடைய உணர்வு கெட்டுப்போய்ப் பாதிக்கப்படுவதில்லை என்பதுடன் ஓர் மிக உயர்ந்த மேலான இயல்பையும் பெறுகிறது. இதனால் மூச்சுதான் உணர்வுக்குக் காரணம் என்பதில்லை என்பது நிரூபிக்கப்படுகிறது.

இவ்வாறு இதைத் தீர்த்துவிட்ட மகிழ்வில், குணரத்தினர் உணர்வுக்குக் காரணம் தீ என்பதையும் மிக எளிதில் தீர்த்துவிடுகிறார். பிணத்திற்குத் தீ மூட்டிவிட்டால் உணர்வு வந்துவிடலாமே மீண்டும் என்கிறார்.

இந்த வாதங்களுடன் அவர் கூறும் மற்றொன்று, உடலைவிட வேறாக ஆத்மா உண்டு என்று நம்புகிறவர்களுக்கு மிகவும் விநோதமாகவும் முற்றிலும் புதிதாகவும் தோன்றும் வகையில் மேலும் கூறுகிறார். காற்றோ, தீயோ இல்லாததால்தான் பிணத்திற்கு உயிரோ உணர்வோ இல்லை என்றால், செத்துச் சிதைந்து அழுகிய உடலிலிருந்து புழுவும் கொசுவும் போன்ற உயிருடையவை தோன்றுகின்றனவே அது எப்படி சாத்தியம்? என்று கேட்கிறார். இப்படி இவர் கூறுவது ஒரு காலத்தில் இருந்த பழைய நம்பிக்கை ஒன்றைக் கொண்டதுதான்; அதாவது எத்தகைய தூண்டுதலும் இல்லாமலேயே - தன்னிச்சையாகவே இனப்பெருக்கம் ஏற்படுவதுண்டு என்பதே அது; இந்த நம்பிக்கை, அரிஸ்டாட்டில் டெஸ்கார் டெஸ், நியூடன், வில்லியம் ஹார்வி போன்ற பலருக்கும் இருந்ததுண்டு. அது கடைசியில், பாஸ்ச்சர் (Pasteur) செய்த பரிசோதனை ஆய்வுகளால் தவறென்று அகற்றப்பட்டது.

ஸ்பாஸ்ச்சர், உயிரற்ற வெறும் ஜடமான இயற்கையிலிருந்தும் கிருமிகள் போன்ற ஜீவ அணுக்கள் தோன்றுவது சாத்தியம்தான் என்று ஒப்புக்கொண்டார்"[64] என்பதை நினைப்பது பொருந்தும் என்றாலும் இப்படித் தன்னிச்சையான ஜீவ உற்பத்தியை லோகாயதர்கள் நம்பினார்களா இல்லையா என்பதைத் தெரிந்துகொள்ளவே நமக்கு வழியில்லை. ஆனால், இதை எதிர்வாதமாகக் கூறும் குணரத்னரும் அவரைச் சார்ந்த மற்றவர்களும் இதை எப்படி நம்ப முடியும்? அவர்கள் எல்லோருமே தனியே ஆத்மா உண்டு என்று நம்புகிறவர்கள் அல்லவா? அந்த ஆத்மா உண்டென்ற கோட்பாட்டுடன் இது எப்படிப் பொருந்தும்? சிதைந்து அழுகும் உயிரற்ற உடல், உயிரற்ற வெறும் ஜடப் பொருட்குவியல் தானே? அதை ஆக்கிய மண் முதலிய பூதங்கள் தத்தமது மூலமான பூதங்களுடன் மீண்டும் சேர்ந்துவிடுவனதானே? அதிலிருந்து உயிரும் உணர்வும் உள்ள புழு பூச்சிகள் தோன்றுவதை விளக்க அவர்களிடம் எதுவுமே இல்லை. இது போகட்டும்; குணரத்னர் கூறும் முக்கியமான மறுப்பு என்ன? உயிருள்ள உடல் வேறு; பிணம் வேறு என்று நிரூபிக்கவே வழியில்லை என்கிறார். இரண்டு வாதங்களைக் கூறி அவை வெற்றுக்குழாய் என்று காட்டி வெற்றியுடன் பேசுகிறார். காற்றும் தீயும் இல்லாததால்தான் பிணத்திற்கு உணர்வில்லை என்று லோகாயதர்கள் கூற முடியாதே என்று மகிழ்ந்துபோகிறார்.

இந்த வாதம் அவர்களை மறுக்கப் பொருத்தமுள்ளவைதானா? இது இவர்களாக வைத்துக்கொண்ட, லோகாயதர்களைப் பற்றிய கேலிச் சித்திரம் போன்ற கருத்துக்களைத்தான் மறுத்தொதுக்குமே தவிர வேறில்லை; பொருள்முதற்கோட்பாட்டை எதிர்ப்பவர்கள் அந்தக் கருத்தை மறுக்க வேண்டி வரும்போதெல்லாம் தம் அறிவில் உள்ள நாணயமற்ற தன்மையான அற்பத்தனத்தைத்தான் காட்டுகிறார்கள்.

லோகாயதர்கள் இவர்கள் கூறுவது போல் ஏதோ சிறு பிள்ளைத் தனமான வாதங்களைச் சொல்லித் தம் கோட்பாட்டை நிறுவ வில்லை. உயிரும் உணர்வும் உள்ள உடல் இன்னதென்று விவரிக்க முடியாத வகையில் மண் முதலிய பூதங்கள் தாறுமாறாகக் கலந்து தான் உண்டாவது என்று கூறவே இல்லை; பூதங்களில் ஏற்பட்ட குறைவை ஊதி விசிறியும் தீ மூட்டியும் ஈடுசெய்து உணர்வை உண் டாக்கிவிடலாம் என்றும் அவர்கள் கூற முடியாது. லோகாயதர்களின் கோட்பாடு அப்படியெல்லாம் சிறுபிள்ளைத்தனமாக இருந்திருந்தால் குணரத்னர் விவாதம் அதை மறுப்பதற்குப் போதுமானதுதான்; ஆனால் அவர்கள் உணர்வு பற்றிக் கூறியது குழந்தைத்தனமாக இல்லை; குணரத்னர் அதை அப்படிக் கேலியாகச் சித்திரிக்கிறார்; அதனால் மிக எளிதில் அதைத் தீர்த்துக்கட்டிவிடலாம் எனக் கருதுகிறார்.

லோகாயதர்களைப் பற்றி நமக்கு நிச்சயமாக எதுவும் தெரியவில்லையென்றாலும் ஒன்று மட்டும் நிச்சயம்; ஏதோ திட்டவட்டமான ஒரு வகையில் அமையாமல் தாறுமாறாகக் கலந்து குழம்பிய பௌதீகமே உணர்வாகிறது என்று அவர்கள் கூறவே இல்லை; மிகவும் அசாதாரணமான முறையில் கூடிக் கலந்தமைந்த ஒன்றுதான் உணர்வு: அது, பூதங்களில் தனியாகவோ அல்லது திட்டவட்டமில்லாமல் கூடும் போதோ இருந்ததில்லை என்றும் மத சக்தி - போதை தரும் ஆற்றல் இதற்குச் சான்று என்றும்தான் கூறுகின்றனர்; இதை மிகுதியான ஆடம்பரமும் திறனும் கொண்ட எதிர்த்தரப்பினரும், லோகாயதர்களே கூறியவை என்று பரம்பரையாய்த் தெரியும் சில செய்யுள்களும் ஒரே மாதிரிதான் கூறுகின்றன; இருவருக்குமே பல சரக்குகளையும் அள்ளிப் போட்டுவிடுவதால் மட்டும் சாராயமோ மதுவோ போதைப் பொருள் ஆகிவிடுவதில்லை என்பது தெரியும்; அவை கூடிக் கலந்து ஏதோ ஒரு விசேஷமான மாறுதலைப் பெற்றுத்தான் சாராயமாகின்றன. இந்த தொழில்நுட்பம் சாராயம் காய்ச்சுபவனுக்குத் தெரியும் என்பர் லோகாயதர். அந்த முறையில்தான் உணர்வு தோன்றுகிறது என்பதை அறிவதாகத்தான் கொண்டனர்.

குணரத்னர் வாதம் இதையெல்லாம் கவனிக்கவேயில்லை. சிறு பிள்ளைத்தனமாக எதையோ லோகாயதக் கருத்தென்று காட்டி மறுக்கிறார். அவரோ மிகத் திறமை வாய்ந்த தர்க்கவாதி; அவருக்கே இந்த நிலை உறுத்தியிருக்கும் போலும்; அதனால்தான் மேதாவித் தனமாக மேலும் சில பேசி, இந்த விசேஷமான மாற்றம் என்பது லோகாயதர்களின் அடிப்படைக் கொள்கைப்படி பார்த்தாலும் செல்லுபடியாகாது என்று வாதம் செய்கிறார்: "வெறும் பூதங்களான மண் போன்றவை உணர்வுக்குக் காரணம் ஆக முடியாது. இப்படிக் காரணம் ஆகவேண்டுமென்றால் இரண்டு கருத்துக்களை ஏற்க வேண்டும். உணர்வின் உள்ளார்ந்த இயல்பு. பூதங்களால் உண்டாக்கப்படுகின்றன என்பதொன்று; பூதங்களின் உள்ளார்ந்த இயல்பு உணர்வை உண்டாக்க வல்லது என்பது மற்றொன்று; இந்த இரண்டையும் ஏற்றுக் கொண்டால் அனைத்துப் பொருள்களிலுமே உணர்வு உண்டு என்று கொள்ள வேண்டி வரும் (எல்லாமே பூதச் சேர்க்கையால் உண்டான பௌதீகப் பொருள்கள் என்ற வகையில்). மனித உடலிலும் மண்குடத்திலும்கூட உணர்வு இருப்பதாகக் கொள்ளவேண்டும். இரண்டுக்குமே காரணம் மண், நீர் போன்ற பூதங்களே அல்லவா?

இதற்கென்ன அர்த்தம்?

லோகாயதர்கள், பூதங்களே நிஜமானவை; உலகத்துப் பொருள்கள் அனைத்துமே அவற்றால் உண்டானவை என்று கொண்டவர்கள்;

உலகத்துள்ள வெவ்வேறு வகைப் பொருள்களையும் தாமே காரணமாக இருந்து உண்டாக்குவதால், அவை பூதங்கள் என்ற தன்மையில் எல்லாப் பொருள்களிலும் எங்கும் ஒரே மாதிரியானவையே. மண்குடமும் மனித உடலும் அதே பூதங்களால் ஆனவைதானே? மண் குடத்தில் ஏன் உணர்வு இல்லை. முன்னர் கூறிய இரண்டாவது கருத்துப்படி உணர்வில் பூதங்களால் ஆன இயல்பும், பூதங்களில் உணர்வை உண்டு பண்ணும் இயல்பும் இருப்பதாகக் கொண்டோமே. இப்படி வாதம் செய்த பின் அவர் கூறுகிறார்; இதை எப்படிச் சமாளிப்பது? லோகாயதர்களுக்கு உள்ள ஒரே தற்காப்பு என்னவென்றால், எந்த பௌதீக மாற்றமும், அதே போல ஒவ்வொரு பௌதீக மாற்றமும் உணர்வை உண்டாக்க முடியாது; மிகவும் அசாதாரணமான மாற்றமே, அதாவது அவர்கள் கூறும் உயிருள்ள உடலாக மாறும் விசேஷமான பௌதீக மாற்றம்தான் உணர்வை உண்டாக்குகிறது என்பது. இதுவும் நிற்காதாம்; ஏனென்றால் அத்தகைய விசேஷ மாற்றம் இன்னதென அவர்கள் விளக்கம் தரவில்லையாம். அப்படியொரு விளக்கம் கேட்டால் அவர்கள் மூன்றே மூன்று விளக்கங்களைத் தரலாம்; (1) மண் முதலிய பூதங்கள் மட்டுமே அத்தகைய மாற்றத்தை உண்டாக்க வல்லவை. (2) இந்த மாற்றத்திற்கு வேறு ஒன்றும் காரணம்; அதாவது பூதங்களைத் தவிர முற்றிலும் வேறான ஏதோ ஒன்று. (3) அந்த மாற்றத்திற்குக் காரணமே இல்லை. இந்த மூன்றுமே அவர்கள் கோட்பாட்டுக்குப் பொருந்தமாட்டா. முதலாவது சுத்த அபத்தம்; பூதங்களுக்கு மட்டுமே வேறு எதன் துணையுமின்றி உயிருள்ள உடலாக மாறும் ஆற்றல் இருந்தால், இவை கூடிக் கலக்கும் அனைத்திலுமே உயிரும் உணர்வும் உண்டாகியிருக்க வேண்டும். குடத்திலும் பூதங்கள் உள்ளன. மனித உடலிலும் உள்ளன. அது ஏன் உயிரும் உணர்வும் பெறவில்லை. இதற்கும் அவர்கள் பதில் கூறலாம்; அதாவது, பூதங்கள்தான் நிஜமான (முக்கியமான) காரணம்; ஆயினும் தர்க்க சாத்திரப்படி, 'ஸஹகாரி காரணம்' என்ற வேறொரு துணைக் காரணத்தைக் கொள்ளத் தடையில்லையே. புகைக்குக் காரணம் நெருப்பு; சிவக்கக் காய்ச்சிய இரும்புக் கம்பியில் நெருப்பு இருந்தும் புகை இல்லை; ஆகவே புகைக்கு ஒரு துணைக் காரணம் வேண்டும். ஈர விறகுடன் நெருப்பு சேர்ந்தால்தான் புகை உண்டாகும். அதுபோன்றதொரு துணைக் காரணம் இதிலும் இருக்கலாம் என்று கூறலாம்.

இதுவும் அவர்களுக்குத் தற்காப்பு ஆகாது; ஏன் என்றால் துணைக் காரணமாவது பூதங்கள் மட்டுமா வேறு ஏதாவதா? அப்படிச் சொன்னால் பூதங்களாலான ஜட இயற்கை மட்டுமே நிஜமானவை

என்ற அவர்கள் கருத்து அடிபட்டுப்போகும். இயற்கையின் உள்ளார்ந்த ஓர் இயல்புதான் என்றாலோ அத்தகைய மாற்றம் சில குறிப்பிட்ட விஷயங்களில் மட்டும், அதாவது உயிருள்ள பௌதீகப் பொருட் சேர்க்கையானவற்றில் மட்டுமே இருப்பது என்பதற்கு என்ன விளக்கம்? இப்படி இரண்டை ஒதுக்கிவிட்டு மூன்றாவதான 'காரணமே இல்லை. இது ஏதோ வெறும் தற்செயல் நிகழ்ச்சி' என்பதையும் சுத்த அபத்தம் என்கிறார். காரணமே கிடையாது எனில் எதில் வேண்டுமானாலும் உண்டாகலாமே; வேறு எதிலுமே உண்டாகாமலும் இருக்கலாமே; காரணம் வேண்டுமென்று அவசியம் இல்லையென்றால் எங்குமே அந்த நிலை உண்டு. காரணம் என்று ஒன்று எங்கும் எதிலும் இல்லையென்றால் எங்கும் எதிலுமே அது உண்டாகாது.

இதுதான் முடிவாக லோகாயதர்களை மறுத்துக் களையுமாம். இந்த மூன்றில் எந்த வாதத்தையும் அவர்கள் ஏற்க முடியாதாம்; எந்த ஒன்றை ஒப்புக்கொண்டாலும் அவர்களுடைய அடிப்படையே அதாவது பூதங்களைத் தவிர வேறு எதுவுமே நிஜமில்லை - கிடையவும் கிடையாது என்பது அடிபட்டுப்போகுமாம்.

இந்த வாதம் எந்த அளவிலும் சிறிதும் பொருந்தாதது; பின் இரண்டும் ஒருக்காலும் லோகாயதர்கள் கோட்பாடே ஆகமுடியாது. இவற்றை மறுத்து குணரத்னர் சொன்னதையே சொல்லி வாதிடுகிறார். முதலாவது வாதம்தான் தேவையும் பொருத்தமும் உடையது. பூதங்களைத் தவிர வேறு எதுவுமே இல்லை என்னும்போது மேலே கூறிய அசாதாரணமான மாற்றம் பற்றிப் பொருத்தமான விளக்கம் தரவில்லை லோகாயதர்கள் என்பது சரிதான். துணைக் காரணம் என்று வேறொன்றை ஒப்புக்கொள்வது, இந்தியத் தர்க்கவாத முறையில், தத்துவாந்தரம், அதாவது தாம் கொண்ட உண்மைக் கோட்பாட்டுக்கு வேறான ஒன்றை ஏற்பது என்னும் குற்றமாகுமாம்.

இப்படியெல்லாம் குதர்க்கம் பேசுவது சரியான மறுப்பாகாது. இப்படி ஏதாவது தளர்த்த முடியாத தர்க்க சாத்திர அமைப்பில் - பிடிவாதத்தில் மடக்கிவிடுவது பொருள் முதற்கோட்பாட்டின் உண்மையான சிறப்பை மறைத்துவிட முடியுமா?

பூதங்களைத் தவிர வேறு எதுவுமே உண்மையில்லை என்று கொள்பவர்களை பூதங்களின் அசைவு-இயக்கம் என்பதைக்கூட ஏற்க முடியாமல் செய்துவிட்டு, இப்படி ஏற்பது தத்துவாந்தரம் என்று குற்றம் சாட்டி மறுப்பது நிஜமான பொருள்முதல்வாதத்தை இல்லை; தாங்களாகக் கற்பித்துக்கொண்ட ஒரு நிலையை மறுப்பதேயாகும்.

பூதங்களின் அசைவும் இயக்கமும் போன்றவை நிச்சயமாக அவற்றிற்குப் புறம்பானவைதான்; இவற்றை ஏற்பது தமது அடிப்படைக் கொள்கையை மாற்றிக்கொள்வதோ கைவிட்டு விடுவதோ ஆகாது; இயற்கையின்-ஜடமான பூதங்களின் இயக்கம் பற்றிய விதிமுறைகளைத் தெரிந்துகொள்ள பல நூற்றாண்டுகளின் விஞ்ஞான ஆராய்ச்சி தேவைப்பட்டது என்பது வரலாறு; இருந்தாலும் நமது பொருள்முதற்கோட்பாடு ஜடமான பௌதீகத்தையும் அதன் இயக்கம் போன்ற விதிமுறைகளையும் அறியும் வேட்கையுடன்தான் இருந்திருக்கிறது.

நாம் சர்ச்சை செய்வது பொதுவாகப் பொருள்முதல்வாதம் அனைத்தையுமே அன்று. லோகாயதர்கள் எடுத்துக் காட்டிய வடிவில்தான் அதைப் பற்றி ஆராய்கிறோம் இங்கே. ஆகவே, நமது முதற்கேள்வி, பௌதீக இயக்கம் பற்றியும், அது முடிவில்லாத ஏராளமான பௌதீகப் பொருள்களாக மாறியிருப்பது பற்றியும் லோகாயதர்கள் கூறுவது ஏதேனும் உண்டா? என்பது. அப்படியென்றால் நமது அடுத்த கேள்வி, அவர்கள் தர்க்க முறைப்படி இதைத் தங்கள் அடிப்படைக் கருத்துக்குப் பொருந்தாமல் ஏற்றே ஆக வேண்டுமா என்பது.

உபநிஷத்துக் காலத்திலிருந்தே நம் நாட்டு நூல்களில் தத்துவ நூல்களிலோ வேறு நூல்களிலோ அடிக்கடி, 'ஸ்வபாவ வாதம்' என்ற ஒன்று[65] காணப்படுகிறது அதன் பொருள், உள்ளார்ந்த இயல்புக் கொள்கை; இதை ஹிரியண்ணா மிக எளிய வகையில், "இயற்கை-இயல்பான தன்மை" என்று மொழிபெயர்த்துள்ளார் (Naturalism).[66] அதற்குச் சரியான நம் காலத்துப் பொருள், "Theory of the Laws of Nature" - அதாவது 'இயற்கையின் (பிரகிருதியின்) ஒழுங்கான விதிமுறைகள் எனும் கொள்கை' எனக் கொள்ளலாம். பண்டைய நாளில் நம் நாட்டில் இதை அறிந்திருந்தது மிகவும் ஆரம்பமான நிலையில்தான் என்பதும் சரிதான். ஆனால் இது, அந்த நாளைய ஈசுவரவாதம் அதாவது பிரகிருதியிலும் மேம்பட்ட இறைவனால் படைக்கப்பட்டது பிரகிருதி என்ற கொள்கைக்கும், பிரகிருதி தன்னிச்சையாக - யதேச்சையாக எதிர்பாராமல்-காரணம் ஏதும் இன்றியே தோன்றியது என்ற கொள்கைக்கும், அடிப்படையிலேயே மாறுபாடும் முரணும் கொண்டது; ஈசுவரவாதம் பிரகிருதி எனும் இயற்கையின் நிகழ்வுகள் அனைத்துமே இறைவனுடைய இச்சைப்படி நிகழ்வன என்று விளக்குகின்றது; அடுத்ததோ, இவை எல்லாமே எதிர்பாரா விதத்தில் யதேச்சையாக நிகழ்வன என்று கூறிற்று. இந்த வாதமும் நம் காலத்திய இயற்கையின் விதிமுறைகள் என்ற கொள்கையும் இறைவன் படைப்பு என்பதை மறுத்து ஒதுக்கிவிடுகின்றன. "இந்த இரண்டு

இந்தியத் தத்துவ இயலில் நிலைத்திருப்பனவும் அழிந்தனவும் 525

கோட்பாடுகளுமே, இயற்கை ஒரு தெய்வீக சக்தியைக் காட்டுகிறது என்றோ அதுதான் இயற்கைக்குப் பின்னாலிருந்துகொண்டு செயற்படுகிறது என்றோ, அதே போல ஏதோ ஒரு இயற்கைக்கு மீறி மேம்பட்டதும் அப்பாலைக்கு அப்பால் உள்ளதுமான ஒன்றுதான் இயற்கையை அடக்கி ஆள்கிறது என்றோ, அது இயற்கையில் ஊடுருவியுள்ளது என்றோ கூறுவதை ஒரே முகமாக எதிர்த்து மறுக்கின்றன; மேலும் இந்த இரண்டுமே, இயற்கையினும் விஞ்சிய ஏதோ ஒன்றின் அங்கீகாரத்தை-அதிகாரத்தை நாடுவதுமில்லை."67 ஆயினும் இரண்டிற்கும் உள்ள வித்தியாசத்தையும் கவனிக்காமல் விடமுடியாது. "யதேச்சை என்ற கொள்கை உலகம் தாறுமாறாகக் குழம்பிக் கிடக்கும் ஒன்று, அதில் உள்ள சில ஒழுங்கு முறைகளும் தன்னிச்சையாக நிகழ்வன என்று கூறுகிறது. ஸ்வபாவ வாதம், பொருள்கள் அவற்றின் இயல்புக்கு ஏற்ப உள்ளன என்கிறது. முன்னது எந்தவிதமான காரண காரியத் தொடர்பும் கிடையாது என்கிறது; பின்னதோ, காரண காரியத் தொடர்பென்பது எங்கும் வியாபித்திருப்பது என்று கூறினும் எல்லா மாற்றங்களும் அந்தந்தப் பொருளுக்கு உரியனவே என்றும் கூறுகிறது. ஸவபாவ வாதத்தின்படி நாம் வாழும் உலகம் விதிமுறைகள் ஏதும் இல்லாத ஒன்றன்று; ஆனால் அவற்றை ஆள்கின்ற அதைவிட வேறான - புறம்பான விஷயம் யாதுமே இல்லை; உலகம் தனக்குத்தானே தன் இயல்பை நிச்சயித்துக்கொண்ட ஒன்று; நிச்சயமான இயல்பு ஏதும் அற்றது என்பதில்லை."68

ஸ்வபாவ வாதத்தை எதிர்க்கும் சில தத்துவவாதிகள் அதன் முக்கியமான ஸாரம் என்பதை முதலில் விளக்குகின்றனர்.69 சங்கரர் கூறுவது "இயற்கையின் ஒவ்வொரு வடிவத்திலும் உள்ளார்ந்து கிடக்கும் அப்பொருளின் ஆற்றல் (நலன், பயன்) எதுவோ அதுதான் ஸ்வபாவம் (அதனதற்குரிய இயல்பு-தன்மை-குணம்). உதாரணமாக, நெருப்பு- வெப்பத்தைச் சுற்றிலும் பரப்புதல்;70 சங்கரானந்தர் கூறுவது: "ஸ்வபாவம் என்பது ஒரு பொருளின் உள்ளார்ந்த தன்மை; அததற்குரிய-பிறவற்றுக்கு இல்லாத காரண சக்தி; உதாரணமாக எரிதல் நெருப்பின் குணம். கீழ்நோக்கி ஓடுதல் தண்ணீரின் இயல்பு:71 அமலானந்தர் கூறுவது, "ஒரு பொருள் இருக்கும்வரை தானும் இருப்பதே அது; உதாரணமாக, சுவாசித்தல் உயிருள்ளவற்றின் ஸ்வபாவம்; குணரத்தினர் இன்னும் வெளிப்படையாகக் கூறப்பார்க்கிறார்:72 பொருள்கள் இயல்பாகவே தமக்கிருக்கும் தன்மைக்கேற்ப மாற்றம் பெறுதலே ஸ்வபாவம். உலகில் இருப்பனவாகும் எல்லாப் பொருளும் அங்ஙனம் இருக்கக் காரணம், அதற்கே சொந்தமான ஸ்வபாவம் செயற்படுவதே; மண்தான் குடமாகிறது; மண் துணியாவதில்லை. நூல்கள் துணியாகத்தான்

மாறும்; மண் குடமாவது தவறாத ஒழுங்குடன் எப்போதுமே ஏற்படுவதை அதனதன் ஸ்வபாவம் என்று கூறுவதைத் தவிர வேறாகக் கூற முடியாது. ஆதலால் எல்லாப் பொருளுமே ஸ்வபாவத்தால் ஏற்பட்டவை என்றுதான் இறுதியாகக் கூற வேண்டும். இந்த விளக்கத்தை நிறுவும் மிகவும் பிரசித்தமான செய்யுள்களும் வழங்குகின்றன. "முள்ளைக் கூராக்குகிறவன் யார்? வகை வகையான விலங்குகளையும் பறவைகளையும் ஆக்கியவன் யார்? இவையெல்லாம் தத்தம் ஸ்வபாவத்தாலேயே உள்ளன ஆகின்றன; யாருடைய விருப்பமும் இவற்றை ஆக்கிவிடவில்லை. விருப்பம் மட்டும் இருந்து என்ன பயன்?"

"ஈச்ச மரத்தின் முட்கள் கூர்மையாய் இருக்கின்றன. அவற்றுள் சில நெட்டுக்கு நேராகவும் சில பின்னி வளைந்தும் இருக்கின்றன. ஆனால் அதன் பழம் மட்டும் உருண்டை வடிவமாகவே உள்ளனவே! இவற்றை உருக்கொடுத்து இப்படி ஆக்கியவன் யார்? சொல்லேன் பார்ப்போம்."

இதுபோன்ற செய்யுள்கள், கடவுளின் விருப்பத்தால் உலகம் படைக்கப்பட்டது என்னும் கொள்கையைக் கிண்டல் செய்பவைதான். சரி, தெய்வத் தலையீடு இல்லை என்று மறுக்கும் இவை எதையோ இருட்டில் தடவித் தேடுகின்றன. இயற்கையின் விதிமுறைகளைத் தான் தேடுகின்றன போலும். இயற்கையின் உள்ளார்ந்த இயல்பை வெளியிடுவனவும், இயற்கைக்கே சொந்தமாய் உள்ள-பொருள் களுக்குக் காரணமாகும் ஆற்றலைத் தெரிவிப்பனவுமான விதிமுறை களையே தேடுகின்றன.

இப்படித் தேடித் தடவுகின்றவர்கள் யார்? இதற்கு மகாபாரதம் பதில் தருகிறது.[73] "ஸ்வபாவம் பூத சிந்தகா:" என்பது அந்த வாசகம், பூதங்களே இறுதியானது-நிஜமானவை என்று சிந்திப்பவர்களே, இப்படி ஸ்வபாவம் என்று விளக்குகிறார்கள் என்பது அதன் பொருள். ஒளிவு மறைவு இல்லாமல் பேசும் பொருள்முதல்வாதிகள் - லோகாயதர் என்றோ சார்வாகர் என்றோ அறியப்படும் தத்துவவாதிகள்தான் இந்த ஸ்வபாவவாதிகள் என்பதே இதனால் தெளிவாகிறது. மகாபாரதம் கூறிய இதை வைத்துக்கொண்டுதான் பிற்காலத்து இந்திய நூல்கள், ஸ்வபாவவாதம் லோகாயதர்களுக்கே உரியது என்று மீண்டும் மீண்டும் கூறுகின்றன.[74] 'பிருஹத் ஸம்ஹிதை' என்ற நூலுக்கு உரை எழுதிய பட்ட உத்பபலர் என்பவர் எழுதுவது; "லோகாயதர்கள் ஸ்வபாவம்தான் உலகத்திற்குக் காரணம் என்பார்கள். ஸ்வபாவம் காரணமாகவே உலகத்தில் பல்வேறு பொருள்களும் தோன்றுகின்றன.

ஸ்வபாவத்தாலேயே அழிந்தும்விடுகின்றன. அக்னிசித் புருஷோத்தமன் என்பவரும் ஸ்வபாவமே சார்வாகர் கருத்துப்படி உலகத்திற்குக் காரண மாவது என்கிறார்.[75] மாதவாசார்யர் வழிவழியாய் வந்த இந்தக் கருத்தைத் தொகுத்துக் கூறுகிறார். லோகாயதர்கள் வாதத்தை இப்படிக் காட்டுகிறார்.[76] லோகாயதர்களை அவர் கேட்கிறார்: "நீ கண்ணுக்குத் தெரியாததால், அதிர்ஷ்டம் என்ற - அநுபவத்திற்கு அப்பாற்பட்ட ஒரு சக்தியை ஒப்புக்கொள்ளாவிட்டால், உலகம் பல்வேறாகப் பல மடங்காய்த் தென்படுவது வெறும் யதேச்சையாக - எத்தகைய தூண்டுதலும் எதிர்பார்ப்பும் இல்லாமல் ஆனது என்றாகுமே?" இதற்கு லோகாயதர் கூறும் பதில்: "இது சரியான பேச்சு இல்லை. ஏனெனில், உலகத்தின் பல்வேறு பொருள்களுக்கும் பலவிதமான தோற்றங்களுக்குமான காரண காரியத் தொடர்பை ஸ்வபாவவாதமே போதிய அளவு விளக்கி யிருக்கிறது. "நெருப்புக்குச் சூடு உண்டு. தண்ணீருக்குக் குளிர்ச்சி; காற்று மேலே பட்டால் தட்பம் வெப்பம் இரண்டுமற்றதாய் இருக்கிறது. இப்படிப் பலவகைப் பொருள்களையும் படைத்தவன் யார்? யாரும் இல்லை. அதனதன் இயல்புக்கேற்பவே அவை அப்படியப்படி உள்ளன."

இதுபோன்ற சான்றுகள் காரணமாக தற்காலத்து அறிஞர்கள் அனைவருமே, ஸ்வபாவ வாதத்தைக் குறிப்பாக லோகாயதர்களின் கொள்கை என்றே கொள்ளும் மரபு ஏற்பட்டுவிட்டது. "ஸ்வபாவ வாதத்தை அதன் மிகத் தீவிரமான வகையில் கொண்டிருந்தவர்கள் பண்டைய இந்தியாவில் இருந்த சுதந்திர சிந்தனையாளர்களே; ஆரம்பத்தில் அவர்கள் லோகாயதர்கள் என்றே அழைக்கப்பட்டனர். பிற்காலத்தில் அவர்களை சார்வாகர்கள் என்று பலரும் குறித்தனர். வெறுப்பூட்டும் பொருள்முதல்வாதமும்: அதாவது, நாத்திகமும் கண்ணால் காணாத எதையுமே நம்பாததும், பிரமாணங்கள் என்ற நூல்களைச் சிறிதும் மதிக்காத இயல்பும், எந்த வகையிலும் சமாதானத்திற்கு வராத பகுத்தறிவு வாதமும் அதீதமான விதண்டா வாதமான குதர்க்கம் பேசுதலுமே சார்வாகர்களின் இயல்பு" என்கிறார் கோபிநாத கவிராஜ்.[77]

அதை அப்படிக் கூறுவது தவறு என்று காட்டும் சர்ச்சைக்கு இது இடமன்று. மேலும் ஸாங்க்யமும் நியாய வைசேஷிகமும் இந்த ஸ்வபாவவாதத்தில் சேரத்தக்கனவே என்ற மிக்க சுவையான விஷயத்தைக் கூறுவதும்கூட இங்கே விஷயத்தை விட்டு விலகுவதே யாகும்.[78] நாம் இங்கே இரண்டே விஷயங்களைத்தான் கவனத்தில் கொள்ளல் வேண்டும்.

(1) ஸ்வபாவ வாதம் என்பது அடிப்படையில் இயற்கையின் விதி முறைகள் பற்றிய ஒரு கருத்து. இன்னும் சரியாகச் சொல்வதென்றால்

அத்தகைய விதிமுறைகளைப் பற்றிய மிகப் பண்டைக் காலத்துத் தேடல்-எதிர்பார்ப்புதான் இது. பண்டைய தத்துவவாதிகள் முதன் முதலாக இருட்டில் தேடுவதுபோல் எதையோ தேடிய நிலை.

(2) இந்தக் கொள்கையின் அடிப்படையில்தான் லோகாயதர்கள் பூதங்களிலிருந்துதான் முடிவில்லாத பலவகைப் பொருள்களும் இயற்கையில் தோன்றின என்பதை விளக்க முனைகிறார்கள். அதாவது, அவர்கள் ஜட இயற்கை என்று கருதிய மண், காற்று, தீ, நீர் என்ற நான்கு பூதங்களிடம் இருந்துதான் உலகப் பொருள்கள் தோன்றின என்பது.

இவற்றை மனத்தில் கொண்டு, குணரத்னர் உணர்வு பற்றிய லோகாயதர்களின் கருத்தை மறுப்பதை மீண்டும் பார்ப்போம்.

லோகாயதர்கள் கருத்தில் உணர்வு என்பது பௌதீகப் பொருள் அடையும் மிகவும் சாதாரணமான ஒரு மாற்றத்தின் விளைவுதான். இந்த மாற்றத்திற்கு என்ன காரணம்? எது இந்த மாற்றத்தை விளைவிக்கிறது? இயற்கையின் விதிமுறைகளே இதற்குக் காரணம் என்கிறார்கள் லோகாயதர்கள். அதுதான் ஸ்வபாவம். அந்த மாற்றத்தில் உள்ள மிகவும் அசாதாரணமான தனிச்சிறப்பு யாதெனில், ஏதோ ஒரு புதிய இயல்பு - முன்பில்லாத ஒரு குணம்-ஒரு புதிய நிகழ்வுதான் அந்தச் சிறப்பு; அதுதான் உணர்வு-உணர்ச்சி - பிரக்ஞை. இது மிக அசாதாரணமான ஒன்றுதான் என்றாலும், அது ஏதோ புரியாத ரகசியமான நிகழ்வு அன்று. அது, இயற்கையின் விதிமுறைகளின்படி ஏற்படும் பௌதீக மாற்றங்களுக்குப் புறம்பான ஒன்று இல்லை என்பதுதான் லோகாயதர் கருத்து. தர்க்க வாதத்தின் நிர்ப்பந்தத்தால் முன் கூறிய, ‘ஸஹகாரி’ காரணம் - துணைக் காரணம் ஒன்றை அவர்கள் ஏற்றாலும், அது இந்த ஸ்வபாவம் என்பதே தவிர வேறில்லை. ஆனால், பூதங்கள் தவிர எதுவுமே இல்லை என்பவர்கள் இப்படி வேறொன்றை ஏற்பது அவர்கள் அடிப்படைக் கருத்துக்கே ஆபத்தென்று வாதம் செய்கிறார் குணரத்னர்.

இது, அவர் லோகாயதர்கள் மீது திணித்த ஒரு நிலை; அதாவது கெட்டியாக, தோலால் மூடிக் கட்டியதுபோல, பூதங்கள் மட்டுமே உண்டு என்று முழு முற்றாக அவர்கள் சொல்வதாகக் கொண்ட நிலை. இந்த நிலையில் வேறு ஒரு துணைக் காரணத்தை ஒப்புக்கொள்வது தர்க்க விதிக்கு ஒவ்வாததாம். இது ஒரு அபத்தமான முடிவு. நம் காலத்துப் பொருள்முதல்வாதிகளும் சரி, லோகாயதர்களும் சரி, இதற்கு உடன்பட்டதில்லை. இது குணரத்னரின் கற்பனை. முன்

சொன்ன தத்துவாந்தரம் என்ற குற்றம் சாட்ட இதைத்தான் அவர் காரணமாகக் கொள்கிறார். இது பொருந்தாது. ஏனென்றால் அப்படி அவர்கள் வேறாக ஒப்புக்கொள்ளும் ஒன்று, அவர்களுடைய அடிப்படையையே தகர்த்தால்தான் இது பொருந்தும். அதாவது உடலினும் வேறான ஆத்மாவை அவர்கள் ஒப்புக்கொள்வதாகக் காட்டினால்தான் பொருந்தும். கருத்துமுதல்வாதிகள் வாழ்வின் சாதாரண அநுபவங்களையும் பகுத்தறிவையும் ஒப்புக்கொண்டால் அவர்களுடைய அடிப்படையே தகரும். திங்நாகரும் தர்மகீர்த்தியும் இப்படி ஒப்புக்கொள்வதை அவர்களுடைய அடிப்படைக்கே முரணானது என்று முன்னே காட்டியிருக்கிறோம். ஆனால் இந்தக் குற்றச்சாட்டு லோகாயதர்களுக்குப் பொருந்தாது. அவர்கள் கொண்ட இந்த வேறு தத்துவம் - ஸ்வபாவம் - இயற்கையின் விதிமுறை, அவர்களுடைய அடிப்படைக்கு முற்றிலும் பொருத்தமாகத்தான் இருக்கிறது. அதை ஒப்புக்கொள்ளாமல் இருந்தால்தான் அவர்கள் வாதத்தில் தர்க்க ரீதியான ஒரு வெற்றிடம் - இடைவெளி விழுந்திருக்கும். நாகார்ஜுனரும் சங்கரரும் வாழ்வின் அநுபவங்களையும் பகுத்தறிவையும் அறவே ஒதுக்கியது அவர்களுடைய சித்தாந்தத்தில் அத்தகைய தர்க்க இடைவெளி விழுந்ததைக் காட்டுகிறது. ஆகவே, ஸ்வபாவம் என்பதை ஒப்புக்கொள்வது: லோகாயதர்களுக்கு ஒரு பலஹீனம் ஆவதில்லை என்பது மட்டுமின்றி, அவர்களுடைய கொள்கையின் முன் பின் முரணாகாத நல்ல பொருத்தமுடைமைக்கே சான்றாகிறது. ஏனென்றால், ஸ்வபாவம் என்பது இல்லாவிடின் இயற்கை விசேஷமானதொரு மாற்றத்தைப் பெற்று உயிருள்ளவற்றை உண்டாக்கியது என்று அவர்கள் கொண்டது ஒரு புலப்படாத ரகசியமாகவே இருக்கிறது.

7. நினைவு - ஞாபகம் என்பதன் சான்று

மேலே கூறிய லோகாயதர்களுக்கு எதிரான கூற்றுக்கள் அனைத்துமே, எளிதில் புரியாத வேறு தத்துவரீதியான தர்க்கமுறையில் கூறப்பட்டவை; பிற்காலத்து நியாய வைசேஷிகர்கள், இந்த பூத சைதன்னிய வாதத்தை-ஜடமான இயற்கையிலிருந்துதான் உணர்வு தோன்றிற்று என்பதை மறுக்க வேறு ஒரு வகையான யுக்தியை வளர்க்க முனைந்தனர். இந்தியத் தத்துவ மரபில் பூத சைதன்னிய வாதம் என்பது-தேஹாத்மவாதம்-உடலைத் தவிர வேறு ஆத்மா இல்லை என்ற கருத்தின் மறுபெயர்தான். (இது லோகாயதர்களின் முடிவு) நியாய வைசேஷிகர்களின் வாதத்தின் சாரம் இதுதான். அதாவது லோகாயதர்கள் கூறுவது தவறு. ஏனென்றால் நேரிடையாகக்

கண்டறிந்த பல உண்மைகளுக்கு இது பொருந்தவில்லை. மேலும் அநுபவபூர்வமாக நிச்சயமெனத் தெரிந்துகொண்ட பல விஷயங்களையும் நாம் புரிந்துகொண்டிருப்பதிலிருந்து மாறுபடுகின்றன என்று கூறுகின்றனர். இவற்றுள் இரண்டையும் சேர்த்தே பார்க்க வேண்டிய வகையில் இரண்டு விஷயங்களைக் கூறுகின்றனர். (1) சென்றதை நினைத்துப் பார்க்கும் விஷயம் (2) உடல் எப்போதும் மாறிக்கொண்டே இருப்பது. மிகக் கைதேர்ந்தவர்களான ஜயந்தபட்டரும், உதயணரும் இவ்விரண்டையும் இணைத்து யோசிக்கும்போது லோகாயதர் கருத்துக்கு அது ஒருபோதும் ஒத்துவராது. இவர்களின் வாதம் மிகவும் தெளிவாகயிருக்கிறது. சென்றதை நினைத்தல் என்ற செயலில் ஒன்று தெற்றெனத் தெரிகிறது. அதாவது, கடந்த காலத்தில் ஏதோ ஒன்றை அநுபவித்தவன் இப்போது அதை நினைவுகூர்கிறான். முன் அநுபவித்தவனே பின்னால் அதை நினைத்துக்கொள்பவனும்; வேறு ஆள் அல்லன். வேறு யாருக்கோ நேர்ந்த அநுபவத்தை வேறு எவனோ நினைத்துக்கொள்கிறான் என்பது பெரிய அபத்தம். ஆனால் சென்றதை நினைத்துக்கொள்பவனும் அவனது உடலும் ஒன்றே இல்லை. நிச்சயமாக வேறு (அதாவது மாறிய) உடல்தான். ஏனென்றால் ஒருவனது உடல் அவனுடைய குழந்தைப் பருவத்திற்குப் பின் படிப்படியாக வயது முதிர்ந்த பருவம் வரை மாறிக்கொண்டே இருப்பது என்பது அடிப்படையான உண்மை. ஆக, சென்றதை நினைக்க வேண்டுமானால் ஒரு நிரந்தரமான (மாறாத) ஒருவன் - கடந்த கால அநுபவத்தைப் பெற்றவனாக இருக்கவேண்டும். எப்போதும் மாறிக்கொண்டே இருக்கும் உடல் அப்படி இல்லை. ஆகவே, உடலிலும் வேறாக - அதற்கும் மேலாக-ஒரு நான் (தான் என்று கொள்ளும் ஒருவன்) ஆத்மா உண்டென்று ஒப்புக்கொள்வது அவசியமாகிறது.

கீழே வருவது ஜயந்தபட்டர் கூறியதன் விளக்கம்.[79]

"விருப்பம் போன்ற இயல்புகளுக்கும் குணங்களுக்கும் அவை உள்ளே கிடப்பதற்குரிய இடம் உடல்தான் என்று சாதிக்கலாம்; அதைத்தான் பிருமஸ்பதியும் கூறுகிறார்; "உணர்வு என்பது பௌதீகப் பொருள்களிலிருந்து தோன்றி அவற்றிற்கே உரியதாக இருப்பதுதான்; இதை முன்பே மது வகைகளில் தோன்றும் மத் சக்தி என்ற போதை தரும் ஆற்றலைப்போல் எனக் கண்டோம். ஆசை போன்றவற்றுக்கு உடல் உட்படையாதல் முடியாது; குழந்தைப் பருவத்தில் இருந்த உடலும் பின் வாலிபப் பருவத்து உடலும் பின் முதுமையில் இருக்கும் உடலும் மாறி மாறி வந்தவை: வேறானவை; ஒரு பருவத்து உடல் கண்டுணர்ந்ததை மறு பருவத்து உடல் கண்டறிதல் என்பதில்லை;

அதேபோல் ஒன்று விரும்பும் பொருளை மற்றொன்று விரும்புவதாக நினைத்துக்கொள்வதும் சாத்தியமில்லை; ஒரு பொருளை ஒருவன் விரும்பிப் பெற ஆசைப்பட வேண்டுமானால், அதே பொருள் அவனுக்கு அதற்கு முன் இன்பமூட்டியிருக்க வேண்டும் என்பது அவசியமாகிறது. ஆகவே, ஒரு பொருளை ஆரம்பத்தில் இன்பமென விரும்பியதைத் தொடர்ந்து பிறகு படிப்படியாக அதை அடைந்துவிட விரும்பும் வரை வளர்ந்த ஆசைக்கும், இது போன்ற பிற குணங்களுக்கும் உட்படையாதாரமாக ஒன்று கட்டாயம் வேண்டும்; இதன் பல நிகழ்வுகளையும் இப்படிக் கூறலாம். முதலில், நிஜமாகவே இன்ப மூட்டிய ஒன்றை அநுபவித்திருக்க வேண்டும்; இரண்டாவதாக, அந்தப் பொருள் இன்பமூட்டுவது என்ற மறு நினைவு; மூன்றாவதாக, அதைப் பெற வேண்டும் என்ற விருப்பம். இந்தத் தொடர் நிகழ்வுகளுக்கு ஆதாரமாக நிரந்தரமாக இருக்கும் ஏதோ ஒன்று வேண்டும். அது உடலாக இருக்க முடியாது; ஏனெனில் அது இளமைக் காலத்திலிருந்து முதுமை வரையில் மாறி மாறி வருவது. அப்போதைக்கப்போது அது வெவ்வேறுதான்; முன்பு இருந்த அதே உடல் இல்லை; அதாவது ஒரு நீரோடையில் நீர் தொடர்ந்து ஓடிக்கொண்டே இருப்பதுபோல; ஒரு கணத்தில் தென்படும் நீர் மறுகணத்தில் இல்லை; ராமன் முன்பு உணர்ந்த ஓர் அநுபவத்தை, வேறொருவனான கிருஷ்ணன் நினைத்துக் கொள்ளல் முடியாது. அதே போலக் குழந்தை ஒன்றின் அநுபவத்தை, அந்தக் குழந்தை வாலிபப் பருவமடைந்த உடலில் நினைத்துக்கொள்ள முடியாது; இதெல்லாம் விளங்க வேண்டும் என்றால் நிச்சயமாக நிரந்தர மானதும் உடலினும் வேறானதுமான ஒரு 'நான்' (அதாவது 'தான்') உண்டு என்று ஒப்புக்கொண்டுதான் ஆக வேண்டும்' என்று ஜயந்தபட்டர் வாதம் செய்கிறார். இதற்கெதிராக லோகாயதர்கள் பின்வருமாறு பதில் கூறலாம்; "மாறுவது உடலின் வெவ்வேறு நிலைகள்தானே (அவஸ்தைகள்) தவிர, உடல் முன்பிருந்த அதே உடல்தான்; இதற்குச் சான்றாக, ஒருவனை அவனாகவே தெரிந்து கொள்வதைக் கூறலாம். ராமனுடைய இளமைக் காலத்து உடல் முழு முற்றாகவே மாறி வேறு உடலாகியிருந்தால் அவனை அவனது வாலிபப் பருவத்தில் அதே ராமன்தான் இவன் என்று எப்படிக் கண்டு கொள்வது சாத்தியமாகும்? இப்படிப் பருவம் மாறிய நிலையிலும் ஒருவனை அவனே இவன் என்று கண்டுகொள்வது கண்கூடான உண்மை; ஆகவே இளமை போன்ற பருவம் மாறுவதால் உடல் மாறிவிடுவதில்லை என்றுதான் கொள்ள வேண்டும். ஆகவே, உடலின் நிலைகள் பல பருவங்களில் மாறுபடினும் உடல் நிரந்தரமாகவே இருக்கிறது; ஆகவே, முன்னர் கூறிய மூன்று நிகழ்வுகளையும் விளங்கிக்கொள்ள முடியும்.

இதற்கும் மறுப்பு வரலாமென எதிர்பார்த்தே லோகாயதர்கள் பதிலும் கூறுகின்றனர்; மறுப்பு பின்வருவது: "நீ சொன்ன கண்டு கொள்ளுதல்-அவனே இவன் என அறிதல் - ஒரு பிரமை. ஏதோ சில பொதுவான ஒற்றுமையும் ஒப்புமையும் இருப்பதைக் கொண்டு அவனே இவன் என்று அறிவதுதானே தவிர முற்றிலும் உண்மை யாகாது; புதிதாய் வளர்ந்துள்ள நகமும் முடியும், வெட்டிக்களைந்த பழைய நகமும் முடியும்தான் என்று தவறாகத் தோன்றுவது போலத் தான் இதுவும்; குழந்தையின் உடல் வாலிபப் பருவத்தில் இல்லை; அது வேறு, இது வேறு; ஆனால் இரண்டுக்கும் சில ஒப்புமைகள் உண்டு; அதைக் கொண்டு செய்யும் முடிவு தவறு." இதற்கு லோகாயதர் கூறும் பதில் ரொம்பத் தெளிவானது: அவனே இவன் என்று கண்டறியும் விஷயத்தை இப்படி எளிதில் அது ஒரு பிழையான காட்சி - பிரமை என்றெல்லாம் தட்டிக்கழித்தால் அப்புறம் இருப்பது ஒரே வழிதான்; அதாவது தர்க்கரீதியான வழி அதுதான்; அதாவது எல்லாமே-அனைத்துப் பொருள்களும் நிகழ்வுகளும் க்ஷணிகம், தோன்றி மறைவன (ஒரு கணத்தில் இருப்பது மறு கணத்தில் இல்லை; எதுவுமே நிரந்தரமானது கிடையாது) என்ற முடிவுதான்; பௌத்தர்கள் இதை வாதிட்டு நிறுவுகின்றனர்; நியாய வைசேஷிகர் மேலே கூறிய அவனே இவன் எனக் கண்டறியும் இதைக் கொண்டே க்ஷணிகக் கொள்கையை மறுக்கிறார்கள். அதற்கு அவர்கள் கூறும் மறுப்பு; அடிமரம்-ஒரு மரத்தின் அடிப்பகுதி; அது அப்படி க்ஷணிகமானதில்லை; பல காலம் கழித்தும் ஓர் அடிமரத்தை அடையாளம் கண்டு அதுவே இது என்று அறிகிறோம். அவ்வாறு அவர்கள் அடிமரம் நிரந்தரம் என்று ஒப்புக்கொள்ளும்போது, உடல் நிரந்தரமானதுதான் என்பதை, இந்தக் கண்டறிதலைக் கொண்டே ஏற்க என்ன தடை?

இந்த மறுப்புக்களுக்கு எதிராகவும் உடல் எப்போதும் மாறிக் கொண்டே இருப்பது என்பதற்கு ஆதரவாகவும் இரண்டு சான்றுகள் உள்ளன; ஒரு மரத்தின் அடிப்பாகத்தை நாம் கண்டறியும்போது, அதன் தோற்றத்திலோ வடிவத்திலோ, அதன் பருமையிலோ, சுற்றுப்புற நிலையிலோ வேறுபாடு புலப்படுவதில்லை; ஆனால் முதிய பருவமடைந்த ஒருவனை பழைய இளைஞனே இவன் என்று அடையாளம் கண்டு அறியும்போது, இத்தகைய வேறுபாடுகள் பலவும் கூடவே இருக்கின்றன; ஆகவே, இரண்டு கண்டறிதலையும் ஒரே மாதிரியாகக் கருத இடமில்லை; முன்னர் எப்போதோ கண்ட அடி மரத்தைக் காணும்போது, அந்த அடிமரம் நிரந்தரமான ஒரு விஷயம்; மனித உடலைக் கண்டறிவதில் இந்த நிரந்தரமான விஷயம் இல்லை. இது ஒன்று; அடுத்ததாக, உடலை வளர்த்துக்கொள்ள

இந்தியத் தத்துவ இயலில் நிலைத்திருப்பனவும் அழிந்தனவும்

உண்ட உணவை ஜீரணம் செய்து உடல் வளர்வது நிச்சயமாகவே நமக்குத் தெரியும்; இல்லாவிட்டால், உணவு ஜீரணமான பின் என்ன ஆகிறது என்பதை விளக்க முடியாது; பாலும் நெய்யும் உண்பதால் உடல் கொழுப்பதும், தங்க பஸ்பம் சாப்பிடுவதால் உடலில் ரத்தம் அதிகமாவதும் எப்படி? ஆகவே உடல் மாறிக்கொண்டே இருப்பது கண்கூடு; பருத்துக் கொழுத்த உடலையும் மெலிந்த உடலையும் ஒன்றே எனக் கருதுவது அபத்தமல்லவோ? ஆகவே, உடல் மாறி வருவது, ஓர் உடலின் இடத்தில் மற்றோர் உடல் மாறி வந்திருக்கிறது என்பதுதான் உண்மை; ஆகவே, கடந்த கால அநுபவங்களை நினைத்து அறியும் தானாக-ஆத்மாவாக உடல் இருக்க முடியாது; கடந்ததை நினைத்தறிய வெறும் உடம்பு மட்டுமின்றி வேறொரு 'தான்'-ஆத்மா உள்ளது என்று ஏற்பது அவசியமாகிறது.

இந்த வகை வாதங்களில் மிகவும் சுவையான-ஆர்வமூட்டும் அம்சங்களில், குறிப்பாக, உணவு உட்கொள்வதால் அது மாறிக்கொண்டே இருப்பது என்று தெரிகிறது என்ற விஷயம் கவனத்திற்குரியது ஆகிறது; ஆனால், மாறிக்கொண்டே இருக்கும் உடலைத் தவிர வேறாகவே, தனியாய், ஒரு மாறாத, நிரந்தரமான 'தான்'-ஆத்மா இருக்கிறது என்னும் ஜயந்தபட்டருடைய கூற்றை, இந்தப் பழையதை நினைத்தல் என்ற சான்று நிரூபிக்கிறதா என்பது முற்றிலும் வேறு கேள்வி. இது பற்றிப் பேசுவதற்கு முன், உதயணர் இதே நினைவு-ஞாபகம் என்ற சான்றைக் கூறி இதையே முடிவாகக் கூறுவதைக் காண்போம். பணிபூஷண தர்க்க வாகீசர் தெளிவாக அதைக் கூறுகிறார்.[80]

பௌதீகமான இயற்கையிலிருந்து உணர்வு தோன்றிற்று என்னும் கருத்தை மறுத்து உதயணர் பின்வருமாறு கூறுகிறார்: உடல்தான் உணர்வு என்று கொண்டால் எப்போதோ கடந்த காலத்தில் நேர்ந்த ஒன்றை நினைத்தல் என்பது இயலாது; வயது முதிர்ந்த நிலையில் ஒருவன், தனது இளமைப் பருவத்தில் அநுபவித்த ஒன்றை நினைத்தல் என்பது இயலாது; வயது முதிர்ந்த நிலையில் ஒருவன், தனது இளமைப் பருவத்தில் அநுபவித்த ஒன்றை நினைத்து உணர்கிறான் என்பது உண்மைதான்; அவனது இளமைக் காலத்து உடல் இப்போதில்லை; பழைய நிகழ்வின் எண்ணமும் இப்போது இந்த உடலில் பதிந்திருக்கவில்லை. ஆயினும் வயது முதிர்ந்த உடலில் பழைய ஞாபகங்கள் நிகழ்வது இயலாத ஒன்று; வேறொரு உடம்பில் நிகழ்ந்த பழைய அநுபவம் மற்றோர் உடம்பில் (மாறிய உடம்பில்) ஞாபகத்திற்கு வருவது என்பது இயலாத ஒன்று; முதுமை பெற்ற உடம்பில் புதிதாக நிகழ்ந்த இழப்பும் புதிதாய்க் கிடைத்த பலவும்

தெரிவதால் உடம்பு நிச்சயமாய் மாற்றத்திற்கு உள்ளானது கண்கூடு. பழைய உடல் கழிந்து மாறித்தான் புதிய உடம்பு கிடைத்திருக்கிறது. இந்த வகையில் இளமைக் காலத்து உடலிலிருந்து முற்றிலும் மாறுபட்டது வாலிபப் பருவத்து உடல்; அதிலிருந்தும் அறவே மாறுபட்டதுதான் முதுமைப் பருவத்து உடல் என்பதை ஏற்றே தீர வேண்டும்; மூன்று பருவத்து உடல்களிலும் அவற்றிற்குரிய பௌதீக குணங்கள் (இயல்புகள்) மாறுபடுவதால் மூன்றும் ஒன்றே எனக் கொள்ளவும் முடியாது; குணங்களில் ஏற்பட்டுவிட்ட மாறுதல்களைப் போலவே அவற்றின் அளவில் (பருமன் போன்றவற்றில்) ஏற்பட்டு விட்ட மாறுதல்களும் அடிப்படையான உடற்கூறுகளில் மாறுதல் ஏற்பட்டுவிட்டதையே காட்டும். ஒவ்வொரு நாளும் உடம்பு தேய்வுற்று அழிவதும், புதிதாய்ப் பெற்று வளர்வதும், மாற்றத்திற்கான அறிகுறிகளும் காரணமும் ஆகும்போது, அந்தப் பௌதீக மாற்றத்தின் விளைவாக நேற்று நிகழ்ந்த ஒன்றை இன்று அநுபவித்து உணர்வது கூட இயலாததாய்விடுகிறது. உணர்வு என்பது உடலின் எல்லா அவயங்களிலும் இருப்பது என்று கொண்டாலோ, கை கால் போன்ற உறுப்புக்களை இழந்த ஒருவன், முன்பு அந்தக் கையும் காலும் அநுபவித்தவற்றை ஞாபகப்படுத்திக்கொள்வது எப்படி என்று விளக்குவது கஷ்டம்; ஓர் அநுபவத்தை அடைந்த உறுப்பு போன்றவை இல்லாமற்போகும்போது, அந்த அநுபவத்தின் பதிவும் அழிந்து விடுவதால் அதை நினைத்தல் என்பது சாத்தியமில்லை; உண்மையில், அப்படி நினைத்தல் சாத்தியம்தான்; ஏனெனில் பழைய அநுபவம் அழிந்துவிடுவதில்லை; புதிதாக ஏற்பட்ட உடம்புக்கு அது அப்படியே மாற்றிக் கொடுக்கப்பட்டுவிடுகிறது; ஆகவே, புதிய உடம்பு பழைய நினைவுகளையும் கொண்டிருக்க முடியும் என்றும் கூற முடியாது; இவ்வாறு நீ சொல்லும் மாற்றம் சாத்தியமே இல்லை. ஓர் உடம்பின் அநுபவப் பதிவுகளை மற்றோர் உடலுக்கு மாற்றுவது முடியாது; அப்படியானால், ஒரு தாயின் அநுபவங்கள் அவளுடைய கருவில் உள்ள குழந்தைக்கும் ஏற்படும் என்றாகும்; அந்தக் குழந்தை, தன் தாயின் அநுபவங்களை உணர வேண்டும்; அப்படி இல்லை. சாதாரண அநுபவங்கள் அவ்வாறு மற்றோர் உடலுக்கு மாற்றப்படுவன ஆகா; ஒரு பௌதீகமான அநுபவத்தின் காரணமாய் நிகழும் பதிவுதான் மாற்றுவதற்குரியது. ஓர் உடலின் ஏதோ ஒரு உறுப்பு இழக்கப்பட்டால், மீதியுள்ள உறுப்புக்கள் முற்றிலும் புதியதோர் உடலைப் படைத்துக் கொள்கின்றன. ஆகவே புதிய உடலுக்கு, இழக்கப்பட்ட உறுப்புக்கள் பௌதீகப் பொருள்மயமான காரணம் என்று கருத முடியாது; ஆகவே, இழந்த உறுப்பின் அநுபவம் இந்தப் புதிய உடலுக்கும் மாற்றப்படுவது

சாத்தியமில்லை; ஆகவே, இழந்த உறுப்பின் அநுபவத்தை நினைவு கூரல் இயலாது. ஓர் உதாரணத்தைப் பார்ப்போம்: கடந்த காலத்தில் ஒருவனது கை ஒரு ஸ்பர்ச அநுபவத்தை - கையால் தொட்டுணர்ந்த அநுபவத்தைப் பெற்றிருந்தது; இந்த அநுபவத்தின் பதிவு அந்தக் கைக்கு மட்டுமே தெரிந்ததாக இருந்திருக்கலாம்; உணர்வு பௌதீ கத்திலிருந்து தோன்றியதுதான் என்ற கொள்கை உடையவர்கள்கூட, அந்தக் கை போன பிறகும், அந்த ஸ்பர்ச உணர்வு நினைவுக்கு வருவதை ஒப்புக்கொள்வர்; அவர்கள் கருத்துப்படி, பழைய அநுபவத்தை நேரில் பெற்ற கை, அந்த உணர்வின் அநுபவத்துடன் போய்விடுகிறது என்னும்போது பழைய ஞாபகம் எப்படி சாத்தியம் ஆகும்?

ஆகவே, சுருக்கமாகச் சொன்னால், உடம்பு மாறிக்கொண்டே இருப்பது; ஆகவே, அந்த உடம்பைக் கொண்டு மட்டுமே பழையதை நினைத்தல் என்பதை விளக்க வழியே இல்லை; ஆகவே, ஏதோ ஒரு நிலையான, மாறாத, நிரந்தரமானதுதான் ஆத்மா என்பதை ஏற்க வேண்டியது அவசியமாகிறது. உடலைவிட முற்றிலும் வேறான ஒரு தான் - ஆத்மாதான் பழைய அநுபவங்களை நினைத்து உணர்கிறது.

லோகாயதர்களின் கருத்தை மறுத்துரைக்க நியாய வைசேஷிகர்கள் பின்பற்றும் தந்திரம் ஓர் தனிச் சிறப்புடையது. அதை நன்கு புரிந்து கொள்வது அவசியம். ஏனென்றால், அதைப் பொறுத்துத்தான் அந்த தந்திரம் போதுமானதுதானா இல்லையா என்பதை நாம் நிர்ணயிக்க முடியும்.

அந்தத் தனிச் சிறப்பு யாது? வெறும் பகுத்தறிவு முறையால் மட்டுமோ அல்லது கருத்தளவில் அலசி மட்டுமோ மறுக்காமல், அநுபவத்தில் அறியும் விஷயங்களைச் சரியாகப் புரிந்துகொள்ளும் போது, உடலும் ஆத்மாவும் ஒன்றே என்பதற்கு நேர்மாறாகத் தெரிகிறது. இதற்கென்ன அர்த்தம்? இன்று நாம் விஞ்ஞானம் என்றும் விஞ்ஞான பூர்வமான அறிவு என்றும் கூறுகிறோமே அதுதான் அதற்கு அர்த்தம்.

ஆகவே, மேலே நாம் கூறிய ஜயந்தபட்டர் மற்றும் உதயணருடைய தந்திரம், அந்தக் காலத்தில் இருந்த விஞ்ஞானம், அது பற்றிய விவரங்களையே கொண்டிருக்கிறது; இதை நாம் மிகவும் முக்கியமாகக் கொள்ள இரண்டு காரணங்கள். ஒன்று, அதில் இந்த சர்ச்சையின் நிஜமான பலமும் நிஜமான பலஹீனமும் இருப்பது; மற்றொன்று, அந்த வாதம் போதுமா இல்லையா என்பதை நிர்ணயிக்கவும் அது தான் உதவுகிறது; ஏனென்றால் அது பற்றிய விஞ்ஞானத்தை, விஞ்ஞானத்தின் அளவு கொண்டே நிர்ணயிக்க வேண்டும்.

முதலில் அதில் உள்ள பலத்தைப் பார்ப்போம். உடலும் ஆத்மாவும் ஒன்றே என்ற கருத்தை மதித்தறிய வேண்டுமானால் முதலில் உடலைப்பற்றி முழுதும் சரியாகத் தெரிந்துகொள்ளல் வேண்டும். ஜயந்தபட்டரும் உதயணரும் உடல் இடைவிடாது மாறிக்கொண்டே இருப்பது என்பதைத் தெளிவாகக் கூறுகின்றனர். இதற்கு அடிப்படையாக அவர்கள் உடல் இளமைக்கும் முதுமைக்கும் இடையே பல படி மாறிவருகிறது என்று மட்டும் கூறவில்லை; அந்தக் காலத்தில் விஞ்ஞானம் வளர்ச்சிபெறாதிருந்த நிலையில் அவர்கள், உடல் இடைவிடாமல் மாறுவதற்குக் காரணம், உடலுக்குக் காரணமாயிருக்கும் பௌதீகப் பகுதிகள் மாறி மாறி அமைவதால்தான் என்று கூறுவது மிகவும் வியப்புக்குரியதாகிறது. இந்த விஷயத்தை ஜயந்தபட்டர், உடல் சரியாக வளரவும் இருக்கவும், உண்ட உணவு ஜீரணமாவதை எடுத்துக்காட்டுகிறார். உடலுக்கு இடைவிடாத சத்துணவு தேவைப்படுகிறது; சத்துணவு தரும் போஷணை என்பது உடலில் உள்ள பழைய பௌதீகப் பகுதிகளை மாற்றிப் புதிய புதிய பௌதீகப் பகுதிகளைத் தந்துகொண்டே இருப்பதுதான். இது மிகுந்த வியப்பிற்குரியதாவது ஏனெனில், உடல் இறப்பது பற்றிய விவரங்களைச் சரியாக விளக்குவதில் ஏற்பட்ட விரிவான முன்னேற்றம் ‘ஸெல்’ (Cell) என்ற இரத்த அணுக்களைக் கண்டுகொள்வதைப் பற்றியதும் பின்னால் அது பற்றிய உண்மைகள் விளங்கியதும், நம் காலத்து விஞ்ஞானம் அது பற்றிய அடிப்படை அறிவை மிகவும் செழுமைப்படுத்தி நமக்குக் கூறுவதும்தான், அந்தக் காலத்தில் அவர்கள் அவ்வாறு கூறியதை வியப்புக்கு உரியதாக்குகின்றன. உடலுக்குள் இரத்த அணுக்களை உற்பத்திசெய்தல் இடைவிடாது நடந்துகொண்டே இருக்கிறது என்றும் அதனால்தான் உடலின் பௌதீகப் பகுதிகள் இடைவிடாமல் மாறிக்கொண்டே இருக்கிறது என்றும் இன்றும் கூறுகிறார்கள். “இப்படி ரத்த அணுக்கள் உற்பத்தி ஆகிக்கொண்டே இருக்கும் இந்த உற்பத்தி வேகம், உடலில் வெவ்வேறு இடங்களில் அதனதற்குரிய தேவைக்கேற்ப மாறுபடும். உடம்பில் உள்ள புரதச் சத்தின் சரிபாதி, தசையும் தசை நார்களும் எண்பது நாட்களுக்கு ஒரு முறை மாற்றியமைக்கப்படுகின்றன என்று கணக்கிட்டிருக்கிறார்கள். கீழ்மட்டத்திலிருந்து புதிய தோல் தொடர்ந்து அமைந்துகொண்டே வருகிறது என்றும், பழைய தோல் மேலே போய் இறந்தும் மறைந்தும் விடுகிறது” என்றும் கூறுகிறார்கள்.[81]

நியாய வைசேஷிகர்கள், தாமறிந்த விஞ்ஞான இயல்புடைய காட்சியனுபவங்களின் அடிப்படையில், உடலின் பௌதீகப் பகுதிகளின் மாற்றம் இடைவிடாமல் நிகழ்வதால் உடல் எப்போதும்

மாறிக்கொண்டே இருக்கிறது என்பதைக் கூறும்போது நம் காலத்து விஞ்ஞான உண்மைகளை நெருங்கிவிடுகிறார்கள். ஆனால் அவர்களுடைய விஞ்ஞான வளர்ச்சி குறைவால், உடல் பற்றிய அதே கருத்தை, பழைய ஞாபகம், நினைத்து உணர்தல் போன்ற மனம் பற்றிய உண்மைகளைக் கண்டறிய, பொருத்திப் பார்க்க முடியாமல் போகிறது; இது பற்றி எங்களுக்குத் தெரியவில்லை என்று அவர்கள் உண்மையைக் கூறியிருந்தால் மிகவும் வியப்புக்குரிய விஞ்ஞானபூர்வமான அவர்களுடைய கொள்கைக்கு ஆபத்து ஏதும் இல்லைதான்; அவர்கள் காலத்தில் அது தவிர்க்கவும் முடியாததுதான். ஆனால் அவர்களுடைய கொள்கைக்கு ஆபத்து நேர்ந்தது எங்கே என்றால், தங்களுடைய அறியாமையால் நேர்ந்துவிட்ட இந்த ஆபத்தில் அவர்கள் வேறு ஒன்றைக் கூறி இட்டு நிறைக்க முயன்றதில்தான். உடலினும் வேறானதும் உடலில் தற்காலிகமாக வந்து உறைவதாகவும் ஒன்றை-அதாவது ஆத்மா என்பதை - ஒரு மூடநம்பிக்கையான விஷயத்தைக் கூறிவிட்டனர். ஆத்மாதான் ஞாபகம், பழைய நினைவு ஆகியவற்றை உணர்வதாகக் கற்பித்துவிட்டனர். இந்தப் பலஹீனம், கௌதமர், வாத்ஸ்யாயனர் என்போரின் பழைய காலத்திலும் இருந்த ஒன்றுதான்: அவர்களும் மனம் செயல்பட்டு இயங்குவதற்கு ஆதாரம், பௌதீக உடல்தான் என்று தெரியாமல், தனியே ஆத்மாவென்று ஒன்றைச் சொல்லி ஒப்பேற்றினார்கள். இதில் ஒரு வேடிக்கை; அந்த ஆத்மாவும் தான் மட்டும் இந்த மனச் செயற்பாட்டை - ஞாபகம் நினைவு - சிந்தனை போன்றவற்றை நிகழ்த்தும் ஆற்றல் அற்றதாம். தேகத்திற்கு வேறாக தனியாக ஆத்மாவை ஒப்புக்கொள்ளாவிட்டால் மாறிக் கொண்டே இருக்கும் உடலின் இயல்புக்கேற்ப பழையதை நினைத்தல், ஞாபகம் போன்ற விஷயம் பற்றி விளக்கவே முடியாது என்று வாதிடும் ஜயந்தபட்டரும் உதயணரும்கூட அந்த ஆத்மாவுக்கு நினைவும் உணர்வும் போன்ற, பௌதீக தேகத்திற்கே உரிய செயல்களை ஏற்றியுரைக்க முடியாமல் திணறுகிறார்கள்; நியாய வைசேஷிகர்கள் ஆரம்ப காலத்தில் கொண்டிருந்த கருத்தாக்கம் - அதாவது, அந்த ஆத்மா தன்னளவில் ஒரு உணர்வற்ற ஜடப் பொருள் என்றுதான் அவர்கள் காலத்திலும் கருதப்பட்டது. அத்தகைய ஆத்மா எப்படித் தன் பழைய அநுபவங்களை நினைத்துக்கொள்ள முடிகிறது என்பதுகூட கடைசியில் ஒரு மர்மமாகவே நின்றுவிடுகிறது. ஞாபகத்தையும் நினைவையும் வைத்துத்தான் ஆத்மா உண்டு என்று நிரூபித்தார்கள். அவர்கள்; ஆயினும் அந்த மர்மம் மட்டும் வெளிப்படவே இல்லை.

இப்படி அவர்கள் காட்டிய நிரூபணங்கள், உடலிலும் வேறாக ஆத்மா உண்டு என்று நிரூபிக்கப் போதுமா என்று பார்ப்பது மிகவும்

முக்கியம். நாம் முன்னரே சொன்னபடி, இந்த நிரூபணங்களைச் சரியென்று கொள்ள வெறும் கருத்து வகையில் அலசி ஆய்வதோ, தர்க்க நியதிகள் மட்டுமோ போதாது; இவர்கள் சார்ந்து நிற்பது அடிப்படையில் விஞ்ஞான அறிவே தவிர வேறில்லை; ஆகவே, அதை விஞ்ஞான வகையில்தான் மதிப்பிட வேண்டும்.

ஆதலால் லோகாயதர்களுக்கு எதிரான இந்த வாதத்திற்குரிய மதிப்பை அறியத்தக்க ஒரு மிக எளிதான கேள்வி இதுதான்.

உடலினும் வேறாக ஆத்மாவை ஒப்புக்கொள்வது பழைய நினைவையும் - ஞாபகத்தையும் புரிந்துகொள்வதற்கான முன்னேற்றத்திற்கு மிகவும் துணை செய்கிறதா? அல்லது உடலையும் அதன் இயல்பையும் செயலையும் பற்றி ஆழமாகப் புரிந்துகொண்டதுதான் உண்மையில் இந்த முன்னேற்றத்திற்குத் துணைசெய்கிறதா? ஜயந்தபட்டரும் உதயணரும் கொண்ட கருத்து, ஞாபகத்தைப் புரிந்துகொள்ள லோகாயதர்களின் கருத்தைவிட அதிகமாக உதவி இருக்கிறதா என்று கேட்டால் ஒரே ஒரு விடைதான் உண்டு. இந்தப் பழைய நினைவு என்னும் நிகழ்ச்சி பற்றி இன்று நமது அறிவில் ஏற்பட்டுள்ள முன்னேற்றம், உடலைப் பற்றி மிகவும் ஆழமாகவும் நன்றாகவும் தெரிந்துகொண்டதன் விளைவே ஆகும். பண்டைய கருத்தான ஆத்மா என்பதைப் பிடித்துத் தொங்கியது. இந்த அறிவு, முன்னேற்றத்திற்கு-பௌதீக உடல் பற்றிய பொது அறிவிலும், நினைவு, ஞாபகம் போன்ற நிகழ்வு பற்றிய அறிவிலும் அமைந்துள்ள முன்னேற்றத்திற்குத் தடையாகவே இருந்திருக்கிறது. நாம், நம் காலத்து உடலியல் விஞ்ஞானம் நினைவும் ஞாபகமும் பற்றி முழு அளவில் விளக்கம் பெற்றுவிடவில்லை என்பதும் உண்மைதான்; ஆயினும் நம் அறிவு வளர்ச்சி மிகவும் உயர்ந்ததாகவே ஆகியிருக்கிறது; உடலைப் பற்றிய சற்றே விரிவான அறிவின் ஆதாரத்தில் நமக்குத் தெரிய வரும் சில விஷயங்களை இங்கே நாம் காட்டலாம்.

முதலாவதாக, உடல் எப்போதும் மாறிக்கொண்டே இருப்பது என்பதை ஒப்புக்கொள்ளும் நம் காலத்து விஞ்ஞானிகள் பழைய நினைவு பற்றிக் கூறுவதென்ன? இதற்கு ஹைடென்[88] கூறும் விடை; "உடலில் உள்ள நரம்பு 'ஸெல்' களின் ஓர் ஒப்பற்ற - வேறு எந்த 'ஸெல்'லுக்கும் இல்லாத ஓர் இயல்பை நான் வற்புறுத்த வேண்டும்; பொதுவாக ஓர் உடலில் உள்ள 'ஸெல்'கள் உயிரணுக்கள் பிளவுபடுவன; சில மிக விரைவிலும் சில நீண்டவெளிக்குப் பின்னரும் பிளவுபடும்; எல்லா உயிரணுக்களுமே பிளவுபடுவனதாம்; நரம்பில் உள்ள அணுக்களில் உள்ள தனித்தன்மை அவை பிளவுபடுவதே இல்லை

என்பதுதான்; நாம் பிறக்கும்போதும் இறக்கும்போதும் ஒரே மாதிரியான நரம்பு அணுக்களையே பெற்றிருக்கிறோம். இந்த இயல்புக்கு என்ன காரணம்? எந்த வகையில் மற்ற உயிரணுக்களுக்கும் இதற்கும் மாறுபாடு தோன்றுகிறது? எனக்குத் தோன்றும் முக்கியமான காரணம் யாதெனில், வாழ்நாள் முழுதும் உடனடியாகப் பயன்படும் வகையில், ஒவ்வொரு நரம்புக்கும், (நரம்பு மண்டலத்திற்கும்) ஏற்படுகிற அநுபவங்களின் திரட்சியை-சேர்ந்து குவிந்து கிடக்கும் நினைவுகளையும், பழைய ஞாபகங்களையும் - தந்துகொண்டே இருக்க வேண்டிய அவசியம் இந்த அணுக்களுக்கு இருப்பதே என நினைக்கிறேன். நரம்பு அணுக்களின் இத்தகைய தனிச் சிறப்பான வேலை எதனோடு இணைந் திருக்கிறது? தாம் தோன்றி வளரும் பரிணாம வகையில் இந்த அணுக்கள் மிக நீண்ட காலமாகக் கிளைத்துப் பல்கியதால் நிகழ்ந்த அவற்றின் சிக்கல் மிக்கதும் எளிதில் கண்டறிய முடியாததுமான இயல்புடைய அமைப்பு முறையுடன் இணைந்திருக்கிறது இந்த செயற்பாடு. ஆகவே, இது பற்றிய சில விளக்கத்தைப் பின்னால் எழுதுவேன். அதாவது இந்தப் பழைய ஞாபகம் - கடந்ததை நினைத்தல் போன்ற யந்திர இயக்கம் பற்றியும் அதற்கு இந்த நரம்பு மண்டலங்களே அடித்தளமாகின்றன என்பது பற்றியும் பின்னால் எழுதுவேன்.

மூளையில் உள்ள ஸெல்களின் தனிச் சிறப்புடைய குணாம்சங்களில் மிகவும் முக்கியமானது, ஒருவித அமிலத்தையும் (Nucleicacid) புரதத்தையும் (Proteins) அதிக அளவில் உண்டாக்கும் ஆற்றல் அவற்றிற்கு இருப்பதுதான் என்று கூறுகிறார்கள். ஸெல்லின் R.N.A. வளம் அடைந்த பகுதிகளில் புரதச் சேர்க்கை நடக்கிறது. நரம்பு ஸெல்கள் ஒவ்வொன்றும் கிட்டத்தட்ட 1500 மைக்ரோமைக் ரோகிராம்கள் R.N.A. யைக் கொண்டுள்ளன. உடம்பில் உள்ளவற்றுள் R.N.A. உள்ள ஸெல்கள்தான் பெரிய நரம்பு மண்டலங்கள். நரம்பு மண்டலங்களில் உண்டாக்கப்படும் R.N.A. புரதங்கள் படித்தறிவதற்கும், அவற்றையும் பழைய நினைவுகளையும் இயக்கும் யந்திர வகைச் செயலுக்கும் அடித்தளமாகச் செயல்படலாம். பழைய நினைவு, ஞாபகம், கடந்த காலத்தை உணர்வுக்கு மீண்டும் கொண்டுவருதல் முதலிய ஆற்றல்கள், பொதுவான உயிரியல் விஞ்ஞானம் பற்றிய நம்புதற்குரிய, தொடக்கத்திலிருந்தே இருக்கும் ஒரு யந்திர வகைச் செயல் முறையில் இருப்பதாகவே நிச்சயமாக எதிர்பார்க்க முடியும். மேலே கூறியவற்றுடன், “நினைவில் கொள்ளலும், புரதச் சேர்க்கையும்” என்ற தலைப்புடன் ஸைன்டிபிக் அமெரிக்கன் (Scientific American) என்ற இதழில் (ஜூன் 1967) வந்த கட்டுரையில் பெர்னார்டு அங்ரனோப்

என்பார் கூறும் நினைவுகளை ஒன்றுகூட்டுவதற்கும் மூளையில் புரதம் உற்பத்தியாவதற்கும் உள்ள தொடர்பைப் பற்றிய விவரங்களையும் சேர்த்துக்கொள்ளல் நல்லது.

பழைய நினைவு என்ற இந்த நிகழ்வு, ஒரு தத்துவவாதி உடலினும் வேறான ஆத்மா என்ற மூட நம்பிக்கையை ஒப்புக்கொண்டு புகலடையும் அளவுக்கு அப்படியொன்றும் அவனையும் மீறிய மர்மச் செயல் அன்று; இன்றும் நம் காலத்து விஞ்ஞானம் அதை ஆழ்ந்து பார்ப்பதற்கு அடிப்படையான கருத்தே பழைய லோகாயதர்கள் கொண்டே அதே கருத்துத்தான்; அதாவது உடலில் நிகழ்வன அனைத்தும், உணர்வு என்று புரிந்துகொள்ளும் அனைத்தும், விசேஷமான முறையில் அமைந்துள்ள, உயிருள்ள வடிவில் அமைந் துள்ள ஜட இயற்கையின்-பௌதீகத்தின் விளைவுகளே என்பதே லோகாயதர் கூறியது.

இதே கருத்துத்தான் டபிள்யூ.ஜீ.பென்பீல்டு என்பவர் செய்து காட்டிய மிகவும் சுவையுள்ள கவனத்திற்குரிய பரிசோதனைகளாலும் சுட்டப்படுகிறது. ஓய். சபரினா[83] என்பவர் அவை பற்றிய பிரசித்தமான விவரத்தைப் பின்வருமாறு எழுதுகிறார்:

"மூளைக்கு முன்புறத்தில் அல்லது நெற்றி மேட்டுப் பகுதிகளில் மின் தூண்டுதல் கொடுப்பதால் எத்தகைய விளைவும் ஏற்படுவ தில்லை; மின்சாரம் உள்ள கம்பியைக் கொண்டு தூண்டினாலும், ஒளியுணர்வோ, கட கடவென்று கேட்கும் ஒலியுணர்வோ, தோல் மீது படரும் உணர்வோ பரிசோதனை செய்யப்படும் மனிதர்களிடம் தோன்றுவதில்லை; ஆனால் பார்வை, கேட்டல், ஸ்பர்சம் ஆகிய வற்றை உணரும் கண், காது, தோல் போன்ற பகுதிகளில் அத்தகைய தூண்டுதல் நேர்ந்தால்தான் மேலே கூறிய உணர்வுகள் தோன்றும். ஒரு நாள், கனடா நாட்டு ஆராய்ச்சியாளரான பென்பீல்டு, 1954ல் மிகக் குறைந்த சக்தி கொண்ட மின்சாரக் கம்பி போன்றதை ஒரு மனிதனுடைய நெற்றிப்பொட்டில் வைத்துப் பார்த்தார். அதன் விளைவாக அந்த மனிதனது தலையில் பழைய நினைவுகளின் ஒலியும் காட்சிகளும் பதிவுசெய்து கேட்பிப்பது போலவும் கண்ணுக்குக் காட்டுவது போலவும் தோன்றிற்று. அவன் பல ஆண்டுகளுக்கு முன் கண்ட காட்சிகளும், கேட்ட ஒலிகளும், நினைத்த எண்ணங்களும், அடைந்த உணர்ச்சிகளும் முழு விவரங்களுடன் அப்படியே உயிர்பெற்று விட்டது போல் இருந்தன. மின் தூண்டுதலை நிறுத்தியவுடன் அவை யாவும் மறைந்துவிட்டன. பென்பீல்டு இது போன்ற பல சுவையான பரிசோதனைகளைக் கூறுகிறார். ஒருவனுடைய நெற்றிப்பொட்டில்

இந்தியத் தத்துவ இயலில் நிலைத்திருப்பனவும் அழிந்தனவும் 541

மின் தூண்டுதல் தந்தபோது, அவன் பியானோ வாசிப்பதைக் கேட்டதாகக் கூறினான். மீண்டும் தூண்டுதல் தந்தபோது ஒரு குரல் பாடுவதைக் கேட்டது மட்டுமின்றி அதன் மெட்டு தனக்குத் தெரியும் என்றான். மறுபடியும் தூண்டினார் மின்சாரத்தால்; அவன் எப்போதோ கேட்ட இசை நாடகத்தின் ஒரு பாட்டுத்தான் அது என்றான். பிறகு மின் கம்பியை அவனுடைய நெற்றிக்கு நான்கு ஸெண்டி மீட்டர் அளவு நெருக்கமாக வைத்துப் பார்த்தபோது, தான் எப்போதோ பார்த்த ஒரு ரொட்டிக் கிடங்கு மற்றும் மது புட்டிக் கம்பெனியின் விளம்பரம் நினைவுக்கு வருகிறது என்று சொன்னான். இப்படி அவன் சொன்னது தூண்டுதல் காரணமாக அவன் தனக்குத் தானே ஏதோ தோன்றியதைச் சொன்னது இல்லை என்பதை உறுதிப்படுத்திக் கொள்வதற்காக அவர் மறுபடியும் மின்சாரம் செலுத்துவதாகச் சும்மா சொல்லிவைத்தார். ஆனால் உண்மையில் செலுத்தவில்லை; ஏதாவது தெரிகிறதா என்று அவனைக் கேட்டார். அவன் ஒன்றும் தெரிய வில்லையே என்றான். இந்தப் பரிசோதனைகளும் அவற்றால் தெரிந்தவையும், பழைய நினைவுகள் சுயேச்சையாகவே தோன்றுவன என்றும் அதற்குக் காரணம் நெற்றிப் பகுதிகள் சிலவற்றில் ஏற்படும் தூண்டுதல் என்றும் உறுதியாகின்றன; இன்னும் சில பரிசோதனைகளில் தூண்டுதல் கொடுத்தபோது, உண்மையிலேயே நிகழ்வது போன்ற தெளிவு புலப்பட்டிருக்கிறது. மனப்பிரமைகளைத் தூண்டுதல் பெற்றவர்கள் உணர்ந்தனர். நெற்றிப் பகுதிகளில் ஒரே இடத்தில் மின் தூண்டுதல் கொடுத்தபோது, ஒரு பெண்மணி திரும்பத் திரும்ப ஒரே பாட்டைக் கேட்பதாகக் கூறினாள். மின் தூண்டுதலை நிறுத்தினால் அது கேட்கவில்லை; மறுபடியும் தூண்டினால், பழைய பாட்டை விட்ட இடத்திலிருந்து' மீண்டும் கேட்டாள். அவளை அவர் கேட்டுக் கொண்டபோது, அவள் கண்ணுக்குத் தெரியாத வாத்ய கோஷ்டியின் இசை கேட்பது போல சின்னக் குரலில் அந்தப் பாட்டைப் பாடினாள்; உண்மையில் அவள் பரிசோதனைச் சாலையில் ஏதோ ஒரு கிராமபோன் தட்டு இசைப்பதாகவே நிஜமாக நினைத்தாள்; அப்படி ஏதுமே அங்கு இல்லையென்று எடுத்துச் சொல்லியும் அவள் ஒப்புக்கொள்ள வில்லை அதை; தூண்டுதலால் ஏற்பட்ட மனப் பிரமைகள் எப்போதுமே, அறவே மறந்துபோய்விட்ட ஒரு பழைய அநுபவம் பற்றிய வையாகவே இருந்தன; சிசிச்சைக்கு வந்த ஒருவன் மிக்க வியப்புடன், "டாக்டர், என் நண்பர்கள் உரக்கச் சிரிப்பது கேட்கிறது" என்று கூவினான்; அவனை அவர், "இதில் அவன் காணும் ஆச்சரியம் என்ன" வென்று கேட்க, "தென் ஆப்பிரிக்காவில் இருக்கும் என் உறவினர்கள் சிரிப்பது போலவும், தானும் அவர்களுடன் சேர்ந்து சிரிப்பது போலவும்

உணர்கிறேன்" என்றான்; ஆனால் தான் ஆப்பிரிக்காவில் இல்லை; அப்போதைக்கு கனடாவில்தான் இருக்கிறோம் என்பது நன்கு தெரிந்தே இருந்தது; நெற்றிப்பொட்டின் பல்வேறு இடங்கள் பல்வேறு பழைய ஞாபகங்களுக்குப் பொறுப்பேற்கின்றன; மேல் மட்டங்கள் எப்போதோ மிக மிகப் பழைய காலத்து நிகழ்வுகளை நினைவுகூர்கின்றன; அவற்றை அறவே அகற்றிவிட்டாலும் சமீப காலத்து நிகழ்வுகளை நினைவுகூர்தல் நிகழவில்லை; ஆனால் அடிமட்டத்துப் பகுதிகள் பழுதுபட்டால் சமீப காலத்து நினைவுகள் வருவதில்லை; ஆயினும் பழைய நினைவுகள் அழிவதில்லை; மின் தூண்டுதல் கொடுத்தால் அவற்றை நினைவுகூர்விக்க முடியும்; நெற்றிப் பகுதிகள் மூளையின் பதிவுக் காப்பகமா, நினைவுகளின் மையமா என்று கேட்டால் அப்படியும் இல்லை என்கிறார் பென்பீல்டு. இப்படிக் கொள்வது விஷயத்தை மிகவும் எளிதாக்கிவிடும்; இங்கே நிகழ்வுகள் பதிவுசெய்யப்படுவதில்லை; அந்தப் பதிவுகள் நடக்கும் இடம் மூளையின் வேறு பகுதிகள். அவை நெற்றி மேட்டுடன் நெருங்கிய தொடர்புள்ளவை. மின்சாரத் தூண்டல் கொடுக்கும்போது, நெற்றி மேட்டுப் பகுதியில் ஒரு கிளர்ச்சி தோன்றுகிறது. அது அந்தத் தூண்டலை, பழைய நினைவுகள் இருக்கும் மூளைப் பகுதிக்கு அஞ்சல் போல தருகிறது. அதாவது நெற்றிமேடு, நம் தலைக்குள் இருக்கும் டேப்ரிக்கார்டரை இயக்கிவிடுவது போல இது நடக்கிறது. அந்த மேடு தனக்குள் நினைவுகளைப் பதிவுசெய்துகொள்வதில்லை; அது நமது பழைய நினைவுகளின் பதிவுக் காப்பகத்திலிருந்து நினைவுகளைக் கிள்ளி எடுக்கிறது அவ்வளவுதான்.

இந்த நினைவுப் பதிவுக் காப்பகம் ஏற்கெனவே, நிச்சயமாகவே மூளையில் இருப்பதாகவும் கொள்ள முடியாது. நம் காலத்து விஞ்ஞானம் இந்தப் பிரச்சனையை முழுதுமாக விளக்கிவிட்டது என்றும் கொள்ள முடியாது. இவையெல்லாம் நாம் ஆராயும் விஷயத்திற்குப் பொருந்தும் முக்கியமானவையல்ல. ஒன்று மட்டும் பொருத்தமாகும். அதாவது, சமீப காலத்து விஞ்ஞான விளக்கங்கள் பிரமிப்பூட்டுவன என்பதுதான். இத்தகைய முன்னேறிய முடிவு களுக்கு ஆதாரமான கருத்து யாது? உடலிலும் வேறான ஆத்மா என்ற ஒன்று பழைய அநுபவங்களைப் பை பையாக வைத்துக்கொண்டும், அதை அவ்வப்போது துருவிப்பார்க்கும் மர்மமான ஆற்றலைக் கொண்டும் ஞாபகம் - நினைவு போன்றவற்றைத் தருகிறது என்ற கருத்தா? அல்லது மிகமிக ஆழமாக ஊடுருவி உடலைப் புரிந்து கொள்வதுதான் ஆதாரம் என்ற கருத்தா? இதுவும் உடல் பற்றிய நிகழ்வுகளைப் புரிந்துகொள்வது போன்றதுதான்; இன்னும் ஆழமாக

இந்தியத் தத்துவ இயலில் நிலைத்திருப்பனவும் அழிந்தனவும்

ஆராய்ந்தால் ஞாபகம் பற்றி இன்னும் புதிய விளக்கங்கள் கிடைக்கும். இந்தியத் தத்துவம் பற்றிய வரையில் விவாதத்திற்குரியது இந்த இரண்டு விஷயங்கள்தான். லோகாயதர்கள் மனம் பற்றிய எதற்குமே உடல் தரும் சில நிரூபணங்களையே ஆராயவேண்டும் என்கின்றனர். நியாய வைசேஷிகர்களோ, தாம் உடல் பற்றித் தெரிந்துகொண்ட அளவில் நினைவும் ஞாபகமும் உடலின் இயல்பே என்பதைப் புரிந்துகொள்ள முடியாமல், ஆத்மாவை ஒப்புக்கொண்டாலன்றி இதை விளக்க முடியாது என்று நினைத்துவிட்டனர். பிற்காலத்தில் நாம் பழைய நினைவு பற்றிப் புரிந்துகொண்டிருப்பது அனைத்தும் இந்த ஆத்மா என்பது திரும்பத் திரும்பச் சொல்லும், அவசியமில்லாது நாமாக வைத்துக்கொள்ளும், பேச்சுக்காகச் சொல்லும் ஒன்றே எனக் காட்டுகின்றன.

மேலே கூறியதையெல்லாம் தொகுத்து இப்படிக் கூறலாம். லோகாயதத்தை மறுத்துரைப்பதற்காக ஜயந்த பட்டர் மற்றும் உதயணர் இருவருமே பின்பற்றும் தந்திரம் இதுதான். லோகாயதத்திற்கு எதிராக விஞ்ஞானத்தையும் விஞ்ஞான அறிவையும் காட்டுகிறார்கள்; அது போதுமா போதாதா என்பதை விஞ்ஞான வகையில்தான் தீர்மானிக்க முடியும். அப்படித் தீர்மானிக்கும்போது, ஜயந்தபட்டரும் உதயணரும் லோகாயதத்திற்கு மாறாகக் கொள்ளும் நிலைப்பாட்டில் காண்பதைவிட, லோகாயதம் கொள்ளும் நிலைப்பாட்டில்தான் கூடுதலான பொருட் செறிவும் விவேகமும் இருப்பதைக் காண்கிறோம்.

இனி நாம் நமது ஆதாரக் கேள்வியைப் பார்ப்போம். 'பிரக்ஞை (உணர்வு) என்பதற்கு மூலகாரணம் ஜடப்பொருள்களே' என்று கருதும் லோகாயதக் கருத்தை இந்தியத் தத்துவம் எந்த அளவுக்கு மறுத்திருக்கிறது? லோகாயதம் கூறுவது தன்னளவிலேயே நிற்க இயலாத ஒரு வெகுளித்தனமான அறியாமைக் கூற்று என்று பொதுவாக அனைவருமே ஒத்துப் பாடுவதைவிட வேறு சாமர்த்திய மானதும் சுலபமானதுமான மறுப்பு கிடையாது. ஆகவே, முதிர்ச்சி பெற்ற தத்துவவாதிகள்கூட மிகவும் சுலபமாக இந்த மறுப்பைக் கூறிவிடுகிறார்கள். லோகாயதக் கருத்துக்களை மறுத்துவிட நினைத்து அவர்கள் கூறுவதெல்லாம் உண்மையில் பார்த்தால் லோகாயதர்களை அறியாக் குழந்தைகள் என்ற நிலைக்குத் தள்ளிவிடும் யுக்தியையோ அல்லது அவர்களுக்கு எதிராக முதிர்ச்சியடையாத விஞ்ஞானத்தை அணிவகுத்து நிறுத்தும் யுக்தியையோ அடிப்படையாகக் கொண்டவை யேயாம். லோகாயதம் என்பது விஞ்ஞானக் கொள்கையின் ஆரம்ப நிலைதான். அதன் அடிப்படையில்தான் விஞ்ஞானம் முதிர் நிலை நோக்கி நகர்கிறது.

8. ஜடப்பொருளும் பிரக்ஞையும் (உணர்வு) பற்றிய ஒரு பண்டைய கருத்து

நமது பண்டைய தத்துவவாதிகளில் ஒருவரும், நாம் நிச்சயமாக அறியக்கூடியவர்களில் மிகவும் பழைமையுடையவருமான ஒருவர் இதை நேரிடையாகக் கூறுகிறார்; அவர் உத்தாலக ஆருவி என்பவர். அவருடைய கருத்துகள் சாந்தோக்ய[84] உபநிஷத்தில் இடம் பெறுகின்றன. ஆனால், தொடர்ந்து நெடுங்காலமாக அதைத் திரித்து வைத்தும் தவறாக எடுத்துக் கூறியும் வந்திருப்பதால் சமீபத்தில் அதை ஜாகோபி என்பவரும் டபிள்யூ ரூபன் என்பவரும் திருத்திச் சரியாக்க முனைந்துள்ளனர். எனினும் முதலில் ஜயந்தபட்டரின் நூலில் உள்ளதான உணர்வின் மூலாதாரம் ஜடப்பொருளே என்பது பற்றிய கருத்துக்கு ஆதாரமாகும் சான்றாகக்கூடியதும் மிகவும் சுவையானதுமான ஒன்றைக் கூறித் தொடங்குவோம். உத்தாலகர் கூறுவதைச் சரியாகப் புரிந்துகொள்ளத் துணை புரியும் குறிப்பொன்று இதில் இருக்கிறது.

எதிர்த்தரப்பு வாதமான பூர்வபக்ஷத்தை முதலில் எடுத்துரைத்துப் பிறகு அதை மறுப்பது என்பது இந்திய மரபு. இதன்படி ஜயந்தபட்டர் முதலில் பல வாதங்களைக் கூறுகிறார். அவற்றின் அடிப்படையில் லோகாயதர்கள் பிரக்ஞை அதாவது உணர்வு ஜடப் பொருளிலிருந்து உண்டானதுதான் என்று நிறுவிவிடலாம். அவற்றுள் ஒன்று, பின்வருவது:[86]

உடலுக்கும் உணர்வுக்கும் இடையே, அன்வயம், வியதிரேகம் என்ற இருவகைத் தொடர்பும் காணப்படுகிறது. உடன்பாட்டு வகையிலும் எதிர்மறை வகையிலும் உள்ள பொருத்தமே அன்வயம்-வியதிரேகம் எனப்படும். ஒன்றிருந்தால்தான் மற்றொன்று உண்டு. ஒன்று இல்லை என்றால் மற்றொன்றும் இல்லை என்பதே அன்வயம்-வியதிரேகம் என்பது. நல்ல உணவும் சத்தான பானமும் கொடுத்து நன்கு போஷித்த உடலில் வளர்ச்சியுற்ற உணர்வு இருப்பது தெரிகிறது. மாறான விஷயத்தில் இது தெரிவதில்லை; அதாவது உடலுக்குச் சத்தான ஊட்டம் இல்லையெனில் உணர்வு குறைவது தெரிகிறது. ஓர் இளம் பையனுக்கு, 'பிராம்மீகிருதம்' என்ற மருந்தைக் கொடுத்தால் அவனுக்கு உணர்வு விசேஷமாக வளர்வது கண்கூடு. ஆகவே, உணர்வு விருத்தியடைவதும் தேய்ந்து குறைவதும், முறையே (ஊட்டச்சத்தான) ஜடப் பொருள் அதிகமாய் இருப்பதைக் கொண்டும் இல்லாமற்போவதைக் கொண்டும் நேரிடையாகத் தெளிவாகவே ஆகிறது.

இந்தியத் தத்துவ இயலில் நிலைத்திருப்பனவும் அழிந்தனவும் 545

ஜயந்தபட்டர் இதைப் பூடகமாகத்தான் கூறுகிறார். அதன் உள்ளர்த்தத்தை முதலில் பார்ப்போம். இரண்டு விஷயங்களுக்கு இடையே உள்ள காரணத் தொடர்பை நிரூபிக்க வேண்டுமானால், அவை இரண்டிற்குமிடையே உள்ள தொடர்பை முன் சொன்ன அன்வயம், வியதிரேகம் என்னும் இரண்டு வகையிலும் காட்ட வேண்டும். இதன்படி ஜயந்தபட்டர் கூறுவது பின்வருவது: லோகாயதர்கள் உணர்வுக்கு மூல காரணம் ஜடப்பொருள் என்பதைப் பின் வருமாறு நிரூபிக்க முனைகிறார்கள். 1. (அன்வயம்) உடல் நன்கு போஷிக்கப்பட்டால் உணர்வு நன்கு வளர்ச்சியடைகிறது. 2. (வியதிரேகம்) உடம்பு நல்ல வகையில் போஷிக்கப்படாத நிலையில் உணர்வு வரவரக் குறைந்துபோகிறது. மேலும், முன் சொன்ன பிராம்மீகிருதம் என்ற மூளை வளர்க்கும் மருந்து ஆகிறது என்பதும் இதை மேலும் உறுதிப்படுத்துகிறது.

ஆக, முடிவாக நிரூபணமாவது என்ன? உணவாகவும், மூளைக்குப் புஷ்டியும் போன்ற பலவகையான பௌதீகமான பொருள்கள் உடலுக்குச் சேர்வதுதான் உணர்வுக்கு அடிப்படைக் காரணம் என்பதுதான். மில் என்பவருடைய தர்க்க முறைப்படி, இதைத் தொடர்ந்து (இணைந்து) நடக்கும் மாறுதல் என்ற வகை முறையில் சொல்வதானால், 'அதிகமான பௌதீகப் பொருள் அதிகமான உணர்வையும், குறைந்த பௌதீகப் பொருள் குறைவான உணர்வையும் காட்டும் என்று விளக்கலாம். நம் நாட்டு தர்க்கவாதிகள், எங்கும் இணைந்தே இருப்பது, எங்கும் இணைந்தே இல்லாமல் இருப்பது என்ற, 'அன்வயம், வியதிரேகம்' என்று கூறுவதை ஏற்பார்கள். எப்படிக் கூறினும் விஷயம் இவ்வளவுதான். உணவு போன்ற பல வகைகளில் உடம்பில் சேர்ந்து கலக்கும் பௌதீக ஜடப் பொருள்களே உணர்வை உண்டாக்குகின்றன: இந்த வாதத்தின் உண்மையான இயல்பான தகுதியை இங்கே மதிப்பிட்டுவிடக்கூடாது. சரித்திர முறையில் பேசும்போது இங்கே மற்றொரு சுவையான வினா எழுகிறது. ஜயந்தபட்டர், லோகாயதர்களின் வாதம் என்று காட்டும் கருத்தை எங்கிருந்து எடுத்துக்கொண்டிருக்க முடியும்? இப்போது கிடைக்காத ஏதோ ஒரு லோகாயத நூலிலிருந்து கொண்டார் என்பது வெறும் அநுமானமாகவே ஆகும். அவராகவே சும்மா இட்டுக்கட்டி இப்படி ஒரு வாதத்தைக் கூறுகிறார் என்று கொள்வதும் அநுமானம் தான்; ஏனென்றால், இதே வாதம் சாந்தோக்ய - உபநிஷத்தில் காணக் கிடக்கிறது; ஜயந்தபட்டருக்கு அந்த உபநிஷத்து பரிச்சயமானதுதான்; இந்தியத் தத்துவ நூல்கள் அனைத்திலுமே அது ஒன்றுதான் இந்த வாதத்தை - இன்னும் சரியாகச் சொல்ல வேண்டுமானால் இதற்குச்

சரியான நகலாக உள்ளதைக் கொண்டிருக்கிறது. ஆகவே, ஜயந்த பட்டர் இதை அதிலிருந்து எடுக்கிறார் என்று நினைக்கலாம்.

சாந்தோக்ய - உபநிஷத்தின் இந்த வகை வாதத்தை உத்தாலக ஆருவி என்பவர் விளக்குகிறார். அத்துடன் இதை நேரில் பரிசோதனை செய்து நிரூபித்துக் காட்டவும் முனைகிறார். கி.மு. ஏழாம் நூற்றாண்டில் தோன்றிய ஒரு ஆச்சரியகரமான விஞ்ஞான அறிவியல் இலக்கியமாக, அதன் ஆறாவது அத்தியாயம் திகழ்கிறது; உத்தாலக ஆருவி கூறுவது மிக விரிவாகவும் முழுதாகவும் சர்ச்சை செய்ய வேண்டிய ஒன்றாகும். ஆயினும் நாம் இங்கே, ஜடப்பொருளும் உணர்வும் பற்றிய வரையில் அது கூறும் ஒரு பகுதியை மட்டுமே எடுத்துக்காட்டுவதற்கான அவகாசம்தான் உண்டு.

உத்தாலக ஆருவியின் மகன் சுவேதகேது; அவன் பன்னிரண்டு வயதுச் சிறியவனாய் இருக்கும்போதே அக்காலத்து வழக்கப்படி குருகுலத்திற்கு வேதம் கற்கச் செல்கிறான். அவன் கற்க வேண்டிய வேதம் என்பது உபநிஷத்துக் காலத்திலேயே புனித நூல் என்ற தகுதியைப் பெற்றுவிட்டிருந்த ஆரம்ப காலத்து ஸம்ஹிதைகள் - மந்திரத் தொகுப்பு நூல்களே - ருக் வேதம் போல்வன. அவன் பன்னிரண்டு ஆண்டுகள் வேதம் பயின்றபின் இருபத்து நான்காவது வயதில் திரும்பி வந்தான்; தான் மிகவும் படித்தவன் என்ற செருக்கோடு வந்தான்; கல்வியால் வந்த அகங்காரத்துடன் வந்தான்; ஆனால் அவனுடைய தந்தையான உத்தாலக ஆருவி தன் மகனுடைய இந்த வேதக் கல்வி பற்றி அக்கறையே காட்டவில்லை போலும்; அவர் ஒரு தத்துவவாதி; உலகத்தில் உள்ள எல்லையே இல்லாத பல்வேறு வகைப்பட்ட பொருள்கள், விஷயங்கள் ஆகிய அனைத்திற்கும் அடிப்படையாய் அமைந்துள்ள மூலாதாரத்தைக் காண்பதிலேயே அவருக்கு சிரத்தை இருந்தது; ஆகவே, அவர் தன் மகனிடம், அவன் அது பற்றி ஏதாவது குருபீடத்தில் உபதேசமாகக் கற்றதுண்டா எனக் கேட்டார். மகனுக்கு அது பற்றி ஒன்றுமே தெரியவில்லையாதலால், “வணக்கம் தந்தையே, அந்த உபதேசம் என்ன?” என்று கேட்டான்.

அப்போது உத்தாலகர் கூறுகிறார்; “அன்பு மகனே, ஒரு மண் கட்டியைப் பற்றித் தெரிந்தால் மண்ணாலான அனைத்தையுமே புரிந்து கொண்டுவிடலாம்; மண்ணாலான சட்டி, பானை, அகல் போன்ற அனைத்து மாறுபாடுகளும் வெறும் சொல்லாகும் பெயரளவில் உள்ளனவே; உண்மையானது வெறும் மண், அவ்வளவுதான்; ஒரு செம்பாலான ஆணியைத் தெரிந்துகொண்டால் செம்பாலான அனைத்தையும் தெரிந்து கொள்ளலாம்; செம்பு என்பதுதான் உண்மை.

ஒரு கத்தரிக்கோலைத் தெரிந்துகொண்டால், இரும்பிலான அனைத்தும் தெரியும்; இரும்பு என்பதுதான் உண்மை: சொல்லளவில் பெயரளவில் தான் வேறுபாடுகள்" என்று சொல்லி, "இதுதான் உபதேசம்" என்றும் கூறினார்.

இவ்வாறு, தத்துவவாதியான தந்தை உத்தாலகர் முக்கியமாக நினைப்பது, ஜடமான இயற்கையை விளக்கும் வகையில் அதற்கான மூல தத்துவத்தை அறிதல் வேண்டும் என்பதே. ஆயினும் அவர் அவ்வாறு அறிய வேண்டிய ஒன்று, நிச்சயமாக உண்டு என்றும் நினைக்கிறார். ஓர் ஆரம்ப அடித்தளம் அல்லது ஓர் அடிப்படைப் பொருள் இருப்பதைக் கண்டுபிடிக்க முடியும், அறிந்துகொள்ளவும் முடியும் என்றும் நினைக்கிறார். இத்தகைய அவர் நினைப்பே அநுபவ பூர்வமான விவரங்களால் வந்ததுதான்; மண்ணாலான அனைத்திற்கும் மூலமாக மண்ணும், இரும்பாலான கருவிகள் அனைத்திற்கும் மூலம் இரும்பே என்பதும் போன்றவை அந்த விவரங்கள். அவருடைய எண்ணம் செல்லும் போக்கு ஏதோ மத அடிப்படையிலானது என்றோ மர்மமான ரகசியம் பற்றியது என்றோ எதுவுமே இல்லை.

இப்படி நினைக்கும் உத்தாலகர் மற்ற உபநிஷத்துத் தத்துவ வாதிகளைப் போல் இல்லை. இவர், தத்துவ சிந்தனைக்கு அன்றாட நேரிடை அநுபவங்களும், பகுத்தறிவும் தரும் தீர்ப்பே கொள்ளத் தக்கவை என்று முற்றிலும் உணர்ந்து ஒப்புக்கொள்கிறார் - ஆகவே. அந்த மூல தத்துவத்தைத் தேடுவதில் வேறு வழியைக் கடைப் பிடிக்கிறார். இந்த வகையில், அவர் தன் காலத்தில் பரவலாய்க் கொள்ளப்பட்டிருந்து, ஒரு மூல தத்துவத்தை மறுக்க வேண்டியது அவசியமாகிறது.[86] அது யாதெனில் உலகில் அனைத்துமே 'அஸத்' எனப்படும் - அதாவது இல்லை என்பதில் இருந்துதான் தோன்றின. என்னும் தத்துவம்; இன்மையிலிருந்தே உலகின் தோற்றம் என்பதே அது.

இதை உத்தாலகர் இப்படிக் கூறுகிறார்: "அன்பு மகனே, இந்த உலகம் தொடக்கத்தில் இருக்கும் ஒன்றாகவே இருந்தது. அது ஒன்றுதான் உண்டு; அதனிலும் வேறாக இரண்டாவது ஏதும் இருக்கவில்லை." அது, 'ஸத்', சிலர் "உறுதியாக, தொடக்கத்தில் இந்த உலகம் வெறும் 'அஸத்', அதாவது இல்லாத ஒன்றுதான்; அதனினும் வேறாக இரண்டாவது ஏதும் இருக்கவில்லை; அந்த அஸத்திலிருந்து தான் இருத்தல் என்பது-(இருக்கும் உலகம்) உண்டாவது" என்று கூறுவர். ஆனால் என் மகனே, இது சரியில்லை: இது எப்படி இருக்க முடியும்? இல்லாத ஒன்றிலிருந்து இருக்கும் ஒன்று எப்படி உண்டாக

முடியும்? மாறாக என் மகனே, தொடக்கத்தில் இந்த உலகம் இருப்பது தான்-அது ஒன்றே இருந்தது; இரண்டாவதாக ஏதுமிருக்கவில்லை."

இந்த வாதத்தின் முக்கியமான அம்சமும் அதன் போக்கும் ஸாங்க்ய தத்துவத்தை ஞாபகப்படுத்துகின்றன; இருத்தல் என்பது இல்லாத ஒன்றிலிருந்து தோன்றுவது என்பது இயலாத ஒன்று; ஒரு விளைவின் அதாவது காரியத்தின் சாரமான இயல்பைக் கொண்டுதான் காரணத்தின் சாரமான இயல்பை ஊகித்து அறிய முடியும்; உண்மையில் இந்த வாதத்தின் விளைவாகவே, ஸாங்கியம், உலகத்தின் முதற் காரணம் பௌதீக ஜட இயற்கையென்ற கருத்தை முடிவாக வைத்தது; இந்த உலகம் அனைத்துமே, பூத - பௌதீக - ஜட இயற்கையாக இருப்பதால், இதன் மூல காரணமும் ஜட இயற்கையாகத்தான் இருக்க முடியும் என்று கருதிற்று ஸாங்க்யம். உத்தாலகரின் தொடக்க வாதத்திற்கும் ஸாங்க்யக் கருத்துக்கும் உள்ள ஒற்றுமையைக் காணும் போது கிடைக்கும் முடிவு இதுதான்; அதாவது, உத்தாலகர் கூறும், 'ஸத்' என்பது ஸாங்க்யம் கூறும் பிரதானம் அல்லது பிரகிருதி என்பது போன்றதே அந்த முடிவு. பிற்காலத்து வேதாந்திகள் இதையே எதிர் மறை வகையில் உறுதிப்படுத்துகின்றனர். உத்தாலகரின் வாதத்தில் பொருள் முதல் வாதச் சார்பும் சாய்வும் இருப்பது அவர்களுக்கு எளிதில் பட்டிருக்கிறது. ஆனால், உபநிஷத்துக்களில் இத்தகைய பொருள் முதல் வாதத்திற்கு இடமோ அமைதியோ கிடையவே கிடையாது என்பதால் இதுவும் தமது கருத்து முதல் வாதமே எனக் காட்ட முயல்கின்றனர். ஆகவே, உத்தாலகர் கூறிய 'ஸத்' என்பதற்கு உணர்வற்ற ஜட இயற்கைப் பொருளான-பிரதானம் பிரகிருதி என்பது பொருளே ஆக முடியாது என்று நிலைநாட்ட அவர்கள் எடுத்துக்காட்டும் உபநிஷத்து வாக்கியங்கள் எத்தனை பலமில்லாதவை என்றும், அவர்கள் கண்டு கொள்ளாமல் விட்ட, பொருள்முதல்வாதத்திற்கான ஆதாரங்கள் எத்தனை என்பதையும் இனி காண்போம். இப்படி வேதாந்திகள், உத்தாலகருடைய தத்துவத்தை யாக்ஞவல்க்யர் போன்ற கருத்து முதல்வாதிகள் கூறும் தத்துவமாகவே வலிந்து காட்டியதையும் காண்போம்.

உத்தாலகருடைய வாதத்தில் உள்ள மிக முக்கியமான அம்சங்களை முதலில் காண்போம். பர்மெனிடெஸ் என்ற கிரேக்கத் தத்துவ ஞானி கூறிய கலப்பற்ற இருத்தல்-ஒரு விதமான தோற்றமும் அழிவு மில்லாததுடன் பிரித்துப்பார்க்கும் இயல்போ, பல்வகைப்பட்ட தன்மையோ, இயக்கமோ இல்லாத ஒன்று என்பதைப் போன்றது அன்று. உத்தாலகர் கூறிய 'ஸத்', அது தன் இயல்பிலேயே சுறுசுறுப்பான

இயக்கமுடையது; அது தனக்குள்ளேயே மாறுபாடு அடைவதற்கும் இயங்குவதற்குமான மூல சக்தியைக் கொண்டது. ஆதலால் இந்த 'ஸத்' என்பதிலிருந்துதான் இதை ஆதாரமாகக் கொண்டுதான், இதன் இயல்பான இந்த சக்தி இருப்பதாலேயே பிரபஞ்சத்தில் அனைத்தும் தோன்றிப் பல்குகின்றன என்று கூறுகிறார் உத்தாலகர். இப்படித் தோன்றிப் பல்கும் நிலைகளில் அவர் மூன்று மூல தத்துவங்களை மனத்தால் கருதிக் கூறுகிறார். 1. தேஜஸ் என்னும் தீ. 2. நீர் என்னும் 'அப்பு' 3. அன்னம் என்னும் உணவு. ஸத்திலிருந்து வரிசையாக இவை தோன்றிய பின், தீயும் நீரும் உணவும் பிரபஞ்சத்தில் உள்ள அனைத்தையும் தோற்றுவிக்கின்றன. அதாவது உயிருள்ளனவும் உயிர் இல்லாதனவும் ஆகும் எதுவுமே-பௌதீகமானவையும் சரி மனம் பற்றியனவும் சரி எதுவுமே-தீயும் நீரும் உணவும் உண்டாக்கியனவே.

இந்த மூலாதாரமான ஸத்திற்கு உள்ள சலன சக்தி காரணமாகவே முதலில் தீ தோன்றுகிறது. அதிலிருந்து தண்ணீர் உண்டாகிறது. ஒருவன் வெப்பத்தால் வருந்தும்போதும் மனம் கொதிக்கும்போதும் கண்ணீர், வியர்வை என்ற வடிவத்தில் தண்ணீர் உண்டாவது உண்மை தானே; தண்ணீரில் இருந்து உணவு உண்டாகிறது. மழை நிறையப் பெய்வதால் உணவுப் பொருள்கள் உண்டாகின்றன ஆக, உணவு தண்ணீரிலிருந்து தோன்றுகிறது.

இவற்றையெல்லாம் கூறுவதன் சிறப்பு புலப்பட, நாம் ஒன்றை மறந்துவிடக்கூடாது. இங்கே நாம் ஆராய்வது இந்தியாவின் மிக மிகப் பண்டைய காலத்து தத்துவவாதிகளைத்தான்; பழைய கிரேக்கத் தத்துவத்தில் தேல்ஸ் என்பவரை ஆராய்வது போலத்தான் இதுவும். தேல்ஸ் ஐரோப்பிய விஞ்ஞானத்திற்கும் தத்துவத்திற்கும் முன்னோடியான வழிகாட்டியாவது அவர் முடிவாகக் கூறிய விஷயங்களைக் கொண்டு அல்ல; அவர் அந்த முடிவுக்கு வந்த விதத்தால்தான் முன்னோடியாகிறார். அவர், தண்ணீர்தான் உலகத்திற்கு முதற் காரணம் என்று கூறியது நவீன விஞ்ஞான அறிவின் அளவில் மிகவும் குழந்தைத்தனமானது தான்; ஆயினும் அவர் மிகவும் ஆச்சரியகரமான தத்துவவாதிதான்; ஏனென்றால், அநுபவத்தில் கண்ட பகுத்தறிவின் அடிப்படையில் மூலப் பொருளைக் காண முயன்ற முதல் ஐரோப்பிய தத்துவவாதி. இந்த முடிவிற்காக அவர், அக்காலத்தில் அனைவரையும் மந்திரம் போல் கட்டிப்போட்டிருந்த மதக் கற்பனைகளையும் புராணக் கட்டுக் கதைகளையும் மீறினார். அதே போலத்தான் இந்திய வரலாற்றில் உத்தாலக ஆருவியும் அந்த மீறுதலைச் செய்தார். கால அளவில் உத்தாலகர் தேல்ஸுக்கு முற்பட்டவர். கண்ணீராகவும் வியர்வையாகவும்

தண்ணீர் தோன்றுகிறது. இதற்குக் காரணம் தீ - அதாவது வெப்பம் என்பதை நேரிடையாகக் காண்கிறார். தண்ணீர் மிகுதியாக இருந்தால்தான் பயிர் பச்சை தோன்றி உணவு கிடைப்பதைக் காண்கிறார். ஆகவே, தீயிலிருந்து நீரும் நீரிலிருந்து உணவும் வருகின்றன என்று நினைக்கிறார். இவ்வாறு கண்டவர் உலகில் உள்ள அனைத்துமே-உயிருள்ளனவோ உயிர் இல்லாதனவோ, தீ,நீர், உணவு என்ற மூன்றிலிருந்தே தோன்றி வளர்கின்றன எனக் காட்ட முனைகிறார். இதில் நமக்குள்ள முக்கியமான விஷயம் பௌதீகப் பொருளும் மனம்-உணர்வு பற்றியதும் தான்; இது பற்றிய உத்தாலகரின் ஆச்சரியகரமான வாதமாய் வருவது, மனம் அல்லது உணர்வுகளும் உணவால் உண்டாவன என்பதுதான். இதுதான் லோகாயதர் கூறுவது என்கிறார் ஜயந்தபட்டர். உத்தாலகருடைய வாதத்தில் மனம் - உடல் ஆகியவற்றின் அமைப்பு தீ, நீர், உணவு ஆகியவற்றின் விளைவே என்பது பொதுவான விஷயம்.

உத்தாலகர் மகனுக்குச் சொல்வது பின்வருமாறு செல்கிறது: "உணவு உண்ணப்படும்போது அது மூன்றுவிதமாகப் பிரிகிறது. உணவில் உள்ள ஸ்தூலமும் கடினமுமான பகுதி மலமாகிறது; நடுத் தரமான ஸ்தூலப் பகுதி மாம்ஸமாகிறது: அதிலுள்ள மிகவும் நுண்ணிய பகுதி மனமாகிறது. குடிக்கும் நீரும் மூன்றாகப் பிரிகிறது. அதன் ஸ்தூலமான பகுதி மூத்திரமாகவும், நடுத்தரமானது ரத்தமாகவும், நுண்ணிய பகுதி பிராணனாகவும் உயிராகவும் ஆகிறது. அதேபோல வெப்பமான எண்ணெய், வெண்ணெய் போன்ற பொருள்களை உண்ணும்போது, அதன் ஸ்தூலப் பகுதி எலும்பாகவும், நடுத்தரமானது எலும்புக்குள் இருக்கும் மஜ்ஜை என்ற கொழுப்பாகவும், நுண்ணிய பகுதி, வாக்கு-அதாவது பேச்சாகவும் ஆகின்றன. "அன்பு மகனே, மனம் உணவால் அமைவது; உயிர் (பிராணன்) நீரால் அமைவது; வாக்கு எனும் குரலும் பேச்சும் வெப்பத்தால் (தீயால்) அமைவது." இது நன்கு விளங்க அவர் மேலும் மகனிடம் கூறுகிறார். "மகனே, தயிரைக் கடைந்தால் அதில் நுண்ணியதாக இருக்கும் வெண்ணெய் மேலே வருகிறது; அதே போல உணவின் நுண்ணிய பகுதிதான் மேலே வந்து சேர்ந்து மனமாக அமைகிறது. தண்ணீரின் நுண்ணிய பகுதி உயிராகிறது. வெப்பத்தை (எண்ணெய் போன்றவை) உண்ட பின் அது மேலெழுந்து திரண்டு வாக்காகிறது. ஆகவேதான், உணவால் மனமும், நீரால் உயிரும், வெப்பத்தால் வாக்கும் சமைகின்றன". இந்த நிலையிலும் சுவேத்கேதுவுக்கு முற்றிலுமாகத் தெரிந்துகொள்ள முடியவில்லை. தந்தை மேலும் தொடர்ந்தார்: "மகனே, மனிதன் பதினாறு கலைகளை-பாகங்களை உடையவன். நீ பதினைந்து நாட்கள் உணவு எதும் கொள்ளாமல்

இரு; தண்ணீர் வேண்டுமானால் குடி; உயிர் தண்ணீராலமைவதால் தண்ணீர் குடிப்பவனை விட்டு உயிர் பிரியாது" என்று அனுப்பினார் மகனை. அவனும் அதேபோல் பதினைந்து நாட்கள் பட்டினி கிடந்துவிட்டுத் திரும்பி வந்து, "தந்தையே நான் ஏதாவது சொல்ல வேண்டுமா? எதைச் சொல்ல?" என்று கேட்டான். அவர் அவனை ருக்வேதத்தின் தோத்திரங்களையும், யஜுர் வேதத்தின் மந்திரங்களையும், ஸாம வேதத்தின் இசைப்பாடல்களையும் சொல்லுமாறு பணித்தார். நினைத்து நினைத்துப் பார்த்தும் மகனுக்கு எதுவுமே நினைவுக்கு வரவில்லை. அப்போது உத்தாலகர் சொன்னார். "மகனே, ஒரு சிறு பொறி நெருப்பு, தணலின் மிக மிக நுண்ணிய பொறியாயிருப்பினும் அதைக் காய்ந்த புல்லும் சருகும் கொண்டு கவித்து விசிறினால் பெரிய நெருப்பே பற்றி எரியும்; அது போல உன்னிடமிருக்கும் பதினாறு பாகங்களில் ஒன்றுதான் மிச்சமிருக்கிறது. ஆகவே, உனக்கு ஒன்றுமே நினைவுக்கு வரவில்லை. சென்று நிறைய உணவை உட்கொள். எல்லாமே தெரியும்" எனச் சொல்லி அனுப்புகிறார். அவனும் நிறைய உண்ட பின் வந்தான். தந்தை கேட்ட அனைத்தையும் அறிந்து ஒப்பித்தான்; அப்போது அவர் சொன்னார். "உன்னிடம் மிச்சமிருந்த பதினாறாவது பாகத்தை - பொறி போன்றதை உணவால் பொதிந்து எரியச் செய்தாய். எல்லாம் நினைவுக்கு வருகிறது. ஏனென்றால் மனம் என்பது உணவால் அமைவது; உயிர் நீராலும். வாக்கு வெப்பதாலும் அமைவன." என்று முடிவாகக் கூறினார்.

இங்கே ஒரு முக்கியமான அம்சத்தை கவனிக்க வேண்டும். உத்தாலகர் மனம் என்று குறிப்பது, பின்னால் வந்த அந்தக் காரணம் அதாவது உள்ளுக்குள்ளே உள்ள புலன் என்ற கருத்தில் கூறியதன்று. அவர் உணர்வு என்ற மிகவும் லௌகீகமான - உலகத்தார் அறியும் அர்த்தத்தில்தான் மனம் என்று குறிப்பிடுகிறார். அதே கருத்தில்தான் லோகாயதர்களும் நியாய வைசேஷிகர்களும் உணர்வின் தோற்றம் பற்றி சர்ச்சை செய்கிறார்கள். ஆகவே, உத்தாலகர் மனம் என்று பேசும் போது அது சிறப்பாக பௌதீகமான பொருளிலிருந்துதான் உண்டானது என்றுதான் கொண்டிருக்கிறார். அவர் மகன் மூலமாக நிரூபித்துக் காட்டிய வகையில், மனம் என்பது உணவின் நுண்ணிய பகுதிதான். உடலில் உணவு இல்லையென்றால் உணர்வு படிப்படியாகக் குறைகிறது; உணவு உட்கொண்டால் உணர்வு நன்கு சமைகிறது. தான் பேசும் மனம் என்பது தவிர உத்தாலகருக்கு, உணர்வு என்று வேறு ஏதோ உண்டென்று தெரியாது.

அவருடைய பேச்சின் இந்த அம்சம் மிகவும் வெளிப்படையானது. அதனால்தான் பின்னால் வந்த வேதாந்திகள் இதை மூடி மறைத்து

மௌனமாக விட்டுவிடுகின்றனர். ஆனால், அவர்களுக்கு உபநிஷத்து வாக்கியங்கள் அனைத்துமே பிரமாணமான புனித நூல்கள்தான்; ஆகவே, அவர்கள் இந்த வாக்கியங்களையும் தங்களுக்குச் சாதகமாக- தாங்கள் கூறும் கருத்துமுதல்வாதமாகவே காட்ட மிகவும் மன்றாடுகின்றனர். இந்த வகையில் உத்தாலகர் கூறும் ஸத் என்பதற்கு ஆதி மூலப்பொருள் என்பதே அர்த்தம். ஓர் ஆன்மிகமான தத்துவம் என்றும், ஸாங்க்யர் கூறும் பிரதானம் என்பதன்று என்றும் காட்டப் பெரிதும் முயல்கின்றனர். இப்படி நிரூபிப்பதில் அவர்கள் ஏன் இவ்வளவு சிரத்தை காட்ட வேண்டும்; இதைப் பொருள்முதல் வாதமென்று பலரும் உணர்ந்துவிடக் கூடுமோ என்ற அச்சமே காரணம். இல்லாத ஒன்றிலிருந்து இருக்கும் ஒன்று உண்டாகும் என்பதே இல்லை என்று தொடங்கும் உத்தாலகருடைய வாதம் தர்க்க ரீதியில் காட்டும் உண்மை யாது? காரணத்தில் காரியத்தின் இயல்பு முன்கூட்டியே உள்ளடங்கியிருப்பது; ஆகவே, காரியத்திலிருந்து காரணத்தின் இயல்பை ஊகித்தறிய முடியும்; இது, ஸாங்க்யம் கூறும் "ஸத் கார்ய வாதம்." அதாவது, காரியம் காரணத்தில் முன்பே உள்ளடங்கி உள்ளது என்பது. இந்தக் கருத்தின் அடிப்படையில்தான் உத்தாலகர் ஆதி மூலமான ஸத்திலிருந்து அடுத்து வரிசையாக, தீ, நீர், உணவு என்று மூன்று பௌதீக - ஜட மூலகங்கள் தோன்றுகின்றன என்கிறார். இதிலிருந்து இந்த ஸத் என்பதில் பௌதீகப் பொருள்கள் இருக்கின்றன என்பது, இப்படிப் பார்க்கும்போது, அந்த ஸத் என்பதே ஜடமான பௌதீகம் தான் என்பதும் தெரிகிறது. இப்படிக் கொள்ளா விட்டால், பொருளல்லாத ஒன்றிலிருந்து அதாவது, பௌதீகம் இல்லாத இடத்திலிருந்து, பௌதீகப்பொருள் உண்டாகிறது என்ற அபத்தம் நேர்கிறது என்பது உத்தாலகர் கருத்து. வேதாந்திகள் முன் சொன்னபடி அஞ்சுவதற்குக் காரணம் இதுதான். இதை ஸாங்க்யத்தின் பிரதானம் - பிரகிருதி என்ற இயற்கை போன்றதே (ஸத்) என்று புரிந்து கொள்வதை எப்படியாவது அவர்கள் மறுக்க வேண்டிய நிர்ப்பந்தம் நேர்ந்தது. ஏனென்றால் அவர்கள் உபநிஷத்துக்களைத் தெரிந்து கொண்டதும், விளக்கியதும் அத்தகையது. அதாவது, கருத்துமுதல்வாதமே அனைத்து உபநிஷத்தும் என்பது அவர்கள் சொன்னது.

பிரம்ம சூத்திரத்தில் உத்தாலகர் கூறிய இந்த ஸத் என்பதற்கு, அது ஆத்மா பற்றியது என்பதை நிரூபிக்கப் பல காரணங்களைக் கூறுகிறார்கள். சங்கரரும் ராமானுஜரும் தத்தம் உரையில் இந்தக் காரணங்களை மிக விரிவாக விளக்குகின்றனர். அவற்றில் மிகவும் முக்கியமான சிலவற்றைக் காண்போம்.

முதலாவது காரணம், அந்தச் சொல் பற்றிய சொல்லியல் வடிவான விளக்கம். உத்தாலகர் இந்த மூலகங்கள் தோன்றிய வரிசையைக் கூறும்

சொற்கள் "அந்த 'ஸத்' நினைத்துக்கொண்டது-நான் பலவாய்ப் பல்கவேண்டுமே-என்னையே (பலவாக) உண்டாக்கிக்கொள்ளட்டுமா என நினைத்து தீயை (வெப்பத்தை, ஒளியை) உண்டாக்கியது" என்பது. இப்படிச் சொல்லும் உத்தாலகருடைய பேச்சே - அந்த ஸத் என்பது, உணர்வு இல்லாத ஆதி தத்துவம் என்று பொருள் கொள்ள முடியாத ஒன்று என்று ராமானுஜர் தரும் விளக்கம். (உத்தாலகர், 'ஈக்ஷ' என்ற வினைப் பகுதியிலிருந்து, 'ஐக்ஷத்' என்ற இறந்த கால ஒருமை வினை முற்றைப் பயன்படுத்துகிறார்).

ராமானுஜர்:[87] 'வேதத்தில் இல்லாத, ஆகவே பிரமாணம் எனக் கொள்ளத்தகாத பிரதானம் என்பது ஊகத்தால் கொண்டதே; ஆகவே, உலகம் தோன்றியதைக் கூறும் அந்த உபநிஷத்து கூறுவது பிரதானம் அன்று; உபநிஷத்தில் இருப்பது, 'ஈக்ஷ' என்ற வினைப்பகுதிதான்; அதன் பொருள் சிந்தித்தல் என்பது. ஸத் என்று கூறப்பட்டதன் தனிச் சிறப்பான செயலாக இது கூறப்படுகிறது. "அது விதைத்தது-உண்டாக்கியது" என்று உணர்வில்லாத ஜடமான பிரதானம் சிந்திக்க முடியாது. அந்தச் செயல் அதற்கு ஏலாத ஒன்று. ஆகவே, ஸத் என்பது ஸர்வக்ஞான-எல்லாம் அறிந்த புருஷோத்தமன்-புருஷர்களிலே மிக உயர்ந்த ஒருவனையே குறிக்கும். அவன்தான் சிந்திக்க முடியும்."

சங்கரரும் இதே அடிப்படையில்தான் வாதிடுகிறார். இதைவிட விரிவானது அவர் வாதம். ஆயினும் இவையெல்லாம் மாறான நிரூபணம் எதையுமே தரவில்லை. உத்தாலகர் தொடர்ந்து, இதே சொற்களை-தீ நீரைப் படைத்ததற்கும், நீர் உணவைப் படைத்ததற்கும் உபயோகிக்கிறார். "தேஜஸ்-தீ நினைத்தது நான் பலவாக வேண்டும். நானே என்னைப் பெருக்கிக்கொள்வேன் என நினைத்தது; நீருக்கும் இதே சொற்கள்தான் இருக்கின்றன."

ஆகவே, 'ஈக்ஷ' என்ற வினைச் சொல்லால் ஸத் குறிக்கப்படுவதால் அது ஆத்மாவைப் பற்றியதே என்றால், அதே சான்று, முற்றிலும் பௌதீகமான தீயும் நீரும் ஆத்மா என்று உத்தாலகர் கொண்டார் என்ற முடிவைத் தந்துவிடும். இது, வெறும் அப்பட்டமான பிதற்றல். அப்படியானால் அந்தச் சொல்லால் கூறியதன் தனிச் சிறப்பு என்ன? ஒருக்கால் இது ஒரு அலங்கார வகை உபசாரப் பேச்சோ. ஆதிமூலத்தி லிருந்து தீயும், தீயிலிருந்து நீரும், நீரிலிருந்து உணவும் தோன்றுவதை விளக்கும் வகையில், புறச் சக்தியோ, புறமான விருப்பமோ இல்லை என்று கூறுவதற்காகக் கையாண்ட அலங்காரப் பேச்சோ! அல்லது ரூபென் என்பவர் நினைப்பது போல, உத்தாலகரும், கிரேக்க நாட்டு தேல்ஸ் போல், "பௌதீகப்பொருள் அனைத்திற்கும் உயிர் உண்டு.

பௌதீக இயற்கையை விட்டு உயிர் எப்போதும் தனிப்பட்டதில்லை" என்று கருதும் ஒரு ஹைலோசைஸ் தத்துவவாதியோ! உத்தாலகர் தெளிவாகவும் தனித்தும் நீரிலிருந்து உயிர் தோன்றியதை விளக்குவதைப் பார்க்கும்போது முதலில் சொன்ன தீயும் நீரும்கூட ஆன்மீகமானவையே என்பதுதான் ஆதரிக்கப்படுகிறது. வேதாந்திகள் இப்படி ஒப்புக்கொண்டாலொழிய உத்தாலகர் தீயையும் நீரையும் ஸத்தைப் போலவே ஆன்மீகமானது என்று அவர் கூறும் ஈக்ஷ என்ற சொல்லை வைத்துக் கூறியதை நிரூபிக்க முடியாது.

அடுத்து, ராமானுஜருடைய எதிர்வாதம் இப்படி வருகிறது. "உத்தாலகர் ஸத்" என்ற-சொல்லால் பிரதானத்தைக் குறித்திருக்க முடியாது. ஏனென்றால், அதற்கு வேதப் பிரமாணமே கிடையாது. அது ஒரு வெறும் ஊகித்துக் கூறிய ஒன்று; இந்த வாதம் உபநிஷத்தில் வரும் உத்தாலகருடைய உபதேசத்தை அறவே சிதைத்துக் குலைத்துக் கூறுவது. இந்த உபதேசம் வரும் சந்தர்ப்ப சூழ்நிலையை முன்னரே பார்த்தோம். பன்னிரண்டு வருஷங்கள் வேதங்களைக் கற்று, செருக்குடன் வந்த சுவேதகேதுவிடம், உத்தாலகர் அனைத்திற்கும் மூலமானதைப் பற்றிக் கேட்டதேன்? தத்துவ ஞானத்திற்கு வேதக் கல்வி மட்டுமே போதுமென்றால் தன் மகனிடம் இந்தக் கேள்வியைக் கேட்டே இருக்க முடியாது. மேலும் அவர் மூலதத்துவத்தை அறியக் கொண்ட வேட்கையின் போக்கே, அவருக்கு அதை ஊகித்து அறிந்து கொள்வதில் இருந்த ஆர்வத்தைத்தான் காட்டுகிறது. பானையும் சட்டியும் போன்றவற்றிற்கு ஆதாரமாய் மண்ணும், பலவகை இரும்புக் கருவிகளுக்கு ஆதாரமாய் இரும்பும் இருப்பது போல என்றுதான் அவருடைய ஊகம் வளர்கிறது.

சங்கரரும் ராமானுஜரும் மற்றுமொரு வாதத்தைக் கிளப்புகின்றனர். உத்தாலகர் கூறும் ஸத் என்பது பிரதானம் அன்று; (ஜடப்பிரகிருதியன்று). வேறு ஏதோதான் என்று காட்ட முடிவான சான்று இருக்கின்றது. இதை அவர் தனது பேச்சின் ஒவ்வொரு நிலையின் இறுதியிலும் பின்வருமாறு கூறுகிறார். "மிகவும் நுண்ணிய அதிசூக்ஷ்மமானதும், இந்த உலகம் அனைத்துமாக இருப்பதும்தான் ஸத்யம் (இறுதி மெய்மை). அதுதான் ஆத்மா; நீ அதுதான்". ஆகவே ஸத் என்பது பௌதீக ஜடமானால் அதை எப்படி ஆத்மா என்று கூற முடியும். இப்படி அதுவே ஆத்மா; நீ அதுதான் என்று கூறுவதாலேயே அவர் ஆத்மப் பொருளான தத்துவத்தைத்தான் பேசுகிறார் என்பது நிரூபணமாகிறது. மேலும், மோக்ஷத்தை விரும்பி உபதேசம் பெறும் சுவேதகேதுவுக்கு இதைச் சொல்வது அவனைக் குழப்பிவிடும். மோக்ஷம் சேதனமான அதாவது

இந்தியத் தத்துவ இயலில் நிலைத்திருப்பனவும் அழிந்தனவும்

உணர்வும் அறிவுமுடைய ஆத்மாவைத் தெரிந்துகொள்வதாலேயே அடையத்தக்கது. வெறும் ஜடமான பௌதீகப் பொருள் ஒன்றைத் தெரிந்துகொள்வதால் மோக்ஷம் கிடைக்காது என்று வாதம் செய்கிறார் ராமானுஜர்.

வேதாந்திகள் இவை யாவும் ஸத் என்பது ஆத்மாவைப் பற்றியதே என்று கூறினும் உபநிஷத்துக்குள்ளேயே இருக்கும் சில சான்றுகள் அவர்கள், அவசியமில்லாமல் கூறியதையே கூறுகின்றனர் எனக் காட்டுகின்றன.

உத்தாலகரும் ஆத்மாவைப் பற்றிக் கூறுகிறார் என்பதிலும் ஐயமில்லைதான்; ஆயினும் அவர் அதற்குக் கொள்ளும் பொருள் இந்தக் கருத்துமுதல்வாதிகள் கொள்வதைவிட முற்றிலும் வேறானது. அவர் ஒரு முறை இன்னும் பல அறிஞர்களுடன் கைகேய நாட்டரசனான அசுவபதியிடம் செல்கிறார். அப்போது அரசன் அவரை, "நீர் யாரை ஆத்மா என்று வழிபடுகிறீர்?" என்று கேட்டான்.

"பூமி, அதாவது மண்ணைத்தான்" என்றார்.[88] அரசனுக்கு இது திருப்தி தராத விடை; இதனால் தெரிவதென்ன? உத்தாலகர் மண்ணைப் பெரிதும் மதிப்பவர், இந்த உலகத்தை விரும்புகிறவர். அவர், கருத்துமுதல்வாதிகளின் கொள்கையை ஆதரிப்பவர் அல்லர்; அவர் சுவேதகேதுவுக்குச் சொன்னது யாது? இந்த உலகில் உள்ள மற்ற அனைத்துப் பொருள்களையும் போலவே அவனும் அந்த ஸத்தால் ஆனவன்- ஸத்தே தான் அவனும் என்பது தானே? இங்கே அவர் குறித்துக் கூறுவது ஏதோ ஒரு வெறும் ஆத்மாவாகவோ, அல்லது யாக்ஞவல்க்யர் போன்றவர்கள் கூறும் வெறும் உணர்வுத் திரட்சியாகவோ இருக்க முடியாது. ஆக, நாம் காணும் சந்தர்ப்பத்தின்படி பார்த்தால், உத்தாலகர் இங்கு உபயோகிக்கும் ஆத்மா என்ற சொல், அலங்காரமாகவும் உபசாரமாகவும், அனைத்தினுடையவும்-மனிதன் உட்பட உலகப் பொருள் யாவற்றுடையவும் சாரமான ஒன்றைத்தான் குறிக்கிறது.

ராமானுஜர் கேட்கிறார்:[89] "சுவேதகேது மோக்ஷத்தையடைய விரும்புபவன்; அவனுக்கு இந்தப் பௌதீக மூலம் மோக்ஷத்தைத் தருமா? உபநிஷத்து உபதேசிப்பது அறிவோ உணர்வோ இல்லாத அசேதனமான பிரதானத்தையே என்றால் அதுதான் மனிதனுடைய ஆத்மா, அதைத் தியானம் செய்வதால் மோக்ஷம் கிடைக்கும் என்று அது கூற முடியாதே?"[90]

சங்கரர் கூறுவது: "ஸத் என்பது ஜடமான பிரதானத்தையே குறிக்குமானால், மேலே வரும் அது நீ என்ற தொடரையும் சேர்த்துப்

பார்த்தால், சேதனன் ஒருவன் அதையே உணர வேண்டும் என்றாகிறது. அப்படியானால், அந்தத் தொடரின் பொருள், நீ அசேதனன் - ஜடப் பிரகிருதி என்றுதான் ஆகும். அப்படி உபநிஷத்துக் கூறுவது முன்னுக்குப் பின் முரண் ஆகும். அது மனிதனுக்கு அநுகூலமாகவும் ஆகாது. ஆகவே, அது உண்மையான ஞானத்திற்கு வழியும் ஆகாது. குற்றமே இல்லாத வேதம் ஞானத்திற்கு வழிகாட்டாவிட்டால் அது சரியான வேதமும் ஆகாது; மோக்ஷத்தை நாடும் மனிதனுக்கு அவன் அதற்கான வழியை அறியாமல் இருக்கும் நிலையில், ஜடமான ஆத்மா தான் நிஜமான ஆத்மா என்று காட்டி, அவனும் அதை ஏற்பது குருடன் ஒருவன் காளையின் வாலைப் பிடித்துக்கொண்டு தொங்குவது போலாகும்: (ஆபத்தில் முடியக்கூடியது என்பது பொருள்). ஜடமான தானே ஆத்மா எனக் கொண்டு - அந்தப் பொய்யான முடிவால் நிஜமான ஆத்மாவைக் காணமுடியாமல் போகும்; இது மனிதனுக்கு நல்லதுமில்லை; தீமையையும் விளைவிக்கும்.[91]

இவ்வளவும் உத்தாலகர் கூறுவதற்கு முற்றிலும் புறம்பானவை. கருத்துமுதல்வாதிகள் தாமாகவே ஒன்றைப் புதிதாக இட்டுக்கட்டிக் கொண்டு இப்படியெல்லாம் மறுத்துரைக்கிறார்கள்; ஆனால் உத்தாலகருக்கு இந்த ஞாபகமே கிடையாது. சுவேதகேது அவரிடம் மோக்ஷம் பெறும் ஆவலுடன் வரவில்லை. அவன் அதைப் பற்றி கேட்கவும் இல்லை. பொதுவாக ஆத்மாவைப் பற்றிய பேச்சுக்கள் உபநிஷத்துக்களில் வரும் சந்தர்ப்பம் முற்றிலும் வேறு. உதாரணமாக, அரசனான ஜனகன் தனக்கு மோக்ஷத்திற்கு வழிகாட்டும் ரகசிய ஞானத்தை உபதேசிக்க அழைக்கிறான். ஆனால் உத்தாலகர் தத்துவம் பேசும் சந்தர்ப்பம் அப்படிப்பட்டதன்று; சாந்தோக்ய - உபநிஷத்தில் சுவேதகேது மோக்ஷமடைய விரும்பி வந்ததாகப் பேச்சே இல்லை; அங்கு உள்ளதெல்லாம் இவ்வளவுதான்.

பன்னிரண்டாண்டுகள் வேதக் கல்வி பயின்ற பின் சுவேதகேது வீட்டுக்குத் திரும்பி வருகிறான். செருக்குடன் வந்த அவனிடம், தந்தை கேட்கிறார்! "மகனே நீ மிகவும் படித்துவிட்டதாகச் செருக்குடன் கூறுகிறாயே; இதுவரை கேளாதது கேட்டதாகவும், சிந்திக்காதது சிந்தித்ததாகவும், விளங்காதது விளங்கியதாகவும் ஆகும். அத்தகைய ஒன்றை உன் குருவிடம் கேட்டு உணர்ந்தாயா?" மகனுக்கு இது முற்றிலும் புதியதான கேள்வியாய் இருக்கிறது; அவன் திகைத்தான்; தந்தை அதை விளக்கும் வகையில், ஆதிமூலமான தத்துவத்தைப் பற்றியே தான் கேட்டதாகவும், மண்ணாலான பல்வகைப் பொருள்களுக்கும் அடிப்படையாய் மண் இருப்பது போல, இயற்கையின்-உலகத்தின்

பல்வேறு வகைப் பொருள்களுக்கும் அடித்தளமான மூலப் பொருளே அது என்றும் கூறி விவரிக்கிறார். ஆகவே, உபநிஷத்தில் இருப்பதைக் கொண்டு பார்த்தால், சுவேதகேது மோக்ஷம் பெறும் ஆசை கொண்டு வந்தான் என்பதும் உத்தாலகர் அதை விரிவாகச் சொன்னார் என்பதும் அவசியமற்ற இட்டுக் கட்டான ஆராய்ச்சிதான்; தந்தை-மகன் இருவருக்குமே மோக்ஷத்தில் நாட்டம் இருந்ததாகத் தெரியவில்லை. உபநிஷத்தில் இருப்பது உலகத்தின் ஆதிமூலமான தத்துவத்தைத் தெரிந்துகொள்வதில் இருந்த ஆர்வம்தான்; உத்தாலகருக்கு ஏற்பட்ட அறிவுக்கு விஷயமானதும், குறிப்பான விஞ்ஞான பூர்வமானதுமான ஆர்வம் அது; அதை அவர் தன் மகனிடமும் உண்டாக்க விரும்பினார். கிரேக்க நாட்டுத் தேல்ஸை உலகத்தின் முதற் காரணத்தைக் காணத் தூண்டியதும் இதே ஆர்வம்தான்.

உத்தாலகரின் இந்த வகைச் சிந்தனை முற்றிலும் வேறாகயிருப்பதைக் கவனிக்க வேண்டும். இதற்கு உபநிஷத்தில் பல இடங்களில் இடம் இருப்பதை முன்னர் கண்டோம். இன்னும் ஒரே ஒரு இடத்தைக் காண்போம்:[92-93] பிருஹதாரண்யம், சாந்தோக்யம் என்ற இரண்டு உபநிஷத்துக்களிலும் ஒரு கதை இடம்பெறுகிறது. இரண்டிலுமே ஒரு விஷயம் தெளிவாகிறது; அந்த நாளில்[94] க்ஷத்திரிய அரசர்களிடம் மட்டுமே உருவம் பெற்று வளர்ந்த இந்த ஆத்மாவைப் பற்றிய விசித்திரமான ஒரு கொள்கை உத்தாலகருக்குத் தெரிந்திருக்கவில்லை என்பதே அது; ஆத்மா ஓரிடம் விட்டு மற்றோரிடம் செல்கிறது என்ற கொள்கை அது. (மனிதன் பிறத்தல், இறத்தல், மறுபிறவி எடுத்தல் போன்றவற்றைக் கற்பனையாகாச் சொல்லி, ஆத்ம தத்துவத்தின் கூடுவிட்டுக் கூடுபாயும் கதைதான் அந்தக் கொள்கை). உத்தாலகருடைய கருத்துக்களைக் கருத்துமுதல்வாதப் போக்குடன் சமரசப்படுத்தும் முயற்சி பயனற்றது என்பதையும் இந்தக் கதை சுட்டிக் காட்டுகிறது. உபநிஷத்துக் காலத்தில் அந்த வகை முயற்சிதான் நடந்தது. அதன் கதை பின்வருவது:

சுவேதகேது, பாஞ்சால மன்னன் பிரவஹன ஜாபாலியிடம் சென்றான்; அவன் சுவேதகேதுவைப் பார்த்து, "இளைஞனே, உன் தந்தை உனக்குக் கல்வி புகட்டினாரா?" எனக் கேட்டான்:

"என் தந்தை கற்பித்தார்" என்றான்; பிறகு மன்னன், ஆத்மா ஓரிடம் விட்டு வேறிடம் போவதைப் பற்றி ஐந்து கேள்விகள் கேட்டான். அந்த வினாக்கள் பின்வருமாறு: "பிராணிகள் (பிறப்பவை) எங்கே (இறந்து) போகின்றன என்பது உனக்குத் தெரியுமா? மீண்டும் அவை திரும்பி வருவது எப்படி என்பதாவது தெரியுமா? கடவுள்களிடம்

அழைத்துப் போகும் பாதை, தென்புலத்தாரிடம் அழைத்துச் செல்லும் பாதை இரண்டும் தெரியுமா? இப்படி இன்னும் இரண்டு. சுவேதகேது இவை ஒன்றும் தனக்குத் தெரியாதென்று ஒப்புக்கொள்ள வேண்டியிருந்தது. உடனே மன்னர் இகழ்ச்சியாகச் சொன்னான்! "எப்படி நீ கற்றுவிட்டதாகச் சொன்னாய்? இவை தெரியாதவன் கல்வியுடையவன் ஆவது எப்படி?" என்றான். சுவேதகேது மன வருத்தத்துடன் தந்தையிடம் வந்து, "எனக்கு ஒன்றும் கற்பிக்காமலேயே கற்பித்துவிட்டதாகக் கூறிவிட்டீர்களே! ஒரு சாதாரண மன்னன் என்னை ஐந்து கேள்விகள் கேட்டான். எனக்கு அவற்றுள் ஒன்றுக்குக் கூட விடை தெரியவில்லை" என்றான். பிறகு அந்த ஐந்து கேள்வி களையும் கூறினான். "எனக்கும் தெரியவில்லை; தெரிந்திருந்தால் உனக்குக் கற்பிக்காமல் இருந்திருப்பேனோ?" என்று கூறி, உடனே தானே நேரில் மன்னனிடம் சென்றார் உத்தாலகர்.

அரசனுக்கு தர்ம சங்கடமாகிவிட்டது. "உத்தாலகரே, நீர் சொல்வது உண்மை; இந்த ஞானம் இதுவரை பிராம்மணர்களில் யாருக்கும் வரவில்லை. இதுவரை இது க்ஷத்திரியர்களிடையே மட்டும் ஆட்சியில் இருக்கிறது. உமக்குப் பிறகுதான் இது பிராம்மணர்களிடையேயும் பரவவேண்டும்" என்று சொல்லி, மன்னர் அவருக்கு அந்த ஞானத்தை உபதேசித்தான்.

அவன் கூறியதெல்லாம் அவருடைய சொந்தச் சிந்தனைக்குப் புறம்பானவை. முடிவேயில்லாத பல வகையிலும் பல்கியுள்ள இந்த இயற்கை - உலகம் எதிலிருந்து தோன்றியது என்ற பிரச்சனையில் மூழ்கிக்கிடந்த உத்தாலகருக்குப் பிரவாஹணன் கூறிய அந்த ஆத்மாவைப் பற்றியெல்லாம் தெரியாது (அவர் ஆத்மா எனச் சுட்டியது வேறு எதுவோ). பௌதீகமான உலகம் மட்டுமின்றி அனைத்திற்கும் முக்கியமான சாரம் என்ன என்று இந்தப் பண்டை விஞ்ஞானி தன் சொந்த வழியில், மனம் உடல் பற்றிய அனைத்து அமைப்பு விவரங்களையும் கண்டு கூற முனைந்து, அவர் கண்டது மூன்று பௌதீக மூலங்களே. அவை, வெப்பம் (தீ), நீர், உணவு என்பன. அவற்றை உள்ளடக்கியதே அந்த ஆதிமூலமான ஸத். இதைத் தவிர மனிதனுடைய சாரமாகக் கருதக்கூடிய வேறு ஒன்றும் அதற்குத் தெரியாது. ஆகவேதான் மிகவும் பிரசித்தமான அவருடைய சூத்திரம் போன்ற முடிவுரையாக 'தத்துவம் அஸி' அது நீ என்பது வந்தது.

பிற்காலத்து இந்திய மனப்பாங்கு, உபநிஷத்துக்கள் அனைத்துமே பிரமாணமான வேதங்கள் என்றும், அவற்றுள் இருக்கும் அனைத்துமே, வேறு எதுவும் கலக்காத ஒரே ஒரு கருத்தைத்தான் கொண்டிருக்க

முடியும் என்றும் கருதினார்கள்; இதன் விளைவாகப் பண்டைய தத்துவ மரபுகளை உள்ளவாறு புரிந்துகொள்வதில் பலதரப்பட்ட ஆபத்து நேர்ந்துவிட்டது. இதன் ஒரு அம்சம்தான் உத்தாலகருடைய தத்துவ நிலைப்பாட்டை- மிகவும் கவனத்திற்குரிய சுவையான கருத்தை ஏற்கத்தக்கதாகிவிட்டமை. உத்தாலகர் தான் நமக்கும் தெரிய வரும் ஓர் முதல் இந்திய விஞ்ஞானி. அவர் மிகவும் தைரியத்துடன் மனம் அல்லது உணர்வு என்பதும், உயிரைப் போலவே (பிராணணைப் போலவே) பௌதீகப் பொருள்களால் உண்டாவது தான் என்று அடித்துக் கூறினார். இதை அவர் அநுபவ முறையில் நிகழ்த்திக் காட்டியும் நிறுவினார். இந்தியக் கருத்துமுதல்வாதிகளுக்கு இது பெரிய ஆபத்தான விஷயம். ஆதலால் அவர்கள் இந்தக் கருத்தையும் ஒரு விதமான கருத்துமுதல் வாதமே என்று திரித்துக் கூறிவிட்டனர்.

தற்காலத்து நவீன அறிஞர்களில் சிறப்பாக ஜாகோபிக்கும் ரூபென் என்பவர்க்குமே நன்றி கூற வேண்டும். அவர்களே உத்தாலகரின் தத்துவத்தை மிகச் சரியாக மதிப்பிட்டவர்கள்.[95]

ரூபென் கூறுவது: "என் மதிப்பதற்குரிய ஆசான் ஹெர்மன் ஜகோபி தான் முதன் முதலில் உத்தாலகர் பொருள்முதல்வாதத்தின் ஆரம்பத்தைப் போதித்தார் என்று கூறியவர். அவர்தான், பிற்காலத்து ஸாங்க்யர்களுக்கும் வேதாந்திகளுக்கும் இடையே எழுந்த போராட்டத்திலிருந்து தம் சர்ச்சையைத் தொடங்குகிறார். வேதாந்திகள் உத்தாலகர் கூறும் ஸத் என்பது பிரம்மம் என்றார்கள். ஸாங்க்யர்களோ அப்படியில்லை. அந்த ஸத் என்பது ஜடமான பிரகிருதி என்ற இயற்கை தான் என்றார்கள். ரூபென் இதைத்தான் பின்பற்றினார்.

"1961ல் நான் இறுதியாக, இந்தியாவில் பகுத்தறிவுச் சிந்தனை பற்றி எழுதினேன். அந்தக் கட்டுரையில், பண்டைய இந்தியாவில் பொருள் முதற்கோட்பாட்டுக்கும் கருத்துமுதற்கோட்பாட்டுக்கும் அதாவது, உத்தாலகருக்கும் யாக்ஞவல்க்யருக்கும் ஏற்பட்ட மோதலை விவரித்து எழுதினேன். அந்தக் காலகட்டத்தில்தான் கங்கைச் சமவெளியில் ஒரு சில சிறிய இந்திய அரசுகள் ஏற்பட்டிருந்தன. அது இரும்புக் காலம். இனக் குழுக்களாக ஏராளமான மக்கள் வாழ்ந்த காலம் அது. அப்பொழுதுதான் வர்க்கப் போராட்டம் தொடங்கியது; அதற்கேற்ப, லக்ஷ்யக் கருத்து பற்றிய மோதல்களும் தொடங்கின. மருத்துவம் போன்ற விஞ்ஞானம் முளைத்து மதத்திற்கு எதிராகப் போரிட்டன. மருத்துவர்கள் பிராம்மணர்களுக்கு எதிராகப் போரிட்டனர். அதே கால கட்டத்தில்தான் வான சாஸ்திரமும், புவியியலும், சட்டமும் அரசு பற்றிய கொள்கையும் ஆரம்பமாயின. பண்டைய இந்திய வரலாற்றின்

இந்தப் புதிய காலத்தின் இயல்புக்கேற்ப சர்ச்சைகளும் ஆய்வுரைகளுமே பெருகின. மன உணர்வு பற்றிய அனைத்துத் துறைகளிலும் சந்தேகம் கொண்டு கேட்பதும் வழக்கம் ஆயிற்று. அதற்குப் பிறகுதான் பொருள் முதல் வாதத்திற்கும், கருத்துமுதல்வாதத்திற்கும் இடையில் மோதல் தொடங்கிற்று; அதற்கு சமுதாய மோதல்களும் லக்ஷயக் கருத்து மோதல்களும் அடித்தளமாயின. இது, விஞ்ஞானபூர்வமான சிந்தனை தொடங்கிய பின்னர்தான் நிகழ்ந்தது. ஆனால், விஞ்ஞானம் என்பது முற்றிலும் நல்ல வளர்ச்சியும் பெற்றிராத காலம் அது; உத்தாலகர் தன் தத்துவ வாதத்தில் செய்த வாதங்களிலும் நிருபணம் காட்டியதிலும் இந்த வகையான புதிய விஞ்ஞானச் சிந்தனையைக் காட்டினார். இதற்கு அவர் செய்த பகுத்தறிவு வாதமும் காட்டிய உதாரணங்களும் தான் பின்னால் வந்த தார்க்கிகர்கள் அநுமானம், எடுத்துக்காட்டு என்ற திருஷ்டாந்தம் என்று கூறும் தர்க்கரீதியான வாதத்திற்கு முன்னோடி ஆயின.[96]

ரூபென் எழுதிய அந்தக் கட்டுரை முழுதும் படிக்கத்தக்கது. இங்கே நாம் மற்றொரு பகுதியை மட்டுமே காண்போம். ஏன் எனில், இந்த அத்தியாயத்தின் விஷயத்திற்கு அது தேவை. "பொருள் முதற்கொள்கை, தண்ணீரிலிருந்து உயிரும் தீயிலிருந்து வாக்கு என்ற பேச்சும் உண்டாவது போல மனம் உணவிலிருந்து உண்டாகிறது என்று கூறும் உத்தாலகருடைய கருத்தில் இன்னும் விரிவாகிறது; பண்டைய சிந்தனையாளர் பலரும் பேச்சைத் தீயென்று கொள்வது வழக்கமானது தான்; அதே போல நீர் தான் உயிர் என்றே கொண்டனர்; ஆனால் மனம் உணவால் உண்டாகிறது என்று கூறியது பிரமிக்கத்தக்கதும் மகத்தானதுமாகும். இது உச்சக் கட்டம்; இதைத் தன் மகனுக்கு போதித்தபோது இதை நிரூபித்துக் காட்ட நினைத்தார். ஆகவே, அவர் தயிர் கடைவதையும் மனிதனின் உடலுக்குள் உணவு ஜீரணமாவதையும் ஒப்பிடுகிறார். கடைசியாக சுவேதகேதுவை பட்டினி கிடக்குமாறும் தண்ணீரைக் குடிக்குமாறும் கூறினார். இது ஒரு பரிசோதனை. தண்ணீர் குடிப்பதால் அவனது உயிர் பிரியாமல் இருக்கும் என்றும் உணவை விடுவதால் அவனுடைய சிந்தனை- நினைவும் ஞாபகமும் இருக்காது என்றும் கூறுகிறார். சுவேதகேது பல நாள் பட்டினிக்குப் பின் உணவு உட்கொள்கிறான். மீண்டும் அவனுடைய அறிவும் மனமும் அவனிடம் திரும்பிவிடுகின்றன; உணவு, அவனது மனத்தை மறுபடியும் படைத்து விட்டது. இந்தக் கருத்து பிற்காலத்து ஸாங்க்யர்கள், பிரகிருதியிலிருந்து- இயற்கையிலிருந்து முதலில் உண்டாவது புத்தி என்று கூறுவது நினைவுக்கு வருகிறது. ஆனால், ஸாங்க்யம் கூறும் புத்தி என்பது (ஆத்மாவைப்போல் அவர்கள் கூறும்) புருஷன் என்பதுடன் இணைந்து

தொடர்புகொண்டுதான் செயற்படுகிறது; உத்தாலகருடைய பொருள் முதற் கொள்கையில் புருஷன் என்பதும் இல்லை; இறுதியான ஒரே பொருள் என்று வேதாந்திகள் கூறும் சாசுவதமான ஆத்மாவும் இல்லை.[97]

இங்கே ரூபென் குறிப்பிடுவது பிற்காலத்து ஸாங்க்யம். ஆரம்ப காலத்து ஸாங்க்யத்தில், பிற்காலத்தில் கொண்ட பொருளில் ஆத்மா என ஏதும் இருந்ததில்லை. இந்த முடிவுடன் உத்தாலகருடைய தத்துவத்தை அது அடிப்படையில் ஸாங்க்யம் கூறியதுதான் என்று தான் பார்க்க வேண்டும். ஆனால் இப்போதுள்ள வரலாற்று ஆய்வு இருக்குமளவில் அவை இரண்டிற்குமுள்ள தொடர்பை நிச்சயமாகக் கூற முடியாதுதான்; அதாவது, உத்தாலகர் கூறியது ஸாங்க்யத்தை முன்கூட்டியே காட்டிற்றா அல்லது ஸாங்க்ய தத்துவத்திற்குப் புதியதொரு வடிவம் கொடுத்ததா என்று தீர்மானிக்க முடியாதுதான். இதில் முக்கியமானது உத்தாலகர் தான் முதன் முதலாகப் பௌதீகப் பொருளிலிருந்து உணர்வு தோன்றுகிறது என்பதற்குத் திட்டவட்டமான நிரூபணம் தந்தவர் என்பதே. ஆகவே, ஜயந்தபட்டர் போன்ற மிகவும் மெத்தப்படித்த ஆடம்பரமான தத்துவ அறிஞர் இந்த நிரூபணத்தில் லோகாயதர்களின் பொருள்முதல்வாதத்திற்கு ஆதரவான தற்காப்பைக் காண்பதுதான் தர்க்கரீதியானதாகும்.

9. ஜடபௌதீகமும் உணர்வும் பற்றி நவீன காலத்துப் பொருள்முதல் வாதம்:

இந்தியத் தத்துவவாதிகள், அவர்கள் வாழ்ந்த வரலாற்றுக் கால கட்டத்தைக் கொண்டு பார்க்கும்போது, பௌதீகப் பொருள்களும், உணர்வுகளும் பற்றிக் கூறியிருப்பது மிகவும் முக்கியமானது. அதே சமயம், லோகாயதர்கள் உணர்வு பற்றிச் சிந்தித்துக் கண்டவற்றுக்கு இயல்பான எல்லையையும் கவனிக்க வேண்டும். மார்க்ஸ் காலத்திற்கு முன் இருந்த பொருள்முதற்கோட்பாடுகளுக்கும் பொதுவான பல கருத்துக்களையும் லோகாயதர்களுடைய பொருள் முதல் வாதம் பெற்றிருந்தது; உணர்வு பற்றிய மர்மமான பல திசைகளைக் கிழித்த பிறகு, அது இயற்கையான நிகழ்வுதான் என்றும், அதன் ஆரம்ப மூலம் பௌதீகம்தான் என்பதை நிலைநாட்டிய பிறகுதான், இயற்கையின் தனிச் சிறப்பான அமைப்பையும், மாறுபடும் நிலைகளையும், உணர்வின் செயற்பாட்டையும், அது மனிதர்களிடம் தோன்றுவதையும் தெரிந்துகொள்ளப் பொருள்முதல்வாதிகள் எத்தனையோ பலவகை வேலைத் திட்டங்களை மேற்கொள்ள வேண்டியிருந்தது. அதாவது, உயிரினங்கள் தோன்றிப் பல்கிப் பெருகிய பின்னரே இது நிகழ்கிறது. மனித மனம், உணர்வு என்பன மனிதனுக்கு ஒரேயடியாய் - ஒரே

நேரத்தில் முழுதாகக் கிடைத்துவிடவில்லை; அது ஒரு நிலையான (மாறுதல்களுக்கு உட்படாத) நிகழ்வன்று; அது ஆச்சரியகரமான வகையில் பலதிறப்பட்ட திசைகளிலும் மேலும் மேலும் வளர்வதற்கும் ஆளாகும் நிகழ்வு. உணர்வின் தோற்றம் பற்றிப் பொருள்முதல் கோட்பாட்டு வகையில் தெரிந்துகொள்வது போதுமானதாக இருக்க வேண்டுமானால், அதன் இந்த அம்சத்தையும் பார்க்க வேண்டும். இல்லாவிட்டால் அதைப் பற்றி ஏதோ ஒரு புதிய கண்மூடித்தனமான நம்பிக்கையில் முடியும் அபாயமோ அல்லது கருந்துமுதல்வாதிகளின் முடிவுக்குப் போய்விடும் அபாயமோ நேர்ந்து, உணர்வு என்பது இனம் விளங்காத ஏதோ ஒரு ஒப்பற்ற விதத்தில் தோன்றி மனிதனால் வரலாற்றை நிச்சயிக்கிறது என்று கொள்ள வேண்டியிருக்கும்.

மார்க்ஸிஸ்ட் பொருள்முதற்கோட்பாடு மேலே கூறியபடி போதுமான அறிவாய் அமைகிறது. அது, மார்க்ஸுக்கு முன்பிருந்த கோட்பாட்டிலிருந்து வேறாய் வளர்ந்த ஒன்று; லோகாயதர்கள் கூறியதில் உள்ளடங்கிய ஆற்றலோடிருந்த புரட்சிகரமான கருத்துக்களே நவீன காலத்துப் பொருள்முதற்கோட்பாடாக மலர்ந்து நிஜமாகவும் ஆயின; அது தான் அதைக் கண்டு கூறிய மார்க்ஸின் பெயரால் அறியப்படுகிறது.

மார்க்ஸ் உணர்வு பற்றிக் கூறியவற்றில் இரண்டை முக்கியமாகக் கண்டோமிங்கு. தனக்கு முன்னால் இருந்த, அளவுக்குட்பட்ட நிலைகளிலிருந்து விடுபட்டு மார்க்ஸின் தகுதியளவில் ஒரு புதிய தரத்திற்கு ஏற்றிக்கொண்டு வந்தது. முதலாவதாக, உணர்வு பௌதீகப் பொருளிலிருந்து உண்டானது என்பதை போதுமானதாகத் தெரிந்து கொள்ள மனித உயிர் வாழ்க்கையின் அடிப்படையான பௌதீக நிலைகளையும் அவை மனித உணர்வுக்குத் தருதலையும் நன்கு புரிந்து கொள்ள வேண்டும். இரண்டாவதாக, இந்த உணர்வு ஜடமான பௌதீகத்திலிருந்து உண்டாவதே எனினும் அது, தானே செயற்பட்டுப் புதியனவற்றைப் படைக்கும் ஆற்றலாக மாறுகிறது என்ற உண்மையை நன்கு நினைவில்கொள்ள வேண்டும்; இல்லாவிட்டால் அதைத் தவறாகப் புரிந்துகொள்ள நேரிடும். உணர்வின் இந்த தன்னிச்சையாகச் செயற்படும் தன்மையை மார்க்ஸுக்கு முன்பிருந்த பொருள்முதல் வாதிகள் கவனிக்காமல் விட்டுவிட்டனர். அதை அவர்கள் கருத்து முதல்வாதிகளுக்கு விட்டுவிட்டனர். அவர்களோ இதையே, கலப்பற்ற சுத்த சைத்தன்யம் என்ற தங்கள் குறுகிய கொள்கையாகத் திரித்துக் கூற முற்பட்டுவிட்டனர்.

மார்க்ஸும், ஏங்கெல்ஸும் மார்க்சிஸம் பற்றி முதன் முதலில் எடுத்துக் கூறும்போதே, முதலாவது பற்றிய விவரங்களைத் தந்துள்ளனர்; அதைச் சற்று நீளமாகவே மேற்கோள் காட்டுவேன்:

இந்தியத் தத்துவ இயலில் நிலைத்திருப்பனவும் அழிந்தனவும்

"கருத்துக்களும் கருதுகோள்களும், உள்ளுணர்வும் உண்டாவது. மக்களின் புற உலகும் பொருளும் பற்றிய செயல்களுடனும், அத்தகைய பொருள்வயமான பரஸ்பரத் தொடர்புகளுடனும்தான் முதலில் பின்னிப் பிணைந்திருக்கிறது. அது, நிஜவாழ்க்கையின் பேசுமொழியுடனும் அவ்வாறு கலந்துள்ளது. இந்த நிலையில் மக்கள் ஒன்றைப் பற்றித் தம் மனத்தால் கருதி ஏற்றுக்கொள்வதும், அது பற்றிச் சிந்திப்பதும், பரஸ்பரம் மனங்கொண்டு தொடர்புகொள்வதும், அவர்களுடைய உலக சம்பந்தமான நேரிடையான வெளிப்பாடாகவும் போக்காகவும் தோன்றுகின்றன. குறிப்பிட்ட ஒரு மக்கள் கூட்டத்தின் அரசியலிலும், சட்டங்களிலும், நீதி நெறிகளிலும், மதத்திலும், பண்டை இயற்கைச் சாத்திரங்களிலும், பிறவற்றிலும் அவர்கள் பயன்படுத்தும் மொழிகளில் வெளிப்படும் வடிவில் மனம் உண்டாக்குவனவற்றிற்கும் இது பொருந்தும். மனிதர்கள்தான் தம்முடைய கருத்துக்களையும், எண்ணங்களையும் பிறவற்றையும் உற்பத்தி செய்பவர்கள். அந்த மக்கள் நிஜமாகவே செயற்படுகிறவர்கள் என்பதால் அவர்களுடைய உற்பத்தித் திறன்கள் உறுதியாக வளர்ச்சிபெறுவதாலும், அவற்றின் தொடர்பில் பரஸ்பரம் சம்பந்தப்படுவதாலும் பக்குவப்பட்டு அவை இன்னும் பெரிய வடிவில் வளரும் வாய்ப்பைப் பெறுகின்றனர். உணர்வு என்பது உணர்வுடன் உலகில் இருத்தல் தவிர வேறாக இருக்க முடியாது. அப்படி உலகில் இருப்பதுதான் அவர்களுடைய வாழ்வின் நடைமுறையாகவும் ஆகிறது." வானத்திலிருந்து கீழே இறங்கி வரும் ஜெர்மானியத் தத்துவத்திற்கு நேர் எதிரிடையாக நாம் இதில் கீழே மண்ணிலிருந்து வானுக்கு ஏறிச் செல்கிறோம். மனிதர்கள் என்ன கூறுகிறார்களோ, கற்பனை செய்துகொள்கிறார்களோ, மனத்தால் கருதி ஒன்றை ஏற்றுக்கொள்கிறார்களோ, மக்களைப் பற்றி வர்ணிப்பதிலிருந்தோ, அவர்களைப் பற்றிச் சிந்திக்கப்பட்ட விஷயங்களிலிருந்தோ, அவர்களைப் பற்றிய வெறும் மனத்தளவில் கொண்டதிலிருந்தோ உடம்புடன் எதிரே இருக்கும் மனிதனை அணுகிச் சேர நாம் புறப்படவில்லை. மாறாக நாம், நிஜமான, செயற்பட்டுக்கொண்டிருக்கும் மனிதர்களிடமிருந்தும் அவர்களுடைய லக்ஷ்யமான - குறிக்கோளான - தன்னிச்சையாய் உண்டான எண்ணங்கள் வளர்ந்ததையும் அதன் எதிர்விளைவுகளையும் அவர்களுடைய வாழ்க்கை பற்றிய நடைமுறைகளிலிருந்தே நிரூபித்துக் காட்டுகிறோம். மனித மூளையில் தோன்றும் அருவமான விஷயங்கள் அவர்களுடைய உலகப் பொருள்வயமான வாழ்க்கை நடைமுறையை, கட்டாயம் திருத்திச் செம்மைப்படுத்தவே செய்யும். அந்தத் திருத்தமும் செம்மையும் அநுபவத்தில் சரியெனக் கண்டுகொள்ளவும் படும். அப்படித் தெரிந்து

கொள்வது, வாழ்க்கையின் முன்கூறிய இடத்தைச் சென்றடையும் நீதி நெறிகளும், மதமும், பண்டை இயற்கைச் சாத்திரமும், மற்ற லக்ஷ்ய எண்ணங்களும், அவை பற்றிய உணர்வு வகைகளும் சுதந்திரமானவை; வேறு எதனையும் சார்ந்து நிற்காதவை என்பது இனிமேல் இல்லை. அதற்குத் தனியாக வரலாறும் இல்லை; வளர்ச்சியும் இல்லை.

ஆனால், மனிதர்கள் பொருள்களை உண்டாக்குவதன் மூலமும் அது படிப்படியாக வளர்வதன் மூலமும் உலகப் பொருள்வயமாக அவர்கள் தமக்குள் கொள்ளும் பரஸ்பரத் தொடர்பாலும், தங்கள் நிஜமான வாழ்க்கையுடன் தங்கள் சிந்தனையையும், சிந்தனை தந்த விளைவுகளையும் மாற்றி அமைத்துக்கொள்கின்றனர். வாழ்க்கை உணர்வினால் தீர்மானிக்கப்படுவதில்லை. வாழ்க்கைதான் உணர்வைத் தீர்மானிக்கிறது. முதலில் சொன்ன முறையில், வாழ்வுடன் இருக்கும் மனிதனையே உணர்வு என்று கொள்ள வேண்டும். இரண்டாவதாகச் சொன்னதில், நிஜமாக வாழும் பல தனி நபர்களையே உணர்வு எனக் கொள்ள வேண்டும். அதுதான் நிஜமான வாழ்க்கைக்குப் பொருந்தி வருவது. அவர்களுடைய உணர்வுதான் உணர்வு என்பது.[96] தொடக்கத்தில் இருந்தே உணர்வு என்பது சமுதாயம் உண்டாக்கிய ஒன்றுதான். மனிதர்கள் இருக்கும்வரை அது அப்படித்தான் இருக்கும்.[99]

ஆகவே, உணர்வின் தோற்றம் பொருள்வயமானதே என்பதைப் போதுமான அளவு தெரிந்துகொள்வது, அறிவு பற்றிய ஆய்வால், அசேதனமான இயற்கைதான் உணர்வுடன்கூடிய மனித உடலாக மாறியது என்று சாதிப்பதற்கும் மேலாக ஒன்றை அறிவிக்கின்றது. அது மனித வரலாற்றை உள்ளதுள்ளவாறு தெரிந்துகொள்வதற்கான புதிய திசைகளைத் தருகிறது. இப்படித் தெரிந்துகொள்வதுதான் கருத்துமுதற்கோட்பாட்டை பொருள்முதல்வாதம் வெற்றி கொள்வதாகவும் ஆகிறது. இதை ஏங்கல்ஸ் இப்படிக் கூறுகிறார்.[100] "வரலாற்றின் தத்துவம் என்ற அதன் கடைசிப் புகலிடத்திலிருந்து கருத்துமுதற்கோட்பாடு விரட்டப்படுகிறது. வரலாற்றைப் பொருள்முதற்கோட்பாட்டின் அடிப்படையில் கண்டுகொள்ளும் வழி ஏற்படுத்தப்பட்டது. இதுவரை மனிதனின் இருப்பையும், வாழ்வையும் அவனுடைய அறிவைக் கொண்டு விளக்கியது போல் இன்றி, இனி அவனது இருப்பையும், வாழ்வையும் வைத்து அவனுடைய அறிவை விளக்கும் புதிய முறை காணப்பட்டது."

மார்க்ஸுக்கு முன்பிருந்த பொருள்முதற்கோட்பாட்டுக்கும், லோகாயதர்களுக்கும் இருந்த மற்றொரு தடை அவர்கள் அறிவின் குறைந்த அளவுதான்; உணர்வு சுறுசுறுப்பாக இயங்கிச் செயற்படும்

வகையை அறியத் தவறியதுதான். மனித உணர்வு, அடிப்படையில் புற உலகின் நிலைமைக்கேற்பத்தான் தீர்மானம் ஆகிறது என்று கொள்வதால், அது ஓர் உயிரற்ற பண்டம் என்றும், புற உலக நிலைக்கேற்ப எதிர்விளைவு கொள்ளும் ஆற்றல் அற்றது என்றும் அர்த்தம் செய்துகொள்ளக்கூடாது. புற உலக நிலைகளைப் புதிய திசைகளில் உருவாக்கியும், அவற்றின் புதிய நிலைகளைத் தடுத்தும் மனித உணர்வு செயற்பட்டுக்கொண்டே இருக்கும். உணர்வு ஜட இயற்கையில்தான் வேர் கொண்டு எழுவது எனினும், இயற்கையைத் தூண்டியும் அதனுடன் சேர்ந்தும் செயற்படுகிறது. தானே ஒரு படைக்கும் ஆற்றலாகவும் ஆகிறது. மனம், தான் பாதிக்கப்படாமல் இயற்கையைப் பிரதிபலிப்பது மட்டும் இல்லை. தானும் இயற்கையுடன் சேர்ந்து பங்காற்றுகிறது; அதற்கு உருக்கொடுக்கிறது; அதை வசப்படுத்தி ஆள்கிறது. நன்றாகச் சொல்லவேண்டுமானால், மனம் மனிதன் இயற்கையை வென்று வசமாக்கிக்கொள்ள வழிகாட்டுகிறது. இது சில சமயம் மிக மெதுவாகவும், சில சமயம் புரட்சிகரமான வகையில் விரைவாகவும் நடைபெறுகிறது. ஏனென்றால், இவ்வாறு இயற்கையை ஆட்படுத்தி நடத்துவது என்பது புற உலகச் சூழ்நிலை பக்குவமாய் அமைவதைப் பொருத்தே இருக்கிறது. ஆக, உணர்வுக்கும் படைப்பதில் ஒரு பங்கு உண்டாக்கும் வேலை இருக்கிறது. கருத்துமுதல்வாதிகள் நினைப்பதுபோல அது மட்டுமே எதையும் படைத்துவிடுவதில்லை. அது தனது ஆற்றலையும், விசையையும், இயற்கையையும் அதன் சட்டதிட்டங்களையும் உணர்ந்துகொள்ளும் உள்ளார்ந்த பார்வையால் தான் அதுவும் படைப்பாற்றலாகிறது. இப்படித் தர்க்கரீதியிலான புதிய வகையில் பௌதீக இயற்கைக்கும் உணர்வுக்கும் இடையே நிகழும் ஒன்றின் ஊடான மற்றொன்றின் செயற்பாட்டைப் புரிந்துகொண்டது எப்படி? மனிதன் மற்றும் இயற்கை இரண்டிற்குமுள்ள உள்ளமைப் புக்களிலும், உறுப்புக்களிலும் உள்ள ஒருமைப்பாடே முழுமையான உண்மை என்றும், அதனால்தான் மனிதன் இயற்கையை அடக்கி ஆள்கிறான் என்றும் அதில் உணர்வு மிக முக்கியமான பங்கு வகிக்கிறது என்றும், அதை இயற்கை என்றேதான் தெரிந்துகொள்ள வேண்டும் என்றும் கண்ட மகத்தான அறிவின் விளைவே இது. இதை ஏங்கெல்ஸ் பின்வருமாறு கூறுகிறார்:[101] "நமது ஒவ்வொரு அடி முன்னேற்றத்திலும், எந்த வகையிலும், ஒரு நாட்டை வென்று அடிமைப்படுத்தியவன் அந்நாட்டு மக்களை ஆள்வதுபோல் இயற்கையை அடக்கி ஆளவில்லை என்றும், நாம் இயற்கைக்கு வெளியே உள்ள யாரோ போல இல்லை என்றும் நினைக்க வேண்டும். சதையும் ரத்தமும் மூளையும் கொண்ட நாம் இயற்கையையே சார்ந்தவர்கள் என்றும் -

அதற்கே உரியவர்கள் என்றும், அதனூடேயே வாழ்கிறவர்கள் என்றும், அதை நாம் வசப்படுத்தி ஆள்வதிலெல்லாம், மண் மீதுள்ள மற்ற பிராணிகளைவிட நமக்கொரு அநுகூலம் இருக்கிறது என்றும், அதுதான் இயற்கையின் சட்ட நியதிகளைத் தெரிந்துகொள்ளும் நம் திறமையும் அவற்றைத் தவறில்லாமல் உபயோகிப்பதும் என்றும் எப்போதும் நாம் நினைக்க வேண்டும்."

பின்னால் முக்தி மோக்ஷமென்பது பற்றிப் பேசும்போது இதை இன்னும் விரிவாகக் காண்போம். இப்போதைக்குக் கூறவேண்டிய தெல்லாம் மார்க்ஸுக்கு முன்பிருந்த பொருள்முதல்வாதம், இப்படி உணர்வு சுறுசுறுப்பாய் இயங்கி வேலை செய்வதைக் கவனிக்காமல் விட்டது எந்த அளவுக்குத் தத்துவ ஆய்வில் நாசத்தை விளைவித்தது என்பதுதான். மார்க்ஸ் சொன்னதுபோல், ஃப்யூர்பக்[102] கூறியதுட்பட இதுவரை இருந்துள்ள பொருள்முதல் கோட்பாட்டின் முக்கியமான குறையாதெனில், உணர்வு நிஜமாயிருத்தலும், புலனைச் சார்ந்திருத்தலும், ஒரு பொருள், அது பற்றிய சிந்தனை என்ற வடிவில் மட்டுமே நினைத்துப்பார்த்தார்களே தவிர, அது மனிதனுடைய புலன் சார்ந்த செயல், பழக்கம் என்று தன் சார்புடன் - தன் உணர்வை வைத்துப் பார்க்கவில்லை. ஆகவே, கருத்து முதல்வாதம், பொருள்முதற் கோட்பாட்டுக்கு எதிரிடையாகவும் தனிச் சிறப்பாகவும், உணர்வு, தானே சுறுசுறுப்பாய்ச் செயல்படுவதை வெறும் குணாம்சமாக, நுண்ணிய அருவமான குணாம்சமாக ஏதேதோ கூறி வளர்த்துவிட்டது. கருத்துமுதல்வாதத்திற்கு உணர்வின் நிஜமான புலன் சார்ந்த செயற்பாடு தெரியவே தெரியாது."

கருத்துமுதல்வாதியிடம் உணர்வு என்ன ஆயிற்று என்று ஏற்கனெவே கூறினோம். அவர்கள் அதன் செயற்படும் பங்கை எப்படி எப்படியோ கற்பனை செய்து மிதமிஞ்சி வீங்கிப்போனதில் அது உண்மையாகவே தெய்வ நிலைக்கே உயர்ந்துவிட்டது. அடுத்த கட்டமாக, அது ஒன்றுதான் பரம ஸத்யம் (ஆத்மா, பிரம்மம்) என்று ஒப்புக்கொண்டே ஆகவேண்டுமென்ற அபத்தமான கட்டளை வேறு பிறந்துவிடுகிறது. இப்படி உணர்வைப் பொய்யாக ஏற்றிப் போற்றுவதற்கு மாறாக, மார்க்ஸின் பொருள்முதற்கோட்பாட்பாடு, தத்துவத்தையும், தத்துவவாதிகளையும் முற்றிலும் வேறு புதிய வகையில் காண்பதில் வந்து முடிகிறது. "தத்துவவாதிகள், பல வகையிலும் உலகத்தை விளக்கி விரித்து உரைத்தார்கள். ஆனால் நமது நோக்கம் அதை மாற்றுவதுதான்."

அடிக்குறிப்புகள்

1. H. P. சாஸ்திரி JASB 1905.177 ff; வித்தியாபூஷணர் 40 ff; ஃப்ராவால்னர் ii 230 & 238 குறிப்புகள்.
2. ஹிரியன்னா 229.
3. மே. நூ.230.
4. புறத்தே உள்ள பொருள்கள் என்பது இன்பமும் துன்பமும் மற்றும் அதனுடன் இணைந்த காரணங்கள் என்பதே. நடைமுறையில் உலகத்தில் உள்ள எல்லா பொருட்களையுமே இது குறிக்கிறது. NS. i. 1.14 மற்றும் தர்க்கவாகிசர் i.189 F
5. NS.i.1. 12.
6. இது பிரதானமாக கவனிப்பு மற்றும் கவனிப்பற்றதற்கும் இடையே உள்ள வித்தியாசத்தை விளக்குவதே.
7. தாஸ்குப்தா i: 367.
8. ஹிரியன்னா 259-60.
9. மே.நூ.260 n.
10. நியாய வைசேஷிகர்களின் விடுதலைக் கோட்பாட்டை பத்தாம் இயலில் விளக்க இருக்கிறோம்.
11. Seal 3
12. செர்பாட்ஸ்கி BLi. 18.
13. மே.நூ.
14. மே.நூ.
15. மே. நூ. ii. 159 ff & 203 f.
16. சட்டோபாத்யாயா L407 ff.
17. கார்பே, ERE xi. 191.
18. மே.நூ.
19. சங்கவி 'அத்யாத்மா விகாரண' (ஹிந்தி) 15-16.
20. தாஸ்குப்தா i.213-14.
21. மே.நூ.i.216
22. மே.நூ.i.217
23. மே.நூ.i.259

24. மே.நூ.i 259-60

25. சம்காரா Br. Su. ii. 2.7.

26. மே.நூ.ii.2.2. தாராளமான மொழிபெயர்ப்பு.

27. சட்டோபாத்யாயா L Ch.6. Cf. தாஸ்குப்தா iii. 527; ஜைன தத்துவவாதியான சிலங்கா கூறுவதாவது: சாங்க்யத்துக்கும் லோகாயதத்திற்கும் அதிக வித்தியாசமில்லை.

28. சம்காரா Br. Su. i. 1.1.

29. மே.நூ.iii. 3.53. தாராளமான மொழிபெயர்ப்பு.

30. பாமதி iii. 3.53

31. ரை டேவிட்ஸ் DB ii. 171.

32. ஹரிபாத்ரா SDS Verses 80-86.

33. குணரத்னர், SDS 80-86

34. சாந்தரக்ஸிதா TS 1859

35. ஜெயந்த பட்டா NM ii. 3.

36. பாமதி iii 3. 53.

37. மாதவா SDS 3.

38. பெர்னால் 647.

39. மே.நூ. 323f.

40. வெஸ்டர்மாக் ERE V.79.

41. பெர்னால் 399.

42. மே.நூ.439 & 620.

43. உதாரணமாக 'சோமா' பற்றி வேதங்களின் கருத்து.

44. கௌடில்யா AS. ii. 25.16-39.

45. லோகாயதர்களின் கருத்து புத்தருக்கு முன்னிருப்பினும் மாதாசக்தி வழிபாட்டின் சரியான காலத்தை நிர்ணயிக்க முடியவில்லை. இதை குறிக்கும் பிரபலமான பாடல்கள் மிகவும் பழமையானது.

46. போஸ், சென் & சுப்பராயப்பா 32.

47. ஓபரின் P. X. அறிமுகத்தில் மெர்குலிஸ் மேற்கோள்

48. பெர்னல் 986-7

49. ஜெயந்த பட்டாவும் குணரத்தினரும் இவர்களை முட்டாள் (வராக) என்று அழைக்கின்றனர். வாகஸ்பதி மிஸ்ரா இவர்களை மிருகங்களைவிட மிகவும் மிருகத்தனமானவர்கள் என குறிப்பிடுகிறார்.
50. சம்காரா Br. Su. iii. 3.54.
51. NS. i.1.10.
52. செர்பாட்ஸ்கி CBN 97.
53. வாத்ஸ்யாயனர் NS. iii. 2.47.
54. மே.நூ.iii.2.53
55. செர்பாட்ஸ்கி CBN 63 n.
56. NS. i.2.3.
57. சம்காரா Br. Su. iii.3.54.
58. ஜெயந்தா பட்டா NM ii.12.
59. குணரத்னர் TRD 144.
60. பார்சன்ஸ் RCCP (ed. McGrood, Riepe & Somerville) 92-93.
61. மே.நூ.96.
62. குணரத்னர் TRD 144-6.
63. ஃப்ராவால்னர் i. 41
64. பெக் 109.
65. Sv. Up.i.2
66. ஹிரியன்னா 103
67. மே.நூ. 104.
68. மே.நூ. 103-4.
69. சம்காரா Sv. Up.i.2.
70. தீபிகா i 2.
71. கால்பாத்ரா ii.1.33
72. குணரத்னர் TRD 13.
73. Mbh. Santi. ccxxxii. 19.
74. கவிராஜ் SBS ii. 95 n.
75. மே.நூ.

76. *மாதவா* SDS *4.*

77. *கவிராஜ்* SBS ii. *95*

78. *சட்டோபாத்யாயா* 1A 66 ff.& 297 ff.

79. *ஜெயந்த பட்டா* NM ii. *10-11.*

80. *தர்க்கவாகிஸர்* iii. 272f.

81. *ராட்கிளிஃப் & ப்ளேட்* BHB *32.*

82. *ஹைடென் 1* ff.

83. *சபரினா 118-20*

84. Ch.Up.Vi.

85. *ஜெயந்த பட்டா* NM ii. *1.3.*

86. Ch.Up.iii. 19.1 Tait Up. ii. 7; etc.,

87. *ராமானுஜர்* Br.Su. i. *1.5.*

88. Ch.Up.V. *171*

89. *ராமானுஜர்* Br. Su, i. *1.7.*

90. மே.நூ.

91. *சம்காரா* Br.Su.i.*1.7.*

92. Br. Up.Vi.2.1ff.

93. Ch.Up.V.3.1. ff.

94. *பார்க்க ஹியூம்* TPU intro. *54.*

95. *ரூபென் 80.*

96. மே.நூ.*79-80.*

97. மே.நூ.*87.*

98. *மார்க்ஸ் & ஏங்கெல்ஸ்* GI *37-8.*

99. மே.நூ.*42.*

100. *ஏங்கெல்ஸ்* AD *42.*

101. *ஏங்கெல்ஸ்* DN-*183;*

102. *மார்க்ஸ்* TFi;

நான்காம் பகுதி
தொடர்புள்ள பிரச்சினைகள்

இயல்-ஒன்பது

மாறுபடுதலும் நிலையாய் இருத்தலும்: தர்க்கவாதம்

1. தொடக்கக் குறிப்புகள்

ஆத்மாவைப் பற்றிய நம் நாட்டு வாதப் பிரதிவாதங்களில் முக்கியமான ஓர் அம்சத்தை இதுவரை சொல்லவேயில்லை. ஆத்மா என்ற கொள்கையை நிறுவும் சர்ச்சையில், ஆத்மாவாதிகள் லோகாயதர்களுக்கு எதிராக வாதிடவே இல்லை; பௌத்தர்களுக்கு எதிராகத்தான் வாதிட்டனர்; பௌத்தர்களும் ஆத்மா இல்லையென்று கொண்டவர்கள்; அதனால் அவர்களுடைய கொள்கை 'அநாத்மவாதம்' என்றும் வழங்கும். ஆனால், அவர்கள் ஆத்மா இல்லையென்று காட்டக் கூறும் காரணம், லோகாயதர்கள் கூறுவதைவிட வேறு; உணர்வு பௌதீக ஜடத்திலிருந்து தோன்றுவது என்று நிரூபிப்பதில் பௌத்தர்கள் அதிக அக்கறை காட்டவில்லை. ஆயினும் ஆத்மா என்பது வெறும் பொய்; அதைக் கொண்டு பண்டை இயற்கைச் சாத்திரம் செய்தவர்கள் தம்மையும் ஏமாற்றிக்கொண்டு பிறரையும் ஏமாற்றுகிறார்கள் என்று நிரூபிப்பதிலேயே ஈடுபடுகின்றனர். இதற்குக் காரணம், அவர்கள் கருத்தில் சாசுவதமான-என்றுமே அழியாத - பொருள் எங்கும் எப்போதும் கிடையாது என்பதுதான். அவர்களுக்கு ஆதாரமான அடிப்படை உண்மை, முடிவே இல்லாத மாறுதலும் நிரந்தரமான - ஓயாத ஓட்ட நிலையும்தான்; ஒன்று உண்டாதல் என்பது, அது இல்லாமல் போவதற்கே என்பது அவர்கள் கருத்து; ஆகவே, சாசுவதமானது - சாரமானது - அடிப்படையானது என்று விளக்கப்படும் ஆத்மாவை ஒப்புக்கொள்ளும் பிரச்சினையே அவர்களுக்குக் கிடையாது.

இந்த வகையில், நம் நாட்டுத் தத்துவ ஆய்வில், "ஆத்மாவை இல்லையென்பது இரண்டு தத்துவ நிலைப்பாடுகளிலிருந்து வருகிறது; லோகாயதர்கள் தமது பொருள்முதற்கோட்பாட்டு நோக்கிலிருந்து மறுக்கிறார்கள்; பௌத்தர்கள் மறுப்பது அவர்களுடைய தர்க்கரீதியான பார்வையால் நிகழ்வது; அதன் சாராம்சத்தை ஏங்கெல்ஸ் கூறுகிறார்:[1] இயற்கை (உலகம்) முழுதும் நுண்ணிய பூத அணுவிலிருந்து மிகப் பெரிய பூதம் வரை, மணலின் துகளிலிருந்து சூரியன் வரை,

தாவரங்களிலிருந்து மனிதன் வரை, சாசுவதமாய் நிகழும் உண்டாதலிலும் இல்லாமற் போவதிலும்தான் இருக்கின்றன. அவை இடைவிடாது ஓடும் (மாறி மாறி வரும் தண்ணீர் ஓட்டம்போல்) ஓட்டத்திலும், ஓய்வே இல்லாத இயக்கத்திலும், மாறுதல்களிலுமாக மறைந்து கொண்டே இருப்பன என்பதே பௌத்தர்கள் கருத்து."

பொருள்முதற் பார்வையும் தர்க்கரீதியான பார்வையும் ஆத்மாவை மறுப்பதில் ஒரே நோக்கில் செயற்படுகின்றன என்பதில் ஐயமில்லை; ஆயினும் இவையிரண்டும் நமது தத்துவங்களில் தனித் தனியே உள்ளனவேயன்றி, பொருள்முதல்வாதத் தர்க்கமாகவோ தர்க்கரீதியான பொருள்முதல்வாதமாகவோ ஒன்று சேர்வதில்லை; மார்க்ஸ் மற்றும் ஏங்கெல்ஸ் இருவரின் தத்துவத்திலும் இவை ஒன்று சேர்கின்றன; இப்படி ஒன்றுசேர்தல் ஒன்றுக்கொன்று உதவியாய் தத்துவ வகையில் பயன்பெறுதல் என்பது பொருள்முதற் கோட்பாடும் தர்க்கரீதியும் மிகப் பெரிய வளர்ச்சி பெறுவதாலும், நன்கு செழுமை பெறுவதாலும்தான் சாத்தியமாகும். நம் நாட்டுச் சூழ்நிலையில், நமது பண்டைய தத்துவப் போக்கிலும் நவீன காலத்திற்கு முன்பான இடைக்காலத்திலும் பொருள்முதல்வாதத் தர்க்க ரீதி வளர்ச்சிபெறும் பக்குவம் இருந்ததில்லை. இதற்கு முக்கியமான காரணம் என்னவென்று ஏங்கெல்ஸ் விளக்குகிறார். "அந்தத் தத்துவவாதிகள், அவர்கள் நினைத்துக்கொண்டது போல், கலப்பற்ற பகுத்தறிவினால் மட்டுமே தூண்டப்பட்டு சிந்திக்கவில்லை; தத்துவவாதிகளை நம் காலத்தில் சிந்தனையில், முன்னேறச் செய்வது இயற்கை பற்றிய விஞ்ஞான உண்மைகளும் தொழில் முயற்சியும் முன்னேறியிருப்பதுதான்; பொருள்முதற்கோட்பாட்டுத் தர்க்கரீதிக்கு முடிவான அடியெடுத்து வைப்பது எப்போது சாத்தியமாகும்? அநுபவ பூர்வமான இயற்கை விஞ்ஞானங்கள் தத்துவத்திற்கு வேண்டிய விவரங்களைப் போதுமான அளவு கொடுக்கும்போதுதான் அது சாத்தியமாகும். அதுதான் அந்த முன்னேற்றத்தை நியாயப்படுத்தும். உயிரணுக்களைக் கண்டுபிடித்ததும், சக்தி என்னும் பௌதீக ஆற்றல் பல வடிவில் மாறும் என்பதைக் கண்டதும், உயிரினங்களின் பரிணாம முறை வளர்ச்சியை அறிந்ததும் போன்ற விவரங்களே அவை.[2] இத்தகைய விவரங்கள் இல்லாதபோது, இல்லாத - தமக்குத் தெரியாத உண்மைகளின் இடத்தில் மனம் போன போக்கில் கற்பனைகளை இட்டு நிரப்பியும், இருக்கும் இடைவெளிகளை வெறும் கற்பனைகளால் இணைத்தும் ஏதாவது சொல்ல முடியும். அவ்வளவு தானே? இப்படியெல்லாம் கூறியபோது, அந்த பண்டைய தத்துவம் பல அற்புதமான எண்ணங்களை வெளியிட்டது. பிற்காலத்துக்

இந்தியத் தத்துவ இயலில் நிலைத்திருப்பனவும் அழிந்தனவும் 575

கண்டுபிடிப்புக்கள் பலவற்றை முன்கூட்டியே நிழல் போல் காட்டியது. இத்துடன் ஓரளவு அறியாமையையும் அபத்தங்களையும் உண்டாக்கவும் செய்தது; ஆனால், அப்படித்தான் இருக்க முடியும் என்பது சரிதான்.[3]

மரபைப் பின்பற்றும் தத்துவவாதிகளில், பொருள்முதல்வாதி களுக்கோ தர்க்கரீதியில் வாதம் செய்பவர்களுக்கோ அநுபவபூர்வமான இயற்கை விஞ்ஞானத்தின் புதிய முன்னேற்றம் தரும் விவரங்களால் ஏற்படக்கூடிய அநுகூலம் இருக்கவில்லை. ஆகவே, பொருள்முதற் கோட்பாட்டுத் தர்க்க முறை நோக்கித் தீர்மானமாகப் பேச முடியவில்லை; ஆயினும் அவர்கள் அற்புதமான எண்ணங்களையும், பிற்காலத்தில் கண்டுபிடிக்கப்பட்ட உண்மைகளையும் ஓரளவு மனத்தால் கருதிப்பார்க்கத் தவறவில்லை. பண்டைய பொருள் முதல்வாதிகளின் இத்தகைய முற்போக்கை முன்னரே கூறியுள்ளோம்; தர்க்க முறையைப் பின்பற்றுவர்களுக்கும் இந்தச் சிறப்பு உண்டு என்பதைக் காண்போம் இனி;[4] பௌத்தர்கள் உலகம் முழுதுமே நிலைக்காமல் ஓடிக் கொண்டே (மறைந்துகொண்டே) இருப்பது என்று கூறி ஆத்மா இல்லை என்று மறுத்ததே ஒரு பெரிய புரட்சிதான்; அது பற்றி ரை டேவிட்ஸ்[5] கருத்து பின்வருவது:

இந்தியச் சமயங்களில் பௌத்தம் ஒன்றுதான் ஆத்மாவை மதிக்காமல் புறக்கணிப்பது; அந்தக் காலத்தில் உலகில் இருந்த சமய அமைப்புக்களுக்கு முற்றிலும் வேறுபட்ட வகையில் தனியே பிரிந்து நிற்பது அது ஒன்றே. இப்படிப் புதியதொரு கருத்துடன் விலகி நிற்பதற்கான அதன் பலமும் அசலானது. அதற்கே சொந்தமானது. இன்னமும் ஆன்மீகம் பற்றி நன்கு தெரிந்துகொள்ளாமலேயே மனத்தில் கொண்டுவிட்ட கருத்துக்களில் மூழ்கிக்கிடக்கும் ஐரோப்பிய நூலாசிரியர்கள்கூட, அந்தக் கருத்தைப் புரிந்துகொள்ளவோ ஏற்றுப் போற்றவோ சிரமப்படுகிறார்கள்; இதைக் கொண்டு நாம் இந்தக் கருத்தை உண்டாக்கியவர் பட்டிருக்கக்கூடிய கஷ்டத்தைப் புரிந்து கொள்ளலாம்; மனித குல சிந்தனையின் வரலாற்றில் பண்டையதான அந்தக் காலத்தில், தீர்மானமாகவும் மிகப்பெரிய பயன் தருவதுமான வகையில் இதைச் சொன்னாரே அது எத்தனை கடினமானது.

2. இந்தியத் தத்துவத்தில் தர்க்கரீதியான பார்வை ஸாங்க்யமும் பௌத்தமும்:

தர்க்கரீதியான பார்வையுள்ளவர்கள் என்று நாம் இதுவரை பௌத்தர்களைத்தான் கூறி வந்திருக்கிறோம்; ஏனெனில், அவர்கள் அதைப் பெரிய அளவிலும் மிக அற்புதமாகவும் கையாண்டிருப்பவர்கள். இதனால் இந்தியத் தத்துவத்தில் அவர்கள் மட்டுமே தர்க்கரீதியைக்

கையாண்டவர்கள் என்றோ, பௌத்தம் வளர்ந்த வரலாற்றில்-ஒரு மதமாகவும், தத்துவமாகவும் அது மலர்ந்த நெடிய வரலாற்றில் அதே ஆர்வத்தைத் தர்க்கத்தில் எப்போதுமே காட்டினார்கள் என்றோ ஆகிவிடவில்லை. முற்றிலுமே பௌத்தர்கள் என்று கொள்ளப்படும் வட்டத்திற்கு வெளியிலும், உலகத்தில் அனைத்துமே சாசுவதமாக மாறிக்கொண்டே இருப்பனவே என்றும், முடிவே இல்லாமல் உண்டாகி - இருந்து - அழிவன என்றும் எண்ணிய போக்குகளும் உண்டு; ஆயினும், அவை பௌத்தர்களின் பிரபஞ்சம் நிரந்தரமாய் ஓடிக்கொண்டே இருப்பது என்ற கருத்தைப் போல இந்தியச் சிந்தனையில் பதிப்பும் பாதிப்பும் ஏற்படுத்தியதில்லை; மேலும் பௌத்தர்களுக்குள்ளேயே இந்தக் கருத்து பற்றிய சிக்கல்கள் இருந்தன; இந்தக் கருத்தை அறவே ஒதுக்கிய போக்குகள்கூட அதில் உண்டு. அப்படி ஒதுக்கியவர்கள் கூட-ஓரளவு அதை மறுப்பவர்கள்கூட, அதற்குப் புதிய விளக்கம் தருவதாக நடிக்க வேண்டிய நிர்ப்பந்தம் இருந்தது; அவர்கள் அதை முற்றிலுமாக மறுப்பதும் சாத்தியமில்லை; ஏனென்றால், அவர்களும் தங்களைப் பௌத்தர்கள் என்றே, அடிப்படையில் புத்தருடைய உபதேசங்களை ஏற்பவர் என்றே சொல்லிக்கொண்டனர். பிரபஞ்சம் நிலையில்லாத நீரோட்டம் போன்றது என்ற கருத்து பௌத்த மதத்திற்கு அந்த அளவு உயிர்நாடியானது.

தர்க்கரீதியான பார்வை நம் நாட்டுத் தத்துவத்தில் வளர்ந்த வரலாற்றை முற்றிலுமாகக் கூறும் அளவு தற்போதைய ஆராய்ச்சி போதாது; பௌத்தர்களுக்கு வெளியில் நமக்கு அது பற்றி மிகவும் மங்கலாகவும், தொலைவில் தெரிவதாகவுமே சில புலப்படுகின்றன. அவையும் தமக்குப் புறம்பான கருத்துக்களுடன் கலக்காமல் கிடைக்க வில்லை; பௌத்தர்களிடையிலும் அதன் பல திறப்பட்ட மாறுபாடுகள், வெவ்வேறான உட்பிரிவுகளின் வரலாற்றுடன் பிணைந்து கிடக்கின்றன. அவை பற்றிய நூல்களில் பலவும் முக்கியமாகத் திபேத்திய மொழியிலும் மங்கோலிய மொழியிலும் சீனா மொழியிலும் மொழி பெயர்க்கப்பட்டுள்ளன; அவை, போதுமான அளவிலும் தற்காலத்து அறிவுக்கேற்பவும் அலசி ஆராயப்படவுமில்லை; இந்தியத் தத்துவ பாரம்பரியத்தைத் தெரிந்துகொள்வதற்குத் தர்க்கரீதியான பார்வையின் வரலாறு மிகவும் முக்கியம். எனினும், நாம் செய்யக்கூடியதெல்லாம் சுருக்கமாகவும், இப்போதைய தேவைக்கு ஏற்பவும் அவற்றுள் தெளிவாகப் புலப்படும் விஷயங்களைத் தொகுத்துக் கூறலாம்; அவ்வளவுதான். போதுமான அளவு நமக்குத் தெளிவாகப் புரிந்த வரையில் அதைக் காண்போம்.

பிரபஞ்சம், ஓடிக்கொண்டே இருக்கும், ஓர் நிலையற்ற ஓட்டம் என்ற கருத்து ஸ்டெர்பாட்ஸ்கி[6] விளக்கியது போல மிகவும் பண்டைக்

காலத்திலிருந்தே இருப்பது; புத்தருக்கு முந்தியே இருந்த ஒன்று; இது எப்படி முதன் முதலில் இந்தியத் தத்துவத்தில் மிகவும் முன்கூட்டியே சுட்டப்பட்டது என்பது நமக்கும் தெரியவில்லை; அது எவ்வளவு தூரம் புத்தருடைய சிந்தனைகளைப் பாதித்துத் தாக்கத்தையும் விளைவித்தது என்றும் தெரியவில்லை. இது பற்றிய சுவையான அம்சம் ஒன்று இருக்கிறது. அதை இன்னும் குடைந்து பார்க்க வேண்டும். ஸ்டெர்பாட்ஸ்கி கூறுகிறார்.[7]

பிரபஞ்சம் நிலையற்ற ஓர் ஓட்டம் என்பது பற்றி இந்தியாவில் இரண்டு கொள்கைகளைச் சந்திக்கின்றோம். இரண்டும் முற்றிலும் வெவ்வேறானவை. உலகம் இயங்கும் முறையை அது தொடர்ந்து நடைபெறும் இயக்கம் என்றும், அது தொடர்ச்சியில்லாத இயக்கம் என்றும் இரண்டு கொள்கைகள் இருக்கின்றன. ஆனாலும் இரண்டும் நெருங்கி இணைந்த ஒன்றுதான்; தொடர்ச்சியற்றது என்னும்போது, அது, இடைவெளி சிறிதும் இன்றியும், ஒன்றை மற்றொன்று தொடர்ந்தும் நிகழும் கணக்கற்ற தனித்தனி நொடிகளைக் கொண்டதாய் இருக்கும். தொடர்ச்சியாய் நிகழ்வது என்னும்போது அந்நிகழ்ச்சிகள் (உலகத்தின் இயக்கங்கள்) அழிவே இல்லாததும், அனைத்திலும் ஊடுருவியுள்ளதும், வேறுபடுத்திப் பார்க்கமுடியாததுமான பிரதானம் (பிரகிருதி) என்ற இயற்கையின் பின்னணியில் ஏற்படும் அலைகள் அல்லது ஏற்ற இறக்கம் தவிர வேறில்லை; அந்நிகழ்ச்சிகளும் இயற்கையும் ஒன்றுதான்; இந்தக் கொள்கையில் பிரபஞ்சம் என்பது ஒரே சீராகவும் மெதுவாகவும் நிகழ்ந்து மாறிக்கொண்டே இருப்பது. இதைப் பரிணாம வாதம் என்று கூறுவர். இது இசையில், குறிப்பிட்ட ஒரு ஸ்வரத்திலிருந்து மற்றொரு ஸ்வரத்திற்கு மெல்ல வழுக்கிக் கொண்டு - கமகத்துடன் செல்வதைப் போன்றது. தொடர்ச்சியற்றது என்ற கொள்கையில் இயற்கை என்பதே கிடை யாது; ஒருவிதமான சக்தியின் மின்னல் வெட்டுக்கள் போன்ற நிகழ்வுகள் ஒன்றுக்குப் பின் மற்றொன்றாய்த் தோன்றி, உலகம் நிரந்தரமானது, நிலையான நிகழ்வுகள் கொண்டது என்ற மாயத்தோற்றத்தை உண்டாக்குகின்றன. இதை, ஸம்ஸ்காரவாதம் அதாவது, முன்னர் பார்த்த ஒன்றின் பதிவுகளே தொடர்வன என்ற கருத்தாகவும், ஸங்காதவாதம். அதாவது, பல பதிவுகள் ஒன்றுகூடி உலகத்தைத் தோற்றுவிக்கின்றன என்ற கருத்தாகவும் வழங்குவர். இந்தக் கொள்கையில் உலகத்தின் இயக்கமும் நடைமுறையும், இசையில் ஒரு ஸ்வரத்திலிருந்து மற்றொரு ஸ்வரத்திற்கு - கமகம் இல்லாமல் தடக்கென்று தாவுவதைப் போன்றவை. முதலாவது, ஸாங்க்யம் கூறுவது; இரண்டாவது, பௌத்தம் கூறுவது. இந்த விஷயத்தில் சாதாரணமாக தத்துவ

வரலாற்றாசிரியர்களுக்குப் பழக்கமானது போலவே, இரண்டு தத்துவங்கள் ஒன்றுடன் மற்றொன்று முரண்படுவதைச் சந்திக்கின்றோம். பார்க்கப்போனால் அவை இரண்டுமே ஒரே மூல தத்துவத்திலிருந்து தோன்றியவையே.

உதயணரும் தனக்கே உரிய ஒரு வகையில் இந்த இரண்டு கருத்துக் களையும் எதிராகக் கருதினார் என்று ஸ்டெர்பாட்ஸ்கி[8] கூறுகிறார். அவர் பௌத்தம் பற்றிச் சொன்னது மிகவும் பிற்காலத்தில் வந்த கருத்து. உலகம் நிலையில்லாதது என்பதை மிகவும் எளிய முறையில் உபதேசித்தது உண்மை; பின்னால் வந்தவர்கள் இந்த நிலையாமைத் தத்துவத்தை க்ஷணிகவாதமாக அதாவது அனைத்தும் ஒவ்வொரு கணத்திலும் தோன்றி மறைவன என்று மாற்றிவிட்டார்கள். அதே போல தொடக்கக் காலத்து ஸாங்க்யக் கருத்து பின்னால் வேறுபட்டது; அவர் கூறும் ஸாங்க்யமும் பிற்காலத்துக் கருத்தே.

பௌத்தத்தில் உலகின் ஓட்டம் பற்றிய கருத்து பிற்காலத்தில் மாறியதைப் போல ஸாங்க்யத்திலும் மாறியிருக்கக்கூடும்; அதையும் ஓர் ஊகம் என்றே கொள்ள வேண்டும். இந்த ஊகத்திற்கும் இடம் இருக்கிறது என்று கொண்டால், மூலமான ஸாங்க்யம் அழிந்தது. இந்தியத் தத்துவத்தில் தர்க்கரீதியான பார்வை பற்றி நாம் அறிய முடியாமல் போனது பேரழிவுதான்.

பௌத்த மரபுப்படி ஸாங்க்யம் நேராகவே புத்தரிடம் தாக்கம் ஏற்படுத்தியதென்பது தெரிகிறது; தற்காலத்து அறிஞர்களும் இதை ஆதரிக்கிறார்கள். அதை மறுத்து ஒதுக்கவும் முடியாது; வரலாற்று ரீதியில் அது நேர்ந்திருக்கக்கூடியதுதான்; உலகம் நிலைக்காமல் ஓடுவதென்பது இல்லாமல் பௌத்தத்தை நினைத்துப்பார்க்க இயலாது; இது ஸாங்க்யத்தின் பாதிப்புத்தானோ? அல்லது அது தனக்குத் தெரிந்திருந்தும், அதனால் வேறு வகையில் பாதிப்பைப் பெற்றும் அதை தன் வழியில் தனியாய்க் கூறினாரோ புத்தர்? இதை உறுதியாகச் சொல்ல முடியாது; ஆயினும் ஸ்டெர்பாட்ஸ்கி கூறுவதை ஏற்றும், அதாவது, 1. இந்தக் கருத்து புத்தர் காலத்துக்கு முன்பே தோன்றிவிட்டது 2. பிற்காலத்தில் அதன் இரண்டுவிதமான விளக்கத்தைக் காண்கிறோம் என்பதை ஏற்றும், புத்தருக்கு நேரிடையான ஸாங்க்யத் தாக்கம் உண்டு என்பதை ஏற்றும் மற்றுமுள்ள இரண்டு சாத்தியக் கூறுகளை ஒதுக்கிவிட முடியாது. (அ) மிகப் பண்டைய காலத்திலிருந்த அந்தக் கருத்தை ஸாங்க்யமும் பௌத்தமும் வெவ்வேறு திசையில் வளர்த்து விரித்தன. (ஆ) ஸாங்க்யத்தின் கருத்துத்தான் பண்டையது; அதுதான் புத்தர் இதைப் பற்றித் தன் கருத்தைக் கூற

அடிப்படை. இந்த இரண்டையும் விட மூன்றாவதாக ஸ்டெர்பாட்ஸ்கி வேறொன்றை முன் வைக்கிறார். புத்தரின் கருத்து ஸாங்க்யக் கருத்தின் எதிர் விளைவு என்கிறார்.[9]

ஒவ்வொரு க்ஷணத்திலும் உலகம் மாறுவது நிகழ்கிறது என்ற தன் கொள்கையில், தனக்கு முன்பிருந்த இந்தியச் சிந்தனையை ஸாங்க்ய சிந்தனையை-விடாமல் பற்றிக்கொள்கிறது. ஸாங்க்யமும் எல்லாமே எக்காலத்தும் மாறுவன என்றுதான் கூறுகிறது. இவை இரண்டிற்குமுள்ள தொடர்பு நீண்ட காலமாகவே தெரியவந்தது; இதை ஐரோப்பிய அறிஞர் சர்ச்சை செய்துள்ளனர். இந்தியர்களும் இதை ஒப்புக்கொண்டனர்; ஆயின் அவர்கள், இந்தத் தொடர்பு ஒப்புமையால் வந்ததன்று; இரண்டுக்கும் உள்ள வேறுபாட்டால் வந்தது என்று சாதித்தனர். இரண்டையுமே தீவிரமானவை என்றும் கூறினர்; ஆனால் ஒன்றின் கருத்தை மற்றதற்கு எதிரும் புதிருமாக வைத்தனர். ஸாங்க்யம் எல்லாமே சாசுவதம் என்று உறுதியாய்க் கூறிற்று; பௌத்தமோ யாவுமே க்ஷணிகம் என்று உறுதியாகக் கூறிற்று. ஸாங்க்ய சாத்திரப்படி இறுதி மூலாதாரமாக இரண்டேதான் உண்மையில் இருப்பன; ஒன்று, ஆத்மா. மற்றது, ஜட இயற்கை. ஆத்மா என்பதை ஸாங்க்யர் கூறும் புருஷன் என்று பொருளில் பயன்படுத்துகிறார் ஆசிரியர். அதன் பொருள், உயிர், ஆவி, ஆத்மா, சாரம், உணர்வு என்பது போன்றவை. மனிதனுடைய உடலைத் தவிர பிறவெல்லாம் இதனுள் அடங்கும். மனிதனை இயக்குபவை இவையே. புருஷன் என்பது அசையாமல்-எப்போதும் சும்மா இருப்பதும் அமைதியாயிருப்பதுமாகும். நமது அறிவுப் புலன்களான கருவிகரணங்கள் உட்பட்ட ஜட இயற்கைதான் நிரந்தரமாக இயங்குவதும் மாறுவதுமாகிறது.

ஸாங்க்ய தத்துவத்தை மிகவும் ஆதரிக்கின்றவர்கள், இந்தத் தத்துவத்தைத் தோற்றுவித்த கபிலர் இந்த இரண்டிற்குமுள்ள தொடர்பை எப்படி எண்ணி விளக்கினார் என்று குறிப்பிடும் ஒரு சித்திரத்தின் மூலம் தெளிவுபடுகிறது. மனத்தில் உருவான சித்திரம் பின்வருவது: இந்தத் தொடர்பு, சிறிதும் நிறுத்தாமல் ஒரு நடிகன், மௌனமாகப் பார்த்துக்கொண்டிருக்கும் பார்வையாளன் முன்னிலையில் நடிப்பதைப் போன்றதுதான்; பார்வையாளர் அந்த நடிப்பில் பங்கேற்ப தில்லை; தனியே உட்கார்ந்திருக்கிறான்; நகராமல் இருந்தும் உணர்ச்சிகளுக்கு ஆளாகிறான்; மனத்தால் நினைத்து அந்தந்த உணர்ச்சிகளை உணர்வதைத் தவிர, தான் நடிப்பதில்லை; செயற் படுவதுமில்லை. அதேபோல் புருஷன் என்ற மற்றொரு ஆதாரம் இடம் விட்டு நகர்வதுமில்லை; எப்போதும் ஒரே மாதிரித்தான் இருக்கும்.

மாறுவதேயில்லை; அது உலக நிகழ்முறைக்குப் பக்கத்திலோ மேலேயோ-அதில் படாமல்தான் இருக்கும். புருஷன் நினைப்பதைத் தவிர செயற்படுவதில்லை; நடிகன் தன் இடத்தையும் நிலையையும் மாற்றிக்கொண்டே இருப்பது போலவும், வேடிக்கை காட்டுவது போலவும், பேசுவது போலவும், வேறு பலவற்றையும் செய்வது போலத்தான்-இவ்வளவையும் அந்தப் பார்வையாளனுக்கு மட்டுமே செய்து காண்பிப்பது போலவே ஜட இயற்கையும் செய்கிறது. இயற்கை தன்னளவில் நிரந்தரமான ஆதாரமேயெனினும் மாறிக்கொண்டே இருக்கிறது; ஓயாத விளையாட்டில் வாழ்வின் நிகழ்வில்-ஒளியும் நிழலும் போன்ற பல்வேறு செயல்களிலும் ஈடுபடுகிறது. இச்செயல்கள் யாவற்றையுமே மௌனமாக, இவற்றை உணர்ந்து நினைக்கின்ற உணர்வுக்காகத்தான் செய்கிறது இயற்கை. புத்த மதம் தோன்றியதற்கு முன்பு இந்தக் கருத்துத்தான் செல்வாக்குள்ள முக்கியமான இடம் பெற்றிருந்தது; புத்தரான சாக்கிய முனி இந்தக் கருத்தையும் அமைப்பையும் பின்பற்றும் ஆசிரியர்களிடம்தான் தத்துவம் பயின்றார்; பின்பு அவர் செய்த தத்துவ அமைப்பு முன்பு நான் கூறியது போலவே, தனக்கு முன்பிருந்த அமைப்பையே உறுதியாகப் பற்றிக்கொண்டிருந்த ஒன்றுதான்; ஆனால் அந்தப் பிடிப்பும் பற்றும் அதைப் போலவே இருக்காமல், அதற்கு எதிர்ப்பு காட்டுவனவாக இருந்தன.

இப்படித்தான் அதைக் கருத வேண்டும். அதாவது, நாம் இன்று காணும் ஸாங்க்ய தத்துவம் ஸாங்க்ய சூத்திரம் போன்ற நூல்களில் இருப்பதுதான்; அவை பிற்காலத்தவையே; இதிலிருந்துதான் இந்த நடிகனும் பார்வையாளனும் என்ற உவமை எடுத்தாளப்படுகிறது. ஸாங்க்ய காரிகை என்ற நூலில் இருப்பதும் அதே தத்துவம்தான்; ஆனால் இப்படிக் கருதுவதைச் சந்தேகத்துடன் கொள்ளவும் இடமிருக்கிறது; இதற்கு மாறான ஒரு கருத்தும் இருக்கிறது; ஸாங்க்யம் அதன் அசலான ஆரம்ப காலத்து வடிவில் முற்றிலும் முக்கியமானதாக மூலாதாரமான ஜட இயற்கையைக் கொண்டிருந்தது; அதில் புருஷன் என்ற கருத்து, பிற்காலத்தில் சேர்ந்ததுதான்; அதையே எதிலும் சம்பந்தப்படாத - 'ஸ்பிரிட்' அல்லது ஆத்மா என்று விளக்கியுரைத்தனர் என்பதே அந்தக் கருத்து.

சாந்தரக்ஷிதர் என்பவர் ஸாங்க்ய தத்துவத்தின் ஆதார அடிப்படையை எடுத்துக் காட்டுவதில் அதன் ஆரம்ப காலத்தில் வற்புறுத்திக் கூறியது: அப்படியே இருக்கிறது; அதாவது;[10] "எல்லாவிதமான ஆற்றல்களையும் தன்னுள் கொண்டிருந்தது பிரகிருதி (ஜட இயற்கை). அதிலிருந்துதான், அதிலிருந்து மட்டுமே பல்வேறு பொருள்களும் தோன்றிப் பெருகிப்

பல்குகின்றன; அதே பிரகிருதியில்தான் அந்தப் பொருள்கள் யாவும் தமது சாராம்சத்தையும் பெற்றுள்ளன; இதில் சாந்தரக்ஷிதர், 'அதிலிருந்துதான், அதிலிருந்து மட்டுமே' என்று தனிச் சிறப்பாக, வற்புறுத்திக் கூறும் சொற்களை ஏன் உபயோகிக்க வேண்டும். இதனால் அவர் நமக்குச் சொல்ல விரும்புவது, ஸாங்க்யம் என்பது வேறு ஏதுமின்றி ஆதிமூலமான பிரகிருதி பற்றிய தத்துவம்தான் என்பதுதானோ? பின்னால் வந்து ஒட்டிய புருஷன் (ஆத்மா) என்பதால் நாம் திசை மாறாமல் இருந்தால், இந்த வற்புறுத்தலை நன்கு புரிந்துகொள்ள முடியும் எனக் கருதவும் இடமுண்டு.

பொருத்தமே இல்லாமல் புருஷன் என்பதைக் கொண்டு இருந்த போதிலும், ஸாங்க்யமும் தனக்கேயுரியதொரு வகையில் உலகம் நிலையில்லாத ஓட்டம்-உண்டாவதும் மறைவதுமான நிலையில்லாத் தன்மையைக் கொண்டது என்ற தத்துவத்தையே கூறுவதும், ஸத், அல்லது மாறாத பரிபூரணம் என்ற கருத்தை எதிர்த்து வாதாடுவது மேயாகிறது.

இப்படிப் பார்க்கும்போது நமக்கு ஒரு சுவையான - கவனத்திற் குரிய ஊகம் ஏற்படுகிறது; ஸாங்க்ய தத்துவமும் அதன் அசலான ஆரம்ப காலத்து அமைப்பில் ஒரு சமரசப் போக்கைக் கொண்டதாகிறதோ? அதாவது, அடிப்படையில் பொருள்முதல்வாதமாகவும் தர்க்கரீதியைச் சாரமாகக் கொண்டதுமான ஒரு கருத்துடன் சமாதானத்துடன் சமரசம் செய்துகொண்ட ஒரு பண்டைய காலத்து மனப்பான்மைதானோ அது என்பதே அந்த ஊகம்.

3. பௌத்தத்தில் உள்ள தர்க்கரீதியான பார்வை

ஊகங்களை விட்டுவிடுவோம். உலகத்தின் நிலையில்லா ஓட்டம் பற்றி இந்தியத் தத்துவத்தில் விரிவாகவும் நிச்சயமாகவும் தெரியும் உண்மைகளை ஊன்றிக் காண்போம்.

இத்தகைய உண்மைகள் இரண்டு. முதலாவது: குறிப்பாக அசல் ஸாங்க்யம் மறைந்த பிறகு, பௌத்தர்களே இதை மிகவும் சிறப்பாகவும் கொண்டு கூறினர். இரண்டாவது: பௌத்தர்களுக்கிடையே இது வளர்ந்த வரலாறே சுவையானது. இதை மிக்க உறுதியுடனும் தைரியத்துடனும் சிக்கலே இல்லாமல் எளிதானதாகவும் விளக்கியது, புத்தருடைய அசலான ஆரம்ப காலத்து உபதேசம். அவருடைய உபதேசங்களில் அதுவே மிகவும் முக்கியமானதுமாகும். புத்தர் மறைந்த பிறகு, பௌத்த மதம் பல்வேறு உட்பிரிவுகளாக உடைந்தது. உட்பிரிவு ஒவ்வொன்றும் தனக்கேயுரியதாய்த் தனிப்பட்ட தத்துவ

நிலைப்பாடுகளை நிறுவிக்கொள்ளவும் முயன்றன. சில உட்பிரிவுகளில், உலகம் பற்றிய புத்தருடைய கருத்துக்கு மாறாக மூட நம்பிக்கைகளைக் கொண்ட தடைகளும் வளர்ந்தன. நாகார்ஜுனர் அதை முற்றிலுமே மறுத்துரைத்துவிட்டார். அவர் மாத்யமிக தத்துவம் அல்லது சூன்யவாதம் என்ற பெயரில், பழைய உபநிஷத்துக்களை மீண்டும் புதுப்பித்து நிறுவிவிட்டார். அதாவது, உலகத்தின் பன்மையையும் பல்வேறு மாறுதல்களையும் கடந்து நிற்கும் பரிபூரணம் என்ற ஒன்றே அது. ஆயினும் அசலான கருத்தும் அறவே மறைந்துவிடவில்லை. அது, பௌத்த மதத்தின் ஆரம்ப காலத்து உட்பிரிவுகளில் ஒன்றான ஸௌத்ராந்திகம் என்ற கொள்கையைப் பின்பற்றுவோரிடையே வழக்கத்தில் இருந்துவந்தது. அவர்கள்தான், நிலையாமைக் கருத்துக்கு ஆதரவாகப் பல தத்துவ சிந்தனைகளையும் இணைத்து, அதை க்ஷணிகவாதமாக மாற்றினர். (யாவுமே கணந்தோறும் தோன்றி உடனே மறைவன என்பதே அது).

ஆனால், ஸௌத்ராந்திகர்களுடைய நிஜமான நூல்கள் மீண்டும் காணமுடியாதபடியே நாசமாகிவிட்டன. அவர்கள் உலக நிலையாமையை எப்படிக் காத்து எந்த வகையில் உரைத்தனர் என்பதை நாம் அறிவதற்கான ஆதாரங்களைப் பின்னால் காண்போம்.

இந்த வரலாற்றின் அடிப்படையில் நாம் சுருக்கமாக மூன்று பகுதிகளை ஆய்வோம். (1) புத்தரின் உபதேசங்களில் வெளியாகும் தர்க்கரீதியான பார்வை. (2) பிற்காலத்து பௌத்தப் பிரிவுகளில் அதற்கு இருந்த ரகசியமான எதிர்ப்பும், தடையும்; பின்னால் நாகார்ஜுனர் அதை முற்றிலும் மறுத்ததும். (3) அதை க்ஷணிக வாதமாக்கிய ஸௌத்ராந்திகர்கள் அதைக் காத்து நிறுவியது. அந்த க்ஷணிகவாதத்தைத்தான் பின்னால் வந்த விக்ஞானவாதிகள் தமது கருத்துமுதல்வாதத்துடன்-தனிமனிதன் தன்னை வைத்து நோக்கும் - கருத்துமுதல்வாதத்துடன்-இணைக்க முனைந்தனர்.

4. அசலான பௌத்தம்: காரண காரியத் தொடர்பும் மாறுதலும்

புத்தருக்குப் பண்டை இயற்கைச் சாத்திரங்கள் பிடிப்பதில்லை என்பது பற்றி ஏற்கனவே நிறைய எழுதியுள்ளோம். மீண்டும் அதைக் கூறவேண்டியதில்லை. அவர் மனத்தை முற்றிலுமாகப் பாதித்தது அவர் எங்கும் எதிலும் கண்ட துக்கம்தான். ஆகவே, அவருக்கு இருந்த ஆர்வமெல்லாம் துக்கத்தை அகற்றுவதில்தான். துக்கமும் அதை அகற்றுவதற்கான வழியும் ஆகிய இரண்டுதான் புத்தருடைய ஆரம்ப உபதேசங்களின் சாரமாயிருந்தது. அவர் கூறுகிறார்:[11] "முன்பும் சரி, இப்போதும் சரி, நான் கூற முற்படுவது இதுதான். துக்கமும் அது அகன்றொழிவதும்தான்."

இந்த இரண்டுக்கும் தர்க்கரீதியில் மூன்றாவதாக ஒன்றும் உள்ளது. துக்கத்திற்கு ஆதாரமான உண்மையைப் புரிந்துகொள்வதே அது. இதைப் புரிந்துகொள்வதன் சாரமான அம்சம்தான் பிரபஞ்சம் பற்றிய காரண காரியத் தொடர்பு. இதை அவர், 'பிரதீத்ய ஸமுத் பாதம்' என்கிறார்[12] (காரணங்கள் இருப்பதால் காரியங்கள் தோன்றும் என்பது இது. இதன் விளக்கம் முன்பு விரிவாக உள்ளது). ஆனால் இந்தக் காரண காரியத் தொடர்பைப் பாலி மொழியிலுள்ள நூல் மரபு, துக்கம் என்ற உண்மைக்கு அதுவே காரணமாகும் என்கிறது. அதாவது துக்கத்தையே இறுதியில் கொண்ட வரிசையான பல காரணிகளை விளக்கும் வகையில் அமைந்துள்ளது. இந்த விளக்கம் ஆரம்ப காலத்து பௌத்த தத்துவத்தில் தனக்கே இயல்பான வகையில் முக்கிய மாயிருக்கிறது. இதை ரை டேவிட்ஸ் இவ்வாறு கூறுகிறார்:[13] "அத்தகைய முக்கியத் தன்மை தெளிவுபெறுவது, புத்தர் சொன்ன ஒரு சூத்திரம் எந்த துக்கம் பற்றி அடிக்கடி குறிப்பிடுகிறதோ அதிலிருந்து வெளியில் பார்க்கும்போதும், துக்கத்திற்கு முந்தைய விஷயங்களையும் கடந்து வெளியிலே தேடும்போதுதான்; அவையெல்லாம், இந்தப் 'பிரதீத்ய ஸமுத்பாதம்' என்பதன் சிந்தனை முறைகளிலும், வாழ்வும் உலகும் பற்றிய அவருக்கே உரிய கருத்து விளக்க முறையிலும், உட்பொருளாகத் தொனியாய்ப் பொருள் தருவதைக் காணலாம்."

இந்தக் காரண காரியத் தொடர்பை, தான் கூறும் தர்மத்தின் சட்டத்தின் சாரமாகக் கொள்ளல் வேண்டுமென்று புத்தரே தன் சீடர்களுக்கு உபதேசிக்கிறார். புத்தருடைய அந்தரங்க நேர்ச்சீடரான சாரிபுத்திரர் சொன்னதாக இவ்வாறு கூறுவர். "இதைக் காண்பவன் தர்மத்தைக் காண்கிறான். தர்மத்தைக் காண்பவன் இந்தப் பிரதீத்ய ஸமுத் பாதத்தை நன்கு அறிகிறான்."[14]

இவ்வாறு இந்தக் கருத்தை வற்புறுத்துவது மிகவும் முக்கியமானது. இதுவும் பிரபஞ்சத்தின் நிலையா ஓட்டமென்பதும் ஒன்றுடன் ஒன்று இயைந்தது என்பதும், அந்த நிலையாமை என்பதுதான் காரண காரியத் தொடர்பின் உட்பொருள் என்பதும், இரண்டும் ஒன்றே என்பதும்தான் அதை முக்கியமாக்குகின்றன. அசலான பௌத்தத்தின் தர்க்கரீதியான நோக்கைப் பற்றி ஆராய்வதற்கு இதை நன்கு புரிந்துகொள்ளல் அவசியமாகிறது.

பிரதீத்ய ஸமுத்பாதம் என்பதின் சொற்பொருள், "மற்றொன்றைச் சார்ந்து-அதன் வயமாகவே யாவும் தோன்றுகின்றன" என்பது. இந்தச் சூத்திரம் ஆரம்ப காலத்துப் பௌத்த நூல்களில் இன்னும் மிகத் தெளிவாகவே கூறப்படுகிறது;[15] புத்தர் கூறுவது; "ஆரம்பம் முடிவு

என்ற பிரச்சினையை ஒரு பக்கமாய் வைத்துவிட வேண்டும்; நான் உங்களுக்குத் தர்மத்தை உபதேசிப்பேன்; அது அப்படி இருப்பதால் இது இப்படியாக இருக்கிறது; அது இருப்பதால் இது உண்டாகிறது; அது இல்லையேல் இதில்லை. அது முடிந்துபோவதால் இதுவும் முடிந்துபோகிறது."

இந்தச் சூத்திரத்தில், உடன்பாட்டு முறையில் ஒன்றும் எதிர்மறையான ஒன்றுமாக இரண்டு அம்சங்கள் உள; உடன்பாட்டு வகையில் இதன் பொருள் பின்வருவது; எந்த ஒரு பொருளும்- விஷயமும், தோன்றுவது-உண்டாகி இருப்பது, குறிப்பிட்ட ஒரு நிலை அதாவது அது உண்டாவதற்கான காரணம் போல்வது இருந்தால்தான் நிகழும்; இன்னும் சரியாகச் சொல்வதானால் பல நிலைகள் ஒருசேர இருத்தல் வேண்டும். இந்த நிலைகளைச் 'சமுதாயம்' என்பர். அத்தகைய நிலைகள் அல்லது அவை ஒருசேர இருப்பது என்பதும் ஏதோ ஒரு நிலையானதும் மாறுதலுக்கு உட்படாததும் அன்று; அதே காரண காரியத் தொடர்புப்படி, அவையும் தத்தமக்குரிய நிலைகளுக்கேற்பவே உண்டாகின்றன; ஒன்று உண்டாகி இருக்க வேண்டுமானால் அதற்கான நிலைகளும் உண்டாக வேண்டும். ஆகவே, அவையும் நிலையற்றவை; அப்படி நிலையில்லாத நிலைகள் காரணமாகத் தோன்றும் எதுவும், தம் இயல்புப்படி தானும் நிலையற்றதே ஆகிறது. இல்லாமல் போவதே முடிவாக உண்டாவது அது. இதை 'நிரோதம்' என்பர் 'சமுதாயம்' என்றது உடன்பாட்டு வகைப் பொருள்; 'நிரோதம்' என்பது எதிர்மறை.

இந்த எதிர் மறை அம்சம், அதன் உடன்பாடான அம்சத்துடன் இணைந்து, அதாவது சமுதாயம் நிரோதம் எனும் இரண்டுமே இயல்பானதும் உலகனைத்திற்கும் பொருந்துவதுமான அம்சங்களால், புத்தருக்கெதிரில் ஓர் உள்ளுணர்வு போலவோ ஒரு தரிசனம் போலவோ பளிச்சென்று ஒளிவீசுகிறது; அந்த ஒளிதான் உலகம் நிலையற்றது என்பது; "இறக்க - இல்லாமற் போகவே - வருதல்; வருவதே இல்லாமற் போகத்தான்" என்றும் "அந்தச் சிந்தனையின் போது என்னுள்ளே அதற்கு முன் மனத்தில் சிறிதும் தோன்றாத ஓர் தரிசனம் தெரிந்தது; அறிவு உதித்தது; உள் நோக்கும் ஞானமும் உதித்தெழுந்தன"[16] என்று புத்தர் கூறுவாராம்; நூல்கள் தெரிவிக்கின்றன இதை.

புத்தருடைய பிரபஞ்ச ஓட்டம் பற்றி நன்றாய்த் தெரிந்து கொள்வதற்கு, பிரபஞ்சத்தின் காரண காரியத் தொடர்பென்ற கருத்தின் உட்பொருளை முதலில் புரிந்துகொள்ள வேண்டும். ரை டேவிட்ஸ் இதை மிகவும் அற்புதமாகப் போற்றியுரைக்கிறார்:[17]

"கடவுளின் கட்டளையினாலோ அல்லது இந்திரன், ஸோமன், வருணன், பிரம்மா ஆகியவர்களாலோ துக்கமோ பிறவோ தரும் நிகழ்ச்சிகள் ஏற்படுவதில்லை. அல்லது ஜாப், பால்மிஸ்ட் ஆகிய உபதேசங்களைப் போல, கடவுள் தனது கோபத்தால் துன்பங்களைத் தருகிறார். ஏனென்றால் ஒவ்வொரு நாளும் கடவுள் நேர்மையாய் நடப்பவர்களை நியாயம் தந்து மதிப்பிடுகிறார்; மாறாக நடப்பவர்களைக் கோபிக்கிறார் என்பதாலும் இல்லை (Job XXI & Psalm VII. II). நிகழ்ச்சிகள் முன்பே இருக்கும் சூழ்நிலைக் காரணங்களால் ஏற்படுகின்றன; மனிதன் அவற்றைத் தன் அறிவாலும் நல்லெண்ணத்தாலும் தெரிந்துகொள்ளவும், தன் வயமாக்கி ஆளவும், நீக்கவும் அதிகப்படுத்திக்கொள்ளவும் முடியும்.

புத்தகோஷர், இந்தப் பிரதீத்ய ஸமுத்பாதம் என்ற காரண காரியத் தொடர்பை விளக்கும்போது, பரிபூர்ணம் என்ற பிரம்மத்தையும், எதுவுமே இல்லை என்ற சூன்யத்தையும், ஏதோ தற்செயலானது என்பதையும், ஒழுங்கும் கட்டுப்பாடும் இல்லாத காரண காரியத் தொடர்ச்சி என்பதையும், அது பற்றி முடிவாக ஏதும் கூற முடியாது என்பதையும் விளக்கிவிடும் கருத்து இது; இவற்றுள் முதல் இரண்டு கருத்துக்களையும் (பிரம்மம், சூன்யம்) உள்ளூர மறுப்பதில் மிகவும் தெளிவாகவே இருக்கிறது, அந்த விளக்கம்.

பௌத்தம் எதிர்த்தது அப்போது பரவியிருந்த பரிபூர்ணம் என்று முக்கியமாக பிராம்மணர்கள் கொண்டிருந்த பிரம்ம தத்துவத்தைத் தான்; பிரம்மவாதிகளின் கொள்கைப்படி, தனியொருவனுடைய ஆத்மா அதாவது ஜீவாத்மா பரமாத்மாவான அனைத்துலகின் ஆத் மாவினது ஓட்டம் போல் அத்தனை வியாபிகம் உடையதன்று; பரமாத்மா அனைத்திலும் வியாபித்திருப்பது; ஒவ்வொரு ஜீவாத் மாவும் அதுவே என்றும் கொள்ளப்பட்டது. "தொடக்கத்தில் இந்த உலகம் ஒரே ஆத்மாவாகவே இருந்தது; அது மனித வடிவிலும் இருந்தது; அதுதான் உலகைப் பாதுகாப்பதாகவும் உலகை ஆள்வதாகவும் இருந்தது; அதுதான் என் ஆத்மா (இது பிருஹதா ரண்யகம் 1.41லும் கௌஷிதரோபநிஷத்தில் 3.8 லும் உள்ளது) என் ஆத்மா என்பதுதான் பிரம்மவாதத்தில், மனித வடிவான முதற் காரணமும் இறுதிக் காரணமாகவும் இருந்தது. ஆகவே, பௌத்தத்தின் பிரதீத்ய ஸமுத்பாதம் என்பது இறுதிக் காரணம் பற்றிய அந்தக் கருத்தை நிச்சயமாக மறுத்துரைப்பதுதான்; இதுவும் டெமாக்ரிடஸ் மற்றும் அவர் குருவான லேக்கிப்பஸ் இருவரும் நிறுவிய, "உலகில் எதுவுமே தன்னிச்சையாய் நிகழ்வதில்லை; ஒவ்வொன்றும் ஒரு

காரணத்தின் மூலமும் அவசியத்தைப் பற்றியுமே நிகழ்கிறது" என்ற கருத்தைப் போன்றதுதான்; (டெமாக்ரிடஸ் கிரேக்க தத்துவவாதி; அவர் பிறந்த ஊர் அப்தெரா. அவருக்குச் 'சிரிக்கும் தத்துவவாதி' என்ற பெயரும் உண்டு; அவரும் ஒரு வகையில் அணு பற்றி கூறுகிறார்.)

டெமோகிரிடிஸ் எழுதிய நூல்களிடம் விதி இன்னும் சற்றுக் கருணை காட்டியிருந்தால், (அவை முற்றிலும் கிடைக்கவில்லை) அவர் வாயிலாக வெளிப்பட்ட, இறுதிக் காரணம் பற்றிய எதிர் விளைவை பிளேட்டோ, அரிஸ்டாட்டில் என்ற மஹாமேதாவிகள் இருவரும் மேலும் பிரித்துக் கூறியிருக்காவிட்டால் மேலை நாட்டின் தத்துவமும் தர்மமும்கூட முற்றிலும், வேறுவிதமாகவே பெருகியிருக்கும்; அதாவது மிக நுண்ணிய அணு, மிகப் பெரிய பிரபஞ்சம் ஆகிய இரண்டின் தாக்கமும் பாதிப்பும் பெற்ற ஒரு வாய்க்கால் வழியே ஓடிப் பெருகி, மேலை நாட்டின் தத்துவத்தையும், தர்மத்தையும் அது பற்றிக் கூறும் கருத்தான பிரதீத்ய ஸமுத்பாதம் என்பதற்கு மிக நெருங்கியதும் அதனுடன் இணைந்ததும் ஆன ஒன்றாய் வளர்ந்திருக்கும். நடந்தது வேறு; ஐரோப்பா ஏதென்ஸிடமிருந்து சமரசம் செய்து கொள்வதையும் மிகப்பரந்த நோக்கையும் கற்றுக்கொண்டது; மேலும், இந்த உலகம் ஓர் அளவு அவசியத்தாலும் ஓரளவு தன்னிச்சையாலும் நடத்தப்படுகிறது என்றும் நம்புவதற்குக் கற்றனர். மேலும், முதற் காரணமும் இறுதிக் காரணமும் உண்டு என்ற நம்பிக்கையுடன், என்றும் மாறாத இயற்கை விதிமுறைகளில் இருந்த நம்பிக்கையையும் இணைத்துப் பார்க்கவும் கற்றுக்கொண்டனர். இவ்வாறாக ஒழுங்கான காரணத்தின் தொடர்புடன் இடைவிடாது நிகழும் ஒன்று எதிர்பாராத விதத்தில் தன்னிச்சையாகவும் ஏதோ மனம் போன போக்குப் போல் நடப்பது என்பதன் இடத்தை ஆக்கிரமித்துவிட்டது என்று கூற முடியாது. ஐரோப்பாவின் அறிவு வளர்ச்சியடைந்த காலத்தில் எந்த ஒரு காலத்தையும் சுட்டிக் காட்டி, இந்தக் காலத்தில் இவ்விடத்தில் மனிதனுக்குப் புரிந்த உலக நிகழ்வு - பிரபஞ்சம் அதன் ஒவ்வொரு இயக்கத்திலும், நிகழ்ச்சிகளிலும் இயற்கை வசப்பட்ட காரண காரியத் தொடர்பையே தழுவி நின்று நிலைக்கிறது என்பது. அரை நூற்றாண்டுக்கு முன்னால், இந்தக் காரண காரியத் தொடர்பின் விதிமுறையை மேலும் விரிவடையச் செய்ததால் நேர்ந்த அறிவுலகப் பூகம்பம் போல் வேறு யாதொன்றுமே கிடையாது; அதுதான், உலகம் படிப்படியாய் - பரிணாம முறையில் தோன்றிப் பல்கியது என்று டார்வின் நிறுவிய கொள்கை. டெமோக்ரிடஸ் அணு பற்றிய தத்துவத்தை உருவாக்கிய மிகப் பெருமையுடைய தீர்க்கதரிசி என்றும் மனித குலத்தின் குரு என்றும் புகழ் பெற்றதைப் போல், ஒரு மைல்கல் ஏற்பட்டதுண்டா?

இந்தியத் தத்துவ வரலாற்றில் நாம் அத்தகைய ஒரு சகாப்தத்தையே உண்டாக்கிய திருப்ப நிலையைக் காட்ட முடியும்; பிரபஞ்சத்தின் காரண காரியத் தொடர்பின் விதிமுறையின் சிறப்பான விளக்கம் ஒரு மகத்தான மனத்தில் உள்ளுணர்வின் ஒளியுடன் தோன்றியதைக் கண்டு வியக்க முடியும். நாம் படித்தறியும் அந்த விதிமுறையான தர்மம் அடித்தள ஆதாரமாக இருக்கிறது; அதைக் கற்ற, ததாகதர்கள் என்ற புத்தொளி பெற்றவர்கள் உண்டானார்களோ இல்லையோ, ஆனால், நிஜமான ததாகதரான, அறிவொளி பெற்று விழித்துக்கொண்ட புத்தர், அந்த உள்ளுணர்வை ஊடுருவிக் கண்டு அதன் ஞானத்தை உலகத்திற்கு அளிக்கிறார்.

5. புத்தரும் ஹெராகிலிடஸும் (Heraclitus)

இவ்வாறு ரை டேவிட்ஸ் அந்தப் பிரபஞ்ச காரண காரியத் தொடர்பு பற்றிக் கண்டறிந்து போற்றி அழுத்தமாகக் கூறியதெல்லாம் உண்மையிலேயே உள்ளுணர்வால் தூண்டப்பட்டு எழுதியதுதான். ஐயமில்லை. ஆயினும், இந்த அம்சத்திலிருந்து புத்தர், டெமாகிரிடஸ் ஆகிய இருவருக்குமிடையே இருக்கும் ஒற்றுமையைக் காணும் ஆர்வத்தில், ரை டேவிட்ஸ் மேலே நாம் காட்டிய மேற்கோளில் இதைவிட அதிகமாய் இருக்கும் இதற்கு இணையான கிரேக்க சிந்தனையை - அதாவது ஹெராகிலிடஸின் சிந்தனைகளை வற்புறுத்திக் கூறாமல் விட்டுவிட்டார். புத்தர் பிரபஞ்சத்தின் நிலையற்ற ஓட்டத்தைத் தான் பிரதீத்ய ஸமுத்பாதம் என்று சொன்னார். பண்டைய கிரேக்கத்தில் ஹெராகிலிடஸ் எடுத்து உரைத்ததும் இதுவே. இதை ஸ்டெர்பாட்ஸ்கி கூறுகிறார்:[18]

வெளியுலகத்தில் நிலையான தன்மை கிடையாது. நமது இருத்தல் (உயிர் வாழ்தல்) என்பது, புறத்தே உள்ளதாக ஆகும் ஓர் ஓட்டமே தவிர வேறேதுமில்லை என்ற கருத்து கிரேக்கத் தத்துவ வரலாற்றில் அறிமுகமானதுதான். அதன் ஆரம்ப காலத்தில் ஹெராகிலிடஸ் என்ற மனிதனிடம் அந்தக் கருத்து ஒரு சிறப்பான சம்பவமாய் நிகழ்ந்தது. கிரேக்க சிந்தனையின் அதற்கடுத்த வளர்ச்சியில் அந்தச் சம்பவம் விரைவில் மறக்கப்பட்டும்விட்டது. அதை நாம் மறுபடியும் இந்தியாவில், கி.மு. ஆறாவது நூற்றாண்டையும் ஊடுருவிச் செல்லும் ஒரு தத்துவ அமைப்பின், அஸ்திவாரமாகக் காண்கிறோம். ஆனால் இங்கே அது சம்பவமாக நிகழவில்லை. பல்வேறு வகையான மாறுதல்கள் மூலமாக முடிந்துவிடாத வளர்ச்சியைப் பெற்றது. அதற்கான முறைகளும் மிக வரிவாகவும் தொடர்ந்தும் வளர்ந்தன. மிக்க கிளர்ச்சியும் எழுச்சியும் பெற்றுப் பதினைந்து ஆண்டுகள் கழிந்த

பிறகு, அது தனது பிறந்த மண்ணை உதறி விட்டுச் சென்றும்கூட பௌத்த மதத்தைத் தழுவிய பிறநாடுகளில் புதிய இடத்தைப் பெற்றது.

இந்த வரலாற்றின் முதல் கட்டத்தை நாம் கவனிக்க வேண்டும். ஓயாமல் எப்போதும் ஓடும் பிரபஞ்சம் பற்றிப் புத்தர் தன் வாயால் உபதேசித்தது எவ்வாறு? இதுபற்றி மிகவும் அற்புதமாகவும் தெளிவாகவும் ஹெச். ஓல்டன்பெர்க் விளக்கியுரைக்கிறார். அதில் இந்த நிலையில்லா ஓட்டம் என்றது, காரண காரியத் தொடர்பு என்ற பிரதீத்ய ஸமுத்பாதத்தை வேறு வகையில் கூறியதே என்று விளக்கம் தருகிறார். இந்த சர்ச்சைக்கு வசதியானதோர் ஆரம்பக் குறிப்பாக அவர் பின்வரும் பகுதியைக் காட்டுகிறார். அது, புத்தரே கூறியது என்பர்.[19]

“சீடர்களே, இவன் (நான்) ஒரு பிக்ஷு. அப்படித்தான் தன்னை மதிக்கிறான். தன் மனச்சாட்சியையும் உணர்வையும் அடக்கி ஆள்கிறான். அந்தப் புனிதமான முயற்சியில் அவன் அசைக்க முடியாமல் ஈடுபட்டிருக்கிறான். தன்னைப் பண்படுத்திக்கொள்வதில் மிக உறுதியாக இருக்கிறான். அவனிடம் ஒரு சுகானுபவத்தின் உணர்ச்சி தோன்றுகிறது. இதற்கொரு காரணம் இருக்க வேண்டும். காரணம் ஒன்று இல்லாமல் இந்த உணர்ச்சி தோன்றியிருக்காது என அறிவதுடன், இந்தக் காரணம் எங்கே இருக்கிறது என்றும் அறிகிறான். காரணம் எனது இந்த உடலில் இருக்கிறது. ஆனால் என் உடலோ நிலையற்றது. அதுவும் பல காரணங்களால் உண்டானதுமான உடல் காரணமாக உண்டாகும் சுகானுபவ உணர்ச்சி மட்டும் எப்படி நிலையானதாக முடியும்? ஆக, இவ்விரண்டையும் பற்றிச் சிந்திப்பதில் ஈடுபடுகிறான். சிந்திக்கும்போது, நிலையாமையும் தோன்றிமறையும் தன்மையும், யாவற்றையும் துறக்க வேண்டும் என்பதும், முடிவும், யாவற்றிலிருந்தும் ஒதுங்க வேண்டும் என்பதும் புலப்படுகின்றன. இவற்றை அவன் சிந்தித்துப் பார்த்தபோதும் சுகவிருப்பத்தையும் உடலையும் பற்றி நினைத்துப்பார்த்தபோதும் சுக ஆசையைச் சார்ந்து பெருவிருப்பம் கொள்ளும் இயற்கையாசையின் பலத்திலிருந்து பின்வாங்கி அவற்றை விட்டொழிக்கிறான்” இது பற்றி ஓல்டன்பெர்க் விமர்சிக்கிறார்.[20] இப்படித் திசைமாறி அலைபாயும் நடையின் சிரமமான நுட்பத் தன்மையில் வெறுப்படையும் எவரும், பௌத்தத்தின் சிந்தனையிழைகளைக் காண்பதற்கான ஒரு நோக்கைக் காண்பார்கள். அது பின்வருவது: காரணகாரியத் தொடர்பு செயற்படுவதால் உண்டான ஒன்றுடன் நிலையற்றதும் தோன்றியிருந்து மறைவதுமான ஒன்று இணைவதே அது. பிரதீத்ய ஸமுத்பாதம் என்னும் காரண காரியத் தொடர்பு - அதாவது ஒன்றைச் சார்ந்தே மற்றது தோன்றும்

இந்தியத் தத்துவ இயலில் நிலைத்திருப்பனவும் அழிந்தனவும் 589

என்பது இரண்டு உறுப்புகளுக்குள் (பாகங்கள்) உள்ள தொடர்பைக் குறிக்கிறது. ஒன்று இருப்பதும் அதே காரணத்தால் மற்றொன்று இருப்பதும் (காரணம் - காரியம்) எந்த க்ஷணத்திலும் மாறாமல் இருப்பதில்லை. காரண காரியத் தொடர்புக்கு உட்பட்ட எந்த ஒரு இருத்தலும், அலசிப் பார்த்தால், தானே பிரிந்துபோகாமல் இருப்பதில்லை. காரண காரியத் தொடர்பென்ற இயற்கை விதி முறைப்படி இருப்பதாகவும் இல்லாததாகவும் மாறி மாறி ஊசலாடு வதில்தான், உலகத்தில் உள்ள பொருள்களின் உண்மை நிலை அடங்கி இருக்கிறது.

இந்தக் கருத்தையும் பார்வையையும் புத்தர் விவரிக்கும் அரியதொரு பகுதி இவ்வாறு இருக்கிறது.[21]

"கச்சனா, கேள்; இந்த உலகம் பொதுவாக, அது இருக்கிறது, அது இல்லை என்ற இரட்டையின் மேலேதான் தொடர்ந்து செல்கிறது. ஆனால், கச்சனா, எவனொருவன் உண்மையிலும் தன் ஞானத்திலும் உலகத்தின் விஷயங்களான பொருள்கள் இங்கே எவ்வாறு உண்டாகித் தோன்றுகின்றன என்பதைப் பிரத்யக்ஷமாகக் காண்கிறானோ, அவன் கண்ணில், உலகில் அது இல்லை என்பதே இல்லை. எவனொருவன் இந்த உலகில் பொருள்கள் எவ்வாறு: இல்லாமல் போகின்றன என்று உண்மையிலும் ஞானத்திலும் காண்கிறானோ அவன் கண்ணில் உலகில் அது இருக்கிறது என்பதும் இல்லை. அனைத்துமே இருப்பதுதான் என்பது. ஒரு கடைக்கோடி எல்லை. எதுவுமே இல்லாததுதான் என்பது மற்றொரு கடைக்கோடி எல்லை. மாசற்ற பரிபூரணம் என்பது இந்த இரண்டு கடைக்கோடிகளுக்கும் வெகுதொலைவில் இருந்துகொண்டு இடையில் உள்ள ஸத்யத்தை அதிகாரபூர்வமாக வெளியிடுகிறது."

இடையில் உள்ள ஸத்யம் யாது? ஒல்டன்பெர்க் கூறுகிறார்:[22] "இந்த உலகம்தான் உலகத்தின் நடப்புமுறை காரண காரியத் தொடர்புதான் உலகின் இந்த நடப்பு முறையின் வெளியீடு."

இவையெல்லாம் ஹெராகிலிடஸ் கூறியதை நினைவுபடுத்துவதே. தவிர வேறாக இருக்க முடியாது; மீண்டும் ஒல்டென்பர்க் கூறுவதைத் தான் காண வேண்டும். அநேகமாக புத்தரும் ஹெராகிலிடெஸூம் ஒரே மாதிரியான குறியீட்டு முறையைத்தான் - ஒரே மாதிரியான தர்க்க ரீதி நோக்கை வெளியிடப் பயன்படுத்துகிறார்கள் என்பது அதில் தெரியும்.[23]

கற்பனை, அதாவது ஒன்றைப் பற்றி நினைத்து உருக்கொடுத்துக் கூறுவது, அதற்காகத் துருவித் துருவி கேட்டுச் சிந்திக்கும்போது

வடிவமுள்ள இயற்கையின் உலகத்தில், வடிவமே இல்லாத எண்ணங்களில்-அபிப்ராயங்களில்தான் மாதிரி வடிவங்களையும் அடையாளமான குறியீடுகளையும் பெற விரும்பும்; அந்தச் சிந்தனையின் குறிக்கோள், இயக்கத்தில் நகர்ந்து இடம்பெயர்வதையே இயல்பாகக் கொண்ட இருத்தல் (உயிர் வாழ்தல்) என்று ஆகும்போது, எல்லாக் காலத்திலுமே அந்தச் சிந்தனை தீர்மானமாகவும் அதிக ஆதரவுடனும் இரண்டு கற்பனைகளையே தேர்ந்து எடுத்துக்கொண்டிருக்கிறது; ஒன்று, நீர் ஓடும் பிரவாகம்; மற்றொன்று தன்னையே தான் தின்னும் திரிச்சுடர்; புத்தருடன் சமகாலத்தில் வாழ்ந்த பெரிய தத்துவவாதியான ஹெராகிலிடஸின் புரியாத சொற்களில் அவர் கூறும், இருப்பனவற்றின் இருத்தலைப் பற்றி வெளியிடும் கருத்து, மற்ற எந்தக் கிரேக்கச் சிந்தனையாளர்கள் கூறுவதை விடவும் மிக நெருங்கிவிடுகிறது; மேலே கூறிய இரண்டு உவமைகளும் நிரந்தரமாகவே முன்னிலையில் வருகின்றன: 1.ஒவ்வொன்றும் மேலே மேலே ஓடிக்கொண்டே இருக்கிறது; 2. இந்தப் பிரபஞ்சம் அணையாமல் உயிருடன் இருக்கும் தீ. "பௌத்தத்தின் அலங்காரப் பேச்சும், நீரோட்டம்-தீக்கொழுந்து எனும் இரண்டு குறியீடுகளையும் இருத்தலின் ஒவ்வொரு நிலையிலும் பின்னிக் கிடக்கும் ஓயாத இயக்கத்தை - இடம்பெயர்தலைக் காட்டும் அடையாளமாகக் கூறுகிறது; ஆனால், அந்த எபேஷியரான (Ephesian EPH-E-SUS என்பது ஆசியா மைனரில் இருந்த பண்டைய நகரைச் சேர்ந்தவர் என்பது பொருள்) ஹெராகிலிடஸின் கூற்றைவிட இந்த அலங்காரம் மாறுபடுகிறது; பௌத்தம் நல்லதும் தீயதுமான வாழ்வு நெறியுடன் சம்பந்தப்படாத எந்த உருவக அணிப் பொருளையும் கவனிப்பதில்லையாதலால், நீரோட்டம், தீக்கொழுந்து என்ற உருவங்களில், இயக்கத்தையும் இருத்தல் என்பதையும் மட்டுமே பொருளாகக் கொள்ளவில்லை. அனைத்திற்கும் மேலாக, மனித வாழ்வின் ஓயாத ஓட்டத்தையும், அந்த ஓட்டத்தின் - உண்டாகி இருப்பதனை அழிக்கும் ஆற்றலையுமே பொருளாகக் கொள்கிறது.

ஆனால், இந்தத் தீக்கொழுந்து என்ற உருவகம் போல் வேறு எதுவுமே இருத்தல் என்பதன் இயல்பைக் கூறுவதில் சிறப்புடைய தாகாது; தீக்கொழுந்து அசையாமல் ஓய்வுபெற்ற நிலையிலும் மாறுபடா நிலையிலும் இருப்பதாகத் தோன்றினாலும், தொடர்ச்சி யானதொரு நிகழ்வை - அதாவது தன்னை உண்டாக்கிக்கொள்வதும் தன்னையே உண்பதுமான செயலே அது; ஐரோப்பியர்களான நமக்கு உள்ளத்தைவிட இந்தியர்களுக்கு மனத்தில் பதியும் ஒரு ஸத்யம் அடங்கியிருக்கிறது; மிகவும் துன்புறுத்தும் வெப்பமே அது; ஆனந்தமயமான குளிர்ச்சிக்குப் பகையானது அது; அதாவது

இந்தியத் தத்துவ இயலில் நிலைத்திருப்பனவும் அழிந்தனவும்

சந்தோஷத்திற்கும் அமைதிக்கும் பகை அது; புத்தர் கூறுகிறார்: "உலகம் முழுதும் பற்றிக் கொழுந்துவிட்டு எரிகிறது; அதைப் புகை கவிந்திருக்கிறது; உலகம் முழுதுமே நடுங்குகிறது."

இதில் தர்மம் அதர்மம் என்ற பொருள்பட இதைப் பயன்படுத்தி யிருப்பதை விடவும் மிக முக்கியமான மற்றொரு விஷயமும் தெரிகிறது. இருத்தல் என்பது தொடர்ந்து நிகழும் ஒன்று என்ற இயற்கைச் சாத்திரத்தின் தன்மையுடன் இந்த உருவகம் அமைகிறது; அதைப் பின்னால் வந்த நூல்களே தெளிவாய் விளக்க வேண்டியிருந்தது. அந்த உருவகம் ஏற்கனவே பௌத்தப் புனித நூல்களில் இருப்பதுதான்; ஆயினும், அதில் சிந்தனை தன்னை வெளியிட்டுரைக்கும் வகையில் மிகவும் (தெளிவாகக் கூற இயலாமல்) சிரமத்துடன் போராடுவதை உணர்கிறோம். இருத்தல்கள் - இருப்பவை (உயிருடைய - இல்லாத அனைத்துமே) தீக்கொழுந்து போன்றவை; அவை இருக்கும் நிலை, அவை மீண்டும் உண்டாதல் (இருப்பது ஆதல்) தம்மையே எரியவிட்டுக் கிழித்துப் பிளப்பது; நிலையில்லாத உலகம் தரும் விறகுக்குத் தன்னையே எரியக் கொடுப்பது.

6. தான் - ஒவ்வொரு மனிதனும் அவன், நீ, நான் என்று கொள்ளும் சுட்டுக்கு உரிய நிலை (மூவிடம்)-தனி நபர் என்ற நிலை-மறு பிறப்பு:

அசலான பௌத்தத்தில், தான் என்பதற்குக் கொண்ட பொருள் என்ன? இது மிகவும் விரிவாகச் சர்ச்சைக்கு உள்ளாகும் பிரச்சினைகளில் ஒன்று; இந்தச் சொல் நிச்சயமாக எந்தப் பொருளைத் தரவில்லையோ அது பற்றித் தெரிந்துகொள்வதே சரியான தொடக்கமாகும்.

அனைத்துமே உண்டாகி இருந்து மறைந்து ஒழிவனவே என்று கொள்வதின் உடனடியான விளைவு, புத்தர் காலத்தில் வழக்கமாகக் கொள்ளப்பட்ட ஆத்மா - தான் என்பது பற்றிய கருத்துக்கள் யாவற்றையும் மறுத்ததேயாகும்.

மிக மிகப் பழையதாகவும் மிக எளிதாகவும் புத்தர் காலத்தில் பரவியிருந்த கருத்து, விநோதமாய் ஒரு பொருள்முதற் கோட்பாடானது தான்; ஒரு வகையான இரட்டை என்ற கருத்து அது; அது எளிதில் புரியாத - தெளிவற்ற இரட்டை; பௌதீகமான இரட்டை; பௌதீக மான உடலைச் சார்ந்த இரட்டை; இரண்டுமே நான்கு பூதங்களால் ஆனவை; ஆத்மாவும் பௌதீகம்தான்; ஆத்மா வெளியில் இருக்கும் போது-அதாவது சமாதி நிஷ்டையிலும் நோயுற்றபோதிலும் உறங்கும்போதிலும் ஆத்மா வெளியில் எங்கோதான் இருக்கிறது-உடல் மட்டும் அசையாமல்-உயிரற்றது போல் விழுந்துகிடக்கிறது;[24] இது

ஒன்று; அதுவும் பரவியிருந்தது; ஆத்மா என்பது ஒரு சிறப்புடைய தத்துவப் பொருள்; அது உடலுக்குள்ளேயே இருக்கிறது; நினைக்கவும் உணரவும், விரும்பவும் அதற்கு மட்டுமே ஆற்றல் உண்டு; இந்த ஆத்மாதான்-அதாவது ஜீவனாயிருக்கும் ஜீவாத்மாதான்-உலக ஆத்மாவான பரமாத்மா-அது வேறு இதுவேறு என்பதில்லை என்ற கருத்தும் அக்காலத்தில் மிக்க ஆடம்பரத்துடன் அழகாகத் திரித்துக் கூறும் உபநிஷத்துச் சிந்தனையாளர்களிடையே உண்டு. இந்தப் பரமாத்மாவைக் கடவுட் சிந்தனை மயமாக்கி இதுதான் உலகைப் படைக்கிறது, அழிக்கவும் செய்கிறது, இதுதான் கடவுள் என்றும் கொள்ளப்பட்டது. தீவிரமான முரட்டுக் கருத்துமுதல்வாதிகளுக்குள் இப்படி ஜீவனும் பிரம்மமும் வேறல்ல என்பது மிகவும் முற்றிப் போய், இந்தக் கண்முன் தெரியும் உலகத்திற்குத் தனக்கென ஓர் அந்தஸ்து உண்டு என்பதே இல்லாமல் ஆகிவிட்டது.

ஆத்மாவைப் பற்றிய இந்தக் கருத்துக்கள் அனைத்திற்குமே பொதுவான அம்சம் ஒன்று உண்டு; ஆத்மா என்பது சாசுவதமான ஓர் தத்துவம்; பிறப்பும், பிணிகளால் தேய்வுறுவதும், இறப்பும் இதற்குக் கிடையாது; அவற்றில் ஒட்டாதது இது என்பதே அந்தப் பொது அம்சம். புத்தர் கூறிய பிரபஞ்சத்தின் நிலையற்ற ஓட்டம் என்ற கருத்து, ஒரே அடியில் இந்தக் கருத்துக்கள் அனைத்தையும் ஒருசேர அடித்து நொறுக்கிவிட்டது.

இருப்பினும் புத்தருக்கும் ஆத்மா பற்றிப் பேச வேண்டியது அவசியமாய் இருந்தது; ஆயினும் அது சாசுவதமானது என்ற பொருளில் அவர் பேசவில்லை. இந்தக் காலத்தில் நாம் பரவலாகப் பயன்படுத்தும் தனிநபர் நிலை-தன்மை-முன்னிலை-படர்க்கை என்னும் சொல்லால் அதைப் பேசினார்; அவர் அந்தச் சொல்லுக்குக் கொண்ட பொருள் யாது?

இதைப் பற்றிய ஒரு நூலில் புத்தர் கூறுவது: "தனிநபர் நிலை, மூவிடத்தில் ஒன்றாயிருத்தல் என்பது உலகத்தில் பொதுவாக வழங்குவதற்கு வசதியாய் இருக்கிறது என்பதால் ததாகதர் அதை உபயோகித்தார் (நான் என்ற தன்மையின் இடத்தில் புத்தர் இவ்வாறு தன்னைப் படர்க்கையாகக் கூறுவது மரபு). ததாகதர் அதை அதன் பல பொருள் தரும் தன்மையில் உபயோகித்துத் தடுமாறவில்லை; ஏதோ ஒரு சாசுவதமான பொருளைக் கூறும் வகையில் அதைக் கூறவில்லை.[25] அந்த நூலின் ஒரு பகுதியைக் காண்போம்:

புத்தர் சொன்னார்:[26] "பொத்த பாதனே, உலகில் தனி மனிதனைக் குறிப்பதில் பின்வரும் மூன்று வகை உண்டு. இவற்றை அனைவரும்

ஒப்புக்கொள்வர். 1.பொருளாயிருப்பவை 2.பொருளாம் தன்மை இல்லாதவை. 3.வடிவம் இல்லாதவை என்பன அவை. முதலாவது வடிவம் உடையது (உடல்); அது நான்கு பூதங்களால் ஆனது; உணவால் போஷிக்கப்படுவது. இரண்டாவதற்கு வடிவம் இல்லை. அது மனோமயமானது; அதன் பெரிய மற்றும் சிறிய அவயங்கள் முழுமையானவை; அதன் கருவி கரணங்கள் குற்றமற்றவை; நன்கு செயற்படுபவை; மூன்றாவதற்கும் வடிவம் இல்லை; அது உணர்வு ஒன்றாலேயே சமைந்தது; பொத்தபாதா, இவை பற்றி ஓர் உபதேசம் கூறுகிறேன்; அதைக் கொண்டு தனிமனிதன் என்பதையே ஒதுக்கிவிடலாம்; வெளியிலே உள்ளவர்கள் நம்மைக் கேட்பார்கள்; நீங்கள் ஒதுக்கிவிடக் கூறுவது எந்த வகைத் தனி மனிதனை? வடிவமுள்ள வகையா? மனோமயமானதும் வடிவமற்றதுமான வகையா? என்பதே அந்தக் கேள்வி. அதற்கு நான், "ஏன், இதோ உன் கண் எதிரே காண்கிறாயே. அதைத்தான் என்றுதான் பதில் கூற வேண்டும்".

புத்தர் இவ்வாறு சொன்னதும், யானைப் பாகன் மகனான சித்தன், "பெருமை வாய்ந்த மஹாத்மாவே, ஒரு மனிதன் மூன்றில் ஏதேனும் ஒரு வகையை மட்டும் கொண்டிருந்தால், மற்ற இரண்டும் நிஜமல்லாதவைதானோ? அவன் அப்போது கொண்டிருக்கும் வகை தான் நிஜமானதாகுமோ?" என்று கேட்டான். புத்தர் கூறுகிறார்: "இந்த மூன்று வகையில் ஒன்று நடக்கும்போது, மற்ற இரண்டு வகையிலும் அது சேராது; சித்தா, பசுவிலிருந்து பால் வருகிறது; பாலிலிருந்து தயிர், தயிரிலிருந்து வெண்ணெய்; வெண்ணெயிலிருந்து நெய்; நெய்யிலிருந்து இனிப்புப் பண்டம். அது தயிராயிருந்தபோது மற்ற பெயர்களால் சுட்டப்படுவதில்லை; அதேபோலத்தான் தனிமனிதனிடமும் ஒரு வகை நடக்கும்போது, அதற்கு மற்றதன் பெயரைச் சொல்வதில்லை; சித்தா, இவை யாவும் வெறும் பெயர்களே, ஒன்றை வெளியிட்டுக் கூறும் முறை வெவ்வேறு பேச்சுக்களே இவை; உலகத்தில் வழக்கில் உள்ள வெவ்வேறு ஸ்தானங்கள், இடங்கள் அவ்வளவுதான்; இவற்றை ஒரு ததாகதனும் பயன்படுத்துகிறான் என்பதும் நிஜம்தான்; ஆனால், இவன் அவற்றால் வேறு எங்கோ தடுமாறுவதில்லை. அதாவது, இது வேறு எதைக் குறித்ததும் ஆகாது."

ஆகவே, மாறிக்கொண்டேயிருக்கும் சில உறுப்புகள் - பகுதிகளே இருப்பவை. அவை ஒன்றுசேர்வதைத்தான் வசதிக்காக ஒரு தனி மனிதன் என்கிறோம். இப்படித் தனி மனிதனாகக் கூறப்படுவதே எப்போதும் மாறிக்கொண்டு இருக்கிறது. இந்த மாறுதல் குறிப்பிட்ட ஓர் இடத்தை அடையும்போது, அதன் ஸ்தானத்தையும் மாற்றுவது

வசதியாய் இருக்கிறது; முன்பிருந்த பெயரைக்கூட மாற்றித்தான் கூறவேண்டும். பசுவிலிருந்து கிடைக்கும் பொருள்களின் பெயர் மாறுவது போலத்தான் இதுவும், ஒன்றைக் குறிப்பிடுவதற்கு வசதியான-வடிவமற்ற-வெறும் குணாம்சமான சொல் ஆகிறது. அவ்வளவே தவிர, தனிமனிதத் தன்மை என்று எப்போதுமே ஒரு தனிப் பொருள் - ஒரு விஷயம் இருந்ததே இல்லை."[27]

வேறோர் இடத்தில் பழைய பாலிமொழி நூல்களில், இதே கருத்து, ஒரு ரதத்தை - தேரை ஒப்பிட்டுக் கூறுவது இடம்பெறுகிறது. ஆசையைத் தூண்டும் மாறன் (மன்மதன்) மக்களைப் பிழையாக அறிவித்தும் மத விரோதமாகப் பேசியும் குழப்ப விரும்பி, கன்னித் துறவியான வஜிரா என்பவள் முன்னே தோன்றி, "உன் தனிமனிதத் தன்மை என்பது நீயேதான்; நீ என்ற உன்னைப் படைத்ததே அது தான்; இன்றிலிருந்து நாளை மறையப்போவதும் நீதான்; ஓர் பிறப்பிடம் உள்ள தனி நபரும் நீதான்;" என்று சொன்னான்: அப்போது அவள் விடை கூறுகிறாள்; "மாறா, என்ன சொல்ல நினைக்கிறாய் நீ? ஏதோ ஓர் ஆள் இருப்பது போலப் பேசுகிறாயே? உன் உபதேசம் தவறானது. இந்த ஆள் என்பது மாறுபடுதல் நிறைந்த பல இயல்பான போக்குகளை ஒன்றித் துவைத்த ஒன்றுதான், ஒரு ஏற்பாடு. ஆள் என்று எதுவுமே இல்லை; ஒரு தேரின் பல பகுதிகள் சேரும்போது அந்தச் சேர்க்கைக்குத் தேர் என்ற சொல்லைப் பயன்படுத்துகிறாய். அதே போலத்தான், ஒரு வகையான ஐந்தின் கூட்டங்கள் சேரும் போது ஓர் ஆள் என்பது வழங்கப்படுகிறது. இதுதான் பொதுவாக அனைவரும் கொள்ளும் கருத்து. இதனால் வருவது துக்கம் மட்டுமே; துக்கமாகவேதான் அது இருக்கிறது; துக்கமாகவே அது மறைந்தும் போகிறது. மறுபடியும் சொன்னால், துக்கத்தைத் தவிர வேறு ஏதும் தோன்றுவதில்லை; துக்கத்தைத் தவிர வேறு ஏதும் மறைந்தொழிவதும் இல்லை."[28] பௌத்த முனிவரான நாகசேனர், கிரேக்க அரச குமாரனான மெனாண்டருக்கு (நூலில் இது 'மிலிந்த' என்றிருக்கிறது) தனிமனிதன் பற்றி விரித்துரைத்த தன் மையக் கருத்தாக அமைகிறது என்று ஓட்டென்பர்க் எடுத்துக் காட்டுகிறார்.[29]

மிலிந்தன் கேட்கிறான்: "மரியாதைக்குரிய பெரியவரே, உங்களை எல்லாரும் எப்படி - எந்தப் பெயரால் அறிகிறார்கள்? அவர் சொன்னார்: "அரசே, எனக்கு நாகசேனன் என்று பெயர்; ஆனால் அது ஒரு பெயர் மட்டுமே; ஒரு பட்டம் மாதிரி; ஒரு ஸ்தானம்-இடம்; ஓர் அடைமொழி; அது வெறும் வார்த்தை. அவ்வளவுதான்: இதில் அந்தப் பெயர் முதலியவற்றைக் கொள்ளும் - எழுவாயான பெயர்ச்சொல் - ஒரு பொருள் ஏதும் கிடையாது. இந்த நாகசேனன் என்ற வார்த்தையைப் பயன்படுத்துவதால், நிரந்தரமான ஒரு தனி மனிதனைச் சுட்டியதாகாது."

அரசன்: "இது நிச்சயமானதுதானா? ஐநூறு யவனர்களும் (கிரேக்கர்) எண்பதினாயிரம் பிக்ஷுக்களும் இதைச் செவிகொடுத்துக் கேட்க வேண்டும். நாகசேனர் கூறுகிறார்: எழுவாய் - ஆள் - தனி மனிதன் என யாருமே இல்லையாம். இந்த நிலையை யாராவது ஒப்புக்கொள்ள முடியுமா?" இப்படிச் சொன்ன பின் மீண்டும் நாகசேனரிடம் சொன்னான்! "ஐயா, ஓர் தனியாள்-மனிதன் என்பவனே இல்லையென்றால், உங்களுக்கு வேண்டியதைத் தருபவன் யார்? உடை, உணவு, இருப்பிடம் மற்றும் நோயுற்றவர்களுக்கு மருந்து முதலியவற்றை யார் தருவார்? உணவு முதலிய இவற்றையெல்லாம் ஏற்று அநுபவிப்பவன் யார்? தர்மம் பேசிக்கொண்டு திரிபவன் யார்? தன்னை உயர்த்தும் செயலில் ஈடுபடுவது யார்? யார் இந்தத் தூய நெறியை அடைகிறான்? இந்தத் தூய்மையால் வரும் பயனை அடைபவன் யார்? இறுதியில் நிர்வாணம் (முக்தி) அடைபவன் யார்? கொலை செய்பவன் யார்? கொள்ளையடிப்பவன் யார்? இன்பத்திலேயே கிடப்பவன் யார்? பிறரை ஏமாற்றுகிறவன் யார்? கள் குடிப்பவன் யார்? பஞ்ச மஹா பாதகங்களையும் செய்பவன் யார்? நீங்கள் சொல்லும் வகையில் பார்த்தால் தர்மம்-அதர்மம், நன்மை-தீமை என்று எதுவுமே கிடையா தென்றாகிறது. நல்ல செயல்களையும், தீய செயல்களையும் செய்பவனோ அவற்றைத் தோற்றுவிப்பவனோ யாருமில்லை; நற்செயலும் தீய செயலும் அதற்குரிய பயனை நல்லதையும் - தீயதையும் விளைவிப்பது மில்லை; ஐயா, உங்களை ஒருவன் கொன்றாலும் அவன் கொலையாளி ஆக மாட்டான்; இப்படியெல்லாம் பேசிவிட்டு மீண்டும் அரசன் அவரைக் கேட்டான். "உமது சங்கத்தில் உம் முன் நிற்கும் சகோதர பிக்ஷுக்கள், உம்மை நாகசேனரே என்றுதானே அழைக்கிறார்கள். அந்த நாகசேனர் எனப்படுவதுதான் யாது? சொல்லுங்கள், ஐயா, உமது தலைமுடிகள்தான் நாகசேனரா?"

"இல்லை அரசே."

"உமது நகங்கள், பற்கள், தோல், சதை, எலும்பு இவையா நாகசேனர்?"

"இல்லை அரசே."

"உடல் பற்றிய; வடிவமா?"

"இல்லை அரசே."

"உமது உணர்வுகளும் புலனறிவுகளுமா?"

"இல்லை அரசே."

"உமது பிரத்யக்ஷக் காட்சியா? இயல்பான போக்குகளா? அல்லது உமது உள்ளுணர்வுதான் நாகசேனரா?"

"இல்லை அரசே."

"அல்லது, உடல் அமைத்த வடிவும், புலனுணர்வுகளும், பிரத்யக்ஷங்களும், இயல்பான போக்கும், உள்ளுணர்வும் சேர்ந்ததுதான் நாகசேனரா?"

"இல்லை அரசே..."

"ஐயா, நான் எங்கே எப்படிப் பார்த்தாலும் நாகசேனரைக் காண வில்லையே? நாகசேனர் எனப்படுவதுதான் என்ன? யாது அது? நீங்கள் பேசுவது பிழையானது. நீங்கள் பொய் சொல்கிறீர்கள்; நாகசேனரே இல்லையா?"

இத்தனைக்குப் பிறகு நாகசேனர் கேட்டார்: "அரசே நீர் இந்த இடத்திற்கு எப்படி வந்தீர்? காலால் நடந்தா அல்லது ஏதேனும் ஒரு வாகனத்திலா?"

"ஐயா, நான் கால்நடையாக எங்கும் பிராயணம் செய்வதில்லை; நான் தேரில்தான் வந்தேன்."

அப்போது நாகசேனர், தன்னை அரசன் மடக்கி மடக்கிக் கேட்டது போலவே அவனையும் கேட்டார்: "தேர் என்பது எது? என்ன? அதன் அச்சா? அச்சில் கோத்த சக்கரங்களா? தேரின் மேல் கட்டுமானமா? கடிவாளமா? நுகமா? சக்கரத்தின் ஆரங்களா? இவற்றுள் எதுவுமே தேர் அன்று; இந்த பாகங்கள் சேர்வதும் தேர் அன்று; அவற்றைவிட தேர் வேறானதுமன்று; அரசே, நானும் எங்கு தேடினும் தேரைக் காணவில்லை. தேர் என்பது ஒரு வார்த்தை அவ்வளவுதான். தேர் என்பதே இல்லையே ; நீ பேசுவது பிழை; தேர் என்பதே இல்லை; இந்த பாரதம் முழுவதற்கும் நீ எஜமானன்; உனக்கு பயமேது? நீ ஏன் உண்மையில்லாததைக் கூறுகிறாய்? சரி, இது நிஜம்தான் என்பதற்காக, இந்த ஐநூறு யவனர்களும் என்பதினாயிரம் பிக்ஷுக்களும் இதைக் கேட்கட்டும்; அரசன், தான் ஒரு தேரில் வந்ததாகச் சொல்கிறான்; ஆனால் தேர் இன்னது; இதுவென்று விளக்கி ஒன்றைக் காட்டவும் முடியவில்லை அரசனால். இதை யாராவது ஒப்புக்கொள்வார்களா?"

இவ்வாறு நாகசேனர் பேசியவுடன் ஐநூறு யவனர்களும், அவர் சொன்னதை ஒப்புக்கொண்டு, ஆம், ஆம் என்று கத்தினார்கள். அரசனையும் பார்த்து, "பேரரசனே, முடியுமானால் இப்போது பதில் பேசுங்களேன்" என்றார்கள்.

அரசன் நாகசேனரிடம் பின்வருமாறு கூறினான்: "ஐயா, தேருக்கு அச்சும், சக்கரமும், மேற்கட்டும், கடிவாளமும், நுகமும், ஆரமும்,

சவுக்கும் போன்ற அனைத்தும் இருப்பதால்தான், அந்த அடை மொழியை, ஸ்தானத்தை, தேர் என்ற வார்த்தையை உபயோகித்தேன்" என்றான். அவர் சொன்னார்: "சரிதான் அரசே; உனக்குத் தேர் தெரியும் அதேவகையில், என்னுடை தலைமுடி, தோல், எலும்புகள், உடற்கட்டுமானம், உணர்வுகள், பிரத்யக்ஷமாகக் காண்பது, என் இயல்பான போக்குகள், உள்ளுணர்வு அனைத்தையும் பற்றிச் சேர்த்துதான் நாகசேனன் என்ற வார்த்தை பயன்படுத்தப்படுகிறது. இதில் எழுவாயான பொருள் என்று அதற்குரிய சரியான அர்த்தத்தில் யாதுமே இல்லை. இவ்வாறே வஜிரா என்ற துறவியும் புத்தர் முன்னிலையில் விளக்கியுரைத்தாள்: "தேரின் பல பாகங்களும் சேரும்போது தேர் என்ற வார்த்தையை உபயோகிப்பது போல ஐந்து கூட்டங்களும் இருக்கும் இடத்தில் ஒரு மனிதன் இருக்கிறான். அதுதான் பொதுவான கருத்து.

அரசன் கூறினான்: "அற்புதம், ஆச்சரியம் நாகசேனரே! என் மனத்தில் பலப்பல கேள்விகள் உண்டாயின. அவை அனைத்திற்கும் நீங்கள் முடிவு கூறிவிட்டீர்கள்." பொதுவாக உள்ள கருத்துப்படி நிரந்தரமாக மனிதன் என்ற ஒருவன் உண்டு என்பதை மறுப்பதற்கென அமைந்த இந்தப் பகுத்தறியும் தொடரில் ஒரு முழுப் பொருளுக்கும் அதன் பாகங்களுக்கும் உள்ள தொடர்பை அலசி ஆய்வதில் வலியுறுத்தல் தெரிகிறது; புத்தருடைய காலத்தில் இந்தப் பிரச்சினை அந்த அளவுக்கு தத்துவ முக்கியத்துவம் பெறவில்லை போலும்; பிற்காலத்தில் அணுவாதிகள், தனது பாகங்களைவிட வேறாக ஒரு முழுப் பொருளுக்கெனத் தனியே நிஜத்தன்மை உண்டு என்று நிரூபித்தபோதுதான் அந்த முக்கியத்துவம் ஏற்பட்டது. இதை அழுத்திக் கூறுகையில், அணுவாதிகள் பௌத்தர்கள் கூறுவதையே பூர்வபக்ஷமாகக் காண்கிறார்கள் (ஒரு சித்தாந்தம் என்ற முடிவான கருத்துக்கு எதிரான வினாவே பூர்வபக்ஷம் என்பது). ஏனென்றால் அடுத்து வந்த பௌத்த மதத்தின் வரலாற்றில், வெறும் பாகங்களினும் மேலாகவும், அதைத் தவிரவும் வேறு நிஜமான முழுமை இல்லை என்பதே வற்புறுத்தப் பட்டது. இந்தக் கருத்து, பௌத்தர்களின் தர்க்கரீதியான பார்வையி லிருந்தோ அல்லது பிரபஞ்ச ஓட்டம் என்ற கருத்திலிருந்தோதான் வந்திருக்க வேண்டும் என்று சர்ச்சைக்குப் போகவேண்டியதில்லை; அதாவது, தர்க்க முறையைப் பொருள்முதல்வாதத் தர்க்கம் என்ற அளவுக்கு ஏற்றிய பிறகும், தொடக்க காலத்துப் பௌத்தம் செய்தது போல முழுமை என்பதே இல்லை என்று மறுப்பது தத்துவ முறையில் செய்ய வேண்டித்தான் வருகிறது. இப்பொழுது நம் கவனத்திற்குரியது ஆரம்ப காலத்துப் பௌத்தத்தின் கருத்துநிலை என்ன என்பதுதான்.

தனி மனிதன்-ஓர் ஆள் என்ற சுட்டு, ஐந்து கூடிய ஒன்றைக் குறிக்கும் பொய்யான பெயர்; வசதிக்காக இட்டுக்கட்டிக் கொண்டது என்பதுதான் அது. ஐந்து என்பன: (1) உடல், மனத்தைச் சார்ந்த (2) உணர்ச்சி (3) அண்ணம் (4) விருப்பம் (5) உள்ளுணர்வு என்ற பௌதீகங்களே. இவற்றின் கூட்டம் யாவுமே எப்போதும் மாறிக்கொண்டே இருப்பவை. இப்படி மாறி ஓடி மறைந்துகொண்டேயிருக்கும் பௌதீகக் கூட்டத்தைக் குறிப்பிடுவதற்கு ஏதாவது ஒரு வார்த்தையை உபயோகித்தே தீர வேண்டியிருக்கிறது; அந்த வகையில் வழக்கமாக உள்ள தனி மனிதன்-ஆள் என்ற மூவிடச் சுட்டையும் உபயோகிப்பதில் தவறு இல்லை என்று புத்தர் கருதுகிறார். ஆனால், அதே சமயம் வழக்க மாக அந்த வார்த்தைக்குள்ள அர்த்தங்களில் அவர் ஏமாந்தும் போய்விடவில்லை: (அவற்றைக் கொள்ளவே இல்லை.)

வழக்கமாக இருக்கும் சொல்லைத் தவிர நிஜமாகவே, 'தான்' என்பது ஏதுமில்லை என்றால், நான், நீ, அவன் போன்ற மூவிடத்துத் தனி அடையாளங்களை எப்படித்தான் விளக்க முடியும்? "மிலிந்த பன்ன - மிலிந்தப்பிரச்ன - மிலிந்தன் வினா" என்ற நூலில் இந்த வினாவுக்குப் பின்வருமாறு விடை கூறி விளக்கம் தருகிறார் நாக சேனர்.[30]

அரசன்:- பெரியவரே, மனிதன் பிறந்த பிறகு, அவனாகவே இருக்கிறானா? அல்லது வேறு ஒருவனாக ஆகிறானா?

நாகசேனர்:- அவன் அவனாகவே இருப்பதும் இல்லை; வேறு ஒரு வனாகவும் ஆவதில்லை.

அரசன்:- இதை உதாரணத்துடன் விளக்க வேண்டுமே.

நாகசேனர்:- அரசனே, ஒரு காலத்தில் நீ இளமையான, சிறிய, பலமில்லாத குழந்தையாய் மல்லாக்கவே கிடந்தாய்; இப்போது நீ வளர்ந்து பெரியவனாகிவிட்டாய்; இப் போதும் நீ அதே குழந்தைதான் என்று நினைக்கிறாயா?

அரசன்:- அப்படி நினைக்கவில்லை. குழந்தை வேறு; நான் வேறு தான்.

நாகசேனர்:- அப்படியானால் உனக்கு தந்தை, தாயார் இருக்க வில்லை. உனக்கு நடத்தையும், நாகரிகமும் அறிவும் உபதேசித்த ஆசிரியருமில்லை; பள்ளிக்குப் போகும் பையனும் பள்ளிப் படிப்பு முடிந்து வரும் பையனும் ஒரே பையனா அல்லது வேறு ஒருவனா? குற்றம் புரியும் ஆள் வேறு; தண்டனை பெறுபவன் வேறு ஆளா?

இந்தியத் தத்துவ இயலில் நிலைத்திருப்பனவும் அழிந்தனவும்

அரசன்:- இல்லைதான்; இது போன்ற கேள்விக்கு உங்கள் கருத்துதான் என்ன?

நாகசேனர்:- நான் குழந்தையாயிருந்தபோது இருந்த மனிதன்தான் நான். ஏனென்றால் உடல் தொடர்ந்து இருந்து வருவதால், வாழ்வின் எல்லாப் பருவங்களும் ஓர் ஒருமைப்பாட்டில் அடங்குவனவே; ஆனால் இது இன்று வழக்கத்தில் உள்ள அர்த்தத்தில்தான்.

அரசன்:- இதையும் உதாரணத்துடன் கூறுங்கள்.

நாகசேனர்:- ஒருவன் விளக்கைத் தூண்டிவிட்டுக்கொண்டிருந்தால் இரவு முழுதும் எரியுமா?

அரசன்:- ஆம். எரியலாம்...

நாகசேனர்:- ஆனால், நள்ளிரவில் எரியும் விளக்கின் சுடர் இரவின் ஆரம்பத்தில் எரிந்த அதே சுடர்தானா நள்ளிரவிலும் எரிகிறது?

அரசன்:- இல்லை...

நாகசேனர்:- அப்படியானால், இரவின் ஆரம்பத்தில் எரிந்த விளக்கு ஒன்று - நள்ளிரவில் மற்றொன்று. இரவின் இறுதியில் எரிவது வேறு ஒன்றா?

அரசன்:- இல்லை; இரவு முழுதும் எரிந்து வெளிச்சம் தந்தது ஒரே விளக்குதான்.

நாகசேனர்:- அதேபோலத்தான் நிகழ்வின் (வாழ்வின்) தொடர்ச்சி யையும் அறிய வேண்டும். ஒருவன் பிறந்தான்; அவன் மறைந்தான். அவனும் மறைய வேறு ஒருவன் (அதே உடலில்தான்) பிறந்தான். அவனும் மறைந்தான். இப்படி ஒன்றின் பின் ஒன்றாக நிகழ்ந்தும் இது, தனக்குத் தானே உணரும் ஏதும் இல்லாமலேயே தொடர்ந்து இருப்பது போலத் தோன்றுகிறது. அது அதே என்பதும் இல்லை. முற்றிலும் வேறானதும் இல்லை.

தனி மனிதன் என்பதையும் ஒரு மனிதனைப் பற்றிய அடையாளத்தையும் இப்படிப் புரிந்துகொள்வதன் பயனாக மறுபிறவியும், உடலைவிட்டுக் கடந்து வேறு எங்கோ செல்வதையும் கூட புத்தர் முற்றிலும் வேறான அர்த்தத்தில் புரிந்துகொண்டார்; இதை ஸ்டெர்பாட்ஸ்கி விளக்குகிறார்.[31]

பௌத்தர், ஆத்மா, தனி மனிதத்தன்மை என்ற சொற்களை மக்கள் வழக்கமாகக் கொள்ளும் அர்த்தத்திலேயே உபயோகித்தாலும் மறுபிறவி எடுப்பதும் அவனேதான் என்று பேசினாலும், உண்மையில் மறுபிறவி எடுப்பவன் வேறு மனிதன்தான் என்றும், அந்தப் பிறவி கடந்த காலத்திலிருந்த பௌதீக ஆதார அம்சங்களின் முற்றிலும் புதிய சேர்க்கைதான்; ஏனென்றால், காரண காரியம் என்னும் விதிமுறையைத் தவிர்க்கவே முடியாது என்றும் கூறுகிறார்கள். புத்தரும்கூட தமது உபதேசங்களில் பொதுமக்கள் வழங்கும் மொழியைத்தான் உபயோகிக்க விரும்பினார். மேலும், தன்னுடைய முன் பிறவியையும், அப்போதுதான் இருந்ததையும் தன் சீடர்களின் முற்பிறப்பையும் வர இருக்கும் பிறப்புக்களையும் அதே போல் மற்றவர்களின் முன்பின் பிறப்புக்களையும் எடுத்துக் கூற விரும்புகிறார்; இவற்றை மிகச் சாதாரணமான பாஷையில்தான் பேசுகிறார்; இது ஒரு வருணனைப் பேச்சுத்தான் என்பதை நினைவில் கொள்ள வேண்டும்; அந்தப் பேச்சிற்குள் மிக ஆழமும் நுட்பமும் கொண்ட ஒரு கருத்து பொதிந்திருக்கிறது; உயிர் வாழ்வின் முன்னேற்றமும் வளர்ச்சியும், அதன் இறுதி லக்ஷ்யத்தை அடைவதற்கான ஆதார அம்சங்களும் அதில் அடங்கியிருக்கின்றன. ஆகவே, ஆத்மா இல்லையென்பதற்கும் அது இடம்பெயர்வதுமில்லை என்பதற்கும் இந்தப் பேச்சுக்கும் முன் பின் முரண்பாடு ஏதுமில்லை.

'மிலிந்த பன்னா' என்ற நூலில், மறு பிறவியும் ஆத்மாவின் இடம் பெயர்ந்து செல்வதும் பின்வருமாறு விளக்கப்படுகிறது:[32] அரசன் "இடம் பெயர்வதே இல்லை என்னும்போது மறுபிறவி இருக்க முடியுமா?"

நாகசேனர்:- உண்டு அரசே.

அரசன்:- இது எப்படிச் சாத்தியமாகும்; உதாரணங்களுடன் விளக்குங்களேன்.

நாகசேனர்:- அரசே, ஒருவன் ஒரு விளக்கிலிருந்து மற்றொரு விளக்கை எரியச் செய்தால், அதன் பொருள் ஒரு விளக்கு மற்றொரு விளக்கிற்கு இடம்பெயர்ந்து சென்றது என்பதா?

அரசன்:- இல்லை.

நாகசேனர்:- அதே போலத்தான்; மறு பிறவி உண்டு. இடம்பெயர்தல் என்பது கிடையாது.

7 சமுதாய இயல்: தனிச் சொத்தும், அரசும்

இனி, நாம் புத்தர் கொண்டிருந்த சமுதாய இயல் நோக்கையும், குறிப்பாகத் தனிச்சொத்து பற்றிய அவர் கருத்தையும், அப்போதிருந்த

சமுதாய வர்க்கங்களையும் அரசையும் பற்றி அவருடைய தர்க்க ரீதியான பார்வையிலிருந்து அவை எப்படி உருவாயின என்று காண்போம்.

ஸ்டெர்பாட்ஸ்கி, ஆரம்ப காலத்துப் பௌத்த மதத்தில் இருந்த தனி நபர் பற்றிய மிகத் தீவிரமான அடிப்படை நோக்கு, தனி ஒருவனுடைய சொந்தச் சொத்து பற்றியும் அடிப்படையில் மிகத் தீவிரமாய் இருந்தது எனக் காட்டுகிறார்; நாமும் அதிலிருந்து தொடங்குவது வசதியாயிருக்கும்.[33] மனிதன் என ஒருவன் இருந்தால் - அதாவது ஒரு ஆள் என்ற தன்மை இருந்தால், அதனுடைய சொத்து என்று ஒன்று உளதாகிறது; நான் என்றிருந்தால் கூடவே என்னுடைய என்பதும் ஏற்பட்டுவிடுகிறது; அப்படிச் சொந்தமான சொத்து என்பதும் அதன்மீது ஆசை தோன்றிவிடுவதும் அவசியம் ஆகிறது. அந்த ஆசை ஏதோ ஒரு வடிவத்தில் அமையும் பற்றுதல் ஆகிவிடுகிறது; தனிச் சொத்தின்மீது ஏற்படும் இந்தப் பற்றுதல்தான் எல்லாத் தீமைகளுக்கும் அடி ஆணிவேர். மேலும், ஒவ்வொருவனுடைய சொந்தச் செயல்களுக்கும் சமுதாய அநியாயங்களுக்கும் அதுவே மூலாதாரமாகிறது. அதனால்தான் பௌத்தம், ஆத்மா என ஒன்று இல்லையெனக் கூறுகிறது. தனிச் சொத்துரிமை இல்லை என்று மறுப்பதற்கு ஓர் ஆழமான தத்துவ ஆதாரத்தைத் தருகிறது; ஆளே இல்லை என்னும்போது அவனுக்குச் சொந்தமான சொத்து ஏது? ஆகவே, தனது சொந்தச் சொத்துக்களைத் துறப்பவனே உண்மையான பௌத்தன்; சொத்தை மட்டும் இல்லை; குடும்பம், வீடு, வாசல் அனைத்தையும் அறவே அவன் துறந்துவிட வேண்டும். உலகத்து மதங்களின் வரலாற்றில் கிருஸ்தவத்திலும் சரி, இஸ்லாமிலும் சரி நாம் பல இடங்களில் சொத்து கூடாதென்றும் அதைத் துறந்துவிட வேண்டுமென்றும் கூறப்படுவதைக் காண்கிறோம். ஆனால், பௌத்த மதமே இது பற்றி மிகவும் தீவிரமாகப் பேசியிருக்கிறது.

இருந்தாலும், தனிச் சொத்தைக் கண்டித்து மறுக்கும் புத்தருடைய பேச்சில் அதில் நிஜமாக உள்ள அர்த்தத்தைவிட அதிகமாகப் பார்த்துவிடக் கூடாது; (அதாவது நவீன காலத்து மார்க்ஸின் சித்தாந்தங்களை அதில் தேடக் கூடாது). மனிதன் திட்டவட்டமாகவும் உண்மையாகவும் தன் துயரங்கள் தீர்ந்து விடுதலை பெறுவதற்கு முதல் தேவை - முக்கியமான முதல் நிபந்தனையாக, உற்பத்தி சாதனங்கள் (நிலம், கருவி முதலியன) தனிமனிதனுக்குச் சொந்தமாயிருப்பதை அறவே நீக்க வேண்டும்; அந்த விடுதலை ஒரு வர்க்கம் மற்றொரு வர்க்கத்தைச் சுரண்டுவதிலிருந்து விடுபடுவதேயாகும்; ஆகவே,

சமுதாயத்தில் உள்ள வர்க்க அமைப்பை உடைத்து எறிந்தால்தான் அந்த விடுதலை சாத்தியமாகும் என்ற இன்றைய தேவையுடன் ஒப்பிடும்போது, புத்தர் கூறியது அப்படியொன்றும் பெரிதில்லை. இது மட்டுமில்லை. இயற்கையையும் அதன் விதிகளையும் ஆழ்ந்து அறிந்து, அதன் மூலம் அதை மேலும் வயப்படுத்திக்கொள்வதால் தான் அந்த விடுதலை பெற முடியும் என்ற நிஜமான கருத்தைக்கூட நெருங்கி வரவில்லை புத்தமதம்; அந்தக் காலத்தில் அதை அத்தனை தூரத்திற்கு வளர்த்திருக்கவும் முடியாதுதான்; புத்தர் எங்கும் எதிலும் கண்டுணர்ந்த துக்கத்தை நீக்க தற்காலிகமாகவாவது வேதனையைத் தணிக்கும் மருந்து போல் ஏதோ உபாயம் கூறுவதுதான் அவருக்குச் சாத்தியமாயிருந்தது; இந்த உலகத்தைப் பற்றி மனிதன் தன்னைக் கொண்டு பார்த்து அறிந்துணரும் போக்கை மாற்றிக்கொள்ளச் சொன்னார் அவர்; மனத்தை மயக்கி ஈர்க்கும் போக்குகளை ஆசை போன்றவற்றை அடக்கிக்கொள்; அதனால் ஹிருதயம் அமைதி பெறும் என்றும் உபதேசித்தார். இத்தகைய மனமயக்கங்களைத் தருவது தனது என்று கொண்ட சொந்த உடமைகளே; ஒன்றை நினைத்து ஆவலுடன் ஏங்குவதும்-காமமும், கொண்டதை விடாமல் பற்றும் லோபமும், பற்றுதலும், பிறவும் உடைமை விளைவித்தவையே; துக்கம் அவற்றால்தான் வருகிறது; ஆகவே அவற்றை விட்டுவிட வேண்டும் என்றார். ஆள், மனிதன் என்றெல்லாம் எதுவுமே நிஜமில்லை என்ற தத்துவக் கருத்தும் நோக்கும் கொண்டுவிட்டால், சொந்த உடைமைகள் வேண்டும் என்று அலைவது பெரிய முட்டாள்தனமான அறியாமை என்று எவனும் புரிந்துகொள்ள முடியும் என்றும், உடைமைகளைத் துறப்பதற்கு அது ஊக்கமளிக்கும் என்றும் அவர் கருதினார்.

புத்தர் புரிந்துகொண்டது பிக்ஷுக்களின் கூட்டமான சங்கத்திற்குள் யாருக்கும் தனிச் சொத்து கூடாது என்பதுதான். இந்த பிக்ஷுக்கள் உலகத்தைத் துறக்க வேண்டும் என்பது கொள்கை. அதாவது அவர்கள் இந்த உலகையே விட்டுவிட வேண்டும் என்பது உண்மையில் அதன் அர்த்தம். வரலாற்று மரபில் ஏற்பட்டிருந்த சட்டங்களை எளிதில் இதற்கு இணங்கிச் சம்மதம் கொள்ளச் செய்வது என்பது புத்தருடைய அதிகாரத்திற்கு அப்பாற்பட்டது. அந்தக் காலத்துச் சட்டம் தனிச் சொத்துரிமையை அரசர்களிடமும் பெரு வர்த்தகர்களிடமும் சேர்வதிலும் ஒப்படைக்கப்படுவதிலும் மிகுந்த அக்கறை காட்டிற்று. ஆகவே, புத்தர் சொத்துரிமையை நீக்க வேண்டும் எனக் கேட்டது. சமுதாயத்தின் தனியான சில பிரிவுகளில் மட்டுமே தவிர, சமுதாயத்திலிருந்தே அதை நீக்க வேண்டும் என்றது அன்று. அது வரலாற்று முறையில் அந்தக்

காலத்துப் பக்குவத்திற்கு நடக்காத ஒன்று. புத்தரே பிக்ஷு சகோதரர்களுக்குக் கூறுவது:[34]

"சகோதரர்களே, ஒரு தீவைப் போலத் தனித்து நீங்கள் மட்டுமே வாழ்க்கை நடத்துங்கள். உங்களுக்கு நீங்களே புகலாக இருங்கள். வேறுயாரையும் உங்களிடம் புகலாக ஏற்காதீர்கள். அந்தத் தீவு போன்ற தனிமையில் முறையான தர்மங்களுடன் வாழ்வீர்களாக. உங்கள் புகலிடத்திற்குரிய முறையில் வாழ்க. வேறு யாரையும் உங்களுக்குப் புகலிடமாகக் கொள்ளாதீர்."

"ஆனால், ஒரு சகோதரன் இவ்வாறு தனக்குத்தானே ஒரு தீவு போலவும் தனக்குத்தானே புகலிடம் போலவும் புகலிடமாக வேறு யாரையும் கொள்ளாமல் எப்படி வாழ்கிறான்? இந்த வகையில் தனக்குரிய தர்மத்துடன் அவன் எவ்வாறு வாழ்கிறான்? இத்துடன் அவன் தன் உடல், உணர்ச்சிகள், எண்ணங்கள், அபிப்பிராயங்கள், கருத்துக்கள் பற்றிய வரையில், அவன் மிக்க வளத்துடனும் சிரத்தையுடனும் இருந்துகொண்டு, தன்னடக்கம் உள்ளவனாய் திடசித்தம் கொண்டவனாய் உலகில் இருக்கும் விருப்பு வெறுப்புக்களை வென்று மேம்படுகிறான். சோர்வுகளையும் வெல்கிறான். அப்படித்தான் அவன் வாழ்கிறான்."

ஆகவே, புத்தரை, இன்று நாம் கொள்ளும் அர்த்தத்தில் ஒரு புரட்சிக்காரர் ஆக்குவது பிழையாகும். அதே சமயம் அவருடைய சமுதாய அறிவை, குறிப்பாக அந்த அறிவு அவருடைய தர்க்கரீதியான பார்வையால் விளைந்தது என்பதையும், உலகில் அனைத்துமே நிரந்தரமான ஓட்டத்திலும் - ஓடி மறைவதிலும் சிக்கியுள்ளவை என்ற கருத்தால் விளைந்தது என்பதையும் கொண்டு அவருடைய சமுதாயம் பற்றிய அறிவில் இருக்கும் நிஜமான புரட்சிகரமான விஷயத்தைப் பார்க்காமல் இருப்பதும் பிழைதான்.

மேலே காட்டிய நூற்பகுதி ஒரு உரையாடலான உபதேசத்தின் கடைசிக் கட்டளையாகும். அந்த உரையாடல் முழுதுமே, செல்வம், தீயவனாயிருத்தல், எதிர்த்துத் தாக்குதல், அதனால் விளையும் சண்டை முதலிய தீமைகளைச் சர்ச்சை செய்வதற்கென்றே அமைந்தது. இதை மேலோட்டமாகப் படித்தால், அது ஏதோ ஒரு தேவதைக் கதை போலத் தோன்றும். கடந்த பொற்காலத்தின் கனவு போலவும் செல்வம் பெருகியதாலும் செல்வத்தை மிக விரும்பியதாலும் நேர்ந்த மனித குலத்தின் வீழ்ச்சிக் கதை போன்றும் தோன்றலாம். புத்தர் தான் கண்டதொரு வகையில் இதைக் கூறியதே ஒரு புரட்சிகரமான செயல்தான். சமுதாயம் வரலாறு பற்றி மற்றும் அலசிப் பார்க்கும் வகையில் அவரிடம்

எந்தக் கருவியும் சாதனமும் இல்லை. அவரிடம் இருந்ததெல்லாம் எதையும் தர்க்கரீதியில் விவாதித்துக் காணும் உள்ளுணர்வென்ற ஒரே சாதனம்தான். அதைக் கொண்டு அவர் ஒரு பெரிய வரலாற்றுப் பிரச்சனையை, தீய குணத்தையும் சண்டையையும் விளைவிக்கும் செல்வத்தையும், அது தோன்றிய விதத்தையும் புரிந்துகொள்ள முயல்கிறார். அவர் அதைப் புரிந்துகொண்டதில் இருந்த புரட்சிகரமான விஷயம், அதில் இந்தத் தீமைகளுக்கெல்லாம் ஏதோ ஒரு அமானுஷ்யமான காரணம் உண்டு என்ற போலியான சார்பும் சரிவும் அறவே இல்லை என்பதுதான். மேலும், பிராம்மணங்கள் என்ற வேதப் பகுதிகளும் உபநிஷத்துக்களும் கூறியதுபோல யாவற்றுக்குமே அமானுஷ்யமான அதிகாரங்களையும் புகுத்தவில்லை. இத்தனைக்கும் மேலாக உலகத்தில் உள்ள பிறவற்றைப் போலவே செல்வமும் அது காரணமான சண்டை சச்சரவுகளும் ஈவிரக்கமே இல்லாத ‘பிரதீத்ய ஸமுத்பாதம்’ என்ற சட்டத்திற்கு உட்பட்டவை என்ற பார்வைதான் புரட்சிகரமானது. மேலே காட்டிய செல்வம் முதலிய யாவுமே நிர்ணயமான சில சூழ்நிலைக் காரணங்களுக்கு உட்பட்டே உண்டாகின்றன. அந்தக் காரணங்களைப் போலவே இவையும் மறைந்து ஒழியவே தோன்றியவை என்பது அவர் பார்வை.

இப்படிப் பார்க்கும்போது, புத்தர் தனிச் சொத்தை மறுத்தது ஆத்மாவை மறுத்ததன் தொடர்பில் சொன்னதுதான் என்ற ஸ்டெர் பாட்ஸ்கியின் கருத்துக்கு ஒரு சிறிய திருத்தம் செய்ய வேண்டியிருக்கிறது. புத்தரது சிந்தனையில் இந்த இரண்டையும் மறுத்தது தொடர்பே இல்லாத விஷயமன்றுதான். ஆத்மா நிஜமில்லை. ஏனென்றால் நிரந்தரமான ஓட்டத்தைத் தவிர வேறு எதுவுமே கிடையாது. யாவும், உண்டாகும்; மறையும். அதே போலத்தான் செல்வத்தில் ஆற்றலும் தனிச் சொத்தும் மறைவனவே. இவை யாவுமே ‘பிரதீத்ய ஸமுத்பாதம்’ என்ற தயவில்லாத சட்டத்திற்கு உட்பட்டவை. இதுதான் அடிப்படைக் கருத்து. அப்படியொரு மிகப்பெரிய சக்தி வாய்ந்த அபிப்பிராயத்தை வெளியிட புத்தர் சொற்களைத் தேடித் தவிக்க வேண்டியிருக்கிறது. அவர் பயன்படுத்தும் சொற்கள் ஏதோ வழக்கழிந்த பண்டைச் சொற்கள் போலத் தோன்றும்.[35] சகோதரர்களே, ஆதரவற்ற அனாதைகளுக்குப் பொருள்கள் கொடுக்கப்படாமையால், வறுமை பெரிதாய் வளர்ந்தது. களவாடுதல், துன்புறுத்தல், கொலை, பொய் பேசுதல், தீமையைப் பேசுதல், விபசாரம், நிந்தனையாகவும் வெற்றுப் பேச்சாகவும் பேசுதல், எதையும் விரும்பிக் கவர நினைத்தல், தீய எண்ணம், தவறான எண்ணங்கள், தகாத பால்புணர்ச்சி, கட்டுக்கடங்காத பேராசை, வக்கிரமான காம வேட்கை போன்றவையும் பெருகி, மனிதர்களுக்குள்

இந்தியத் தத்துவ இயலில் நிலைத்திருப்பனவும் அழிந்தனவும் 605

ஒருவருக்கொருவர் மிகுந்த பகையும் நடைமுறையாகிவிடும். மிக்க தீய எண்ணமும், பகையும், கொலை செய்வதில்கூட மிக்க உணர்ச்சிவசப்பட்ட நிலை ஏற்படும். ஒரு தாய், தன் குழந்தையைக் கொல்வதற்கும் முனைவாள். குழந்தையைக் கொல்ல நினைக்கும் தாயைப் போலத் தந்தை குழந்தைகளிடையே கொலை விருப்பம் தோன்றும். தம்பி தங்கையையும், தங்கை தம்பியையும் கொன்றுவிட எண்ணுவான். ஒரு வேட்டைக்காரன், தான் காணும் வேட்டைப் பிராணியைப் பார்ப்பது போல் ஒவ்வொருவரும் பிறரைக் குரூரமாகவே பார்ப்பார்கள்.

இப்படியாகிவிட்ட மனித குலத்தில் ஏழு நாட்களுக்கு நீடிக்கும் ஒரு காத்தி காலம் - வாளெடுக்கும் கால கட்டம் தோன்றும். அப்போது ஒருவரை மற்றவர் காட்டு விலங்குகளைப் போலக் காண்பார்கள். ஒவ்வொருவர் கையிலும் கூரிய கத்தி தயாராய் இருக்கும். உடனே இது காட்டு விலங்குதான் என்று நினைத்து ஒருவரை ஒருவர் மாய்த்துக் கொள்வார்கள்.

சகோதரர்களே, அதன் பிறகு அவர்களில் ஒரு சிலருக்கு மனத்தில் இப்படித் தோன்றும்; இனி நாம் யாரையும் வெட்டிக் கொல்லக் கூடாது; நம்மையும் யாரும் கொல்லவிடக்கூடாது; மேலும், அவர்கள் உணர்வார்கள்: தீய வழிகளில் நாம் சென்றதால் இப்படியெல்லாம் நடந்துவிட்டது; உற்றார் உறவினர்களைக்கூட இழந்துவிட்டோம். இனி நாம் நல்லதையே செய்வோம். நல்லது என்பது என்ன? இனி யாரையும் கொல்லக்கூடாது; அது ஒரு நல்ல செயல் என உணர்ந்து கொலை களிலிருந்து விலகி நல்ல வழியிலே நடந்துவருவார்கள்.

சகோதரர்களே, அந்த நேரத்தில் இந்த உலகில் ஒரு மஹாத்மா மெத்தய்யா - மைத்ரேயர் என்ற பெயரில் தோன்றுவார். அவர் ஓர் 'அர்ஹத்' பூஜைக்குரியவர்; அவர் நன்கு விழிப்புடையவராகவும், அறிவு தெளிந்தவராகவும் ஞானம் மிக்கவராகவும், நல்லது தீயது அறிந்தவராகவும், மகிழ்ச்சியுள்ளவராகவும், உலகத்தை நன்கு அறிந்தவராகவும் இருப்பார்; அவர் நல்ல வழியை நாடுபவர்களுக்கு நல்ல ஒப்பற்ற வழிகாட்டியாகவும், மனிதர்களுக்கு மட்டுமின்றி தேவர்களுக்கும் குருவாகவும், மிகவும் மரியாதைக்குரியவராகவும், ஒரு புத்தராகவும், நான் இப்போது இருப்பதைப் போலவே விளங்குவார். அவரே நேருக்கு நேர் காண்பது போல இந்தப் பிரபஞ்சத்தை அதிலுள்ள ஆற்றல் மிக்க தெய்வீகத்தையும், அந்த உலகின் பிரம்மாக் களையும், மாறர்களையும் (மன்மதர்கள்) அதில் உள்ள துறவிகளையும் பிராம்மணர்களையும், அரசர்களையும், மக்களையும் காண்பார். நான்

இப்போது அவற்றை நன்கு அறிந்து காண்பதைப் போலவே அவரும் காண்பார். மேலும், இப்போது நான் செய்வதைப் போலவே அவரும் சத்தியத்தை எடுத்துரைப்பார்; அந்த சத்தியம் தோன்றும் மூலத்திலும் வசீகரமும் இன்பமும் கொண்டது; அது வளரும்போதும் அழகும் இன்பமும் தரும். அது பரிபூர்ணமாக நிறைவுறும்போதும் இன்பமானது; அவர் முழு அர்த்தத்திலும் மேன்மையுள்ள மேலான - உயர்ந்த வாழ் முறையை முழுமையாகவும் மிகப் புனிதமாகவும் எடுத்துரைத்து உலகுக்கு அறிவிப்பார். எனக்கு இப்போது நூற்றுக்கணக்கில் சகோதரர்கள் இருப்பதுபோல அவருக்கு ஆயிரக்கணக்கில் இருப்பார்கள்.

இவற்றைப் பற்றிய முடிவான செய்திதான் என்ன? ஒவ்வொரு இழையிலும் ஊடுருவியுள்ள தீமைகள் நிறைந்த சமுதாயத்தை உடைத்தெறியும் வகையில் ஒரு புரட்சிரமான கட்சியை நிறுவி நடத்த ஒரு தலைவன் வரப்போகிறான் என்று தீர்க்கதரிசனத்தால் சோதிடம் கூறுகிறாரா? சமுதாயத்தில் உள்ள தீமை, செல்வம் ஓரிடத்தில் குவிவதாலும், தனிச் சொத்துடைமைகளாலும்தான் ஏற்பட்டது; இதைப் புத்தர், ஆதரவற்ற அனாதைகளுக்குப் பொருள் கொடுக்காததால் நேர்ந்த விளைவு என்று கூறுகிறார். புத்தர், சமுதாயம் புரட்சிகரமாக மாறிவிடும் என்று எதிர்பார்க்கவில்லை; ஆயினும் சமுதாயத் தீமைகளின் காரணமும் அவை மறைந்துபோவதுமாகவே அனைத்தையும் அவர் எண்ணினார். இது வெறும் மனத் தோற்றம் என்றோ புராணக் கதை போன்ற கற்பனை - ஆரம்பகாலத்து உண்மையான பொற்காலத்தி லிருந்து மனித குலம் வீழ்ச்சி அடைந்துவிட்டதெனவும் அது தன் துயரத்தைத் தீர்த்துக்கொள்ளக் கடைசியாக ஒரு வருங்காலத்துக் கடவுளை எதிர்பார்த்துக்கொண்டிருக்கிறது என்று கற்பனையாய்க் கூறியது என்று அதைப் பார்க்கக்கூடாது. அது போன்ற அடித்தளங்கள்: அதில் இல்லையென்பதுமில்லை. இருந்தும் அவர் சிந்தனையின் முடிவான அம்சம் என்னவென்றால், பிரதீத்ய ஸமுத்பாதம் என்ற பிரபஞ்சத்தின் காரண காரியத் தொடர்ச்சி; அதன் விளைவான பிரபஞ்சத்தின் நிலையான ஓட்டம் என்பதிலிருந்து எதுவும் தப்ப முடியாது என்பதுதான். இதைக் கொண்டு அவர் சமுதாயத்தைப் புரிந்து கொள்ள நினைக்கிறார். சமுதாயத்தில் பேராசையும் போர்க் குணமும் பிற தீமைகளும் ஊடுருவி இருப்பதாகவும் உணர்கிறார். ஆகவே, சமுதாயம் உண்டாவதும் மறைந்தொழிவதும் அதன் இறுதி முடிவு என்பதை மனத்தால் கருதிக்கொள்ள வேண்டியிருக்கிறது. சமுதாயத் தீமைகளின் தொடக்கத்தையும் அவை மறைவதையும் அவர் கருதியதின் சிறப்பு, அந்தக் கருத்தின் வகையில் இல்லை; ஆனால் அவையும் தோன்றி மறைவதே என்று கருதியதில்தான் விசேஷமான

இந்தியத் தத்துவ இயலில் நிலைத்திருப்பனவும் அழிந்தனவும்

அர்த்தம் இருக்கிறது. அந்தத் தீமைகள் காரணங்கள் இல்லாமல் உண்டாகவும் முடியாது; காரணமாகும் நிலைகள் தோன்றாமல் மறைந்து ஒழிவதுமில்லை என்பதுதான் விசேஷம்.

சமுதாயத் தீமைகள் உண்டாவதை அவர் செல்வம், தனிச் சொத்துடைமை காரணமாகவே என்று தேடிக் கண்டுவிடுகிறார்; ஆனால் அவை மறைந்தொழிவதை, பெருமை படைத்த ஒரு ஞானியின் வாழ்வின் நன்னெறிகளும், நீதிகளும் தர்மங்களும் மீண்டும் புதிய தோற்றமும் வளர்ச்சியும் அடைவதாலேயே மறைந்தொழியும் என்று மட்டும்தான் அவரால் என்று முடிந்தது. இது, குறிப்பாக இரண்டாவதாகக் கூறியது, அந்தக் காலத்தில் இருந்த, தவிர்க்க முடியாத குறையின் விளைவுதான்; அதற்கு மேல் அவரால் சிந்திக்க முடியவில்லை, ஆனால், சமுதாய அமைப்பில் சாசுவதமானது என்று ஏதுமில்லை. எந்த அமைப்புக்கும் ஓர் ஆரம்பமும் முடிவும் உண்டு என்று அளவுக்குச் சிந்தனை எட்டியதே - ஆரம்ப காலத்துப் பௌத்தத்தின் தர்க்கரீதியான பார்வையின் மிகப் பெரிய வெற்றிதான்; இது, மார்க்ஸின் தனிச் சொத்துடைமை அடிப்படையில் அமைத்த சமுதாயத்தை பற்றிக் கடைசியாகச் சொன்ன தீர்ப்பையே நினைவுபடுத்துகிறது. ஏங்கெல்ஸ் தனது, 'குடும்பம் தனிச்சொத்து அரசு, ஆகியவற்றின் தோற்றம்' என்ற நூலை அதைச் சொல்லி முடிக்கிறார்.[36]

கடந்த காலத்தில் இருந்தது போலவே வருங்காலத்திலும் முன்னேற்றமும் வளர்ச்சியுமே நடைமுறையாக விதி ஆக வேண்டுமானால், சொத்தைக் குவித்துச் சுமக்கும் வேலை மட்டுமே மனித குலத்தின் தலையெழுத்து என்பதில்லை; நமது நாகரிகம் தொடங்கியதிலிருந்து இன்று வரை கடந்துசென்ற காலம் என்பது, மனித குலத்தின் வாழ்வின் கடந்த கால நடப்பின் ஒரு சிறிய துண்டுதான்; இனி வரவிருக்கும் காலங்களின் சிறு துண்டுதான்; சமுதாயம் உடைந்து கரைவது, உடைமையும் சொத்துமே குறிக்கோளும் முடிவான பயனும் ஆகும் என்ற வேலையை முடித்துவிடும் போலவும் அதற்குச் செயற்படுவது போலவும் இருக்கிறது. ஏனென்றால், அந்த வேலையில் (சொத்துச் சேர்ப்பதில்) தன்னைத் தானே அழித்துக்கொள்ளும் மூலகாரணங்கள் அடங்கி இருக்கின்றன.

சமுதாயம் பற்றிய புதிய சில சொற்களைக் கொண்டு, இன்று போலவே புத்தரும் சொத்துடைமை அடிப்படையில் அமைந்த சமுதாயத்தைப் பற்றி இதே போலத் தீர்ப்பளித்தார் என்று ஊகிப்பதில் ஈடுபடுவதில் எந்தப் பயனுமில்லை. இந்தப் புதிய சொற்கள் அவருக்கில்லை. ஆயினும் அவருக்குத் தர்க்கரீதியான நோக்கும்

கருத்துமுண்டு. அதுதான் ஈவிரக்கமில்லாமல் அனைத்தையும் உட்படுத்தும் பிரதீத்ய ஸமுத்பாதம் என்ற சட்டம், இயற்கையின் காரண காரிய நியதி. அவர் தன் வழிப்படி இந்த முடிவைத்தான் சொன்னார். சொத்து சேர்க்கும் வேலை மட்டுமே மனித குலத்தின் இறுதியான தலைவிதியாய் இருக்க முடியாது. அது வருவதற்கும் நிச்சயமான காரணங்கள் உண்டு, அது உதிர்ந்து சிதறிவிடும் என்பது முன்கூட்டியே உணரப்பட்டதுதான்.

ஆரம்ப காலத்துப் பௌத்த நூல்களின் மற்றோரிடத்தில், புத்தருடைய சமுதாய இயல் பற்றிய தர்க்கரீதியான நோக்கமும் கருத்தும் உட்பொருளாகப் பொதிந்திருப்பது மிகவும் ஆச்சர்யகரமாய் வெளியாகிறது. 'அக்கன்ன சூத்தாந்த' என்பது அந்த நூல். அதன் முக்கியமான அம்சம், அரசும் அரசனும் தோன்றியதைப் பற்றிய விளக்கம் மட்டுமன்று. வழிவழியாய் வரும் இந்தியச் சமுதாயத்தின் நான்கு சாதிகளின் தோற்றம் பற்றிய விரிவான பிரச்சனை பற்றி அது கூறுகிறது. அதையும் அவர் காரண காரிய நியதிக்குட்பட்டே அது தோன்றுவதும் மறைந்தொழிவதும் நிகழும் எனக் காட்டுகிறார். நான்கு சாதிகள் பற்றி இன்றிருக்கும் சமுதாய இயலறிவைக் கொண்டு புத்தர் அவை பற்றிக் கூறுவதை மதிப்பிடுவதற்கு முயன்றால் அதன் உள்ளார்ந்த பொருள் நமக்குப் புலப்படாது. அவர் அந்தச் சமுதாயம் மறைந்தே தீரும் என்பதை ஓரளவு கற்பனையில் கண்டதும் மிகவும் மங்கலாகத்தான் இருக்கிறது. அவர், தான் அமைத்த பிக்ஷு சங்கத்தைப் பற்றித்தான் பேச முடியும். சங்கத்தில் சாதிக் கட்டும் சட்டமும் இருக்காது இருக்கவும் கூடாது என்றுதான் கொண்டார். இவையெல்லாம் நாம் காணவேண்டியது. அது தோன்றும், பின் மறையும் என்று கண்டு கூறியதுதான் சிறப்பு.

புத்தர், நான்கு வர்ணங்களைப் பற்றிக் கூறுவதை அறியுமுன், அவர் மறுத்துரைத்த அந்த முறை பற்றி நினைவுபடுத்திக்கொள்ள வேண்டும். பிராம்மணங்கள், உபநிஷத்துக்கள் தோன்றிய காலத்திலிருந்தே, வர்ணமுறை அமைப்பு ஒரு தெய்வீகமானது என்று கொண்டு அதன் புனிதத் தன்மையில் தளராத நம்பிக்கை வளர்ந்திருந்தது. அது தெய்வமே உண்டாக்கியது. ஆகவே, அந்த அடிப்படையை மாற்றுவது அறவே சாத்தியமில்லை என்பதுடன் அப்படி மாற்றுவது அதர்மமுமாகும் என்று கொண்டிருந்தனர் மக்கள். அது மாறவும் மாறாது என்ற பெரிய நம்பிக்கையும் இருந்தது. தெய்வமே படைத்த வர்ண அமைப்புக்குத் தெய்வமே அழியாத வாழ்வையும் தந்தே தீரும் என்றும் கூறினர். இந்த எண்ணங்கள் உருப்பெற்று வளர்ந்த விதத்தைக் காட்டும்

பிராம்மணம் மற்றும் உபநிஷத்துக்களிலிருந்து பல பகுதிகளைக் காட்டலாம். அது மிகவும் அலுப்பும் சலிப்பும் தரும். ஆகவே, அவற்றையெல்லாம் தொகுத்துக் கூறும் மனுவின் சில செய்யுள்களைக் காட்டுவதே போதுமானது. மனு கூறுகிறார்:[37]

இந்தப் பிரபஞ்சத்தைக் காப்பதற்காக அந்தப் பெருஞ்சோதி, தனது முகத்திலிருந்தும், தோள்களிலிருந்தும், தொடைகளிலிருந்தும், கால்களிலிருந்தும் உண்டானவர்களுக்கு தனித்தனியே கடமைகளையும், தொழில்களையும் ஏற்படுத்திக் கொடுத்தது. வேதங்களைக் கற்பதும், கற்றுத் தருவதும், தனக்காகவும், மற்றவர்களுக்காகவும் யாகங்களைச் செய்தல், செய்வித்தல், தானம் கொடுப்பது, தானம் வாங்குவது ஆகியவற்றைப் பிராம்மணர்களுக்கு வைத்தது. க்ஷத்திரியர்களுக்கு, மக்களைக் காத்தல், யாகங்கள், புலனின்பங்களில் அதிக ஈடுபாடு கொள்ளாமை ஆகியவற்றைச் செய்யும் கட்டளையைத் தந்தது. வைசியர்களுக்கு ஆடு மாடு வளர்ப்பதும், தானங்கள் கொடுப்பதும், யாகங்கள் செய்வதும், வேதங்களைக் கற்பதும், வியாபாரம் செய்வதும் பணத்தைக் கடனாகக் கொடுப்பதும், நிலத்தைப் பண்படுத்திப் பயிர் செய்வதும் அவர்கள் கடமை என்று விதி செய்தது. அந்தக் கடவுள், சூத்திரர்கள் கடமை என்று விதித்தது ஒரே ஒரு தொழில்தான். மேல் வர்ணத்தவர்கள் மூவருக்கும் மிக்க பணிவுடனும் அடங்கியும் தொண்டு செய்ய வேண்டும் என்பதுதான் அது.

இந்த முறையை மனு ஓரளவு பிற்காலத்தில்தான் சட்டமாக்கி வைத்தார் என்று மிகத் தொலைவான பண்டைக் காலத்திலிருந்தே அது இருந்து வருவதுதான். புத்தருக்கும் நன்றாகத் தெரிந்ததுதான். வாசத்தா (வசிஷ்டர்) என்ற பிராம்மணன் புத்தரிடமே வந்து, பிராம்மணர்கள் தாங்களே அனைவரையும்விட மேம்பட்டவர்கள் என்பதை எப்படிச் சொல்லிக்கொள்கிறார்கள் என்பதைக் கூறுகிறான். "பிரம்ம தேவரின் நேரான தூய சந்ததிகள் ஆனவர்கள் பிராம்மணர்கள் மட்டுமே. அவர்கள் அவருடைய முகத்தில் இருந்து (வாயிலிருந்து) பிறந்தவர்கள். பிரம்மாவின் தோன்றல்கள்; பிரம்மாவால் படைக்கப் பட்டவர்கள். பிரம்மாவின் நேர்ப்பரம்பரை"[38] என்று கூறுகிறார்களாம். ஆனால் புத்தர் அப்படி அவர்கள் சொல்லிக்கொள்வதின் அபத்தம் அதன் எடுத்த எடுப்பிலேயே தெற்றெனத் தெரிவதைக் கூறி எள்ளி நகைக்கிறார். "உண்மைதான். பிராம்மணர்கள் இதைச் சொல்லும்போது தங்கள் கடந்த காலத்தை அறவே மறந்துவிட்டார்கள். பிராம்மணப் பெண்கள்-அதாவது பிராம்மணர்களின் மனைவியர் நல்ல வளம் உடையவர்கள் (நில வளைத்தைப் போல) என்பது எல்லோரும்

அறிந்ததே. குழந்தைகளைப் பெற்று வளர்க்கிறார்கள். ஆயினும் இப்படிப் பெண்ணின் கருவிலே தோன்றிய பிராம்மணர்கள்தான், தங்களைப் பிரம்மாவின் நேர் அசலான குழந்தைகள் என்றும், பிரம்மாவின் வாயிலிருந்து பிறந்தவர்கள் என்றும் பிற வகையிலும் பிரம்மாவின் சந்ததிகள் என்றும் செல்லிக்கொள்கிறார்கள்."[39]

பிராம்மணர்கள் தாங்களே மிகவும் உயர்ந்தவர்கள் என்று சொல்லிக்கொள்வதற்கான ஆதாரத்தையே புத்தர் ஒரு வெறும் கட்டுக்கதை என்கிறார். ஆயினும் ஜாதி வாரியாகப் பிரிக்கப்பட்ட "சமுதாயம் இருந்ததும் ஓர் உண்மை.[40] வாசத்தா, நான்கு வகுப்புகள் இருக்கின்றன. பிரபுக்கள், பிராம்மணர்கள், வர்த்தகர்கள், உழைக்கும் மக்கள் என்பவர்களே அந்த நான்கு வகைப்பட்டவர் ஆவர்" என்கிறார் புத்தர்.

புத்தர் இப்படி சாதி அடிப்படைச் சமுதாயத்தின் விளக்கத்தைக் கூறுவதும் அவருடைய பொதுக் கருத்தான, எல்லாமே மறைந் தொழிவதற்கே தோன்றி இருப்பன என்பதாகத்தான் இருக்க முடியும்.

நாம் காணும் இந்த உரையாடல், அவர் பொதுவாகக் கொண்டிருந்த பரிணாம வளர்ச்சி என்ற கருத்தில் இடையே வரும் ஒரு சம்பவமாகத் தான் இருக்கிறது. வர்ண முறைச் சமுதாயம் தோன்றியதும் அதில் வருகிறது. "அனைத்தும் தண்ணீர்மயமான உலகமாகவே ஆகி, கண்ணைக் குருடாக்கும் இருட்டாகவும் ஆகியிருந்த ஒரு காலம்"[41] என்று தொடங்குகிறது. அதன் பிறகு பூமியின் அடிப்பரப்பு அமைகிறது. "பாற்சோறு பொங்கும் அது ஆறிய பிறகு அதன் மீது பாலாடை அமைவது போல்தான் பூமி அமைந்தது;"[42] அதற்குப் பிறகு மண்ணிற்கு மேல் காளான்கள் முளைப்பது போலப் புறத்தே ஏதேதோ முளைத்தன; "அதன் பிறகு படரும் கொடிகளும், நெற்பயிரும் தோன்றின." இங்கிருந்து அவர் கூறும் பரிணாம வளர்ச்சிக் கதையைத் தொடர்வோம்;[43] "வாசத்தா கேள்; அப்பொழுது இருந்த பிராணிகளுக்கு (தொடக்கத்தில் முழு முற்றான மனிதர்களாகத் தோன்றாமல் பிறகு படிப்படியாய் மனித வடிவம் பெற்ற பிராணிகள்) மட்டும் கொடிகள் மறைந்து, திடல்களில் முற்றிப் பழுத்த நெற்பயிர் தோன்றியது; ஒரு மாலைப் போதில் அந்தப் பிராணிகள் அந்த நெல்லைத் தங்கள் இரவுச் சாப்பாட்டிற்காகச் சேர்த்து எடுத்துக்கொண்டு போனார்கள்; மறுநாள் காலையிலும் பழுத்த நெல் கிடைத்தது; அதைச் சுத்தப்படுத்தி விருந்துண்டு புஷ்டியும் பெற்றனர். இது நீண்ட காலம் தொடர்ந்து நடந்தது; அதன் பிறகு அவற்றுள் சோம்பல்மிக்க சிலருக்கு, ஏன் இப்படி நாம் தினமும் இரவுச் சாப்பாட்டிற்கு மாலையிலும், காலைச் சாப்பாட்டிற்குக் காலையிலும் நெல்லைக் கொண்டுவந்து கஷ்டப்பட

வேண்டும். இரண்டு வேளைக்குமாகச் சேர்த்து ஒரே தடவையாகக் கொண்டுவந்து வைத்துக்கொள்ளலாமே என்று தோன்றிற்று. அதே போல ஒரே நடையில் இரண்டு வேளைக்கும் சேர்த்துப் போதுமானதாய்க் கொண்டுவந்தனர். அதற்குப் பிறகு அவர்கள் சேர்த்துவைத்த நெல்லின் அரிசியையும் தவிட்டையும், உமியையும்கூட விடாமல் தின்றுவந்தனர். பிறகு அவர்கள் எல்லாரும் கூடி, ஐயாமார்களே, தீய வழக்கங்கள் பல நம்மிடையே புகுந்துவிட்டன; வாருங்கள், நெல், நிலங்களை நமக்குள் பங்கு போட்டுக்கொண்டு அந்தந்தப் பங்கிற்கு வேலி போட்டு எல்லையும் கட்டிவிடுவோம் என்று புலம்பி அவ்வாறே செய்தும் கொண்டனர். இப்படியிருக்கும்போது சில பேராசைக்காரர்கள் தம் நிலத்தைக் காத்துக் கொண்டதோடு பிறரது பங்கையும் திருடித் தன்னுடையதுடன் சேர்த்துக்கொண்டனர். அப்போது அவர்கள் அவனைக் கையோடு பிடித்து, ஐயா நல்லவனே, பிறர் பங்கையும் திருடி அநுபவிக்கிறாயே! மறுபடியும் அப்படிச் செய்யாதே; அவனும் சரி என்றான்; மறுபடியும் அப்படிச் செய்தான். மூன்றாவது தடவையும் திருடினான். சிலர் அவனைக் கையால் அடித்தார்கள். சிலர் மண்ணாங்கட்டிகளால் அடித்தார்கள்; தடியாலும் சிலர் தாக்கினார்கள். வாசத்தா கேள்; இப்படித்தான் திருட்டு தொடங்கிற்று; கண்டிப்பும் தடையும் வந்தன. பொய் பேசுவதும் தண்டனையும் அப்படித்தான் அனைவர்க்கும் தெரியவந்தது. பிறகு அவர்கள் கூடிப் புலம்பினார்கள்; இப்படி நமது தவறான காரியங்களால் திருட்டும் பொய்யும் தடையும் தண்டனையும் நமக்கெல்லாம் தெரிந்துவிட்டன. வெறுப்பு ஏற்படும் போது கோபம் கொள்பவனாகவோ, கண்டிக்கத் தக்கதைக் கண்டிப்பவனாகவோ நமது கூட்டத்திலிருந்து வெளியேற்றப்படத் தக்கவனை வெளியேற்றுபவனாகவோ உள்ள ஒருவனை நம்மிடையே தேர்ந்தெடுப்போம்; அவன் இந்தக் காரியங்களைக் கவனிப்பான். அவனுக்கு நாம் நமது நெல்லில் உரிய பங்கைக் கொடுப்போம்" என்று முடிவுசெய்தனர்.

பிறகு, அவர்கள் தங்களுக்குள் மிகுந்த உடற்கட்டும் அழகும் உடையவனும், அனைவராலும் விரும்பப்படுபவனும், வசீகரமானவனும், நல்ல வல்லமை உடையவனுமான ஒருவனைத் தேர்ந்து, "ஐயா, வாரும்; நீர் நல்லவர்; வெறுக்கத்தக்கதை வெறுத்தும், கண்டிக்கத் தக்கதைக் கண்டித்தும், வெளியேற்றப்பட வேண்டியவனை வெளியேற்றியும், செய்யும் வேலையைப் பார்த்துக்கொள்ளுங்கள்; எங்கள் அரிசியில் உங்களுக்கும் பங்கு கொடுத்துவிடுகிறோம்" என்றனர்.

அவனும் ஒப்புக்கொண்டான்; அந்த வேலையைச் செய்தான்; அவனுக்குப் பங்கும் கொடுத்தனர். இவ்வாறு மக்கள் அனைவரும்

கூடித் தேர்ந்தெடுத்தவனை மஹா சம்மதன் - அனைவராலும் ஒப்புக் கொள்ளப்பட்டவன் (சம்மதன் என்ற சொல் தலைவன் எனப் பொருள்படும்) என்பவன் ஆவான்; அடுத்து க்ஷத்திரியன் என்பதும் (க்ஷேத்ரம் - நிலம்) வழங்கலாயிற்று; (க்ஷேத்ரம் என்பது க்ஷத்திரியன் என்ற சொல்லின் மூலம் என்பது புத்தர் கருத்துப்போலும்) தனது முறையான ஆட்சியால் மக்களை இன்பமுறச் செய்தான்; ராஜா என்ற சொல்லின் பொருள் இதுதான். ரஞ்சயதி-இன்புறச் செய்கிறான்; வசப்படுத்துகிறான் என்பதால் 'ராஜா' எனப்பட்டான். இதுதான் சமுதாயத்தில் உண்டான பிரபுக்கள் தோன்றிய விதம்; பண்டைய சம்மதன், க்ஷத்திரியன், ராஜா என்ற சொற்களால் குறிக்கப்பட்டனர் அவர்கள். அவர்கள் தோன்றியது அந்தக் காலத்து அதே மக்களிடையே யிருந்துதான்; வெளியிலிருந்து வந்துவிடவில்லை; அவர்களே போன்றவர்கள்தான் இந்த ராஜாக்களும். அதுவும் ஏற்ற முறையில் ஏற்பட்டதுதான்.

இதன் பிறகு அவர்களில் ஒரு சிலருக்குப் பின்வரும் எண்ணம் வந்தது. நமக்குள் தீய செயல்கள் மிகவும் வெளிப்படையாகவே நிகழ்கின்றன. அந்த அளவுக்குக் களவும், கண்டிப்பும், பொய்யும், தண்டனையும் சமுதாயத்தில் இருந்து வெளியேற்றப்படுவதும் காண முடிகிறது. இனி, நாம் தீய செயலையும் நீதி நெறிக்குப் புறம்பான வழக்கங்களையும் விட்டுவிடுவோம். இது, பாலி மொழியில் பாஹத்தி என்று இருக்கிறது. அதிலிருந்துதான் 'பிராம்மணன்' என்ற சொல் வந்தது. அப்படியே தீய பழக்க வழக்கங்களை விட்டொழித்துக் காட்டில் ஓலைக் குடிசை போட்டுக்கொண்டு வாழ்ந்து தியானம் போன்றவற்றைச் செய்து வரலாயினர். பிறகு, இவர்களில் சிலர் காட்டில் ஓலைக்குடிசையில் இருந்து தவம் செய்ய முடியாமல் அங்கிருந்து கிளம்பி கிராமங்கள் மற்றும் நகரங்களுக்கு வெளிப்புறத்தில் தங்கிக் கல்வியில் ஈடுபட்டனர். இதைப் பார்த்த மற்றவர்கள், இந்த நல்லவர்களால் தவம் செய்யமுடியவில்லை. இந்த இடங்களுக்கு வந்து கல்வியில் ஈடுபட்டிருக்கின்றனர். இவர்களால் தியானம் தவமெல்லாம் இனி செய்ய முடியாது. இவர்கள் பழைய வேதத்தையே திரும்பத் திரும்பச் சொல்லும் 'அஜ்ஜயகர்கள்.' இதிலிருந்துதான் அந்த மூன்றாவது சொல் வழக்கத்திற்கு வந்தது. (1) பிராம்மணன் (2) கல்வியாளன் (3) அஜ்ஜயகன். அந்தக் காலத்தில் இந்த மூன்றாவது பெயருக்குரியவர்களை மிக மிகத் தாழ்ந்தவர்களாகவே மக்கள் கருதினர். இன்று அவர்களையே: மிக மிக உயர்ந்தவர்கள் என்று நினைக்கிறார்கள்.

வாசத்தா கேள், இந்தப் பண்டைய சொற்களால் குறிக்கப்பட்டவர்கள் தான் இன்றைய சமுதாயத்தில் உள்ள பிராம்மணர்கள். அவர்களும்

மக்களிடையேயிருந்து தோன்றியவர்களே. மக்களைப் போன்றவர்களே. மீதியிருந்த சிலர், இல்லாததை மேற்கொண்டு பல்வேறு வியாபாரத்திலும் ஈடுபட்டனர் (பாலியம் விஸ்ஸாவைசியா) அந்தச் சொல்லின் பொருளே அதுதான். அவர்களும் மக்களிடையேயிருந்து வந்தவர்களே. மீதியிருந்த சிலர் வேட்டையாடும் தொழிலை மேற்கொண்டனர். இப்படி வேட்டையாடியும் வேறு சில இழிவான தாழ்ந்த வேலைகளைச் செய்தவர்களையும் குறிக்கும் சொல், சூத்த-சூதா என்பது (இந்தச் சொல்லிலிருந்து அந்தப் பொருள் கிடைக்குமா என்பது ஐயமே-ரை டேவிட்ஸ்) அவர்களும் மக்களிடையேயிருந்து வந்தவர்களே.

புத்தர் ஜாதி அடிப்படைச் சமுதாயத்தை மேற்கண்டவாறு, க்ஷத்திரியன், பிராம்மணன், வைசியன், சூத்ரன் என்பவற்றை விளக்குவதன் மூலம் நமக்குத் தெரிவிக்கிறார். இந்த சமுதாய வர்க்கங்கள் ஆரம்பத்தில் ஒரே மாதிரியாக எத்தகைய வேறுபாடும் இல்லாமல் வாழ்ந்த குழுவிலிருந்தே தோன்றின என்பது முற்றிலும் இயல்பான நிகழ்ச்சிதான். புத்தர் கருத்துப்படி இதுவும் பிரபஞ்சத்தின் காரண காரியத் தொடர்பு என்ற விதிமுறை செயற்பட்டதால் ஏற்பட்டதுதான். தோன்றிய அனைத்தும் மறைந்தொழிந்தே தீரும் என்பதும் அந்த விதிமுறையில் இருப்பதுதான். கடந்த காலத்தின் மாசை அகற்றிவிட்டால் அது வருங்காலத்தையும் அறிவிக்கும் சாதி அமைப்புக்குக் காரணங்கள் உண்டு. அந்தக் காரணங்கள் நிலையற்றவை. ஆகவே, சாதி அமைப்பும் நிலையல்ல. அது ஒழிந்தே தீரும். ஆரம்ப காலத்துப் பௌத்தத்தின் புரட்சிகரமான உட்பொருள் இதுதான். அதைத் தவிர்க்கவும் முடியாது. ஆனால், எப்படி மறைந்தொழியும் என்று கண்டு கூறும் அளவுக்குப் புத்தராலும் முடியவில்லை என்றால் அது வரலாற்றின் தடை. ஆயினும் இந்த உட்பொருள் நிறைவேற புத்தருக்கும் ஒரு வழிகாணும் அவசியம் உண்டு. அவர் இதை, தான் கூட்டியிருந்த சங்கத்திற்கு எடுத்துரைத்தார். அந்த சங்கமும் அக்காலத்திலிருந்த வர்க்க அமைப்பிலிருந்து அவர் தோற்றுவித்திருந்த வர்க்க பேதமில்லாத சிறு சிறு சமுதாயங்களே. அவற்றுள் சாதித் தன்மைகள் இருக்கவில்லை. சங்கத்தில் இருந்தவர்களுக்குப் பொதுவாக அவர் உபதேசித்தது என்ன? உண்மை எது என்பதை அறியத் தன்னை மையமாகக் கொண்டே உலகத்தைப் பார்க்கும் மனப்பாங்கைக் கொள்க என்பதே. அது விடுதலை (நிர்வாணம்-மோக்ஷம்) பெற உதவும் என்று அவர் நினைத்தார். இது ஒரு பிரமைதான். மாயமானதுதான், ஐயமில்லை. இதற்கு மேல் புத்தர் இதைச் செய்திருக்க முடியாது. புரட்சிகரமான சமுதாய மாற்றம் இந்த மாயைக்கப்பால் நடந்துவிட முடியாதுதான். ஆகவே, இப்படிச் சாதிகள் உண்டானதை விரிவாகக் கூறிய

பிறகு, அது மறைந்துவிடும் என்பதை - அதாவது சங்கத்திற்குள்ளே சாதிகள் இருக்கமாட்டா என்பதைக் கூறுகிறார்.[44]

"வாசத்தா கேள், க்ஷத்திரியனோ, பிராம்மணனோ, வைசியனோ, சூத்ரனோ தன்னடக்கம் உள்ளவனாகவும், செயலிலும், சொல்லிலும், எண்ணத்திலும் கட்டுப்பாடு உடையவனாகவும் இருந்துகொண்டு, ஞானத்தின் சிறகுகள் போன்ற எனது ஏழு கொள்கைகளையும் கொண்டு ஒழுகுபவனாகவும் இருந்தால், இந்தப் பிறவியிலேயே தீமைகள் அனைத்தையும் களைந்துவிடுகிறான். நான்கு வகுப்புக்களிலும் பிறந்த எவன் பிக்ஷுவாகவும், அர்ஹத்தாகவும் மாறுகிறானோ அவன் மனத்தில் தோன்றும் மயக்கங்களை மாய்த்தவனாகவும் தனக்குரியதும் பொருத்தமானதுமான கடமைகளைச் செய்பவனாகவும், சம்சார பாரத்தை விட்டவனாகவும், தனது முக்தியைத் தானே தேடிக் கொண்டவனாகவும், இவ்வாறு எவன் மறுபிறவிக்கான பந்த பாசமான விலங்குகளை உடைத்துக்கொண்டு வெளிப்படுகிறானோ, எவன் ஞானத்தால் மாசற்றவனாய் முற்றிலும் தூய்மை பெறுவானோ அவன், அவனுடைய தர்மத்தாலும் ஒழுக்கத்தாலும் பிக்ஷுக்களுக்குள் முதல்வனாகக் கூறப்படுகிறான்."

புத்தர் கண்ட சாதி முறை மறைவு இப்படி வலுவற்றதும் கவைக்கு உதவாததாகவும்தான் இருந்தது. அந்தக் காலகட்டத்தில் அதுதான் சாத்தியமானதும் கூட. தர்க்கரீதியான பார்வையை சமுதாயத்தைப் புரிந்துகொள்வதற்கும் வித்தரித்ததன் தலைவிதிதான் இது; தர்க்க ரீதியான ஆய்வையும் நோக்கையும் சமுதாய மாற்றத்தை ஏற்படுத்தும் வகையில் அத்தனை முதிர்ச்சி அக்காலத்தில் இருந்திருக்கவும் முடியாது; முன்பே நாம் குறிப்பிட்டது போல புத்தர் கையாண்ட வழியில் இல்லை அந்தச் சிறப்பு. சாதி வகைச் சமுதாயம் மறைந்தொழிவதைப் பற்றிப் பேசி அது பற்றிய தீர்மானமான முடிவை அவர் கண்டுணர்ந்ததே அதன் சிறப்பு; உலகத்தில் உள்ள அனைத்தையும் போலவே அதுவும் ஒரு மறைந்துபோக வேண்டிய ஒன்றுதான் என்பதே அந்தத் தீர்ப்பு; பிரதீத்ய ஸமுத்பாதம் என்ற தவிர்க்க முடியாத சட்டம் இதைச் செய்துவிடும். ஆக, ஆரம்பத்தில் பௌத்தம் சாதி வகைச் சமுதாயத்தை வன்மையாக மறுத்தது! மேலும் சாதிகள் பற்றிப் பேசுபவர்கள்கூட, சாதி முறைகளில் மாறாத சாசுவதமான வேறுபாடுகளும் பேதங்களும் கடவுளின் அநுமதியில் இருப்பன; அவை இல்லையென்றால் அது ஒன்றுமே இல்லாத வெறும் குப்பை என்றுதான் கொண்டனர்.

இவை நமக்கு மிகவும் சுவையான ஒரு விஷயத்தை தெரிவிக்கின்றன; உடலினும் வேறான ஆத்மா என்ற தத்துவத்தை இந்தியத் தத்துவம்

இரண்டு நிலைப்பாடுகளால் மறுக்கின்றது. முதலாவது, ஒளிவு மறைவின்றிப் பேசும் லோகாயதர்களின் பொருள்முதல்வாதிகளின் (பூதவாதிகள் என்பர் இவர்களை) நிலைப்பாடு. இரண்டாவது, தர்க்க ரீதியான ஆரம்ப காலத்துப் பௌத்தர்களின் நிலைப்பாடு. அவர்கள் எந்த வகையிலும் சமரசத்திற்கு உட்படாதவர்கள். இது சாதி வகைச் சமுதாயம் பற்றிய மறுப்பிலும் அப்படியே பொருந்தும்; பொருள் முதல்வாதமும் தர்க்கரீதியான ஆய்வுப் பார்வையுமான இரண்டும் சாதியை மறுப்பனவே. லோகாயதர்கள் சாதிகள் பற்றிய வெறும் போலியான-வஞ்சம் நிறைந்த பாசாங்கையும் அது பெரிய சுரண்டி வாழும் முறை என்பதையும் புண்படுத்திக் குதறும் வகையில் கேலியும் கிண்டலுமாய்க் கூறி விமர்சிக்கிறார்கள். தர்க்கரீதியாய் ஆய்ந்து பௌத்தர்கள் சாதி பற்றிய வரை அதை அழித்தொழிக்கும் வகையில் தமது தீர்ப்பைக் கூறினர். நன்கு தெரியும் சில சூழ்நிலைக் காரணங்களால் தோன்றியது அது; அது கரைந்து சிதறிப்போவதே அதன் இயல்பான முடிவு.

இதன் விளைவு என்ன? என்ன நடக்கும் இனி? நம் சம காலத்துத் தொழிலாளி வர்க்கத்தின் இயக்கத்தில், இன்று பொருள் முதல் வாதமும் தர்க்கரீதியான ஆய்வும் ஏற்றுக்கொள்ளப்பட்டுவிட்டன. எந்த வகையில் அதை ஏற்றுக்கொண்டுள்ளோம்? லோகாயதமும் பௌத்தமும் தந்த அவற்றின் ஆரம்ப காலத்து வடிவத்திலா? இல்லை; அவற்றின் மிக முதிர்ந்த வடிவத்தில்தான்; அவை இரண்டும் சேர்ந்து ஒன்றை மற்றொன்று வளர்த்து, இரண்டும் நல்ல பயன்பெறும் வகையில் ஏற்றுள்ளோம். அதனால் பொருள்முதற்கோட்பாடான தர்க்க ரீதியும் தர்க்கரீதியான பொருள்முதல்கோட்பாடும் நன்கு வளர்ந்து உருப்பட்டுவிட்டனவா? இந்தக் கேள்விக்கு ஒரே விடைதான் உண்டு. சாதி வகைச் சமுதாயம் என்பது வர்க்க அமைப்புச் சமுதாயம்தான்; அது தனது இறுதி முடிவை-வரலாற்று வகையில் அடைந்தே தீர வேண்டிய கதியை அடையும்; வர்க்கங்களே இல்லாத சமுதாயத்திற்கு இடமளித்து அது மறைவதே அந்த முடிவான கதி; இன்று கோடிக் கணக்கில் தொழிலாளிகளான ஆண்களும் பெண்களும் அதை நோக்கித்தான் முன்னேறிக்கொண்டிருக்கிறார்கள். லோகாயதர்கள் வர்க்க முறைச் சமுதாயம் அமைந்த அடிப்படையில் உள்ள மிகக் கொடுமையான அநியாயத்தை அறிந்தனர். கண்டும் உணர்ந்தனர். அந்த அமைப்பின் அநியாயத்தையும் வஞ்சகமான போலி நடிப்பையும் கடித்துக் குதறுவது போல் கேலி செய்து தோலுரித்துக் காட்டுவதற்கு மேல் ஒன்றும் செய்ய முடியவில்லை; அந்த அமைப்பு உடைந்து ஒழியப் போவதுதான் என்பதைப் பௌத்தர்கள் புரிந்துகொண்டனர்.

இருந்தபோதிலும் அவர்கள் தமது தார்மீகமான விருப்பத்தை - அதாவது மக்கள் அந்த அமைப்பை விட்டு விலகி சங்கத்தில் சேர்ந்துவிட வேண்டும் என்பதை வாய்விட்டுச் சொல்லத்தான் முடிந்தது அவர்களுக்கு; சங்கத்தில் சேர்ந்துவிட்டால் பிக்ஷு சகோதரர்களுக்கிடையே உயர்வு தாழ்வுகள் கிடையாது; அனைவரும் சமம் என்றும் ஏற்படுத்தினார்கள். இன்று தொழிலாளி வர்க்கத்திற்கு, தர்க்கரீதியில் ஆய்ந்து தெளிந்த இந்தப் பொருள்முதற்கோட்பாடுதான் அவர்கள் செயற்பட்டு இயங்கத் துணை செய்யும் கையேடு. வர்க்கபேதம் இல்லாத சமுதாயத்தைப் படைப்பதில் நல்ல பயன் விளைவிக்கும் யுக்திகளையும் வழிகளையும் அறிந்து வளர்த்துக்கொள்ள உதவுகிறது.

8. மஹாயான பௌத்தம்: கருத்துமுதற்கோட்பாட்டின் ஒரு பதுங்குமிடம்.

மீண்டும் பௌத்தத்தின் வரலாற்றுக்குத் திரும்புவோம். புத்தர், தனிச் சொத்துடைமை பற்றி அதை அறவே நாசமாக்கும் வகையில் மறுத்துரைக்கிறார். அதுதான் தீமைகளுக்கெல்லாம் பிறப்பிடம் என்றும், அதனால்தான் துயரங்களும் வேதனைகளும் உண்டாகின்றன என்றும் கண்டு கூறினார். ஆனால் அவர் காலத்துக்குப் பிறகு, தனிச்சொத்துடைமை புத்தரையும் அவருடைய போதனைகளையும் சாடிப் பழி தீர்த்துக்கொள்கிறது.

பௌத்தம் புதிய பலமும் வளர்ச்சியும் பெற்றதைப் பற்றிப் பொது வான சில குறிப்புக்களை ஏற்கனவே கண்டோம். அது எந்த அளவுக்கு அரசர், நிலப்பிரபுக்கள், பெருஞ்செல்வம் படைத்த வர்த்தகர் ஆகியவர்கள் கொடுத்த பொருளாதார உதவியைக் கொண்டே வளர்ந்ததோ, அந்த அளவுக்கு அது அதிக அளவில், சுரண்டி வாழும் ஒட்டுண்ணித் தனம் உடையதாக ஆகிறது; அப்படி அது ஒட்டுண்ணியாகவே மேலும் வளரும்போது, அது பணம் தரும் அரசர், பிரபுக்கள், வர்த்தகர் ஆகியோரின் இஷ்டத்திற்கு ஆடிப்பாடுவதுதானே அதன் விளைவாகும்.

தானே மஹாயானம் - உயர்ந்த பௌத்த நெறி என்று அறிவித்துக் கொள்ளும் புதிய பௌத்தத்தால் விளைந்த முதல் விபத்து புத்தரே; புத்தர் ஒரு வரலாற்று மனிதர் - வரலாறு படைத்தவர் என்ற நினைவே மறைய வேண்டுமென்று அது விரும்பியது போலும்; அந்த அளவுக்குப் புதிய கட்டுக்கதைகளையும், பல புத்தர்கள் உண்டு என்ற பழைய புராணம் போன்ற கதைகளையும், இன்னும் வருங் காலத்திலும் பல போதிஸத்துவர்கள் தோன்றப்போகிறார்கள் என்னும் ஒரு கொள்கையையும் நிறுவிப் பரப்பியது அது; மஹாயானத்தால் அடுத்து விபத்திற்கு ஆளானது புத்தருடைய கடவுளை மறுக்கும்

கொள்கை; அதை நேரிடையாக மறுக்கவில்லையென்றாலும், அந்த இடத்தில் ஒரு மிகப் பெரிய கடவுளை ஏற்படுத்தி, அந்தக் கடவுளை அற்பதேவதைகள் மற்றும் துஷ்டதேவதைகளின் கூட்டத்திற்கு மேற்பட்ட தெய்வமாக அமைத்துக்கொண்டது: மூன்றாவதாகப் பண்டை இயற்கைச் சாத்திரங்களில் புத்தருக்கிருந்த வெறுப்பு பலியாயிற்று; அதற்குப் பதிலாக, அந்தச் சாத்திரங்களின் பெரிய வெள்ளமே பாய்ந்து ஓடியதுடன், அந்தக் கொள்கையை மிகவும் கோபத்துடன் மறுக்கும் போக்கும் வளர்ந்தது. தெய்வ நம்பிக்கையின்மையின் மீது மஹாயானம் காட்டிய கோபத்தை முன்னரே கூறினோம். உலகம் என்பதே இல்லை என்ற அதிதீவிரமான கருத்து முதல் வாதத்தின் வடிவை வளர்க்கும் போக்கே அது; இந்த எதிர்ப்பில் இருந்த மற்றொரு அம்சத்தை சுருக்கமாகக் காண்போம். அதுதான் தர்க்கரீதியான ஆய்வுக்குத் தடையும் எதிர்ப்பும் தந்தது; அந்த எதிர்ப்பு வேகம்தான் நாகார்ஜுனர் கூறிய சூன்யவாதத்தில் முடிந்த தத்துவ உச்சக்கட்டம்.

இத்தகைய தத்துவ எதிர்ப்பைக் கூறுமுன் மற்றொன்றை கவனிக்க வேண்டும். மஹாயானிகள் தாமே புனைந்து இட்டுக்கட்டிச் சொன்ன சமய நூல்களில், இந்த எதிர்ப்பு, தர்க்கரீதியாக எதையும் ஆய்வதன் சமுதாயத் தொடர்பான ஓர் அம்சமாகச் சட்டம் போலவே செய்யப் பட்டிருக்கிறது.

ஒருவன் அரசனாயிருப்பது எப்படி உண்டாயிற்று என்பதை ஆரம்ப காலத்துப் பௌத்தம் எப்படிப் புரிந்துகொண்டது என்பதை முதலில் காண்போம். அது ஒரு சமுதாய ஒப்பந்தம் போலத்தான் தோன்றுகிறது. ஆனால் அவர்களுக்கு அதுவும் ஒரு பிரதீத்ய ஸமுத்பாதம்; அதற்கான காரணங்கள் உண்டு. அவை நிலையற்றவை;. அது போலத்தான் அரசன் என்பதும். அரசும் அரசனும் தோன்றி அறிவனவே.

பௌத்தம் இந்தக் கருத்தைக் கடைசி வரையில் கொண்டு நடக்க முடியாது என்பதையும் பார்த்தோம். பௌத்தம் அரசின் ஆதரவையும் உதவியையும் கொண்டே வளர்ந்ததால், அத்தகைய ஆதரவும் வளர்ந்தது. ஆகவே, அதற்கேற்ற வகையில் தங்கள் மனப் போக்கை மாற்றிக்கொள்ள வேண்டியிருந்தது; ஆகவே, மஹாயானம் அரசனைக் கடவுளின் மகன் என்றும், அவனுக்குத் தெய்வீகமாக அதிகாரம் உண்டு எனவும் கூறியது. அதனால்தான் ஸுவர்ணப் பிரம்மாவின் வாயால் பின்வருமாறு அறிவிக்கப்படுகிறது. பிரம்ம தேவன் கூறிகிறாராம்:[45]

“மனிதனுக்குப் பிறந்தவனான அரசனைத் தெய்வப் பிறவி என்று கூறுவது எப்படி வந்தது? அவன் கடவுளின் மைந்தன் என்று ஏன்

கொள்கிறோம்? சாதலையே இயல்பாகக் கொண்ட மனிதர்களின் உலகில்தானே அவனும் பிறக்கிறான். மக்களை ஆள்பவன் கடவுள் எனப்படுவது ஏன்? எப்படி? மரணமடையும் மனிதர்களின் உலகில் பிறக்கும் அரசர்களின் தோற்றம் பற்றி நான் உங்களுக்குச் சொல்வேன்; மேலும் அரசன் எதற்காக இருக்கிறான் என்றும் அந்தந்த நாடுகளை அவர்கள் ஏன் அடக்கி ஆள வேண்டும் என்றும் கூறுவேன்.

மிகப் பெருமை படைத்த தெய்வங்களின் அதிகாரத்தாலும் ஆணையாலும் ஓர் அரசன் தன் தாயின் கருவில் புகுகிறான்; முதலில் கடவுள் அப்படி விதிக்கிறார்; அதன் பிறகே தனக்குரிய கர்ப்பத்தைத் தேடிக்கொள்கிறான். அவன் இறக்கும் மனித உலகில் பிறந்தாலும், கடவுள்களிடமிருந்து தோன்றுவதால் அவன் கடவுளின் மைந்தனே; அரசனாகும் அந்த அதிர்ஷ்டத்தை முப்பத்து மூன்று பெரிய தெய்வங்கள் அவனுக்குக் கொடுக்கின்றன; அதர்மத்தை அழிக்கவும், தீயசெயல்களைத் தடுக்கவும் மக்களை நல்வாழ்வில் நிலை நிறுத்தவும், அவர்களுக்கு சுவர்க்கத்துக்கு வழி காட்டவும் அரசன் என்பவன் அனைத்துத் தெய்வங்களின் மகனாகப் படைக்கப்படுகிறான். அந்த அரசன் கடவுளோ அல்லது தேவதையோ, அல்லது பேயோ, அல்லது சாதியிலிருந்து விலக்கப்பட்டவனோ யாராக இருந்தாலும், தீமைகளை அகற்றுபவனே அரசன். நல்லதையே செய்பவர்களுக்கு அவனே தந்தையும் தாயும் ஆவான். அவனைத் தெய்வங்கள், அவரவர்கள் செய்யும் நல்வினை-தீவினைகளான கர்மத்தின் பயனை அவரவர்களுக்குக் கொடுக்கவென்றே நியமனம் செய்கின்றன.”

இந்த நூல், புத்தர் மறைந்த பின் பல நூற்றாண்டுகளுக்குப் பிறகு எழுதப்பட்டது. அல்லது மஹாயானிகள் தாங்கள் சமய முறையில் இப்படி யாரோ எழுதியது என்று கூற அநுமதிப்பதில்லை; அந்த நூல் ‘உலகத்திற்கு இறங்கி வந்தது’ என்பார்கள். இதில் கூறப்படும் அரசனது தெய்வீகப் பிறப்பிடமோ, தெய்வீகமான அதிகாரமோ புத்த மதத்தை ஆதரித்து வளர்த்த பெரிய அரசர்களுக்கு அப்போதைக்கென அளிக்கப் பட்ட மேலான லக்ஷ்யங்களால் அளிக்கப்பட்ட அங்கீகாரம் அன்று; இதற்கு முற்றிலும் மாறானது அது. இது, பிற்காலத்துப் பௌத்தம் தனது மேலான மத லக்ஷ்யங்களிலிருந்து தீவிரமாகப் பின்வாங்கியதன் அறிகுறி; அதன் ஒட்டுண்ணித்தனம் மேலும் மேலும் வளர்ந்து வந்ததன் விளைவே இந்தப் பின்வாங்கல். இதில் ஒரே ஒரு அம்சத்தையே குறிப்பிடுவோம் இங்கே. ஆரம்ப காலத்துப் பௌத்தத்தின் தர்க்க ரீதியான ஆய்விலிருந்து பின்வாங்கியது பற்றி மட்டுமே காண்போம்.

பிரபஞ்சம் நிலையில்லாமல் ஓடி மறைந்துகொண்டே இருப்பது என்ற புத்தரின் கருத்தை அலக்ஷ்யம் செய்யும் போக்கின் வெளிப்பாடாக

பௌத்த தத்துவத்தில் ஆத்மா என்ற கருத்தை மீண்டும் திணித்தல் நடந்தது. முதன்முதலாகப் பிளவுபட்டுப் பிரிய இந்தச் செய்தியும் ஒரு காரணம் என்கிறார்கள்: ‘கதாவத்து’ என்ற நூல், நிஜமாகவே ஆத்மா இருப்பது சாத்தியந்தானா என்ற பிரச்சினையை மிக நீளமாகச் சர்ச்சை செய்து, பல்வேறு வகைப்பட்ட கருத்துக்களை எடுத்துரைப்பதில் தொடங்குகிறது. ஆர்ய ஸம்மிதீயர்கள் மற்றும் வாத்ஸ்புத்ரீயர்கள் ஆகியோரின் கொள்கையைக் கொண்டவர்களும் ஆத்மா இல்லையென்ற கருத்தை, ஏதோ ஒரு பொருளில் மிகவும் பலமில்லாததுதான் அது என்றாலும் அப்படியொரு அர்த்தத்தில் விரித்துரைக்க முனைகிறார்கள்:[46]

இந்தப் புதிய மாறுபட்ட சர்ச்சைகளும் பெரும்பாலும் சமய நூல்களின் அடிப்படையில் அமைந்தனவே; இப்படிக் கட்சியாடுபவர்களும் புத்தர் கூறியனவற்றுக்குத் தத்தம் வழியில் அர்த்தம் கூறவே முயல்கின்றனர்; அது மட்டுமில்லை. புத்தரே கூறிய சில வாக்கு மூலங்களை உண்மை எனக் கொள்வதிலும் புத்தர் இப்படிக் கூறவேயில்லை என்பதிலும் மிக்க ஆர்வம் காட்டுகின்றனர்; மிகப் பழைமை ‘கொண்டாடுகிறவர் களும் இவர்களுக்கு முன்பே இருந்தவர்களுமான தேரவாதிகள் என்ற பௌத்தர்கள், வாத்ஸ்புத்ரீயர்கள், தாம் கொண்ட கொள்கைக்கு முரணாக இருக்கும் சில நூற்பகுதிகளை வெளியே காட்டாமல் மறைத்துவிட்டார்கள் என்று குற்றம் சாட்டுகிறார்கள். அவர்களோ இந்தப் பழையவர்கள், சமய நூல்களில் நிஜமாகவே இல்லாத-காணப்படாதவற்றையே தங்களுக்கு ஆதாரமாகக் கொண்டுள்ளனர் என்று திருப்பிச் சாடுகிறார்கள்.[47] நூல்களைத் தவிர வாத்ஸ்புத்ரீயர்கள் தங்கள் கருத்தை வலியுறுத்தி நிறுவுவது, தமது வாதம் தர்க்கத்திற்கு ஏற்றதாய் இருக்க வேண்டும் என்பதற்காகவே. அவர்கள், ஒரு தெளிவில்லாத-மங்கலான வகையில் கூறினாலும் நிரந்தரமான ஆத்மா உண்டு எனக் கூறுகிறார்கள்; ஒரு மனிதன் என்ற சுட்டிற்கான ஆதார விஷயங்களில் ஓர் ஒருமைப்பாடுதான் அது. உதாரணமாக, கடந்ததை நினைத்துணரும் விஷயத்தை, ஞாபகம் என்பதை ஆத்மா உண்டென்று கொண்டாலொழிய விளக்க முடியாது என்பது அவர்களுடைய வாதம். அவர்களுக்குப் பிற்காலத்தில் நியாய வைசேஷிகர்கள் இதைத்தான் தனியே எடுத்துக்கொண்டு தங்கள் வாதத்தைக் கூறுகின்றனர்.

ஆத்மா இல்லவே இல்லையென்றால் தொடர்பில்லாமல் எப்போதோ நிகழ்ந்த உள்ளுணர்வின் இயக்கங்களை எப்படி நினைத்துக்கொள்ள முடியும்? எப்போதோ வெகுகாலத்திற்கு முன் பார்த்த பொருள்களை மீண்டும் அவற்றைக் காணும்போது அவையே

இவை என்று எப்படி அறிந்துகொள்ள முடியும்? நிரந்தரமாக எதுவுமே இல்லையென்றால் பொருளைக் கண்ட உள்ளுணர்வு வேறு, அதை மீண்டும் நினைக்கும் உணர்வு வேறு என்றாகுமே; இது எப்படி முடியும்? ராமனுடைய உணர்வு கண்டுணர்ந்த ஒன்றை, கிருஷ்ணன் என்பவனுடைய உணர்வு நினைத்துக்கொள்ள வேண்டுமே; ஆத்மா இல்லையென்றால் இந்த நினைவு யாருடையது?[48]

மேலும், யாவற்றையும் இன்னது என அறிந்துணரும் ஓர் கர்த்தா எழுவாய் என்ற சான்றும் வேறிருக்கிறது; இதைத்தான் வாத்ஸ் புத்ரீயர்கள் தமக்கு ஆதாரமாகக் கொண்டுள்ளனர்.[49] "ஆத்மா என்பது இருந்தேயாக வேண்டும். ஏனெனில், ஒரு செயல் இருந்தால், அதற்கு ஒரு எழுவாய்-கர்த்தா இருந்தே ஆக வேண்டும். செய்பவன் ஒருவன் இல்லாவிட்டால் செயல் என்பதே கிடையாது. 'ராமன் நடக்கிறான்' என்றால் ராமன் என்பவன் நடத்தலைச் செய்கிறான் என்பது பொருள். ராமன் இல்லாமல் இந்த நடத்தலும் இல்லை. அவனே செயலைச் செய்பவன். ஒன்றை உணர்தல் -அப்படி உணர்வுடையவனாய் இருப்பதும் ஒரு செயல்தான்; இப்படியே ஒன்றை அறிகிறான் என்றால் அறியும் செயலைச் செய்பவன் ஒருவன் இருக்கவே செய்கிறான்.

ஆனால், வாத்ஸ்புத்ரீயர்களும் நிரந்தரமான ஆத்மா என்ற கருத்தை அதன் முழு அர்த்தத்தில் புதுப்பித்துப் புகுத்தத் தயங்குகிறார்கள். அவர்கள் கூறுவது:[50] "தான் என்பது, தனி மனிதன் (அவனிடம் - அவன் வடிவில் உள்ள) மூலாதாரமான அம்சங்களும் இல்லை. அவற்றின் புறம்பானவையும் அல்ல. இதுவே, தான் என்பதன் அர்த்தம் என்பது எங்கள் அபிப்பிராயம்." இப்படி அவர்கள் பௌத்த மதத்தில் மறுபடியும் ஆத்மா என்பதைப் புகுத்துவதற்குத் தயக்கத்துடன் முற்படுவது வெற்றிபெறவில்லை என்றும் நினைக்க இடமில்லை. இதற்குப் போட்டியாய் வந்த பௌத்தர்கள், அவர்களைக் கேலி செய்து மட்டம்தட்டுவதிலேயே அதிக ஆர்வம் காட்டுகின்றனர்.[51]

வாத்ஸ்புத்ரீயர்களுக்குப் பிறகு ஆரம்ப காலத்து விக்ஞானவாதிகள் ஓரளவு மிகவும் துணிச்சலுடன் இதைச் செய்ய முற்படுகிறார்கள். அதை ஸ்டெர்பாட்ஸ்கி "எண்ணங்கள் நீரோட்டம் போன்ற பெருக்கு" என்ற தம் கொள்கையிலிருந்து வேடத்தை மாற்றிக்கொண்டு, 'சாராம்சமும் அடிப்படையுமான உண்மை என்ற ஆத்மா' என்ற கொள்கைக்குத் திரும்பி வந்த செயல் என்று வர்ணிக்கிறார்.[52] இதை அவர்கள், ஆலய விக்ஞானம் (உணர்வுகளுக்கு இருப்பிடமான உள்ளுணர்வு) என்றும், 'ததாகத கர்ப்பம் (புத்தரின் உட்கிடக்கை) என்றும் விவரித்தனர். இவற்றுள் முதலாவது மிகவும் தத்துவ வகையைச் சார்ந்தது. இரண்டாவது, கட்டுக்கதையும் பண்டை இயற்கைச் சாத்திரமும் கலந்த வெறும் பேச்சு.

ஆலய விக்ஞானம் என அவர்கள் கொண்டது அனைத்தையும் அவை கெடாமல் பாதுகாக்கும் மனம் என்று ஓரளவுக்குப் பொருள்படும். ஒரு சேமிப்புக் கிடங்கு-உண்மையில் ஒரு களஞ்சியம். அதில்தான் வருங்கால எண்ணங்கள் எல்லாமும், கடந்த காலத்தில் செய்த செயல்களின் வழித்தடங்களுமான பீஜங்கள் - விதைகள் சேர்த்து வைக்கப்படுகின்றன.[53] வாலி பவ்சின் என்பவர் கூறுவது:[54]

ஆலய விக்ஞானம் என்பது ஓரளவு ஆத்மாவைப் போன்றதுதான். ஹீனயானம் என்ற உட்பிரிவினைக் கொள்பவர்கள் புதியதான இந்த விக்ஞானத்தை மிக வன்மையுடன் எதிர்த்து மறுத்தனர் என்று திபேத்திய ஆதாரங்களிலிருந்து தெரியவருகிறது. ஆலய விக்ஞானம் என்பது உணர்வுகளுக்கும் அடித்தளத்தில் குவிந்துகிடக்கும் (உணர்வுக்கு வராமலேயே உள்ளே கிடக்கும்) பல்வேறு அருவான எண்ணங்களும் பிறவும் ஆகும். நிஜமாக நேரும் அறிதல்களுக்கு வித்தானவற்றின் சேர்க்கை. அதை ஒரு சிந்திக்கும் பொருளாகவும் கொள்ளலாம். அது தன்னைத் தானே எண்ணங்களின் கோவைகளில் தொடர்ந்து வெளிப்படுத்திக்கொள்கிறது.

இதை அசுவகோஷர் என்ற கவி குறிப்பாக வலியுறுத்துகிறார். இவர், புத்த சரிதம் என்ற மஹாகாவ்யத்தின் ஆசிரியரான மஹாகவி. அவரைக் காத்யாயனீ புத்ரர் என்பவர் காபூலுக்கு அழைத்தார். அவர் 'அபிதம்மம்' என்ற பெரிய நூலை எட்டு பாகமாக விரித்தெழுதியவர் என்று கூறுவர். அசுவகோஷரை அவர் அழைத்தது அந்த நூலுக்கு எழுதிய பெரிய விரிவுரையான மஹாவி பாஷாவைத் தொகுக்க உதவத்தானாம். கனிஷ்க அரசன் உதவியுடன் கூட்டப்பட்ட கூட்டத்தில் மிகப் பெரிய சாத்திரப் பணிகள் நடந்ததாகக் கூறுவர்.

அஸங்கர் என்பவர் விரித்துரைத்த வகையிலும் ஆலய விக்ஞானம் என்ற கருத்து மிகவும் முதன்மை பெற்றது. அஸங்கருடைய தத்துவ விசாரத்தில் இது மிகவும் அபாயகரமாக உபநிஷத்துக்களின் ஆத்மதத்துவத்தை நெருங்கி வந்துவிடுகிறது. ஆலய விக்ஞானத்தி லிருந்துதான், அகமான உலகும் புறமான உலகும் மற்ற உலகுப் பகுதிகளான அனைத்துமே உண்டாகிப் பல்குகின்றனவாம். இதை அனெஸ்கி விளக்குகிறார்:[55] "அஸங்கர், மனத்தை ஆலயம் என்று பெயரிடுகிறார். இருப்பிடம் அல்லது யாவும் அடங்கிய ஒரு கூடு (பறவைக் கூடுபோல்) என்பது அதன் பொருள். அதிலிருந்துதான் அகவயமான பொருள்களும் புறவயமான பொருள்களும் மனத் திரையில் வீசப்பட்டு வெளிப்படுகின்றன. இந்தக் கூடுதான் தானேயும் தன்னிலிருந்தும், புத்தியையும் விருப்பத்தையும் (ஒன்றைச் செய்ய

வேண்டும் என்ற கிளர்ச்சியையும்) விவேகத்தையும் காரணத்தைக் காணும் அறிவையும், ஐம்புலனறிவுகளையும் தொடர்ந்து வரிசையாய் உண்டாக்குகிறது. ஸாங்க்யத்தில் புருஷன் என்பதைப் போல இதை எட்டாவது எனக் குறிப்பிடுகிறார். அறிவுப் புலன்கள் ஐந்தும், இதில், நுண்ணிய அறப்பொருள்களையோ அல்லது ஸ்தூலமானவற்றையோ பிரதிபலிக்கச் செய்கின்றன. அவை இந்த எட்டாவதற்குச் சொந்தமான பொருளாகவும் இருக்கும் ஆலயத்தில் சேர்த்து வைக்கப்பட்டுள்ள வித்துக்கள் காரணமாக இது நிகழும். அவ்வாறு பிரதிபலிப்பனவும் வெளிப்படுபவையுமான உலகப் பொருள்கள் மனத்திற்குத் துணையும் கீழ்ப்படிந்தவையுமான மற்ற ஏழு காரணங்கள்-மனத்தின் சொந்தப் புலன்கள் ஆலயத்தைச் செயற்பட வைக்கின்றன. இதை வாஸனை என்பர். (முன்னரே இருந்தவற்றின் தடப் பதிவுதான் இந்த வாஸனை. இதை 'ஸமஸ்காரம்' என்றும் வழங்குவர். வைத்திருந்த அல்லது பூசிய ஜவ்வாது போன்றவற்றின் மணம் துணியிலும், உடம்பிலும் பதிந்துள்ளதைப் போன்றது இது) இந்தக் கூடு - உலகம் என ஒன்று புலப்படுவதற்கு ஆதாரமான ஆலயம் என்ற இந்த விக்ஞானம் - மனத்தின் உணர்வு இப்படித்தான் செயற்படுகிறது. ஏதோ புறத்தே உள்ள பொருள்மயமான உலகத்திலிருந்து தன்மீது பதிந்த பதிவுகளின்படியே செயற்படுவது போலத் தோன்றுகிறது. இதை 'ஆதானம்' என்பர் (புறத்தே உலகம் உண்டு என்பது போல் உணரும் இடமும் செயலும் என்பது இதன் பொருள்). மனித வாழ்வில் ஏற்படும் இந்த வெறும் பிரமை - பொய்யான மாயம் இதில்தான் இருக்கிறது, நமது மனம்-தன்னினும் வேறாகவும் தனியாகவும் ஓர் உலகம் இருப்பது போல நமக்கு எதிரே காட்டுவதை நிஜமாக நம்புவதில்தான் இந்த மாயம் இருக்கிறது. உண்மையில், நமது மனமே இந்தப் புற உலகின் புலப்பாட்டிற்கு ஆதாரமானது. இந்த அடிப்படையான பிரமையை - மயக்கத்தை -அகற்ற வேண்டுமானால், நமது மனத்தையும் அது புறத்திலிருந்து பொருள்களைக் காட்டுவதையும் நன்கு தெளிந்து அதன் இயல்பு இன்னது என்று அறிய வேண்டும். அதன் நிஜமான இயல்பைப் பற்றிய சரியான ஞானம்தான் மக்குப் போதம் என்ற நல்லறிவின் வித்துக்கள் நன்கு வளர்ச்சியடையவும், அதன் வாயிலாக இந்த உலகம் அனைத்தையும் நமக்குள்ளேயே உறிஞ்சி லயிக்க வைத்துக்கொள்ளவும் உதவும் (மனத்தை அடக்கி அவித்துத் தனக்குள்ளேயே ஒடுக்கிவிடுதல்). இவ்வாறு சரியான ஞானத்தைக் கடைப்பிடித்தொழுகி முதலில் எண்ணத்தையும், புறத்தே பொருள்கள் தோன்றுவதையும் தனக்குள்ளேயே ஒடுக்கி உறிஞ்சிவிடுதல்தான் 'யோகாசாரம்' எனப்படுவது. புத்தர் பதவியை-ஞானம் பெற்று விழிப்புற்றவன் என்ற நிலையை அடைவதற்கான மிக அவசியமான முதற்படி."

"ததாகத கர்ப்பம்" என்று அவர் கொண்ட கருத்து இதைவிட விநோதமானது. மஹாயானிகள் உபநிஷத்துக்களின் கருத்தை மறைவாகக் கொண்டுவந்து சேர்த்தனர். சாசுவதமான ஒரே பரமாத்மாதான்-பிரம்மம்தான் அனைத்துத் தனி ஜீவன்களிலும் புதைந்திருக்கிறது என்பதே அந்தக் கருத்து. இங்கே 'ததாகதர்' என்ற விஷயமே விந்தையாக உருமாறிவிட்டதை முதலில் கவனிக்க வேண்டும். ஆரம்ப காலத்தில் இந்தச் சொல், புத்தருக்கு-வரலாற்றில் இடம் பெற வாழ்ந்த புத்தர் என்ற ஞானிக்கு - ஓர் அடைமொழியாகத்தான் வந்தது; அந்தச் சொல்லின் பொருள் உலகப் பற்றுக்களை துறந்தும் கடந்தும் சென்றவர் என்பதுதான்; அதாவது ஞானம் பெற்றவர் என்பதுதான்; மஹா யானிகள் மர்மமான ரகசியங்கள் என்று கூறிக்கொண்டு இட்டுக் கட்டிய கதைகளில் இந்தச் சொல்லுக்கும் கருத்துக்கும் முற்றிலும் புதிய அர்த்தத்தைப் புகுத்திவிட்டனர். அனைத்தையும் கடந்துவிட்டால் உள்ளதும், ஏதோ சாத்திரம் கூறும் வகையில் அமைந்ததுமான ஒரு பரம ஸத்யம் என்றும், அதிலிருந்துதான் புத்தர்களும் போதி ஸத்துவர்களும் வெளிப்படுவதாக-அவதாரம் செய்வதாகவும் கதைத்தனர்; இந்தப் புத்தர்களுக்கும் வர இருக்கும் புத்தர்களுக்கும் வரலாறுகள் உண்டு; ஆனால், ததாகதர் என்ற தத்துவம் சாசுவதமான எத்தகைய அழிவும் இல்லாததாம்; இங்கே ஒரு மேற்கோளைக் காட்டப்போகிறேன்; அது மிகவும் அலுப்பூட்டக்கூடியதுதான்; 'ஸத்தர்ம புண்டரீகம்' என்ற மஹாயானிகளின் நூலில் இருப்பது இது. இதில் ததாகதரைப் பற்றிக் கூறுகையில் உபநிஷத்துக் கூறும் சிரமமானதொரு கடவுட்கொள்கையான சாசுவதமான பொருள்-பிரம்மம் பற்றிய கருத்து புனைந்துரைக்கப்படுதைக் காணலாம். பின்வரும் பகுதி, ததாகததரே கூறுவதாக இருப்பது.[56]

"நற்குடியில் வந்த இளைஞர்களே, ததாகதர் தான் செய்ய வேண்டியதையே செய்கிறார்; பல காலத்திற்கு முன்பே மாசறவும் பூர்ணமாகவும் ஞானம் பெற்றவர். அவருடைய வாழ்வு நடக்கும் காலத்தில்கூட அவர் எத்தகைய எல்லைக்கும் உட்படாமலிருப்பவர். அவர் எப்போதும் நீடித்திருப்பவர்; அவருக்கு அழிவே கிடையாது; அவர் இல்லாமற்போவது போல் ஒரு காட்சியைக் காண்பிக்கிறார். இது மக்களை அறிவுறுத்தி ஞானம் பெறச் செய்வதற்காகவே காட்டப்படுவது. இளைஞர்களே, என்னுடைய பண்டைய போதி ஸத்துவ வாழ்வை இன்னும் நான் முழுவதாக நிறைவேற்றிவிட வில்லை. என் வாழ்நாளின் அளவும் இன்னும் முழுமை பெறவில்லை; அது மட்டுமில்லை; இன்னும் பலகோடி நூறாயிரம் யுகங்களைப்போல் இருமடங்கு கால வாழ்வை, என் வாழ்நாள் முழுமை பெறுவதற்குள்

பெற்றுக்கொள்வேன். நான் கடைசியாக மறைந்துபோவதை அறிவிப்பேன்; ஆயினும் நான் இறுதி முடிவாக இல்லாமற்போவது மில்லை; இப்படிச் செய்வதன் மூலமாகத்தான் அனைத்து உயிர்களையும் (மனிதர்களை) பக்குவ நிலைக்கு உயர்த்துகிறேன். ஏனென்றால் இன்னும் மனிதர்களிடம் நல்ல தன்மை - தார்மீகமான வாழ்வு திடமாக வேர்கொள்ளவில்லை. அவர்கள் தூய்மையற்றவர்களாகவும் பரிதாபத்திற்குரியவர்களாகவும், புலனின் வேட்கை மிக்கவர்களாகவும் பழைய எண்ணங்களாலும் முடிவுகளாலும் மறைக்கப்பட்டுக் குருடர்களாகவும், தெளிவான அறிவு இல்லாதவர்களாகவும் இருக்கிறார்கள். அவர்கள் அடிக்கடி பல தடவை என்னை வந்து காண வேண்டும். சிந்தித்துப் பார்க்க வேண்டும். இளைஞர்களே, ததாகதர் இருந்துகொண்டிருக்கிறார். ஆகவே கூறுகிறார், மிகவும் அறிவுடன் யுக்தியுடன் கூறுகிறார்: ‘ததாகதர்கள் மற்றும் பிக்ஷுக்களுடைய உருவம். இல்லாத - அருவமான ஆனால் தென்படும் வடிவங்கள் மிகவும் மதிப்புடையவை - அரிதில் தோன்றுபவை. ஏனென்றால் எத்தனையோ பலகோடி யுகங்களில் ஒரு முறையே மனிதர்கள் ஒரு ததாகதரைக் காண முடியும். காணாமல் இருந்துவிடவும் முடியும். ஆதலால்தான் - அதற்காகவேதான் இளைஞர்களே, அவை அபூர்வமானவை - மிக்க மதிப்புடையவை என்று கூறுகிறேன். மக்கள் நேரில் அந்த அருவங்களைக் காணும்போது ஆச்சரியப்படுகிறார்கள். அவரைக் காணாதபோது வருந்துவர்; அவரைக் காண வேண்டும் என்று பேராவலும் கொள்வார்கள். ததாகதரைப் பற்றி அவர்கள் சிரத்தையுடன் சிந்திப்பார்கள்; அந்தச் சிந்தனையிலிருந்து முளைத்தெழும், நல் வினைக்கான வேர்கள் அவர்களுடைய க்ஷேமத்திற்கும் நல்வாழ்வுக்கும் துணையாகும். தாம் விரும்புவதைப் பெறவும் மகிழவும் உதவும்; இதைக் கருதித்தான் ததாகதர், அவருக்கு இல்லாத ஒன்றை-தான் இல்லாமற் போய்விடுவதான செய்தியை அறிவிக்கிறார். மக்களுக்கு அறிவு புகட்டவே இதைச் செய்கிறார். இளைஞர்களே, இதுதான் அவர் உபதேசம் செய்யும் முறை; இதை இவ்வாறு ததாகதர் அறிவிக்கும் போது, அவரளவில் இதில் பொய்யே இல்லை. தான் கூற வந்ததை இன்னும் விரிவாக எடுத்துரைக்கும் வகையில், அந்தப் பிரபு அப்போது பின்வரும் செய்யுள்களைக் கூறினார். “நினைத்துப் பார்க்கவும் முடியாத பல கோடி யுகங்களில் - கணக்கிட முடியாத காலத்தில் தொடங்கி, நான் எனது மிக உயர்ந்த போதத்தை - தெளிவை அடைந்தேன். அன்றிலிருந்து தர்மத்தை உபதேசிக்காமல் நான் ஓய்ந்ததே கிடையாது; நான் பல போதி ஸத்துவங்களை எழுப்பினேன்; அவர்களை புத்த ஞானத்தில் நிலை நிற்கவும் செய்தேன். எத்தனையோ யுகங்கள்

ஆயிற்று; நான் இல்லாமல் போகும் இடத்தைக் காட்டுகிறேன். அனைவர்க்கும் அறிவு புகட்டுவதற்காக, ஓர் உபாயத்தை வெளிக் காட்டுகிறேன். அங்கு நான் இல்லாமலும் போவதில்லை; இதே இடத்தில் இருந்து என் தர்மோபதேசச் செயலைத் தொடர்கிறேன். அங்கு நான் என்னையே ஆண்டு கொள்வதுடன் மக்கள் அனைவரையும் ஆள்கிறேன். ஆனால் வக்கிரமான மனமுடையவர்கள் ஏமாந்து நான் அங்கு நிற்பதைக் காண்பதில்லை." ததாகதர் என்ற தத்துவத்தில் புதிதாகப் புகுந்த உட்பொருள்கள் இதில் உள்ளன. இதன்படி ததாகதரின் எண்ணங்கள்-சிந்தனைகள் மிகவும் பரிசுத்தமானவை; மாசுபடாதவை என்பர். இந்தச் சிந்தனைக்கும் அறிவுக்கும் வேறுபாடு உண்டு. மக்களுடைய எண்ணமும் அறிவும் மாசுபட்டவை; ஆனால் பொது மக்கள் எந்தக் காலத்துக்குமே இப்படித்தான் மாசு பெற்ற எண்ணம் கொண்டிருக்க வேண்டும் என்பதில்லை. மஹாயானிகள் கூறும் உபதேசமான செய்தி, மனிதர்கள் அனைவருக்கும் முக்தியைத் தரும் என்றும் கூறினர். அனைவரிடமும் தமது மாசுபட்ட எண்ணங்களை மீதூர்ந்து விடுபடும் உள்ளார்ந்த சக்தி இருக்கிறது என்றும், அனைவருமே அந்த மாசற்ற ஞானத்தை அடைய முன்னேறலாம் என்றும் - அதாவது ததாகதரைப் போல் பரிசுத்த ஞானத்தையும் மாசுபடாத எண்ணங்களையும் அடைய முடியும் என்றும், அத்தகைய ஞானமே நிச்சயமான முக்தியைத் தரும் என்றும் கூறினர் மஹாயானிகள். ஆனால் ஒவ்வொரு மனிதனும் ததாகதருடைய ஆற்றலைத் தனக்குள்ளேயே பெற்றிருக்க வேண்டுமே? (ஆம். ஒவ்வொருவனுக்குள்ளும் அது உள்ளடங்கியிருக்கிறது) ஆகவே, இதிலிருந்து ஒன்று நன்றாய்த் தெரிகிறது. ததாகதர் அதாவது சாசுவதமான புருஷன். அதாவது பரமஸத்தியம். அதாவது பரமாத் மாவான கடவுள் ஒவ்வொரு உயிருடன் இருக்கும் ஒவ்வொருவனுக் குள்ளும் உறங்கிக்கிடக்கிறான் (செயலற்று) என்று ஆகிறது. இதன் பயன் யாதெனில், ஒவ்வொரு மனிதனும், 'நான் புத்தனே, நானும் ஒரு போதி ஸத்துவனே என்று திடமாகப் பிரதிக்ஞை செய்துகொள்ள முடியும். ஞானத்தால் இந்த நிலையை அடைந்துவிட்டால், உள்ளே உறங்கிக்கிடக்கும் ததாகதர், தன்னைத் தானே அறிந்துகொண்டு விட்டதாக உணர்ந்துகொள்வது நிகழும். (இப்படி உள்ளே உறங்கிக் கிடக்கும் ஞான சக்தியைத்தான் 'ததாகத கர்ப்பம்' என்பர்).

மஹாயானிகள் கைக்கொண்ட மிகுந்த தொல்லைதரும் போக்கு இத்தகையது; இந்த வகையில்தான் 'ததாகத கர்ப்பம்' என்ற தத்துவத்தைப் பெறுகிறார்கள். ஒவ்வொருவனுக்கு உள்ளேயும் ததாகதர் ஆவதற்கான கரு இருக்கிறது என்பதே இது. மஹாயானிகளின் சமய நூலான 'லங்காவதாரம்' என்பதுதான் முதல் முதலாக விக்ஞான வாதத்தை

முன் கூட்டியே சிறிது கோடி காட்டிய நூல் என்பர். அதில் உள்ளது:[57] “ஒவ்வொரு மனிதனுக்குள்ளேயும் சுடரொளி வீசுவதும், மாசற்றதும், ரத்தினங்களுக்குரிய முப்பத்திரண்டு உயர்ந்த லக்ஷணங்கள் கொண்டதுமான ரத்தினம் போல் ததாகதருடைய கரு அம்சம் உடலின் வடிவங்களாலும், புலனுணர்வுகளாலும் மூடிக் கிடக்கிறது; மேலும், காமம், வெறுப்பு, மன மயக்கங்கள் போன்றவையால் விளைந்த தவறான கருத்துக்களாலும் தீய எண்ணங்களாலும் மாசுபடிந்தும் கிடக்கிறது. ஆயினும் அழியா மலும், திடமாகவும், தன்னளவில் ஆனந்தமயமாகவும், எப்போதும் நீடிப்பதாகவும் அது மிளிர்கிறது.

இதைப் பற்றி வாலி பௌசின்[58] கூறுவது மிகவும் சிறப்புடையது; ஏனெனில், இந்தக் கருத்தை அவர்கள் எங்கிருந்து இரவல் வாங்கி னார்கள் அல்லது பௌத்தத்தில் இது எப்படிப் புகுந்தது என்பதை நமக்கு அது தெளிவாகக் காட்டுகிறது.

“லங்காவதாரம் என்ற நூலைத் தொகுத்தவர்கள் மிக்க கவனத்துடன் இதை ஒரு புறச் சமயக் கருத்தாகக் கருதக் கூடாது என்று சொல்லி விட்டார்கள்; இது பிரபஞ்சம் முழுதையும் ஊடுருவியுள்ள அழியாத ஆத்மா போன்றதன்று; மேலும் ஆத்மாவை நம்பும் புறச் சமயத்தவர்களை பௌத்தக் கொள்கையான, ஆத்மா இல்லையென்ற கொள்கைக்கு அறிமுகப்படுத்தவும் இதைக் கூறவில்லை. ததாகத கர்ப்பம் என்பதற்கு உண்மையான பொருள் சூன்யம் என்பதுமில்லை. பூதகோடி, அதாவது அதுவும் ஒரு பௌதீகப் பொருள் என்பதுமில்லை. அதுதான் நிர்வாணம் என்றும் கூறவில்லை; வேதாந்திகளைத் தமது சமயத்திற்கு மாறச் செய்து, பௌத்தத் தத்துவம் என்று சொல்லி அதே வேதாந்தத்தை அவர்களுக்குக் கற்பிப்பது அல்லவா இது? ததாகத கர்ப்பம் என்பதன் உண்மையான அர்த்தம், ஒவ்வொருவனும் அந்தத் ததாகதருடைய கரு அம்சம்தான் என்பதை ஒப்புக்கொண்டால், அதாவது ஒவ்வொரு மனிதனும் ஒரு வருங்காலப் புத்தன்தான் என்றால், அதற்குரிய வெளிப் படையான அர்த்தம் என்பதே ஐயத்திற்குரியதாகிவிடும்.

இதற்கெல்லாம் ஒரே ஒரு அர்த்தமே உண்டு. சொல்பற்றிச் சில மாற்றங்களைச் செய்வதான திசையில் மறைந்துகொண்டும், புதிய பாணியில் மஹாயானிகள் கட்டியுரைத்த பொய்க் கதையின் மறைவிலும், பௌத்தத்திற்குள் உபநிஷத்தின் ஆத்மாவைக் கள்ளத்தனமாக மீண்டும் புகுத்தும் போக்கு தெளிவாகிறது; ஆத்மாவை புத்தரே மிக்க கவனத்துடன் மறுத்துள்ளார். ‘ஆலய விக்ஞானம்’ அதாவது எல்லாவற்றையும் அழியாமல் பாதுகாக்கும் மனம் என்ற கருத்து இந்தப் போக்கைத் தத்துவ அளவில் நிறையவே காட்டுகிறது; ததாகத

கர்ப்பம் என்பது அதே கருத்தைக் கட்டுக்கதையும் கடவுட்கருத்தும் கலந்து குழம்பிய நிலையில் காட்டுகிறது. இந்தக் குழப்பம்தான் மிகவும் பயன்படும் வகையில் தங்கள் செயலின் உண்மை நிலையை ஒளித்து மறைத்துவிடும் என்று மஹாயானிகள் எதிர்பார்க்கின்றனர். அவர்கள் பழைய கருத்தான பிரபஞ்ச ஓட்டம் பற்றிய கொள்கையை உதறித்தள்ளவே முனைகிறார்கள்; மற்றும் அது இருந்த இடத்தில் நிரந்தரமான ஆத்மா என்ற கொள்கையை நிலைநாட்டவும் முனை கிறார்கள். ஜீவாத்மா தன்னை மறைத்து மூடியுள்ள அக்ஞான மாயைகளை அகற்றிக்கொண்டால், தானே உலகத்தின் ஆத்மர், பிரகிருதி முழுவதன் ஆத்மா என்பதைத் தெளிந்து, தெரிந்துகொண்டுவிடுகிறான். இதுதான் உபநிஷத்து கூறும் 'பிரம்ஹம்' (ததாகத கர்ப்பத்திற்கு மஹாயானிகள் சுற்றி வளைத்துக் கூறும் அர்த்தம் இதுதான்).

இதையெல்லாம் பொது மக்கள் எளிதாகவும் எடுத்த எடுப்பிலும் புரிந்துகொள்ள முடியாது; ஆதலால் மக்கள் கூட்டம் இதை நன்கு புரிந்துகொள்வதற்கென்றே, அதே கருத்தை அதே அடிப்படையுடன் ஒருவிதமாகச் சொல்ல வேண்டிய அவசியம் வந்தது. சுகாவத் என்ற இடத்தின் இறைவனான அமிதபாவே அம்ததா என்றும் வைரோசனர் என்ற இறைவனே ததாகதர் என்றும் கூறி அதை மக்கள் ஏற்கச் செய்துவிட்டனர். இப்படியெல்லாம் தாங்கள் சொல்வது பௌத்த மதத்தில் ஆத்மா கிடையாது என்பதைக் கூறவே என்றும் மஹாயானிகள் நினைத்துக்கொண்டனர். ஆரம்ப காலத்திலிருந்த அசல் பௌத்தத்தின் தர்க்கரீதியான ஆய்வில் இருந்து பின்வாங்கி இறுதியாகக் கடவுட் கொள்கை கலந்து கூறியதையே இது காட்டுகிறது. பௌத்தத்தின் தர்க்க ரீதியான ஆய்வை, 'அனாத்மவாதம்' ஆத்மா இல்லை என்ற கொள்கை என்றுதான் வழக்கமாகக் கூறுவர். இதைப் பெயரும் வடிவமும் உள்ள (மனிதச் சாயை படிந்த) கடவுள் என்று சொன்னபோது, அனாத்மவாதம் முற்றிலும் அதற்கு எதிரானதாகிவிட்டது. ஸ்டெர்பாட்ஸ்கி சொல்கிறார்:[59] ஆத்மாவே இல்லை என்பதைப் பிற்காலத்தில் கடவுள்கள் பல உண்டு; உலகமே கடவுள் மயம் என்ற கொள்கையின் பொருளில் கொண்டு, ஆதிமூல புத்தர் வைரோசனர் என்று உருக்கொடுத்துவிட்டனர். இதேபோலத்தான் அமிதபா என்ற கடவுள் உருவையும் கொடுத்து வணங்கத் தொடங்கினர். அதுதான் புதிய மதமுமாயிற்று.

மஹாயானம் உயர்ந்த லக்ஷ்யங்களிலிருந்து பின்நோக்கிச் சென்ற விவரம் இது. பிரபஞ்சத்தின் நிலையில்லாத ஓட்டம் என்பதை நிராகரித்துவிட்டு, அனைத்திற்கும் தெய்வீகமான அதிகாரத்தை வற்புறுத்தி, அதை மாற்றவே முடியாது - அது ஆணையிட்டு ஆளும்

அரசன் போன்றது என்றும் இறங்கிவிட்டது. ஆத்மாவை மீண்டும் கொள்ள முனைகிறது. முதலில் வாத்ஸ்புத்ரீயர்கள் இதைத் தெளிவில்லாமல் கூறினார்கள். பிறகு, ஆரம்பகாலத்து விக்ஞானவாதிகள் கூறும் ஆலய விக்ஞானம் என்ற வடிவில் நிர்ணயமான இலக்கணங்களும் சேர்ந்து உறுதிபெற்றது. கடைசியாக அவர்கள் கூறிய ததாகத கர்ப்பம் என்ற மிகவும் விநோதமான, சாத்திரப் பொய்களும் கட்டுக்கதைகளும் சேர்ந்த கருத்தில் மேலும் வலுப்பட்டுவிட்டது. புத்தருடைய கடவுள் மறுப்புக் கொள்கையை அறவே மறுத்துத் தள்ளிவிட்டு, மனிதச்சாயை படிந்த கடவுளை வணங்கும் புதிய கொள்கையைக் கொண்டது. அந்தக் கடவுள்தான் ஆத்மா இல்லையென்ற தத்துவம் என்றும், அதுவே பரம ஸத்யம் என்றும் உபதேசம் செய்யவும் தொடங்கிற்று மஹாயானம்.

இவை யாவும் ஓரளவு புறம்பான விஷயங்கள். அதாவது பௌத்தத்தில் அதன் தொடக்க காலத்துத் தூய வேதத்திற்கும் நிஜமான பொருளுக்கும் முற்றிலும் பகையும் அந்நியமுமான சிந்தனைகளையும் கருத்துக்களையும் ஒட்டவைக்க முயன்றதன் விளைவுகளே இவை. நாகார்ஜுனர்தான் உள்ளார்ந்தும், மிக அழுத்தமாகவும் ஆழமாகவும் பௌத்தம் பெரிய மாற்றத்தைப் பெறும் வகையில் செயற்படுகிறார். பரமஸத்தியம் பற்றிய பௌத்தப் பார்வையிலும் கருத்திலும் ஏற்பட்ட இந்தப் பெரிய மாற்றத்தையே முற்றிலும் தென்படாதவாறு செய்கிறார் அவர்.

புத்தர் கூறிய பிரபஞ்ச ஓட்டம் - நிலையாமை, அவர் நிறுவிய பிரபஞ்ச காரண காரியத் தொடர்பை விளக்கும் பிரதீத்ய ஸமுத் பாதத்திலிருந்தும் அதன் தொடர்புடனும் தோன்றியது. இந்தக் கருத்து பௌத்தத்தில் இந்தக் கொள்கை எந்தத் தடையும் மறுப்பும் இல்லாமல் நிலைத்திருக்கும் வரையில், வெளியில் எத்தனை ஒட்டுப் போட்டாலும் அதிலிருந்து, அதை மீறிய புதிய கருத்து ஏதும் செல்லுபடியாகாது என்பதை நன்கு தெரிந்துகொண்டார் நாகார்ஜுனர். தோன்றுவன அனைத்தும் மறைந்துவிடும் என்ற அசல் கருத்தையே மாற்ற விரும்பி முற்றிலும் புதியதும் மிகவும் வெளிப்படையானதுமான ஒரு விளக்கத்தைப் பிரதீத்ய ஸமுத்பாதத்திற்கே கண்டு உரைக்கிறார்.

இப்படி இவர் கூறிய புதிய விளக்கம் முன்பே கூறப்பட்டது. அதை அப்படியே முழுதுமாகவே ஏற்கிறார். ஆனால், ஒரு சிறு யோசனை போல் ஒன்றைச் சேர்க்க விரும்புகிறார். உலகில் அனைத்துமே சில சூழ்நிலைக் காரணங்களுக்கு உட்பட்டுத்தான் தோன்றுகின்றன என்பதுடன், அவ்வாறு காரணங்களுக்கு உட்பட்டுத்

தோன்றுவது எதுவுமே தனக்கு இயல்பாகவே ஒரு நிஜத்தன்மை உண்டு என்றதையும் இழந்தனவே (அது நிஜமல்லாதது என்று ஆகிறது). ஆகவே, குறிப்பிட்ட காரணங்களுக்கு உட்பட்டே தோன்றும் எதையுமே நிஜம் எனக் கொள்வது முடியாது. சுயேச்சையான ஏதோ ஒரு பரிபூரணம், உலகில் உள்ள பலவகை வேறுபாடுகளையும், மாறுதல்களையும் பலப் பலவாய் இருத்தலையும் கடந்து, அப்பால் பரமஸத்யமாக இருக்கிறது என்பதுதான் அந்தச் சிறு யோசனையால் கிடைத்த முடிவு. இப்படித்தான், கடைசியில் தொடக்க காலத்துப் பௌத்தத்தின் அடிப்படையான கருத்தில் சிறு மாற்றம் செய்து, அதைத் திரித்து மாற்றி அப்புறப்படுத்தியும் விட்டார் நாகார்ஜுனர்.

9. யாவுமே க்ஷணிகம் என்ற கொள்கை

> (க்ஷணிகம் என்பது கணம் தோன்றி கணத்தில் மறைவது என்பதுதான் என்றாலும், இது ஒரு மிகைப்படுத்திக் கூறும் விஷயம். உலகில் பொதுவாக எதுவுமே நிலையில்லை என்ற உண்மைதான் மிகைப்படக் கூறப்படுகிறது.)

நாகார்ஜுனர் இப்படித் திருத்திச் சொன்ன பிறகும், பிரபஞ்சத்தின் நிலையற்ற ஓட்டம் என்ற கருத்து மறைந்துவிடவில்லை. பௌத்த மதத்தில் அது ஒரு புதிய வடிவில் தொடர்ந்து இருந்துதான் வருகிறது. அதுதான் க்ஷணிகத்வம் என்பது. யாவுமே க்ஷணந்தோறும் தோன்றி மறைவனவே என்பது இதன் பொருள். மேலும் இதுதான் பிரதீத்ய ஸமுத்பாதத்தின் மிகச் சரியான உட்பொருள் என்றும் கூறுகிறார்கள். அதாவது அதற்கு இரண்டு விளக்கங்கள் - ஒன்றுக்கு மற்றது எதிராக வளர்கின்றன. சாத்திரம் சொல்லும் யாவும் நிலையானவை என்று கூறியதற்கும், தர்க்கரீதியாக ஆய்ந்து கூறிய ஓயாது தோன்றி உளதாகும் என்றதற்கும் இடையே உள்ள வேறுபாடு இவற்றுள் இருக்கிறது. ஸ்டெர்பாட்ஸ்கி[80] இந்த வேறுபாட்டை, நாகார்ஜுனரும் சாந்தரக்ஷிதரும் தமது நூல்களில் கூறும் கடவுள் வாழ்த்துப் போன்ற - மங்கல சுலோகம் என்ற தொடக்கச் செய்யுளுக்கு இடையே இருக்கும் வேறுபாட்டை மிகவும் பொருத்தமாகக் காட்டி இதைச் சொல்கிறார்.

நாகார்ஜுனர், தான் இயற்றும் 'மாத்யமக - காரிகா' என்ற நூலில் கூறும் சம்பிரதாயமான புத்த வணக்கத்தில், தனது புதிய ஒட்டு வேலைகளைக் காட்டுகிறார். அதன் சாரம் இதுதான்: "பன்மை அதாவது புறத்தில் பொருள்கள் பல இருக்கின்றன என்பதோ, அவற்றுள் பேதப்படும் - வேறு வேறான தன்மை உண்டு என்பதோ, ஆரம்பம் முடிவு என்பனவோ, அசைவோ, இயக்கமோ, இங்கு அங்கு என்பதோ எதுவும் இல்லையோ அத்தகைய பிரதீத்ய ஸமுத் பாதம் என்ற

தத்துவத்தை வெளியிட்டருளிய புத்தபிரானை வணங்குகிறேன்" என்பது. இதற்குப் பதில் சொல்வது போலவே சாந்த ரக்ஷிதர் தனது 'தத்துவ ஸங்கிரஹம்' என்ற நூலை, பொருள்கள் தோன்றச் சார்பாகும் தத்துவத்தை வேறுவிதமாக விளக்கிக்கொண்டு தனது புத்தர் வாழ்த்தைக் கூறுகிறார். அதன் சாரம் இதுதான். "உலகத்தில் யாவுமே ஓயாமலும் ஒழியாமலும் அசைந்து இயங்கிக்கொண்டே இருப்பனவே. ஆகவே, கடவுளும் கிடையாது; ஆதிமூலமான இயற்கையும் கிடையாது. ஆதாரமான எதுவுமே கிடையாது என்று அறுதியிட்டுக் கூறும் பிரதீத்ய ஸமுத் பாதம் என்ற தத்துவத்தை அருளிய புத்தபிரானை வணங்குகிறேன்."

சாந்தரக்ஷிதர் இந்த தத்துவத்திற்குக் கொண்ட பொருள், க்ஷணம் தோன்றும் தோற்றத் தன்மை என்று பொருள்படும் 'க்ஷணிகத்துவம்.' இதனால் அவர் கூற நினைப்பது, அனைத்துப் பிற தத்துவங்களையும், இன்னதென்று விளக்குதற்குரியதாய் அனைத்தையும் கடந்து அப்பால் உள்ள பரிபூர்ணம் என்றதும் உட்படத் தனக்குப் போட்டியாய் எழும் அனைத்துத் தத்துவங்களையும் இல்லை என்று சொல்வதுதான்.

இங்கே ஒன்றைத் தெளிவுபடுத்திக்கொள்வது அவசியமாகிறது. சாந்தரக்ஷிதர் ஒரு விக்ஞானவாதி; அதேபோல திங்நாகரும் தர்ம கீர்த்தியும் விக்ஞானவாதிகளே; சாந்தரக்ஷிதர் அவர்கள் இருவரையுமே பின்பற்றுபவர். அவ்விருவரின் கருத்துப்படி வெறும் எண்ணங்கள் மட்டுமே நிஜமானவை. இயற்கை பௌதீகமான உலகம் என்பவற்றிற்கு அவற்றுக்கே உரிய நிஜமான இருத்தல் என்பதே கிடையாது. இந்த வகையில் அவர்களுடைய நூல்களில் நாம் காணும் நிலையாமைக் கொள்கை கருத்துமுதற் பார்வையின் தொடர்புள்ளது. இந்த க்ஷணிகக் கொள்கைக்கு அவர்களைக் கொண்டுசென்ற காரணம் எதுவானாலும் அவர்கள் அதில் மிகவும் தீவிரமாகவே இருக்கின்றனர்; ஆனால், அது அவர்கள் புதிதாய்க் கண்ட தத்துவமில்லை என்பதும் உண்மைதான்.

அதைக் கண்டு கூறியவர்கள் ஸௌத்ராந்திகள்; பிரபஞ்சத்தின் நிலையில்லாத் தன்மையை-உலகம் அநித்யம் என்பதை முதன் முதலாக க்ஷணிகத்வம் என்று தத்துவமாக்கியவர்கள் அவர்களே; அவர்கள்தான் ஆரம்பகாலத்துப் பௌத்தர்கள். பின்னால் வந்தவர்கள், தம்மை மஹாயானிகள்-உயர்ந்த-பெரிய வழியைக் கடைப்பிடிப்பவர் என்று சொல்லிக்கொண்டு ஸௌத்ராந்திகர்களைத் தாழ்ந்த வழியில் செல்வோர் என்று பொருள்படும் 'ஹீனயானிகள்' என்று இழித்துக் கூறினர். ஆரம்பகாலத்து பௌத்தர்களுக்கு இரண்டு பிரிவுகள் தத்துவ வகையில் பிரபலமாயிருந்தன. ஒரு பிரிவு ஸௌத்ராந்திகர்களுடையது; மற்றொன்று வைபாஷிகர் என்பவர்கள் சேர்ந்த பிரிவு. வைபாஷிகர் களுடைய கொள்கைக்கு. 'ஸர்வ-அஸ்தித்துவ - வாதம், அதாவது உலகில்

அனைத்துமே இருப்பனவே என்று பெயர். இந்த இரு பிரிவினருக்கும் இடையே உள்ள வேறுபாடு சமய நூல்கள் பற்றியதேயாகும். ஏனென்றால், பௌத்த மரபுப்படி உண்மையாகவே ஆதாரமாகக் கொள்ளத்தக்கன எந்த நூல்கள், எவை கொள்ளத்தகாதன என்பது பற்றியே முக்கியமான வேறுபாடு காணப்படுகிறது. ஆயினும் கூர்ந்து கவனித்தால் அவர்களுக்கிடையில் தத்துவ சம்பந்தமான நிஜமான அக்கறையிலும் விவாதம் இருப்பது தெரியும்.

பௌத்தர்களின் சம்பிரதாயப்படி, முதன் முதலில் ஒழுங்குபடுத்திச் சட்டமாகத் தொகுக்கப்பட்ட சமய நூல்கள், விநயம் என்பதும் சூத்திரம் என்பதும்தான் (விநயபிடகம் - சூத்திரபிடகம்). புத்தர் இறந்த பிறகு சில நாட்களுக்குள் முதன் முதலாகக் கூட்டப்பட்ட பௌத்தர்களின் மஹா சபையில் பெற்ற மிக முக்கியமான பெரும் பயன் இதுதான். விநயம் என்பது முக்கியமாக பிக்ஷுக்கள் நடந்துகொள்ள வேண்டிய ஒழுக்க முறைகளைச் சட்டமாகத் தொகுத்துக் கூறுகிறது. தத்துவங் களையும் பல்வேறு விஷயங்களைப் பற்றியும் புத்தர் செய்த சில உரைகளையும் தொகுத்துக் கூறுவது சூத்திரங்கள். புத்தரின் இந்த உரைகளின் முக்கியமான இயல்பு, மிகவும் அதிகமாகச் சாத்திரங்களைக் கொண்டு இல்லாததையெல்லாம் ஏதோ ஊகத்தால் கூறுவதை புத்தர் ஏற்கவேயில்லை என்பதுதான். இந்த முதலாவது மகாசபையின் வெற்றிகளைப் பற்றிப் பின்னால் வந்த அபிதம்ம பிடகத்தில் குறிப்புக் கூட இல்லை என்பது ஒரு சிறப்பம்சமாகும். அபிதம்மத்தின் தனிச் சிறப்பு, அது மிகவும் வெளிப்படையாகவே சாத்திர ஊகங்களில் மிக்க ஆர்வம் காட்டுவதுதான்; முதலாவது, மகாசபையில் கூடிய பிக்ஷுக்கள் தங்கள் குருவுக்கு மிகவும் நெருக்கமாய் இருந்த காரணத்தால்-அவருடைய உபதேசங்களை மறக்காமலும் மறுக்காமலும் இருந்ததால் தானோ என்னவோ அவர்களால் புத்தருடைய வெறும் சாத்திரங்களின் பால் இருந்த மறுதலிப்பை விட முடியவில்லை.

ஆனால், இந்த மறுப்பு விரைவில் மறைந்து அபிதம்மம் தோன்றி விடுகிறது. கி.பி. முதலாம் நூற்றாண்டிலேயே ஆரம்ப காலத்துப் பௌத்தர்களின் சில உட்பிரிவுகளில் இந்த சாத்திரப் பேச்சும் ஊகங்களும் அதிகமாய்விடுகின்றன. அபிதம்ம நூல்கள் செழுமையாக வளர்ந்ததுடன் அவையும் புனித நூல்களே என்ற நிலையும் ஏற்படுகிறது. ஸர்வ-அஸ்தித்வவாதிகளான வைபாஷிகர்களும் அபிதம்மத்தின் உரையான விபாஷா என்பது கூறுவதிலிருந்தும் ஏழு அபிதம்ம நூல்கள் தெரியவருகின்றன.

ஸௌத்ராந்திகர்கள், அபிதம்மம் விபாஷா என்ற இரண்டையுமே அதிகாரபூர்வமானவையும், உண்மையானவையுமான சமய நூல்கள்

என்று ஒப்புக்கொள்வதில்லை. புத்தபிரான் அவசியம் என்றும் பொருத்தமானவை என்றும் கருதிய அபிதம்மங்கள் - சாத்திரக் கூறுகள், சூத்திரங்களின் தொகுப்பிலேயே கிடைக்கின்றன என்பது அவர்களுடைய கருத்து. இந்த விஷயத்தில் ஆரம்ப காலத்துப் பௌத்தர்கள், பின்னால் ஹீனயானிகள் என்றழைக்கப்பட்டவர்கள் அறவே மாறுபடுகின்றனர். ஸௌத்ராந்திகர்கள் சூத்திரத் தொகுப்பையே முக்கியமாகச் சார்ந்து நிற்பவர்கள். வைபாஷிகர்கள் அபிதம்மத் தொகுப்பையும் விபாஷா என்ற உரையையும் சார்ந்து நிற்பவர்கள்.

ஹீனயானிகள் இரு பிரிவினராயிருந்தனர். அபிதம்ம நூல்களையும் அதன் உரையான விபாஷா என்பதையும் முன்னது, யாரும் எழுதாத-தானே எழுதப்பட்டது என்றும், பின்னதை மிக மிகப் பழைய சாத்திரம் என்றும் அதிகாரபூர்வமான ஆதாரமென்றும் கொள்வர் ஒரு பிரிவு. மற்றொரு பிரிவு ஸௌத்ராந்திகர்களைக் கொண்டது. ஸர்வ அஸ்தித்வவாதிகளான வைபாஷிகர்கள் சொல்லும் நூல்கள், மனிதர்கள் தம் முயற்சியால் செய்தவை; எனவே பிழைபடும் இயல்புள்ளவை என்று அவர்கள் கூறினார்கள். மேலும், இந்த அபிதர்ம சாத்திர நூல்களைப் புத்தபிரான் எழுதவேயில்லை. மேலும், தன் அதிகார ஆதரவுடன் அவை இயற்றப்பட்டன என்று எங்குமே குறிப்பிடவும் இல்லை. அவர், தான் இயற்றிய சில சூத்திரங்களில்-சூத்திராந்தங்களில் (சூத்திரத்தின் இறுதியில் உள்ள விஷயம்) அபிதர்மக் கொள்கைகளைப் போதித்தார். ஆகவே, இந்த சூத்திராந்தங்களும் அவற்றிலுள்ள, அர்த்த விநிச்சயம். அதாவது இதற்கு இதுதான் அர்த்தம் என்று நிர்ணயம் செய்யும் பகுதிகளுமே 'அபிதர்ம பிடாகம்' என்று ஏற்பட்டது என்பர். அதனால்தான் அவர்களுக்கு 'ஸௌத்ராந்திகர்' என்ற பெயரும் வந்தது. சூத்திராந்தங்கள் மட்டுமே தூய பிரமாணம் என்று கொள்பவர்கள் என்பது இதன் பொருள்.[61]

பிரமாண நூல்களைப் பற்றிய இந்த மாறுபட்ட சர்ச்சைக்குப் பின்னால், அதிகமான சாத்திரக் கொள்கைகளை ஏற்பது விரும்பத்தக்கதா இல்லையா என்ற பிரச்சனை அடங்கியிருக்கிறது. ஸௌத்ராந்திகர்கள் வெறும் சாத்திரங்களுக்கு எதிரானவர்கள். சூத்திரங்கள் அப்படித்தான் சாத்திரங்களை மறுக்கிறது. இது தர்க்கரீதியான ஆய்வுடன் சம்பந்தப் படுவதையும் கவனிக்க வேண்டும். வைபாஷிகர்கள் மிகவும் அதிகமான சாத்திரச் சார்பு கொண்டதன் விளைவாகவே ஸௌத்ராந்திகர் அவர்களிடமிருந்து தங்களைத் தனியே பிரித்துக்கொண்டனர். வைபாஷிகர்கள் நாளடைவில் பிரபஞ்ச நிலையாமை பற்றிய ஆரம்ப காலத் தத்துவத்தின்பால் அக்கறை காட்டவில்லை என்பதுடன், ரகசியமாக அதைக் கை விட்டனர்.

வைபாஷிகர்கள் கொண்ட மிக முக்கியமான சாத்திரக் கருத்து, காலத்தின் மூன்று பரிமாணமான இறந்த காலம், நிகழ் காலம், எதிர் காலம் என்ற மூன்றிலும் பொருள்கள் (உலகமும் உலகத்தில் உள்ளனவும்) இருக்கின்றன என்பதை உறுதியாகக்கொள்வது. எல்லாமே-மனத்தில் உள்ளனவும், மனத்துக்குப் புறத்தில் உள்ளனவும் எல்லாமே எக்காலத்தும் இருப்பன என்று கூறுவதால்தான்-ஸர்வ-அஸ்தித்வவாதிகள் எனப் பெயர் பெற்றனர் என்பது பொதுவாய் அனைவருமே நினைப்பது. இது தவறான எண்ணம். இந்த எண்ணத்திற்குக் காரணம் சங்கரர் துரதிர்ஷ்டவசமாக இந்தத் தத்துவத்தை இவ்வாறு தவறாக எடுத்துக் கூறியதுதான்.[62] அபி தர்ம கோசம் என்ற நூல் அவர்களைப் பற்றிக் கூறுவதுதான்.[63] கடந்த காலத்தைச் சேர்ந்தனவோ, இப்போது தோன்றுவனவோ, இனி எதிர்காலத்தில் தோன்றப் போவனவோ ஆகிய பிரபஞ்சம் அனைத்துமே இருப்பனவே என்று கூறுகிறவர்களே ஸர்வாஸ்தித்வவாதிகள் என்றுதான் அபிதர்மகோசம் விளக்கம் தருகிறது. அடிப்படையில் அந்தக் கருத்து, காலம் என்ற நினைவை-குறிப்பைப் பற்றியது. பௌத்த தத்துவவாதிகள் இதில் பெரிதும் கவனம் கொள்கிறார்கள். ஏனெனில் புத்தர் உபதேசித்த பிரபஞ்சத்தின் நிலையில்லா ஓட்டம், பிற்காலத்துப் பௌத்தர்களை காலம் பற்றிய எண்ணக் குறிப்பை மிகவும் பலமானதும், பயன் தருவதுமான வகையில் கையாண்டு விளக்கும் நிர்ப்பந்தத்தைத் தருகிறது. இதை ஸர்வாஸ்தித்வவாதிகள் கையாளும் வகை தனிப்பட்டதோர் முறையில் விந்தையும் புதுமையுமாயிருக்கிறது. ஏனெனில் அது வெளிப்படை யாகவே, நிரந்தரமான பிரபஞ்ச ஓட்டம் என்ற கருத்துக்கு முரணான தாகவே இருக்கிறது. ஆனால், அவர்கள் தாங்கள் கொண்டதுதான் புத்தருடைய பேச்சுக்களால் உறுதியாவதாகச் சொல்லிக்கொள்கிறார்கள். முக்காலத்திலும் பொருள்கள் இருப்பனவே என்பதற்கு தங்களுக்கே சொந்தமான - பிறரைச் சாராத தர்க்கரீதியான ஆதாரங்களையும் காட்டுகிறார்கள். "முக்காலத்திற்கும் உரிய முக்காலத்தையும் சார்ந்த - பல்வேறு விஷயங்களின் எண்ணங்களும் கருத்துக்களும் நமக்கு உள்ளன. நிஜமாகவே விஷயங்கள் இல்லையென்றால், அவை எப்படி நமது எண்ணங்களுக்கும் கருத்துக்களுக்கும் ஆளான-உட்பட்ட விஷயங்கள் ஆக முடியும். (விஷயம் என்பது புறத்தே உள்ள உலகம்-உலகத்துப் பொருள்கள் - நுண்பொருள்-பருப்பொருள் ஆகிய அனைத்தையும் குறிக்கும்). மேலும், கடந்த காலத்துச் செயல்கள் அவற்றின் விளைவுகளைப் பயக்கும் என்கிறோம். அந்தச் செயல்களே இல்லை என்றால் வெறும் சூன்யத்திலிருந்து விளைவுகள் ஏற்பட முடியாதே. ஆகவே, கடந்த காலத்துச் செயல்கள் இடையிலும் இன்னும்

வர இருக்கும் காலமனைத்தும் இருப்பனவே ஆகின்றன" என்பது அவர்கள் வாதம்.

இவற்றையெல்லாம் அவர்கள் ஆரம்ப தத்துவமான, பிரபஞ்சத்தின் நிலையில்லா ஓட்டம் என்பதுடன் எப்படிப் பொருத்தம் காட்டி சரி செய்கிறார்கள்? அவர்களுக்கு இந்த சிரமமான நிலை உண்டுதான். இதற்கு நான்கு வெவ்வேறு வழிகளில் விடை சொல்லிச் சமாளிக் கிறார்களாம்.[64] இதுபற்றி ஸௌத்ராந்திகர்கள் கூறுவது பின்வருவது: ஸர்வாஸ்தித்வவாதிகள் இப்படியொரு பிரச்சனையைப் பெரிதும் செயற்கையாகத் தமக்குத் தாமே உண்டாக்கிக்கொள்கிறார்கள். அவர்களுக்கு அபிதர்மத்தில் - வெறும் சாத்திரத்தில் இருக்கும் தவறான சிரத்தையாலும் நம்பிக்கையாலும் இப்படி ஒரு கொள்கையை முக்காலத்திலும் விஷயங்கள் உண்டு என்பதைப் பேச்சுக்காக வைத்துக் கொள்கிறார்கள். பிரபஞ்சத்தின் நிலையாமை பற்றிப் புத்தர் கூறிய மூலமான உபதேசங்களுக்கு இது மாறானதும் அவற்றை மீறுவதுமாகும் என்பதே அவர்கள் சாட்டும் குற்றம். இந்தக் குற்றச்சாட்டுக்கு வசுபந்து என்பவரின் ஆதாரம் இருக்கிறது. வசுபந்து தனது ஆரம்ப காலத்து வாழ்வில், ஸௌத்ராந்திகர்களையே உறுதியாகக் கடைப்பிடித்தவர். ஆனால், தனது பிற்காலத்தில் அவரே விக்ஞானவாதியாகவும் மாறிவிட்டார்.

ஸர்வாஸ்தித்வாதிகள் கொண்ட இந்தக் கருத்து, உரையிலக்கியம் புதிதாகச் சொன்னது (நூல்களுக்கு, குறிப்பாகச் சமய நூல்களுக்கு நுணித்துப் பொருள் காணும் விரிவுரை எழுதுவோர் தாமாகவே-நூலில் காணாதவற்றையும் கண்டவாறாக எழுதிவிடுவதுண்டு). அதாவது அபிதர்ம நூல்களுக்கு விரிவுரை கண்டவர்கள் கூறியது இது. புத்தருடைய உபதேச உரைகளில் இது கிடையாது என்கிறார் வஸுபந்து. அந்த உபதேசங்களையே நாமும் கொள்வதாகக் கொடி கட்டிக் கொண்டுவந்த ஸௌத்ராந்திகர்கள், பௌதீகங்களுக்கு அழியாத நிரந்தரமான சாராம்சம் ஏதுமில்லை என்று பறைசாற்றி நிஜத்தன்மை என்பதெல்லாம் க்ஷணிகமாகத் திடீரெனத் தோன்றி மறைவனவே என்றும், பௌதீக விஷயங்கள் இல்லாமை என்றும், சூன்யத்திலிருந்து நம் வாழ்வில் தோன்றி மீண்டும் அதே சூன்யத்திற்குத் திரும்பிவிடுவனவே என்றும்-அவை நிலையற்று இருந்து மறைவனவே என்றும் முடிவாகச் சித்தாந்தம் செய்தனர்.[65]

இந்தியத் தத்துவங்களில் தர்க்கரீதியான ஆய்வை நாம் தெரிந்து கொள்ள வழியே இல்லாமல் செய்த பெரிய இழப்பு ஸௌத்ராந்தி கர்களின் நூல்கள் கிடைக்காமற்போனதாகும்: திபெத்திய மொழி

இந்தியத் தத்துவ இயலில் நிலைத்திருப்பனவும் அழிந்தனவும்

பெயர்ப்புக்களில்கூட அவை இல்லாமற் போய்விட்டன. திபேத்து மஹாயானிகளின் கோட்டை. அங்கேதான் மஹாயான நூல்கள் மிகுந்த சிரத்தையுடன் காக்கப்பட்டன. அந்த நூல்களிலிருந்து ஸௌத்ராந்திக தத்துவம் பற்றி நூல் எழுதிய சில பெரிய ஆசிரியர்களின் பெயர்கள் நமக்குத் தெரிகிறது; அவர்களுடைய நூல்களிலிருந்து மற்றவர்கள் எடுத்துக் காட்டாய்க் கூறுவது, சில துண்டு துண்டான விஷயங்களே.

இந்த நிலையில், க்ஷணிகத்வ வாதம் பற்றிய ஆதாரமாக நமக்குக் கிடைப்பன இரண்டு. அதை மறுப்பதற்காகவென்றே நியாய வைசேஷிகர்கள் கூறும் சில விஷயங்கள். இதை அவர்கள் மறுப்பதில் காட்டும் அவ்வளவு அக்கறைக்கும் காரணம், தர்க்கரீதியான ஆய்வுக்கு மாறாக அவர்கள் யந்திரரீதியான பொருள்முதற்கோட்பாட்டை நிறுவுவதுதான்; உலகில் தோன்றும் மாறுதலும், தோன்றி உளவாதலும், பின் மறைந்தொழிவதுமான அனைத்தையுமே நியாய வைசேஷிகர்கள் கொண்டது எவ்வாறெனில், அவை யாவுமே அழியாத - சாசுவதமான அணுக்களில் ஒன்றுசேர்வதும், அந்தச் சேர்க்கையில் யந்திரரீதியான எல்லையில்லாமல் நேரும் பல்வேறு வகைகளாக இணைவதும் தவிர வேறில்லை என்றுதான் அவர்கள் நினைத்தார்கள். பொருள்களின் உற்பத்தியும் அழிவும் முன்பு கூடிச்சேர்ந்த பாகங்களில் - அணுக்களின் வேறு வகையான அமைப்புக்கு உட்படுவதுதான் என்றும் கொண்டனர்.⁶⁶ கௌதமர் கூறும் சூத்திரம் பின்வருவது: "முன்பிருந்த ஒரு பொருள் அழிவதை, அந்தப் பொருள்களின் பழைய பாகங்களே புதிய வகையில் கூடிச்சேர்ந்து (இது வ்யூஹம் எனப்படுகிறது) மற்றொரு புதிய பொருளைத் தோற்றுவிப்பதைக் கூர்ந்து கவனித்து ஊகிக்க முடிகிறது" (அநுமானம்). இதற்கு வாத்ஸ்யாயனர் உரை: பால் என்ற பொருளின் பாகங்கள் வேறுவிதமாகக் கூடுவதால் பாலிலிருந்து தயிராகப் புதியதொரு பொருள் உண்டாவதைப் பார்க்கும்போது, அது ஒரு தனிச் சிறப்பான சேர்க்கை; (இதை, ஸம்மூர்ச்சனா-பல அணுக்கள் வேறு வகையில் சேர்தல் என்பர்) பால் என்ற பழைய பொருள் அறவே அழிந்து, அதன் பாகங்கள் குலைந்து, வேறுவிதமாகச் சேர்ந்துதான் தயிர் உண்டாகிறது என்பதை அனுமானிக்கிறோம். ஒரு பானை-மண்ணின் பாகங்கள் ஒருவிதத்தில் கூடிச் சேர்ந்ததால் உண்டாகிறது. அதன் முன் வடிவான களிமண்ணின் பாகங்கள் அழிந்துதான் பானை உண்டாகியது (களிமண் வேறுவிதமான அணுக்கூட்டம், பானை அந்த அணுக்கள் குலைந்து அழிந்த பின் வந்த வடிவம்). பாலும் தயிரும் ஆகக் கடைசியில் மூலமாகும் அணுக்களுடன் தொடர்பு கொண்டவையே.

பொருள்கள் வெவ்வேறாக மாறுபடுவதை-யந்திரரீதியில் மாறுபடுவதை, க்ஷணிகவாதம் எப்படி மறுப்பதாகக் கொள்ளப்படுகிறது என்பதைக் காண்போம்.

இந்த க்ஷணிகவாதம் பற்றிய செய்தி கிடைக்கும் மற்றொரு ஆதாரம் பிற்காலத்து விக்ஞானவாதிகளின் விரிவான நூல்களாகும். அவற்றிலும் சிறப்பானவை தர்மகீர்த்தி, சாந்தரக்ஷிதர் என்பவர் களுடைய நூல்களும், அவற்றிற்கு உரை செய்தவர்களின் கூற்றுக் களுமாகும். இவர்கள் ஸௌத்ராந்திகர் கொண்ட கருத்தையே மேற்கொண்டு, அதைத் தமது கருத்துமுதற்கோட்பாட்டுடன் சம்பந்தப்படுத்துகிறார்கள். இந்த அடிப்படை மேல்தான் தற்காலத்து அறிஞர்களான ஸ்டெர்பாட்ஸ்கியும், முகர்ஜியும் போன்றவர்கள், பௌத்தர்கள் கருத்தான ‘நிலையற்றதே அனைத்தும், யாவும் க்ஷணிகம்’ என்பதை விவரிக்கின்றனர். இதுபற்றி இரண்டு விஷயங்களைக் கவனிக்க வேண்டும். ஒன்று: ஸௌத்ராந்திகர்கள் கருத்து முதல்வாதிகள் இல்லை. அதை எதிர்ப்பவர்கள், மனத்தில் மட்டுமின்றி வெளியேயும் உலகம் உண்டென்றும் அது நிஜம் என்றும் நிச்சயமாகக் கொள்பவர்கள். ஆகவே, விக்ஞானவாதிகள் க்ஷணிகக் கொள்கையை விளக்கும்போதும், முடிவாக நிறுவும்போதும் கருத்துமுதற்கோட்பாட்டின் பக்கமாகச் சாய்ந்து பரிந்துரைப்பது காணப்படுகிறது; ஆனால் அது, விக்ஞானவாதிகள் புதிதாகப் புகுத்தியதே தவிர க்ஷணிகத்தின் ஆரம்ப காலத்திலிருந்த அம்சமே இல்லை. ஆனால் க்ஷணிகவாதம் பற்றிய வரை இத்தகைய ஒரு பக்கச் சாய்வு அவர்களுக்கு இல்லை. அதை அப்படியே விக்ஞானவாதிகள் ஏற்றுக்கொள்வதில் காட்டும் ஆர்வம், அவர்கள் பிரத்யக்ஷம் போன்ற பிரமாணங்களை ஏற்றுக்கொண்டத்தைப்போன்றதே; அது அவர்களுடைய அதிதீவிரமான கருத்து முதற்கோட்பாட்டுக்கு எந்த வகையிலும் ஒத்துப்போக முடியாதது என்பதை முன்னரே கூறியுள்ளோம்.

மேலே கூறியதனைத்துமே ஒரேயொரு அம்சத்தை வலியுறுத்துவ தற்குத்தான். நமது அகத்தே தோன்றும் எண்ணங்கள் மட்டுமே நிஜமானவை; புறத்தே பொருள்களே இல்லை என்ற கருத்துடன் ஒத்துப்போக க்ஷணிகக் கருத்தை, வலிந்து முயல்வது தவறானது. உண்மையில் பௌத்த நூல்களில் அது நிச்சயிக்கப்படுவதைவிட மேலும் சிறப்பாக அது பிற்காலத்து விக்ஞான வாதிகளின் நூல்களில் விளக்கம் பெறுகிறது. தர்மகீர்த்தியும் சாந்தரக்ஷிதரும் மிகுந்த படைப்பாற்றல் கொண்ட தத்துவ அறிஞர்கள்; ஆகவே, அவர்களும் க்ஷணிகக் கொள்கைக்குத் தர்க்கரீதியிலான வளத்தைச் சேர்க்கின்றனர் என்றே கருத வேண்டும். ஆயினும் ஸௌத்ராந்திகர்களுக்கு இதில் உள்ள தனித் தன்மையையும் முக்கியத்துவத்தையும் குறைத்துக் கூற முடியாது. சாத்திர ஊகங்களை அதிகமாகக் கொள்ளும் போக்கை மறுக்கும் அவர்கள், புத்தரே கூறிய சூத்திராந்தங்களில் முழு உண்மையுடன் பக்தி கொண்டு, பிரபஞ்சத்தின் நிலையில்லா ஓட்டம்

என்பதை மட்டுமே பின்பற்றுகிறவர்களாயினர். அதைத்தான் அவர்கள் முதிர்ந்த முன்னேறிய தத்துவ விசாரத்தில், க்ஷணிகம் என்று கூறி நிலை நிறுத்தினார்கள். தர்ம கீர்த்தியும் சாந்தரக்ஷிதரும் அதை வளப்படுத்தினர். எனினும், அந்தக் கருத்தை முதலில் எடுத்துரைத்தவர்கள் கருத்து முதற் கோட்பாட்டுக்கு எதிரிகளான ஸௌத்ராந்திகர்களே என்பதையும் நினைவில் கொள்ள வேண்டும். மேலும் க்ஷணிகக் கொள்கையில் தான் தர்க்கரீதியான ஆய்வு. ஒரு கொள்கைக்குரிய வளர்ச்சி பெற்ற நிலையை அடைகிறது. இத்தகைய வளர்ச்சி ஹெகலுக்கு முன்னால் எங்குமே எதிலுமே காணப்படவில்லை.

தொடக்கத்தில் கூறவேண்டியவற்றைக் கூறினோம். இனி க்ஷணிகம் என்ற கருத்து யாது என்று சுருக்கமாகக் காண்போம்.

உலகில் இருத்தல் என்பது என்ன? அல்லது எது நிஜமானது என்று நிர்ணயமாகக் கூறுவதில் - இருத்தல் என்பதற்குப் புதிய விளக்கம் கூறுதலே இதன் தொடக்கம். வைபாஷிகர்கள், "இருத்தல் என்பது தனக்கே உரிய இயல்புடையது எதுவோ அதுவே இருத்தல் (இருப்பது நிஜமானது)" என்று கூறுகிறார்கள்.[67] இதை நாகார்ஜுனர் எளிதாகவே தனக்குச் சாதகமாக மாற்றிக்கொண்டு, எதுவுமே நிஜமில்லை. எதுவுமே இருத்தலைப் பெறுவதுமில்லை என்று நினைத்துக்கொண்டு தன் முடிவைக் கூறுகிறார். எல்லாமே வேறுசில சூழ்நிலைக் காரணங்களால் உள்ளனவாகின்றன. அத்தகையவை, காரணங்களைச் சார்ந்தே இருக்கின்றனவே தவிர அவற்றுக்கெனத் தனியே எத்தகைய இயல்பும் இல்லை என்று கொள்கிறார். ஸௌத்ராந்திகர்களுடன் சேர்ந்து தர்மகீர்த்தி மற்றும் வைபாஷிகர்களின் முடிவை மறுத்து, நிஜமானது என்பதற்குரிய திட்டவட்டமான தன்மையும் ஆற்றலும் அது கொண்டிருத்தல் வேண்டும். - அதாவது ஏதேனும் பயனை, விளைவை நிறைவேற்றுவதாகவும் அது இருத்தல் வேண்டும். இதை, தர்மகீர்த்தி, 'அர்த்த - க்ரியா ஸாமர்த்திய-லக்ஷணத்வம்' என்கிறார்.[68] ஏதேனும் ஒரு விஷயத்தைப் பற்றிய செயலை உண்டாக்கும் ஆற்றலைப் பெற்றிருப்பதே நிஜமானது என்பது இதன் பொருள். விந்ததேவர் அதற்குப் பின்வருமாறு பொருள் கூறுகிறார்.[69] இதில், 'அர்த்த' என்ற சொல்லுக்குப் பிரயோசனம்-பயன் என்பது பொருள். க்ரியா என்பது-நிஷ்பத்தி-அதாவது உண்டாக்குதல் - நிறைவேற்றுதல் என்று பொருள்படும். இரண்டும் சேர்ந்த 'அர்த்த - க்ரியா' என்று கூறியதற்கு, ஒரு பொருள் பற்றிய - அதன் செயல் - அதாவது ஒரு பயனை நிறைவேற்றுதல் என்பது பொருளாகிறது. 'அர்த்தக்ரியா - ஸாமர்த்தியம்' என்ற தொகை நிலைத் தொடருக்கு, ஏதேனும் ஒரு பிரயோசனைத்தை நிறைவேற்றும் ஆற்றலைத் தண் இயல்பாகக்

கொண்டிருத்தல் என்பது பொருள். இத்தகைய இயல்புகளைக் கொண்டிருப்பதே-ஒரு பொருள் என்பதற்கு இன்றியமையாத இலக்கணம் என்பதே, நீண்ட தொகைநிலைத் தொடராக, "அர்த்த-க்ரியா-ஸாமர்த்திய-லக்ஷணத்துவம்" என்று கூறப்பட்டது.

ஒரு விஷயம் நிஜமானது என்பதற்குரிய சான்று, அது பயனுடைய தாயிருத்தல் என்று ஆகிறது. எது பயனுடையதாய் இருக்கும் ஆற்றல் உடையதோ அதுவே நிஜமான பொருள் எனப்படும். இத்தகைய ஆற்றல் இல்லாதது நிஜமானதில்லை. இதை நமது தினசரி வாழ்க்கையே நிரூபிக்கிறது. உதாரணமாக, ஒரு குடம், துணி ஆகியவை நிஜமானவை. அவை ஒரு பயனை நிறைவேற்றும் ஆற்றலுடையவை. மாறாக, முயற்கொம்பும் ஆகாயத் தாமரையும் நிஜமானவை அல்ல. அவை இல்லாப் பொருள்கள். அவற்றால் பயனளிக்க முடியாது. மக்களின் பேச்சு வழக்கில்கூடப் பயன்தருவதும் பயன்படாததுமான வகையில் சில வழக்காறுகள் உள்ளன. உதாரணமாக, ஒருவன் தனக்கொரு மகன் இருந்த போதிலும், அந்த மகனால் பயன் பெறாத போது, எனக்கு மகனே இல்லை என்று கூறுகிறான். மற்றொருவனுக்கு நிஜமாகவே மகன் இல்லை. ஆனால் யாரோ ஒரு சிறுவன் அவனுக்கு மகன் போலவே நடந்துகொண்டு மகனுக்குரிய உதவிகளைச் செய்யும் போது, எனக்கு மகன் இருக்கிறான் என்று கூறுகிறான்.[70] இந்த ஸாமர்த்தியம் - ஒரு பயனை நிறைவேற்றும் ஆற்றல்-என்பதற்கு ஒரு விளைவை உண்டாக்குதல் என்பதே பொருள். இந்த ஆற்றலைக் கொண்டுதான், நேரிடையில் பார்த்த ஓர் உண்மையை வெறும் நினைவும் கற்பிதமுமானதிலிருந்து பிரித்தறிகிறோம்.[71] தர்மகீர்த்தியின் விளக்கம்.

கடைசி வரையில் (முற்றிலுமாக) நிஜமானது என்ற சொல்லை, அது விளைவை உண்டாக்கும் ஆற்றலைக் கொண்ட ஒரு பொருளைக் குறிக்கப் பயன்படுத்துகிறோம். இதனால்தான் நேரிடையாகப் பார்த்த பொருள்களால் பயன்தரும் செயல்கள் நிகழ்கின்றன. கற்பிதமான பொருளால் பயனேதும் விளைவதில்லை. அப்படி கற்பிதமான பொருளை நாம் நமது சிந்தனையில் - எண்ணத்தில் - ஒரு மாதிரியாக-அரைகுறையாகக் காண்பது போல் நினைத்துக்கொண்டாலும், அது பிரத்யக்ஷமாகக் கண்ட பொருள் ஆவதில்லை. ஆகவே, அதனால் விளைவு ஏதுமில்லை. நிஜமாகவே நேரில் காணும் பொருள்தான் நோக்கமும் பயனும் உள்ள செயலை உண்டாக்குகிறது.

நிஜம் என்பதன் இந்த இலக்கணத்திலிருந்து அடுத்தபடியாக உடனே வரும் வாதம், எல்லாமே க்ஷணிகமாகத்தான் இருக்க வேண்டும்; அது நிலையானது என்ற எண்ணம் வெறும் மாயைதான்.

இந்தியத் தத்துவ இயலில் நிலைத்திருப்பனவும் அழிந்தனவும்

ஏதேனும் ஒரு செயலைச் செய்யும்போதுதான்- செய்யும் வரையில்தான் அது நிஜமாயிருக்கிறது; ஒரு நிஜப் பொருள்-ஒரு தேச கால நிலையில்தான் வியாபித்திருக்க முடியும் என்பதால், அது ஒரே ஒரு செயலைத்தான் - வேறு எதற்கும் இல்லாத வகையில் தனக்கேயுரிய குறிப்பிட்ட ஒரே செயலைத்தான் செய்ய முடியும். ஒரு பொருள் - ஓரிடத்தில் - ஒரு நேரத்தில் குறிப்பிட்ட வகையில் தனக்கேயுரிய விளைவை உண்டாக்கிச் செயற்படும். இத்தகைய ஒரே ஒரு விளைவை உண்டாக்கும் வரையில்தான் அது நிஜப் பொருள் ஆகிறது. ஒரே ஒரு- அதற்கு மட்டுமே உரிய விளைவு என்பது யாது? அது மறைவதோ அல்லது அதன் அடுத்த இருத்தல் நிலைக்கு மாறுவதோதான் அது; ஆகவே அது க்ஷணிகம் (நிலையற்றது). ஆனால் பல பொருள்கள் சில காலம் வரை நீடித்திருக்கின்றன-கிட்டத்தட்ட நிலையானவையே என்றுதான் நாம் நினைக்கிறோம் என்பதிலும் ஐயமில்லை. ஒரு குடம் உடைந்து மண்ணுடன் கலந்து மக்கிப் போய் மண்ணாகவே மாறும் வரை கணிசமான ஒரு காலம் வரை இருப்பதாகவே தென்படுகிறது. ஆனால் அது மாயமான தோற்றம்; காட்சிக்கு உட்படும் மாறுதல்கள் அனைத்துமே மாறுதலை அடைவதற்கு முன்னால், காட்சிக்கு உட்படாத தொடர் வரிசையாய் நிகழும் மாறுதல்கள் பல உண்டு. கண்ணுக்குப் புலப்படும் மாறுதல் தொடர்ந்து மாறுபட்டுக்கொண்டே இருக்கும் வரிசையின் விளைவுகள். ஒன்றையொன்று சந்திக்கும் இடம் ஒரு நிலையிலிருந்து மற்றொரு நிலைக்கு மாறும் இடம்; அங்குதான் எண்ணிக்கை அளவில் குவிந்திருந்த கண்ணுக்குப் புலப்படாத மாறுபாடுகள், கண்ணுக்குப் புலப்படும் மாறுபாடுகள், குணாம்சத்திலும் புதிய மாறுதலாக ஆகிறது; 'ஏ' என்ற பொருள் சில காலம் ஒரு நான்குக்ஷணம் இருப்பதாக நாம் நினைக்கிறோம் என்று வைத்துக் கொள்வோம்; பிறகு, அது 'பி'யாக மாறுவதைக் காண்கிறோம். அதுவும் சில காலம் இருப்பதாகத் தோன்றிப் பிறகு 'சி'யாக மாறுகிறது. அடுத்து 'டி'யாக மாறுகிறது. (ஏ என்பது மாறிக்கொண்டே இருப்பது என்பதன் விளக்கம் இது) இந்த நான்குக்ஷணம் என்ற நேரத்தில் ஏ இருப்பதை, ஏ1, ஏ2, ஏ3, ஏ4 என்று கொள்வோம். இதற்கடுத்து பி வருகிறது. இதை, ஏ1, ஏ2, ஏ3, ஏ4, பி என்று இந்தத் தொடர்ந்து வரும் க்ஷணங்களின் நடப்பைக் குறிக்கலாம். ஏ4 என்பது பி-யை உண்டாக்குகிறது. ஏ3 தான் ஏ4 என்பதை உண்டாக்குகிறது. ஏ4 என்பதும் பி என்பதும் தெளிவாகவே ஒன்றுக்கு மற்றொன்று வெவ்வேறு எனத் தெரிகிறது. அவற்றுக்குக் காரணமான, நான்காவது ஏ யும், வெவ்வேறானவையாகவே இருக்க வேண்டும். ஆனால், வெளித்தோற்றத்தில் வேறானவை அல்ல என்றுதான் தெரியும். அதே போல ஏ2 என்பதும் ஏ3 என்பதும் வெவ்வேறானவையே. ஏ1 வேறு;

ஏ2 வேறு. ஆகவே, ஒரு பொருள் சில க்ஷணங்கள் நீடித்து இருப்பதைப் போலத் தோன்றினும், அது இருப்பது ஒரு க்ஷணமே; அதுதான் அதன் காரண சக்தி; மற்றொன்றை உண்டாக்கும் வல்லமை. ஸ்டெர்பாட்ஸ்கி[72] கூறுகிறார்:

"ஒரு பொருளின் நிஜத்தன்மையை நிலைநாட்ட மிகவும் அவசிய மான அம்சம், அது பயன் தரும் செயலுக்குப் பாத்திரமாகும் பொருளாய் இருப்பதுதான் என்ற இலக்கணத்திற்கு விதிவிலக்கே இல்லை. அந்த அம்சம் இருத்தல் என்பதன் நுனி முனையுடன் சேர்ந்தது. ஆனால், எந்தப் பொருளும், தான் இருந்த கடைசி க்ஷணத்தின் நிலைக்கு மாறாக அதனினும் வேறு வகையில் பயனுள்ள செயலுக்குப் பாத்திரம் ஆவதில்லை. வேறு வகையில் திறனுள்ளதாகவும் மாறுவதில்லை. அதன் முந்தைய க்ஷணங்கள், விளைவைத் தருவதற்காக - கடைசி க்ஷணத்தின் திறமை மீது தாமும் படிந்துவிடவும் முடியாது. அதன் அடுத்து வரவிருக்கும் க்ஷணம், முன்னர் இருந்த விளைவை ஏற்படுத்துவது கிடையவே கிடையாது. கமலசீலர் கூறுவது: ஒரு பொருள், தனது இருப்பின் கடைசி க்ஷணத்தை அடையும்போதுதான் மற்றொரு பொருளை உண்டாக்க முடியும் (அந்த க்ஷணம்தான் அதன் ஒப்பற்ற நிஜமான க்ஷணமாகும்). அதன் மற்ற க்ஷணங்கள் திறமையற்றவை. ஒரு விதை முளையாக மாறும்போது, அந்த மாறுதலைச் செய்தது, விதை என்ற இருப்பின் கடைசி க்ஷணமாகும். அந்த விதை களஞ்சியத்தில் அமைதியாகக் கிடந்தபோதிருந்த க்ஷணங்கள் முளையைத் தோற்றுவிக்கவில்லை. விதையின் முந்தைய க்ஷணங்கள் எல்லாமே நேரிடையாக இல்லாவிடினும் வேறு வகையில் முளைக்குக் காரணங்களாகாதா என்று இதற்கு மறுப்புக் கூறலாம். அது சாத்தியமில்லை. ஏனெனில் ஒவ்வொரு க்ஷணத்திலும் மாறிக் கொண்டே இருந்திராவிட்டால், அதன் இயல்பு நீடிப்பதாகவும் மாறாததாகவுமேதான் இருக்கும். முளை வெடிக்கும் க்ஷணம், காரணங்கள் மற்றும் சூழ்நிலைகளின் ஒட்டுமொத்தத்தாலும் உண்டாக்கப்பட்டதுதான் என்றால், ஒவ்வொரு க்ஷணத்திற்கும் இது பொருந்தும். ஏனெனில் ஒவ்வொரு க்ஷணத்திற்கும் ஒட்டுமொத்தமான காரணங்களும் சூழ்நிலைகளும் உண்டு. அதனால்தான் அந்த க்ஷணமே இருக்கிறது. நாம் கூறும் க்ஷணமென்பது அதுதான் நிஜமானது என்றும் நாங்கள் கருதுகிறோம். அந்த க்ஷணம்தான் ஒரு செயல் - ஒரே மாதிரியான க்ஷணங்கள் தொடர்ந்து ஓடிக்கொண்டிருப்பது ஒரு முடிவான க்ஷணமாகிறது. ஆனால் இந்த அர்த்தத்தில் முடிந்துவிடுகிறது என்பதுமில்லை. ஒவ்வொரு க்ஷணத்தையும் தொடர்ந்து அடுத்த க்ஷணம் நிகழ்கிறது. அந்த க்ஷணத்தில் ஏற்படும் ஒரு முடிவுதான்

நிஜத்தன்மையின் சாரமாகிறது. அந்த சாராம்சம், சிறப்பாகப் புலப்படும் அல்லது முன்னதைப் போன்றதன்றிப் புதிதாய்த் தோன்றும் க்ஷணமே தவிர வேறு இல்லை. இதை, 'விஜாதீய-க்ஷண உத்பாதம்' அதாவது தன்னிலும் வேறான - தன் இயல்பைப் பெற்றிராத க்ஷணம் தோன்றுதல் என்று கூறுகிறோம். அது சிறப்பானதாகவும், முந்தையதிலிருந்து வேறாக இருப்பதும் நம்முடைய பேச்சு வழக்களவில் தேவைப் படுகிறது. ஏனென்றால், தடையும் இடையீடும் இல்லாமல் நிகழும் க்ஷணங்களின் மாறுதலை கவனிக்காமல் விடுவதுதான் நம் இயல்பு. அது ஒரு புதிய இயல்பாக மாறியபோதுதான் அதை நாம் கவனத்தில் கொள்கிறோம். அதாவது அந்த க்ஷணம் - வேறாகப் புதிதாய் மாறிய க்ஷணம்-அது பற்றி நாம் நடந்துகொள்வதிலும் நம் எண்ணத்திலும் ஒரு புதிய மனப்போக்கைப் பதிவுசெய்யப் போதுமானதாகிறது. ஒரு பொருள் இருக்கும்போது (நீடித்தது போல் தோன்றும் க்ஷணங்களில்) அதன் கழிந்துபோன க்ஷணங்கள் அவையாகவே இருத்தல் என்பது அவற்றில் ஏற்படும் வித்தியாசத்தை நாம் கவனிப்பதில்லை என்பதுதான். அந்த க்ஷணத்தின் அதாகவே இருக்கும் இயல்பில் ஏற்படும் இடையீடு- இடை முடிவு, அவற்றின் ஓட்டத்தின் முடிவு அன்று. அது எப்போதுமே ஒரு பொருள் என்றே நினைத்துக்கொள்ளவும்படுகிறது. அது க்ஷணங்களின் ஒன்றிணைந்த தன்மை. அதன் வேறுபாட்டை-அது மாறிக்கொண்டே இருப்பதை நம்மால் கவனிக்க முடிவதில்லை. "நிஜத் தன்மையின் சாரமும் அடிப்படையும் இயங்கிக்கொண்டே இருப்பதுதான்" என்கிறார் சாந்தரக்ஷிதர்.

இதே கருத்தை தர்மகீர்த்தி தர்க்க சாத்திரச் சொற்களால் தெளிவுபட அமைக்கிறார். பிரபஞ்சத்தின் நிலையில்லா ஓட்டம் என்ற உவமையை, இருத்தல் என்ற மனக் கோளிலிருந்தே - நாம் நினைத்துக்கொண்டிருக்கும் வகையிலிருந்தே, அலசி ஆய்ந்து அனுமானமாக முடிவு கூறுகிறார் அவர்.[73] "இருத்தல் - நிஜமான இருத்தல் என்பதன் அர்த்தம் செயலாற்றும் (விளைவைப் பயக்கும்) திறன் என்பதே. அந்தத் திறன் என்பது மாறுபடுதல் (ஒன்று மற்றொன்றாதல்). எது அறவே மாறுதலுக்கு உட்படாதோ அது அறவே திறனற்றதுமாகும். திறனற்றது இருத்தல் என்பதும் அறவே கிடையாது. இயக்கமற்றது இல்லாதது என்ற இரண்டு சொற்களுமே ஒன்றுக்கு மற்றதை மாற்றிக் கூறுவனவாகும். ஏனென்றால் ஏதேனும் விளைவைப் பயப்பதைத் தவிர, ஒரு பொருள் இருப்பதை நிரூபிக்க வேறு வழியே கிடையாது."

அலசி ஆய்ந்து அநுமானத்தால் முடிவு செய்வதை, "ஸ்வபாவ அநுமானம்" என்பர் (ஒன்றன் தன்மையை இயல்பைக் கொண்டே ஆய்ந்து கூறும் அநுமானம்). ஒன்று அதாகவே இருத்தல் என்பதை,

“தாதாத்மயம்” என்பர். அது அதாகவே இருக்கும் தன்மை என்பது பொருள் (இவ்வாறு அநுமானத்தால் காணும் முடிவுகளை விவாதத்தின் முடிவில் தீர்ப்பாகக் கூறி முடிப்பார்.) ஸ்வபாநுமானம் பற்றிய முடிவான தீர்ப்புக்கள் பின்வருவன: “இருத்தல் என்றால் திறன்; திறன் என்றால் மாறுபடுதல். இனி தாதாத்மயம் பற்றியவை.[74] தொடக்கம் உடைய எதுவும், எப்போதும் மாறிக்கொண்டே இருக்கும். காரணங்களால் உண்டான எதுவுமே நிலையற்றது (க்ஷணிகம்). தன் காரணங்கள் மாறுவதை சார்பும் பற்றுக்கோடுமாகக் கொண்டு, எது தானும் மாறிக்கொண்டே இருக்குமோ அதுவும் க்ஷணந்தோறும் நிகழும் மாறுதலுக்கு உட்பட்டதுதான். உணர்வுள்ள விளைவால் (பயனால் காரியத்தால்) உண்டானது எதுவுமே நிலையற்றது. இந்த இயல்புகள் அனைத்துமே அவற்றின் நீளம் - மடிப்பு வெவ்வேறாயினும், இருப்பு பற்றிய வரையில் ஒன்றே-வேறல்ல. ஏனென்றால், ஒரே மாதிரியான ஒரே நிஜத்தன்மைக்கு முன்பின் முரண் இல்லாமல் இவற்றைப் பொருத்தலாம்.[75]

சாந்தரக்ஷிதர்[76] மற்றும் கமலசீலர் ஆகியோரின் நூல்களில், யாவுமே அழிவன என்ற கருத்தை ஆய்ந்ததன் அடிப்படையில் இந்த க்ஷணிகவாதம் நிறுவப்படுகிறது. க்ஷணிகவாதத்தை மிகவும் பிடிவாதமாக எதிர்க்கும் நியாய வைசேஷிகர்களும்கூட உளதாகும் பொருள்கள் அதாவது உண்டாக்கப்படும் பொருள்கள் யாவுமே அழிவனவே என்று ஒப்புக்கொள்கின்றனர். அவர்கள் இதை, ‘க்ருதகம்’ செய்யப்பட்டவை (செயற்கையாய் உண்டானவை) என்று அழைப்பர். இவற்றைத் தவிர வேறாக அவர்கள், அக்ருதகம் - பிறரால் செய்யப்படாத நிஜங்கள் என சிலவற்றை ஒப்புக்கொள்கின்றனர். அவை அழியாதவை. செய்யப் படாதவை. அவை, கடவுள், ஆகாயம் என்ற வெளி போன்ற சில. இவை வெறும் இட்டுக்கட்டுக்கள்; கற்பிதமானவை; புலப்படும் பொருள்களாகும் நிஜங்களாக இவை இல்லை. நிஜத்தன்மை என்பதன் சரியான பொருள், ஒன்றுக்குக் காரணமாகும் திறன் அர்த்த - க்ரியா - சாரித்வம் என்பதே. கடவுள் ஆகாயம் போன்றவற்றில் இத்தகைய திறனை எதிர்பார்க்க முடியாது.[77] இவ்வாறு சாந்தரக்ஷிதரும் கமலசீலரும் இதை எதிர்த்துரைக்கிறார்கள்.[78] சாந்தரக்ஷிதர் கூறுவது: “ஆகாயம் (வெளி), காலம், கடவுள் போன்றவை இருப்பன என்றால், அவையும் க்ஷணிகங்களே என்ற நிலையிலிருந்து தப்ப முடியாது. அவையும் க்ருதகம் போன்றவையே. அப்படி அவை க்ஷணிகம் இல்லையென்றால் அவற்றிற்கு இருப்பு என ஏதும் இருக்க முடியாது. மாறாத - ஆகவே அழியாத எப்பொருளும் தொடர்ந்தோ ஒரே நேரத்திலோ பயனுள்ள செயல் திறன் கொண்டிருக்க முடியாது.

இந்தியத் தத்துவ இயலில் நிலைத்திருப்பனவும் அழிந்தனவும்

ஆகவே, அவை இல்லாதவையே. காரணம் மிக அருகில் இல்லாமையால் தான், காரியங்கள் - விளைவுகளில் தாமதம் நேர்கிறது. (இது நியாய வைசேஷிகர்கள் கூறும் வாதமாக இருக்குமோ?) ஆயின், திறனுள்ள காரணம் இருக்குமானால் அந்தத் தாமதம் எதனால் உண்டாகிறது? கமலசீலர்[79] தரும் விளக்கம்: (பொருள்கள்) காரியங்கள்-விளைவுகள் தமது விருப்பப்படி இருப்பன ஆவதில்லை. இல்லாதனவும் ஆவதில்லை. இவை இருப்பதற்கும் இல்லாமல் போவதற்கும், காரணம் இருப்பதும் அது இல்லாமையுமே சார்பும் பற்றுக்கோடுமாகும். இந்த நிலையில், ஒரு பொருள் தனது நிரந்தரமான வடிவத்தில் எப்போதும் இருக்குமானால், அதுவே அனைத்திற்கும் காரணம். ஆனால், அதன் விளைவுகள் உடனடியாக ஏன் உண்டாகவில்லை? அந்தக் காரணத்திற்கு உட்பட்டும் சார்ந்தும்தானே அவையும் உளவாதல் வேண்டும்? காரணம் இருப்பது மட்டும் போதுமே விளைவுக்கு? காரணமும் காரியமும் ஒன்றன் பின் ஒன்றாக ஏன் தொடர்ந்து தோன்ற வேண்டும். காரணத்திற்குப் பின்வரும் விளைவும் முன்னதாகவே வரட்டுமே? அதன் காரணம்தான் சற்றும் இடையூறின்றியும் குலையாமலும் இருக்கிறதே? காரியம் அல்லது விளைவைப் பற்றி இப்படித்தானே கொள்கிறார்கள்?

அக்ருதகம் - பிறரால் உண்டாக்கப்படாத நிஜங்கள் என அவர்கள் கூறுவனவற்றை ஏற்பது சாத்தியம் என்பதற்கெதிராக சாந்தரக்ஷிதரும் கமலசீலரும் வாதம் செய்யும் வகையில் மிகவும் நுண்ணிய பல விவரங்களை எடுத்துரைக்கிறார்கள். இவை நிஜமல்ல என்று மறுக்கும் அவர்களிருவரும், உண்டான-ஆகவே அழியும் பொருள்களே நிஜமானவை என்றும் அவற்றைத்தான் க்ஷணிகமானவை என்றும் கொள்ள வேண்டுமென்று நிரூபிப்பதில் மிகுந்த கவனமும் அக்கறையும் கொள்கிறார்கள். அவர்கள் மேலும் கேட்கிறார்கள். அழியும் இப்பொருள் களின் அழியும் தன்மை அவற்றின் உள்ளார்ந்த இயல்புடன் எப்படி சம்பந்தப்பட்டுள்ளன? அழியும் தன்மை என்பது பொருள்களின் உள்ளார்ந்த சாராம்சத்திற்குப் புறம்பானவையா அல்லது அவற்றின் இயற்கையான சாராம்சமே அதுதானா? அழியும் தன்மை பொருள்களின் இயல்புக்குப் புறம்பானவை - அவற்றிலும் வேறானவை என்றால், அந்தப் பொருள் தன் இயல்புப்படி அழியும் ஒன்றில்லை என்றாகும். அப்படியானால் பொருள் அழிவதை விளக்க முடியாது. ஆகவே, அவற்றின் அழிவு அதன் இயல்புக்கேற்ற இயல்பேயானதுதான் என்பதைத் தவிர வேறு வழியில்லை. இப்படிக் கொண்டால், அழிவுக்கு ஆளாகாமல் எந்தப் பொருளும் நிஜமாக இருப்பதில்லை. ஒரு பொருள் இருப்பதாகும் க்ஷணத்தைத் தொடர்ந்து அது அழியும் க்ஷணமும் வந்துவிடுகிறது. ஒரு பொருள் இருப்பதாக ஆகும் அதே

க்ஷணத்தில் அது, இல்லாமற் போகும், அல்லது மறைந்து ஒழியும் க்ஷணத்திற்குள் பாய்ந்துவிடுகிறது. ஆகவே, பொருள் எதுவுமே க்ஷணிகம் என்றாகிறது. முகர்ஜி இந்த வாதத்தைத் தொகுத்துக் கூறுவது பின்வருவது:[80]

"ஒரு பொருள் தன் இயல்புக்கேற்பவும் அமைப்புக்கு ஏற்பவும் அழியும் தன்மையுடையது என்றால், புறத்திலிருந்த எந்தச் சக்தியின் துணையும் உதவியும் இல்லாமலேயே தோன்றியவுடனேயே அழிந்துவிடும்; அதன் அமைப்புக்கேற்ப அழியும் தன்மையுடையது அன்று என்றால், அழியாமலேயே நிலைக்க வேண்டும்; புறத்திலிருந்து வரும் எந்தச் சக்தியும் அதை அழித்துவிட முடியாது; ஒரு பொருள் தன் இயல்பை இழந்து மற்றொன்றின் இயல்பைப் பெற்று (அழியாமையைப் பெற்று) அதே பொருளாக இருக்கவும் முடியாது; க்ஷணிகம் அதாவது இருந்து அழிவது அல்லது க்ஷணிகம் இல்லை-அதாவது இருந்து நிலைப்பது என்ற இரண்டிற்குமிடையே உள்ள எதுவுமே கிடையாது; ஆகவே, ஒரு பொருள் தன் இயல்பிலும் அமைப்பிலும் அழியும் தன்மையுடையதுதான் என்றாலும், அது அழிவதற்குப் புறத்திலிருந்து வேறான ஒன்று செயற்படுகிறது என்று வைத்துக்கொள்வது அபத்தமாகவே இருக்கும்."

யாவுமே க்ஷணிகம் நிலையற்றவை என்று முடிவெடுக்கும் இந்த வாதத்தின் முக்கியமான அம்சம் பின்வருவது. அழியும் தன்மை கொண்ட பொருள்கள் அழிவதற்கு, அழிவனவே மிகவும் நிஜமான வையும்கூட - அந்தப் பொருள்களுக்கு வெளியிலிருந்து ஏதோ ஒரு புறம்பான சக்தியோ எதுவோ காரணமாக முடியாது; ஆனால் புறம்பானது ஏதுமில்லையெனக் கூறுவதால் பொருள் அழிவதற்கு ஒரு நிச்சயமான காரணம் இல்லை என்று ஆகிவிடுவதில்லை; விவாதம் என்னவென்றால், அழிவிற்கான அந்தக் காரணம் இந்தப் பொருள் களிலேயே இருக்கிறது; அதுதான் அந்தப் பொருள்களின் இயல்பான தன்மை.

சாந்தரக்ஷிதர் வாதம்:-[81] "ஒரு பொருள் குறிப்பிட்ட ஒரு சூழ்நிலையைத் தருவதற்கான வேறு காரணம் எதையும் வேண்டி நிற்பதில்லை என்று கூறும்போது, அந்தச் சூழ்நிலை அந்தப் பொரு ளுடனேயே இணைந்திருப்பதாகவே கருதப்படுகிறது; ஏனெனில் ஒரு பொருள் அந்தச் சூழ்நிலையில் தனக்கேயுரிய காரணங்களால் தோன்றுகிறது (உளதாகிறது). காரணமாகும் சூழ்நிலைகள்-வேறு எதன் துணையும் நாடாமலேயே - தாமாகவே தமது விளைவுகளை (காரியங்களை) உண்டாக்கும் திறமை பெற்றே உள்ளன. மேலும்

இந்தியத் தத்துவ இயலில் நிலைத்திருப்பனவும் அழிந்தனவும்

உண்டாகும் பொருள் அனைத்தும் தமது அழிவில் வேறு எதனையுமே சாராமல் - தாமாகவே அழிகின்றன. உண்டாக்கப்பட்ட பொருள்கள் எல்லாமே எப்போதும் எங்கும் தம் அறிவு பற்றிய வரையில் வேறு எதையும் சாராத சுயேச்சையாகவே உள்ளன. அழிவுக்கான காரணங்கள் யாவும் இதில் அறவே பயன் விளைவிக்கும் திறன் அற்றவையே ஆகும்.[82] ஒரு பொருள் அழிவென்ற மற்றொரு பொருளால் அழிக்கப்படுகிறது" என்று சாதிப்பது உண்மையானதில்லை.

இதை ஒப்புக்கொள்ளாமல் அழியும் இயல்புடைய ஒரு பொருளின் அந்த இயல்பு, அதன் இயல்பல்லாத வேறு வெளிக்காரணம் ஒன்றினால்தான் அமைகிறது என்று கொண்டால் பல கஷ்டங்களும் அபத்தங்களும் நேரும். முகர்ஜி இதைத் தொகுத்துக் கூறுகிறார்:[83] "பொருளை அழிக்கும் ஒரு புறம்பான கர்த்தா உண்டு என்ற கொள்கை, தர்க்கரீதியான பல சிக்கல்களை விளைவிக்கும் ஒரு பொருளை அழிப்பதற்குத் தேவையென்று கொள்ளும் அந்தக் கர்த்தாவை (அழிவைச் செய்வது) நிலைநாட்டும் வகை யாது? அழிக்கப்படும் பொருள் மீது அதன் விளைவு ஏதேனும் இருந்தால்தானே கர்த்தா என்று நிறுவ முடியும்? ஆனால் அந்த விளைவை அலசினால் அது வெறும் தோற்றம் என்பது வெளிப்படும். சரி, இந்த விளைவின் இயல்பு யாது? அது வேறொரு வஸ்துவிலிருந்து உண்டானதா அல்லது, முன்பிருந்த ஒரு வஸ்து இல்லாமற் போவதா? முன்னது என்றால் அழிக்கும் கர்த்தா செய்யும் உபயோகமான வேலை ஏதுமில்லை; ஒரு பொருளை உளதாக்குவதே அதன் சொந்தமான-சரியான காரணம் தானே? அதற்கு மிக நெருக்கமான முன் நிகழ்வான வஸ்துவே அந்தக் காரணம்தான் (காரியத்திற்கு முந்திய க்ஷணத்தில் இருந்தே ஆக வேண்டியது காரணம்). பின்னால் வரும் நிகழ்வின் காரணமே, முந்தைய வஸ்துவின் அழிவிற்குக் காரணம்தான் (காரியத்திற்கு முந்திய க்ஷணத்தில் இருந்தே ஆக வேண்டியது காரணம்). பின்னால் வரும் நிகழ்வின் காரணமே, முந்தைய வஸ்துவின் அழிவிற்குக் காரணம் என்று சொல்வது, அழிவு என்பது தானே உண்டானது-ஒரே சமயத்தில் நிகழ்வது என்று சொல்வதாகவே ஆகும். அதுதான் நாங்கள் கொண்ட நிலைப்பாடும். சரி, இரண்டாவது பற்றிப் பார்ப்போம். அதாவது, அழிவைச் செய்வது எதுவோ அதுதான் முந்தைய வஸ்துவை இல்லாமற் செய்துவிடுகிறது என்பதும் வாதத்திற்கு நிற்காது; ஏனெனில் ஏதேனும் ஒரு வஸ்துதான் உண்டாக்கப்படுமே தவிர, இல்லாமை என்பது உண்டாக்கப்படும் ஒன்று அன்று. இல்லாமை உண்டாக்கப்பட்டு அதுவும் ஒரு வஸ்துவாகவே இருக்கட்டுமே என்பது சுத்த அபத்தமாகும். இந்த வகையில் பேச்சுக்காகவே இல்லாமை என்பதும், உண்டாக்கப்படும்

வஸ்துவும் ஒன்றுதான் என்று வைத்துக்கொள்ளலாமென்றால், அழிவதற்கான காரணம் என ஒன்றை - அதற்கு முன்பிருந்ததின் வேறாக வைத்துக்கொள்ள வேண்டியது அவசியமில்லாமல் போகும். அழிவைச் செய்யும் ஒன்று; அழிக்கப்படும் பொருள் மீது ஒரு விளைவை ஏற்படுத்துவதாகக் கொள்ள வேண்டியது இன்றியமையாததாகும். இந்த விளைவு அது ஏற்படும் வஸ்துவைவிட வேறா அல்லது வேறு இல்லையா? வேறுதான் என்றால், அது அந்த வஸ்துவை அழித்தல் என்பதில்லை; ஏனெனில் அவை இரண்டுக்கும் தொடர்பே இல்லையே; வேறு அன்று; அதுவேதான் என்றால், அதில் எந்தப் பயனும் இல்லை; புதிதாக ஏதும் உண்டாகவில்லையே?

ஆகவே, அழியும் தன்மை என்பது பொருள்களுக்குரிய உள்ளார்ந்த இயல்பு. அழிவு பொருள்களின் மீது வேறு புறம்பான ஏதோ ஒரு காரணி செயற்படுவதால் விளைவதும் அன்று; ஆகவே, ஒரு பொருளின் அழியும் தன்மை என்று வழக்கமாக நாம் சொல்வது தவறானதும் நேரானதும் அல்லாததுமான பேச்சுதான்; உதாரணமாக, ஓர் உருவச் சிலையின் உடம்பு என்று நாம் கூறுவதால், உடம்பு என்பது அந்தச் சிலையைவிட வேறானது என்றோ, சிலை உடம்பை உரிமையாகப் பெற்றது என்றோ அர்த்தம் ஏற்படாது; அதே போலத்தான் அழியும் தன்மைதான் பொருள்; பொருளைவிட வேறில்லை; அதனுடன் வந்து சேரும் ஒன்றுமன்று.

இதற்கு சாந்தரக்ஷிதர் பதில் கூறுகிறார்:[84] க்ஷணிகவாதத்தில் (எதுவும் நிலையில்லை என்ற கொள்கையில்) அழிவும் நாசமும் அழிந்தொழியும் தன்மையும், குடம் சுத்திப் போட்டு உடைவது போன்ற அர்த்தத்தில் கொள்ளப்படுவதில்லை; இது நமது அநுபவத்தில் காணும் அழிக்கப்படுதல் என்ற பொருளில் கொண்டதுதான்; இது 'பிரத்வம்ஸனம்' அழித்தல் என்பதுதான்; க்ஷணிகவாதத்தில் இது விநாசம் என்றும் விநச்வரத்வம் என்றும் விளக்கப்படுகிறது (அழிவு-அழியும் தன்மை). இதற்கு, இன்னும் சற்று ஆழமான வகையில் மறைந்தொழிதல் என்று அர்த்தம் கொள்ளப்படுகிறது. "கண்ணுக்குப் புலப்படாத முடிவே இல்லாமல் படிப்படியாய் நேரும் ஓயாத சிதைதல் அல்லது நிலையற்ற தன்மை இது. இதுதான் நிஜத்தன்மையின் சாரமும் அடிப்படையுமாகும். காலம்தான் குடத்தின் அழியும் தன்மைக்குக் கர்த்தாவும் காரணமும் ஆகிறது என்று ஒருவாறு கூறலாம். சாந்தரக்ஷிதர் கூறுவது: "நிஜத்தன்மை-உண்மை என்பதே முழுமையான அழிவு என்றுதான் பெயர் பெறுகிறது. அதாவது ஒரு க்ஷணகாலமே நீடிக்கும் ஒன்றுதான் என்ற இறுதி நிஜம். அழிவு, சுத்தியால் அடிப்பதால் உண்டாவதில்லை; அது தானாகவே தோன்றுகிறது; ஏனெனில், அது

இந்தியத் தத்துவ இயலில் நிலைத்திருப்பனவும் அழிந்தனவும் 647

நிஜத்தின் சாராம்சத்திற்கும் அடிப்படைக்கும் உரியது. நிஜம் என்பது நிலையற்றது."

'க்ஷணிகமான பொருள் அறவே அழிவதைத்தான் அது எடுத்துக் கூறுவதாய் இருக்கிறது' என்ற சொற்களில், இருத்தல் என்பது திடீரென்று-உடனடியாய் நிகழ்வது என்ற கொள்கையை முறைப்படுத்திச் சொன்னது மிக மிக மேலான ஓர் ஆச்சரியம். ஒரு மண்குடம் சுத்தியால் அடிக்கப்பட்டு துண்டு துண்டாகும்போது, குடம் என்பது இல்லாமற் போயிற்று என்பதை யாருமே மறுக்கமாட்டார்கள்; ஆனால் கண்கூடான இந்த அநுபவத்தில் காணும் மாறுதலுக்கப்பால், முன்பு சொன்னது போல், ஆரம்பமும் ஓய்வும் இல்லாததும் முடிவே இல்லாமல் படிப்படியாக நிகழ்வதுமான நிரந்தரமான மாறுதல் (ஒன்று வேறு ஆதல்) இருக்கவே செய்கிறது; அது ஓர் ஓடிக்கொண்டே இருக்கும் கடந்து சென்றுகொண்டேயிருக்கும் இறுதியான நிஜம். மண்ணிலிருந்து குடம் வளைவதும், அது உடைந்து துண்டுகள் ஆவதும் புதிய இயல்புகளே; இடைவெளியில்லாமல் நிகழும் மாறுதலில் குறிப்பிடத்தக்க க்ஷணங்களே இவை. இந்த மாறிக் கொண்டே இருக்கும் முறையான போக்கில் நீளமாக நீடிக்கும் எதுவும் இல்லை; நிரந்தரமான ஆதாரம் பொருள் எதுவும் இல்லை; எப்போதும் நீடிப்பது அடிப்படையான பௌதீகம். பௌதீகமான பொருள் என்பது வெறும் கற்பனையான நினைவுதான் என்று உறுதியாய் அறிவிக்கப் படுகிறது; எப்போதும் நீடித்து நிலையாய் நிற்கும் அடிப்படை என்று கூறும் ஆத்மா என்பதும் இதே மாதிரி ஒரு கற்பனை நினைவுதான். ஆகவே, ஒவ்வொரு அடுத்த க்ஷணத்திலும், அதற்கு முந்திய க்ஷணத்தின் மிகச் சிறிய - லேசான துளியும் தூசியும்கூட மிச்சமிருப்பதில்லை. க்ஷணங்கள் தனித்தனியானவையே; ஒவ்வொரு க்ஷணமும்-அதாவது ஒவ்வொரு க்ஷணத்திலும் தோன்றும் பொருளும் அது தோன்றிய மறுகணத்திலேயே அழிக்கப்பட்டுவிடுகிறது; அது அடுத்த கணத்தில் இருப்பதில்லை. இந்த அர்த்தத்தில்தான் ஒவ்வொரு பொருளும் தனது அழிவையே காட்டுவன என்று கூறுகிறோம். முந்தைய க்ஷணத்திலிருந்த ஒரு பொருள் அடுத்த க்ஷணத்திலும் மிச்சமிருந்தால், சாசுவதமானது என்று அர்த்தமாகிவிடும்; ஏனெனில், அது இரண்டாவது க்ஷணத்திலும் மூன்றாவதிலும் இப்படியே தொடர்ந்து வரும் க்ஷணங்களிலும், இரண்டாவது க்ஷணத்தில் இருந்தது போலவே இருக்கும்.

இந்த வகையான அழிதல், கடந்து போய்க்கொண்டே இருக்கும் அழிதல், அந்த நேரத்தில் நேரும் காரணங்களால் ஆவதில்லை. இருத்தல் என்பதே தொடர்ந்தும் எப்போதும் நிகழும் அறிவுதான். அது இருந்துகொண்டேயும் இருக்கும். அதாவது அழிக்கப்பட்டும்,

மாறிக்கொண்டும், அறிவுக்கும் மாறுதலுக்கும் எத்தகைய காரணமும் இல்லாமலேயே இருந்துகொண்டிருக்கும். இருத்தலின் ஆதாரங்கள் தாமாகவே மறைந்தொழிவன. மாறுதல் எப்போதும் தானாக நிகழ்ந்து கொண்டே இருக்கும். அதற்காக அவற்றிற்கு வேறு கூடுதலான சூழ்நிலை தேவையில்லை. ஒவ்வொரு நிகழ்வுக்கும் உரிய காரணங்கள் மற்றும் சூழ்நிலைகளின் ஒட்டுமொத்தத்தையும் தொடர்ந்து அந்த நிகழ்வு நடந்தே தீரவேண்டும். ஏனெனில் அந்த ஒட்டுமொத்தம் பிரசன்னமாயிருக்கிறது. வேறு எதுவுமே தேவையில்லை. அந்த ஒட்டு மொத்தம்தான் நிகழ்வே ஆகிறது. எல்லாமே அவற்றின் இயல்புப்படி மறைந்தொழிவனவே. அழிவதற்கும் மாறுவதற்கும் வேறு காரணம் தேவையில்லை. நிஜம் என்பது செயல்திறன்தான். அதுவேதான் மறைந்து அழிதலும் அழிவதும் என்றும் கூறலாம்.[85]

இப்படியெல்லாம் கூறுவது, ஒருவகைச் சூன்யம்தான் எல்லாம், வெறுமைதான் யாவும் என்று நம்மைக் கருதச் செய்யும். இவற்றுடன் மற்றொரு விஷயம் கூறுவது அவசியமாகிறது. க்ஷணிக வாதத்தின்படி, முந்தைய க்ஷணத்தின் அழிவும் மறைந்தொழிதலும் ஒட்டுமொத்தமானதும் முழுமையானதும் என்றுதான் கொள்ளப்படுகிறது. எனினும், அதன் விளைவு வெறும் இன்மை அல்லது சூன்யம் மட்டும் இல்லை. அழிதல் முழுமையானதுதான்; ஏனெனில், ஒரு க்ஷணத்தின் எந்தச் சொச்சமும் மிச்சமும் இருக்காது. ஆயினும் நிரந்தரமான இந்த மாறிக்கொண்டே இருக்கும் முறையின் விளைவு சூன்யமோ வெறுமையோ அன்று. ஏனெனில், அழிதல் என்பது ஒன்றின் இடத்தில் அதனினும் முற்றிலும் வேறான ஒன்றை வைப்பதுதான். பழையதை மாற்றிப் புதியதை வைப்பது; புதிதாய் வருவதற்கும், பழையதற்கும் பொதுவான அம்சம் எதுவுமே கிடையாது. ஆகவே, அழிவு என்பது இறப்பது மட்டுமில்லை; அதன் மறுபுறத்தில் புதியதன் பிறப்பும் இருக்கிறது. ஆகவே, இறப்பும் பிறப்பும் ஒரே நடைமுறைப் போக்கைக் காண்பதில் உள்ள இரண்டு வகைகள்தான். ஒன்று அழியும் வகையில் அது இறப்பு. ஒன்றை மாற்றி வேறொன்றை வைப்பது பிறப்பு. கண்ணுக்குப் புலனாகாததும் முடிவே இன்றிப் படிப்படியாக வரிசையாக அமைந்ததுமான இறப்பு பிறப்பு என்ற நடைமுறைப் போக்கு-பரிமாணத்திலும் நிறையிலும் கூடிக்குவிதல், குணாம்சமான பரிமாணத்தைப் பெறும்போது - அதாவது தனியியல்பும் தன்மையும் பெற்றுவிடும்போது, ஒரு பொருள் அதனினும் வேறான கவனத்தை ஈர்க்கும் மற்றொன்றால் மாற்றி அமைக்கப்படும்போது, நாம் ஒரு பொருள் ஒரு குறிப்பிட்ட காரணத்தால் அழிந்துவிட்டது என்கிறோம். உண்மையைச் சொல்வதானால், இது ஒரு அழிவின் காரண காரியத் தொடர்பின் சிக்கலான விஷயம் என்பதைவிட,

உடன்பாடான திட்டவட்டமான காரண காரியத் தொடர்பின் சிக்கல் என்றுதான் கொள்ளவேண்டும். ராகுல ஸாங்கிருத்யாயனர் இதை மிகவும் தெளிவாகக் கூறுகிறார்.[86] அதாவது விளைவைவிட அதிக மதிப்பு உள்ளதாகக் காரணத்தைக் கருதும்போது ஒன்று அழிந்து விட்டதாகச் சொல்கிறார்கள். ஆனால், காரியம் காரணத்தைவிட மேலானது என்று கருதும்போது ஒன்று உண்டாவதாகச் சொல்கிறார்கள். ஆனால், இந்த இரண்டு பேச்சுமே ஒரே நிலையை எடுத்துரைக்கும் இரண்டு வெளியீட்டு முறைதான். மரம் எரிந்தால், மரம் அழிந்தது என்றும், கரி உண்டாயிற்று என்றும் சொல்வதைப் போன்றதே இது. ஓயாமல் ஒழியாமல் மாறிக்கொண்டேயிருக்கும் பொருள்களில் ஒன்று மாறி-அதாவது ஒன்றிற்குப் பதிலாக மற்றொன்று வருகிறது என்பதுதான் உண்மையில் நடப்பது.

கௌதமர் நியாய சூத்திரம் எழுதிய காலத்திலிருந்தே நியாய வைசேஷிகர்கள் இந்த க்ஷணிகவாதத்தை மறுக்க மிக முயன்று வருகின்றனர். இதற்கு எதிராக அவர்கள் கூறும் ஒரே மாதிரியான வாதங்களுக்குப் போகுமுன் ஒரு முக்கியமான விஷயத்தைக் குறிப்பிட வேண்டும். க்ஷணிக வாதத்தைப் பூர்வபக்ஷமாக, தாம் எதிர்த்து வாதாடும் கருத்தாக எடுத்துக் கூறும்போது, அது பற்றிய முக்கியமான விவாதமாக வாஸ்த்யாயனர் கூறுவது, பின்னால் வந்த விக்ஞானவாதிகளான தர்மகீர்த்தி மற்றும் சாந்தரக்ஷிதர் ஆகியோரின் நூல்களில் இல்லை. இதனால் இந்த வாதத்தை வாத்ஸ்யாயனர் ஸௌத்ராந்திக நூல் ஒன்றிலிருந்துதான் எடுத்துக்கொண்டிருக்க வேண்டும் எனக் கொள்வதைத் தவிர வேறு வழியில்லை. அந்த நூல் நமக்குக் கிடைக்க வில்லை. இந்த வாதத்தைச் சுருக்கமாக, பொருள்கள் க்ஷணிகமானவை என்பதை உடல் என்ற உதாரணம் நிரூபிக்கிறது; உடல் ஒவ்வொரு க்ஷணத்திலும் மாறிக்கொண்டே இருக்கிறது[87] என்கிறார் வாத்ஸ்யாயனர்.

எல்லாப் பொருளும் க்ஷணிகமானவை என்பது எப்படித் தெரிகிறது? உடலிலும் மற்ற பொருள்களிலும் தொடர்ந்து நிகழும் வளர்ச்சியையும் படிப்படியாகச் சிதைந்து அழிவதையும் கண்கூடாகப் பார்க்கிறோம். இந்த வளர்ச்சியும் அழிவும் உடலில் தொடர்ந்து நிகழ்ந்த வண்ணமிருக்கின்றன. உண்ட உணவின் சாரங்கள், அவை சீரணமாகும் முறையில் பிரித்து எடுக்கப்படுகின்றன. அவை ரத்தமும் பிறவுமான வடிவத்தில் ஒன்றியும் விடுகின்றன. வளர்ச்சி தொடர்ந்து காணப்படுவதால், வெவ்வேறு உடல் உண்டாகின்றன (க்ஷணந்தோறும்) என்றும், தொடர்ந்து நிகழும் சிதைவாலும் அழிவாலும் அப்படி உண்டான அந்த வெவ்வேறு உடல்களும் அழிகின்றன என்றும் ஊகித்து அறிகிறோம். இதனால், உடலின் உறுப்பில் ஏற்படும் குறிப்பிட்ட

ஒரு மாறுதலிலிருந்து மட்டுமே அதன் எதிர்கால வளர்ச்சியையும் புரிந்து கொள்ளமுடியும். க்ஷணிகத் தன்மை குறிப்பிட்ட ஒரு பொருளின்-அதாவது உடலின் இயல்பு என்று நிரூபணமாகிவிட்டது. இதே போலத்தான் எந்த ஒரு பொருளும் க்ஷணிகத் தன்மை உடையதே என்று தெரிந்துகொள்ள வேண்டும்.

கௌதமர் இதை மறுப்பதையே பின்பற்றி வாத்ஸ்யாயனர் இதை, சட்ட விரோதமான - நியாயத்திற்குக் கட்டுப்படாத பொதுமைப் படுத்துதல் என்று கூறி மறுக்கிறார். உடல் நிரந்தரமாக மாறிக் கொண்டே இருப்பதால் மற்றவை அனைத்துமே, கல்லும் படிகமும் க்ஷணந்தோறும் மாறிக்கொண்டே இருப்பனவே என்று வாதிப்பது, மிளகாயப் பழம் ஒன்று மிகவும் காரமாய் இருக்கிறது; ஆகவே எல்லாப் பொருளுமே காரமானவை என்று வாதிப்பதைப் போன்றது.[88] உண்மை இதற்கு மாறானது. ஒரு படிகத்துண்டு ஒரு நிலையான பொருள் என்பது நிச்சயமான உண்மை. இந்த நிச்சயமான உண்மையின் நோக்கில், க்ஷணந்தோறும் புதிய புதிய படிகக் கற்கள் ஒன்றன் பின் ஒன்றாக அதில் தோன்றிக்கொண்டே இருக்கின்றன என்று வாதிடுவது அபத்தம். படிகமும் க்ஷணிகம் என்பது அர்த்தமே இல்லாத பேச்சு.

படிகத்துண்டு க்ஷணிகமில்லை என்பது அவ்வளவு நிச்சயமாகத் தெரிந்தால், படிகம் போன்ற பொருள்களில் ஓர் பாகம் மாறி அதனிடத்தில் வரிசையாய்த் தொடர்ந்து வேறொன்று தோன்றவில்லை என்பது எப்படி நிச்சயமாகத் தெரியும் என்று கேட்கலாம். இதைத் தீர்மானமாக நிரூபிக்க நியாய வைசேஷிகர்கள் கூறுவது: 'பிரத்ய பிரக்ஞை' என்பதாகும். அதாவது ஒரு பொருளை அது இதுதான் என்று அடையாளம் கண்டு கொள்ளுதல். சில காலம் கழித்து அதே படிகத்தைப் பார்க்கும்போது, அது நான் முன்பு பார்த்த அதே படிகம் தான் என்று அடையாளம் கண்டு தெரிந்துகொள்கிறேன். அந்தப் படிகத்திற்குப் பதிலாக வேறொன்று வந்திருக்குமானால் இந்தப் பிரத்யபிரக்ஞை சாத்தியமாகாதே; இதுவே மற்ற எல்லாப் பொருள்களுக்கும் பொருந்தும்.[89] எங்கோ ஒரு தடவை பார்த்த ஒரு விதையை வேறோர் இடத்தில் வேறோர் நேரத்தில் பார்க்கும்போதும், நான் முன்பு பார்த்த அதே விதைதான் இது என்று கண்டுகொள்கிறேன். அத்தகைய பிரத்யபிரக்ஞை, விதை என்பது எப்போதும் உள்ள ஒரு பொருள் என்பதை நிரூபிக்கிறது. ஆகவே, யாவும் க்ஷணிகமே என்பதை நிரூபிக்கும் வகையில் நீ நாடும் ஊகம்-அநுமானம் பிரத்யக்ஷத்தால் மறுக்கப்படும்."

இந்த வாதம்தான் க்ஷணிகவாதத்தை மறுக்கும் முடிவான வாதம்; ஆகவே, இதற்கு க்ஷணிகவாதிகள் கூறும் பதிலை அறிய மீண்டும்

ஸ்டெர்பாட்ஸ்கி[90] கூறுவதையே எடுத்துக் காட்ட வேண்டும். பௌத்தர்கள் கூறும் பதில்; வாதத்திற்காக, இருத்தல் -(அதாவது பொருள்கள் புலனாதல்) யாவுமே க்ஷணிகம் என்பது நமது அறிதலில் நேரிடையாகப் பிரதிபலிக்கவில்லை; (அதாவது நமக்குத் தெரியும்படிப் புலனாகவில்லை) என்றே வைத்துக்கொள்வோம்; ஒரு பொருள் நீடிக்கும் காலம் மட்டும் என்ன பெரிதாய்ச் சாதிக்கிறது? நீடிக்கும் காலம் நமக்குப் புலப்பட்டுவிடுகிறதா? என்று பௌத்தர்கள் கேட்கிறார்கள்; அதற்கு யதார்த்தவாதி யாவுமே நிஜம் என்பவன், "ஆம் ஆம்" என்றே விடை கூறுகிறான். ஒரு புனிதமான உண்மை உண்டு; அதுதான் பிரத்யபிரக்ஞை-பொருள்களை அடையாளம் கண்டு தெரிந்து கொள்ளும் தூய உண்மையே அது. அதுதான் பொருள்கள் நீடிக்கும் காலத்தையும் அவை ஸ்திரமானவை என்பதையும் நிரூபிக்கிறது. நான் முன்பு பார்த்த அதே படிகமணிதான் இது என்பது போன்ற அறிதலே அது; இப்படிச் சொன்னதற்குப் பௌத்தர்கள் கூறும் பதில்: "இந்தத் தீர்ப்பு (அறிதலால் கிடைத்தது) படிகமணி ஸ்திரமானது என்பதையும் அதன் இருப்பு நீடிக்கும் காலத்தையும் நிரூபிக்கவேயில்லை; படிகம். முன்பிருந்த நிலையும் இப்போதுள்ள நிலையும் ஒன்றே என்று நிரூபிக்கவில்லையே? இதை நிரூபிக்காத வரையில், கண்ணுக்குப் புலனாகாத இடையீடே இல்லாத மாறிக்கொண்டேயிருக்கும் முறை படிகத்திலும் உண்டு என்று நாங்கள் கொள்வதற்குத் தடை ஏதுமில்லை; அப்படிப் பார்க்கும்போது அது நீடித்திருக்கும் பொருள் ஆகாது; அது ஒன்றுக்குப் பின் ஒன்றாய் நிகழும் க்ஷணிகமான. இருத்தல்களின் மாறுதலே ஆகும்; "இது அதே படிகம்தான்" என்ற தீர்ப்பு அறவே பல திறப்பட்ட இரண்டு மூலகங்களின் சட்டத்திற்கு மாறான சேர்மானத்தால் ஏற்படுவதே; அவற்றிற்குப் பொதுவானது ஏதுமேயில்லை. இது என்ற மூலகம், தற்போது முன்னே உள்ளதான ஓர் உணர்வையும், நிஜமான ஒரு பொருளையும் சுட்டுகிறது; அது என்பது, மனத்தில் மட்டுமே உள்ளதும் நினைவுக்கு வந்தது மட்டுமேயானதுமான கடந்த கால உணர்வையும் பொருளையும் சுட்டுகிறது. அவை இரண்டும் வெப்பமும் குளிர்ச்சியும் போலத் தனித்தனியான வெவ்வேறு விஷயங்கள். எல்லாம் வல்ல இறைவனான இந்திரனும்கூட இவற்றில் ஒருமையை உண்டாக்க முடியாது; அத்தகைய பொருள்கள் யாவும் வெவ்வேறன்றி ஒன்றாகவே இருக்க முடியுமானால், பிரபஞ்சம் அனைத்துமே ஒரேவிதமான பொருள்களால் ஆகியிருக்கக்கூடுமே? நினைவு - ஞாபகம் என்பதன் பணியும் செயலும் கடந்த காலத்தை மட்டுமே நினைக்க இயலும் என்ற அளவுக்கு உட்பட்டவை; அது நிகழ்வை - நிகழ்கின்ற க்ஷணத்தை ஏற்றுணர இயலாதது; உணர்வு என்பது நிகழ்காலத்தை மட்டுமே ஏற்று உணர முடியும்; அது இறந்த

காலத்தை உணர இயலாதது; காரணங்கள் வித்தியாசப்படும்போது காரியங்கள் ஒன்றாகவே இருத்தல் என்பது முடியாது; காரியங்கள் காரணத்தால் விளையாமல் ஏதோ மனம் போன போக்கில் யாதொரு ஒழுங்கு முறையும் இல்லாமல் விளையும். ஞாபகமும் உணர்வும் என்ற இரண்டிற்கும் அவை ஒவ்வொன்றுக்குரிய செயலுக்குரிய களமும் தனித்தனி விளைவுக்கும் இருக்கின்றன. அவை ஒன்றுடன் ஒன்று கவிந்து, ஒன்றின் இடத்தில் மற்றொன்று செயற்படவும் முடியாது. ஒரு பொருளை அதுதான் இது என்று தெரிந்துகொள்வதை ஞாபகத்தைவிட அது வேறானது என்று கொள்ளக்கூடாது; ஞாபகம் எண்ண அமைப்பு வகையால் உண்டாகிறது; அது நிஜத்தன்மையின் நேரிடையான பிரதிபலிப்பும் இல்லை; ஆதலால், பொருள்கள் நிஜமென்று கூறுபவன், பொருள்களை இன்னதென்று அறிதலே, பொருள்கள் நீடித்து இருக்கின்றன என்பதை நிரூபிக்கிறது என்று சொல்வது, அது அப்படி இருக்க வேண்டும் என்ற அவன் விருப்பத்தை ஆவலாசையைத்தான் காட்டுகிறது. இது, "மனோரத-மாத்ரம்" என்று கூறுகிறார்; வெறும் எண்ண அளவு மட்டுமே என்பது இதன் பொருள்.

சுருக்கமாகச் சொன்னால், பொருள்களைப் புரிந்துகொள்ளுதலாகிய பிரத்ய பிரக்ஞை என்பது நிச்சயமான அறிவின் வடிவமில்லை; அது தரும் முடிவும் சாட்சியமும், வேறு நிச்சயமான பல பல சாட்சியங்களால் நிரூபிக்கப்பட்ட ஒன்றை இல்லை என்று மறுக்கவும் ஆற்றலற்றவை. ஆயினும் பிரத்ய பிரக்ஞை என்று குறிக்கப்பட்ட ஒரு உள்ளம் பற்றிய நிகழ்ச்சிக்கு அதற்கே உரிய ஒரு சிறப்பும் உண்டு. அனைத்துமே க்ஷணிகம்தான்; ஆயினும், சில சமயம் நாம் சில பொருள்களைப் பிரத்யக்ஷமாக உணரும்போது, அவற்றை நாம் முன்பே கண்டதாகவே புரிந்துகொள்கிறோம். இதை எப்படி விளக்குவது?

க்ஷணிகவாதிகளுக்கு இது ஒரு புதிய கேள்வி அன்று; புத்தரே எளிய விடை கூறிவிட்டார் இதற்கு. முடிவே இல்லாமல் மாறிக் கொண்டேயிருக்கும் பொருள்களின் இருத்தலில் ஒரு நிரந்தரத் தன்மையைக் காண்பது வெறும் மாயத் தோற்றமே. ஒரு தீச்சுடரை-அது நிலையானது என்று நினைத்துப்பார்ப்பது போன்றதே இது; தீச்சுடரில், ஒவ்வொரு க்ஷணத்திலும், தீயானது புதிது புதிதாய்-ஒன்றின் இடத்தில் மற்றொன்றாய், மாறிக்கொண்டே இருப்பதுதான் நிஜமானது. பழைய தீயே எரிந்துகொண்டிருக்கிறது என்பது இதில் உள்ள பிரமை; இறந்த காலத்தில் கண்ட அதே படிகம்தான் இது என்ற பிரத்யக்ஷத்திலும் இந்தப் பிரமையைத் தவிர வேறு ஏதுமில்லை; இந்த வெறும் மாயத் தோற்றம் - மனமயக்கம் நிஜத்தன்மையை மாற்றித் தன் வசப்படுத்திவிட முடியுமா? க்ஷணகாலம் மட்டுமே இருப்பதை நிரந்தரமானது என்று நிரூபித்துவிட முடியுமா?

அடிக்குறிப்புகள்

1. ஏங்கெல்ஸ் DN *31.*
2. ஏங்கெல்ஸ் LF *40-1*
3. மே.நூ. *41-2*
4. ஏங்கெல்ஸ், புத்த வழிபாட்டினரிடையேயும் கிரேக்கர்களிடையேயும் மிகவும் வளர்ச்சி அடைந்த தர்க்கவியல் காணப்படுவதைக் குறிப்பிடுகிறார்.
5. ரை டேவிட்ஸ் DB:ii. *242-3*
6. செர்பாட்ஸ்கி CCB: 65 ff..
7. செர்பாட்ஸ்கி BL i. *83*
8. மே.நூ. i. *83* n.
9. செர்பாட்ஸ்கி FP. *21-22*
10. சாந்தரக்ஷிதர் TS. 7.
11. மேற்கோள் ரை டேவிட்ஸ் DB. iii *44.*
12. ஆரம்ப புத்த இலக்கியங்களில் பயன்படுத்தப்பட்ட பாலி வார்த்தைகளுக்குப் பதிலாக நான் பிரதானமாக இந்தப் பகுதிகளில் சமஸ்கிருதப் பிரயோகங்களையே பயன்படுத்தி உள்ளேன்.
13. ரை டேவிட்ஸ் DB iii. *45.*
14. மே.நூ.iii. 44.n.
15. மேற்கோள் மே.நூ. iii. *44.*
16. மே. நூ. iii. *46.*
17. மே.நூ.iii.*45-7.*
18. செர்பாட்ஸ்கி BL:i: *82-3*
19. ஒல்டென்பெர்க் *248.*
20. மே.நூ.*248-9.*
21. மேற்கோள் மே.நூ.*249.*
22. மே.நூ.*249.*
23. மே.நூ.*259-61*
24. ரை டேவிட்ஸ் DB ii.*251.*
25. மே.நூ.ii.*243.*
26. மே.நூ. iii. *259-63.*

27. மே.நூ.ii. 263 n.
28. ஓல்டென்பெர்க் 258.
29. பார்க்க: SBE xxx 40-5. சுருக்கப்பட்ட மொழிபெயர்ப்பு ஓல்டென்பெர்க் 254-7.
30. SBE xxx 634. Cf. de. Bary 108.
31. செர்பாட்ஸ்கி FP 19-20
32. SBE xxx iii cf.de. Bary 109.
33. செர்பாட்ஸ்கி FP 26.
34. ரை டேவிட்ஸ் iv. 74-5.
35. மே.நூ.iv.69-74.
36. மேற்கோள் ஏங்கெல்ஸ் OF 291-2.
37. மனு i.87-91.
38. ரை டேவிட்ஸ் D.B.iv. 78.
39. மே.நூ.
40. மே.நூ.iv.79.
41. மே.நூ.iv.82.
42. மே.நூ.
43. மே.நூ.iv.84-91
44. மே.நூ.iv.93.
45. பார்க்க: de. Bary 185-6.
46. செர்பாட்ஸ்கி STB 5.
47. செர்பாட்ஸ்கி CCB 4n & STB 33.
48. செர்பாட்ஸ்கி STB 57-9.
49. மே.நூ.62.
50. மே.நூ.34. அவர்களை குறிக்கின்ற யசோமித்ராவின் விவாதங்கள்.
51. பார்க்க உதாரணம்: சட்டோபாத்யாயா (பதிப்பு) THB 181-2.
52. செர்பாட்ஸ்கி CBN 53.
53. மே.நூ.52.
54. வாலி பௌசின் ERE ix. 851 -2.

55. அனேசகி ERE ii. 62

56. SBE XXI 302-4 & 306-7

57. ERE ix.85S.

58. மே.நூ.

59. செர்பாட்ஸ்கி STB 6.

60. செர்பாட்ஸ்கி BL i. 141.

61. வாலி பௌசின் ERE xi. 213.

62. சங்கரர் Br. Su. ii. 2.18.

63. அபிதர்மகோஸா V. 24.

64. ராதாகிருஷ்ணன் (பதிப்பு.) HPEWi.

65. செர்பாட்ஸ்கி BL i.111.

66. NS iii.2.16.

67. செர்பாட்ஸ்கி BL if 120n

68. தர்மகீர்த்தி NBi. 14.

69. சங்கோபாத்யாயா (tr) VNT 112.

70. மாதவர் SDS 7. மற்றும் ஜெயந்த பட்டர் NM ii.17. இந்த முறைகளைப் பயன்படுத்தித்தான் ஒரு கருத்தை விளக்குகிறார். பார்க்க: சங்கோபாத்யாயா (tr) VNT 111 n.

71. செர்பாட்ஸ்கி BL ii. 37.

72. மே.நூ.i. 81-2.

73. மே.நூ.i.89.

74. தர்மகீர்த்தி NB iii. 12, 13 & 15. பார்க்க: செர்பாட்ஸ்கி BL i. 90-1.

75. செர்பாட்ஸ்கி BL i. 91.

76. சாந்தரக்ஷிதர் TS 350 ff.

77. முகர்ஜி BPUF 5.

78. சாந்தரக்ஷிதர் TS 391-5.

79. கமலசீலர், பஞ்சிகா TS 395.

80. முகர்ஜி BPUF 1.

81. சாந்தரக்ஷிதர் TS 352-5, 357.

82. மே.நூ.362.
83. முகர்ஜி BPUF 2-3
84. செர்பாட்ஸ்கி BL i. 95.
85. மே.நூ.i.95-6.
86. ராகுல சாங்கிருத்தியாயனர் 'தர்ஸண - திக்தர்ஸண' (ஹிந்தி) 762.
87. வாத்ஸ்யாயனர் NS iii. 2.10.
88. மே.நூ.iii.2:11.
89. சங்கோபாத்யாயா NP iii. 119.
90. செர்பாட்ஸ்கி BL i. 88-9.

இயல் - பத்து

விடுதலை என்ற பிரச்சனை

[முக்தி மோக்ஷம் என்பன]

1. சில தொடக்கக் குறிப்புகள்

நமக்கு தற்போது தேவையான தத்துவப் பார்வைக்கேற்ப, இந்தியத் தத்துவத்தைப் பற்றிய சர்ச்சையின் முழுமையான, அதன் முக்கியமான மற்றொரு அம்சம் பற்றியும் ஓரளவு காண்பது அவசியமாகிறது. அந்த அம்சம், நமது தத்துவவாதிகளின் வெற்றிக்கு அடையாளமாகத் தெரியவில்லை. அவர்களுடைய தோல்வியையே அவை எடுத்துக் காட்டுகின்றன. விடுதலை என்பதை-உடன்பாட்டு வகையிலும் திட்டவட்டமாகவும் சாத்தியமான திறத்திலும் அவர்கள் புரிந்துகொள்ளவேயில்லை என்பதே அந்தத் தோல்வி. இவ்வாறு அவர்கள் தோற்றத்தையே பெரிதாக்கிவிட்டனர். அவர்கள் கற்பனை யாகவும் வெறும் சிந்தனையளவிலும் அடைந்த வெற்றியையே அடிக்கடியும் தாராளமாகவும் போற்றிப் புகழ்ந்தும் உலகம் முழுதும் விஸ்தாரமாகப் பிரச்சாரம் செய்து வருகிறார்கள்.

இதன் விளைவு, கொள்கைக் குழப்பத்தைவிடவும் மிக மோசமாயிற்று. அது ஒரு பொய்யான மயக்கத்தைத் தருகிறது. அந்த மயக்கம் மக்களின் மனத்தை மந்திர சக்தி போலப் பரவசமாக்கி விடுகிறது. இந்தப் பரவசத்தை உடைக்க வேண்டும். ஆனால், வெறும் அசிரத்தை காட்டுவதாலோ அதை வெறுப்பதாலோ உடைத்துவிட முடியாது. இந்த ஆரோக்கியமில்லாத மனநிலையை அதை இகழ்ந்து வெறுப்பதால் மட்டுமே அகற்றவும் முடியாது.

நமது தத்துவவாதிகளின் இந்தத் தோல்வியையும் தவற்றையும் நாம் நன்கு புரிந்துகொள்ள வேண்டும். அதைச் செய்வது எப்படி? அவர்களுடைய மனத்தின் அடிவானத்திற்குச் சில எல்லைகளைக் கண்டு நிச்சயித்தால்தான் அது சாத்தியமாகும். அப்படிச் செய்வதன் மூலமே நாம் அவர்களுடைய தோல்வியைப் புறம் கண்டு தற்போது நமக்குத் தேவையான அளவு விடுதலை பற்றிய திட்டவட்டமான கருத்துக்களைச் சென்றடைய முடியும்.

2. இந்தியத் தத்துவத்தில் விடுதலை

நமது தத்துவம் வெறும் அறிவின் அவசியமான ஆர்வத்தைவிட சிறப்பான வேறொன்று என்று வழக்கமாகவே ஒரு மட்டமானதும்

அசட்டுத்தனமானதுமான பேச்சு வழங்குகிறது. ஞானம் அல்லது அறிவு என்பதே நம் நாட்டில் வாழ்நெறியைப் பற்றிய ஒரு மார்க்கம் என்றே கருதப்படுகிறது. இதற்கென்ன பொருள்? கருத்திலும் கொள்கையிலும் இருக்க வேண்டிய ஒழுங்குமுறை தகுதியும் பொருத்தமும் பெற வேண்டுமானால் அதை உணர்வுபூர்வமாகப் பண்படுத்தப் பழக வேண்டும். அதுதான், 'நிச்ரேயஸம்' என்ற மனிதனின் மிக உயர்ந்த புருஷார்த்தத்தை - இறுதி உறுதிப் பயனைப் பெறுவதற்கான நல்ல வழி என்றும் கொள்ளப்படுகிறது. 'நிச்ரேயஸம்' என்றால், அனைத்தையும் விட மேலாக விருப்பப்படக்கூடிய பெரிய நலம். இதுதான் மனித வாழ்வின் லக்ஷ்யம்; குறிக்கோளும் பயனும் இதுவே. இதுதான் முக்தி என்றும் மோட்சம் என்றும் கூறப்படும் வீடுபேறு. அபவர்க்கம், நிர்வாணம், கைவல்யம், நிரோதம் என்ற சொற்களும் இதே பொருளில் வழங்குகின்றன. தத்துவவாதிகளில் ஒரு சிலரைத் தவிர அனைவருமே தங்கள் தத்துவ ஆராய்ச்சிகள் இந்த மோட்சத்திற்கான வழியை நாடித் தேடுவதற்கே என்று கூறிக்கொள்கிறார்கள். இந்தியத் தத்துவமே மோக்ஷமென்ற கள் மயக்கத்திலேயே மூழ்கிக்கிடப்பது போல் தோன்றுகிறது. அதன் ஒவ்வொரு இழையும்- பந்தத்திற்கு - கட்டிற்கு- விடுதலைக்கு எதிரான விலங்கிற்கு எதிராகவே ஓடுகிறது.

இவற்றில் சாரமே இல்லையென்றும் கூறமுடியவில்லை. ஆரம்ப காலத்து மீமாம்சகர்களும் லோகாயதர்களும் தவிர, நமது தத்துவ வாதிகள் எல்லாருமே அநேகமாக மோக்ஷம் பற்றிய வினாவை எழுப்பி உரிய விடை தரும் விஷயத்தை மிகவும் விசித்திரமாகவே மிக அவசியமானதாகக் கொள்கின்றனர். தங்களுடைய கொள்கைக்குத் தான் அடிப்படையிலேயே மோக்ஷமடைவதற்கான சாரமும் பொருத்தமும் இருக்கிறதென்றும் அவரவர்கள் காட்டிக்கொள்கின்றனர். ஒவ்வொரு தத்துவ நூலும் தான் கூறும் விஷயம் மோக்ஷம் என்ற பெரு நலத்தை அளிக்கும் என்ற அறிவிப்புடன்தான் தொடங்குவது வழக்கம். அவர்களுக்கெல்லாம் மோட்சத்தை நாடுவதிலேயேதான் நோக்கம் என்பதிலும் ஐயமில்லை. அவர்கள் நாடுவது என்ன என்பதும் அவர்களுக்கு நன்கு தெரியும். திட்டமான வகையில் போதுமான அளவில் விடுதலையின் இயல்பு பற்றிய தெளிவான கருத்தைக் கண்டு கூறும் வகையில் வெறும் ஏட்டுப்படிப்பைவிட அதிகமாக ஒன்று வேண்டும். அவர்கள் கூறுவதில் கருணையும் சற்றுக் கலந்திருக்கலாம். இருந்தும் ஏதோ ஒன்று இல்லை. அந்தக் குறை யாது என்றும் வரலாற்று முறையில் அவர்களுக்கு ஏன் அது வாய்க்கவில்லை என்றும் காண்போம்.

3. விடுதலையும் இந்தியக் கருத்துமுதல்வாதமும்

நமது தத்துவவாதிகளுக்குள்ளே ஒளிவு மறைவின்றிப் பேசும் கருத்துமுதல்வாதிகள்தான் விடுதலையைப் பற்றிய முரண்பாடற்ற ஒரு

கருத்தை உருவாக்குவதில் வெற்றி கண்டவர்கள். அறிவின் தோற்றமும் இயல்பும் பற்றிய பண்டைச் சாத்திரங்களையும் இருத்தல் - உயிர் வாழ்தல் அதன் இயல்பு முதலியன பற்றிய பண்டைச் சாத்திரங் களையும் ஏற்றுக்கொண்டு, வகுத்துக்கொண்ட நிலைக்கு முற்றிலும் பொருத்தமான கருத்தே அது. இந்த நிலை, அடிப்படையில் எதிர்மறைத் தன்மை கொண்ட ஒன்று. இயற்கையைப் புரிந்துகொண்டு அதன் மூலம் இயற்கையை வென்று வசப்படுத்துவதற்கு மாறாக, இயற்கையின் நிஜத்தன்மையைக் குழிதோண்டிப் புதைப்பதிலேயே ஆர்வம் கொண்டது அந்தக் கொள்கை. ஆகவே, அவர்கள் விடுதலை பற்றிக் கொண்ட கருத்தும் சாராம்சத்தில் எதிர்மறையாகிவிடுகிறது.

சொல்லளவில் உள்ள நுட்பங்களை உதறிவிட்டுப் பார்த்தால், நிஜமாகவே இல்லாத பந்தத்திலிருந்து விடுதலை பெறுதல் என்பதே அதன் பொருளாகிறது. பௌதீகமான இயற்கையில் தொடர்பும் பற்றுமின்றி, ஆத்மா என்று அவர்கள் கூறும் உணர்வும் பிறவும் இயற்கைக்குச் சிக்காமல் தப்பிப் பிழைப்பதே அது. இந்தப் பந்தமும் சிக்கலும் இயற்கையைப் போலவே இல்லாதவையே - அதாவது பொய்யானவை என்றும் கூறுகிறார்கள். பந்தமும் பாசமும் வெறும் போலியானவையும் பொய்யானவையும்தான். இவை அறியாமையால் உண்டானவை. அறிவு வந்தவுடன் அகன்றுவிடுகின்றன. இது ஒரு புதிர்போல் இருக்குமே என நினைத்து ஒரு உதாரணத்தால் விளக்கவும் முனைகின்றனர். நீண்ட கனவுக்குப் பின் விழித்தெழுவது போல் என்பதே அது.

அவர்கள் நிலைக்கேற்ப - அவர்கள் கூறுவது மற்றொன்றும் உண்டு. கனவு என்ற உதாரணத்தைக்கூட அப்படியே உள்ளது உள்ளவாறு ஏற்றுவிடக்கூடாது. விழிப்பில் ஏற்படும் அநுபவங்களையும் கனவைப் போலவே புரிந்துகொள்ள வேண்டுமாம் நாம். ஆகவே, விழிப்பு நிலையும் தற்காலிகமான பொருள் உடையது, அவ்வளவுதான் (அதுவும் பொய்யாம்). மிகவும் தீவிரமான எதிமறையாய் இருக்கும் அவர்களுடைய விடுதலை பற்றிய கருத்தும் சாதாரணமான பாஷையால் விளக்க முடியாத ஒன்று ஆகிவிடுகிறது. அதற்குச் சார்பான துணை ஏதாவது உண்டு என்றால் அது ஒரு வகை ரகசியவாதம் ஆகிறது அவ்வளவுதான்.

விடுதலை பற்றிய கருத்தை ஏற்கும் நிலையில், கண்முன் உள்ள உலகத்தை மாற்றியமைக்கும் திட்டங்களோ ஆலோசனைகளோ அர்த்த மற்றவை ஆகின்றன. அதேபோல, சமுதாயத்தில் உழைப்பவர்களும், உழைக்காதவர்களும் - அடிப்படையில் உழைக்கும் வர்க்கமாகவும், உழைக்காமல் சும்மாவே காலந்தள்ளும் வர்க்கமாகவும் இருப்பதை

மாற்றும் எண்ணங்களும் அர்த்தமற்றுப் போய்விடுகின்றன. கடைசியில் இவையெல்லாம் பயனற்ற பேச்சுக்கள் என்று பண்டைச் சாத்திரம் கூறி அர்த்தமற்ற நிலைக்குத் தள்ளப்பட்டு விடுகின்றன. இவற்றிற்கு அவர்கள் கொள்ளும் அர்த்தம் இவை யாவும் அவ்வப்போது உலகத்தில் உள்ள-வெறும் பேச்சுக்கு மட்டுமே பயன்படும் ஸம்விருதி ஸத்யம்- வியாவஹாரிக ஸத்யம் என்பதுதான். யதார்த்தத்தில் அதாவது பரம ஸத்தியப் பார்வையில் பொய்யும் நிஜம் அல்லாதவையுமே. இப்படி உலக நிலையான உண்மையைக் குறுக்கிவிட்டுக் கருந்துமுதல்வாதிகள் மிகவும் உயர்ந்த விஷயங்களையும் கூறுகிறார்கள். அத்வைத வேதாந் தத்தை உபதேசிப்பவர்களில் மிகவும் புகழ்பெற்ற பலர் உள்ளத்தை உருக்கும் செய்யுள்களைச் செய்திருக்கிறார்கள். மஹாயானிகள் அனைவரையும் விஞ்சுகிறார்கள். இந்த தாராளமான உபதேசத்தில் அவர்கள் அன்பும் கருணையும் பற்றி ஏராளமாகப் பேசுகிறார்கள். உலகில் உள்ள-புழு பூச்சி உட்பட எல்லா உயிர்களுக்கும் விடுதலை தருவதாகச் சூள் உரைக்கிறார்கள். மைத்ரீ, கருணா அன்பும் நட்பும் தயையும் என்பதே அவர்கள் பாடும் பல்லவியாக அமைகிறது. இப்படிச் சூள் உரைப்பதுகூட மிக உயர்ந்த ஞானத்தைப் பெறுவதற்கான பயிற்சிதான். இந்த ஞானத்தை அடைவதன் விளைவும் பயனும் என்ன தெரியுமா? உலகம் முழுதும்-அதில் வாழும் அனைத்தும் வெறும் மனத்தோற்றமே தவிர நிஜமில்லை என்பதுதான். முன்னர் செய்து கொண்ட பிரதிக்ஞை-உயிர் வாழும் அனைத்தையும் விடுதலை பெறச் செய்யும் சூளுரை எதில் முடிகிறது? நிஜமான உலகத்தில் நிஜமான துயரங்களுடன் வாழும் உயிர்களின் இருத்தல் - வாழ்தல் என்பதன் உண்மையான அர்த்தத்தையே அழித்துவிடுவதில் முடிகிறது. ஏமாந்துபோய் பிரமை கொண்டு நிற்கும் முட்டாள்களுக்குத்தான், அந்த அறிவிலிகளுக்குத்தான் அநுபவரீதியான செயல்கள் மிக்க வாழ்வில் அர்த்தம் காண முடியும். அநுபவ உலகத்தை அறவே இல்லையென்று ஒதுக்காத வரை பரமஸத்தியத்தை அறிந்துணர இயலாது. ஆகவே, நிஜமான விடுதலை பெறுவதும் இல்லை. இருப்பதைவிட மேலான நலம் கொண்ட உலகத்தைப் படைத்தல் என்பதற்கு, ஒரு வெறும் மாயத் தோற்றம் என்ற எல்லைக்குட்பட்டுத்தான் அர்த்தம் இருக்க முடியும். இந்த மாயத்தை-வெறும் பிரமையான தோற்றத்தை அகற்றிவிட்டால், அதன் பிறகு முன்னேற்றி நன்கு வளர்ப்பதற்கு உலகம் எங்கே இருக்கும்?

ஆகவே, இயற்கையுலகத்தின் விஷயங்களில் தலையிட்டு உழல்வதற்குப் பதிலாக-வாழ முயல்வதற்குப் பதிலாகக் கருத்து முதல்வாதிக்கு அர்த்தமுள்ளதாகப்படுவது, தனது மனப்பாங்கை

இந்தியத் தத்துவ இயலில் நிலைத்திருப்பனவும் அழிந்தனவும் 661

அவ்வாறு மாற்றிக்கொள்வதே ஆகிறது. ஆனால், தான் என்ற விஷயத்திற்கு புறப்பொருள் பற்றிய புதியதான தொடக்கம் என்பதன்று இதன் பொருள். ஏனென்றால், புறப்பொருள் என்பது எங்கும் எப்போதும் இல்லை. விடுதலை என்பது ஒரு வகை உள்நோக்கிய பார்வையை - தன்னைத் தானே உட்புகுந்து பார்க்கும் நிலையைக் கொள்வது என்றே பொருள்படுகிறது. அந்த நிலையில், தான் என்பது வெறும் தானாகவே ஆகிவிடுகிறது. தன்னைத் தவிர வேறு எதுவுமே இல்லை என்று ஆகிவிடுகிறது. இன்னும் சரியாகச் சொல்வதானால் இந்தத் தான் என்ற தனக்கு விடுதலை என்றுகூட ஏதும் கிடையாது. தானே, அதாவது ஆத்மாவேதான் மோக்ஷம் என்று ஆகிறது.

இதை வேதாந்திகள், பிரம்மத்தை அறிபவன் பிரம்மமே ஆகிவிடுகிறான் என்று கூறுவர். மேலும், தான் என்ற ஆத்மா எல்லா வற்றிற்கும் வெறும் சாட்சி மட்டுமே ஆகிறது. எதற்கு அது சாட்சி? அதுதான் எதையுமே பார்ப்பதில்லையே! இந்த ஞான நிலையில் சாட்சியான ஆத்மாவைத் தவிர அது பார்ப்பதற்கு வேறு எதுவுமே கிடையாது. (இதுதான் கைவல்யம்) தானான ஆத்மாவைத் தவிர வேறு எதுவுமே-காண, கேட்க, துய்க்க, சுவைக்க எதுவுமே கிடையாதாம்; கேவலம் என்பதற்கு 'மட்டுமே' என்பதுதான் பொருள் (கேவலமான தன்மை-கைவல்யம்). இதுதான் சுத்தமான ஞானம்-அதை அறிதல் என்றும் கூறுகிறார்கள்; அது ஞான மயமான ஆனந்தம் என்றும் கொள்கிறார்கள். அதிலும் இந்த ஞானம் என்ற அறிதலைத் தவிர அறிவதற்கு வேறு எதுவும் இல்லை; அத்வைதத்தைப் போற்றிப் புகழும் தற்காலத்து அறிஞர் ஒருவர்,[1] கூறுகிறார்; "இந்தப் பேரின்பத்தை அடைதல் இந்த வகையில் காணும்போது, முன்பே எய்தியிருந்ததை எய்துதல் என்பதுதான்; இந்த ஞானத்தை-ஞான சாரதத்தை நம் பார்வையிலிருந்து மறைத்துக்கொண்டிருக்கும் திரையை அகற்றுவதே இது. இந்த உருவகத்தைக்கூட ஓர் அளவுக்கு மேல் அதிகமாகக் கொண்டுவிடக் கூடாது. திரையுமில்லை; ஒன்றுமில்லை; வக்கரித்துக்கொண்டு திரிந்துவிட்ட கற்பனையின் படைப்பே திரை. அதை அகற்றுதல் என்பது, விவரித்து விளக்க முடியாத வகையில் சாத்திரங்கள் கூறும் பெருஞ்சோதியை உலக வழக்கில் குறிப்பிடும் வகையில்தான் இந்த உருவகம்; திரை அகற்றல் என்பதன் பொருள் உலகத் தொடர்பான அனைத்தையும் இல்லை என மறுத்தல் என்பதே; இதை அவர்கள் உலக வழக்கில், "மோக்ஷம் என்பது முன்பே எய்தியிருப்பதை எய்தல் என்றும் ஏற்கனவே தள்ளியதைத் தள்ளுதல்" என்றும் கூறுவர்.

ஒருவன் ஏதோ மனம் கலங்கிய நிலையில், தன் கருத்தில் இருக்கும் அணியை, அது எங்கோ தொலைந்துபோய்விட்டதாக நினைத்துக்

கொண்டு துயரத்துடன் அதைத் தேடுகிறான்; திடீரென்று கழுத்தைத் தொட்டபோது அணி கழுத்திலேயே இருப்பது தெரிந்துவிடுகிறது; உடனே மகிழ்கிறான்; உண்மையைக் கண்டதும் துயரம் அகன்று விடுகிறது; ஏதோ தொலைந்தது கிடைத்துவிட்டதாகவே மகிழ்கிறான்; ஆனால் உண்மை என்ன? ஏற்கெனவே இருப்பதை மீண்டும் கண்டு கொண்டதுதானே இது! தான் பெற்றிருப்பதையே மீண்டும் பெறுவது தானே இது? மற்றொருவன், ஒரு மலர் மாலையைப் பாம்பென்று பிரமையால் எண்ணி அஞ்சுகிறான்; பாம்பில்லையென்று தெரிந்து கொண்டதும் அச்சம் அகன்றுவிடுகிறது; பிரமை நீங்கியதால் அச்சமும் நீங்குகிறது; இது ஏற்கனவே ஒதுக்கியதை மீண்டும் ஒதுக்குவது; விலக்கியதை மீண்டும் விலக்குதல்; இல்லாததை இல்லை எனக் கொள்வதுதான் இது; மோக்ஷமும் இப்படித்தான்; பிரம்மத்தை அறிந்து அடைதலே அது; பிரம்மம் சாசுவதமாகவே தன்னைத் தானே பெற்றுத்தான் இருக்கிறது; தற்காலிகமான மாயையால் உலகம் என்ற பிரமையால், ஏதோ இழந்துவிட்டதைப் போல் அதைத் தேட வேண்டி இருக்கிறது; அதே போலத்தான் அநுபவத்தில் உள்ள உலகத்தை விலக்குவதும்; அது வெறும் மாயத் தோற்றம்தான்; ஆகவே, ஏற்கனவே அது இல்லையென்று நீக்கப்பட்டதுதான்; மோக்ஷ நிலையில் அது நீங்குவதும் அப்படித்தான்; முன்பே இல்லாத ஒன்று இல்லாமற் போகிறது அவ்வளவுதான்.[2]

இவ்வாறு விடுதலை என்ற பிரச்சினையை தலை சுற்றும் சாத்திர உச்சிக்குக் கொண்டுசெல்வதும் அதுதான் - தூய இருத்தல் கைவல்யம் என்ற பேரின்பம் என்று ஆகிவிடுகிறது. இதைத்தான் மஹாயானிகள் தங்களின் மிக உன்னதமான லக்ஷயமாக்கிவிடு கின்றனர். அவர்கள் கருத்து நிர்வாணம் என்பதுதான் விடுதலை; வெறுமைக்கு இது மற்றொரு பெயர். இதை அவர்கள் மர்மமான 'தாதா' என்பர். 'அதான தன்மை என்பது இதன் பொருள்: கலப்பற்ற தூய இருத்தல்-வெறும் சூன்யம் என்ற இரண்டிற்கும் உள்ள தர்க்கரீதியான ஒற்றுமையை ஹெகல் குறிப்பிடுகிறார்:[3] இந்த தூய இருத்தல் என்பது வெறும் விலகல் - அகன்று போதல் அசாத்தியமான எண்ணம் மட்டுமே. ஆகவே, அறவே எதிர்மறையானது; நெருங்கிப் பார்க்கும்போது வெறும் இன்மைதான்; இந்த வெறுமையைத்தான் பௌத்தர்கள் அனைத்திற்குமான மூலக் கருத்தாகவும், அனைத்தின் இறுதிக் குறிக்கோளாகவும் கொள்கின்றனர். இதுவும் சுருங்கி விலகுதலே. இதனால் நமக்குக் கிடைப்பது பரிபூரணமான நிறைவுக்குப் பதிலாக முற்றிலும் சூன்யம் என்பதே; கடவுள் என்பது தூய இருத்தலான, 'ஸத்' என்று இலக்கணம் கூறுபவர்களுக்கும் இதே

இந்தியத் தத்துவ இயலில் நிலைத்திருப்பனவும் அழிந்தனவும் 663

மறுப்புக் கண்டனம் பொருந்தும்; கடவுளை வெறும் பூஜ்யமாக்கியும் அதே கொள்கையுடன் தன்னை அழித்தலே சரியான வழியென்றும், அப்படித் தன்னை அழித்துக்கொள்பவனே கடவுள் ஆகிறான் என்றும் முடிவுக்கு வந்துவிடும் பௌத்தர்கள் கூறுவதற்கும் இதற்கும் துளிகூட மாறுபாடில்லை; இது முன்னதைவிடச் சிறந்த இலக்கணமும் இல்லை."4

மஹாயானிகளுக்கும் அத்வைதிகளுடைய சாத்திர அடிப்படை தான்; அவர்களும் விடுதலை பற்றி எதிர்மறையான கொள்கையையே வகுக்கிறார்கள்; அதே உதாரணங்களைத்தான் கையாள்கிறார்கள். சூன்யவாத நோக்கிலிருந்து சந்திரகீர்த்தி கூறுவது; நிர்வாண நிலையில் எதுவுமே ஒடுக்கப்படுவதுமில்லை; எதையும் அழித்துவிடுவதுமில்லை; நமது கற்பனையும் நினைவும் அமைத்துக்கொண்ட பொய்யான அனைத்தையும் ஒடுக்கிவிடுவதுதான் நிர்வாணம்; அதில் மிச்சசொச்சம் இருக்கவே கூடாது. இத்தகைய இறுதியான நிர்வாண நிலையில் இருத்தலின்-வாழ்தலின் எல்லா அடிப்படையம்சங்களும் மறைந்து போகும். ஏனெனில் அவையெல்லாம், கிலேசம் என்ற மாசுபடுத்தும் துக்கம் முதலியனவோ அல்லது வாழ்வை உண்டாக்கும் கர்மங்கள் என்னும் இருவினைகளோ, இவற்றின் கூட்டமோ அனைத்தும் அறவே மறைந்துவிடும். இவை அந்தப் பரிபூர்ணமான நிர்வாணத்தில் இல்லாதவை; அவை எங்கும் எப்போதும் இல்லாதவையே; இருட்டில் கயிற்றைப் பாம்பு என்று நினைத்துப் பயந்து நடுங்குவதைப் போன்றதே இது; விளக்கைக் கொண்டுவந்ததும் அந்தப் பயம் நீங்கிவிடுகிறது; நம் வாழ்வின் இந்த அம்சங்கள் மாயமும் வெறும் பிரமையுமாகும். அவற்றிற்கு இருக்கும் பிற தன்மையும் சக்தியும் அதன் விளைவான தனித் தனிப் பிறப்புக்களும் மிகப் பூரணமான அர்த்தத்தில் நிஜமாகவே இருப்பதில்லை; வாழ்வு என்ற நிகழ்வின் சூழ்நிலையிலும்கூட எந்தக் காலத்திலும் அவை நிஜமில்லை. இருட்டில் பாம்பென பிரமித்த கயிற்றில் கண்ட பாம்பும் பாம்பன்று; அதைக் கண்ணாலோ தொட்டுப் பார்த்தோ உணரவேயில்லையே; வெளிச்சத்திலோ அல்லது இருட்டிலோ, உண்மையான பாம்பு இருப்பது போல் இல்லையே இது.

அப்படியென்றால் அது நிகழ்வு வகையான நிஜம் என்று சொல்வது எப்படி? இதற்குப் பதில் இதோ; புத்தி மழுங்கியவர்களும் இம்மை யின்பத்தையே பெரிதெனக் கொண்டு அதில் ஈடுபட்டவர்களுமான பாமர மக்கள், அவர்களுக்குள்ள பொய்யான பேய்களாம் நான் என்ற அகங்காரத்தாலும் எனது என்ற பற்றுமிகுந்து கிடக்கும் மமகாரத்தாலும் ஆட்டுவிக்கப்பட்டுத் தனியாகப் பலவும் இருப்பதாகச் சும்மா நினைத்துக்

கொள்கிறார்கள். உண்மையில் அவை இல்லவே இல்லை; நோயுற்ற பார்வைக் கோளாறு உள்ளவன் தன் முன்னே, உரோமங்கள் பார்ப்பது போலவும், கொசுக்கள் பறப்பது போலவும் எதையோ காண்கிறான்; அவை ஒன்றும் அவன் எதிரே இல்லை. பார்வைக் கோளாறினால் அப்படியெல்லாம் தெரிகிறது. அதைப் போலத்தான் இந்த நிகழுலகின் நிஜங்கள்; எதையோ தின்ற ஒருவன்-அது உண்மையில் விஷமில்லை, விஷத்தைத் தின்றுவிட்டதாகச் சந்தேகப்பட்டுக்கொண்டு மூர்ச்சையடைந்துவிடுகிறான்; தனது அகங்காரத்தாலும் மமகாரத்தாலும், ஐயோ இறந்துவிடப் போகிறேனே என்ற எண்ணம் மாறாமலேயே இறந்தும்விடுகிறான்; தன்னைப் பற்றிய உண்மையே அவனுக்குத் தெரியவில்லை. ஆகவே, நிர்வாண நிலையில் மறைந்து அமுக்கப் படுவதோ அழிக்கப்படுவதோ ஏதுமேயில்லை. நிர்வாணத்தின் சாராம்சம் இல்லாததையெல்லாம் தானே படைத்துக்கொள்ளும் நமது மனக்கற்பனையால் அடைந்த அனைத்தும் இல்லாமறபோவதே.[5]

மைத்ரேய நாதர் எழுதியதாக வழங்கும் 'மத்யாந்த விபங்கம்' என்ற நூலில், மோக்ஷம் பற்றிய யோகசாரர்களின் கருத்து, "மாயத் தோற்றங்கள் இல்லாமற் போவதே மோக்ஷம்"[6] என்று கூறப்படுகிறது.

இதை விளக்கி உரையெழுதும் வசுபந்துவும் ஸ்திரமதியும் தங்களுக்கும் சூன்யவாதிகளுக்கும் அடிப்படையில் சில அபிப்ராய பேதங்கள் உண்டு என்று நிறுவ முயல்கிறார்கள்; மாயத் தோற்றத்திலிருந்து தான் விடுதலை பெறுதல் வேண்டத்தக்கது; அந்த மாயத் தோற்ற மென்பது ஓர் உண்மைதான்; ஆயினும் அதை-மாயமும் ஒரு வகையில் உண்மைதான் என்பதை - சாத்திரங்களைக் கொண்டு மிகவும் தீவிரமாகவும் உறுதியானது என்றும் கொள்ளவும் கூடாது" என்கிறார். ஸ்திரமதி.

இதன் உட்பொருள் என்ன? கடந்து அப்பால் அப்பால் என்று சென்று கொண்டேயிருக்கும் மாயை இல்லாமற் போகும் வரை பந்தம் இருந்தே தீரும். அப்படியில்லாவிட்டால் பந்தமும் இருக்காது; விடுதலையும் இருக்காது என்கிறார் வசுபந்து; வாழ்வை நிகழ்வாக்குவதில் தூய்மைக்கேடு ஏதும் இல்லையென்றும், நிஜத் தன்மையில் அல்லது புனிதமாக்குவதில் தூய்மையும் இல்லை என்றும் நாங்கள் கூறுவதாக எங்களைக் குற்றம் சாட்டுவதும் நியாயம்தான். அப்படியானால்-நிஜத்தன்மையை இரு கூறாக்கியும், ஒரு கூறு மற்றொன்றை உணர்ந்து கிரஹித்துக்கொள்வதும் கடைசியில் நிஜமல்லாதவைதான் என்றால் பின்வரும் நிலையை எப்படி விளக்குவது சாத்தியமாகும். அதாவது உயிர்வாழும் அனைத்தும் - காட்டுமிராண்டிகள் தொடங்கி உயர்ந்த

இந்தியத் தத்துவ இயலில் நிலைத்திருப்பனவும் அழிந்தனவும்

தேவ ஜாதி வரையுள்ள அனைவருமே - இந்த உலகம் இரு கூறாக இருப்பதை - கண்கூடான இரு கூறுகளையும் காண்கிறார்களே? இதை எப்படி விளக்க முடியும்? எப்படியோ இந்த இரு பிரிவும் முழுமையான நிஜத் தன்மையைக் குறிக்குமானால், நிகழ்வான வாழ்க்கையின் தூய்மையின்மையும் அதை ஒடுக்கி அழுத்துவதும் என்றென்றைக்கும் இருந்துதானே தொலைக்கும்? அதனால் நிர்வாணம் என்பதே எப்போதும் இருக்காதே?

அதே வகையில், கடந்து சென்றுகொண்டேயிருக்கும் மாயத் தோற்றத்தை நாம் ஏற்காவிட்டால், நிகழ்வான வாழ்க்கை பற்றிய தொல்லைகளும் இருக்கவே முடியாது; பரிபூர்ணமான தூய்மையும் பரமானந்தமும் சாசுவதமாகவே எங்கும் எவர்க்கும் இருக்க வேண்டும். இப்படியிருந்துவிட்டால், பந்தங்களிலிருந்து இறுதி விடுதலையான மோக்ஷம் பெறுவதற்குக் கஷ்டப்படுவதும் முயல்வதும் அர்த்தமே இல்லாத காரியங்களாகும். ஆகவே மைத்ரேய நாதர் கூறுவதை ஒப்புக் கொண்டே தீர வேண்டும்.

"உலக மாயையைப் பிரபஞ்சமளாவிய நிலையில் படைத்தவன் ஒருவன் இருக்கிறான்; ஆனால், அவனுக்கே-அவனிடத்திலும்கூட இந்த இரு கூறு ஆகிய பிரிவு இல்லை-ஒரு கூறு மற்றொன்றை கிரஹித்துக்கொள்வது என்ற பிரிவு இல்லை."[7]

மேலே கூறியவற்றின் முக்கியமான சாரம் இதுதான்; உலகம் ஒரு மாயம்; இந்த மாயம் அறவே இல்லாமற்போவதே மோக்ஷம்; கருத்துமுதல்வாதிகள் அனைவருமே சாத்திரங்களைக் காட்டிப் பயமுறுத்துவது இதுதான். இதுதான் விடுதலையைச் சரியாகப் புரிந்து கொள்வதாம்; இதை அவர்கள் சொல்லும் வகை பயமும் வியப்பும் தருவதுடன் சில சமயம் உணர்ச்சிக் கொந்தளிப்பும் இருக்கும். அவர்கள் கூறுவதன் உள்ளடக்கமான விஷயம் பயமும் தரும்; ஊக்கத்தையும் தளரச் செய்துவிடும்; உலகத்திற்காகவோ உலகம் பற்றியதாகவோ செய்வதற்கு எதுவுமே இல்லை. தத்துவ சிந்தனையுடன் உலகினிடம் வெறுப்பை வளர்த்துக்கொள்ள வேண்டும். உலகம் வெறும் பொய்; வக்கரித்துத் திரிந்துபோன மனம் படைத்த பொய்யே அது.

இப்படி உலகத்தைப் பற்றி வெளிப்படையாகவே காட்டும் அசிரத்தையின் மறுபுறம், இந்த உலகத்தை அப்படியே எதிலும் தலையிடாமல் ஏற்றுக்கொள்ள வேண்டும் என்ற வாதமும் இருக்கிறது. நிஜமான ஆண்களும் பெண்களும் சமுதாயத்தில் இந்தச் சோம்பேறிகளைக்

கொழுக்க வைப்பதற்காகவே மட்டும் உழைத்து ஓடாக வேண்டும் என்பதற்காகவே உலகம் பொய் என்ற சாக்குப்போக்கும் சமாதானமும், யாவும் எப்போதும் முன்பு இருந்தபடியே இருப்பதே சட்டம் என்று பேசுவதும் வேண்டியதாயிற்று; ஏனெனில், இதுவே வர்ணாசிரம முறைச் சமுதாயத்தின் இயல்பான கொத்தடிமைத்தனம். இதை அரசியல் வகையில் காப்பாற்றியவர்களான - மனு முதலிய சட்டம் இயற்றியவர்கள், விடுதலை பற்றிய இந்தக் கொள்கை சமுதாயத்தில் நன்கு பயன்படுமென்று எளிதில் கண்டுகொள்ள முடிந்தது; இந்த எண்ணத்தை எல்லாருக்கும் ஊட்டி வளர்த்துவிட்டால் பாமர மக்கள் அனைவரையும் சர்வாதிகாரத்திற்கும் கொடுங்கோன் மைக்கும் எல்லாவற்றையும் இழந்து நிற்கும் வறுமைக்கு இரையாக்கவும், இதை அவர்கள் தலைநிமிர்ந்து ஏன் என்று கேட்டுத் தடுக்காத வகையில் அடக்கியும் ஆளலாம் என்று நம்பினார்கள்; அவர்கள் தத்துவ சாத்திரம் கூற வந்தவர்கள் அல்லர்; ஆயினும் மனு முதலியவர்கள் கருத்துமுதல்வாதிகளின் இந்த மோக்ஷக் கொள்கையையே உயர்த்தி உரத்த குரலில் கூறுகிறார்கள்.[8] மனு கூறுவது: "பல தர்மங்களைக் கூறியுள்ளோம்; அவற்றில் மிகச் சிறந்ததும், மிக உயர்ந்த ஆனந்தத்தை மனிதர்க்குத் தர வல்லதும் எது? ஆத்ம ஞானமே அவற்றுள் மிகச் சிறந்தது; நற்பயன் தருவது; அதுவே மனிதன் பெறத்தக்க கல்வி யறிவுகளில் மிக உயர்ந்தது; அதனால்தான் மனிதன் மரணமற்ற அம்ருத நிலையை எய்த இயலும்; ஆத்மாவுக்காகவே எல்லாவற்றையும் செய்பவனும் அனைத்துப் பொருள்களிலும் ஆத்மாவைக் காண்பவனும் ஆத்மாவிலேயே அனைத்தும் இருப்பதைக் காண்பவனும் மிக உயர்ந்த ஆற்றல் உடையவனாகிறான்.

4. கருத்துமுதல்வாதத்தின் எதிரிகளும், மோக்ஷமும்

அதிதீவிரமான கருத்துமுதல்வாதம் விடுதலை பற்றி அறவே எதிர் மறையான கருத்தைத்தான் கூற முடியும்; மனு முதலியவர்கள் அதை உயர்த்திக் கூறுவதும் புரிகிறது; அது மக்களை மந்திரம் போல் கட்டிப்போட்டு மக்களை அடிமைத் தளையிலே வைக்க உதவுகிறது. ஆனால், இந்தியத் தத்துவத்தில் மற்றொரு விசித்திரத்தை அதாவது இதே கருத்துத் தத்துவங்களில்கூடத் தனியாட்சியும் செல்வாக்கும் பெறுவதைத்தான் புரிந்துகொள்ள எமுடியவில்லை.

இந்திய மரபில் கருத்துமுதல்வாதப் போக்கு ஒன்றுதான் உண்டு என்பதில்லை; அதனைச் சிறப்புடையதாக்குவது அதற்கு நேர் எதிரான போக்கு, அதை எதிர்ப்பதுதான். கருத்துமுதல்வாதத்தோடு அவர்கள் தொடுக்கும் போரில் ஏற்று நிறுவும் பல தத்துவ நிலைப்பாடுகளுக்கும்

தனித்தனிச் சிறப்பு உண்டு; அவை பற்றிய வாதப் பிரதிவாதங்கள் இன்றும் நடந்துவருகின்றன; அவர்கள் இயற்கை உலகும் பிறவும் நிஜமே என்பதை நிலைநாட்ட மிக அற்புதமாக முயன்றுள்ளனர்; உலகை அறிந்துணர்வதற்கான எளிய - ஸர்வ சாதாரணமான வழிகளையும் கண்டு கூறியுள்ளனர்; அவர்களில் சிலர் இயற்கையை ஊடுருவிக் காணும் பார்வையை வளர்த்திருப்பது, அவர்கள் வாழ்ந்த காலகட்டத்தின் வரலாற்றை வைத்துப் பார்க்கும்போது பல சமயம் ஆச்சரியத்தைத் தருகிறது.

இதையெல்லாம் காணும்போது, கருத்துமுதற்கோட்பாட்டை எதிர்ப்பவர்களிடமிருந்து விடுதலை பற்றிய வேறுபட்டதொரு கருத்தை, அடிப்படையில் சாதகமான ஒரு கருத்தை எதிர்பார்ப்பது தானே நியாயம்?

ஆனால், அப்படியில்லை என்பதுதான் உண்மை. மிகக் கடுமையாகவும் உறுதியாகவும் எதிர்க்கும் அத்தகைய சாதகமான கருத்தைக் கூற முன் வரவில்லை. அறிவு பற்றியும் வாழ்வு பற்றியும் மிகவும் உபயோகமான நிலைப்பாடுகளை வளர்த்துக்கொண்டனர். ஆனால், கருத்துமுதற்கோட்பாட்டுக்கு எதிராகக் கிளம்பிய வாதப் பிரதிவாதப் புயல் உண்மை நிலையான சமுதாயப் பிரச்னைகளைத் தொடவேயில்லை. என்ன செய்யவேண்டும், எந்தத் திசையில் செய்ய வேண்டும் என்பது பற்றி எதுவுமே கூறவில்லை.

அவர்கள் விடுதலை பற்றி அவர்களுக்கு அவ்வளவாக அக்கறை இல்லாமல் இருந்திருந்தால் இது இவ்வளவு விசித்திரமாக நமக்குத் தோன்றாது. அவர்களுக்கு அத்தகைய அக்கறை இல்லை என்றும் தெரியவில்லை; அவர்களுக்குக் கிடைத்திருந்த ஆராய்ச்சி சாதனங்கள் அவ்வளவாகப் பக்குவம் பெற்றிருக்கவில்லை. ஆகவே, அவர்களுக்கு அத்தகைய அக்கறை இல்லாமல் இருந்திருப்பதும் சாத்தியம்தான். ஓரளவு பிற்காலத்தில் கருத்துமுதற்கோட்பாட்டின் எதிரிகளில் மிகவும் முக்கியத்துவம் பெற்ற சிலர் தங்களுடன் போட்டி போடும் கருத்து முதல்வாதிகளைப் போலவே மோக்ஷத்தைப் பற்றித் தீவிரமாகப் பேச முனைகின்றனர்.[9] அவர்களின் இந்தத் தீவிரமும் அவர்களை ஒரே ஒரு லக்ஷ்யத்தை நோக்கியே செலுத்துவதுதான் நமக்கு வியப்பைத் தருகிறது. அவர்கள் கூறும் மோக்ஷமும் அடிப்படையில் கருத்துமுதல்வாதிகள் கூறுவதையே அடியொற்றிச் செல்கிறது. மோக்ஷம் - இறுதி ரக்ஷணை-பெருநலம் என்பது சாராம்சத்தில் தூய ஆத்மஞானத்தில்தான் அடங்கியுள்ளது என்றே அவர்களும் நினைக்கின்றனர். இந்த எண்ணமும் முடிவும் முழு முற்றானதும் வெட்கக்கேடானதுமான முரண்பாடுடையது.

பார்வையின் அமைப்புக்கும் அதனுடன் ஒட்டுக் கொடுத்துச் சேர்த்ததும் இதற்கு நேர் எதிரானதுமான மோக்ஷம் பற்றிய கொள்கைக்கும் உள்ள முரண்பாடு இது. மோக்ஷம் பற்றி இவர்கள் கூறுவதை உண்மையாகவே கொண்டால், இந்தத் தத்துவங்களின் கொள்கை பற்றிய ஒருமைப்பாடும் ஒற்றுமையும் தகர்ந்துவிடும் அபாயம் இருக்கிறது. இதில் மிகவும் விநோதமான, புதுமையான ஒரு விஷயமும் இருக்கிறது; கருத்து முதற் கோட்பாட்டுக்கு எதிர்த் தரப்பினராகவே பிற்காலத்தில் வந்த, முதிர்ச்சியும் ஆடம்பரமும் நிறைந்த சிலர் இதை நன்கு அறிந்திருந்தும் இந்த அபாயத்தைப் பொருட்படுத்தாமலேயே போய்விடுகின்றனர். தங்கள் தத்துவத்தின் ஆதார அஸ்திவாரம் பலமாய் இருக்க வேண்டுமே என்ற கவலை இல்லாமலோ அல்லது அஜாக்கிரதையாகவோ அல்லது அசட்டுத் துணிச்சலிலோ, சிறிதும் வளைந்துகொடுக்காததும் எதிர்மறையானதுமான இந்தக் கருத்துமுதல்வாதம் கூறும் மோக்ஷம் என்ற கொள்ளிவாய்ப் பிசாசையே பின்பற்றி விரும்பிச் சேர்த்துக் கொண்டுவிடுகிறார்கள். தங்களுக்குப் பொருந்தாத முரண்பாட்டுச் சகதியில் அமிழ்ந்தும் விடுகின்றனர்.

நான் மேலே சொன்னது ஏதோ அபூர்வமாய் நேர்ந்துவிட்ட ஒரு செய்தியன்று; லோகாயதர்களைத் தவிர மற்ற தத்துவவாதிகள் அனைவரிடத்திலும் இந்தப் போக்கு ஒரே மாதிரியாய், ஒரே மாதிரியான விபத்தையும் ஏற்படுத்திக்கொண்டு மீண்டும் மீண்டும் நிகழ்வதைக் காண்கிறோம். இதனால் இந்த விபத்து மிகவும் தீவிரமும் உறுதியும் பெற்றுவிடுகிறது.

இதை நாம் விரிவாகத் தெரிந்துகொள்ள வேண்டும். அதற்காக, நியாய வைசேஷிகர், ஸாங்க்யர், மீமாம்ஸகர்கள் ஆகியோர் மோக்ஷம் பற்றிக் கூறுவதை ஆராய நினைக்கிறேன்.

5. மோக்ஷம் - நியாய வைசேஷிகர் கருத்து

ஸ்ரீதரர் என்பவருடைய பிரசித்தமான ஒரு சூத்திரம் கூறும் ஒரு கருத்து,[10] நியாய வைசேஷிகர்களின் மோக்ஷம் என்பதற்கான சரியான ஒன்றாக ஆகியிருக்கிறது. ஆத்மாவிற்குரிய ஒன்பது சிறப்பான இயல்புகள் அறவே அழிவதுதான் மோக்ஷம் என்பதே அது. அந்தச் சூத்திரம் பின்வருவது: "நவானாம் ஆத்ம விசேஷ குணாணாம் அந்யந்த உச்சேத: மோக்ஷம்:" 1. உணர்வு அறிவு, 2. மகிழ்ச்சி, 3. வேதனை, 4. விருப்பு, 5. வெறுப்பு, 6.ஏதேனும் செய்ய வேண்டும் என்ற உந்துதல், 7. தர்மம், 8. அதர்மம், 9.பழைய வினைக்கேற்பச் செயற்படுதல் என்பவையே அவை. இவை அனைத்தும் அழிந்தொழிந்தால் ஆத்மா விடுதலை பெற்றுவிடுவதாகக் கொள்ளலாம். அவ்வாறு விடுதலை

பெறும்போதும் ஆத்மாவின் நிலை எப்படி இருக்கும்? அப்போது ஆத்மா வெறும் ஜடமாய் - உணர்வும் அறிவும் இல்லாமலும் வேறு எத்தகைய உடலுக்குரிய செயலும் இல்லாமல் இருக்கும் ஒரு வஸ்து ஆகிவிடுகிறது; மண் போலவும் கல் போலவும் கண்கூடாகவே ஒரு வெறும் பௌதீகப் பொருள் ஆகிவிடுகிறது என்பதுதான் முடிவாகும். இதைத்தான் மற்ற தத்துவவாதிகள் விமர்சித்தும் மறுத்தும் கூறுவர். வைசேஷிகர்கள் தம் கருத்தை வலியுறுத்தி நிறுவுகிறார்கள். இந்த நிலை ஏதோ ஒரு வகையில் உலக மகிழ்ச்சிக்கெல்லாம் அப்பால் உள்ள ஒரு பெரு மகிழ்ச்சியே பேரறிவே என்பது அவர்கள் கூற்று.

மோக்ஷம் என்பது சுக துக்கங்களிலிருந்து விடுபடுவது மட்டுமில்லை; அறிவு உணர்வு என்பவற்றிலிருந்தும் விடுபடுவதே அது; ஆகவே, அது உணர்வு எதுவுமே இல்லாததும், தன்னிடம் எத்தகைய அநுபவங்களும் நேராமல் அவை அறவே அற்றுப்போனதுமான நிலை. ஆகவே, அது தன்னைத் தான் அறிவதால் உண்டானதும் நிபந்தனையற்ற கடமைகளை ஏற்றதால் விளைந்ததும்தான். எனினும், மோக்ஷ நிலையில் தன்னைத் தான் அறிதல் என்பதும் இல்லை என்கிறார்கள். மேலும், எத்தகைய அனுபவமும் இல்லாத நிலைதான் எனினும் அது பேருணர்வும் பேரின்பமுமான நிலை என்றும் வைசேஷிகர் கூறுவர். ஆத்மாவுக்கு இயல்பாகவே சொந்தமான பரமதிருப்தியும் பரமானந்தமுமே அந்த நிலை என்பார்கள். அவர்கள் கூறும் மோக்ஷம், ஏதோ ஒரு கூழாங்கல் அல்லது மரக்கட்டை போல் உணர்வற்றது என்று இதை மறுப்பவர் களுக்கு, மேலே கூறியது சமாதானமாகிறது; ஆனால், இதில் உள்ள சிரமம் இதனால் தீர்வதில்லை; ஒரு பேரின்ப நிலையை-அநுபவிக்கப்படாத இன்பம் என்று எவ்வாறு கொள்ள முடியும்? அந்த இன்பத்தை உணரும் உணர்வுகூட இல்லை என்கிறார்களே! அந்த இன்பம் தன்னில் தான் ஒடுங்கி ஒய்ந்துவிடுவதிலும் ஆத்ம சாந்தியிலும் உள்ளது; அதை ஆத்மா ஞானத்தாலும் தன்னடக்கத்தாலும் மிக உயர்ந்த நன்னெறியில் தர்மத்தைக் கடைப்பிடித்து வாழ்வதாலும் பெறலாம் என்பது அவர் களுடைய வாதம். இதுதான் தூய ஆத்மாவின் இருத்தல் (வாழ்வு); இங்கே அறிவோ உணர்வோ இல்லை என்றும் அவர்களே கூறுவதால், இந்த இன்பமும் அசைவும் இயக்கமும் இல்லாததும் ஆழ்ந்த உறக்கத்தில் உள்ளதுமான இன்பமாகவே இருக்க முடியும். இது எதிர்த்தரப்பினர் கூறுவது! போல், ஒரு பௌதீக ஜடப் பொருளுக்குரிய ஓய்வும் அமைதியுமே என்றுதான் கொள்ள முடிகிறது. வைசேஷிகர்கள், மகிழ்ச்சி என்பது மனத்தால் உணர்ந்து துய்க்கப்படும் ஒன்று என்று கொண்டவர்கள்; இயல்பான- ஆத்ம குணமான இன்பம் உணர்வு என்பது இல்லாமலேயே ஆத்மாவுக்கு உண்டு என்பது முன்னுக்குப் பின் முரணாகிறது.[11]

மேலே சொன்னது; வைசேஷிகர்கள் பற்றியது. நையாயிகர்கள் இவையனைத்தையும் ஏற்பர். உலகத்தின் அநுபவங்கள் மற்றும் இயற்கையுலகின் எல்லாத் தளைகளிலிருந்தும் அறவே விடுபடுவதே மோட்சம் என்பதுதான் அவர்கள் கூறுவது.

மோட்சம் பெற்ற ஆத்மாவில் உணர்வுகளும், விருப்பு, செயற்படும் ஊக்கம், சுக துக்கங்கள் முதலிய மனத்தின் இயல்புகள் அனைத்தும் அழிந்துவிடுகின்றன என்பதும் அவர்கள் கருத்து. இதற்கு மேல் அவர்களின் கருத்தில் ஒரு வேறுபாடும் உண்டு. மோக்ஷ நிலையில் ஆத்மாவுக்கு ஏதோ ஒரு இன்பம் உண்டு எனக் கொள்வதில் எந்தப் பயனும் இல்லை என்பதே அந்த அபிப்ராய பேதம். இதுபற்றி வாத்ஸ்யாயனர் விரிவாகக் கூறுவதைக் காண்போம்.

சிலர் கூறுவது போல் மோக்ஷத்திலும் ஆத்மாவின் சாசுவதமான என்றுமே அழியாத பேரின்பம் வெளிப்படுகிறது என்பது ஏற்க இயலாத கருத்து. இதற்குச் சான்றே கிடையாது. பிரத்யக்ஷமானதோ அநுமானத்தால் ஆனதோ, வேதங்களில் கூறப்படுவதோ ஆகிய எத்தகைய ஆதாரமோ அதற்குக் கிடையாது. ஆகவே, மோக்ஷ நிலையிலும் அனைத்திலும் ஊடுருவியுள்ள ஆத்மாவின் பெருமையைப் போலவே அதன் இயல்பான சாசுவதமான இன்பமும் வெளிப்படுகிறது என்பதை நிரூபிக்க இயலாது.

அழியாத இன்பம் வெளிப்படுதல் என்பது அதன் ஞானமே என்பதையும் அதன் காரணம் - அதாவது அது பிறக்கும் இடம் என்பதையும் எடுத்துக்கூற வேண்டும். இந்த ஞானமும் இன்பம் போலவே என்றுமிருப்பது என்றால், ஆத்மா உலகத் தொடர்புடன் இருக்கும் நிலைக்கும் மோக்ஷ நிலைக்கும் வேறுபாடே இருக்க முடியாதே? மோக்ஷமடைந்த ஆத்மாவுக்கு ஏற்றியுரைக்கப்பட்ட இன்பமும் ஞானமும் சாசுவதமானால், உலகத்துடன் தொடர்புகொண்டு வாழும் ஆத்மாவுக்கும், அதுவே இயல்பாயிருக்க வேண்டுமே? (அப்படி இல்லையே). மோக்ஷத்தில் இன்பத்தை உணர்தல் சாசுவதமன்று என்றாலும் அதன் பிறப்பிடம் குறிப்பிடப்பட வேண்டும். அது ஆத்மா மனத்துடனும் பிற துணைக் காரணங்களுடன் சேர்வதுதான் என்று கொள்வோம். அத்தகைய சேர்க்கை முக்கியமான காரணம் என்றால், அதற்கொரு துணைக் காரணம் வேண்டும். தர்மமே துணைக் காரணம் என்றால், அது எதனால் உண்டாகிறது என்று மற்றொன்றைக் கூற வேண்டும். யோக சமாதியால் அது வருகிறது என்று பதில் சொன்னால், ஒரு துணைக் காரணம் என்பதாலும், அதுவும் எதிலிருந்தோ உண்டானதுதான் என்பதாலும் தர்மத்தை உண்டாக்கி உடனே அதுவும்

இந்தியத் தத்துவ இயலில் நிலைத்திருப்பனவும் அழிந்தனவும்

அழிந்துவிடுகிறது - இல்லாமற் போகிறது. ஏனென்றால் அது இறுதிப் பயனான - கடைசி விளைவான இன்பத்தைத் தானே நிறைவேற்றும் ஆற்றல் அதற்குக் கிடையாது. அது அழிந்ததும் உணர்வும் அழிந்துவிடும். (காரணம் அழிந்தால் காரியமும் அழியும் என்பது தர்க்க நூல் முடிவு) இன்பத்தை உணரும் உணர்வு இல்லா நிலையில்-இல்லாததற்கும் அதற்கும் என்ன வேறுபாடு இருக்க முடியும்?

தர்மம் அழியாது என்பதை அநுமானத்தால் நிரூபிக்க முடியாது. ஏனென்றால் அது ஒன்றால் உண்டானது. உண்டாகும் இயல்புடைய எதுவும் சாசுவதமாகாது - (அழியும்) என்பதுதான் அநுமானம்.

உலக வாழ்வில் உடல் முதலியவற்றுடன் தொடர்பும் தளையும் இருப்பதே இன்பத்தை உணர்வதற்கான தடை என்றும் கூற முடியாது. ஏனெனில் உடல் முதலியவற்றின் வேலையே ஆத்மாவுக்கு இன்பத்தை உணர வசதி செய்து தருவதுதான். மேலும், இதிலும் வேறு ஒரு அநுமானம் இதற்கெதிராக இல்லை. அதாவது ஆத்மா உடல் முதலியவற்றின் தொடர்பு இல்லாமலேயே இன்ப துன்பங்களை உணர முடியும் என்ற அநுமானமும் இல்லை.

வேதங்களில் மோட்சத்திலும் இன்பம் உண்டு என்று இருப்பதன் பொருள் எங்களுக்குச் சாதகமானதே. எப்படியென்றால், அறவே உலகத் தொடர்பான துன்பங்கள் இல்லை என்பதே அதன் பொருள். சாதாரணமான பேச்சு வழக்கில்கூட துக்கமில்லை என்பதைத்தான் சுகம் என்று கூறுகிறோம்.

பேரின்பத்தில் உள்ள பற்றைக்கூட விட்டால்தான் மோட்சம் கிடைக்கும். பற்று என்பதே தளைதானே? மோட்சத்தில் அழியாத இன்பமுண்டு என்று அதை விரும்பி முயன்றால் அப்படி முயல்பவன் மோட்சத்தையும் அடையமுடியாது. அவன் அதற்குத் தகுதி உள்ளவனும் ஆகமாட்டான். பற்று என்பதே ஒரு தளை. அந்தத் தளை இருக்கும்போது ஒருவன் மோட்சம் பெற்றான்-தளை அகன்றுவிட்டது என்று கூறுவது தர்க்கத்திற்கு ஒவ்வாததாகும்.[12]

வாத்ஸ்யாயனர் மோட்சம் என்பது ஆத்மாவின் பேரின்ப நிலையென்று கொள்ளவே முடியாது என்று மிகவும் முயன்று சாதிக்கிறார்? பின், அவர் கூறும் திட்டவட்டமான மோக்ஷம்தான் என்ன? கூறுகிறார்: "அது ஒரு சாந்த நிலை. 'ஆன்று அவிந்து ஒடுங்கிய, நிலை. அனைத்துத் தொடர்புகளும் பிறவும் அற்றுப்போன நிலை. மிக்க துயரம் விளைவிப்பனவும் அச்சுறுத்துவனவும் ஆகிய பல்வகைத் தீவினைகளும் அப்போது மறைந்தொழிகின்றன. துன்பங்கள் ஒழிந்து

வேதனை உணர்வும் இல்லாமல் போகும் மோக்ஷத்தில் இன்பம் கொண்டு திளைக்காதவன் யார்?"[13]

மற்றோரிடத்தில் இன்னும் எளிய வகையில் மோட்சம் என்பது கர்மங்களின் விளைவால் வரும் மறுபிறவியிலிருந்து விடுபடுவதே என்று அவரே கூறுகிறார்.

பற்றும், வெறுப்பும், அறியாமையும் அறவே அழியும்போது, நாம் செய்யும் வினைகள் நல்லனவோ தீயனவோ, அவை இரண்டுமே மறுபிறவியை நமக்குத் தரமாட்டா. பூமியில் ஒருமுறை வாழ்ந்து இறந்து, பின் மறுபடியும் பிறப்பதே மறுபிறவி. மறுபிறவிக்குக் காரணம் இன்பங்களைத் துய்க்க ஆசைப்படுவதே. அந்த ஆசை ஒழிந்துவிட்டால் மறுபிறவி கிடையாது. இதுவே மோட்சம் - முழு விடுதலை."14

மறுபிறவி பற்றிய பயம் தத்துவ ஞானத்தால் தவிர்க்கப்படுகிறது. நியாய சாத்திரப்படி எந்தக் காரண காரியத் தொடர்பு வகையில் தத்துவ ஞானம் மறுபிறப்பைத் தவிர்க்கிறது என்பது பின்வருவது:

உண்மையான ஞானம் பொய்யான தத்துவ ஞானத்தை, அக்ஞானத்தை அகற்றத் துணையாகிறது. அக்ஞானமே குற்றத்திற்கும் மாசுகளுக்கும் காரணம். அதை அகற்றுவது மாசு நீங்குவதில் முடிகிறது. இந்த மாசுதான் நாம் உலகத்தில் ஈடுபட்டுச் செயற்படுவதற்குக் காரணம். அதை நீக்கிவிட்டால் செயற்படும் ஊக்கமே அகன்றுவிடும். அதாவது மறுபிறப்பு சாத்தியமாவது எதனாலோ அது போய்விடுகிறது. பிறப்புத்தான் துக்கத்திற்குக் காரணமாகிறது. பிறவி இல்லையேல் துக்கமும் இல்லை. விடுதலை கிடைத்துவிடுகிறது. துக்கத்திலிருந்து விடுபடுவதே மோக்ஷம்.[15]

ஆகவே, மோக்ஷத்திற்கு இறுதிக் காரணம் தத்துவ ஞானமே-உண்மையான அறிவே. எதைப் பற்றிய அறிவு அது? நியாய சாத்திரத்தில் நமக்குக் கிடைக்கும் விடை. 'தன்னை அதாவது ஆத்மாவை அதன் தூய நிலையில் அறிதலே அது' என்பதுதான். அதாவது ஆத்மாவுக்குத் தொடர்பே இல்லாத 'அநாத்மா' என்று கூறப்படும் பொருள்களும் குணங்களும் ஆத்மாவென்று அறியாமையால் குழம்பாமல் உண்மையை அறிதல். அவரே கூறுகிறார்.[16] "எது தளைக்குக் காரணமோ, எதை நீக்கினால் தத்துவ ஞானம் பிறக்குமோ அந்த அக்ஞானம்தான் யாது? ஆத்மா அல்லாதவற்றை ஆத்மா என்று கொள்வதே அது. தான் யார், என்ன என்பது பற்றிய தவறான எண்ணம்-மோஹம் என்ற ஒன்றை வேறொன்றாக எண்ணும் மயக்கம். உடம்பையும் பிறவற்றையும் நான் என்று எண்ணும் அஹங்காரம்.

இந்தியத் தத்துவ இயலில் நிலைத்திருப்பனவும் அழிந்தனவும்

அக்ஞானத்தில் அறியப்படுவன எவை? உடம்பு, அறிவுப் புலன்கள், மனம், சுகம், துக்கம், உணர்வு என்பன. இவை ஆத்மா அல்ல. அஹங்காரம்-நான் என்ற எண்ணத்தாலும், மமகாரம் - என்னுடையவை என்ற எண்ணத்தாலும் ஏற்பட்ட மோஹமே இது.

இதை விமர்சிப்பவர்கள் வழக்கமாகக் கூறுவது, இந்தக் கருத்து மோக்ஷத்தை மிகவும் கவர்ச்சியே இல்லாத விஷயமாக்குகிறது என்பது. ஆத்மா மோக்ஷம் பெற்றதும் அதன் இயல்பான ஜடத் தன்மைக்குத் திரும்பிப் போய்விடுகிறது. அதில் எந்த வகையிலும் இன்பமோ உணர்வோ இல்லாமற் போய்விடுகிறது. அதுதான் ஆத்மாவின் தூய நிலை என்று அடித்துப் பேசுகிறார்கள் நையாயிகர்கள். குறை கூறும் பிறர் கூறுவது: "உணர்வும் வாழ்வும் அழிந்த பிறகு அது வெறும் கல் துண்டாகவும் சிறந்த இயல்பு வேறு ஒன்றுமில்லாமலும் ஜடமாகவும் ஆகிவிடுமென்றால் எந்த மடையனும் இந்த மோக்ஷத்திற்காகப் பாடுபட்டு முயலமாட்டான்."¹⁷ இந்தக் குறையை நையாயிகர்கள் மிகவும் துணிச்சலுடன் எதிர்கொள்கிறார்கள். வேதனையிலிருந்து அறவே விடுதலை பெறுவதற்காக அந்த விடுதலைதான் மோக்ஷத்தின் சாராம்சம்-இன்பத்திற்கான எத்தகைய எதிர்பார்ப்பையும் விட்டு ஒழிப்பது இன்றியமையாததுதான். ஏனெனில் இன்பமும் துன்பமும் பிரிக்கமுடியா வகையில் இணைந்தே இருப்பவை என்கின்றனர்.

மகிழ்ச்சி என்பதையே விட்டுவிட வேண்டும் என்கிறார்கள். அது துயரத்துடன் இணைந்தே இருப்பது; மோக்ஷம் என்ற மிக உயர்ந்த நிலையில் துயரத்தின் வேதனையுமில்லை. பேரின்பமோ அல்லது பரிபூரணமான திருப்தியோ இல்லை. எத்தகைய உணர்வும் இல்லையென்றும், இன்பமே அது என்றும் கூறும் எதிர்மறைப் பொருளில்தான் அதைக் கொள்ள வேண்டும். அதாவது வாழ்வின் சஞ்சலமோ வேறு வாழ்க்கையனுபவங்களோ இல்லாமல் அவற்றி லிருந்து விடுதலை பெற்ற நிலைதான் அது. இன்பம் என்பது தர்க்க ரீதியான ஒரு மனத்தின் இயல்பானதும் திட்டவட்டமான அநுபவமும் தான் என்பதை மறுக்க முடியாதுதான். ஆயினும் இன்பமும் துன்பமும் ஏதோ ஒரு நிறுத்தம்-காரணம் என்ற வகையில் இணை பிரியாததாலும் இன்பத்திற்கான ஆதாரமும் அதைக் கண்டுணர்தலுமே இன்ப உணர்வு ஆதலாலும், இரண்டையுமே விட்டொழித்தாலொழிய விடுதலை என்பதில்லை.¹⁸

இந்த வகையில் பேசுவதுதான் அதைப் பற்றிய வாத விவாதங்களில் முதன்மை பெறுகிறது. மோக்ஷம் என்பது மகிழ்ச்சிக்கும் அப்பால் உள்ள அதைவிட வேறு ஒரு நிலை என்கிறீர்களே, அது கவர்ச்சிதரும்

லக்ஷ்யமாக இருக்க முடியாதே என்பது எதிர்த்தரப்பு. இவ்வாறு மோக்ஷத்தில் இன்பம் உண்டா இல்லையா என்ற சர்ச்சை முக்கியமாகும் போது, நையாயிகர்களின் நிலையை விரித்துரைப்பவர்கள் இதைவிட முக்கியமான ஓர் அம்சத்தைத் தவறவிடுகிறார்கள்; நியாய சாத்திரத்தின் அடிப்படைகளுக்கும் இந்தக் கருத்துக்கும் உள்ளூர முன்னுக்குப் பின் முரண்பாடு நேர்ந்துவிடுவதைக் கவனிக்காமல் இருந்துவிடுகின்றனர்.

அத்தகைய முரண்பாடு இல்லையா?[19] அவர்களுடைய அடிப்படைக் கொள்கைக்கு இது பொருந்துகிறதா? அல்லது, இதை அவர்கள் வேறு எங்கிருந்தோ இரவலாகப் பெற்று எப்படியோ செயற்கையாக ஒட்ட வைத்துவிட்டார்கள் என்று தோன்றுகிறதா? இந்த ஒட்டவைப்பதால் முரண்பாடு வருமே என்று அவர்கள் கவலைப்படவே இல்லையா?

தன்னை-தன் ஆத்மாவைப் பற்றிய தத்துவஞானமே மோக்ஷத்திற்கு முக்கியமான இறுதிக் காரணம் என்பதே நையாயிகர்கள் கருத்து எனக் கண்டோம். தத்துவ ஞானம் அக்ஞானத்தை அழிக்கும்; அக்ஞானத்தின் அழிவு தீவினையை அழிக்கும்; தீவினை அழிந்தால் பிரவிருத்தி என்ற வாழ்வில் ஈடுபாடு அழியும். பிரவிருத்தி அழிந்தால் மறுபிறவிக்கான சாத்தியக் கூறு அழியும். பிறப்பு இல்லையேல் வேதனையும் இல்லை. வேதனையிலிருந்து தப்பிவிடுவதே விடுதலை என்பது அவர்கள் முடிவு.

தத்துவஞானத்திற்குக் காரணம், அதாவது அது உண்டாவது எப்படி? அதற்கு வேண்டியது என்ன? நியாய சாத்திரப்படி காரணமில்லாமலேயே உண்டாகும் என்று கூறுவது சாத்தியமில்லை; காரணம் இன்றிக் காரியம் இல்லை. சாதாரணமான அறிவுக்கு உள்ள காரணங்களைவிட அறவே வேறு காரணங்களைக் கூறுவதும் சரியாகாது. தத்துவஞானம் என்பது அறிவில் மிக உயர்ந்தது என்னும்போது கட்டாயம் அதற்கான காரணங்களைக் கூறியே ஆகவேண்டும்; இதற்கு மாறாக வேறு விரும்பத்தகாத காரணிகளுடன் இதைக் கலந்து குழப்பவும் கூடாது.

அப்படியானால் அதற்கான அடிப்படை என்ன? மோக்ஷத்தை அடைவதற்கான அடிப்படை என்ன? மோக்ஷத்தைப் பற்றிப் பேசும் போது பிற்காலத்து நியாய சாத்திர நூல்கள், நற்செயல்கள், நிபந்தனையற்ற கடமைகளை நிறைவேற்றுதல் போன்ற பலவற்றைக் கூறுகின்றன. அவையெல்லாம் உள்ளத்தையும் உடலையும் மாசு நீக்கித் தூய்மைப் படுத்தும் என்பதைத் தவிர இவற்றில் எதுவுமே நேரிடையாக அறிவு உண்டாக்குவதற்குத் துணையாகும் என்று கூறவில்லை.

அறிவு உண்டாவதற்கு இன்றியமையாத அடிப்படைத் தேவைகள் இன்னவை என நியாய சாத்திரம் கூறுவன நிச்சயமாகவும் தெளிவாகவும்

இந்தியத் தத்துவ இயலில் நிலைத்திருப்பனவும் அழிந்தனவும் 675

உள்ளன. ஆத்மாவும் உடலும் இணைதல், இதன் மூலம் மனத்துடன் இணைதல், இவை கண் முதலிய அறிவுப் புலன்களுடன் இணைதல், அவற்றின் மூலம் புற உலகத்துப் பொருள்களுடன் இணைதல் என்பவையே அறிவு உண்டாவதற்கான தேவைகள். இதை நாம் ஏற்கனவே இந்தச் சூழ்நிலைகள் நேர்ந்தால்தான் அறிவு தோன்றும் என்று கண்டோம். அறிவு இல்லாவிட்டால் ஆத்மாவில் உணர்வும் ஏற்படுவதில்லை. ஆகவே, ஆத்மா தனது இயற்கையான தன்மையில் உணர்வற்றதும், அசையாததுமான ஒரு வகை ஜடம்தான். தத்துவ ஞானமும் ஒரு வகை அறிவுதானே? அதுவும் முன் சொன்ன தொடர்பான இணைதல்கள் மூலமே உண்டாக வேண்டும். உடல், ஆத்மா, மனம், புலன்கள் பொருள்கள் ஆகியன இணையும்போதுதான் அறிவு நிகழும். இந்த நிலையில் இரண்டு விஷயங்கள் நிச்சயமாகின்றன. அவர்கள் கூறும் விடுதலைக்கு முக்கியமான காரணமாவது பந்தம் (உலகப் பற்று) என்பது ஒன்று. மற்றொன்று, தூய ஆத்மாவை அறிதல் தான் விடுதலைக்குக் காரணம் என்பது சாத்தியம் இல்லை. (அந்த அறிவு நிகழ மேலே கூறிய தொடரிணைப்பு ஏதுமில்லையாதலால் அந்த அறிவே சாத்தியமில்லை) இந்த இரண்டு விஷயங்களும் நியாய சாத்திரம், கண்கூடாகத் தனது அடிப்படைக் கருத்துக்கு முற்றிலும் வேறான வகையில் மோக்ஷம் பற்றிய கருத்தை ஏற்றுக்கொள்ளும் போக்கால் முன்னுக்குப் பின் முரணாகப் போய்விடுகிறது என்பதையே குறிக்கின்றன.

விடுதலை என்பது பந்தத்திலிருந்து விடுபடுவதே; ஆதலின், பந்த மில்லாவிட்டால் விடுதலை என்பதும் இல்லை; விடுதலைக்கு முன்னால் பந்தம் இருந்தே ஆக வேண்டும்; வெளிச்சம் என்றால் அதற்கு முன் இருட்டு இருந்திருக்க வேண்டும் என்று கூறலாம்; ஆனால் நியாய சாத்திரம் கூறுவது இதில்லை; விடுதலைக்குப் பந்தமே மிக மிக இன்றியமையாத காரணம் என்று சாதிக்கிறது அது; விடுதலையோ தத்துவஞானத்தால்தான் கிடைக்கும். அதற்கு முன் சொன்ன இணைதல் அனைத்தும் அவசியமாகும். இந்த இணைப்புக்களே பந்தம்தான்; பந்தம் என்பது மாறி மாறிப் பல பிறவியும் எடுப்பது என்றுதான் நியாய சாத்திரம் கூறுகிறது. அதாவது, ஆத்மா ஓர் உடலிலிருந்து மற்றோர் உடலுக்கு மாறிச் செல்லுதல். உண்மையாக ஊன்றிப் பார்த்தால் மோக்ஷத்திற்குக் காரணம் தத்துவஞானம் என்று கொள்வதற்கில்லை. பந்தம் தத்துவ ஞானத்திற்கு முன் இருக்கும் காரணம்; ஆகவே, அவர்கள் கருத்துப்படி பந்தம் என்பது மோக்ஷத்தைப் புரிந்துகொள்வதற்கான வெறும் கருத்தளவிலான முதல் தேவையாக மட்டும் ஆவதில்லை. விடுதலைக்கே அதுதான் மிக முக்கியமான இன்றியமையாத-பலமான-

முடிவான காரணமாகவும் ஆகிறது; இது கண்கூடானதும் சரிக்கட்ட முடியாததுமான முரண்பாடாகும். பந்தம்தான் மோக்ஷத்தைத் தருகிறது என்பது இருட்டு வெளிச்சத்தைத் தருகிறது என்பதைவிட மோசமானதே ஆகும்.

நியாய சாத்திரப்படி உண்மையான ஆத்மா பற்றிய அறிவு உண்டாகச் சாதகமான வழி இருக்கிறதா? மோக்ஷத்திற்கு அதுவே வழியும் காரணமும் என்கிறாரே வாத்ஸ்யாயனர்? அதற்கு வழியே இல்லையென்று முன்னரே விளக்கிவிட்டோம். அறிவுக்கு உடல் ஆத்மாவுடன் இணைதல் முதலியன வேண்டுமே. அந்த அறிவுக்கே வழியில்லாத நிலையில் அது மோக்ஷம் தரும் என்று பேச வாய் உண்டா?

மேலும், நியாய சாத்திரக் கருத்துப்படி மோக்ஷத்தில் தூய்மையான ஆத்மா உண்டு என்ற விஷயமே ஐயத்திற்குரியது. அதற்குச் சாதகமான சான்றும் அதில் இல்லை; ஒரு பொருள் அல்லது விஷயம் 'இருக்கிறது' என்றால், அதற்கான நேரிடையான சாதகமான சான்று காட்ட வேண்டும். அந்தச் சான்று, அதை அறிந்திருத்தல், அதைப் பற்றிய அறிவு, அது பற்றிய உணர்வு முதலியவையே. ஆத்மா மோக்ஷம் அடையும் போது, அதற்கு எந்த விதத்திலும் உணர்வு கிடையாது என்கிறார்கள்; அது வெறும் ஜடம் என்றாகிறது. அறவே உணர்வுமயமான ஒரு வஸ்து, தான் இருப்பதை மட்டும் உணர்வதாக ஏன் இருக்கக்கூடாது என்றும் கேட்க முடியாது; அவர்களே, மோக்ஷத்தில் ஆத்மா, தான் இருப்பதைக் கூட உணர்வதை விட்டுவிடுகிறது என்று கூறுகின்றனர்.

மோக்ஷம் பற்றிய கருத்து காரணமாக வேறு முரண்பாடுகளும் வருகின்றன; அவர்களே மோக்ஷமடைந்துவிட்ட ஆத்மா இருக்கிறது என்று நிரூபிக்க வழியே இல்லை என்பதை ஒப்புக்கொள்கின்றனர். அதற்குள்ள ஒரே நிரூபணமும் அநுமானத்தால்தான் கிடைக்கிறது. விருப்பு, வெறுப்பு, செயலூக்கம், இன்பம், துன்பம், அறிவு என்றெல்லாம் கூறப்படும் குணங்களுக்கு ஏதேனும் ஒரு ஆதாரம் - அவ்வியல்புகள் ஏற்பட்டுச் செயல்முறையாகும் கட்டாயம் வேண்டும். ஆகவே, அந்த ஆதாரம் உண்டென்று அநுமானத்தால் கொள்வது அவசியமாகிறது. "விருப்பு, வெறுப்பு முதலிய அடையாளங்களே ஆத்மாவை அநுமானத்தால் கொள்வதற்கான அடையாளங்கள்" என்கிறது நியாய சூத்திரம்.[20] அதே நியாய சாத்திரம்தான் மோக்ஷ நிலையில் ஆத்மாவுக்கு அந்த குணங்கள் ஏதுமில்லை என்றும் கூறுகிறது. அந்தக் குணங்களை அழித்தால் மோக்ஷம் என்கிறது அது. அப்படியிருக்க மோக்ஷத்திற்குப் பிறகும் ஆத்மா இருக்கிறது என்று எப்படி நாம் ஏற்க முடியும்? அநுமானத்திற்கான அடையாளமே இல்லாமல்

அதை அநுமானித்தல் எவ்வாறு? அவர்கள் கூறும் ஆத்மாவோ அநுமானத்தால்தான் கிடைக்கும் ஆகவே, மோக்ஷத்திலும் ஆத்மா இருக்கிறது என்பது சரியான கொள்கை அன்று. இதற்கு விடையாக, ஆத்மா அழியாத பொருள் என்று வேறு எதனையும் சார்ந்து நிற்கும் அவசியமில்லாத ஆதாரங்களால் நிரூபித்துவிட்டோம் என்பதுதான் வழக்கமாக நையாயிகர்கள் கூறும் சமாதானம்; ஆகவே, மோக்ஷத்திற்குப் பிறகு அது அழிந்துவிட முடியாது; ஆகவே, மோக்ஷத்திலும் அதை அநுமானிப்பதற்கான அடையாளங்கள் இல்லாதபோதிலும் அப்போதும் அது அழியாமல் இருக்கிறது என்பதுதான் எங்கள் முடிவு என்பார்கள்; அதிலும் சிரமம் இருக்கிறது. ஆத்மா அழிவற்றது என்பதற்கான நிரூபணங்கள் எவை? இதற்கு நியாய சூத்திரம் செய்யும் முதல் தரமான வாதம் பின்வருவது:[21]

"ஆத்மா உண்டு; ஏனென்றால் பிறந்தவுடனேயே குழந்தைக்கு மகிழ்ச்சி, பயம், வருத்தம் இருக்கின்றன. இது தொற்றித் தொட்டுக் கொண்டே வரும் பழைய அநுபவங்களின் விளைவே." உரை செய்யும் வாத்ஸ்யாயனர் இதை விளக்குவது: "1. ஒரு குழந்தை பிறந்தவுடனேயே, பிறந்துவிட்டதாலேயே, இந்தப் பிறப்பில் மகிழ்ச்சியோ, பயமோ, துயரமோ ஏற்படுவதற்கான காரணங்கள் ஒன்றும் இல்லாமலேயே அந்த உணர்ச்சிகளை அநுபவிக்கிறது. இதை அந்தக் குழந்தையின் சிரிப்பு முதலியவற்றால் அநுமானிக்கிறோம். இவை அந்தக் குழந்தையின் கடந்த கால அநுபவங்களை ஞாபகப்படுத்திக்கொள்வதால்தான் உண்டாகின்றனவே தவிர வேறு வகையில் இல்லை; ஞாபகம் என்பது பழைய அநுபவங்களை நினைத்தல்தான்; ஆகவே, கடந்த காலத்தில் அவை நிகழ்ந்திருக்க வேண்டும். எப்போது? முற்பிறப்புக்களில்தான்; முற்பிறப்பு இல்லையென்றால் பழைய நினைவுகள் இருப்பதும் சாத்தியமில்லை. ஆகவே-இந்தப் பிறப்புக்கு முன்னர் இருந்த உடல் அழிந்துவிட்டாலும் ஆத்மா அப்படியே அழியாமல் இருந்து வருகிறது என்பது நிரூபிக்கப்படுகிறது'. 2. குழந்தை தாய்ப்பால் குடிக்க விரும்புவது முற்பிறப்பில் அப்படிச் செய்துள்ள வழக்கத்தால்தான்.[22] 3. ஆசையில்லாமல் பிறந்த பிராணியைக் கண்டதேயில்லை.[23] என்பதாலும் முற்பிறப்பு உண்டென்று அநுமானிக்கிறோம். அந்த ஆசையும் முன்னரே கண்டு உணர்ந்த பொருள்களின் மேல் உள்ளதுதான்; அது முற்பிறப்பில் உடல் ஒன்று இருந்திருந்தால் அன்றி ஏற்படுவதற்கில்லை. இந்த இரண்டு பிறப்புக்களிலும் உடலுடன் தொடர்புள்ள ஆத்மாதான் மறுபிறப்பை அடைகிறது. அதற்கும் முந்தி ஒரு பிறப்பும் உடலும் இருந்திருக்க வேண்டும். இப்படியே பல முன்பிறப்புக்கள் உண்டு; ஆகவே, ஆத்மா உடல்களைப் பெறுவது என்பது அநாதி -

அதாவது அதற்கு ஆரம்பமே இல்லை; ஆகவே, பற்றுதல் ஆசை என்பனவும் அநாதி; ஆகவே, ஆத்மா எப்போதும் இருப்பது.

இவ்வளவும் பிறந்த குழந்தையின் செய்கைகளைக் கொண்டு சொன்னது; இதில் அந்தக் காலத்து விஞ்ஞான முறையிலான பார்வையை அறிவதும் பொருத்தம்தான்; எனினும் நமக்கு இப்போது அது முக்கியமில்லை. இப்போது நாம் கவனிக்க வேண்டியது அவர்கள் கூறுவதில் உள்ள முரண்பாடுதான். இப்படியெல்லாம் அவர்கள் கூறும் சான்றும் நிரூபணங்களும் மோக்ஷ நிலையிலும் ஆத்மா உண்டென்பதற்குப் போதுமா என்பதுதான்.

அந்த நிரூபணங்கள், ஒரு குழந்தையின் ஆத்மா முன்பே இருந்திருக்கிறது என்பதைத்தான் காட்டும். மோக்ஷத்திலும் அது உண்டு என்பதைக் காட்டாது; இந்த ஆதாரச் சான்றுகளின் மூலம் ஆத்மா முன்னரும் உண்டு; எதிர்காலத்திலும் உண்டு; முற்பிறப்பும் உண்டு; அடுத்த பிறப்பும் உண்டு என்றெல்லாம் தெரிகிறது என்பது வாத்ஸ்யாயனர் கூறும் வாதம். இவ்வளவும் ஆத்மாவின் அழிவற்ற தன்மையை நிறுவப் போதாது. பிறப்புக்களின் வட்டம் (பிறந்து இறந்து மீண்டும் பிறக்கும் தொடர் வட்டம்) மட்டுமே ஆத்மாவின் அழிவின்மை என்று அவர்களே கருத முடியாது; அத்துடன் இந்தப் பிறப்பு வட்டத்தில் ஆத்மா சிக்குவதில்லை என்றும் இதற்குப் பொருள் இருக்க முடியாது. ஆனால், இதில் சிக்காவிட்டாலும் அது எப்போதும் உள்ளதுதான் என்பது நிரூபிக்கப்படவில்லையே. ஆத்மாவுக்கும் பல பிறப்புக்களில் வரும் உடல்களுக்கும் தொடர்பு உண்டு என்று வேண்டுமானால் நிரூபிக்கப்படட்டும்; ஆனால் மோக்ஷத்தில் ஆத்மா உண்டு என அது நிரூபிக்கவே இல்லை. ஆகவே, தனியே ஆத்மாவின் அழிவின்மையை நிறுவிவிட்டதாக அவர்கள் கொள்வதும் கூறுவதும் பொய்யான ஆறுதலே தவிர வேறில்லை. ஆகவே, திட்டவட்டமானதும் சாதகமானதுமான சான்று இல்லாவிடினும் ஆத்மா அழிவற்றது என்பதில் மோக்ஷத்திலும் அது உண்டு என்பதைக் குறிப்பால் உணர்த்துவதாகவே கொள்ள வேண்டும்.

நியாய சாத்திரத்தில் நாம் காணும் மோக்ஷம் என்ற கருத்து, அதை வளப்படுத்துவதற்கு மாறாகப் பல முன்பின் முரண்பாடுகளையே உண்டாக்குகிறது. அதனால்தான் அந்தச் சாத்திரத்தின் அடிப்படையான கோட்பாடுகளுக்கும் இதற்கும் எத்தகைய தொடர்பும் இல்லை. இது ஒட்டவைத்த கருத்து என்று கொள்கிறோம். இந்த எண்ணம் நியாய சூத்திரத்தில் உள்ள இரண்டு விநோதமான விஷயங்களைப் பார்க்கும் போது இன்னும் அதிகமாக வலுப்படுகிறது. 1 அந்த நூல், தான் கூறும்

இந்தியத் தத்துவ இயலில் நிலைத்திருப்பனவும் அழிந்தனவும் 679

தத்துவ விளக்கங்கள் மோக்ஷத்தைப் பயக்கும் என்ற பிரதிக்ஞையுடன் ஆரம்பமாகிறது. நம் நாட்டில் ஒரு மரபு உண்டு. ஒரு நூல் தொடக்கத்தில் கூறியதை மீண்டும் எடுத்துக் கூறியே முடிய வேண்டும் என்பதே அது; நியாய சாத்திரத்தின் முடிவில் மோக்ஷம் பற்றிய பேச்சே இல்லை என்பது விநோதமாயிருக்கிறது. முடியும்போது அதில் தர்க்க வாதத்தில் உள்ள சில தவறான முறைகளை விளக்கிவிட்டு முடிகிறது. இது எதைக் காட்டுகிறது? உண்மையில் மோக்ஷம் பற்றி அது கவலையே படவில்லை என்பதைத்தான் காட்டுகிறது. தனது கருத்துக்கு மோக்ஷம் மாறானது என்றாலும் மரபு கருதியேனும் அதைச் சொல்லித்தானே நூலை முடிக்க வேண்டும். அப்படிச் செய்யவில்லை கௌதமர். இது இரண்டாவது.[24] நியாய சூத்திரத்தில் ஒரு பாகம் முழுதும் மோக்ஷம் பற்றிய ஆய்வுக்கெனத் தனியே ஒதுக்கப்பட்டிருக்கிறது. "அபவர்க்க பரீக்ஷாப் பிரகரணம்" மோக்ஷத்தை அலசி ஆராயும் பகுதி என்பது அது. இத்தகைய ஒரு பகுதியில் குறைந்தபக்ஷம் நாம் எதிர்பார்க்கக்கூடியது என்ன? மோக்ஷம் என்பது நிஜமானது என்பதை நிரூபிக்க ஏதாவது திட்டவட்டமான சான்று-ஆதாரம் இருக்கும் என்பதுதான்; இதற்கான அறிகுறியே இல்லை. அந்தப் பகுதி முழுதிலும், அதற்கு மாறாக அது மீமாம்ஸையின் மிகச் சாதாரணமான - சிறு குழந்தைத்தனமாக அது கூறும் விஷயங்களைப் பற்றியே கூறுகிறது; அதனால்தான் பிற்காலத்து நியாய சாத்திரங்களைச் செய்தவர்கள் ஏதாவது மோக்ஷத்திற்கான சான்றுகளைக் காட்ட வேண்டிய நிர்ப்பந்தம் நேர்கிறது; மிகவும் விநோதமானது என்னவென்றால், அவர்கள் முக்கியமாகக் காட்டும் சான்றுக்கும் அந்தச் சாத்திரத்தின் அடிப்படைக் கோட்பாடுகளுக்கும் சிறிதும் தொடர்பே இல்லாமற்போய்விடுகிறது. அந்தச் சான்றும் பெரும்பாலும் உபநிஷத்திலிருந்து எடுக்கப்பட்ட துண்டு துண்டான விஷயங்களே; உபநிஷத்தும் வேதத்தைச் சேர்ந்தது; ஆகவே, வேதப்பிரமாணம் என்றும் கொண்டனர்.[25]

இது மிகவும் சுவையான விஷயம்; எங்கிருந்து மோக்ஷத்தைப் பற்றிய விஷயங்களைக் கடனாகப் பெற்று ஒட்டிவைத்தார்கள் என்பது இதனால் தெரியவருகிறது. தத்துவ ஞானத்தால் இவ்வுலகத்துப் பாச பந்தங்கள் அகலும் என்பது உபநிஷத்தின் முக்கியமான விஷயம். கருத்துமுதல்வாதத்தின் வெறும் ஊகமானது இது; இதைத்தான் அத்வைதிகளும் மஹாயானிகளும் ஒத்துப் பாடினார்கள். இதன் அடிப்படை இரண்டு. ஆத்மா ஒன்றுதான் பரமஸத்யம் என்பதும் ஜட இயற்கையான உலகம் நிஜமில்லை என்பதுமே அவை. இவை இரண்டையும் ஏற்றுக்கொண்டால் ஆத்மாவுக்கும் இதற்கும் தொடர்பும் உண்டு என்பதை, அக்ஞானத்தால் விளையும் பாச பந்தமான தளையைத்

தெரிந்துகொள்ளலாம். இந்த ஞானம் அக்ஞானத்தை அகற்றி, பரமஸத்யத்தை ஆத்மாவை அடையச் செய்யும். அதுதான் மோக்ஷம். இப்படிக் கொள்வது நியாய சாத்திரத்திற்குப் பொருந்தாது; இதை ஏற்றால்தான் மோக்ஷத்தை ஒப்புக்கொள்வது பொருந்தும்.

இதைக் கருத்துமுதல்வாதத்திலிருந்து பிரித்துக் கொண்டுவந்து ஒட்டவைப்பதால் கருத்துமுதல்வாதத்தின் எதிர்த்தரப்பான நியாய சாத்திரம் முரண்பட நேர்கிறது. இதனால் வந்த முரண்பாடுகளை ஓரளவு பார்த்தோம்; ஆயினும் இந்த ஒட்டவைப்பு எந்தக் காலத்தில் நிகழ்ந்தது எனக் கூறும் அளவு இன்னும் ஆராய்ச்சி உண்மைகள் கிடைக்கவில்லை. ஆயினும், ஒன்று மட்டும் தெளிவாகிறது. அறிவும் வாழ்வும் பற்றிய கோட்பாடுகள் பலவற்றாலும் கருத்துமுதல்வாதத்தை மறுக்கவும் ஒதுக்கித் தள்ளவும் காட்டிய ஆர்வம் நிறைந்த நியாய சாத்திரம் தன் அடிப்படைக்குப் பொருத்தமாக மோக்ஷம் பற்றிய கருத்தை வளர்த்துக்கொள்ளவில்லை; மோக்ஷத்திற்கு மனு முதலிய தர்மசாத்திரங்கள் தந்த போற்றுதலும் தூக்கிப் பேசிய பேச்சும் தத்துவவாதிகள் அனைவருமே மோக்ஷம் பற்றியும் தத்தம் கொள்கையை அறிவிப்பது அவசியமாயிற்று. அந்த நிலையில் அது பற்றிய தமக்கே உரிய வேறு கருத்து இல்லாததாலும் தர்ம சாத்திரங்களின் கண்டனத்தைத் தவிர்த்துக்கொள்ளவும் வேண்டி இவர்களும் சரண் அடைந்துவிட்டார்கள். எப்படியோ தமது சாத்திரத்திற்கும் அது பொருந்தும் என்பதைக் காட்டியும்விட்டனர். இன்று நமக்குக் கிடைக்கும் நியாய சாத்திரத்தின் பலஹீனம் இதுதான்; இதுவே நியாயம், வைசேஷிகம் இரண்டிற்கும் மரபாகவும் ஆகிவிட்டது. கருத்து முதற்கோட்பாட்டிற்கு எதிர்த் தரப்பான தமது சாத்திரத்திலும் மோக்ஷத்திற்கு இடம் கொடுக்கும் நாட்டமும் போக்கும் நேர்ந்துவிட்டன.

6. மோக்ஷம்-ஸாங்க்ய மதக் கருத்து

கருத்துமுதற் கோட்பாட்டிற்கு எதிரான மற்றொரு தத்துவக் கருத்து ஸாங்க்யம். ஆதிமூலமான ஸாங்க்யம் என்னவென்று அறிய, மீண்டும் அதைச் சேர்த்துத் தொகுப்பதில் உள்ள சிரமங்களை முன்னரே கூறிவிட்டோம். ஆகவே, ஆதிமூலமான ஸாங்கியத்தின் மோக்ஷம் பற்றிய கருத்து என்னவென்று மீண்டும் ஊகிப்பதில் பயனில்லை. வேதாந்தமாகவே அதை மாற்றி வடித்துவிட்ட நிலையில் அதைக் காண்போம். இப்போது கிடைக்கும் நூல்களில் எஞ்சியுள்ள பழைய அழுத்தமான விஷயங்கள்கூட முன்னுக்குப் பின் முரணாகவே உள்ளன; ஆகவே, இதை மறுக்கும் கருத்துமுதல்வாதிகள் மிகவும் சுலபமாகவே இது முரண்பாடுகளின் இருப்பிடம் என்று காட்டி மறுத்துத் தள்ளிவிடுகின்றனர்.

இந்தியத் தத்துவ இயலில் நிலைத்திருப்பனவும் அழிந்தனவும் 681

ஸாங்க்ய காரிகை என்ற நூல், மோக்ஷம் என்பது எந்த வடிவிலும் வகையிலும் இல்லாமல் துக்கம் என்பது அறவே ஒழிதல்தான் என்ற அறிவிப்புடன் தொடங்குகிறது. எல்லாவிதமான அநுபவங்களையும்-இன்பம் துன்பம் போன்ற உணர்வுகளையும் அறவே இல்லை என்று கொள்வதால் இவை ஒழியும் என்கிறார்கள். இவை ஒழிந்துவிடுதல் ஆத்மாவை சுதந்திரமாகவும் தன்னாட்சியே உள்ள ஒரு ஸத்யமாகவும் ஆக்கிவிடுகிறது என்கிறார்கள். இதற்கும் நியாய சாத்திரம் கூறுவதற்கும் ஓரளவு ஒப்புமை இருக்கிறது. ஆனால் இந்தத் தன்னாட்சி என்பது, எத்தகைய உணர்வும் அற்ற, தான் என்பதன் சாரமே. ஆத்ம வஸ்து என்று தெரிந்துகொள்வது நியாய சாத்திரக் கருத்து. ஸாங்க்யத்திலோ தான் என்ற ஆத்மா, ஞானம்-உணர்வு என்பதே; அது ஒரு வஸ்து அன்று; உணர்வற்ற வெறும் வஸ்து என்பது இல்லவே இல்லை.[23] இவ்வாறு பிற்காலத்து ஸாங்க்யத்தில் மோக்ஷம் மட்டுமின்றி மோக்ஷம் பெற்றுவிட்ட ஆத்மாவைப் பற்றிய கருத்தும் வேதாந்தக் கருத்துக்கு மிகவும் நெருங்கிவிடுகிறது. அவர்கள், 'புருஷன்' என்று கூறும் ஆத்மா உலகத் தொடர்புள்ள அநுபவங்கள் அனைத்திலிருந்தும் அறவே விடுபட்டது; அதன் உள்ளார்ந்த இயல்பின்படி முற்றிலும் சுதந்திரமானது; ஏற்படும் அநுபவங்கள் அனைத்தும், புத்தியின் அறிதலின் மாறாட்டமே; அத்தகைய புத்தியும் ஆதிமூலமான பிரதானத்தின் அதாவது இயற்கையின் படைப்பே; அக்ஞானம் காரணமாக இந்த ஆத்மா எப்படியோ புத்தியின் இந்த மாறுபட்டதும் திரிந்ததுமான அறிவில் மாட்டிக்கொள்கிறது. ஆகவே, பந்தத்திலும் தளைப்படுகிறது. அதனால் துயரத்திற்கும் ஆளாகிறது. இதிலிருந்து விடுபட ஒரே வழி தத்துவ ஞானம் மட்டுமே. ஜடமான இயற்கை-பிரகிருதி உண்டாக்கும் அனைத்திலிருந்தும் உண்மையிலேயே அறவே விடுபட்டது-இவை ஏதும் இல்லாதது ஆத்மா என்று அறிதலே ஞானம்.

"புத்திதான் புருஷனுடைய துக்கத்திற்குக் காரணம்; துக்கம் என்பது வெறும் தோற்றமே; உண்மையான விடுதலையைப் பெறுதல் என்பது புருஷன் எதிலும் ஒட்டாதவன் - அநுபவங்களுக்கு ஆளாகாதவன் என்று பிரகிருதியையும் புருஷனையும் பிரித்து அறிவதால் இந்தத் தோற்றம் விலகும். விடுதலை பெறுவது உறுதி; பந்தம் இயற்கையாகவே உள்ளது என்றால் தன்னை அழித்துக் கொண்டாலொழிய விடுதலை கிடைக்காது; அப்படியில்லை. பந்தம் என்பது ஒரு பிரமை - புத்தியின் மயக்கம்; அதன் தோற்றத்தை இதனினும் வேறான ஒரு காரணியில் இருப்பதாக அறிய வேண்டும். அதற்கு 'உபாதி' என்று பெயர். இங்கே புருஷனுக்குப் பிரகிருதியின் மீது, இயற்கையின் மீது கொள்ளும் பற்றே அந்த உபாதி. அதாவது

புருஷனுக்கும் பிரகிருதிக்கும் அபூர்வமானதொரு விதத்தில் ஏற்படும் சம்பந்தம். இந்த சம்பந்தம், ஒவ்வொன்றையும் குறிப்பிட்ட விதத்தில் அறியும் புத்தி மூலமாக உண்டாகிறது. இந்த புத்தியும் பிரகிருதியின் ஒரு விளைவுதான். ஒவ்வொரு புருஷனுக்கும் பிரகிருதியை அறியும் வகையில் நேரும் இந்த அபூர்வமான சம்பந்தம்தான் பிறவி என்கிற அநுபவபூர்வமான வாழ்க்கையாக அமைகிறது. இந்த வாழ்க்கை புருஷன் மீது பிரதிபலிக்கும் அநுபவத்தின் மூலம் பந்தத்தை விளைவிக்கிறது; பந்தம்தான் புருஷனுக்கு நல்லது தீயது, உண்மை, பொய் போன்றவற்றைப் பகுத்தறியாத அவிவேகத்தைத் தருகிறது; இந்த அவிவேகம்தான், புருஷன் பிரகிருதியிடம் பற்று வைப்பது. இந்த அவிவேகத்திற்கான மூலகாரணத்தை அதாவது பிரகிருதியுடன் புருஷன் தொடர்புகொள்வதை நீக்கினால் அகற்றிவிடலாம்; இந்த புருஷப் பிரகிருதித் தொடர்புக்கு ஆரம்பம் கிடையாது; ஆனால் முடிவு இல்லை என்பதில்லை; இதை 'விவேக் க்யாதி' என்று ஸாங்க்யம் கூறும் பகுத்தறிவில் முடிவுகட்டி இல்லாமற் செய்துவிடலாம். புருஷனுக்கும் பிரகிருதிக்கும் அடிப்படையளவில் தொடர்பே கிடையாது என்பதை விவேகத்தால் அறிந்துவிட்டால், இந்தத் தொடர்பு இற்று நழுவிவிடும். இந்த நிலையில் புத்தி என்பது வடிவம் ஏதுமில்லாத பிரகிருதியில் கரைந்து மறைந்துவிடுகிறது. அதன் விளைவான அனுபவமும் இருக்காது."[27]

இதற்கும் அத்வைத வேதாந்தத்திற்கும் உள்ள வேறுபாடு என்ன? ஸாங்க்யம், புருஷன் என்பது பிறவற்றைவிட வேறானது என்றும், அது எதனையும் சாராமலும் சேராமலும் தான் மட்டும் தனியே இருப்பதைத் தெரிந்துகொள்வதே மோக்ஷத்திற்கு வழி என்றும் கூறும்; பிற அனைத்தும் ஆத்மாவும் ஒன்றே தவிர வேறில்லை - எல்லாமே-அனைத்துலகமுமே ஆத்மா என்ற ஞானமே மோக்ஷம் என்று அத்வைதம் சாதிக்கும். இதுவே வேறுபாடு.

புருஷன் வேறு பிரகிருதி வேறு. புருஷனைப் பிரகிருதியில் இருந்து விடுவிப்பது; இப்படி விடுவிப்பதான ஓர் உள்ளுணர்வு: அத்வைதம் கூறுவதோ இரண்டும் ஒன்றே என்ற உள்ளுணர்வு; இதுதான் மோக்ஷ காரணம் என்கிறார் சங்கரர். உலகிற்கும் ஆத்மாவுக்கும் உள்ள ஒருமையை-இரண்டும் ஒன்றே என உணரும் உள்ளுணர்வு: இது, இதில் வேறுபாட்டைக் களைவது என்பது மிகவும் முக்கியம். அவ்வளவுதான் என்பார் சங்கரர். ஸாங்க்யமோ இந்த வேறுபாட்டை மிக மிக அழுத்தமாக்கிக்கொள்வதே மோக்ஷத்திற்கு இன்றியமையாதது என்று சாதிக்கிறது. இப்படிப் புருஷனைப்

பிரகிருதியிலிருந்து விடுவித்து, தனித்து உணர்வதாலேயே புருஷன் மட்டுமே கைவல்யம் என்ற சாரமானதை அடைகிறான் என்பது ஸாங்க்யம்.[28]

இதனால் இரண்டும் வெவ்வேறு என்று நினைத்தல் தவறாகும். (வேறுபாடு சொல்லளவில்தான்). உலகனைத்துமே ஆத்மா;ஆத்மாவைத் தவிர வேறாகத் தோன்றும் அனைத்தும் நிஜமல்ல; அவையாவும் அக்ஞானத்தால் உண்டாகின்றவை. நிஜமானதையும் நிஜமல்லாததையும் கலந்து குழம்பிவிடக்கூடாது என்பதுதான் சங்கரருடைய வாதம் தொடங்கும் இடம். இது நிஜத்தையும் நிஜமல்லாததையும் விவேகத்தால் பகுத்தறிய வேண்டும் என்பதே. பௌதீகமான இயற்கை உலகம் என்று எதையோ நினைக்கிறோமே இதிலிருந்து முற்றிலும் வேறுபட்டதே. ஆத்மா என்றுதானே ஆகிறது; ஆகவே, பிற்காலத்து ஸாங்க்யம் கூறும் மோக்ஷத்திற்கும் இதற்கும் வித்தியாசம் சிறிதுமில்லை. இரண்டுமே ஆத்மா உலகத்துடன் சார்ந்தும் சேர்ந்தும் ஒட்டுவதில்லை என்றுதான் கூறுகின்றன: இரண்டுமே, இந்த நிலை தத்துவ ஞானத்தால்தான் கிட்டும் என்றும் கூறுகின்றன. ஆத்மாவோ, புருஷனோ இந்த இயற்கை உலகத்தில் ஒட்டுவது அக்ஞானத்தால் தானாம்.

இந்த இயற்கையான வெளி உலகம் பற்றிய வரை இன்றுள்ள ஸாங்க்யத்தில் காண்பது என்ன? இந்த உலகம் தோன்றிப் பரிணாம முறையில் வளர்ந்தது, பிரதானம் அல்லது பிரகிருதி என்னும் ஆதிமூலமான பௌதீக இயற்கையிலிருந்துதான் என்ற ஸாங்க்யத்தின் மிக மிக அடிப்படையான கருத்தைப் பிற்காலத்து ஸாங்க்யர்கள்கூட அகற்றிவிடவில்லை. அவர்கள்கூட- கண் முன்னே காணும் இந்த உலகம் ஆதிமூல இயற்கையின் பரிணாமமே - உள்ளது படிப்படியாக வளர்வது என்றுதான் கூறுகின்றனர். அத்வைத வேதாந்தத்தில் இதே பொருளில் 'விவர்த்தம்' என்று கூறுவது இத்தகைய நிஜமான பரிணாமம் அன்று. அந்த 'விவர்த்தம்' என்பதற்கும் மாறுதல்-ஒன்று வேறொன்று ஆதல் என்பதுதான் அர்த்தம்; ஆயினும் வேதாந்திகள் கூறுவது, அது ஒரு வெறும் பிரமையினால் ஏற்படும் மாறுதலாம்; ஆத்மா என்ற சுத்தத் தத்துவமே அக்ஞானத்தாலும் மாயையாலும் வேறான உலகம் போல் தோன்றுகிறதாம். இப்படி உலகம் மாயை என்று கூறிய உலகத்திலிருந்து, தத்துவ ஞானத்தால் அக்ஞானத்தை-மாயையை அகற்றிவிடுவதன் மூலம் ஆத்மா தனக்கே உரிய நிஜத்தன்மையை அறிந்து கொண்டுவிடுகிறது; அதுவே மோக்ஷம் என்று கூறுவதை எளிதாக்கிவிடுகிறது. இந்த முடிவு பிற்காலத்து

ஸாங்க்யத்திற்கு முற்றிலும் முரண்பட்டதாகிறது; என்றுமே அழியாத ஆதிமூலான பௌதீக இயற்கையின் மாறுபட்ட வடிவில் இந்த உலகம் நிஜமாகவே இருப்பது என்பதுதான் ஸாங்க்ய தத்துவம். ஆரம்ப காலத்து ஆதி ஸாங்க்யத்தில் புருஷன் என்பதன் நிலை எப்படி என்னவாக இருந்தது என்பது உண்மையிலேயே ஐயத்திற்கு உரியதாகவே இருக்கிறது. பிற்காலத்தில் புருஷன் என்பதை மிகவும் மிகைப் படுத்திவிட்டனர். அது அத்வைதத்தின் பிரம்மத்தோடு மிக மிக நெருக்கமாகவே புரிந்துகொள்ளவும் பட்டது. பிற்காலத்து ஸாங்க்யம் புருஷனையும் உலகம் போலவே ஒரு வெறும் தோற்றம் என்று சுருக்கிவிட்டிருந்தால் இப்படிப்பட்ட ஆழமான முரண்பாட்டுக்கே இடம் இருந்திருக்காது. வேதாந்தத்துடன் எவ்வளவோ சமரசமும் சமாதானமும் செய்துகொண்டாலும், தனது ஆரம்ப காலத்துக் கருத்தான பொருள்முதல்வாதச் சார்பையும் பொருள்முதல்வாதத்தின்பால் அது சாய்வதையும் மீதூர்ந்து மேலே போய்விடவில்லை; உலகம் அழியாத பிரகிருதியின் மாறுபட்ட வடிவம்தானே? புருஷன் உலகத்துடன் எப்போதுமே ஒட்டுவதில்லையென்றால், அவனுக்கும் உலகத்திற்கு முள்ள தொடர்பு எத்தகையது? இதற்கு விடை சரியாகக் கிடைக்க வில்லை. இயற்கையின் பரிணாமம் முழுவதுமே புருஷனுடைய பொழுதுபோக்கான விளையாட்டை அநுபவிக்கத்தான் என்கிறார்கள். புருஷன் பிரகிருதியை அநுபவித்துக்கொண்ட அதே சமயம், அதை விட்டு அறவே விலகியும் உள்ளான் என்பது பொருந்துமா என்று அவர்கள் கவனித்ததாகவே தெரியவில்லை; மேலும், விநோதமாக மற்றொன்றும் கூறுகிறார்கள்; உலகம் இயற்கையிலிருந்து உண்டாகிப் பல்கிப் பெருகுவதும்கூட புருஷன் மோக்ஷம் பெறுவதற்காகவே நிகழ்கிற தாம்! அப்படியானால் உலகம் நிஜம் என்றுதானே ஆகும்? நிஜமான உலகம் புருஷனை இன்னும் அதிகமாகத் தளைப்படுத்துவது தானே சாத்தியம்?

பிரகிருதி பல்கிப் பெருகிப் பரிணாமம் பெறுவது புருஷனுடைய அநுபவத்திற்காகத்தான் என்கிறது. 'ஸாங்க்ய காரிகை.' புருஷன் உண்டு என்று நிறுவ அந்த நூல் தரும் இரண்டு சான்றுகளின் அடிப்படையே இதுதான். "புருஷன் என்பவன் உண்டு. ஏனென்றால், பல்வேறு பொருள்களும் சேர்வதும் இருப்பதும் அவற்றைப் பிறர் உபயோகிக்கவும் அநுபவிக்கவும் தானே?"[28] இதற்கு கௌடபாதர் செய்யும் உரை; "படுக்கும் கட்டில் என்றால் கட்டிற்கால்கள், கயிறு, பஞ்சுமெத்தை, விரிப்பு, போர்வை, தலையணை எல்லாம் சேர்ந்தது; இவையனைத்தும் பிறர்க்குப் பயன்படுவது தவிர தமக்குத் தாமே பயன்படுவதில்லை; ஆகவே, இதில் படுத்துறங்கும் ஒருவனுக்குத்

தானாகவும், அதே போல ஐந்து பூதங்களும் சேர்ந்து உண்டான உடலும் பிற இயற்கையும் புருஷன் என்னும் ஒருவனும் உண்டு. அவன் அனுபவிக்கத்தான் புத்தியும் பிறவும் கூடிய உடலும் பிறவும் உண்டாக்கப்பட்டுள்ளன.

மற்றொன்று, "புருஷன் உண்டு; ஏனெனில் பொருள்கள் என்றிருந்தால் அவற்றை அனுபவிக்க ஒருவன் கட்டாயம் வேண்டுமே" அதற்காக இதற்கு உரை கூறுகிறார் கௌடபாதர்:[30] அறுசுவையும் மணமும் உள்ள உணவைச் சுவைத்துண்ண ஒருவன் வேண்டும். இல்லையெனில் அவற்றைப் புரிந்துகொண்டு சுவைக்கும் இயல்பு - அந்த அறிவுக்கோ வேறு பிரகிருதி தந்த பொருளுக்கோ கிடையாது; ஆகவே, உடலையும் பிறவற்றையும் அநுபவித்துணர ஒரு புருஷன் கட்டாயம் வேண்டும்."

இவ்வாறு புருஷன் உண்டு என்று சான்று தந்து நிரூபிக்கும் அதே. நூல், பிரகிருதியின் பரிணாம புற உலகம் புருஷன் மோக்ஷம் பெறவும் துணைசெய்கிறது என்று வாதம் செய்கிறது.

இந்தப் பிரகிருதியின் பரிணாமமான உலகமே, அதன் ஆதாரங் களைப் புரிந்துகொள்வதன் வாயிலாகவே ஒவ்வொரு புருஷனும் முறையே விடுதலை பெறவே - தமக்குத் தாமே செய்துகொள்வது! போலவே செயல்படுகின்றன. தன்னளவில் அறிவேதும் இல்லாத பசும்பால், கன்றை வளர்ப்பது தெரிகிறது; அதேபோலத்தான் பிரகிருதியும் புருஷனை விடுதலை பெறச் செய்ய விரும்புகிறது; மக்கள் தம்முடைய ஆசைகளை விளக்கும் செயல்களில் ஈடுபடுவது போலவே தனித்திராத இந்த மூலப் பிரகிருதியும் புருஷனைப் பெறுவிக்கும் செயலைச் செய்கிறது."

பொருள்முதற்கோட்பாட்டின் பக்கமே சார்பும் சாய்வும் கொண்ட ஒரு தத்துவத்தில் கருத்துமுதல்வாதத்தின் கருத்தைக் கொண்டுவந்து ஒட்டவைத்ததால் வந்த குழப்பம் இது; உலகம் புருஷனுடைய அநுபவத்திற்காக உண்டாயிற்றாம்; அதுவே அவன் மோக்ஷம் பெறவும் துணையாகிறதாம். இப்படி முரண்பாடுகளின் மூட்டையாய் ஸாங்க்யம் பிற்காலத்தில் ஆகிவிட்டதால் சங்கரர் இதை எள்ளி நகையாடுவதும் மறுத்துத் தள்ளுவதும் சுலபமாகிவிடுகிறது. அவர் கூறுகிறார்: "பிரதானம்-அதாவது பிரகிருதி இயற்கை எத்தகைய தூண்டுதலுமின்றித் தானே செயற்படுவது எதையும் குறிப்பதில்லை. எதையும் சார்ந்ததுமில்லை என்று நீ கூறுவதைக் கொண்டே, பிரதானம் தனக்கு; துணையான வேறு எந்தத் தத்துவத்தையும் குறிக்கவில்லை என்பது மட்டுமின்றி அதற்கு வேறு நோக்கமோ பிரயோஜனமோகூட இருப்பதற்கில்லை; அது எப்படி புருஷனுடைய உறுதிப்பயனான

மோக்ஷத்திற்காகச் செயற்பட முடியும்? உன் கருத்து அடிபட்டு விடுகிறது. பிரதானம் தனக்குத் துணையாக எந்தத் தத்துவத்தையும் கருதுவதும் கொள்வதும் இல்லை; அது, பயனைத்தான் அவ்வாறு கொள்கிறது என்று நீ சொல்லக்கூடும்; அவை யாவை? தனித்தனியான அவை, புருஷன் அநுபவிப்பதும் கடைசியான விடுதலையும் என்னும் இரண்டே அநுபவம் என்றால், அவை என்ன அநுபவம்? இயல்பாக, இன்பத்தையோ துன்பத்தையோ பெற்று வளரவும் தேயவும் ஆற்றல் இல்லாத ஒன்றுக்கு அநுபவம் என்பது எது? அநுபவம் உண்டானால் விடுதலை பெறவே சந்தர்ப்பம் இல்லையே? விடுதலையே அநுபவம் என்றால், பிரகிருதியின் செயற்பாட்டுக்கு எத்தகைய பிரயோசனமும் இருக்க முடியாது; அதற்கு முன்பே புருஷன் விடுதலையில்தானே இருப்பான்? இரண்டுமே பிரயோசனம்தான் என்றால், பிரதானம் தரும் வேறு பொருள்களையும் புருஷன் அநுபவிக்க வேண்டியிருப்பதால் இறுதி விடுதலை என்பதற்கு வாய்ப்பே இல்லை. பிரதானம் செய்வதற்கெல்லாம் அதன் விருப்பங்களையடைந்து திருப்தி பெறுவதே நோக்கமும் பயனுமாகுமென்றால் அதுவும் சரியில்லை; ஏனென்றால் உணர்ச்சியோ அறிவோ இல்லாத பிரதானமோ அல்லது சாராம்சத்தில் மிகத் தூய்மையும் கலப்பேதுமில்லாததுமான புருஷனோ எத்தகைய விருப்பமும் கொள்ள முடியாது. இறுதியாகப் பிரதானம் எப்போதும் செயலூக்கம் பெற்றே இருக்கிறது என்று நீ ஒப்புக் கொண்டால் - இதை நீ ஒப்புக்கொள்ளாமலும் இருக்க முடியாது; ஏனெனில், புருஷன் உணர்வுடையவனாதலால் அவனுக்கு இயல்பாயுள்ள சாட்சி அதாவது உலகத்தைக் காண்பதும் பிரதானத்திற்குள்ள படைக்கும் ஆற்றலும் பயனற்றவையே ஆகும். அதன் விளைவாகப் புருஷனுக்குள்ள படைக்கும் ஆற்றல் ஓயும் வரையில் பிரதானத்தில் படைப்பாற்றலும் ஓயாது என்றும், எதிரே காணும் உலகமும் முடிவுக்கு வராது என்றும், ஆகவே, புருஷனுக்கு மோக்ஷம் என்பதும் ஏற்பட வாய்ப்பே இல்லை என்றும் ஆகும்.[32]

இதற்கும் மேலே, பிற்காலத்து ஸாங்க்யர் கூறும் மோக்ஷம் என்ற கருத்தில் உள்ள அபத்தத்தை எடுத்துக் காட்டுகிறார். மோக்ஷம் என்பது முழு முற்றாகத் துக்கங்கள் யாவற்றிலிருந்தும் விடுபடுவதும் துக்கங்கள் யாவுமே ஒழிவதும்தானே? துக்கங்கள் பிரகிருதியிலிருந்துதான் தோன்றுகின்றன என்றும் கூறுகிறாய். அந்தப் பிரகிருதி என்னும் பிரதானம் நிஜமானதும் சாசுவதமானதுமான ஒன்று என்றும் கூறுகிறாய்; ஆகவே, எவ்வளவு பெரிய தத்துவ ஞானத்தைப் பெறுவதாலும் துக்கங்களை அகற்றவே முடியாதே, என்கிறார் சங்கரர்; அவருடைய அத்வைத தத்துவத்தில் பிரகிருதியான உலகமோ அதில்

உள்ள துக்கமோ இரண்டுமே அக்ஞானத்தால் உண்டானவை; தத்துவ ஞானத்தால் அந்த அக்ஞானத்தை-துக்கத்திற்குக் காரணமான அறிவின்மையை அழித்துவிட்டால் துக்கத்தையும் அழித்துவிடலாம்; ஆகவே, அத்வைதத்தில் இந்த முரண்பாடு இருப்பது வெட்ட வெளிச்சம்; ஏனெனில் ஸாங்க்யம் அடிப்படையான உலகமே நிஜம் என்றும் அது உண்டாக்கும் துக்கமும் நிஜமென்றும் கூறுகிறது. இதை சங்கரர் கூறுகிறார்:[33] துக்கம் நிஜம்தான் என்கிறாய்; அப்படியானால் மோக்ஷமே சாத்தியம் இல்லை என்பதை உன்னால் மறுக்கவே முடியாது; துக்கத்திற்குக் காரணமான பிரகிருதியை அழியாதது என்கிறாய்; இந்தக் கஷ்டத்தை நீக்க வேண்டிய இரண்டுமே - காரணமும் காரியமுமான பிரதானமும் துக்கமும் சாசுவதமானவைதான் என்றாலும், துக்கம் உண்மையிலேயே துயரத்தை விளைவிக்க வேண்டுமானால், இவை யிரண்டும் ஒன்றுகூட வேண்டும் (புருஷனும் பிரதானமும்). இப்படிக் கூடுவதற்கு ஒரு தனியான காரணமும் உண்டு; புருஷன் பிரதானத்தைப் பகுத்தறியாமல் இருப்பதே அந்தக் காரணம். அந்தம் பகுத்தறிவின்மை ஒழிந்துவிட்டால், இந்தச் சேர்க்கையும் விடுபட்டுப்போகும். அப்போது, புருஷனுக்கு மோக்ஷம் சாத்தியமாகும் என்றும் விளக்கம் தருகிறாய். இதையும் நான் ஏற்றுக்கொள்வதற்கில்லை. இந்தப் பகுத்தறிவின்மை - தமோகுணத்திற்கு உட்பட்டுப் பிரகிருதியுடன் இருப்பது என்பது உன் முடிவு; இந்தத் தமோகுணமும் அழியாதது என்று நீ கூறுகிறாய்; இந்தத் தமோகுணத்தின் தாக்கம் எப்போது ஏறி அதிகமாகும்; எப்போது குறைந்து இறங்கும் என்பதைப் பற்றிய நியமம்- மாறாதது - விதி ஏதுமில்லை. ஆகவே, இதனால் ஏற்படும் பிருகிருதியுடன் புருஷன் சேரும் சேர்க்கையும் அறவே அற்று முடியும் என்பதற்கும் யாதொரு நியமமும் இல்லை. எனவே, இந்த அவிவேகம் காரணமாக நேரும் அந்தச் சேர்க்கையும் அப்போது விடுபடும் நிலையும் நிச்சயமற்றதாகிறது. ஆகவே, உன் தத்துவத்தில் இறுதி மோக்ஷம் என்பதே இல்லை என்ற பழியிலிருந்து நீ தப்பவே முடியாது."

அத்வைதத்தில் இந்த முரண்பாடில்லை என்று எடுத்துக் கூறுகிறார் சங்கரர்.[34] வேதாந்தி ஒருவன், தனக்கு மோக்ஷமே கிடையாதோ என்று கனவிலும் கருதமாட்டான். ஆத்மா ஒன்றுதான்- அது தவிர இரண்டாவதாக ஏதுமில்லை என்பது அவன் முடிவு. ஒன்றாயிருப்பது வேறொன்றான பொருளுடன் சேர்வது என்பதில்லை. வேதங்கள் கூறுவது என்ன? காரியமான பிரபஞ்சப் பொருள்கள் பலவாக இருத்தல் என்பது வெறும் வாய்மொழி பேச்சுக்காக உள்ளனவே தவிர வேறில்லை. பன்மையே கிடையாது. நடைமுறை உலகில் துக்கத்திற்கும் அநுபவிக்கிறவனுக்கும் இடையே தொடர்பு இருப்பதை நாம் ஒப்புக்

கொள்ளலாம். அதை நாம் மறுப்பதுமில்லை. (வியாவஹாரிக ஸத்யம் அது).

மிதமிஞ்சிய தீவிரம் கொண்ட அத்வைத வேதாந்தத்தில் மோக்ஷம் பற்றிய வரையில் முரண்பாடேயில்லை. அதைக் கொண்டுவந்து மிகத் தெளிவாகவே பொருள்முதற்கோட்பாட்டின் பக்கத்தில் சார்புடன் சாய்வும் கொண்ட ஸாங்க்யத்தில் ஒட்டவைத்தது மிகவும் அக்கிரமம்? அதீதமான செயல். தர்க்கரீதியாக ஸாங்கியர்களுக்கு இரண்டே வழிகள்தான் உண்டு. மூலப் பிரகிருதியிலிருந்து உலகம் தோன்றிப் பல்கியது என்ற அடிப்படைக்குப் பொருந்தும் வகையில் மோக்ஷத்தை விளக்க வேண்டும் என்பது ஒரு வழி. இந்த அடிப்படையை முற்றிலும் விட்டு விட்டு, ஆத்மா மட்டுமே நிஜம், உலகம் நிஜமில்லை. உலகம் வெறுந்தோற்றம்-பிரமைதான் என்ற கருத்துமுதற்கோட்பாட்டை அப்படியே ஏற்பது மற்றுமொன்று. இந்த இரண்டாவது வழியில்தான் தத்துவ ஞானத்தால் மோக்ஷம் என்பதை நிறுவமுடியும். அதற்கென்ன பொருள்? வேதாந்தம் கூறும் மோக்ஷம், அது கொண்டுள்ள அடிப்படைக் கோட்பாடுகளுக்குப் பொருத்தமானது. ஆனால், ஆரம்ப காலத்து ஸாங்கிய தத்துவத்தின் அடிச்சுவடு கொண்டு பார்க்கும்போது முற்றிலும் பொருந்தாது என்பதுதான் அதன் அர்த்தம். 'ஸாங்கிய காரிகை' என்ற நூலின் காலத்தில் இருந்து வேதாந்தத் தத்துவத்தின் மோக்ஷத்தை வற்புறுத்திக் கூறுவதோடு, பிரகிருதி என்ற இயற்கைக்கும் முதன்மை கொடுத்து வற்புறுத்துவதும் சேர்ந்தே காணப்படுகிறது. முரண்பாடுகளின் கூடையாய் ஸாங்கியம் ஆனதே இதன் விளைவு.

நியாய வைசேஷிகர்களுக்கு அடிப்படையில் இதே கதிதான் நேர்ந்தது. அதன் முக்கிய அம்சமே கருத்துமுதற்கோட்பாட்டை மறுப்பதும், அதன் மூலம் இயற்கையை ஆழ்ந்து பார்த்து அதன் விதி முறைகளைத் தெரிந்துகொள்வதும்தான். ஆனால், வாத்ஸ்யாயனர் காலத்திலிருந்து இதுவும் விநோதமான ஒரு திருப்பத்தைப் பெறுகிறது.[35] அந்த தத்துவத்தைக் கொண்டவர்கள், மோக்ஷம் பற்றி வேதாந்தம் கொண்ட கருத்தைத் தமது சாத்திரத்தில் புகுத்த முனைகிறார்கள். அந்த நிலையில் இயற்கையுலகை நிஜமில்லை என்பது இன்றியமையாததாகிறது. ஆகவே, அதிலும் இதே குழப்பம்.

ஆக, இந்தப் பாணியே எல்லாத் தத்துவங்களிலும் இடம் பெறுகிறது. கருத்துமுதற் கோட்பாட்டை எதிர்ப்பவர்களும் அந்தப் பக்கம் சாய்ந்து விடுகின்றனர். பூர்வ மீமாம்சையிலும் இதே கதைதான். அதன் வளர்ச்சியில் மோட்சம் புகுந்துவிடுவது இன்னும் தெளிவாகவே தெரிகிறது.

7. மீமாம்சையும் மோக்ஷமும்

மீமாம்சையின் தொடக்க காலத்தில் மோக்ஷம் பற்றிய எண்ணமோ, ஆத்மா என்பதோ, அதுதான் விடுதலை பெறுகிறது என்பதோ அறவே இல்லை என்பது நிச்சயமாகவே தெரிகிறது. அந்தத் தத்துவத்திற்குரிய இன்றியமையாத விஷயங்களில் அவற்றிற்கு அவசியமும் இல்லை. ஆனால், பின்னால் வந்தவர்கள் மிகவும் தயங்கியும் சஞ்சலப்பட்டும் மோக்ஷத்தில் ஆர்வம் காட்ட முனைகின்றனர். இதைச் செய்யும்போது வேதாந்தி கூறும் மோட்சமே கிடைத்தது. இது மீமாம்சைக்குப் பொருந்தாத ஒன்று.

ஜைமினி என்ற மீமாம்சையில் முதல் நூல் எழுதியவருக்கு மோக்ஷம் என்ற லட்சியத்தில் சிரத்தையே இல்லை. அவருடைய நூலில் அதைப் பற்றிய பேச்சே இல்லை. ஒரு நல்ல பண்டிதர்,[36] 'மீமாம்சா சூத்திரம் எழுதிய ஜைமினி மோக்ஷம் பற்றிச் சர்ச்சையே செய்யவில்லை' என்கிறார். இந்த நூலுக்கு உரை செய்த சபர ஸ்வாமிகள், "மீமாம்சை மோட்சத்தைப் பேச வேண்டிய அவசியமே இல்லை. இந்த சாத்திரத்தில் அதற்கு இடமும் இல்லை"[37] என்கிறார். நம் காலத்தில் சில அறிஞர்களுக்கு மீமாம்சை இதைச் சொல்லாமல் விட்டது விநோதமாகப்படுகிறது. அதில் அதை இவர்கள் எதிர்பார்த்ததுதான் தவறு. மீமாம்சையின் ஆரம்பம், முடிவு, நூற்பொருள் - அதன் நோக்கம் எல்லாமே வேதம் கூறும் சடங்குகளான யாக யக்ஞங்களைச் செய்வதுதான். அதனால்தான் அதற்கு, 'யக்ஞவித்யா - யாகங்களைப் பற்றிய ஞானம்' என்ற பெயரே வழங்குகிறது. புருஷாத்தம் என்பது-மனிதர்களுடைய வாழ்வின் லட்சியம் - அது பற்றி அது தீர்மானமாகவே கூறுகிறது. அதாவது யாக யக்ஞங்களைச் செய்; அதுதான் மிகவும் விரும்பக்கூடிய செயல், இதற்கொரு அடிப்படைக் காரணமும் முறையும் வேண்டுமே; அதையும் கூறுகிறார்கள். யாகம் செய்தால் சுகம் கிடைக்கும். இன்பமாய் வாழலாம் என்று எளிதில் கூறிவிடுகிறார் ஜைமினி.[38] மனத்தத்துவ வகையில் இன்பமே மிகப் பெரிய லட்சியம் எனக் கூறுவது போல், "வாழ்வின் ஒரே குறிக்கோள் இன்பமே" என்கிறார் அவர். இதற்கு சபர ஸ்வாமியின் உரை:[39] மனிதனுக்கு மகிழ்ச்சி எதனால் ஏற்படுமோ, அதாவது எதை அடைந்தால் இன்பம் பெருகுமோ அத்தகைய செயல் தான்-மனிதனுக்கு பயனை விளைவிக்கும் அதுதான் புருஷார்த்தம். இது ஏன் என்றால், மனிதன் இன்பத்தைப் பெற விரும்புவதால்தான் இதைப் புரிந்துகொள்கிறான்."

மற்றோரிடத்தில் சபர ஸ்வாமி[40] விரிவாகக் கூறுகிறார்: மனிதன் அடைய வேண்டிய பயன் இன்பமே. இதைத் தருவது யாகங்களைச்

செய்வது ஒன்றேதான். பயன் ஏதும் தராத எந்தச் செயலும் யாரையும் கவர்ந்து ஈர்க்காது. வேதங்கள் எத்தனை விதிகளைக் கூறி நிர்ப்பந்தம் செய்தாலும், தனக்கு இன்பம் கிடைக்கும் என்று நன்கு தெரிந்தாலொழிய யாரும் ஒரு செயலைச் செய்யும்படி வேதங்களால் செய்ய முடியாது. வேதம் விதிக்கும் யாகங்களுக்கு இது முற்றிலும் பொருந்தும். அவற்றைச் செய்வது மிகவும் சிரமமும் பொருட் செலவும் பிடிக்கும். ஆகவே, யாகங்கள் இன்பத்தை நிச்சயமாகத் தரும் என்று நம்பச் செய்வது மீமாம்சகர்களுக்கு மிகவும் அவசியமாகிறது.

இதைக் கூறும்போது சபரர் மீமாம்சகர்கள் வேறு எந்த லக்ஷியத்தைப் பற்றியாவது பேசுவது மிகவும் ஆபத்தானது என்றும் கூறுவதாகவே படுகிறது. மோட்சம் என்ற அந்த லட்சியம், உலக இன்பங்களை முற்றிலுமாக மறுத்தும் அவை பொய்யென்றும் கொள்வதே என்று உபநிஷத்துக்களில் முடிவாகக் கூறப்பட்டிருப்பதும் உண்மை. இது சூத்திரம் செய்த ஜைமினிக்கும் உரையெழுதிய சபரருக்கும் தெரியா திருந்ததாலேயே இருவரும் அதைப் பற்றிப் பேசவில்லை என்றும் கொள்ள முடியாது. ஆகவே, இருவரும் இதை மறுக்கின்றனர் என்றுதான் கொள்ளவேண்டும். இது அவர்களுடைய அடிப்படை நோக்கமான யாகங்களே அடிபட்டுப் போய்விடும். யாகங்கள் இல்லாமற்போவது நமக்கேதாவது தீமையா எனில் இல்லை. அது ஒரு பழமையான தொடர்பு; இன்று நமக்குத் தேவையில்லை. அது பழைமையானது என்றாலும் அதில் மோட்சம் என்ற மனப்பிரமைக்கு இடமில்லை என்பதுதான் நமக்கு வேண்டிய விஷயம். தொடக்கக் காலத்து மீமாம்சகர்களுக்கு மோட்சம் தெரியாது. புருஷார்த்தம் என்ற வகையில், யாகங்கள் நிச்சயமாக விளைவிக்கும் இன்பமே அவர்களுக்குத் தெரியும்.

இந்த வாழ்க்கையின் இன்பத்தை அவர்கள் 'ஸ்வர்க்கம்' என்கிறார்கள். இதன் சொற்பொருள் வானுலகம் என்று, சபரர் கூறுகிறார்:[41] "ஸ்வர்க்கம் என்பது மகிழ்ச்சியைக் கொண்டு வருவதன்று. அது தன் இயல்பாகவே தானே அமைகிறது." ஸ்வர்க்கம் என்பதே இவ்வுலகத்தில் நாம் அனுபவிக்கும் இன்பம்தான் என்று கூறுவதே மரபாயிற்று.

அப்படிப் பார்த்தால் இந்த உலகத்தில் இம்மையில் பெறுவது இன்ப வாழ்வே என்றால், மீமாம்சகர் வானுலகம் என்பது வேறு உலகத்தைச் சார்ந்தது என்று கருதுவது அவசியமா என்ற சுவையான வினா எழுகிறது. தற்காலத்தில் ஒரு பிரபலமான பண்டிதர் கூறுகிறார்:[42] இதுபற்றிய மீமாம்சையின் கருத்து இன்னது என நிச்சயிக்க

இந்தியத் தத்துவ இயலில் நிலைத்திருப்பனவும் அழிந்தனவும் 691

முடியவில்லை. சபரர் கூறுவதைப் பார்த்தால், நாம் வாழும் உலகத்தைத் தவிர வேறு ஸ்வர்க்கம் என்ற வானுலகம் இல்லை; இந்த உலகத்திலேயே-இம்மையிலேயே நாம் ஸ்வர்க்க இன்பத்தையும் நரகத்தின் துயரத்தையும் அநுபவித்துவிடுகிறோம் என்றுதான் தோன்றுகிறது. இவ்வளவு எச்சரிக்கையுடன் அவர் கூற வேண்டிய அவசியமே இல்லை. சபரர் கூறுவது இதுவாயிருக்குமோ என்று இந்தப் பண்டிதர் சந்தேகிப்பது வீண்; சபரர் கூறுவதன் அர்த்தமே இதுதான்; சூத்திரத்திலும் சரி உரையிலும் சரி ஸ்வர்க்கம் என்பது வேறு தனி உலகம் என்று கூறப்படவே இல்லை; இதையே தான் வேதாந்திகளும் மீமாம்சகர் கருத்தென்று எடுத்துக்காட்டி மறுக்கிறார்கள்; 'விவரண-ப்ரமேய-ஸங்கிரஹம்,[43] என்ற நூலின் ஆசிரியர், "மீமாம்சகர் கூறும் ஸ்வர்க்கம் என்பதும் நரகம் என்பதும் இந்த உலகிலேயே துய்க்கும் அநுபவங்களே. இன்பம் துய்த்தல் ஸ்வர்க்கம், துயரப்படுதல் நரகம்" என்று எடுத்துக் காட்டுகிறார்.

இதுதான் உண்மையான மீமாம்சைக் கருத்து என்றால், கொள்கை பற்றிய ஒரு பிரச்சினை எழுகிறது; ஸ்வர்க்கமும் நரகமும் வேறு உலகங்கள் என்று கொள்ளத்தான் வேண்டும் என்பதில்லை என்றால், ஆத்மா உண்டு என்றும், இந்த உலகத்தை விட்டு அது வேறிடம் செல்லும் என்றும், அங்குதான் புண்ணியத்தின் பயனாய் இன்பமும், பாபத்தின் பயனாய்த் துன்பமும் கிடைக்கும் என்று கொள்வது மட்டும் அவசியமா? என்பதே அந்தக் கடுமையான பிரச்சினை. பொதுவாக மக்கள் கொள்ளும் நம்பிக்கைப்படி ஆத்மா என்பதே மறு உலகத்துடன் பிரிக்க முடியாத வகையில் பிணைந்து பின்னிக் கிடக்கிறது. ஆத்மாவைப் பற்றி மீமாம்சகர்கள் எதுவுமே கூறவில்லை என்றால் மறு உலகம் பற்றியும் அவர்களுக்கு என்ன அக்கறை இருக்க முடியும்? சங்கரர் கூறுவதும் இதுதான்:

பிரம்ம சூத்திரத்தில் உடலினும் வேறாக ஆத்மா உண்டு என்பதை நிரூபிக்கச் சிறப்பாக ஒரு கேள்வியை எழுப்புகிறார்:[44] பிரம்ம சூத்திரம் செய்தவர் ஆத்மா உண்டென்று நிரூபிக்க இத்தனை சிரத்தை கொள்வது ஏன்? மீமாம்ச சூத்திரங்களுடன் சேர்ந்ததும் தொடர்புமிக்கதும்தான் பிரம்ம சூத்திரம்; (அதனால்தான் இது உத்தர மீமாம்சை எனப்படுகிறது) ஆத்மாதான் மிகவும் முக்கியமான விஷயம் என்பதால் பூர்வமீமாம் சையான ஜைமினியின் நூலில் அது ஏற்கனவே பேசப்பட்டுள்ளது என்று எதிர்பார்ப்பதுதான் முறை; ஆனால் அப்படி இல்லை. உரையெழுதிய சபரர் ஆத்மா பற்றிக் கூறுகிறார். இது வேதாந்தத்திலிருந்து எடுத்துக் கொண்டது. மேலும் உபவர்ஷர் என்ற ஒரு பழைய மீமாம்சகர் ஆத்மாவைப்

பற்றி அறிய வேண்டும் என்றால், சாரீரகம் என்ற வேதாந்தத்தில் பார்க்கவும் என்று கூறுகிறார். இதற்கு சங்கரர் கூறுவது:[45] சபரர் ஆத்மாவைப் பற்றிப் பேசும் இடத்தில் (ஜைமினி நூலில்) அது பற்றிய சூத்திரமே இல்லை. இங்கே பிரம்மசூத்திரத்தில், ஆத்மா உண்டென்பதற்கு எதிராக எழும் பல ஆக்ஷேபணைகளையும் மறுத்துக் களைந்த பிறகு ஆத்மா உண்டென்று கூறும் சூத்திரமே இருக்கிறது. ஆசார்யரான சபர ஸ்வாமி இதைத்தான் எடுத்துக் கூறுகிறார். அதனாலேயேதான் மதிப்பிற்குரிய உபவர்ஷரும், ஆத்மாவைப் பற்றிப் பேசுவதற்குரிய முதல் சூத்திரத்தில், இது பற்றி சாரீரக சூத்திரத்தில் பேசுவோம்" என்று சொல்லி அதை அப்படியே விட்டுவிடுகிறார்.

இப்படியாக மூலமான உத்தர மீமாம்சையில் ஆத்மா பற்றிய அக்கறையில்லாமல் இருப்பது மோக்ஷத்தைப் பற்றியும் அவர்கள் கவலைப்படவில்லை என்பதுடன் பொருந்திச் சேர்கிறது. ஆத்மா தானே மோக்ஷம் பெறுவது? ஆகவே, சங்கரர் கூறுவதையே நாமும் ஒத்துக்கொள்கிறோம். பிற்காலத்து நூல்களில் காணும் ஆத்ம மோக்ஷம் என்பதும் வேதாந்தத்திலிருந்து எடுத்துக்கொண்டதேயாகும்.

இதனால் நமக்கு விளங்குவது என்ன? ஆரம்பத்தில் இந்த உலகின் இன்பங்களை அனுபவிக்கவே யாகங்களைச் செய்ய வேண்டும் என்ற லக்ஷ்யம், பிற்காலத்தில் மெல்ல மெல்ல இடம் மாறி மோக்ஷமே லக்ஷ்யம் என்ற நிலைக்கு வந்துவிட்டது. இதை ஹரியண்ணா கூறும்போது,[46] "இப்போதுள்ள மீமாம்சை தன் பழைய லக்ஷ்யத்தைத் தூக்கி வெளியே எறிந்துவிட்டு, மோக்ஷத்தை அதனிடத்தில் கொண்டுவிட்டது" என்கிறார்.

இந்த மாற்றம் மிகுந்த தயக்கத்துடனேயே தொடங்குகிறது. பிற்காலத்தில் மிகவும் பிரபலமாயிருந்த பிரபாகரரும், குமாரில பட்டரும் எழுதியுள்ள நூல்களில் இந்தத் தயக்கம் வெளிப்படுகிறது. பிரபாகரர்[47] வினா விடையுடன் இதைக் கூறுகிறார். ஜைமினியும் சபர ஸ்வாமியும் மோக்ஷத்தைப் பற்றி ஏன் மௌனம் சாதிக்கின்றனர். அவர்களுக்கிருந்த அக்கறையெல்லாம் கர்மத்தில் அதாவது யாகச் சடங்குகளைச் செய்வதில்தான். மோக்ஷத்தை விரும்புகிறவன் கர்மங்களை அறவே ஒழித்துவிடவேண்டும்; ஆகவே, மோக்ஷம் மீமாம்சையில் இடம்பெறுவதற்கில்லை. சடங்குகளில், ஈடுபாடுமிக்க ஒருவனுக்கு மோக்ஷத்தைப் பற்றி உபதேசித்தால் அவன் குழம்பிப் போவான்; இதனால்தான் சபர ஸ்வாமி அதைக் கூறவில்லை. இதில் பிரபாகரர் மாறுவது மிகவும் நுட்பமானது; அவர் கர்மமார்க்கம் என்ற சடங்கு முறையை மறுக்கவில்லை; மோக்ஷ மார்க்கத்தையே ஏற்க வேண்டும் என்றும் பரிந்துரைத்துவிடவில்லை. இரண்டுக்கும்

பொருத்தமில்லை என்றும் நினைக்கிறார். இருந்தும் ஜைமினியைப் போல், உண்மையான மீமாம்சையின்படி, மோக்ஷம் விரும்பத்தக்கதாகாது என்ற காரணத்தால், அதை ஒதுக்கியும் தள்ளிவிடவில்லை. மாறாக அதைச் சரியான லக்ஷ்யம் என்றே ஏற்கிறார். ஆதாரபூர்வமான மீமாம்சைக்கு அது பொருந்தாது; அதை அவர் மிகவும் போற்றிப் புகழ்கிறார். இங்கு பகவத் கீதையிலிருந்து ஒரு மேற்கோள் காட்டுகிறார்.[48] அந்த மேற்கோள், கருமங்கள் செய்து அதனால் இன்பம் பெற விழையும் மீமாம்சகர்களை இகழ்ந்து மோக்ஷத்தை உயர்த்திக் கூறுவது.[49]

இந்தக் கொள்கை மாற்றம் பின்னால் மிகவும் வெளிப்படையாய் விடுகிறது. பிரபாகரர் நூலுக்கு உரையெழுதிய சாலிகநாதர் இயற்றிய நூல் 'பிரகரணபஞ்சிகா.' அதில் மோக்ஷம் பற்றிய ஒரு விளக்கம்[50] மீமாம்சை தத்துவத்தை அப்படியே சரித்துச் சாய்த்துவிடுகிறது. "யாகம் முதலிய கருமங்களால் விளையும் தர்மம், அதர்மம் (பாபம் - புண்ணியம்) இரண்டையும் அழித்துவிடுவதே மோக்ஷம்" என்கிறது அது. மோக்ஷம் என்ற லக்ஷ்யத்தை ஏற்பதுடன் அதை மேற்கண்டவாறு விளக்குகிறரோ? அது எதற்கு? மீமாம்சை கர்மத்தையே வற்புறுத்துவது. கர்மங்களால் பாபமும் புண்ணியமும் விளையும் என்ற முறையான கொள்கையைக் கொண்டது. அதையே இல்லாமல் ஆக்கிவிடுகிறது. அப்படியானால் யாகங்கள் மனிதர்களை வசீகரித்து ஈர்க்குமா? அதனாலேயே ஜைமினியும் சபர ஸ்வாமியும் அதைப் பற்றிப் பேசவில்லை என்பது கண்கூடு; சாலிகநாதர் அதை எப்படிப் போற்றுகிறார் என்பதுதான் புரியவில்லை. அவர் மீமாம்சையின் இன்றியமையாத அடிப்படையையே தத்தம் செய்துவிடுகிறார். அதை அறவேயும் விட்டு விடவில்லை. பிரபாகரர் கூறும் வகையான மீமாம்சா தத்துவத்தை மிக உறுதியாகவே நிறுவுகிறார். ஆனால், பிரபாகரர் சற்றே தயக்கத்துடன் சுட்டிக் காட்டிய மோக்ஷம் என்ற அந்தப் புறம்பான லக்ஷ்யத்தை இவர் முற்றிலும் சமரசப்படுத்திக்கொண்டு எடுத்துரைக்கிறார். வேதத்தைப் பின்பற்றும் பழைமையான வைதீக ஆசாரம் கொண்ட வேதாந்திகளே இதை மிகவும் பாடுபட்டு வளர்த்தவர்கள்; இது, அவர் காலத்தில் மிகுந்த செல்வாக்கும் ஆற்றலும் பெற்றுவிட்டிருந்த வேதாந்தத்துடன் செய்துகொண்ட சமரசமேயாகும். இது மேலும் வளர்ந்து, கௌடப் பிரம்மானந்தர் என்பவர் மிகவும் எளிதிலும் அனைவரும் ஏற்றுக் கொள்ளுமாறும் வேதாந்திகளுக்கு எதிராய்ப் பிரபாகரரைப் பின்பற்றும் மீமாம்சகர்களுக்கு எந்தக் கருத்துமே கிடையாது என்று எடுத்துக் கூறும் அளவுக்கு வந்துவிட்டது.[51]

இப்படி கௌடப் பிரம்மானந்தர் அடித்துக் கூறுவது மிகவும் விநோதமாகவே இருக்கிறது; ஏனெனில், பிரபாகரர் மீமாம்சா தத்துவத்தை விளக்கிய முழுப் போக்கும் வேதாந்தத்திற்கு எதிரானது தான்; அதிலும் அத்வைதத்திற்கு முற்றிலும் எதிரானதே அது; அதிலிருந்துதான் அவரைப் பின்பற்றுபவர்கள் இந்த மோக்ஷம் என்ற புறம்பான லக்ஷ்யத்தைக் கடனாக வாங்கியுள்ளனர். ஓர் உதாரணம் தருகிறேன். அத்வைதம் மிகவும் தீவிரமான கருத்துமுதற்கோட்பாடு. அது, மாயை என்ற சான்றையே முற்றிலும் பற்றி நிற்பது. இதை தங்களுக்குச் சாதகமாக விளக்கிக்கொள்கிறார்கள். கயிற்றில் தோன்றும் பாம்புதான் அவர்கள் கையாளும் விளக்கம்; இந்த உலகம் - பிரத்யக்ஷமாக நாம் அநுபவிக்கும் உலகம் அக்ஞானத்தால் பொய்யாகக் காட்டப்படுவது. அது நிஜமாகவே இருக்கும் ஒன்றுமில்லை; அறவே இல்லாததும் இல்லை. மாயைக்கு இப்படி ஒரு விசித்திரமானதும் சிறப்பானதுமான நிலை உண்டு என்று கூறி, அதை 'அநீர்வசன்யக்யாதி' இன்னதென்று இனம் கண்டு கூற முடியாத ஒன்று என்றும் கொண்டவர்கள் அத்வைதிகள். அவர்களுக்கு இது இன்றியமையாத ஒரு கொள்கை. பிரபாகரர் விளக்கிய மீமாம்சை இந்த விஷயத்தைச் சிறிதுகூட ஏற்காமல் - சமரசத்திற்கு இடமே இல்லாமல் மறுப்பது. மாயை என்று கூறும் அந்த அநுபவமே அவர்கள் கூறுவது போன்ற தில்லை எனக் காட்டி, அது 'அக்யாதி' என்று கொள்ள வேண்டும். அதில் மாயையே இல்லை என்று கொள்வதே சரி என்பது அவர் முடிவு. மாயையான அநுபவம் என்பதே உண்மையில் கிடையாது; அத்தகைய அநுபவம் இயல்பாகவே சரியான இரண்டு நம்பத்தக்க அநுபவங்களைப் பகுத்துப் பார்க்கத் தவறுவதால் ஏற்படுவதே ஆகும். ஒன்று நினைவில் இருப்பது (பாம்பு); மற்றொன்று காண்பது (கயிறு). நினைவில் இருப்பதும் கூர்ந்து சரிவரப்பார்க்காமல் இருப்பதுமான இரண்டுமே காண்பவனுக்கு எதிரே இருப்பவைதான். இப்படி இந்தப் பிரமையான தோற்றத்தைப் புரிந்துகொள்ளாவிட்டால் பிரபாகரர் கட்டி நிறுவிய மீமாம்சா தத்துவமே சரிந்து விழுந்துவிடும். இந்த விளக்கத்தை ஏற்பதுதான் அத்வைதிகளின் மிக முக்கியமான கருத்துக்கான ஆதாரத்தையே மறுப்பதாகும். இப்படியிருந்தும் கௌடப் பிரம்மானந்தர் போன்றவர்கள், பிரபாகரருக்கும் அவரைப் பின்பற்றுகிறவர்களுக்கும் வேதாந்திகளுக்கும் எதிரான கருத்தே இல்லை என்று சாதிக்கிறார்கள். புத்திசாலிகள் பலர் கூடி இந்த அபத்தத்தை உண்டாக்கித் தங்கள் தத்துவத்தின் சாராம்சத்திற்கே முற்றிலும் புறம்பான மோக்ஷத்தைக் கொண்டுவந்து ஒட்ட வைக்கிறார்கள்.

குமாரிலபட்டரைப் பின்பற்றும் மீமாம்சகர்களுக்கும் இது அநேகமாகப் பொருந்தும். அவர்களும் கிட்டத்தட்ட வேதாந்திகள் கூறுவதையே கூறும் போக்கைக் காண்கிறோம். ஆனாலும், இந்த மோக்ஷம் மீமாம்சையின் இன்றியமையாத பல அடிப்படைகளுக்கு ஒத்துவராததை அங்கும் காண்கிறோம்.

குமாரிலபட்டரே ஒருவிதமான தயக்கத்துடன் மோக்ஷத்தை ஒப்புக்கொள்வதைக் காண்கிறோம். அவர் இயற்றிய சுலோக வார்த்தீகம்' என்னும் நூலில்,[52] "மோக்ஷத்தை விரும்புகிறவன் இன்னின்ன பயனைத் தரும் அதைச் செய்யாதே இதைச் செய்யாதே என்று கூறும் விதி - நிஷேதங்களை விட்டு விடவேண்டும்" என்று இருக்கிறது (சுக துக்கங்கள் எனும் ஸ்வர்க்கமும் நரகமும் பயக்கும் நல்வினை தீவினைகள்) இதை ஒரு மீமாம்சகர் சொல்வது மிகவும் விசித்திரமானது; யாகங்கள் பற்றிய விதியும் விலக்குகளுமே மீமாம்சையின் அடிப்படையும் சாரமும்; ஆகவே, இந்த நூலுக்கு உரை செய்த பார்த்தசாரதி மிச்ரர் இது உண்மையிலேயே குமாரிலர் சொன்னதுதானா என்று ஐயம் கொள்கிறார்.[53] ஹிரியண்ணா கூறுகிறார்;[54] குமாரிலர் தான் எழுதிய மற்றொரு நூலில் அதாவது 'தந்திர வார்த்திகம்' என்பதில் வெளியிடும் மனப் பாங்கிற்கு இது பொருந்தாது என்று; ஆயினும் வேதாந்தம் கூறும் மோக்ஷத்தை அவர்கள் கூறும் ஆத்மா அல்லது தான் என்பதிலிருந்து பிரித்துப் பார்க்க முடியாது. குமாரிலர் வெளியிடும் கருத்து விநோதமாகவே இருக்கிறது என்பது மட்டுமின்றி அது வேதாந்தத்தைச் சார்ந்த பக்ஷபாதமாகவே இருக்கிறது. சுலோக வார்த்திகத்தில் அவர் ஆத்மாவைப் பற்றிப் பேசி முடிக்கும்போது இப்படிக் கூறுகிறார். சபர ஸ்வாமி தன் உரையில் மிகவும் குறைவாகவே கூறுகிறார். ஆத்மா பற்றிய ஐயப்பாட்டிற்குப் பதிலாக அதில் முழு விவரமும் இல்லை.[55] வேதாந்தத்தை நன்கு படித்தால்தான். ஆத்ம ஞானம் திடப்படும் என்றுதான் கூறுகிறார். ஜைமினிக்கு ஆத்மா என்பதைப் பற்றிய ஆர்வமே இல்லை என்னும்போது, குமாரிலர் கொள்ளும் மனப்பாங்கு வேதாந்தத்தின் பக்கமே போய்விடுகிறது. இது மீமாம்சையில் இடம்பெற்ற பிறகு மோக்ஷத்தை அப்படியே ஏற்கவும் வழி வகுத்துவிடுகிறது.

இதன் விளைவு என்ன? மீமாம்சா சாத்திரத்தின் அடிப்படைக் கோட்பாடுகள் முரணின்றி ஒன்றுபட்டு நிற்க முடியாமல் கலகலத்து விடுவதே விளைவு. கௌடப் பிரம்மானந்தர் மிகவும் சிரத்தையுடன் வரிந்து கட்டிக்கொண்டு "குமாரிலர் கூறுவதே அவர் உண்மையில் புரிந்துகொண்ட மீமாம்சை; ஏனென்றால் அவரே வேதாந்தம் குறிக்கும்

ஆத்மா உண்டென்று பரிந்துரைக்கிறார்" என்று உரக்கப் பேசுகிறார்.[56] அப்படிக் கொண்டால், இந்த இயற்கையும் உலகமும் வெறும் தோற்றம்தான் என்று ஆகிவிடுமே; (மீமாம்சைக்கு அந்தக் கருத்தே கிடையாதோ) சுசரித மிச்ரர் என்பவர் குமாரிலபட்டரைப் பின்பற்றி நூல் எழுதியவர்; அவர் இந்தப் பிரச்சினையைத் தொடாமலேயே மீமாம்சையை விளக்கியும் வேதாந்தம் கூறும் அதே ஆத்மாவையும் மோக்ஷத்தையும் விரித்துரைத்துவிடுகிறார்.[57] பார்த்தசாரதி மிச்ரர் என்பவரே சங்கரர் கூறிய மோக்ஷத்திற்கும் குமாரிலர் கூறும் மோக்ஷத்திற்கும் உள்ள மிகவும் நுட்பமான (எளிதில் விளங்காத) வேறுபாடு உண்டு என்று காட்ட முயல்கிறார்; அது பின்வருவது: "குமாரிலர் கூறும் மோக்ஷம் என்ற விடுதலை, ஒரு தனிமனிதனுக்கும் அவன் அநுபவிக்கும் உலகத்திற்கும் உள்ள தொடர்பு கரைந்து மறைவதுதான் மோக்ஷம் என்பது குமாரிலர் கூறுவது. இதற்கும் சங்கரர் கூறுவதற்கும் உள்ள வேறுபாடு பின் வருவது; அவரது கருத்து, ஒருவிதமான எதிர்மறைக் குறிப்பாக, நமக்கும் உலகத்திற்கும் உள்ள தொடர்பு விலகுவது மட்டுமின்றி உலகமே விலகிவிடுதல் என்று பொருள்படுகிறது. குமாரிலர், "பிரபஞ்ச - சம்பந்த-விலயம்" என்கிறார். சங்கரர் பிரபஞ்சவிலயம்" என்கிறார். பிரபஞ்சம் என்பது அநுபவத்தில் காணும் உலகம் ஒரு வெறும் தோற்றமே; கனவு போல்வதுதான்; பரிபூர்ணமான பிரம்மத்தை உணரும்போது மாயையும் அது படைத்த உலகமும் மறைந்துபோகின்றன என்பது சங்கரர் கூறுவது; குமாரிலர் கூறுவதோ உலகம் கரைந்து மறைந்துவிடுவதில்லை; தனி மனிதனை பந்தப்படுத்தும் உலகத் தளைதான் மறைகிறது; அந்த பந்தம்தான் இன்ப துன்பங்களைத் தருவது. அது விலகுவதே விடுதலை" என்பது[58]

இதற்கு விளக்கமும் கூறியுள்ளனர். நமக்கு உலகத்தின் மீது பற்றும் பாசமும் ஏற்படுவதற்குக் காரணமாக அமையும் தொடர்புகள் மூன்றுவிதமாக உள்ளன. 1. அநுபவங்களுக்கு இடமான உடம்பு. 2. அநுபவங்களுக்கு உதவும் உணர்வுகள்[59] 3. அநுபவத்திற்கு உட்படும் புறப்பொருள்கள். இந்த மூன்று தொடர்புகளால்தான் ஒருவன் சுக துக்கங்களைப் பெறுகிறான். மோக்ஷம் என்பது இவற்றிலிருந்து அறவே விடுபடுவதுதான் அவற்றை அழித்துவிடுவதுதான். தொடர்புகள் அறுவதும், அதனால் சுக துக்கங்கள் இல்லாமற்போவதும்தான். யாகங்களைச் செய்வதுதான் மனிதன் விரும்ப வேண்டியது. அதுதான் இந்த உலகத்திலேயே இன்பங்களைத் தருவது என்பதே மீமாம்சையின் சாரமான உபதேசம். இதற்கும், மேலே சொன்ன விடுதலைக்கும் வெகுதூரம்.[60] யாகம் செய்து இன்பங்களைத் துய்ப்பித்த, புருஷாத்தம் என்று ஜைமினியும் சபரரும் நிச்சயாக நிறுவுகிறார்கள். வேதாந்தத்தின்

கருத்துமுதல்வாதத்தையும் லக்ஷயத்தையும். மறுத்துரைக்கும் வாதமெல்லாம், யாகங்களைச் செய்வது நிஜமான இதே உலகில் நிஜமான இன்பங்களைத் தருவது. உறுதி என்ற மீமாம்ச தத்துவத்தை வேதாந்தம் எதிர்ப்பதை மறுத்தொதுக்கவே என்று குமாரிலர் தெளிவாகவே எடுத்துரைக்கிறார். இந்த நிலையில், உலகத் தொடர்பையே அழிக்கும் கருத்துக்குப் பிற்காலத்தவர் இடம் கொடுத்துவிட்டது ஆபத்தில் முடிந்துவிட்டது. அவர்களுக்கு மற்றொரு கடினமான பிரச்சினையும் இருந்தது. ஆத்மா மோக்ஷமடைந்தபோது அதன் நிலை யாது? அனுபவம் ஏதுமே இல்லையா?' மகிழ்வை-இன்பத்தை அனுபவிப்பது கூடக் கிடையாதா? அல்லது, ஏதோ ஒரு வகையில் உலகைக் கடந்த சமாதி நிலையில் அந்தப் பரிபூரண ஆனந்தம் உண்டா? பார்த்தசாரதி மிச்ரர் எந்த அனுபவமும் இல்லை என்பதையே கொள்கிறார். அது பிற்காலத்து நையாயிகர்கள் கூறுவதுடன் ஒத்துப்போகிறது.[61] ஆனால் மற்றவர்கள் குமாரிலரைப் பின்பற்றுகிற பலரும் வேதாந்தத்தின் கருத்துடன் பெரும்பாலும் பொருந்தும் கருத்தையே கொள்கின்றனர். அதாவது, "மோக்ஷ நிலையில், தர்மம் (புண்ணியம்) என்பது தீர்ந்து போய் விடுகிறது; புதிதாகப் புண்ணியம் சேர்த்துக்கொள்வதும் இல்லாமற் போகிறது; ஆகவே, புண்ணியத்தின் பயனான ஆனந்தம் கிடையாது; புண்ணியம் என்பது ஒரு காலத்தில் உண்டாகி மற்றொரு காலத்தில் அறியும் இயல்புடையது; மோக்ஷத்தில் கிடைக்கும் இன்பம் ஆத்மாவின் இயல்பான ஆனந்தம். இதை, "ஸ்வாமிக ஆனந்தம்" என்கிறார்கள். அது உலக வாழ்வின் அனுபவத்தில் அடங்கி மறைந்து ஆற்றலற்றுக் கிடந்தது; அனுபவத்திற்கு அப்பாற்பட்ட மோக்ஷத்தில் வெளிப்பட்டுத் திகழ்கிறது.[62] ஆத்மா தனக்கியல்பான இந்த ஆனந்தத்தை அனுபவித்து மகிழ்கிறது. இதற்கும் வேதாந்தத்திற்கும் உள்ள வித்தியாசம் மிகவும் குறைவுதான். இதன் விளைவு மிகவும் விநோதமாகிவிடுகிறது. ஒரு பெரிய பண்டிதர் கூறுவதுதான் அது; மீமாம்சையின் இரு பிரிவினரும் - குமாரிலரும் அவரைப் பின் பற்றுவோரும், பிரபாகரரும் அவரைப் பின்பற்றுவோரும், பிரம்மம் என்ற பரமஸத்யம், 'ஸத்-சித்-ஆனந்தம்-ஸச்சி-தாந்தம்-இருத்தல்-உணர்வு இன்பம் என்ற இயல்புகளைக் கொண்டது என்பதையே ஒப்புக் கொள்கிறார்கள். அந்தப் பிரம்மமும் தனிமனிதனின் ஆத்மாவும் ஒன்றே-வேறானதன்றுதான்; ஆயினும் நிகழ்வான உலகத்தை உணர்வதும் அனுபவிப்பதும் அவித்யை என்ற அக்ஞானத்தால் வந்ததே (மாயை). அந்த அக்ஞானத்திற்கு தொடக்கம் என்பதில்லை; (ஆனால் ஞானத்தால் அது அழிவதுதான் உண்டு).[63] இது உண்மை யென்றால் குமாரிலர் நூலில் காணும் தத்துவம் அனைத்தையுமே

ஒதுக்கிட நேரும். அவர் கருத்துமுதல்வாதத்திற்கெதிராகக் கூறியது அனைத்துமே பயனற்றுவிடும். எத்தனை வன்மையான மறுப்பு அது! ஆனால், அவரே ஆத்மாவைப் பற்றி பேசப் புகுந்து இந்த விபத்தை உண்டாக்கிக்கொள்கிறார்; இவரும் முதல் நூல் செய்த ஜைமினி போல் பேசாமலிருந்திருக்கலாம். ஜைமினிக்கு ஆத்மாவைப் பற்றி நன்கு தெரிந்திருந்தும் அவர் அதைப் பற்றிப் பேசாமலே விட்டுவிட்டார். இதைச் சொன்னால் தன் தத்துவத்தின் அடித்தளமே தகர்ந்துவிடும் என்பது தெரிந்துதான் ஆத்மாவைப் பற்றி அவர் பேசவில்லை.

8. மோக்ஷமும் லோகாயதர்களும்

நியாய வைசேஷிகர், ஸாங்க்யம், மீமாம்சை மூன்றுமே இதே கதையில் முடிகின்றன. இவை மூன்றுமே கருத்துமுதல்வாதத்திற்கு எதிர்த்தரப்பானவை. தீவிரமான அந்தக் கோட்பாடுக்கு உட்பட்ட மோக்ஷம் எதிரிடையானது. இந்த மூன்று சாத்திரங்களும் பிற்காலத்தில் திசை மாறி முரண்பாடுகள் நிறைந்துவிட்டன. நியாய வைசேஷிகம் முரண்பாட்டுக் கடை ஆயிற்று; ஸாங்க்யமும் வேதாந்தத்தில் மறைந்துபோய்த் தன் முரண்பாடுகளைத் தவிர்க்க விரும்பிற்று; மீமாம்சகர்கள் ஜைமினியிடமிருந்து வெகு தூரம் விலகிப் போய் விட்டதால் அத்வைத வேதாந்திகள் மீமாம்சகர்களுக்கும் மோக்ஷம் உடன்பாடுதான் என்று நிறுவிவிட்டார்கள்.

இதையெல்லாம் பார்க்கும்போது கருத்துமுதற்கோட்பாட்டின் எதிரிகள்கூட இப்படிச் சரிந்தது ஏன் என்ற வினா எழுவது நியாய மானதுதான்.

இப்பொழுதுள்ள வரலாற்று ஆய்வில் இதற்கு முழு விடையும் காண்பது கஷ்டம்தான். ஆயினும், இந்த மர்மத்தைத் துலக்க லோகாயதர்கள் கூறும் சில விஷயங்களை நாம் கூற முடியும். அவர்கள் கூறுவதென்ன? சுருக்கமாகப் பார்ப்போம். ஆத்மா, அதன் மோக்ஷம் என்பதையெல்லாம் முற்றிலும் இல்லையென்று மறுப்பவர்கள் லோகாயதர்களே. இதெல்லாமே வெறும் பொய் பித்தலாட்டம் என்பது லோகாயதம். ஸ்வர்க்கம், மோக்ஷம், ஆத்மா இங்கிருந்து ஸ்வர்க்கம் போகிறது என்பது ஏதுமில்லை என்று மிகத் தெளிவாகவும் வெளிப்படையாகவும் கூறிவிடுகிறது அது. "நஸ்வர்க்க: ந அபவர்க்க: தைவ ஆத்மா பரலௌகிக" என்பது அந்த வாசகம். இவை ஒன்றுமே கிடையாது என்பது வைதீகப் பழைமை கொண்டாடுகிறவர்களுக்கு அறவே பிடிக்காது; இல்லை இல்லவே இல்லை என்று எதிர்மறையாக மட்டுமே இப்படிக் கூறுகிறார்கள். ஆகவே, இந்தியாவைப் பற்றிய வரையில் இதைப் பெரிதாக நினைத்துவிட முடியாது. இத்தகைய

அபத்தங்களை-அறிவற்ற பேச்சுக்களை ஒழிப்பது அறிவுள்ள வகையில் விடுதலை பற்றித் தெரிந்துகொள்ள முதல் நிபந்தனை. இந்த அறிவற்ற முறையில் மோக்ஷம் என்று கொள்ளும் இது ஒரு மாயை; ஏமாற்று வித்தை; பிற்காலத்துத் தத்துவங்கள் அனைத்திலும் இது நிழலாடி உண்மையை மறைக்கின்றது; இதை லோகாயதர்கள் மட்டுமே ஒட்டு மொத்தமாகவும் உடனடியாகவும் மறுத்து ஒதுக்குகிறார்கள். இத்துடன் ஆத்மா என்பதையும் மறுத்துவிடுகிறார்கள். இதை நிச்சயமாக நாம் மனத்தில் இருத்திக்கொள்ள வேண்டும். ஏனெனில் பிற்காலத்துத் தத்துவ வாதிகள் அனைவரும் கருத்துமுதற்கோட்பாட்டுக்கு எதிரானவர்களாயிருந்தும், ஆத்மாவுக்கும் மோக்ஷத்திற்கும் இடம் கொடுத்துவிடுகின்றனர். இப்படி இடம் கொடுத்துவிடவே, ஆத்மா பௌதீக இயற்கையை விட்டுத் தன் இயல்புக்கு "ஸத்-இத்-ஆனந்தம்" என்ற தன்மைக்குத் திரும்புவதே-உலகத்தளையிருந்து விடுபடுவதே மோக்ஷம் என்று நினைக்கவேண்டி வருகிறது. இது எல்லாமே அர்த்தமில்லாதது; ஆத்மா என்பது பௌதீக இயற்கை ஒரு சிறப்பான வகையில் அமைந்து உண்டாகும் நம் உடலே தவிர வேறில்லை. இதை எதிர்த்து நம் நாட்டில் ஒரு பெரிய தடைப் பிரச்சாரமே எழுந்திருக்கிறது. இது பெரிய அதர்மம் என்றும் சிறுபிள்ளைத்தனமான மடைமை நிறைந்த பேச்சு என்றும் பொறுப்புடன் நன்கு சிந்திப்பவர்கள் இதை நிஜமாக ஏற்கவே கூடாது என்றும் கூறப்பட்டது. முதிர்ந்து முன்னேறிய விஞ்ஞானபூர்வமான பரிசோதனையில் நிற்கக்கூடிய சிந்தனை ஒன்று உண்டென்றால் இதுதான் அது; அதாவது, உணர்வு என்பது-ஆத்மாவுக்குரிய சிறப்பு இயல்பு எனப் பொதுவாக அனைவரும் கொள்வது, ஒரு பௌதீக விளைவுதான் என்பதே.

இவ்வாறு ஆத்மா என்ற கருத்தையே மறுக்கும் லோகாயதர்கள், வாழ்க்கையை நன்கு அநுபவிப்பது பற்றியே பேசுகின்றனர். மற்றவர்கள் அழியாத் தன்மையான அமுதத்தை அடைவதற்கான துயரம்மிக்க முன்னோட்டமே வாழ்வு என்று கருதியும் கூறியும் வருகிறார்கள். ஆனால் இவர்கள் மட்டுமே, "மனிதப் பிராணிகளான நாம் நமது குறுகிய வாழ்வைப் பெரும் பயனும் இன்பமும் மிக்கதாக ஆக்கிக் கொள்ள வேண்டும் என்று வற்புறுத்துகிறார்கள். துன்பத்தைக் களைய வேண்டி வாழ்க்கை இல்லை. அது பொய் என்று குருட்டுத்தனமாக நினைத்துக்கொண்டுவிடுவது அர்த்தமற்றது என்கிறார்கள். நியாய வைசேஷிகர், உண்மையான மோக்ஷம் துன்பம் என்பதைத் துறந்து விடுதலே என்று கூறும்போது, துன்பமும் இன்பமும் பிரிக்க முடியாதவையாதலின் இன்பத்தையும் துறந்துதான் ஆக வேண்டும்' என்று ஆகிறது. இதற்கு லோகாயதர்கள் பதில் கூறுகிறார்கள்:[64]

"புலனாகும் பல பொருள்களுக்கும் மனிதர்களுக்கும் தொடர்பு ஏற்படும் போது இன்பம் ஏற்படுகிறது; அதையும் துன்பத்துடன் சேர்த்துத் துறந்துவிட வேண்டும் என்பவர்கள் அறிவற்றவர்கள். நெல்லுக்குள்ளே சிறந்த அரிசி இருக்கிறது; அரிசியில் ஆசையுடையவர்கள், மேலே உள்ள உமியையும் தவிட்டையும் நினைத்து நெல்லையே எறிந்து விடுவார்களா?"

வாழ்க்கையில் இன்பம் துய்க்கையில் சிறிது துன்பமும் கலந்திருக்கும் என்பதால் இன்பமே வேண்டாமென்று ஒதுக்கிவிடலாமா? மீனுக்குள் முள்ளும் எலும்பும் இருப்பதால் மீனையே வேண்டாமென்று தள்ளிவிடுவீர்களா?

இப்படியெல்லாம் கேட்பது பெருமையும் மதிப்பும் கொண்ட வாழ்வின் பெருமைகளை அறியாமல் போன சுவையற்ற கொச்சையான பேச்சு என்பர். பழமைவாதிகள், லோகாயதர்கள் திரும்பிக் கேட்கிறார்கள். நீங்கள் சொல்லும் அந்தப் பெருமைதான் என்ன? மோக்ஷத்தைத் தவிர வேறு முக்கியமானது எதுவுமே இல்லை என்று எண்ணிக்கொண்டு வாழ்க்கையையே அறவே அது இல்லை, வேண்டவும் வேண்டாமென்று ஒதுக்கிவிடுவதுதானே? இது பெரிய பிரமை-மன மயக்கம்; பொய்யான ஞானம்; இதில் தத்துவவாதிகள் பலருமே ஏமாந்துபோய்விட்டார்கள். அடிப்படையான உண்மை என்னவென்றால் ஆத்மாவும் கிடையாது; அது மோக்ஷம் பெறுவதும் கிடையாது. வாழ்வின் பெருமையும் பயனும் ஒட்டுண்ணிகளாய், உழைக்காமல் பிறரைச் சுரண்டியே பிழைக்கும் பார்ப்பனர்களுக்குச் சோறு போட்டோ அவர்களை மேலும் கொழுக்கவைப்பதுதானா? அவர்கள் திதி, திவசம் என்றும் சடங்குகள் சம்பிரதாயங்கள் என்றும் பூச்சாண்டி காட்டியே வயிறு வளர்க்கிறார்கள். அந்தச் சடங்குகளை நம் அன்றாட வாழ்வின் பரிசோதனைக்கு உட்படுத்திப்பாருங்களேன்; அவற்றின் அபத்தம் கண்கூடாகத் தெரிந்துவிடும். ஆகவே, மேலான மதிப்புடையவை என்று மக்களுக்குச் சட்டமாகச் சொல்லியிருப்பவைதான், உண்மையில் அறிவற்ற - சக்கையான கொச்சையான விஷயங்கள். அவை யாவும் வெறும் ஏமாற்றுப் பேச்சுக்கள்; சும்மா உயர்த்திக் கூறுகிறார்கள். ஆகவே, லோகாயதர்கள் வாழ்க்கையை முழுதும் அப்படியே ஏற்றுக் கொள்வதைத்தான் ஆதரிக்கிறார்கள்.

இது ஒரு போற்ற வேண்டிய தொடக்கம். அதிலும் மோக்ஷத்தைப் பற்றி அவசியமே இல்லாத வகையில் ஏராளமான எதிர்மறையான கருத்துக்களுக்கு முக்கியத்துவம் ஏற்பட்டிருந்த நிலையில், உலக அநுபவங்களையெல்லாம் மடத்தனம் என்று சொல்லி வாழ்க்கை

யிலிருந்து தப்பியோடும் லக்ஷ்யமே போற்றப்பட்ட நிலையில் இது மிகவும் போற்றப்பட வேண்டியதாகிறது. ஆனால் அது தொடக்கமாகவே இன்றும் இருக்கிறது. அது தரும் என்று எதிர்பார்த்த நல்விளைவுகள் நிறைவேறவே இல்லை. இன்று மிச்சமிருக்கும் துண்டு துண்டான லோகாயதக் கருத்துக்களைக் கொண்டு மதிப்பிடும்போது, அதன் அறிவுரையான, உலகத்தை ஏற்றுத் துய்த்தலே உயர்ந்தது என்ற வற்புறுத்தல் மக்களை அதை நம்பி ஏற்றுக்கொள்ளச் செய்யும் அளவிற்குப் போதுமானதாக இல்லை. அவர்களை சிந்திக்கும் புத்தியையும் உழைக்கும் கைகளையும் நம்பி, இயற்கையை இன்னும் அதிகமாகத் தமக்கு வசப்படுத்திக்கொண்டு பயனடையும் திசையில் முன்னேற வைக்கவும் இல்லை. மேலும் பயனுள்ள வகையில் சமுதாய விஷயங்களில் தலையிட்டு, அப்போதிருந்த நிலையை மாற்ற முயலவும் செய்யவில்லை. ஆகவே, நிஜமான மனிதர்களின் நிஜமான விடுதலைக்கான முறையில் செயற்படவில்லை. நம் தேசத்து மக்களால் இயற்கையை இன்னும் அதிகமாக வென்று ஆட்கொள்ள முடியும் என்று லோகாயதர்கள் எண்ணியிருப்பதாய்க்கூடத் தெரியவில்லை. மக்களைப் புரோகிதப் பார்ப்பனர் கூட்டம் சுரண்டுவதை அவர்கள் மிகக் கடுமையாகவே கண்டித்தனர். ஆயினும் அப்பொழுதிருந்த சமுதாய முறைக்கு மாற்றாக வேறாக மற்றொரு முறையைத் தம் எதிர்ப்புக்குப் பொருத்தமாக எடுத்துக்காட்டவும் இல்லை. சமுதாய உறவு முறைகளை மாற்றுவதற்கான செயல் திட்டம் ஒன்றும் அவர்கள் கூறவில்லை. சுருக்கமாகச் சொன்னால் அவர்கள் விடுதலை பற்றிப் போதுமானதொரு வகையிலும், சாதகமானதும் திட்டவட்டமானதுமான எதையும் தரவில்லை. ஆனால், அவர்கள் விடுதலை பற்றிய எதிர்மறையான கருத்தை எதிர்த்தது மிகவும் துணிச்சலானது என்பதும் உண்மைதான். அவர்கள் அப்படிச் செய்திருக்கும் அளவுக்குப் பக்குவம் இல்லாதிருந்த வரலாற்றுக் காலம் அது என்பதைப் பின்னால் காண்போம்.

9. இருத்தல் (உயிர் வாழ்தல்) என்பதும் உண்மையும்

லோகாயதர்களின் கருத்துக்கள் கிடைப்பது குறைந்ததுதான் என்றாலும், எல்லாமே இப்படி இந்த மோக்ஷமென்ற மோசக் கருத்தால் கவரப்பட்டதன் மர்மம் இன்னதென்று அவர்கள் கூறுவதாகக் கிடைக்கும் சிலவற்றில் இருந்து துலங்குகிறது. தத்துவவாதிகள் பிரசாரம் செய்த சமுதாய நீதிமுறை மதிப்பீடுகள் ஏதோ கோட்பாட்டுக் கருத்துக்கள் மட்டுமில்லை. இது, சமுதாயத்தில் குறிப்பிட்ட சிலருடைய பொருளாதாரம் மற்றும் வேறு சில வசதிகளைப் பாதுகாக்கவும் அவற்றை நிறுவி நடத்தும் கருவியாகவுமே இருந்திருக்கிறது. இந்தக்

காலத்தில் நாம் ஆளும் வர்க்கங்களை லக்ஷ்யவாதத்தின் கருவிகள் என்றும், அந்த லக்ஷ்யங்களுக்குப் பின் ஒளிந்துகொண்டிருப்பது வர்க்க நலம் என்றும் பேசுகிறோம். "லோகாயதர்களும் இப்படி இந்தச் சொற்களால் எடுத்துரைக்க முடிந்திருக்குமானால், நாம் இன்று நினைக்கும் அதே அர்த்தத்தில் அவர்களும் புரட்சிக்காரர்களாகவே இருந்திருப்பார்கள். ஆனால், அவர்கள் மதவிரோதிகளாக இருந்தனர். மிகவும் துணிச்சல் உள்ள மத தத்துவ விரோதிகளாகவே-அவற்றில் நம்பிக்கையற்றவர்களாகவே இருந்தனர். ஆனால், சில நோக்குகளும் பரப்பப்பட்ட கருத்துக்களும் மக்களின் மனப்போக்கும் சுரண்டி வாழும் வர்க்கத்தின் பொருளாதார நலத்திற்கு மிகவும் பொருந்துவதைக் கண்டு உரைத்தவர்கள் அவர்கள் மட்டுமே. இவை யாவும் பிழைப்புக்காகவே உண்டாக்கப்பட்டவை என்று வெளிப்படையாகக் கூறியவர்கள் லோகாயதர்கள். இந்த ஒட்டுண்ணிகளை அவர்கள், அறிவும் ஆண்மையும் அற்றவர் என்றனர். வேதச் சடங்குகளும் துறவிகளின் வேடமும் மற்ற ஆடம்பரங்களும்-சுரண்டி வாழ்வோரின் பிழைப்பு நடக்கவே ஏற்பட்டன என்று கூறுவர் லோகாயதர்.[65] இது மிகவும் அநாகரிகமான கிண்டலும் கேலியும் என்று எதிரிகள் கூறுவர். அப்படியிருக்க வேண்டும் என்றுதான் லோகாயதர் நினைத்தனர். இதில் மற்றொரு சிறப்பான பொருள் இருப்பதையும் கவனிக்க வேண்டும். லக்ஷ்யத்தையும் வாழ்வியலையும் இணைக்கும் முயற்சி தான் இது. அது மிகவும் ஆரம்ப நிலையில் இருப்பதும்தான். உணர்வின் பாணியும் முறையும், வாழ்வின் பாணியுடனும் முறையுடனும் தொடர்பு இல்லாதவையல்ல.

இந்தத் தொடர்பின் ஒரே ஒரு அம்சத்தைத்தான் லோகாயதர்கள் புரிந்துகொண்டிருப்பதாகப்படுகிறது. சில லக்ஷ்ய போதனைகள் சமுதாயத்தின் ஒட்டுண்ணிகளுக்குச் சாப்பாடு போடவேண்டுமென்று உபதேசம் செய்கின்றன. இது ஒரு எண்ணத்தையும் வாழ்வையும் தொடர்புபடுத்துவதுதானே? சலுகை பெற்ற பார்ப்பனர் வாழ வழி வகுப்பதுதானே இது? மக்களைச் சுரண்டும் ஒரு சாதனம்தானே இதுவும்? இது தவறில்லை. ஆனால் இது. போதுமானதன்று- வாழ்வின் பாணியும் முறையுமே மன உணர்வையும் தீர்மானிக்கிறது என்பதை அவர்கள் அறியவில்லை. இது, ஒரு பெரிய அபாயமாகிறது? எப்படி எனில், தத்துவவாதிகள் சமுதாயத்தில் தாம் உழைக்காமல் பிறரது உழைப்பையும் அதன் விளைவையும் சுரண்டியே வாழ வேண்டியிருக் கிறது. ஆகவே, அவர்களுடைய அந்தரங்கமான உணர்ச்சிகளைச் சலுகை பெற்ற மேற்குடி வர்க்கத்தின் நலன்களுக்கு ஆதரவு தேடும் எண்ணங்களும் வாழ்வுப் பயன் முதலியனவும் சூழ்ந்து கவிந்து

இந்தியத் தத்துவ இயலில் நிலைத்திருப்பனவும் அழிந்தனவும் 703

கொள்கின்றன. உலகம் நிஜம் என்ற தத்துவத்துடன் இவை ஒத்துப் போகாதவை. ஆனால் பிறர் போடும் பிச்சை, தரும் தானங்கள், செய்யும் தர்மங்கள் இவற்றைக் கொண்டுதான் அவர்கள் வாழமுடியும்? ஆகவே, மேற்கண்ட தர்மங்களைச் செய்யும் சமுதாயம் தனது பாதுகாப்புக்கு அவசியம் எனக் கருதும் மதிப்பீடுகளைத் தடுக்கவோ எதிர்க்கவோ முடியாது. இவற்றுடன் பொருந்தாத - உலகம் பொய் இல்லை என்பது போன்ற கோட்பாடுகளைத் தாம் ஏற்றுப் பிறருக்கும் உபதேசித்து வளர்க்கவும் விரும்பும் தத்துவவாதிகளுக்குப் பெரிய சங்கடமாய் விடுகிறது.

இதை மனதில் கொண்டு இத்தனை விரிவாய் நாம் சர்ச்சை செய்த விஷயத்திற்கு, திகைப்பூட்டும் வகையில் நேர்ந்த மோக்ஷக் கருத்துக்கு வருவோம். பிற்காலத்தில் கருத்துமுதற் கோட்பாட்டுக்கு எதிரான அடிப்படைக் கொள்கைகளைக் கொண்டவர்கள்கூட திரும்பத் திரும்ப கருத்துமுதற்கோட்பாடான மோக்ஷத்தையே புகலாக அடைந்துவிடுகிறார்கள். ஏன் இது சாத்தியமாயிற்று? எப்படி?

கருத்துமுதல்வாதிகளுக்கு ஆரம்ப காலத்திலிருந்தே திட்டவட்ட உருவத்தில் மோக்ஷம் என்ற கருத்து உண்டு. மீமாம்சகர், நியாய வைசேஷிகர், ஸாங்க்யர் போன்றவர்களுக்கு அப்படி ஒன்று கிடையாது. பிற்காலத்தில் எல்லாத் தத்துவங்களும் மோக்ஷத்தைப் பற்றிக் கூறியே தீரவேண்டும் என்ற நிலை வந்தபோது, அனைவருமே கருத்துமுதல் வாதத்தின் மோக்ஷத்தையே தாமும் கூற வேண்டுமா என்ன? அது ஒன்றுதான் சாத்தியமா என்ன? பிற்காலத்தில் வந்த ஒருவரும் தொடக்கத்தில் இருந்ததையே கூறி இருக்கலாமே? இப்படிச் செய்யாமல், தன் அடிப்படைத் தத்துவத்தையே சீர்குலைக்கும் வகையில் எதிரியின் மோக்ஷத்தை ஏன் வலுப்படுத்திக் கூறவேண்டும். இதுதான் புதுமையாய் இருக்கிறது. இதை மிகவும் முதிர்ச்சிபெற்ற தத்துவவாதிகளே செய்யும்போது, இது தமது தத்துவத்திற்குப் பொருந்துமா, பொருந்தாதா என்பதை மிக நன்றாக அறிந்தவர்களே செய்யும்போது, இது அனைத்துமே இன்னும் அதிகமாகவே திகைக்க வைக்கிறது.

இதைக் கொள்கைகளின் அடிப்படையில் மட்டுமே விளக்கிவிட வழியில்லை. இவற்றிற்கு வெளியேதான் ஏதேனும் துப்பு துலங்குகிறதா என்று பார்க்க வேண்டும். தத்துவவாதிகளுக்கு தர்ம சாத்திரக்காரர்கள் கொடுத்த நிர்ப்பந்தமே அது. சலுகை பெற்ற சுயநலமே பேணும் மேல் வர்க்க நலனுக்கு ஒத்துவரக்கூடிய எண்ணங்களையும் மனப்போக்குகளையும் தத்துவவாதிகள் ஏற்றே தீரவேண்டும்

என்று நிர்பந்திக்கப்பட்டனர். ஆனால், இதுவே முழுமையான கதையாகிவிடாது. ஏனென்றால், ஆத்மா அதன் மோக்ஷம் என்ற கருத்துக்கள் ஒரு பெரிய ஏமாற்று வித்தையாக வளர்ந்துவிட்டிருந்ததால் பிற்காலத்துத் தத்துவ அறிஞர்கள் தம்மைத் தாமே இதில் ஏமாற்றியும் கொண்டு விட்டார்கள். அவர்களுடைய உலக வாழ்வு முறையும், சமுதாயத்தில் அவர்கள் இருந்த நிலையும் சிறிதும் எதிர்ப்பின்றி அவர்களைத் தர்ம சாத்திரங்களின் ஆயுதமாக்கிவிட்டிருக்கலாம்; அல்லது அவர்கள் ஏற்றுக் கொண்ட தத்துவங்களுக்கு முற்றிலும் வேறானதே எனினும் அந்த மோக்ஷக் கருத்துக்குச் சாதகமாகவே எதிர்க்காமல் இரையானது அவர்கள் சமுதாயத்தில் வாழ்ந்த வகைக்குப் பொருந்திவிட்டதோ?

இந்தப் பிரச்சினையை முற்றிலுமாக ஆய்ந்து அறிவதைச் சற்றே ஒதுக்கிவைத்து, அங்கே ஒரு குறிப்பைக் கொள்ள வேண்டும். அது தற்காலிகமானதுதான்; இது பற்றிய நியாய வைசேஷிகர்களின் விஷயத்தை மட்டும் பார்ப்போம்.

அவர்களுக்கு இத்தகைய நோக்கம் எப்போது தோன்றிற்று என்பதை நிச்சயமாகக் கூற முடியவில்லை; இந்த தத்துவத்தைக் கண்டு உரைத்தவர்களின் தினசரி வாழ்வுக்கான ஆதாரங்கள் - அவர்கள் எப்படி எந்த வருவாயைக் கொண்டு வாழ்ந்தனர் என்றும் கூற முடியவில்லை.[66] நாம் பிற்காலத்து நியாய வைசேஷிகர்களைப் பற்றித்தான் கவனிக்க வேண்டும். சமுதாயத்தில் அவர்கள் பெற்றிருந்த நிலை யாது? தாம் வாழ்வதற்கென அவர்கள் செய்யவேண்டிய கடமைகள் ஏதாவது உண்டா? இதற்கும் முழு விடை கிடைக்க வழியில்லை. ஒரு சிலரைத் தவிர மற்றவர்களின் சொந்த வாழ்க்கை பற்றியும் அதிகமாகத் தெரியவில்லை. உதிரியாக அவர்களைப் பற்றிக் கிடைக்கும் செய்திகளும் கட்டுக்கதைகளால் தெளிவில்லாமற் போய்விட்டன. ஆனால், நாம் அவர்களுடைய உலக வாழ்வைப் பற்றித் தெரிந்துகொள்வதையே விட்டுவிடவும் தேவையில்லை. ஒரு பரவலான உண்மை உண்டு. புத்தர்களையும் ஜைனர்களையும் தவிர பிற்காலத்துத் தத்துவவாதிகள் அனைவருமே பிராமணர். பிராமணர்கள் அல்லாதவர்களான பிற்காலத்து நியாய வைசேஷிகர் ஒருவர்கூட இல்லை. அப்படி ஒருவராவது இருந்திருக்கலாமோ என்று நினைக்கக்கூட வழியில்லை.

இந்தப் பிராமணர்களுக்கு, சமுதாயத்தில் இருந்த நிலை காரணமாகவே சில பொருளாதாரச் சலுகைகளும் சமுதாயச் சலுகைகளும் உரியவையாயின. அந்தச் சலுகையே அவர்கள் உலகம் பற்றி ஆர்வம் அவசியமில்லை என்றும், அதனாலலேயே சமுதாயத்தில் இருக்கும் ஏற்றத்தாழ்வுகளையும் இவர்கள் பொருட்படுத்த வேண்டிய

அவசியமில்லை என்றும் உறுதி செய்துவிட்டது. பொதுவாக அனைவருமே மோக்ஷமே மனிதன் பெற வேண்டிய மிகப் பெரிய பயனும் நலமுமாகும் என்று ஏற்றுக்கொண்டுவிட்டிருந்த நிலையில், இதிகாஸ புராணங்களைத் தொகுத்து எழுதியவர்கள் சற்றும் இடையூறு இல்லாமலும் தங்கு தடை இல்லாமலும் பொது மக்கள் இதை ஏற்று நடக்குமாறு செய்ய முடிந்தது. இதிகாஸ புராணங்களே அக்காலத்தில் அனைத்து மக்களுடனும் தொடர்புகொள்ளும் சக்திமிக்க ஊடகமா யிருந்தது. இதைச் செய்துவிட்ட பிறகு, அப்போது இந்தச் சமுதாய நிலைகளில் தலையிடுவதான சிந்தனையோ செயலோ அர்த்தமற்றுப் போய்விட்டது. இந்த அமைப்பின் அங்கமாய்விட்ட பிராமண ஒட்டுண்ணிகள், இவ்வாறு தாங்கள் பிறரைச் சுரண்டி வாழும்-உழைக்காமல் கொழுக்கும் வகைக்குத் துணை செய்து காப்பாற்றும் மோக்ஷக் கருத்தை எப்படி எதிர்ப்பார்கள்?

இந்த வகையில் பிற்காலத்து நியாய வைசேஷிகர்களுக்கும் அவர் களோடு கருத்து வகையில் மாறுபடும் கருத்து முதல்வாதிகளுக்கும் அதிகமான வித்தியாசம் இல்லை. பொருள்களை உற்பத்தி செய்யும் உழைப்பில் இருந்து விடுபட்டுப் போயிருந்த அவர்கள், மோக்ஷம் என்ற லக்ஷ்யத்திற்குப் பணிந்து போவதும் சரிதான்; ஏனென்றால், அந்த லக்ஷ்யம் ஒட்டுண்ணித் தனத்தில் பிறந்து, அதனாலேயே நன்கு பாதுகாக்கப் பட்டது. ஆயினும் அவர்களுக்கும் கருத்துமுதல்வாதிகளுக்கும் எதில் வித்தியாசம் இருக்கிறது? அதுதான் அவர்கள் உலகம் பற்றிக் கொண்டுள்ள கருத்து; இது, கருத்துமுதற்கோட்பாட்டுக்கு முற்றிலும் வேறானது; பொருள்முதற்கோட்பாடுதான் அவர்கள் வழிவழியாய்ப் பாரம்பர்யத்தோடு பெற்றுப் பேசிவருவது; அவர்கள் இப்படிச் செய்வது ஏன்? அவர்களும் பிராமணர்களே; உழைக்காமல் உண்பவர்களே; ஆயினும் நையாயிகர் எனும் தார்க்கீகராகவும் அணுக் கொள்கையுடையவராகவும் இருக்கவே விரும்புகிறார்களே இது ஏன்? அவர்கள் அறிவு அதைத்தான் விரும்பி ஏற்கிறது. ஆனால் அவர்களை ஆத்மா அதன் மோக்ஷம் என்றெல்லாம் பேச வைத்தது எது? அறிவுக்குப் பொருந்தாததை ஏன் அவர்கள் தம்மையறியாமலேயே ஏற்றுக்கொண்டனர்? அதற்குக் காரணம், பிறர் தரும் பிச்சையைக் கொண்டும் தானங்களைக் கொண்டுமே வாழ வேண்டியிருந்த வருந்தத்தக்க நிலைதான்.

10. வாத்ஸ்யாயனர்

இவர் காலத்திலிருந்துதான் மோக்ஷத்தைப் பற்றிய ஆர்வம் பிரதானமாகிறது.[67] அநேகமாக அவர் காலம் குப்தர்கள் ஆண்ட

காலமாயிருக்க வேண்டும். குப்தர்கள் சிறிதளவிலாவது ஆதரித்ததால் இந்தக் காலத்தில் இந்திய விஞ்ஞானத்தில் சில பெரிய சாதனைகள் நிகழ்ந்தன.[68] இந்த ஆதரவும் முழுமனதுடன் தந்ததில்லை; வராஹமிகிரரும் பிரம்மகுப்தரும் தங்கள் விஞ்ஞானக் கருத்துக்களை விட்டு விலகுவதற்காகவே முழு முற்றான மூட நம்பிக்கைகளுக்குப் பணிந்து ஏற்றதை முன்பே கூறியிருக்கிறேன். குப்தர்களின் விஞ்ஞானம் பற்றிய மனப்போக்கும் செயலும் இதை விளக்கப் போதுமானதாக இல்லை. மாறாக, அவர்கள் விஞ்ஞானத்திற்கு மிகவும் அடக்கமான-தங்கு தடைகளுடன்கூடிய ஆதரவைத்தான் தந்தனர். அத்துடன் பிராமணர்கள் தர்ம சாத்திரம் கூறும் அந்த லட்சியம் பற்றிய வாழ்வு முறையைத் தீவிரமாகப் பரப்பும் பொறுப்பையும் தந்திருந்தனர். இதை சர்மா அவர்கள் ஆய்வதையே பின்பற்றுகிறோம்.[69] "அந்தக் காலகட்டம் விவசாயத் தொழில் விரிவாக்கம் பெற்று வந்த ஒன்று; மன்னர்கள் பின்தங்கிய பகுதிகளில் பிராமணர்களுக்கு நிலம் அளித்தது இதற்குச் சான்றாகும்: ஆனால், இது ஏதோ தூய தர்மகாரியம் என்று எண்ணுவதும் தவறு.

நிலமான்யம் அளித்ததற்குப் பதிலாக, பிராமணர்கள் செய்ய வேண்டிய வகையில் பிராமணர்கள் மதத் தொண்டுகள் செய்ய வேண்டுமென்ற நிபந்தனை இருந்தது. அத்தகைய மத சம்பந்தமான தொண்டுகள், யாகம் போன்ற வெற்றுச் சடங்குகள், தானம் கொடுத்தவர்களுக்கு இம்மையில் நலம் தருவதுடன், இறந்துபோன மன்னரின் முன்னோர்களுக்கும் நலமளிக்குமாம். இதைத் தவிர மதத் தொடர்பில்லாத வகையில் அவர்கள் ஏதாவது செய்ய வேண்டும் என்று அரிதாகவே கூறப்பட்டது; அதற்குள்ள ஒரே ஒரு எடுத்துக்காட்டு, வாகாடக அரசனான இரண்டாம் பிரவரசேனன், ஆயிரம் பிராமணர் களுக்கு ஒரு கிராமத்தையே தானமாகக் கொடுத்து எழுதிய செப்புப் பட்டயம் மட்டுமே. அதில் உள்ள நிபந்தனைகள் பின்வருவன; அவர்கள் அரசனுக்கோ அல்லது அரசுக்கோ எதிராகச் சதியாலோசனைகள் செய்யக்கூடாது; திருடக்கூடாது, வியாபாரம் செய்யக்கூடாது; பிராமணர்களைக் கொல்வதோ, அரசனுக்கு விஷம் வைப்பதோ கூடாது. அவர்கள் மற்ற கிராமங்களுக்கு எதிராகப் போர் செய்வதோ வேறு தீமைகளைச் செய்வதோ கூடாது. இப்படி எதிர்மறையாகவே கூறப்பட்ட கடமைகளின் உட்பொருள் என்ன? நடைமுறையில் நிலையாக இருந்துவரும் சமுதாய அமைப்புக்கும் அரசியல் அமைப்புக்கும் எதிர்ப்பாக ஏதுமே செய்யக்கூடாது என்ற நிபந்தனையின் பேரில் பிராமணர்கள் நிலத்தை அநுபவித்தார்கள். மற்ற சாஸனங்களும் இப்படித்தான் இருந்திருக்கும். அப்படி நிலம் பெற்ற பிராமணர்கள்,

சாஸனங்கள் எதிர்பார்த்ததற்கு அதிகமாகவே அந்தக் கொடையாளி களுக்குக் கைம்மாறு செய்தார்கள்; தங்களுக்குக் கீழ் உள்ள இடங்களில் சட்டத்தையும் சடங்கு முறைகளையும் நன்கு காத்தனர். தங்கள் தங்களுக்குரிய வர்ணாசிரம தர்மங்களை - கடமைகளை ஒழுங்காகச் செய்ய வேண்டுமென்று மக்களை வற்புறுத்திக் கூறினர். அரசனுக்கு மிகவும் பணிந்து நடக்க வேண்டும் என்று கூறினர்; குப்தர் காலத்தில் அரசன் வெறும் மனிதன் அன்று; பல்வேறு கடவுள்களின் அம்சங்கள் கொண்ட அவதாரமே என்று கொள்ளப்பட்டிருந்தது; தானம் கொடுத்தவர் களின் எண்ணம் எப்படியிருந்தாலும் இந்தத் தானங்கள் அவர்களுக்கு மதத் தொடர்பான சேவையைத்தான் செய்தது என்று கொள்வது சரியில்லை. உண்மையில் புரோகிதர்கள் மன்னர்களுடையவும் அவர்களின் முன்னோர்களுடையதுமான ஆன்மீக நலத்திற்காகப் பிரார்த்தனை முதலியன செய்தார்கள். இங்கிலாந்தில் பிஷப்புக்கள் செய்தது போல அரசனுக்கு ராணுவ வீரர்களைத் தயார் செய்து தரவில்லை என்பதும் உண்மைதான்; ஆனால் அதற்கு அவசியமே இருக்கவில்லையே நம் தேசத்தில்; அப்போதிருந்த ஒழுங்குமுறைச் சட்டங்களின்படியே மக்கள் கட்டுப்பட்டு நடக்கவும் தங்களுக்குள்ள கஷ்டங்களைச் சம்மதித்து ஏற்கவும் செய்துவிட முடிந்ததே.[70]

வாத்ஸ்யாயனர் இப்படி மான்யம் பெற்ற குடும்பங்களைச் சேர்ந்தவரா என்றெல்லம், அவர் காலத்திய பட்டயங்களையும், அவர் வாழ்ந்த காலம், இடம் முதலியவற்றையும் உள்ளது உள்ளபடி ஆய்ந்து கண்டால்தான் கூற முடியும். ஆனால் ஒன்று மட்டும் தெளிவு. அவர் வாழ்வதற்கான வசதிகள் ஏதுமில்லாத பிறர் தானமளிப்பதை மட்டுமே பெற்று வாழும் ஜாதியைச் சேர்ந்தவர். குறைந்தபக்ஷமாக வைத்துக் கொண்டால்கூட, அவர் வாழ்ந்த காலத்தில், பிராமணர் தானம் பெற்றுத்தான் வாழ்க்கை நடத்த வேண்டும் என்ற தர்ம சாத்திரம் கூறும் சட்டம் சமுதாயத்தில் நிஜமாகவே நடைமுறைப்படுத்தப்பட்டிருந்தது; அது அரசாங்கத்தின் கொள்கையாகவும் இருந்தது. இந்த தான தர்மத்திற்குப் பதிலாக பிராமணர்கள் சுயநலம் கொண்ட வர்க்கத்தின் லட்சியங்களைப் பரிந்துரைப்பவர்களாகவே - அவை மிகவும் நியாயமானவை என்று சொல்பவர்களாகவே இருந்து மக்களையும் சம்மதத்துடன் சட்டத்திற்குக் கட்டுப்பட்டே இருக்க வேண்டும் என்று அறிவுரை கூறினார்கள். ஆத்மாவின் மோக்ஷமே வாழ்வின் மிகப்பெரிய குறிக்கோள் என்றும், நடைமுறையில் உள்ள உலக நிலையையும் பழக்கவழக்கங்களையும் அவற்றில் தலையிடாமலேயே ஒதுங்கி நின்று உலகத்தளையிலிருந்து தன் ஆத்மாவை விடுவித்துக்கொள்வது தான் மோக்ஷம் என்றும் பறைசாற்றிக்கொண்டிருந்தனர் - அந்த

பிராமணர்களான தத்துவவாதிகள். வாத்ஸ்யாயனரும் இதையேதான் செய்தார். மிகவும் அற்புதமான பெருமை படைத்ததும் அடிப்படையில் பகுத்தறிவு வகையிலானதுமான தனது தர்க்கவாதத்திற்கும் அறிவு பற்றிய முடிவுகளுக்கும் இது முற்றிலும் பொருத்தமன்று எனத் தெரிந்தும் இப்படிச் செய்தார். அவர் எடுத்துரைத்த தத்துவம், ‘ஆன்வீக்ஷிக் வித்யை’ என்பது; அதன் முக்கியமான நோக்கமும் பயனும், இயற்கை, அதன் அமைப்பு ஆகியவை பற்றியன அவற்றின் பார்வையையும் அறிவையும் இன்னும் நன்றாகத் தெரிந்துகொள்ள அதை குழப்பிப் புதிய மரபையும் படைத்து, மிகவும் தீரவிரமான பகுத்தறிவும் ஆத்மா-மோக்ஷம் என்ற கொள்கையும் கலந்துள்ள ஒரு தத்துவமாக்கினார்; அதுவும் ‘அத்யாத்ம வித்யை’ என்றுதான் வழங்கலாயிற்று. இதை அவர் நியாயப்படுத்தி சாதிப்பது இன்னும் விநோதம்.[71] ‘நியாய சாத்திரத்தின் ஒப்பற்ற விஷயம் ஆன்வீக்ஷிக் வித்யைதான்; இதில்லாவிட்டால் அது உபநிஷத்துக்களைப் போல வெறும் அத் யாத்ம வித்யையாகத்தான் இருந்திருக்கும் என்கிறார்; ஆனால், உபநிஷத்தின் அத்யாத்மவித்யையைப் பொருத்தமாக விளக்கு கிறவர்கள், விஷயத்தை வேறுவிதமாகவே புரிந்துகொள்கின்றனர். அந்த வித்யையை வலுவாகக் காத்து நிறுவும் வழி, தர்க்க வித்யை தனக்குத் தெரியும் என்று சொல்லிக்கொள்வதை இல்லையாக்குவது தான் என்று அவர்கள் எண்ணுகிறார்கள். பாதராயணருடைய பிரம்ம சூத்திரத்தில் தர்க்கத்தைப் பற்றிச் செய்திருக்கும் சர்ச்சையே இதற்குச் சான்று.[72] சங்கரர் அதற்குச் செய்த உரையின் தொடக்கத்திலேயே, பிரமாணங்கள் செல்லத்தக்கவை, அவற்றை நம்ப வேண்டும் என்பதை வன்மையாக மறுத்திருப்பது இதை விளக்கும்.[73] இவையெல்லாம் முரணற்றவையே; ஏனெனில், அத்யாத்ம வித்யைக்கு இன்றியமையாத முதல் நிபந்தனை வேதங்களை முற்றிலும் நம்ப வேண்டுமென்பதே. மாறாகத் தர்க்கத்தில் முழு நம்பிக்கை வைத்தால் அந்த நிபந்தனை நிற்காது.

ஆன்வீக்ஷிகியும் அத்யாத்ம வித்யைதான் எனினும் அதற்கென தனிச் சிறப்பான இயல்பு ஒன்றுண்டு என்று வாத்ஸ்யாயனர் கூறுவது சிறிதும் பொருந்தாது. இது ஒரு தத்துவ அறிஞனுக்கு நேர்ந்த சோகமான முடிவு என்றுதான் நாம் இதைக் கொள்ள வேண்டுமோ? அவருடைய அறிவு கூர்ந்த ஆர்வம் அவரை ஒரு அற்புதமான பகுத்தறிவாளனாக்கியது; அதே சமயம் அவரை சமுதாயம் தனக்குச் சாதகமான-அரசியல் சமுதாய நலன்களுக்கு உகந்ததான அத்யாத்ம வித்யையைப் பரப்பும்படிச் செய்து, தாழ்த்திவிடுகிறது; அவரும் அதைச் செய்தே ஆக வேண்டிய நிர்ப்பந்தத்திற்கு ஆளாகிவிடுகிறார். சமுதாயம் போடும் பிச்சையைக்

கொண்டுதான் வாழ வேண்டியிருக்கிறதோ! பரிதாபம் இது. அவர் ஆன்வீக்ஷிக்கை வாதிட்டு நிறுவும்போது, அந்தக் காலகட்டத்தின் நிலையில் பிரக்ஞையுள்ள விஞ்ஞானியாகவே மிளிர்கிறார். அவரே அத்யாத்ம வித்யையை நிறுவும்போது, தன்னையுமறியாமல் பிரக்ஞையே இல்லாத நிலையில் சமுதாயத்திற்குப் பலியாகிவிடுகிறார். அப்படிச் செய்வது அவரையும் புல்லுருவித்தனமாக, ஒட்டுண்ணியாக வாழும் ஒரு தொழிலுக்கு வழி செய்கிறது. ஆகவே, அவர் தத்துவத்தின் பிற்பகுதிக்கும் கருத்துமுதல்வாதத்திற்கும் வேறுபாடே இல்லை; ஆகவே, அதை நாம் புறக்கணித்துவிடலாம். அவர் அளித்த தத்துவப் பகுதியான ஆன்விக்ஷிக் என்ற தர்க்க முடிவும் அதை நிறுவ அவர் கூறிய வாதங்களும் இன்றும் நமக்கு உயிருடன் கிடைக்கின்றன. இறந்துபோனது அவர் அத்யாத்ம வித்யையைச் சரணாகதி அடைந்து விட்டதுதான்.

11. பிரசஸ்த பாதர்

இவர், வாத்ஸ்யாயனருக்குப் பின் நூறு ஆண்டுகள் கழிந்த பிறகு இருந்தவர். வைசேஷிக தத்துவத்தை முறைப்படி முதன் முதலில் விளக்கிக் கூறியவர் இவரே. இவருடைய கதையும் ஒரு பெரிய சோக நாடகமே ஆகிறது. ஒரு பிரபலமான புகழ்பெற்ற விஞ்ஞானி. தான் பிறந்த ஜாதியால் சுயநலக்காரர்களான ஆளும் வர்க்கத்தின் லட்சியங்களைத் தூக்கிப்பிடிக்கும் தாழ்நிலைக்குச் சபிக்கப்பட்டவர். இது மிகவும் பரிதாபகரமானது; வைசேஷிக சூத்திரங்களை இயற்றிய கணாதர், தர்ம சாத்திரக்காரர்களின் தடையையும் கண்டனத்தையும் தவிர்ப்பதற்காகப் பழைய சநாதன தர்மங்களில் சிலவற்றைக் கூறியிருக்கிறார், அவ்வளவுதான். ஆனால் பிரசஸ்த பாதர், கணாதரை விட அதிகமாகவும், அதனினும் முதிர்ச்சியும் முற்போக்கும் கொண்ட விதத்தில் வைசேஷிக தத்துவத்தின் அம்சங்களான பூதபௌதீக இயலையும் அணுக் கோட்பாட்டையும் விளக்கி எழுதுகிறார்; ஆயினும் தர்மசாத்திரக்காரர்களின் எதிரில் சாஷ்டாங்கமாகத் தரையில் விழுந்து வணங்கியேவிடுகிறார். இதற்காக அவர் தம் வழியை விட்டு வெகுதூரம் விலகிச் செல்ல வேண்டியிருக்கிறது. ஏனென்றால் பௌதீகத்திற்கும் அணுக் கொள்கைக்கும் தர்ம சாத்திரக் கோட்பாடு களுக்கும் எந்தவிதத் தொடர்பும் கிடையாது. அவற்றையெல்லாம் இவர் வைசேஷிக தத்துவத்தில் பலவந்தமாகத் திணிக்கிறார். இது வாத்ஸ்யாயனர் செய்ததைவிட மிகவும் முரட்டுத்தனமாகவும் கண்டிப்பாகவும் சுயநல வர்க்கத்திற்கு நல்ல சேவையைச் செய்கின்றன. பிரசஸ்தபாதர் மோக்ஷத்தைப் போற்றிப் புகழ்வதுடன் மட்டும் அமையாமல்,[74] வர்ணாசிரம முறைச் சமுதாயத்தின் பொதுவான

சட்டதிட்டங்களையும் கருத்துக்களையும் திடமாக நிறுவுகிறார்; அவை யாவும் மீறக்கூடாதவை; ஏனெனில் அவை வேதத்தாலும் தர்ம சாத்திரங்களாலும் விதிக்கப்பட்டவை. "சுருதி, ஸ்ம்ருதி விஹிதானி' என்பது அந்த வாசகம் என்கிறார். இதை அவர் எவ்வளவு சிரத்தையுடன் தர்மசாத்திரத்தை அப்படியே அடியொற்றிச் செய்கிறார் பாருங்கள்.

மனு, தான் வகுத்த ஆதர்சமான சமுதாயத்தில் ஒழுங்கையும் சட்டத் தையும் நடைமுறையாக்கி அமல் செய்வதற்காக இரண்டு தலைப்பில் அவரவர்களுக்கான கடமைகளைச் சட்டமாக்குகிறார். அவை பொது தர்மங்கள் எனவும் சிறப்பானவை எனவும் இரண்டு. அவர் பொதுக் கடமைகள் எனக் கூறியதைத் தவறாகப் புரிந்துகொண்டதைப் பார்ப்போம்; மனுவின் நூல் இரண்டாவதான சிறப்புக் கடமை களைத்தான் வற்புறுத்துகிறது என்று தெரிகிறது. அவை, குறிப்பிட்ட ஒரு ஜாதியில் பிறந்தவர்களுக்கே உரிய விசேஷக் கடமைகள், மனுஸ்ம்ருதியில் இவை மிக முக்கியமானவையாய் இருக்கின்றன.

பிரசஸ்தபாதர் தர்மநூல் எழுதவில்லை. ஆனால், அதீதமான சிரத்தையுடன் மனு கூறிய கடமைகளை அப்படியே எடுத்துக் கூறுகிறார். அவரும் தர்மங்களை - கடமைகளைப் பொது எனவும் சிறப்பானது என்றும் பிரிக்கிறார். அவை முறையே ஸாமான்ய தர்மம் என்றும் விசேஷ தர்மம் என்றும் பெயர் பெறுகின்றன. நான்கு வர்ணங்களுக்கும் தனித்தனியே சிறப்பானவை இன்னவை; அவற்றை செய்வதே கடமை என்கிறார். 1. "பிராமணர், க்ஷத்திரியர், வைசியர் ஆகிய மூவர்ணத்தவருக்கும், யாகம் செய்தல், வேதம் கற்றல், தானம் கொடுத்தல் என்ற மூன்றும் பொதுவானவை" 2. "பிராமணர்களுக்கு மட்டுமே சிறப்பானவை, தானம் வாங்குதல், வேதம் கற்பித்தல், யாகம் செய்வித்தல் என்பனவும், தன் வர்ணத்திற்கென விதிக்கப்பட்ட மற்ற ஸம்ஸ்காரங்கள்; அதாவது தன்னைத் தூய்மைப்படுத்திக்கொள்ளும் பிற கர்மங்கள்" 3. க்ஷத்திரியர்க்கு மக்களை நன்கு ஆட்சி புரிதல், கயவர்களைக் கண்டித்தல், புறமுதுகு காட்டாமல் போரிடுதலும், தன் சாதிக்குரிய பிறவும். 4. சரக்குக் கொள்முதல், விற்றல் என்ற வியாபாரம். விவசாயம், ஆடுமாடு வளர்த்தல் தன் சாதிக்குரிய பிறவும். 5. "சூத்ரனுக் குரியது; தனக்கு முன் (மேலே) உள்ள மூவர்ணத்தவருக்கும் அடிமையாக இருத்தல் - அதாவது அவர்களுக்குக் கட்டுப்பட்டுத் தனக்கென எந்த உரிமையும் இல்லாதிருத்தல், கருமங்கள் திருமணமும் ஈமச் சடங்கும் போல்வனவற்றை மந்திரம் ஏதும் சொல்லாமல் வெறும் சடங்காகச் செய்வது.[75] முதற்பிரிவில் உள்ளவை மேற்குடியான மூவர்ணத்தாருக்கும்

பொது; இரண்டாவது மூன்றாவது பிரிவுகள் தனித்தனிச் சிறப்புடையவை; கட்டாயம் செய்தே ஆக வேண்டியவை."

ஒரு வைசேஷிக சாத்திர நூலில் இப்படியொரு பகுதி இருப்பதையே நம்ப முடியவில்லை; இது நூலாசிரியரின் போலித்தனமாகவும் இருக்கிறது. அவர் ஒரு பிராமணர். வர்ணாசிரம அமைப்பு அந்த ஜாதிக்குக் கொடுக்கும் பிச்சையில் வாழ்பவர். கண்முன் காணும் முரண்பாடுகளைப் பற்றி என்ன செய்வது என்ற புதிய பார்வையும் அவருக்கு இருக்கவில்லை. அவர் வாழ்ந்த காலத்தில் உலகில் உற்பத்தி முறையில் புதிய கண்டுபிடிப்பேதும் இல்லை; சமுதாயத்தை அதிதீவிரமாக மாற்றியமைக்கும் வரலாற்று ரீதியான பொதுத் தொண்டு நோக்குடன் ஒரு புதிய வர்க்கம் தோன்றுவது பற்றியும் அப்போது உணரவில்லை. தத்துவ அறிஞனுக்குக்கூட இந்த வர்ணாசிரம முறை சாசுவதமானதோ என்று தோன்றியது போலும், இந்த வகை வாழ்வு மதிப்புகளுக்கும், தான் விளக்கும் பௌதீக இயல் அணுக் கோட்பாடு ஆகியவற்றுக்கும் சற்றேனும் பொருத்தம் உண்டா என்பதைப் பற்றிச் சிறிதும் கவனிக்காமலேயே தன்னைத் தானே ஏமாற்றிக்கொண்டு, வர்ணாசிரம தர்மங்களை மீறுவதே கூடாது என்ற முடிவுக்கு வந்து விடுகிறார். அவர், இரண்டு வேறுபட்ட ஆள் ஆகிறார். அவருடைய வாழ்வின் ஒரு பகுதி விஞ்ஞானத்திற்கு உண்மையில் உகந்ததாய் செயற்படுகிறது; மற்றொரு பகுதி தர்ம சாத்திரத்திற்கு மிகவும் இழிந்த விதத்தில் அடிமையாகியிருக்கிறது; இவ்வாறு இருவேறுபட்ட ஆட்களாய் மாறியவர்களுக்கு உதாரணமாக இன்றும் நம் நாட்டிலும் மற்ற நாடுகளிலும் விஞ்ஞானத் தொழில் புரிபவர்கள் இருக்கிறார்கள்; ஆனால் இன்று சமுதாயம் புதிய பார்வைகளையும் புதிய சாத்தியக் கூறுகளையும் பெறுவதற்கான வாய்ப்பைத் தருகின்றது. ஆகவே, சமுதாயத்தின் நோய்க்குப் புதிய மருந்து காணவும் வழியுண்டு; ஆனால் பிரசஸ்த பாதர் வாழ்ந்த சமுதாயம் அப்படி இருக்கவில்லை. அதனால் தான், அவர் கூறிய பௌதீகம் ஒருபுறம் நிற்க, அவர் பரிதாபத்திற்குரிய விதத்தில் தர்மசாத்திரங்களுக்கு இரையாகியே இருக்கிறார்.

நாம் சர்ச்சை செய்யும் மோக்ஷத்திற்கும் அவர் கூறிய கடமைகளுக்கும் வெளிப்படையான தொடர்பேதுமில்லை. ஆனால், அவர் கூறியது முழுதையும் இன்னும் நாம் கண்டபாடில்லை.

அவர் ஸாமான்ய தர்மங்கள் என்று கூறுவன, மனு கூறியவையே. ஆகவே, மனுவே சுட்டிக்காட்டும் சமுதாய மாதிரியையே பார்ப்போம்.

ஸாமான்ய தர்மம், விசேஷ தர்மம் என்று இருவகைப்படுத்தியதில் மனு கருதிய பயன் என்ன? இதற்கு துரதிர்ஷ்டவசமாகத் தவறான

விடைகளே கிடைக்கின்றன. மைத்ரர் கூறுகிறார்:[76] "தர்மங்களை கடமைகளை மனு இவ்வாறு பிரித்தது, அது பற்றிய முறையான விளக்கங்களில் மிக மிக முந்தியது. மனு, ஒரு ஜாதிக்குரிய கடமை களையும் (வர்ணாசிரம தர்மங்களை) பொதுவாய் அனைவர்க்கும் உரிய கடமைகளையும் தனித்தனியே பிரித்துக் காண்கிறார். இவை அனைவருக்கும் செல்லுபடியாகக்கூடியவை. ஒருவன் தன் வர்ணத்திற்கும், ஆசிரமம் எனப்படும்-மாணாக்கர், இல்லறத்தார், துறவிகள், காட்டில் வாழ்வோர் (சமுதாயத்தை விட்டு விலகிய துறவிகள்) என்ற வாழ்வு நிலைக்கும் உரிய கடமைகளைச் செய்வது விசேஷ தர்மம். ஸாமான்ய தர்மம் என்பது, ஒருவனுடைய வயது, ஜாதி, மதம் எதுவாயினும் கடைப்பிடிக்க வேண்டிய கடமைகள். இவை மனிதன் என்ற வகையில் ஒருவன் செய்தே தீர வேண்டியன. இது அந்தந்த வர்ணம், ஆசிரமம் என்ற குறிப்பிட்ட நிலைக்கேற்பச் செய்வன அன்று; அனைவரும் செய்வதற்குரியது." மனுதர்மத்தை இப்படிப் புரிந்துகொண்ட மைத்ரர், ஹிந்துக்களின் இந்த நீதி நெறி முறை பிளேட்டோ கூறியுள்ள நெறிமுறையுடன் ஒப்பிட்டுப் பார்க்கையில் மிகவும் உயர்ந்ததாய் இருப்பதாகக் காட்ட முனைகிறார்." இந்த வகையில் ஹிந்துக்கள் செய்திருக்கும் பிரிவு வகை பிளேட்டோ சமுதாயத்தில் உள்ள வெவ்வேறு வர்க்கங்களுக்கு மட்டுமே உரியன என்று பிரித்துக் கூறியதைவிட மிகவும் மேலானது. பிளேட்டோ கூறுவதில் பொதுக் கடமைகள் என்ற சாதாரண தர்மங்களைக் காணவில்லை. ஆசிரமம் என்ற ஒருவனுடைய வாழ்வு நிலைக்குத் தொடர்புள்ள கடமைகளோ நீதி நெறித் திறனோகூட அதில் இல்லை"[77] மேலும், "இந்த சாதாரண அல்லது ஸாமான்ய தர்மங்களும் கடமைகளும், ஒரு குறிப்பிட்ட குழுவோ சமுதாயப் பிரிவோ, ஆணவத்துடன் தானே உயர்ந்தது என்று நினைத்துக்கொள்ளுவதும், பிறரை ஏற்காமல்" ஒதுக்கவோ முடியாமற் செய்யும் பாதுகாப்பாகும். இப்படி அனைத்து மக்களுக்கும் பொதுவான கடமைகள் என்று சட்டம் போட்டுவிட்டதால், ஹிந்துக்கள் சூத்திரர்கள் மிக மேலான மனிதாபிமானத்துடன் நடத்தும் ஒரு அடிப்படையைப் படைத்துள்ளனர். நாகரீகமான சமுதாய அந்தஸ்தே பெறாதிருந்த கிரேக்க நாட்டு அடிமைகளுக்குப் பிளேட்டோ அநுமதித்த அதிகமான மனிதாபிமானத்தைவிட மேலானதே"" என்றும் கூறுகிறார்.[78]

"சூத்திரர்களை மனிதாபிமானத்துடன் மனிதனுக்குரிய வகையில் நடத்துவது" என்ற தொடர் இங்கு மிகவும் விந்தையாகப் படுகிறது. மனு முதலியவர் சூத்திரர்களிடம் கொண்ட மனப் பாங்கை. ஏற்கனவே கண்டோம். மனு போன்றவர்களுக்கு மனிதனை மனிதனாகப் பார்க்கும் எண்ணமே கிடையாது. ஆழமாகவும் அழுத்தமாகவும் வர்க்க

உணர்ச்சிமிக்கவர்கள் அவர்கள், பிளேட்டோவை விட இது அவர்களுக்கு அதிகமாக இருந்தது மேலானதுமில்லை. பிளேட்டோ, அடிமை மனிதனை மிகத் தாழ்ந்த பிராணி என்று கருதியதைவிட இவர்கள் ஒன்றும் அதிகமாக எண்ணிவிடவில்லை. அனைவர்க்கும் அவசியமானதும் செல்லத்தக்கதுமான கடமைகள் என்பதும் மனுவின் நோக்கில் வெறும் கட்டுக்கதைதான்.

அப்படியென்றால் மனு பொதுவான கடமைகளைப் பற்றிப் பேசவே இல்லையா? பேசுகிறார்;[79] அதைத் தவறாக அனைவர்க்கும் பொது என்று புரிந்துகொண்டுவிடக் கூடாதே என்ற எச்சரிக்கையுடன் அவர் மிகவும் தெளிவாகவே, அத்தகைய பத்து தர்மங்களைச் சொல்வதற்கு முன்பே, இந்தப் பொது தர்மங்கள் இரு பிறப்பாளரான, பிராமணர், க்ஷத்திரியர், வைசியர் என்ற மூன்று வர்ணங்களுக்கே உரியவை. அந்த வருணத்தவர்கள் நான்கு ஆசிரமங்களில் எதில் இருந்தாலும் இவை கடைப்பிடிக்கத்தக்கன என்று கூறுகிறார்.[80] ஆகவே, இவை சூத்திரர்களுக்கும் பொது ஆவதில்லை.

இது ஏன்? இந்தப் பொதுக் கடமைகளில் ஒன்று ஞானம். கல்வி கற்றலும் சுத்தமான ஆசாரங்களும் இதில் அடங்கும். சூத்திரர்கள் அவர்களின் பிறப்பியல்பிலேயே தூய்மை இல்லாதவர்கள். அவர்கள் எப்போதுமே அறியாமையிலும் அசுத்தத்திலும் இருட்டிலும் இருக்க வேண்டுமென்று சபிக்கப்பட்டவர்கள். ஆகவே, அவர்களுக்கு இது எல்லாமே கூடாதென்று தடை விதிக்கிறார் மனு. மனுவும் பிரசஸ்தபாதரும் மேற்குலத்தவர்க்கு மட்டுமே பொது தர்மங்களைத் தனியே கூறுவதை இன்னும் உட்புகுந்து பார்க்க வேண்டும்.

புரோகிதர்களான பிராமணர்களின் முதன்மையான கடமை, புரோகிதர்களாகவும், ஆசிரியர்களாகவும், பணி செய்வதற்கான வகையில் தானங்களைப் பெறுவது; க்ஷத்திரியர்கள் போர் செய்தும் சட்டத்தைப் பாதுகாத்தும் ஆள வேண்டுவது முதற் கடமை. விவசாயமும், வர்த்தகமும் செய்யவேண்டியது வைசியர், நான்காம் வருணத்தவரான சூத்திரர்களுக்கென்று தனியான கடமைகள் உண்டு. அவர்களது முதன்மையான கடமை சமுதாயத்திற்கு மிகவும் அவசியமான உடல் உழைப்பு.

இப்படித் தனித்தனியே கடமைகளை விதித்துத் தாம் கண்ட ஆதர்சமான சமுதாயத்தை நடத்திச் செல்வதே அவர்கள் விரும்பிய பயன். இதில் ஆத்மாவின் மோக்ஷம் எங்கே இருக்கிறது? மனிதனுடைய மாபெரும் லட்சியம் என்று வேதங்களும் உபநிஷத்துக்களும் கதறுகின்றனவே! இதற்கு, மேலே சொன்ன தர்மங்களும் கடமைகளும்

உதவி தருமா? பிராமணன் தானம் பெறுவதாலும், க்ஷத்திரியன் ஆட்சி புரிவதாலும், வைசியன் விவசாயம் செய்வதாலும் மோக்ஷம் பெறுவார்கள் என்று தர்ம சாத்திரங்கள் கூறினால் அது வெறும் மிகையேயாகும்.[81] இவை கட்டாயம் மோக்ஷம் தரும் என்றால், தமக்குரிய கடமைகளை ஒழுங்காகச் செய்துவிட்டால் சூத்திரர்களும் மோக்ஷம் பெறுவர் என்று ஆகிவிடும். இது தர்ம சாத்திரம் செய்தவர்களுக்கு விருப்பமில்லாத ஒன்று; அவர்கள் எண்ணம் என்னவென்றால், உடலால் உழைத்துப் பாடுபடும் அனைவருமே என்றென்றும் மாறாத - அழியாத அடிமைத் தளையால் கட்டுண்டே கிடப்பார்கள் என்பதே. கடவுள் அவர்களைப் படைத்ததே மேற்குடி மக்களுக்குத் தொண்டு செய்வதற்குத்தான்.

ஆகவே, மனு வெவ்வேறு ஜாதிக்கு வெவ்வேறு விசேஷ தர்மங்களை விதித்த பிறகு, மோக்ஷத்திற்கு உதவும் சில பொது தர்மங்களைக் குறிப்பிடுகிறார். அவை மோக்ஷம் பெறத் தகுதியுடைய இரு பிறப்பாளர்க்கே உரியவை என்பது தெரிகிறது. இதனால், இப்படித் தனிப்படக் கூறிய தர்மங்களால் மேற்குலத்தவர் மோக்ஷம் பெற முயலவேண்டும். இதை, பிரபலமான உரைகாரர்கள் தெளிவாகவே கூறுகின்றனர். இந்தப் பொது தர்மங்களில் ஞானமும் கல்வியும் அடங்கியுள்ளன. மேதாதிதி, குல்லூக பட்டர் இருவருமே இவற்றிற்கு விசேஷமான பொருள் கூறுகிறார்கள்.[82] ஞானம் என்பது மாறுபட்ட கருத்துக்களால் உண்டாகும் சந்தேகங்களைக் களைவதே. இந்த மாறுபட்ட கருத்துக்கள் எவை? ஆத்மாவுக்கு எதிரான, வேதக் கருத்துக்கு எதிரான எதுவுமே அத்தகையது. தான் என்று ஒரே விடை கூறுவர் இருவரும். மேதாதிதி, இரண்டாவதான கல்வி என்பதை விளக்கிக் கூறும்போது இது இன்னும் வலுப்பெறுகிறது. "கல்வி என்பது ஆத்மாவை அறிவது" என்கிறார். இனி குல்லூகப் பட்டர் கூறுவது: சாத்திரங்கள் கூறும் தத்துவ ஞானமே ஞானம். ஆத்மாவை அறிவதே - அதாவது ஆத்ம ஞானமே வித்யை.[83] ஞானம் என்றால் வேதம் முதலியவை கூறும் இயல்புக்கேற்ற பரமஸத்யத்தை அறிவதுதான். கல்வி என்பது ஆத்மாவை அறிதல். ஆக, ஞானம் கல்வி இரண்டிற்கும் வித்தியாசமே கிடையாது. வேதங்களில் வெளிப்படும் பரமஸத்யம் ஆத்ம ஞானத்தைத் தவிர வேறில்லை. இந்த ஸத்யத்தை அறிவதே மோக்ஷத்திற்குத் துணை செய்வது. பத்து தர்மங்களையும் கூறி முடித்துக் கூறுகிறார் மனு.[84] 'இந்தப் பத்து தர்மங்களையும் கசடறக் கற்றுணர்ந்து கடைப்பிடிக்கும் பிராமணர்கள் மிக மிக உயர்ந்த கதியை- மோக்ஷத்தை அடைகிறார்கள்.

"ஓர் இரு பிறப்பாளன் மனத்தை அடக்கிப் பத்து தர்மங்களையும் கடைப்பிடித்துத் தனது கடன்களை- கடமைகளை ஆற்றிய பின்

அதற்குரிய நியமங்களுடன் வேதாந்தத்தைக் கற்றுத் துறவியாகவோ காட்டில் ஆசிரமத்தில் வசிப்பவனாகவோ ஆகிறான். அவன் அனைத்துக் கருமங்களையும் சடங்குகளையும் விட்டுவிடுகிறான். தனது ஆத்மாவை மட்டுமே நினைத்துக்கொண்டு எல்லாவிதமான ஆசைகளையும் ஒழித்துவிடுகிறான். தனது பாபங்களை அழித்துவிடுகிறான். மோக்ஷத்தையும் அடைகிறான்.” இதை குல்லூக பட்டர் விளக்குகிறார். “இந்தப் பத்து தர்மங்களையும் தனக்கான கடமைகளையும் கற்றுணர்ந்து அவற்றை விடாமல் கைக்கொண்டு ஒழுகி, ஆத்ம ஞானத்தையும் பெறுகிறவர்கள் - அத்தகைய அறிவாளிகள், அந்த ஆத்மஞானத்தின் பெருமையால் உயர்ந்த கதியை மோக்ஷத்தை அடைகின்றனர்.[85]

இப்படியெல்லாம் மனு கூறுவதில் உள்ள சிறப்பான அம்சம், இவை மேற்குலத்தாருக்கே உரியவை. தர்மசாத்திரம் செய்து சமுதாயத்திற்குச் சட்டம் வகுத்தவர்களும் இவர்களே; சூத்திரர் என்று அவர்கள் கூறும் பாட்டாளி மக்களான பெரும்பான்மையோருக்கு இவை தகாது. ஆகவே, அவர்களுக்கு விடுதலையும் இல்லை; அவர்கள் பிறப்பதே சலுகை பெற்ற சிறுபான்மையோருக்குத் தொண்டு செய்ய என்பதுதான். இதுதான் என்ன செய்வது என்பதற்கு மனு கூறும் விடை.

மனு, சுயநலமிகளான மேற்குடிகளின் பிரதிநிதி. அவர்களுக்காகப் பரிந்து பேசுகிறவர். அவர் இப்படித்தான் கூறுவார். இதில் உள்ள மிகவும் பரிதாபகரமான செய்தி யாதெனில், இந்த நீதி நெறி முறையின் சாரத்தைப் பிரசஸ்தபாதரும் கொண்டு, தானே விளக்குவதுபோல் கூறுகிறார். ஆனால் உணர்வுபூர்வமான அறிவுள்ள அவர்தான் முதன் முதலில் பூத பௌதீக ஆய்வும் அணுக் கோட்பாடும் கொண்ட வைசேஷிகத்தை நன்கு விளக்கியவராகவும் இருக்கிறார். அவர் வாழ்ந்த கால கட்டத்திற்கு இது மிகச் சிறப்புடையது. ஆனால் அவர் வாழ்ந்த சமுதாயமும், பிராமண ஜாதியில் பிறந்த துரதிர்ஷ்டமும், அவர் தேர்ந்தெடுத்த அறிவுத் துறைக்குத் தடையும் எல்லையும் கட்டுகின்றன. என்ன செய்வது என்ற கேள்வி எழும்போது இன்னும் அதிகமாகிறது. இயற்கையை மிகவும் முதிர்ச்சியும் முன்னேற்றமும் கொண்ட பார்வையால் புரிந்துகொண்டும் உலக நடைமுறை பற்றி அவர் புதிதாக ஏதுமே கூறவில்லை. அவருடைய சமுதாயமும் ஜாதியும் அவரை வாயடைக்கச் செய்கின்றன. இயற்கையை இன்னும் அதிகமாக வென்று, விடுதலை பற்றிய புதிய கருத்துக்களைக் கூறலாம் என்றே அவருக்குப் புரியவில்லை. தத்துவ அறிஞனுக்கு இந்த வகையில் அறிவும் உணர்ச்சியும் தோன்றுவதற்கான ஒரு காரணமாக புறத்தே உள்ள சூழ்நிலை அமையவேண்டும். அவருக்கு அது இல்லை. மரபுவழி

வந்து தேங்கிக் கிடந்த சமுதாயத்தைச் சேர்ந்த அசல் பிராமணனான அவர், தர்மசாத்திரம் செய்தவர்கள் எதிரே தலை குனிந்துவிடுகிறார். ஆகவே, எதிர்மறையான விடுதலையே அவருக்கும் விடுதலை என்று பட்டுவிடுகிறது. ஆகவே, அதை ஏற்க வேண்டுமென்று பிரசஸ்தபாதரும் எடுத்துரைக்கிறார். அது மட்டுமின்றி பிராமணர்கள் என்ற ஒட்டுண்ணிகளுக்கு சோறுபோடும் சமுதாயத்திற்கென்று மனுவும் பிறரும் கூறும் சட்டங்களையும் அப்படியே ஏற்கவேண்டும் என்று வற்புறுத்திக் கூறுகிறார்.

12. தொகுப்புரை

நியாய வைசேஷிகத்தில் வாத்ஸ்யாயனர் மற்றும் பிரசஸ்தபாதருக்குப் பின் யாதொரு முன்னேற்றமும் நேரவில்லை. கருத்துமுதல்வாதிகள் கூறிய மோக்ஷம் இன்னும் அதிகமான பாதுகாப்பைப் பெறுகிறது. தர்க்கமும் அணுக்கோட்பாடும் கொண்ட தத்துவத்தை வாதிட்டு நிறுவியர்கள் உணர்வில் தர்மசாத்திரக்காரர்களின் கட்டளைகளும் ஆணைகளும் வேதப்பிரமாணமாகிவிடுகிறது. பிற்காலத்தவர்களுக்கு இந்தப் பாசாங்கு திடப்பட்டுவிடுகிறது. அவர்கள் நோக்கும் பயனும் வேறு வேறாகிவிட்ட உணர்ச்சியையோ இழந்துவிடுகிறார்கள். விஞ்ஞானத்தையும் அதற்கு மாறானதையும் பேசுகிறார்கள். இதை நிரூபிக்கத் தங்கள் படிப்பையும் அறிவையும் பாழாக்கிக்கொண்டு இரண்டுமே முரண்பாடற்றவை என்று சொல்லிக்கொண்டு தம்மைத் தாமே ஏமாற்றிக்கொள்கின்றனர்.

கருத்துமுதற்கோட்பாட்டை எதிர்க்கும் பலருடைய கதையும் இதுவே ஆகிறது. அதுவும் அது பெற்றிருந்த மந்திர சக்தி போன்ற வசீகரத்தையும் அகற்ற ஆனதெல்லாம் செய்தபோதிலும் மோக்ஷம் பற்றியவரையில் அந்த மந்திரத்துக்குத் தாமும் வசப்பட்டுவிடுகின்றனர். கொள்கைப் பிடிப்புக் கொண்ட பொருள்முதல்வாதிகளான லோகாயதர்கள் மட்டுமே இதற்கு விதிவிலக்காய் நிற்பவர்கள். மோக்ஷம் பற்றி பேசுவதெல்லாம் வெறும் கட்டுக்கதை என்று துணிச்சலுடனும் கண்டிப்பாகவும் உரைக்கிறார்கள். எதிர்மறையான விடுதலையை மறுக்கும் அவர்களும்கூட-உடன்பாடானதும் சாதகமானதும் போதுமானதுமான ஒரு கருத்தை வளர்த்துக்கொள்ளவில்லை.

இதுதான் இந்தியத் தத்துவத்தின் தவறும் ஆகும். இந்தத் தவற்றை விளங்கிக்கொள்ளவும் வழி இருக்கிறது. இந்த இந்தியர்கள் இந்தத் தடைகளையும் எல்லைக்குட்பட்ட கருத்துக்களையும் மீறிச் சிந்திப்பதும் சாத்தியமாகவே இருக்கிறது. ‘மத்திய காலத்து இந்தியாவில் வாழ்ந்த மிகப் பெரிய சிந்தனையாளர்கள், அதே காலத்து ஐரோப்பிய

சிந்தனையாளர்களைக் காட்டிலும் அதிகமாக இந்த எல்லைகளையும் தடைகளையும் மீறிவிடுவதும் இயலாதுதான். அவர்கள் வாழ்ந்த காலத்தில் இருந்த வளர்ச்சி அடையாத தொழில்நுட்ப அறிவும் அந்த அளவில் தொழில்நுட்ப அறிவு காரணமாகவே ஏற்பட்டிருந்த சமுதாய உறவு முறைகளும் ஏற்படுத்திய தடையும் எல்லையுமே அவை. அவ்வாறாக வளர்ச்சி பெறாத சமுதாயம் மற்றும் பொருளாதாரத்தின் நிலை இருந்ததால், அவற்றுக்குள் புதைந்துகிடந்த ஒரு பிரச்சனைக்கான தீர்வையும் முடிவையும் தத்துவவாதிகளின் மூளைகளிலிருந்து எதிர்பார்க்க முடியாதுதான். அவர்கள் திறமைமிக்கவராயினும் இதைச் செய்திருக்க முடியாது.

உலக தத்துவ வரலாற்றில் முதன் முதலாகத் திட்டவட்டமான விடுதலை பற்றிய கருத்தின் ஒரு சிறிய பார்வையைக் கொண்டு கூறியவர்கள் பேகன் மற்றும் டெகார்டே இருவரே. அவர்கள் இருவரும்தான் நவீன விஞ்ஞானத்தின் தீர்க்கதரிசிகளும் பொது மக்களுக்காக எடுத்துரைப்பவர்களும் ஆவர். வர்த்தகர்கள் கடல் பிரயாணிகள், பொருள் உற்பத்தி செய்வோர், அரசியலாளர் ஆகியோரின் தலைமையில் இருந்த சமுதாயத்தை மாற்றியமைப்பதில் விஞ்ஞானம் பங்காற்ற வேண்டியிருந்த புதிய நிலைதான் அவர்களுக்கு இந்தப் பார்வையை அளித்தது. ஏங்கெல்ஸ்[86] கூறுகிறார்: “மத்திய தர வகுப்பினர் எழுச்சி பெற்று வளர்ந்ததுடன் கூடவே, விஞ்ஞானம், வானியல், இயந்திரவியல், பௌதீக விஞ்ஞானம், உடற்கூற்றியல், உடலியல் பற்றிய மருத்துவ அறிவு ஆகியன மறுபடியும் கிளர்ந்து வளர்ந்தன. பூர்ஷ்வாக்களுக்குத் தமது தொழில் உற்பத்தியை வளர்த்து வளப்படுத்துவதற்கு ஒரு விஞ்ஞானம் தேவைப்பட்டது. அந்த அறிவு இயற்கையில் உள்ள பொருள்களின் பௌதீகப் பகுதிகளையும், இயற்கையின் பல்வேறு சக்திகளும் செயற்படும் முறைகளையும் அறிந்து உறுதிப்படுத்தியது. அந்தக் காலம் வரை விஞ்ஞானம் மத ஸ்தாபனங்களுக்கு அடங்கிய பணிப் பெண்ணாகவே இருந்தது. மத நம்பிக்கைக்கப்பால் அதை மீறி ஓர் அடி எடுத்து வைக்கவும் அது அநுமதிக்கப்பட்டது இல்லை. அதனாலேயே அது விஞ்ஞானமாகவும் இருக்கவில்லை. விஞ்ஞானம் மத ஸ்தாபனங்களுக்கு எதிராக புரட்சி செய்தது. பூர்ஷ்வாக்கள் விஞ்ஞானமில்லாமல் பிழைக்க முடியாது. ஆகவே, அவர்களும் அந்தப் புரட்சியில் சேர்ந்துகொள்ளும் நிர்ப்பந்தம் நேர்ந்தது.

புதிய விஞ்ஞானத்தின் தீர்க்கதரிசிகளுக்கு எழுச்சியும் கிளர்ச்சியும் ஊட்டிய அந்தப் புதிய விடுதலைக் கருத்தைத் தெரிந்துகொள்ள வேண்டுமானால், பூர்ஷ்வாக்கள் செய்த புரட்சிக்குப் போராடும்

படையைத் தயார் செய்துகொடுத்த பாட்டாளி மக்கள் அளித்த பங்குப் பணிகளை முக்கியமாகக் கவனித்தறிதல் இன்றியமையாதது.[87] ஏங்கெல்ஸ்: "நிலமான்யப் பிரபுக்கள் மற்றும் நகரக் குடிமக்களுமான சமுதாயத்தில் மற்றவர்களின் பிரதிநிதிகளானவர்களின் எதிர்ப்புடன், சுரண்டுகிறவர்கள், சுரண்டப்படுபவர்கள். பணக்காரச் சோம்பேறிகள், ஏழைப் பாட்டாளி மக்கள் ஆகியோரின் பொதுவான எதிர்ப்பும் சேர்ந்துதான் புரட்சியைத் தோற்றுவித்தன. இந்தச் சூழ்நிலைதான் பூர்ஷ்வாப் பிரதிநிதிகள் தங்களை ஒரு குறிப்பிட்ட தனி வர்க்கத்தை மட்டுமே சேர்ந்தவர்களாகவும் தம்மையே முன்னே நிறுத்தத் துணை புரிந்தது. மேலும், ஆரம்ப காலத்தில் இருந்தே பூர்ஷ்வாக்களுக்கு ஒரு பகை உண்டு; கூலி வேலை செய்பவர்கள் இல்லாமல் முதலாளிகள் வாழமுடியாது; அதே அளவில் மத்திய காலத்து நகரக் குழுவைச் சேர்ந்த நகரவாசிகள் புதிய பூர்ஷ்வாக்களாக வளர்ந்தபோது, அவர்களுக்குள் இருந்த கூலி வேலைக்காரர்களும் பிறரும் அக்குழுவுக்கு வெளியில் உழைப்பை விற்பவர்களாக மாறினர்." ஆக, முடிவில், பிரபுக்களுடன் பூர்ஷ்வாக்கள் செய்த போராட்டத்தில், அக்காலத்தில் இருந்த பல்வேறுபட்ட பாட்டாளி மக்களின் நலத்தையுமே முன்வைத்தனர். எனினும், பூர்ஷ்வாக்களின் ஒவ்வொரு இயக்கத்திலும் உழைப்பை விற்று வாழும் தொழிலாளிகளின் தனியான வேறு எதனையும் சாராத கொந்தளிப்புகளும் எழுச்சியும் இருந்தன. அதுதான் வளர்ந்து நவீன காலத்துத் தொழிலாளிகளின் எழுச்சிக்கு முன்னோடியாயிற்று.

மத்திய காலத்து உலகில் ஏற்பட்ட மாறுதல்களுக்கு உழைக்கும் மக்கள் கூட்டம் அளித்த பங்கு பணிகளை இப்படி ஆய்ந்து அறிந்தால், புதிய விஞ்ஞான தீர்க்கதரிசிகள் விடுதலை பற்றிய புதிய பார்வையைக் காணுமாறு எழுச்சிபெறுவித்த முக்கியமான காரணியை நாம் தெரிந்து கொள்ளலாம். இயற்கையைப் புதிய முறையில் அணுகி உட்புகுந்து அறிதல் என்பதை, புதிய முறையில் அதிகமாக ஆட்படுத்தி ஆள்வதற்கான புதிய வழி என்று அவர்கள் நினைத்தார்கள். புதிய அறிவு என்பது புதியதோர் ஆற்றல் என்றனர். நமது உபநிஷத்துச் சிந்தனையாளர்கள் முன்பு நினைத்தது போல் அறிவிற்கே இயல்பான ஏதோ ஒரு மாயாசக்தி இல்லை. அறிவை உண்மையாகவே ஆற்றலாக மாற்றுவது இது. இந்த மாற்றம் செய்யும் வல்லமை கொண்டவை உழைக்கும் கைகளே.

விடுதலை பற்றிய புதிய பார்வை, "அறிவைப் பெறுவதற்கான புதியவகையிலும் காலத்திற்குத் தக்க வகையில் அதை உண்டாக்கி அணைத்துக் கொள்வதே' ஆகும். பெர்னால் என்பவர் கூறும் விளக்கம்:[88]

"அறிவு என்பது மனிதன் உலகத்துடன் சமரசம் 'செய்து' கொண்டு ஒத்து வாழ்தல் என்றுதான் கொள்ளப்படுகிறது. முன்பும் கொள்ளப்பட்டது. என்றென்றும் கடவுள் தீர்ப்புக் கூற வரும் நாள் வரையில், இதுதான் அறிவுக்குப் பொருள் என்றிருந்ததை, இயற்கையின் சாசுவதமான விதிமுறைகளை அறிவதன் மூலம் அடக்கி ஆள்வதுதான் அறிவு என்று மாற்றி உணரப்பட்டது. இந்தப் புதிய மனப்பாங்கே, இயற்கை தந்த செல்வத்தைப் பற்றிய புதிய ஆர்வத்தாலும் அக்கறையாலும் தோன்றியது தான்; மேலும் நன்கு கல்வி கற்றவர்களுக்குத் தச்சர் போன்ற தொழிலாளிகளின் கைத்தொழில்களின் சிரத்தையையும் ஆர்வத்தையும் இந்த மனப்பாங்குதான் உண்டாக்கிற்று. இந்த வகையில் செல்வம் படைத்தவர்களின் வெறும் வாய்ப்பேச்சுக்கும், தொழிலாளர்களின் கைவினைப் பழக்கத்திற்குமிடையே இருந்த பிளவைச் சீராக்கி ஓரளவுக்கு அகற்றியது; இந்தப் பிளவு, ஆரம்ப காலத்து நாகரிகத்தின் தொடக்கத்திலேயே தோன்றிவிட்டிருந்தது; இதுதான் கிரேக்கர்களுடைய மிகப் பெருமை வாய்ந்த அறிவுத் திறமைக்கும் எல்லை கட்டித் தடுத்தது. உண்மைதான்; பல நூற்றாண்டுகளாக ஒப்புக்கொள்ளப்பட்டு ஊறிக் கிடந்த கருத்துக்களுக்கு எதிரான சவால்களை, சமுதாயத்தின் அடிப்படை முழுதுமே கேள்விக்குரியதாகும்போதுதான் எழுப்பமுடியும்."

இதனால் தெரிவது என்ன? நாகரிகம் விரைவாக வளர்ந்ததன் பெருமைகளையெல்லாம் மனத்திற்கு, உள்ள உணர்வுக்கே விட்டுக் கொடுத்துவிட்டு, உழைக்கும் கைகள் பின்னணிக்குப் போய்விட்டிருந்தன; அவை இந்தப் புதிய விடுதலைப் பார்வையில் தம்மை மீண்டும் அழுத்தமாக்கிக் கொண்டு தலை தூக்குகின்றன. இந்தப் புதிய பார்வையைப் பேகன் கூறுகிறார். "மனித குலத்திற்கு அநுகூலங்கள் செய்த பலவற்றில், புதிய கலைகளைக் கண்டதும், மனமும் அறிவும் தந்த பேறுகளும், மனித வாழ்வை மேலும் சீர்படுத்தும் பொருள்களும் போன்ற விஷயங்களைவிட வேறு எதையுமே நான் பெரிதாகக் கருதவில்லை; ஏனெனில் மிகப் பண்டைய பழைய காலத்தில் வாழ்ந்த நாகரீகமற்ற மக்களிடையே புதிதாகக் கண்டுபிடித்தவர்களையும், புனிதமானவர்கள் எனக் கூறிக் கடவுள்களாகவே எண்ணியதைக் காண்கிறேன். மேலும் நகரங்களை உண்டாக்கியவர்களும், கொடுங்கோல் செலுத்தும் தீயவர்களை வேருடன் களைந்தவர்களும், அந்த வகுப்பைச் சேர்ந்த கதாநாயகர்களும் சில சிறிய இடப்பரப்பிலும் குறைந்த காலமும் வாழ்ந்து மறைகிறார்கள். ஆனால், பெரிய ஆடம்பரமும் பகட்டு இல்லாமலும் கலையிலும் அறிவிலும் புதுமை கண்டு படைத்தவர்கள் எங்கும் எப்போதும் மக்கள் நினைவில் பதிந்துவிடுகிறார்கள்.

இவையனைத்திற்கும் மேலாக ஒரு விசேஷமான புதிய பயன் மிக்க கண்டுபிடிப்பைச் செய்யாவிட்டாலும்கூட, இயற்கையில் ஒரு புதிய வெளிச்சத்தை, புதிய விளக்கத்தை உண்டாக்குகிறவனே பெருமை உடையவன்; அந்த வெளிச்சம் அது தோன்றும்போதே நமது தற்காலத்திய அறிவின் வட்டத்திற்குள்ளேயே உள்ளடங்கிய விளிம்புகளில் பரவி மேலும் பிரகாசமாய்த் துலங்கச் செய்யும் ஒன்றாகும். அது மேலும் மேலும் பரந்து விரிந்து, இயற்கையில் மறைந்து ரகசியமாகக் கிடைக்கும் பலவற்றை வெளிப்படுத்தி நம் பார்வைக்குக் கொண்டு வரும். அத்தகைய மனிதனே மனித இனத்திற்குப் பேருதவி செய்தவன். அவனே பிரபஞ்சத்தை மனிதன் கட்டி ஆளும் பேராசையை நிலைநாட்டியவனும். சுதந்திரத்திற்காகப் போரிட்ட வீரனும், மனிதனுடைய அனைத்தையும் நிறைவு செய்து வென்றவனுமாவான் என்பது என் கருத்து.[89] டெகார்டே தான் கண்ட முடிவுகளைக் கூறுகிறார்:[90] "அவர்கள் வாழ்க்கைக்கு மிகவும் பயன்படும் அறிவைப் பெறும் வழியை எனக்குக் காட்டினார்கள். மேலும், அவர்கள் எனக்குச் சொன்னது இதுதான். கல்விச் சாலைகளில் கற்றுக்கொடுக்கும் வெறும் ஊகமான-மனத்தால் மட்டுமே இப்படியிருக்கலாமோ அப்படி இருக்கலாமோ என்று ஊகித்துச் சொன்ன தத்துவக் கல்விக்கு மாறாக நாம் அநுபவபூர்வமான பழக்கத்தில் காணும் வகையில் ஒரு தத்துவத்தைக் கண்டுகொள்ள முடியும். அதைக் கொண்டு தீயின் ஆற்றலையும் செயல் திறனையும், தண்ணீரின் இயல்புகளையும், காற்று, நட்சத்திரங்கள் வானத்தில் உள்ள கோள் முதலியனவற்றையும், இன்னும் நம்மைச் சுற்றிலும் உள்ள பெளதீகமான பண்டங்களையும் (பொருள்களையும்) நாம் நமது தொழிலாளர்களின் பல்வேறு தொழில் திறனைக் கண்கூடாகப் பார்ப்பது போலப் பார்த்துத் தெரிந்துகொள்ள முடியும். தீ முதலிய இயற்கைச் சக்திகளை உரிய வகையில் பயன் படுத்திக்கொள்ளலாம்; அதனால் இயற்கையின் யஜமானர்களாகவும் அதற்குச் சொந்தக்காரர்களாகவும் ஆகலாம். இவ்வாறு எனக்கு வழி காட்டினார்கள்."

"மனிதன் பிரபஞ்சத்தின் மீது சாம்ராஜ்யம் கட்டி ஆளுதல்" "சுதந்திரத்திற்காகப் போரிடும் வீரன் தேவைகளை நிறைவேற்றி உலகை வெல்பவன்!" "மனிதர்கள் இயற்கையின் யஜமானர்களாகவும் சொந்தக்காரர்களும் ஆவது" இப்படியெல்லாம் பேசியது எவ்வளவு துடுக்காகவும் எல்லையில்லாத் துணிச்சலாகவும் பதினேழாம் நூற்றாண்டின் இரண்டாம் கால் பகுதியில் வாழ்ந்தவர்களுக்குத் தோன்றி இருக்கும்; ஆயினும் விடுதலை பற்றிய இந்த நோக்கும் கருத்தும் எத்தனை தீர்க்க தரிசனமானவை என்று அவையே நிரூபித்துவிட்டன;

இன்று மனிதர்கள் ஆச்சரியகரமான விதத்தில் பௌதீக இயற்கையின் யஜமானர்களாகவும் சொந்தக்காரர்களாகவும் ஆகிவிட்டனரே! இந்த வெற்றி இன்னும் விரிவுபெற்று வளர்ந்து முன்னேறிவிட்ட நிலை எளிதில் கணக்கிட்டுக் கூற முடியாதபடி திகைக்கவைக்கிறதே! நமது கண்ணில் தெரியும்படி ஒரு புதிய யுகம் நெருங்கிவிட்டது; அந்தப் புதுயுகம் இயற்கையுலகை மேலும் மேலும் ஆழமாகவும் அகலமாகவும் உட்புகுந்து கண்டறியும் அடிப்படையில் உலகத்தை முழு வெற்றி கொள்வதும் கணக்கற்ற நலன்களைப் பெறுவதாகவுமே இருக்கும். அதாவது, திட்டவட்டமானதும் அநுகூலம் மிக்கதுமான பொருளில் அமையும் உண்மையான விடுதலை அதுதான்.

இது, சித்திரத்தின் ஒரு பக்கம்தான். இப்படி ஒரு புதுயுகம் நம் கண்முன்னே உதித்தெழுந்தபோதிலும் மற்றொன்றை மறந்துவிடு வதற்கில்லை. மனிதனுக்கு எதிராகப் பெரிய தடை எழுந்துள்ளது. முன்னிலும் அதிகமான வறுமையுடன் பிரிவுபட்டுக் கிடக்கும் உலகம் ஒரு பிரத்யக்ஷமான காட்சி தருகிறது. அதில் அறிவின்மையும் கொடுமைக் குணமும் முன்பு எங்கும் எப்போதும் காணாத வகையில் வளர்ந்துள்ளன. மனித இனமே முற்றிலும் அழிந்து ஒழிந்துவிடுமோ என்ற அச்சம் வேறு கவிந்துள்ளது. புதிய தத்துவத்தை தீர்க்கதரிசனத்துடன் மிக்க வீர தீரத்துடன் அறிவித்த அந்த வெற்றியானது, பௌதீக இயற்கையை வென்று வசப்படுத்தும் அதே விஞ்ஞானத்திலிருந்துதான் விளைந் திருக்கிறது. விடுதலை பற்றிய இந்தப் புதிய கண்ணோட்டத்தை எடுத்துரைத்தவர்கள் கூறியதில் அடிப்படையாக ஏதாவது தவறு நேர்ந்துவிட்டதோ?

இந்தக் கேள்விக்குச் சமீப காலத்து வரலாறு மேலும் மேலும் தெளிவுடன் விடை தருகிறது. அந்த வரலாற்றைச் சரியானவகையில் நன்கு புரிந்துகொண்ட சமீப காலத்து விஞ்ஞானிகளும் தகுந்த விடை கூறுகின்றனர்.

விடுதலை பற்றிய புதிய அறிவும் கண்ணோட்டமும் முதலாளித்துவம் தோன்றிய காலத்தில்தான் தத்துவ அறிஞர்களுக்குப் புலப்பட்டன; அந்தக் காலம்தான் நவீன விஞ்ஞானத்தைத் தோற்றுவித்தது. அந்தக் காலத்தில் வாழ்ந்த பூர்ஷ்வாக்களின் முன்னேற்றமும் இதற்குத் துணை செய்தது; அவர்களுடைய பெரிய உற்பத்தி முறைக்கு விஞ்ஞானம் இன்றியமையாததாய் இருந்தது. அப்படி உற்பத்தி செய்து குவித்தவர்கள் தான், தங்களை மட்டும் தனியே குறிக்கும் வகையாக மாறுதலுக்கான பிரதிநிதிகளாகக் காட்டாமல் துயரப்படும் அனைத்து மக்களின் பிரதிநிதி களாகவே முன்னணியில் நின்றனர். ஏனெனில் அந்த மிகப்பெரிய

வியக்கத்தக்க சமுதாய மாற்றத்திற்குத் தேவையான போராடும் படையை, அப்போதிருந்த உழைப்பாளி மக்களே தந்து உதவ முடிந்தது. புதிய விஞ்ஞானமும் அதனுடன் கூடவே உழைக்கும் பாட்டாளி வர்க்கமும் தோன்றின; இந்த இரண்டின் பணியும் குறிக்கோளும் முதலாளித்துவ யுகத்தைப் புழக்கத்தில் இல்லாத பழங்கதை ஆக்குவது மட்டுமின்றி, இறுதியாக அதைத் தூக்கி எறிவதும்தான்.

"முதலாளித்துவம் விஞ்ஞானத்தை சாத்தியமாக ஆக்கிற்று என்றால் விஞ்ஞானம் முதலாளித்துவத்தை அவசியமில்லாததாக ஆக்கிவிட்டது.[91] இப்படிச் சூத்திரம் போல் கூறியவர், நம் காலத்தைச் சேர்ந்த ஒரு மிகப்பெரிய விஞ்ஞானி; இதை விளக்கி நிரூபிக்கும் விவரங்கள் நமக்கு வேண்டாம். ஆனால் ஒன்றை மட்டும் கவனிக்க வேண்டும். இதற்கு முன் காணாத வறுமையும், கொடுமைக் குணமும், முட்டாள் தனமும் சேர்ந்து உலகம் பிளவுபட்டுக் கிடக்கும் உண்மையான காட்சி நம் முன்னே இருக்கிறது. இதுவே விஞ்ஞானம், முதலாளித்துவம் இன்று தேவை இல்லை என்று ஆக்கியிருப்பதற்கான விரிவுரையாகிறது. இதுவரை நாம் கனவிலும் காணா அளவில் எல்லா நிறைவும் செழுமையும் பொங்கும் வாய்ப்பு நிறைந்த ஒரு புதுயுகம் சாத்தியமே என்ற எண்ணம் நாளுக்கு நாள் வளர்கிறது. இதைச் செய்வது சமீப காலத்திய விஞ்ஞானக் கண்டுபிடிப்புக்களே. இது இப்படியிருக்க, முதலாளித்துவம்; இப்போது அது பெற்றிருக்கும் மிகவும் முதிர்ந்த நிலையில், உற்பத்தி நடைமுறையை முடமாக்கும் நிர்ப்பந்தத்தை அவசியம் என நினைக்கிறது. அது மட்டுமின்றி, உற்பத்தியின் வளர்ந்து வரும் ஒரு பகுதியை நிஜமான மனிதத் தேவைகளை நிறைவேற்றுவதற்குப் பதிலாகப் பயனற்றவையும், தேவையில்லாத வீண் செயல்களானவையும், திட்டவட்டமாக அழிவையே தருவனவுமாகிய பிரயோஜனங்களுக் காகவே செலவு செய்யும் நிர்ப்பந்தமான அவசியமாக்கியிருக்கிறது. "இதற்கு மிகவும் தெளிவான எடுத்துக்காட்டு யாதெனில், பல கோடிக் கணக்கான பெறுமானமுள்ள பொருள்களும் மனிதப் பணிகளில் ஒவ்வொரு ஆண்டும் ராணுவ அமைப்பு ஒன்றே விழுங்கிவருகிறது என்பதே. இதன் நோக்கமும் பயனும் என்ன? மக்கள் தங்களுடைய பிரச்சினைகளைத் தீர்த்துக்கொள்ள முடியாமற் செய்வதுதான்; புரட்சிகரமான பொதுவுடைமை ஒன்றினால்தான் இந்தப் பிரச்சினைகள் தீரும். மனித குலத்திற்கு எதிரான செயல்களில் அமர்த்தப்பட்டு வேலை செய்பவர்களாக அந்த ராணுவ அமைப்பிற்கு ஆட்களைத் தந்து தாமும் வேலை செய்பவர்கள் அவர்கள் மட்டுமில்லை. இதையே வெவ்வேறு அளவில் பல கோடிக்கணக்காக இருக்கும் தொழிலாளர்கள் பற்றியும் கூற முடியும். அவர்களும் யாருக்குமே வேண்டாத தேவைகளையும்

பொருள்களையும் தேவை போலப் படைத்து அவற்றை உண்டாக்கு கிறார்கள். ஆக, பொருளாதாரத்தின் வெவ்வேறு துறைகளும் கிளைகளும் இந்த மனித குலத்தை எதிர்க்கும் செயலில் ஈடுபட்டவர்களும் இருப்பதால் ஒன்றையொன்றும் ஒருவரை ஒருவரும் சார்ந்தே இந்தத் தீமை வளர்கிறது. வியட்நாமின் மக்களை எதிர்த்துப் போராடிய படைகளுக்கு விவசாயிகளே உணவை உற்பத்தி செய்து கொடுத்தனர். ஆயுதங்களும் அச்சுக்களும் செய்யும் தொழிலாளிகளே புதிய வகையான கார்கள் டாங்குகள் போன்றவற்றிற்கு வேண்டிய மிகவும் நுட்பமான இயந்திரங்களைச் செய்வதில் ஈடுபட்டனர்; காகிதமும் மையும் தயாரிப்பவர்களும், டெலிவிஷன் கருவி செய்பவர்களும் உண்டாக்கியவை எதற்குப் பயன்பட்டன? மக்கள் மனங்களை அடக்கி ஒடுக்கவும் அவர்களைத் தவறான விஷயங்களை நினைக்கச் செய்யும் வகையில் நஞ்சு ஊட்டவும்தான் அவை பயன்படுத்தப்பட்டன."[92] இதுபோல் இன்னும் பல வகையிலும் மக்களுக்குத் தீமை செய்யவே விஞ்ஞானம் பயன்படுகிறது. அது, சோம்பேறிகளாய் உழைக்காமல் உண்ணும் மனிதர்களும் இந்திரங்களும், சொந்த நாட்டில் சீர்கேட்டையும் அயல்நாட்டில் பட்டினியையும் ஏற்படுத்திக்கொண்டு உடன் வாழவும், செல்வமும் பிற பண்டங்களும் செழித்துள்ள நிலையிலும் கூடவே வறுமையும் வளரவும், ஏராளமான பணத்தொகைகளும் செல்வாதாரங் களும் அற்பத்தனமும் தீமையும் கொண்ட வழிகளில் வீணாக்கப்படவும், சொந்த நாட்டின் ஆயிரக்கணக்கான மக்கள் புண்படவும் முடமாகவும், வகை செய்யும் மிகவும் வஞ்சகமான சதியாலோசனை - அயல் நாட்டில் கோடிக்கணக்கான மக்களைக் கொலை செய்யும் வஞ்சக சதியாலோசனை தொடர்ந்து நடக்கின்றது.

அதிகம் சொல்ல வேண்டுமா? மனித குலம் இயற்கையை வென்று புறங்கண்ட பெருமையை முற்றிலும் கொடுமையான செயலுக்கு உபயோகப்படுத்தவே முயல்வதற்கு நிர்ப்பந்தப்படும் அளவுக்குப் பகுத்தறிவில்லாத அமைப்பாக ஆகிவிட்டால், பாட்டாளி மக்கள் ஒருமைப்பாட்டுடன் அமைந்த தொழிலாளி வர்க்கமாக உருவெடுத்து எழ முதலாளித்துவமே துணையாகி, விஞ்ஞானத்தை பகுத்தறிவுள்ள பொதுவுடைமையின் அடிப்படையில் புதிய வழியில் செலுத்திப் பயனடையும் பொறுப்பை ஏற்றுவிடும். இப்படித் தொழிலாளி வர்க்கம் வளர்ச்சியடையும்போது, ஒரு புதிய தத்துவமும் வளர்ச்சியடைகிறது. அந்தத் தத்துவம்தான் மார்க்ஸியம். அது இயற்கை விஞ்ஞானத்தையும் சமுதாய விஞ்ஞானத்தையும் எவ்வாறு இணைப்பது என்பதைப் போதிக்கின்றது. அதாவது பௌதீக இயற்கை மீது கொண்ட வெற்றியையும் வல்லமையையும், சமுதாய உண்மை நிலையுடன்

எப்படி இணைப்பது என்பதை எடுத்துரைக்கிறது. அப்போதுதான், பேகனும் டெகார்டேயும் கண்டுணர உதித்தெழுந்த அந்தப் புதிய விடுதலைக் காட்சி அதன் முழுச் சிறப்பையும் அர்த்தத்தையும் பெறும். இந்தப் புதிய தத்துவம் காட்டிய வழியைப் பின்பற்றி உலகத்தின் பரப்பில் பெரிய அளவிலான பகுதிகளில் பாட்டாளி மக்கள் முதலாளித்துவ அமைப்பின் தளைகளிலிருந்து தங்களை ஏற்கனவே விடுவித்துக் கொண்டுவிட்டனர். மனிதன் இயற்கையை வென்று பெற்ற அந்த வல்லமை, ஆண் பெண் குழந்தைகள் என்றிருக்கும் நிஜமான மனிதர்களின் நிஜமான நலம் என்பது என்ன என்பதை நிஜமாகவே நமக்குத் தெளிவுறுத்துகின்றன. இவ்வளவும் ஐம்பது ஆண்டுகளேயான குறுகிய காலத்திற்குள் நிகழ்ந்தன; ஓர் உலகப் போர் நடந்து, அதனால் நேர்ந்த மிகப் பெரிய அழிவுகளை அநுபவித்திருந்தும், தங்களை அறவே அழித்துவிடுமோ என்று அச்சம் தந்த அந்தப் போருக்குத் தடையாக ஏராளமான படையும் தளவாடங்களும் சேர்ந்ததால் நேர்ந்த வீண் செலவுகளும் தண்டமான உழைப்புக்களும் செய்தே தீர வேண்டிய அவசியமிருந்தும் இந்த நலம் இன்றும் காக்கப்பட்டுள்ளது.

முதலாளித்துவம் உள்ள நாடுகளிலும் வளரும் நாடுகளிலும் உள்ள பாட்டாளி மக்களின் கண்ணுக்குப் படாமலும் அறிய வழியில்லாமலும் இவ்வளவையும் மறைக்கும் ராக்ஷத்தனமான பிரசார யந்திரம் பயன் படுத்துவதும் உண்மைதான். அவர்களை அபின் கொடுத்து மயக்குவது போல் மறக்கவும் அடிக்க வேண்டி வெட்கக்கேடான யுக்தி முறைகளையும் கையாண்டு பார்க்கிறார்கள். விஞ்ஞான முறையே-குறிப்பாக வானொலி, தொலைக்காட்சி போன்றவையும் கல்வித் திட்டம்கூட, சரித்திரப் போக்கைத் தடுத்துத் தாமதப்படுத்தவும் திசை திருப்பவும் பயன்படுத்தப்படுகின்றன. பலவிதமான புதிய பாணியிலான தத்துவங்களையும் இட்டுக்கட்டிப் பேசி குழப்பவும், பாட்டாளி மக்களின் கவனத்தைப் புதிய விடுதலைக் கருத்திலிருந்து வேறு திசையில் கவரச்செய்து, அந்தப் புதிய விடுதலையை அமுலாக்கி நடத்தும் திட்டத்திலிருந்து மாற்றிவிடவும் முயல்கிறார்கள். இவை யாவும் இருந்தும் இவற்றையும் மீறி விஞ்ஞானம் தோற்றுவித்துள்ள யுக்தி முறைகளின் சாத்தியக் கூறுகள்; தனியாரின் சுயநலம் மற்றும் சுரண்டலுக்கு இடமளிக்கும் துண்டு துண்டான சமுதாயக் கட்டமைப்பிற்குள் ஒத்துப்போவதை மறுத்து எதிர்த்தும் வருகின்றன. ஆகவே, இவற்றிற்கு எதிரான சதியாலோசனையும் தோன்றியுள்ளது. விஞ்ஞானத்தையே முடமாக்கிப் போடுவதற்கு விஞ்ஞானத்தையே பயன்படுத்தும் சதித்திட்டம் அது.

மிக நெருங்கிய நிகழ்காலத்திலேயே கண்முன்னே நிற்கும் அபாயங்களைக் குறைத்து மதிப்பிட்டுவிடுவதும் சரியில்லை. நிச்சயமாக மனித குலம் அந்த அபாயத்திலிருந்து தப்பிப் பிழைத்து விடத்தான், போகிறது. மனிதன் நிஜமான விடுதலை பெறும் வாய்ப்பு கட்டாயம் உண்டு. தவிர்க்கக்கூடிய மனிதத் துயர்கள் பலவற்றிலிருந்து விடுபட்ட புதிய உலகத்தை அவன் நிச்சயம் காண்பான். அத்தகைய துயரங்களின் அளவையும் எல்லையையும் மேலும் மேலும் குறைத்துக் கொள்வான்.

ஆனால், மனிதன் இன்றுள்ள அபாயங்களிலிருந்து தப்பிப் பிழைக்கப்போகிறானா?

இதற்கு விடை, பண்டைச் சாத்திரங்கள் செய்தவர்களின் மூளைகளில் தேடக்கூடியதில்லை. இதற்கு விடைகூற வேண்டியவர்கள் இன்றைய உலகில் வாழும் கோடிக்கணக்கான பாட்டாளி மக்களே. மனித வல்லமைகளை முற்றிலும் தவறாகப் பயன்படுத்தித் தங்களை ஏமாற்றுவதற்கு அநுமதிக்கப்போகிறார்களா? இப்படி ஏமாற்றுவது தான், பகுத்தறிவுக்குப் புறம்பானதும் பொருத்தமற்றதும் ஆகிவிட்ட இப்போதைய சமுதாய அமைப்பை நீடிக்கச் செய்யக்கூடியது. அல்லது இந்த அமைப்பை, சமுதாயத்தின் பரிணாம வளர்ச்சியில் கடந்து போக இருக்கும் ஒரு கதை அவ்வளவுதான் என்று நினைத்துக்கொள்ளப் போகிறார்களா? விடுதலை பற்றிய புதிய நோக்கையும் காட்சியையும் அதே சமுதாயம்தான் உண்டாக்கப்போகிறது. அதுவும் சுரண்டப்பட்ட கோடிக்கணக்கானவர்களின் உழைக்கும் கைகளின் துணையுடன்தான் மலரும். அதுதான் மனித குலத்தின் நிரந்தரமான அழியாத ஆஸ்தியுமாகும். இது நடக்குமா?

இன்றைய வரலாறு எழுப்பும் மிக மகத்தான வினா இது. அது நம்மை மீண்டும் உலகில் உள்ள மிகப் பரந்த ஏராளமான மக்களான உழைத்துப் பாடுபடும் ஆண்களிடமும் பெண்களிடமும் கொண்டு செல்கிறது. இவர்களைத்தான் நமது தர்மசாத்திரக்காரர்கள் சூத்ரர் என்று பெயரிட்டனர்.

அந்த தர்மசாத்திரக்காரர்கள் இந்த சூத்ரர்கள் முக்தி அல்லது விடுதலை பெறுவதற்கு உரியவர்கள் இல்லை என்று அழுத்தம் திருத்தமாகக் கூறினர். இதற்கு வரலாறு மிகவும் எதிரிடையான விளக்கம் தருகிறது. மனிதன் நிஜமாகவே விடுதலை அடைய முடியுமானால், இந்த சூத்திரர்கள்-பாட்டாளி மக்கள்தான் அந்த விடுதலையைத் தீர்மானமாக உருக்கொடுத்து வடித்துத் தரவேண்டும். ஆனால், அந்த விடுதலை உலகத்திலிருந்து தப்பியோடுவது என்ற

கற்பனையான எதிர்மறைக் கருத்து இல்லை. அது அநுகூலமான திட்டவட்டமான விடுதலை. இந்த உலகத்தை மாற்றியமைப்பது என்ற உடன்பாடான கருத்தே அது.

மேற்சொன்னவற்றிலிருந்து இப்புத்தகத்தின் முக்கிய கருவாக நாம் அறிவது என்னவென்றால், பாரம்பரியமிக்க இந்தியத் தத்துவ கருத் தோட்டங்களில் காலாவதியாகிப் போனவற்றை தைரியமாகத் தூக்கியெறிந்துவிட்டு, நிலைத்திருக்கும் உயிரோட்டமுள்ள கருத்துக்களை நம் நாட்டு உழைக்கும் மக்கள்தான் தங்களுடையதாக்கிக் கொள்ளவும் மேலும் வளர்த்தெடுத்துச் செல்லவும் முடியும். ஆம்! இந்திய சமுதாயத்தை மாற்றியமைக்கிற பிரம்மாண்டமான வரலாற்றுப் பாத்திரத்தின் ஒரு பகுதி வேலையாக அவர்கள் இதனை செய்து முடிக்கப்போகிறார்கள். இதற்கு மிகுந்த மனத் துணிவும் உண்மைக்காக உறுதியாக நின்று போராடுதலும் அத்தியாவசிய குணங்களாகும். இக்குணங்களை தொழிலாளி வர்க்க இயக்கமே பெற்றிருக்கிறது. தொழிலாளி வர்க்கம் தவிர இதரர்களுக்கு இத்துணிவும் உண்மைக்காக நிற்கிற உறுதியும் இருப்பதில்லை. அவர்களுடைய கவனம் இதைத் தவிர்த்து வேறு தேவைகளின்பால் ஈர்க்கப்படுகிறது. எனவே, அவர்கள் உண்மைக்காக நிற்கிற உறுதியும், துணிவும் இன்றி சமரசம் செய்து கொள்கிறார்கள். இதற்கு மாறாக, மனிதன் உள்ளிட்ட இயற்கையினை அறிந்துகொள்வதற்கும் அதன் மீது ஆதிக்கம் செலுத்துவதற்கும் நமது பழம்பெரும் சிந்தனாவாதிகள் ஒவ்வொரு படியாகக் கண்டு அறிந்த உண்மைகள், உழைக்கும் மக்களைப் பொறுத்தவரை பெரும் பொக்கிஷமாகும். இவ்வரிய உண்மைகள் உழைக்கும் மக்களுக்கு உற்சாகப்படுத்துவனவாகவும், ஏற்புடையனவாகவும் இருக்கின்றன. இந்த அடிப்படையில்தான் தோழர் ஏங்கெல்ஸ் அவர்கள், "ஜெர்மானிய தத்துவார்த்த சிந்தனைகளின் வாரிசாக ஜெர்மானியத் தொழிலாளி வர்க்கம் விளங்குகிறது" என்று குறிப்பிட்டுள்ளார்.

அடிக்குறிப்புகள்

1. மைத்ரா *236.*
2. மே. நூ. *237.*
3. ஹெகல் *161.*
4. மே.நூ.*163.*
5. செர்பாட்ஸ்கி BNC *290-4*
6. செர்பாட்ஸ்கி (tr) MV *80.*

இந்தியத் தத்துவ இயலில் நிலைத்திருப்பனவும் அழிந்தனவும் 727

7. மே.நூ. 80-1

8. மனு xii.84-5 & 91. Cf. also vi. 29; vi. 82-4; xii, 118-25.

9. ஈஸ்வரக்ஷனரும் வாத்ஸ்யாயனரும் சார்ந்த குப்தர் காலத்தில் இந்தப் போக்கு முன்னுக்கு வந்துள்ளதாகத் தெரிகிறது.

10. வைசேஷிக சூத்ரம். (நூல் 1. பகுதி 1. 2.) 'தர்மா' என்பதனை "யாதோ அபையுதயா நிர்ஸரேயாஸர் ஸித்திச தர்மா" என்று விளக்குகிறது. அதாவது 'தர்மா என்பது உலக சௌபாக்கியங்களுக்கு இட்டுச் செல்வதே (அபையுதயா) என்றும் விடுதலை பெறுவது (நிர்ஸரே யாஸா) என்றும் கூறுகிறார்கள். ஆனால், இலக்கணப்படி வைசேஷிக சூத்ரத்தினை பின்வருமாறு விளக்குவதும் ஏற்புடையதாகவே உள்ளது. இவ்விளக்கத்தின்படி 'தர்மா' என்பது உலக சௌபாக்கியங்களை அடைவதன் மூலம் விடுதலை பெறுவது என்பதாகும்.

இயற்கையின் மீது மனிதன் ஆளுமை புரிவதற்கு (உலக சௌபாக்கியங்களைப் பெற இயற்கையின் பலன்களை அடைவதற்கு) இயற்கையை ஆழ்ந்து நோக்குவது என்பதை குறிக்கோளாகக் கொண்ட வைசேஷிகர்களின் இயற்பியலுக்கு மேலே சொல்லப்பட்ட இரண்டாவது விளக்கமே மிகவும் பொருத்தமாக அமைந்துள்ளது. இது நமக்கு வைசேஷிகர்களின் சுதந்திரம் பற்றிய உண்மையான கருத்தை அறிய உதவுகிறது. ஆனால், பிற்காலத்தில் வந்த பிரசஸ்தபாதர் என்ற தத்துவவாதியும் அவரது விளக்கவுரையாளர்களும் (பிரசஸ்தபாதர் 637) சுதந்திரம். விடுதலை பற்றிய வைசேஷிகர்களுடைய உண்மையான தத்துவக் கருத்தோட்டங்களை மறுத்துவிட்டார்கள்.

11. மைத்ரா 219-20;

12. வாத்ஸ்யாயனர் NS i. 1. 22. சட்டோபாத்யாயா & கங்கோபாத்யாயா NPi. 86-8.

13. வாத்ஸ்யாயனர் NS i. 1. 2. சட்டோபாத்யாயா கங்கோபாத்யாயா NPi. 29.

14. வாத்ஸ்யாயனர் NS iv. 1..63. கங்கோபாத்யாயா-NPiv: 87.

15. NS i..1.2. மோட்சம் என்பது கஷ்டங்களிலிருந்து விடுபடுதலே ஆகும்.

16. வாத்ஸ்யாயனர் NS iv. 2.1. கங்கோபாத்யாயா NP V 3-42

17. செர்பாட்ஸ்கி CBN 97-8.

18. மைத்ரா 220-1

19. எனக்கு தெரிந்தவரை மேற்படி கேள்வியை சிறந்த. கட்டுரை - விவாதமாக Dr. மிருணாள் காந்தி கங்கோபாத்யாயா தனது 'இந்திய தத்துவவியலில் நிலைத்திருப்பனவும் மறைந்தனவும்' எனும் கட்டுரையில் குறிப்பிடுகிறார்.

இக்கட்டுரை 1975இல் லால்டேரில் யு. ஜி. சி. கருத்தரங்கத்தில் சமர்ப்பிக்கப்பட்டது. சுதந்திரம் பற்றிய கோட்பாடு 'நியாயா' தத்துவத்துடன் சரிவரப் பொருந்தவில்லை; பிற்சேர்க்கைகளின் விளைவாகவே இத்தெளிவின்மை ஏற்பட்டுள்ளது என்று தனது முடிவான கருத்தாக Dr. கங்கோபாத்யாயா கூறியுள்ளார்.

20. NS i.*1.10*
21. NS iii. *1.18.* கங்கோபாத்யாயா NS iii. *33*
22. NS iii.*1.21.*
23. NS iii.*1.24.* கங்கோபாத்யாயா NS iii. *41*
24. NS. iv. *1.58-67*
25. கங்கோபாத்யாயா NP iv. 93. ff.ல் பாணிபூஷண தர்க்க வாக்கிஸர் என்பவர் தனது கருத்துக்களைத் தொகுத்துக் கூறியுள்ளதைப் பார்க்கவும்.
26. மைத்ரா 227.
27. மே.நூ.229.
28. மே.நூ.229-30.
29. கௌடபாதர் SK 55.
30. மே.நூ.SK 56.
31. SK 56-8.
32. சங்கரர் Br. Su. ii. 2.6.
33. மே.நூ.ii.*2.11.*
34. மே.நூ.
35. NS i:*1.2.*-இதுவும் இதர சூத்திரங்களைப் போலவே மோட்சத்தைப் பற்றி NSல் விளக்குகிறது. இது பிற்சேர்க்கையாகக் கருதப்படுகிறது.
36. Mm.யோகேந்திரநாத 61.
37. மே.நூ. Cf. Jha PMS *36.*
38. MS iv. *1. 2.*
39. சபர பாஸ்யா tr Jha 709.
40. சபர MS vi. *1.3.*
41. மே.நூ. MS vi. *1.2.*
42. பூதநாத ஸப்ததீர்த்தா ii. 4n.(MS vi.1.2)

43. மே.நூ.ii.5n. (MS vi. 1.2.)

44. Br. Su. iii. 3.53-4.

45. சங்கரர் Br. Su. iii. 3.53.

46. ஹிரியண்ணா 332.

47. Jha PMS 36.

48. கீதா iii. 26.

49. மே.நூ.ii. 42-4.

50. பார்க்க Jha PMS 36.

51. யோகேந்திரநாத 66.

52. குமரிலர் SV ஸம்பந்தசேப-பரிஹர 110

53. Jha PMS 30.

54. ஹிரியண்ணா 335.

55. குமரிலர் SV அத்மவாத 148

56. யோகேந்திர நாத 67.

57. மே.நூ.69.

58. மைத்ரா 232.

59. மே.நூ.233.

60. குமரிலர் SV நிராலம்பன வாத 11-13.

61. மைத்ரா 234.

62. மே.நூ.233-4.

63. யோகேந்திரநாத 69.

64. SDS 2.

65. மே.நூ.5.

66. தாஸ்குப்தாவின் கருத்துப்படி 'நியாயா' எனும் இயற்கை அறிவு இயல் பழங்கால இந்திய மருத்துவத்தின் வழி முறைகளிலிருந்து தோன்றியுள்ளது. இதன்படி 'நியாயா எனும் தத்துவத்தின் தோற்றுவாயாக விளங்கிய தத்து' வார்த்திகள் பின்னதாகச் சொல்லப்பட்டபடி சமூக ஒட்டுண்ணிகளாக இருந்திருக்கவில்லை என்பது தெளிவு:

67. பார்க்க சுப்ரா குறிப்புகள் 19 & 35.

68. பார்க்க சுப்ரா பக்கம் 89.

69. சர்மா APHAI 235.

70. மே.நூ.257.

71. பார்க்க சுப்ரா பக்கம் 274. f.

72. Br. Su. ii. 1.11.f.& சங்கரர்.

73. சங்கரர் அத்யாஸா-பாஸ்யா மேற்கோள் சுப்ரா பக்கம் 52.

74. பிரசஸ்தபாதர் PDS 637.

75. மே.நூ.

76. மைத்ரா 7.

77. மே.நூ.16.

78. மே.நூ.17.

79. மனு vi.92.

80. மே.நூ.vi.91.

81. கீதை ii. 37ல் க்ஷத்ரியர்கள் கடைப்பிடிக்க வேண்டிய குறிப்பிட்ட கடமைகளைப் பற்றி வெளிப்படையாகக் கூறப்பட்டுள்ளது. கிருஷ்ண பரமாத்மா அர்ச்சுனனை ஆயுதத்தைக் கையிலெடுத்து போரிட அழைக்கிறபோது, அர்ச்சுனனை அதில் ஆர்வம் கொண்டு ஈடுபடச் செய்ய வேண்டும் என்பதற்காகப் பின்வரும் எளிய தர்க்க வாதத்தை முன் வைக்கிறார். அதாவது, “அர்ச்சுனா! நீ இந்த யுத்தத்தில் இறந்துவிட்டால் நீ அநுபவிப்பதற்கு சொர்க்கம் காத்திருக்கிறது; வெற்றி பெற்றால் நீ அநுபவிப்பதற்கு உலகம் காத்திருக்கிறது” என்கிறார்.

82. மனுவைப் பற்றி மேதாதிதி vi.92.

83. மனுவைப் பற்றி குல்லூகர் vi.92.

84. மனுஸ் iv, 93. f.

85. மனுவைப் பற்றி vi. 93

86. ஏங்கெல்ஸ் SSU 16.

87. மே.நூ.30-1

88. பெர்னால் 375-6.

89. மேற்கோள் பெர்னால் 443.

90. மேற்கோள் பெர்னால் 447.

91. பெர்னால் 374.

92. பாரன் & ஸ்வீஸி 344.

Abbreviations And Bibliography

ABORI: Annals of the Bhandarkar Oriental Research Institute.

al-Beruni: Alberuni's India, ed. E.C. Sachan, reprint Delhi 1964.

AS: Arthasastra (Kautilya). ed. R.P. Kangle. Bombay 1970.

Beck, W.S.: Modern Science and Nature of Life. Pelican 1957.

Berkeley, B: Principles of Human-Knowledge, Everyman 1964,

Bernal, J.D: Science in History, Pelican, 1969

Bhaduri, S: Studies in Nyaya-Vaisesika Metaphysics, Poona 1947.

BHB: Book of the Human Body. Readers Digest. London 1964 Bhutanatha Saptatirtha; Mimamsa-drsana (Bengali) Calcutta. Bose, D.M., Sen, N.S., Subbarayappa, B.V.: A. Concise History of Science in India. New Delhi 1971

Bu-ston: A History of Buddhism. Tr.Obermiller, E. E. Heidelberg 1931-2.

Br. Su : Brahma-sutra (Badarayana).

BS: Bahyartha-siddhi (Subhagupta). ed. A. N. Sastri. Sikkim 1967.

Chattopadhyaya, D:: Indian Atheism. Calcutta 1969.

-Indian Philosophy. New Delhi 1964.

-Lokayata. New Delhi 1959.

-(ed.) Taranatha's History of Buddhism in India. Simla 1970.

Chattopadhyaya, D. & Gangopadhyaya. M.: Nyaya Philosophy Vols. i & ii. Calcutta 1967-8.

(see Gangopadhyaya M. for subsequent volumes)

Caraka-samhita: ed. Mehta & others. Jamnagar 1949.

Dasgupta, S.N.: A History of Indian Philosophy. Cambridge 1922-25.

de Bary, W.T. (ed): Sources of Indian Traditions. New York 1958.

Dharmottara NBT: Nyaya-bindu-tika (tr. Stcherbatsky BL)

Dharmakirti: Nyaya-bindu (tr. Stcherbatsky BL)

-Pramana-vartika. ed. Rahula Sankrityayana. Patna 1958

Dutt. N.: Buddhist Sects in India. Calcutta 1970.

De Grood D. Riepe D. & Somerville J. (ed): Radical Currents in Contemporary Philosophy. St. Louis, Missouri 1971.

Engels, F.: Anti-Duhring... Moscow 1947 ed.

-Dialectics of Nature. Moscow 1964 ed.

-Ludwig Feuerbach... Moscow 1964 ed.

-Origin of the Family... Moscow 1952 ed.

-Socialism: Utopian and Scientific. Moscow 1968 ed (see also Marx)

ERE: Encyclopaedia of Religion and Ethics. ed Hastings, Edinburgh 1908-18.

Farrington, B.: Greek Science. Pelican 1963 ed.

-Head and Hand in Ancient Greece, London 1947.

Frauwallner, E.: History of Indian Philosophy. Delhi 1973.

Gangopadhyaya, M.: Nyaya Philosophy, Vols, iii-v. Calcutta 1972-6

-Vinitadevas Nyaya-bindu-tika. Calcutta 1971.

Garbe, R.: Aniruddha's Commentary on the Original Parts of vedanatin Mahadeva's Commentary on the Samkhyai Sutras. Calcutta 1892

Gunaratna: Tarka-rahasya-dipika (Commentary on Haribhadra SDS)

Haribhadra: Sad-darsana-samuccaya.

Hegel, G.W.F.: The Logic of Hegel. Tr. Wallace. Oxford 1892.

Hiriyanna, M.: Outlines of Indian Philosophy. London 1956 ed.

Hume, R. E.: Thirteen Principal Upanisads. Oxford 1921.

Hyden. H.: Biochemical Aspects of Brain Activity. (University of Columbia Medical School Symposium on Control of Mind.) 1961.

IA: Indian Antiquary.

JASB: Journal of the Asiatic Society of Bengal

Jayanta-bhatta: Nyaya-Manjari KSS 1936.

JAOS: Journal of the American Oriental Society.

Jba, G.: Parco-mimamsa in its Sources, Benares 1942. (tr) Sabara-bhasya. Baroda 1933-36.

Kane, P. V.: History of Dharmasastra. Poona Vol. i 1930; ii 1941.

Kautilya: Artha-sastra.

Keith, A. B.: Religion and Philosophy of the Veda and Upanisads. Cambridge 1925.

Keith, A.B. & Macdonell, A.A.: Vedic Index. London 1958.
KKK: Khandana-khanda-khadya (Sriharsa).

Kosambi, D.D.: An Introduction to the Study of Indian History. Bombay 1956.

Lenin, V.I.: Materialism and Empirio-criticism. Moscow 1970 ed.

Macdonell, A.A.: Vedic Mythology. Strassburg 1897.

Madhava: Sarva-darsana-samgraha. Anandasrma ed. 1928.

Mbh: Mahabharata. Gita Press ed.

Maitra, S.K.: The Ethics of the Hindus. Calcutta 1956.

Marshall, J.: Mohenjodara and the Indus Civilization. London 1931.

Marx, K.: Thesis on Feuerbach.

Marx, K: & Engels. F.: German Ideology. Moscow 1964 ed.

-Holy Family... Moscow ed.

-On Religion, Moscow 1957 ed.

MASI: Memoirs of the Archaeological Survey of India.

MK: Madhyamaka-karika (Nagarjuna).

Mookherjee, S.: The Buddhist Philosophy of Universal Flux. Calcutta 1935.

-(ed) Nana-nalanda Mahavihara Research Publications. Nalanda 1957 on.

MS: Mimamsa-sutra,

MV: Madhyanta-vibhanga (Maitreyanatha). see Stcherbatsky.

Nagarjuna: Madhyamaka-karika.

-Vigraha-vyavartani.

NBT: Nyaya-bindu-tika. See Dharmottara and Vinitadeva.

NM: Nyaya-manjari (Jayanta-bhatta).

NS: Nyaya-sutra. ed. Phanibhusana.

Oldenberg, H.: Buddha: His Life, His Teachings, His Order. Calcutta 1927.

Oparin, A.L.. Origin of Life. New York 1953.

PF: Philosophy for the Future. New York 1949.

Prasastapada: Padartha-dharma-samgraha. Chowkhamba 1924

Radhakrishnan, S. (ed): History of Philosophy, Eastern & Western. London 1953.

Rahula Sankrityayana: Darsana-digdarsana (Hindi). Allahabad 1947.

Rhys Davids, T.W.: Dialogues of the Buddha. London 1899 on. Ruben, W.: Studies in Ancient Indian Thought. Calcutta 1966. Rv: Rg-veda.

Samkara: Commentary on Brahma-sutra. (tr Thibaut SBE : xxiv & xxvi)

Santaraksita: Tattva-samgraha. Baroda 1926.

Saparina, Y.: Cybernatics Within Us. Moscow.

Sastri, H.P.: Haraprasada Racanavali (Bengali). Calcutta 1960

Sastri, K.: A Primer of Indian Logic. Madras 1951.

SBE: Sacred Books of the East.

SBS: Saraswati Bhawan Series. ed G. Kaviraj. J/17 cit.

Seal, B.N.: Positive Sciences of the Ancient Hindus. London. 1915:

Shah, N.J.: Akalanka's Criticism of the Dharmakirti's Philosophy. Ahmedabad.

Sharma, R.S.: Aspects of Political Ideas and Institutions in Ancient India. Delhi 1959.

-Devraj Chanana Memorial Lecture ('Social Changes in Early Medieval India'). Delhi 1969.

Sircar, DC Cosmography and Geography in Early Indian Literature. Calcutta 1967.

SK-Samkhya-karika.

Sriharsa: Khandana-khanda-khadya.

Stcherbatsky: The Buddhist Logic. New York 1962 ed.

-Central Conception of Buddhism...London 1923.

-Conception of Buddhist Nirvana. reprint Varanasi.

-Further Papers of Stcherbatsky. Calcutta 1971.

-(tr) Madhyanta-vibhanga, reprint Calcutta 1971.

-Papers of Stcherbatsky. Calcutta 1969.

-Soul Theory of the Buddhists. reprint Varanasi 1970 Subhagupta: Bahyartha-siddhi.

Sukhlalji Sanghavi: Adhyatma Vicarana (Hindi).. -Darsana aur Cintana (Hindi).

Takakusu, J.: A Record of the Buddhist Religion... (tr of I-Tsing). London 1896

Tarkavagisa Phanibhusana: Nyaya-darsana (Bengali). Calcutta 1324-36 (Beng. Year)

Thomson, G.: Aeschylus and Athens. London 1941 ed.

-Studies in Ancient Greek Society. London 1949-55.

Vasubandhu: Vijnapti-matrata-siddhi. ed. N.I. Sastri. Sikkim 1964.

Vats, M.S.: Excavations at Harappa. Delhi 1940.

Vidyabhusana, S.C.: A History of Indian Logic. Calcutta 1921

Vinitadeva: Nyaya-bindu-tika. see Gangopadhyaya.

VS; Vaisesika-sutra.

Wagle, N.: Society at the time of the Buddha. Bombay 1966.

Warder, A.K.: Indian Buddhism. Delhi 1970.

Watters, T.: On Yuan Chwang's Travels in India. reprint Delhi 1961.

Wheeler, M.: The Indus Civilization. Cambridge. 1953. Winternitz, M.: History of Indian Literature. Vol. i Calcutta 1927.

Yogendranatha: Tarka-samkhya - Vedantatirtha: Bharatiya Darsanasastrera Samuccaya (Bengali). Culcutta 1958.

★★★